AF874198

ሁለንተናዊ ብልጽግና

የገንዘብ አቅምህን የሚመግቡ የብልጽግና አይነቶች

በዶ/ር ኢዮብ ማሞ

ሁለንተናዊ ብልጽግና

ሶስተኛ እትም 2009

Holistic Wealth

Third edition 2017

Dr. Eyob Mamo

Box 5824

Addis Ababa, Ethiopia

251-911-220566

Cover image by © freshidea / Fotolia

ISBN: 0988328577
ISBN-13: 978-0988328570

ምስጋና

የሞራል ድጋፍ፣ የጽሑፍ እርማትና ማስተካከያ፣ እንዲሁም የሽፋን ዲዛይን መዋጮ ከውድ ባለቤቴ ከአዲያም ሰሎሞን ተቀብዮአለሁና የከበረ ምስጋና ...

ጽሑፎቼን በማንበብ የበለጠ እንድጽፍ ለሚያበረታቱኝ አንባቢዎች የከበረ ምስጋና ...

ከሁሉም በላይ ለአገሬና ለሕብረተሰቤ ይህንን መሰል ጽሑፎች እንዳቀርብ ሁል ጊዜ ለሚረዳኝ ለአምላኬ የላቀ ምስጋና፡፡

ማውጫ

መግቢያ

በአንድ የእውቀት ወይም የስራ መስክ ጎበዝ ሆኖ በአጠቃላይ የኑሮው ሁኔታ ግን ወደ ፊት መራመድ ያቃተው ሰው ካየህ ሁለንተናዊ ብልጽግናን ያላዳበረ ሰው ነው። እንዲህ አይነቱ ሰው ብዙ የሚለፋ፣ የሚጥርና እንዲሁም በብዙ ሰዎች የሚደነቅበት ጉብዝና ያለው ሰው ሊሆን ይችላል። ሆኖም፣ ምንም እንኳን በአንዱ የብልጽግና አይነት ብዙ ልቆ የሄደ ቢሆንም፣ በሌሎቹ የብልጽግና ዘርፎች ካልበሰለ በዚያ በላቀበት አቅጣጫ የገነባውን በሌላው ባልበሰለበት የሕይወት መስክ ሲያፈርሰው ይታያል። ለዚህ ነው ብልጽግና ዘርፈ-ብዙ ነው የሚባለው። ለዚህም ነው ይህንን ዘርፈ-ብዙ የሆነውን የብልጽግና ገጽታ ለአንባቢ ለማሳወቅ ይህ መጽሐፍ የተጻፈው።

ብልጽግና የሚለውን ቃል ስንሰማ በቶሎ ወደ አእምሮአችን የሚጎርፈው ከገንዘብ ጋር የተያያዘ ሃሳብ እንደሆነ ጥርጥር የለውም። በመገናኛ ብዙሃንም ሆነ በተለያዩ የመረጃ መስኮቶች የምናየውና የምንሰማውም ቢሆን የሚያስተጋባልን ይህንኑ ነው። የአለም ባለጠጎች ተብሎ ሲነገረን ስማቸውና ከየት ሃገር እንደሆኑ ከተገለጸልን በኋላ ያላቸው የገንዘብ መጠንና ዋጋ ያለው ንብረት (Asset) ይደረደርልናል። ስለሆነም የብልጽግናን ትርጉም በቁሳቁስና በገንዘብ በመወሰናችን ምክንያት ብዙ ዋጋ ልንሰጣቸውና ውጤት ልናገኝባቸው የምንችላቸውን የብልጽግና ገጽታዎች ቸል ብለናቸዋል።

ለምሳሌ ታዋቂው ፎርብስ (Forbes) መጽሔት፣ "500ዎቹ የዓለም ታላላቅ ባለጠጎች ሙሉ ዝርዝር" ("Full List of the World's 500 Richest people") በማለት ከዘረዘራቸው ስሞች መካከል በቀዳሚነት ያሰፈራቸውን አስሩን ላስቀምጥ (ምንጭ፡- www.forbes.com)።

1. ቢል ጌትስ (Bill Gates) - የተጣራ ሃብት = 76 ቢልየን ዶላር
2. ካርሎስ ስሊም ሄሉ እና ቤተሰቡ (Carlos Slim Helu & family) - የተጣራ ሃብት = 72 ቢልየን ዶላር
3. አማንቺዎ ኦርቴጋ (Amancio Ortega) - የተጣራ ሃብት = 64 ቢልየን ዶላር
4. ዋረን በፌት (Warren Buffett) - የተጣራ ሃብት = 58.2 ቢልየን ዶላር
5. ሌሪ ኤሊሰን (Larry Ellison) - የተጣራ ሃብት = 48 ቢልየን ዶላር

6. ቻርልስ ኮች (Charles Koch) - የተጣራ ሃብት = 40 ቢልየን ዶላር
7. ዴቪድ ኮች (David Koch) - የተጣራ ሃብት = 40 ቢልየን ዶላር
8. ሼልደን አዴልሰን (Sheldon Adelson) - የተጣራ ሃብት = 38 ቢልየን ዶላር
9. ክሪስቲ ዋልተን እና ቤተሰቧ (Christy Walton & family) - የተጣራ ሃብት = 36.7 ቢልየን ዶላር
10. ጂም ዋልተን (Jim Walton) - የተጣራ ሃብት = 34.7 ቢልየን ዶላር

አንድን ነገር ለአምባቢዬ ልጠቁም፡፡ ከላይ ወደተጠቀሰው ድረ-ገጽ የመሄድና የማንበብ እድሉ ወይም ፍላጎቱ ካለህ የተዘረዘሩትን የባለጠጎች ዝርዝር ከነገንዘብ መጠኑ አንብብ፡፡ የእነዚህ ሰዎች ብልጥግና የተገለጸው ከገንዘብ ጋር በተያያዘ መልኩ ብቻ ነው፡፡ እንግዲህ መመለስ ያለበት ጥያቄ፣ "እነዚህ ሰዎች በሌሎች የተለያዩ የብልጽግና አይነቶች ምን ያህል በልጽገዋል?" የሚለው ነው፡፡

ለምሳሌ፣ በዚህ መጽሐፋችን ውስጥ ከተጠቀሱት የብልጽግና አይነቶች መካከል "ማሕበራዊ ብልጽግና" ብለን ከሰየምነው አንጻር ብንመለከተው፣ ከእነዚህ ቢልየነሮች መካከል ስንቶቹ ናቸው ያላቸውን የገንዘብ ብልጽግና ለማሕበረሰቡ ጥቅም ያዋሉት? ስንቶቹስ ከገንዘብ ጋር ባልተነካካ መልኩ ለሕብረተሰባቸው አሻራን ጥሎ የሚያልፍ የኑሮም ሆነ የክንውን ምሳሌነት አላቸው? እንግዲህ፣ ብልጽግናን በሁለገብነቱና በዘርፈ-ብዙነቱ ስንመለከተው ከላይ የተጠቀሱትን ሁለት ጥያቄዎች እንድንጠይቅ እንገደዳለን፡፡

ከላይ በጠቀስነው የመረጃ ምንጭ ለመቀጠል ያህል፣ ይኸው ፎርብስ የተሰኘው መጽሔት በፈረንጆቹ አቆጣጠር በ2012 ዓ/ም የአለም ቢልየነሮች ምን ያህል ለሕብረተሰቡ ሃብታቸውን በማካፈል እንደተሳተፉ ጽፏል፡፡ ዋረን በፌት (Warren Buffett) ከቢል ጌትስ (Bill Gates) ጋር በማበር "የመስጠት ቃል ኪዳን" በሚል ሃሳብ ስር ባለሃብቶች ከዚህ አለም በሞት ከመለየታቸው በፊት የሃብታቸውን ግማሽ የሕብረተሰብን ችግር ለመቅረፍ የመስጠትን ቃልኪዳን እንዲገቡ በማነሳሳት ላይ ናቸው፡፡ ዋረን በፌት (Warren Buffett) ራሱ የሃብቱን 99 በመቶ ለመስጠት ቃል ገብቷል፡፡ (ምንጭ፡- www.forbes.com)፡፡ ይህ ሁኔታ ከብልጽግናዎች መካከል አንዱ በሆነው በማሕበራዊ ብልጽግና የመላቅን ሁኔታ ጠቋሚ ነው

እንግዲህ ሰዎች በአንዱ አቅጣጫ በልጽገው በሌላኛው ደግሞ ከብልጽግና የራቁ ሊሆኑ

እንደሚችሉ ማሰብና የሁለንተናዊን ብልጽግና እውነታና ጠቃሚነት መገንዘብ አስፈላጊ ነው፡፡ በዚህ ሁለንተናዊ ብልጽግና በተሰኘ መጽሐፍ ውስጥ የምንመለከተው ይህንኑ እውነት ነው፡፡ በዚህ መጽሐፍ ላይ ለማስተላለፍ ከምፈልገው መልእክት አንጻር ሲታይ የተለያዩ የብልጽግና አይነቶችን አብራራለሁ፡፡ ከእነዚህ የብልጽግና አይነቶች አንዱ የገንዘብ ብልጽግና ነው፡፡ ከላይ ለመግለጽ እንደሞከርኩት የገንዘብ ብልጽግና ምንም እንኳን የሰው ሁሉ ትኩረት የተሰጠው ጉዳይ ቢሆንም፣ ብቸኛውና ዋነኛው እንዳልሆነ ለመጠቆም እፈልጋለሁ፡፡ ከገንዘብ በብዙ እጥፍ የሚልቁ የብልጽግና አይነቶች አሉና፡፡

እናንብብ፣ እንማር፣ እንሞገት - ለአገራችን፣ ለቤተሰባችንና ለሕብረተሰባችን ጥቅም ተሽለን እንገኝ!

ክፍል አንድ

የብልህነት ብልጽግና

የመንትዮቹ "እጣ"

ማስተዋልን እና መንታ ወንድሟን እንዳርጌን ላስተዋውቃችሁ:: ሲወለዱ ማስተዋል ወንድሟን በአንድ ደቂቃ ቀድማው ስለተወለደች "ታላቅ" የመባልን መብት ተጎናጽፋለች:: አሁን የ39 ዓመት ጎልማሶች ናቸው:: እነዚህ መንትዮች የቤተሰብን ፍቅር ጠግበው ነው ያደጉት:: ሆኖም፣ ቤተሰባቸው ፍቅር ብቻ አይደለም የሰጣቸው፣ ለትምህርት ቅድሚያን የሚሰጡ ቤተሰቦች በመሆናቸው ጥሩ መሰረት ሊጥሉበት በሚችሉበት ትምህርት ቤት ነው ያስተማሯቸው:: ማስተዋል ከልጅነቷ ጀምራ ከመጽሐፍ ጋር የተቆራኘ ህይወት ነው ያላት:: ገና አንደኛ ክፍል ሳትገባ ጎበዝ አንባቢ ነበረች:: ሃሳቧን በቃላት መግለጥ፣ ያነበበችውን ታሪክ መተረክና፣ ሃሳቦችን በወረቀት ላይ ማስፈር ትወዳለች:: ጋዜጠኞችን ማየትና ማድመጥ ያጓጓታል:: ከልጅነቷ ጀምሮ፣ "ሳድግ ጋዜጠኛ መሆን እፈልጋለሁ" ስትል ብዙ ጊዜ ትደመጥ ነበር:: አልፎ አልፎ፣ "ወሬ አታብዢ" እየተባለች ስሜቷ ቢነካም፣ ሃሳቧን ለመግለጽ ብዙ ቃላትን ከመጠቀምና ሰዎች ሃሳቧን ሲገነዘቡላት ደስ ከመሰኘት ወደ ኋላ አላለችም::

የአስራ ሁለተኛ ክፍል ውጤቷ ግሩም ሆኖ ፍላጎቷን ተከትላ የጋዜጠኝነት ሞያ ለመማር ወስና እድሉንም አግኝታ ነበር፣ ቤተሰብ ግን አሻፈረኝ አለ:: አባት፣ "ልጄ ሃኪም ነው እንድትሆን የምፈልገው" ብለው ከቸች፣ ድርቅ አሉ:: አባቷን ወዳጅና አክባሪ ስለነበረች እሳቸውን ላለማሳዘን "ውስጧን" ትታ ሄደች:: በህክምና ትምህርት ቤት ገብታ በዚያ ያሳለፈቻቸው ረጅም አመታት ለእሷ ጥሩ ትዝታዎችን አልተውላትም::

ትምህርቷን ጨርሳ ስራ በያዘችበት አመት ትዳር ውስጥ ገባች:: በስራ አለም ግን ብዙም አልቆየችም:: የተሰማራችበት የህክምና መስክ ብዙም ስለማያጓጓት ይሉኝታ ይዟት ነው እንጂ የመቀጠል ፍላጎቱ አልነበራትም:: ባገባች በአመቷ እርግዝና ስለተከተለ በዚያ ሰበብ ከስራ የማቆም እድል አገኘች:: በዚያን ጊዜ ነበር ብቻዋን በቤቷ ሆና ሃሳቦቿን በመጻፍ ለተለያዩ የፊልም ስራ ድርጅቶችና የጋዜጣ አሳታሚዎች መስጠት የጀመረችው:: ብዙም ሳይቆይ ጽሑፎቿ ተወዳጅ በመሆናቸው ይህ ነው የማይባል እርካታ፣ እንዲሁም ገንዘብም ጭምር ማግኘት ጀመረች:: ማስተዋል በቤተሰቦቿ ግፊት ምክንያት ያጣችውን ዝንባሌዋን አሁን በባለቤቷ ድጋፍና በውስጧ ካላት ጽኑ ፍላጎት የተነሳ እንደገና አገኘችው:: ምንም እንኳን የተወሰኑ አመታትን እንዳባከነች ቢሰማትም የቀሩትን

አመታቶቿን የምትወደውን ስራ በመስራትና በምታገኘውም ገቢ የገንዘብን ነጻነት አግኝታ ትኖራለች፡፡ ሆኖም፣ የወንድሟ የአንዳርጌ ሁኔታ ሁል ጊዜ እንዳሳሰባት ትኖራለች፡፡

ከመናገር ይልቅ ዝም ማለት ውስጡን የሚያረካው ወንድሟ አንዳርጌም የቤተቦቹ ፍላጎት ሰለባ ከመሆን አላመለጠም፡፡ አንዳርጌ ቁጥር ይወዳል፡፡ በልጅነቱ አብሮ አደጎቹ አብረው ሲጫወቱ እሱ ለብቻው ቁጭ ብሎ ከቁጥር ጋር ሲጫወት ማሳለፍ ይወድ ነበር፡፡ ኮምፒውተር ለእሱ እንደመጫወቻ እቃ ነው፤ ማንም ሳያሳየው የተለያዩ ፕሮግራሞችን መጠቀም ችሏል፡፡ እያደገ ሲሄድ ቀስ በቀስ ዝንባሌው ወደ ሂሳብ ስራ (Accounting) እያደላ መጣ፡፡ ይህንን ሁኔታ በአይናቸው እያዩ ያሳደጉት ቤተሰቡ የሁል ጊዜ ምኞታቸው ሁለት ልጆች ወልደው አንዱ ሃኪም ሌላኛው ደግሞ ጠበቃ ሲሆን ማየት ስለነበረ ዝንባሌውን በፍጹም ሊቀበሉለት አልቻሉም፡፡ ሆኖም ከብዙ የዘመድ አዝማድ ጣልቃ ገብነት በኋላ ፈቃደኛ ሆኑ፡፡ አንዳርጌ ይህንን ሲሰማ ለደስታው ወሰን አልነበረውም፡፡ በፍጥነት ለምዝገባ ሲሄድ አንድ ሌላ እንቅፋት ገጠመው፡፡ እሱ የመረጠው የትምህርት ዘርፍ "ስለሞላ" በትምህርት ቤቱ ምደባ መሰረት ሕግ ትምህርት ዘርፍ ብቻ መከታተል እንደሚችል ተነገረው፡፡ "አምላኬ ጸሎቴን መለሰልኝ" ሲሉ የተደመጡት አባቱ በብዙ ድጋፍ ወደ ትምህርት ቤት አሰናበቱት፡፡

አንዳርጌ ጥርሱን ነክሶ የሕግን ትምህርት ካጠናቀቀ በኋላ ወደ ቤተሰቡ ተመለሰ፡፡ በፍጹም ሊጋፈጠው የማይፈልገው የሕግ አለም ለእሱ ሩቅ ስለነበር በስሜት ውድቀት ምክንያት አምስት አመታት እንዲሁ ተቀመጠ፡፡ ሁኔታው ያስከተለበት ስነ-ልቦናዊ ተጽእኖ ግን ቀላል አልነበረም፡፡ በመጨረሻም ከቤተሰቡ ሸክምነት ለመላቀቅ ሲል አንድ ቀላል ንግድ በብድር ገንዘብ ጀምሮ ብዙም ሳይቆይ በመክሰሩ ምክንያት ተመልሶ ቤተሰቡ ጋር ከመግባትና ጥገኛ ከመሆን ውጪ ምርጫ አልነበረውም፡፡

ከዚህ ታሪክ እንደምንመለከተው አንድ ሰው የብልህነት ዝንባሌውን የመከተሉና ያለመከተሉ ሁኔታ ተጽእኖ ዘርፈ-ብዙና ወሳኝ እንደሆነ ነው፡፡ ሰው የሌለውን ለማምጣት፣ የማይችለውን ለመቻልና ከፈቃዱ ውጪ የሆነውን መስመር ለመከተል ቢችልም እንኳ ዘላቂነቱ ግን አጠራጣሪ ነው፡፡ የሕይወት ጎዳና ዝንባሌን በመከተል፣ ባለን ብቃት የሰዎችን ችግር በመፍታትና በዚያም ብቃታችን የገንዘብ ነጻነት የማግኘትን እውነታዎች አጣምሮና አስታርቆ ሊይዝ የሚገባው ጎዳና ነው፡፡ ይህ የሚሆነው ግን

አንድ ሰው ያለውን ዝንባሌ ሲያውቅ፣ ቤተሰብ ሲደግፈውና፣ ውሳኔው በእጃቸው ያለ የሕብረተሰቡ ክፍልም መስመሩን ሲዘረጉ መሆኑ እሙን ነው::

በሰለጠኑትና በአንዳንድ በመሰልጠን ላያ ባሉ አገሮች የአእምሮ እውቀትን አስመልክቶ የሕብረተሰባቸውንና የተማሪዎቻቸውን እውነተኛ የእውቀት ዝንባሌና የተፈጥሮ ስጦታ የሚያጎሉ፣ እንዲሁም ውጤታማ የሚያደርጉ የተለያዩ ስኬታማ መስመሮችንና የስርዓተ-ትምህርት ንድፍ (Curriculum) ዘርግተዋል:: እነዚህ ንድፎች ሁለ-ገብ ናቸው:: የአንድ ሰው እምቅ ብቃትና በተፈጥሮ ያገኘው ዝንባሌ ተለይቶ እንዲወጣና ለሕብረተሰቡ ጥቅም እንዲውልም በሳይንሳዊ ጥናት ታምኖባቸው ተግባራዊ የተደረጉ አሰራሮች ናቸው:: እነዚህ አሰራሮች፣ የሁሉም ሰው እውቀት በአንድ መልኩ ብቻ በጥቅሉ ሊታይ እንደማይገባው፣ ሰዎች እንደየዝንባሌአቸው ሊማሩና ሊሰማሩ እንደሚገባቸው፣ የተለያዩ የእውቀት ዘርፎችና ዝንባሌዎች እንዳሉና የመሳሰሉትን እጅግ ወሳኝ የሆነ እይታዎችን ያጠቃለሉ ናቸው::

አንድ ሰው እነዚህን የተለያዩ የብልህነት አይነቶች ትርጓሜ በሚገባ በመገንዘብ የግሉን ዝንባሌ ለይቶ ሲያውቅና በዚያ አቅጣጫ ሲሰማራ ይህ ሰው የብልህነት ብልጽግናን በማዳበር ላይ ነው ለማለት ይቻላል:: ይህ ሂደት ምንም እንኳን ገና ከልጅነት ሊጀምር የሚገባው ቢሆንም፣ አንድ ሰው ከጎለመሰም በኋላ በውስጡ ካለው ዝንባሌና ብቃት ጋር አብሮ ስለሚያድግ የሚቀናውን ነገር ከመከተል ሌላ ምንም ምርጫ የለውም::

በዚህ ክፍላችን ከተጠቀሰው ጽንሰ-ሃሳብ አንጻር የምንመለከታቸው እውነታዎች የሚከተሉት ናቸው::

- የብልህነት ዘርፎች
- የግል ብልህነትን የማወቅ ወሳኝነት
- ብልህነትና ማሕበራዊ ሃላፊነት
- ብልህነትና የልጆች አስተዳደግ

1.1

የብልህነት ዘርፎች

ታላቁ አዋቂ አልበርት አይንስታይን (Albert Einstein) እንዲህ ሲል ተናግሯል፣ "ሁሉም ሰው (ፍጥረት) ብልህ ነው። ነገር ግን፣ አሳን ዛፍ ላይ በመውጣት ችሎታው ብቃቱን ከመዘንከው ይህ አሳ እድሜውን በሙሉ ደደብ ነኝ ብሎ በማመን ይኖራል" እውነት ነው! በሁሉም ሰው ውስጥ የብልህነት ዝንባሌ አለ። ይህ ዝንባሌ ስንማረው በቀላሉ የሚገባን፣ ስንተገብረው የሚቀናን፣ ራሳችንን ሳናስጨንቅና ሳንጣበብ ለማወቅ የምንመኘው ነገር ነው። ሌላውን ሰው ስንመለከተው፣ አንድን ነገር ሲተገብርና አንድ የእውቀት ዘርፍ ሲገባው ይገርመንና መለስ ብለን ራሳችንን ስንቃኘው ደግሞ ቀለል ያለንን ነገር እናገኘዋለን። ይህ ለእኛ የቀለለን ነገር ደግሞ ለዚያኛው ሰው ግር ይለዋል። ይህ እውነታ ብልህነት አንድ ወጥ ብቻ እንዳልሆነና አንድ ሰው ምንም እንኳ በአንዱ አቅጣጫ ባይሳካለትም በሌላኛው የብልህነት ዘርፍ ልቆ ሊገኝ እንደሚችል ጠቋሚ ነው።

ምናልባት የውድ ሃገራችንን ስም ያስጠሩ የተከበሩ ሰአሊ አፈወርቅ ተክሌን የሕይወት ታሪክ በመጠኑ ለማንበብ እድል አግኝተህ ከሆነ ገና በወጣትነታቸው ወደ አውሮፓ ለትምህርት ሄደው የሰአሊነት ትምህርታቸውን መከታተላቸውን ትደርስበታለህ። ምንም እንኳ የሄዱበት ዋነኛ አላማ የመሃንዲስነት ትምህርት ለመከታተል ቢሆንም ብዙም ሳይቆዩ ያላቸው የሰአሊነት ዝንባሌና ችሎታ ገሃድ ሆነ። ይህንን የተመለከቱ አስተማሪዎች ከመሃንዲስነት ትምህርት ወደ አርት እንዲዘዋወር በማገዝ አሁን የምናውቀውን ዝነኛና የተሳካ ስእል ባለሞያ ወደመሆን አብቅተዋቸዋል። ምናልባት፣ "የመጣሁበትን አላማ አልለቅም" በማለት ወይም ደግሞ በዚያ ያሉ አስተማሪዎች የእሳቸውን የብልህነት ዝንባሌ ለይተው ባያወጡላቸው ኖሮ እጅግ ልቀው ከተገኙበት

ዝንባሌአቸው ከአርት ርቀው በሳይንሱ አለም አማካኝና የተለመደ ህይወት ይኖሩ ይሆን?

የብልህነት ዝንባሌህን መለየት

ዘርፈ-ብዙ ብልህነት (Multiple Intelligence) የተሰኘውን ጽንሰ-ሃሳብ በፈረንጆቹ አቆጣጠር በ1983 ዓ/ም ያስተዋወቀን የሃርቫርዱ ታዋቂ ፕሮፌሰር ዶ/ር ሃዋርድ ጋርድነር (Dr. Haward Gardner) ነው፡፡ በዚህ ጽንሰ- ሃሳብ መሰረት የተለመደውና የአንድን ሰው የአእምሮ ብልህነት (IQ) መጠን የሚለካው የብቃት መለኪያ በጣም ውስን እንደሆነ እንመለከታለን፡፡ ዶ/ር ሃዋርድ ብልህነት (Intelligence) የሚለውን ቃል ሲተረጉመው፣ "በአንድ ማህበረሰብ ወይም ባህል ውስጥ ተፈላጊ የሆነን አንድ የስራ ውጤት የመፍጠር እና ችግሮችን የመፍታት ብቃት" ነው ይለዋል፡፡ ፕሮፌሰሩ የመጀመሪያውን ጥናቱን ሲያቀርብ ሰባት የብልህነት ዘርፎች አስተዋውቋል (ምንጭ፡- http://web.cortland.edu/andersmd/learning/MI%20Theory.htm)፡፡

1. የቋንቋ ብልህነት (Linguistic - Word Smart)

ይህ ብልህነት ከቃላት ጋር የተያያዘ ብልህነት ነው፡፡ አንድ ሰው በቋንቋ እውቀት፣ በቃላት አጠቃቀም፣ በንግግር ብቃት ብልህ ሲሆን ማለት ነው፡፡ የጋዜጠኝነት ሞያና ዝንባሌ፣ የተራኪነት ብቃት፣ የገጣሚነትና የባለቅኔነት ዝንባሌና እንዲሁም የጥብቅና ዝንባሌ በዚህ ብልህነት ስር ይመደባሉ፡፡ ይህ ዝንባሌ ያላቸው ሰዎች በውይይትና በክርክር የማሳመን እንዲሁም በንግግር የማዝናናት ብቃት አላቸው፡፡ የቋንቋ ብልህነት ዝንባሌ ያላቸው ሰዎች የማይሰለቹ አንባቢዎች ሲሆኑ ግሩም አድርጎ የመጻፍም ብቃት አላቸው፡፡

2. የሂሳብ ብልህነት (Logical/Mathematical – Number/Reason Smart)

ይህ ብልህነት የቁጥርና የሂሳብ ብልህነት ነው፡፡ የሳይንቲስቶች፣ የአካውንታንት፣ የኮምፒውተር ፕሮግራም ጸሃፊዎችና የመሳሰሉት ሰዎች ዝንባሌ ነው፡፡ የዚህ ብልህነት መነሻ፣ "ለምን?" በማለት ከመጠየቅ ፍላጎት የመነጨ ነው፡፡ ጠይቆ የማሰብ ችሎታን ተጠቅሞ የመረዳትና ከአንድ ነገር ጀርባ ያለውን ምክንያት ለማወቅ ያለን ፍላጎት ያሳያል፡፡ "ሂሳባዊ" አስተሳሰብ ያለው ሰው ሙከራዊ ጥረቶችን በማድረግ ውጤት

ማግኘት፣ መላምቶችን መፍጠርና መመርመር፣ የአንድን ነገር መነሻ ምክንያትና ውጤት (Cause and Effect) ለማግኘት ፍላጎትና መነሳሳት አለው::

3. የምስል ብልህነት (Spatial – Picture Smart)

ይህ ብልህነት ምስልን ከመረዳትና በምስል ከማሰብ ጋር የተያያዘ ብልህነት ነው:: የፕላን ነዳፊዎች (Architects)፣ የፎቶግራፍ አንሺ ባለሞያዎች፣ የሰዓሊዎች፣ የፓይለቶችና የመሃንዲሶች ዝንባሌ ነው:: ከምስል አንጻር ማሰብ የሚቀናቸው ሰዎች ለሚያዩት ነገር ይህ ነው የማይባል ትኩረት የመስጠትና ያንንም የመገንዘብና ያለመዘንጋት ብቃት አላቸው:: በስእል የሚገለጽ ነገርን ጥርት ባለ መልኩ መረዳትና ሃሳባቸውንም በስእል የመንደፍ አስገራሚ ብቃት አላቸው::

4. አካላዊ ብልህነት (Body/Kinesthetic – Body Smart)

ይህ ብልህነት ከአካላዊ የእንቅስቃሴ ብቃት ጋር የተቆራኘ ብልህነት ነው:: በአካላዊ እንቅስቃሴ ጊዜ ሰውነት በተፈለገው መልክ መቆጣጠርና ማንቀሳቀስ ከመቻልና አንድን የስራ መሳሪያ (Tool) በሚገባ ከመያዝና መጠቀም ከመቻል ጋር የተዛመደ ብልህነት ነው:: የሰውነት ቅልጥፍና በሚፈልግ ስፖርት የሰለጠኑ ሰዎች (Athletes)፣ የእጅ ጥበበኞች (Craftsmen)፣ መካኒኮችና የቀዶ ጥገና ባለሞያዎች፣ አናጢዎች፣ በአነስተኛ መጠን የሚቀርብ የግንባታ ቅርጾችን (Model-Buildings) ገንቢዎችና የመሳሰሉት ባለሞያዎች በዚህ ብልህነት የተካኑ ሰዎች ናቸው::

5. የሙዚቃ ብልህነት (Musical – Music Smart)

ይህ ብልህነት ከሙዚቃ ዓለም ጋር የተቆራኘ ብልህነት ነው:: በዚህ ብልህነት ስር የግጥም ምት (Rythm)፣ ጣእመ-ዜማ (Melody)፣ የሙዚቃ ቅኝትና የመሳሰሉትን የሙዚቃ ዘርፎችን ለማወቅ ያለን ፍላጎትና ብቃት፣ እንዲሁም ዝንባሌ ይካተታል:: ምንም እንኳን ማንኛውም ሰው ከሙዚቃ ጋር የራሱ የሆነ ግንኙነት ቢኖረውም፣ የዚህ ብልህነት ዝንባሌ ያላቸው ሰዎች ግን ዜማንና ግጥምን በማዋሃድ አንድ ሃሳብ የማስተላለፍ ብቃታቸውና የዜማ አይነቶችን የመለየት ችሎታቸው ለየት ያለ ነው::

6. "የሰው-ለሰው" ብልህነት (Interpersonal – People Smart)

ይህ ብልህነት ሌሎች ሰዎችን የመገንዘብና አብሮ የመስራትን ብቃት ጠቋሚ ነው:: ከሰዎች ጋር ለመስራት ያለ መነሳሳትና ጉጉት፣ የሰዎችን ወቅታዊ የስሜት ሁኔታ መገንዘብ፣ የሰዎችን ዝንባሌና ባህሪይ ለይቶ የማወቅ ፍላጎትና ብቃት፣ የሰዎችን ልዩነት አስታርቆ በአንድነት የማራመድ ብቃትና የመሳሰሉት ብልህነቶች በዚህ ዘርፍ ይካተታሉ:: በአመራር ብቃታቸው የተመሰከረላቸው ሰዎች በዚህ የሰው-ለሰው ብልህነት የላቀ ብቃትና ዝንባሌ ያላቸው ሰዎች እንደሆኑም ይታመናል::

7. "የራስ-በራስ" ብልህነት (Intrapersonal – Self Smart)

ይህ ብልህነት ራስን ከማወቅ ጋር የተዛመደ ብልህነት ነው:: የዚህ ብልህነት ዝንባሌ ያላቸው ሰዎች የግላቸውን ዝንባሌና የወቅቱ የግል ስሜታዊ ሁኔታቸውን በሚገባ በማወቅ የተካኑና ራሳቸውን ወደተገቢው ደረጃ ለመውሰድ ትክክለኛውን እርምጃ የመውሰድ ብቃት ያላቸው ሰዎች ናቸው:: እንደዚህ አይነት ሰዎች ግብ-ተኮር የሆነ አመለካከት አላቸው:: የግል ስሜታቸውን፣ ውሳኔአቸውንና ያሉበትን የወቅት ሁኔታ በግልጽ ለማወቅ ጊዜን መውሰድ የሚወዱና ጠንካራ ዲሲፕሊን በማዳበር ራስን በመምራት የታወቁ ሰዎች ናቸው::

አዋቂዎች እንደሚጠቁሙን፣ የብልህነት ዘርፎች እነዚህ ብቻ ናቸው ብሎ መደምደም የሚችል ማንም ሰው የለም:: ስለዚህም በየጊዜው የተለያዩ ጽንሰ-ሃሳቦች ሊነሱ እንደሚችሉ እናስባለን:: ለምሳሌ፣ የዚህ የዘርፈ-ብዙ ብልህነት (Multiple Intelligence) ጽንሰ-ሃሳብ ጀማሪ ዶ/ር ሃዋርድ ጋርድነር (Dr. Haward Gardner) ሰባቱን የብልህነት ዘርፎች ካስተዋወቀ በኋላ ሌሎች ተጨማሪ ሁለት ብልህነቶች በመጨመር ጥናታዊ ጽሁፍን አበርክቷል::

1. የተፈጥሮ አጥኚ ብልህነት (The Naturalist Intelligence)፡- ከፕሮፌሰር ሃዋርድ አገላለጽ ይህ ብልህነት የተፈጥሮአዊ ብልህነት ሲሆን፣ የተፈጥሮ አጥኚነትንና ተመራማሪነት ዝንባሌ ያሳያል::
2. የመኖርና የፍጥረተ-ዓለም ብልህነት (Existential Intelligence)፡- ይህንን ብልህነት ፕሮፌሰሩ በዚህ አለም ላይ ያለን ሕይወት ምንድን ነው? ለሚለው ጥያቄ መልስን የሚሰጥ ብልህነት ነው ይለዋል::

ከእነዚህ ከሁለቱ የብልህነት ዘርፎች አንጻር ገና በቂ ጥናት የመደረጉን ጉዳይ አጥጋቢ መረጃን ስላላገኘሁና አሳማኝም ሆኖ ስላላገኘሁት በዚህ ጽሁፌ ላይ ምንም ማብራሪያ ለመስጠት ጊዜን አልወሰድም፡፡

1.2

የግል ብልህነትን የማወቅ ወሳኝነት

በርካታ የአንድን ሰው የብልህነት ዝንባሌ የሚጠቁሙ የመመዘኛ መንገዶች ቢኖሩም በየእለቱ የምንደጋግማቸውን የተለመዱ ተግባሮቻችንን ብናጤናቸው ስለዝንባሌአችን ብዙ ያመላክቱናል፡፡ ለምሳሌ፣ የስልክ ቁጥርን ለማስታወስ የምትጠቀምበት መንገድ ዝንባሌህን ያሳያል፡፡ ከመደወልህ በፊት ወይም በመደወል ላይ እያለህ ቁጥሩን ለራስህ በመደጋገም ትናገረዋለህ? እንደዚያ ከሆነ የቋንቋ ስልትን እየተጠቀምክ ነው፡፡ ከመደወልህ በፊት ቁጥሮቹን በቀፎው ላይ በማየት የምትደውላቸው ቁጥሮች የቱ ጋር እንዳሉ የማስታወስ ብቃት ካለህ፣ ምስላዊ ስልትን እየተጠቀምክ ነው፡፡ አንዳንድ ሰዎች እንደውም ቁጥሮቹን ሲጫኗቸው በሚሰጡት ልዩ ሙዚቃዊ ድምጽ እንደሚያስታውሷቸው ይናገራሉ፡፡ ይህ የሙዚቃ ብልህነትን ጠቋሚ ነው፡፡

እዚህ ጋር ማስታወስ የሚገባን፣ ሁሉም ሰው ከተጠቀሱት የብልህነት ዝንባሌዎች ቢያንስ አንዱ እንደሚኖረው ሲሆን፣ ከአንድ በላይ ዝንባሌ ያላቸውም ሰዎች እንዳሉ ነው፡፡ እንዲሁም አንድ ነገር ዝንባሌአችን አይደለም ማለት ማዳበር አንችልም ወይም መሞከር የለብንም ማለት አይደለም፡፡ ምንም እንኳን በርካታ የብልህነት ዝንባሌ ያላቸው ሰዎች ማግኘት ከባድ ቢሆንም አንዳንድ ሰዎች አስገራሚ የሆነና ሁለ-ገብ የሆነን ብቃት ሲገልጹ ይታያሉ፡፡ ያም ሆነ ይህ የብልህነት ዝንባሌአችንን በመለየትና ከዚያ አንጻር በማጥናትም ሆነ በመስራት ከሚያታግለን ወጥተን ወደሚቀናን ሁኔታ መሸጋገር እንችላለን፡፡

የብልህነትን ዝንባሌን ማወቅ ይህ ነው የማይባል ተጽእኖን በግለሰብም ሆነ በአገር ደረጃ ያስከትላል፡፡ አንድን የሚያዳዳውን ነገር በውዴታ በሚያደርግ ሰውና የማይፈልገውን

ነገር በግዴታ በሚያደርግ ሰው መካከል ብዙ ልዩነት አለ፡፡ ይህ ልዩነት ከግለሰቡ ስሜት አልፎ ማሕበራዊ አቅጣጫዎችን የሚወስን ጉዳይ ነው፡፡ ልጆችም ቢሆኑ እይታቸው፣ ዝንባሌአቸውና እምቅ ብቃታቸው ተለይቶ ሲታወቅላቸውና በዚያ አቅጣጫ ሲበረታቱ ሊመጣ የሚችለውን ውጤት መገመት አያስቸግርም፡፡ ወጣቶቻችን ለመማር በሚፈልጉበትና በሚያጓጓቸው አቅጣጫ እንዲሰማሩ መንገዱ ሲመቻችላቸውና ብቃታቸው ሲደነቅ ሊወጡበት የሚችሉትን ከፍታ ማሰብ ይቻላል፡፡ በአጭሩ የአንድ ሰው የብልህነት ዝንባሌ በሰውየውም ሆነ በሌሎች ሰዎች ሲለይና በዚያ አቅጣጫ ፈር ሲቀደድለት በርካታ ውብ የሆኑ ውጤቶች ይገኛሉ፡፡

ደስተኛነት

ከስነ-ልቦናዊ እይታ አንጻር ሲታይ በአንድ አገር ውስጥ የሚገኝን ሕዝብ ደስተኛነት ከሚወስኑ ጉዳዮች አንዱ ህዝቡ በሚሳካለት፣ በሚወደውና ሳይገደድ በሚሰራው መስክ ሲሰማራ ነው፡፡ ተማሪዎች አንድን የትምህርት ዘርፍ የሚከታተሉት "ስለተመደቡ" ወይም ደግሞ ያንን ዘርፍ ተምረው ቢመረቁ ቤተሰባቸውን ከችግር እንደሚያወጡ ሲታያቸው ብቻ ሳይሆን የትምህርቱ መስክ የብልህነት ዝንባሌአቸውን ተከትለው የመረጡት ሲሆን ደስተኛነታቸው እጅግ የላቀ ነው፡፡ በተመሳሳይ ሁኔታ በአንድ መስሪያ ቤት የተሰማሩ ሰራተኞች ወሩን ጠብቆ ደሞዝን ለመቀበል ሳይሆን ከሚፈልጉትና ከሚቀናቸው የስራ ዘርፍ አንጻር ሲሰሩ የሚኖራቸው የስነ-ልቦናዊ ነጻነት ይህ ነው አይባልም፡፡ በአጠቃላይ የአንድ አገር የደስተኝነት ድባብ ከሚወስኑ ጉዳዮች አንዱ በግል የብልህነት ዝንባሌ የመሰማራት ጉዳይ ነው ብንል አንሳሳትም፡፡

ምርታማነት

ተገድዶ በሚሰራና በደስታና በፈቃደኝነት በሚሰራ ሰው መካከል ታላቅ የሆነ የውጤታማነት ልዩነት አለ፡፡ ከተለያዩ ምክንያቶች የተነሳ በማይፈልገው የስራ መስክ የተሰማራ ሰው ለዚያ ስራ ያለው ተነሳሽነት እጅግ የወረደ ነው፡፡ ስራውን ለማከናወን ሁል ጊዜ ሠንትጎትንና ቁጥጥርን ይፈልጋል፡፡ ስራውን ሲጀምር፣ "መቼ ያበቃ ይሆን?" በሚል ሃሳብ ነው የሚጀምረው፡፡ በስራው ቀን የመግቢያ ሰዓት ላይ የሚያስበው በእለቱ ስለሚያከናውነው ስራ ሳይሆን ከመስሪያ ቤት ለመውጣት የቀረው ሰዓት ስንት እንደሆነ

ነው:: በተቃራኒው በሚወደው የስራ መስክ የተሰማራ ሰው ስራውን የሚያገናኘው ከሰዓት ጋር ሳይሆን ቀኑ ሳያልፍ ከሚያመጣው ውጤት ጋር ነው:: እንደዚህ አይነቱ ሰው ለሚሰራበት መስሪያ ቤት ታላቅ የሆነን ምርታማነት የሚያስመዘግብ ሰው ነው::

የኢኮኖሚ እድገት

የሚወደውን የሚሰራና ከዝንባሌው አንጻር የተሰማራ ሰው ለራሱ፣ ለቤተሰቡና ለሃገሩ የሚያመጣው የገንዘብ ትርፍ በቀላሉ የሚታይ አይደለም:: ለዚህ ነው የብልህነት ዝንባሌን በሚገባ በማወቅ መሰማራት በኢኮኖሚ ላይ ትልቅ ተጽእኖ አለው ተብሎ የሚታመነው:: ከላይ በተጠቀሱት ሁለት ውጤቶች አንጻር ስንመለከተው፣ ደስ ብሎት ሰርቶና ምርታማነትን አስመዝግቦ የዋለ ሰው የቤተሰቡን የኑሮ ደረጃ የማሻሻል እድል ያገኛል:: የእንደዚህ አይነቱ ሕዝብ ጥርቅም ለአንድ ሕብረተሰብ ብልጽግና ወሳኝነት አለው:: ይህ ማለት የብልህነትን ዝንባሌ በማወቅ የበለጸገ ሕዝብ ባለበት አገር ውስጥ ፈጠነም ዘገየም የኢኮኖሚ ብልጽግና የማይቀር ጉዳይ ነው::

ጠቃሚ ዜጋነት

የብልህነት ዘርፈ-ብዙነት እውነታ ሁሉም የሕብረተሰብ ክፍል ለጥቅም የመዋሉን ጉዳይ ያስታውሰናል:: ለምሳሌ፣ በቀድሞውና በተለመደው አሰራር አንድን ተማሪ "ጎበዝ" ለማለት የምንጠቀምባቸው የመመዘኛ ፈተናዎች የአንድን የብልህነት ዘርፍ ብቻ የሚጠቁሙ ናቸው:: በሌላ አባባል፣ አንድ ሰው በሂሳብ ፈተና ባመጣው ውጤት ብቻ "ጎበዝ" ወይም "ሰነፍ" ሊባል አይገባውም:: በዚህ "ሂሳብ" በተሰኘ ብቸኛ ብልህነት ብዙም ሳይቀናቸው በሙዚቃው አለም አስገራሚ ብቃትን ያስመዘገቡ ሰዎችን እንዴት "ሰነፍ" ብለን ልንጠራቸው እንችላለን? ስለዚህ፣ በዚህ ብልህነት ዘርፈ-ብዙ ነው በሚለው እውነታ መሰረት ከአንድ አገር ዜጎችም ሆነ ከአንድ ቤተሰብ ልጆች መካከል አንድም "ደደብ" ወይም የማይገባው ሰው የለም:: ሁሉም በራሱ ዝንባሌ "ብልህ" ነው፣ ጠቃሚም ነው::

ራስን መቻል

አንድን ወይም ጥቂት የሆኑትን የብልህነት ዘርፎች ብቻ የሚያደንቅና የዜጎቹን ጉብዝና

ከዚያ አንጻር ብቻ የሚመዝን ማሕበራዊ አሰራር፣ በሌሎች ማሕበረሰቦች ወይም አገሮች እውቀት ላይ የመደገፍ ወጥመድ ውስጥ ይገባል፡፡ ይህ የሚሆንበት ምክንያት፣ በአገር ደረጃ የሚደነቀውና የብልህነት (የጎበዝ ተማሪነት) ምልክት ነው የሚባልለት ዘርፍ ብቻ ይዳብርና ሌሎቹ ችላ ስለሚባሉ፣ የእነዚህን ችላ የተባሉትን ዘርፎች ቀዳዳ ለመድፈን የግድ የእውቀት "አስመጪዎች" ለመሆን ስለምንገደድ ነው፡፡ ማድረግ ቢቻልና ፍላጎቱና ትጋቱ ቢኖር፣ በአገራችን የሚገኙ በርካታ የብልህነት ውበት ያላቸውን ዜጎቻችንን እንደየብቃታቸውና ዝንባሌአቸው ብናስማራቸው ሁለ-ገብና ሙሉ የሆነ ዜጋ ይኖረናል፡፡ ይህም ሁኔታ ራስን ወደመቻል ያመጣናል፡፡

1.3

ብልህነትና ማሕበራዊ ሃላፊነት

ማህበራዊ ሃላፊነትን የመወጣት ጉዳይ እጅግ ሰፊና አሳሳቢ የሆነ ነጥብ ነው። እኛ ዛሬ የደረስንበትን ደረጃ ወደ መኖር ያመጡ ሰዎች ትናንት ለራስ ከመኖር አልፈው ማህበራዊ ሃላፊነታቸውን የተወጡ ሰዎች ናቸው። ይህ ሃላፊነት ዘርፈ-ብዙ ነው። ለአዳዲስና ለዘመናዊ እውቀት ራስን ክፍት ማድረግ፣ ሁሉን እንደሚያውቁ ከማስመሰል ተላቆ የተማሪነት መንፈስ መያዝ፣ "ስንሰራበት የቆየው አሰራር በዚህ መልኩ ነው" ከሚለው ግትር አመለካከት ወጥቶ አዳዲስ የአሰራር ዘይቤዎችን ለማስተናገድ ክፍት መሆንና የመሳሰሉትን ጉዳዮች ይነካል። በማንኛውም ስኬታማ ሂደት ውስጥ የብዙ ሰዎችና ሁኔታዎች መዋጮ እንዳለበት ሁሉ በማንኛውም የተገታ እድገት ውስጥ የብዙ ሰዎች አመለካከትና የተለያዩ ሁኔታዊ እንቅፋቶች መዋጮ ይገኝበታል። ከዚህ በታች የምንመለከታቸው ነጥቦች ይህንኑ እውነታ ጠቋሚዎች ናቸው።

የቤተሰብ ግፊት

በአንዳንድ ሕብረተሰብ አካባቢ ቤተሰቦች የራሳቸውን ምርጫ እንዲከተሉ በልጆቻቸው ላይ ይህ ነው የማይባል ጫና ያደርጉባቸዋል። አሁን አሁን እየቀረ በሄደው አንዳንድ "ባህላዊ" አመለካከት ልጆች የሚወዱትን ሰው እንኳን እንዲመርጡ የሚፈቅድ አሰራር አልነበረም። በዚህ ሂደት ውስጥ አንዲት ሴት የምታገባውን ወንድ የወደደችው እሷ ሳትሆን ቤተሰቦቿ ናቸው። በተመሳሳይ ሁኔታ፣ ውስጡ ባነሳሳውና በሚጓጓለት የብልህነት ዝንባሌው ለመሄድ የፈለገውን ወጣት በጊዜው ከሚያበላው አንጻር ወይም እነሱ በልጅነታቸው ሲመኙት በነበረና ለመማር ሳይሳካላቸው በቀረው የትምህርት ዘርፍ እንዲሰማራ ይጫኑታል። ይህ ሁኔታ ምንም እንኳን ለጊዜው ያለንን ፍላጎት ከማርካት

ወይም የወቅቱን የገንዘብ ችግር ከመቅረፍ አንጻር ጠቃሚ ቢሆንም ሊታረም የሚገባው ጉዳይ ነው፡፡

የመሰረተ-ልማት (Infrastructure) እናሳነት

የአንድ ሕብረተሰብ መሪዎች ምንም እንኳ ተማሪው በዝንባሌው የመማሩን እውነታ ቢያምኑበትና ቢቀበሉትም፣ በቂ ተቋማት ከሌሉ የግድ ወደማይፈለገው እንዲያዘነብሉ ይገደዳሉ፡፡ ይህ ደግሞ የሁላችንም ችግር እንደሆነ በመገንዘብ ለአገራዊ የመሰረተ-ልማት (Infrastructure) እድገት ልንሰራ ይገባል፡፡ ከሁሉ በፊት አሁን በመደረግ ላይ እንዳለው መንግስታዊም ሆነ የግል ተቋማት የሚስፋፉበት መንገድ የበለጠ ሊበረታታ ይገባዋል፡፡ ከዚህም በተጨማሪ፣ በተለይም የግል የሆኑ የትምህርት ተቋማትን የምንመሰርትበትን የመነሻ ሃሳብ በማስተካከል ገንዘብ ከማትረፍ አንጻር ብቻ ሳይሆን ተማሪው በዝንባሌው እንዲልቅና ለሃገር የሚጠቅም ዜጋ እንዲሆን ከማሰብ አንጻር ልንሰራ ይገባናል፡፡

የምሁራን ኩብለላ (Brain Drain) ተጽእኖ

በአለም ዙሪያ ከአንዱ አገር ወደሌላኛው የሚዘዋወረው የምሁር ብዛት እጅግ አስገራሚ ነው፡፡ ምሁራን የራሳቸውን አገር እየጣሉ ወደሌላኛው የሚኮበልሉበት ምክንያት በርካታ ቢሆንም፣ ምናልባት ከዋና ዋናዎቹ አንዱ የተሻለን ክፍያና የኑሮ ደረጃ ፍለጋ እንደሆነ ይገመታል፡፡ ምክንያቱ ያም ሆነ ይህ፣ ተጽእኖው ሊካድ የማይችል ነው፡፡ በተለይም አንዳንድ አገሮች በአንድ የእውቀት መስክ አቅጣጫ ያለባቸውን የምሁራን እጥረት ለማሟላት የተሻለን ጥቅማ-ጥቅም በማሳየት ከተለያዩ አገሮች ሰዎችን ይስባሉ፡፡ ሁኔታው በላኪው አገር ላይ ይህ ነው የማይባል ተጽእኖ አለው፡፡ ለዚህ ችግር መፍትሄው ይህ ነው ለማለት ሌላ ራሱን የቻለ ጥናታዊ ጽሑፍ የሚጠይቅ ሲሆን፣ ለአሁኑ ማስታወስ የሚገባን ግን እውቀቴን ከራሴ ጥቅም አንጻር ብቻ ሳይሆን የሃገሬን ሁኔታ ከማሻሻል አንጻርም ጭምር ማየቱ መነሻ ሊሆን የሚችል ሃሳብ ይሰጠናል፡፡

የአቅዋመ-መመሪያ (Policy) ነዳፊዎች አቅም

የተለያዩ ሰዎች የተለያየ የብልህነት ዝንባሌ አላቸው የሚለው ጽንሰ-ሃሳብና እውነታ

ተግባራዊ እንዲሆን ሊያግዙ ከሚችሉ እርምጃዎች መካከል አንዱና ዋነኛው የአንድ ማህበረሰብ የስርአተ-ትምህርት አቅዋመ-መመሪያ (Policy) ነዳፊዎች ሃላፊነታቸውን የመወጣታቸው ጉዳይ ነው፡፡ በተለይም አሁን ባለንበት የመረጃና የእውቀት ጎርፍ ያለንበት ድረስ በሚመጣበት ዘመን አለማወቅና ከወቅቱ እውቀት ጋር አለመራመድ ተሸፋፍኖ የሚታለፍ ስህተት አይደለም፡፡ ይህ እንዳይሆን የልጆቻችን የብልህነት ዝንባሌ የሚለይበትንና በዚያ ላይ የሚገነባበትን መንገድ መጥረግ ውሳኔው በእጃቸው የሆኑ ሰዎች ሃላፊነት ነው፡፡ ይህንን ሃላፊነት ለመወጣት ደግሞ የሃላፊዎች ፈቃደኝነት፣ ብቃትና ታታሪነት እጅግ ወሳኝ ነው፡፡ በተጨማሪም ዜጎች በሃላፊነት የተቀመጡ ሃላፊዎች ያደረጉትንና ያላደረጉትን በመቁጠር በወቀሳ ላይ ከማተኮር ይልቅ የማያቋርጥ ድጋፍን ሊሰጡ ይገባል፡፡

የሚዛናዊነት ጉድለት

አንድ ተማሪ ብዙውን ጊዜውን ሊያጠፋ የሚገባው ከዝንባሌው ውጪ የሆነውንና የማይቀናውን የትምህርት ዘርፍ ለማዳበር ነው ወይስ በሚቀናውና በሚገባው አቅጣጫ መገስገስ? ይህ እጅግ አስፈላጊ፣ ወሳኝና ሊመለስ የሚገባው ጥያቄ ነው፡፡ የፈተና ውጤት ሲመጣ አስተማሪው ከተማሪው ጋር ያለው ንግግር ተማሪው ሁል ጊዜ ጥሩ ውጤት የሚያመጣበትን የትምህርት ዘርፍ ሳይሆን የወደቀበትን ዘርፍ ከሆነ ጉዳዩ ሚዛናዊነት እንደጎደለው ጠቋሚ ነው፡፡ ተማሪዎች ደጋግመው ጥሩ ውጤት የሚያመጡበትና ደጋግመው አናሳ ውጤት የሚያስመዘግቡበት የትምህርት ዘርፍ መኖሩ የስጋት ምንጭ ሳይሆን የብርታት ምልክት ሆኖ ሊታይ ይገባዋል፡፡

ተማሪው የሚቀናውንና የብልህነት ዝንባሌውን አውቆ በዚያ አቅጣጫ ውጤትን እያስመዘገበ መሆኑ ሊያጓጓን የሚገባ ጉዳይ ነው፡፡ ስለዚህም፣ ተማሪውን “ለምን በዚህኛው ክፍል ዝቅተኛ ውጤት አመጣህ?” እያልን ህሊናውን ከመደብደብ ይልቅ፣ ጥሩ ውጤት ያመጣበትን ክፍል በመጠቆምና በዚያ ላይ እንዲገነባ በማደፋፈር እንደውም ላላወቀበት ክፍል ድፍረትን እንዲያገኝ ማድረግ ይቻላል፡፡ ከዚህ ጋር፣ የትምህርት ሂደታችንን ከግምገማ የመጀመሩ ጉዳይ ሊጠቀስ የሚገባው ነጥብ ነው፡፡ የተሰጥኦ ወይም የዝንባሌ መለያ ፈተናዎች (Aptitude Tests) ቦታ ሊሰጣቸው የሚገቡ ጉዳዮች ናቸው፡፡ ተማሪዎች አንድ ቋንቋ ስለተናገሩና አንድ አይነት የእድሜ ክልል ላይ

ስላሉ ብቻ እንዲሁ "በማግበስበስ" ማስተማር ውጤቱ ብዙም የሚያጓጓ አይሆንም፡፡

1.4

ብልህነትና የልጆች አስተዳደግ

የአንድን ሰው ዝንባሌ በቀላሉ ለማወቅም ሆነ በተገቢው ሁኔታ ለመቅረጽ አመቺው ጊዜ ገና በልጅነት መጀመር ነው፡፡ ይህንን ደግሞ ለማድረግ ትምህርት ቤት ሊጫወት የሚችለው ሚና ይህ ነው አይባልም፡፡ ገና በመዋለ-ህጻናት ወይም ቅድመ-ትምህርት መዋያ ቦታዎች ላይ ሳሉ የልጆቹ ዝንባሌ የሚለይበትን መንገድ ማመቻቸት እጅግ ወሳኝ ጉዳይ ነው፡፡ ቀደም ሲል እንደተገለጠው የበርካታ ትምህርት ቤቶች ስርአተ-ትምህርትና የተማሪዎች እውቀት መመዘኛ ሂደቶች የተወሰኑ የብልህነት ዝንባሌዎችን ብቻ ያማከለ ነው፡፡ ስለዚህም፣ በዚያ ትኩረት በተሰጠውና የአዋቂነት መለኪያ ተብሎ በተሰየመው ዘርፍ ዙሪያ ዝንባሌ ያላቸው ሲደነቁና ሲዘልቁ ከተለመደውና ከሚደነቀው ዘርፍ ለየት ያለ ዝንባሌ ያላቸው ልጆች ግን እንደማይገባቸውና ብቃት እንደሌላቸው ይቆጠራሉ፡፡

ለምሳሌ፣ "የስሜት ብልህነት" በተሰኘው መጽሐፌ ውስጥ እንዳሰፈርኩት በአለም ላይ የተለያዩ የአንድን ሰው የአእምሮ ብልህነት የሚመዝኑ ፈተናዎች ይገኛሉ፡፡ እነዚህ መመዘኛዎች እንደየተፈታኙ እድሜ የተዘጋጁ ናቸው፡፡ የአንድን ሰው የአእምሮ ብልህነት ለመመዘን የሚሰጡ እነዚህ ፈተናዎች ከሚመዝኗቸው ሁኔታዎች ጥቂቶቹ፡-

- የቋንቋ (ንግግር) ብልህነት (Verbal intelligence)፡- አንድን ቋንቋ የመገንዘብ የመማርና የመጠቀም ብቃት፣ እንዲሁም ደግሞ የአንድን ጽሑፍ ወይም ንግግር ጽንሰ-ሃሳብ በቀለጠፈ ሁኔታ የመገንዘብ ብቃትን ያሳያል፡፡
- የቁጥር ብልህነት (Numerical intelligence)፡- አንድ ሰው ያለው ሂሳብን የመገንዘብ ብቃት ከአእምሮ ብልህነት ጋር እንደሚዛመድ ይታመናል፡፡ ይህ ብቃት የተወሳሰበ ከቁጥር ጋር የሚዛመድ ጽንሰ-ሃሳብን የመገንዘብ ብቃት ነው፡፡

- ስፋትንና ልኬትን የመገንዘብ ብልህነት (Spatial intelligence)፡- ይህ ብልህነት በአንድ ነገር ስፋትና ርዝመት ዙሪያ የሚኖሩ ጽንሰ-ሃሳቦችን የመገንዘብን ብልህነትና ችግሮችን የመፍታትን ብቃት ያመላክታል፡፡
- ሃሳቦችን የማዛመድና የማመዛዘን ብልህነት (Logical intelligence)፡- ይህ ብልህነት የአንድን ጽንሰ-ሃሳብ መሰረታዊ ትርጉም የመገንዘብ፣ ሃሳቦችን የማዛመድና የማቀናጀት ብቃትን የሚያሳይ ብልህነት ነው፡፡

የአእምሮን ብልህነት ፈተና (IQ Test) ለመውሰድና ጥሩ ውጤት ለማግኘት አንድ ሰው ማጥናት የለበትም፡፡ ይህ መመዘኛ የሚለካው በማንነታችን ያለውን አንድን መረጃ የመገንዘብ፣ የማንሸራሸርና የማቀናጀት ፍጥነትና ብቃት ነው፡፡ በሌላ አባባል የአእምሮ ብልህነት መመዘኛ ፈተና በትምህርት ያገኘነውን እውቀትም ሆነ በስሜት ህዋሳታችን ውስጥ ያሉትን ብቃቶች አይመዝንም፡፡

እንግዲህ ይህንን ሁለ-ገብ ያልሆነ መመዘኛ ተጠቅመን ጥሩ ውጤት ያላመጣውን ሰው ብልህ አይደለም ወይም አይገባውም (ደደብ ነው) ብለን ወደ ጎን ከገፋነው ክስረታችን ቀላል አይሆንም፡፡ ከላይ ያለው መረጃ እንሚጠቁመን፣ በአለም ዙሪያ በአብዛኛው እንደሚታወቀው የትምህርት ቤቶች አሰራር ትኩረት የሚሰጠው ቋንቋ ነክ እና ሂሳብ ነክ ከሆኑ የብልህነት ዘርፎች አንጻር ነው፡፡ ነገር ግን በሌሎች የብልህነት ዘርፎች ልቀትና ዝንባሌ የሚያሳዩ ልጆችም ትኩረት ሊሰጣቸውና በዚያ ዘርፍ እንዲልቁ መንገድ ሊመቻችላቸው ይገባል፡፡ በርግጥም ይህንን ማድረግ ብዙ ስራን የሚጠይቅ ጉዳይ ነው፤ የማይቻል ግን አይደለም፡፡

ለምሳሌ፣ በአንድ የመዋለ-ህጻናት ውስጥ ወረቀትና ብእር ብቻ ከተቀመጠና በመጻፍና በማንበብ ብቻ ልጆቹ ማንነታቸውን ወደማወቅና በዝንባሌአቸው የማደግ መስመር ውስጥ ይገባሉ ማለት አስቸጋሪ ነው፡፡ ስለዚህም፣ በአንድ አንድ የትምህርት ማእከሎች እንደሚታየው በማንኛውም የልጆች ትምህርት ማእከል ውስጥ በሁሉም የብልህነት ዝንባሌዎች አንጻር ልጆቹን የሚያነሳሱ አሰራሮች ቢዘረጉ ውጤቱ የላቀ ነው፡፡

ከቋንቋ ብልህነት አንጻር

- የንባብ ማእከል ማቋቋም

- በርካታ የሚነበቡ መጽሐፍት ማዘጋጀት
- የመጻፍ እድል የሚያገኙበት ምቹ ሁኔታ ማመቻቸት
- የሚደመጥ፣ እንዲሁም ጭውውትና ውይይትን የሚጋብዝ ሁኔታ ማመቻቸት …

ከሂሳብ ብልህነት አንጻር

- የሂሳብ ማእከል ማቋቋም
- ከቁጥር ጋር የሚጫወቱበት ሁኔታ ማመቻቸት
- የሚለኩ፣ የሚጨመሩና የሚቀነሱ የፈጠራ ጨዋታዎችን ማዳበር
- ስለመስመሮች ይዘት፣ መጠንና ግንኙነት Geometric Concepts) የሚገልጹ አዝናኝ ጨዋታዎችና ስራዎች ማመቻቸት …

ከምስል ብልህነት አንጻር

- የስእል ማእከል ማቋቋም
- የተለያዩ ስእል አቀፍ መጽሐፍትን ማቅረብ
- የተለያዩ ስእሎችን ልዩነትና ግንኙነት የሚያዛምዱበት ጨዋታዎች ማመቻቸት
- የቀለሞችን ልዩነት የማወቅና፣ ከለሮችን የመቀባት ልምምዶችን ማስፋፋት …

ከአካላዊ ብልህነት አንጻር

- የግንባታ ስፍራዎችን ማመቻቸት
- ከሸክላና ከተለያዩ ትናንሽ ግንባታን ለማከናወን ከሚጠቅሙ ቁሳቁሶች ጋር የሚጫወቱበትን መንገድ ማመቻቸት
- የሚገጣጠሙ መጫወቻዎችን ማዘጋጀትና እንዲሁም ያዩትን ስእል ወይም የተነገራቸውን ነገር በተገጣጠመ ነገር እንዲገልጹ ማደፋፈር
- ስፖርትና ሌሎች አካላዊ እንቅስቃሴዎችን የሚደርጉበትን ሁኔታ ማመቻቸት …

ከሙዚቃ ብልህነት አንጻር

- የሙዚቃ ማእከል ማቋቋም

- መሰረታዊ የሙዚቃ ጽንሰ-ሃሳቦችን ማስተዋወቅ
- የተለያዩ የሙዚቃ ቃናዎችን የሚያደምጡበትን መንገድ ማመቻቸት
- የሙዚቃ መሳሪዎችን ማቅረብና ለዚያ ነገር ለሚሳቡ ልጆች በርን መክፈት ...

ከ"ሰው-ለሰው" ብልህነት አንጻር

- የጋራ ጨዋታ ቦታ ማዘጋጀት
- ሃሳብ የሚለዋወጡበትን ጊዜ መስጠት
- በጋራ የሚጫወቱበትንና የሚግባቡበትን መንገድ መጥረግ
- በጋራ የሚሰሩትን የክፍል ስራ መስጠት ...

ከ"ራስ-በራስ" ብልህነት አንጻር

- የግል ጊዜ የማሳለፊያ ስፍራን ማመቻቸት
- ስለራሳቸው እንዲያስቡና ገለጻ እንዲያደርጉ ወይም እንዲጽፉ ማደፋፈር
- ማድረግ ስለሚፈልጉትና ስለሚያጓጓቸው ነገረ እንዲገልጹ ማነሳሳት
- ስሜታቸውን፣ ሃሳባቸውን፣ የሚጓጓቸውን ነገር እንያዲያስቡ፣ እንዲያውቁና እንዲገልጹ ማደፋፈር ...

እንግዲህ ከላይ ለመግለጽ እንደተሞከረው ልጆቻችን ገና በለጋነታቸው ያላቸውን ዝንባሌ እንዲያውቁ መደገፍ አስፈላጊ ነው:: በተጨማሪም፣ ከቤተሰብም ሆነ ከአስተማሪዎች በብልህነት ዝንባሌአቸው ላይ አሉታዊ ሳይሆን አዎንታዊውን ነገር ሲሰሙ ለምልመው ያድጋሉ:: በአንድ የልጆች ትምህርት ቤት ውስጥ ከላይ የተጠቀሱት ሁኔታዎች መመቻቸት አለባቸው ማለት ሁሉም ተማሪ በሁሉም ዘርፍ ሙሉ ብቃት እንዲኖረው ማድረግ አለብን ማለት አይደለም:: የሁኔታዎቹ መመቻቸት ግን ለልጆቹ ከጠቅላላ እውቀት አንጻርና በተለይም ዝንባሌን ከማወቅና ከማዳበር አንጻር ያለው ስፍራ ቀላል አይሆንም:: ምንም እንኳን ከተለመደውና ውጤታማነቱ አናሳ ከሆነው አሰራር ወጥቶ ወደተሻለው ለመሸጋገር አስቸጋሪ ቢሆንም ጥቂት በጥቂት ሊጀመርና ሊዳብር የሚገባው ሠሆኑን ማወቁ አስፈላጊ ነው::

ክፍል ሁለት

አካላዊ ብልጽግና

ሰማቸውና አጋሮቹ

ሰማቸው ከሁለት አብሮ አደጎቹ ጋር በንግድ ስራ የተሰማራ የአርባ አመት ሰው ነው:: እነዚህ የረጅም ጊዜ ወዳጆች በንግድ ስራ የተሰማሩት ገና በሃያዎቹ እድሜያቸው ላይ ነው:: በእነዚህ ሁሉ አመታት በጣም አትራፊ የሆኑት እነዚህ ጓደኛሞች ከጠዋት ጀምረው እስከ ማታ ድረስ "ሲንደፋደፉ" ይውላሉ:: ትርፉ ማቆሚያ የለውም፣ ሩጫውም እንዲሁ:: ምንም እንኳን ለረጅም አመት አብረው የኖሩና የሚዋደዱ ጓደኛሞች ቢሆኑም በመካከላቸው የጭቅጭቅ ምክንያት የሆኑ ሁኔታዎች አሉ:: የእነዚህ ሁኔታዎች መንስኤ ሰማቸው ራሱ ነው:: በቀን ውስጥ በርእሱ ምክንያት በጋለ ስሜትና በጮኸ ድምጽ ሳይነጋገሩ ውለው አያውቁም::

በመጀመሪያ ደረጃ፣ ቀኑን ሙሉ ሲሰሩ ውለው ለምሳ እረፍት ሲያገኙ ማዘውተር የሚወዱበት አንድ ምግብ ቤት አለ፡፡ በዚያ ምግብ ቤት ያለው የምግብ አይነት ምንም እንኳን የማይጠገብና "ተመልሳችሁ ኑልኝ" የሚያሰኝን ምግብ ቢሆንም አልፎ አልፎ በመጠን ካልሆነ በስተቀር ለጤንነት አስጊ መሆኑን በመረጃ መልኩ ሁሉም ያውቁታል፡፡ ሰማቸው እንደሆነ በሳምንት አንድ ጊዜ እንኳን እዚያ ምግብ ቤት ከተመገበ ስህተት እንደሰራ ስለሚሰማው በአብዛኛው ከቤቱ ይዞ የሚመጣውን ምግብ ነው የሚመገበው:: በዚህ ምክንያት በየእለቱ ይጋጫሉ::

ጭቅጭቃቸው ይህ ብቻ አይደለም:: ማታ ንግዱ ፋታ ሲሰጣቸውና ቢሮአቸውን ሲዘጉ እንደገና ለመብላትና ለመዝናናት ያላቸውን ፍላጎት ሰማቸው ብዙም ስለማይቀበለው ከቅዳሜ ምሽት በስተቀር ሌሎቹን ቀናት አይተባበራቸውም:: ከቅዳሜና ከእሁድ በስተቀር ወደ ቤቱ ከመግባቱ በፊት ለአንድ ሰዓት ያህል የአካል ብቃት እንቅስቃሴ ወደሚያደርግበት የስፖርት አዳራሽ በመሄድ ስፖርት ሳይሰራ አንድ ቀን አያልፈውም:: እነሱ ሄደው "ከባባድ" ምግቦችን በመመገብና የተለያዩ መጠጦች በማጣጣም ሲያመሹ እሱ አካሉን አፍታትቶ ወደቤት በመሄድ የቤተሰብ ጊዜ ካሳለፈ በኋላ በጊዜ አልጋ ላይ ነው:: ከዚህ የተነሳ "ዶሮ" የሚል ቅጽል ስም ሰጥተውታል:: ይህ ሳያንስ፣ በየአራት ወሩ የስራ ሃላፊነቱን በሚገባ መስመር በማስያዝና ቅዳሜንና እሁድን በማስታከክ ከንግዱ አካባቢ ለተወሰኑ ቀናት ሰወር የማለት ልማድ አለው:: ያን ጊዜማ ይብስባቸውና፣ "ይሄ ሰላቢ ደግሞ ጀመረው፣ ድንገት መጥፋት ይወዳል" እያሉ ያሙታል:: ብዙውን ጊዜ፣

ከቻለ ከቤተሰቡ ጋር ካልቻለም ለብቻው ከከተማ ወጣ በማለት አረፍ፣ ዘና ይላል:: ሁኔታው በንግዳቸው ላይ ምንም ተጽእኖ ባይኖረውም ከሄደበት ሲመለስ ዝም ብለውት አያውቁም:: "ስራውን ትተህ ስትከርም እንዴት እንቅልፍ ይወስድሃል" ነው ንግግራቸው::

ለብዙ አመታት በዚህ ሁኔታ ከሰሩ በኋላ አንደኛው የንግድ አጋሩ አንድ ቀን ድካም ተሰምቶኛል በማለት ገና ምሳ ሰዓት ሳይሆን ወደቤቱ ሄደ:: በነጋታው ቢጠብቁት ብቅም አላለ:: በስልክ ለማግኘት ያደረጉት ሙከራ አልሳካ ሲላቸው ወደመኖሪያ ቤቱ በመሄድ ሲጠይቁ ሆስፒታል እንደገባ መረጃ ደረሳቸው:: የምርመራው ውጤት ከልብ ጋር የተያያዘና መንስኤውም ከአመጋገብና ለረጅም ጊዜ ካለእረፍት በስሜት ውጥረት ውስጥ ከመቆየት የሚመጣ እንደሆነ ሰሙ:: ከብዙ ህክምናና የገንዘብ ወጪ በኋላ የቀድሞው ጤንነቱን እንደገና ተመለሰለት:: ከዚያ ሁኔታ በኋላ የእነዚህ ሶስት ጓደኛሞች የንግድ ውሎ ሙሉ ለሙሉ ተለወጠ:: ቀድሞውኑ ለማረፍ ጊዜን ይወስድ የነበረውና አመጋገቡ ላይ ጥንቁቅ የነበረው ሰማቸው፣ ከህመሙ በማገገም የተመለሰው ጓደኛውና እንዲሁም የሁለቱን ሁኔታ አይቶ በዝምታ ነገሩ የገባው ሌላኛው አጋራቸው የማይረሳ ትምህርትን አግኝተው መስመር ውስጥ ከገቡ ሰንበት ብለዋል:: አሁን ስለሚመገቡት የምግብ አይነት መረጃን በመሰብሰብ ይወያያሉ:: በጋራ አንድን የአካል ብቃት እንቅስቃሴ አዋቂ ቀጥረው በሳምንት አራት ቀናት የበሉትን ሁሉ በስፖርት "ሳያቃጥሉ" አይውሉም::

ከላይ ያነበብነው ታሪክ ትምህርት አጭርና ግልጽ ነው:: ሰውነታችን የሰጠነውን ይቀበላል፣ ያደረግነውን ይሆናል፣ ስናሳርፈው ያርፋል፣ ስናሮጠው ደግሞ ይሮጣል:: በመጨረሻ አቅቶት እስኪወድቅ ድረስ የወጠርነውን ያህል ይሄዳል:: ለማግኘትም ሆነ ለማድረግ የፈለግናቸውን ነገሮች እንድናደርግ ከፈጣሪ የተሰጠን አገልጋያችን ቢሆንም፣ የፈለግነውን የማድረጋችን ምስጢር ያለው ከአካላችን ጤንነት አንጻር መሆኑን ግን መዘንጋት የለብንም:: ስለዚህም፣ የአካላዊ ብልጽግና ጉዳይ ችላ ልንለው የማንችለው ሁኔታ ነው::

አካላዊ ብልጽግና የሚለው ሃሳብ የሚጠቁመን በአካላዊ ሰውነታችን አንጻር ሊኖረን ስለሚገባ ጤናማነት ነው:: የአካላዊ ገጽታ ዘርፈ-ብዙ ነው:: ከጤንነት አንጻር፣ ከአካል ብቃት አንጻር፣ ከእረፍት አንጻር፣ እውነተኛ ውበትን ከማወቅና ከመጠበቅ አንጻርና

ከመሳሰሉት በርካታ ሁኔታዎች አንጻር ሊቃኝ የሚገባው ጉዳይ ነው፡፡ አንድ ሰው በአእምሮ ብልጽግና፣ በማሕበራዊ ብልጽግናና በመሳሰሉት የብልጽግና አይነቶች ልቆ ሳለ የአካላዊ ብልጽግናን ጉዳይ ችላ ካለ ምንም ትርፍ የለውም፡፡ ለምሳሌ፣ ብዙ ትምህርትና እውቀት ኖሮት ወይም ደግሞ በገንዘብ የበለጸገ ሆኖ ለአካላዊ አቋሙ ካልተጠነቀቀና በቅጡ ወዲህና ወዲያ እንዲል የሚያስችለው ሁኔታ ውስጥ ራሱን ካላገኘው በአካሉ ውስንነት የተገደበ ሰው ይሆናል፡፡ ለዚህ ነው አካላዊ ብልጽግና ከሌሎች የብልጽግና አይነቶች ጋር በመደመር የአንድን ሰው ሁለንተናዊ ብልጽግና ስእል ሙሉ ያደርገዋል ብለን የምናምነው፡፡

በዚህ ክፍላችን የምንመለከታቸው ከአካላዊ ብልጽግና ጋር የሚዛመዱ ነጥቦች የሚከተሉት ናቸው፡፡

- የምታስገባውን እወቅ
- ተንቀሳቀስ! ተንቀሳቀስ! ተንቀሳቀስ!
- ሳትገደድ እረፍ
- የአካላዊ ብልጽግና ምልክቶች

2.1

የምታስገባውን እወቅ

አካላዊ ብልጽግና የሚጀምረው ትክክለኛውን ነገር ወደ ሰውነታች ከማስገባት ነው ብንል አንሳሳትም፡፡ ሰውነታችን የሚያስተናግደውም ሆነ የሚያንጸባርቀው የሰጠነውን ነገር ነው፡፡ ሂሳቡ እንዲህ ነው፡- ጤናማ ምግብ፣ ጤናማ አካል፤ ጤና ቢስ ምግብ፣ ጤና ቢስ አካል፡፡ ይህ እውነታ ልንክደው የማንችለውና በሚገባ ልናስብበት የሚገባ ጉዳይ ነው፡፡ ምክንያቱም፣ በዚህ ክፍል መግቢያ ላይ እንደተጠቀሰው አንድ ሰው በማንኛውም የብልጽግና ዘርፍ ልቆ ሳለ፣ አካሉ በጤንነት የበለጸገ ካልሆነ ሌሎቹ የብልጽግና አይነቶች መገለጫና አቅም አይኖራቸውም፡፡

የአመጋገብ ቀውስ ተጽእኖዎች

አንድ ሰው ወደ ሰውነቱ በምግብ መልክ የሚያስገባው ነገር በሙሉ በሰውነቱ ላይ ወይ ለጤንነት ወይም ደግሞ ለጤና ጉድለት የማጋለጥ ብቃት አለው፡፡ ለእንዲህ አይነቱ ጤና ቢስ ለሆነ የአመጋገብ አይነት የምንጋለጥባቸው ብዙ ምክንያቶች አሉ፡፡ ለምሳሌ፣ አንድ ሰው የተለያዩ ጤናማ የምግብ አይነቶች ለመመገብ በቂ የሆነ የገንዘብ አቅም እንደሌለው ካሰበ ያገኘውን ምግብ ለመመገብ ይገደዳል፡፡ በተጨማሪም፣ የስራ ብዛትና የስኬት ሩጫ በበዛበት በዚህ ዘመን በሩጫችን መካከል በተገኘው ጊዜ የተገኘውን የምግብ አይነት ወደ መመገብ ልማድ ውስጥ የመግባታችን እድል የሰፋ ነው፡፡ የአመጋገብ ቀውስ ግን ሰፋ አድርገን ልንመለከተው የሚገባን ጉዳይ ነው፡፡

የአንዳንድ ሰዎች ችግር በቂና የተመጣጠነ ምግብ ያለመመገብ ችግር ነው፡፡ ይህ ችግር በአንድ ጎኑ ጤና ቢስ የምግብን አይነት የሚመለከት ሲሆን፣ በሌላ ጎኑ ደግሞ የምግብን መጠን የሚመለከት ነው፡፡ ከተለያዩ ምክንያቶች የተነሳ "ትክክለኛ" ምግብ ከመመገብ

ይልቅ ለጊዜው ጣፍጦ የተገኘውንና የለመዱትን የምግብ አይነት ማዘውተር በጤንነት ላይ ታላቅ የሆነ አሉታዊ ተጽእኖ አለው፡፡ በተጨማሪም ብዙ መመገብና ስንመገብ መቼ ማቆም እንዳለብን አለማወቅ ሌላው ችግር ነው፡፡ ከልክ ያለፈ ነገር ሁሉ በአካል ላይ ጤና ቢስ ተጽእኖ አለው፡፡ አዋቂዎች እንደሚያስተምሩን በአንድ ጊዜ ሰውነት እስኪጨናነቅ ድረስ ብዙ መመገብ ብዙ ጠንቅ አለው፡፡

የክብደት መጨመር፣ ለተለያዩ በሽታዎች መጋለጥ፣ የአቅም ማጣት፣ የእድሜ ማጠርና የመሳሰሉት ችግሮች ምልክታቸው በቶሎ ባይታየንም፣ ከጊዜ በኋላ ሊቀለበሱ እስከማይችሉ ድረስ አፍጥጠው መምጣታቸው የማይቀር ነው፡፡ "ሰው ወደ መሆን የሚመጣው የሚበላውን ነው!" እንደሚባለው ሁሉ፣ ከአመጋገብ የተነሳ የሚከተሉ የበሽታ አይነቶች ከእድሜ ርዝመትና ጥራት ጋር በቀጥተኛ መንገድ ይገናኛሉ፡፡ አንድ አይነት ምግቦችን ብቻ ከማዘውተር ይልቅ አመጋገብን ከአትክልትና ከፍራፍሬዎች ጋር ሚዛናዊ ማድረግ በጤንነትም ሆነ በእድሜ ላይ ትልቅ ስፍራ አለው፡፡

የውኃ እጥረት ተጽእኖዎች

ስለአመጋገብ ሁኔታ ካነሳን አይቀር የውኃን ጠቃሚነት ጠቁሞ ማለፉ አስፈላጊ ነው፡፡ ሰው ከአምስት እስከ ሰባት ሳምንታት ካለምግብ መኖር ይችላል፤ ከውሃ ውጪ ግን ከሶስት እስከ አምስት ቀናት የበለጠ መኖር አይችም ይባላል፡፡ ውኃ ለህልውናችን እጅግ አስፈላጊ ነገር መሆኑ ቢታወቅም ውሃ ያለመጠጣት ልማድ ያላቸው ሰዎች ቁጥር ጥቂት አይደለም፡፡ አንዳንድ ሰዎች የውሃን ጣእም እስከመጸየፍ ይደርሳሉ፡፡ ውሃ ከመጠጣት ይልቅ የለስላሳ መጠጦችንና ሌሎችን የስኳር መጠናቸው ከልክ ያለፈ የመጠጥ አይነቶች በመጠጣት ላይ ብቻ የሚደገፉ ሰዎች አሉ፡፡

> ሰውነታችን በቀን ውስጥ ከ2 ሊትር ያላነሰ የውሃ መጠን በተለያየ መልኩ ያባክናል፡፡ ይህንን መጠን ውሃን በመጠጣት ካልተካነውና እስኪጠማን ከጠበቅን ሰውነታችን በውሃ እጥረት ውስጥ እንዳለ ማስታወስ አለብን፡፡ በቂ ውሃ በማንጠጣበት ጊዜ ሊከሰት ስለሚችለው ሁኔታ ለማወቅ በቀላሉ የውሃን ጥቅም መለየት በቂ ነው (Colbert, Page 5-31)፡፡

- ውሃ ሰውነትና የመገጣጠሚያ ክፍሎቻችን ሁሉ በለሰለሰ ሁኔታ እንዲብላሉ

ይጠቅማል:: ስለዚህም የወገብ ህመምንና ሪህን የማስታገስ ብቃት አለው::

- ውሃ የሰውነትን የመከላከያ ብቃት ይጨምራል::
- ውሃ በልብና በጭንቅላት ላይ ባሉ ቧንቧዎቻችን ውስጥ ደም እንዳይረጋ ይረዳል::
- ውሃ የአእምሮን ቀልጣፋነት በቀጥተኛ ሁኔታ ይነካል፤ ትኩረት የመስጠትንም ብቃት ይጨምራል::
- ውሃ በእድሜ እየገፋን ስንሄድ የሚመጣን የመርሳት ሁኔታ የማስወገድ ብቃት አለው::
- ውሃ የፊትን ገጽታ የማሳመር ጥቅም አለው:: በቂ ውሃ የሚጠጣ ሰው ቆዳው ልስላሴን ያሳያል:: ውሃ ከእድሜ የሚመጣን የፊት መጨማደድንም ይቀንሳል::

የአደንዛዥ እጽ ተጽእኖዎች

አካላዊ ብልጽግና ሰውነታችን ውስጥ ሊገቡ ከማይገባቸውና ለጤንነታችን ጠንቅ ከሆኑ አጥፊ ከሆኑ አደንዛዥ አጾች መጠበቅን የሚያካትት ጉዳይ ነው:: እነዚህ ለአካላዊ፣ ለስነ-ልቦናዊና ለማሕበራዊ ቀውስ ሱስ አስያዥ ነገሮች፣ ከሕግ ወጪ የሚዘዋወሩትን አደንዛዥ እጾችና እንዲሁም በመድሃኒትነት የሚሸጡ ነገር ግን አንዳንድ ሰዎች በሱሰኝነት የሚጠቀሙባቸውን መድሃኒቶችን ያጠቃልላል:: እነዚህን ነገሮች ካለአግባብ የመጠቀም ሁኔታ (Drug abuse) በርካታ አጥፊ የሆኑ ችግሮችን ያስከትላሉ:: ከእነዚህ ችግሮች መካከል አንዳንዶቹ በቶሎ የሚከሰቱ ሲሆኑ፣ ሌሎቹ ደግሞ ከብዙ ጊዜ በኋላ ሊቀለበስ በማይችል መልኩ ብቅ የሚሉ ናቸው:: ከስራና ከትምህርት አለም መወገድ፣ የቤተሰብ መቃወስና መበታተን፣ የገንዘብ ክስረት፣ የጤንነት ቀውስና ከዚያም አልፎ ሞት ያስከትላል:: ከዚህ በታች የጠቀሱትን ከአንድ ጠቃሚ ድረ-ገጽ የተወሰዱትን ጥቂት ተጽእኖዎች በአጭሩ እንመልከት (ምንጭ:- www.livestrong.com)::

- የአእምሮ ተጽእኖ ችግር:- ብዙ እጾች የነርቭ መልእክት አስተላላፊ አካሎቻችን ላይ ጣልቃ በመግባት አእምሮ (አንጎል) ላይ ጉዳትን ያስከትላሉ:: በአንጎል ውስጥ የሚገኙ ባህሪያችንን፣ የማመዛዘን ብቃታችንን፣ የመማር (የግንዛቤ) ብቃታችንንና የማስታወስ ብቃታችንን ያዛባሉ::
- የግል ችግር:- በእጽ ሱስ የተነደፉ ሰዎች ሃሳባቸው ሙሉ ስለእጹ በማሰላሰል

ከመያዙ የተነሳ ያለባቸውን የግል፣ የቤተሰብም ሆነ የስራ ሃላፊነታቸውን ችላ ይላሉ፡፡ እጹ ከሚያመጣው የባህሪይ ለውጥ የተነሳ ቤተሰብ፣ ጓደኝነትና ወዳጅነት ይረበሻል፡፡

- የአደገኛ ባህሪይ ችግር፡- በእጽ የተያዙና የደነዘዙ ሰዎች የግድ የለሽነትና አደጋን አስቀድሞ ያለማየት ችግር ስላለባቸው የተለያዩ ራሳቸውንና ሌላውን ሰው ለአደጋ የሚያጋልጥ ባህሪይ ይገልጣሉ፡፡ አደጋን የሚያስከትል የመኪና አሽከርካሪነት፣ ልቅ የሆነ የግብረስጋ ግንኙነት ውስጥ መግባትና ሱስን ለማርካት ሲባል የሚደረግ ስርቆትና ወንጀል ዋና ዋናዎቹ ናቸው፡፡
- ከተለመዱ ኬሚካሎች የሚመጣ ችግር፡- አንዳንድ ሰዎች ለጉንፋንና ለህመም ማስታገሻ በሚውሉ የተለመዱ መድሃኒቶች ሱስ ስር ራሳቸውን ያገኙታል፡፡ ሌሎች የተለመዱ አደንዛዥ ነገሮች በማጣበቂያ (ሙጫ) ውስጥ የሚገኝን ኬሚካል፣ ቤንዚንን፣ የቀለም ማቅጠኛንና የመሳሰሉትን ኬሚካሎች በማሽተት መሳብ ይገኙበታል፡፡ እነዚህን ኬሚካሎች መጠቀም ለግራ መጋባት፣ ለፈዛዛነት፣ ለንግግር ዘገምተኝነት፣ ለተዛባ የልብ-ትርታ፣ ለደም ግፊትና ለአንጎል መጎዳት ያጋልጣል፡፡

2.2

ተንቀሳቀስ! ተንቀሳቀስ! ተንቀሳቀስ!

የመንቀሳቀስ ወሳኝነት ምንም አከራካሪ ያልሆነና ልንቀበለው የሚገባ እውነት ነው፡፡ በየቀኑ ለመኖር ሲል ወደ ሰውነቱ የሚያስገባውን ምግብ በተገቢው ሁኔታ "ሊያቃጥለው" የሚችልበት ብቸኛ መንገድ መንቀሳቀስ ነው፡፡ ሁኔታውን ከብዙ አቅጣጫ መመልከት ይቻላል፡፡ በአሁን ጊዜ በማንኛውም ሰዓት ከተቀመጥንበት ሳንነሳ ጣቶቻችንን ብቻ በማንቀሳቀስና ቀና ሳንል ለረጅም ሰዓታት እንድንቀመጥ የሚያደርጉን ስልክም ሆነ የተለያዩ የኤሌክትሮኒክስ አጫዋቾች አሉን፡፡ እቤት ስንገባም ከፊታችን ያለው ቴሌቪዥን ቀልባችንን ስቦትና አካላችንን የሶፋ እስረኛ አድርጎ ሊያስቀምጠን ይችላል፡፡ ከዚህ ጋር የኮምፒውተሩን ተጽእኖ ጨምረን መመልከት እንችላለል፡፡

አሁን ባለንበት የቴክኖሎጂ ልቀት በመጠቀበት ወቅት ብዙ ሳንንቀሳቀስ የተለያዩ ተግባሮችን የምንተገብርባቸው መንገዶች እየተፈጠሩልን ነው፡፡ በቀደሙት ጊዜያት ሰው ወዲህና ወዲያ ብሎ ያከናውናቸው የነበሩትን ነገሮች አሁን ካለበት ሳይንቀሳቀስ የማድረግ ብቃት ውስጥ ደርሷል፡፡ ያለብን የጊዜና የስራ መጨናነቅ በእግራችን ከመንቀሳቀስ ይልቅ መኪና እንድናሽከረክር ሊያስገድደን ይችላል፡፡ እንዳንንቀሳቀስ የሚያደርጉን ጫናዎች ብዙ ናቸው፡፡ ስለሆነም፣ ወደ ሰውነታችን የምናስገባውን የምግብ ጋጋታ በተገቢው ሁኔታና በሚመጥን መልኩ በእንቅስቃሴ ካላወጣነው ምግብ የጉልበትና የጤንነት ምንጭ መሆኑን አልፎ ወደ ስብነት በመለወጥ የጤና መታወክን ያስከትላል፡፡

አካላዊ ብልጽግናን (የአካል ብቃት) አስመልክቶ በቂ ሳይንሳዊ ጥናት ያደረጉልን አካሎች በቀን ቢያንስ ከሃያ እና ከሰላሳ ደቂቃ ያላነሰ ጊዜ የአካል ብቃት እንቅስቃሴ ልናደርግ እንደሚገባን ይነግሩናል፡፡ ጥያቄው ግን፣ "ይህንን ለማድረግ ስንት ሰው ዲሲፕሊኑ

አለው፣ ስንቱስ ሰው ጊዜው አለው?" የሚል ይሆናል፡፡ አንድ ስራ የበዛበት ሰው እንደ ስፖርት ለመሳሰሉ ለአመለካከቱና ለጤንነቱ ጠቃሚ ለሆኑ ነገሮች ጊዜንም ሆነ ፍላጎትንና ጉልበትን ሊያጣ ይችላል፡፡ በጠዋት ተነስቶ ሳይከናወን ያደረውን የትናንት ስራ ለመጋፈጥ ውስጡ ይቸኩላል፡፡ ቀኑ ሲፈጸም ደግሞ ብዙ ያወጣውና ያወረደው አእምሮው ስለሚዝልና በስሜቱና በአካሉ ላይ ተጽእኖ ስለሚያመጣ ለስፖርት የሚኖረው መነሳሳት አናሳ ይሆናል፡፡ በዚህ ዑደት ውስጥ በየቀኑ የሚያልፍ ሰው ለስፖርት ጊዜን ይሰጣል የሚለው ግምት አጠራጣሪ ነው፡፡ አካላዊ ብልጽግናን ከሚሰጡን ነገሮች ዋነኛ ስለሆነው ስለስፖርት ጠቃሚነት ለማወቅ ልናነባቸው የምንችላቸው ብዙ ሳይንሳዊ ጥናቶች አሉ፡፡ ለምሳሌ በአሜሪካ ውስጥ በሮቼስተር፣ ሚነሶታ የሚገኘው ሜዮ ክሊኒክ የተሰኘው የሕክምና ማእከል በድረ-ገጹ ስለስፖርት ጥቅም ያሰፈረውን እውነታ መመልከት እንችላለን (ምንጭ፡- www.mayoclinic.com)፡፡

ስፖርትና የስሜት ጤንነት

አንድ ሰው በስራና በተለያዩ ሁኔታዎች ተወጥሮ ካሳለፈ በኋላ በ30 ደቂቃዎች ስፖርት ሰውነቱን ቢያንቀሳቅስ የስሜት ውጥረቱን እንደሚቀንስለት ይታመናል፡፡ የስፖርት እንቅስቃሴ በአእምሮ ውስጥ የሚገኙ የደስታንና የመዝናናትን ስሜት የሚሰጡ ንጥረ ነገሮችን ይለቅቃል፡፡ መልካም ገጽታ፣ ጥሩ ስሜትና በራስ መተማመንን ይሰጣል፡፡ የደስታችን ሁኔታ ደግሞ ራሱን የሚገልጠው በአካላችን ላይ እንደሆነ ማስታወስ ተገቢ ነው፡፡ ጥሩ የውስጥ ስሜት ለጥሩ የውስጥ ጤንነት እንዲሁም ለአካላዊ ብልጽግና ወሳኝ ነው፡፡

ስፖርትና አካላዊ ጤንነት

በስፖርት ምክንያት ሊጠፉ ወይም ደግሞ በቁጥጥር ስር ሊውል የሚችል የተለመደ የበሽታ አይነት አንዱ የደም ግፊት ችግር ነው፡፡ በበቂ ስፖርት ካልተቃጠሉ የጤንነት ችግር ሊያስከትሉ የሚችሉ በምንበላቸው ምግቦች ውስጥ የሚገኙ ንጥረ ነገሮች ከጊዜ በኋላ መዘዝ ማምጣታቸው አይቀርም፡፡ አዋቂዎቹ እንደሚመክሩን፣ ቀጣይነት ያለው ስፖርት በደም ቧንቧ ውስጥ የሚጠራቀመውን የቅባት ክምችት ከማስወገዱ ባሻገር፣ ካንሰርንና ስኳር በሽታን የመሳሰሉ በሽታዎች ይከላከላል፡፡

ስፖርትና የሰውነት ክብደት

አንድ ሰው ቶሎ የመድከምንና በቶሎ ለበሽታ ከመጋለጥ መትረፍ ከፈለገ፣ ክብደት መቀነስ ዋነኛው መንገድ ነው፣ ይህ እንዲሆን ደግሞ ስፖርት ማዘውተር የግድ ነው፡፡ ስፖርት የሰውነትን ቅባት ወይም ስብ ስለሚያቃጥል ክብደትን መቀነስ ያስችላል፡፡ ለአንዳንድ ሰዎች ስፖርት መስራት ብዙ አስቸጋሪ አይደለም፡፡ ከስፖርትም በተጨማሪ ሊፍት ከመጠቀም ደረጃን በመውጣት፣ ቁጭ ብሎ ሰውን ከማዘዝ ተነስቶ ስራን መስራት ወዲህና ወዲያ ለማለት በመወሰንና ተቀምጦ ከመዋል በመንቀሳቀስ ሰውነታቸው ያፍታታሉ፡፡

ስፖርት፣ ጉልበትና ትኩረት

ቀኑን በስፖርት የጀመረ ሰውና ያንን ሳያደርግ ወደ ስራው የገባ ሰው እኩል ጉልበት አይኖራቸውም፡፡ ብዙ ስራ እንዳለው ያሰበ ሰው ስለደከመው ስፖርትን መስራት እንደማይችል ወይም ደግሞ በስፖርት ከደከመ ሌላ ስራ ለመስራት በቂ ጉልበት እንደማይተርፈው ሊያስብ ይችላል፡፡ እውነታው ግን የዚህ ተቃራኒ ነው፡፡ ስፖርት በመስራቱ ምክንያት ለስራው የበለጠ ጉልበትንና ንቃትን ይጨምራል እንጂ ድካምን አይጨምርም፡፡ ስፖርት የኦክስጂንን መጠን በደማችን ውስጥ ስለሚጨምር ልባችንና ሳምባችን በሚገባ እንዲሰሩ ያደርግና ጉልበትን ይጨምርልናል፡፡

ስፖርት፣ እንቅልፍና እረፍት

በቂ እንቅልፍ አግኝቶ ያደረ ሰውና በሚገባ ሳይተኛ ያደረ ሰው ለሚቀጥለው ቀን እኩል አካላዊ ጉልበትም ሆነ አእምሮአዊ ትኩረት ሊኖራቸው አይችልም፡፡ በቂ እንቅልፍ በስራ ላይ ያለን ትኩረትና ውጤታማነት ብቻ ሳይሆን የስሜትንም ጥራት ይጨምራል፡፡ ቀጣይነት ያለው ስፖርት በቶሎ እንቅልፍ የመውሰድን ሁኔታ ከማመቻቸቱም በላይ የጠለቀና እረፍት የሞላው እንቅልፍ እንድናገኝ ያግዛል፡፡ ከእንቅልፍ ሰዓት በፊት ስፖርት መስራት ለጊዜው እንቅልፍን የመከልከል ባህሪይ እንዳለውም ማስታወስ ጠቃሚ ነው፡፡

"እያረጀን ስለመጣን አይደለም ስፖርትን የምናቆመው፣ ስፖርትን እያቆምን ስለመጣን ነው እያረጀን የመጣነው" (Dr. Kenneth Cooper)፡፡ አንዳንድ ሰዎች "ያለሁበት እድሜ

ለስፖርት አይመጥንም" የሚል ምክንያት ሲሰጡ ይሰማሉ። እድሜ ግን ስፖርተኛነትን አይወስንም፤ ስፖርተኛነት ግን የእድሜን ተጽእኖ ይወስናል። ስለዚህም አንድ ሰው ሁለንተናዊ ብልጽግና ውስጥ ለመግባት ከፈለገ ሊያስብበት ከሚገባው እውነታ አንዱ ይህ በዚህ ምእራፋችን የጠቀስነው የሰውነት እንቅስቃሴ ጉዳይ ነው።

2.3

ሳትገደድ እረፍ

ሳይገደዱ ማረፍ ማለት እንቅልፍ ከማጣት፣ ከብዙ አካላዊ ድካምና ከተደጋገመ የአእምሮ ዝለት የተነሳ ማንነታችን ወደፊት መቀጠል እስኪያቅተውና እስኪወድቅ ከመጠበቅ ይልቅ በየጊዜው ተገቢውን እረፍት ለመውሰድ መወሰንና ያንኑ መለማመድ ማለት ነው:: ትክክለኛ እረፍት ማለት አካልን ሰብስቦ በሶፋ ላይ በማስቀመጥ ወይም ከአልጋ ሳይወጡ መዋል ማለት ብቻ አይደለም:: አንዳንድ ጊዜ ይህንን ማድረግ አስፈላጊ ቢሆንም፣ ትክክለኛ እረፍት አካልንና አእምሮን ያቀናጀ ሂደት ነው:: ስለዚህም፣ አካል ሲያርፍ ከዚያው ጋር አእምሮ ካላረፈና በተለያዩ "የቀን ህልሞችና" የጭንቀት ማእበሎች ከዋዠቀ እረፍቱ ከንቱ ነው::

ማረፍ የሚገባው በጉልበት ስራ የደከመ አካል ብቻ ሳይሆን በማቀድ፣ በማሰብና በውሳኔ ጫና የደከመም አእምሮ ማረፍ አለበት:: ይህ እይታ የእረፍትን ጉዳይ በሁለት መልኩ እንድንመለከተው ያስገድደናል:: በአንድ ጎኑ እረፍት ከእንቅልፍ ጋር ያለውን ግንኙነት ሲሆን፣ በሌላ ጎኑ ደግሞ እረፍት ከስነ-ልቦናዊና ከአእምሮ ዝለት ነጻ ከመሆን ጋር ያለውን ግንኙነት ነው::

እረፍትና እንቅልፍ

ማንኛውም ሕይወት ያለውም ሆነ የሌለው፣ ተንቀሳቃሽም ሆነ የማይንቀሳቀስ ነገር ለአንድ አገልግሎት ከዋለ በኋላ የመታደስ ጊዜ ያስፈልገዋል:: መኪናዎቻችን ተገቢውን ስራ በተገቢው ጊዜ ካደረጉ በኋላና የተወሰነ ኪሎሜትር ከተነዱ በኋላ "ለእረፍት" ወደ ጋራዥ ይላካሉ:: በዚያም ዘይት የመቀየርና የመሳሰሉት የተሃድሶ ስራ ይደረግላቸዋል:: በተመሳሳይ ሁኔታ ቀን ሲሰሩ የነበሩ ቢሮዎችና የተለያዩ ህብረተሰቡን የሚያገለግሉ

ማእከሎቻችን ይዘጉና "በእረፍት" ጊዜአቸው የቆሸሸው ይጸዳል፣ የተበላሸው ይጠገናል፡፡ በሚቀጥለው ቀንም እንደ ቀድሞው ወይም ከቀድሞው በተሻለ ሁኔታ ለአገልግሎት ይቀርባሉ፡፡ ሰውነታችንም እንደዚህ ነው፡፡ ማታ ማታ የሰውነታችን «ደጅ» ይዘጋና በእንቅልፍ ውስጥ እንደገና ይጠገናል፡፡ ሲነጋም አዲስና የተገነባ፣ ጉልበት ያለው ማንነት ይዘን እንነሳለን፡፡ ዋና ዋና ብልቶቻችን ይታደሳሉ፣ አሮጌ ሴሎቻችን በአዲስ ይለወጣሉ፣ አእምሮአችን በአዲስ መልኩ ሃሳብን በማፍለቅ ይነሳል፡፡ ለዚህ ነው እንቅልፍ ለማንኛውም ሰው፣ በተለይም በስራና በድካም ተወጣጥሮ ቀኑን ለሚያሳልፍ ሰው እጅግ አስፈላጊ የሆነው፡፡

እንቅልፍ በሰውነት ውስጥ ያሉትን ጠቃሚ ሆርሞኖች ይቆጣጠራል፣ ይለቃልም፡፡ እንቅልፍ የእርጅናን ሂደት ይቀንሳል፡፡ እንቅልፍ ሰውነት መከላከያ ሃይላችንን (Immune System) ያጠናክራል፡፡ እንቅልፍ የአእምሮን ተግባር ያሻሽላል፡፡ የበቂ እንቅልፍ ጥቅም ተዘርዝሮ አያልቅም፡፡ የበቂ እንቅልፍ ጉድለትም ጉዳቱ የዚያኑ ያህል ነው፡፡ የእንቅልፍ ማጣት የስኳር በሽታ (Type 2 diabetes) የመጋለጥን እድል ሰፊ ያደርገዋል፣ ደካማ፣ ሰነፍና ዘገምተኛ ያደርጋል፣ የስራ ውጤታማነትን ይቀንሳል፣ ለአደጋ ያጋልጣል እንዲሁም ለተለያዩ በሽታዎች በርን ይከፍታል፡፡

ብዙ ሰዎች «በቀን ከአራት ወይም ከአምስት ሰአት በላይ አልተኛም» በማለት ሁኔታውን እንደ ጀግንነት ሲናገሩ ይሰማሉ፡፡ እነዚህ ሰዎች ራሳቸውን የሚያታልሉ ሰዎች ናቸው፡፡ አንድ ለአቅመ አዳም (ሄዋን) የደረሰ ሰው በቀን ከሰባት እስከ ዘጠኝ ሰአት መተኛት አለበት፡፡ ይህ እንዲሆን ከሚረዱን ነገሮች አንዱ በጊዜ መተኛትን መልመድ ነው፡፡ የእንቅልፍን አስፈላጊነት በፍጹም ችላ ልንለው አይገባም፡፡ በሰውነታችን ውስጥ ከ60 እስከ 100 ትሪሊየን የሚደርሱ ሴሎች አሉን፡፡ 95 በመቶ ሴሎቻችን በየአመቱ በአዲስ ይተካሉ፡፡ ይህ የሚሆነው በጥሩ እንቅልፍ ጊዜ ነው፡፡ አንድ መሪ ለሶፋው ምቾት ከመጨነቁ በፊት ለአልጋው ምቾት መጨነቅ አለበት፡፡ ምክንያቱም በ24 ሰአት ውስጥ ብዙውን ጊዜውን የሚያሳልፈው በአልጋው ላይ ስለሆነ ነው፡፡ ሊቆጣጠራቸው የሚችላቸውን እንቅልፍ ከልካይ ሁኔታዎች በሙሉ ለማስተካከል መሞከር አለበት (Colbert, Page 37-61)፡፡

የቀን ሸለብታ (Nap) አስፈላጊነት

አንድ ሰው በስራ ብዛት ካለልክ በሚወጠርበት ጊዜ በጤንነቱ ላይ ታላቅ ጠንቅ እንደሚያስከትል ማስታወስ አለበት፡፡ ስራ የበዛባቸው ሰዎች ማድረግ ከሚችሉት ጤናማ ነገር አንዱ በቀኑ መካከል አጭር የእንቅልፍ ጊዜ ወይም የቀን ሸለብታ (Nap) መውሰድ ነው፡፡ የአለማችን አዋቂና ስኬታማ ሰዎች ናፕ በማድረግ ልማዳቸው የታወቁ ናቸው፡፡ ብዙ መረጃ በቀላሉ ማግኘት ከሚቻልበት ከምእራቡ አለም እንደምሳሌ ብንወስድ - ዊንስተን ቸርችሂል፣ ጆኔፍ ኬኔዲ፣ ሮናልድ ሬገን፣ ናፖሊዮን፣ አልበርት አንስታይን፣ ቶማስ ኤዲሰንና ጆርጅ ቡሽን መጥቀስ በቂ ነው፡፡ የሃገራችን ውድና ታዋቂ ወገኖቻችን መረጃ ቢኖረን ኖሮ ይህንን እውነት እንደሚያሳየን እሙን ነው (Colbert, Page 62)፡፡

የእንቅልፍ እጦት እንዳለብህ ለማሰብ ከፈለክ የሚከተሉትን ጥያቄዎች መልስ፡፡

1. ጠዋት ለመነሳት ደውል ወይም ቀስቃሽ ሰው ትፈልጋለህ?
2. መኪና ስትነዳ ወይም ተሳፍረህ ስትሄድ የመፍዘዝ ባህሪይ ይታይብሃል?
3. በቀኑ መካከል ላይ የመድከም፣ ሃይል የማጣትና የዝለት ስሜት ይሰማሃል?
4. በቶሎ የምትነጫነጭና የምትበሳጭ አይነት ሰው ነህ? (የትዳር ጓደኛህን ጠይቅ፣ እቅጩን ትሰማለህ)፡፡
5. ትንሽ የተባለ ድምጽ የሚቀሰቅስህ አይነት ሰው ነህ?
6. የማያቋርጥ ጭንቀት ያለብህና የሚያስጨንቅህን ሃሳብ ከአእምሮህ ማውጣት ያቃተህ አይነት ሰው ነህ?

ለእነዚህ ጥያቄዎች ለአንዳንዶቹ እንኳን አዎን የሚል መልስ ካለህ የእንቅልፍ ማጣት ችግር አለብህና ለማስተካከል ጥረትን አድርግ፡፡

እረፍትና ዝለት (Burnout)

ስለ እረፍት ስንነጋገር በሁለት መልኩ ልንመለከተው እንደሚገባን ጠቅሰናል፡፡ ከእነዚህ ከሁለት የእረፍት ምሰሶዎች አንዱ የሆነውን የእንቅልፍ ጉዳይ ደግሞ ቀደም ሲል ጠቅሰናል፡፡ ከዚህ በታች የምንመለከተው ደግሞ የእረፍትንና የዝለትን ግንኙነት ነው፡፡ እንደሚታወቀው ሁሉ የኑሮ ሁኔታ፣ የማህበራዊው ሕይወትና የተለያዩ ውጥረቶች

እየተበራከቱ የመጡበት ጊዜ ላይ ነን ያለነው፡፡ በየቀኑ የተለያዩ ውሳኔዎችን እናስተላልፋለን፡፡ በየቀኑ የተለያዩ ችግሮችን መፍታት ይጠበቅብናል፡፡ በየቀኑ ለብዙ ስሜት ቀውስ ከሚዳርጉን ሰዎችና ሁኔታዎች ጋር እንፋጠጣለን፡፡ ስለዚህም፣ ጥንቃቄን ካልወሰድን ቀስ በቀስና መቼ እንደሆነ ሳያውቀው ዝለንና ደክመን ልንገኝ እንችላለን፡፡ ይህኛው አይነት ዝለት አካላዊ ሳይሆን አእምሮአዊ ነው፡፡ ሆኖም ግን፣ አእምሮ ሲዝል የአካል ዝለትም የመከተሉ ጉዳይ አከራካሪ አይደለም፡፡ በዚህ ጊዜ ነው ጉልበት አልቆ፣ ስሜት ዝሎ፣ የውስጥ ፈቃድ አልታዘዝ ማለት ጀምሮ ቀድሞ የነበረ የመሮጥ፣ የመስራትና የመትጋት መንፈስ የሚሸሸው - ዝለት!

የመዛል ስሜት ማለት አንድ ሰው ለረጅም ጊዜ በውጥረት ውስጥ ከመቆየቱ የተነሳ የስሜት የአእምሮና የአካል መድከምና ባዶነት ሲሰማው የሚመጣ ስሜት ነው፡፡ በዚህ ስሜት ተጽእኖ ውስጥ የወደቀ ሰው የድካም፣ የተስፋ መቁረጥ፣ የመራራነትና የባዶነት ስሜት ያጠቃዋል፡፡ መነሳሳትን ማጣት፣ ቀድሞ ያጓጓው የነበረውን ነገር አሁን መስራት አለመፈለግና ነገን ለመጋፈጥ ፍላጎት ማጣት በጣም የተለመዱ ስሜቶች ናቸው፡፡ ከላይ እንደተገለጸው ዝለት የሚመጣው በአካል፣ በአእምሮና በስሜት ላይ ካለማቋረጥ ረዘም ላለ ጊዜ ውጥረት ሲበዛ ነው፡፡ በአንድ ሰው ላይ ካለማቋረጥ ውጥረት በሚከሰትበት ጊዜ የዚያ ሰው ማንነት ለተከሰተው ውጥረት የሚሰጠው ምላሽ ዝለት ይባላል፡፡

ዝለትን ለመቀነስ ልንወስዳቸው ከምንችላቸው ነገሮች መካከል በቂ የእረፍትና የመዝናኛ ጊዜ መውሰድ፣ በቂ እንቅልፍ ማግኘት፣ ትክክለኛ አመጋገብን መከተል፣ በቂ የአካል እንቅስቃሴ (ስፖርት) ማድረግ፣ ጊዜንና ሰዓትን በአግባቡና በልኩ መጠቀም መልመድ፣ ከቅርብ ቤተሰብና ወዳጆች ጋር በቂ ጊዜን ማሳለፍና የመሳሰሉት ናቸው፡፡

2.4

የአካላዊ ብልጽግና ምልክቶች

አንዳንድ ሰዎች "አካላዊ ብልጽግና" የሚለውን ሃሳብ ሲሰሙ በቶሎ የሚያስቡት በውጪ ለሰው ስለሚታየው የቁመና ውበት፣ ስለዘመናዊ አለባበስ ብቃትና ስለተለያዩ "እዩኝ፣ እዩኝ" ስለሚያሰኙ ሁኔታዎች ነው፡፡ እንደ እውነቱ ከሆነ ለአካላዊው የውጪ ገጽታችን መጠንቀቅም ሆነ ንጹህና የተስተካከለ ሰው ሆኖ ለመታየት መሞከር በራሱ ምንም ችግር የለበትም፡፡ ሆኖም፣ የአንድ ሰው እውነተኛ ውበት የሚለካው ከውጪ በሚያንጸባርቀው ሁኔታ ብቻ ሳይሆን በውስጡ አመለካከትና የእይታ ቅኝት ነው፡፡ ከላይ እንደተገለጸው ምንም እንኳን ለውጪ ገጽታችን የማሰባችንና የመጠንቀቃችን ጉዳይ አስፈላጊ ቢሆንም ሁኔታው ግን "አካላዊ ብልጽግና" ብለን ከሰየምነው ሃሳብ ጋር ብዙም ዝምድና የለውም፡፡ ከዚህም በተጨማሪ፣ አካላዊ ብልጽግና ካለንና ከሌለን ቁሳቁሳዊ ነገር ጋር ብዙም ዝምድና የለውም፡፡ አንድ ሰው ምንም አይነት ሃብት ቢኖረውም እንኳ አካሉ በትክክለኛው ሚዛን ተመዝኖ የበለጸገና ጤናማ ካልሆነ አለኝ የሚለው ነገር ሁሉ ትርጉም ያጣል፡፡ ስለዚህም ሊመለስ የሚገባው ጥያቄ፣ "ይህ ትክክለኛ ሚዛን ምንድን ነው?" የሚለው ይሆናል፡፡

ትክክለኛና ጤናማ አካላዊ ብልጽግና የሚጀምረው ከውስጥ ወይም ካለን ስነ-ልቦናዊ አቅም ነው፡፡ ይህም ሃሳብ "ስነ-ልቦናዊ ብልጽግና" በተሰኘው ምእራፋችን ውስጥ በሚገባ የተብራራ በመሆኑ በዚህ ምእራፋችን ላይ ጠቀስ አድርገን ከማለፍ ያለፈ ትንታኔ ውስጥ አንገባም፡፡ በአጭሩ ለመጠቆም ግን የአንድን ሰው ውጫዊ ሁኔታ የሚወስነው በውስጡ ያለው ሁኔታ የመሆኑን ጉዳይ ግን ጠቅሼ አልፋለሁ፡፡ በሌላ አባባል የውጪው አካላችንና ገጽታችን በውስጣችን የሚከናወነው ነገር መስኮት ነው፡፡

ወደ ዋናው ሃሳብ ስንመለስ፣ አንድ ሰው ትክክለኛ አካላዊ ብልጽግና ውስጥ ገባ የምንለው መቼ ነው? ለሚለው ጥያቄ መልስን መስጠት አስፈላጊ ነው፡፡ ምክንያቱም አካላችን በጤናማነት ካልተደላደለ የሚኖረን ማንኛውም "የውበት" ልቀት፣ የገንዘብ ሃብት ብዛት፣ የኑሮ መደላደልም ሆነ በብዙ ሰዎች መከበብና መወደድ ትርጉም አይሰጠንም፡፡ እነዚህን ውብ የሆኑ ነገሮች የሚያስተናግድ አቅም አይኖረንምና፡፡ እንግዲህ፣ ይህንን ወሳኝ ጥያቄ ለመመለስ ሁኔታውን ከብዙ ነገር አንጻር መመልከትን ይጠይቃል፡፡

ጤናማነትና ብርታት

የየእለት ተግባራችን ጠዋት መነሳትን፣ ከቤተሰብ ጋር ንቁ በሆነ ማንነት ማሳለፍን፣ የተሰማሩበትን ስራ በበቂ ሁኔታ መስራትን፣ ካለምንም አካላዊ እንከን መጫወትን (መዝናናትን) እና የመሳሰሉትን ያጠቃልላል፡፡ እነዚህን በየቀኑ በማድረግ የለመድናቸውን ነገሮች ካለምንም እንከንና አካላዊ ተጽእኖ የማድረጋችን ጉዳይ ጤናማነትና ብርቱነት ተብሎ ይጠራል፡፡ የየእለት ተግባርን ለማከናወን በቂ ጉልበትና ደስተኛነት ማግኘት ወሳኝ ጉዳይ ነው፡፡ ይህንን ሁኔታ ለማወቅ ሁለቱ ቀላል መመዘኛዎች ስጋዊ አካላችን ከህመም ተጽእኖ ነጻ የመሆኑ ጉዳይና ከድካም ስሜት ውጪ የመሆኑ ጉዳይ ናቸው፡፡ በሌላ አባባል፣ አንድ ሰው ባለበት የእድሜ ደረጃ ማከናወን የሚገባውን ተግባር በብቃት ማከናወን ሲችል አካላዊ ጤንነት አለው ይባላል፡፡

ሁኔታው ስሜታዊና ሳይንሳዊ ገጽታ አለው፡፡ ከስሜታዊ ገጽታው አንጻር፣ አንድ ሰው ሙሉ ጤነኛ መሆኑን ለማረጋገጥ በመጀመሪያ ሙሉ ጤንነት ሊሰማው ይገባል፡፡ ከሳይንሳዊው እይታ አንጻር ደግሞ አንድ ሰው ምንም እንኳን የበሽታ ስሜት ባይኖረውም እንኳ ሙሉ ጤነኛ ለመሆን ሃኪም ጤናማ ነህ ብሎ ሊመሰክርለት ያስፈልጋል፡፡ ምክንያቱም ያለንበትን ሁኔታ ጠቋሚ የሆነው ስሜታችን የማያገኛቸው የጤናቢስነት ሁኔታዎች ሊኖሩ ስለሚችሉ ነው፡፡ በጥቅሉ ስናየው ግን፣ የጤንነት ስሜቶች የሚከተሉትን ሁለት ዋና ዋና ነገሮች ያካትታል፡፡ የመጀመሪያው፣ ከሕመም ስሜት ነጻ የሆነ አእምሮና አካል ነው፡፡ ሁለተኛው ደግሞ ከእንቅልፍ ጋር የተገናኘ ሲሆን፣ በእንቅልፍ ሰዓት በቀላሉ የመተኛት ብቃት፣ በቂ እንቅልፍን ማግኘትና ከእንቅልፍ ሲነሱ የማረፍ ስሜትን ይጠቀልላል፡፡ እንቅልፍ ከማጣት ችግር ጀርባ የተደበቀ የጤና ችግር

ሊኖር ስለሚችል ሁኔታውን ማጤን አስፈላጊ ነው፡፡ (ምንጭ:- https://www.helpguide.org/harvard/medical-causes-of-sleep-problems.htm)፡፡

ጤናማ የምግብ አወሳሰድ

ሌላኛው አንጋፋ የአካላዊ ብልጽግና ክፍል የሰውነታችን ምግብን በሰላም የመቀበል ሁኔታ ነው፡፡ ለመኖር መመገብ የግድ ነው፡፡ ስለዚህም፣ የምግብ አወሳሰዳችን ሁኔታ አካላዊ ብልጽግና ውስጥ ስለመግባታችን ጉዳይ ብዙ ወሳኝ ምልክቶችን ሊሰጠን ይችላል፡፡ ይህንን ሁኔታ በሁለት ክፍለን ብናየው ለግንዛቤ ይጠቅመናል፡፡ የመጀመሪያው ትክክለኛ የምግብ ፍላጎት ጉዳይ ነው፡፡ አንድ ሰው ያለው ምግብን የመመገብ ፍላጎት በአካሉ ላይ የድካም ወይም የህመም ችግር እስኪያደርስ ድረስ እናሳ ከሆነ ትኩረት ሊሰጠው ይገባል፡፡ በተቃራኒ ደግሞ የአንድ ሰው የምግብ ፍላጎት ከልክ ያለፈ ሲሆንና ያገኘውን የምግብ አይነትና የምግብ መጠን ካለምንም የመርካት ስሜት የሚመገብ ከሆነ አንድ ችግር ጠቋሚ ሊሆን ይችላል፡፡ (የዚህን ክፍል የመጀመሪያ ምእራፍ ይመልከቱ)፡፡ መንስኤው ስነ-ልቦናዊም ሆነ አካላዊ፣ የተዛባ የምግብ አወሳሰድ የጤናማነት ምልክት እንዳልሆነ አዋቂዎቹ አስረግጠው ይነግሩናል፡፡ (ምንጭ:- (https://www.eatingdisorderhope.com/information/eating-disorder)፡፡

ሁለተኛው ጉዳይ የተመገብናቸው ምግቦች በሚገባ ተፈጭተውና ከሰውነታችን ጋር ተዋህደው የትክክለኛ የጉልበትና የጤንነት ምንጭ የመሆናቸው ጉዳይ ነው፡፡ አንድ ሰው የተመገበው ምግብ አነሰም በዛ፣ ሰውነቱ ያንን ምግብ በሚገባ ካልፈጨውና ካላዋሃደው የዚህ ሰው አካላዊ ብቃት እየወረደ ይሄዳል፡፡ ይህ ደግሞ ከአካላዊ የብልጽግና ቀጠና እንድንወጣ የሚያደርግ ጉዳይ ነው፡፡

የውጪ ውበትን ማመዛዘን

በአካላዊ ብልጽግናችን ላይ ተጽእኖ ከሚያሳድሩ ሁኔታዎች አንዱ የሆነው የውበት ሁኔታ እዚህ ጋር ሊጠቀስ ይገባዋል፡፡ አንዳንድ ሰዎች አካላዊ ብልጽግናን ሰዎች ላይ ላዩን ከሚያዩት ውጫዊ ገጽታቸው ጋር ብቻ በማዛመድ ስለሚያዩት፣ ያንን የውጪ ገጽታቸውን "ውብ" አድርጎ ለማሳየት ምንም ነገር ከማድረግ አይመለሱም፡፡ ቀደም ሲል

ለመጥቀስ እንደተሞከረው ግን እውነተኛ አካላዊ ብልጽግና ከሚታየው ውጪ ገጽታችን ጋርና አለን ከምንለው ቁሳቁሳዊ ሃብት ጋር ያለው ግንኙነት እጅግ አናሳና ቀጥተኛ ያልሆነ ነው፡፡

አካላዊ ብልጽግናን ከውጫዊ ገጽታ ጋር ብቻ አዛምዶ ማየት ለብዙ "ጡዘት" የሚያጋልጥ ጉዳይ ነው፡፡ ለምሳሌ፣ አንዳንድ ሰዎች ቆዳቸውን ውብ ለማስመሰል ከልክ ባለፈ ሁኔታ አጉልና የኋላ ኋላ ችግር የሚያስከትሉ ኬሚካሎችን በመጠቀም ራሳቸውን ለችግር ያጋልጣሉ፡፡ ሌሎች ደግሞ፣ ቅርጽን ከማስተካከል፣ "ቀጭንና ቀጥ ያለ" አካል ለመያዝ ጤንነታቸው እስኪታወክ ድረስ ምግብን ይቀንሳሉ፡፡ በአሁን ጊዜ፣ "ውብ ያስመስልሃል" እያለ የሚጮኸው ማስታወቂያና ከዚያም ጋር ያለው አቅርቦት ብዙ ነው፡፡ ሁኔታው በልክና በጥንቃቄ ካልተያዘ ደግሞ አካላዊና ኢኮኖሚያዊ ቀውሶችን ማስከተሉ የማይቀር ነው፡፡

አካላዊ ተግዳሮትና አካላዊ ብልጽግና

አንድ አንድ ሰዎች ከተፈጥሮም ሆነ ከተለያዩ አደጋዎች የተነሳ በአካላቸው ላይ ተጽእኖ የሚያሳድሩ ሁኔታዎች ይከሰቱባቸዋል፡፡ እነዚህ ተጽእኖዎች አካላዊ እቅስቃሴአቸውን፣ አእምሮአቸውን፣ የማየት ወይም የመስማት ሁኔታቸውንና የመሳሰሉትን ሁኔታዎች ሊነኩ ይችላሉ፡፡ አንድ ልናስብ የሚገባን እውነታ፣ እነዚህና የመሳሰሉት በአንድ ሰው ላይ የሚከሰቱ ሁኔታዎች ከአካላዊ ብልጽግና ጋር ምንም አይነት ግንኙነት እንደሌላቸው ነው፡፡ በሌላ አባባል አንድ ሰው በተለምዶ "ትክክል ነው" የምንለው አካላዊ ሁኔታ ሳይኖረው ሙሉ የሆነ አካላዊ ብልጽግናን ሊለማመድ ይችላል፡፡ ለዚህ እውነታ ብዙ ማረጋገጫዎች አሉን፡፡ ለምሳሌ፣ አንዳንድ ማየት የተሳናቸው ሰዎች ማየት ከምንችለው ሰዎች ይልቅ ዘርፈ-ብዙ በሆኑ ብልህነቶችና ብቃቶች ልቀው ሲገኙ ይታያሉ፡፡

ክፍል ሶስት

ስነ-ልቦናዊ ብልጽግና

የልጅነት ትውስታ

ገና በልጅነቴ እናቴና አባቴ ሲነታረኩ በማየትና በመስማት ነው ያደኩት፡፡ የየእለት ጠቡን ወደ መልመዱ ባይላም በጣም እስካሁን ድረስ በስሜቴ ላይ መላቀቅ ያልቻልኩት ተጽእኖ ያመጣብኝ አንድ ቀን አባቴ ለእናቴ በታላቅ ቁጣ የተናገራት ንግግር ነው፡፡ ከትምህርት ቤት መጥቼ እቤት መግባቴን ስላላወቁ ብቻቸውን እንደነበሩ ነበር የመሰላቸው፡፡ በታላቅ ጩኸት ይጨቃጨቃሉ፡፡ እናቴ አንድን ነገር ማለፍ የማትችል አይነት ሰው ስለሆነች፣ በእያንዳንዱ ነገር ላይ የአንገቷ ወፍራም የደም ስር እስኪወጠርና ትንፋሽ እስከሚያጥራት ድረስ ነው የምትናገረው፡፡ አባቴ ብዙውን ነገር "ከመጨቃጨቅ" እያለ ማለፍ የሚወድድ ሰው ቢሆንም አንዴ ከገነፈለ ግን የሚመልሰው የለም፡፡ በዚያ ደስ በማይል ከሰዓት በኋላ እርቦኝና ደክሞኝ ከትምህርት ቤት ስመጣ በጣም ተበሳጭቶ እንዲህ ብሎ ሲጮህ ሰማሁት፣ "ይህች ሰበበኛ ልጅ ባትጸነስ ኖሮ እኔና አንቺ ያን ጊዜ ተለያይተን እንቀር ነበር"፡፡ በዚያን ጊዜ ነው በሕይወቴ ለመጀመሪያ ጊዜ ቤተሰቦቼ ከዚህ በፊት ያደረጉት የመለያየት ሙከራ እኔ በመጸነሴ ምክንያት እንደከሸፈና አብረው እየተጣሉ የመኖራቸው ምክንያት እኔ እንደሆንኩኝ ወደማመን የመጣሁት፡፡ ዞረብኝ! ብዙ ደስ የማይሉ ስሜቶች ወረሩኝ፡፡

እስከማስታውሰው ድረስ ቤተሰቦቼ ጥሩ ነገር ነግረውኝ አያውቁም፡፡ ለነገሩ ለእኔ ብቻ አይደለም፤ እርስ በርሳቸውም ጥሩ ነገር ሲነጋገሩ ሰምቼ አላውቅም፡፡ አባቴም ሆነ እናቴ ላደረጉት አንድ ነገር ሲመሰጋገኑ ሰምቼአቸውም አላውቅም፡፡ እንደውም አንደኛቸው ለቤተሰቡ የሚጠቅም ነገር ሲያደርጉ እንኳ፣ የተደረገው ነገር ጉድለት ይነሳና ሲወቃቀሱ ይውላሉ፡፡ ለካ ሳላስበው እኔም በየቦታው ስሄድ የተበላሸውን፣ ያልተሳካውን፣ የሰዎችን ስህተትና የመሳሰሉትን መልቀም ጀምሬአለሁ፤ የገባኝ አሁን ነው፡፡ አሁንም ቢሆን ጎዶሎው ጎዶሎው ነው የሚታየኝ፡፡

በሰፈርም ሆነ በትምህርት ቤት ከየትኛው ቡድን ጋር ልወዳጅ እንደምችል ስለማላውቀው በእኔ ላይ ፍላጎት እንዳደረበት ያሰብኩትን ሰው ሁሉ ምንም አይነት ባህሪይ ቢኖረው እንኳ ዝም ብዬ ሳስተናግድ ነው የኖርኩት፡፡ ለሁሉም ሰው ክፍት መሆኔ በሁሉም ሰው መጣልን እንዳስከተለብኝ ይሰማኛል፡፡ ሰዎች ከቀረቡኝ በኋላ እንዳይርቁኝ ስለምፈራ የሚጠይቁኝን ነገር ሁሉ ነገሩን ባልፈልገውም እንኳን

አደርግላቸዋለሁ፡፡ የኋላ ኋላ ግን ከተጠቀሙብኝ በኋላ ከዚህ በፊት ፈጽሞ የማያውቁኝ እስኪመስሉ ድረስ ይዘጉኛል፡፡ በዚህ ስሜት ተጽእኖ ስር ሆኜ ማድረግ የማልፈልጋቸውን በርካታ ደስ የማያሰኙ ድርጊቶች ውስጥ ራሴን አግኝቼዋለሁ፡፡

ሌሎች በእድሜዬ ያሉ ሰዎች ባየሁ ቁጥር መጀመሪያ ወደ ሃሳቤ የሚመጣው፣ "ይሄን ጊዜ እኮ በጣም ደስ የሚል ሕይወት ነው ያላቸው" የሚል ነው፡፡ ሌላውን ሰው ለመምሰልና እነሱ አላቸው ብዬ የማስባቸውን ነገሮች ለማግኘት እንደተመኘሁ ከራሴ ጋር ሳልኖር ጊዜዬን እንዳባከንኩ ይሰማኛል፡፡ እኔ እንጃ! ራሴን ለመቀበል የምችልበት ጊዜ ይመጣል ብዬ አላስብም፡፡ ቁመቴ ያሳስበኛል፣ የመልኬ ሁኔታ ያሳፍረኛል፣ ሃሳቤን ስገልጥ ሰው ሁሉ በውስጡ፣ "ምን ሞኟ ናት" የሚለኝ ይመስለኛል፡፡ ብቻ እንዳላበዛ እዚህ ላቁም!? ... ወይስ ልቀጠል?

ይህ ከላይ የተጻፈው ታሪክ በሃሳብ የተሰኘችው የሃያ አመቷ ወጣት ለአምስተኛ ጊዜ ላገኘችው የስነ-ልቦና አማካሪ ያቀረበችው ጽሑፍ ነው፡፡ ከዚህ በፊት በነበራቸው አራት እያንዳንዳቸው አንድ ሰዓት የፈጁ የምክር ጊዜያቶች ውጤት እንዳላገኘ የተሰማው አማካሪዋ በመጨረሻ "እስቲ የሕይወት ታሪክሽንና ስሜቶችሽን በአንድ ገጽ ጽፈሽ አምጪልኝ" ባለው መሰረት የቻለችውን ያህል አሳጥራ ማቅረቧ ነው፡፡ የውስጧን በሙሉ ብትዘከዝከው የእሷ ታሪክ ተከታታይ መጽሐፍቶች ሊወጣው እንደሚችል ብታስብም፣ በአንድ ገጽ አብቃቅታና ጨምቃ አሰፈረችለት፡፡

የሰው ስነ-ልቦናዊ አመለካከቱ እጅግ ውስብስብና በብዙ ተጽእኖዎች ጫና ስር ወድቆ ሊገኝ የሚችል የማንነቱ አካል ነው፡፡ ይህ ስነ-ልቦናዊ ክፍሉ በትክክለኛ አመለካከት ተቃኝቶ ወደ ብልጽግና ካልመጣ የሁለንተናዊ ብልጽግና ስእል ይዛባል፡፡ ስነ-ልቦናዊ ብልጽግና በዚህ መጽሐፍ ከተጠቀሱት የብልጽግና አይነቶች ሁሉ ቅድሚያ ሊሰጠው የሚገባው የብልጽግና አይነት ነው፡፡ እንደዚህ ለማለት የሚቻለው አንድ ሰው ገንዘብን ጨምሮ ምንም አይነት ብልጽግናን ቢያዳብር ስነ-ልቦናዊ አመለካከቱ ያንን ያዳበረውን ብልጽግና የሚሸከምና የዳበረ ካልሆነ ጥቅም የለሽ በመሆኑ ነው፡፡ በዚህች ምድር ላይ ስትኖር ትልቁ ሃብትህ ማንነትህ ነው፡፡ ይህንን ማንነትህን የሚወስነው ደግሞ አመለካከትህ ነው፡፡ በትክክለኛ አመለካከት የተቃኘ ማንነት ከሌለ ምንም ነገር የመኖሩ ጥቅም ባዶ ነው፡፡ የበለጸገ ማንነት ከሌለ ወዳጅ፣ ገንዘብ፣ ዝና፣ እውቀትና ሌሎችም

የሰው ዘር የሚመኛቸው ነገሮች ቢኖሩህ ምንም ጥቅም የለውም፣ ምክንያቱም "ድሃ" ማንነት እነዚህን ከላይ የተዘረዘሩ ውብ ሃብቶችን ሊሸከም ስለማይችል ነው።

በዚህ ስነ-ልቦናዊ ብልጽግና በሚለው ሃሳብ አንጻር በዚህ ክፍል የምንመለከታቸው ነጥቦች የሚከተሉት ናቸው።

- ቀናነት
- ከራስ ጋር መተዋወቅ
- ማንነትን መቀበልና መሆን
- ከራስ ጋር መደማመጥ

3.1

ቀናነት

“ቀናነት” የሚለውን ቃል በብዙ አይነት መልኩ መተርጎም ብንችልም ዞረን የምንደርሰው፣ “አንድ ሰው በራሱ ላይም ሆነ በሁኔታው ላይ ያለው የይሆናል፣ የይቻላልና እንዲሁም የቀና ነገር ይገጥመኛል የሚል አመለካከት” በሚለው ሃሳብ ላይ ነው፡፡ የቀናነት አምሳያ ቃል አዎንታዊነት ሲሆን፣ ተቃራኒው ደግሞ ጨለምተኝነት ወይም አሉታዊነት ነው፡፡ ጨለምተኝነት የሚለው ሃሳብ ደግሞ አንድን ሁኔታ አስመልክቶ የሚኖረን የማይቻል መሆኑን ብቻ የሚያስፋፋ አመለካከት ነው፡፡ ጨለምተኝነት ክፉ ነገር ይከሰታል የሚልንም አመለካከት ዘይቤ ይጨምራል፡፡ የእነዚህን ሁለት ተቃራኒ ሃሳቦች ልዩነት በሚገባ በማጤን የአመለካከት ንድፍን ማስተካከል ለስነ-ልቦናዊ ብልጽግና መንገድን ይጠርጋል፡፡

ቀናነትን በሁለት ስንከፍለው በአንድ ጎኑ መሰረተ-ቢስ (Irrational) የሆነ ቀናነት አለ፡፡ ይህ አይነቱ ቀናነት በፍጹም ከእውነታ የራቀ የይሆናል ዝንባሌ ነው፡፡ ለምሳሌ፣ አንድ ገና ሳይማር ያደገና ገና ፊደልን መቁጠር የጀመረ የሃምሳ አመት ሰው ለመማር ካለው ፍላጎት የተነሳ በስድስት ወር ውስጥ የሕክምና ዶክተርነት ዲግሪዬን እጨብጣለሁ ቢል ለጆሮ ደስ የሚል የአዎንታዊነት ንግግር ነው፡፡ ቀናነቱ ግን መሰረተ-ቢስ ነው፡፡

በሌላ ጎኑ ደግሞ ምክንያታዊ (Rational) የሆነው ቀናነት የራሱን ጥረት ከትክክለኛ ሂደት ጋር ያገናዘበ ሰው ያለው ቀናነት ነው፡፡ አንድን ምሳሌ ከዚሁ በትምህርት ዘርፍ ዙሪያ መመልከት እንችላለን፡፡ አንድ ሰው በአንድ የትምህርት ዘርፍ ዘልቆ ለከፍተኛ ትምህርት ቢዘጋጅና የመግቢያ ፈተናውን የማለፉ የጠበበ፣ ቢያልፍም እንኳ የሚኖረው የተቀባይነት እድል አናሳ ሆኖ እንኳን “አይሆንም” ብሎ ከመቀመጥ ይልቅ እንደሚሆን በማመን

ጥረቱንና ዝግጅቱን ሲቀጥል ይህ ሰው ጤናማ አዎንታዊነት አለው ይባላል፡፡

የቀናነት አመለካከት ራሳችንን በማስለመድ የምናዳብረው ልምምድ እንጂ አብሮን የሚወለድ ዝንባሌ ወይም የተፈጥሮ ስጦታ እንዳልሆነ ጥናቶች ይጠቁማሉ፡፡ ስለዚህም የቀናነታችንን መጠን በመገምገም የአመለካከት ለውጥ ለማምጣት መስራት የግድ ነው፡፡ ስለዚህም፣ ጨለምተኛውን አመለካከት በመጣል ቀናነት ወደሞላው አመለካከት ለመዝለቅ ራስን ማስለመድና የአመለካከትንና የንግግርን ንድፍ መቀየር የግድ ነው፡፡ ቀና የሆነውን ዝንባሌ ያዳበሩ ሰዎች እይታቸው የበለጸገ፣ አስገራሚና ለስኬት አመቺ ነው፡፡

በቀናነት አመለካከት የበለጸገ ሰው ሁኔታዎች አንዳንዴ የሚሳኩ ሌላ ጊዜ ደግሞ የማይሳኩ ሊሆኑ እንደሚችሉ ቀድሞውኑ ያውቃል፡፡ ሆኖም ግን ዛሬ ያልተሳካ ነገ ሊሳካ እንደሚችል፣ ዛሬ የተበላሸ ነገ ሊስተካከል እንደሚችል፣ ዛሬ የወደቀ ነገ ሊነሳ እንደሚችል ዛሬ የጠፋ ነገ ሊገኝ እንደሚችል ያስባል፡፡ ስለዚህም ከዛሬ አለመሳካት የስሜት ጥንካሬንና የማይረሳ ትምህርትን አግኝቶ ወደፊት ይዘልቃል እንጂ በፍጹም ተስፋ አይቆርጥም፡፡

ቀና ሰው ነገሮች ተበላሽተው እያሉ እንዳልተበላሹ ለማስመሰል አይኑን አይጨፍንም፡፡ በምትኩ እውነታውን ለመጋፈጥ አይኑን ይከፍታል፣ የሚያተኩረው ግን የተበላሸው ላይ ሳይሆን የተረፈው ላይ ነው፡፡ በተጨማሪም፣ አንድ ነገር የሚያከትምለት በርግጥም ሲያከትምለት ብቻ እንደሆነ ያምናሉ፡፡ እስከዚያው ድረስ እንደሚሳካ፣ ሁኔታዎች እንደሚለወጡና ሊሻሻሉ እንደሚችሉ ከማሰብ አያቆምም፡፡

ቋሚ ወይስ ጊዜአዊ?

ቀናው ሰው ከጨለምተኛው የሚለይበት አንደኛው መንገድ የሁኔታዎችን ቋሚነትና ጊዜአዊነት አስመልክቶ ነው፡፡ አንድን የተበላሸ ወይም ያልተሳካ ሁኔታን አይቶ ቀናው ሰው ሁኔታው ጊዜአዊና የአንድ ወይም የሁለት ጊዜ ክስተት እንጂ ቀጣይ እንዳልሆነ ያስባል፡፡ ይህ አመለካከቱ ነው እንደገና እንዲሞክር የሚያደርገው፡፡ ቀናው ሰው ጥሩ ነገርም ሲገጥመው፣ የተከሰተው ጥሩ ነገር ቀጣይነት ሊኖረው እንደሚችል የማሰብ ዝንባሌም አለው፡፡ በአጭሩ፣ ቀና ሰው ለጥሩ ነገር የማድላት ዝንባሌ አለው፡፡ በተቃራኒው ጨለምተኛው ሰው የአንድ ጊዜ ክስተትን እንደቀጣይና ዘወትር የሚመጣ

ዑደት (Cycle) አድርጎ ይቆጥረዋል፡፡ ለዚህም ነው ጨለምተኝነት የሞላበት ሰው በቶሎ ተስፋ የሚቆርጠው፡፡ ልክ ቀናው ሰው ለጥሩ ጥሩ ክስተት እንደሚያደላና "ሁል ጊዜ እንደዚህ ይሆናል" በማለት እንደሚጠባበቀው ሁሉ፣ ጨለምተኛው ለክፉ ገጠመኝ በማድላት ደጋግሞ ሊከሰት እንደሚችል ያስባል፡፡

ብቸኛ ክስተት ወይስ አጠቃላይ የሕይወት ሁኔታ?

ይህ ሃሳብ ከላይ ከጠቀስነው ነጥብ ጋር የተቀራረበ ነው፡፡ ቀናው ሰው የክስተቶችን "ነጠላነት" ያስባል፡፡ ይህም ማለት፣ አንድ የተከሰተ ነገር ለብቻው ሊታይ እንደሚገባውና ከአጠቃላይ የሕይወት ሁኔታና ማንነት ጋር ምንም ዝምድና እንደሌለው ማሰብ የቀና ሰው አስተሳሰብ ዘይቤ ነው፡፡ በሌላ አባባል፣ አንድ ጊዜ ስለወደቀ ብቻ በራሱ ላይ "ውዳቂ" ነኝ ብሎ አያስብም፡፡ በተቃራኒው፣ የጨለምተኛው ሰው እይታ የየእለቱን ክስተት ማንነቱን የሚተረጉም እንደሆነ የማሰብ ነው፡፡ አንድ ሰው ከጠላው የተጠላ ሰው እንደሆነና ሁሉም ሰው እንደሚጠላው፣ አንድ ሙከራ ካልተሳካለት ስኬተ-ቢስ ሰው እንደሆነና ሁል ጊዜ እንደማይሳካለት ያስባል፡፡

ወቀሳ ወይስ መፍትሄ?

ጨለምተኞች ራሳቸውንና ሰዎችን በመውቀስ የታወቁ ናቸው፡፡ ለእያንዳንዱ ለተከሰተው ጤና-ቢስ ልምምድ ወይ ራሳቸውን ወይም ደግሞ ሌላውን ካልወቀሱ አይበርድላቸውም፡፡ ስህተት ሁሉ ምንጩ ተፈልግጎ የምንጩ ባለቤት ሊወቀስ ወይም ሊቀጣ ይገባዋል ብለው ያስባሉ፡፡ የቀናውን የሚያስበው ሰው ከዚህ ተቃራኒ የሆነ አመለካከት አለው፡፡ በሁኔታውም ላይ ሆነ በራሱ ላይ የማይፈልገው አጉል ነገር ሲገጥመው የሚወቀስ ሰው ከመፈለጉ በፊት መፍትሄን ይፈልጋል፡፡ ሆኖም የስህተቱን ምንጭ ከመፈለግ አያቆምም፡፡ ያንን የሚያደርገው ግን ስህተቱ ደግሞ እንዳይከሰት ከማረም አንጻር እንጂ የሚወቀስና የሚቀጣ ሰው ፍለጋ አይደለም፡፡

የቀና የቀናውን በሚያስበው ሰውና ዘወትር ያልሆነውንና ያልተሳካውን በሚቆጥረው ሰው መካከል ያሉትን ልዩነቶች ከብዙ አቅጣጫ መመልከት ይቻላል፡፡ የቀረውን ልዩነት አንባቢዬ እንዲያሰላስልና እንዲደርስበት የቀናነትን ጥቅም ጠቀስ አድርጌ አልፋለሁ፡፡

ቀናነት በርካታ የሆኑ ጥቅሞች ሲኖሩት በተቃራኒው ደግሞ ጨለምታና ወይም አሉታዊ መሆን በሕይወት ጥራት ላይ ብዙ ጫና ያመጣል፡፡ ቀና የመሆን ጥቅም የሚከተሉትን ይጨምራል፡- የተሻለ ጤንነት፣ ደስተኝነት፣ የጭንቀት መቀነስ፣ የተሳካ የትምህርትና የስራ መስክ፣ የተሳካ ማህበራዊ ሕይወት፣ የተቃና ችግር አፈታት አመለካከት፣ ችግርን በጽኑነት መጋፈጥ፣ ከስህተትና ካለመሳካት በኋላ የመነሳትና የመቀጠል ብቃት፡፡ የጨለምተኝነትን አስከፊ ውጤት ለማወቅ ከላይ የተጠቀሱትን ሃሳቦች ገልብጦ በተቃራኒው ማየት በቂ ነው፡፡

በዚህ ምእራፍ ላይ እንደተመለከትነው፣ ቀና የመሆን ዝንባሌ የምንማረውና የምናዳብረው ነገር ነው እንጂ በተፈጥሮ የምናገኘው ነገር አይደለም፡፡ አንድዳንድ አዋቂዎች ከቤተሰቦቻችን የተወሰነ የቅንነት ወይም የጨለምተኝነት ዝንባሌን እንወርሳለን ይላሉ፡፡ የዚህ አመለካከት ተቀናቃኞች ግን ልጆች ከልጅነታቸው ጀምሮ በቤተሰቦቻቸው ተጽእኖ ውስጥ ስላሉ ያንን ዝንባሌ ይለምዱታል እንጂ በውርስ አያገኙትም ይላሉ፡፡ ያም ሆነ ይህ፣ ጨለምተኝነትን በመጣል ቀናነትን ለመማር በቅድሚያ ውሳኔን ይጠይቃል፡፡ በመቀጠልም የቀናነትን ዝንባሌ ከሰዎች እንደምንማረው ማወቅ አለብን፡፡ ከቤተሰብ፣ ከአስተማሪ፣ ከቅርብ ወዳጅ፣ ከትዳር ጓደኛና ከመሳሰሉት ሰዎች ብዙ ዝንባሌዎችን እንወራረሳለን፡፡

3.2

ከራስ ጋር መተዋወቅ

አንዳንድ ሰዎች “ራስን ማወቅ” የሚለው ሃሳብ ሲነሳ ግር ይላቸዋል፡፡ “እንዴት እድሜ ልኬን አብሬ የኖርኩትን እኔነቴን እንደገና ለራሴው አስዋውቀዋለሁ?” ብለው ያስባሉ፡፡ ሆኖም፣ አንድ ሰው ራሱን በቅጡ ሳያውቀው እዚህና እዚያ እያለና ምንም ሳያከናውን እድሜውን ሁሉ ሊያሳልፍ እንደሚችል ማወቅ ተገቢ ነው፡፡ ራስን ማወቅ ማለት ራሴን በመንገድ ላይ ባገኘው፣ “ይህ ሰው እኔ ነኝ” ብዬ ራሴን ከሌላው ሰው መለየት ማለት አይደለም፡፡ ራስን ማወቅ ውጫዊ ከመሆኑ ይልቅ ውስጣዊ ነው፡፡ ዝንባሌዬን፣ ፍላጎቴን፣ የሚሳካልኝን፣ ምን መሆንና ማድረግ እንደሚፈልግና የመሳሰሉትን የሚያጠቃልል ጉዳይ ነው፡፡ ይህንን ዘርፈ-ብዙ የሆነውን ራስን የማወቅ ጉዳይ በዝርዝር ለመመልከት ለዚህ ምእራፍ የተመደቡት ገጾቻችን በቂ አይሆኑም፡፡ ስለሆነም ዋና ዋናዎቹ ላይ ብቻ እናተኩራለን፡፡

ከአስተዳደጋችን ይጀምራል

ከሁሉ በፊት ራስን ማወቅ የሚጀምረው አስተዳደጌ በእኔ ላይ ያመጣውን ተጽእኖ ከመለየትና ወደምን ማንነት እንዳመጣኝ ከማወቅ ነው፡፡ አንድ ሰው ያደገበት ቤት በእርሱ ላይ ይህ ነው የማይባል ተጽእኖ እንዳው በሚገባ ሊገነዘብ ይገባዋል፡፡ ገና ከለጋነቱ ጀምሮ ባደገበት ቤት ሲያይና ሲሰማ ያደገው ሁኔታ በአመለካከቱና በግንዛቤው ላይ ይህ ነው የማይባል ተጽእኖ አለው፡፡ ለምሳሌ፣ በአጭሩ ለመግለጽ ያህል አንድ በራሱ ቤተሰብ እጅ በጥሩ እንክብካቤ ያደገ ልጅና ከዚህና ከዚያ ሰዎች እየተቀባበሉት፣ ቤተሰቡ ማን እንደሆነ ሳያውቅ ያደገ ሰው አንድ አይነት አመለካከት አዳብሮ ያድጋል ብሎ ማሰብ የማይሞከር ጉዳይ ነው፡፡

ስለዚህ ጉዳይ በሚገባ አስበህበት አሁን ያለህበትን ሁኔታ አነሳስ ለማጤን እንዲረዳህ ያሳደጉህ ቤተሰቦችህ ከአንተ ጋር ስለነበራቸው ግንኙነት ማሰብ ትችላለህ፡፡ ለምሳሌ፣ ቤተሰቦችህ ምን አይነት ነገር ሲነግሩህ አደግህ? ቤተሰቦችህ ምን ሲያደርጉልህ ወይም ምን ሲያደርጉብህ ልጅነትህን አሳለፍክ? እነዚህና እነዚህን የመሰሉ ጥያቄዎችን በሚገባ መመለስ ራስህን ለማወቅ የጀመርከውን ጉዞ እጅግ ያቀናልሃል፡፡ ምክንያቱም ቤተሰቦች ወይም አሳዳጊዎች ከአንተ ጋር የነበራቸው የግንኙነት ልውውጥ በራስህም ላይ ሆነ በዙሪያህ ባለው አለም ላይ ለሚኖርህ አመለካከት እጅግ ወሳኝ በመሆኑ ነው፡፡

ከዚህም በተጨማሪ ቤተሰቦችህ እርስ በርሳቸው የነበራቸው ሁኔታ በእይታህ ላይ ታላቅ ስፍራ እንዳለውም ማወቅ የግድ ነው፡፡ ቤተሰቦችህ እርስ በርሳቸው በምን ሁኔታ ሲስተናገዱ ተመልክተህ ነው ያደከው? ሲከባበሩ? ሲናናቁ? አንዱ በአንዱ ላይ አካል ጉዳት ሲያደርስበት? አንዱ አንዱን ሲያደንቀውና ሲያመሰግነው ወይስ የቃላት ጦርነት ሲለዋወጡ? ቤተሰቦችህ ከኑሮአቸውስ ጋር ምን አይነት ግንኙነት ሲያደርጉ ተመልክተህ አደግህ? ኑሮ ሲከብዳቸው ምላሻቸው ምን ይመስል ነበር? ተስፋ ሲቆርጡና ሲያማርሩ አይተህና ሰምተህ ነው ያደከው? ኑሮ ሲመቻቸውና እንደፈለጉ ማድረግ ሲችሉስ የኑሮ ዘይቤአቸው ምንድን ነበር?

ሕብረተሰባችንን ያካትታል

ራስን የማወቅ ጉዞ አንድ ሰው ያደገበትን ቤት ከማወቅ ያለፈ መልክም አለው፡፡ ይህ ሰው ያደገበት ህብረተሰብም ግንዛቤ ውስጥ ሊገባ ይገባል፡፡ ያደግንበትን ሕብረተሰብ ማወቅ ማለት የሕብረተሰባችንን አጠቃላይ የኑሮ ዘይቤና አመለካከት መገንዘብ ማለት ነው፡፡ ከቤተሰባችንም ሆነ ካደግንበት አካባቢ የተቀበልናቸው መልካም ነገሮች እንዳሉ ሁሉ፣ ጤና ቢስንም ነገር ወርሰናል፡፡ ይህንንም በማወቅ በተረከብናቸው መልካም ነገሮች ላይ መገንባት፣ ጤናቢስ ለሆኑት ዘይቤዎች ደግሞ፣ “እምቢ” በማለት ከእኛ ለሚከተለው ትውልድ አዲስ መንገድ ጠርገን የማለፍ ምርጫው በእጃችን ነው ያለው፡፡

ለምሳሌ፣ የሚከተሉትን ጥያቄዎች መጠየቅ ትችላለህ፣ “የተወለድኩባትና ያደኩባት ሃገር በእኔ ላይ ያመጣችው ተጽእኖ ምንድን ነው?” “የተወለድኩባትና ያደኩባት ሃገር ምን አይነት አመለካከት ያላቸውን ሰዎች ያወጣች አገር ናት?” እነዚህ ጥያቄዎች ወሳኝ ጥያቄዎች ስለሆኑ በቀላሉ አትመልከታቸው፡፡ ጨዋነት፣ መተማመን፣ እውነተኛነት፣

ቀጥተኛነትና የመሳሰሉትን መልካም የሕይወት ዘይቤዎች የሚለማመድ አገር ውስጥ ካደግህ ውስጥህ የሚቀረው ያው ነው:: ክፋት፣ ተንኮል፣ መካካድ፣ መናናቅ፣ ሃሜትና የመሳሰሉት አሉታዊ ኃይሎች የነገሱበት አገር ውስጥ ካደግህ ደግሞ ውስጥህ ምን አይነት ነገርን ለምዶ እንደምታድግ መገመት አያስቸግርህም::

ምናልባት ከላይ የተጠቀሰውን ሃሳብ ጠበብ ስታደርገውም ያደክበትን ሰፈር፣ መንደር ወይም ሕብረተሰብ እንድታስብ ይጋብዝሃል:: ከልጅነትህ ጀምሮ ተጫውተህና ተምረህ ያደክበት ሕብረተሰብ እርስ በርሱ ያለው ቅንነትና እውነተኛነት እንዴት ነበር? በአለመግባባት ላይ ያለው አመለካከት ምንድን ነበር? አለመግባባትን እንዴት ነው የሚፈታው? ከሌላው ጎሳ ጋርም ሆነ የተለየ ኃይማኖት ካለው ጎረቤቱ ጋር የነበረው ግንኙነት ምንድን ነበር? እነዚህን ጥያቄዎች በቀላሉ ልትመለከታቸው አይገባም፣ ምክንያቱም በአመለካከትህ ላይ የመጣውን ተጽእኖ፣ እንዲሁም ውስጥህ ምን ሃሳብ አዝለህ እንዳደክና እንዴት እንደተቃኘህ እንድታውቅ ይረዳሃል::

ብርቱና ደካማ ጎኔን ይነካል

ብርቱ ጎን ማለት፣ ዝንባሌ የሆነ፣ ለማድረግ የምጓጓለት፣ ሳከናውነው የሚሳካልኝ፣ ብሳሳትና ባይሳካልኝ እንኳን እንደገና ለማሻሻል የምነሳሳለት ሁኔታ ማለት ነው:: ደካማ ጎን ማለት ደግሞ ዝንባሌዬ ያልሆነ፣ ምንም ብታገል የማይሳካልኝ፣ ብዙም የማያጓጓኝ፣ ጉዞው ትንሽ ሲያታግለኝ በቀላሉ ተስፋ የምቆርጥበት ሁኔታ ነው:: ይህንን ሁኔታ መለየት ራስን በማወቅ ሂደት ውስጥ ይህ ነው የማያባል ስፍራ አለው:: ራስን በማወቅ ስበስል ዝንባሌዬንና ብርቱ ጎኔን በሚገባ መለየትና በዚያ ላይ መገንባት ማለት ነው:: ምንም እንኳን የማይሳካልኝንና ደካማ ጎኔ ነው የምለውን ነገር ለማሻሻል መጣጣሩ ምንም ችግር ባይኖረውም፣ ከዚያ ይልቅ ግን በብርታት ላይ ማተኮር ይመረጣል::

አንዳንድ ሰዎች በብዙውን ጊዜያቸውን የሚያሳልፉት ፈጽሞ ዝንባሌአቸው ያልሆነውን ነገር ለማዳበር በመታገል ነው፤ ትርፉም ጊዜን ማባከን ነው:: አየህ፣ ምንም ያህል ብትታገል የማትችላቸው ነገሮች እንዳሉ አምኖ መቀበል የተረጋጋ ጉዞ ውስጥ ይከትሃል:: ለምሳሌ፣ ሩጫን በተወዳደርክ ቁጥር የሚያጓጓህ ከሆነና ውጤትህም በየጊዜው እየተሻሻለ ከመጣ፣ በተቃራኒው ደግሞ የውኃ ዋና ልምምድም ሆነ ውድድር ብዙ የማያጓጓህ ከሆነ ብዙውን ጊዜህን ማሳለፍ ያለብህ የመዋኘት ብቃትህን ለማሻሻል ሳይሆን በሩጫ ብቃትህ

ላይ በመገንባት ነው፡፡ ይህንን ምስጢር መገንዘብ ሁሉን ነገር የማድረግ ብቃትና ችሎታ እንደሌለህ አውቀህ እንድታርፍ ይረዳሃል፡፡

አንዳንድ ጊዜ የማይሳካልንንና ዝንባሌአችን ያልሆነውን ነገር አምኖ መቀበልን እንደ ሽንፈት ስለምንቆጥረው የማያልቅ ትግል ውስጥ ራሳችንን ልናገኘው እንችላለን፡፡ ከዚህ ከድካም ከማያልፍ ትግል ለመላቀቅ፣ ስናደርገው የሚያታግለንንና ውስጣችንን የማያጓጓውን ነገር በመለየትና ቀስ በቀስ በመልቀቅ ወደ ዝንባሌአችን ማድላት አስፈላጊ ነው፡፡ ይህንን ማድረግ ጊዜአችንን፣ ጉልበታችንንና ገንዘባችንን መጨረሻው ፍሬ ቢስ ለሆነ ነገር እንዳንሰዋ ይጠብቀናል፡፡ ሆኖም፣ ዲሲፕሊንን በማዳበር ወደመሻሻል ልናመጣው የሚገባንን ነገር "ዝንባሌዬ አይደለም" በሚል ሰበብ በመደበቅ ችላ እንዳንለው መጠንቀቅ አስፈላጊ ነው፡፡

3.3

ማንነትን መቀበልና መሆን

ራስንና ማንነትን የመቀበል እውነታ አንድ ሰው ሊያስተናግዳቸው ከሚችላቸው ውብ ነገሮች መካከል አንዱ ነው፡፡ ብዙ ሰዎች ለራሳቸው ግልጽ ባልሆነና በውስጠ-ሕሊናቸው ግፊት ራሳቸውን ለመቀበል ሊፈሩ ይችላሉ፡፡ ይህ ሁኔታ አንዳንድ ጊዜ ራስን ከመጥላት ጋር ሊያያዝ ይችላል፡፡ ስለዚህም ራሳቸውን ሙሉ ለሙሉ ለመቀበል በቅድምያ የተሟላ ማንነት ሊኖራቸው እንደሚገባ ያስባሉ፡፡ ይህ የተዛባ አመለካከት ወደማይፈልጉበት ቀጠና ይነዳቸዋል፡፡ እንደ እውነቱ ከሆነ አንድ ሰው ችግር አለብኝ ብሎ አሰበም አላሰበም ራስን የመቀበል ጉዳይ አስፈላጊ ነው፡፡ ራሱን ከችግር ነጻ እንደሆነና እንደ ተሳካለት ሰው ያሰበ ሰው ራሱን ወደመቀበል እንደሚመጣ ሁሉ፣ ራሱን እንዳልተሳካለት የሚያስብ ሰውም ያንን ማንነቱን ወደ ተሻለ ደረጃ ለማሻገር በቅድሚያ ራሱን መቀበል ይገባዋል፡፡

ራስን መሆን

ራስን መሆን ማለት፣ ማንነትን ተቀብሎ፣ ሳይደባብቁና ሌላውን ሰው ለመሆን ሳይሞክሩ በነጻነት መኖር ማለት ነው፡፡ አንዳንድ ሰዎች ራሳቸውን ስለማይቀበሉት ራሳቸውን ሆነው መኖር አይችሉም፡፡ ራሱን መቀበል ያስቸገረው ሰው ላይ የሚታየው የመጀመሪያው ምልክት ራስን አለመሆን ነው፣ ስለዚህም የማይቀበለውን ማንነቱን ለውጦ ለመታየት ሲሞክር ራሱን ያገኘዋል፡፡ እውነቱ ግን አንድ ነው፣ አንድ ሰው በማንነቱ ላይ ግድፈት አየም አላየ ካለምንም ቅድመ-ሁኔታ ራሱን የመቀበሉ ሁኔታ የግድ ነው፡፡ ይህን ስንል ማስታወስ ያለብን፣ ራስን መቀበል ማለት አጉል ባህሪይ መቀበልና ለመልቀቅ አለመፈለግ ማለት አይደለም፡፡ ማንነታችንና ባህሪያችን የተለያዩ ሁኔታዎች

ናቸውና፡፡

ራስን ስለመሆን ስናስብ፣ "እንዴት ጉድለቴን ዝም ብዬ እቀበላለሁ?" የሚል ጥያቄ ልናነሳ እንችላለን፡፡ ይህንን ሁኔታ በሁለት ከፍለን ልንመለከተው ይገባል፡፡ በመጀመሪያ፣ መለወጥ ወይም ማሻሻል የምችለው ሁኔታዬን ነው፡፡ ለምሳሌ፣ አለመማሬ፣ አለማሻሻሌ፣ ግድየለሽነቴና የመሳሰሉት ሁኔታዎቼ እንደማለት ነው፡፡ መልሱ አጭርና ግልጽ ነው፡፡ መለወጥ ወይም ማሻሻል የምችለውን ነገር ሁሉ ለመለወጥና ለማሻሻል የማያቋርጥ ጥረት ማድረግ አስፈላጊ ነው፡፡ ሆኖም፣ አሻሻልኩትም አላሻሻልኩት ራሴን ወደ መቀበል መምጣቴና ጤናማ የሕብረተሰቡ አካል ሆኜ መኖሬ፣ እንዲሁም ደግሞ ለማሻሻል ከመሞከር አለማቆሜ ሊዘነጋ የማይገባው እውነት ነው፡፡

ሁለተኛው ጉዳይ፣ መለወጥ ወይም ማሻሻል የማልችለው ሁኔታዬን ነው፡፡ ለዚህ ሁኔታ መልሱ አንድ ነው፣ መለወጥ ወይም ማሻሻል የማልችለውን መቀበል፡፡ ለምሳሌ፣ ዘሬን፣ መልኬን፣ አወላለዴንና የመሳሰሉትን ከፈጣሪ የተቀበልኩትን አሁን የሆንኩትን ማንነት ለመቀየር አስቸጋሪ እንደሆነ ግልጽ ነው፡፡ ሰው ዜግነቱን ይለውጣል እንጂ ዘሩን አይለውጥም፡፡ ሰው የቆዳ ቀለሙ ቀላ ወይም ጠቆር እንዲል ሊቀባባ ይችላል እንጂ ደሙን ሊለውጥ አይችልም፡፡ ሰው ረጅም ወይም አጭር የሚያስመስለውን የአለባበስ ዘይቤ ሊያዳብር ይችላል እንጂ ያው የሆነው ነው፡፡ ሙከራው ሊደነቅና ሊበረታታ ይችላል፣ ይህ ሰው ግን ራሱን ተቀብሎ በሰላም እንዲኖር ይመከራል፡፡

ራስን ያለመቀበል መንስኤና መገለጫ

ማንኛውም በሕይወታችን የሚከሰት ነገር በመጀመሪያ የተከሰተበት ምክንያት ሲኖረው፣ ሲቀጥልም የተከሰተው ነገር የሚያመጣው ተጽእኖ አለው፡፡ ራስን የመቀበልና ያለመቀበል ሁኔታም እንዲሁ ነው፡፡ ሰው እንዲሁ ራሱን ወዳለመቀበል አይመጣም፤ ወደዚያ ስሜት እንዲገባ መነሻ የሆነው ነገር አለ፡፡ ስለዚህም፣ ራሳችንን እንዳንቀበል የሚገፋፉንን አጉል ተጽእኖዎች ነጥለን ማወቅ ይገባናል፡፡ ከመልካችን፣ ከቁመናችን፣ ከቆዳ ቀለማችን፣ ከትምህርት ደረጃችንና ከኑሮአችን ሁኔታ በመነሳት ማንነታችን ሙሉ እንዳልሆነ የሚያሳስቡን ሁኔታዎች በቶሎ ካልለየናቸው፣ ነገሮች ከተበላሹ በኋላ ነው የምንነቃው፡፡

በየቀኑ ባለን ማህበራዊ ግንኙነት በቀን ውስጥ ከብዙ ሰው እና ሁኔታ ጋር መልእክትን እንለዋወጣለን፡፡ እንግዲህ በእነዚህ ልውውጦች መካከል ነው የተለያዩ አጣርተን ልንጥላቸው የሚገቡንን መልእክቶች ወደ ውስጣችን ተደባልቀውና ተሰውረው እንዲገቡ የምንፈቅደው፡፡

ለምሳሌ፣ አንዳንድ ጊዜ ከቅርብ ወዳጆቻችን ወይም በስራም ሆነ በሌሎች ጉዳዮች በየጊዜው ከምናገኛቸው ሰዎች ተዳጋጋሚ የሆነን በራሳችን ላይ ያለንን ግምት እንድንጥል የሚደርጉንን መልእክቶች ልንቀበል እንችላለን፡፡ አብዛኛውን ጊዜ ለእኛ ሩቅ ናቸው ብለን ከምናስባቸው ሰዎች ከምንሰማው ይልቅ የቅርብና የእኛ ናቸው የምንላቸው ሰዎች የሚያስከትሉብን ጉዳት ቀላል አይደለም፡፡

ከዚህም በተጨማሪ የተለያዩ በተለይም የምእራባውያን መገናኛ ብዙሃን፣ ማስታወቂያዎችና ፊልሞች፣ "አንተ እኮ እንዲዚህ መምሰል ነበረብህ" የሚልን መልእክት ካለማቋረጥ ያስተላልፋሉ፡፡ ስለዚህም፣ በምስል ላይ ያየነውን ሰው ሁኔታ ተመልክተን የእኛን መለስ ብለን በመቃኘት ልዩነት እንዳለንና የሆነ ችግር እንዳለብን ለማሰብ እንጋበዛለን፡፡ በዚህ ጉዳይ ላይ በሚገባ ካላሰብንበትና ጥንቃቄን ካላደረግን፣ ንግግራችን፣ አለባበሳችንና ከሰዎች ጋር ያለን ሁኔታ "ከእኛነት" ክልል ይወጣና ያየነውንና የሰማነውን ሁሉ ለመምሰል ከዚህና ከዚያ ሲዋኸቅ ይገኛል፡፡ ይህ ሁኔታ ደግሞ ለእኛ በማይታወቀን ሁኔታ ለተመልካች ሁሉ ግልጽ ነው፡፡

ራስን ያለመቀበል ስነ-ልቦናዊ መነሻ

ከላይ ለመጥቀስ እንደተሞከረው፣ ራሳችንን ጥለን ወደ ሌላኛውና የእኛ ወዳልሆነው ማንነት እንድንማረክ ጥሪ የሚያደርጉ ሁኔታዎች በዙሪያችን ሞልተዋል፡፡ እነዚህ ጥሪ የሚያስተላልፉልን ሁኔታዎች እንደ ቴሌቪዥን፣ መጽሔት፣ ድረ-ገጽ ምስሎችና የመሳሰሉት ሲሆኑ፣ እነዚህ ሁኔታዎች ቀድሞውኑ ውስጣችን ለነበረው ስነ-ልቦናዊ ቀውስ ጥሪ የሚያደርጉ ሁኔታዎች ናቸው እንጂ በራሳቸው መንስኤዎች አይደሉም፡፡ ምክንያቱም፣ እነዚህን ሁኔታዎች ከእኛ ባልተናነሰ ሁኔታ ተመልክቶ ምንም አይነት አጉል ተጽእኖ ያላደረበት ሰው ስላለ ነው፡፡ ስለዚህ፡ እነዚህ ውጫዊ ጥሪዎች ሲመጡ ቀድሞውኑ በውስጣችን ያለውን የተዛባ አመለካከት ተከልለው ነው ተቀባይነት የሚያገኙት፡፡

ራስን ያለመቀበል አዙሪት፣ በውስጣችን ያለውን የመወደድና ተቀባይነት የማግኘት ፍላጎት ለማሟላት ብዙ ነገሮችን ለማድረግ ወዲህና ወዲያ እንድንንገላታ ያደርገናል፡፡ ይህ እንዳይሆን በውስጣችን ያሉትን ስነ-ልቦናዊ ፍላጎቶች በማወቅ ትክክለኛ መረጋጋት የምናገኝበትን መንገድ መፈለግ አለብን፡፡ ይህንን ለማድረግ በቅድሚያ ከራሳችን ለመሸሽ ራሳችንን ያሳመንንባቸው ስውር ስነ-ልቦናዊ ምክንያቶች መለየት የግድ ነው፡፡ ለምሳሌ፣ እንዲቀበሉን የምንፈልጋቸው ሰዎች ካልተቀበሉን ጥፋቱ ወይም ጉድለቱ ያለው እኛ ጋር እንደሆነ ስለምናስብ ተቀባይነቱን ለማግኘት ምንም ከማድረግ አንመለስም - ራስን በመቀየር ያልሆንነውን ለመሆን እስከመሞከር ድረስ፡፡

እንግዲህ ራሳችንን ትተን፣ "እንደዚህ ብሆን ወይም ብመስል ሰዎች ይቀበሉኛል" ብለን ወዳሰብንበት የቅዠት አለም እንድንዘምት የሚደርጉን ስነ-ልቦናዊ ግፊቶች ብዙ መሆናቸውን ማሰብ አስፈላጊ ነው፡፡ አንዳንድ ጊዜ የቤተሰብ አባሎችን ለማስደሰት ብዙ እንጓዛለን፡፡ አንዳንድ ጊዜ ደግሞ ልቡን ለእኛ ለመስጠት ፈቃደኝነት የሌለውን " ፍቅረኛ" የእኛ ለማድረግ እንደ እሱ ምኞት ራስን በመለዋወጥ እንጦዛለን፡፡ አንዳንድ ሰው ደግ "የዘመኑን" ሰው መስሎ ለመገኘት የሚያደርገው ጥረት ከራሱ ያወጣዋል፡፡ የዘመኑን ፋሽን፣ የዘመኑን ቁመና፣ የዘመኑን የንግግር ዘይቤ ... ለመጨበጥ የሚደረግ መፍጨርጨር በራሱ ችግር ባይኖርበትም፣ ራስን ካስካደና የውሸት ማንነት ውስጥ ከከተተን ግን መጠንቀቅ አስፈላጊ ነው፡፡

3.4

ከራስ ጋር መደማመጥ

ማንኛውም ሰው ከራሱ ጋር ሳይነጋገር ውሎ ሊያድር ቀርቶ አንዲትም ደቂቃ ማሳለፍ አይችልም፡፡ በቤታችንም ሆነ በአካባቢያችን ካሉት ሰዎች ጋር ከምንነጋገረው የበለጠ ከራሳችን ጋር እንነጋገራለን፡፡ ስለሆነም፣ ከእኛነታችን የምንሰማቸውን ድምጾች በመስማት ከራስ ጋር መስማማት እጅግ አስፈላጊ ነው፡፡ አንድ ሰው ከሌላው ሰው ጋር ከመግባባቱ በፊት በመጀመሪያ ከራሱ ጋር መግባባት አለበት፡፡ አንድ ሰው ማንንም ሰው ከማድመጡ በፊት በቅድሚያ ራሱን ሊያደምጥ ይገባዋል፡፡ ይህ "ራስን የማድመጥ ብልጽግና" ብለን የሰየምነው እውነታ እጅግ ወሳኝና ሰው ሁሉ ሊያስተናግደው የሚገባ እውነታ ነው፡፡ ማንነታችን ካለፈውና ካሁኑ እንዲሁም ከሆነውና ካልሆነው የሚቃርመውን በመሰብሰብ ብዙ መልእክቶችን ያስተላልፍልናል፡፡ እነዚህ መልእክቶች ትክክለኛ ናቸው ብለን አመንንም አላመንን መደመጥ ግን ይገባቸዋል፡፡

የህሊናን ድምጽ ማድመጥ

ከሁሉ በፊት ሊደመጥ የሚገባው የማንነት ክፍል ይህ ህሊና የተሰኘው ክፍላችን ነው፡፡ ሰው በፈጣሪው እጅ ሲፈጠር በውስጡ ከተጨመረለት ወሳኝና አስፈላጊ የማንነት አካል አንዱ ህሊና ነው፡፡ አንድ ሰው በአካሉ አንድን የሚያቃጥል ነገር ሲነካ በሰውነቱ ላይ ከተቀመጡት የነርቭ ጫፎች የተነሳ የህመምን ስሜት ይሰማዋል፡፡ ይህ የህመም ስሜት የሚሰማው በሰውነቱ የነካው ነገር ሊጎዳው እንደሚችል ማስጠንቀቂያን ለመስጠት ነው፡፡ በሌላ አባባል፣ "ይህ የተነካ ነገር ጉዳት ስለሚያስከትል በድጋሚ አይነካ" ማለት ነው፡፡ የህሊናም ተግባር ከዚህ ተለይቶ አይታይም፡፡ የአንድን ሃሳብ ወይም ድርጊት ትክክለኛነት የምንለካበት የፈጣሪ ስጦታ ነው፡፡

የህሊናን ድምጽ ማድመጥ ማለት፣ በማሰብ ላይ ካለነው ሃሳብ አንጻር ወይም ለመተግበር ባቀድነው ተግባር አንጻር ህሊናችን ለሚጠቁመን የትክክለኛነት ወይም የስህተተኛነት መልእክት ክፍት መሆን ማለት ነው:: ስለዚህም፣ ይህንን ህሊና የተሰኘ ስጦታ በሚገባ ብናስተናግደውና ብንጠቀምበት በሕይወታችን የሚገኘውን ማንኛውንም "ጥቁር ነጥብ" ነጥሎና ቁልጭ አድርጎ ያሳየናል:: ለዚህም የህሊና ድምጽ የምንሰጠው ምላሽ ራሳችንንም ሆነ በእኛ ተግባር ተጽእኖ ስር የሚወድቀውን ሌላ ሰው ከመጉዳት ይጠብቀናል:: እንዲሁም ጊዜው ሳያልፍና መጨረሻው ወደማያምር የማይቀለበስ ውጤት ሳንገባ እንድንመለስ ይረዳናል::

እዚህ ላይ ሳንጠቅስ ማለፍ የማንችለው እውነት ስለህሊና አይነቶች ነው:: አንዳንድ ሰዎች ክፉ ነገርን ደጋግሜ በማድረግና ህሊናቸው ሲወቅሳቸው ህሊናቸውን "በመግደል" በክፉ ድርጊታቸው መወቀስ እስከሚያቆሙ ድረስ የወረደ ህይወት ውስጥ ሊገቡ ይችላሉ:: ስለዚህም፣ ሰርቀው ምንም እንዳልሰረቁ፣ በሰው ላይ ክፉና አሰቃቂ ነገር አድርገው ምንም ነገር እንዳላደረጉ በመኖር እንደውም ለበለጠ ክፋት ሲዘጋጁ ይታያሉ:: ልጆች ከለጋነታቸው ጊዜ ጀምሮ ህሊናቸው በጨዋ ስነ-ምግባር ሰልጥነው የማደጋቸው ምስጢር ያለው እዚሁ ጋር ነው:: የሚሰለጥነው ህሊናቸው ነው:: ህሊናችንን ብናሰለጥነውና ለሚሰጠንም ምልክት ትኩረት ብንሰጠው ከብዙ አበሳ እንድናለን::

ያለፈ ልምምድን ማድመጥ

በአጭርና ግልጽ በሆነ መልኩ ሲገለጥ፣ ያለፈ ልምምድን ማድመጥ ማለት ካለፉት ልምምዶቻችንና ገጠመኞቻችን የሚገባውን ትምህርት ቀስሞ ማለፍ ማለት ነው:: ምናልባትም ራስህን ልትጠይቃቸው ከሚገቡህ ጥያቄዎች መካከል የሚከተሉት ዋና ዋናዎቹ ናቸው:: ያለፈው ልምምዴ ምን አስተምሮኝ አለፈ? ያለፈው ስህተቴ ምን አስተምሮኝ አለፈ? ከዚህ በፊት ከደረሰብኝ ጉዳት ምን ትምህርት አገኘሁ? እንደዚህ አይነት ጥያቄዎችን በመጠየቅና ትክክለኛውን መልስ ፈልጎ በማግኘት አስገራሚ የእድገት አለም ውስጥ ልትገባ ትችላለህ:: ይህንን እውነት ብትለማመደው ካሳለፍካቸው ሁኔታዎች አንዱም እንኳ የሚወድቅ አይሆንም::

አንዳንድ ሰዎች ለአመታት የሰሩትን ስህተት እንደገና ደጋግመው ሲሰሩ ራሳቸውን ያገኙታል:: ይህ የሚሆነው ያለፈው ልምምዳቸውን የማድመጥ ሁኔታ ስላላዳበሩ ነው::

ካለፈው ልምምድህ መማር ከዚህ በፊት የጨበጥከውን "እሳት" ደግመህ እንዳትጨብጥ ይረዳሃል፡፡ በሌላ አባባል፣ ከዚህ በፊት የጨበጥከው እሳት በእርግጥ አቃጥሎህ ከሆነ ደግመህ ያንኑ እሳት መጨበጥ የለብህም፡፡ ይህ እሳት የተለያዩ ነገሮችን የሚወክል ጉዳይ ነው፡፡ ከዚህ በፊት ሞክረህ አጉል ነገር ውስጥ ከጨመረህና ጉዳትን ካስከተለብህ ነገር መጠንቀቅን የሚነካ ጉዳይ ነው፡፡ ከሰራሃቸው ስህተቶች የተማርካቸውን ትምህርቶች ለይቶ ማወቅና የተሻለ ሰው ወደ መሆን ማደግህ አስፈላጊ ጉዳይ ነው፡፡

ካለፈው ስህተት መማር ከማህበራዊ ሕይወት አንጻርም ሊታይ የሚገባው ጉዳይ ነው፡፡ ለምሳሌ፣ በተመሳሳይ ሰዎች ደግመህ ደጋግመህ ከምትጎዳበት ግንኙነት ካልተማርክና ተገቢውን እርምጃ ካልወሰድክ፣ ካለፈው ልምምድህ የምትማር ሰው እንዳልሆንክ ጠቋሚ ነው፡፡ ከዚህ በፊት "በሞኝነትህ" ምክንያት ሰዎች ተጠቅመውብህና ጎድተውህ ከሆነ እንደዚህ አይነት ሰዎችን በመለየት በምን መልኩ እንደምትቀርባቸው በሚገባ ማቀድ አለብህ፡፡ ምናልባትም በዚህ አይነቱ አዙሪት ውስጥ ደግመህ ደጋግመህ ራስህን የምታገኘው ከሆነ፣ ሊረዳህ ወደሚችል አማካሪ ጠጋ በማለት አንዳንድ የጥበብ መንገዶችን መቅሰም ትችላለህ፡፡

በሰዎች የመገደድን ስሜት ማድመጥ

ራስን ማድመጥ ከስነ-ልቦና አንጻር ሲታይ በሰዎች የመገደድን ስሜት መለየትን ያጠቃልላል፡፡ በሰዎች የመገደድን ስሜት ማድመጥና መለየት ማለት ከማንነታችን የሚያወጣንን የሰዎች ግፊት መለየት ማለት ነው፡፡ አንዳንድ ሰዎች ከፈቀድንላቸው የእነሱን ሃሳብ ብቻ እንድናራምድና ማንነታችንን ጥለን ለእነሱ አጀንዳ እንድንኖር ሊያስገድዱን ይችላሉ፡፡ እንደ እውነቱ ከሆነ የተጫኑን ሰዎች የመነሻ ሃሳባቸው ክፋት ላይሆን ይችላል፡፡ አንዳንድ ሰዎች የሚጫኑንና የሚያስገድዱን ለእኛ መልካም የሰሩ እየመሰላቸው ሊሆን ይችላል፡፡ ሌሎች ግን የመቆጣጠር ዝንባሌ ስላላቸውና ሰውን በመጫን የራሳቸውን ምኞት የማስፈጸም ልማድ ስላላቸው ነው፡፡

በዚህች አለም ላይ ስትኖር ራስህን ከአስገዳጅና ከተቆጣጣሪ ሰዎች ነጻ ማውጣት ከቻልክ የድሎችን ሁሉ ድሎች ተጎናጽፈሃል፡፡ ምንም አሰብክ፣ ምንም ሃሳቡ ከውስጥ የወጣ ወይም ውስጥህ ያመነበት መሆን አለበት፡፡ ምንም አደረክ ምንም ተግባሩ ትክክል ስለመሆኑ በቂ ጊዜ ወስደህና አስበህበት፣ እንዲሁም አምነህበት ሊሆን ይገባዋል፡፡

አለዚያ አንተ መኖር ታቆምና ሌላው ሰው "በአንተ ውስጥ" ሆኖ የራሱን አጀንዳ እያራመደ መኖር ይጀምራል፡፡ ወደ እውነቱ ስንመጣ፣ አንድ ሰው ለአቅመ-አዳም ወይም ለአቅመ-ሄዋን ደረሰ ሊባል የሚገባው አስራ ስምንት አመት ሲሞላው ሳይሆን የሚያስበውን አውቆ ራሱን ከውጪ ከሚመጣ ግፊት ነጻ ወደማድረግ ደረጃ ሲደርስ ነው፡፡

በሰዎች ከመገደድ ሕይወት ለማምለጥ የሕይወትህን መመሪያ በመለየትና በማወቅ ያንን ማዳበርና በዚያ እውቀት መደላደል አስፈላጊ ጉዳይ ነው፡፡ ራስህን ካልመራህ የመጣው ሰውና ገጠመኝ ይመራሃል፡፡ በተጨማሪም ለራስህ ገደብ በማበጀት ለሰዎች ብለህ የት ድረስ መሄድ እንዳለብህ ለይተህ እወቅ፡፡ በመገደድ ሳይሆን ውስጥህ ስላመነበትና ያንን ለማድረግ ስለወሰንክ ልታደርገው ይገባል፡፡ እንዲሁም፣ ለሰዎች ገደብን አብጅላቸው፡፡ ያላመንክበትን ነገር ካለምንም የጥፋተኝነት ስሜት እምቢ ማለትን መልመድ መልካም ልማድ ነው፡፡ የሰው ስሜት ላለመጉዳትና ክፉ መስሎ ላለመታየት ለሁሉም ነገር እሺ ማለት ማንነትህን እንደሚሸረሽረው አትርሳ፡፡

ክፍል አራት

ማሕበራዊ ብልጽግና

ነፋስ የወሰደው ማስታወሻ (Diary)

ሃይለኛ ነፋስ የሚነፍስበት ቀን ነበር፡፡ የነፋሱ ጉልበት ቀለል ብሎ ያገኘውን ነገር ሁሉ እያነሳ ከዚህና ከዚያ ያንገላታዋል፡፡ አሮጌ ኩርቱ ላስቲኮች፣ የውኃ ፕላስቲኮች፣ ወረቀታ ወረቀቶች … ሌላ ቀርቶ አንድ ሞልቶ የተረፈ የሰፈር ቆሻሻ ማጠራቀሚያ ሳይቀር የዚህ ነፋስ ሰለባ በመሆን ተበዝብዟል፡፡ በአጭሩ፣ ነፋሱ ያልበታተነው ነገር የለም፡፡ በዚህ ጊዜ ነበር አንድ ሽፋን-የለሽና የተቀዳደደ ትንሽ ማስታወሻ ደብተር ቢጤ እየበረረ ቆሜ የመስሪያ ቤት ሰርቪስ ስጠብቅ ከነበረበት ቦታ የደረሰው፡፡ ሳየው ጽሑፍ እንዳለበት ስለገባኝ ለማንበብ ጓጓሁና ላነሳው ጎንበስ ስል እንደገና ነፋሱ ጠርጎ እልፍ አደረገው፡፡ እንደገና ሞከረኩኝ፡፡ አሁን ነፋሱ አመጸብኝ፡፡ ሶስተኛ ሞከሬ አሁንም ነፋሱ ፈቃደኝነቱን ሲከለክለኝ ወደ ስድስት ሜትር አካባቢ ተራምጃለሁ፡፡ እልህ ያዘኝ፡፡ በመጨረሻም እንደምንም ተከታትዬ በእጄ አስገባሁት፡፡ ነፋሱን ከመውቀስ ይልቅ የከዳኝን የወጣትነት እድሜ ቅልጥፍና ታዝቤ ጓደኛዬን እየጠበኩ ማንበቡን ተያያዝኩት፡፡

አንድ ሰው በየቀኑ የጻፈው የግል ማስታወሻ (Diary) ነው፡፡ አብዛኛው ገጽ ተበጫጭቋል፣ አንዳንዱ ግን ሙሉ ነው፡፡ እንዲህ ይላል፡-

ሰኞ ታህሳስ 15 ቀን

"ወደ ስራ ከመሄድ ዝግጅቴን ጨርሼ ከቤት ወጣሁና ገና ከሰፈሬ ሳልርቅ ብዙ ቤተሰቦች ልጆቻቸውን ይዘው በሚተላለፉበት መንገድ ላይ አንድ ሰው ሽንቱን ሲሸና አየሁ፡፡ ገርሞኝ ሳየው፣ "ምን አዲስ ነገር አየህ" በሚል አይነት ግልምጫ አይኔን ከእሱ ላይ እንዳነሳ አስገደደኝ፡፡ ከእሱ በፊት በዚያ ቦታ ላይ የተጸዳዱ ሰዎች እንዳነበሩ የቆመበት አካባቢ ያሳብቃል፡፡ ዘወር ስል፣ አንድ ከተፈቀደው መጠን በላይ ሰዎችን የጫነ የቤት መኪና ከአካባቢው በማይመጥን ፍጥነት እየበረረ ሲያልፍ በግራና በቀኝ የኋላ መስኮቶቹ በአንዱ ጎን የሙዝ ልጣጭ በአንዱ ጎን ደግሞ ያለቀ የጁስ ጠርሙስ ተወርውረው መንገዱ ላይ አረፉ፡፡ የሙዝ ልጣጩ ሰው ሲጥል፣ የተሰበረው ጠርሙስ ደግሞ የሰው እግር ሲወጋ ታየኝ፡፡ ከዚያ አለፍ ብዬ እንደሄድኩኝ አንድ የተቆጣ አባት ከአቅማቸው በላይ የጀርባ ቦርሳ ያዘሉ ሶስት ልጆቹን እንደ በግ ፊት ፊት እየነዳ "ቶሎ በሉ፣ እኔን የሰለቸኝ እናንተን መቀለብና ማገድ ነው" እያለ ሲገሰግስ አየሁት፡፡ እንኳን እነሱን እላረገኝ ብዬ ሳልጨርስ የሚጣራ ድምጽ ሰማሁና ዘወር ስል የሰውየው ሚስት ነች፡፡ ስለልጆቹ አንድ የሆነ ከእኔ ግልጽ ያልሆነን ነገር በብስጭት

ድምጽ ነገረችው። ዘወር ብሎም ሳያያት ከአፉ ያወጣውን ክፉ ቃል አሁን ለመድገም አልፈልግም።"

የዚህን ሰው የግል ማስታወሻ እያነበብኩ ከዚህ በፊት እኔው ራሴ ያደረኳቸው አንዳንድ ማሕበራዊ ሃላፊነት የጎደላቸው ድርጊቶች ድቅን አሉብኝ፡፡ ማንበቤን ግን ቀጠልኩ፡፡

"ባዶ የሆነ ታክሲ ካገኘሁ ልሳፈር የጎንዮሽ አያየሁ በመቀጠል ከዚያ በኋላ ባልሳሳት አስር ደቂቃዎች በእግሬ ሄጃለሁ። መንገዱ ተጨናንቆ መኪናዎች ግጥም ብለው መተላለፊያ የለም። የመኪናው ጡሩምባ (ክላክስ) ረጅም የኦርኬስትራ ሙዚቃ መስሏል። መኪናዎቹ የሚሰሩት በነዳጅ ሳይሆን ከጡሩምባው በሚወጣ የድምጽ ኃይል ይመስላል። አንድ መኪና አጉል ቦታ ጣልቃ ገብቶ መንገዱን ሁሉ ቆልፎታል። የዚህ መኪና ሹፌር ይባስ ብሎ ስህተቱን ሊጠቁሙት የሚሞክሩትን ሁሉ የአጸያፊ ስድብ መአት ያወርድባቸዋል። ጠጋ ብዬ ሳየው ቅድም ሰዎችን ሞልቶ አየበረረና ቆሻሻን ከመኪናው ውስጥ አየረጨ የሄደው ሹፌር ነው። በብዙ ቀናት ውስጥ የሚገጥሙኝን ነገሮች በአንድ ቀን ተጠራቅመው ስላጋጠሙኝ ገና በጠዋቱ ደከመኝ።"

እውነት ለመናገር እንኳን እሱ እኔም ራሴ የዘገየውን ሰርቪሴን በመጠበቅና እነዚህን ገጠመኞች በማንበብ ደክሞኝ ነበር፡፡ ቀና ስል የመስሪያ ቤቴ ሰርቪስ ደርሷል፡፡ ተሳፈርኩ፡፡ ካለወትሮዬ ለወዳጆቼ ሁሉ የችኮላ ሰላምታ ከሰጠኋቸው በኋላ ተቀመጥኩኝ፡፡ (በነገራችን ላይ የመስሪያ ቤቴ ባልደረቦች ከተለያዩ የሃገራችን ክልሎች የመጡ ናቸው፡፡ ብሔራችን፣ ቋንቋችን፣ አስተዳደጋችን፣ የቤተሰቦቻችን የኢኮኖሚ ሁኔታና አስተሳሰባችን ሳይቀር የተለያየ ነው፡፡ ደስ የሚለኝ ነገር ቢኖር ሁላችንም ተዋደንና ተከባብረን ለብዙ አመት መኖራችን ነው፡፡ በዚህ ትክክለኛ የማህበራዊ ምሳሌነት ምክንያት መስሪያ ቤቴን እወደዋለሁ፡፡) ማንበብ ቀጠልኩኝ፡፡

"ዘወር ስል አንድ ታክሲ የቀረችውን አንዷት መቀመጫ ሊሞላ ቆመልኝና ገባሁ። የታክሲው ሬድዮ የእለቱን የጠዋት ዜና የማብሰር ግዴታ ያለበት ይመስል በጩኸት ግኳል። ከቤት ወጥቼ ታክሲ ውስጥ እስከገባሁባት ጊዜ ድረስ የገጠሙኝን በሕብረተሰቡ መካከል ያሉትን አይነት ሰዎች ሁኔታ ሳወጣና ሳወርድ የሬድዮ ዜና ሃሳቤን ቀማኝ። በከተማችን ውስጥ በመከናወን ላይ ያሉት ልማቶች፣ የተለያዩ ሰዎች ያቀረቧቸው ግሩም ግሩም ሃሳቦች ይነገራሉ። ደስ ይላል። እስካሁን ባዮኋቸውና በሰማኋቸው ነገሮች የጨፈገገውን ውስጤን ፈታ አደረገው። የሬድዮው ስርጭት በማስታወቂያዎች ሰበር ከተደረገ በኋላ የተነገረው ነገር ግን አንደገና ሃሳቤን መከሰው። በከተማችን ውስጥ በተለያዩ ማሕበራዊ ሃላፊነት ውስጥ ያሉ ሰዎች ለጊዜአዊና ለግል ጥቅም ሲሉ ያደረጓቸውን በደሎች መዘርዘር ጀመሩ። አንዳንዶቹ ቀላል ናቸው፣ ሌሎቹ

ግን የሣገርን ልማት የሚያናጉትና የተተኪን ትውልድ አመለካከት በተበካሽ መልኩ የሚቃኙ ናቸው። እንደገና ደከመኝ። ምንም እንኳን የዛሬ የቀን ማስታወሻዬ ከሙብዛቱ የተነሳ ወደ መጽሐፍነት ሊለወጥ ትንሽ ቢቀረውም ከታክሲ ወርጄ ስራ ከገባሁ በኋላ በመስሪያ ቤት የገጠሙኝን ሁኔታዎች መጻፍ ነበረብኝ።”

ልክ ከዚህ ጽሑፍ በኋላ የማስታወሻ ደብተሩ ገጾች ተገንጥለዋል:: “መስሪያ ቤት ያጋጠመው ነገር ምን ይሆን?” ብዬ ከመጠየቅ ማቆም አልቻልኩም:: ሰውየውን ማግኘት አማረኝ:: ላመንኩበት ነገር ተነሳስቼና ሌሎችንም አነሳስቼ ሁኔታዎችን መለወጥ የምወድ አይነት ሰው ስለሆንኩኝ በጉዳዩ ላይ አንድ ነገር ማድረግ ፈለኩኝ:: ሕብረተሰቤ እንደዚህ መቀጠል የለበትም:: አንድ ነገር መለወጥ አለበት:: ይህ ለውጥ ግን መጀመር ያለበት ከእኔና እንደዚህ አይነቱ በህብረተሰቡ መካከል ያሉ ሁኔታዎች ከሚያሳስቧቸው ሰዎች ነው::

ማሕበራዊ ብልጽግና አንድ ሰው በሚኖርበት ማሕበረሰብ ውስጥ ከሰዎች ጋር ባለው ግንኙነት ሊኖረው ስለሚገባ ብስለት የሚናገር ሃሳብ ነው:: በተዘዋዋሪ መንገድ ስንመለከተው ማሕበራዊ ነክ ጉዳዮች ከሁለቱ ዋና ዋና የስሜት ብልህነት ዘርፎች መካከል አንዱን የሚነካ ጉዳይ ነው:: አንድ ሰው የራሱን ስሜት በሚገባ ወደማወቅ፣ ወደመምራትና ከዚያም አልፎ የሌሎችን ሰዎች ስሜት በመለየትና አያያዙን በማወቅ ሲበስል ይህ ሰው የስሜት ብልህነት አዳብሯል ይባላል:: ሆኖም፣ ማሕበራዊ ብልጽግና እጅግ ሰፊና ራሱን የቻለ ጽንሰ-ሃሳብ በመሆኑ ከሌሎች የስሜት ብልህነት ሃሳቦች ተለይቶ ሊጠቀስም ይገባዋል::

እንደሚታወቀው ሁሉ፣ የአገር ውበት የከተሞች ውበት ጥርቅም ነው:: የከተሞች ውበት ደግሞ የየሰፈሩ ውበት ክምችት ነው:: የሰፈሮች ውበት የየቤቱ ውበት ድምር ነው:: የየቤቱ ውበት ደግሞ በዚያ ቤት የሚገኙ ግለሰቦች ውበት ክምችት ነው:: ስለዚህ አንድን አገር ወይም ሕብረተሰብ እንዲህ ነው የሚያሰኘው የአየሩ ጸባይ፣ የመሬቱ አይነት፣ የተፈጥሮ ሃብቱና የመሳሰሉት ብቻ ሳይሆን የሃገሪቱ ሰው ሁኔታ ነው:: በአጭር አነጋገር ስለ አንድ አገር ሲነሳ የአየሩ፣ የመልከአ-ምድሩና የከተማው ውበት ከመጠቀሱ በፊት የሕዝብ ማንነት፣ ባሕሪይና ባህል ሊጠቀስ ይገባዋል:: የሕዝቡ ሁኔታ ደግሞ የግለሰቦች ድምር ነው:: ለዚህ ነው አንድ ሰው በማሕበራዊ ሕይወቱ ሊበለጽግ እንደሚገባውና ይህም ጉዳይ ወሳኝ እንደሆነ በሰፊው ልንመለከት የሚያስፈልገው::

በዚህ ማሕበራዊ ብልጽግና በሚለው ሃሳብ አንጻር በዚህ ክፍል የምንመለከታቸው ነጥቦች የሚከተሉት ናቸው፡፡

- ልዩነትን መቀበል
- መግባባት
- ማሕበራዊ ሃላፊነትን መወጣት
- ለተተኪው ትውልድ ማሰብ

4.1

ልዩነትን መቀበል

ሕብረተሰብ ሲታይ መጀመሪያ የሚጎላው ልዩነት ነው፡፡ ይህም ደግሞ ልንክደው የማንችል ታላቅ የሆነ ሃብት ነው፡፡ እንኳን በአንድ ብዙና ውብ የሆኑ ባህሎችን ባቀፈች አገር ውስጥ ቀርቶ በአንድ የድርጅት ሰራተኞች ቡድን ወይም ከአንድ ቤተሰብ በተወለዱ ልጆች መካከል እንኳን ልዩነት የማይቀር ነው፡፡ ስለዚህም፣ በተለያዩ የማሕበራዊ ዘርፎች ከምናገኛቸው ሰዎች ጋር በብዙ ነገር እንለያያለን፡፡ እይታችንን በጥሩ መልኩ ከቃኘነው፣ ይህ ልዩነት የብርታት እንጂ የድካም ምንጭ ሆኖ ሊታይ አይገባውም፡፡ በሌላ አባባል ከእኛ ለየት ያለን ሰው እንደ ጠላት ከማየት ይልቅ ልዩነታችንን እንደ ብርታት በመመልከት ለመልካም መጠቀም እንችላለን፡፡ ይህ ደግሞ በማሕበራዊ ብልጽግና የላቀ ሰው ምልክቱ ነው፡፡ አንድ ሰው ይህንን የማሕበራዊ ብልጽግና አካል የሆነውን ልዩነትን የመቀበል ብስለት እስኪያዳብር ድረስ ሁለንተናዊ ብልጽግና አዳብሯል ማለት ያስቸግራል፡፡

በልዩነት ላይ ያለን አመለካከት

ማህበራዊ ብልጽግና የሚጀምረው ልዩነትን ከመቀበል ነው፡፡ ለምሳሌ፣ ሁሉም ሰው የግል የሆነ የእይታ ቅኝት ስላለው፣ ሁለት ሰዎች በአንድ ነገር ላይ አንድ አይነት አመለካከት ሊኖራቸው አይችልም፡፡ ልዩነትን በመቀበልና በማክበር የበለጸገ ሰው ሁኔታውን እንደ “ሀብት” ይመለከተዋል፡፡ “የዚያኛው ሰው እይታ ከእኔ ለየት በማለቱ ምክንያት እኔ የማላየውን ጎን ለማየት ያስችለኛል” የሚል ሌሎችን የማቀፍና የመጠቀም ሃብት እንደሆነም ያስባል፡፡ ስለዚህም፣ ሁሉም ሰው ልክ እኔ እንደማስበው ማሰብ አለበት ከማለት ይልቅ የሌሎችን ሃሳብ በማስተናገድና ከራሱ አመለካከት ጋር በመደመር

የተሻለ ደረጃ ላይ ለመድረስ መላ ይፈልግለታል፡፡

ልዩነትን በመቀበል ውስጥ የትምህርት ደረጃ፣ እንዲሁም የኢኮኖሚ ሁኔታ የሚያስከትለውን የልዩነት ክፍተት መመልከት ተገቢ ነው፡፡ የተለያየ የትምህርትና የኢኮኖሚ ደረጃ ያላቸው ሰዎች በማሕበራዊ ኑሮ ሲገናኙ በመካከላቸው ክፍተት ሊፈጠር ይችላል፡፡ ይህ ደግሞ በትዳር፣ በንግድ አጋርነት፣ በስራ ባልደረባነትም ሆነ በጉርብትና ውስጥ የሚታይ ሁኔታ ነው፡፡ በተለያየ የእውቀት ወይም የኢኮኖሚ ደረጃ ሆኖ ካለምንም የትምክህት ወይም የዝቅተኝነት ስሜት አብሮ መሰማራት የማሕበራዊ ብልጽግና ምልክቱ ነው፡፡ ስለዚህም፣ እውቀቱም ሆነ ገንዘቡ "አለኝ" የሚለው መታበይን፣ "የለኝም" ባዩ ደግሞ አጉል የዝቅተኝነት ስሜትን አሽንፎ ከሄደ ያ ሰው በለጸገ ይባላል፡፡

ሌላው ሊጠቀስ የሚገባው የማህበራዊ ብልጽግና ምልክት የዘርን፣ የቋንቋንና የሃይማኖትን ልዩነት ተቀብሎ ከጠላትነት ውጪና በጨዋነት ከመኖር የሚመጣው ብልጽግና ነው፡፡ እነዚህ የተጠቀሱት ልዩነቶች በአለም ዙሪያ ለብዙ ክፍለ-ዘመናት የቆዩና ለብዙ መከፋፋት ምክንያት የሆኑ ልዩነቶች ናቸው፡፡ በታሪክ አሉ የተባሉ ታላላቅ ጦርነቶችና እልቂቶች፣ እንዲሁም አሉ የተባሉ የስደትና የመፈናቀል ምክንያቶች መንስኤ ከዘር፣ ከቋንቋ ወይም ከሃይማኖት የተነሳ ልዩነትን ያለመቀበል "ድህነት" ያስከተላቸው ናቸው፡፡ እኔ የማስበውን የማያስብ፣ እኔ ያለኝ እይታ የሌለውና እኔ የምኖረውን የአኗኗር ዘይቤ የማይኖር ሁሉ ከዚህ ምድር መጥፋት አለበት ብሎ ማሰብ የድህነት ሁሉ ድህነት ነው፡፡ "የእኔ የተሻለ ነው" ብሎ የሚያስብ ሰው እርሱ ጋር ያለው ማንኛውም ነገር የተሻለ መሆኑን በአክብሮት ለማሳየት መሞከር ይጠበቅበታል፡፡

ሰውን ሁሉ ማክበር

ከላይ ለመጥቀስ እንደተሞከረው፣ አንድን ሰው እንድታከብረው ይህ ሰው አንተን መምሰልና በሁሉ መልኩ ከአንተ ጋር አንድ አይነት መሆን የለበትም፡፡ የእውቀት ደረጃው፣ የቆዳው ቀለም፣ አመለካከቱም ሆነ ፍላጎቱ ከአንተ የተለየ የሆነን ሰው ማክበር የጨዋነት ሁሉ ጨዋነት ነው፡፡ በሰዎች አመለካከት ሳትስማማ እነሱን ማክበር፣ የሰዎችን ልዩ መሆን ለመቀማት ሳትሞክር አክብሮትን መስጠት፣ እንዲሁም ሰዎች የሚወዱትን ነገር "ጠልተህ" እነሱን ግን ማክበር በማሕበራዊ ብልጽግና ልቀህ የመገኘትህ ምልክት

ነው፡፡ በብዙ ነገር ከአንተ የተለዩ ሰዎች ጋር እየዋልክና እየሰራህ ለእነሱም ተገቢውን አክብሮት በመስጠት ከአላማህ አንጻር ለመኖር ትችላለህ፡፡

ሰውን ሁሉ ማክበር የበለጸገ የሰው ለሰው ግንኙነት ውስጥ እንድትገባ መንገዱን ይጠርግልሃል፡፡ ሰውን በማክበር ማህበራዊ ብልጽግና ውስጥ ስትገባ፣ በመቀበልና በመስጠት፣ የሃሳብ ልውውጥ በማድረግና የጋራ ፍላጎትን በማሟላት ላይ የተመሰረተን የሰው ለሰው ግንኙነትን ማዳበር ትጀምራለህ፡፡ ሰዎች እንዲያከብሩህ አንተ በመጀመሪያ እነሱን ማክበር አለብህ፡፡ ሰዎች እንዲቀበሉህ በቅድሚያ አንተ ካለምንም ቅድመ-ሁኔታ ሰዎቹን መቀበል ይኖርብሃል፡፡ በሌላ አባባል ለማየት የምትፈልገውን መልካም ነገር አንተ በማድረግ ስትጀምረው በምትኖርበት ሕብረተሰብ መካከል ይህ ነው የማይባል ተጽእኖን ይሰጥሃል፡፡ ወደ እውነተኛ መህበራዊ ብልጽግና ከምትገባባቸው ደጆች አንዱ እሱ ነው፡፡

ልዩነትን የመቀበል ብልጽግና አንተ ለሌሎች ሰዎች እንደምታስፈልጋቸው የማሰብህን ያህል ሌሎች ሰዎችም ለአንተ እንደሚያስፈልጉህ ማወቅንም ይጠቀልላል፡፡ ለምንኖርበት ህብረተሰብ ወይም ደግሞ ለተሰማራህበት የስራ መስክ አንድ መልካም አስተዋጽኦ ለማበርከት እንደምትችል የማወቅህን ያህል ሌላውም እንዲሁ የራሱ የሆነ መዋጮ እንዳለው አምኖ መቀበል ልዩነትን የመቀበል ብልጽግና የሚሰጥህ ጉዳይ ነው፡፡ በሌላ አገላለጽ ሕብረተሰባችንና የተሰማራንበት መስክ ሁሉንም አይነት ሰው ያቀፈ ነው፡፡ ሁሉም ሰው ላለበት ስፍራ የሚያበረክተው የራሱ የሆነ አመለካከት፣ ብቃትና መልካም ነገር አለው፡፡

ልዩነት ከራሴ

ልዩነትን የመቀበል የመጀመሪያው ደረጃ የራስን ልዩ መሆን የመቀበል ሁኔታ ነው፡፡ አንድ ሰው በቅድሚያ ራሱ ልዩ የመሆኑን እውነታ በበሰለና እውቀት በሞላው መልኩ ሳይቀበል የሌላውን ሰው ልዩነት ለመቀበል አይችልም፡፡ ይህም ሁኔታ ከማንነት ቀውስ (Identity Crisis) ነጻ መሆንን ይጠይቃል፡፡ የማንነት ቀውስ (Identity Crisis) ያለባቸው ሰዎች እነሱ ራሳቸው ማን እንደሆኑ፣ ምን እንደሚፈልጉና ምንም መሰሉ ምንም በዚህች አለም ላይ ሰው ሆኖ የመኖርን ስጦታ ከፈጣሪ እንደተቀበሉ በቅጡ ስላልገባቸው እንኳን የሌላውን ልዩነት ሊቀበሉ፣ መጀመሪያውኑ የራሳቸውን ማንነት በቅጡ አልወሰኑትም፡፡ ስለዚህም፣ ይህ የማንነት ቀውስ መፍትሄ እስከሚያገኝ ድረስ ልዩነትን በመቀበል

ብልጽግና መደላደል የማይቻል ነገር ነው፡፡

ይህ ልዩነት ከራሴ የሚለው ሃሳብ ከግል ልዩነት አንጻር በተጨማሪ የቤተሰብን አባል ልዩነት የመቀበልን ሁኔታ ይነካል፡፡ በአብዛኛው ሲታይ የሩቁን ሰው ልዩነት መቀበል ምንም ችግር እንደሌለብን ማስተዋል አያዳግትም፡፡ የቅርባችንንና “የእኛ” የሆነውን ሰው ልዩነትን ግን መታገስ ሲያዳግተን ራሳችንን እናገኘዋለን፡፡ የጎረቤታችንን ልዩነት ታግሰን የቤታችንን ሰው ልዩነት ማጉላት ማለት ነው፡፡ በእርግጥ በየቀኑ የምናየው የቤታችንን ሰው ልዩነትና አልፎ አልፎ የምናየው “የሩቅ” ሰው ልዩነት ተጽእኖ እኩል አይደለም፡፡ አልፎ አልፎ የሚያየውንና ከፈለገም ያንን ሰው ባለማግኘት ሊሸሽ የሚችለውን ልዩነት መታገስ ማንም ሰው ሙከራ ሊያደርግ ይችላል፡፡ በየእለቱ የምናየውንና ልንለየው የማንችለውን በቤተሰብ መካከል ያለውን ልዩነት በቅጡ መያዝ ግን ልዩነትን በበሰለ ሁኔታ በመያዝ የበለጸጉ ሰዎች ብቻ የሚያደርጉት ነው፡፡

ልዩነት ከራሴ የሚለው ሃሳብ ልዩነትን መቀበል ከሃገር ሊነሳ እንደሚገባውም ያስታውሰናል፡፡ አንዳንድ ሰዎች የውጪ ሃገር ሰዎች የሚያሳዩትን ሁኔታና ዘይቤአቸውን አይተው ልክ እንደ “ፋሽን” ሲቆጥሩት፣ ያንኑ ሁኔታ በሃገራቸው ሰው ላይ ሲመለከቱ ደግሞ ሲቃወሙ ይታያሉ፡፡ ልዩነትን የመቀበል ብልጽግናዬ ሲልቅ፣ የሌላውን ሃገር ቋንቋም ሆነ በሌላ አገር የሚገኙትን ባህላዊ የኑሮ ዘይቤዎች ከማድነቄ በፊት በሃገሬ የሚገኙትን ውብ ሁኔታዎች ከማድነቅ እነሳለሁ፡፡ ለውጪው ሰው መንገድ ከመልቀቄና ልዩ አክብሮት ከመስጠቴ በፊት በመጀመሪያ ለሃገሬ ሰው መንገድን በመልቀቅና ልዩ አክብሮት በመስጠት አሳያለሁ፡፡ ይህንን ሳደርግ ሰውን የማክበሬ ሁኔታ ከታይታ፣ ከጥቅምና ከመበለጥ ስሜት ሳይሆን ከእውነተኛ ማሕበራዊ ብልጽግና እንደመነጨ አመልካች ነው፡፡

4.2

መግባባት

የመግባባት ብቃት አንድ ሰው በማሕበራዊ ብልጽግና በሰለ ሲባል ከሚያዳብራቸው ውብ የሆኑ ብቃቶች መካከል አንዱ ነው። መግባባት የሚለውን ሃሳብ ከተለያዩ አቅጣጫዎች በመተርጎም ልንወያይበት እንችላለን። በዚህ ክፍል ለመጠቆም የተፈለገው ግን አንድ ሰው በማሕበራዊ ኑሮው በየእለቱ ባለው የሰው ለሰው ግንኙነት የሚኖረውን ግንኙነት በሰመረ መልኩ ማከናወን እንደሚገባውና እንደሚችልም ነው። በዙሪያችን ካሉ ሰዎች ጋር ያለን ማንኛውም ነገር የሚጀምረው ከግንኙነት (Communication) ነው። ይህ ግንኙነት ደግሞ በድምጽም ሆነ በድምጽ-አልባ ቋንቋ ይገለጣል። ይህ በድምጽም ሆነ ድምጽ-አልባ በሆነ መልኩ የሚተላለፈው መልእክታችን ተሳካ የሚባለው እኛ ለማስተላለፍ የፈለግነውን መልእክት ሰዎቹ በራሳቸው እይታ ሳይሆን ልናስተላልፍ በፈለግነው መልኩ ሲገነዘቡልን ብቻ ነው። ይህ ሂደት ሲሳካ መግባባት ተፈጠረ ይባላል፣ ካልተሳካ ደግሞ አለመግባባት ይከሰታል። እንግዲህ፣ ሊከሰት የግድ የሆነውን ይህንን አለመግባባት የተሰኘውን ሁኔታ በቅጡ ለመያዝ ከስሜታዊነት ወጥተን ወደ አእምሮ ብስለት እንዴት እንደምንሻገር ልናስብበት ይገባል።

ከስሜት ንዝረት ወደ አእምሮ ብስለት

አለመግባባት ማለት በሁለት አካሎች መካከል የሚፈጠር አብሮ ያለመሄድ፣ የተቃራኒነትና በአንድ ጉዳይ ላይ ያለመጣጣም ሁኔታ ነው። አለመግባባት በሁለት ግለሰቦች መካከል፣ በአንድ ግለሰብና በድርጅት መካከል፣ በሁለት ቤተሰቦች መካከል፣ በሁለት ድርጅቶች መካከል፣ በሁለት ጎሳዎች መካከል፣ ወይም በሁለት አገሮች መካከል ሊከሰት ይችላል። ትክክለኛ ግንኙነት ባለበት ቦታ አለመግባባት የማይቀር ነው።

አለመግባባትን ግን በቅጡና በአእምሮ ብስለት ካልያዝነው ስሜታዊነትን እንጨምርበታለን:: በአለመግባባት ጊዜ የሚከሰት ስሜታዊነት በተለያየ መልኩ ሊገጥ ይችላል:: ከሁለቱ ዋና ዋና አገላለጦች መካከል አንዱ የገነፈለ ስሜት ሲሆን፣ ሌላው ደግሞ የታፈነ ስሜት ነው::

በአለመግባባት ላይ ጥላ የሚያጠላ አንዱ የስሜት አገላለጥ የገነፈለ የስሜት ንዝረት ነው:: ሰዎች ስሜታቸውን ከቁጥጥር ውጪ እንዲሆን ሲፈቅዱ አለመግባባትን ከመፍጠር አልፈው የበለጠ እንዲፋፋምና መፍትሄ እንዳይገኝ ሊያደርጉ ይችላሉ:: እንደ እውነቱ ከሆነ ማህበራዊ ግንኙነትን ጣፋጭ የሚያደርገው አንዱ ሰው ለሌላው ያለው አዎንታዊ ስሜት ነው:: ሆኖም፣ አለመግባባት ተፈጥሮ አሉታዊው ስሜት ሲነሳሳ ያንን ስሜት በምን መልኩ መያዝ እንዳለበት ማወቅ ከአንድ በማሕበራዊ ብልጽግና ከላቀ ሰው የሚጠበቅ ጉዳይ ነው:: ለዚህ ነው ለበለጸገ ማሕበራዊ ግንኙነት አንድ ሰው ከስሜት ንዝረት ወጥቶ ወደ አእምሮ ብስለት ሊሸጋገር ይገባዋል የምንለው::

በአለመግባባት ጊዜ የሚነሳን የስሜት ንዝረት አንዳንድ ሰዎች "በመገንፈል" ሲገልጹት ሌሎች ደግሞ ወደ ውስጥ በማፈን ያምቁታል:: ሆኖም ይህ የታፈነ አሉታዊ ስሜት የግድ መተንፈስ ስላለበት አእምሮን ተጠቅሞና ተነጋግሮ ችግሩን ከመፍታት ይልቅ በግል ውሳኔአቸው ሲገልጡት ይታያሉ:: ሰዎች ይህንን መንገድ የሚመርጡት፣ "ምናልባት ስሜቴን አስመልክቶ ሃሳቤን ብገልጽ አንድ ቅጣት ይከተል ይሆናል" ከሚል ፍርሃት ወይም ደግሞ "ከዚህ በፊት ሃሳቤን ገልጬ ምንም ለውጥ ስላላመጣሁ አርፌ ያመንኩበትን ባደርግ ይሻላል" ከሚል የመነሻ ሃሳብ ሊሆን ይችላል:: ያም ሆነ ይህ በስሜት ንዝረት ከሚሰጥ ምላሽ በአእምሮ ብስለት መወያየት የተሻለ አማራጭ ነው::

ከጠላትነት ወደ ወዳጅነት

ብዙ ሰዎች በተሰማሩበት የትዳር፣ የማህበራዊም ሆነ የስራ መስክ ለሚከሰቱ አለመግባባቶች ምን ምላሽ መስጠት እንደሚገባቸው በሚገባ አያውቁትም:: ስለዚህም ለተከሰተው ሁኔታ በጊዜው ስሜታቸው ያነሳሳቸውን ምላሽ ሰጥተው ምላሻቸው ያስከተለውን የውጤት መዘዝ በመቀበል ይጓዛሉ:: ይህም ሁኔታ በማህበራዊ ሕይወታቸው ላይ ይህ ነው የማይባል አጉልና አሉታዊ ተጽእኖ ያስከትልባቸዋል:: ምንም እንኳን ለአንድ አለመግባባት ሊሰጡ የሚችሉ በርካታ የምላሽ ምርጫዎች

ቢኖሩም እንዲዚህ አይነት ሰዎች ግን የሚያውቁት መንገድ አፍራሽና በስሜታዊነት የተነዳ ስለሆነ ለሁኔታው መፍትሄ ከመስጠት ይልቅ የማባባስ ተጽእኖ አለው::

በአንድ ግንኙነት ውስጥ አለመግባባት ሲፈጠር በጣም ከተለመዱት ምላሾች አንዱ ጠላትነትን ማዳበር ነው:: ከአንድ ሰው ጋር በተፈጠረው አለመግባባት ምክንያት ጠላትነትን በማዳበር ወደፊት ሊኖረን የሚችለው ግንኙነት ፈጽሞ የሚያበላሽ ሁኔታ ውስጥ መግባት የማሕበራዊ ብልጽግና የጎደላቸው ሰዎች ምርጫ ነው:: ባልተግባባናቸው ሰዎች ላይ ክፉና ስማቸውን የሚያጠፋ ወሬን ማራባት፣ ለመክሰስ መፍጠን፣ እንደተበደሉ በማስወራት ሆን ብሎ ስምን ማጥፋት፣ ሰዎቹ በሕብረተሰቡ መካከል ያላቸውን ተቀባይነትና ተጽእኖ እንዲወርድ ማድረግ፣ አድማና የመሳሰሉት አካሄዶች ከዚህ ክፍል ይመደባሉ:: ይህ ምርጫ "የእእምሮ ድሆች" ምርጫ ነው::

በአለመግባባት ጊዜ የሚፈጠር የጠላትነት ስሜት በጊዜው ካልተገታ ብዙም ሳይቆይ ወደውድድርና ፉክክር ይለወጣል:: በማሕበራዊ ብልጽግና ልቀን ካልተገኘንና ካልበሰልን ካልተግባባነው ሰው በልጦ ለመገኘት ወይም እንደምንበልጥ ለማስመሰል ጥረት እናደርጋለን:: ለተከሰተው ችግር መፍትሄ ለመፈለግ ተገቢውን መንገድ ከመምረጥ ይልቅ ማለቂያ ወደሌለው ፉክክር ውስጥ እንገባለን:: ተሸሎ የመታየት ሩጫ፣ እነሱን እናሳ አስመስሎ እኛ የላቅን እንደሆንን ማስመሰልና የመሳሰሉት ያልበሰሉ እርምጃዎች ጥቂቶቹ ናቸው:: በተቃራኒው ግን የመግባባትን ብልጽግና በማዳበር የአለመግባባትን መልካም ጎን ለማየትና ትክክለኛውን የአያያዝ ዘይቤ ለማዳበር ራስን ማቅረብ ይቻላል::

ከአሮጌው ወደ አዲሱ

በዚህ አለም ያለ ማንኛውም ነገር አሮጌና አዲስ ገጽታ አለው:: በግንኙነት፣ በመግባባትና እንዲሁም አለመግባባትን አያያዝ አስመልክቶም አሮጌ የሚባሉና አዲስ የሚባሉ አመለካከቶች አሉ:: በተለይም አለመግባባትን አያያዝ አስመልክቶ አሮጌ የምንላቸውንና ከዚህ በፊት ተሞክረው ውጤታቸው አሉታዊ የሆኑትን አመለካከቶች መለየትና መለወጥ የግድ ነው:: የመግባባት ብልጽግናን ያዳበረ ሰው በመጀመሪያ የሚገነዘበው እውነት አለመግባባት በራሱ አሉታዊም ሆነ አዎንታዊ ገጽታ እንደሌለው ነው:: በሌላ አባባል አለመግባባትን አያያዛችን ብቻ አሉታዊ ወይም አዎንታዊ ገጽታ ሊሰጠው ይችላል እንጂ አለመግባባት በራሱ ከሁለት አንዱን ባህሪይ የያዘ ክስተት አይደለም::

አለመግባባትን አስመልክቶ በአሮጌውና በተበላሸው እይታ ክልል ውስጥ ተቀምጠው የቀሩ ሰዎች አለመግባባትን እንደ ማሕበራዊ ቀውስ እንደ ትልቅ ስህተት የመቁጠር ዝንባሌ አላቸው:: በተጨማሪም፣ አለመግባባት ማለት ሊፈታ የማይችል ትግልና ጦርነት እንደሆነ ስለሚያምኑ የተቃራኒ አካሎችን የወደፊት ግንኙነት የሚወስንና የሚያበላሽ እንደሆነ ያስባሉ:: በአለመግባባት ጊዜ አንዱ ማሸነፍና ሌላኛው መሸነፍ አለበት ብለውም ስለሚያስቡ ትኩረታቸው ሁሉ ስህተተኛውን በመፈላለግና "ለፍርድ በማቅረብ" ላይ የተመሰረተ ነው:: በእነዚህ ሰዎች አመለካከት አለመግባባት በፍጹም ሊከሰት የማይገባው፣ ከተከሰተ ግን መፍትሄ የማይገኝለት ቀውስ ነው::

በአለመግባባት ላይ አዲሱን እይታ ያዳበሩ ሰዎች በማሕበራዊ ብልጽግና የላቁት ናቸው:: ለእነዚህ ሰዎች አለመግባባት ጤናማ ከሆነ ልዩነት የመነጨ በጋራ የማደጊያና ወዳጅነትን የማሻሻያ መልካም አጋጣሚ ነው:: በተጨማሪም፣ ሊፈታ የሚችል አለመጣጣም ከመሆኑም አልፎ የሁለቱን አካል ግንኙነት ዘለቄታዊና አጠቃላይ ትርጉም የሚያጠራና የሚያጠናክር መልካም አጋጣሚ ነው:: ይህንን መሰል ውብ አመለካከት ለማዳበር ግን በቅድሚያ በማሕበራዊ ብልጽግና የተደላደልን ሰዎች ወደ መሆን መምጣት አስፈላጊ ነው:: ይህ ሲሆን፣ አለመግባባትን ከራሳችን አሸናፊነት አንጻር ብቻ መመልከት እናቆምና ከሌላኛው አካል ጋር በመሆን በጋርዮሽ እናየዋለን::

4.3

ማሕበራዊ ሃላፊነትን መወጣት

የአንድ ሰው ማህበራዊ ብልጽግና ከሚለካባቸው ወሳኝ መመዘኛዎች መካከል ሃላፊነትን የመቀበልና የመወጣት እውነታ ይገኝበታል፡፡ በሃገር ደረጃም ሆነ በማንኛውም ተቋምና የስራ ሂደት ውስጥ የመሪዎች ዋና ሽክም ለአንድ ተግባር እውቀት ያለው ሰው ማግኘት ብቻ ሳይሆን የተሰጠውን ሃላፊነት በሚገባ የሚወጣ ሰው ማግኘት ነው፡፡ በተለይም አሁን በደረስንበት ዘመን ከጥቅም አንጻር ብቻ ሳይሆን አንድን ነገር አምኖበትና ሃላፊነቱ እንደሆነ በሙሉ ልብ ተቀብሎ የሚሰራ ሰው ማግኘት በጣሙን የከበደበት ጊዜ ነው፡፡ ደግመን ደጋግመን ከመናገር ዝም ማለት የሌለብን እውነት ግን ያው አንድ ነው - ሃብታምነትና ድህነት የሚለካው ባለን ገንዘብ ብቻ አይደለም፡፡ አንድ ሰው ሙሉ ብልጽግና ውስጥ ገባ የሚባለው ሃላፊነትንም የመቀበልና በታማኝነት የመወጣት ልማድ ውስጥ ሲገባ ነው፡፡ ይህ እውነታ ደግሞ ብዙ መገለጫዎች አሉት፡፡

የቤተሰብ ሃላፊነት

ሰዎች በተሰማሩበት ተቋምም ሆነ የስራ መስክ ከተለያዩ የመነሻ ሃሳቦች (Motives) አንጻር አንድን ሃላፊነት ለመወጣት ሲሯሯጡ ሊገኙ ይችላሉ፡፡ ምናልባት ለታይታና ለዝና፣ ወይም ደግሞ ከክፍያና በጊዜው የፈለጉትን ጥቅም እስኪያገኙ ድረስና ከሌሎች ጊዜአዊ ጥቅማ- ጥቅሞች በተያያዘ ሁኔታ ሰዎች በውስጣቸው በፍጹም ያላመኑበት የሃላፊነት “ጭምብል” (Mask) ሊለብሱ ይችላሉ፡፡ ነገር ግን አንድ ሰው ትክክለኛ የሆነን ሃላፊነትን የመወጣት ልማድ አዳብሯል የሚባለው የቤተሰቡን ሃላፊነት ሲወጣ ነው፡፡ ሃላፊነት በቅድሚያ ከግል ሕይወት ዲሲፕሊን ሊነሳ ይገባዋል፡፡ ከዚያም ወደ ቤተሰብና እንዲሁም ወደ ሌሎች ማህበራዊ ሕይወቶች ሊዘልቅ ያስፈልጋል፡፡

የቤተሰብን ሃላፊነት መወጣት የሚጀምረው የገንዘብና የቁሳቁስ አቅርቦትን ከማቅረብ ነው:: ይህ ሃላፊነት በቅድሚያ የሚጠቀሰው በጣም የተለመደውና በቶሎ ወደ ሃሳባችን የሚመጣው ስለሆነ እንጂ የሁሉም አንጋፋ ስለሆነ አይደለም:: ሆኖም፣ የገንዘብ አቅርቦት ጉዳይ ለአንድ ቤተሰብ ህልውና ወሳኝ ስፍራ ስላለው በሚገባ ሊታሰብበት የሚገባ ጉዳይ ነው:: የቤተሰቡን ሃላፊነት በሚገባ የሚወጣ ሰው ተገቢና ለቤተሰቡ የሚመጥን መጠለያን፣ በቂ ምግብና የመሳሰሉትን መሰረታዊ አቅርቦቶች ለማዘጋጀትና ያለውንም ለማሻሻል የሚያቅድና ካለማቋረጥ የሚተገብር ሰው ነው::

የቤተሰብን ሃላፊነት መወጣት በየወሩ የቤት ወጪ የሚሆንን ገንዘብ ከመስጠት ያለፈ ጉዳይ ነው:: ለምሳሌ፣ አባት ወይም እናት ስራን ሰርተውና በቂ ገንዘብ አግኝተው ለተለያዩ መሰረታዊ ወጪዎች የሚውልን ገንዘብ ስለሰጡ ብቻ ሃላፊነታቸውን ተወጥተዋል ለማለት ያስቸግራል:: አንድን ቤት ትክክለኛ ጣእም ከሚሰጡትና ውብ ከሚያደርጉት "ንጥረ-ነገሮች" መካከል ፍቅር፣ አክብሮት፣ ስነ-ልቦናዊ አጋርነትና ስሜታዊ ድጋፍ (Emotional Support) የመስጠትም ጉዳይ ነው:: በተጨማሪም፣ ከትዳር አጋር ጋርም ሆነ ከልጆች ጋር በቂ ጊዜን ማሳለፍ፣ ተገቢውን የግንኙነትን መስመር መዘርጋትና ልዩነትን በመቀበል በደስታ አብሮ ለመኖር መወሰን አስፈላጊ ነው::

ማህበራዊ ሃላፊነት

ማህበራዊ ሃላፊነት ዘርፈ-ብዙ ከመሆኑ የተነሳ በዚህ አጭር ገጽ ውስጥ ዝርዝር ጉዳይ ውስጥ መግባት ያስቸግራል:: የዚህ ምእራፋችን ዋና ርእስ በግልጽ እንደሚያሳየን፣ የአንድ ሰው ሁለንተናዊ ብልጽግና ስእል ሙሉ እንዲሆን ማህበራዊ ሃላፊነትን የመወጣት ጉዳይ መልስ ሊያገኝና ከሌሎች የብልጽግና ስእል አካሎች ጋር ሊደመር ይገባዋል:: አንድ ሰው በሚኖርበት ማህበረሰብ ውስጥ መብቱን የማወቁና በዚያም የመጠቀሙ ጉዳይ የሚያሳስበውን ያህል ሃላፊነቱንም የመወጣት ጉዳይ እንዲዚሁ ሊያሳስበው ይገባል:: በዚህ ማህበራዊ ሃላፊነት በሚለው ሃሳብ ውስጥ የሚካተቱና ልንጠቅሳቸው የሚገቡ በርካታ እውነታዎች አሉ::

እዚህ ጋር የመልካም ጉርብትና አስፈላጊነት ሊጠቀስ ይገባዋል:: መልካም ጉርብትና በቅድሚያ በአካባቢ ከሚገኙ ሰዎች ጋር በሰላም የመኖርን ጉዳይ ይመለከታል:: በተጨማሪም፣ የሚኖርበትን አካባቢ ሕብረተሰብ መደገፍ፣ ራስንና ቤተሰብን አሻሽሎ

አካባቢንና ጎረቤትን ለማሻሻል በሚደረግ ጥረት ውስጥ መሳተፍና የመሳሰሉት ተግባሮች የመልካም ጉርብትና ክፍሎች ናቸው:: ጎረቤትን ማክበር፣ እነሱ እንዲያደርጉብን የማንፈልገውን ነገር በእነሱ ላይ አለማድረግ፣ ተግባራችን በአካባቢው ላይ የሚያስከትለውን ሁከት በማስተዋል መኖር፣ የአካባቢን ንጽህና፣ ጸጥታና ሰላም መጠበቅና የመሳሰሉት ዋና ዋናዎቹ ናቸው::

ሃላፊነትን የመወጣት ብልጽግና የበጎ-ፈቃደኝነት ተሳትፎን ይነካል:: ማንኛውም የአንድ ሕብረተሰብ አባል ለሕብረተሰቡ ቢያንስ አንድ በበጎ ፈቃዱና በነጻ የሚያበረክተው ተሳትፎ ያስፈልገዋል:: እንደ እውነቱ ከሆነ፣ "በጎ-ፈቃደኝነት" የሚለው ሃሳብ እየመነመነ፣ ጥቅም ካላገኘ በስተቀር ምንም ነገር ለማድረግ የማይፈልግ የሕብረተሰብ ክፍል እየተበራከተ የመጣበት ጊዜ ላይ ነን ያለነው:: ይህንን አጉል ልማድ ለመቀልበስ፣ "በዚህ ነገር ውስጥ የማገኘው ጥቅም ወይም ክፍያ ምንድን ነው?" ከሚለው ሃሳብ ጋር ባልተገናኘ ሁኔታ የፈቃደኝነት አገልግሎት ለመስጠት መወሰን ትችላለህ:: ለሚሰሩ ሰዎች ሃሳብ ብቻ ሳይሆን ጊዜ፣ ጉልበትና ገንዘብንም አቅብላቸው::

አገራዊ ሃላፊነት

አገራዊ ሃላፊነት የሚለው ሃሳብ መልካም ዜግነትን የሚነካ ጉዳይ ነው:: መልካም ዜግነት የአገር ጉዳይ ግድ ሲለን፣ እኛ ያላቀናነው ነገር እንደማይቀና፣ እኛ ያላጸዳነው ነገር እንደማይጸዳና እኛ ያልተሳተፍንበት ነገር ከግቡ እንደማይደርስ እስኪመስለን ድረስ ራሳችንን ለአገር እድገት ስናቀርብ ማለት ነው:: ይህ አመለካከት ያለው ሰው በማንኛውም በተሰማራበት መስክ ሃላፊነቱን ለመወጣት የቆረጠ ማንነት አለው:: ምንም እንኳን የእርሱ ጥረት የአንድ ሰው ጥረት እንደሆነ ቢያውቅም ከሌሎች እሱን ከመሰሉ ማህበራዊ ባለጠግነትን ካዳበሩ ሰዎች ተግባር ጋር ተደምሮ ታላቅ የሆነን እድገት እንሚያመጣ እርግጠኛ ነው::

ሕግን ማክበር ሌላኛው የአገራዊ ሃላፊነት ገጽታ ነው:: ሰዎች የአገርን ሕግ ለማክበር የሚያነሳሳቸው የተለያየ አመለካከት ነው:: አንዳንድ ሰው ሕግን ካላከበረና ከታወቀበት ሊከተለው የሚችለውን ቅጣት ከመፍራት አንጻር ብቻ ነው ሕግን የሚያከብረው:: ሕግን ማክበር ግን ከጨዋና ከበለጸገ ማንነት ሊነሳ ይገባዋል:: ለምሳሌ፣ አንድ ሰው ስራን ለመስራት ለመነገድ የሚችልበት አገር ውስጥ ስለመኖሩና የምስጋና ምላሽ

ለመስጠት ከፈለገ ቀላሉ መንገድ ባገባው ገቢ መጠን በህጉ መሰረት ግብርን መክፈል ነው:: ግብር በመክፈሉ ለአገሩ የሚሰጠው "መዋጮ" ተመልሶ ወደ እርሱ እንደሚመጣና ከትናንት የተሻለች አገር ውስጥ እንዲኖር መንገድን እንደሚጠርግለት ማሰብ አለበት::

እዳን የመክፈልም ጉዳይ ችላ ሊባል የማይገባው ሌላው አገራዊ ሃላፊነት ነው:: እዳ የሚለው ሃሳብ ገንዘብንም ሆነ ሌሎችን ከገንዘብ የማይተናነሱ ጉዳዮች ይነካል:: ለምሳሌ፣ ለትምህርትም ሆነ ለተለያዩ የመሻሻል ጥረቶቻችን ከአገርም ሆነ ከተለያዩ ተቋማት የተጠቀምንበትን እዳ መክፈል ልናስብበት የሚገባ ጉዳይ ነው:: ከዚህም በተጨማሪ፣ ያስተማረንን ሕብረተሰብ መልሶ ማስተማር፣ ያደግንበት አገራዊ አሰራር አሁን ከደረስንበትና ከገባን ነገር አንጻር ጉድለቱን ከመደብደብ ይልቅ ለማሻሻል ራስን ማቅረብና የመሳሰሉትን ያካትታል:: እንዲሁም፣ አገራዊ የመሻሻል ራእይን የመደገፍ ፈቃደኝነት በማህበራዊ ብልጽግና እጅግ ልቆ የመገኘት ሁኔታን አመልካች ነው::

4.4

ለተተኪው ትውልድ ማሰብ

ትናንት የነበረው ዛሬ የለም፣ ዛሬ ያለው ደግሞ ነገ አይኖርም፡፡ ነገሮች ይለወጣሉ፣ የተገነቡ ይፈርሳሉ፣ አዲስ የነበሩ ያረጃሉ፡፡ ይህ እውነት ሰውንም አስመልክቶ ያው ነው፡፡ የቀደሙን ሰዎች ጊዜአቸው አልፎ ሄደዋል፣ የዛሬዎቹ ደግሞ ጊዜአችንን እንጠብቃለን፡፡ ሆኖም፣ ትናንት የነበሩ ሰዎች ዛሬ የሉም የሚለው ሃሳብ አንጻራዊ ነው፡፡ ትናንት የነበሩና ያለፉ፣ ካለፉም በኋላ በምንም መልክ ትዝታቸው የሌለ ሰዎች የመኖራቸውን ያህል ከብዙ አመታት በፊት አልፈው ዛሬም ከእኛ ጋር ያሉ ሰዎች እጅግ ብዙ ናቸው፡፡ እነዚህ ሰዎች ከእኛ ጋር የሚኖሩት ለእኛ ትተው ባለፉት ውርስ (Legacy) ነው፡፡ በዚህ መልኩ፣ ምንም እንኳ ሕይወታቸው ቢያልፍ፣ ስራቸውና ለሕብረተሰቡ ያበረከቱት መልካም ነገር በፍጹም የማያልፍ ሰዎች አሉ፡፡ እነሱ የጀመሩትን ተረክበን በማሻሻል ከአንዱ ደረጃ ወደሌላኛው እናድጋለን፡፡ ይህ እውነት የገባቸው፣ ከራሳቸው አልፈው የኖሩና በማህበራዊ ብልጽግና እጅግ ልቀው የኖሩበትን ትውልድና ዘመን ቀድመው የኖሩ ሰዎች ዛሬም በስራቸው በመካከላችን ናቸው፡፡

የተቀበልከውን ሁሉ ሰዎች ከአንተ ይፈልጉታል

በእጃችን ያለውን ሁሉ ከሌላው ሰው ተቀብለንና እዚህ ደርሰን ሳለን ሁሉን ነገር በራሳችን ያመጣነው እስኪመስል ድረስ ስንኖር ጉዳዩ አስጊ ነው፡፡ አሁን ያገኘነው ነገር ሁሉ በእኛ ሕይወት እንዲገኝ መዋጮ ያደረጉ ሰዎች አሉ፡፡ ሌሎች የቆፈሩትን ምንጭ ነው እየጠጣን ያለነው፡፡ ሌሎች በብዙ ድካም በደረሱበት የቴክኖሎጂ ግኝት ነው አሁን የምንጠቀመው፡፡ እንዲሁ አሁን ያለንበት ደረጃ አልደረስንም፡፡ አሁን ላለንበት የተሻለ አለም መስዋእትነት የከፈሉ ሰዎች አሉ፡፡ እነዚህ ሰዎች፣ “ምን አታገለኝ” በማለት ያንን

ሳያደርጉ ለጊዜው በመኖር ማለፍ ሲችሉ ለሚቀጥለው ትውልድ ውርስን ለመተው በመወሰን ከራስ ወዳድነት ወጥተው ኖረው አለፉ::

አንድ ሰው ከሌላው እንደተቀበለ ሁሉ ለሌላው ማስተላለፍ እንዳለበት እንዳያስብ ከሚያደርጉት እንቅፋቶች አንዱ ራስ ወዳድነት ነው:: በቀላሉ ሲተረጎም፣ ራስ ወዳድነት ማለት ከሌላው ሰው ጥቅም ይልቅ ለራስ ጥቅም ብቻ መኖር ማለት ነው:: ራስ ወዳድ ሰው በዚህ አለም ላይ እሱ ብቻ እንደሚኖርና ለሁሉ ነገር ሙሉ መብት የተሰጠው ለእርሱ ብቻ እንደሆነ የሚያስብ ሰው ነው:: ሌላውን ጥሎ መነሳት፣ ሌላውን አክስሮ ትርፍ ማግኘትና ሌላውን አጥፍቶ መልማት የራስ ወዳድ ሰው ዋና ዋና ምልክቶች ናቸው:: ማህበራዊ ብልጽግናን የተላበሰ ሰው ከራሱ አልፎ ለሌላው ለማሰብ ራሱን የሰጠ ሰው በመሆኑ ለሌላው የሚተርፍበትን መንገድ ጠርጎ የማለፍ ራእይ አለው::

መብላት፣ መጠጣት፣ መጫወት፣ መዝናናት፣ መደሰትና የመሳሰሉት ነጻ የሆኑ የፈጣሪ ስጦታዎች ናቸው:: በዚህ መብት መጠቀም ለሁሉ የተሰጠ ስጦታ ነው:: ከዚህ መብት ጋር ግን እኛ ካለፍን በኋላ ለሚመጣው ትውልድ ምን አስረክበነው እንደምናልፍ ከማሰብ ሃላፊነት ጋር ነው የሚሰጠው:: ረጅም ዘመን መኖር አንድ ነገር ነው፣ የሕይወትን ጣእም ማጣጣምና ሕይወት የምትሰጠውን መልካም መዓዛ ማሽተት ደግሞ ከዚያ የተለየ ጉዳይ ነው:: ጣእሙና መዓዛው ያለው በሕይወታችን በምናስቆጥራቸው የቀናት ብዛት ውስጥ ሳይሆን በተግባራችን በነካናቸውና ካሉበት ደረጃ ወደሌላኛው የላቀ ሁኔታ እንዲሻገሩ በረዳናቸው ሰዎች ብዛት ላይ ነው::

የዘራኸው ሁሉ ይበቅላል

እኛ በምንወስናቸው ውሳኔዎችና በኖርነው ግድ የለሽ ኑሮ የሚቀጥለው ትውልድ ዋጋ መክፈል የለበትም:: ይህ እንዳይሆን የመዝራትንና የማጨድን ተፈጥሮአዊ ሕግ መገንዘብ ተገቢ ነው:: የምታደርጋቸው ማናቸውም አይነት ተግባሮች በሙሉ በሕብረተሰቡ ላይ ክፉ ወይም ደግሞ መልካም ተጽእኖ አላቸው:: ሁኔታውን በአለም ደረጃ ስናጤነው

እያንዳንዱ ህብረተሰብ ዛሬ የሚኖረው በአንድ ጎኑ ከእሱ በፊት የነበሩት ሰዎች በተውት መልካም መሰረት ላይ በመገንባት ሲሆን፣ በሌላ ጎኑ ደግሞ እነዚያ ሰዎች የዘሩትን የመራራ ዘር ፍሬ በመብላት ነው፡፡ ሁኔታውን ግን መልክ የማስያዝና ወደሚቀጥለው ትውልድ የሚያልፈውን ነገር የመወሰን እድሉ ዛሬ በእጃችን አለ፡፡

የመዝራትና የማጨድ ተጽእኖ የሚጀምረው ከቤት ነው፡፡ ትዳር የመሰረተውና ልጆች የወለደ ሰው የሚያደርገው ነገር ሁሉ በልጆቹ ሕይወት መብቀሉ አይቀርም፡፡ ካባከነ ልጆቹ ድህነትን ይወርሳሉ፣ ካተረፈና ካጠራቀመ ልጆቹ የገንዘብ ነጻነትን ይወርሳሉ፡፡ ከቤተሰብ አልፈን ወደ ማህበራዊው ስንዘልቅ፣ ምናልባት አስተማሪ ከሆንክ በተማሪዎችህ ላይ የምትዘራው ዘር በሃገርህ የወደፊት ላይ እንደዘራኸው ይቆጠራል፡፡ አንተ ያስተማርከው ሰው ነገ ቦታን ሲረከብና የብዙዎችን የወደፊት እጣ የሚወስነን ሃላፊነት ሲረከብ ውጤቱን ታየዋለህ፡፡ ጉዳዩ በአጭሩ ሲጨመቅ፣ በሌላው ሰው ላይ ተጽእኖ የማያመጣ ተግባር የለህምና በሚገባ ልታስብበት ይገባል፡፡

ዛሬ ስለምትዘራው ዘር ወሳኝነት በሚገባ ልታስብበት ከተመኘህ፣ "ወርቃማው ሕግ" የተሰኘውን ጽንሰ-ሃሳብ ማሰብ ትችላለህ፡፡ ወርቃማው ሕግ እንዲህ ሲል ነው የሚያስተምረን፣ ሌላው ሰው ቢያደርግብህ ደስ የማይልህን ሁኔታ አስብና አንተም በሌላ ሰው ላይ ያንኑ ነገር አታድርግ፡፡ በአንጻሩ ደግሞ ሌላው ሰው ሲያደርግልህ ደስ የሚልህን ጠቃሚ ነገር ፈልግና ያንኑ ነገር ለሌሎች ሰዎች ለማድረግ የምትችለውን ሁሉ ተጣጣር፡፡ በሌላው ሰው ውሳኔና ግድ የለሽነት የተሞላበት ተግባር አንተ መጎዳት እንደማትፈልግ ሁሉ፣ በአንተም ውሳኔና ተግባር ሌላው ሰው እንዳይጎዳ ቁርጠኛ ውሳኔን አድርግ፡፡

ትተኸው የሄድከው ነገር የማንነትህ አሻራ አለበት

የነካካኸው ነገር ሁሉ ላይ አሻራህ መገኘቱ አይቀርም፡፡ በሄድክበት ጎዳና ሁሉ ላይ ደግሞ የኮቴ ምልክት ትተህ ማለፍህ የግድ ነው፡፡ ስለዚህም ልትጠይቀው የሚገህ ጥያቄ፣ "አንድን ነገር ትቼ አልፍ ይሆን?" የሚል ሳይሆን፣ "ምን ነገር ትቼ ልለፍ?" የሚል ነው፡፡ አንዳንድ ሰዎች ለህብረተሰቡ ጠንቅ የሆነን አሻራ ትተው ሲያልፉ ሌሎች ደግሞ ብዙዎችን የሚያነሳሳ የመልካምነትን አሻራ ትተው ያልፋሉ፡፡ የመልካም ተጽእኖ አሻራ ትቶ ለማለፍ የሚቀጥለው ትውልድ ከአንተ የተሻለ ነገር እንዲኖረው በጽኑ መፈለግ

የግድ ነው፡፡ በእጅህ የገባውን ነገር በእጅህ ሲገባ ከነበረበት ሁኔታ በትንሽም ቢሆን አሻሽለህ ለሚቀጥለው ትውልድ ብታስተላልፍ ብልጽግናህ እጅግ የላቀ ነው፡፡

በወቅቱ በአለም ዙሪያ የተለመደውን ሁኔታ ለምሳሌነት ብንወስድ፣ ሰዎች አገራቸውን ለቀው የተሻለ አገር ነው ወደሚሉት ሌላኛ አገር በእንግድነት መሄድ የተለመደ ነው፡፡ ሆኖም፣ የቆሸሸውንና የተበላሸውን ትቶ ከመሄድ ይልቅ ከእኛ በኋላ የሚመጣው ትውልድ እኛ የተጸየፍነውን ቆሻሻ እንዳይወርስ መስራት የላቀና የበለጸገ ማንነት ምልክት ነው፡፡ ጤና ቢስን ነገር ትቶ ማለፍ ጉዳቱ ሁለት ነው፡፡ በአንድ ጎኑ ያንን የተበላሸና የወረደ አመለካከት ፈለግ የሚከተል ትውልድ ማፍራት ሲሆን፣ በሌላ ጎኑ ደግሞ የሚቀጥለው ትውልድ ለተሻለ ነገር ለመስራት ሊያወጣ የሚገባውን ጊዜ፣ ጉልበትና ገንዘብ እኛ ያጣመምነውን ለማቅናት የማባከኑ ችግር ነው፡፡

በዚህ አለም ላይ ካሉ ማህበራዊ በሽታዎች አንዱ ለማንም ሰው ምንም አይነት መፍትሄ የማይሰጥ ሰው ሆኖና ችግርን ትቶ ማለፍ ነው ብንል አንሳሳትም፡፡ ይህ እንዳይሆን የአንድን ሰው ችግር ለማቃለል እንደተፈጠርክ አድርገህ ራስህን ማየት መጀመር አለብህ፡፡ አንድን ነገር ለውጥ! አንድን መልካም ፈር ቅደድ! ለአንድ ሰው መፍትሄ ሁን! አንድ ሰው በብዙ ቢለፋ እንኳ በፍጹም ሊጨብጠውና ሊደርስበት የማይችለው ነገር ላይ እንዲደርስ ነገሮችን ልታቀልለትና መንገድ ልትከፍትለት ትችላለህ፡፡ በዘመንህ ያሉትን ለራሳቸው ብቻ ለመኖር የወሰኑትን ሰዎች የሚያሳፍርና ከአንተ በኋላ ለሚመጣው ትውልድ ደግሞ ፈር የሚቀድድ መንገድ ፍጠር፡፡

ክፍል አምስት

የስሜት ብልጽግና

አመለካከቴን የለወጠው በረራ

ሁል ጊዜ የምወዳቸውን ሰዎች ከራሴ በፊት በማስቀደም የማምን ሰው ነኝ:: ለምሳሌ፣ ባለቤቴና ልጆቼ በሙሉ ምግብ ሳይመገቡ እኔ መመገብ ያስቸግረኛል:: በማንኛውም ነገር ከመደሰቴ በፊት እነሱ የመደሰታቸውን ሁኔታም ማረጋገጥ እፈልጋለሁ:: ሌላው ቀርቶ በመንገድ ስንሄድ እንኳን መኪናዎች በሚተላለፉበት በኩል እነሱ እንዲሆኑ አልፈቅድም:: ልጆቼን ወይም ባለቤቴን የተናገረ ወይም ለመጉዳት ያሰበ ሰው ካለ ካለምንም ቅድመ ሁኔታ ጭካኔ የተሞላበት ፈጣን ምላሽ እንደምሰጥ ጥርጥር የለውም:: በእነዚህና እነዚህን በመሳሰሉ ጉዳዮች ላይ ያለኝ አቋም እጅግ የጸና ከመሆኑ የተነሳ ልክ እንደ እኔ የማያደርጉ ሰዎችን ስመለከት እንደ ጨካኝና እንደ ግድ የለሽ ነው የማያቸው:: ይህንን አመለካከቴን ግን የሞገተኝን አንድ ገጠመኝ ልንገራችሁ::

ለመጀመሪያ ጊዜ በስራ ጉዳይ ወደ አውሮፓ ለመብረር ተዘጋጅቻለሁ:: ከዚህ በፊት በአይሮፕላን በርሬ ስለማላውቅ በስሱ የሆነ ስጋትና የብርቅነት ስሜት ተደባልቀው ውስጤ ከተቀመጡ ሰንበት ብለዋል:: ቀኑ ደርሶ፣ የበረራው ዝግጅት ተጠናቆ አይሮፕላን ላይ ተሳፍሬ ለመብረር ስንዘጋጅ፣ የማስታወቂያውንና የማሳሰቢያውን ጋጋታ አንድም ሳይቀረኝ እከታተላለሁ:: ቀበቶአችሁን እሰሩ ... ወንበራችሁን አቅኑ ... በፊታችሁ ባለው ወንበር ጀርባ ላይ የተለጠፈውን ጠረቤዛ ዘርግታችሁት ከሆነ እጠፉት ... ማንኛውንም ስልክም ሆነ የኤሌክትሮኒክስ መሳሪያዎቻችሁን አጥፉ ... እያለ ቀጠለ:: በመጨረሻም አይሮፕላኑ ለመብረር በመንቀሳቀስ ላይ እያለ የበረራ አስተናጋጆቹ ትእይንታቸውን ማሳየት ቀጠሉ:: የመከሰቱ ሁኔታ አናሳ ቢሆንም፣ ድንገት ለሚፈጠር አደጋ መደረግ ያለባቸውን ነገሮች በድምጽ በመደገፍ በስልጠና ባገኙት ፈገግታ በመታጀብ አሳዩን:: ሆኖም ከተናገሯቸው ነገሮች መካከል የኋላ ኋላ በሚገባ አስቤበት እስከገነዘበው ድረስ ያስቆጣኝ ማሳሰቢያ እንዲህ የሚል ነው፣ "ድንገት የአየር እጥረት ቢፈጠር የኦክስጅን ጭምብል ከላይ ይወርድላችኋል:: እሱን ሳብ በማድረግ በዚህ መልኩ በፊታችሁ ላይ በማጥለቅ መተንፈስ ጀምሩ:: ህጻን ልጅ ከያዛችሁ ለህጻኑ ጭምብሉን ለማጥለቅ ከመሞከራችሁ በፊት በመጀመሪያ ለራሳችሁ አጥልቁ::" የሰማሁትን ማመን አልቻልኩም:: "ልጄ ትንፋሽ አጥሮት እንዴት ነው በመጀመሪያ ለራሴ የማደርገው?" ብዬ በብዙ የስሜት ግለት አሰብኩት:: "ይህንን መመሪያ ያወጣው ሰው ልጆች የሌሉትና

ግድ የለሽ ሰው መሆን አለበት" ብዬም አሰብኩኝ፡፡

ይህንን አቋሜን ሳልለቅ በአውሮፓ በነበሩኝ የተለያዩ በረራዎች ሁሉ የጭምብሉን ማሳሰቢያ ሲናገሩ ጆሮየን እየደፈንኩ አሳለፍኳቸው፡፡ በመጨረሻም ወደ ሃገሬ ተመልሼ ነገሩን ማሰላሰል ጀመርኩኝ፡፡ ለረጅም ጊዜ ግን ሊገባኝ አልቻለም፡፡ በመጨረሻም አንድ በአየር መንገድ አካባቢ የቆየ ሰራተኛ አግኝቼ ይህንን በውስጤ የከረመ ጥያቄ አወጋሁት፡፡ "ለምንድን ነው ልጆቻችንን ከመርዳታችን በፊት ራሳችንን እንድንረዳ የሚነግሩን፡፡ ልጆቼን አስመለክቶ ማንም ሰው ምንም ነገር እንዲነግረኝ አልፈልግም" አልኩት፡፡ መልሱ ግልጽና የማይረሳ ነበር፡፡ "ይህ ማሳሰቢያ ድንገት የአየር እጥረት ቢፈጠር ልጅ ይዞ የሚበር መንገደኛ በመጀመሪያ ለማድረግ የሚነሳውን ነገር ግንዛቤ ውስጥ በመከተት የተዘጋጀ ነው፡፡ ምንም እንኳን በዚያ ሰዓት ስሜትሽ ሁሉ የሚነግርሽ በመጀመሪያ ልጅሽን እንድታድኚ ቢሆንም፣ ሁኔታውን በተረጋጋ መንፈስ ማየት አስፈላጊ ነው፡፡ ከስሜታዊነት አንጻር ስንመለከተው የአንቺ አመለካከት ትክክል ነው፡፡ ከምክንያታዊነት አንጻር ስንመለከተው ግን የእነሱ ምክር ትክክል ነው፡፡ ስለዚህ፣ ውሳኔሽን ከስሜታዊነት ወጣ አድርገሽ ምክንያታዊነቱንም ጭምር ስትመለከቺው አንቺ ልጅሽን ለማዳን ስትታገዪ ምናልባት እሱን ሳታግገርው አንቺው ትንፋሽ የማጣትሽ ሁኔታ እጅግ የጎላ ነው፡፡ ውጤቱን መገመት አያስቸግርም፡፡ ራስሽን ስተሽ ለአንችም ሆነ ለልጅሽ የሕይወት ማለፍ ምክንያት ልትሆኚ ትችያለሽ፡፡ በቅድሚያ ራስሽን መርዳትሽ የመጨረሻ ዓላማሽ ልጅሽን ማዳን መሆኑ ጥርጥር የለውም፡፡"

ከዚህ ሰው ጋር ያደርኳት ይህቺ አጭር ንግግር ከዚህ በፊት በስሜታዊነት ብቻ ለነገሮች ምላሽ የሰጠሁባቸውን ከነአሳዛኝ ውጤታቸው አስታወሰኝ፡፡ ከእንግዲህ ወዲያም የሚመጣብኝን ማንኛውም ስሜት እንደመጣ ሳላወጣው ወይም ደግሞ ሳልንቀውና ሳላጣጥለው ከምክንያታዊነት አንጻር መቃኘት እንዳለብኝ ተገነዘብኩ፡፡

አንድ ሰው የስሜትን ምንነት አስመልክቶ በቂ ግንዛቤ ሲኖረው፣ እየተሰማው ያለውን ስሜቱን እንዴት ሊለየው እንደሚችል ሲያውቅ፣ ስሜቱ በጤናማ ሁኔታ ካልተያዘ ምን አይነት ተጽእኖ ሊኖረው እንደሚችልና እንዴት ሁኔታ ስሜቱን መምራት እንደሚገባው ሲያውቅ ይህ ሰው የስሜት ብልጽግና አዳብሯል ይባላል፡፡ የስሜት ብልጽግና የአንድን ሰው የሕይወት አቅጣጫ ወሳኝ ከሚባሉት ጉዳዮች መካከል አንዱና ቀንደኛው ነው፡፡

ስሜት ጥሩ ሲሆን የሰው አመለካከቱ፣ ቀኑ፣ ማሕበራዊው ኑሮና አካሉ ሳይቀር ብሩህ ይሆናል፡፡

የሰው ስሜቱ ሲዛባ ሁሉም ነገር አብሮ ይቃወሳል፡፡ ስሜት ያለንበትን ሁኔታ የሚጠቁመን፣ ከአደጋ እንድንጠበቅ ምልክትን የሚሰጠንና እንዲሁም ለአንድ ላመንንበት ጥሩ ነገር እንድንነሳሳ የሚረዳን አስገራሚ የሆነ የማንነታችን አካል ነው፡፡ የዚያኑ ያህል ደግሞ ስሜት ከተቃወሰና ከተዛባ የራሱ የባለቤቱ ጠላት ሊሆን ይችላል፡፡ የተቃወሰ ስሜት አጉል ተጽእኖዎች ብዙ ናቸው፡፡ ተስፋ መቁረጥን፣ ማህበራዊ አለመስማማትን፣ ከስረትንና ከዚያም አልፎ ሕይወት ማጣትን ሊያስከትል ይችላል፡፡ ለዚህ ነው የስሜት ብልጽግና ለሁለተንናዊ ብልጽግና ወሳኝ ከሆኑ እውነታዎች መካከል ሊጠቀስ የሚገባው፡፡

በዚህ ክፍላችን የምንመለከታቸው የስሜት ብልጽግና ነጥቦች የሚከተሉት ናቸው፡፡

- የስሜት ብልጽግና ከስሜት ብልህነት አንጻር
- ስሜትን በስሜታዊነት አለማየት
- የተላለፈ ደስታ
- የስሜት ብልጽግና ሁለ-ገብነት

5.1

የስሜት ብልጽግና ከስሜት ብልህነት አንጻር

የብልህነትን ዘርፈ-ብዙነት አስመልክቶ በርካታ ጥናታዊ ግኝቶችና መረጃዎች በማስተናገድ ላይ ነን:: ቀደም ብለን በሰፊው እንደተመለከትነው አንድ ሰው በአንዱ የብልህነት ዘርፍ ጎበዝ ስለሆነ የግድ በሁሉም ዘርፍ ጎበዝ ነው ማለት አይደለም:: በተቃራኒው ደግሞ አንድ ሰው በአንዱ የብልህነት ዘርፍ ስላልተሳካለት በሁሉም ነገር ያልተሳካለት ሰው ነው ማለትም አይቻልም:: በዚህ ጉዳይ ላይ የጠለቀ መረጃ ለማግኘት "የብልህነት ብልጽግና" የተሰኘውን ምእራፍ ይመልከቱ:: አሁን በያዝነው ምእራፍ ውስጥ የማተኩረው፣ አንድ ሰው ሊኖረው ከሚገባ የብልጽግና አይነቶች አንዱና አይነተኛ የሆነውን የስሜት ብልጽግና የተሰኘውን የብልጽግና ዘርፍ ነው:: ስለስሜት ብልጽግና ከተነጋገርን የግድ በስሜት ብልህነት የሙብሰልን ጉዳይ ማንሳታችን የማይቀር ነው:: ስለዚህም፣ በሚቀጥሉት ምእራፎች ውስጥ ለምንዳስሳቸው እውነታዎች እንደመንደርደሪያ እንዲሆነን በቅድሚያ በዚህ ምእራፍ ውስጥ የስሜትን ብልጽግና ገጽታ የሆነውን የስሜት ብልህነትን ጨምቀን እንመለከታለን::

የስሜት ብልህነት በቅድሚያ የግላችንን ስሜት ለይቶ ማወቅንና እንዲሁም ይህንን ወደማወቅ የመጣነውን የራሳችንን ስሜት በምን መልኩ መምራትና "ማስተዳደር" እንደሚገባን የማወቃችንን ሁኔታ የሚነካ ጉዳይ ነው:: የስሜት ብልህነት ሌላኛው ገጽታ ደግሞ ከራሳችን አልፈን የሌሎችን ሰዎች ስሜት የመለየትን፣ ለዚህ ለለየነው ስሜታቸው ደግሞ ትክክለኛውን ምላሽ የመስጠታችንን ሁኔታ ይመለከታል ((ምንጭ:- http://www.emotionalintelligencecourse.com/eq-history)::

በዚህ መሰረታዊ የስሜት ብልህነት ጽንሰ-ሃሳብ ላይ ሰፊ እውቀት ለማዳበር "የስሜት ብልህነት" የተሰኘውን መጽሐፌን ያንብቡ። ከዚህ በታች ግን በዚያ መጽሐፍ ላይ በዝርዝር ካሰፈርኩት ሃሳብ ላይ ለዚህ ምእራፍ መዋጮ ያደርጋል ብዬ ያሰብኩትን ጽንሰ-ሃሳብ ጨምቄ አሰፍራለሁ።

የራስን ስሜት ማወቅና "ማስተዳደር"

ማንኛውም ሰው ከስሜት ውጪ መኖር አይችልም። በአምስቱ የስሜት ህዋሳቶቹ አማካኝነት በሚልየን የሚቆጠሩ የስሜት አይነቶች ወደማንነቱ ይጎርፋሉ። እነዚህ ስሜቶች ካለማቋረጥ በአእምሮ ውስጥ ምርመራና ትንተና (Analysis) ይካሄድላቸዋል። ይህ ምርመራና ትንተና የራስን ስሜት በማወቅና በሚገባ ሁኔታ በመያዝ ላይ ትልቅ ስፍራ አለው። ስለዚህም፣ የስሜት ብልህነት ማለት በወቅቱ ያለህን ስሜት መለየትና በምታልፍባቸው ሁኔታዎች ውስጥ የግል ስሜትህን መገንዘብ ማለት ነው። ይህ ሂደት የሚከተሉትን ዋና ዋና ሃሳቦች ያካትታል።

1. *እየተሰማኝ ያለው ስሜት ምንድን ነው?*

ይህ ጥያቄ አንድ ሰው በወቅቱ የሚሰማውን የራሱን ስሜት ቁልጭ ባለ መልኩ የማወቅንና በተለያዩ የስሜት አይነቶች መካከል ያለውን ልዩነት የመለየትን ሁኔታ ያጠቃልላል።

2. *ይህ ስሜት ሊያስከትለው የሚችለው ውጤት ምንድን ነው?*

አንድ ሰው የሚሰማውን ስሜት በሚገባ ለይቶ ወደማወቅ ከመጣ በኋላ ይህ ስሜት ሊኖረው ስለሚችል ውጤትና አጉል ተጽእኖ ወደመገንዘብ አልፎ ለመሄድ ያስችለዋል።

3. *የዚህ ስሜት ምንጩ ምንድን ነው?*

ስሜታችንን ማወቅና የተሰማን ስሜት በሚገባ ካልተያዘ ሊያስከትል የሚችለውን ተጽእኖ ከተለየ በኋላ ያንን ስሜት በሚገባ ለመያዝ በቅድሚያ የስሜቱን ምንጭ መገንዘብን ይጠይቃል።

4. *ይህንን ስሜት እንዴት መቆጣጠር ወይም ለመልካም መጠቀም እችላለሁ?*

ይህ የመጨረሻውና ወሳኝ የሆነው ጥያቄ በመረጋጋት ራስን በሚገባ ማጤንን የሚጠይቅ ነው፡፡ ለስሜት ጊዜን በመስጠት፣ ምክርን በመጠየቅና ግራና ቀኙን በማየት ይህንን ጥያቄ በተገቢው መልኩ መመለስ እንችላለን፡፡

እነዚህን ጥያቄዎች በሚገባ በመጠየቅ መልስን ያገኘ ሰው ስሜቱን በተዋጣለት መልኩ ወደማስተዳደር ብልህነት ዘልቆ ለመሄድ ይችላል፡፡ የራስን ስሜት "ማስተዳደር" ማለት ባደረኩት ስሜትን የማወቅ ጉዞ ያገኘሁትን ግንዛቤ በመጠቀም ወደማወቅ የመጣሁትን ስሜቴን አያያዝ ማወቅ ማለት ነው፡፡ ይህም ሁኔታ ለተከሰተው ስሜት ምላሽን ለመስጠት ያደረኩትን ወይም ያላደረኩትን ነገሮች ያጠቃልላል፡፡ በተጨማሪም፣ ትክክል የሆኑትን ወይም ትክክል ያልሆኑትን ስሜቶችና ለስሜቶቹም የሰጠኋቸውን ምላሾች ለይቶ ማወቅን ይጨምራል፡፡ በሚገባ አጢነህ ለተገነዘብከው የራስህ ስሜት ትክክለኛውን ምላሽ የመስጠትና አያያዙን የማወቅ ጥበብ ነው፡፡ ከዚያም አልፎ፣ ለሁኔታዎችና ለሰዎች የምንሰጣቸውን ምላሾች በማስተዋልና ስሜትን በመቆጣጠር መልኩ መምራት ማለት ነው፡፡

የሰዎችን ስሜት ማወቅና "ማስተዳደር"

በስሜት ብልህነት የመላቅ ጉዳይ የራሳችንን ስሜት በማወቅና በማስተዳደር የተወሰነ ሊሆን አይችልም፡፡ ምክንያቱም የሰዎች ስሜትና ሁኔታ በእኛ ስሜት ላይ ቀጥተኛ ግንኙነት ስላለው ነው፡፡ እንደውም፣ አብዛኛው የግል ስሜት የሚነሳው ከሌላው ስሜት ጋር በተያያዘ ሁኔታ ነው ብንል አንሳሳትም፡፡ ለዚህ ነው ልክ የራሳችንን ስሜት ለማወቅና ለማስተዳደር የመትጋታችንን ያህል የሌላውንም ሰው ስሜት በማወቅና በማስተዳደር ለመላቅ መጣጣር ያለብን፡፡

የሰዎችን ስሜት ማወቅ ማለት በአንድ ሁኔታ ውስጥ ያሉ ሰዎች ምን እንደተሰማቸው ለይቶ የማወቅ ብልህነት ነው፡፡ ይህንን ለማድረግ ሁለት ዋና ዋና ነገሮች ይጠይቃል፡- ማዳመጥና በሚገባ በመመልከት ማጤን፡፡ እነዚህን ሁለት መንገዶች መከተል ማለት፣ ምንም እንኳ ሰዎች የሚሰማቸው ስሜት ባይሰማኝ እንኳ ስሜታቸውን በሚገባ ለመገንዘብ ራስን ማቅረብ ማለት ነው፡፡ የሰዎችን ስሜት የማወቅ ብልህነት በሰዎች ላይ ያለውን "የስሜት ቋንቋ" የማንበብንና ለዚያ ስሜት ትክክለኛውን ምላሽ ለመስጠት የመዘጋጀትን ብቃት ማዳበርን የሚጠይቅ ጉዳይ ነው፡፡

የሰዎችን ስሜት የ"ማስተዳደር" ብልህነት

የሰዎችን ስሜት "ማስተዳደር" ማለት ባደረኩት ስሜታቸውን የማወቅ ጉዞ ያገኘሁትን ግንዛቤ በመጠቀም ሰዎቹን በስኬታማ ሁኔታ አያያዝ ማወቅ ማለት ነው:: የዚህ አይነቱ የስሜት ብልህነት መነሻውም የራስን ማንነት በሚገባ ከማወቅና ከመደላደል ነው:: እንዲህ አይነቱ የራሱን ማንነት በማወቅ የተደላደለ ሰው የሌሎችን ሰዎች ስሜት ለመገንዘብ፣ በሚገባ ለመያዝና ተገቢውን ምላሽ ለመስጠት የተዘጋጀ ሰው ነው:: ሰዎችን በሚገባ ስናውቃቸውና የስሜታቸው መንስኤ ምን እንደሆነ በመረዳት ስንጠጋቸው ግንኙነታችን ስኬታማ ይሆናል::

የሰዎችን ስሜት የመገንዘብን ሁኔታ በሶስት ከፍለን ልንመለከተው እንችላለን::

1. *የአእምሮ ግንዛቤ (Cognitive Empathy)::*

አንድ ሰው የሚያልፍበትን አንድን ሁኔታ ወይም በወቅቱ ያለውን የግሉን ስሜት በሚገባ ስናውቅለትና ስንገነዘብለት በስሜት ብልህነት ጎዳና ላይ እንዳለን ያመለክታል::

2. *ስሜታዊ ግንዛቤ (Emotional Empathy)::*

አንድ ሰው የሚሰማውን ስሜት ከእውቀት አንጻር ከመገንዘብ አልፈን ስሜቱን በስሜታችን ስንጋራለትና የሚሰማው ሲሰማን ይህ ስሜታዊ ግንዛቤ የተሰኘውን ስልት አዳብረናል ማለት ነው:::

3. *ከግንዛቤ የመነጨ ግድ የማለት ስሜት (Empathic Concern)::*

የሰዎችን ሁኔታ በአእምሮአችን በሚገባ ከተገነዘብንና እነሱ የሚሰማቸውን ስሜት በስሜታችን ከተጋራን በኋላ ሰዎቹን ለማገዝ ያለን ዝግጁነት የሰዎችን ስሜት የመረዳትና የማስተዳደር ሌላው ገጽታ ነው::

(ምንጭ:-http://www.psychologytoday.com/blog/the-brain-and-emotional-intelligence/201104/are-women-more-emotionally-intelligent-men)

5.2

ስሜትን በስሜታዊነት አለማየት

“እኔ ከተበሳጨሁ አንድም የሚመልሰኝ ሰው የለም” የሚል አባባል ሰምተህ ካወቅህ ይህንን አባባል የሰማኸው አንተ ብቻ እንዳልሆንክ ላስታውስህ፡፡ ብዙዎቻችን እንዲህ አይነቱን አባባል ተናግረን ወይም ደግሞ ሰምተን እናውቃለን፡፡ ይህ አይነቱ አባባል “ስሜትን በስሜታዊነት” ማስተናገድ ተብሎ ሊጠራ ይችላል፡፡ አንድ ሰው መበሳጨቱ ምንም ችግር የሌለው ጉዳይ ቢሆንም፣ ያንን ብስጭቱን በሌላ የቁጣና የእልህ ዝንባሌ ከሚያስተናግደው ይልቅ በረጋ መንፈስና አእምሮውን ተጠቅሞ ቢያስተናግደው ውጤቱ ያማረ ይሆናል፡፡ አንድ ሰው ከስሜት ብልጽግና ጉድለት የተነሳ አንደኛው አሉታዊ ስሜቱ ሌላን አሉታዊ ስሜት እንዲወልድ ሲፈቅድ ይህ ሰው ጥራት የሌለው ሕይወት ውስጥ ከመግባቱም ባሻገር ከሰው ጋር ውሎ ማደር የማይችል ስኬተ ቢስ ሰው ይሆናል፡፡

ትክክለኛውን ጥያቄ መጠየቅ

የስሜት ብልጽግና የሚጀምረው ትክክለኛውን ጥያቄ ከመጠየቅ ነው፡፡ በስሜት ብልጽግና የላቀ ሰው ካለማቋረጥ፣ “እየተሰማኝ ያለው ስሜት ምንድን ነው?” በማለት ስሜቱን የሚመዝን ሰው ነው፡፡ ይህንን ጥያቄ የመለሰ ሰው ውሎ ሳያድር እየተሰማው ያለውን ስሜት ወደመለየት ስለሚመጣ፣ ራሱን ሌላን ጥያቄ ሲጠይቅ ያገኘዋል፡፡ ይህም ጥያቄ፣ “ይህ ስሜት ሊያስከትለው የሚችለው ውጤት ምንድን ነው?” የሚለው ይሆናል፡፡ ይህ ጥያቄ እጅግ በጣም አስፈላጊ ጥያቄ ነው፣ ምክንያቱም ለአንድ ስሜት የምንሰጠውን ምላሽ የምንወስነው ስሜቱ ሊያስከትል የሚችለውን ክፉ ውጤት በሚገባ ማወቅ ስንችል ነው፡፡ ይህንን በሚገባ ከተገነዘብን በኋላ ሊከተል የሚገባው ጥያቄ፣

"የዚህ ስሜት ምንጩ ምንድን ነው?" የሚለውን ወደ መፍትሄ ሊወስደን የሚችለውን የመሸጋገሪያ ጥያቄ ነው:: እነዚህን ከላይ የተጠቀሱትን ጥያቄዎች ጠይቆ የመለሰ አንድ ሰው በመጨረሻው፣ "ይህንን ስሜት እንዴት መቆጣጠር ወይም ለመልካም መጠቀም እችላለሁ?" ወደሚለው ጥያቄ በመሸጋገር መፍትሄን ማምጣት ይችላል:: የስሜት ብልጽግና የሚጀምረው እዚህ ላይ ነው::

ስሜትን አለመፍራት

አንዳንድ ሰዎች ስሜቶቻቸውን ይፈሯቸዋል:: ይህንን ስንል በአንዳንድ አንባቢ አእምሮ በቶሎ የሚመጣው ስለ ጤናቢሱ ስሜት እንደሆነ እሙን ነው:: እውነታው ግን ለየት ይላል:: ስለዚህም መጥፎውን ብቻ ሳይሆን ጥሩ ስሜታቸውን እንኳን ሳይቀር የሚፈሩ ሰዎች አሉ:: ለምሳሌ፣ በጣም መደሰት ወደ ሌላ ልቅ ወደሆነና ወደ ክፉ ነገር ይመራኛል በማለት ደስታቸው ላይ ገደብ ለማበጀት የሚታገሉ ሰዎች አሉ:: ሆኖም፣ የመደሰት አስፈላጊነት እንደተጠበቀ ሆኖ በደስታው ምክንያት ልቅ ሆኖ ከመነዳት የመጠበቁ ጉዳይ ነው ሊታሰብበት የሚገባው:: በተቃራኒው ምቾት የማይሰጧቸውን ስሜቶቻቸውን እንዲሁ በጥቅሉ ክፉ እንደሆኑ በማሰብ ስለእነሱ ማሰብም ሆነ መወያየት የማይፈልጉ ሰዎች አሉ:: ከስሜት አያያዝ ጥበቦች አንዱና ትክክለኛው መንገድ ግን ስለ ስሜታችን በሚገባ በማሰብና ጊዜ ሰጥቶ ምንጩን ለማወቅ በመሞከር ለስሜቱ ዘለቄታዊ መልስ ማግኘት ነው:: ጥሩ የሆኑና መጥፎ የሆኑ የስሜት አይነቶች እንዳሉ እሙንና የማይቀር ስለሆነ፣ እነዚህን ስሜቶች ለመልካም ለማዋል አእምሮአችንን ከፍተንና ሰፋ አድርገን ስለስሜቶቹ በቂ እይታን ማዳበር የግድ ነው::

ውጤት የሌለው ስሜት እንደሌለ ማስታወስ

ስሜት እንደ ብዙ ውኃ ነው:: አንድን እጅግ ብዙ የሆነን የውኃ አካል በሙተው መልቀቅም ሆነ ዝም ብሎ አፍኖ በመያዝ ውስጥ አደጋ አለ:: የተለቀቀው ውኃ ባገኘበት ቀለል ብሎ ባገኘው አቅጣጫ እየፈሰሰ ወደ አላስፈላጊ ቦታ በመሄድ ጥፋትን ያስከትላል:: በግድ ታፍኖ የቆየው ደግሞ ከልክ በላይ ሆኖ ሲገነፍል የሚያስከትለው ጥፋት ይህ ነው አይባልም:: በተመሳሳይ ሁኔታ ማንኛውም በሚገባ ያልተያዘ ስሜት አሉታዊ ተጽእኖ አለው:: የመጣላቸውን ስሜት "እንደወረደ" የሚያስተላልፉና የሚለቁ

ሰዎች ፈጠነም ዘገየም በራሳቸው የተቀባይነት ሁኔታ ላይም ሆነ በሰዎች ስሜት ላይ የሚያስከትሉት ጉዳት በቀላሉ አይታይም፡፡ ውኃን በቱቦ የማስወገጃ መስመር ያልተዘረጋለት አካባቢ በውኃ እንደሚጥለቀለቅ ሁሉ ስሜቱን በሚገባ “ያላሰማራ” ሰው የጥፋት ምንጭ ነው፡፡ በሌላ አባባል፣ ማንኛውም ስሜት በትክክለኛው ቦታ፣ በትክክለኛው ሰዓትና በትክክለኛው መጠን ሊገለጥ ይገባዋል፡፡

ከስሜትም ሆነ ከውጤቱ ማምለጫ እንደሌለ ማወቅ

ከስሜት ውጪ የሚኖር ሰው የለም፡፡ ማየት፣ መስማት፣ መቅመስ፣ መዳሰስና ማሽተት እስካሉ ድረስ ስሜት አለ፡፡ ስሜት የሌለው ሰው እነዚህን አምስቱን የስሜት አካሎች ያጣ ሰው ነው፡፡ ይህ ደግሞ ምናልባት ሊከሰት የማይችል ሁኔታ ነው፡፡ ስለዚህም፣ በተለይም የሚሰሙንን ደስ የማይሉ ስሜቶች ዛሬ ጨቁነናቸውና ደብቀናቸው ካለን ነገ እንደገና ጠንክረው ብቅ ማለታቸው አይቀርም፡፡ ስለዚህ ምርጫችን ሁለት ነው፣ በአንድ ጎኑ ስለ አንድ አሉታዊ ስሜት አይናችንን ጨፍነንና “ስለዚህ ስሜት ማሰብ አልፈልግም” ብለን ፍሬ ቢስ ጭካኔ ውስጥ መግባት እንችላለን፡፡ ይህ መንገድ ለጊዜው የሚመስል፣ የኋላ ኋላ ግን የተጠራቀመን የስሜት ጫና አንድንጋፈጥ የሚያደርገን ሁኔታ ነው፡፡ ስሜትን “ስለዘጋነው” አይጠፋምና፡፡ በተቃራኒው ግን ስለስሜቱ መንስኤና ሁኔታ ማሰብ ብንጀምር ስሜቱ የሚጠቁመንን ትክክለኛ ማንነታችንንና የወቅቱን ብርቱና ደካማ ጎናችንን ወደመለየት እንመጣለን፡፡

የስሜትን ቁልፍ በራስ እጅ መያዝ

ልክ ውድ የሆኑ ንብረቶቻችን የተቀመጠበትን ሳጥን ቁልፍ ወይም ደግሞ የቤታችንን ቁልፍ ከራሳችን እጅ እንደማናወጣ ሁሉ የስሜታችንም ቁልፍ በእኛው እጅ መሆን አለበት፡፡ ይህ እንዲሆን ከሁሉ በፊት ከእያንዳንዱ የስሜት አይነቶች ጋር ያለንን የግል ዝምድና ማወቅ ተገቢ ነው፡፡ ለምሳሌ፣ ሌሎችን ሰዎች ስሜታዊ የማያደርጉ ሁኔታዎች እኛን ወዳልሆነ ስሜት ውስጥ ሲከቱን እናያለን፡፡ ሌላው ሰው በዚህ ሁኔታ አልፎ ሲረጋጋ እኛ ግን በስሜት “ስንፈነዳ” ራሳችንን እናገኘዋለን፡፡ አንዳንድ ጊዜ ደግሞ ሌሎቹ ሰዎች በቀላሉ የሚይዟቸው አስቸጋሪ አይነት ሰዎች እኛን ግን ዓላማችን ላይ ማተኮር እስከሚያቅተን ድረስ ሊያናውጡን ይችላሉ፡፡ ይህንን ሁኔታ በሚገባ በማጤን የስሜት

ቁልፉችን ምን አይነት ሁኔታና ምን አይነት ሰው ጋር እንዳለ ማወቅ ጥሩ ጅማሬ ነው፡፡

ቋሚ ስሜት እንደሌለ ማወቅ

አሁን ያለንበት ሁኔታ እስከመጨረሻው እንደሚዘልቅ የማሰብ ዝንባሌ ያለን ፍጥረቶች ነን፡፡ ይህ የመታለል ዝንባሌአችን በብዙ መልኩ ሲንጸባረቅ ይታያል፡፡ በጤንነት፣ በሃብትና በመሳሰሉት የኑሮ ሂደቶቻችን ነገሮች ሊለዋወጡ እንደሚችሉ ስለምንዘነጋ ግራና ቀኙን በማየት እንዳንሄድ ይጋርደናል፡፡ ስለዚህም፣ መስመራችንን ሁሉ ከአሁኑ የወቅቱ ሁኔታ አንጻር ብቻ በማየት እንዘረጋዋለን፡፡ ስሜቶቻችንንም በዚህ መልኩ የማየት ዝንባሌ አለን፡፡ አሁን ያለን ስሜት ፈጽሞ ሲውጠን፣ ከዚህ ስሜት ውጪ ሌላ አለም የሌለ እስኪመስለን ድረስ እንወሰዳለን፡፡ ስለዚህም፣ መልካም ስሜትን የሚሰጡን ገጠመኞች ሲኖሩና በጣም ባማረና ግሩም በሆነ ስሜት ውስጥ ስንሆን ከዚያ ቀን ጀምሮ ልብን የሚያሳዝን ምንም ነገር የማይገጥመን ይመስለናል፡፡ በተቃራኒውም በአንዳንድ ክፉ ገጠመኞች ምክንያት ስሜታችን ሲወድቅ ከዚያ ሁኔታ በፍጹም የምንወጣ እስከማይመስለን ድረስ ይጨልምብናል፡፡ እንግዲህ አንድ ስሜት ቋሚ እንዳልሆነ ማወቅ ማለት በደስታ ጊዜ ደስታውን እያጣጣሙና ከዋናው የሕይወት ዓላማ ሳይወጡ ሚዛናዊ ሕይወትን መምራት ማለት ነው፡፡ በሌላ ጎኑ ደግሞ በአጉል ስሜት ተጽእኖ ስር ሲሆኑ ከዋናው የሕይወት ዓላማ ሳይወጡ ከዚያ ተጽእኖ እንዴት መላቀቅ እንደሚቻል በማሰብ መንቀሳቀስ ማለት ነው፡፡

5.3

የተላለፈ ደስታ

በፈረንጆቹ አቆጣጠር በ1970 ዓ/ም ዋልተር (Walter Mischel) የሚባል የስነ-ልቦና አዋቂ በልጆች ፊት ጣፋጭ ብስኩት ካስቀመጠ በኋላ አንድን ምርጫ ሰጣቸው፡፡ አንዱ ምርጫ የተመደበላቸውን አንድ ብስኩት አሁኑኑ መብላት ሲሆን፣ ሌላኛው ምርጫ ደግሞ ወጣ ብሎ እስኪመለስ ከጠበቁ ሌላ ተጨማሪ ብስኩት የመቀበልና ሁለት ብስኩት የመብላት ምርጫ ነበር፡፡ ወዲያው ለመብላት የፈለገ ልጅ ግን የሚበላው ያንን አንዱን ብቻ ነበር፡፡ ገና ይህንን ተናግሮ ከመውጣቱ አብዛኞዎቹ ልጆች ወዲያውኑ ያንን አንድ ብስኩት አንስተው በሉ፡፡ ጥቂቶቹ ግን ሁለተኛ ብስኩት ለማግኘት ሲሉ የጊዜውን ፍላጎታቸውን ተቆጣጥረው ጠበቁ፡፡

ይህ የስነ-ልቦና አዋቂ እነዚህን ለተጨማሪ ብስኩት ሲሉ የጊዜውን ደስታ ያዘገዩ ልጆች ሁኔታ ሲያጠና ከሌሎቹ ልጆች የተሻለ የትምህርት ውጤት እንዳላቸው፣ ከሁለተኛ ደረጃ ትምህርት ቤት በጥሩ ውጤት እንደጨረሱና ከሌሎቹ ልጆች ይልቅ ወደ ኮሌጅ አልፎ የመሄድና የመጨረስ ብቃት እንዳላቸው ደረሰበት፡፡ ለሁለተኛ ብስኩት ብለው ጊዜአዊውን በአንድ ብስኩት የመደሰት ፍላጎት መቋቋም ያቃታቸውን ልጆች ሲከታተል ደግሞ ከወንጀል፣ ከአደንዛዥ እጽና ከአልክሆል መጠጥ ችግር ጋር የሚታገሉ አይነት ልጆች እንደሆኑ ደረሰበት፡፡ ልዩነቱ በጊዜው ያለውን የመደሰት እድል ለዘላቂ ውጤት ሲሉ የማስተላለፍ ዝንባሌ ነው፡፡ ይህ እውነታ፣ "የተላለፈ ደስታ" (Delayed Gratification) በመባል ይታወቃል (www.psychologytoday.com)፡፡

ከዚህና ይህንን ከመሰሉ ሳይንሳዊ ጥናቶች እንደምንገነዘበው ነገ የተሻለን ነገር ለማግኘት ዛሬ ጊዜአዊ ደስታን ማስተላለፍና የስሜት ግፊትን መቆጣጠር ከስሜት ብልጽግና

ክፍሎች መካከል አንዱ ነው፡፡ ይህንን ለማድረግ የተለያዩ መንገዶችን መጠቀም ይቻላል፡፡ በጥናቱ ላይ የተገለጹ ልጆች በወቅቱ ከታየባቸው ተጨማሪ ባህሪይ አንዱ፣ ሌሎቹ ልጆች አይናቸውን ከብስኩቱ ላይ ተክለው ሲቀሩ እነሱ ግን ትኩረታቸውን ከብስኩቱ ላይ በማንሳት ወደ ሙዚቃ፣ አሻንጉሊትና ወደተለያዩ መጫወቻዎች ወደመሳሰሉት ዘወር የማለታቸው ሁኔታ ነው፡፡

ለላቀ ዓላማና ውጤት ሲባል በጊዜው ልናገኘው የምንፈልገውን የደስታ ስሜት መግታት በስሜት ብልጽግና የላቁ ሰዎች ምልክት ነው፡፡ ይህ እውነታ ሁለ-ገብ በሆነው የሕይወት ጎዳናችን ላይ ይህ ነው የማይባል ተጽእኖ አለው፡፡ በጤንነታችን፣ በማሕበራዊ ግንኙነታችን፣ በኢኮኖሚአችንና በመሳሰሉት ወሳኝ በሚባሉ የሕይወት ዘርፎች ላይ ጣልቃ የሚገባ ጉዳይ ነው፡፡

የተላለፈ ደስታ ተጽእኖ

ለዘላቂ ውጤት ሲባል በጊዜው የሚገኝን ደስታ የማስተላለፍ ልማድና ባህሪይ ከብዙ የየእለት ወሳኝ ጉዳዮች አንጻር ሊታይ የሚገባው ጉዳይ ነው፡፡ ከዚህ በታች ያሉትን ሃሳቦች እንደመንደርደሪያ በመጠቀም ሃሳቡን በብዙ መልኩ ልንመለከተው እንችላለን፡፡

የተላለፈ ደስታና የገንዘብ አያያዝ

"የገንዘብ ብልጽግና" በተሰኘው ምእራፋችን ውስጥ በገንዘብ የመበልጸግን አስፈላጊነት ተመልክተናል፡፡ ደስታን የማስተላለፍ ምስጢር በገንዘብ የመበልጸጋችንን ሁኔታ የሚነካ ጉዳይ ነው፡፡ ገንዘብን ከማጠራቀም አንጻር ስንመለከተው፣ ዛሬ ለዚህና ለዚያ ብዙም ዘላቂ ላልሆነ ነገር ገንዘቤን አባክኜና በጊዜው ተደስቼ በኋላ ከምታገል፣ ይህንን በጊዜው የመደሰት ግፊት ገታ በማድረግ ከነገ ውጤትና ዓላማ አንጻር ለማጠራቀም መወሰን አስፈላጊ ጉዳይ ነው፡፡ በተጨማሪም፣ አንዳንድ ጊዜ በሁለትና በሶስት ገንዘባችንን በሚፈልጉ ሁኔታዎች መካከል እንዋዥቃለን፡፡ በዚህ ጊዜ ይህንን ደስታን የማስተላለፍ ብልሃት መጠቀም ይቻላል፡፡ ከእነዚህ አሁኑኑ ገንዘቤን ከሚጠይቁኝ ሁኔታዎች መካከል ዛሬ ብቻ የደስታን ስሜት ሰጥቶኝ ለዘላቂ ሕይወቴ የማይጠቅመውን ወደ ጎን ገፋ በማድረግ ምንም እንኳን ለዛሬ ባያጓጓኝም ነገ ግን ውጤትን በሚሰጠኝ ነገር ላይ ማተኮር እችላለሁ፡፡

የተላለፈ ደስታና የአመጋገብ ልማድ

ጤናማ የአመጋገብን ልማድ ማዳበር ብዙ ሰዎች የሚታገሉት ጉዳይ ነው፡፡ በአሁን ጊዜ እንደ ሃገራችን በመሰሉ ገና በማደግ ላይ ባሉ አገሮች እንኳን ሳይቀር የተለያዩ ለጊዜው ጣፋጭ የሆኑ፣ በልክ ካላደረግናቸው ግን የኋላ ኋላ መዘዝን ይዘው ብቅ የሚሉ የምግብ አይነቶች ብዙ ናቸው፡፡ "ለጊዜው ደስ ብሎኝ ለውጤቱ ነገ ልጨነቅበት" በሚለውና "ዛሬ ታግሼና ደስታዬን አስተላልፌ ነገ በማገኘው ጤንነቴ ብደሰት ይሻላል" በሚለው የሁለት አስቸጋሪ ምርጫ አጣብቂኝ ውስጥ ራሳችንን የምናገኝበት ጊዜ ጥቂት አይደለም፡፡ በተጨማሪም፣ የምግብን መጠን በመወሰንም ዙሪያ ተመሳሳይ ውጥረት ይኖራል፡፡ በተለይም፣ በጊዜው ላለባቸው የጤንነት ቀውስ ምላሽ በመስጠት ለተወሰነ ጊዜ የአመጋገብ ልማዳቸውን ማስተካከል የሚገባቸው ሰዎች ይህንን "ደስታን የማስተላለፍ" ልምምድ በመጠቀም ለዛሬ ተወት አድርገውት ነገ ጤናቸው ሲስተካከል ሊመለሱበት የሚችሉበትን ምግብ መምረጥ አስፈላጊ ነው፡፡ ምርጫችን ግን ወሳኝ ነው፤ ምክንያቱም የአመጋገባችን ሁኔታ የጤንነታችን፣ አልፎም የእድሜአችንን ማጠርና መርዘም ሁኔታ ሳይቀር የሚወስን ጉዳይ ስለሆነ ነው፡፡

የተላለፈ ደስታና የትምህርት ሁኔታ

አንድ ሰው ትምህርት ቤት ገብቶ ተምሮም ሆነ ሳይገባና ምንም አይነት ትምህርት ሳይቀስም መኖር ይችላል፡፡ ልዩነቱ ያለው በቀረው ሕይወት በሚኖረው የኑሮ ጥራትና አቅጣጫ ላይ ብቻ ነው፡፡ ለአንድ አንድ ሰዎች በወቅቱ ያላቸው የማሕበራዊ ግንኙነትና ሌሎችም የሚያጓጉ የኑሮ ሁኔታዎች ለትምህርት ጊዜን እንዳይሰጡ እንቅፋት ሲሆንባቸው ይታያል፡፡ ለትምህርት ጊዜን መስጠት በወቅቱ ያለውን ወዲህና ወዲያ የማለት ደስታ እንዲሁም ደግሞ የፈለግነውን ሰው በፈለግነው ሰዓት የማግኘትን ሁኔታ ሊወስድብን ይችላል፡፡ ሆኖም፣ አንዳንድ ሰዎች ይህንን የጊዜአዊ ደስታ በማስተላለፍ ዛሬ ተምረው ነገ መደሰትን ይመርጣሉ፡፡ እንደ እውነቱ ከሆነ፣ በጊዜው ከተያያዝነውና ከለመድነው የኑሮ ዑደት ውጪ ሌላ ደስታ ያለ አይመስለንም እንጂ፣ ትምህርት ቤት መሄድም ራሱን የቻለ የደስታ መስክ ሊሆን ይችላል፡፡ በስሜት ብልጽግና የላቀ ሰው ይህንን ምስጢር በሚገባ የተገነዘበና የጊዜአዊውን ደስታ በማስተላለፍ ለዘላቂው የሚሰራ ነው፡፡

የተላለፈ ደስታና ወሲብ (Sex)

ከዚህ ደስታን ከማስተላለፍ እውነታ አንጻር የምንመለከታቸው አንዳንድ ሃሳቦች ተጨማሪ ጥናቶችን የሚጠይቁና ዘርፈ-ብዙ የሆኑ ጉዳዮች ናቸው፡፡ ለምሳሌ፣ ሁኔታውን ከወሲብ አንጻር ስንመለከተው ምንም እንኳን ተጨማሪ ነጥቦችን ማንሳት ቢኖርብንም፣ የተላለፈ ደስታ እውነታ ሊኖረው የሚችለው ተጽእኖ ችላ ሊባል አይችልም፡፡ ለምሳሌ፣ ገና የተዋወቁ አንድ ወጣት ሴትና አንድ ወጣት ወንድ ከመዋደዳቸው የተነሳ በስሜት ግለት ውስጥ ራሳቸውን ሊያገኙት ይችላሉ፡፡ ፍቅርና የግብረ-ስጋ ግንኙነት (Sex) ችላ ሊባል የማይችል ቁርኝት እንዳላቸው ማንም የማይክደው ጉዳይ ነው፡፡ ከዚህ የተላለፈ ደስታ ከሚለው ጽንሰ-ሃሳብ አንጻር ሲታይ እነዚህ ወጣቶች ምርጫቸው ሁለት ነው፡፡ በአንድ ጎኑ በጊዜው የጋለውን ስሜታቸውን በማርካት መደሰትና አብሮ የሚመጣውን ውጤት መቀበል ይችላሉ፡፡ ለበሽታ መጋለጥ፣ ከጋብቻ ውጪ የሚከሰት አላስፈላጊ እርግዝና፣ ባልዘለቀ የፍቅር ሕይወት ምክንያት የሚከሰት ሰዎች ስሜታቸውን ለማርካት ብቻ እንደተጠቀሙብን የሚሰማን የመጎዳት ስሜት፣ የእምነትን (መንፈሳዊነትን) ትእዛዝ መጣስ … መዘዙ ብዙ ነው፡፡ በሌላ ጎኑ ግን ከግብረ-ስጋ ግንኙነት የሚገኘውን ደስታ በማስተላለፍና ተገቢውን ሂደት በማለፍ በጋብቻ ጥምረት ውስጥ እስኪገቡ መጠበቅ ይችላሉ፡፡

የተላለፈ ደስታ ተግባራዊነት

እንግዲህ የተላለፈ ደስታ የተሰኘውን ይህንን እውነታ ከብዙ ነገር አንጻር መመልከት ሲቻል ለመንደርደሪያ ባቀረብኳቸው ነጥቦች ልግታው፡፡ ሆኖም ወደሌላኛው ምእራፍ ከማለፋችን በፊት ደስታን የማስተላለፍን ብልሃት ለማዳበር የሚጠቅሙንን ጥቂት ነጥቦች ልሰንዝር፡፡

የዋጋ ተመንህን አስተካክል

ደስታን ለማስተላለፍና ለላቀ ውጤት ሲሉ ራስን ለመግዛት በቅድሚያ ለምርጫ ለተቀመጡልን ነገሮች ዋጋ ማውጣት አለብን፡፡ በጊዜው ፊታችን ለተደነቀረውና ለስሜታችን የማያቋርጥ ጥሪ የሚያደርገውን እንመርጣለን ወይስ ዛሬ ታግሰን ነገ ከምናገኘው ዘላቂ ጥቅም አንጻር እንወስናለን? ምርጫው የእኛ ነው፡፡ ዋጋ ለሰጠነው ነገር

እንደምናደላ ግን ጥርጥር የለውም፡፡

ዓላማህን ጥርት አድርገህ እወቅ

የምርጫ ጉዳይ ከዓላማ ጋር ቀጥተኛ ግንኙነት ያለው ጉዳይ ነው፡፡ የየእለት ምርጫችንን የሚወስነው ቀድሞውኑ ከየት ተነስተን ወደ የት እንደምንሄድ የወሰንነው ውሳኔ ነው፡፡ ለመሆን የምፈልገው ምንድን ነው? ለማከናወን የምፈልገው ምንድን ነው? ከየት ተነስቼ ወደ የት መድረስ እፈልጋለሁ? ለእነዚህና ለመሳሰሉት ጥያቄዎች መልስን በማግኘት የረጅም ርቀት ግብን በሚገባ ማወቅ የዛሬን ደስታ ለማስተላለፍ ጉልበት ይሆነናል፡፡

ንድፍ አውጣ

ዋጋ የምትሰጠውን ነገር፣ እንዲሁም መሆንና ማድረግ የምትፈልገውን ነገር በግልጽ ካወክ በኋላ እዚያ ግብህ እንድትደርስ ግልጽ የሆነ ንድፍ ሊኖርህ ይገባል፡፡ ይህንን ማድረግ በየወቅቱ ለስሜትህ ግፊት በሚሰጡት ጊዜአዊ ነገሮችና ለዘለቄታው ከአላማህ አንጻር በሚጠቅሙህ ነገሮች መካከል በመለየት ትክክለኛ ውሳኔን መወሰን ትጀምራለህ፡፡

ቅደም-ተከተል አውጣ

በርካታ የሆኑ እድሎች፣ ግብዣዎችና ጥሪዎች ባለበት አለም ውስጥ እንኖራለን፡፡ እነዚህ እድሎች ሁሉም ከፉ ላይሆኑ ይችላሉ፣ ነገር ግን የኋላ ኋላ ካስቀመጥነው የሕይወት ንድፍ ሊያስወጡን ወይም ከዚያ በታች ለሆነው ነገር እንድንሰክን ሊያደርጉን ይችላሉ፡፡ መፍትሄው፣ ቅደም-ተከተልን በማስቀመጥ በዚያ መመራት ነው፡፡

ራስህን "ሸልም"

ደስታን የማስተላለፍ ጎዳና አስልቺና በመጨናነቅ ጀምረን በማጨናነቅ የምንጨርሰው ሂደት ሊሆን አይገባውም፡፡ ነገ ለምታገኘው መልካምና ዘላቂ ውጤት ስትል ዛሬ የምታገኘውን ጊዜአዊ ፍላጎትና የስሜት ግለት የማለፍ ሂደት ሳምንታት፣ ወራት፣ ወይም ዓመታት ሊፈጅ ይችላል፡፡ በዚህ ሂደት ውስጥ ደስታን ማስተላለፍ ማለት ራስን መጉዳት እንዳልሆነ ማስታወስ አለብህ፡፡ ለምሳሌ፣ የሙዝናናትን ነገር ተወት አድርገህ በስራ ላይ ካተኮርክ በኋላ እንደገና መለስ በማለት የእረፍትና የመዝናኛ ጊዜ በመውሰድም ራስህን ልትሸልመው ትችላለህ፡፡

5.4

የስሜት ብልጽግና ሁለ-ገብነት

ስሜት የአምስቱ ሕዋሳት ማጠራቀሚያ ገንዳ ነው:: በማየት፣ በመስማት፣ በመቅመስ፣ በማሽተትና በመዳሰስ ወደ እኛ የሚጎርፉትን በሚልየን የሚቆጠሩ መረጃዎች የመጨረሻ ውጤት የሚወሰነውም ሆነ የሚገለጠው ከስሜት ጋር በተያያዘ መልኩ ነው:: ይህ ማለት ደግሞ ከአምስቱ ሕዋሳቶቻችን አንዱ እንኳ በስራ ላይ እስካለ ድረስ ስሜት የሚባለው ነገር አለ:: ይህ የስሜት ውጤት ደግሞ ከውጪው ዓለም ጋር ያለንን ግንኙነት የሚነካ ጉዳይ ነው:: ይህንን እውነታ ከሳይንሳዊ ሂደት አንጻር በሚገባ ግንዛቤን ሊያስጨብጡን የሚችሉ አዋቂዎች እንዳሉ እሙን ነው:: ያም ሆነ ይህ፣ አንድ ሰው ስሜቱ መስመር ሲይዝለትና በስሜት ብልጽግና ሲበስል በውስጡ ያለውና በውጪ ያለው አለም መታረቅ ይጀምራል:: ይህ የውጪው አለም ብለን የምንጠራው ብዙ ሁኔታዎችን የሚያካትት ቢሆንም፣ ሲጨመቅ ግን ከዚህ በታች የገለጥናቸውን ዋና ዋና ግንኙነቶች ይነካል::

የስሜት ብልጽግና በፍቅር ሕይወት

ከፍቅር ሕይወትና ግንኙነት ውጪ ሕይወትን ኖሮ የሚያልፍ ሰው አለ ብሎ ማሰብ አስቸጋሪ ነው:: የትስስሩ መጠን ይለያይ እንጂ፣ አንድ ሰው ወደ ትዳር ከመግባቱ በፊትም ሆነ ወደ ትዳር ከገባ በኋላ ከመውደድና ከመወደድ ሕይወት አያመልጥም:: የፍቅር ግንኙነት አልፎ ወደትዳር ይዘልቃል:: ምናልባት በዚህ ምድር ላይ እጅግ የላቀ የስሜት ውጣ ውረድ የሚያስከትል ግንኙነት ቢኖር ይህ የትዳር ግንኙነት ነው:: ስለሆነም ይህንን የሕይወት ዘርፍ በቅጡ መያዝ አስፈላጊ ነው:: በትዳር ውስጥ ያለን የስሜት ብልጽግና ለማዳበር ከሚረዱን እውነታዎች መካከል የሚከተሉት ዋና ዋናዎቹ

ናቸው::

ለውጥን መጋበዝና በቅጡ መያዝ

ባለትዳሮች ካለማቋረጥ ለያዙት የትዳር ግንኙነት መለወጥ በበሰለ የስሜት ብልጽግና መስራት አለባቸው:: በገንዘብ፣ በኑሮ ደረጃና በተለያዩ እንደ እውቀትና በመሳሰሉት ሁኔታዎች የመለወጥን ሁኔታ መጋበዝ፣ መወያየትና መንቀሳቀስ ወሳኝ ጉዳይ ነው:: በተጨማሪም፣ ሳይፈለጉ የሚመጡ ለውጦችን በሚዛናዊነትና በመስማማት ማስተናገድ የስሜት ብልጽግናን አመልካች ነው:: አብሮ በመኖር ወራትና አመታት ሲያልፉ የትዳር አጋራችን በእድሜ፣ በአካላዊ ሁኔታዎችም ሆነ በሌሎች ልናስቀራቸው በማንችላቸው ለውጦች ውስጥ ማለፉ ስለማይቀር ለውጡን አያያዝ ለማወቅ በስሜት ብልጽግና ማደግ የግድ ነው::

የትዳር ጓደኛን ስሜት ማክበር

ሌላኛው በስሜት ብልጽግና የመሻል ምልክት የትዳር ጓደኛን ስሜት በማወቅ ሙብሰልና ማክበር ነው:: አብረን ከምንኖረው ሰው ጋር ልዩነት እንደሚኖረን የታወቀ ነው:: አንዳንዶቹ ልዩነቶቻችን ቀለል ያሉ ሲሆኑ፣ ሌሎቹ ደግሞ ጎልተው የሚታዩና ለችግር ሊያጋልጡ የሚችሉ ናቸው:: የአጋራችንን ስሜት በማወቅና በመጋራት ለመኖር ከሚረዱን እውነታዎች መካከል አንዱ የትዳር ጓደኛችን እኛን እንዲያደምጠንና እንዲገነዘበን ከመፈለጋችን በፊት እኛ ማድመጥና የእሱን (ሷን) ሃሳብ ማድመጥና ስሜትን ለመገንዘብ መሞከር ነው::

ደስተኛነትንና አዎንታዊነትን ማዳበር

ትንሹንም ትልቁንም ክስተት እየቆጠሩ መቆጣት፣ መነጫነጭና መካሰስ ትልቅ ክስረት ነው:: ይህ እንዳይሆን ከአዎንታዊነት የሚመነጭ ደስተኛነት ማዳበር አስፈላጊ ነው:: አብረን መኖራችን ካልቀረ ደስተኛ ሆነን መኖራችን ተመራጭ ነው:: ይህ እንዲሆን፣ ስህተቶችን አለማካበድ፣ ይቅርታን በየቀኑ መለማመድ፣ የተበላሸን ነገር ለማስተካከል አብሮ መስራትና የመሳሰሉት አስፈላጊ የትዳር "ቅመማ-ቅመሞች" ሊኖሩ ይገባል:: ይህንን አንዘንጋ፣ በቤታችን የሚነግሰው ሃሳብና ስሜት እኛው ፈቅደን ያስገባነውና እንዲቆይ የፈቀድንለት ብቻ ነው::

የስሜት ብልጽግና በቤተሰብ ሕይወት

የጥንት አባባል፡- "አገር የሚባል ነገር የለም፣ ቤተሰብ የሚባል ነገር ነው ያለው፡፡ ማህበረሰብ የሚባል ነገር የለም፣ ቤተሰብ የሚባል ነገር ነው ያለው፡፡ ድርጅት የሚባል ነገር የለም፣ ቤተሰብ የሚባል ነገር ነው ያለው … ፡፡" የዚህን ረዘም ያለ አባባል አጭር ክፍል ስናነብ ይህንን ብሂል ለመጀመሪያ ጊዜ የተናገረውን ሰው የመነሻ ሃሳብ እንገነዘበዋለን ብዬ አስባለሁ፡፡ ቤተሰብ ከሌለ ሰው በዝቶ ህዝብና አገር ሊሆን አይችልም፣ ተቋሞች ሊደራጁና ሊንቀሳቀሱ አይችሉም … ማለቱ ነው፡፡ የሁሉ ነገር መነሻው ቤተሰብ ነው፡፡

ይህ ቤተሰብ የሚለው ሃሳብ ደግሞ ወደ ትዳር መለስ ብለን እንድንመለከት ይጋብዘናል፡፡ ስለዚህም፣ ትዳርና እንዲሁም ቤተሰብ በአንድ ጎኑ የልጆችን ገጽታ ሲይዝ በሌላ ጎኑ ደግሞ በትዳር ጓደኞችን ምክንያት ወደ ዝምድና የተቀላቀልናቸውን ሰዎች ይነካል፡፡ እነዚህ ቀድሞ ፈጽሞ የማናውቃቸው ወይም በህይወታችን ያልነበሩ፣ አሁን ግን ትዳር በመያዛችን ምክንያት በሕይወታችን የተከሰቱ ሰዎች በጥንቃቄና በስሜት ብልጽግና ካልተያዙ እድሜልካችንን ደስ የማይሉ ኮምጣጣ ፍሬዎችን ስንበላ እንኖራለን፡፡ ለምሳሌ፣ በስራ አለም የተቸገርንበት ሁኔታ ሲከሰትና ብዙ ሞክረን ሲያቅተን በመጨረሻ ስራውን ትተን በመሄድ "ልንገላገለው" እንችላለን፡፡ ከቤተሰብ ጋር ያለን ግንኙነት ግን በቀላሉ ልንለየው የማንችለው ጉዳይ ከመሆኑም ባሻገር ተለይተን እንኳ ግንኙነቱ በፍጹም ሊለቀን እስከማይችል ድረስ ጥልቅ ነው፡፡ ስለዚህም፣ የቤተሰብን ሁኔታ በታላቅ ስሜታዊ ብልጽግና መያዝ ተገቢ ነው፡፡ ጥቂት ነጥቦች እንመልከት፡፡

"ቀጣይነት" ይኑርህ

በቤተሰብህ አካባቢ ሊኖርህ ከሚገባ ዋነኛ ነገር መታመን ነው፡፡ መታመን ማለት ልጆችህም ሆኑ የቤተሰብህ አባላት አንተን ሲያስቡ፣ "እንዲህ ነው" ብለው በባህሪህ ላይ ሲተማመኑ ማለት ነው፡፡ ይህ መተማመን የሚመጣው በአንድ ተግባርም ሆነ በአንድ ባህሪይ ቀጣይነት ያለውንና የማይለዋወጥ ማንነት ለረጅም ጊዜ ስታሳይ ነው፡፡ ለአመታት ያሳየኸውን ባህሪም ሆነ ተግባር ካዩ በኋላ አንተን እያመኑህና እየተደገፉብህ

መሄድ ይጀምራሉ፡፡ በዚህ መልኩ ለረጅም ጊዜ በቀጣይነት ያሳየኸው ማንነትህ ስትሳሳት እንኳን እንዲታገሱህ የሚደግፍህ ጉዳይ ነው፡፡

በአንድነትና በአንድ አይነት መካከል ለይ

የአንድ ቤተሰብ አካል መሆንና በአንድ ላይ መኖር ማለት አንድ አይነት መሆን ማለት አይደለም፡፡ በባልና በሚስት መካከል፣ በቤተሰብና በልጆች መካከል፣ እንዲሁም ደግሞ በቅርብ ዘመዶች መካከል ያለው ልዩነት ተቆጥሮ አያልቅም፡፡ በመጀመሪያ ልዩነት እንዳለ አምኖ በመቀበል አእምሮን ማዘጋጀትና ፈታ ማድረግ አስፈላጊ ነው፡፡ በመቀጠልም፣ ልዩነቶቹን የሚያጎሉ ሁኔታዎች ሲከሰቱ በበሰለ ሁኔታ የማስተናገድን ብልህነት ማዳበር የግድ ነው፡፡

መስመር አብጅ

የአንተ ቤተሰብ በትዳርህ ውስጥ ያለው መብትና ጣልቃ ገብነት ምን ያህል ሊሆን ይገባዋል? የባለቤትህ ቤተሰቦችስ በትዳራችሁ ውስጥ ምን ያህል ነጻነት አላቸው? እነዚህ ጥያቄዎች እስካሁን ካልተነሱ ወደፊት መነሳታቸውና ውጥረት መፍጠራቸው ስለማይቀር ከአሁኑ መልስን ማዘጋጀቱ አይከፋም፡፡ ይህ ብዙ ክፍለ-ዘመናትን ያስቆጠረ ውጥረት ለብዙ ቤተሰብ መረበሽና መበተን የሆነ ጉዳይ ነው፡፡ ምንም እንኳን ከራሳችንና ከትዳር ጓደኛችን ቤተሰቦች ተለይተን መኖር ባንችልም፣ እውነተኛና ግልጽ የሆነ ውይይት አድርገን መስመሩን በጋራ ማስመር እንችላለን፡፡

የስሜት ብልጽግና በስራ ቦታ

በስሜት በልጽጎ መገኘት በቀጥተኛ መልኩ ከሚነካካቸው መስኮች መካከል የስራ መስክ አንዱ ነው፡፡ የስራ መስክ በአንድ ሰው ሕይወት ውስጥ ወሳኝ የሆነ ድረሻ አለው፡፡ ምክንያቱም ሰው ሰርቶና ገንዘብን አግኝቶ ቤተሰቡን ስለሚመሰርት ነው፡፡ በተጨማሪም የሚሰራበትን መስሪያ ቤት ማሻሻልና ለሃገር ጠቃሚነት መዋል በስራ አለም ውስጥ የሚካተቱ እውነታዎች ናቸው፡፡ እንደውም በቀን ስምንት ሰዓት በስራ የሚያሳልፍ ሰው የቀኑን አብዛኛውን ጊዜ በዚያ እንዳዋለው ማሰብ አለበት፡፡ ሁኔታው በስሜቱ በኩል ወደጤንነቱም አልፎ እንደሚገባ ማስታወስ ተገቢ ነው፡፡ በስራ አለም ውስጥ ባለ

የስሜት ብልጽገና ለማደግ የሚከተሉትን እውነታዎች እንጥቀስ፡፡

ከስራህ ውጪ የሆነን ህልም አዳብር

አንዳንድ ሰዎች ስራቸው የሕይወታቸው መጨረሻ እንደሆነ ያስባሉ፡፡ ለእንደዚህ አይነት ሰዎች ሕይወት ወይም ስራ ነው፣ ስራ ከሌለ ደግሞ እቤት ወይም ሻይ ቤት ስለስራው ሁኔታ እየተወራ ነው፡፡ ስለዚህም በቀን ውስጥ ከስራ ውጪ የሚያስቡትና የሚተገብሩት ሌላ አላማም ሆነ የትርፍ ጊዜ ማሳለፊያ (Hobby) የላቸውም፡፡ ስለዚህም፣ በስራ አካባቢ አንድ ችግር ከተነሳ አቅጣጫቸው ሁሉ እንደተዘባረቀ ያስባሉ፡፡ ከዚህ ለመዳን፣ አንድ ሰው ለስራው ያለውን ታማኝነት ሳያጎድል ሌሎችን የሚደሰትባቸውን መስኮች መክፈት አለበት፡፡

ለራስህ ብቻ አታስብ

በስራ ቦታህ ሶስት ወይም አራት፣ አንዳንዴም ከዚያ በላይ አይነት ሰዎች ከአንተ ጋር ይነካካሉ፡፡ የበላይ አለቆችህ፣ አቻህ የሆኑ ባልደረባዎችህና ምናልባት በአለቅነት የምታስተዳደርራቸው “የበታቾችህ” ሊኖሩ ይችላሉ፡፡ ሁኔታው ሲዘል ደግሞ፣ በመስሪያ ቤቱ አቅርቦት የሚጠቀሙ ደንበኞች አሉ፡፡ ይህንን አትዘንጋ፣ ልክ አንተ የተለያዩ ስሜቶችና ፍላጎቶች እንዳሉህ ሁሉ እነዚህም ሰዎች የራሳቸው የሆኑ ስሜቶች አላቸው፡፡ ስለዚህ፣ ሁል ጊዜ ነገሮች ትክክል ናቸው ብለህ የምታስበው ለአንተ ሲስማማ እንደሆነ ካሰብክ ከስሜት ብልጽግና ጎድለሃል፡፡

ሙሉ ልብህን ስጥ

በአንድ በተስማራህበት መስሪያ ቤት ሙሉ ልብህን የመስጠትህ የመጀመሪያ ምልክት በዚያ ከተሰማሩ ሰራተኞች ጋር የቡድንን መንፈስ በማዳበርና በመጠበቅ ነው፡፡ ሌላው የጀመረውን በማገዝ ወደ ፍጻሜ ማምጣት፣ ሰዎች በስራቸው ሲመሰገኑ ደስ መሰኘት፣ ሌሎች ሰራተኞች ሲሳሳቱ አንተ ከስህተት ነጻ እንደሆንክ እንደማሳያ እድል ከመጠቀም ይልቅ ስህተታቸውን በማለፍ ደግመው ያንን ስህተት እንዳይሰሩት በማገዝ ወደፊት መዝለቅና የመሳሰሉት አመለካከቶች በስሜቱ የበለጸገ ሰው ምልክቶች መሆናቸውን አትዘንጋ፡፡

ክፍል ስድስት

የገንዘብ ብልጽግና

በድሉ

የበድሉን ታሪክ ላውጋችሁ:: በድሉ ከልጅነቱ ጀምሮ የሞከረው ሁሉ የሚሳካለትና ከብዙ ሰዎች መካከል በማይመስል ሁኔታ እንኳን እድልና እጣ የሚቀናው ሰው ነው:: ሌላው ቀርቶ በልጅነቱ ቤተሰቦቹ አንድን እድል ሲሞክሩ እንዲደርሳቸው ብለው በእርሱ ስም ነው የሚመዘገቡት:: ደስተኛ፣ ፍልቅልቅና በይቻላል የተሞላ አይነት ዝንባሌ ስላለው በዙሪያው ያለው የወዳጅ ብዛት ተቆጥሮ አያልቅም:: ይህ "እድለኛቱ" ተከተለውና አንድ ቀን ቀላል ያልሆነን ብር በሎተሪ እጣ አሸናፊነት እጁ አስገባ:: በድሉ በእጁ የገባውን በሕልሙም ሆነ በውኑ አስቦት የማያውቀውን የገንዘብ መጠን ተደስቶበት ሳይጨርስ ግራ መጋባት ጀመረ:: ወደዚህ ግራ መጋባት ውስጥ የገባው ቀስ በቀስ ቢሆንም አጀማመሩ እንዲህ ነው:: ብዙ ገንዘብ ማግኘቱ እንደተሰማ ወዳጆቹ ገንዘብን ይጠይቁት ጀመር:: አንዳንዶቹ በብድር መልክ፣ ሌሎቹ ደግሞ በስጦታ:: የበድሉ ችግር "ገንዘብን ለምን ተጠየኩኝ" የሚል አይደለም:: ችግሩ ገንዘብን በብድር መልክ የሰጣቸውን ጓደኞቹን ሁሉ ብድሩን ላለመመለስ ሲሉ ከአጠገቡ ስላጣቸው ነው:: በስጦታ መልክ የሰጣቸው ደግሞ "ይህን ያህል ብር እያለው እንዴት ይህችን ብቻ ይሰጠኛል" ብለው ሸሹት:: ግራ ስለገባው በብድርም ሆነ በስጦታ መልክ ገንዘብን ለሰዎች መስጠት ሲያቆም ደግሞ፣ "ለሌሎቹ ሰጥቶ ለእኔ ከለከለኝ" በሚል ስሜት የቀሩትን ወዳጆቹን አጣ::

አንድ አጭር ታሪክ ልጨምርላችሁ፣ የወጣት አዘነች ታሪክ ነው:: አዘነች ለቅርብ ጓደኛዋ በገንዘብ ላይ ያላትን አመለካከት ስትነግራት፣ "ገንዘብ ጠላቴ ነው" በማለት የውስጧን ነግራታለች:: "ለምን?" ብላ ስትጠይቃት፣ ገንዘብ ከብዙ ነገር እንደለያት እንዲህ ስትል ተረከችላት:: "በሕብረተሰብ ጥናት (Sociology) ዲግሪዬን ስማር ትምህርቱን ከመውደዴ የተነሳ ምንው ባላለቀ እያልኩ ነው የተማርኩት:: ከዚያም በአንድ መንግስታዊ ባልሆነ ድርጅት ውስጥ ተቀጥሬ የሴቶችንና የህጻናት ሕይወት በማሻሻል ዙሪያ መስራት ጀመርኩ:: ህልሜን አገኘሁትና ደስ አለኝ:: በቃ፣ እኔ የተፈጠርኩት የሰውን ችግር ለመፍታት እንደሆነ ይሰማኛል:: ብዙም ሳይቆይ ግን ወደ ውጪ ሄደው እንደተሳካላቸው የሚነግሩኝ ጓደኞቼ በቫይበርና በፌስቡክ ልቤን አቆሙት:: አንድ ቀን ውስጤን ድክም፣ ስልችት ያለው እለት ለመሄድና የተሻለ ገንዘብ አግኝቼ ህይወቴን

ለመለወጥ ወሰንኩ፡፡ የቪዛው ነገር ተሳካና ወራት ባልሞላ ጊዜ ውስጥ ተነስቼ ሄድኩኝ፡፡ የሄድኩበት ሃገር የሚገኘው ስራ ምንም እንኳን በትምህርቴ ከተቀጠርኩበት ስራ በብዙ እጥፍ ቢከፍልም የማይመቸኝ ሆኖ አገኘሁት፡፡ አንደኛ ገንዘብ ለማግኘት ብዬ የተውኩት የምወደው የስራ መስኬ አሁን የማገኘው ገንዘብ ከሚሰጠኝ ይልቅ የውስጥ እርካታ ይሰጠኝ ስለነበር ይቆጨኛል፡፡ ሌላው ከዚህ የከፋው ጉዳይ ግን በዚህ ስራዬ አሰሪዎቼ ከእኔ የሚፈልጉት አስነዋሪ ነገር ነው፡፡ መቼም ምን እንደሆነ እንደሚገባሽ አስባለሁ፡፡ በቃ ወይ ስራዬን ማጣት ወይም ደግሞ "ስጋዬን" መሰዋት ነበረብኝ፡፡

አንድ ቀን ከስራ ተባርሬ ወደ ሃገሬ በመመለስና ባለመመለስ መካከል የመምረጥ አጣብቂኝ ውስጥ ስገባ አንድ ጊዜ ባደርገው ምንም አይጎዳኝም ብዬ ራሴን አጋልጬ ስጠሁና ፈጽሞ የማልወደውን ነገር ከአሰሪዬ ጋር አደረኩኝ፡፡ ይህ በሆነ በስድስተኛው ወር ጸጸቴን አስታምሜ ስጨርስ በድንገት አሰሪዬ በጸና ታሞ ሆስፒታል እንደገባ ሰማሁ፡፡ ህመሙም በደም ውስጥ ያለ ቫይረስ እንደሆነም ሰማሁ፡፡ አለቃዬ ብዙ ሳቆ ሞተ፡፡ እጅግ ደነገጥኩኝ፡፡ እዚያ የመመርመሩን እድል ማግኘት እንደማልችል ስላሰብኩኝ በፍጥነት ወደሃገሬ ተመለስኩኝ፡፡ ሃገሬ ከተመለስኩኝ በኋላ ቢያንስ ለአንድ አመት ያህል ሳልመረመር እንዲሁ ደንዝዤ ተቀመጥኩኝ፡፡ ብመረመር ልሰማ ለምችለው ውጤት ዝግጁ ስላልነበርኩኝ ከቤት ሳልወጣ በከባድ የስሜት ቀውስ ውስጥ ከረምኩኝ፡፡ በዚህ ጊዜ ነው በዚያ ሃገር ያጠራቀምኩትን ገንዘብ የጨረስኩት፡፡ የሚገርምሽ ነገር ከአመት ድንዛዜ በኋላ እንደምንም ጨክኜ ስመረመር ከምንም አይነት በሽታ ነጻ መሆኔን ተረዳሁ፡፡ እረፍትና ረብሻ በአንድ ላይ ተደባልቀው በውስጤ ጎረፉ፡፡ እረፍቱ ለብዙ ጊዜ ካስጨነቀኝ ሁኔታ ነጻ መሆኔ ነው፡፡ ውስጤን የረበሸው ግን አተርፍ ብዬ ከሄድኩበት ሃገር ስመለስ ጭራሽ ማጉደሌ ነው፡፡

ከላይ የሰፈሩትን ታሪኮች ስታነብ ምን አሰብክ? ከገንዘብ ጋር ባላቸው ግንኙነት ምን ስህተት የሰሩ ይመስለሃል? አንተ በእነሱ ቦታ ብትሆን ኖሮ በምን ሁኔታ ከስህተቶቹ ትጠበቅ ነበር?

በዚህ መጽሐፍ መጀመሪያ ላይ እንደገለጽኩት ብልጽግና የሚለውን ቃል ስንሰማ ምንም ነገር ከማሰባችን በፊት ስለገንዘብ ማሰብ የተለመደ ነው፡፡ ብልጽግናን ከገንዘብ ጋር አያይዞ መመልከት ምንም ችግር የሌለው ጉዳይ ቢሆንም፣ ብልጽግና ገንዘብ ብቻ

እንደሆነ ማሰብ ግን ከመስመር ያወጣናል፡፡ በርግጥም በገንዘብ የመበልጸግ አስፈላጊነት ሊካድ አይቻልም፡፡ ሆኖም፣ በቀደሙት ምእራፎቻችን እንደተመለከትነው የገንዘብ ብልጽግናን በብዙ እጥፍ የሚበልጡት ብዙ የብልጽግና አይነቶች አሉ፡፡ ለምሳሌ፣ ምንም እንኳን ገንዘብ ቢኖረንም እንኳ አካላዊ ብልጽግና ጎድሎን ያለንን ገንዘብ በምንደሰትበት ነገር ላይ ማዋል የማንችልበት ሁኔታ ውስጥ ራሳችንን ልናገኘው እንችላለን፡፡ ይህ ሁኔታ እንደሚጠቁመን፣ በዚህ መጽሐፍ ውስጥ የተጠቀሱት የብልጽግና አይነቶች እርስ በርሳቸው ከፍተኛ ትስስር እንዳላቸው ነው፡፡

አንዳንድ የገንዘብ አያያዝ ዘይቤን የሚያስተምሩ አዋቂዎችና ኢኮኖሚስቶች እንደሚነግሩን፣ ምንም ነገር ወደ ገንዘብ ሊቀየር ይችላል፡፡ ለምሳሌ፣ በአእምሮ የበለጸገ ሰው ያንን ብልጽግናውን ነው ወደ ገንዘብ የሚለውጠው፡፡ በማሕበራዊ ብልጽግናውም ሆነ በሌሎች የብልጽግና አይነቶች የላቀ ሰው ያንን ሁኔታውን በትክክለኛው መንገድ ከተጠቀመበት የገንዘብን ምንጭ ሊፈጥርበት ይችላል፡፡ ስለዚህ የብልጽግና መልኩ ብዙ ነው፡፡ ሆኖም፣ የገንዘብ ማጣትና በገንዘብ መደህየት በሌሎች የብልጽግና ሁኔታዎቻችን ላይ ያለውን ተጽእኖ በማወቅ የብልጽግናችን ስእል ሙሉ እንዲሆን በጉዳዩ ላይ ልናስብበት ይገባል፡፡

በዚህ ክፍላችን ከተጠቀሰው ጽንሰ-ሃሳብ አንጻር የምንመለከታቸው እውነታዎች የሚከተሉት ናቸው፡፡

- ገንዘብን መገንዘብ
- የገንዘብ ዝንባሌአችንን ማወቅ
- የስራ ፈጠራና የመዋእለ ነዋይ ፍሰት
- ገንዘብና ደስተኛነት

6.1

ገንዘብን መገንዘብ

የገንዘብን ታሪካዊ አመጣጥ ማብራራት የዚህ ምእራፍ ዋና ዓላማው ባይሆንም ጥንታዊ አነሳሱን ማስታወስ ገንዘብን ለመረዳት ይጠቅማል። የገንዘብ አጀማመር ከእቃ መለዋወጥ ንግድ (Bartering) ተነስቶ ነው እዚህ የመድረሱ ጉዳይ የአጠቃላይ እውቀት እውነታ ነው። በጥንት ጊዜ፣ አሁንም በአንዳንድ እጅግ ገጠራማ አካባቢዎች እንደሚደረገው፣ አንድን አቅርቦት የፈለገ ሰው ያንን የፈለገውን ነገር ያለውን ሌላ ሰው ለማግኘት ወደገበያ ወይም ሰውየው ወዳለበት ቦታ ይሄዳል። ይህንን እሱ የፈለገውን ነገር በእጁ ለማስገባት ያኛው ወገን የሚፈልገውን ነገር ይዞ መሄድ አለበት። ስለዚህም ፍላጎታቸውን ይለዋወጣሉ። ይህ አደራረግ በጊዜው የሰራላቸው ብቸኛ መንገድ ቢሆንም የተለያዩ ችግሮች ነበሩት። ለምሳሌ፣ ላም ያለው ሰው አንድ ብርጭቆ የሚያክል ጨው ቢፈልግ፣ የፈለገውን ጨው የሚመጥን "ላም" ማምጣት አለበት። ይህም ሁኔታ ግብይቱን አስቸጋሪ ያደርገዋል፤ ላሚቱን ቆራርጦ መስጠት ስለማይችል ማለት ነው። በመቀጠልም የተለያዩ ከስፍራ ወደ ስፍራ ተሸክመው ለመዘዋወር አስቸጋሪ የሆኑ ነገሮችን ለመለዋወጥ አስቸጋሪ ነበር። ስለዚህም፣ ሰዎች የተለያዩ የቁሳ ቁስ ልውውጥ መንገዶችን ሲሞክሩ ቆዩ። ከዚህ ተነስቶ ነው እንግዲህ በዝግመተ-ለውጥ ገንዘብን ወደማዳበር የተመጣው። አንድን ነገር ሸጠን በእጃችን ባስገባነው ገንዘብ የፈለግነውን ነገር የመግዛት ጉዳይ እጅግ ወሳኝ ሆነ (ምንጭ፡- https://www.investopedia.com/articles/07/roots_of_money.asp)።

በየቀኑ የአለም ገበያ ምንዛሪ (Stock Exchange) ሁኔታ እንደ ኒውዮርክ ቶክዮና ለንደን በመሰሉ የንግድ ከተሞች ውስጥ ይፋ ይወጣል - በየቀኑ! የአገር መሪው፣ የምጣኔ ሃብት አዋቂው (Economist) እና ነጋዴው ሁሉ አይኑን ይጥላል። ትናንት የተወሰኑ ውሳኔዎች

የዛሬውን የኢኮኖሚ ሁኔታ እንደ ወሰኑ ስለሚታወቅ የአለም ገበያ ሁኔታ እንደታወቀ ሁሉም ይሯሯጣል:: ሩጫው ዛሬ ላለው እውነታ የሚመጥን ምላሽ ለመስጠትና የነገን የገንዘብ ሁኔታ ለማስተካከል ነው:: ይህንና ይህንን መሰል ሁኔታ ስናስብ የገንዘብ ወሳኝነት ይገባናል::

ወደታች ስናወርደው ገንዘብ በግል ሕይወታችን ውስጥ ትልቅ ስፍራ ያለው ነገር ነው:: ይህ እውነት ወደድንም ጠላን ያው እውነት ነው:: በከተማችን ውስጥ ገና እንደነጋለት ወዲህና ወዲያ የሚለውን ሰው ምክንያቱን ብንጠይቅ፣ አንድ ሰው በአንድ አካባቢ ከመኖር ይልቅ በሌላ ሰፈር መኖር የመረጠበትን ምክንያት ብንጠይቅ፣ በፍርድ ቤቶቻችን ሄደን አብዛኛው ሰው የሚካሰስበትን ምክንያት ብንጠይቅ፣ ከዚያም አልፈን የየእለት የከተማችንን ክስተቶች ብናስተውል አብዛኛዎቹ ከገንዘብ ጋር የተገናኙ ናቸው:: በገንዘብ ምክንያት ሰዎች ይወዳጃሉ:: በገንዘብ ምክንያት ሰዎች ይጣላሉ፤ እስከመጋደልም ይደርሳሉ:: በገንዘብ ምክንያት ሰዎች እንቅልፍ ያጣሉ፣ በህመም ይመታሉ፣ ካላቸው የኑሮ ጫና መውጣት ያቅታቸዋል:: ገንዘብ በመላው አለም፣ በክፍላተ አለማት፣ በሃገራት፣ በከተማዎችና በቤተሰብ ደረጃ እጅግ ወሳኝ የሆነ ጉዳይ ነው:: ባደጉ አገሮችና በማደግ ላይ ባሉ አገሮች መካከል ካሉ ዋና ዋና ልዩነቶች መካከል አንዱ የገንዘብ ብልጽግናና ያንንም ብልጽግና የአያያዝ ብቃት ነው::

ወደ ግላችን ስናመጣው የአንድ ሰው ብልጽግና በእጁ ላይ ባለው ጥሬ ገንዘብ፣ እንዲሁም ባለው ቋሚና ተንቀሳቃሽ ንብረት ሊለካ ይችላል:: እነዚህ ንብረቶች እንዲሁ በአጋጣሚ በአንድ ሰው እጅ አይገቡም:: አንድ ጊዜ በሰው እጅ ከገቡ በኋላም በአጋጣሚ እየበዙ አይሄዱም:: ሰዎቹ በግላቸው ባደረጉት ጥረት ወይም ደግሞ በተለያዩ ሰዎች እርዳታ ነው ወደተሳካ የገንዘብ ደረጃ የሚደርሱት:: ሆኖም፣ በዚህ ጉዳይ ላይ የላቀ እውቀት ለማዳበር የምጣኔ ሃብት አዋቂዎችን (Economists) ማማከር ወይም እነሱ የጻፉትን መጽሐፍ ማንበብ አስፈላጊ ነው:: በምጣኔ ሃብት እውቀት ብቃቱ ባይኖረንም ከጠቅላላ እውቀት በመነሳት በጣም መሰረታዊ የሆኑ ነጥቦችን መመልከት እንችላለን::

ገቢና ወጪን ማመዛዘን

የአንድ ሰው የተጣራ ሃብት የሚለካው ወጪው ከገቢው ላይ ተቀንሶ በእጁ ላይ

በሚቀረው ገንዘብ ነው። ይህ ቀላል ስሌት ወደ እጁ ከሚገባው የገንዘብ ፍሰት ላይ ከእጁ የሚያወጣው ወጪ በመቀነስ የሚደረስበት ጉዳይ ነው። እዚህ ጋር፣ ከምናስገባው ገቢ ያነሰን ወጪ የማውጣት ጥበብና ዲሲፕሊን አስፈላጊ ጉዳይ ነው። አንድ አንድ ሰዎች ገቢና ወጪአቸውን ስለማያመጣጥኑ ከእነሱ በብዙ ያነሰ ገቢ ካላቸው ሰዎች በታች ይኖራሉ። ስለዚህ ተጨማሪ ገንዘብን ለማግኘት የማሰባችንን ያህል አላስፈላጊ ወጪዎችን የመቀነስ ጉዳይም አስፈላጊ ጉዳይ ነው።

ዋጋ ያለው ንብረትና ዋጋ የሚቀንስ ንብረት መለየት

ዋጋ ባለው ወይም በሚጨምር ንብረት (Asset) እና ዋጋ በሚቀንስ ንብረት (Liability) መካከል መለየት ሌላኛው መሰረታዊ ነገር ነው። ለምሳሌ፣ የገንዘብ ሁኔታዬ የጠበበ ሆኖ፣ ከጥቂት ጊዜ በኋላ መልሼ ልሸጠው ስፈልግ ገዢ ላገኝለት የማልችለውን የአምስት መቶ ሺህ ብር መኪና ብገዛ ይህ መኪና ጊዜአዊ ምቾት ከመስጠትና ወጪን ከማስወጣት ያለፈ ምንም ጥቅም ላይሰጠኝ ይችላል። ይህ ንብረት ዋጋ ቀናሽ ንብረት (Liability) ይባላል። ያንኑ ገንዘብ ግን አንድ ቤት ላይ ባውለውና ያንን ቤት በወር አስር ሺህ ብር ባከራየው፣ ይህ ንብረት ዋጋ ያለው ንብረት (Asset) ይባላል። ብዙ ሰዎች የዚህን መሰረታዊ እውነታ ልዩነት በቅጡ ስለማያስቡት ገንዘብን ሲያገኙ ባማራቸው ወይም በመሰላቸው ነገር ላይ ያውሉታል።

ሳያገኙ አለማጥፋት

በሰለጠኑት አለማት ሰዎች ከሚቸገሩበት ትልቁ ትግላቸው አንዱ የዱቤ ካርድን (Credit Card) ካለገደብ መጠቀም ነው። በቦርሳቸው ያላቸውን ይህንን ከባንክ የተቀበሉትን ካርድ እየመዘዙ ለመግዛት ያማራቸውን ነገር ሁሉ ያግበሰብሳሉ። ወዲያውኑ ከእጃቸው የሚወጣ ጥሬ ገንዘብ ስለሌለና ካርዱ በጊዜው የፈለጉትን የማድረግ ስሜት ስለሚሰጣቸው ሳያስቡት በእዳ ይዘፈቃሉ። በእንደዚህ አይነቱ ሁኔታ ውስጥ ራሳቸውን የሚያገኙ ሰዎች ገንዘብን ገና ሳያገቡት የሚያወጡ ሰዎች ናቸው ይባላሉ። ገና ለገና ነገ ሰርቼ አገኘዋለሁ ብለው የሚያምኑትን ገንዘብ ዛሬ በዱቤ ካርድ ያጠፉታል። ነገ ገንዘብ ሲያገኙ ያንን የዱቤ እዳ ከነወለዱ ሲከፍሉ ይከርማሉ። ወደ ሃገራችን ስንመጣ ምንም እንኳ ይህ አይነቱ የዱቤ ካርድ በጣም የተስፋፋ ባይሆንም፣ ልማዱ ግን በባህላዊ መልኩ

ይንጸባረቃል፡፡ አንድን ማግኘት የፈለጉትን ነገር ገንዘብን ከወዳጃቸው ተበድረውም ቢሆን ካልገዙ እንቅልፍ የማይወስዳቸው ሰዎች አሉ፡፡ አንዳንድ ሰዎች ደመዎዝ በተቀበሉ በሶስተኛው ቀን ያላቸውን ሁሉ አባክነው የሚቀጥለው ወር ደሞዝ ሲመጣ እከፍልሃለሁ በማለት ገና ያልተከፈላቸውን ደሞዝ በብድር በመውሰድ ያጠፉታል፡፡ እንግዲህ፣ በገንዘብ ብልጽግና ለመላቅ ይህንን እውነታ ማመዛዘንን የሚጠይቅ ጉዳይ ነው፡፡

ስለገንዘብ መሰረታዊ እውነታ በጥቂቱ ከተመለከትን አንድን አስፈላጊ እውነታ መጥቀስ ይገባናል፡፡ ሰዎች በተለያየ መልኩ ገንዘብን በእጃቸው ያስገባሉ፡፡ አንዳንዶቹ መንገዶች ጤናማና የሚበረታቱ ሲሆኑ፣ ሌሎቹ ግን ልናስወግዳቸው የሚገቡ አጉል ሁኔታዎች ናቸው፡፡ ከዚህ በታች የተወሰኑትን አራቱ ማግኛ መንገዶች እንመለከታለን፡፡

በጥረትና በትጋት የሚመጣ ገንዘብ

የአንዳንድ ሰዎች የገንዘብ ምንጭ ያለው ብዙ ከመስራት ነው፡፡ በስራ አለም ሆነው ብዙ አመትና ለረጅም ሰዓታት በመስራት የሚችሉትን ያህል ያጠራቅማሉ፡፡ የዚህን አካሄድ መልካም ጎን ስናየው በስራ ስነ-ምግባር የመበልጸግንና ለአንድ ድርጅትም ሆነ መንግስታዊ መስሪያ ቤት ታማኝ መሆንን ያመለክታል፡፡ ይህ ደግሞ ሊበረታታ የሚገባው ጉዳይ ነው፡፡ ማስታወስ ግን ያለብን በአንድ መስሪያ ቤት ለረጅም ጊዜ የሰራ ሰው ሁሉ በቅንነትና በአገልጋይነት መንፈስ ይሰራል ማለት አለመሆኑን ነው፡፡ ከምንነጋገርበት የገንዘብ ብልጽግና አውድና የገንዘብን ነጻነት ከማግኘትን አንጻር ስንመለከተው ግን በአንድ ቦታ ለረጅም ሰዓታትና ለረጅም አመታት ምንም መሻሻልን ሳያሳዩ መስራት ላይመከር ይችላል፡፡ በርካታ የገንዘብ አያያዝ አዋቂዎችና አስተማሪዎች እንደሚናገሩት በዚህ መልኩ ገንዘብን ለማግኘት መሞከሩ ክፉት ባይኖረውም የሚበረታታ አይደለም፡፡

በውርስና በድንገተኛ "ኢድል" የሚመጣ ገንዘብ

የአንዳንድ ሰዎች ገንዘብ የሚመጣው በውርስ ነው፡፡ እድሜ ልካቸውን ሰርተውም ሆነ በተለያዩ መንገዶች ቤተሰብ ያካበተውን ሃብት ለልጅ ሲያወርስ ወራሽ በድንገት ባለጠጋ ሊሆን ይችላል፡፡ አንዳንዶች ደግሞ የእጣና የሎተሪ እድል ይገጥማቸውና ከነበሩበት

ሁኔታ አልፈው ይሄዳሉ። ሆኖም፣ በተቃራኒው ደግሞ በድንገት በእጃቸው የገባን ገንዘብ አያያዙን ካለማወቃቸው የተነሳ እንደውም ቀድሞ ከነበሩበት ደረጃ ወርደው፣ ከወዳጆቻቸው ተለያይተውና ለአደገኛ የሕይወት ዘይቤዎች ራሳቸውን አጋልጠው የሚገኙ ሰዎች አሉ። በድንገተኛ "እድል" ገንዘብን ማግኘት ምንም ችግር የሌለበት ጉዳይ ሆኖ ሳለ፣ በድንገት የበለጸጉ ሰዎች አንድ ሰው አእምሮውን፣ ጉልበቱንና ጊዜውን ተጠቅሞ ገንዘብን ሲያገኝ በዚያውም የሚያዳብረው የባህሪ ጽናት ላይኖራቸው ስለሚችል ከጥቅሙ ጉዳቱ ሊያመዝን ይችላል።

በፍጥነትና "በአቋራጭ" የሚመጣ ገንዘብ

አንዳንድ ሰዎች ገንዘብን ለማካበት ምንም መንገድ ከመጠቀም አይመለሱም። ከሰዎች እጅ የእነሱ ያልሆነውን ገንዘብ በምን መልኩና ከፉ ብልሃት ፈልቅቀው እንደሚያወጡ ያውቁበታል። ሕግ የማይሸፍነውን ቀዳዳ በመጠቀም፣ ሃሰተኛ ተስፋዎችን በመስጠት፣ ሰዎችን የማመን ዝንባሌ ለጥቅማቸው በማዋልና በመሳሰሉት መንገዶች በመጠቀም እጃቸው ገንዘብን የሚያስገቡ ሰዎች ከዚህ ይመደባሉ። እንደዚህ አይነት ሰዎችን ከቢጤዎቻቸው ጋር ሆነው ማንን በምን መልክ አታልለው ገንዘብ "እንደበሉ" በጉራ መንፈስ ልምድ ሲለዋወጡ ማድመጥ የተለመደ ነው። ያም ሆነ ይህ፣ ያገኙትን ገንዘብ በዚህም መንገድ አመጡት በዚያኛው፣ በፍጥነት የሚመጣ ገንዘብ ከምቾቱ ይልቅ ስጋቱ እንደሚበዛና በመጣበት ፍጥነት የመሄዱ እድል እጅግ የሰፋ እንደሆነ ታሪክ ይነግረናል።

በፍጥነትና በጤናማ የፈጠራ ብቃት የሚመጣ ብልጽግና

አንዳንድ ሰዎች በእጃቸው ያለውን ችሎታና በአእምሮአቸው ያለውን እውቀት በምን መልኩ በፍጥነት ወደ ገንዘብ ሊለውጡት እንደሚችሉ ብልጭ ይልላቸዋል። እነዚህ ሰዎች ከላይ የተጠቀሱት አቋራጭ መንገድ ተጠቃሚዎች ጋር ያላቸው የጋራ ነገር ብልጽግና ውስጥ ለመግባት ጊዜ የማይፈጅባቸው የመሆኑ ጉዳይ ነው። ያላቸው ዋና ልዩነት ግን እነዚያኞቹ ጤናቢስ መንገድን የመጠቀማቸው፣ እነዚህኞቹ ግን በእጃቸው ያለውን ነገር በትክክለኛው መንገድ የመጠቀማቸው ሁኔታ ነው። በጤናማ ሁኔታ በፍጥነት የሚበለጽጉ ሰዎች የንግድን ፈጠራ በፍጥነት ማዳበር የሚችሉ፣ ያላቸውን

የተፈጥሮ ችሎታና ዝንባሌ ወደ ገንዘብ መለወጥ የሚያውቁበትና የሰዎችን ችግር የሚፈቱ ሁኔታዎች በመፍጠርና ተፈላጊነትን በማዳበር ልቀው የሚገኙ ናቸው::

ወደሚቀጥለው ምእራፋችን ዘልቀን ስንሄድ፣ እንደማስታወሻ ያህል፣ “የትም ፍጪው ዱቄቱን አምጪው” የሚለው አባባል በገንዘብ አንጻር እንደማይሰራ ጠቆም ላድርግ:: ገንዘብ እጃችን የመግባቱ ጉዳይ አስፈላጊ የመሆኑን ያህል ገንዘቡን በምን መልክ እንዳመጣነውም ያንኑ ያህል አስፈላጊ ነው::

6.2

የገንዘብ ዝንባሌአችንን ማወቅ

ስኮት እና ቤታኒ (Scott & Bethany Palmer) ስለ አምስቱ የገንዘብ ዝንባሌዎች ("The 5 Money Personalities") በጻፉት ግሩም መጽሐፋቸው ውስጥ አንድ ሰው ማወቅ ከሚገባው ነገር አንዱ ከገንዘብ ጋር ስላለው ግንኙነት ነው ብለው ይናገራሉ፡፡ ይህንንም ለማድረግ እንዲረዳ ሰዎች ከገንዘብ አንጻር ያላቸውን የግል ዝንባሌ ወይም የግል ባህሪይ አይነቶች ገልጸዋል፡፡ ገንዘብን አስመልክቶ ያለንን የግል ባህሪይና ዝንባሌ ማወቅ ብርቱ ጎናችንንና ደካማ ጎናችንን ተገንዝበን ወደማመዛዘን እንድንመጣ ይደግፈናል (Scott & Bethany Palmer, Page 23-45)፡፡

ቆጣቢዎች (Savers)

ቆጣቢዎች ገንዘብን ከእጃቸው የሚያስወጣ ነገርን ስለማይወዱ በተቻላቸው መጠን በእጃቸው የገባ ገንዘብ እነሱው ጋር የሚቀርበትን መንገድ ይፈልጋሉ፡፡ አንድን ከተጠቀሙበት በኋላ ሊጣል የሚገባን ነገር እንኳ ደግመው ደጋግመው በመጠቀም የታወቁ ናቸው፡፡ እቤታቸው የሚገኝ ማንኛውም ብዙ ጊዜ ያገለገለ እቃ ምናልባት ነገ የሚፈለግበት ጊዜ ይመጣል ስለሚባል በፍጹም አይጣልም፡፡ ቆጣቢዎች ነጋዴ እስከሚያፍር ድረስ በመከራከር ዋጋ በማስቀነስ የታወቁ ናቸው፡፡ ሆኖም፣ በቅናሽ ከመግዛት ይልቅ በነጻ ቢያገኙት አይጠሉም፡፡ ቆጣቢ መኪና ሲያሽከረክር ነዳጅ ያለቀውን መኪና ገንዘብ ቢኖረው እንኳ በፍጹም እስከጫፉ ሞልቶ አያውቅም፡፡ በየመንገዱ ባገኘው ነዳጅ ማደያ እየቆመ የሃምሳና የመቶ ብር ነዳጅ ጠብ እያደረገ ማሽከርከር ይወዳል፡፡ ከእጁ ከሚወጣው የገንዘብ መጠን ይልቅ እሱ ጋር የሚቀረው ስለሚያጓጓው እንደዚያ በማድረጉ የሚያባክነውን ጊዜና ጉልበት አያስብም፡፡

የቆጣቢዎች መልካም ጎን

- በመቆጠብ ልዩና እውነተኛ የሆነን የደስታ ስሜት ማግኘት
- ገንዘብን በሃላፊነት፣ በተደራጀ ሁኔታና፣ በታማኝነት በመያዝ የሚታወቅ
- በስሜት ተነሳስቶ በድንገት ገንዘብ የማያወጣና ግዢን የማይፈጽም

የቆጣቢዎች ደካማ ጎን

- በተገቢው ጊዜና ሁኔታ ገንዘብ በማውጣት ሊገኝ የሚችለውን ደስታ ማጣት
- ገንዘብ በማጠራቀም ላይ ያለ ከልክ ያለፈና የተጨናነቀ ግብ ማውጣት
- ርካሽ የሆነ የገንዘብ አወጣጥ፤ በቂ ገንዘብ እያለው እንኳ ከርካሽ ሁኔታ፣ ቦታና የእቃ ግዢ የማይላቀቅ

አባካኞች (Spenders)

አባካኞች በሄዱበት ቦታ ሁሉ የሚገዛ ነገር ካገኙ ሳይገዙት ማለፍ አይችሉም:: አንድ ነገር ካማራቸው የግድ መገዛት አለበት:: አንድን ነገር ሊገዙ ገበያ ሄደው እግረ መንገዳቸውን ብዙ ነገሮችን ለቃቅመው የመምጣት ዝንባሌ አላቸው:: አባካኞች ብዙውን ጊዜ ከልክ ያለፉ ጋባዦችም ናቸው:: በየካፌውም ሆነ በየምግብ ቤቱ ሩቅ ተቀምጦ የሚመገብ የሚያውቁት ሰው ካዩ “ተከፍሏል በለው” በማለት የመክፈል ዝንባሌ አላቸው:: የሰርግ፣ የምረቃ፣ የልደትና የተለያዩ አጋጣሚዎችን በመጠቀም ለወዳጆቻቸው ሁሉ ያለ የሌለውን ስጦታ በመስጠት ደስታን ያገኛሉ:: አባካኞች ገንዘብ ሳይኖራቸው እንኳን ተበድረውም ቢሆን የማውጣት ጽኑ ፍላጎት ስላላቸው በእዳ የመዘፈቅ እድላቸው የሰፋ ነው:: በማባከን ዝንባሌ ውስጥ ያለውን ችግር ሊያሳያቸው የሚሞክርን ሰው እንኳን ሊገነዘቡት ቀርቶ ሊሰሙትም ጊዜ የላቸውም::

የአባካኞች መልካም ጎን

- ለዛሬ ብቻ በማሰብ ለነገ አለመጨነቅ
- በስጦታ ሰዎችን የመደገፍና የማስደሰት ሁኔታ
- ከገንዘብ ፍቅር ነጻ የመሆን ዝንባሌ

የአባካኞች ደካማ ጎን

- በስሜታዊነት በመነዳት ለሚረባውም ለማይረባውም ገንዘብን ማባከን
- በስሜት በመነሳሳት ሳይማከሩ ገንዘብን በማጥፋት ከትዳር ጓደኛና ከንግድ አጋር ጋር ለግጭት መጋለጥ
- የበጀት ጸር መሆን፡፡ በተለይም በበዓላት ጊዜ ካለው የደስታ ግለት የተነሳ እቅድን ሁሉ ማዛባት

ተዳፋሪዎች (Risk Takers)

ተዳፋሪዎች አንድን ነገር ለማድረግ ከፈለጉ በዚያ ሁኔታ ውስጥ ያለውን አስጊ ሁኔታን (Risk) በመፍራት ወደ ኋላ አይሉም፡፡ ተዳፋሪዎች በከተማ ውስጥ አዲስ የተከፈተ መዝናኛ፣ ምግብ ቤትም ሆነ ሌላም ነገር ካለ ሄደው መሞከር ይፈልጋሉ፡፡ አዳዲስ የንግድ እድሎች ካሉ ገንዘብ አውጥተው መሞከርን አይፈሩም፡፡ አሁን ባሉበት ከተማ ወይም አገር የሌለ አንድ እድል ሌሎች ከተሞች ወይም አገሮች እንዳለ ከሰሙ ጓዛቸውን ጠቅልለው ተነስቶ ለመሄድ ምንም ጊዜ አይፈጅባቸውም፡፡ በጥቅሉ፣ አንድን ነገር ለማድረግ ሲነሱ በዚያ ውሳኔያቸው ምክንያት ሊከስሩ የሚችሉትን ገንዘብ አስበው ወደ ኋላ ሲመለሱ አይታዩም፡፡ የገንዘብ ጥያቄ የመጨረሻው ጥያቄአቸው ነው፡፡ ከገንዘብ በፊት ማድረግ የፈለጉትን ነገር ያስቀድማሉ፡፡

የተዳፋሪዎች ብርቱ ጎን

- ከአንድ ተግባራቸው በኋላ ሊሆን ስለሚችለው መልካም ነገር በማሰብ መነሳሳት
- ከፍርሃት የተላቀቀ አመለካከትና ነጻነት
- ውሳኔ መወሰንን አለመፍራትና ያለመወላወል

የተዳፋሪዎች ደካማ ጎን

- በይቻላል ብቻ በመሞላትና “በመታወር” ለአደጋ መጋለጥ
- ትእግስተ-ቢስ ከመሆን የሚመጣ ችኩልነት
- ከተገቢው ሰው ጋር ሳይማከሩና ሳይስማሙ በመንቀሳቀስ የአለመግባባት ምንጭ

መሆን

ዋስትና ፈላጊዎች (Security Seekers)

ዋስትና ፈላጊዎች በአንድ ነገር ላይ በቂ ዝግጅትና እቅድ ሳያወጡ መንቀሳቀስን በፍጹም አይፈልጉም:: መዝናናትን፣ መስራትን፣ መነገድንና የመሳሰሉትን ነገሮች ማድረግ ይፈልጋሉ፣ ሆኖም እነዚህ ሁሉ ነገሮች በሚገባ ካልታቀደባቸውና ሁሉም ነገር "በቁጥጥር ስር" ላይ ካልሆኑ ብዙም አያጓጓቸውም:: አንድን ነገር ለማድረግ ሲፈልጉ በቂ እቅድ መውጣቱን፣ እንቅፋት ከተገኘ በምን መልክ ሊታለፍ እንደሚቻል በሚገባ መታሰቡንና ለሁሉም ነገር በቂ መረጃ ማግኘታቸውን ማወቅ ይፈልጋሉ:: ዋስትና ፈላጊዎች በአንድ ነገር ላይ ገንዘብን የማጥፋት ችግር የለባቸውም፣ ሆኖም በምን ላይ እንደሚያጠፉት፣ ለምን ምክንያት እንደሆነና ከበጀታቸው እንደማያወጣቸው በሚገባ አውቀው ማጥፋት ይፈልጋሉ::

የዋስትና ፈላጊዎች ብርቱ ጎን

- ለአንዱ ያቀዱትን ገንዘብ ለመጣው እድል ሁሉ ስለማያወጡ በገንዘብ አወጣጣቸው የሚታመኑ
- ነገ የተደላደለ ሁኔታን ለማመቻቸት ዛሬ መስዋእትነት መክፈል የሚችሉ
- ለማንኛውም ያልተጠበቀ ሁኔታ ዝግጁነት ያላቸው

የዋስትና ፈላጊዎች ደካማ ጎን

- ችግርና አሉታዊ ሁኔታን በመጠባበቅ የመጨናነቅ ዝንባሌ
- ከችግር ነጻ የሚሆኑበትን ሁኔታ ሲያመቻቹ ጊዜን ካለአግባብ ማባከንና ከተግባር መገታት
- ከፍርሃትና ከስጋት የተነሳ የፈጠራ ብቃትን ማጣት

በራሪዎች (Flyers)

በራሪዎች በአጭሩ ከመጣው እድል ጋር መብረር የማይፈሩ ሰዎች ናቸው:: የሚያደርጓቸውን የሕይወት ውሳኔዎች ከገንዘብ ጋር አያይዘው ማየት አይፈልጉም::

አንድን ነገር ማድረግ ከፈለጉ ከዚያ ጋር ተያይዞ የሚመጣውን የገንዘብ ሁኔታ ባለማሰብ ከመጣላቸው ሃሳብና ካላቸው ፍላጎት አንጻር "ይበራሉ"፡፡ አንድ እድል ከታያቸው ለረጅም ጊዜ ከኖሩበት ስፍራ ነቅለው ወደ ማንኛውም ስፍራ ሄዶ ድንኳንን በአዲስ ሁኔታ መትከል ምንም አይቸግራቸውም፡፡ ስለ ገንዘብ አስበው ሲጨናነቁ፣ ሲሰጉና ግራ ሲገባቸው አይታዩም፡፡ ለእነሱ የገንዘብ ሁኔታ ቀዳሚ ሳይሆን ሁለተኛ ነው፡፡ በአንድ ነገር ራሳቸውን፣ ቤተሰባቸውንና ወዳጆቻቸውን ማስደሰትና ማሻሻል የሚችሉ ከመሰላቸው ምንም አይነት ውሳኔን ከመወሰንና ከማድረግ ወደ ኋላ አይሉም፡፡

የበራሪዎች ብርቱ ጎን

- በኑሮአቸው የተረጋጉና ለመርካት ብዙ የማያስፈልጋቸው
- ከገንዘብ ይልቅ ወዳጅነትን የሚያስቀድሙ
- ከገንዘብ ውጪ የሆነ የመነሳሳት ዝንባሌ ያላቸው

የበራሪዎች ደካማ ጎን

- የገንዘብ ሁኔታቸው ከተበላሸ በኋላ የሚነቁና የሚሯሯጡ
- የገንዘብ ችግርን አፈታት ዘይቤ ያላዳበሩ
- ግብ-የለሽና ሃላፊነት የጎደለው የገንዘብ አያያዝ ዘይቤ

እንግዲህ ከላይ በተጠቀሱት አምስት የገንዘብ ዝንባሌዎች መሰረት ራሳችንን በመመልከት እንደየዝንባሌያችን ምላሽ ልንሰጥ ይገባናል፡፡ ከዝንባሌአችን አንጻር ያለንን ብርቱ ጎን በበለጠ ሁኔታ ማዳበር ይጠበቅብናል፡፡ በተቃራኒው ደግሞ ያለን የገንዘብ ዝንባሌ ደካማ ጎን በማጤን በምን መልኩ ልናሻሽልና ከአደጋ ልንጠበቅ እንደምንችል ማሰቡ ጠቃሚ ነው፡፡

6.3

የስራ ፈጠራና የመዋእለ ነዋይ ፍሰት

የስራ ፈጠራ ብቃት (Entrepreneurship) የዘመኑ አለምን የሚያሽከረክር አሰራር ከመሆኑም ባሻገር ሁላችንንም የሚመለከተን ጉዳይ ነው፡፡ ይህ የሆነበት ምክንያት በዚህ ምድር ላይ ገንዘብ በማግኘት የሚኖር ማንኛውም ሰው ገንዘቡን የሚያገኘው አንድን ነገር በመሸጥ ስለሆነ ነው፡፡ ስለዚህም፣ አንድን ነገር ለመሸጥ፣ የስራ ፈጠራ ብቃት ወሳኝ ጉዳይ ነው፡፡ የሂሳብ አዋቂው የሂሳብ እውቀቱን ይሸጣል፤ ነጋዴው ገዝቶ በሱቁ ያከማቸውን ነገር መልሶ በትርፍ ይሸጣል፤ አማካሪው ምክሩን ይሸጣል፤ ሃኪሙ በሽታ የማዳን ችሎታውን ይሸጣል ...፡፡ ዝርዝሩ ብዙ ነው፡፡

እንግዲህ ሁሉም ሰው የሚኖረው አንድን ነገር በመሸጥ ከሆነ፣ በመጀመሪያ ሊመለስ የሚገባው ጥያቄ፣ "ምን ልሸጥ?" የሚለው ነው፡፡ በመቀጠልም፣ "የምሸጠው ነገር ከወጪዬ የበለጠን ገንዘብ ይሰጠኛል ወይ?" የሚለው ጥያቄ መመለስ አለበት፡፡ እዚህ ጋር ነው እንግዲህ በንግድና በአዳዲስ ጽንሰ-ሃሳቦች ልቆ የመገኘት ጉዳይ የሚነሳው፡፡

የስራ ፈጠራ

አንዳንድ ሰዎች የአንድ መስሪያ ቤት ቅጥረኛ ሆነው በታማኝነት ለብዙ አመት በማገልገልና የሚያገኙትን ገንዘብ በማብቃቃት መኖር ሊያረካቸው ይችላል፡፡ አንድ ሰው ግን ትንሽ እልፍ ያለ የኑሮ ደረጃ ውስጥ ለመግባት የስራ ፈጠራ ብቃትን ማዳበር መተኪያ የሌለው ጉዳይ ነው፡፡ መቼም፣ የራስን ስራ የመጨበጥም ሆነ የተሻለን የገቢ ምንጭ የማግኘት ጉዳይ የማያጓጓው ሰው የለም፡፡ አንዳንዶች ግን ይህንን ጉጉታቸውን ወደ እርምጃ በመለወጥና የስራ ፈጠራ ብቃታቸውን በማሻሻል ዘልቀው ይሄዳሉ፡፡ ሌሎች ግን ከተለያዩ ምክንያቶች የተነሳ በነበረው በመቀጠል ይኖራሉ፡፡ እነዚህ ሰዎች

ያላቸውን ምኞትና ፍላጎት እውን እንዳያደርጉ የሚጎትቷቸው የተለያዩ ምክንያቶችን ለራሳቸው ይሰጣሉ፡፡ "በቂ ገንዘብ የለኝም ... በቂ ጊዜ የለኝም ... በቂ ልምድ የለኝም ..." በስራ ፈጠራ ለመዝለቅ እነዚህን የራስ በራስ ቋንቋዎች ግን አልፎ መሄድ የግድ ነው፡፡

የምትወደውና የምታተርፍበት

"የምትወደውን ነገር ስራ፣ የምትሰራውን ስራ ደግሞ ውደድ" የሚለውን አባባል ከዚህ በፊት ሰምተኸዋል ብዬ አምናለሁ፡፡ ይህ ግሩምና ሁላችንም ልንከተለው የሚገባን አባባል ነው፡፡ ሆኖም ደስተኛነትን ከትርፋማነት ጋር የማስታረቅም እውነታ ሊታከልበት ይገባል፡፡ የደስተኛነት ጉዳይ ሲነሳ የምንሸጠው ነገር እውቀትም ሆነ ቁሳቁስ በቅድሚያ እኛ ራሳችን ያንን ነገር በመሸጣችን ልንደሰትበት ይገባል፡፡ የማንፈልገውን ነገር በማንፈልገው መንገድ ገንዘብን ለማግኘት ስንል ብቻ መሸጥ የማይመከር ጉዳይ ነው፡፡ በመቀጠልም፣ ምንም እንኳን ያንን ነገር በመሸጣችን ደስተኞች ብንሆንም፣ ከግል ደስተኝነት አልፎ አቅርቦታችንን የተቀበለው ሰው የመደሰቱ ጉዳይ ሊታሰብበት ይገባል፡፡ ሆኖም፣ ሁኔታው እኛንና ገበያተኛውን ከማስደሰት የስሜት ትርፍ አልፎ ወደ ገንዘብ ትርፍ እስካልተለወጠ ድረስ ዘላቂነቱ አጠራጣሪ ነው፡፡

የግዢህ ወጪና የሽያጭህ ትርፍ

አእምሮህን ከፈት አድርግና ዙሪያህን በሚገባ ተመልከተው፡፡ የሰው ፍላጎትና የአቅራቢው አቅርቦት ያልተመጣጠነባቸውን ብዙ ነገሮች ታገኛለህ፡፡ አንዳንዶቹ ነገሮች ገበያተኛው ፈጽሞ ሊያገኛቸው የማይችላቸው ነገሮች ናቸው፡፡ ሌሎቹ ደግሞ፣ ምንም እንኳ አቅራቢ ቢኖርም ገበያተኛው ሌላ አማራጭ ስላጣ እንጂ በአቅርቦቱ ያልረካባቸው ሁኔታዎች ናቸው፡፡ እነዚህ ነገሮች የግድ ቁሳቁስ መሆን የለባቸውም፡፡ አሁን ስላለህ እውቀት ወይም ከጥቂት ጥናትና ስልጠና በኋላ ልታዳብረው ስለምትችለው እውቀትም ማሰብ ትችላለህ፡፡ አንድን ነገር በእጅህ ለማግባት የሚፈጅብህን ጊዜና ገንዘብ ከደማመርክ በኋላ ያንን አቅርቦት ለሰው ስትሸጠው ትርፋማ ከሆነ፣ ስራ ፈጠራን ጎዳና ለመጀመር ዝግጁ ነህ፡፡

ከትንሽ የመጀመር ሕግ

በስራ ፈጠራቸው የታወቁ ሰዎችን ታሪክ አጥና፣ ሁሉም የጀመሩት ከትንሽ ነው፡፡

ማድረግ የምትፈልገውን ነገር ካወቅህ፣ በዚያ ማድረግ በምትፈልገው ነገር ዙሪያ ተገቢውን እውቀት ካዳበርክ፣ በቂ ጥናትና በቂ ዝግጅት ካደረክና ለስኬታማነት የቆረጠ አመለካከት ካዳበርክ ከስራ ፈጠራ ሩቅ አይደለህም፡፡ በአንድ ጊዜ ሌሎች የደረሱበት ደረጃ የመድረስን ሃሳብ ተወት በማድረግ ከጥቂት መጀመር ትችላለህ፡፡ ከዚያም ከጊዜ ወደ ጊዜ ከስህተትህ በመማርና ቀስ በቀስ በማደግ ወደአቀድከው ደረጃ መድረስህ የማይቀር ነው፡፡

የመዋእለ ነዋይ ፍሰት

የመዋእለ ነዋይ ፍሰት ወይም ደግሞ ኢንቨስትመንት (Investment) ማለት አንድ በእጃችን ያለውን ገንዘብ ትርፍን ለማግኘት በአንድ ነገር ላይ ማዋል ማለት ነው፡፡ የዚህን ጽንሰ-ሃሳብ ትርጉም ከተገነዘብን ለጽሑፍ እንዲቀለን ኢንቨስትመንት የሚለውን ቃል በመጠቀም እንቀጥላለን፡፡ ኢንቨስትመንት በገንዘብ ብልጽግና ሂደት ውስጥ ትልቅ ስፍራ ሊሰጠው የሚገባ ጉዳይ ነው፡፡ አንድ በእጃችን ያለ ገንዘብ ኢንቨስት ካልተደረገ ባለበት ይቆያል ማለት ታላቅ ስህተት ነው፡፡ ካለምንም ችግር በጥንቃቄ ቆልፈን ያስቀመጥነው አንድ ገንዘብ በዋጋ ዝቅ የማለት እንከን እንደሚገጥመው ጥርጥር የለውም፡፡ ስለዚህ ምርጫችን አንድና ብቸኛ ነው፣ በእጃችን የተቀመጠው ገንዘብ ትርፋማነትን በሚያስከትል መልኩ ኢንቨስት መደረግ አለበት፡፡

ሮበርት (Robert Kiyosaki) የተሰኘው ጸሐፊ የገንዘብ ፍሰትን አስመልክቶ (“Cashflow Quadrant” በተሰኘው መጽሐፉ) ሰባት አይነት የኢንቨስትመንት ደረጃዎችን ይጠቅሳል፡፡ ከእነዚህ መካከል ዋና ዋና የሆኑትን አምስቱን ከዚህ በታች ይገኛሉ (Kiyosaki, Pages 81-96)፡፡

ደረጃ 0፡ ኢንቨስት የሚያደርጉት የሌላቸው

እንደዚህ አይነት ሰዎች ምንም ኢንቨስት የሚያደርጉት ገንዘብ የሌላቸው ሰዎች ናቸው፡፡ የሚያገኙትን ገንዘብ ሁሉ የሚያጠፉ ወይም ደግሞ ከሚያገቡት ይልቅ የበለጠ የገንዘብ መጠን የሚያባክኑ ሰዎች ናቸው፡፡ በርካታ ጠንከር ያለ የገንዘብ አቅም ያላቸው ባለሃብቶች እንኳን ከዚህ ክፍል ሊመደቡ ይችላሉ፡፡ ምክንያቱም ከሚያስገቡት የገንዘብ መጠን የበለጠ ስለሚያባክኑ ነው፡፡

ደረጃ 1፡ ተበዳሪዎች

ተበዳሪዎች በሚለው ክፍል የሚመደቡ ሰዎች ያለባቸውን የገንዘብ ችግር በመበደር ለማቃለል የሚሞክሩ ሰዎች ናቸው፡፡ እንደውም አንዳንድ ጊዜ ኢንቨስት ለማድረግ ብለውም ከመበደር አይመለሱም፡፡ ከዚህም ከዚያም ከተበደሩና በእዳ ከተዘፈቁ በኋላ አንድ ቀን ሁኔታቸው ሊለወጥ እንሚችል ተስፋ በማድረግ ስሜት ውስጥ ይደበቃሉ፡፡ ውጤቱ አስጊ ነው፡፡

ደረጃ 2፡ ቆጣቢዎች

ቆጣቢዎች ከሚያገኙት ገቢ ጥቂት በጥቂቱ በቁጠባ ወይም በተንቀሳቃሽ ሂሳብ በማስቀመጥ ለማጠራቀም የሚሞክሩ ሰዎች ናቸው፡፡ በዚህ ልማዳቸው ብዙ ለአደጋ የማያጋልጥ የሚመስል የማጠራቀም ሂደት ውስጥ ቢገቡም ጊዜን የማባከን፣ የኋላ ኋላ ያጠራቀሙትን ወደሙብላት የመመለስ ዑደት ውስጥ መግባታቸው የማይቀር ነው፡፡

ደረጃ 3፡ "ብልህ" ኢንቨስተሮች

በዚህ ደረጃ የሚመደቡት አይነት ሰዎች በትምህርት ደረጃቸው ላቅ ያሉ ሊሆኑ ቢችሉም በገንዘብ አያያዝ ግን ብዙም እውቀትን ያላዳበሩ ሰዎች ናቸው፡፡ እነዚህን ሰዎች ጸሐፊው ሮበርት በሶስት ይከፍላቸዋል፡፡ የመጀመሪያዎቹ፣ "የገንዘብ አሰራር ብዙም ስለማይገባኝ መጨነቅ አልፈልግም" የሚሉ ናቸው፡፡ ሁለተኛዎቹ፣ ጠርጣሮች ናቸው፡፡ እነዚህ ሰዎች፣ ኢንቨስት የማድረግ ጥቅሙና መልካም ጎኑ ብዙም የማይታያቸውና ኢንቨስትመንት ለምንም የማይሰራ መንገድ እንደሆነ ሲናገሩ የሚደመጡ ናቸው፡፡

ደረጃ 4፡ የረጅም ርቀት ኢንቨስተሮች

እነዚህ ኢንቨስተሮች በምን አይነት ነገር ላይ ኢንቨስት ማድረግ እንደሚፈልጉና እንደሚገባቸውም የተገነዘቡ ሰዎች ናቸው፡፡ ኢንቨስት ከማድረጋቸው በፊት በቂ እውቀትን ለማዳበርና ከምጣኔ ሃብት አዋቂዎችም ሆነ ከተለያዩ አማካሪዎች ምክር ለመቀበል ጊዜን የሚወስዱ ሰዎች ናቸው፡፡ የገቢና የወጪአቸውን ሁኔታ በሚገባ የሚያውቁ፣ የገንዘብ አወጣጥ ልማዳቸውን በቁጥጥር ስር ያዋሉና ከገቢያቸው አንጻር የሚኖሩ ሰዎች ናቸው፡፡

በመነጋገር ላይ ያለነውን ነገር የስራ ፈጠራም አልነው የመዋእለ ነዋይ ፍሰት፣ ይህንን ጉዳይ አስመልክቶ ብዙ ጥናታዊ ውጤቶች ይቀርባሉ፡፡ እንደውም በፈጠራ ብቃትና በኢንቨስትመንት ርእሶች ላይ ተደራጅተው ተማሪዎችን በማሰልጠን የሚያስመርቁ ተቋሞች አሉ፡፡ ለምሳሌ፣ ጥናቶችም እንደሚጠቁሙን አንድ ሰው የስራ ፈጠራ ብቃት እንዳለው የሚያመለክቱ ጠቋሚዎች አሉ፡፡ እነዚህን ፍንጭ ሰጪ ጥናቶች ማወቅ ራሳችንንና ዝግጁነታችንን ለመገምገም፣ እንዲሁም ለመሻሻል ምን እርምጃ መውሰድ እንዳለብን ለማወቅ ይጠቅመናል፡፡

ስቲቭ (Steve Mariotti) በጻፈው መጽሐፉ ውስጥ የስራ ፈጠራ ብቃት ያላቸውን ሰዎች በአጭሩ ሲገልጣቸው፣ የስራ ፈጠራ ዝንባሌ ያላቸው ሰዎች ከሚታይባቸው ብቃቶች መካከል ሌላው ሰው ችግር ነው ብሎ ከተወው ነገር ውስጥ የእድልን ጭላንጭል በማየት ገንዘብን የማግኛ መንገድ ይፈላልጋሉ ይላል፡፡ በተጨማሪም የሚከተሉትን አስራ ሁለት የስራ ፈጠራ ብቃት መገለጫዎችን አስፍሯል (Mariotti, 2000, P. 79)፡፡

1. መላመድ - በየመንገዱ ከሚጋፈጡን ችግሮች ጋር ራስን የማለማመድ ችሎታና ለአስቸጋሪ ገጠመኞች መፍትሄ የማግኘት የፈጠራ ብቃት፡፡
2. ተወዳዳሪነት - ከሌሎች የፈጠራ ብቃት ካላቸው ሰዎች ጋር ተወዳድሮ ልቆ የመገኘት ፍላጎትና ብቃት፡፡
3. ሙሉ ልብ መሆን (መተማመን) - ለማድረግ የወሰኑትን ነገር እንደሚያደርጉት ማመንና በቁርጠኝነት መንቀሳቀስ፡፡
4. ዲሲፕሊን - ከዋና ነገርና ከትኩረት አለመውጣት፣ ማድረግ የሚገባውን ነገር በጊዜው የመተግበር ብቃት፡፡
5. መነሳሳት - ግብ እስኪደርሱ ድረስ ጠንክሮ ለመስራት ያለ የውስጥ ጽኑ ፍላጎት፡፡
6. እውነተኛነት - እውነትን ለመናገርና ከሰዎች ጋር በታማኝነት የንግድ ልውውጥ የማድረግ መሰጠት፡፡
7. አደረጃጀት - ሕይወትን፣ እቅድንና ስራን በተቀናጀ መልኩ የመምራት ብቃት፡፡
8. ትጋት - እምቢታን እንደመጨረሻ መልስ አለመቀበል፣ ለማቆም እምቢ ማለት፣ ግብ ላይ በማተኮር እንቅፋትን በማለፍ ወደፊት መገስገስ፡፡
9. አሳማኝነት - እኛ የምናየውን ነገር ሌሎች ሰዎች እንዲያዩት የማሳመንና ባቀረብነው ሃሳብ ላይ ፍላጎት እንዲያድርባቸው ማድረግ፡፡

10. ደፋርነት - ለመሻሻል ባለ ጥረት ውስጥ ሊከሰት የሚችልን ችግርና ክስረት ለመጋፈጥ ያለ ቆራጥነት፡፡
11. የመረዳት ብቃት - ሰዎችን የማድመጥና እነሱን የመገንዘብ ብቃት፡፡
12. ራእይ - ለመስራት የጀመሩት ነገር መጨረሻውና ግቡ ሲደርስ ሊሆን የሚችለውን ውብ ነገር አስቀድሞ የማየት ብቃት፡፡

6.4

ገንዘብና ደስተኛነት

ደስተኛነት በአንድ ሰው ዓላማ፣ ማህበራዊ ግንኙነትና እንዲሁም ጤንነት ላይ ተጽእኖ ሊያስከትል የሚችል የውስጥ ስሜት ነው፡፡ ይህንን ስሜት ለማግኘት ሰዎች የተለያየ ጥረት ያደርጋሉ፡፡ ሆኖም፣ የብዙ ሰዎች ስህተት ደስተኛነትን ብዙ ገንዘብ ከማግኘት ጋር የማዛመድ ስህተት ነው፡፡ በእርግጥ ነው ገንዘብ ለአንድ ሰው ከድንገተኛ ችግር የመጠበቅን፣ የፈለገውን ነገር የማድረግንና የተለያዩ ቁሳቁሶችን የመግዛትን ብቃት ሊሰጠው ይችላል፡፡ ሆኖም፣ ከደስተኛነት አንጻር ሲታይ ውጤቱ አናሳ ነው፡፡ ጥናትም ሆነ የሰዎች የየእለት ልምምድ እንደሚጠቁሙን የአንድ ሰው መሰረታዊው የኑሮ አስፈላጊ ነገሮች ከተሟላለት በኋላ ገንዘብ ለደስተኝነቱ ብዙ መዋጮ አያደርግም፡፡ አንዳንድ ጊዜ እንደውም ደስተኛነቱን ሲወስድበት ይስተዋላል፡፡ ስለዚህ ገንዘብ የሚባለው ነገር በእጃችን ስለገባ ብቻ ደስተኛነት አብሮ ይገባል የሚል አመለካከት ካለን ተሳስተናል፡፡ የገንዘብ ውጤት የሚለካው ገንዘቡን ካዋልንበት ጉዳይ አንጻር ነው፡፡

ሰብሰብ አድርገን በአጭሩ ስንመለከተው፣ ገንዘብን ለሁለት ነገር መጠቀም እንችላለን፡፡ በአንድ ጎኑ አንድን ንብረት በመግዛት የእኛ ለማድረግ በቁሳቁስ ላይ ልናውለው እንችላለን፡፡ በሌላ አባባል የፍጆታ እቃዎች ተጠቃሚ (Consumer) በመሆን እንደማለት ነው፡፡ ለምሳሌ፣ አሁን በእጃችን ላይ ያለውን የሞባይል ስልክ ቀፎ ትቶ ሌላ የተሻለ የመሰለንን ቀፎ ለመግዛት ገንዘባችንን እናውላለን፡፡ ሌላኛው ገንዘብን የምናውልበት ሁኔታ ለአንድ ዓላማ የማዋል ሁኔታ ነው፡፡ ይህ አይነቱ የገንዘብ አጠቃቀም መንገድ አንድ ሰው ከፍጆታ ባለፈ መልኩ ለአንድ ክቡር አላማ ገንዘቡን ሲያውል ማለት ነው፡፡ ይህ ሁኔታ አንድ ሰው የግሉንም ሆነ የቤተሰቡን አስፈላጊ አቅርቦት ካሟላ በኋላ ካለው መትረፍረፍ ላይ ለሕብረተሰቡ የሚውልን አንድ ዓላማ

ሲያራምድ ወይም ሲደግፍ የሚገለጥ ነው፡፡ ደግመው ደጋግመው የተጠኑ ጥናቶች እንደሚያሳዩን ከፍጆታ አንጻር ከሚውል የገንዘብ አወጣጥ ይልቅ ከዓላማ አንጻር ገንዘብን ማዋል የላቀና ዘላቂ የውስጥ እርካታ ይሰጣል፡፡

የዘመናችን ችግር ሰዎች ገንዘብ ለማግኘት መጣጣራቸው ላይ ሳይሆን፣ የመጨረሻ ደስታቸው ገንዘብ በማግኘት ላይ እንደሆነ በማሰብ ስህተት ውስጥ ስላሉ፣ ገንዘቡን ለማግኘት ምንም ነገር ከማድረግ አለመመለሳቸው ነው፡፡ የዘመናችን ነውር ሰዎች በገንዘብ ለመበልጸግ መመኘታቸው ላይ ሳይሆን ያገኙትን ገንዘብ ለአንድ ቀና ዓላማ ለመጠቀም ሳይሆን ሆድን ብቻ ለመሙላት በመጠቀማቸው ላይ ነው፡፡ የዘመናችን አስጊ ሁኔታ ሰዎች ባለሃብት ለመሆን መፈለጋቸው ሳይሆን ከሌላው የበለጠ ባለሃብት ለመሆን ሲጠዙ መኖራቸው ነው፡፡ እነዚህና እነዚህን መሰል አመለካከቶች ናቸው አንድ ሰው ገንዘቡ በጨመረ መጠን ከዚያው ጋር ደስታ እንዲርቀው የሚያደርጉት፡፡

ሃሳቡን ለማጠናከር ያህል፣ የብዙ ሰዎችን ደስተኛነት ስለሚወስነው ስለ ቤተሰብ ሁኔታ ስንመለከት ጥናቶች የተለያዩ እውነታዎችን ይጠቁሙናል፡፡ ለምሳሌ፣ ባልና ሚስት ከሚጋጩባቸው የተለያዩ ሁኔታዎች መካከል ገንዘብ ቀንደኛው ወደ ፍቺ የሚወስድ ጉዳይ ነው፡፡ በተጨማሪም፣ በትዳራቸው የመጀመሪያ ወራት በገንዘብ ምክንያት አለመግባባት ያለባቸው ባልና ሚስት ወደፊት የመፋታታቸውን ሁኔታ ይጠቁማል፡፡ እንዲሁም፣ በሳምንት አንድ ጊዜ በገንዘብ ምክንያት የሚጨቃጨቁ ባልና ሚስት ሁኔታው ወደፊት የመፋታት እድላቸው 30 በመቶ ይጨምራል ይባላል (ምንጭ፡- www.psychologytoday.com)፡፡

በአጭሩ፣ ገንዘብ በራሱ ደስታን አይሰጥም፡፡ በገንዘብ ምክንያት ደስ መሰኘት ከፈለግን ግን ማስታወስ የሚገባን ወሳኝ የሆኑ ጉዳዮች አሉ፡፡

1. የገንዘብን ምንጭ ማወቅ

ገንዘብ በሰዎች እጅ እንዲሁ ዱብ አይልም፡፡ ገንዘቡ የመጣበት ምንጭ አለ፡፡ የተለያዩ የገንዘብ ማግኛ መንገዶች አሉ፡፡ በዚህ ክፍል የመጀመሪያ ምእራፍ ውስጥ እንደተመለከትነው አንዳንድ ሰዎች በጥረትና በትጋት፣ ሌሎች በውርስና በድንገተኛ "እድል"፣ አንዳንዶች ደግሞ በፍጥነትና በጤናማ የፈጠራ ብቃት ገንዘብን እጃቸው

ያስገባሉ፡፡ እነዚህ ሁሉ ምንም እንከን የሌለባቸው መንገዶች ናቸው፡፡ ከተጠቀሱት ምንጮች መካከል በፍጥነትና "በአቋራጭ" ብለን የሰየምነው የገንዘብ ማግኛ መንገድ ግን ምንም እንኳ በጊዜው ገንዘብን እንድናካብት ቢያስችለንም ረብሻ ያለበትና የኋላ ኋላ ጸጸትን የሚያስከትል መንገድ ነው፡፡

2. ከማጠራቀማችን ጀርባ ያለን ዓላማ ማስተካከል

በእጃችን የገባውን ገንዘብ የግላችን አድርገን ስንይዘውና ስናቆየው ያንን ያደረግንበት የመነሻ ሃሳብ ለሚኖረን ደስታ ወሳኝ ጉዳይ ነው፡፡ ስግብግብነት፣ ከአሁን ከአሁን ገንዘቤ ይጠፋ ይሆን የሚል ስጋትና ከሌሎች በልጦ የመገኘት አመለካከት ያለው ሰው ኪሱና የባንክ ሂሳቡ በሞላ ቁጥር ደስተኛነቱ እየጎደለ ይሄዳል፡፡ ምንም አይነት ገቢ ከማግኘታችን ጀርባ ገንዘቡን ከማከማቸት ጋራ ተያይዞ የተቀመጠ ግብ ከሌለ ትርፉ ባዶነት ነው፡፡

3. ገንዘባችንን የምናውልበትን ጉዳይ ማጤን

አንዳንድ ሰዎች ገንዘብን ለዚህና ለዚያ ማውጣት ችግር የለባቸውም፡፡ ነገር ግን፣ ገንዘብን የሚያውሉበት ምክንያት የተዛባ ነው፡፡ ሰዎችን በመቆጣጠር ማድረግ የማይፈልጉትን ነገር በማስገደድ ለማስደረግ፣ ሕግን ለማጣመም፣ ለአጉል ዝነኛነትና ለትምክህት የሚወጣ ገንዘብ ደስታንም ጭምር ይዞ የሚወጣ ገንዘብ ነው፡፡ የቤተሰባችንን መሰረታዊ ፍላጎት በቅጡ ሳናሟላ በሄድንበት ቦታ ሁሉ ደግ ወይም ባለሃብት እንድንባል የምናወጣቸው የገንዘብ መጠኖች መጨረሻቸው ባዶ ነው፡፡ ላገኘነው ገቢ የሚገባውን ግብር ለመክፈልና ሕብረተሰቡን ለሚያሻሽል በጎ አድራጎት ያለንን ሃላፊነት ሳንወጣ ትርፍን ሁሉ እንደገና ለሌላ ትርፍ ማዋል ትክክለኛው መንገድ አይደለም፡፡

4. ውሉ ግልጽ ካልሆነ ነገር መጠበቅ

የቤተሰብ ሽምግልናን አጀንዳ የሞላው ምንድን ነው? ካለምንም ቅድመ ውልና ጥንቃቄ ከእጃችን የሚወጣ ገንዘብ ጉዳይ አይደለም? ፍርድ ቤቶቻችንን ያጨናነቀ ለፍርድ አዳጋች የሆነ ነገር ምንድን ነው? ውል-አልባ በሆኑ የገንዘብ ልውውጦች ምክንያት የሚከሰቱ ጸቦች ጉዳይ አይደለም? ለብዙ አመታት አብረው በኖሩ ጓደኛሞች መካከል አለመስማማትንና ረብሻን የሚፈጥረው ምንድን ነው? መልሱን ለአንባቢዬ ልተወው፡፡

በአጭሩ፣ ሰው በገንዘብ ምክንያት ያለውን መነካካት በቀነሰና በጥንቃቄ ባደረገ ቁጥር ከላይ ከተጠቀሱትና ከመሳሰሉት እረፍትን ከሚነሱ ክስተቶች እየተጠበቀ ይሄዳል።

5. ገንዘብንና ወዳጅነት ማመዛዘን

መቼም ወዳጅ ሆኖ በገንዘብ የማይነካካ ሰው አለ ለማለት ያስቸግራል። በገንዘብ ተነካክቶ ደግሞ ስሜት የሚሻክርበት ሁኔታ በፍጹም ሊከሰት አይችልም ብሎ መናገርም ድፍረት ይሆናል። እንግዲህ፣ ወዳጅነት ካለ፣ የገንዘብ ጉዳይ አለ፤ የገንዘብ ጉዳይ ካለ ደግሞ አለመስማማት የማይቀር ነው። ጥያቄው እንግዲህ እዚህ ላይ ነው፣ "በገንዘብና በወዳጄ መካከል የመምረጥ ሁኔታ ሲገጥመኝ የምመርጠው የቱን ነው?" ለዚህ ጥያቄ የምንሰጠው መልስ በገንዘብ ምክንያት የሚደርስብንን ገጠመኝ በምን መልኩ እንደምንይዘው ጠቋሚ ነው።

6. ለገንዘብ ሲባል ዓላማን አለመሰዋት

ይህ እውነታ አጭርና ግልጽ ነው። ለገንዘብ ስንል ካመንንበትና ውስጣችንን ከሚያረካው አላማችን የመውጣታችንና ያለመውጣታችን ሁኔታ ስለ እኛ ብዙ ይናገራል። ለገንዘብ ብለን ጥለን የምንሄዳቸው ነገሮች በደስተኝነታችን ላይ ታላቅ ተጽእኖ ከማምጣታቸውም ባሻገር ስለማንነታችን ብዙ ይናገራል። አንዳንድ ሰዎች ቤተሰብን ጥለው ሩቅ ቦታ ቢሄዱና የማይፈልጉትንና በፍጹም ያላመኑበትን ነገር ቢያደርጉ ምንም ግድ አይላቸውም። ውስጣቸው ግን ከዋናው አላማቸው ስለተፋታ ገንዘቡ ተጠራቅሞ ያሰቡት መጠን እስኪደርስ ድረስ እንደባከኑ ይኖራሉ። ያሰቡትን የገንዘብ መጠን አግኝተው ትተውት ወደሄዱት መልካም ነገር ዘወር ሲሉ ያጡታል። ፍሬ ቢስ ሕይወት!

7. ገንዘብንና ጤንነትን ማመዛዘን

ከገንዘብና ከጤንነት የትኛው ይመረጣል? የአንዳንድ ሰዎች የሕይወት ዑደት ይህንን ይመስላል፣ በመጀመሪያ ጤንነታቸውን በመክፈል ብዙ ገንዘብ ሲያካብቱ ለአመታት ይሮጣሉ፣ በመቀጠልም ያንን በጤንነታቸው "የገዙትን" ገንዘብ እንደገና በመክፈል ጤንነታቸውን ለመግዛት ይሯሯጣሉ። ይህ ደግሞ የሞኝነት ሁሉ ሞኝነት ነው። የአካላዊ ብልጽግና አንዱ ክፍል የሆነው የአካል ጤንነት ጉዳይ በፍጹም በገንዘብ ሊለወጥ

አይገባውም፡፡

መደምደሚያ

ይንን መጽሐፍ ስንደመድም የገንዘብን ብልጽግና አስፈላጊነት አስምሬበት ማለፍ እፈልጋለሁ፡፡ ማንኛውም የብልጽግና ዘርፍ በሚገባ ሲዳብር ወደ ገንዘብ ሊቀየር ይችላል፡፡ በተቃራኒው ደግሞ ማንኛውም ያላዳበርነው የብልጽግና ዘርፍ በገንዘብ የመበልጸጋችን ሁኔታ ላይ ይህ ነው የማይባል ጫናን ያስከትላል፡፡ ለምሳሌ፣ የስሜት ብልጽግናን ብንመለከት፣ አንድ ሰው "በእድልም" ሆነ በተለያዩ ምንጮች በእጁ ያስገባውን የገንዘብ ብልጽግና የማቆየቱንና ያለማቆየቱን ሁኔታ፣ እንዲሁም ደግሞ በገንዘቡ ምክንያት ወደ ስኬታማ ሕይወት የመዝለቁንና ያለመዝለቁን ጉዳይ ሊወስን ይችላል፡፡ ሰዎች በስሜታዊነት ገንዘብንና ሌሎች ብዙ ሃብቶችን ያባክናሉ፡፡

የሌሎችም የብልጽግና አይነቶች ውጤት ከዚሁ ተለይቶ አይታይም፡፡ ሰው በብልህነት ሲበለጽግና ዝንባሌውን አውቆና አዳብሮ ሲሰማራ የገንዘብ ፍሰት ወደ እሱ መምጣቱ አይቀርም፡፡ አካላዊ ብልጽግናን ያዳበረ ሰውም ካለው ጤንነት የሚነሳ ለገንዘብ ብልጽግና የመስራትን እድልና ጉልበት ያገኛል፡፡ እንዲህ እያለ፣ የስነ-ልቦናዊው ብልጽግናና የማሕበራዊው ብልጽግና በምን መልኩ ወደ ገንዘብ ሊቀየር እንደሚችል ማሰብ አያዳግትም፡፡ ይህንን እውነታ በሚገባ መገንዘብ በትክክለኛው መንገድና እስከወዲያኛው በሚዘልቅ መልኩ ገንዘብን የምናገኝበትንና በተገቢው ሁኔታ የምናውልበትን አመለካከት እንድናዳብር ይደግፈናል፡፡

መልካም የብጽግና ሕይወት!

References

1. Armstrong, T. (1999). The Seven Kinds Of Smart. Penguin Group. New York, NY.
2. Colbert, D. (2007). The Seven Pillars of Health. Siloam, Lake Marry, FL.
3. Deutschendorf, H. (2009). The Other Kind Of Smart. AMACOM. New York, NY
4. Forbes, (February 11, 2013). The American Who Gave Away The Most Money. [On-line]. Available: http://www.forbes.com/sites/susanadams/2013/02/11/the-americans-who-gave-away-the-most-money-in-2012/
5. Forbes, (March 3, 2014). Forbes Billionaires: Full List Of The World's 500 Richest People. [On-line]. Available: http://www.forbes.com/sites/abrambrown/2014/03/03/forbes-billionaires-full-list-of-the-worlds-500-richest-people/
6. Garner, H. (1999). Intelligence Reframed. Basic Books, New York, NY.
7. Goleman, D. (2006). Social Intelligence. Random House, Inc. New York, NY.
8. Haward, G. (1993). Multiple Inteligence. Basic Books. New York, NY.
9. Kiyosaki, R. (1997). Rich Dad Poor Dad. Hachette Book Group. New York, NY.
10. Kiyosaki, R. (1999). Rich Dad's Cash Flow Quadrants. Warner Books. New York, NY.
11. Livestrong, (September 28, 2010). Negative Effects From Drug Abuse. [On-line]. Available: (http://www.livestrong.com/article/254271-negative-effects-from-drug-abuse/
12. Mariotti, S. (2000). The Young Entrepreneur's Guide To Starting And Running A Bussiness. Random House, Inc. New York, NY.

13. Mayo Clinic, (n.d). Excersise: 7 Benefits of Regular Physical Acticity. [On-line]. Available: (http://www.mayoclinic.com/health/exercise/hq01676
14. Oishi, S. (2012). The Psychological Wealth Of Nations. Wiley-Blackwell. Malaysia.
15. Palmer, S. & Palmer, B. (2013). The 5 Money Personalities. Thomas Nelson, Inc. Nashville, TN.
16. Palmer, S. & Palmer, B. (2013). The 5 Money Personalities. Thomas Nelson, Inc. Nashville, TN.
17. Psychology Today, (July 29.2012). The Power of Delaying Gratification. [On-line]. Available: http://www.psychologytoday.com/blog/happiness-in-world/201207/the-power-delaying-gratification
18. Whitaker, D. (2002). Multiple Intelligence & After-School Environment. School-Age NOTES. Nashville, TN

Printed in Dunstable, United Kingdom

91230876R00088

THE ECONOMICS OF LABOR MARKETS

18 The Markets for the Factors of Production
19 Earnings and Discrimination
20 Income Inequality and Poverty

These chapters examine the special features of labor markets, in which most people earn most of their income.

TOPICS FOR FURTHER STUDY

21 The Theory of Consumer Choice
22 Frontiers of Microeconomics

Additional topics in microeconomics include household decision making, asymmetric information, political economy, and behavioral economics.

THE DATA OF MACROECONOMICS

23 Measuring a Nation's Income
24 Measuring the Cost of Living

The overall quantity of production and the overall price level are used to monitor developments in the economy as a whole.

THE REAL ECONOMY IN THE LONG RUN

25 Production and Growth
26 Saving, Investment, and the Financial System
27 The Basic Tools of Finance
28 Unemployment

These chapters describe the forces that in the long run determine key real variables, including growth in GDP, saving, investment, real interest rates, and unemployment.

MONEY AND PRICES IN THE LONG RUN

29 The Monetary System
30 Money Growth and Inflation

The monetary system is crucial in determining the long-run behavior of the price level, the inflation rate, and other nominal variables.

THE MACROECONOMICS OF OPEN ECONOMIES

31 Open-Economy Macroeconomics: Basic Concepts

A nation's economic interactions with other nations are described by its trade balance, net foreign investment, and exchange rate.

32 A Macroeconomic Theory of the Open Economy

A long-run model of the open economy explains the determinants of the trade balance, the real exchange rate, and other real variables.

SHORT-RUN ECONOMIC FLUCTUATIONS

33 Aggregate Demand and Aggregate Supply
34 The Influence of Monetary and Fiscal Policy on Aggregate Demand
35 The Short-Run Trade-off between Inflation and Unemployment

The model of aggregate demand and aggregate supply explains short-run economic fluctuations, the short-run effects of monetary and fiscal policy, and the short-run linkage between real and nominal variables.

FINAL THOUGHTS

36 Five Debates over Macroeconomic Policy

A capstone chapter presents both sides of five major debates over economic policy.

PRINCIPLES OF

Economics

FIFTH EDITION

N. GREGORY MANKIW

HARVARD UNIVERSITY

SOUTH-WESTERN
CENGAGE Learning™

Australia • Brazil • Japan • Korea • Mexico • Singapore • Spain • United Kingdom • United States

SOUTH-WESTERN
CENGAGE Learning™

Principles of Economics, 5e
N. Gregory Mankiw

Vice President of Editorial, Business: Jack W. Calhoun

Vice President/Editor-in-Chief: Alex von Rosenberg

Executive Editor: Mike Worls

Developmental Editor: Jane Tufts

Contributing Editors: Jennifer E. Thomas and Katie Yanos

Executive Marketing Manager: Brian Joyner

Marketing Coordinator: Suellen Ruttkay

Senior Content Project Manager: Colleen A. Farmer

Marketing Communications Manager: Sarah Greber

Manager of Technology, Editorial: Pam Wallace

Media Editor: Deepak Kumar

Senior Frontlist Buyer, Manufacturing: Sandee Milewski

Production Service: Lachina Publishing Services

Senior Art Director: Michelle Kunkler

Internal and Cover Designer: Red Hangar Design, LLC

Internal Paintings: © Michael Steirnagle/ Munro Campagna Artistic Representatives

Cover Painting: © Fine Art Photographic Library/CORBIS

Photography Manager: Deanna Ettinger

Photo Researcher: Charlotte Goldman

For product information and technology assistance, contact us at
Cengage Learning Customer & Sales Support, 1-800-354-9706

For permission to use material from this text or product,
submit all requests online at **www.cengage.com/permissions**
Further permissions questions can be emailed to
permissionrequest@cengage.com

Library of Congress Control Number: 2008934555
ISBN-13: 978-0-324-58997-9
ISBN-10: 0-324-58997-2
Instructor's Edition ISBN 13: 978-0-324-59133-0
Instructor's Edition ISBN 10: 0-324-59133-0

South-Western Cengage Learning
5191 Natorp Boulevard
Mason, OH 45040
USA

Cengage Learning products are represented in Canada by Nelson Education, Ltd.

For your course and learning solutions, visit **academic.cengage.com**

Purchase any of our products at your local college store or at our preferred online store **www.ichapters.com**

Printed in the United States of America
1 2 3 4 5 6 7 12 11 10 09 08

To Catherine, Nicholas, and Peter,
my other contributions to the next generation

About the Author

N. Gregory Mankiw is professor of economics at Harvard University. As a student, he studied economics at Princeton University and MIT. As a teacher, he has taught macroeconomics, microeconomics, statistics, and principles of economics. He even spent one summer long ago as a sailing instructor on Long Beach Island.

Professor Mankiw is a prolific writer and a regular participant in academic and policy debates. His work has been published in scholarly journals, such as the *American Economic Review, Journal of Political Economy,* and *Quarterly Journal of Economics*, and in more popular forums, such as *The New York Times* and *The Wall Street Journal.* He is also author of the best-selling intermediate-level textbook *Macroeconomics* (Worth Publishers). In addition to his teaching, research, and writing, Professor Mankiw has been a research associate of the National Bureau of Economic Research, an adviser to the Federal Reserve Bank of Boston and the Congressional Budget Office, and a member of the ETS test development committee for the Advanced Placement exam in economics. From 2003 to 2005, he served as chairman of the President's Council of Economic Advisers.

Professor Mankiw lives in Wellesley, Massachusetts, with his wife, Deborah, three children, Catherine, Nicholas, and Peter, and their border terrier, Tobin.

Brief Contents

Preface: To the Student

"Economics is a study of mankind in the ordinary business of life." So wrote Alfred Marshall, the great 19th-century economist, in his textbook, *Principles of Economics*. Although we have learned much about the economy since Marshall's time, this definition of economics is as true today as it was in 1890, when the first edition of his text was published.

Why should you, as a student at the beginning of the 21st century, embark on the study of economics? There are three reasons.

The first reason to study economics is that it will help you understand the world in which you live. There are many questions about the economy that might spark your curiosity. Why are apartments so hard to find in New York City? Why do airlines charge less for a round-trip ticket if the traveler stays over a Saturday night? Why is Johnny Depp paid so much to star in movies? Why are living standards so meager in many African countries? Why do some countries have high rates of inflation while others have stable prices? Why are jobs easy to find in some years and hard to find in others? These are just a few of the questions that a course in economics will help you answer.

The second reason to study economics is that it will make you a more astute participant in the economy. As you go about your life, you make many economic decisions. While you are a student, you decide how many years to stay in school. Once you take a job, you decide how much of your income to spend, how much to save, and how to invest your savings. Someday you may find yourself running a small business or a large corporation, and you will decide what prices to charge for your products. The insights developed in the coming chapters will give you a new perspective on how best to make these decisions. Studying economics will not by itself make you rich, but it will give you some tools that may help in that endeavor.

The third reason to study economics is that it will give you a better understanding of both the potential and the limits of economic policy. Economic questions are always on the minds of policymakers in mayors' offices, governors' mansions, and the White House. What are the burdens associated with alternative forms of taxation? What are the effects of free trade with other countries? What is the best way to protect the environment? How does a government budget deficit affect the economy? As a voter, you help choose the policies that guide the allocation of society's resources. An understanding of economics will help you carry out that responsibility. And who knows: Perhaps someday you will end up as one of those policymakers yourself.

Thus, the principles of economics can be applied in many of life's situations. Whether the future finds you reading the newspaper, running a business, or sitting in the Oval Office, you will be glad that you studied economics.

N. Gregory Mankiw
September 2008

Self-Study Solutions

EconCentral

Multiple resources for learning and reinforcing principles concepts are now available in one place! EconCentral is your one-stop shop for the learning tools and activities to help you succeed.

At a minimal extra cost, EconCentral equips you with a portal to a wealth of resources that help you both study and apply economic concepts. As you read and study the chapters, you can access video tutorials with Greg Mankiw Answers Key Questions, 10 Principles Videos, and Ask the Instructor Videos. You can review with Flash Cards and the Graphing Workshop, check your understanding of the chapter with interactive quizzing, and print Student Note Prompt handouts for the Premium PowerPoint® to make note-taking in class much more efficient.

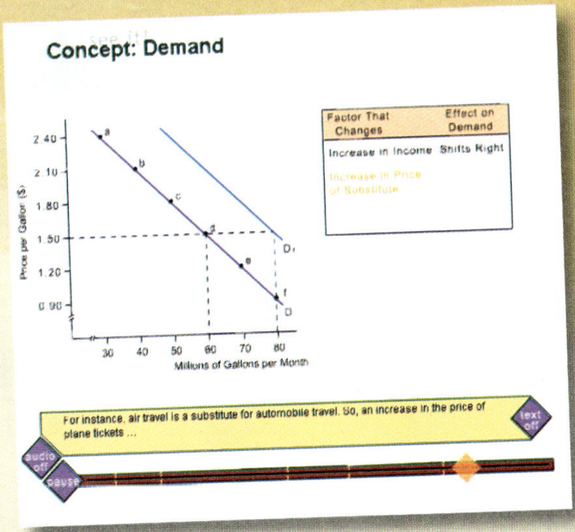

Ready to apply chapter concepts to the real world? EconCentral gives you ABC News videos, EconNews articles, Economic debates, Links to Economic Data, and more. All the study and application resources in EconCentral are organized by chapter to help you get the most from the Mankiw text and from your classes.

Visit **www.cengage.com/economics/mankiw/5e/econcentral** to see the study options available!

Acknowledgments

In writing this book, I benefited from the input of many talented people. Indeed, the list of people who have contributed to this project is so long, and their contributions so valuable, that it seems an injustice that only a single name appears on the cover.

Let me begin with my colleagues in the economics profession. The four editions of this text and its supplemental materials have benefited enormously from their input. In reviews and surveys, they have offered suggestions, identified challenges, and shared ideas from their own classroom experience. I am indebted to them for the perspectives they have brought to the text. Unfortunately, the list has become too long to thank those who contributed to previous editions, even though students reading the current edition are still benefiting from their insights.

Most important in this process have been Ron Cronovich (Carthage College) and David Hakes (University of Northern Iowa). Ron and David, both dedicated teachers, have served as reliable sounding boards for ideas and hardworking partners with me in putting together the superb package of supplements.

For this new edition, the following diary reviewers recorded their day-to-day experience over the course of a semester, offering detailed suggestions about how to improve the text.

John Crooker, *University of Central Missouri*
Rachel Friedberg, *Brown University*
Greg Hunter, *California State University, Polytechnic, Pomona*
Lillian Kamal, *Northwestern University*
Francis Kemegue, *Bryant University*
Douglas Miller, *University of Missouri*
Babu Nahata, *University of Louisville*
Edward Skelton, *Southern Methodist University*

The following reviewers of the fourth edition provided suggestions for refining the content, organization, and approach in the fifth.

Syed Ahmed, *Cameron University*
Farhad Ameen, *State University of New York, Westchester Community College*
Mohammad Bajwa, *Northampton Community College*
Carl Bauer, *Oakton Community College*
Roberta Biby, *Grand Valley State University*
Stephen Billings, *University of Colorado at Boulder*
Bruce Brown, *California State University, Polytechnic, Pomona*
Lynn Burbridge, *Northern Kentucky University*
Mark Chester, *Reading Area Community College*
David Ching, *University of Hawaii, Manoa*
Sarah Cosgrove, *University of Massachusetts, Dartmouth*

Craig Depken, *University of North Carolina, Charlotte*
Angela Dzata, *Alabama State University*
Jose Esteban, *Palomar College*
Mark Frascatore, *Clarkson University*
Satyajit Ghosh, *University of Scranton*
Soma Ghosh, *Bridgewater State College*
Daniel Giedeman, *Grand Valley State University*
Robert L. Holland, *Purdue University*
Anisul Islam, *University of Houston, Downtown*
Nancy Jianakoplos, *Colorado State University*
Paul Johnson, *University of Alaska, Anchorage*
Robert Jones, *University of Massachusetts, Dartmouth*
Lillian Kamal, *Northwestern University*
Jongsung Kim, *Bryant University*
Marek Kolar, *Delta College*
Leonard Lardaro, *University of Rhode Island*
Nazma Latif-Zaman, *Providence College*
William Mertens, *University of Colorado*
Francis Mummery, *Fullerton College*
David Mushinski, *Colorado State University*
Christopher Mushrush, *Illinois State University*
Babu Nahata, *University of Louisville*
Laudo Ogura, *Grand Valley State University*
Michael Patrono, *Okaloosa-Walton College*
Jeff Rubin, *Rutgers University, New Brunswick*
Samuel Sarri, *College of Southern Nevada*
Harinder Singh, *Grand Valley State University*
David Spencer, *University of Michigan*
David Switzer, *Saint Cloud State University*
Henry Terrell, *University of Maryland*
Ngocbich Tran, *San Jacinto College*
Miao Wang, *Marquette University*
Elizabeth Wheaton, *Southern Methodist University*
Martin Zelder, *Northwestern University*

I received detailed feedback on specific elements in the text, including all end-of-chapter problems and applications, from the following instructors.

Casey R. Abington, *Kansas State University*
Seemi Ahmad, *Dutchess Community College*
Farhad Ameen, *State University of New York, Westchester Community College*
J. J. Arias, *Georgia College & State University*
James Bathgate, *Willamette University*
Scott Beaulier, *Mercer University*
Clive Belfield, *Queens College*
Calvin Blackwell, *College of Charleston*
Cecil E. Bohanon, *Ball State University*
Douglas Campbell, *University of Memphis*
Michael G. Carew, *Baruch College*
Sewin Chan, *New York University*
Joyce J. Chen, *The Ohio State University*
Edward A. Cohn, *Del Mar College*
Chad D. Cotti, *University of South Carolina*
Erik D. Craft, *University of Richmond*
Eleanor D. Craig, *University of Delaware*
Abdelmagead Elbiali, *Rio Hondo College*
Harold W. Elder, *University of Alabama*
Hadi Salehi Esfahani, *University of Illinois, Urbana-Champaign*
David Franck, *Francis Marion University*
Amanda S. Freeman, *Kansas State University*
J.P. Gilbert, *MiraCosta College*

Joanne Guo, *Dyson College of Pace University*
Charles E. Hegji, *Auburn University at Montgomery*
Andrew J. Hussey, *University of Memphis*
Hans R. Isakson, *University of Northern Iowa*
Simran Kahai, *John Carroll University*
David E. Kalist, *Shippensburg University*
Mark P. Karscig, *University of Central Missouri*
Theodore Kuhn, *Butler University*
Dong Li, *Kansas State University*
Daniel Lin, *George Mason University*
Nathaniel Manning, *Southern University*
Vince Marra, *University of Delaware*
Akbar Marvasti, *University of Southern Mississippi*
Heather Mattson, *University of Saint Thomas*
Charles C. Moul, *Washington University in St. Louis*
Albert A. Okunade, *University of Memphis*
J. Brian O'Roark, *Robert Morris University*
Anthony L. Ostrosky, *Illinois State University*
Nitin V. Paranjpe, *Wayne State University & Oakland University*
Sanela Porča, *University of South Carolina, Aiken*
Walter G. Park, *American University*
Reza M. Ramazani, *Saint Michael's College*
Rhonda Vonshay Sharpe, *University of Vermont*
Carolyn Fabian Stumph, *Indiana University–Purdue University Fort Wayne*
Rick Tannery, *Slippery Rock University*
Aditi Thapar, *New York University*
Michael H. Tew, *Troy University*
Jennifer A. Vincent, *Champlain College*
Milos Vulanovic, *Lehman College*
Bhavneet Walia, *Kansas State University*
Douglas M. Walker, *College of Charleston*
Patrick Walsh, *Saint Michael's College*
Larry Wolfenbarger, *Macon State College*
William C. Wood, *James Madison University*
Chiou-nan Yeh, *Alabama State University*

The accuracy of a textbook is critically important. I am responsible for any remaining errors, but I am grateful to the following professors for reading through the final manuscript and page proofs with me:

Joel Dalafave, *Bucks County Community College*
Greg Hunter, *California State University – Pomona*
Lillian Kamal, *Northwestern University*
Francis Kemegue, *Bryant University*
Douglas Miller, *University of Missouri*
Ed Skelton, *Southern Methodist University*

The team of editors who worked on this book improved it tremendously. Jane Tufts, developmental editor, provided truly spectacular editing—as she always does. Mike Worls, economics executive editor, did a splendid job of overseeing the many people involved in such a large project. Jennifer Thomas (senior developmental editor) and Katie Yanos (developmental editor) were crucial in assembling an extensive and thoughtful group of reviewers to give me feedback on the previous edition, while putting together an excellent team to revise the supplements. Colleen Farmer, senior content project manager, and Katherine Wilson, senior project manager, had the patience and dedication necessary to turn my manuscript into this book. Michelle Kunkler, senior art director, gave this book its clean, friendly look. Michael Steirnagle, the illustrator, helped make the book more visually appealing and the economics in it less abstract. Carolyn Crabtree, copyeditor, refined my prose, and Terry Casey, indexer, prepared a careful and thorough index. Brian Joyner, executive marketing manager, worked long hours getting the word out to potential users of this book. The rest of the Cengage team, including Jean Buttrom, Sandra Milewski and Deepak Kumar, was also consistently professional, enthusiastic, and dedicated.

I am grateful also to Josh Bookin, a former Advanced Placement economics teacher and recently an extraordinary section leader for Ec 10, the introductory course at Harvard. Josh helped me refine the manuscript and check the page proofs for this edition.

As always, I must thank my "in-house" editor Deborah Mankiw. As the first reader of almost everything I write, she continued to offer just the right mix of criticism and encouragement.

Finally, I would like to mention my three children Catherine, Nicholas, and Peter. Their contribution to this book was putting up with a father spending too many hours in his study. The four of us have much in common—not least of which is our love of ice cream (which becomes apparent in Chapter 4). Maybe sometime soon one of them will pick up my passion for economics as well.

N. Gregory Mankiw
September 2008

Table of Contents

PART IV
THE ECONOMICS OF THE PUBLIC SECTOR 201

SUPER
NEW

GDP
CPI

PART X
MONEY AND PRICES IN THE LONG RUN 639

PART XI
THE MACROECONOMICS OF OPEN ECONOMIES 689

CHAPTER 31
OPEN-ECONOMY MACROECONOMICS: BASIC CONCEPTS 691

CHAPTER 32
A MACROECONOMIC THEORY OF THE OPEN ECONOMY 715

PART XII
SHORT-RUN ECONOMIC FLUCTUATIONS 737

CHAPTER 33
AGGREGATE DEMAND AND AGGREGATE SUPPLY 739

CHAPTER 34
THE INFLUENCE OF MONETARY AND FISCAL POLICY ON AGGREGATE DEMAND 777

CHAPTER 35
THE SHORT-RUN TRADE-OFF BETWEEN INFLATION AND UNEMPLOYMENT 801

PART XIII
FINAL THOUGHTS 827

CHAPTER 36
FIVE DEBATES OVER MACROECONOMIC POLICY 829

PART I

Introduction

CHAPTER

1

Ten Principles of Economics

The word *economy* comes from the Greek word *oikonomos*, which means "one who manages a household." At first, this origin might seem peculiar. But in fact, households and economies have much in common.

A household faces many decisions. It must decide which members of the household do which tasks and what each member gets in return: Who cooks dinner? Who does the laundry? Who gets the extra dessert at dinner? Who gets to choose what TV show to watch? In short, the household must allocate its scarce resources among its various members, taking into account each member's abilities, efforts, and desires.

Like a household, a society faces many decisions. A society must find some way to decide what jobs will be done and who will do them. It needs some people to grow food, other people to make clothing, and still others to design computer software. Once society has allocated people (as well as land, buildings, and machines) to various jobs, it must also allocate the output of goods and services they produce. It must decide who will eat caviar and who will eat potatoes. It must decide who will drive a Ferrari and who will take the bus.

The management of society's resources is important because resources are scarce. **Scarcity** means that society has limited resources and therefore cannot produce all the goods and services people wish to have. Just as each member of a household cannot get everything he or she wants, each individual in a society cannot attain the highest standard of living to which he or she might aspire.

scarcity
the limited nature of society's resources

economics
the study of how society manages its scarce resources

Economics is the study of how society manages its scarce resources. In most societies, resources are allocated not by an all-powerful dictator but through the combined actions of millions of households and firms. Economists therefore study how people make decisions: how much they work, what they buy, how much they save, and how they invest their savings. Economists also study how people interact with one another. For instance, they examine how the multitude of buyers and sellers of a good together determine the price at which the good is sold and the quantity that is sold. Finally, economists analyze forces and trends that affect the economy as a whole, including the growth in average income, the fraction of the population that cannot find work, and the rate at which prices are rising.

The study of economics has many facets, but it is unified by several central ideas. In this chapter, we look at *Ten Principles of Economics*. Don't worry if you don't understand them all at first or if you aren't completely convinced. We will explore these ideas more fully in later chapters. The ten principles are introduced here to give you an overview of what economics is all about. Consider this chapter a "preview of coming attractions."

HOW PEOPLE MAKE DECISIONS

There is no mystery to what an economy is. Whether we are talking about the economy of Los Angeles, the United States, or the whole world, an economy is just a group of people dealing with one another as they go about their lives. Because the behavior of an economy reflects the behavior of the individuals who make up the economy, we begin our study of economics with four principles of individual decision making.

Principle 1: People Face Trade-offs

You may have heard the old saying, "There ain't no such thing as a free lunch." Grammar aside, there is much truth to this adage. To get one thing that we like, we usually have to give up another thing that we like. Making decisions requires trading off one goal against another.

Consider a student who must decide how to allocate her most valuable resource—her time. She can spend all her time studying economics, spend all of it studying psychology, or divide it between the two fields. For every hour she studies one subject, she gives up an hour she could have used studying the other. And for every hour she spends studying, she gives up an hour that she could have spent napping, bike riding, watching TV, or working at her part-time job for some extra spending money.

Or consider parents deciding how to spend their family income. They can buy food, clothing, or a family vacation. Or they can save some of the family income for retirement or the children's college education. When they choose to spend an extra dollar on one of these goods, they have one less dollar to spend on some other good.

When people are grouped into societies, they face different kinds of trade-offs. The classic trade-off is between "guns and butter." The more a society spends on national defense (guns) to protect its shores from foreign aggressors, the less it can spend on consumer goods (butter) to raise the standard of living at home. Also important in modern society is the trade-off between a clean environment and a high level of income. Laws that require firms to reduce pollution raise the cost of producing goods and services. Because of the higher costs, these firms end up earning smaller profits, paying lower wages, charging higher prices, or some combination of these three. Thus, while pollution regulations yield the benefit of a cleaner environment and the improved health that comes with it, they have the cost of reducing the incomes of the firms' owners, workers, and customers.

Another trade-off society faces is between efficiency and equality. **Efficiency** means that society is getting the maximum benefits from its scarce resources. **Equality** means that those benefits are distributed uniformly among society's members. In other words, efficiency refers to the size of the economic pie, and equality refers to how the pie is divided into individual slices.

efficiency
the property of society getting the most it can from its scarce resources

equality
the property of distributing economic prosperity uniformly among the members of society

When government policies are designed, these two goals often conflict. Consider, for instance, policies aimed at equalizing the distribution of economic well-being. Some of these policies, such as the welfare system or unemployment insurance, try to help the members of society who are most in need. Others, such as the individual income tax, ask the financially successful to contribute more than others to support the government. While achieving greater equality, these policies reduce efficiency. When the government redistributes income from the rich to the poor, it reduces the reward for working hard; as a result, people work less and produce fewer goods and services. In other words, when the government tries to cut the economic pie into more equal slices, the pie gets smaller.

Recognizing that people face trade-offs does not by itself tell us what decisions they will or should make. A student should not abandon the study of psychology just because doing so would increase the time available for the study of economics. Society should not stop protecting the environment just because environmental regulations reduce our material standard of living. The poor should not be ignored just because helping them distorts work incentives. Nonetheless, people are likely to make good decisions only if they understand the options they have available. Our study of economics, therefore, starts by acknowledging life's trade-offs.

Principle 2: The Cost of Something Is What You Give Up to Get It

Because people face trade-offs, making decisions requires comparing the costs and benefits of alternative courses of action. In many cases, however, the cost of an action is not as obvious as it might first appear.

Consider the decision to go to college. The main benefits are intellectual enrichment and a lifetime of better job opportunities. But what are the costs? To answer this question, you might be tempted to add up the money you spend on tuition, books, room, and board. Yet this total does not truly represent what you give up to spend a year in college.

There are two problems with this calculation. First, it includes some things that are not really costs of going to college. Even if you quit school, you need a place to sleep and food to eat. Room and board are costs of going to college only to the extent that they are more expensive at college than elsewhere. Second, this calculation ignores the largest cost of going to college—your time. When you spend a year listening to lectures, reading textbooks, and writing papers, you cannot spend that time working at a job. For most students, the earnings given up to attend school are the largest single cost of their education.

The **opportunity cost** of an item is what you give up to get that item. When making any decision, decision makers should be aware of the opportunity costs

opportunity cost
whatever must be given up to obtain some item

that accompany each possible action. In fact, they usually are. College athletes who can earn millions if they drop out of school and play professional sports are well aware that their opportunity cost of college is very high. It is not surprising that they often decide that the benefit is not worth the cost.

Principle 3: Rational People Think at the Margin

rational people
people who systematically and purposefully do the best they can to achieve their objectives

Economists normally assume that people are rational. **Rational people** systematically and purposefully do the best they can to achieve their objectives, given the available opportunities. As you study economics, you will encounter firms that decide how many workers to hire and how much of their product to manufacture and sell to maximize profits. You will also encounter individuals who decide how much time to spend working and what goods and services to buy with the resulting income to achieve the highest possible level of satisfaction.

Rational people know that decisions in life are rarely black and white but usually involve shades of gray. At dinnertime, the decision you face is not between fasting or eating like a pig but whether to take that extra spoonful of mashed potatoes. When exams roll around, your decision is not between blowing them off or studying 24 hours a day but whether to spend an extra hour reviewing your notes instead of watching TV. Economists use the term **marginal changes** to describe small incremental adjustments to an existing plan of action. Keep in mind that *margin* means "edge," so marginal changes are adjustments around the edges of what you are doing. Rational people often make decisions by comparing *marginal benefits* and *marginal costs.*

marginal changes
small incremental adjustments to a plan of action

For example, consider an airline deciding how much to charge passengers who fly standby. Suppose that flying a 200-seat plane across the United States costs the airline $100,000. In this case, the average cost of each seat is $100,000/200, which is $500. One might be tempted to conclude that the airline should never sell a ticket for less than $500. In fact, a rational airline can often find ways to raise its profits by thinking at the margin. Imagine that a plane is about to take off with ten empty seats, and a standby passenger waiting at the gate will pay $300 for a seat. Should the airline sell the ticket? Of course it should. If the plane has empty seats, the cost of adding one more passenger is tiny. Although the *average* cost of flying a passenger is $500, the *marginal* cost is merely the cost of the bag of peanuts and can of soda that the extra passenger will consume. As long as the standby passenger pays more than the marginal cost, selling the ticket is profitable.

Marginal decision making can help explain some otherwise puzzling economic phenomena. Here is a classic question: Why is water so cheap, while diamonds are so expensive? Humans need water to survive, while diamonds are unnecessary; but for some reason, people are willing to pay much more for a diamond than for a cup of water. The reason is that a person's willingness to pay for any good is based on the marginal benefit that an extra unit of the good would yield. The marginal benefit, in turn, depends on how many units a person already has. Water is essential, but the marginal benefit of an extra cup is small because water is plentiful. By contrast, no one needs diamonds to survive, but because diamonds are so rare, people consider the marginal benefit of an extra diamond to be large.

A rational decision maker takes an action if and only if the marginal benefit of the action exceeds the marginal cost. This principle can explain why airlines are willing to sell a ticket below average cost and why people are willing to pay more for diamonds than for water. It can take some time to get used to the logic of marginal thinking, but the study of economics will give you ample opportunity to practice.

Principle 4: People Respond to Incentives

An **incentive** is something that induces a person to act, such as the prospect of a punishment or a reward. Because rational people make decisions by comparing costs and benefits, they respond to incentives. You will see that incentives play a central role in the study of economics. One economist went so far as to suggest that the entire field could be simply summarized: "People respond to incentives. The rest is commentary."

incentive
something that induces a person to act

Incentives are crucial to analyzing how markets work. For example, when the price of an apple rises, people decide to eat fewer apples. At the same time, apple orchards decide to hire more workers and harvest more apples. In other words, a higher price in a market provides an incentive for buyers to consume less and an incentive for sellers to produce more. As we will see, the influence of prices on the behavior of consumers and producers is crucial for how a market economy allocates scarce resources.

Public policymakers should never forget about incentives: Many policies change the costs or benefits that people face and, therefore, alter their behavior. A tax on gasoline, for instance, encourages people to drive smaller, more fuel-efficient cars. That is one reason people drive smaller cars in Europe, where gasoline taxes are high, than in the United States, where gasoline taxes are low. A gasoline tax also encourages people to carpool, take public transportation, and live closer to where they work. If the tax were larger, more people would be driving hybrid cars, and if it were large enough, they would switch to electric cars.

When policymakers fail to consider how their policies affect incentives, they often end up with unintended consequences. For example, consider public policy regarding auto safety. Today, all cars have seat belts, but this was not true 50 years ago. In the 1960s, Ralph Nader's book *Unsafe at Any Speed* generated much public concern over auto safety. Congress responded with laws requiring seat belts as standard equipment on new cars.

How does a seat belt law affect auto safety? The direct effect is obvious: When a person wears a seat belt, the probability of surviving an auto accident rises. But that's not the end of the story because the law also affects behavior by altering incentives. The relevant behavior here is the speed and care with which drivers operate their cars. Driving slowly and carefully is costly because it uses the driver's time and energy. When deciding how safely to drive, rational people compare, perhaps unconsciously, the marginal benefit from safer driving to the marginal cost. As result, they drive more slowly and carefully when the benefit of increased safety is high. For example, when road conditions are icy, people drive more attentively and at lower speeds than they do when road conditions are clear.

Consider how a seat belt law alters a driver's cost–benefit calculation. Seat belts make accidents less costly because they reduce the likelihood of injury or death. In other words, seat belts reduce the benefits of slow and careful driving. People respond to seat belts as they would to an improvement in road conditions—by driving faster and less carefully. The result of a seat belt law, therefore, is a larger number of accidents. The decline in safe driving has a clear, adverse impact on pedestrians, who are more likely to find themselves in an accident but (unlike the drivers) don't have the benefit of added protection.

At first, this discussion of incentives and seat belts might seem like idle speculation. Yet in a classic 1975 study, economist Sam Peltzman argued that auto-safety laws have had many of these effects. According to Peltzman's evidence, these laws produce both fewer deaths per accident and more accidents. He concluded

Basketball star LeBron James understands opportunity cost and incentives. He decided to skip college and go straight to the pros, where he has earned millions of dollars as one of the NBA's top players.

that the net result is little change in the number of driver deaths and an increase in the number of pedestrian deaths.

Peltzman's analysis of auto safety is an offbeat example of the general principle that people respond to incentives. When analyzing any policy, we must consider not only the direct effects but also the less obvious indirect effects that work through incentives. If the policy changes incentives, it will cause people to alter their behavior.

QUICK QUIZ Describe an important trade-off you recently faced. • Give an example of some action that has both a monetary and nonmonetary opportunity cost. • Describe an incentive your parents offered to you in an effort to influence your behavior.

HOW PEOPLE INTERACT

The first four principles discussed how individuals make decisions. As we go about our lives, many of our decisions affect not only ourselves but other people as well. The next three principles concern how people interact with one another.

Principle 5: Trade Can Make Everyone Better Off

You have probably heard on the news that the Japanese are our competitors in the world economy. In some ways, this is true because American and Japanese firms produce many of the same goods. Ford and Toyota compete for the same customers in the market for automobiles. Apple and Sony compete for the same customers in the market for digital music players.

Yet it is easy to be misled when thinking about competition among countries. Trade between the United States and Japan is not like a sports contest in which one side wins and the other side loses. In fact, the opposite is true: Trade between two countries can make each country better off.

To see why, consider how trade affects your family. When a member of your family looks for a job, he or she competes against members of other families who are looking for jobs. Families also compete against one another when they go shopping because each family wants to buy the best goods at the lowest prices. In a sense, each family in the economy is competing with all other families.

Despite this competition, your family would not be better off isolating itself from all other families. If it did, your family would need to grow its own food, make its own clothes, and build its own home. Clearly, your family gains much from its ability to trade with others. Trade allows each person to specialize in the activities he or she does best, whether it is farming, sewing, or home building. By trading with others, people can buy a greater variety of goods and services at lower cost.

Countries as well as families benefit from the ability to trade with one another. Trade allows countries to specialize in what they do best and to enjoy a greater variety of goods and services. The Japanese, as well as the French and the Egyptians and the Brazilians, are as much our partners in the world economy as they are our competitors.

"For $5 a week you can watch baseball without being nagged to cut the grass!"

CARTOON: FROM THE WALL STREET JOURNAL—PERMISSION, CARTOON FEATURES SYNDICATE

Principle 6: Markets Are Usually a Good Way to Organize Economic Activity

The collapse of communism in the Soviet Union and Eastern Europe in the 1980s may be the most important change in the world during the past half century.

In The News

Incentive Pay

How people are paid affects their incentives and the decisions they make.

Where the Buses Run on Time

By Austan Goolsbee

On a summer afternoon, the drive home from the University of Chicago to the north side of the city must be one of the most beautiful commutes in the world. On the left on Lake Shore Drive you pass Grant Park, some of the world's first skyscrapers, and the Sears Tower. On the right is the intense blue of Lake Michigan. But for all the beauty, the traffic can be hell. So, if you drive the route every day, you learn the shortcuts. You know that if it backs up from the Buckingham Fountain all the way to McCormick Place, you're better off taking the surface streets and getting back onto Lake Shore Drive a few miles north.

A lot of buses, however, wait in the traffic jams. I have always wondered about that: Why don't the bus drivers use the shortcuts? Surely they know about them—they drive the same route every day, and they probably avoid the traffic when they drive their own cars. Buses don't stop on Lake Shore Drive, so they wouldn't strand anyone by detouring around the congestion. And when buses get delayed in heavy traffic, it wreaks havoc on the scheduled service. Instead of arriving once every 10 minutes, three buses come in at the same time after half an hour. That sort of bunching is the least efficient way to run a public transportation system. So, why not take the surface streets if that would keep the schedule properly spaced and on time?

You might think at first that the problem is that the drivers aren't paid enough to strategize. But Chicago bus drivers are the seventh-highest paid in the nation; full-timers earned more than $23 an hour, according to a November 2004 survey. The problem may have to do not with how much they are paid, but how they are paid. At least, that's the implication of a new study of Chilean bus drivers by Ryan Johnson and David Reiley of the University of Arizona and Juan Carlos Muñoz of Pontificia Universidad Católica de Chile.

Companies in Chile pay bus drivers one of two ways: either by the hour or by the passenger. Paying by the passenger leads to significantly shorter delays. Give them incentives, and drivers start acting like regular people do. They take shortcuts when the traffic is bad. They take shorter meal breaks and bathroom breaks. They want to get on the road and pick up more passengers as quickly as they can. In short, their productivity increases….

Not everything about incentive pay is perfect, of course. When bus drivers start moving from place to place more quickly, they get in more accidents (just like the rest of us). Some passengers also complain that the rides make them nauseated because the drivers stomp on the gas as soon as the last passenger gets on the bus. Yet when given the choice, people overwhelmingly choose the bus companies that get them where they're going on time. More than 95 percent of the routes in Santiago use incentive pay.

Perhaps we should have known that incentive pay could increase bus driver productivity. After all, the taxis in Chicago take the shortcuts on Lake Shore Drive to avoid the traffic that buses just sit in. Since taxi drivers earn money for every trip they make, they want to get you home as quickly as possible so they can pick up somebody else.

Source: Slate.com, March 16, 2006.

Communist countries worked on the premise that government officials were in the best position to allocate the economy's scarce resources. These central planners decided what goods and services were produced, how much was produced, and who produced and consumed these goods and services. The theory behind central planning was that only the government could organize economic activity in a way that promoted economic well-being for the country as a whole.

Most countries that once had centrally planned economies have abandoned the system and are instead developing market economies. In a **market economy**, the

market economy
an economy that allocates resources through the decentralized decisions of many firms and households as they interact in markets for goods and services

decisions of a central planner are replaced by the decisions of millions of firms and households. Firms decide whom to hire and what to make. Households decide which firms to work for and what to buy with their incomes. These firms and households interact in the marketplace, where prices and self-interest guide their decisions.

At first glance, the success of market economies is puzzling. In a market economy, no one is looking out for the economic well-being of society as a whole. Free markets contain many buyers and sellers of numerous goods and services, and all of them are interested primarily in their own well-being. Yet despite decentralized decision making and self-interested decision makers, market economies have proven remarkably successful in organizing economic activity to promote overall economic well-being.

In his 1776 book *An Inquiry into the Nature and Causes of the Wealth of Nations*, economist Adam Smith made the most famous observation in all of economics: Households and firms interacting in markets act as if they are guided by an "invisible hand" that leads them to desirable market outcomes. One of our goals in this book is to understand how this invisible hand works its magic.

As you study economics, you will learn that prices are the instrument with which the invisible hand directs economic activity. In any market, buyers look at the price when determining how much to demand, and sellers look at the price when deciding how much to supply. As a result of the decisions that buyers and sellers make, market prices reflect both the value of a good to society and the cost to society of making the good. Smith's great insight was that prices adjust to guide these individual buyers and sellers to reach outcomes that, in many cases, maximize the well-being of society as a whole.

Smith's insight has an important corollary: When the government prevents prices from adjusting naturally to supply and demand, it impedes the invisible hand's ability to coordinate the decisions of the households and firms that make up the economy. This corollary explains why taxes adversely affect the allocation of resources, for they distort prices and thus the decisions of households and firms. It also explains the great harm caused by policies that directly control prices, such as rent control. And it explains the failure of communism. In Communist countries, prices were not determined in the marketplace but were dictated by central planners. These planners lacked the necessary information about consumers' tastes and producers' costs, which in a market economy are reflected in prices. Central planners failed because they tried to run the economy with one hand tied behind their backs—the invisible hand of the marketplace.

Principle 7: Governments Can Sometimes Improve Market Outcomes

If the invisible hand of the market is so great, why do we need government? One purpose of studying economics is to refine your view about the proper role and scope of government policy.

One reason we need government is that the invisible hand can work its magic only if the government enforces the rules and maintains the institutions that are key to a market economy. Most important, market economies need institutions to enforce **property rights** so individuals can own and control scarce resources. A farmer won't grow food if he expects his crop to be stolen; a restaurant won't serve meals unless it is assured that customers will pay before they leave; and a music company won't produce CDs if too many potential customers avoid paying

property rights
the ability of an individual to own and exercise control over scarce resources

by making illegal copies. We all rely on government-provided police and courts to enforce our rights over the things we produce—and the invisible hand counts on our ability to enforce our rights.

Yet there is another reason we need government: The invisible hand is powerful, but it is not omnipotent. There are two broad reasons for a government to intervene in the economy and change the allocation of resources that people would choose on their own: to promote efficiency or to promote equality. That is, most policies aim either to enlarge the economic pie or to change how the pie is divided.

Consider first the goal of efficiency. Although the invisible hand usually leads markets to allocate resources to maximize the size of the economic pie, this is not always the case. Economists use the term **market failure** to refer to a situation in which the market on its own fails to produce an efficient allocation of resources. As we will see, one possible cause of market failure is an **externality**, which is the impact of one person's actions on the well-being of a bystander. The classic example of an externality is pollution. Another possible cause of market failure

market failure
a situation in which a market left on its own fails to allocate resources efficiently

externality
the impact of one person's actions on the well-being of a bystander

Adam Smith and the Invisible Hand

It may be only a coincidence that Adam Smith's great book *The Wealth of Nations* was published in 1776, the exact year American revolutionaries signed the Declaration of Independence. But the two documents share a point of view that was prevalent at the time: Individuals are usually best left to their own devices, without the heavy hand of government guiding their actions. This political philosophy provides the intellectual basis for the market economy and for free society more generally.

Why do decentralized market economies work so well? Is it because people can be counted on to treat one another with love and kindness? Not at all. Here is Adam Smith's description of how people interact in a market economy:

Man has almost constant occasion for the help of his brethren, and it is in vain for him to expect it from their benevolence only. He will be more likely to prevail if he can interest their self-love in his favour, and show them that it is for their own advantage to do for him what he requires of them. . . . Give me that which I want, and you shall have this which you want, is the meaning of every such offer; and it is in this manner that we obtain from one another the far greater part of those good offices which we stand in need of.

Adam Smith

It is not from the benevolence of the butcher, the brewer, or the baker that we expect our dinner, but from their regard to their own interest. We address ourselves, not to their humanity but to their self-love, and never talk to them of our own necessities but of their advantages. Nobody but a beggar chooses to depend chiefly upon the benevolence of his fellow-citizens. . . .

Every individual . . . neither intends to promote the public interest, nor knows how much he is promoting it. . . . He intends only his own gain, and he is in this, as in many other cases, led by an invisible hand to promote an end which was no part of his intention. Nor is it always the worse for the society that it was no part of it. By pursuing his own interest he frequently promotes that of the society more effectually than when he really intends to promote it.

Smith is saying that participants in the economy are motivated by self-interest and that the "invisible hand" of the marketplace guides this self-interest into promoting general economic well-being.

Many of Smith's insights remain at the center of modern economics. Our analysis in the coming chapters will allow us to express Smith's conclusions more precisely and to analyze more fully the strengths and weaknesses of the market's invisible hand.

market power
the ability of a single economic actor (or small group of actors) to have a substantial influence on market prices

is **market power**, which refers to the ability of a single person (or small group) to unduly influence market prices. For example, if everyone in town needs water but there is only one well, the owner of the well is not subject to the rigorous competition with which the invisible hand normally keeps self-interest in check. In the presence of externalities or market power, well-designed public policy can enhance economic efficiency.

Now consider the goal of equality. Even when the invisible hand is yielding efficient outcomes, it can nonetheless leave sizable disparities in economic well-being. A market economy rewards people according to their ability to produce things that other people are willing to pay for. The world's best basketball player earns more than the world's best chess player simply because people are willing to pay more to watch basketball than chess. The invisible hand does not ensure that everyone has sufficient food, decent clothing, and adequate healthcare. This inequality may, depending on one's political philosophy, call for government intervention. In practice, many public policies, such as the income tax and the welfare system, aim to achieve a more equal distribution of economic well-being.

To say that the government *can* improve on market outcomes at times does not mean that it always *will*. Public policy is made not by angels but by a political process that is far from perfect. Sometimes policies are designed simply to reward the politically powerful. Sometimes they are made by well-intentioned leaders who are not fully informed. As you study economics, you will become a better judge of when a government policy is justifiable because it promotes efficiency or equality and when it is not.

QUICK QUIZ Why is a country better off not isolating itself from all other countries? • Why do we have markets and, according to economists, what roles should government play in them?

HOW THE ECONOMY AS A WHOLE WORKS

We started by discussing how individuals make decisions and then looked at how people interact with one another. All these decisions and interactions together make up "the economy." The last three principles concern the workings of the economy as a whole.

PRINCIPLE 8: A COUNTRY'S STANDARD OF LIVING DEPENDS ON ITS ABILITY TO PRODUCE GOODS AND SERVICES

The differences in living standards around the world are staggering. In 2006, the average American had an income of about $44,260. In the same year, the average Mexican earned $11,410, and the average Nigerian earned $1,050. Not surprisingly, this large variation in average income is reflected in various measures of the quality of life. Citizens of high-income countries have more TV sets, more cars, better nutrition, better healthcare, and a longer life expectancy than citizens of low-income countries.

Changes in living standards over time are also large. In the United States, incomes have historically grown about 2 percent per year (after adjusting for changes in the cost of living). At this rate, average income doubles every 35 years. Over the past century, average income has risen about eightfold.

What explains these large differences in living standards among countries and over time? The answer is surprisingly simple. Almost all variation in living standards is attributable to differences in countries' **productivity**—that is, the amount of goods and services produced from each unit of labor input. In nations where workers can produce a large quantity of goods and services per unit of time, most people enjoy a high standard of living; in nations where workers are less productive, most people endure a more meager existence. Similarly, the growth rate of a nation's productivity determines the growth rate of its average income.

productivity
the quantity of goods and services produced from each unit of labor input

The fundamental relationship between productivity and living standards is simple, but its implications are far-reaching. If productivity is the primary determinant of living standards, other explanations must be of secondary importance. For example, it might be tempting to credit labor unions or minimum-wage laws for the rise in living standards of American workers over the past century. Yet the real hero of American workers is their rising productivity. As another example, some commentators have claimed that increased competition from Japan and other countries explained the slow growth in U.S. incomes during the 1970s and 1980s. Yet the real villain was not competition from abroad but flagging productivity growth in the United States.

The relationship between productivity and living standards also has profound implications for public policy. When thinking about how any policy will affect living standards, the key question is how it will affect our ability to produce goods and services. To boost living standards, policymakers need to raise productivity by ensuring that workers are well educated, have the tools needed to produce goods and services, and have access to the best available technology.

Principle 9: Prices Rise When the Government Prints Too Much Money

In January 1921, a daily newspaper in Germany cost 0.30 marks. Less than two years later, in November 1922, the same newspaper cost 70,000,000 marks. All other prices in the economy rose by similar amounts. This episode is one of history's most spectacular examples of **inflation**, an increase in the overall level of prices in the economy.

inflation
an increase in the overall level of prices in the economy

Although the United States has never experienced inflation even close to that in Germany in the 1920s, inflation has at times been an economic problem. During the 1970s, for instance, when the overall level of prices more than doubled, President Gerald Ford called inflation "public enemy number one." By contrast, inflation in the first decade of the 21st century has run about 2½ percent per year; at this rate, it would take almost 30 years for prices to double. Because high inflation imposes various costs on society, keeping inflation at a low level is a goal of economic policymakers around the world.

"Well it may have been 68 cents when you got in line, but it's 74 cents now!"

What causes inflation? In almost all cases of large or persistent inflation, the culprit is growth in the quantity of money. When a government creates large quantities of the nation's money, the value of the money falls. In Germany in the early 1920s, when prices were on average tripling every month, the quantity of money was also tripling every month. Although less dramatic, the economic history of the United States points to a similar conclusion: The high inflation of the 1970s was associated with rapid growth in the quantity of money, and the low

Why You Should Study Economics

In this excerpt from a commencement address, the former president of the Federal Reserve Bank of Dallas makes the case for studying economics.

The Dismal Science? Hardly!

By Robert D. McTeer, Jr.

My take on training in economics is that it becomes increasingly valuable as you move up the career ladder. I can't imagine a better major for corporate CEOs, congressmen, or American presidents. You've learned a systematic, disciplined way of thinking that will serve you well. By contrast, the economically challenged must be perplexed about how it is that economies work better the fewer people they have in charge. Who does the planning? Who makes decisions? Who decides what to produce? For my money, Adam Smith's invisible hand is the most important thing you've learned by studying economics. You understand how we can each work for our own self-interest and still produce a desirable social outcome. You know how uncoordinated activity gets coordinated by the market to enhance the wealth of nations. You understand the magic of markets and the dangers of tampering with them too much. You know better what you first learned in kindergarten: that you shouldn't kill or cripple the goose that lays the golden eggs. . . .

Economics training will help you understand fallacies and unintended consequences. In fact, I am inclined to define economics as the study of how to anticipate unintended consequences. . . .

Little in the literature seems more relevant to contemporary economic debates

inflation of more recent experience was associated with slow growth in the quantity of money.

Principle 10: Society Faces a Short-Run Trade-off between Inflation and Unemployment

Although a higher level of prices is, in the long run, the primary effect of increasing the quantity of money, the short-run story is more complex and controversial. Most economists describe the short-run effects of monetary injections as follows:

- Increasing the amount of money in the economy stimulates the overall level of spending and thus the demand for goods and services.
- Higher demand may over time cause firms to raise their prices, but in the meantime, it also encourages them to hire more workers and produce a larger quantity of goods and services.
- More hiring means lower unemployment.

This line of reasoning leads to one final economy-wide trade-off: a short-run trade-off between inflation and unemployment.

Although some economists still question these ideas, most accept that society faces a short-run trade-off between inflation and unemployment. This simply means that, over a period of a year or two, many economic policies push inflation and unemployment in opposite directions. Policymakers face this trade-off regardless of whether inflation and unemployment both start out at high levels (as they were in the early 1980s), at low levels (as they were in the late 1990s), than what usually is called the broken window fallacy. Whenever a government program is justified not on its merits but by the jobs it will create, remember the broken window: Some teenagers, being the little beasts that they are, toss a brick through a bakery window. A crowd gathers and laments, "What a shame." But before you know it, someone suggests a silver lining to the situation: Now the baker will have to spend money to have the window repaired. This will add to the income of the repairman, who will spend his additional income, which will add to another seller's income, and so on. You know the drill. The chain of spending will multiply and generate higher income and employment. If the broken window is large enough, it might produce an economic boom! . . .

Most voters fall for the broken window fallacy, but not economics majors. They will say, "Hey, wait a minute!" If the baker hadn't spent his money on window repair, he would have spent it on the new suit he was saving to buy. Then the tailor would have the new income to spend, and so on. The broken window didn't create net new spending; it just diverted spending from somewhere else. The broken window does not create new activity, just different activity. People see the activity that takes place. They don't see the activity that *would* have taken place.

The broken window fallacy is perpetuated in many forms. Whenever job creation or retention is the primary objective I call it the job-counting fallacy. Economics majors understand the non-intuitive reality that real progress comes from job destruction. It once took 90 percent of our population to grow our food. Now it takes 3 percent. Pardon me, Willie, but are we worse off because of the job losses in agriculture? The would-have-been farmers are now college professors and computer gurus. . . .

So instead of counting jobs, we should make every job count. We will occasionally hit a soft spot when we have a mismatch of supply and demand in the labor market. But that is temporary. Don't become a Luddite and destroy the machinery, or become a protectionist and try to grow bananas in New York City.

Source: *The Wall Street Journal*, June 4, 2003.

or someplace in between. This short-run trade-off plays a key role in the analysis of the **business cycle**—the irregular and largely unpredictable fluctuations in economic activity, as measured by the production of goods and services or the number of people employed.

business cycle
fluctuations in economic activity, such as employment and production

Policymakers can exploit the short-run trade-off between inflation and unemployment using various policy instruments. By changing the amount that the government spends, the amount it taxes, and the amount of money it prints, policymakers can influence the overall demand for goods and services. Changes in demand in turn influence the combination of inflation and unemployment that the economy experiences in the short-run. Because these instruments of economic policy are potentially so powerful, how policymakers should use these instruments to control the economy, if at all, is a subject of continuing debate.

QUICK QUIZ List and briefly explain the three principles that describe how the economy as a whole works.

CONCLUSION

You now have a taste of what economics is all about. In the coming chapters, we develop many specific insights about people, markets, and economies. Mastering these insights will take some effort, but it is not an overwhelming task. The field of economics is based on a few big ideas that can be applied in many different situations.

FYI

How to Read This Book

Economics is fun, but it can also be hard to learn. My aim in writing this text is to make it as enjoyable and easy as possible. But you, the student, also have a role to play. Experience shows that if you are actively involved as you study this book, you will enjoy a better outcome both on your exams and in the years that follow. Here are a few tips about how best to read this book.

1. *Read before class.* Students do better when they read the relevant textbook chapter before attending a lecture. You will understand the lecture better, and your questions will be better focused on where you need extra help.
2. *Summarize, don't highlight.* Running a yellow marker over the text is too passive an activity to keep your mind engaged. Instead, when you come to the end of a section, take a minute and summarize what you just learned in your own words, writing your summary in the wide margins we've provided. When you've finished the chapter, compare your summaries with the one at the end of the chapter. Did you pick up the main points?
3. *Test yourself.* Throughout the book, Quick Quizzes offer instant feedback to find out if you've learned what you are supposed to. Take the opportunity to write down your answer and then check it against the answers provided at this book's website. The quizzes are meant to test your basic comprehension. If your answer is incorrect, you probably need to review the section.
4. *Practice, practice, practice.* At the end of each chapter, Questions for Review test your understanding, and Problems and Applications ask you to apply and extend the material. Perhaps your instructor will assign some of these exercises as homework. If so, do them. If not, do them anyway. The more you use your new knowledge, the more solid it becomes.
5. *Go online.* The publisher of this book maintains an extensive website to help you in your study of economics. It includes additional examples, applications, and problems, as well as quizzes so you can test yourself. Check it out. The website is http://academic.cengage.com/economics/mankiw.
6. *Study in groups.* After you've read the book and worked problems on your own, get together with classmates to discuss the material. You will learn from each other—an example of the gains from trade.
7. *Teach someone.* As all teachers know, there is no better way to learn something than to teach it to someone else. Take the opportunity to teach new economic concepts to a study partner, a friend, a parent, or even a pet.
8. *Don't skip the real-world examples.* In the midst of all the numbers, graphs, and strange new words, it is easy to lose sight of what economics is all about. The Case Studies and In the News boxes sprinkled throughout this book should help remind you. They show how the theory is tied to events happening in all our lives.
9. *Apply economic thinking to your daily life.* Once you've read about how others apply economics to the real world, try it yourself! You can use economic analysis to better understand your own decisions, the economy around you, and the events you read about in the newspaper. The world may never look the same again.

Throughout this book, we will refer back to the *Ten Principles of Economics* highlighted in this chapter and summarized in Table 1. Keep these building blocks in mind: Even the most sophisticated economic analysis is founded on the ten principles introduced here.

TABLE 1

Ten Principles of Economics

How People Make Decisions
1: People Face Trade-offs
2: The Cost of Something Is What You Give Up to Get It
3: Rational People Think at the Margin
4: People Respond to Incentives

How People Interact
5: Trade Can Make Everyone Better Off
6: Markets Are Usually a Good Way to Organize Economic Activity
7: Governments Can Sometimes Improve Market Outcomes

How the Economy as a Whole Works
8: A Country's Standard of Living Depends on Its Ability to Produce Goods and Services
9: Prices Rise When the Government Prints Too Much Money
10: Society Faces a Short-Run Trade-off between Inflation and Unemployment

SUMMARY

- The fundamental lessons about individual decision making are that people face trade-offs among alternative goals, that the cost of any action is measured in terms of forgone opportunities, that rational people make decisions by comparing marginal costs and marginal benefits, and that people change their behavior in response to the incentives they face.
- The fundamental lessons about interactions among people are that trade and interdependence can be mutually beneficial, that markets are usually a good way of coordinating economic activity among people, and that the government can potentially improve market outcomes by remedying a market failure or by promoting greater economic equality.
- The fundamental lessons about the economy as a whole are that productivity is the ultimate source of living standards, that growth in the quantity of money is the ultimate source of inflation, and that society faces a short-run trade-off between inflation and unemployment.

KEY CONCEPTS

QUESTIONS FOR REVIEW

1. Give three examples of important trade-offs that you face in your life.
2. What is the opportunity cost of seeing a movie?
3. Water is necessary for life. Is the marginal benefit of a glass of water large or small?
4. Why should policymakers think about incentives?
5. Why isn't trade among countries like a game with some winners and some losers?
6. What does the "invisible hand" of the marketplace do?
7. Explain the two main causes of market failure and give an example of each.
8. Why is productivity important?
9. What is inflation and what causes it?
10. How are inflation and unemployment related in the short run?

PROBLEMS AND APPLICATIONS

1. Describe some of the trade-offs faced by each of the following:
   a. a family deciding whether to buy a new car
   b. a member of Congress deciding how much to spend on national parks
   c. a company president deciding whether to open a new factory
   d. a professor deciding how much to prepare for class
   e. a recent college graduate deciding whether to go to graduate school
2. You are trying to decide whether to take a vacation. Most of the costs of the vacation (airfare, hotel, and forgone wages) are measured in dollars, but the benefits of the vacation are psychological. How can you compare the benefits to the costs?
3. You were planning to spend Saturday working at your part-time job, but a friend asks you to go skiing. What is the true cost of going skiing? Now suppose you had been planning to spend the day studying at the library. What is the cost of going skiing in this case? Explain.
4. You win $100 in a basketball pool. You have a choice between spending the money now or putting it away for a year in a bank account that pays 5 percent interest. What is the opportunity cost of spending the $100 now?
5. The company that you manage has invested $5 million in developing a new product, but the development is not quite finished. At a recent meeting, your salespeople report that the introduction of competing products has reduced the expected sales of your new product to $3 million. If it would cost $1 million to finish development and make the product, should you go ahead and do so? What is the most that you should pay to complete development?
6. Three managers of the Magic Potion Company are discussing a possible increase in production. Each suggests a way to make this decision.

   HARRY: We should examine whether our company's productivity—gallons of potion per worker—would rise or fall.

   RON: We should examine whether our average cost—cost per worker—would rise or fall.

   HERMIONE: We should examine whether the extra revenue from selling the additional potion would be greater or smaller than the extra costs.

   Who do you think is right? Why?
7. The Social Security system provides income for people over age 65. If a recipient of Social Security decides to work and earn some income, the amount he or she receives in Social Security benefits is typically reduced.
   a. How does the provision of Social Security affect people's incentive to save while working?
   b. How does the reduction in benefits associated with higher earnings affect people's incentive to work past age 65?

8. A recent bill reforming the government's anti-poverty programs limited many welfare recipients to only two years of benefits.
   a. How does this change affect the incentives for working?
   b. How might this change represent a trade-off between equality and efficiency?
9. Your roommate is a better cook than you are, but you can clean more quickly than your roommate can. If your roommate did all the cooking and you did all the cleaning, would your chores take you more or less time than if you divided each task evenly? Give a similar example of how specialization and trade can make two countries both better off.
10. Suppose the United States adopted central planning for its economy, and you became the chief planner. Among the millions of decisions that you need to make for next year are how many compact discs to produce, what artists to record, and which consumers should receive the discs. To make these decisions intelligently, what information would you need about the compact disc industry? What information would you need about each of the people in the United States? How well do you think you could do your job?
11. Explain whether each of the following government activities is motivated by a concern about equality or a concern about efficiency. In the case of efficiency, discuss the type of market failure involved.
   a. regulating cable TV prices
   b. providing some poor people with vouchers that can be used to buy food
   c. prohibiting smoking in public places
   d. breaking up Standard Oil (which once owned 90 percent of all oil refineries) into several smaller companies
   e. imposing higher personal income tax rates on people with higher incomes
   f. instituting laws against driving while intoxicated
12. Discuss each of the following statements from the standpoints of equality and efficiency.
   a. "Everyone in society should be guaranteed the best healthcare possible."
   b. "When workers are laid off, they should be able to collect unemployment benefits until they find a new job."
13. In what ways is your standard of living different from that of your parents or grandparents when they were your age? Why have these changes occurred?
14. Suppose Americans decide to save more of their incomes. If banks lend this extra savings to businesses, which use the funds to build new factories, how might this lead to faster growth in productivity? Who do you suppose benefits from the higher productivity? Is society getting a free lunch?
15. During the Revolutionary War, the American colonies could not raise enough tax revenue to fully fund the war effort; to make up this difference, the colonies decided to print more money. Printing money to cover expenditures is sometimes referred to as an "inflation tax." Who do you think is being "taxed" when more money is printed? Why?
16. Imagine that you are a policymaker trying to decide whether to reduce the rate of inflation. To make an intelligent decision, what would you need to know about inflation, unemployment, and the trade-off between them?

CHAPTER

2

Thinking Like an Economist

Every field of study has its own language and its own way of thinking. Mathematicians talk about axioms, integrals, and vector spaces. Psychologists talk about ego, id, and cognitive dissonance. Lawyers talk about venue, torts, and promissory estoppel.

Economics is no different. Supply, demand, elasticity, comparative advantage, consumer surplus, deadweight loss—these terms are part of the economist's language. In the coming chapters, you will encounter many new terms and some familiar words that economists use in specialized ways. At first, this new language may seem needlessly arcane. But as you will see, its value lies in its ability to provide you with a new and useful way of thinking about the world in which you live.

The purpose of this book is to help you learn the economist's way of thinking. Just as you cannot become a mathematician, psychologist, or lawyer overnight, learning to think like an economist will take some time. Yet with a combination of theory, case studies, and examples of economics in the news, this book will give you ample opportunity to develop and practice this skill.

Before delving into the substance and details of economics, it is helpful to have an overview of how economists approach the world. This chapter discusses the field's methodology. What is distinctive about how economists confront a question? What does it mean to think like an economist?

THE ECONOMIST AS SCIENTIST

Economists try to address their subject with a scientist's objectivity. They approach the study of the economy in much the same way a physicist approaches the study of matter and a biologist approaches the study of life: They devise theories, collect data, and then analyze these data in an attempt to verify or refute their theories.

To beginners, it can seem odd to claim that economics is a science. After all, economists do not work with test tubes or telescopes. The essence of science, however, is the *scientific method*—the dispassionate development and testing of theories about how the world works. This method of inquiry is as applicable to studying a nation's economy as it is to studying the earth's gravity or a species' evolution. As Albert Einstein once put it, "The whole of science is nothing more than the refinement of everyday thinking."

"I'M A SOCIAL SCIENTIST, MICHAEL. THAT MEANS I CAN'T EXPLAIN ELECTRICITY OR ANYTHING LIKE THAT, BUT IF YOU EVER WANT TO KNOW ABOUT PEOPLE, I'M YOUR MAN."

Although Einstein's comment is as true for social sciences such as economics as it is for natural sciences such as physics, most people are not accustomed to looking at society through the eyes of a scientist. Let's discuss some of the ways in which economists apply the logic of science to examine how an economy works.

THE SCIENTIFIC METHOD: OBSERVATION, THEORY, AND MORE OBSERVATION

Isaac Newton, the famous 17th-century scientist and mathematician, allegedly became intrigued one day when he saw an apple fall from a tree. This observation motivated Newton to develop a theory of gravity that applies not only to an apple falling to the earth but to any two objects in the universe. Subsequent testing of Newton's theory has shown that it works well in many circumstances (although, as Einstein would later emphasize, not in all circumstances). Because Newton's theory has been so successful at explaining observation, it is still taught in undergraduate physics courses around the world.

This interplay between theory and observation also occurs in the field of economics. An economist might live in a country experiencing rapidly increasing prices and be moved by this observation to develop a theory of inflation. The theory might assert that high inflation arises when the government prints too much money. To test this theory, the economist could collect and analyze data on prices and money from many different countries. If growth in the quantity of money were not at all related to the rate at which prices are rising, the economist would start to doubt the validity of this theory of inflation. If money growth and inflation were strongly correlated in international data, as in fact they are, the economist would become more confident in the theory.

Although economists use theory and observation like other scientists, they face an obstacle that makes their task especially challenging: In economics, conducting experiments is often difficult and sometimes impossible. Physicists studying gravity can drop many objects in their laboratories to generate data to test their theories. By contrast, economists studying inflation are not allowed to manipulate a nation's monetary policy simply to generate useful data. Economists, like astronomers and evolutionary biologists, usually have to make do with whatever data the world happens to give them.

To find a substitute for laboratory experiments, economists pay close attention to the natural experiments offered by history. When a war in the Middle East interrupts the flow of crude oil, for instance, oil prices skyrocket around the world.

For consumers of oil and oil products, such an event depresses living standards. For economic policymakers, it poses a difficult choice about how best to respond. But for economic scientists, the event provides an opportunity to study the effects of a key natural resource on the world's economies. Throughout this book, therefore, we consider many historical episodes. These episodes are valuable to study because they give us insight into the economy of the past and, more important, because they allow us to illustrate and evaluate economic theories of the present.

The Role of Assumptions

If you ask a physicist how long it would take a marble to fall from the top of a ten-story building, she will likely answer the question by assuming that the marble falls in a vacuum. Of course, this assumption is false. In fact, the building is surrounded by air, which exerts friction on the falling marble and slows it down. Yet the physicist will point out that friction on the marble is so small that its effect is negligible. Assuming the marble falls in a vacuum simplifies the problem without substantially affecting the answer.

Economists make assumptions for the same reason: Assumptions can simplify the complex world and make it easier to understand. To study the effects of international trade, for example, we might assume that the world consists of only two countries and that each country produces only two goods. In reality, there are numerous countries, each of which produces thousands of different types of goods. But by assuming two countries and two goods, we can focus our thinking on the essence of the problem. Once we understand international trade in this simplified imaginary world, we are in a better position to understand international trade in the more complex world in which we live.

The art in scientific thinking—whether in physics, biology, or economics—is deciding which assumptions to make. Suppose, for instance, that we were dropping a beachball rather than a marble from the top of the building. Our physicist would realize that the assumption of no friction is less accurate in this case: Friction exerts a greater force on a beachball than on a marble because a beachball is much larger. The assumption that gravity works in a vacuum is reasonable for studying a falling marble but not for studying a falling beachball.

Similarly, economists use different assumptions to answer different questions. Suppose that we want to study what happens to the economy when the government changes the number of dollars in circulation. An important piece of this analysis, it turns out, is how prices respond. Many prices in the economy change infrequently; the newsstand prices of magazines, for instance, change only every few years. Knowing this fact may lead us to make different assumptions when studying the effects of the policy change over different time horizons. For studying the short-run effects of the policy, we may assume that prices do not change much. We may even make the extreme and artificial assumption that all prices are completely fixed. For studying the long-run effects of the policy, however, we may assume that all prices are completely flexible. Just as a physicist uses different assumptions when studying falling marbles and falling beachballs, economists use different assumptions when studying the short-run and long-run effects of a change in the quantity of money.

Economic Models

High school biology teachers teach basic anatomy with plastic replicas of the human body. These models have all the major organs: the heart, the liver, the kidneys, and so on. The models allow teachers to show their students very simply how the important parts of the body fit together. Because these plastic models are stylized and omit many details, no one would mistake one of them for a real person. Despite this lack of realism—indeed, because of this lack of realism—studying these models is useful for learning how the human body works.

Economists also use models to learn about the world, but instead of being made of plastic, they are most often composed of diagrams and equations. Like a biology teacher's plastic model, economic models omit many details to allow us to see what is truly important. Just as the biology teacher's model does not include all the body's muscles and capillaries, an economist's model does not include every feature of the economy.

As we use models to examine various economic issues throughout this book, you will see that all the models are built with assumptions. Just as a physicist begins the analysis of a falling marble by assuming away the existence of friction, economists assume away many of the details of the economy that are irrelevant for studying the question at hand. All models—in physics, biology, and economics—simplify reality to improve our understanding of it.

Our First Model: The Circular-Flow Diagram

The economy consists of millions of people engaged in many activities—buying, selling, working, hiring, manufacturing, and so on. To understand how the economy works, we must find some way to simplify our thinking about all these activities. In other words, we need a model that explains, in general terms, how the economy is organized and how participants in the economy interact with one another.

circular-flow diagram
a visual model of the economy that shows how dollars flow through markets among households and firms

Figure 1 presents a visual model of the economy called a **circular-flow diagram.** In this model, the economy is simplified to include only two types of decision makers—firms and households. Firms produce goods and services using inputs, such as labor, land, and capital (buildings and machines). These inputs are called the *factors of production.* Households own the factors of production and consume all the goods and services that the firms produce.

Households and firms interact in two types of markets. In the *markets for goods and services,* households are buyers, and firms are sellers. In particular, households buy the output of goods and services that firms produce. In the *markets for the factors of production,* households are sellers, and firms are buyers. In these markets, households provide the inputs that firms use to produce goods and services. The circular-flow diagram offers a simple way of organizing the economic transactions that occur between households and firms in the economy.

The two loops of the circular-flow diagram are distinct but related. The inner loop represents the flows of inputs and outputs. The households sell the use of their labor, land, and capital to the firms in the markets for the factors of production. The firms then use these factors to produce goods and services, which in turn are sold to households in the markets for goods and services. The outer loop of the diagram represents the corresponding flow of dollars. The households spend money to buy goods and services from the firms. The firms use some of the revenue from these sales to pay for the factors of production, such as the wages of their workers. What's left is the profit of the firm owners, who themselves are members of households.

Let's take a tour of the circular flow by following a dollar bill as it makes its way from person to person through the economy. Imagine that the dollar begins at a household, say, in your wallet. If you want to buy a cup of coffee, you take the dollar to one of the economy's markets for goods and services, such as your local

FIGURE 1

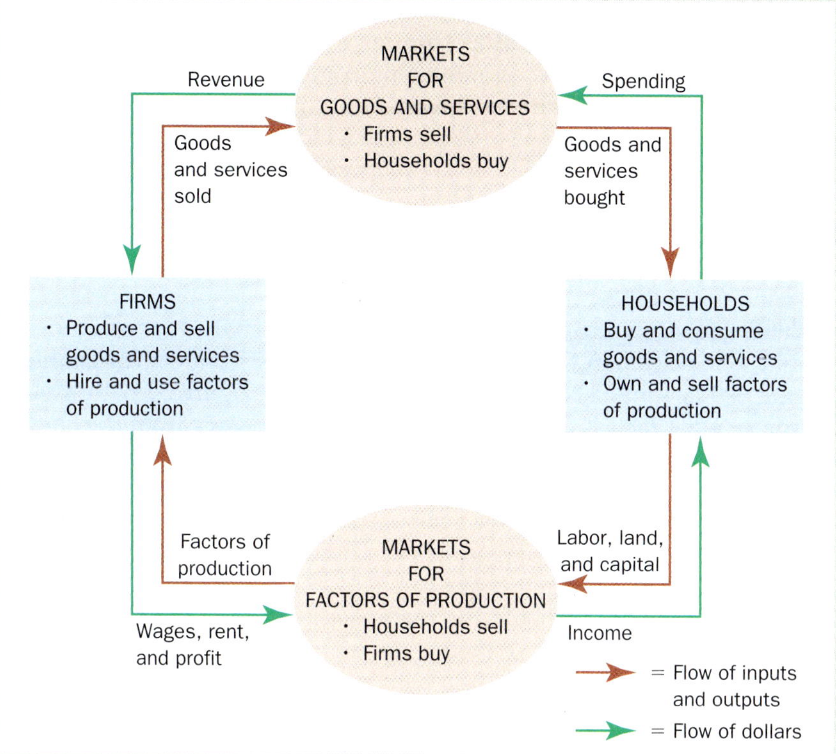

The Circular Flow
This diagram is a schematic representation of the organization of the economy. Decisions are made by households and firms. Households and firms interact in the markets for goods and services (where households are buyers and firms are sellers) and in the markets for the factors of production (where firms are buyers and households are sellers). The outer set of arrows shows the flow of dollars, and the inner set of arrows shows the corresponding flow of inputs and outputs.

Starbucks coffee shop. There you spend it on your favorite drink. When the dollar moves into the Starbucks cash register, it becomes revenue for the firm. The dollar doesn't stay at Starbucks for long, however, because the firm uses it to buy inputs in the markets for the factors of production. Starbucks might use the dollar to pay rent to its landlord for the space it occupies or to pay the wages of its workers. In either case, the dollar enters the income of some household and, once again, is back in someone's wallet. At that point, the story of the economy's circular flow starts once again.

The circular-flow diagram in Figure 1 is one simple model of the economy. It dispenses with details that, for some purposes, are significant. A more complex and realistic circular-flow model would include, for instance, the roles of government and international trade. (Some of that dollar you gave to Starbucks might be used to pay taxes and or to buy coffee beans from a farmer in Brazil.) Yet these details are not crucial for a basic understanding of how the economy is organized. Because of its simplicity, this circular-flow diagram is useful to keep in mind when thinking about how the pieces of the economy fit together.

Our Second Model: The Production Possibilities Frontier

Most economic models, unlike the circular-flow diagram, are built using the tools of mathematics. Here we use one of the simplest such models, called the production possibilities frontier, to illustrate some basic economic ideas.

production possibilities frontier
a graph that shows the combinations of output that the economy can possibly produce given the available factors of production and the available production technology

Although real economies produce thousands of goods and services, let's assume an economy that produces only two goods—cars and computers. Together, the car industry and the computer industry use all of the economy's factors of production. The **production possibilities frontier** is a graph that shows the various combinations of output—in this case, cars and computers—that the economy can possibly produce given the available factors of production and the available production technology that firms use to turn these factors into output.

Figure 2 shows this economy's production possibilities frontier. If the economy uses all its resources in the car industry, it produces 1,000 cars and no computers. If it uses all its resources in the computer industry, it produces 3,000 computers and no cars. The two endpoints of the production possibilities frontier represent these extreme possibilities.

More likely, the economy divides its resources between the two industries, and this yields other points on the production possibilities frontier. For example, it can produce 600 cars and 2,200 computers, shown in the figure by point A. Or, by moving some of the factors of production to the car industry from the computer industry, the economy can produce 700 cars and 2,000 computers, represented by point B.

Because resources are scarce, not every conceivable outcome is feasible. For example, no matter how resources are allocated between the two industries, the economy cannot produce the amount of cars and computers represented by point C. Given the technology available for manufacturing cars and computers, the economy does not have enough of the factors of production to support that level of output. With the resources it has, the economy can produce at any point on or inside the production possibilities frontier, but it cannot produce at points outside the frontier.

An outcome is said to be *efficient* if the economy is getting all it can from the scarce resources it has available. Points on (rather than inside) the production possibilities frontier represent efficient levels of production. When the economy is producing at such a point, say point A, there is no way to produce more of one

2 FIGURE

The Production Possibilities Frontier
The production possibilities frontier shows the combinations of output—in this case, cars and computers—that the economy can possibly produce. The economy can produce any combination on or inside the frontier. Points outside the frontier are not feasible given the economy's resources.

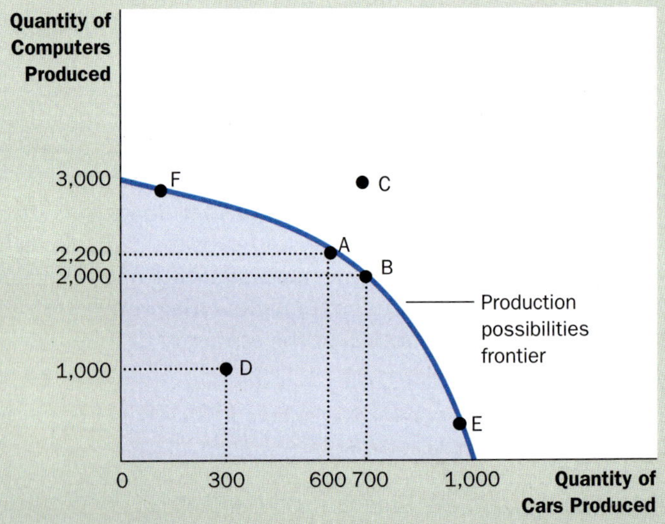

good without producing less of the other. Point D represents an *inefficient* outcome. For some reason, perhaps widespread unemployment, the economy is producing less than it could from the resources it has available: It is producing only 300 cars and 1,000 computers. If the source of the inefficiency is eliminated, the economy can increase its production of both goods. For example, if the economy moves from point D to point A, its production of cars increases from 300 to 600, and its production of computers increases from 1,000 to 2,200.

One of the *Ten Principles of Economics* discussed in Chapter 1 is that people face trade-offs. The production possibilities frontier shows one trade-off that society faces. Once we have reached the efficient points on the frontier, the only way of getting more of one good is to get less of the other. When the economy moves from point A to point B, for instance, society produces 100 more cars but at the expense of producing 200 fewer computers.

This trade-off helps us understand another of the *Ten Principles of Economics:* The cost of something is what you give up to get it. This is called the *opportunity cost.* The production possibilities frontier shows the opportunity cost of one good as measured in terms of the other good. When society moves from point A to point B, it gives up 200 computers to get 100 additional cars. That is, at point A, the opportunity cost of 100 cars is 200 computers. Put another way, the opportunity cost of each car is two computers. Notice that the opportunity cost of a car equals the slope of the production possibilities frontier. (If you don't recall what slope is, you can refresh your memory with the graphing appendix to this chapter.)

The opportunity cost of a car in terms of the number of computers is not constant in this economy but depends on how many cars and computers the economy is producing. This is reflected in the shape of the production possibilities frontier. Because the production possibilities frontier in Figure 2 is bowed outward, the opportunity cost of a car is highest when the economy is producing many cars and fewer computers, such as at point E, where the frontier is steep. When the economy is producing few cars and many computers, such as at point F, the frontier is flatter, and the opportunity cost of a car is lower.

Economists believe that production possibilities frontiers often have this bowed shape. When the economy is using most of its resources to make computers, such as at point F, the resources best suited to car production, such as skilled autoworkers, are being used in the computer industry. Because these workers probably aren't very good at making computers, the economy won't have to lose much computer production to increase car production by one unit. The opportunity cost of a car in terms of computers is small, and the frontier is relatively flat. By contrast, when the economy is using most of its resources to make cars, such as at point E, the resources best suited to making cars are already in the car industry. Producing an additional car means moving some of the best computer technicians out of the computer industry and making them autoworkers. As a result, producing an additional car will mean a substantial loss of computer output. The opportunity cost of a car is high, and the frontier is steep.

The production possibilities frontier shows the trade-off between the outputs of different goods at a given time, but the trade-off can change over time. For example, suppose a technological advance in the computer industry raises the number of computers that a worker can produce per week. This advance expands society's set of opportunities. For any given number of cars, the economy can make more computers. If the economy does not produce any computers, it can still produce 1,000 cars, so one endpoint of the frontier stays the same. But the rest of the production possibilities frontier shifts outward, as in Figure 3.

3 FIGURE

A Shift in the Production Possibilities Frontier
A technological advance in the computer industry enables the economy to produce more computers for any given number of cars. As a result, the production possibilities frontier shifts outward. If the economy moves from point A to point G, then the production of both cars and computers increases.

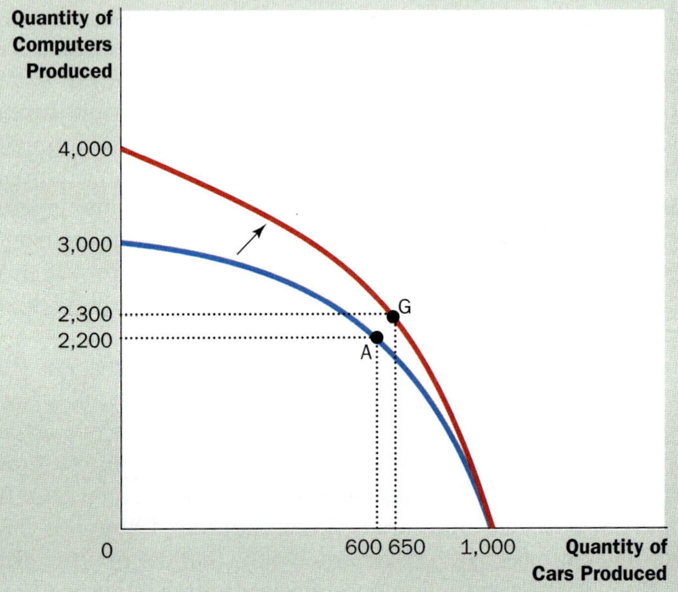

This figure illustrates economic growth. Society can move production from a point on the old frontier to a point on the new frontier. Which point it chooses depends on its preferences for the two goods. In this example, society moves from point A to point G, enjoying more computers (2,300 instead of 2,200) and more cars (650 instead of 600).

The production possibilities frontier simplifies a complex economy to highlight some basic but powerful ideas: scarcity, efficiency, trade-offs, opportunity cost, and economic growth. As you study economics, these ideas will recur in various forms. The production possibilities frontier offers one simple way of thinking about them.

Microeconomics and Macroeconomics

Many subjects are studied on various levels. Consider biology, for example. Molecular biologists study the chemical compounds that make up living things. Cellular biologists study cells, which are made up of many chemical compounds and, at the same time, are themselves the building blocks of living organisms. Evolutionary biologists study the many varieties of animals and plants and how species change gradually over the centuries.

Economics is also studied on various levels. We can study the decisions of individual households and firms. Or we can study the interaction of households and firms in markets for specific goods and services. Or we can study the operation of the economy as a whole, which is the sum of the activities of all these decision makers in all these markets.

microeconomics
the study of how households and firms make decisions and how they interact in markets

macroeconomics
the study of economy-wide phenomena, including inflation, unemployment, and economic growth

The field of economics is traditionally divided into two broad subfields. **Microeconomics** is the study of how households and firms make decisions and how they interact in specific markets. **Macroeconomics** is the study of economy-wide phenomena. A microeconomist might study the effects of rent control on housing in New York City, the impact of foreign competition on the U.S. auto industry, or the effects of compulsory school attendance on workers' earnings. A macroeconomist might study the effects of borrowing by the federal government, the changes over time in the economy's rate of unemployment, or alternative policies to promote growth in national living standards.

Microeconomics and macroeconomics are closely intertwined. Because changes in the overall economy arise from the decisions of millions of individuals, it is impossible to understand macroeconomic developments without considering the associated microeconomic decisions. For example, a macroeconomist might study the effect of a federal income tax cut on the overall production of goods and services. But to analyze this issue, he or she must consider how the tax cut affects the decisions of households about how much to spend on goods and services.

FYI

Who Studies Economics?

As a college student, you might be asking yourself: How many economics classes should I take? How useful will this stuff be to me later in life? Economics can seem abstract at first, but the field is fundamentally very practical, and the study of economics is useful in many different career paths. Here is a small sampling of some well-known people who majored in economics when they were in college.

Meg Whitman	President and Chief Executive Officer, eBay
Ronald Reagan	Former President of the United States
William F. Buckley Jr.	Journalist
Danny Glover	Actor
Barbara Boxer	U.S. Senator
John Elway	NFL Quarterback
Kofi Annan	Former Secretary General, United Nations
Ted Turner	Founder of CNN and Owner of Atlanta Braves
Lionel Richie	Singer
Diane von Furstenberg	Fashion Designer
Michael Kinsley	Journalist
Ben Stein	Political Speechwriter, Actor, and Game Show Host
Cate Blanchett	Actor
Anthony Zinni	General (ret.), U.S. Marine Corps
Tiger Woods	Golfer
Steve Ballmer	Chief Executive Officer, Microsoft
Arnold Schwarzenegger	Governor of California
Sandra Day-O'Connor	Former Supreme Court Justice
Scott Adams	Cartoonist
Mick Jagger	Singer for The Rolling Stones

Having studied at the London School of Economics may not help Mick Jagger hit the high notes, but it has probably given him some insight about how to invest the substantial sums he has earned during his rock-'n'-roll career.

When asked in 2005 why The Rolling Stones were going on tour again, former economics major Mick Jagger replied, "Supply and demand." Keith Richards added, "If the demand's there, we'll supply."

PHOTO: ©AP/ASSOCIATED PRESS

Despite the inherent link between microeconomics and macroeconomics, the two fields are distinct. Because they address different questions, each field has its own set of models, which are often taught in separate courses.

QUICK QUIZ In what sense is economics like a science? • Draw a production possibilities frontier for a society that produces food and clothing. Show an efficient point, an inefficient point, and an infeasible point. Show the effects of a drought. • Define *microeconomics* and *macroeconomics*.

THE ECONOMIST AS POLICY ADVISER

Often, economists are asked to explain the causes of economic events. Why, for example, is unemployment higher for teenagers than for older workers? Sometimes, economists are asked to recommend policies to improve economic outcomes. What, for instance, should the government do to improve the economic well-being of teenagers? When economists are trying to explain the world, they are scientists. When they are trying to help improve it, they are policy advisers.

POSITIVE VERSUS NORMATIVE ANALYSIS

To help clarify the two roles that economists play, let's examine the use of language. Because scientists and policy advisers have different goals, they use language in different ways.

For example, suppose that two people are discussing minimum-wage laws. Here are two statements you might hear:

POLLY: Minimum-wage laws cause unemployment.
NORM: The government should raise the minimum wage.

Ignoring for now whether you agree with these statements, notice that Polly and Norm differ in what they are trying to do. Polly is speaking like a scientist: She is making a claim about how the world works. Norm is speaking like a policy adviser: He is making a claim about how he would like to change the world.

In general, statements about the world are of two types. One type, such as Polly's, is positive. **Positive statements** are descriptive. They make a claim about how the world *is*. A second type of statement, such as Norm's, is normative. **Normative statements** are prescriptive. They make a claim about how the world *ought to be*.

positive statements
claims that attempt to describe the world as it is

normative statements
claims that attempt to prescribe how the world should be

A key difference between positive and normative statements is how we judge their validity. We can, in principle, confirm or refute positive statements by examining evidence. An economist might evaluate Polly's statement by analyzing data on changes in minimum wages and changes in unemployment over time. By contrast, evaluating normative statements involves values as well as facts. Norm's statement cannot be judged using data alone. Deciding what is good or bad policy is not just a matter of science. It also involves our views on ethics, religion, and political philosophy.

Positive and normative statements are fundamentally different, but they are often intertwined in a person's set of beliefs. In particular, positive views about how the world works affect normative views about what policies are desirable. Polly's claim that the minimum wage causes unemployment, if true, might lead her to reject Norm's conclusion that the government should raise the minimum wage. Yet normative conclusions cannot come from positive analysis alone; they involve value judgments as well.

As you study economics, keep in mind the distinction between positive and normative statements because it will help you stay focused on the task at hand. Much of economics is positive: It just tries to explain how the economy works. Yet those who use economics often have normative goals: They want to learn how to improve the economy. When you hear economists making normative statements, you know they are speaking not as scientists but as policy advisers.

Economists in Washington

President Harry Truman once said that he wanted to find a one-armed economist. When he asked his economists for advice, they always answered, "On the one hand, . . . On the other hand, . . . "

Truman was right in realizing that economists' advice is not always straightforward. This tendency is rooted in one of the *Ten Principles of Economics:* People face trade-offs. Economists are aware that trade-offs are involved in most policy decisions. A policy might increase efficiency at the cost of equality. It might help future generations but hurt current generations. An economist who says that all policy decisions are easy is an economist not to be trusted.

Truman was also not alone among presidents in relying on the advice of economists. Since 1946, the president of the United States has received guidance from the Council of Economic Advisers, which consists of three members and a staff of several dozen economists. The council, whose offices are just a few steps from the White House, has no duty other than to advise the president and to write the annual *Economic Report of the President,* which discusses recent developments in the economy and presents the council's analysis of current policy issues.

The president also receives input from economists in many administrative departments. Economists at the Department of the Treasury help design tax policy. Economists at the Department of Labor analyze data on workers and those looking for work to help formulate labor-market policies. Economists at the Department of Justice help enforce the nation's antitrust laws.

Economists are also found outside the administrative branch of government. To obtain independent evaluations of policy proposals, Congress relies on the advice of the Congressional Budget Office, which is staffed by economists. The Federal Reserve, the institution that sets the nation's monetary policy, employs hundreds of economists to analyze economic developments in the United States and throughout the world.

The influence of economists on policy goes beyond their role as advisers: Their research and writings often affect policy indirectly. Economist John Maynard Keynes offered this observation:

> The ideas of economists and political philosophers, both when they are right and when they are wrong, are more powerful than is commonly understood. Indeed, the world is ruled by little else. Practical men, who believe themselves to be quite exempt from intellectual influences, are usually the slaves of some defunct economist. Madmen in authority, who hear voices in the air, are distilling their frenzy from some academic scribbler of a few years back.

Although these words were written in 1935, they remain true. Indeed, the "academic scribbler" now influencing public policy is often Keynes himself.

"Let's switch. I'll make the policy, you implement it, and he'll explain it."

In The News

Football Economics

Economists often offer advice to policymakers. Sometimes those policymakers are coaches.

Go for It on Fourth Down, Coach? Maybe You Should Ask an Egghead.

By Shankar Vedantam

PHOTO: © DAVE KAUP/REUTERS/LANDOV

With just over five minutes to play in yesterday's game against the New York Jets, the Washington Redskins found themselves on their own 23-yard line facing a fourth and one. The team, which was ahead by just three points, elected to do what teams normally do in such situations: They played it safe and punted rather than try to keep the drive alive.

The Jets promptly came back to kick a field goal, tying the game and sending it into overtime. While this particular story had a happy ending for Washington, which won, 23–20, it illustrated the value of an analysis by David Romer, an economist at the University of California, who has concluded that football teams are far too conservative in play calling in fourth-down situations.

You don't have to be particularly interested in sports to find Romer's conclusion intriguing: His hunch about human behavior in general was that although people say they have a certain goal and are willing to do everything they can to achieve it, their actual behavior regularly departs from the optimal path to reach that goal.

In his analysis of football teams, Romer specifically looked at a single question—whether teams should punt or kick the football on fourth down, or take a chance and run or throw the ball. Romer's calculations don't necessarily tell teams what to do in specific situations such as yesterday's game. But on average, teams that take the risk seem to win more often than lose.

Data from a large number of NFL games show that coaches rarely follow what Romer's calculations predict would give them the best chance of victory. While fans often suggest more aggressive play calling, even fans usually don't go as far as the economist does—his calculations show that teams should regularly be going for it on fourth down, even if it is early in the game,

Why Economists' Advice Is Not Always Followed

Any economist who advises presidents or other elected leaders knows that his or her recommendations are not always heeded. Frustrating as this can be, it is easy to understand. The process by which economic policy is made differs in many ways from the idealized policy process assumed in economics textbooks.

Throughout this text, whenever we discuss economic policy, we often focus on one question: What is the best policy for the government to pursue? We act as if policy were set by a benevolent king. Once the king figures out the right policy, he has no trouble putting his ideas into action.

In the real world, figuring out the right policy is only part of a leader's job, sometimes the easiest part. After a president hears from his economic advisers about what policy is best from their perspective, he turns to other advisers for related input. His communications advisers will tell him how best to explain the proposed policy to the public, and they will try to anticipate any misunderstand-even if the score is tied, and even if the ball is on their own side of the field.

Romer's calculations have been backed up by independent analyses. Coaches have not raised a serious challenge to Romer's analysis, but they have simply ignored his finding.

New England Patriots coach Bill Belichick is among those who has said he agrees with Romer, and Belichick happens to be one of the more successful coaches in the league. Two Sundays ago, as the Patriots were piling up an astronomical score against Washington, Belichick took a chance on a fourth-down play and got his team seven points instead of the three he might have gotten had the team tried a field goal.

When asked by reporters why he took the chance, Belichick's response was the response of someone who really means what he says about maximizing points: "What do you want us to do, kick a field goal?"

Owners and fans have been receptive to Romer's ideas. However, in informal conversations Romer has had with the coaching staffs of various teams, the economist said he has been told to mind his own business in the ivory tower.

Indeed, since Romer wrote his paper a couple of years ago, NFL coaches seem to have gotten even more conservative in their play calling, which the economist attributes to their unwillingness to follow the advice of an academic, however useful it might be.

"It used to be that going for it on fourth down was the macho thing to do," Romer said. But after his findings were widely publicized in sports circles, he said: "Now going for it on fourth down is the egghead thing to do. Would you rather be macho or an egghead?"

The interesting question raised by Romer's research applies to a range of settings that have nothing to do with sports. Why do coaches persist in doing something that is less than optimal, when they say their only goal is to win? One theory that Romer has heard is that coaches—like generals, stock fund directors and managers in general—actually have different goals than the people they lead and the people they must answer to. Everyone wants to win, but managers are held to different standards than followers when they lose, especially when they lose after trying something that few others are doing.

David Romer

PHOTO: COURTESY OF DAVID ROMER

Wayne Stewart, an associate professor of management at Clemson University, said his own research backs up the idea that owners and managers in general have different approaches to risk. While owners tend to be entrepreneurial and focused on outcomes, he said, managers are often principally focused on not screwing up.

Stewart said this might explain why coaches' approach to risk diverges from that of owners and fans, who are principally interested in outcomes. Stewart said successful managers understand that the fear of failure is itself often the principal cause of failure.

Source: *The Washington Post*, November 5, 2007.

ings that might arise to make the challenge more difficult. His press advisers will tell him how the news media will report on his proposal and what opinions will likely be expressed on the nation's editorial pages. His legislative affairs advisers will tell him how Congress will view the proposal, what amendments members of Congress will suggest, and the likelihood that Congress will pass some version of the president's proposal into law. His political advisers will tell him which groups will organize to support or oppose the proposed policy, how this proposal will affect his standing among different groups in the electorate, and whether it will affect support for any of the president's other policy initiatives. After hearing and weighing all this advice, the president then decides how to proceed.

Making economic policy in a representative democracy is a messy affair—and there are often good reasons presidents (and other politicians) do not advance the policies that economists advocate. Economists offer crucial input into the policy process, but their advice is only one ingredient of a complex recipe.

QUICK QUIZ Give an example of a positive statement and an example of a normative statement that somehow relates to your daily life. • Name three parts of government that regularly rely on advice from economists.

WHY ECONOMISTS DISAGREE

"If all economists were laid end to end, they would not reach a conclusion." This quip from George Bernard Shaw is revealing. Economists as a group are often criticized for giving conflicting advice to policymakers. President Ronald Reagan once joked that if the game Trivial Pursuit were designed for economists, it would have 100 questions and 3,000 answers.

Why do economists so often appear to give conflicting advice to policymakers? There are two basic reasons:

- Economists may disagree about the validity of alternative positive theories about how the world works.
- Economists may have different values and therefore different normative views about what policy should try to accomplish.

Let's discuss each of these reasons.

DIFFERENCES IN SCIENTIFIC JUDGMENTS

Several centuries ago, astronomers debated whether the earth or the sun was at the center of the solar system. More recently, meteorologists have debated whether the earth is experiencing global warming and, if so, why. Science is a search for understanding about the world around us. It is not surprising that as the search continues, scientists can disagree about the direction in which truth lies.

Economists often disagree for the same reason. Economics is a young science, and there is still much to be learned. Economists sometimes disagree because they have different hunches about the validity of alternative theories or about the size of important parameters that measure how economic variables are related.

For example, economists disagree about whether the government should tax a household's income or its consumption (spending). Advocates of a switch from the current income tax to a consumption tax believe that the change would encourage households to save more because income that is saved would not be taxed. Higher saving, in turn, would free resources for capital accumulation, leading to more rapid growth in productivity and living standards. Advocates of the current income tax system believe that household saving would not respond much to a change in the tax laws. These two groups of economists hold different normative views about the tax system because they have different positive views about the responsiveness of saving to tax incentives.

DIFFERENCES IN VALUES

Suppose that Peter and Paula both take the same amount of water from the town well. To pay for maintaining the well, the town taxes its residents. Peter has income of $50,000 and is taxed $5,000, or 10 percent of his income. Paula has income of $10,000 and is taxed $2,000, or 20 percent of her income.

Is this policy fair? If not, who pays too much and who pays too little? Does it matter whether Paula's low income is due to a medical disability or to her decision to pursue a career in acting? Does it matter whether Peter's high income is due to a large inheritance or to his willingness to work long hours at a dreary job?

These are difficult questions on which people are likely to disagree. If the town hired two experts to study how the town should tax its residents to pay for the well, we would not be surprised if they offered conflicting advice.

This simple example shows why economists sometimes disagree about public policy. As we learned earlier in our discussion of normative and positive analysis, policies cannot be judged on scientific grounds alone. Economists give conflicting advice sometimes because they have different values. Perfecting the science of economics will not tell us whether Peter or Paula pays too much.

Perception versus Reality

Because of differences in scientific judgments and differences in values, some disagreement among economists is inevitable. Yet one should not overstate the amount of disagreement. Economists agree with one another far more than is sometimes understood.

Table 1 contains 14 propositions about economic policy. In surveys of professional economists, these propositions were endorsed by an overwhelming majority of respondents. Most of these propositions would fail to command a similar consensus among the public.

TABLE 1

Propositions about Which Most Economists Agree

Proposition (and percentage of economists who agree)

1. A ceiling on rents reduces the quantity and quality of housing available. (93%)
2. Tariffs and import quotas usually reduce general economic welfare. (93%)
3. Flexible and floating exchange rates offer an effective international monetary arrangement. (90%)
4. Fiscal policy (e.g., tax cut and/or government expenditure increase) has a significant stimulative impact on a less than fully employed economy. (90%)
5. The United States should not restrict employers from outsourcing work to foreign countries. (90%)
6. The United States should eliminate agricultural subsidies. (85%)
7. Local and state governments should eliminate subsidies to professional sports franchises. (85%)
8. If the federal budget is to be balanced, it should be done over the business cycle rather than yearly. (85%)
9. The gap between Social Security funds and expenditures will become unsustainably large within the next 50 years if current policies remain unchanged. (85%)
10. Cash payments increase the welfare of recipients to a greater degree than do transfers-in-kind of equal cash value. (84%)
11. A large federal budget deficit has an adverse effect on the economy. (83%)
12. A minimum wage increases unemployment among young and unskilled workers. (79%)
13. The government should restructure the welfare system along the lines of a "negative income tax." (79%)
14. Effluent taxes and marketable pollution permits represent a better approach to pollution control than imposition of pollution ceilings. (78%)

Source: Richard M. Alston, J. R. Kearl, and Michael B. Vaughn, "Is There Consensus among Economists in the 1990s?" *American Economic Review* (May 1992): 203–209; Robert Whaples, "Do Economists Agree on Anything? Yes!" *Economists' Voice* (November 2006): 1–6.

The first proposition in the table is about rent control, a policy that sets a legal maximum on the amount landlords can charge for their apartments. Almost all economists believe that rent control adversely affects the availability and quality of housing and is a costly way of helping the neediest members of society. Nonetheless, many city governments ignore the advice of economists and place ceilings on the rents that landlords may charge their tenants.

The second proposition in the table concerns tariffs and import quotas, two policies that restrict trade among nations. For reasons we discuss more fully later in this text, almost all economists oppose such barriers to free trade. Nonetheless, over the years, presidents and Congress have chosen to restrict the import of certain goods.

Why do policies such as rent control and trade barriers persist if the experts are united in their opposition? It may be that the realities of the political process stand as immovable obstacles. But it also may be that economists have not yet convinced enough of the public that these policies are undesirable. One purpose of this book is to help you understand the economist's view of these and other subjects and, perhaps, to persuade you that it is the right one.

QUICK QUIZ Why might economic advisers to the president disagree about a question of policy?

LET'S GET GOING

The first two chapters of this book have introduced you to the ideas and methods of economics. We are now ready to get to work. In the next chapter, we start learning in more detail the principles of economic behavior and economic policy.

As you proceed through this book, you will be asked to draw on many of your intellectual skills. You might find it helpful to keep in mind some advice from the great economist John Maynard Keynes:

> The study of economics does not seem to require any specialized gifts of an unusually high order. Is it not . . . a very easy subject compared with the higher branches of philosophy or pure science? An easy subject, at which very few excel! The paradox finds its explanation, perhaps, in that the master-economist must possess a rare *combination* of gifts. He must be mathematician, historian, statesman, philosopher—in some degree. He must understand symbols and speak in words. He must contemplate the particular in terms of the general, and touch abstract and concrete in the same flight of thought. He must study the present in the light of the past for the purposes of the future. No part of man's nature or his institutions must lie entirely outside his regard. He must be purposeful and disinterested in a simultaneous mood; as aloof and incorruptible as an artist, yet sometimes as near the earth as a politician.

It is a tall order. But with practice, you will become more and more accustomed to thinking like an economist.

income for four countries. The height of each bar represents the average income in each country. The *time-series graph* in panel (c) traces the rising productivity in the U.S. business sector over time. The height of the line shows output per hour in each year. You have probably seen similar graphs in newspapers and magazines.

Graphs of Two Variables: The Coordinate System

Although the three graphs in Figure A-1 are useful in showing how a variable changes over time or across individuals, such graphs are limited in how much they can tell us. These graphs display information only on a single variable. Economists are often concerned with the relationships between variables. Thus, they need to display two variables on a single graph. The *coordinate system* makes this possible.

Suppose you want to examine the relationship between study time and grade point average. For each student in your class, you could record a pair of numbers: hours per week spent studying and grade point average. These numbers could then be placed in parentheses as an *ordered pair* and appear as a single point on the graph. Albert E., for instance, is represented by the ordered pair (25 hours/week, 3.5 GPA), while his "what-me-worry?" classmate Alfred E. is represented by the ordered pair (5 hours/week, 2.0 GPA).

We can graph these ordered pairs on a two-dimensional grid. The first number in each ordered pair, called the *x-coordinate,* tells us the horizontal location of the point. The second number, called the *y-coordinate,* tells us the vertical location of the point. The point with both an *x*-coordinate and a *y*-coordinate of zero is known as the *origin.* The two coordinates in the ordered pair tell us where the point is located in relation to the origin: *x* units to the right of the origin and *y* units above it.

Figure A-2 graphs grade point average against study time for Albert E., Alfred E., and their classmates. This type of graph is called a *scatterplot* because it plots scattered points. Looking at this graph, we immediately notice that points farther to the right (indicating more study time) also tend to be higher (indicating a better

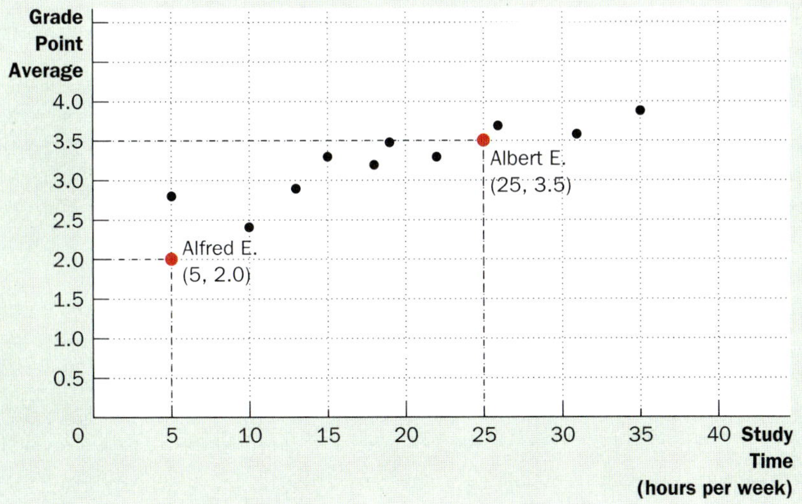

FIGURE A-2

Using the Coordinate System
Grade point average is measured on the vertical axis and study time on the horizontal axis. Albert E., Alfred E., and their classmates are represented by various points. We can see from the graph that students who study more tend to get higher grades.

grade point average). Because study time and grade point average typically move in the same direction, we say that these two variables have a *positive correlation.* By contrast, if we were to graph party time and grades, we would likely find that higher party time is associated with lower grades; because these variables typically move in opposite directions, we call this a *negative correlation.* In either case, the coordinate system makes the correlation between the two variables easy to see.

Curves in the Coordinate System

Students who study more do tend to get higher grades, but other factors also influence a student's grade. Previous preparation is an important factor, for instance, as are talent, attention from teachers, even eating a good breakfast. A scatterplot like Figure A-2 does not attempt to isolate the effect that study has on grades from the effects of other variables. Often, however, economists prefer looking at how one variable affects another, holding everything else constant.

To see how this is done, let's consider one of the most important graphs in economics: the *demand curve.* The demand curve traces out the effect of a good's price on the quantity of the good consumers want to buy. Before showing a demand curve, however, consider Table A-1, which shows how the number of novels that Emma buys depends on her income and on the price of novels. When novels are cheap, Emma buys them in large quantities. As they become more expensive, she instead borrows books from the library or chooses to go to the movies rather than read. Similarly, at any given price, Emma buys more novels when she has a higher income. That is, when her income increases, she spends part of the additional income on novels and part on other goods.

We now have three variables—the price of novels, income, and the number of novels purchased—which are more than we can represent in two dimensions. To put the information from Table A-1 in graphical form, we need to hold one of the three variables constant and trace out the relationship between the other two. Because the demand curve represents the relationship between price and quantity demanded, we hold Emma's income constant and show how the number of novels she buys varies with the price of novels.

A-1 TABLE

Novels Purchased by Emma
This table shows the number of novels Emma buys at various incomes and prices. For any given level of income, the data on price and quantity demanded can be graphed to produce Emma's demand curve for novels, as shown in Figures A-3 and A-4.

	Income		
Price	$20,000	$30,000	$40,000
$10	2 novels	5 novels	8 novels
9	6	9	12
8	10	13	16
7	14	17	20
6	18	21	24
5	22	25	28
	Demand curve, D_3	Demand curve, D_1	Demand curve, D_2

Suppose that Emma's income is $30,000 per year. If we place the number of novels Emma purchases on the *x*-axis and the price of novels on the *y*-axis, we can graphically represent the middle column of Table A-1. When the points that represent these entries from the table—(5 novels, $10), (9 novels, $9), and so on—are connected, they form a line. This line, pictured in Figure A-3, is known as Emma's demand curve for novels; it tells us how many novels Emma purchases at any given price. The demand curve is downward sloping, indicating that a higher price reduces the quantity of novels demanded. Because the quantity of novels demanded and the price move in opposite directions, we say that the two variables are *negatively related.* (Conversely, when two variables move in the same direction, the curve relating them is upward sloping, and we say the variables are *positively related.*)

Now suppose that Emma's income rises to $40,000 per year. At any given price, Emma will purchase more novels than she did at her previous level of income. Just as earlier we drew Emma's demand curve for novels using the entries from the middle column of Table A-1, we now draw a new demand curve using the entries from the right column of the table. This new demand curve (curve D_2) is pictured alongside the old one (curve D_1) in Figure A-4; the new curve is a similar line drawn farther to the right. We therefore say that Emma's demand curve for novels *shifts* to the right when her income increases. Likewise, if Emma's income were to fall to $20,000 per year, she would buy fewer novels at any given price and her demand curve would shift to the left (to curve D_3).

In economics, it is important to distinguish between *movements along a curve* and *shifts of a curve.* As we can see from Figure A-3, if Emma earns $30,000 per year and novels cost $8 apiece, she will purchase 13 novels per year. If the price of

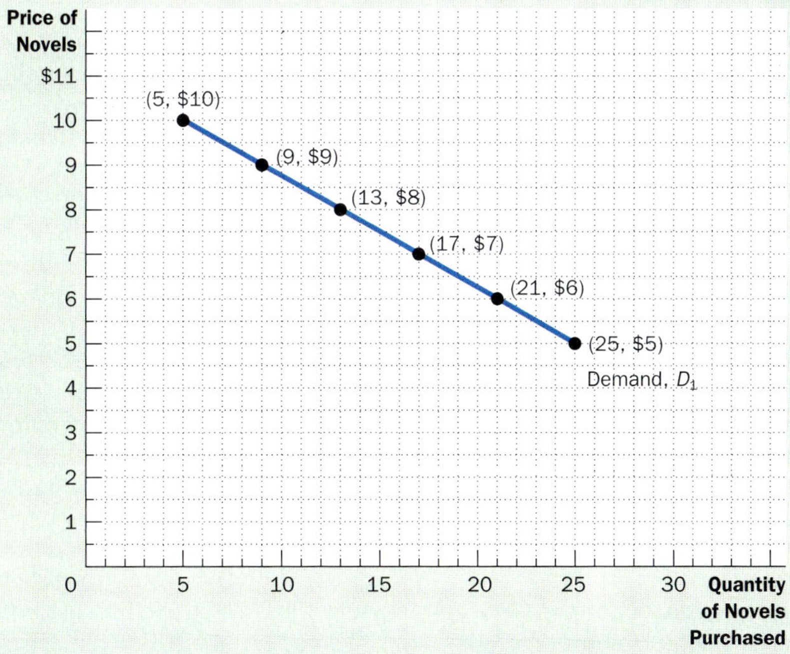

FIGURE A-3

Demand Curve

The line D_1 shows how Emma's purchases of novels depend on the price of novels when her income is held constant. Because the price and the quantity demanded are negatively related, the demand curve slopes downward.

A-4 FIGURE

Shifting Demand Curves
The location of Emma's demand curve for novels depends on how much income she earns. The more she earns, the more novels she will purchase at any given price, and the farther to the right her demand curve will lie. Curve D_1 represents Emma's original demand curve when her income is \$30,000 per year. If her income rises to \$40,000 per year, her demand curve shifts to D_2. If her income falls to \$20,000 per year, her demand curve shifts to D_3.

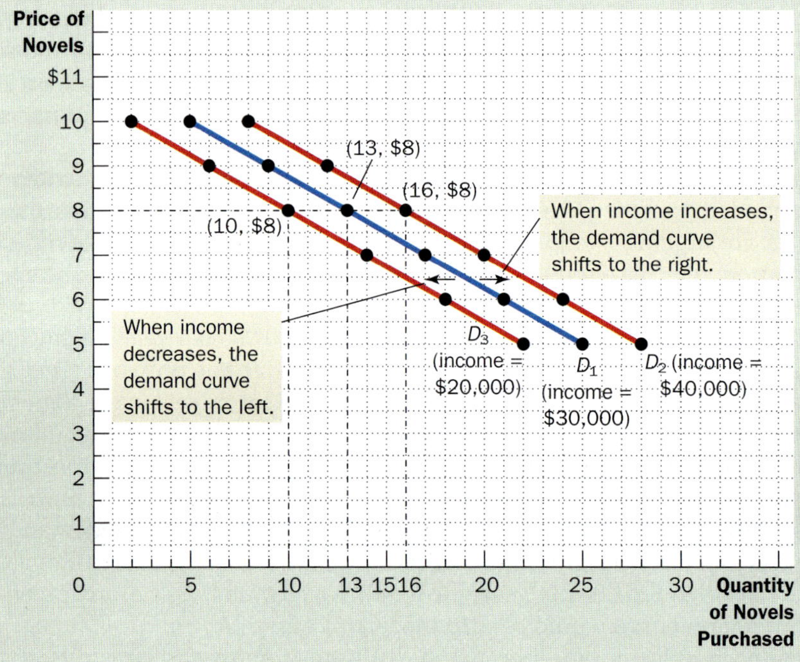

novels falls to \$7, Emma will increase her purchases of novels to 17 per year. The demand curve, however, stays fixed in the same place. Emma still buys the same number of novels *at each price,* but as the price falls, she moves along her demand curve from left to right. By contrast, if the price of novels remains fixed at \$8 but her income rises to \$40,000, Emma increases her purchases of novels from 13 to 16 per year. Because Emma buys more novels *at each price,* her demand curve shifts out, as shown in Figure A-4.

There is a simple way to tell when it is necessary to shift a curve: *When a variable that is not named on either axis changes, the curve shifts.* Income is on neither the *x*-axis nor the *y*-axis of the graph, so when Emma's income changes, her demand curve must shift. The same is true for any change that affects Emma's purchasing habits besides a change in the price of novels. If, for instance, the public library closes and Emma must buy all the books she wants to read, she will demand more novels at each price, and her demand curve will shift to the right. Or if the price of movies falls and Emma spends more time at the movies and less time reading, she will demand fewer novels at each price, and her demand curve will shift to the left. By contrast, when a variable on an axis of the graph changes, the curve does not shift. We read the change as a movement along the curve.

Slope

One question we might want to ask about Emma is how much her purchasing habits respond to price. Look at the demand curve pictured in Figure A-5. If this curve is very steep, Emma purchases nearly the same number of novels regardless of whether they are cheap or expensive. If this curve is much flatter, Emma purchases many fewer novels when the price rises. To answer questions about how much one variable responds to changes in another variable, we can use the concept of slope.

The slope of a line is the ratio of the vertical distance covered to the horizontal distance covered as we move along the line. This definition is usually written out in mathematical symbols as follows:

$$\text{slope} = \frac{\Delta y}{\Delta x},$$

where the Greek letter Δ (delta) stands for the change in a variable. In other words, the slope of a line is equal to the "rise" (change in y) divided by the "run" (change in x). The slope will be a small positive number for a fairly flat upward-sloping line, a large positive number for a steep upward-sloping line, and a negative number for a downward-sloping line. A horizontal line has a slope of zero because in this case the y-variable never changes; a vertical line is said to have an infinite slope because the y-variable can take any value without the x-variable changing at all.

What is the slope of Emma's demand curve for novels? First of all, because the curve slopes down, we know the slope will be negative. To calculate a numerical value for the slope, we must choose two points on the line. With Emma's income at $30,000, she will purchase 21 novels at a price of $6 or 13 novels at a price of $8. When we apply the slope formula, we are concerned with the change between these two points; in other words, we are concerned with the difference between

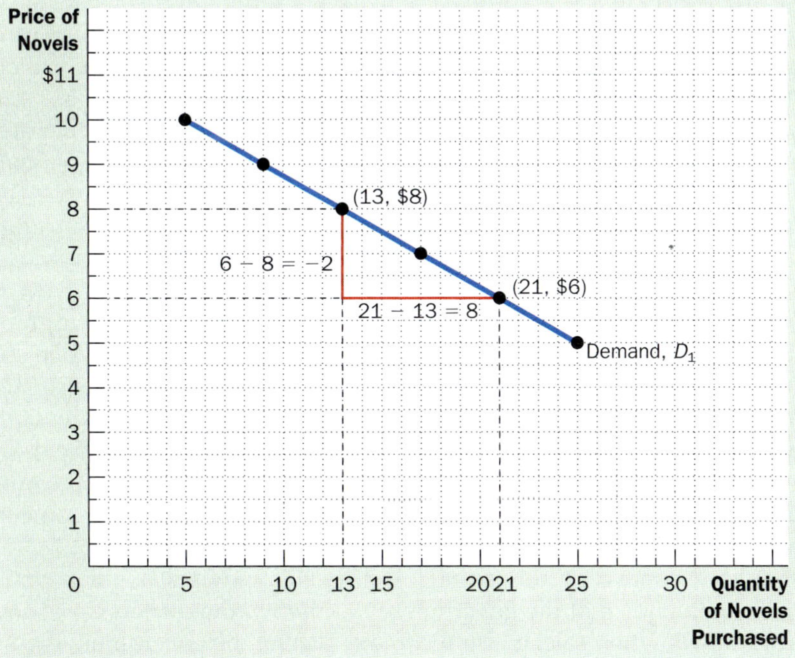

FIGURE A-5

Calculating the Slope of a Line

To calculate the slope of the demand curve, we can look at the changes in the x- and y-coordinates as we move from the point (21 novels, $6) to the point (13 novels, $8). The slope of the line is the ratio of the change in the y-coordinate (−2) to the change in the x-coordinate (+8), which equals −¼.

them, which lets us know that we will have to subtract one set of values from the other, as follows:

$$\text{slope} = \frac{\Delta y}{\Delta x} = \frac{\text{first } y\text{-coordinate} - \text{second } y\text{-coordinate}}{\text{first } x\text{-coordinate} - \text{second } x\text{-coordinate}} = \frac{6-8}{21-13} = \frac{-2}{8} = \frac{-1}{4}$$

Figure A-5 shows graphically how this calculation works. Try computing the slope of Emma's demand curve using two different points. You should get exactly the same result, $-\frac{1}{4}$. One of the properties of a straight line is that it has the same slope everywhere. This is not true of other types of curves, which are steeper in some places than in others.

The slope of Emma's demand curve tells us something about how responsive her purchases are to changes in the price. A small slope (a number close to zero) means that Emma's demand curve is relatively flat; in this case, she adjusts the number of novels she buys substantially in response to a price change. A larger slope (a number farther from zero) means that Emma's demand curve is relatively steep; in this case, she adjusts the number of novels she buys only slightly in response to a price change.

Cause and Effect

Economists often use graphs to advance an argument about how the economy works. In other words, they use graphs to argue about how one set of events *causes* another set of events. With a graph like the demand curve, there is no doubt about cause and effect. Because we are varying price and holding all other variables constant, we know that changes in the price of novels cause changes in the quantity Emma demands. Remember, however, that our demand curve came from a hypothetical example. When graphing data from the real world, it is often more difficult to establish how one variable affects another.

The first problem is that it is difficult to hold everything else constant when studying the relationship between two variables. If we are not able to hold other variables constant, we might decide that one variable on our graph is causing changes in the other variable when actually those changes are caused by a third *omitted variable* not pictured on the graph. Even if we have identified the correct two variables to look at, we might run into a second problem—*reverse causality.* In other words, we might decide that A causes B when in fact B causes A. The omitted-variable and reverse-causality traps require us to proceed with caution when using graphs to draw conclusions about causes and effects.

THE WALL STREET JOURNAL.

"Do you think all these film crews brought on global warming or did global warming bring on all these film crews?"

Omitted Variables To see how omitting a variable can lead to a deceptive graph, let's consider an example. Imagine that the government, spurred by public concern about the large number of deaths from cancer, commissions an exhaustive study from Big Brother Statistical Services, Inc. Big Brother examines many of the items found in people's homes to see which of them are associated with the risk of cancer. Big Brother reports a strong relationship between two variables: the number of cigarette lighters that a household owns and the probability that someone in the household will develop cancer. Figure A-6 shows this relationship.

What should we make of this result? Big Brother advises a quick policy response. It recommends that the government discourage the ownership of cigarette lighters by taxing their sale. It also recommends that the government require

FIGURE **A-6**

Graph with an Omitted Variable
The upward-sloping curve shows that members of households with more cigarette lighters are more likely to develop cancer. Yet we should not conclude that ownership of lighters causes cancer because the graph does not take into account the number of cigarettes smoked.

warning labels: "Big Brother has determined that this lighter is dangerous to your health."

In judging the validity of Big Brother's analysis, one question is paramount: Has Big Brother held constant every relevant variable except the one under consideration? If the answer is no, the results are suspect. An easy explanation for Figure A-6 is that people who own more cigarette lighters are more likely to smoke cigarettes and that cigarettes, not lighters, cause cancer. If Figure A-6 does not hold constant the amount of smoking, it does not tell us the true effect of owning a cigarette lighter.

This story illustrates an important principle: When you see a graph used to support an argument about cause and effect, it is important to ask whether the movements of an omitted variable could explain the results you see.

Reverse Causality Economists can also make mistakes about causality by misreading its direction. To see how this is possible, suppose the Association of American Anarchists commissions a study of crime in America and arrives at Figure A-7, which plots the number of violent crimes per thousand people in major cities against the number of police officers per thousand people. The anarchists note the curve's upward slope and argue that because police increase rather than decrease the amount of urban violence, law enforcement should be abolished.

If we could run a controlled experiment, we would avoid the danger of reverse causality. To run an experiment, we would set the number of police officers in different cities randomly and then examine the correlation between police and crime. Figure A-7, however, is not based on such an experiment. We simply observe that more dangerous cities have more police officers. The explanation for this may be that more dangerous cities hire more police. In other words, rather than police causing crime, crime may cause police. Nothing in the graph itself allows us to establish the direction of causality.

It might seem that an easy way to determine the direction of causality is to examine which variable moves first. If we see crime increase and then the police force expand, we reach one conclusion. If we see the police force expand and then crime increase, we reach the other. Yet there is also a flaw with this approach: Often, people change their behavior not in response to a change in their present conditions but in response to a change in their *expectations* of future conditions. A

A-7 FIGURE

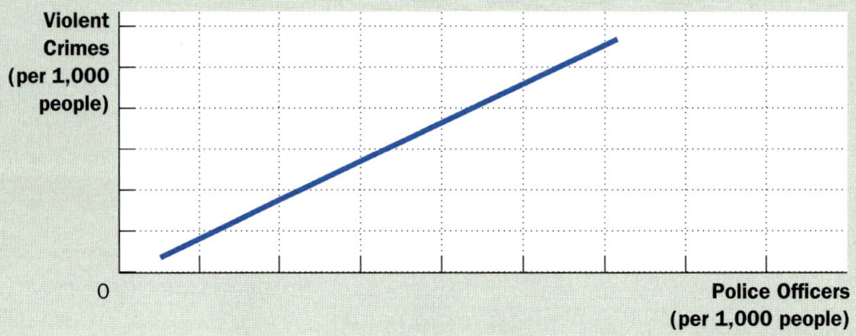

Graph Suggesting Reverse Causality
The upward-sloping curve shows that cities with a higher concentration of police are more dangerous. Yet the graph does not tell us whether police cause crime or crime-plagued cities hire more police.

city that expects a major crime wave in the future, for instance, might hire more police now. This problem is even easier to see in the case of babies and minivans. Couples often buy a minivan in anticipation of the birth of a child. The minivan comes before the baby, but we wouldn't want to conclude that the sale of minivans causes the population to grow!

There is no complete set of rules that says when it is appropriate to draw causal conclusions from graphs. Yet just keeping in mind that cigarette lighters don't cause cancer (omitted variable) and minivans don't cause larger families (reverse causality) will keep you from falling for many faulty economic arguments.

CHAPTER 3

Interdependence and the Gains from Trade

Consider your typical day. You wake up in the morning and pour yourself juice from oranges grown in Florida and coffee from beans grown in Brazil. Over breakfast, you watch a news program broadcast from New York on your television made in Japan. You get dressed in clothes made of cotton grown in Georgia and sewn in factories in Thailand. You drive to class in a car made of parts manufactured in more than a dozen countries around the world. Then you open up your economics textbook written by an author living in Massachusetts, published by a company located in Ohio, and printed on paper made from trees grown in Oregon.

Every day, you rely on many people, most of whom you have never met, to provide you with the goods and services that you enjoy. Such interdependence is possible because people trade with one another. Those people providing you goods and services are not acting out of generosity. Nor is some government agency directing them to satisfy your desires. Instead, people provide you and other consumers with the goods and services they produce because they get something in return.

In subsequent chapters, we examine how our economy coordinates the activities of millions of people with varying tastes and abilities. As a starting point for this analysis, here we consider the reasons for economic interdependence. One of the *Ten Principles of Economics* highlighted in Chapter 1 is that trade can make everyone better off. In this chapter, we examine this principle more closely. What exactly do people gain when they trade with one another? Why do people choose to become interdependent?

The answers to these questions are key to understanding the modern global economy. In most countries today, many goods and services consumed are imported from abroad, and many goods and services produced are exported to foreign customers. The analysis in this chapter explains interdependence not only among individuals but also among nations. As we will see, the gains from trade are much the same whether you are buying a haircut from your local barber or a T-shirt made by a worker on the other side of the globe.

A PARABLE FOR THE MODERN ECONOMY

To understand why people choose to depend on others for goods and services and how this choice improves their lives, let's look at a simple economy. Imagine that there are two goods in the world: meat and potatoes. And there are two people in the world—a cattle rancher and a potato farmer—each of whom would like to eat both meat and potatoes.

The gains from trade are most obvious if the rancher can produce only meat and the farmer can produce only potatoes. In one scenario, the rancher and the farmer could choose to have nothing to do with each other. But after several months of eating beef roasted, boiled, broiled, and grilled, the rancher might decide that self-sufficiency is not all it's cracked up to be. The farmer, who has been eating potatoes mashed, fried, baked, and scalloped, would likely agree. It is easy to see that trade would allow them to enjoy greater variety: Each could then have a steak with a baked potato or a burger with fries.

Although this scene illustrates most simply how everyone can benefit from trade, the gains would be similar if the rancher and the farmer were each capable of producing the other good, but only at great cost. Suppose, for example, that the potato farmer is able to raise cattle and produce meat, but that he is not very good at it. Similarly, suppose that the cattle rancher is able to grow potatoes but that her land is not very well suited for it. In this case, the farmer and the rancher can each benefit by specializing in what he or she does best and then trading with the other.

The gains from trade are less obvious, however, when one person is better at producing *every* good. For example, suppose that the rancher is better at raising cattle *and* better at growing potatoes than the farmer. In this case, should the rancher choose to remain self-sufficient? Or is there still reason for her to trade with the farmer? To answer this question, we need to look more closely at the factors that affect such a decision.

Production Possibilities

Suppose that the farmer and the rancher each work 8 hours per day and can devote this time to growing potatoes, raising cattle, or a combination of the two. The table in Figure 1 shows the amount of time each person requires to produce 1 ounce of each good. The farmer can produce an ounce of potatoes in 15 minutes and an ounce of meat in 60 minutes. The rancher, who is more productive in both activities, can produce an ounce of potatoes in 10 minutes and an ounce of meat in 20 minutes. The last two columns in the table show the amounts of meat or potatoes the farmer and rancher can produce if they work an 8-hour day producing only that good.

Panel (b) of Figure 1 illustrates the amounts of meat and potatoes that the farmer can produce. If the farmer devotes all 8 hours of his time to potatoes, he produces 32 ounces of potatoes (measured on the horizontal axis) and no meat. If he devotes all his time to meat, he produces 8 ounces of meat (measured on the vertical axis) and no potatoes. If the farmer divides his time equally between the two activities, spending 4 hours on each, he produces 16 ounces of potatoes and 4 ounces of meat. The figure shows these three possible outcomes and all others in between.

This graph is the farmer's production possibilities frontier. As we discussed in Chapter 2, a production possibilities frontier shows the various mixes of output that an economy can produce. It illustrates one of the *Ten Principles of Economics* in Chapter 1: People face trade-offs. Here the farmer faces a trade-off between producing meat and producing potatoes.

FIGURE 1

The Production Possibilities Frontier

Panel (a) shows the production opportunities available to the farmer and the rancher. Panel (b) shows the combinations of meat and potatoes that the farmer can produce. Panel (c) shows the combinations of meat and potatoes that the rancher can produce. Both production possibilities frontiers are derived assuming that the farmer and rancher each work 8 hours per day. If there is no trade, each person's production possibilities frontier is also his or her consumption possibilities frontier.

(a) Production Opportunities

	Minutes Needed to Make 1 Ounce of:		Amount Produced in 8 Hours	
	Meat	Potatoes	Meat	Potatoes
Farmer	60 min/oz	15 min/oz	8 oz	32 oz
Rancher	20 min/oz	10 min/oz	24 oz	48 oz

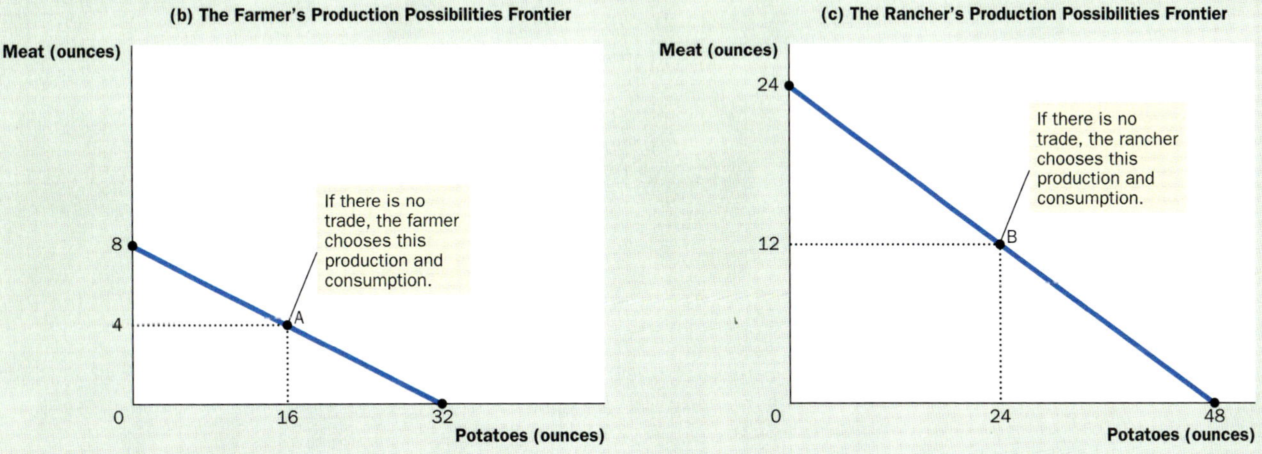

You may recall that the production possibilities frontier in Chapter 2 was drawn bowed out. In that case, the rate at which society could trade one good for the other depended on the amounts that were being produced. Here, however, the farmer's technology for producing meat and potatoes (as summarized in Figure 1) allows him to switch between the two goods at a constant rate. Whenever the farmer spends 1 hour less producing meat and 1 hour more producing potatoes, he reduces his output of meat by 1 ounce and raises his output of potatoes by 4 ounces—and this is true regardless of how much he is already producing. As a result, the production possibilities frontier is a straight line.

Panel (c) of Figure 1 shows the production possibilities frontier for the rancher. If the rancher devotes all 8 hours of her time to potatoes, she produces 48 ounces of potatoes and no meat. If she devotes all her time to meat, she produces 24 ounces of meat and no potatoes. If the rancher divides her time equally, spending 4 hours on each activity, she produces 24 ounces of potatoes and 12 ounces of meat. Once again, the production possibilities frontier shows all the possible outcomes.

If the farmer and rancher choose to be self-sufficient rather than trade with each other, then each consumes exactly what he or she produces. In this case, the production possibilities frontier is also the consumption possibilities frontier. That is, without trade, Figure 1 shows the possible combinations of meat and potatoes that the farmer and rancher can each produce and then consume.

These production possibilities frontiers are useful in showing the trade-offs that the farmer and rancher face, but they do not tell us what the farmer and rancher will actually choose to do. To determine their choices, we need to know the tastes of the farmer and the rancher. Let's suppose they choose the combinations identified by points A and B in Figure 1: The farmer produces and consumes 16 ounces of potatoes and 4 ounces of meat, while the rancher produces and consumes 24 ounces of potatoes and 12 ounces of meat.

Specialization and Trade

After several years of eating combination B, the rancher gets an idea and goes to talk to the farmer:

RANCHER: Farmer, my friend, have I got a deal for you! I know how to improve life for both of us. I think you should stop producing meat altogether and devote all your time to growing potatoes. According to my calculations, if you work 8 hours a day growing potatoes, you'll produce 32 ounces of potatoes. If you give me 15 of those 32 ounces, I'll give you 5 ounces of meat in return. In the end, you'll get to eat 17 ounces of potatoes and 5 ounces of meat every day, instead of the 16 ounces of potatoes and 4 ounces of meat you now get. If you go along with my plan, you'll have more of *both* foods. [To illustrate her point, the rancher shows the farmer panel (a) of Figure 2.]

FARMER: (sounding skeptical) That seems like a good deal for me. But I don't understand why you are offering it. If the deal is so good for me, it can't be good for you too.

RANCHER: Oh, but it is! Suppose I spend 6 hours a day raising cattle and 2 hours growing potatoes. Then I can produce 18 ounces of meat and 12 ounces of potatoes. After I give you 5 ounces of my meat in exchange for 15 ounces of your potatoes, I'll end up with 13 ounces of meat and 27 ounces of potatoes, instead of the 12 ounces of meat and

The proposed trade between the farmer and the rancher offers each of them a combination of meat and potatoes that would be impossible in the absence of trade. In panel (a), the farmer gets to consume at point A* rather than point A. In panel (b), the rancher gets to consume at point B* rather than point B. Trade allows each to consume more meat and more potatoes.

FIGURE 2

How Trade Expands the Set of Consumption Opportunities

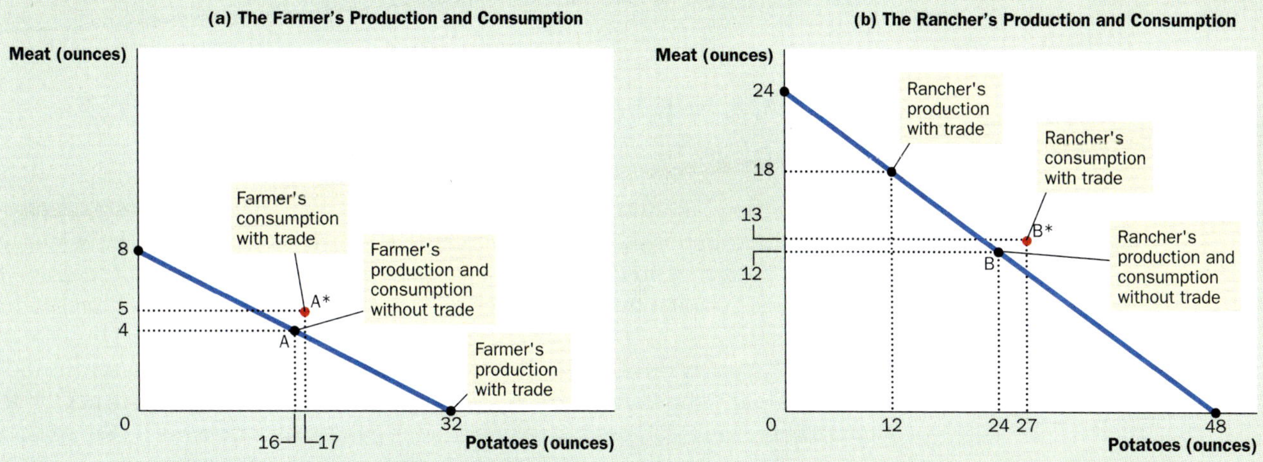

(c) The Gains from Trade: A Summary

	Farmer		Rancher	
	Meat	Potatoes	Meat	Potatoes
Without Trade:				
Production and Consumption	4 oz	16 oz	12 oz	24 oz
With Trade:				
Production	0 oz	32 oz	18 oz	12 oz
Trade	Gets 5 oz	Gives 15 oz	Gives 5 oz	Gets 15 oz
Consumption	5 oz	17 oz	13 oz	27 oz
GAINS FROM TRADE:				
Increase in Consumption	+1 oz	+1 oz	+1 oz	+3 oz

24 ounces of potatoes that I now get. So I will also consume more of both foods than I do now. [She points out panel (b) of Figure 2.]

FARMER: I don't know. . . . This sounds too good to be true.

RANCHER: It's really not as complicated as it first seems. Here—I've summarized my proposal for you in a simple table. [The rancher shows the farmer a copy of the table at the bottom of Figure 2.]

FARMER: (after pausing to study the table) These calculations seem correct, but I am puzzled. How can this deal make us both better off?

RANCHER: We can both benefit because trade allows each of us to specialize in doing what we do best. You will spend more time growing potatoes and less time raising cattle. I will spend more time raising cattle and less time growing potatoes. As a result of specialization and trade, each of us can consume more meat and more potatoes without working any more hours.

QUICK QUIZ Draw an example of a production possibilities frontier for Robinson Crusoe, a shipwrecked sailor who spends his time gathering coconuts and catching fish. Does this frontier limit Crusoe's consumption of coconuts and fish if he lives by himself? Does he face the same limits if he can trade with natives on the island?

COMPARATIVE ADVANTAGE: THE DRIVING FORCE OF SPECIALIZATION

The rancher's explanation of the gains from trade, though correct, poses a puzzle: If the rancher is better at both raising cattle and growing potatoes, how can the farmer ever specialize in doing what he does best? The farmer doesn't seem to do anything best. To solve this puzzle, we need to look at the principle of *comparative advantage.*

As a first step in developing this principle, consider the following question: In our example, who can produce potatoes at a lower cost—the farmer or the rancher? There are two possible answers, and in these two answers lie the solution to our puzzle and the key to understanding the gains from trade.

ABSOLUTE ADVANTAGE

absolute advantage
the ability to produce a good using fewer inputs than another producer

One way to answer the question about the cost of producing potatoes is to compare the inputs required by the two producers. Economists use the term **absolute advantage** when comparing the productivity of one person, firm, or nation to that of another. The producer that requires a smaller quantity of inputs to produce a good is said to have an absolute advantage in producing that good.

In our example, time is the only input, so we can determine absolute advantage by looking at how much time each type of production takes. The rancher has an absolute advantage both in producing meat and in producing potatoes because she requires less time than the farmer to produce a unit of either good. The rancher needs to input only 20 minutes to produce an ounce of meat, whereas the farmer needs 60 minutes. Similarly, the rancher needs only 10 minutes to produce an ounce of potatoes, whereas the farmer needs 15 minutes. Based on this information, we can conclude that the rancher has the lower cost of producing potatoes, if we measure cost by the quantity of inputs.

OPPORTUNITY COST AND COMPARATIVE ADVANTAGE

opportunity cost
whatever must be given up to obtain some item

There is another way to look at the cost of producing potatoes. Rather than comparing inputs required, we can compare the opportunity costs. Recall from Chapter 1 that the **opportunity cost** of some item is what we give up to get that item. In our example, we assumed that the farmer and the rancher each spend 8 hours a day working. Time spent producing potatoes, therefore, takes away from time available for producing meat. When reallocating time between the two goods, the rancher and farmer give up units of one good to produce units of the other, thereby moving along the production possibilities frontier. The opportunity cost measures the trade-off between the two goods that each producer faces.

Let's first consider the rancher's opportunity cost. According to the table in panel (a) of Figure 1, producing 1 ounce of potatoes takes 10 minutes of work. When the rancher spends those 10 minutes producing potatoes, she spends 10 minutes less producing meat. Because the rancher needs 20 minutes to produce 1 ounce of meat, 10 minutes of work would yield ½ ounce of meat. Hence, the rancher's opportunity cost of producing 1 ounce of potatoes is ½ ounce of meat.

Now consider the farmer's opportunity cost. Producing 1 ounce of potatoes takes him 15 minutes. Because he needs 60 minutes to produce 1 ounce of meat, 15 minutes of work would yield ¼ ounce of meat. Hence, the farmer's opportunity cost of 1 ounce of potatoes is ¼ ounce of meat.

Table 1 shows the opportunity costs of meat and potatoes for the two producers. Notice that the opportunity cost of meat is the inverse of the opportunity cost of potatoes. Because 1 ounce of potatoes costs the rancher ½ ounce of meat, 1 ounce of meat costs the rancher 2 ounces of potatoes. Similarly, because 1 ounce of potatoes costs the farmer ¼ ounce of meat, 1 ounce of meat costs the farmer 4 ounces of potatoes.

Economists use the term **comparative advantage** when describing the opportunity cost of two producers. The producer who gives up less of other goods to produce Good X has the smaller opportunity cost of producing Good X and is said to have a comparative advantage in producing it. In our example, the farmer has a lower opportunity cost of producing potatoes than the rancher: An ounce of potatoes costs the farmer only ¼ ounce of meat, but it costs the rancher ½ ounce of meat. Conversely, the rancher has a lower opportunity cost of producing meat than the farmer: An ounce of meat costs the rancher 2 ounces of potatoes, but it costs the farmer 4 ounces of potatoes. Thus, the farmer has a comparative advantage in growing potatoes, and the rancher has a comparative advantage in producing meat.

comparative advantage the ability to produce a good at a lower opportunity cost than another producer

Although it is possible for one person to have an absolute advantage in both goods (as the rancher does in our example), it is impossible for one person to have a comparative advantage in both goods. Because the opportunity cost of one good is the inverse of the opportunity cost of the other, if a person's opportunity cost of one good is relatively high, the opportunity cost of the other good must be relatively low. Comparative advantage reflects the relative opportunity cost. Unless two people have exactly the same opportunity cost, one person will have a comparative advantage in one good, and the other person will have a comparative advantage in the other good.

Comparative Advantage and Trade

The gains from specialization and trade are based not on absolute advantage but on comparative advantage. When each person specializes in producing the good

TABLE 1

The Opportunity Cost of Meat and Potatoes

	Opportunity Cost of: 1 oz of Meat	1 oz of Potatoes
Farmer	4 oz potatoes	¼ oz meat
Rancher	2 oz potatoes	½ oz meat

for which he or she has a comparative advantage, total production in the economy rises. This increase in the size of the economic pie can be used to make everyone better off.

In our example, the farmer spends more time growing potatoes, and the rancher spends more time producing meat. As a result, the total production of potatoes rises from 40 to 44 ounces, and the total production of meat rises from 16 to 18 ounces. The farmer and rancher share the benefits of this increased production.

We can also look at the gains from trade in terms of the price that each party pays the other. Because the farmer and rancher have different opportunity costs, they can both get a bargain. That is, each benefits from trade by obtaining a good at a price that is lower than his or her opportunity cost of that good.

Consider the proposed deal from the viewpoint of the farmer. The farmer gets 5 ounces of meat in exchange for 15 ounces of potatoes. In other words, the farmer buys each ounce of meat for a price of 3 ounces of potatoes. This price of meat is lower than his opportunity cost for an ounce of meat, which is 4 ounces of potatoes. Thus, the farmer benefits from the deal because he gets to buy meat at a good price.

Now consider the deal from the rancher's viewpoint. The rancher buys 15 ounces of potatoes for a price of 5 ounces of meat. That is, the price of potatoes is ⅓ ounce of meat. This price of potatoes is lower than her opportunity cost of an ounce of potatoes, which is ½ ounce of meat. The rancher benefits because she gets to buy potatoes at a good price.

The moral of the story of the farmer and the rancher should now be clear: *Trade can benefit everyone in society because it allows people to specialize in activities in which they have a comparative advantage.*

The Price of the Trade

The principle of comparative advantage establishes that there are gains from specialization and trade, but it leaves open a couple of related questions: What determines the price at which trade takes place? How are the gains from trade shared between the trading parties? The precise answer to these questions is beyond the scope of this chapter, but we can state one general rule: *For both parties to gain from trade, the price at which they trade must lie between the two opportunity costs.*

In our example, the farmer and rancher agreed to trade at a rate of 3 ounces of potatoes for each ounce of meat. This price is between the rancher's opportunity cost (2 ounces of potatoes per ounce of meat) and the farmer's opportunity cost (4 ounces of potatoes per ounce of meat). The price need not be exactly in the middle for both parties to gain, but it must be somewhere between 2 and 4.

To see why the price has to be in this range, consider what would happen if it were not. If the price of meat were below 2 ounces of potatoes, both the farmer and the rancher would want to buy meat, because the price would be below their opportunity costs. Similarly, if the price of meat were above 4 ounces of potatoes, both would want to sell meat, because the price would be above their opportunity costs. But there are only two members of this economy. They cannot both be buyers of meat, nor can they both be sellers. Someone has to take the other side of the deal.

A mutually advantageous trade can be struck at a price between 2 and 4. In this price range, the rancher wants to sell meat to buy potatoes, and the farmer wants to sell potatoes to buy meat. Each party can buy a good at a price that is lower

FYI

The Legacy of Adam Smith and David Ricardo

Economists have long understood the gains from trade. Here is how the great economist Adam Smith put the argument:

> *It is a maxim of every prudent master of a family, never to attempt to make at home what it will cost him more to make than to buy. The tailor does not attempt to make his own shoes, but buys them of the shoemaker. The shoemaker does not attempt to make his own clothes but employs a tailor. The farmer attempts to make neither the one nor the other, but employs those different artificers. All of them find it for their interest to employ their whole industry in a way in which they have some advantage over their neighbors, and to purchase with a part of its produce, or what is the same thing, with the price of part of it, whatever else they have occasion for.*

This quotation is from Smith's 1776 book *An Inquiry into the Nature and Causes of the Wealth of Nations,* which was a landmark in the analysis of trade and economic interdependence.

Smith's book inspired David Ricardo, a millionaire stockbroker, to become an economist. In his 1817 book *Principles of Political Economy and Taxation,* Ricardo developed the principle of comparative advantage as we know it today. He considered an example with two goods (wine and cloth) and two countries (England and Portugal). He showed that both countries can gain by opening up trade and specializing based on comparative advantage.

Ricardo's theory is the starting point of modern international economics, but his defense of free trade was not a mere academic exercise. Ricardo put his beliefs to work as a member of the British Parliament, where he opposed the Corn Laws, which restricted the import of grain.

David Ricardo

PHOTO: © BETTMANN/CORBIS

The conclusions of Adam Smith and David Ricardo on the gains from trade have held up well over time. Although economists often disagree on questions of policy, they are united in their support of free trade. Moreover, the central argument for free trade has not changed much in the past two centuries. Even though the field of economics has broadened its scope and refined its theories since the time of Smith and Ricardo, economists' opposition to trade restrictions is still based largely on the principle of comparative advantage.

than his or her opportunity cost. In the end, both of them specialize in the good for which he or she has a comparative advantage and are, as a result, better off.

QUICK QUIZ Robinson Crusoe can gather 10 coconuts or catch 1 fish per hour. His friend Friday can gather 30 coconuts or catch 2 fish per hour. What is Crusoe's opportunity cost of catching one fish? What is Friday's? Who has an absolute advantage in catching fish? Who has a comparative advantage in catching fish?

APPLICATIONS OF COMPARATIVE ADVANTAGE

The principle of comparative advantage explains interdependence and the gains from trade. Because interdependence is so prevalent in the modern world, the principle of comparative advantage has many applications. Here are two examples, one fanciful and one of great practical importance.

© JOHN AMIS/REUTERS/LANDOV

Should Tiger Woods Mow His Own Lawn?

Tiger Woods spends a lot of time walking around on grass. One of the most talented golfers of all time, he can hit a drive and sink a putt in a way that most casual golfers only dream of doing. Most likely, he is talented at other activities too. For example, let's imagine that Woods can mow his lawn faster than anyone else. But just because he *can* mow his lawn fast, does this mean he *should*?

To answer this question, we can use the concepts of opportunity cost and comparative advantage. Let's say that Woods can mow his lawn in 2 hours. In that same 2 hours, he could film a television commercial for Nike and earn $10,000. By contrast, Forrest Gump, the boy next door, can mow Woods's lawn in 4 hours. In that same 4 hours, he could work at McDonald's and earn $20.

In this example, Woods has an absolute advantage in mowing lawns because he can do the work with a lower input of time. Yet because Woods's opportunity cost of mowing the lawn is $10,000 and Forrest's opportunity cost is only $20, Forrest has a comparative advantage in mowing lawns.

The gains from trade in this example are tremendous. Rather than mowing his own lawn, Woods should make the commercial and hire Forrest to mow the lawn. As long as Woods pays Forrest more than $20 and less than $10,000, both of them are better off.

Should the United States Trade with Other Countries?

imports
goods produced abroad and sold domestically

exports
goods produced domestically and sold abroad

Just as individuals can benefit from specialization and trade with one another, as the farmer and rancher did, so can populations of people in different countries. Many of the goods that Americans enjoy are produced abroad, and many of the goods produced in the United States are sold abroad. Goods produced abroad and sold domestically are called **imports**. Goods produced domestically and sold abroad are called **exports**.

To see how countries can benefit from trade, suppose there are two countries, the United States and Japan, and two goods, food and cars. Imagine that the two countries produce cars equally well: An American worker and a Japanese worker can each produce one car per month. By contrast, because the United States has more and better land, it is better at producing food: A U.S. worker can produce 2 tons of food per month, whereas a Japanese worker can produce only 1 ton of food per month.

The principle of comparative advantage states that each good should be produced by the country that has the smaller opportunity cost of producing that good. Because the opportunity cost of a car is 2 tons of food in the United States but only 1 ton of food in Japan, Japan has a comparative advantage in producing cars. Japan should produce more cars than it wants for its own use and export some of them to the United States. Similarly, because the opportunity cost of a ton of food is 1 car in Japan but only ½ car in the United States, the United States has a comparative advantage in producing food. The United States should produce more food than it wants to consume and export some to Japan. Through specialization and trade, both countries can have more food and more cars.

In reality, of course, the issues involved in trade among nations are more complex than this example suggests. Most important among these issues is that each country has many citizens with different interests. International trade can make some individuals worse off, even as it makes the country as a whole better off.

When the United States exports food and imports cars, the impact on an American farmer is not the same as the impact on an American autoworker. Yet, contrary to the opinions sometimes voiced by politicians and pundits, international trade is not like war, in which some countries win and others lose. Trade allows all countries to achieve greater prosperity.

QUICK QUIZ Suppose that a skilled brain surgeon also happens to be the world's fastest typist. Should she do her own typing or hire a secretary? Explain.

In The News

The Changing Face of International Trade

A decade ago, no one would have asked which nation has a comparative advantage in slaying ogres. But technology is rapidly changing the goods and services that are traded across national borders.

Ogre to Slay? Outsource It to Chinese

By David Barboza

Fuzhou, China—One of China's newest factories operates here in the basement of an old warehouse. Posters of World of Warcraft and Magic Land hang above a corps of young people glued to their computer screens, pounding away at their keyboards in the latest hustle for money.

The people working at this clandestine locale are "gold farmers." Every day, in 12-hour shifts, they "play" computer games by killing onscreen monsters and winning battles, harvesting artificial gold coins and other virtual goods as rewards that, as it turns out, can be transformed into real cash.

That is because, from Seoul to San Francisco, affluent online gamers who lack the time and patience to work their way up to the higher levels of gamedom are willing to pay the young Chinese here to play the early rounds for them.

"For 12 hours a day, 7 days a week, my colleagues and I are killing monsters," said

PHOTO: © MARK RALSTON/AFP/GETTY IMAGES

a 23-year-old gamer who works here in this makeshift factory and goes by the online code name Wandering. "I make about $250 a month, which is pretty good compared with the other jobs I've had. And I can play games all day."

He and his comrades have created yet another new business out of cheap Chinese labor. They are tapping into the fast-growing world of "massively multiplayer online games," which involve role playing and often revolve around fantasy or warfare in medieval kingdoms or distant galaxies. . . .

For the Chinese in game-playing factories like these, though, it is not all fun and games. These workers have strict quotas and are supervised by bosses who equip them with computers, software and Internet connections to thrash online trolls, gnomes and ogres.

As they grind through the games, they accumulate virtual currency that is valuable to game players around the world. The games allow players to trade currency to other players, who can then use it to buy better armor, amulets, magic spells and other accoutrements to climb to higher levels or create more powerful characters.

The Internet is now filled with classified advertisements from small companies—many of them here in China—auctioning for real money their powerful figures, called avatars. . . .

"It's unimaginable how big this is," says Chen Yu, 27, who employs 20 full-time gamers here in Fuzhou. "They say that in some of these popular games, 40 or 50 percent of the players are actually Chinese farmers."

Source: *New York Times,* December 9, 2005.

CONCLUSION

You should now understand more fully the benefits of living in an interdependent economy. When Americans buy tube socks from China, when residents of Maine drink orange juice from Florida, and when a homeowner hires the kid next door to mow the lawn, the same economic forces are at work. The principle of comparative advantage shows that trade can make everyone better off.

Having seen why interdependence is desirable, you might naturally ask how it is possible. How do free societies coordinate the diverse activities of all the people involved in their economies? What ensures that goods and services will get from those who should be producing them to those who should be consuming them? In a world with only two people, such as the rancher and the farmer, the answer is simple: These two people can bargain and allocate resources between themselves. In the real world with billions of people, the answer is less obvious. We take up this issue in the next chapter, where we see that free societies allocate resources through the market forces of supply and demand.

SUMMARY

- Each person consumes goods and services produced by many other people both in the United States and around the world. Interdependence and trade are desirable because they allow everyone to enjoy a greater quantity and variety of goods and services.
- There are two ways to compare the ability of two people in producing a good. The person who can produce the good with the smaller quantity of inputs is said to have an *absolute advantage* in producing the good. The person who has the smaller opportunity cost of producing the good is said to have a *comparative advantage*. The gains from trade are based on comparative advantage, not absolute advantage.
- Trade makes everyone better off because it allows people to specialize in those activities in which they have a comparative advantage.
- The principle of comparative advantage applies to countries as well as to people. Economists use the principle of comparative advantage to advocate free trade among countries.

KEY CONCEPTS

absolute advantage, *p. 54*
opportunity cost, *p. 54*
comparative advantage, *p. 55*
imports, *p. 58*
exports, *p. 58*

QUESTIONS FOR REVIEW

1. Under what conditions is the production possibilities frontier linear rather than bowed out?
2. Explain how absolute advantage and comparative advantage differ.
3. Give an example in which one person has an absolute advantage in doing something but another person has a comparative advantage.
4. Is absolute advantage or comparative advantage more important for trade? Explain your reasoning using the example in your answer to Question 3.
5. Will a nation tend to export or import goods for which it has a comparative advantage? Explain.
6. Why do economists oppose policies that restrict trade among nations?

PROBLEMS AND APPLICATIONS

1. Maria can read 20 pages of economics in an hour. She can also read 50 pages of sociology in an hour. She spends 5 hours per day studying.
   a. Draw Maria's production possibilities frontier for reading economics and sociology.
   b. What is Maria's opportunity cost of reading 100 pages of sociology?
2. American and Japanese workers can each produce 4 cars a year. An American worker can produce 10 tons of grain a year, whereas a Japanese worker can produce 5 tons of grain a year. To keep things simple, assume that each country has 100 million workers.
   a. For this situation, construct a table analogous to the table in Figure 1.
   b. Graph the production possibilities frontier of the American and Japanese economies.
   c. For the United States, what is the opportunity cost of a car? Of grain? For Japan, what is the opportunity cost of a car? Of grain? Put this information in a table analogous to Table 1.
   d. Which country has an absolute advantage in producing cars? In producing grain?
   e. Which country has a comparative advantage in producing cars? In producing grain?
   f. Without trade, half of each country's workers produce cars and half produce grain. What quantities of cars and grain does each country produce?
   g. Starting from a position without trade, give an example in which trade makes each country better off.
3. Pat and Kris are roommates. They spend most of their time studying (of course), but they leave some time for their favorite activities: making pizza and brewing root beer. Pat takes 4 hours to brew a gallon of root beer and 2 hours to make a pizza. Kris takes 6 hours to brew a gallon of root beer and 4 hours to make a pizza.
   a. What is each roommate's opportunity cost of making a pizza? Who has the absolute advantage in making pizza? Who has the comparative advantage in making pizza?
   b. If Pat and Kris trade foods with each other, who will trade away pizza in exchange for root beer?
   c. The price of pizza can be expressed in terms of gallons of root beer. What is the highest price at which pizza can be traded that would make both roommates better off? What is the lowest price? Explain.
4. Suppose that there are 10 million workers in Canada and that each of these workers can produce either 2 cars or 30 bushels of wheat in a year.
   a. What is the opportunity cost of producing a car in Canada? What is the opportunity cost of producing a bushel of wheat in Canada? Explain the relationship between the opportunity costs of the two goods.
   b. Draw Canada's production possibilities frontier. If Canada chooses to consume 10 million cars, how much wheat can it consume without trade? Label this point on the production possibilities frontier.
   c. Now suppose that the United States offers to buy 10 million cars from Canada in exchange for 20 bushels of wheat per car. If Canada continues to consume 10 million cars, how

much wheat does this deal allow Canada to consume? Label this point on your diagram. Should Canada accept the deal?

5. England and Scotland both produce scones and sweaters. Suppose that an English worker can produce 50 scones per hour or 1 sweater per hour. Suppose that a Scottish worker can produce 40 scones per hour or 2 sweaters per hour.
   a. Which country has the absolute advantage in the production of each good? Which country has the comparative advantage?
   b. If England and Scotland decide to trade, which commodity will Scotland trade to England? Explain.
   c. If a Scottish worker could produce only 1 sweater per hour, would Scotland still gain from trade? Would England still gain from trade? Explain.
6. The following table describes the production possibilities of two cities in the country of Baseballia:

	Pairs of Red Socks per Worker per Hour	Pairs of White Socks per Worker per Hour
Boston	3	3
Chicago	2	1

   a. Without trade, what is the price of white socks (in terms of red socks) in Boston? What is the price in Chicago?
   b. Which city has an absolute advantage in the production of each color sock? Which city has a comparative advantage in the production of each color sock?
   c. If the cities trade with each other, which color sock will each export?
   d. What is the range of prices at which trade can occur?
7. Suppose that in a year an American worker can produce 100 shirts or 20 computers, while a Chinese worker can produce 100 shirts or 10 computers.
   a. Graph the production possibilities curve for the two countries. Suppose that without trade the workers in each country spend half their time producing each good. Identify this point in your graph.
   b. If these countries were open to trade, which country would export shirts? Give a specific numerical example and show it on your graph. Which country would benefit from trade? Explain.
   c. Explain at what price of computers (in terms of shirts) the two countries might trade.
   d. Suppose that China catches up with American productivity so that a Chinese worker can produce 100 shirts or 20 computers. What pattern of trade would you predict now? How does this advance in Chinese productivity affect the economic well-being of the citizens of the two countries?
8. An average worker in Brazil can produce an ounce of soybeans in 20 minutes and an ounce of coffee in 60 minutes, while an average worker in Peru can produce an ounce of soybeans in 50 minutes and an ounce of coffee in 75 minutes.
   a. Who has the absolute advantage in coffee? Explain.
   b. Who has the comparative advantage in coffee? Explain.
   c. If the two countries specialize and trade with each other, who will import coffee? Explain.
   d. Assume that the two countries trade and that the country importing coffee trades 2 ounces of soybeans for 1 ounce of coffee. Explain why both countries will benefit from this trade.
9. Are the following statements true or false? Explain in each case.
   a. "Two countries can achieve gains from trade even if one of the countries has an absolute advantage in the production of all goods."
   b. "Certain very talented people have a comparative advantage in everything they do."
   c. "If a certain trade is good for one person, it can't be good for the other one."
   d. "If a certain trade is good for one person, it is always good for the other one."
   e. "If trade is good for a country, it must be good for everyone in the country."
10. The United States exports corn and aircraft to the rest of the world, and it imports oil and clothing from the rest of the world. Do you think this pattern of trade is consistent with the principle of comparative advantage? Why or why not?

PART II

How Markets Work

CHAPTER

4

The Market Forces of Supply and Demand

When a cold snap hits Florida, the price of orange juice rises in supermarkets throughout the country. When the weather turns warm in New England every summer, the price of hotel rooms in the Caribbean plummets. When a war breaks out in the Middle East, the price of gasoline in the United States rises, and the price of a used Cadillac falls. What do these events have in common? They all show the workings of supply and demand.

Supply and *demand* are the two words economists use most often—and for good reason. Supply and demand are the forces that make market economies work. They determine the quantity of each good produced and the price at which it is sold. If you want to know how any event or policy will affect the economy, you must think first about how it will affect supply and demand.

This chapter introduces the theory of supply and demand. It considers how buyers and sellers behave and how they interact with one another. It shows how supply and demand determine prices in a market economy and how prices, in turn, allocate the economy's scarce resources.

MARKETS AND COMPETITION

The terms *supply* and *demand* refer to the behavior of people as they interact with one another in competitive markets. Before discussing how buyers and sellers behave, let's first consider more fully what we mean by the terms *market* and *competition.*

What Is a Market?

market
a group of buyers and sellers of a particular good or service

A **market** is a group of buyers and sellers of a particular good or service. The buyers as a group determine the demand for the product, and the sellers as a group determine the supply of the product.

Markets take many forms. Sometimes markets are highly organized, such as the markets for many agricultural commodities. In these markets, buyers and sellers meet at a specific time and place, where an auctioneer helps set prices and arrange sales.

More often, markets are less organized. For example, consider the market for ice cream in a particular town. Buyers of ice cream do not meet together at any one time. The sellers of ice cream are in different locations and offer somewhat different products. There is no auctioneer calling out the price of ice cream. Each seller posts a price for an ice-cream cone, and each buyer decides how much ice cream to buy at each store. Nonetheless, these consumers and producers of ice cream are closely connected. The ice-cream buyers are choosing from the various ice-cream sellers to satisfy their hunger, and the ice-cream sellers are all trying to appeal to the same ice-cream buyers to make their businesses successful. Even though it is not organized, the group of ice-cream buyers and ice-cream sellers forms a market.

What Is Competition?

The market for ice cream, like most markets in the economy, is highly competitive. Each buyer knows that there are several sellers from which to choose, and each seller is aware that his or her product is similar to that offered by other sellers. As a result, the price of ice cream and the quantity of ice cream sold are not determined by any single buyer or seller. Rather, price and quantity are determined by all buyers and sellers as they interact in the marketplace.

competitive market
a market in which there are many buyers and many sellers so that each has a negligible impact on the market price

Economists use the term **competitive market** to describe a market in which there are so many buyers and so many sellers that each has a negligible impact on the market price. Each seller of ice cream has limited control over the price because other sellers are offering similar products. A seller has little reason to charge less than the going price, and if he or she charges more, buyers will make their purchases elsewhere. Similarly, no single buyer of ice cream can influence the price of ice cream because each buyer purchases only a small amount.

In this chapter, we assume that markets are *perfectly competitive.* To reach this highest form of competition, a market must have two characteristics: (1) the goods offered for sale are all exactly the same, and (2) the buyers and sellers are so numerous that no single buyer or seller has any influence over the market price. Because buyers and sellers in perfectly competitive markets must accept the price the market determines, they are said to be *price takers.* At the market price, buyers can buy all they want, and sellers can sell all they want.

There are some markets in which the assumption of perfect competition applies perfectly. In the wheat market, for example, there are thousands of farmers who sell wheat and millions of consumers who use wheat and wheat products. Because no single buyer or seller can influence the price of wheat, each takes the price as given.

Not all goods and services, however, are sold in perfectly competitive markets. Some markets have only one seller, and this seller sets the price. Such a seller is called a *monopoly*. Your local cable television company, for instance, may be a monopoly. Residents of your town probably have only one cable company from which to buy this service. Still other markets fall between the extremes of perfect competition and monopoly.

Despite the diversity of market types we find in the world, assuming perfect competition is a useful simplification and, therefore, a natural place to start. Perfectly competitive markets are the easiest to analyze because everyone participating in the market takes the price as given by market conditions. Moreover, because some degree of competition is present in most markets, many of the lessons that we learn by studying supply and demand under perfect competition apply in more complicated markets as well.

QUICK QUIZ What is a market? • What are the characteristics of a perfectly competitive market?

DEMAND

We begin our study of markets by examining the behavior of buyers. To focus our thinking, let's keep in mind a particular good—ice cream.

THE DEMAND CURVE: THE RELATIONSHIP BETWEEN PRICE AND QUANTITY DEMANDED

The **quantity demanded** of any good is the amount of the good that buyers are willing and able to purchase. As we will see, many things determine the quantity demanded of any good, but when analyzing how markets work, one determinant plays a central role—the price of the good. If the price of ice cream rose to $20 per scoop, you would buy less ice cream. You might buy frozen yogurt instead. If the price of ice cream fell to $0.20 per scoop, you would buy more. This relationship between price and quantity demanded is true for most goods in the economy and, in fact, is so pervasive that economists call it the **law of demand**: Other things equal, when the price of a good rises, the quantity demanded of the good falls, and when the price falls, the quantity demanded rises.

quantity demanded
the amount of a good that buyers are willing and able to purchase

law of demand
the claim that, other things equal, the quantity demanded of a good falls when the price of the good rises

The table in Figure 1 shows how many ice-cream cones Catherine buys each month at different prices of ice cream. If ice cream is free, Catherine eats 12 cones per month. At $0.50 per cone, Catherine buys 10 cones each month. As the price rises further, she buys fewer and fewer cones. When the price reaches $3.00, Catherine doesn't buy any ice cream at all. This table is a **demand schedule**, a table that shows the relationship between the price of a good and the quantity demanded, holding constant everything else that influences how much consumers of the good want to buy.

demand schedule
a table that shows the relationship between the price of a good and the quantity demanded

1 FIGURE

Catherine's Demand Schedule and Demand Curve

The demand schedule is a table that shows the quantity demanded at each price. The demand curve, which graphs the demand schedule, illustrates how the quantity demanded of the good changes as its price varies. Because a lower price increases the quantity demanded, the demand curve slopes downward.

Price of Ice-Cream Cone	Quantity of Cones Demanded
$0.00	12 cones
0.50	10
1.00	8
1.50	6
2.00	4
2.50	2
3.00	0

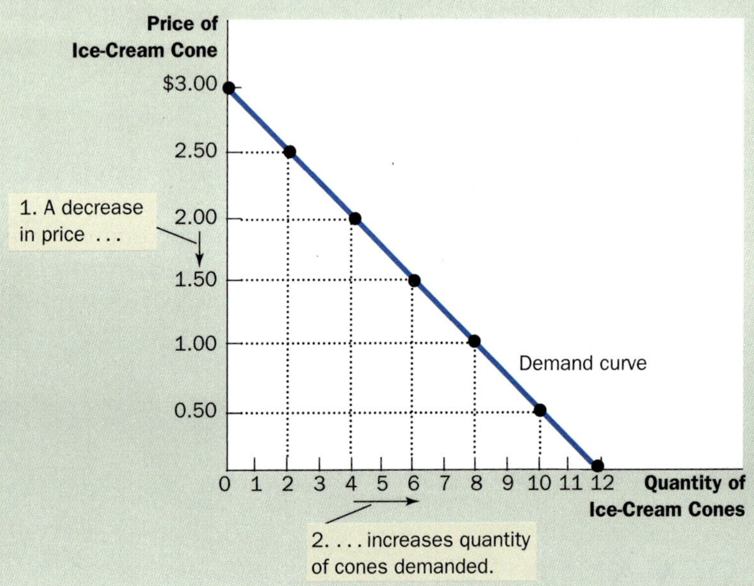

The graph in Figure 1 uses the numbers from the table to illustrate the law of demand. By convention, the price of ice cream is on the vertical axis, and the quantity of ice cream demanded is on the horizontal axis. The downward-sloping line relating price and quantity demanded is called the **demand curve**.

demand curve
a graph of the relationship between the price of a good and the quantity demanded

Market Demand versus Individual Demand

The demand curve in Figure 1 shows an individual's demand for a product. To analyze how markets work, we need to determine the *market demand*, the sum of all the individual demands for a particular good or service.

The table in Figure 2 shows the demand schedules for ice cream of the two individuals in this market—Catherine and Nicholas. At any price, Catherine's demand schedule tells us how much ice cream she buys, and Nicholas's demand schedule tells us how much ice cream he buys. The market demand at each price is the sum of the two individual demands.

The graph in Figure 2 shows the demand curves that correspond to these demand schedules. Notice that we sum the individual demand curves horizontally to obtain the market demand curve. That is, to find the total quantity demanded at any price, we add the individual quantities, which are found on the horizontal axis of the individual demand curves. Because we are interested in analyzing how markets function, we work most often with the market demand curve. The market demand curve shows how the total quantity demanded of a good varies as the

FIGURE 2

Market Demand as the Sum of Individual Demands

The quantity demanded in a market is the sum of the quantities demanded by all the buyers at each price. Thus, the market demand curve is found by adding horizontally the individual demand curves. At a price of $2.00, Catherine demands 4 ice-cream cones, and Nicholas demands 3 ice-cream cones. The quantity demanded in the market at this price is 7 cones.

Price of Ice-Cream Cone	Catherine		Nicholas		Market
$0.00	12	+	7	=	19 cones
0.50	10		6		16
1.00	8		5		13
1.50	6		4		10
2.00	4		3		7
2.50	2		2		4
3.00	0		1		1

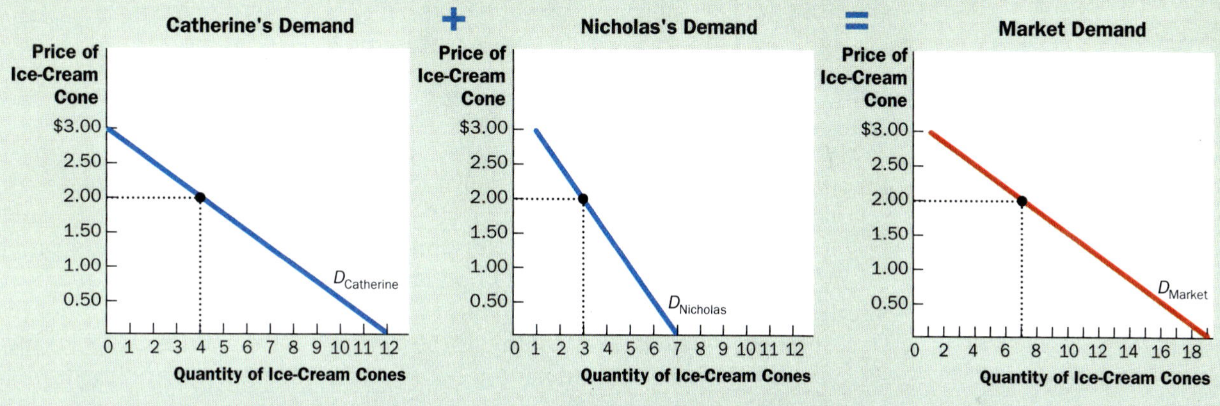

price of the good varies, while all the other factors that affect how much consumers want to buy are held constant.

Shifts in the Demand Curve

Because the market demand curve holds other things constant, it need not be stable over time. If something happens to alter the quantity demanded at any given price, the demand curve shifts. For example, suppose the American Medical Association discovered that people who regularly eat ice cream live longer, healthier lives. The discovery would raise the demand for ice cream. At any given price, buyers would now want to purchase a larger quantity of ice cream, and the demand curve for ice cream would shift.

Figure 3 illustrates shifts in demand. Any change that increases the quantity demanded at every price, such as our imaginary discovery by the American Medical Association, shifts the demand curve to the right and is called an *increase in demand*. Any change that reduces the quantity demanded at every price shifts the demand curve to the left and is called a *decrease in demand*.

There are many variables that can shift the demand curve. Here are the most important.

3 FIGURE

Shifts in the Demand Curve

Any change that raises the quantity that buyers wish to purchase at any given price shifts the demand curve to the right. Any change that lowers the quantity that buyers wish to purchase at any given price shifts the demand curve to the left.

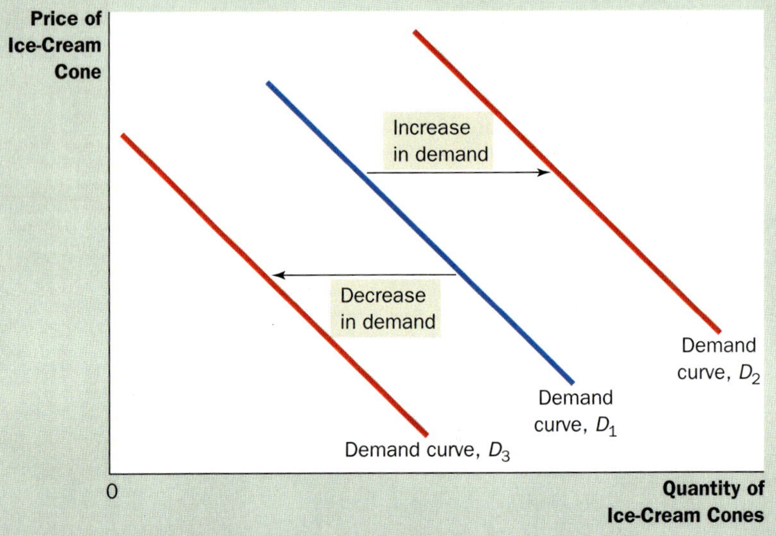

Income What would happen to your demand for ice cream if you lost your job one summer? Most likely, it would fall. A lower income means that you have less to spend in total, so you would have to spend less on some—and probably most—goods. If the demand for a good falls when income falls, the good is called a **normal good**.

normal good
a good for which, other things equal, an increase in income leads to an increase in demand

Not all goods are normal goods. If the demand for a good rises when income falls, the good is called an **inferior good**. An example of an inferior good might be bus rides. As your income falls, you are less likely to buy a car or take a cab and more likely to ride a bus.

inferior good
a good for which, other things equal, an increase in income leads to a decrease in demand

Prices of Related Goods Suppose that the price of frozen yogurt falls. The law of demand says that you will buy more frozen yogurt. At the same time, you will probably buy less ice cream. Because ice cream and frozen yogurt are both cold, sweet, creamy desserts, they satisfy similar desires. When a fall in the price of one good reduces the demand for another good, the two goods are called **substitutes**. Substitutes are often pairs of goods that are used in place of each other, such as hot dogs and hamburgers, sweaters and sweatshirts, and movie tickets and video rentals.

substitutes
two goods for which an increase in the price of one leads to an increase in the demand for the other

Now suppose that the price of hot fudge falls. According to the law of demand, you will buy more hot fudge. Yet in this case, you will buy more ice cream as well because ice cream and hot fudge are often used together. When a fall in the price of one good raises the demand for another good, the two goods are called **complements**. Complements are often pairs of goods that are used together, such as gasoline and automobiles, computers and software, and peanut butter and jelly.

complements
two goods for which an increase in the price of one leads to a decrease in the demand for the other

Tastes The most obvious determinant of your demand is your tastes. If you like ice cream, you buy more of it. Economists normally do not try to explain people's tastes because tastes are based on historical and psychological forces that are beyond the realm of economics. Economists do, however, examine what happens when tastes change.

TABLE 1

Variables That Influence Buyers

This table lists the variables that affect how much consumers choose to buy of any good. Notice the special role that the price of the good plays: A change in the good's price represents a movement along the demand curve, whereas a change in one of the other variables shifts the demand curve.

Variable	A Change in This Variable . . .
Price of the good itself	Represents a movement along the demand curve
Income	Shifts the demand curve
Prices of related goods	Shifts the demand curve
Tastes	Shifts the demand curve
Expectations	Shifts the demand curve
Number of buyers	Shifts the demand curve

Expectations Your expectations about the future may affect your demand for a good or service today. For example, if you expect to earn a higher income next month, you may choose to save less now and spend more of your current income buying ice cream. As another example, if you expect the price of ice cream to fall tomorrow, you may be less willing to buy an ice-cream cone at today's price.

Number of Buyers In addition to the preceding factors, which influence the behavior of individual buyers, market demand depends on the number of these buyers. If Peter were to join Catherine and Nicholas as another consumer of ice cream, the quantity demanded in the market would be higher at every price, and market demand would increase.

Summary The demand curve shows what happens to the quantity demanded of a good when its price varies, holding constant all the other variables that influence buyers. When one of these other variables changes, the demand curve shifts. Table 1 lists the variables that influence how much consumers choose to buy of a good.

If you have trouble remembering whether you need to shift or move along the demand curve, it helps to recall a lesson from the appendix to Chapter 2. A curve shifts when there is a change in a relevant variable that is not measured on either axis. Because the price is on the vertical axis, a change in price represents a movement along the demand curve. By contrast, income, the prices of related goods, tastes, expectations, and the number of buyers are not measured on either axis, so a change in one of these variables shifts the demand curve.

CASE STUDY TWO WAYS TO REDUCE THE QUANTITY OF SMOKING DEMANDED

Public policymakers often want to reduce the amount that people smoke. There are two ways that policy can attempt to achieve this goal.

One way to reduce smoking is to shift the demand curve for cigarettes and other tobacco products. Public service announcements, mandatory health warnings on cigarette packages, and the prohibition of cigarette advertising on television are all policies aimed at reducing the quantity of cigarettes demanded at any given price. If successful, these policies shift the demand curve for cigarettes to the left, as in panel (a) of Figure 4.

WHAT IS THE BEST WAY TO STOP THIS?

4 FIGURE

Shifts in the Demand Curve versus Movements along the Demand Curve

If warnings on cigarette packages convince smokers to smoke less, the demand curve for cigarettes shifts to the left. In panel (a), the demand curve shifts from D_1 to D_2. At a price of \$2.00 per pack, the quantity demanded falls from 20 to 10 cigarettes per day, as reflected by the shift from point A to point B. By contrast, if a tax raises the price of cigarettes, the demand curve does not shift. Instead, we observe a movement to a different point on the demand curve. In panel (b), when the price rises from \$2.00 to \$4.00, the quantity demanded falls from 20 to 12 cigarettes per day, as reflected by the movement from point A to point C.

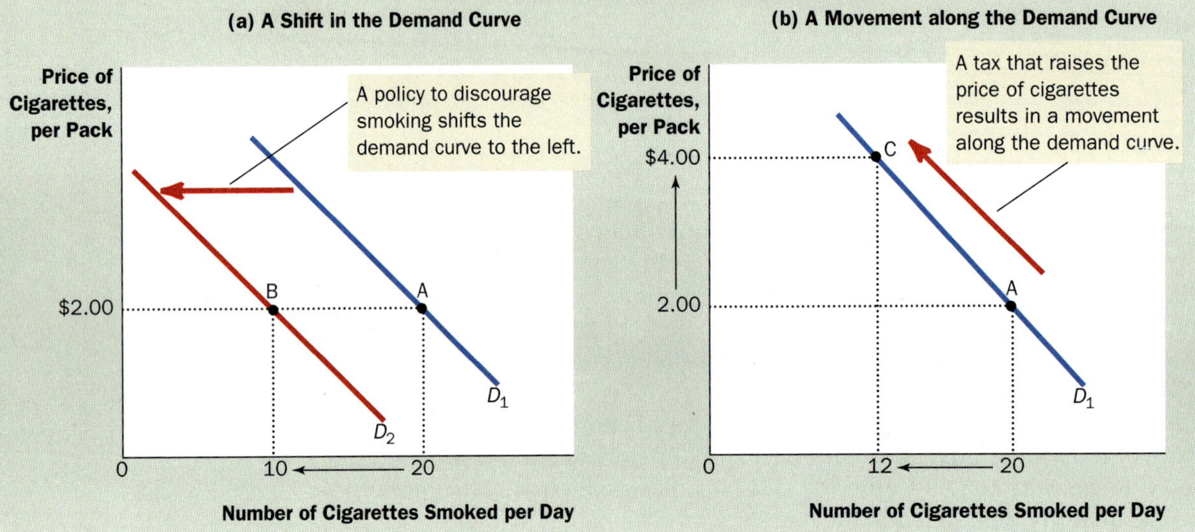

Alternatively, policymakers can try to raise the price of cigarettes. If the government taxes the manufacture of cigarettes, for example, cigarette companies pass much of this tax on to consumers in the form of higher prices. A higher price encourages smokers to reduce the numbers of cigarettes they smoke. In this case, the reduced amount of smoking does not represent a shift in the demand curve. Instead, it represents a movement along the same demand curve to a point with a higher price and lower quantity, as in panel (b) of Figure 4.

How much does the amount of smoking respond to changes in the price of cigarettes? Economists have attempted to answer this question by studying what happens when the tax on cigarettes changes. They have found that a 10 percent increase in the price causes a 4 percent reduction in the quantity demanded. Teenagers are found to be especially sensitive to the price of cigarettes: A 10 percent increase in the price causes a 12 percent drop in teenage smoking.

A related question is how the price of cigarettes affects the demand for illicit drugs, such as marijuana. Opponents of cigarette taxes often argue that tobacco and marijuana are substitutes so that high cigarette prices encourage marijuana use. By contrast, many experts on substance abuse view tobacco as a "gateway drug" leading the young to experiment with other harmful substances. Most studies of the data are consistent with this latter view: They find that lower cigarette prices are associated with greater use of marijuana. In other words, tobacco and marijuana appear to be complements rather than substitutes. ●

QUICK QUIZ Make up an example of a monthly demand schedule for pizza and graph the implied demand curve. • Give an example of something that would shift this demand curve, and briefly explain your reasoning. • Would a change in the price of pizza shift this demand curve?

SUPPLY

We now turn to the other side of the market and examine the behavior of sellers. Once again, to focus our thinking, let's consider the market for ice cream.

The Supply Curve: The Relationship between Price and Quantity Supplied

The **quantity supplied** of any good or service is the amount that sellers are willing and able to sell. There are many determinants of quantity supplied, but once again, price plays a special role in our analysis. When the price of ice cream is high, selling ice cream is profitable, and so the quantity supplied is large. Sellers of ice cream work long hours, buy many ice-cream machines, and hire many workers. By contrast, when the price of ice cream is low, the business is less profitable, and so sellers produce less ice cream. At a low price, some sellers may even choose to shut down, and their quantity supplied falls to zero. This relationship between price and quantity supplied is called the **law of supply**: Other things equal, when the price of a good rises, the quantity supplied of the good also rises, and when the price falls, the quantity supplied falls as well.

quantity supplied
the amount of a good that sellers are willing and able to sell

law of supply
the claim that, other things equal, the quantity supplied of a good rises when the price of the good rises

The table in Figure 5 shows the quantity of ice-cream cones supplied each month by Ben, an ice-cream seller, at various prices of ice cream. At a price below $1.00, Ben does not supply any ice cream at all. As the price rises, he supplies a greater and greater quantity. This is the **supply schedule**, a table that shows the relationship between the price of a good and the quantity supplied, holding constant everything else that influences how much producers of the good want to sell.

supply schedule
a table that shows the relationship between the price of a good and the quantity supplied

The graph in Figure 5 uses the numbers from the table to illustrate the law of supply. The curve relating price and quantity supplied is called the **supply curve**. The supply curve slopes upward because, other things equal, a higher price means a greater quantity supplied.

supply curve
a graph of the relationship between the price of a good and the quantity supplied

Market Supply versus Individual Supply

Just as market demand is the sum of the demands of all buyers, market supply is the sum of the supplies of all sellers. The table in Figure 6 shows the supply schedules for the two ice-cream producers in the market—Ben and Jerry. At any price, Ben's supply schedule tells us the quantity of ice cream Ben supplies, and Jerry's supply schedule tells us the quantity of ice cream Jerry supplies. The market supply is the sum of the two individual supplies.

The graph in Figure 6 shows the supply curves that correspond to the supply schedules. As with demand curves, we sum the individual supply curves *horizontally* to obtain the market supply curve. That is, to find the total quantity supplied at any price, we add the individual quantities, which are found on the horizontal axis of the individual supply curves. The market supply curve shows how the total quantity supplied varies as the price of the good varies, holding constant

5 FIGURE

Ben's Supply Schedule and Supply Curve

The supply schedule is a table that shows the quantity supplied at each price. This supply curve, which graphs the supply schedule, illustrates how the quantity supplied of the good changes as its price varies. Because a higher price increases the quantity supplied, the supply curve slopes upward.

Price of Ice-Cream Cone	Quantity of Cones Supplied
$0.00	0 cones
0.50	0
1.00	1
1.50	2
2.00	3
2.50	4
3.00	5

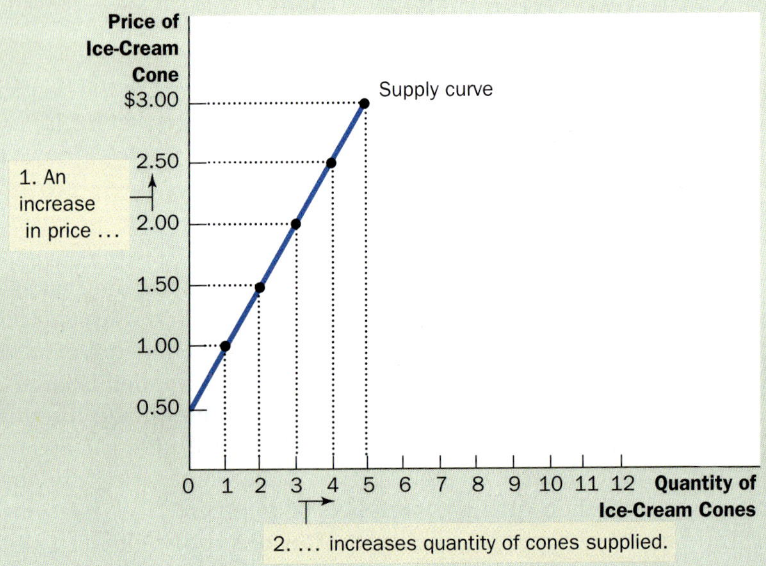

all the other factors beyond price that influence producers' decisions about how much to sell.

Shifts in the Supply Curve

Because the market supply curve holds other things constant, the curve shifts when one of the factors changes. For example, suppose the price of sugar falls. Sugar is an input into producing ice cream, so the fall in the price of sugar makes selling ice cream more profitable. This raises the supply of ice cream: At any given price, sellers are now willing to produce a larger quantity. The supply curve for ice cream shifts to the right.

Figure 7 illustrates shifts in supply. Any change that raises quantity supplied at every price, such as a fall in the price of sugar, shifts the supply curve to the right and is called an *increase in supply*. Similarly, any change that reduces the quantity supplied at every price shifts the supply curve to the left and is called a *decrease in supply*.

There are many variables that can shift the supply curve. Here are some of the most important.

Input Prices To produce their output of ice cream, sellers use various inputs: cream, sugar, flavoring, ice-cream machines, the buildings in which the ice cream is made, and the labor of workers to mix the ingredients and operate the machines.

FIGURE 6

Price of Ice-Cream Cone	Ben		Jerry		Market
$0.00	0	+	0	=	0 cones
0.50	0		0		0
1.00	1		0		1
1.50	2		2		4
2.00	3		4		7
2.50	4		6		10
3.00	5		8		13

Market Supply as the Sum of Individual Supplies

The quantity supplied in a market is the sum of the quantities supplied by all the sellers at each price. Thus, the market supply curve is found by adding horizontally the individual supply curves. At a price of $2.00, Ben supplies 3 ice-cream cones, and Jerry supplies 4 ice-cream cones. The quantity supplied in the market at this price is 7 cones.

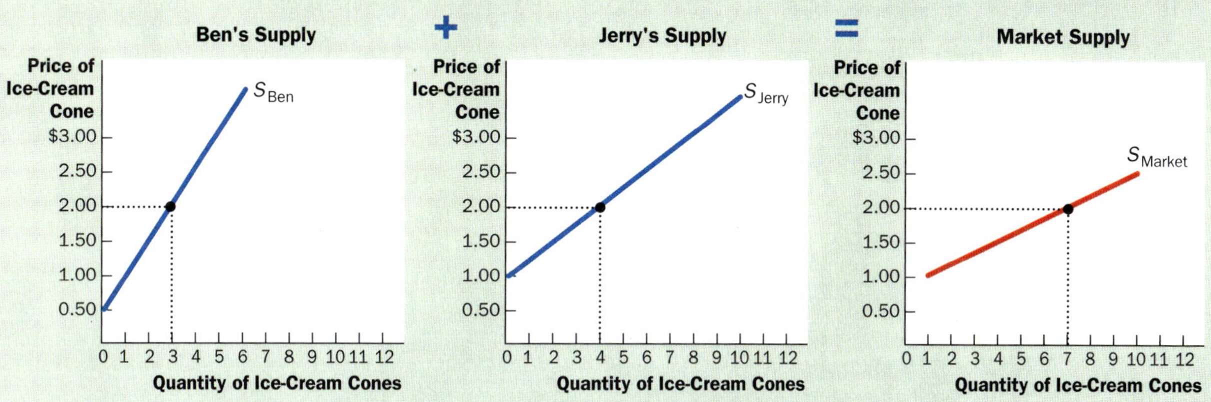

FIGURE 7

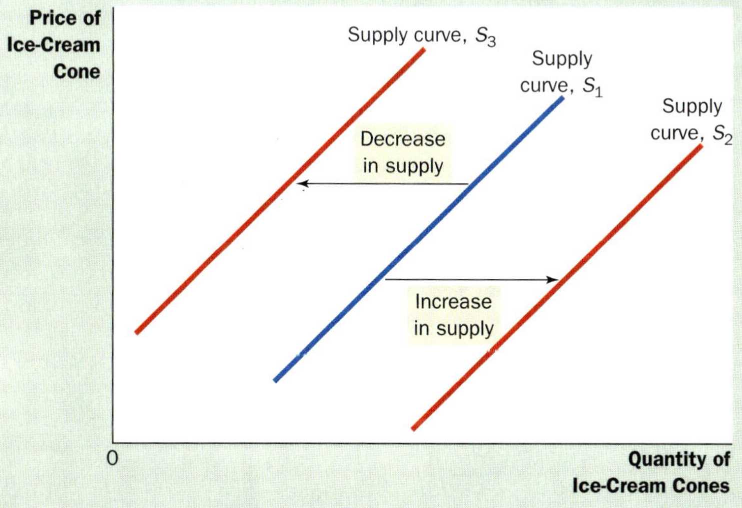

Shifts in the Supply Curve

Any change that raises the quantity that sellers wish to produce at any given price shifts the supply curve to the right. Any change that lowers the quantity that sellers wish to produce at any given price shifts the supply curve to the left.

When the price of one or more of these inputs rises, producing ice cream is less profitable, and firms supply less ice cream. If input prices rise substantially, a firm might shut down and supply no ice cream at all. Thus, the supply of a good is negatively related to the price of the inputs used to make the good.

Technology The technology for turning inputs into ice cream is another determinant of supply. The invention of the mechanized ice-cream machine, for example, reduced the amount of labor necessary to make ice cream. By reducing firms' costs, the advance in technology raised the supply of ice cream.

Expectations The amount of ice cream a firm supplies today may depend on its expectations about the future. For example, if a firm expects the price of ice cream to rise in the future, it will put some of its current production into storage and supply less to the market today.

Number of Sellers In addition to the preceding factors, which influence the behavior of individual sellers, market supply depends on the number of these sellers. If Ben or Jerry were to retire from the ice-cream business, the supply in the market would fall.

Summary The supply curve shows what happens to the quantity supplied of a good when its price varies, holding constant all the other variables that influence sellers. When one of these other variables changes, the supply curve shifts. Table 2 lists the variables that influence how much producers choose to sell of a good.

Once again, to remember whether you need to shift or move along the supply curve, keep in mind that a curve shifts only when there is a change in a relevant variable that is not named on either axis. The price is on the vertical axis, so a change in price represents a movement along the supply curve. By contrast, because input prices, technology, expectations, and the number of sellers are not measured on either axis, a change in one of these variables shifts the supply curve.

QUICK QUIZ Make up an example of a monthly supply schedule for pizza and graph the implied supply curve. • Give an example of something that would shift this supply curve, and briefly explain your reasoning. • Would a change in the price of pizza shift this supply curve?

2 TABLE

Variables That Influence Sellers

This table lists the variables that affect how much producers choose to sell of any good. Notice the special role that the price of the good plays: A change in the good's price represents a movement along the supply curve, whereas a change in one of the other variables shifts the supply curve.

Variable	A Change in This Variable . . .
Price of the good itself	Represents a movement along the supply curve
Input prices	Shifts the supply curve
Technology	Shifts the supply curve
Expectations	Shifts the supply curve
Number of sellers	Shifts the supply curve

SUPPLY AND DEMAND TOGETHER

Having analyzed supply and demand separately, we now combine them to see how they determine the price and quantity of a good sold in a market.

Equilibrium

Figure 8 shows the market supply curve and market demand curve together. Notice that there is one point at which the supply and demand curves intersect. This point is called the market's **equilibrium**. The price at this intersection is called the **equilibrium price**, and the quantity is called the **equilibrium quantity**. Here the equilibrium price is $2.00 per cone, and the equilibrium quantity is 7 ice-cream cones.

The dictionary defines the word *equilibrium* as a situation in which various forces are in balance—and this also describes a market's equilibrium. *At the equilibrium price, the quantity of the good that buyers are willing and able to buy exactly balances the quantity that sellers are willing and able to sell.* The equilibrium price is sometimes called the market-clearing price because, at this price, everyone in the market has been satisfied: Buyers have bought all they want to buy, and sellers have sold all they want to sell.

The actions of buyers and sellers naturally move markets toward the equilibrium of supply and demand. To see why, consider what happens when the market price is not equal to the equilibrium price.

Suppose first that the market price is above the equilibrium price, as in panel (a) of Figure 9. At a price of $2.50 per cone, the quantity of the good supplied (10 cones) exceeds the quantity demanded (4 cones). There is a **surplus** of the good: Suppliers are unable to sell all they want at the going price. A surplus is sometimes called a situation of *excess supply*. When there is a surplus in the ice-cream market,

equilibrium
a situation in which the market price has reached the level at which quantity supplied equals quantity demanded

equilibrium price
the price that balances quantity supplied and quantity demanded

equilibrium quantity
the quantity supplied and the quantity demanded at the equilibrium price

surplus
a situation in which quantity supplied is greater than quantity demanded

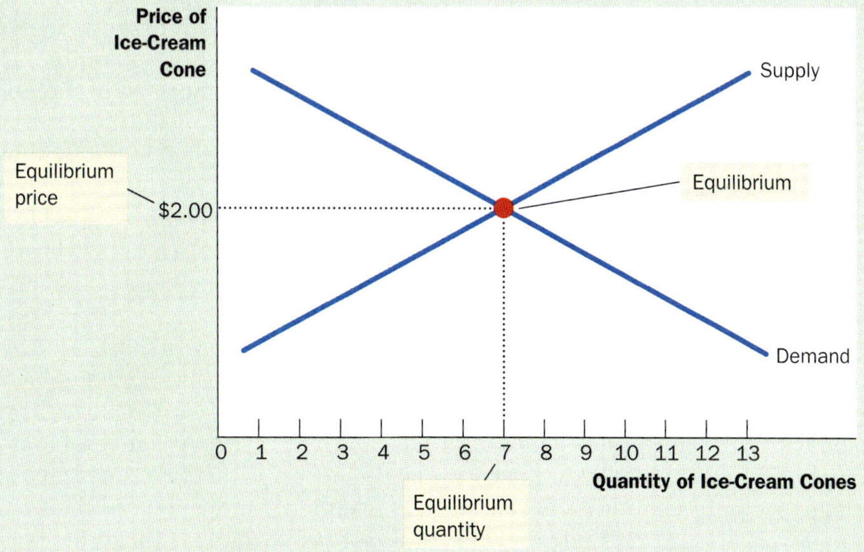

FIGURE 8

The Equilibrium of Supply and Demand
The equilibrium is found where the supply and demand curves intersect. At the equilibrium price, the quantity supplied equals the quantity demanded. Here the equilibrium price is $2.00: At this price, 7 ice-cream cones are supplied, and 7 ice-cream cones are demanded.

9 FIGURE

Markets Not in Equilibrium

In panel (a), there is a surplus. Because the market price of \$2.50 is above the equilibrium price, the quantity supplied (10 cones) exceeds the quantity demanded (4 cones). Suppliers try to increase sales by cutting the price of a cone, and this moves the price toward its equilibrium level. In panel (b), there is a shortage. Because the market price of \$1.50 is below the equilibrium price, the quantity demanded (10 cones) exceeds the quantity supplied (4 cones). With too many buyers chasing too few goods, suppliers can take advantage of the shortage by raising the price. Hence, in both cases, the price adjustment moves the market toward the equilibrium of supply and demand.

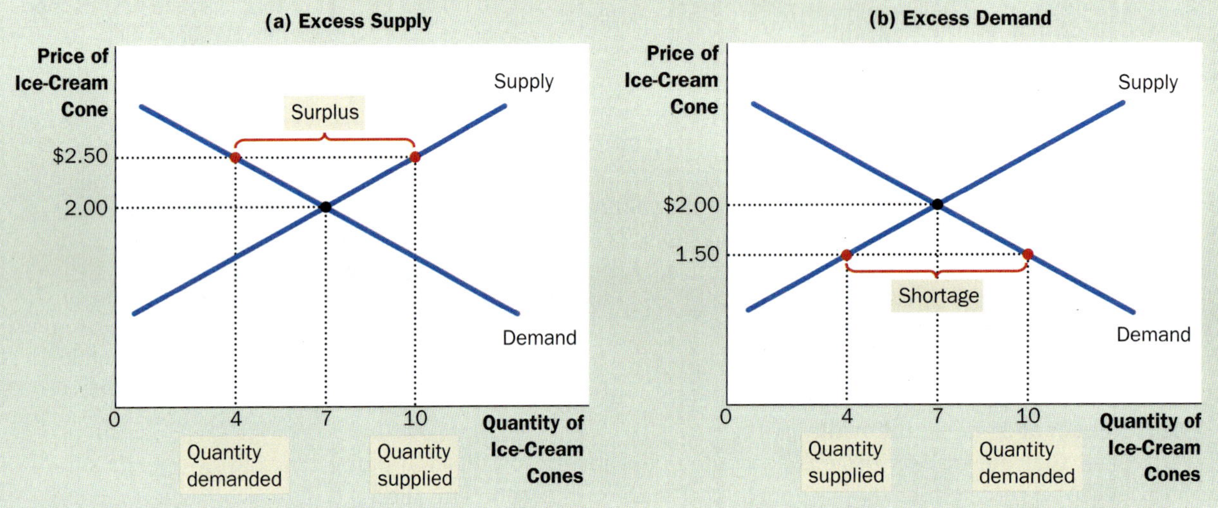

sellers of ice cream find their freezers increasingly full of ice cream they would like to sell but cannot. They respond to the surplus by cutting their prices. Falling prices, in turn, increase the quantity demanded and decrease the quantity supplied. Prices continue to fall until the market reaches the equilibrium.

Suppose now that the market price is below the equilibrium price, as in panel (b) of Figure 9. In this case, the price is \$1.50 per cone, and the quantity of the good demanded exceeds the quantity supplied. There is a **shortage** of the good: Demanders are unable to buy all they want at the going price. A shortage is sometimes called a situation of *excess demand.* When a shortage occurs in the ice-cream market, buyers have to wait in long lines for a chance to buy one of the few cones available. With too many buyers chasing too few goods, sellers can respond to the shortage by raising their prices without losing sales. As the price rises, the quantity demanded falls, the quantity supplied rises, and the market once again moves toward the equilibrium.

shortage
a situation in which quantity demanded is greater than quantity supplied

Thus, the activities of the many buyers and sellers automatically push the market price toward the equilibrium price. Once the market reaches its equilibrium, all buyers and sellers are satisfied, and there is no upward or downward pressure on the price. How quickly equilibrium is reached varies from market to market depending on how quickly prices adjust. In most free markets, surpluses and shortages are only temporary because prices eventually move toward their equilibrium levels. Indeed, this phenomenon is so pervasive that it is called the **law of supply and demand**: The price of any good adjusts to bring the quantity supplied and quantity demanded for that good into balance.

law of supply and demand
the claim that the price of any good adjusts to bring the quantity supplied and the quantity demanded for that good into balance

Three Steps to Analyzing Changes in Equilibrium

So far, we have seen how supply and demand together determine a market's equilibrium, which in turn determines the price and quantity of the good that buyers purchase and sellers produce. The equilibrium price and quantity depend on the position of the supply and demand curves. When some event shifts one of these curves, the equilibrium in the market changes, resulting in a new price and a new quantity exchanged between buyers and sellers.

When analyzing how some event affects the equilibrium in a market, we proceed in three steps. First, we decide whether the event shifts the supply curve, the demand curve, or, in some cases, both curves. Second, we decide whether the curve shifts to the right or to the left. Third, we use the supply-and-demand diagram to compare the initial and the new equilibrium, which shows how the shift affects the equilibrium price and quantity. Table 3 summarizes these three steps. To see how this recipe is used, let's consider various events that might affect the market for ice cream.

Example: A Change in Market Equilibrium Due to a Shift in Demand Suppose that one summer the weather is very hot. How does this event affect the market for ice cream? To answer this question, let's follow our three steps.

1. The hot weather affects the demand curve by changing people's taste for ice cream. That is, the weather changes the amount of ice cream that people want to buy at any given price. The supply curve is unchanged because the weather does not directly affect the firms that sell ice cream.
2. Because hot weather makes people want to eat more ice cream, the demand curve shifts to the right. Figure 10 shows this increase in demand as the shift in the demand curve from D_1 to D_2. This shift indicates that the quantity of ice cream demanded is higher at every price.
3. As Figure 10 shows, the increase in demand raises the equilibrium price from \$2.00 to \$2.50 and the equilibrium quantity from 7 to 10 cones. In other words, the hot weather increases the price of ice cream and the quantity of ice cream sold.

Shifts in Curves versus Movements along Curves Notice that when hot weather increases the demand for ice cream and drives up the price, the quantity of ice cream that firms supply rises, even though the supply curve remains the same. In this case, economists say there has been an increase in "quantity supplied" but no change in "supply."

3 TABLE

Three Steps for Analyzing Changes in Equilibrium

1. Decide whether the event shifts the supply or demand curve (or perhaps both).
2. Decide in which direction the curve shifts.
3. Use the supply-and-demand diagram to see how the shift changes the equilibrium price and quantity.

FIGURE 10

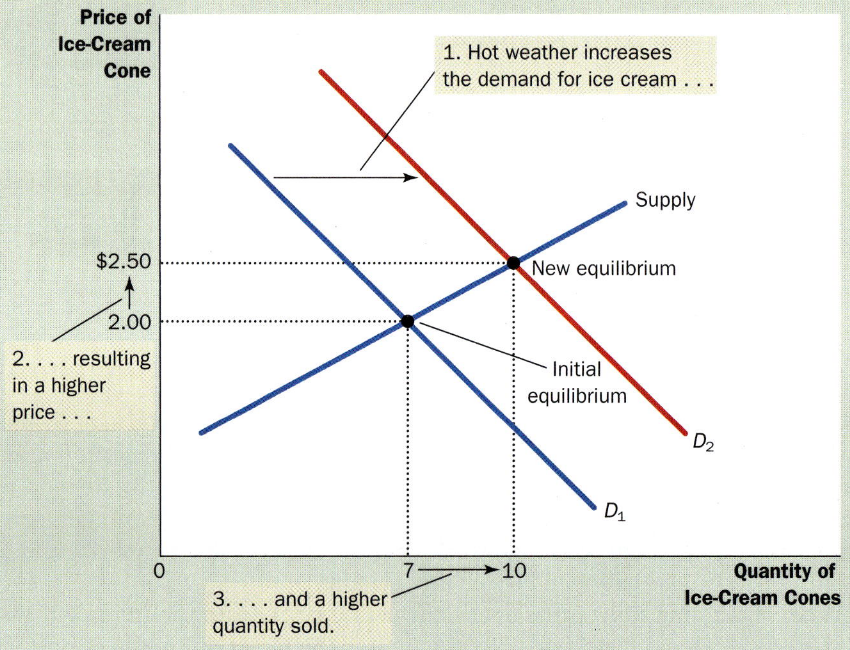

How an Increase in Demand Affects the Equilibrium
An event that raises quantity demanded at any given price shifts the demand curve to the right. The equilibrium price and the equilibrium quantity both rise. Here an abnormally hot summer causes buyers to demand more ice cream. The demand curve shifts from D_1 to D_2, which causes the equilibrium price to rise from $2.00 to $2.50 and the equilibrium quantity to rise from 7 to 10 cones.

Supply refers to the position of the supply curve, whereas the *quantity supplied* refers to the amount suppliers wish to sell. In this example, supply does not change because the weather does not alter firms' desire to sell at any given price. Instead, the hot weather alters consumers' desire to buy at any given price and thereby shifts the demand curve to the right. The increase in demand causes the equilibrium price to rise. When the price rises, the quantity supplied rises. This increase in quantity supplied is represented by the movement along the supply curve.

To summarize, a shift *in* the supply curve is called a "change in supply," and a shift *in* the demand curve is called a "change in demand." A movement *along* a fixed supply curve is called a "change in the quantity supplied," and a movement *along* a fixed demand curve is called a "change in the quantity demanded."

Example: A Change in Market Equilibrium Due to a Shift in Supply Suppose that during another summer, a hurricane destroys part of the sugarcane crop and drives up the price of sugar. How does this event affect the market for ice cream? Once again, to answer this question, we follow our three steps.

1. The change in the price of sugar, an input into making ice cream, affects the supply curve. By raising the costs of production, it reduces the amount of ice cream that firms produce and sell at any given price. The demand curve does not change because the higher cost of inputs does not directly affect the amount of ice cream households wish to buy.
2. The supply curve shifts to the left because, at every price, the total amount that firms are willing and able to sell is reduced. Figure 11 illustrates this decrease in supply as a shift in the supply curve from S_1 to S_2.

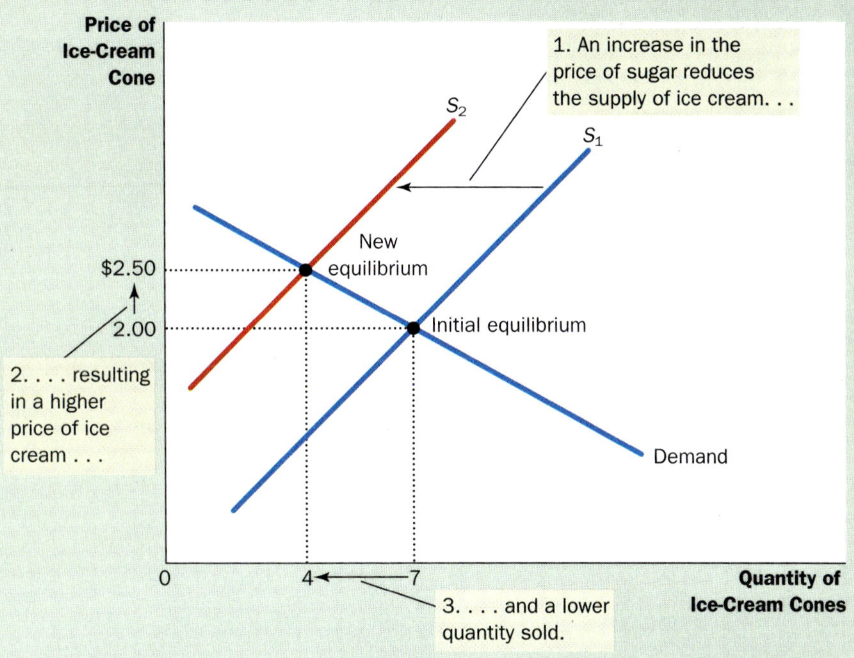

FIGURE **11**

How a Decrease in Supply Affects the Equilibrium

An event that reduces quantity supplied at any given price shifts the supply curve to the left. The equilibrium price rises, and the equilibrium quantity falls. Here an increase in the price of sugar (an input) causes sellers to supply less ice cream. The supply curve shifts from S_1 to S_2, which causes the equilibrium price of ice cream to rise from $2.00 to $2.50 and the equilibrium quantity to fall from 7 to 4 cones.

3. As Figure 11 shows, the shift in the supply curve raises the equilibrium price from $2.00 to $2.50 and lowers the equilibrium quantity from 7 to 4 cones. As a result of the sugar price increase, the price of ice cream rises, and the quantity of ice cream sold falls.

Example: Shifts in Both Supply and Demand Now suppose that a heat wave and a hurricane occur during the same summer. To analyze this combination of events, we again follow our three steps.

1. We determine that both curves must shift. The hot weather affects the demand curve because it alters the amount of ice cream that households want to buy at any given price. At the same time, when the hurricane drives up sugar prices, it alters the supply curve for ice cream because it changes the amount of ice cream that firms want to sell at any given price.
2. The curves shift in the same directions as they did in our previous analysis: The demand curve shifts to the right, and the supply curve shifts to the left. Figure 12 illustrates these shifts.
3. As Figure 12 shows, two possible outcomes might result depending on the relative size of the demand and supply shifts. In both cases, the equilibrium price rises. In panel (a), where demand increases substantially while supply falls just a little, the equilibrium quantity also rises. By contrast, in panel (b), where supply falls substantially while demand rises just a little, the equilibrium quantity falls. Thus, these events certainly raise the price of ice cream, but their impact on the amount of ice cream sold is ambiguous (that is, it could go either way).

12 FIGURE

A Shift in Both Supply and Demand

Here we observe a simultaneous increase in demand and decrease in supply. Two outcomes are possible. In panel (a), the equilibrium price rises from P_1 to P_2, and the equilibrium quantity rises from Q_1 to Q_2. In panel (b), the equilibrium price again rises from P_1 to P_2, but the equilibrium quantity falls from Q_1 to Q_2.

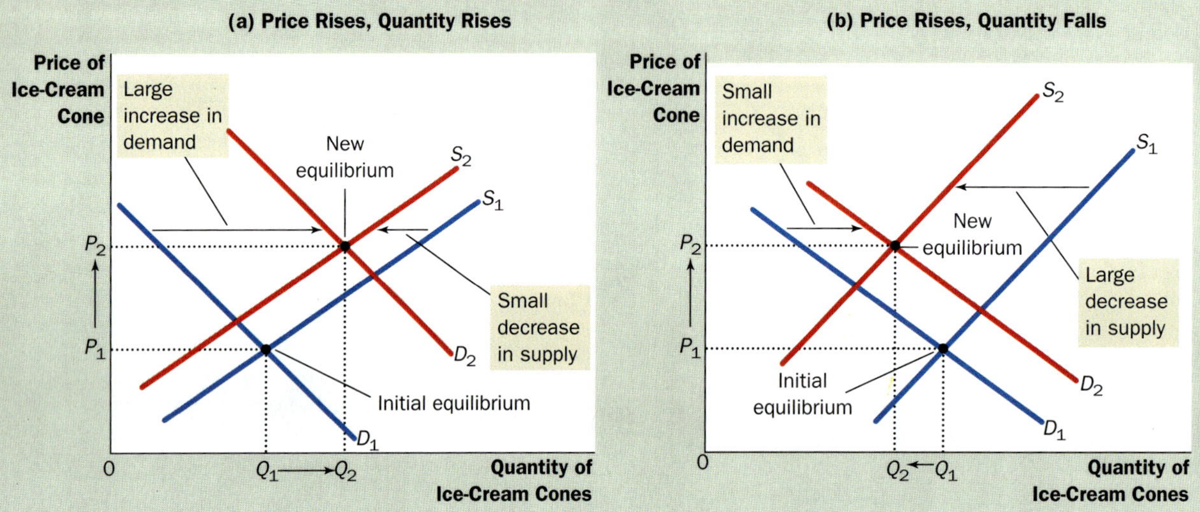

Summary We have just seen three examples of how to use supply and demand curves to analyze a change in equilibrium. Whenever an event shifts the supply curve, the demand curve, or perhaps both curves, you can use these tools to predict how the event will alter the amount sold in equilibrium and the price at which the good is sold. Table 4 shows the predicted outcome for any combination of shifts in the two curves. To make sure you understand how to use the tools of supply and demand, pick a few entries in this table and make sure you can explain to yourself why the table contains the prediction it does.

QUICK QUIZ On the appropriate diagram, show what happens to the market for pizza if the price of tomatoes rises. • On a separate diagram, show what happens to the market for pizza if the price of hamburgers falls.

4 TABLE

What Happens to Price and Quantity When Supply or Demand Shifts?

As a quick quiz, make sure you can explain at least a few of the entries in this table using a supply-and-demand diagram.

	No Change in Supply	An Increase in Supply	A Decrease in Supply
No Change in Demand	*P* same *Q* same	*P* down *Q* up	*P* up *Q* down
An Increase in Demand	*P* up *Q* up	*P* ambiguous *Q* up	*P* up *Q* ambiguous
A Decrease in Demand	*P* down *Q* down	*P* down *Q* ambiguous	*P* ambiguous *Q* down

In The News

The Helium Market

This analysis illustrates how supply and demand interact.

As Demand Balloons, Helium Is in Short Supply

By Ana Campoy

Syracuse University physicist Gianfranco Vidali spends most of his time studying how molecules are made in outer space, but a couple of months ago he abruptly dropped his interstellar research to address an earthly issue: the global shortage of helium.

The airy element best known for floating party balloons and the Goodyear blimp is also the lifeblood of a widening world of scientific research. Mr. Vidali uses the gas, which becomes the coldest liquid on earth when pressurized, to recreate conditions similar to outer space. Without it, he can't work. So when his helium supplier informed him it was cutting deliveries to his lab, Mr. Vidali said, "it sent us into a panic mode."

Helium is found in varying concentrations in the world's natural-gas deposits, and is separated out in a special refining process. As with oil and natural gas, the easiest-to-get helium supplies have been tapped and are declining. [*A leftward shift in the supply curve.*] Meanwhile, scientific research has rapidly multiplied the uses of helium in the past 50 years. [*A rightward shift in the demand curve.*] It is needed to make computer microchips, flat-panel displays, fiber optics and to operate magnetic resonance imaging, or MRI, scans and welding machines. . . .

Glitches at some of the world's biggest helium-producing plants have put a further pinch on supplies in the past year. [*Another leftward shift in the supply curve.*] As supplies have tightened, prices have surged in recent months. For one New York laboratory, prices have increased to $8 a liquid liter, from close to $4 at the end of the summer. [*An increase in the equilibrium price.*]

The upshot: Helium users—from party planners to welding shops—are having to do with less. [*A movement along the demand curve.*] Large industrial manufacturers are better able to weather the helium shortage, taking steps like installing equipment that can recycle the gas. So it is the nation's cash-strapped scientific community that is getting the worst of the crunch.

Soaring helium expenses could shut the doors of some independent labs, many [of] which have produced important research over the years, and slow down work at bigger research centers. Helium is used in research to find cures to deadly diseases, create new sources of energy and answer questions about how the universe was formed. . . .

Experts predict this situation will eventually price out many helium users, who will find substitutes or modify their technology. Some party balloon businesses are filling balloons with mixtures that contain less helium. Some welders are using argon. Industrial users are installing recovery systems. . . .

Reem Jaafar, a researcher at CUNY, says she will go into another area of physics if helium prices stay at their current levels. "If you have a fixed amount in a grant, and you have to spend it all on helium, you don't have anything left over," she says.

Source: *The Wall Street Journal*, December 5, 2007.

CONCLUSION: HOW PRICES ALLOCATE RESOURCES

This chapter has analyzed supply and demand in a single market. Although our discussion has centered on the market for ice cream, the lessons learned here apply in most other markets as well. Whenever you go to a store to buy something,

In The News

Price Increases after Natural Disasters

When a natural disaster such as a hurricane hits a region, basic commodities such as gasoline and bottled water experience increasing demand and shrinking supply. These shifts in demand and supply curves cause prices to rise, leading some people to complain about "price gouging." But, as journalist John Stossel argues in this opinion piece, there is an upside to higher prices after a disaster strikes.

In Praise of Price Gouging

By John Stossel

Politicians and the media are furious about price increases in the wake of Hurricane Katrina. They want gas stations and water sellers punished.

If you want to score points cracking down on mean, greedy profiteers, pushing anti-"gouging" rules is a very good thing. But if you're one of the people the law "protects" from "price gouging," you won't fare as well.

Consider this scenario: You are thirsty—worried that your baby is going to become dehydrated. You find a store that's open, and the storeowner thinks it's immoral to take advantage of your distress, so he won't charge you a dime more than he charged last week. But you can't buy water from him. It's sold out.

You continue on your quest, and finally find that dreaded monster, the price gouger. He offers a bottle of water that cost $1 last week at an "outrageous" price—say $20. You pay it to survive the disaster.

You resent the price gouger. But if he hadn't demanded $20, he'd have been out of water. It was the price gouger's "exploitation" that saved your child.

It saved her because people look out for their own interests. Before you got to the water seller, other people did. At $1 a bottle, they stocked up. At $20 a bottle, they bought more cautiously. By charging $20, the price gouger makes sure his water goes to those who really need it.

The people the softheaded politicians think are cruelest are doing the most to help. Assuming the demand for bottled water was going to go up, they bought a lot of it, planning to resell it at a steep profit. If they hadn't done that, that water would not have been available for the people who need it the most.

Might the water have been provided by volunteers? Certainly some people help others out of benevolence. But we can't count on benevolence. As Adam Smith wrote, "It is not from the benevolence of the butcher, the brewer or the baker, that we can expect our dinner, but from their regard to their own interest."

Consider the store owner's perspective: If he's not going to make a big profit, why open up the store at all? Staying in a disaster area is dangerous and means giving up the opportunity to be with family in order to take care of the needs of strangers. Why take the risk?

Any number of services—roofing, for example, carpentry, or tree removal—are in overwhelming demand after a disaster. When the time comes to rebuild New Orleans, it's safe to predict a shortage of local carpenters: The city's own population of carpenters won't be enough.

If this were a totalitarian country, the government might just order a bunch of tradesmen to go to New Orleans. But in a free society, those tradesmen must be persuaded to leave their homes and families, leave their employers and customers, and drive from say, Wisconsin, to take work in New Orleans. If they can't make more money in Louisiana than Wisconsin, why would they make the trip?

Some may be motivated by a desire to be heroic, but we can't expect enough heroes to fill the need, week after week; most will travel there for the same reason most Americans go to work: to make money. Any tradesman who treks to a disaster area must get higher pay than he would get in his hometown, or he won't do the trek. Limit him to what his New Orleans colleagues charged before the storm, and even a would-be hero may say, "the heck with it."

If he charges enough to justify his venture, he's likely to be condemned morally or legally by the very people he's trying to help. But they just don't understand basic economics. Force prices down, and you keep suppliers out. Let the market work, suppliers come—and competition brings prices as low as the challenges of the disaster allow. Goods that were in short supply become available, even to the poor.

It's the price "gougers" who bring the water, ship the gasoline, fix the roof, and rebuild the cities. The price "gougers" save lives.

Source: Townhall.com, September 7, 2005.

you are contributing to the demand for that item. Whenever you look for a job, you are contributing to the supply of labor services. Because supply and demand are such pervasive economic phenomena, the model of supply and demand is a powerful tool for analysis. We will be using this model repeatedly in the following chapters.

One of the *Ten Principles of Economics* discussed in Chapter 1 is that markets are usually a good way to organize economic activity. Although it is still too early to judge whether market outcomes are good or bad, in this chapter we have begun to see how markets work. In any economic system, scarce resources have to be allocated among competing uses. Market economies harness the forces of supply and demand to serve that end. Supply and demand together determine the prices of the economy's many different goods and services; prices in turn are the signals that guide the allocation of resources.

For example, consider the allocation of beachfront land. Because the amount of this land is limited, not everyone can enjoy the luxury of living by the beach. Who gets this resource? The answer is whoever is willing and able to pay the price. The price of beachfront land adjusts until the quantity of land demanded exactly balances the quantity supplied. Thus, in market economies, prices are the mechanism for rationing scarce resources.

Similarly, prices determine who produces each good and how much is produced. For instance, consider farming. Because we need food to survive, it is crucial that some people work on farms. What determines who is a farmer and who is not? In a free society, there is no government planning agency making this decision and ensuring an adequate supply of food. Instead, the allocation of workers to farms is based on the job decisions of millions of workers. This decentralized system works well because these decisions depend on prices. The prices of food and the wages of farmworkers (the price of their labor) adjust to ensure that enough people choose to be farmers.

If a person had never seen a market economy in action, the whole idea might seem preposterous. Economies are enormous groups of people engaged in a multitude of interdependent activities. What prevents decentralized decision making from degenerating into chaos? What coordinates the actions of the millions of people with their varying abilities and desires? What ensures that what needs to be done is in fact done? The answer, in a word, is *prices*. If an invisible hand guides market economies, as Adam Smith famously suggested, then the price system is the baton that the invisible hand uses to conduct the economic orchestra.

"Two dollars"

"—and seventy-five cents."

SUMMARY

- Economists use the model of supply and demand to analyze competitive markets. In a competitive market, there are many buyers and sellers, each of whom has little or no influence on the market price.
- The demand curve shows how the quantity of a good demanded depends on the price. According to the law of demand, as the price of a good falls, the quantity demanded rises. Therefore, the demand curve slopes downward.
- In addition to price, other determinants of how much consumers want to buy include income, the prices of substitutes and complements, tastes, expectations, and the number of buyers. If one of these factors changes, the demand curve shifts.

- The supply curve shows how the quantity of a good supplied depends on the price. According to the law of supply, as the price of a good rises, the quantity supplied rises. Therefore, the supply curve slopes upward.
- In addition to price, other determinants of how much producers want to sell include input prices, technology, expectations, and the number of sellers. If one of these factors changes, the supply curve shifts.
- The intersection of the supply and demand curves determines the market equilibrium. At the equilibrium price, the quantity demanded equals the quantity supplied.
- The behavior of buyers and sellers naturally drives markets toward their equilibrium. When the market price is above the equilibrium price, there is a surplus of the good, which causes the market price to fall. When the market price is below the equilibrium price, there is a shortage, which causes the market price to rise.
- To analyze how any event influences a market, we use the supply-and-demand diagram to examine how the event affects the equilibrium price and quantity. To do this, we follow three steps. First, we decide whether the event shifts the supply curve or the demand curve (or both). Second, we decide in which direction the curve shifts. Third, we compare the new equilibrium with the initial equilibrium.
- In market economies, prices are the signals that guide economic decisions and thereby allocate scarce resources. For every good in the economy, the price ensures that supply and demand are in balance. The equilibrium price then determines how much of the good buyers choose to consume and how much sellers choose to produce.

KEY CONCEPTS

QUESTIONS FOR REVIEW

1. What is a competitive market? Briefly describe a type of market that is not perfectly competitive.
2. What are the demand schedule and the demand curve and how are they related? Why does the demand curve slope downward?
3. Does a change in consumers' tastes lead to a movement along the demand curve or a shift in the demand curve? Does a change in price lead to a movement along the demand curve or a shift in the demand curve?
4. Popeye's income declines, and as a result, he buys more spinach. Is spinach an inferior or a normal good? What happens to Popeye's demand curve for spinach?
5. What are the supply schedule and the supply curve and how are they related? Why does the supply curve slope upward?
6. Does a change in producers' technology lead to a movement along the supply curve or a shift in the supply curve? Does a change in price lead to a movement along the supply curve or a shift in the supply curve?
7. Define the equilibrium of a market. Describe the forces that move a market toward its equilibrium.

8. Beer and pizza are complements because they are often enjoyed together. When the price of beer rises, what happens to the supply, demand, quantity supplied, quantity demanded, and the price in the market for pizza?
9. Describe the role of prices in market economies.

PROBLEMS AND APPLICATIONS

1. Explain each of the following statements using supply-and-demand diagrams.
   a. "When a cold snap hits Florida, the price of orange juice rises in supermarkets throughout the country."
   b. "When the weather turns warm in New England every summer, the price of hotel rooms in Caribbean resorts plummets."
   c. "When a war breaks out in the Middle East, the price of gasoline rises, and the price of a used Cadillac falls."
2. "An increase in the demand for notebooks raises the quantity of notebooks demanded but not the quantity supplied." Is this statement true or false? Explain.
3. Consider the market for minivans. For each of the events listed here, identify which of the determinants of demand or supply are affected. Also indicate whether demand or supply increases or decreases. Then draw a diagram to show the effect on the price and quantity of minivans.
   a. People decide to have more children.
   b. A strike by steelworkers raises steel prices.
   c. Engineers develop new automated machinery for the production of minivans.
   d. The price of sports utility vehicles rises.
   e. A stock-market crash lowers people's wealth.
4. Identify the flaw in this analysis: "If more Americans go on a low-carb diet, the demand for bread will fall. The decrease in the demand for bread will cause the price of bread to fall. The lower price, however, will then increase the demand. In the new equilibrium, Americans might end up consuming more bread than they did initially."
5. Consider the markets for DVD movies, TV screens, and tickets at movie theaters.
   a. For each pair, identify whether they are complements or substitutes:
      - DVDs and TV screens
      - DVDs and movie tickets
      - TV screens and movie tickets
   b. Suppose a technological advance reduces the cost of manufacturing TV screens. Draw a diagram to show what happens in the market for TV screens.
   c. Draw two more diagrams to show how the change in the market for TV screens affects the markets for DVDs and movie tickets.
6. Over the past 20 years, technological advances have reduced the cost of computer chips. How do you think this affected the market for computers? For computer software? For typewriters?
7. Using supply-and-demand diagrams, show the effect of the following events on the market for sweatshirts.
   a. A hurricane in South Carolina damages the cotton crop.
   b. The price of leather jackets falls.
   c. All colleges require morning exercise in appropriate attire.
   d. New knitting machines are invented.
8. A survey shows an increase in drug use by young people. In the ensuing debate, two hypotheses are proposed:
   - Reduced police efforts have increased the availability of drugs on the street.
   - Cutbacks in education efforts have decreased awareness of the dangers of drug addiction.
   a. Use supply-and-demand diagrams to show how each of these hypotheses could lead to an increase in quantity of drugs consumed.
   b. How could information on what has happened to the price of drugs help us to distinguish between these explanations?
9. Suppose that in the year 2010 the number of births is temporarily high. How does this baby boom affect the price of babysitting services in 2015 and 2025? (Hint: 5-year-olds need babysitters, whereas 15-year-olds can be babysitters.)
10. Ketchup is a complement (as well as a condiment) for hot dogs. If the price of hot dogs rises, what happens to the market for ketchup? For tomatoes? For tomato juice? For orange juice?

11. The market for pizza has the following demand and supply schedules:

Price	Quantity Demanded	Quantity Supplied
$4	135 pizzas	26 pizzas
5	104	53
6	81	81
7	68	98
8	53	110
9	39	121

 a. Graph the demand and supply curves. What is the equilibrium price and quantity in this market?
 b. If the actual price in this market were *above* the equilibrium price, what would drive the market toward the equilibrium?
 c. If the actual price in this market were *below* the equilibrium price, what would drive the market toward the equilibrium?

12. Consider the following events: Scientists reveal that consumption of oranges decreases the risk of diabetes and, at the same time, farmers use a new fertilizer that makes orange trees more productive. Illustrate and explain what effect these changes have on the equilibrium price and quantity of oranges.

13. Because bagels and cream cheese are often eaten together, they are complements.
 a. We observe that both the equilibrium price of cream cheese and the equilibrium quantity of bagels have risen. What could be responsible for this pattern—a fall in the price of flour or a fall in the price of milk? Illustrate and explain your answer.
 b. Suppose instead that the equilibrium price of cream cheese has risen but the equilibrium quantity of bagels has fallen. What could be responsible for this pattern—a rise in the price of flour or a rise in the price of milk? Illustrate and explain your answer.

14. Suppose that the price of basketball tickets at your college is determined by market forces. Currently, the demand and supply schedules are as follows:

Price	Quantity Demanded	Quantity Supplied
$ 4	10,000 tickets	8,000 tickets
8	8,000	8,000
12	6,000	8,000
16	4,000	8,000
20	2,000	8,000

 a. Draw the demand and supply curves. What is unusual about this supply curve? Why might this be true?
 b. What are the equilibrium price and quantity of tickets?
 c. Your college plans to increase total enrollment next year by 5,000 students. The additional students will have the following demand schedule:

Price	Quantity Demanded
$ 4	4,000 tickets
8	3,000
12	2,000
16	1,000
20	0

 Now add the old demand schedule and the demand schedule for the new students to calculate the new demand schedule for the entire college. What will be the new equilibrium price and quantity?

15. Market research has revealed the following information about the market for chocolate bars: The demand schedule can be represented by the equation $Q^D = 1{,}600 - 300P$, where Q^D is the quantity demanded and P is the price. The supply schedule can be represented by the equation $Q^S = 1{,}400 + 700P$, where Q^S is the quantity supplied. Calculate the equilibrium price and quantity in the market for chocolate bars.

CHAPTER

5

Elasticity and Its Application

Imagine that some event drives up the price of gasoline in the United States. It could be a war in the Middle East that disrupts the world supply of oil, a booming Chinese economy that boosts the world demand for oil, or a new tax on gasoline passed by Congress. How would U.S. consumers respond to the higher price?

It is easy to answer this question in broad fashion: Consumers would buy less. That is simply the law of demand we learned in the previous chapter. But you might want a precise answer. By how much would consumption of gasoline fall? This question can be answered using a concept called *elasticity*, which we develop in this chapter.

Elasticity is a measure of how much buyers and sellers respond to changes in market conditions. When studying how some event or policy affects a market, we can discuss not only the direction of the effects but their magnitude as well. Elasticity is useful in many applications, as we will see toward the end of this chapter.

Before proceeding, however, you might be curious about the answer to the gasoline question. Many studies have examined consumers' response to gasoline prices, and they typically find that the quantity demanded responds more in the long run than it does in the short run. A 10 percent increase in gasoline prices reduces gasoline consumption by about 2.5 percent after a year and about 6 percent after five years. About half of the long-run reduction in quantity demanded arises because people drive less and half because they switch to more fuel-efficient cars. Both responses are reflected in the demand curve and its elasticity.

THE ELASTICITY OF DEMAND

When we introduced demand in Chapter 4, we noted that consumers usually buy more of a good when its price is lower, when their incomes are higher, when the prices of substitutes for the good are higher, or when the prices of complements of the good are lower. Our discussion of demand was qualitative, not quantitative. That is, we discussed the direction in which quantity demanded moves but not the size of the change. To measure how much consumers respond to changes in these variables, economists use the concept of **elasticity**.

elasticity
a measure of the responsiveness of quantity demanded or quantity supplied to one of its determinants

The Price Elasticity of Demand and Its Determinants

price elasticity of demand
a measure of how much the quantity demanded of a good responds to a change in the price of that good, computed as the percentage change in quantity demanded divided by the percentage change in price

The law of demand states that a fall in the price of a good raises the quantity demanded. The **price elasticity of demand** measures how much the quantity demanded responds to a change in price. Demand for a good is said to be *elastic* if the quantity demanded responds substantially to changes in the price. Demand is said to be *inelastic* if the quantity demanded responds only slightly to changes in the price.

The price elasticity of demand for any good measures how willing consumers are to buy less of the good as its price rises. Thus, the elasticity reflects the many economic, social, and psychological forces that shape consumer preferences. Based on experience, however, we can state some general rules about what determines the price elasticity of demand.

Availability of Close Substitutes Goods with close substitutes tend to have more elastic demand because it is easier for consumers to switch from that good to others. For example, butter and margarine are easily substitutable. A small increase in the price of butter, assuming the price of margarine is held fixed, causes the quantity of butter sold to fall by a large amount. By contrast, because eggs are a food without a close substitute, the demand for eggs is less elastic than the demand for butter.

Necessities versus Luxuries Necessities tend to have inelastic demands, whereas luxuries have elastic demands. When the price of a doctor's visit rises, people will not dramatically reduce the number of times they go to the doctor, although they might go somewhat less often. By contrast, when the price of sailboats rises, the quantity of sailboats demanded falls substantially. The reason is that most people view doctor visits as a necessity and sailboats as a luxury. Of course, whether a good is a necessity or a luxury depends not on the intrinsic properties of the good but on the preferences of the buyer. For avid sailors with little concern over their health, sailboats might be a necessity with inelastic demand and doctor visits a luxury with elastic demand.

Definition of the Market The elasticity of demand in any market depends on how we draw the boundaries of the market. Narrowly defined markets tend to have more elastic demand than broadly defined markets because it is easier to find close substitutes for narrowly defined goods. For example, food, a broad category, has a fairly inelastic demand because there are no good substitutes for food. Ice cream, a narrower category, has a more elastic demand because it is easy to substitute other desserts for ice cream. Vanilla ice cream, a very narrow category, has a very elastic demand because other flavors of ice cream are almost perfect substitutes for vanilla.

Time Horizon Goods tend to have more elastic demand over longer time horizons. When the price of gasoline rises, the quantity of gasoline demanded falls only slightly in the first few months. Over time, however, people buy more fuel-efficient cars, switch to public transportation, and move closer to where they work. Within several years, the quantity of gasoline demanded falls more substantially.

Computing the Price Elasticity of Demand

Now that we have discussed the price elasticity of demand in general terms, let's be more precise about how it is measured. Economists compute the price elasticity of demand as the percentage change in the quantity demanded divided by the percentage change in the price. That is,

$$\text{Price elasticity of demand} = \frac{\text{Percentage change in quantity demanded}}{\text{Percentage change in price}}.$$

For example, suppose that a 10 percent increase in the price of an ice-cream cone causes the amount of ice cream you buy to fall by 20 percent. We calculate your elasticity of demand as

$$\text{Price elasticity of demand} = \frac{20 \text{ percent}}{10 \text{ percent}} = 2.$$

In this example, the elasticity is 2, reflecting that the change in the quantity demanded is proportionately twice as large as the change in the price.

Because the quantity demanded of a good is negatively related to its price, the percentage change in quantity will always have the opposite sign as the percentage change in price. In this example, the percentage change in price is a *positive* 10 percent (reflecting an increase), and the percentage change in quantity demanded is a *negative* 20 percent (reflecting a decrease). For this reason, price elasticities of demand are sometimes reported as negative numbers. In this book, we follow the common practice of dropping the minus sign and reporting all price elasticities of demand as positive numbers. (Mathematicians call this the *absolute value.*) With this convention, a larger price elasticity implies a greater responsiveness of quantity demanded to price.

The Midpoint Method: A Better Way to Calculate Percentage Changes and Elasticities

If you try calculating the price elasticity of demand between two points on a demand curve, you will quickly notice an annoying problem: The elasticity from point A to point B seems different from the elasticity from point B to point A. For example, consider these numbers:

Point A:	Price = \$4	Quantity = 120
Point B:	Price = \$6	Quantity = 80

Going from point A to point B, the price rises by 50 percent, and the quantity falls by 33 percent, indicating that the price elasticity of demand is 33/50, or 0.66. By contrast, going from point B to point A, the price falls by 33 percent, and the quantity rises by 50 percent, indicating that the price elasticity of demand is 50/33, or 1.5. This difference arises because the percentage changes are calculated from a different base.

One way to avoid this problem is to use the *midpoint method* for calculating elasticities. The standard procedure for computing a percentage change is to divide the change by the initial level. By contrast, the midpoint method computes a percentage change by dividing the change by the midpoint (or average) of the initial and final levels. For instance, \$5 is the midpoint between \$4 and \$6. Therefore, according to the midpoint method, a change from \$4 to \$6 is considered a 40 percent rise because $(6 - 4) / 5 \times 100 = 40$. Similarly, a change from \$6 to \$4 is considered a 40 percent fall.

Because the midpoint method gives the same answer regardless of the direction of change, it is often used when calculating the price elasticity of demand between two points. In our example, the midpoint between point A and point B is:

Midpoint: Price = \$5 Quantity = 100

According to the midpoint method, when going from point A to point B, the price rises by 40 percent, and the quantity falls by 40 percent. Similarly, when going from point B to point A, the price falls by 40 percent, and the quantity rises by 40 percent. In both directions, the price elasticity of demand equals 1.

The following formula expresses the midpoint method for calculating the price elasticity of demand between two points, denoted (Q_1, P_1) and (Q_2, P_2):

$$\text{Price elasticity of demand} = \frac{(Q_2 - Q_1) / [(Q_2 + Q_1) / 2]}{(P_2 - P_1) / [(P_2 + P_1) / 2]}.$$

The numerator is the percentage change in quantity computed using the midpoint method, and the denominator is the percentage change in price computed using the midpoint method. If you ever need to calculate elasticities, you should use this formula.

In this book, however, we rarely perform such calculations. For most of our purposes, what elasticity represents—the responsiveness of quantity demanded to a change in price—is more important than how it is calculated.

The Variety of Demand Curves

Economists classify demand curves according to their elasticity. Demand is considered *elastic* when the elasticity is greater than 1, which means the quantity moves proportionately more than the price. Demand is considered *inelastic* when the elasticity is less than 1, which means the quantity moves proportionately less

The price elasticity of demand determines whether the demand curve is steep or flat. Note that all percentage changes are calculated using the midpoint method.

FIGURE 1

The Price Elasticity of Demand

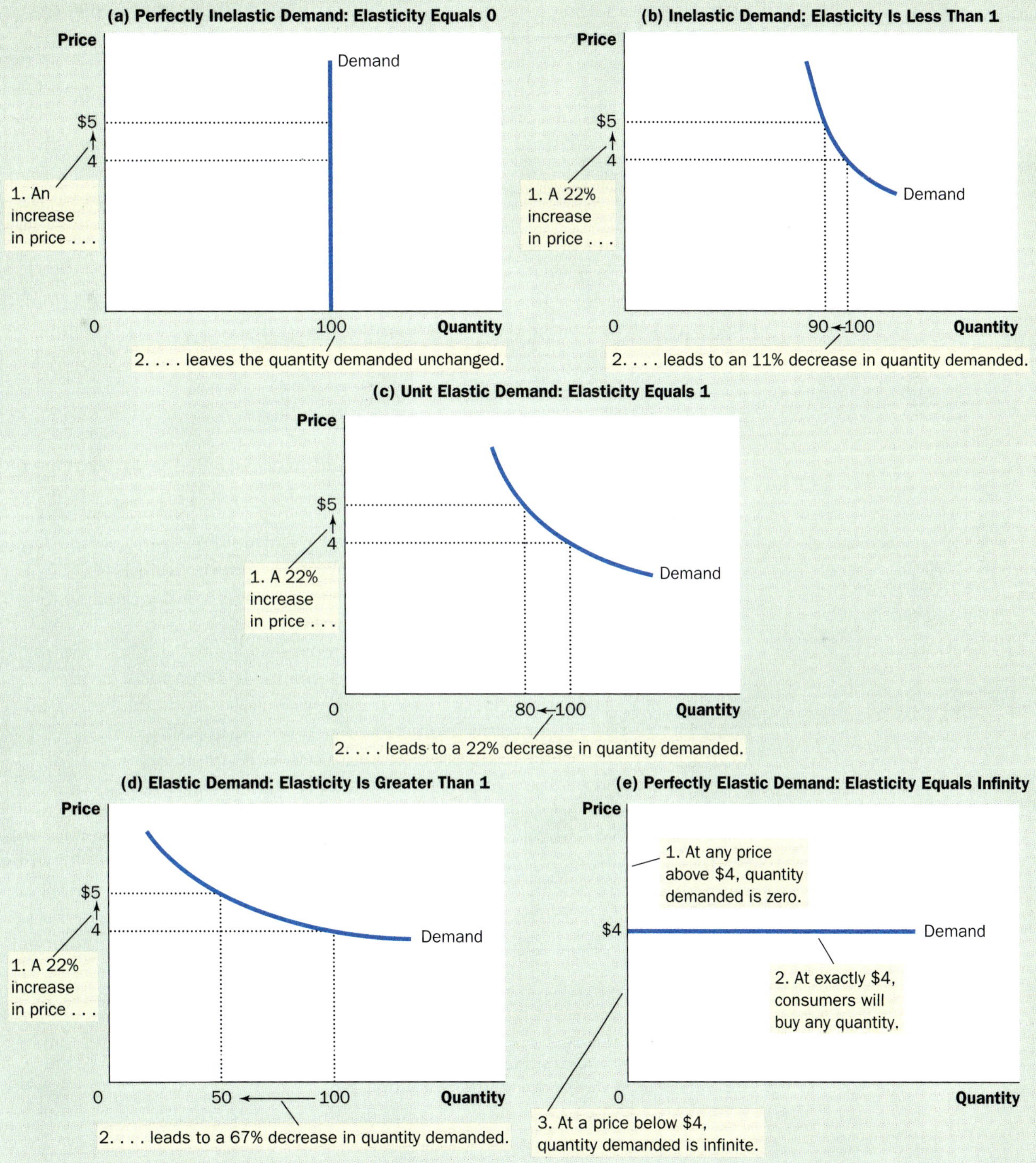

than the price. If the elasticity is exactly 1, the quantity moves the same amount proportionately as the price, and demand is said to have *unit elasticity*.

Because the price elasticity of demand measures how much quantity demanded responds to changes in the price, it is closely related to the slope of the demand curve. The following rule of thumb is a useful guide: The flatter the demand curve that passes through a given point, the greater the price elasticity of demand. The steeper the demand curve that passes through a given point, the smaller the price elasticity of demand.

Figure 1 on the previous page shows five cases. In the extreme case of a zero elasticity, shown in panel (a), demand is *perfectly inelastic*, and the demand curve is vertical. In this case, regardless of the price, the quantity demanded stays the same. As the elasticity rises, the demand curve gets flatter and flatter, as shown in panels (b), (c), and (d). At the opposite extreme, shown in panel (e), demand is *perfectly elastic*. This occurs as the price elasticity of demand approaches infinity and the demand curve becomes horizontal, reflecting the fact that very small changes in the price lead to huge changes in the quantity demanded.

Finally, if you have trouble keeping straight the terms *elastic* and *inelastic*, here's a memory trick for you: *I*nelastic curves, such as in panel (a) of Figure 1, look like the letter I. This is not a deep insight, but it might help on your next exam.

Total Revenue and the Price Elasticity of Demand

total revenue
the amount paid by buyers and received by sellers of a good, computed as the price of the good times the quantity sold

When studying changes in supply or demand in a market, one variable we often want to study is **total revenue**, the amount paid by buyers and received by sellers of the good. In any market, total revenue is $P \times Q$, the price of the good times the quantity of the good sold. We can show total revenue graphically, as in Figure 2. The height of the box under the demand curve is P, and the width is Q. The area of this box, $P \times Q$, equals the total revenue in this market. In Figure 2, where $P =$ \$4 and $Q = 100$, total revenue is \$4 $\times$ 100, or \$400.

How does total revenue change as one moves along the demand curve? The answer depends on the price elasticity of demand. If demand is inelastic, as in panel (a) of Figure 3, then an increase in the price causes an increase in total revenue. Here an increase in price from \$1 to \$3 causes the quantity demanded to fall from 100 to 80, so total revenue rises from \$100 to \$240. An increase in price raises $P \times Q$ because the fall in Q is proportionately smaller than the rise in P.

We obtain the opposite result if demand is elastic: An increase in the price causes a decrease in total revenue. In panel (b) of Figure 3, for instance, when the price rises from \$4 to \$5, the quantity demanded falls from 50 to 20, so total revenue falls from \$200 to \$100. Because demand is elastic, the reduction in the quantity demanded is so great that it more than offsets the increase in the price. That is, an increase in price reduces $P \times Q$ because the fall in Q is proportionately greater than the rise in P.

Although the examples in this figure are extreme, they illustrate some general rules:

- When demand is inelastic (a price elasticity less than 1), price and total revenue move in the same direction.
- When demand is elastic (a price elasticity greater than 1), price and total revenue move in opposite directions.

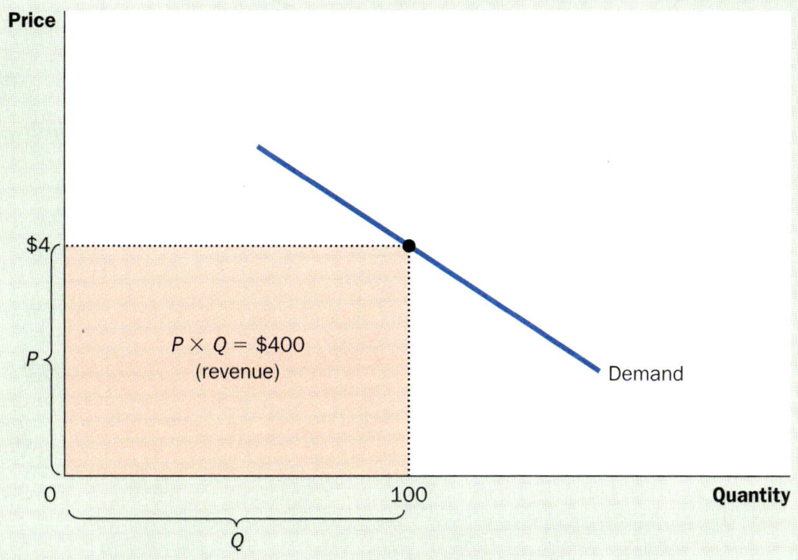

FIGURE 2

Total Revenue
The total amount paid by buyers, and received as revenue by sellers, equals the area of the box under the demand curve, $P \times Q$. Here, at a price of \$4, the quantity demanded is 100, and total revenue is \$400.

- If demand is unit elastic (a price elasticity exactly equal to 1), total revenue remains constant when the price changes.

Elasticity and Total Revenue along a Linear Demand Curve

Let's examine how elasticity varies along a linear demand curve, as shown in Figure 4. We know that a straight line has a constant slope. Slope is defined as "rise over run," which here is the ratio of the change in price ("rise") to the change in quantity ("run"). This particular demand curve's slope is constant because each \$1 increase in price causes the same two-unit decrease in the quantity demanded.

Even though the slope of a linear demand curve is constant, the elasticity is not. This is true because the slope is the ratio of *changes* in the two variables, whereas the elasticity is the ratio of *percentage changes* in the two variables. You can see this by looking at the table in Figure 4, which shows the demand schedule for the linear demand curve in the graph. The table uses the midpoint method to calculate the price elasticity of demand. At points with a low price and high quantity, the demand curve is inelastic. At points with a high price and low quantity, the demand curve is elastic.

The table also presents total revenue at each point on the demand curve. These numbers illustrate the relationship between total revenue and elasticity. When the price is \$1, for instance, demand is inelastic, and a price increase to \$2 raises total revenue. When the price is \$5, demand is elastic, and a price increase to \$6 reduces total revenue. Between \$3 and \$4, demand is exactly unit elastic, and total revenue is the same at these two prices.

The linear demand curve illustrates that the price elasticity of demand need not be the same at all points on a demand curve. A constant elasticity is possible, but it is not always the case.

3 FIGURE

How Total Revenue Changes When Price Changes

The impact of a price change on total revenue (the product of price and quantity) depends on the elasticity of demand. In panel (a), the demand curve is inelastic. In this case, an increase in the price leads to a decrease in quantity demanded that is proportionately smaller, so total revenue increases. Here an increase in the price from $1 to $3 causes the quantity demanded to fall from 100 to 80. Total revenue rises from $100 to $240. In panel (b), the demand curve is elastic. In this case, an increase in the price leads to a decrease in quantity demanded that is proportionately larger, so total revenue decreases. Here an increase in the price from $4 to $5 causes the quantity demanded to fall from 50 to 20. Total revenue falls from $200 to $100.

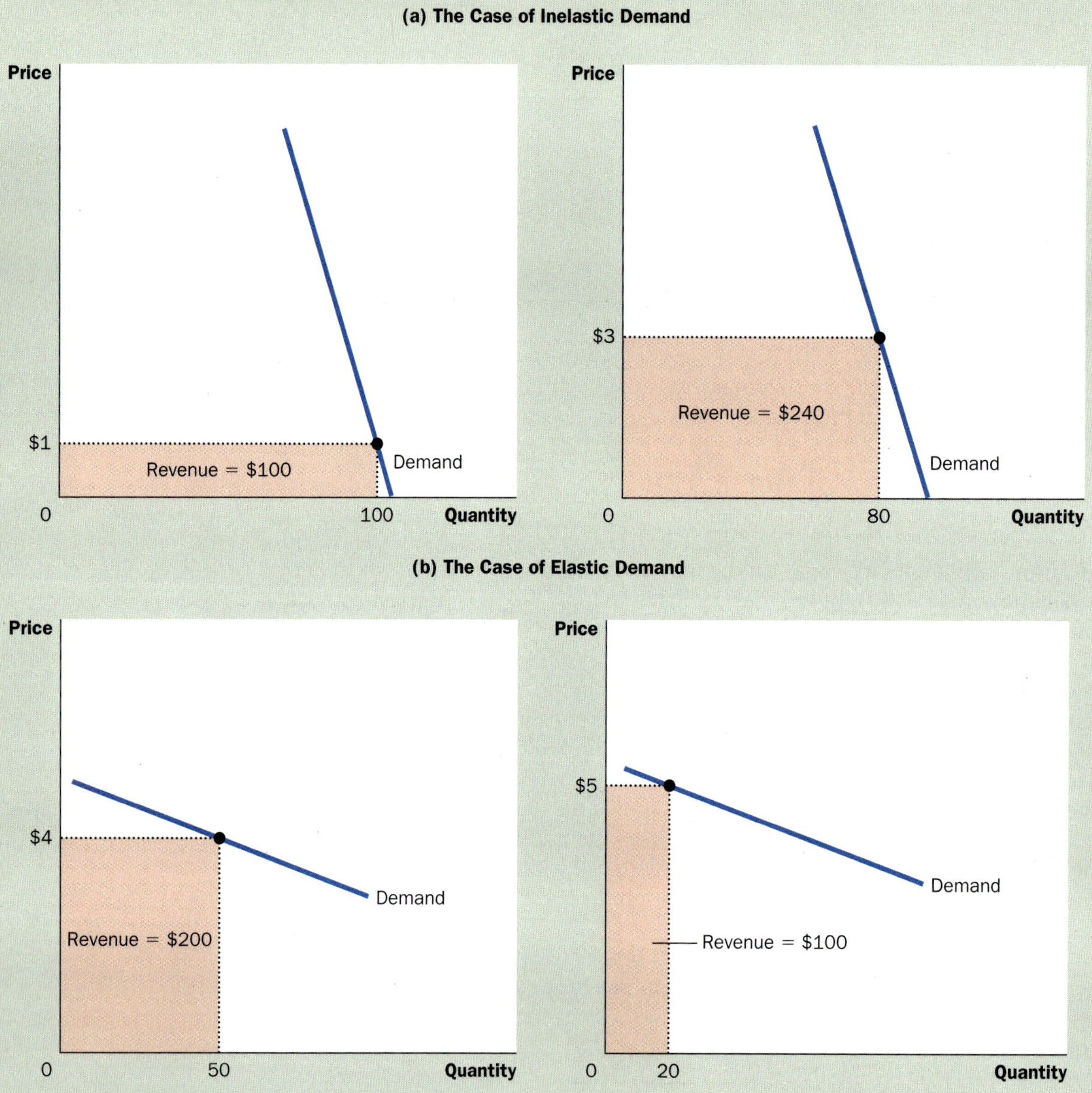

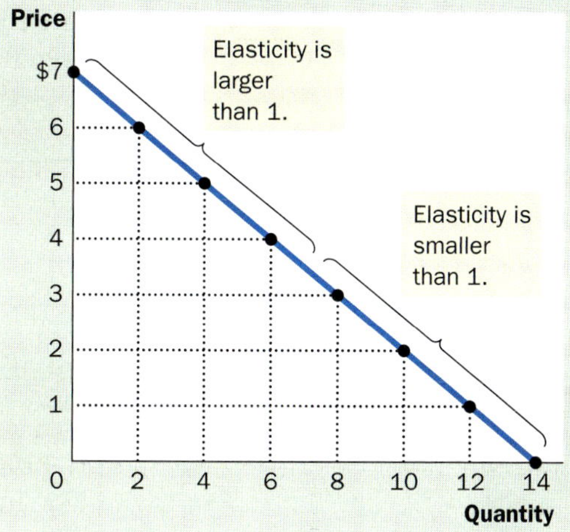

FIGURE 4

Elasticity of a Linear Demand Curve
The slope of a linear demand curve is constant, but its elasticity is not. The demand schedule in the table was used to calculate the price elasticity of demand by the midpoint method. At points with a low price and high quantity, the demand curve is inelastic. At points with a high price and low quantity, the demand curve is elastic.

Price	Quantity	Total Revenue (Price × Quantity)	Percentage Change in Price	Percentage Change in Quantity	Elasticity	Description
$7	0	$ 0				
			15	200	13.0	Elastic
6	2	12				
			18	67	3.7	Elastic
5	4	20				
			22	40	1.8	Elastic
4	6	24				
			29	29	1.0	Unit elastic
3	8	24				
			40	22	0.6	Inelastic
2	10	20				
			67	18	0.3	Inelastic
1	12	12				
			200	15	0.1	Inelastic
0	14	0				

Other Demand Elasticities

In addition to the price elasticity of demand, economists use other elasticities to describe the behavior of buyers in a market.

The Income Elasticity of Demand The **income elasticity of demand** measures how the quantity demanded changes as consumer income changes. It is calculated as the percentage change in quantity demanded divided by the percentage change in income. That is,

$$\text{Income elasticity of demand} = \frac{\text{Percentage change in quantity demanded}}{\text{Percentage change in income}}.$$

As we discussed in Chapter 4, most goods are *normal goods:* Higher income raises the quantity demanded. Because quantity demanded and income move in the same direction, normal goods have positive income elasticities. A few goods, such as bus rides, are *inferior goods:* Higher income lowers the quantity demanded. Because quantity demanded and income move in opposite directions, inferior goods have negative income elasticities.

income elasticity of demand
a measure of how much the quantity demanded of a good responds to a change in consumers' income, computed as the percentage change in quantity demanded divided by the percentage change in income

In The News

Energy Demand

What would induce consumers to use less gasoline and electricity?

Real Energy Savers Don't Wear Cardigans. Or Do They?

By Anna Bernasek

When oil and gas prices surged after Hurricanes Katrina and Rita, President Bush appealed to Americans to conserve energy. He asked people to cut back on nonessential travel, for example, and to carpool to work. Then, in October, the White House started a campaign for energy conservation in American homes, dusting off some old ideas like switching to fluorescent light bulbs and installing better insulation in attics.

Some critics derided the program as a bizarre flashback from the 1970's—a collection of worn-out ideas that evoked feelings of deprivation and gloom. It will be a pity, though, if an effective energy policy never gets off the ground. Much has been learned since the 70's about what works and what doesn't. . . .

There are reasons for optimism. One is that market forces can help provide solutions: higher prices, on their own, can make people cut back. Just how responsive consumers are to price changes—what economists call the elasticity of demand—has been the focus of much research. Today, economists believe that they have developed a pretty good rule of thumb for energy use. In the case of electricity, which is relatively easy to measure, they have found that

when the price rises 10 percent, electricity use falls roughly 3 percent. At the gas pump, a 10 percent increase in price leads to a decline of around 2 percent in demand. [*Author's note:* It would be more precise to say that the price increase leads to a 2 percent decline in quantity demanded, because the change represents a movement along the demand curve.]

Consumer behavior can change quickly in a crisis. A study by Peter C. Reiss, a professor of economics at Stanford, and Matthew W. White, a professor of business and public policy at the Wharton School of the University of Pennsylvania, provides some recent evidence. In examining San Diego households during the California electricity crisis of 2000 and 2001, they found that use of electricity dropped surprisingly fast. In the summer of 2000, within 60 days of seeing monthly electric bills rise by about $60—an increase of 130 percent—the average household cut its use of electricity by 12 percent.

That kind of drop requires a big change in behavior. The authors found that households had turned off air-conditioners in the middle of summer and had invested in new energy-efficient appliances, among other things.

High costs aren't the only force that will influence consumers to cut back. Although public appeals to save energy may be ridiculed by comedians on late-night television—recall President Jimmy Carter's cardigan sweater—the efforts can have a substantial impact.

Professors Reiss and White found that to be true in San Diego. In February 2001, with electricity prices capped, the state of California began a campaign to have households conserve electricity. It worked. "It was clear by about six months into 2001 that public appeals were having a big impact," Professor White said. Such campaigns can have significant effects on consumer behavior, he said, if they offer a clear explanation of what people can do and how it will make a difference.

Perhaps the most important reason for optimism is technology's role in promoting energy savings. From 1979 to 1985, in the aftermath of energy shortages, Americans reduced their oil consumption by 15 percent. The single biggest factor was a shift in car-buying habits. Americans found that driving fuel-efficient cars, instead of gas guzzlers, didn't stop them from going where they wanted to go.

Source: *New York Times*, November 13, 2005.

PHOTO: © DENNIS BRACK/LANDOV

Even among normal goods, income elasticities vary substantially in size. Necessities, such as food and clothing, tend to have small income elasticities because consumers choose to buy some of these goods even when their incomes are low. Luxuries, such as caviar and diamonds, tend to have large income elasticities because consumers feel that they can do without these goods altogether if their incomes are too low.

The Cross-Price Elasticity of Demand The **cross-price elasticity of demand** measures how the quantity demanded of one good responds to a change in the price of another good. It is calculated as the percentage change in quantity demanded of good 1 divided by the percentage change in the price of good 2. That is,

cross-price elasticity of demand
a measure of how much the quantity demanded of one good responds to a change in the price of another good, computed as the percentage change in quantity demanded of the first good divided by the percentage change in the price of the second good

$$\text{Cross-price elasticity of demand} = \frac{\text{Percentage change in quantity demanded of good 1}}{\text{Percentage change in the price of good 2}}.$$

Whether the cross-price elasticity is a positive or negative number depends on whether the two goods are substitutes or complements. As we discussed in Chapter 4, substitutes are goods that are typically used in place of one another, such as hamburgers and hot dogs. An increase in hot dog prices induces people to grill hamburgers instead. Because the price of hot dogs and the quantity of hamburgers demanded move in the same direction, the cross-price elasticity is positive. Conversely, complements are goods that are typically used together, such as computers and software. In this case, the cross-price elasticity is negative, indicating that an increase in the price of computers reduces the quantity of software demanded.

QUICK QUIZ Define the price elasticity of demand. • Explain the relationship between total revenue and the price elasticity of demand.

THE ELASTICITY OF SUPPLY

When we introduced supply in Chapter 4, we noted that producers of a good offer to sell more of it when the price of the good rises. To turn from qualitative to quantitative statements about quantity supplied, we once again use the concept of elasticity.

The Price Elasticity of Supply and Its Determinants

The law of supply states that higher prices raise the quantity supplied. The **price elasticity of supply** measures how much the quantity supplied responds to changes in the price. Supply of a good is said to be *elastic* if the quantity supplied responds substantially to changes in the price. Supply is said to be *inelastic* if the quantity supplied responds only slightly to changes in the price.

price elasticity of supply
a measure of how much the quantity supplied of a good responds to a change in the price of that good, computed as the percentage change in quantity supplied divided by the percentage change in price

The price elasticity of supply depends on the flexibility of sellers to change the amount of the good they produce. For example, beachfront land has an inelastic supply because it is almost impossible to produce more of it. By contrast, manufactured goods, such as books, cars, and televisions, have elastic supplies because firms that produce them can run their factories longer in response to a higher price.

In most markets, a key determinant of the price elasticity of supply is the time period being considered. Supply is usually more elastic in the long run than in the short run. Over short periods of time, firms cannot easily change the size of their factories to make more or less of a good. Thus, in the short run, the quantity supplied is not very responsive to the price. By contrast, over longer periods, firms can build new factories or close old ones. In addition, new firms can enter a market, and old firms can shut down. Thus, in the long run, the quantity supplied can respond substantially to price changes.

Computing the Price Elasticity of Supply

Now that we have a general understanding about the price elasticity of supply, let's be more precise. Economists compute the price elasticity of supply as the percentage change in the quantity supplied divided by the percentage change in the price. That is,

$$\text{Price elasticity of supply} = \frac{\text{Percentage change in quantity supplied}}{\text{Percentage change in price}}.$$

For example, suppose that an increase in the price of milk from \$2.85 to \$3.15 a gallon raises the amount that dairy farmers produce from 9,000 to 11,000 gallons per month. Using the midpoint method, we calculate the percentage change in price as

$$\text{Percentage change in price} = (3.15 - 2.85) \ / \ 3.00 \times 100 = 10 \text{ percent}.$$

Similarly, we calculate the percentage change in quantity supplied as

$$\text{Percentage change in quantity supplied} = (11{,}000 - 9{,}000) \ / \ 10{,}000 \times 100 = 20 \text{ percent}.$$

In this case, the price elasticity of supply is

$$\text{Price elasticity of supply} = \frac{20 \text{ percent}}{10 \text{ percent}} = 2.0.$$

In this example, the elasticity of 2 indicates that the quantity supplied changes proportionately twice as much as the price.

The Variety of Supply Curves

Because the price elasticity of supply measures the responsiveness of quantity supplied to the price, it is reflected in the appearance of the supply curve. Figure 5 shows five cases. In the extreme case of a zero elasticity, as shown in panel (a), supply is *perfectly inelastic*, and the supply curve is vertical. In this case, the quantity supplied is the same regardless of the price. As the elasticity rises, the supply curve gets flatter, which shows that the quantity supplied responds more to changes in the price. At the opposite extreme, shown in panel (e), supply is *perfectly elastic*. This occurs as the price elasticity of supply approaches infinity and the supply curve becomes horizontal, meaning that very small changes in the price lead to very large changes in the quantity supplied.

The price elasticity of supply determines whether the supply curve is steep or flat. Note that all percentage changes are calculated using the midpoint method.

FIGURE 5

The Price Elasticity of Supply

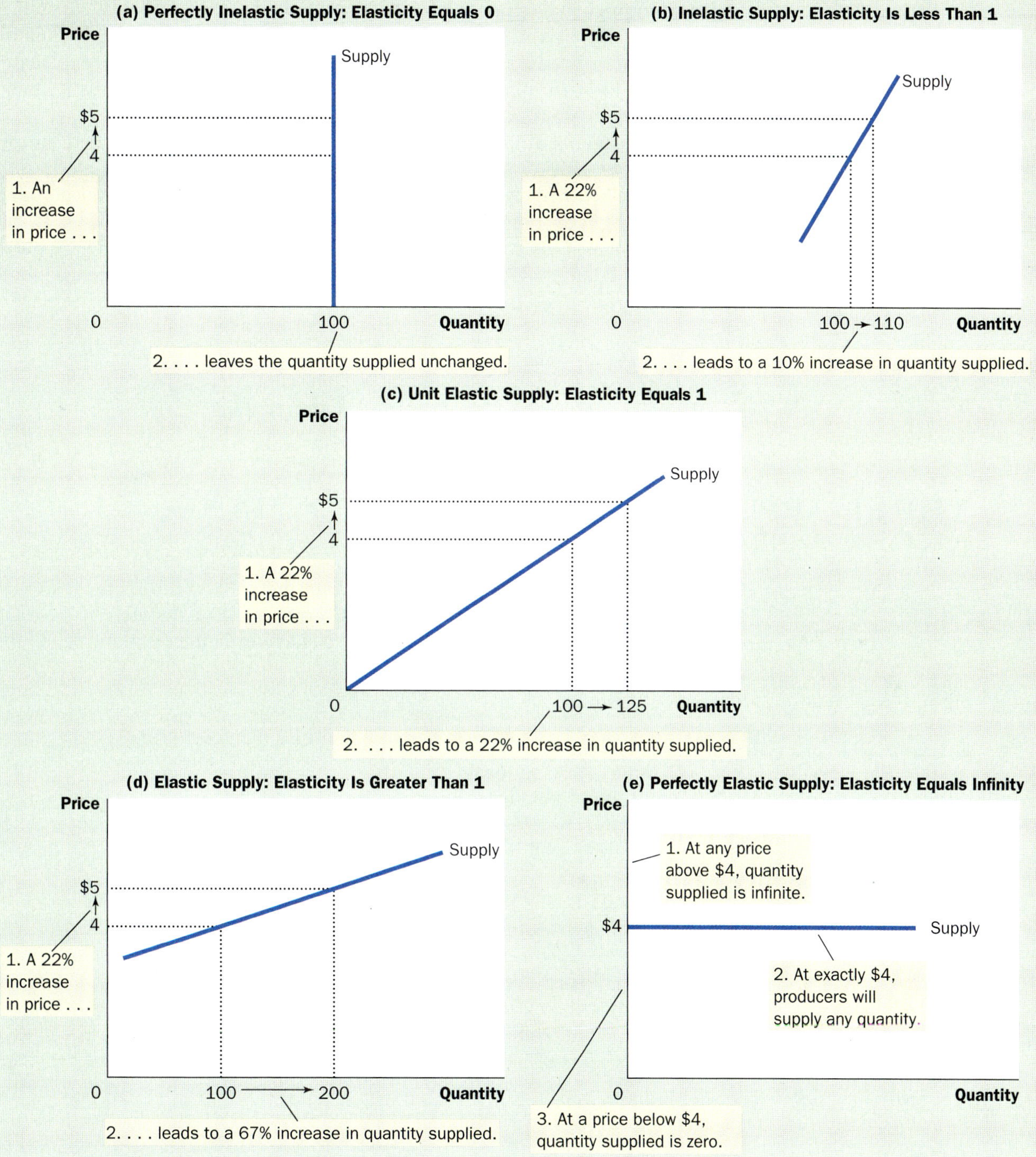

In some markets, the elasticity of supply is not constant but varies over the supply curve. Figure 6 shows a typical case for an industry in which firms have factories with a limited capacity for production. For low levels of quantity supplied, the elasticity of supply is high, indicating that firms respond substantially to changes in the price. In this region, firms have capacity for production that is not being used, such as plants and equipment idle for all or part of the day. Small increases in price make it profitable for firms to begin using this idle capacity. As the quantity supplied rises, firms begin to reach capacity. Once capacity is fully used, increasing production further requires the construction of new plants. To induce firms to incur this extra expense, the price must rise substantially, so supply becomes less elastic.

Figure 6 presents a numerical example of this phenomenon. When the price rises from \$3 to \$4 (a 29 percent increase, according to the midpoint method), the quantity supplied rises from 100 to 200 (a 67 percent increase). Because quantity supplied changes proportionately more than the price, the supply curve has elasticity greater than 1. By contrast, when the price rises from \$12 to \$15 (a 22 percent increase), the quantity supplied rises from 500 to 525 (a 5 percent increase). In this case, quantity supplied moves proportionately less than the price, so the elasticity is less than 1.

QUICK QUIZ Define the price elasticity of supply. • Explain why the price elasticity of supply might be different in the long run and in the short run.

THREE APPLICATIONS OF SUPPLY, DEMAND, AND ELASTICITY

Can good news for farming be bad news for farmers? Why did OPEC fail to keep the price of oil high? Does drug interdiction increase or decrease drug-related crime? At first, these questions might seem to have little in common. Yet all three

6 FIGURE

How the Price Elasticity of Supply Can Vary
Because firms often have a maximum capacity for production, the elasticity of supply may be very high at low levels of quantity supplied and very low at high levels of quantity supplied. Here an increase in price from \$3 to \$4 increases the quantity supplied from 100 to 200. Because the 67 percent increase in quantity supplied (computed using the midpoint method) is larger than the 29 percent increase in price, the supply curve is elastic in this range. By contrast, when the price rises from \$12 to \$15, the quantity supplied rises only from 500 to 525. Because the 5 percent increase in quantity supplied is smaller than the 22 percent increase in price, the supply curve is inelastic in this range.

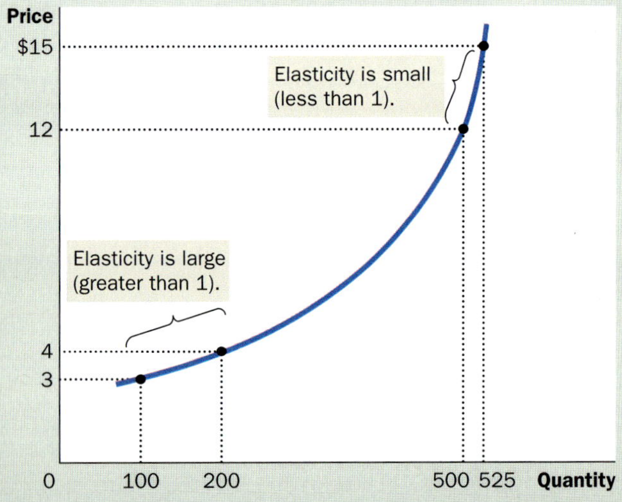

questions are about markets, and all markets are subject to the forces of supply and demand. Here we apply the versatile tools of supply, demand, and elasticity to answer these seemingly complex questions.

Can Good News for Farming Be Bad News for Farmers?

Imagine yourself as a Kansas wheat farmer. Because you earn all your income from selling wheat, you devote much effort to making your land as productive as possible. You monitor weather and soil conditions, check your fields for pests and disease, and study the latest advances in farm technology. You know that the more wheat you grow, the more you will have to sell after the harvest, and the higher will be your income and your standard of living.

One day, Kansas State University announces a major discovery. Researchers in its agronomy department have devised a new hybrid of wheat that raises the amount farmers can produce from each acre of land by 20 percent. How should you react to this news? Does this discovery make you better off or worse off than you were before?

Recall from Chapter 4 that we answer such questions in three steps. First, we examine whether the supply or demand curve shifts. Second, we consider in which direction the curve shifts. Third, we use the supply-and-demand diagram to see how the market equilibrium changes.

In this case, the discovery of the new hybrid affects the supply curve. Because the hybrid increases the amount of wheat that can be produced on each acre of land, farmers are now willing to supply more wheat at any given price. In other words, the supply curve shifts to the right. The demand curve remains the same because consumers' desire to buy wheat products at any given price is not affected by the introduction of a new hybrid. Figure 7 shows an example of such a change. When the supply curve shifts from S_1 to S_2, the quantity of wheat sold increases from 100 to 110, and the price of wheat falls from \$3 to \$2.

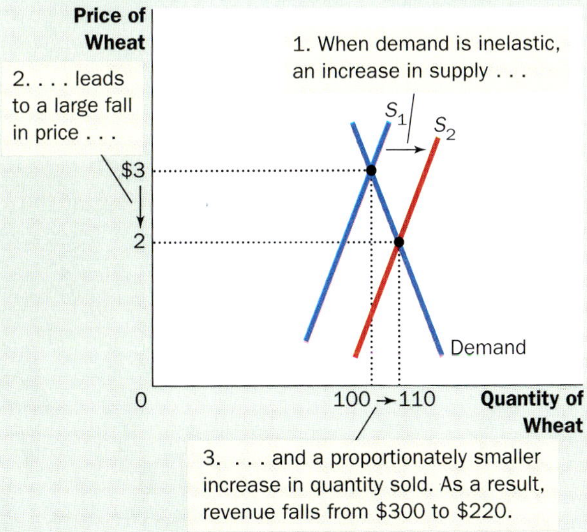

FIGURE 7

An Increase in Supply in the Market for Wheat
When an advance in farm technology increases the supply of wheat from S_1 to S_2, the price of wheat falls. Because the demand for wheat is inelastic, the increase in the quantity sold from 100 to 110 is proportionately smaller than the decrease in the price from \$3 to \$2. As a result, farmers' total revenue falls from \$300 (\$3 × 100) to \$220 (\$2 × 110).

Does this discovery make farmers better off? As a first cut to answering this question, consider what happens to the total revenue received by farmers. Farmers' total revenue is $P \times Q$, the price of the wheat times the quantity sold. The discovery affects farmers in two conflicting ways. The hybrid allows farmers to produce more wheat (Q rises), but now each bushel of wheat sells for less (P falls).

Whether total revenue rises or falls depends on the elasticity of demand. In practice, the demand for basic foodstuffs such as wheat is usually inelastic because these items are relatively inexpensive and have few good substitutes. When the demand curve is inelastic, as it is in Figure 7, a decrease in price causes total revenue to fall. You can see this in the figure: The price of wheat falls substantially, whereas the quantity of wheat sold rises only slightly. Total revenue falls from \$300 to \$220. Thus, the discovery of the new hybrid lowers the total revenue that farmers receive from the sale of their crops.

If farmers are made worse off by the discovery of this new hybrid, one might wonder why they adopt it. The answer goes to the heart of how competitive markets work. Because each farmer is only a small part of the market for wheat, he or she takes the price of wheat as given. For any given price of wheat, it is better to use the new hybrid to produce and sell more wheat. Yet when all farmers do this, the supply of wheat increases, the price falls, and farmers are worse off.

Although this example may at first seem hypothetical, it helps to explain a major change in the U.S. economy over the past century. Two hundred years ago, most Americans lived on farms. Knowledge about farm methods was sufficiently primitive that most Americans had to be farmers to produce enough food to feed the nation's population. Yet over time, advances in farm technology increased the amount of food that each farmer could produce. This increase in food supply, together with inelastic food demand, caused farm revenues to fall, which in turn encouraged people to leave farming.

A few numbers show the magnitude of this historic change. As recently as 1950, there were 10 million people working on farms in the United States, representing 17 percent of the labor force. Today, fewer than 3 million people work on farms, or 2 percent of the labor force. This change coincided with tremendous advances in farm productivity: Despite the 70 percent drop in the number of farmers, U.S. farms now produce more than twice the output of crops and livestock that they did in 1950.

This analysis of the market for farm products also helps to explain a seeming paradox of public policy: Certain farm programs try to help farmers by inducing them *not* to plant crops on all of their land. The purpose of these programs is to reduce the supply of farm products and thereby raise prices. With inelastic demand for their products, farmers as a group receive greater total revenue if they supply a smaller crop to the market. No single farmer would choose to leave his land fallow on his own because each takes the market price as given. But if all farmers do so together, each of them can be better off.

When analyzing the effects of farm technology or farm policy, it is important to keep in mind that what is good for farmers is not necessarily good for society as a whole. Improvement in farm technology can be bad for farmers because it makes farmers increasingly unnecessary, but it is surely good for consumers who pay less for food. Similarly, a policy aimed at reducing the supply of farm products may raise the incomes of farmers, but it does so at the expense of consumers.

Why Did OPEC Fail to Keep the Price of Oil High?

Many of the most disruptive events for the world's economies over the past several decades have originated in the world market for oil. In the 1970s, members of the Organization of Petroleum Exporting Countries (OPEC) decided to raise the world price of oil to increase their incomes. These countries accomplished this goal by jointly reducing the amount of oil they supplied. From 1973 to 1974, the price of oil (adjusted for overall inflation) rose more than 50 percent. Then, a few years later, OPEC did the same thing again. From 1979 to 1981, the price of oil approximately doubled.

Yet OPEC found it difficult to maintain a high price. From 1982 to 1985, the price of oil steadily declined about 10 percent per year. Dissatisfaction and disarray soon prevailed among the OPEC countries. In 1986, cooperation among OPEC members completely broke down, and the price of oil plunged 45 percent. In 1990, the price of oil (adjusted for overall inflation) was back to where it began in 1970, and it stayed at that low level throughout most of the 1990s. (In the first decade of the 21st century, the price of oil rose again, but the main driving force was not OPEC supply restrictions but, rather, increased world demand, in part from a large and rapidly growing Chinese economy.)

This OPEC episode of the 1970s and 1980s shows how supply and demand can behave differently in the short run and in the long run. In the short run, both the supply and demand for oil are relatively inelastic. Supply is inelastic because the quantity of known oil reserves and the capacity for oil extraction cannot be changed quickly. Demand is inelastic because buying habits do not respond immediately to changes in price. Thus, as panel (a) of Figure 8 shows, the short-run supply and demand curves are steep. When the supply of oil shifts from S_1 to S_2, the price increase from P_1 to P_2 is large.

The situation is very different in the long run. Over long periods of time, producers of oil outside OPEC respond to high prices by increasing oil exploration and by building new extraction capacity. Consumers respond with greater conservation, for instance by replacing old inefficient cars with newer efficient ones. Thus, as panel (b) of Figure 8 shows, the long-run supply and demand curves are more elastic. In the long run, the shift in the supply curve from S_1 to S_2 causes a much smaller increase in the price.

8 FIGURE

A Reduction in Supply in the World Market for Oil

When the supply of oil falls, the response depends on the time horizon. In the short run, supply and demand are relatively inelastic, as in panel (a). Thus, when the supply curve shifts from S_1 to S_2, the price rises substantially. By contrast, in the long run, supply and demand are relatively elastic, as in panel (b). In this case, the same size shift in the supply curve (S_1 to S_2) causes a smaller increase in the price.

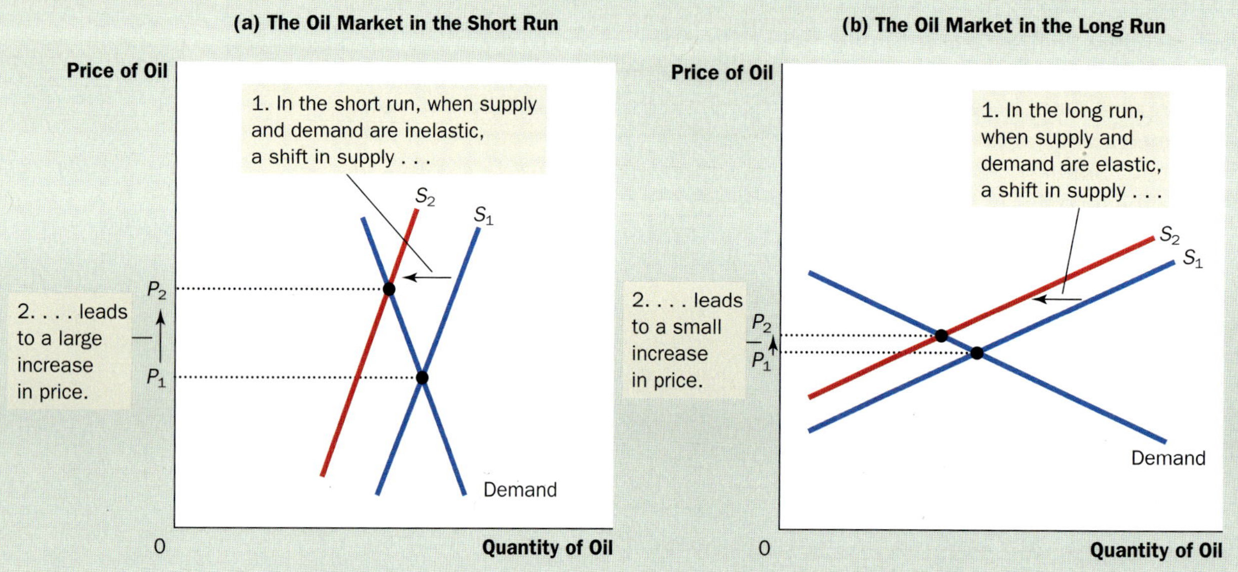

This analysis shows why OPEC succeeded in maintaining a high price of oil only in the short run. When OPEC countries agreed to reduce their production of oil, they shifted the supply curve to the left. Even though each OPEC member sold less oil, the price rose by so much in the short run that OPEC incomes rose. By contrast, in the long run, when supply and demand are more elastic, the same reduction in supply, measured by the horizontal shift in the supply curve, caused a smaller increase in the price. Thus, OPEC's coordinated reduction in supply proved less profitable in the long run. The cartel learned that raising prices is easier in the short run than in the long run.

Does Drug Interdiction Increase or Decrease Drug-Related Crime?

A persistent problem facing our society is the use of illegal drugs, such as heroin, cocaine, ecstasy, and crack. Drug use has several adverse effects. One is that drug dependence can ruin the lives of drug users and their families. Another is that drug addicts often turn to robbery and other violent crimes to obtain the money needed to support their habit. To discourage the use of illegal drugs, the U.S. government devotes billions of dollars each year to reduce the flow of drugs into the country. Let's use the tools of supply and demand to examine this policy of drug interdiction.

Suppose the government increases the number of federal agents devoted to the war on drugs. What happens in the market for illegal drugs? As is usual, we answer this question in three steps. First, we consider whether the supply or demand curve shifts. Second, we consider the direction of the shift. Third, we see how the shift affects the equilibrium price and quantity.

Although the purpose of drug interdiction is to reduce drug use, its direct impact is on the sellers of drugs rather than the buyers. When the government stops some drugs from entering the country and arrests more smugglers, it raises the cost of selling drugs and, therefore, reduces the quantity of drugs supplied at any given price. The demand for drugs—the amount buyers want at any given price—is not changed. As panel (a) of Figure 9 shows, interdiction shifts the supply curve to the left from S_1 to S_2 and leaves the demand curve the same. The equilibrium price of drugs rises from P_1 to P_2, and the equilibrium quantity falls from Q_1 to Q_2. The fall in the equilibrium quantity shows that drug interdiction does reduce drug use.

But what about the amount of drug-related crime? To answer this question, consider the total amount that drug users pay for the drugs they buy. Because few drug addicts are likely to break their destructive habits in response to a higher price, it is likely that the demand for drugs is inelastic, as it is drawn in the figure.

FIGURE 9

Policies to Reduce the Use of Illegal Drugs

Drug interdiction reduces the supply of drugs from S_1 to S_2, as in panel (a). If the demand for drugs is inelastic, then the total amount paid by drug users rises, even as the amount of drug use falls. By contrast, drug education reduces the demand for drugs from D_1 to D_2, as in panel (b). Because both price and quantity fall, the amount paid by drug users falls.

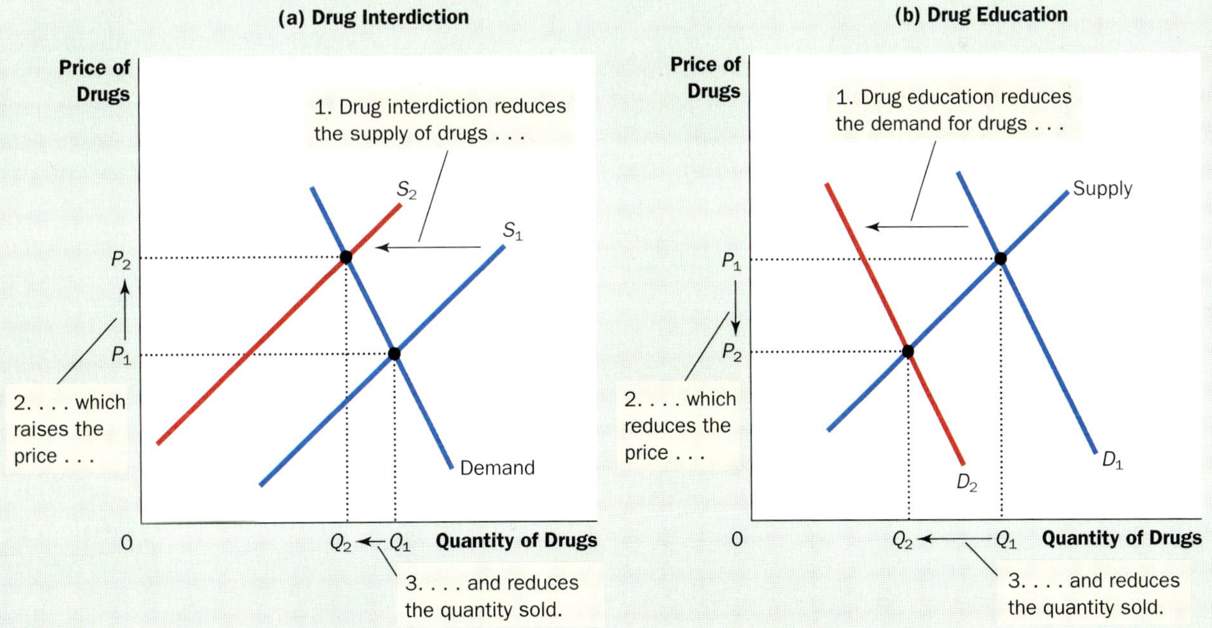

If demand is inelastic, then an increase in price raises total revenue in the drug market. That is, because drug interdiction raises the price of drugs proportionately more than it reduces drug use, it raises the total amount of money that drug users pay for drugs. Addicts who already had to steal to support their habits would have an even greater need for quick cash. Thus, drug interdiction could increase drug-related crime.

Because of this adverse effect of drug interdiction, some analysts argue for alternative approaches to the drug problem. Rather than trying to reduce the supply of drugs, policymakers might try to reduce the demand by pursuing a policy of drug education. Successful drug education has the effects shown in panel (b) of Figure 9. The demand curve shifts to the left from D_1 to D_2. As a result, the equilibrium quantity falls from Q_1 to Q_2, and the equilibrium price falls from P_1 to P_2. Total revenue, which is price times quantity, also falls. Thus, in contrast to drug interdiction, drug education can reduce both drug use and drug-related crime.

Advocates of drug interdiction might argue that the long-run effects of this policy are different from the short-run effects because the elasticity of demand depends on the time horizon. The demand for drugs is probably inelastic over short periods because higher prices do not substantially affect drug use by established addicts. But demand may be more elastic over longer periods because higher prices would discourage experimentation with drugs among the young and, over time, lead to fewer drug addicts. In this case, drug interdiction would increase drug-related crime in the short run while decreasing it in the long run.

QUICK QUIZ How might a drought that destroys half of all farm crops be good for farmers? If such a drought is good for farmers, why don't farmers destroy their own crops in the absence of a drought?

CONCLUSION

According to an old quip, even a parrot can become an economist simply by learning to say "supply and demand." These last two chapters should have convinced you that there is much truth in this statement. The tools of supply and demand allow you to analyze many of the most important events and policies that shape the economy. You are now well on your way to becoming an economist (or at least a well-educated parrot).

SUMMARY

- The price elasticity of demand measures how much the quantity demanded responds to changes in the price. Demand tends to be more elastic if close substitutes are available, if the good is a luxury rather than a necessity, if the market is narrowly defined, or if buyers have substantial time to react to a price change.
- The price elasticity of demand is calculated as the percentage change in quantity demanded divided by the percentage change in price. If quantity demanded moves proportionately less than the price, then the elasticity is less than 1, and demand is said to be inelastic. If quantity demanded moves proportionately more than the

price, then the elasticity is greater than 1, and demand is said to be elastic.

- Total revenue, the total amount paid for a good, equals the price of the good times the quantity sold. For inelastic demand curves, total revenue rises as price rises. For elastic demand curves, total revenue falls as price rises.
- The income elasticity of demand measures how much the quantity demanded responds to changes in consumers' income. The cross-price elasticity of demand measures how much the quantity demanded of one good responds to changes in the price of another good.
- The price elasticity of supply measures how much the quantity supplied responds to changes in the price. This elasticity often depends on the time horizon under consideration. In most markets, supply is more elastic in the long run than in the short run.
- The price elasticity of supply is calculated as the percentage change in quantity supplied divided by the percentage change in price. If quantity supplied moves proportionately less than the price, then the elasticity is less than 1, and supply is said to be inelastic. If quantity supplied moves proportionately more than the price, then the elasticity is greater than 1, and supply is said to be elastic.
- The tools of supply and demand can be applied in many different kinds of markets. This chapter uses them to analyze the market for wheat, the market for oil, and the market for illegal drugs.

KEY CONCEPTS

elasticity, *p. 90*
price elasticity of demand, *p. 90*
total revenue, *p. 93*
income elasticity of demand, *p. 97*
cross-price elasticity of demand, *p. 99*
price elasticity of supply, *p. 99*

QUESTIONS FOR REVIEW

1. Define the price elasticity of demand and the income elasticity of demand.
2. List and explain the four determinants of the price elasticity of demand discussed in the chapter.
3. What is the main advantage of using the midpoint method for calculating elasticity?
4. If the elasticity is greater than 1, is demand elastic or inelastic? If the elasticity equals 0, is demand perfectly elastic or perfectly inelastic?
5. On a supply-and-demand diagram, show equilibrium price, equilibrium quantity, and the total revenue received by producers.
6. If demand is elastic, how will an increase in price change total revenue? Explain.
7. What do we call a good whose income elasticity is less than 0?
8. How is the price elasticity of supply calculated? Explain what it measures.
9. What is the price elasticity of supply of Picasso paintings?
10. Is the price elasticity of supply usually larger in the short run or in the long run? Why?
11. How did elasticity help explain why drug interdiction could reduce the supply of drugs, yet possibly increase drug-related crime?

PROBLEMS AND APPLICATIONS

1. For each of the following pairs of goods, which good would you expect to have more elastic demand and why?
   a. required textbooks or mystery novels
   b. Beethoven recordings or classical music recordings in general
   c. subway rides during the next 6 months or subway rides during the next 5 years
   d. root beer or water
2. Suppose that business travelers and vacationers have the following demand for airline tickets from New York to Boston:

Price	Quantity Demanded (business travelers)	Quantity Demanded (vacationers)
$150	2,100 tickets	1,000 tickets
200	2,000	800
250	1,900	600
300	1,800	400

   a. As the price of tickets rises from $200 to $250, what is the price elasticity of demand for (i) business travelers and (ii) vacationers? (Use the midpoint method in your calculations.)
   b. Why might vacationers have a different elasticity from business travelers?
3. Suppose the price elasticity of demand for heating oil is 0.2 in the short run and 0.7 in the long run.
   a. If the price of heating oil rises from $1.80 to $2.20 per gallon, what happens to the quantity of heating oil demanded in the short run? In the long run? (Use the midpoint method in your calculations.)
   b. Why might this elasticity depend on the time horizon?
4. A price change causes the quantity demanded of a good to decrease by 30 percent, while the total revenue of that good increases by 15 percent. Is the demand curve elastic or inelastic? Explain.
5. The equilibrium price of coffee mugs rose sharply last month, but the equilibrium quantity was the same as ever. Three people tried to explain the situation. Which explanations could be right? Explain your logic.

   BILLY: Demand increased, but supply was totally inelastic.
   MARIAN: Supply increased, but so did demand.
   VALERIE: Supply decreased, but demand was totally inelastic.

6. Suppose that your demand schedule for compact discs is as follows:

Price	Quantity Demanded (income = $10,000)	Quantity Demanded (income = $12,000)
$ 8	40 CDs	50 CDs
10	32	45
12	24	30
14	16	20
16	8	12

   a. Use the midpoint method to calculate your price elasticity of demand as the price of compact discs increases from $8 to $10 if (i) your income is $10,000 and (ii) your income is $12,000.
   b. Calculate your income elasticity of demand as your income increases from $10,000 to $12,000 if (i) the price is $12 and (ii) the price is $16.
7. You have the following information about good X and good Y:
   - Income elasticity of demand for good X: –3
   - Cross-price elasticity of demand for good X with respect to the price of good Y: 2

   Would an increase in income and a decrease in the price of good Y unambiguously decrease the demand for good X? Why or why not?
8. Maria has decided always to spend one-third of her income on clothing.
   a. What is her income elasticity of clothing demand?
   b. What is her price elasticity of clothing demand?
   c. If Maria's tastes change and she decides to spend only one-fourth of her income on clothing, how does her demand curve change? What is her income elasticity and price elasticity now?

9. The *New York Times* reported (Feb. 17, 1996, p. 25) that subway ridership declined after a fare increase: "There were nearly four million fewer riders in December 1995, the first full month after the price of a token increased 25 cents to $1.50, than in the previous December, a 4.3 percent decline."
   a. Use these data to estimate the price elasticity of demand for subway rides.
   b. According to your estimate, what happens to the Transit Authority's revenue when the fare rises?
   c. Why might your estimate of the elasticity be unreliable?
10. Two drivers—Tom and Jerry—each drive up to a gas station. Before looking at the price, each places an order. Tom says, "I'd like 10 gallons of gas." Jerry says, "I'd like $10 worth of gas." What is each driver's price elasticity of demand?
11. Consider public policy aimed at smoking.
   a. Studies indicate that the price elasticity of demand for cigarettes is about 0.4. If a pack of cigarettes currently costs $2 and the government wants to reduce smoking by 20 percent, by how much should it increase the price?
   b. If the government permanently increases the price of cigarettes, will the policy have a larger effect on smoking 1 year from now or 5 years from now?
   c. Studies also find that teenagers have a higher price elasticity than do adults. Why might this be true?
12. You are the curator of a museum. The museum is running short of funds, so you decide to increase revenue. Should you increase or decrease the price of admission? Explain.
13. Pharmaceutical drugs have an inelastic demand, and computers have an elastic demand. Suppose that technological advance doubles the supply of both products (that is, the quantity supplied at each price is twice what it was).
   a. What happens to the equilibrium price and quantity in each market?
   b. Which product experiences a larger change in price?
   c. Which product experiences a larger change in quantity?
   d. What happens to total consumer spending on each product?
14. Beachfront resorts have an inelastic supply, and automobiles have an elastic supply. Suppose that a rise in population doubles the demand for both products (that is, the quantity demanded at each price is twice what it was).
   a. What happens to the equilibrium price and quantity in each market?
   b. Which product experiences a larger change in price?
   c. Which product experiences a larger change in quantity?
   d. What happens to total consumer spending on each product?
15. Several years ago, flooding along the Missouri and the Mississippi rivers destroyed thousands of acres of wheat.
   a. Farmers whose crops were destroyed by the floods were much worse off, but farmers whose crops were not destroyed benefited from the floods. Why?
   b. What information would you need about the market for wheat to assess whether farmers as a group were hurt or helped by the floods?
16. Explain why the following might be true: A drought around the world raises the total revenue that farmers receive from the sale of grain, but a drought only in Kansas reduces the total revenue that Kansas farmers receive.
17. Suppose the demand curve for a product is $Q = 60/P$. Compute the quantity demanded at prices of $1, $2, $3, $4, $5, and $6. Graph the demand curve. Use the midpoint method to calculate the price elasticity of demand between $1 and $2 and between $5 and $6. How does this demand curve compare to the linear demand curve?

CHAPTER

6

Supply, Demand, and Government Policies

Economists have two roles. As scientists, they develop and test theories to explain the world around them. As policy advisers, they use their theories to help change the world for the better. The focus of the preceding two chapters has been scientific. We have seen how supply and demand determine the price of a good and the quantity of the good sold. We have also seen how various events shift supply and demand and thereby change the equilibrium price and quantity.

This chapter offers our first look at policy. Here we analyze various types of government policy using only the tools of supply and demand. As you will see, the analysis yields some surprising insights. Policies often have effects that their architects did not intend or anticipate.

We begin by considering policies that directly control prices. For example, rent-control laws dictate a maximum rent that landlords may charge tenants. Minimum-wage laws dictate the lowest wage that firms may pay workers. Price controls are usually enacted when policymakers believe that the market price of a good or service is unfair to buyers or sellers. Yet, as we will see, these policies can generate inequities of their own.

After discussing price controls, we consider the impact of taxes. Policymakers use taxes to raise revenue for public purposes and to influence market outcomes. Although the prevalence of taxes in our economy is obvious, their effects are not. For example, when the government levies a tax on the amount that firms pay their workers, do the firms or the workers bear the burden of the tax? The answer is not at all clear—until we apply the powerful tools of supply and demand.

CONTROLS ON PRICES

To see how price controls affect market outcomes, let's look once again at the market for ice cream. As we saw in Chapter 4, if ice cream is sold in a competitive market free of government regulation, the price of ice cream adjusts to balance supply and demand: At the equilibrium price, the quantity of ice cream that buyers want to buy exactly equals the quantity that sellers want to sell. To be concrete, suppose the equilibrium price is $3 per cone.

Not everyone may be happy with the outcome of this free-market process. Let's say the American Association of Ice-Cream Eaters complains that the $3 price is too high for everyone to enjoy a cone a day (their recommended diet). Meanwhile, the National Organization of Ice-Cream Makers complains that the $3 price—the result of "cutthroat competition"—is too low and is depressing the incomes of its members. Each of these groups lobbies the government to pass laws that alter the market outcome by directly controlling the price of an ice-cream cone.

Because buyers of any good always want a lower price while sellers want a higher price, the interests of the two groups conflict. If the Ice-Cream Eaters are successful in their lobbying, the government imposes a legal maximum on the price at which ice cream can be sold. Because the price is not allowed to rise above this level, the legislated maximum is called a **price ceiling**. By contrast, if the Ice-Cream Makers are successful, the government imposes a legal minimum on the price. Because the price cannot fall below this level, the legislated minimum is called a **price floor**. Let us consider the effects of these policies in turn.

price ceiling
a legal maximum on the price at which a good can be sold

price floor
a legal minimum on the price at which a good can be sold

How Price Ceilings Affect Market Outcomes

When the government, moved by the complaints and campaign contributions of the Ice-Cream Eaters, imposes a price ceiling on the market for ice cream, two outcomes are possible. In panel (a) of Figure 1, the government imposes a price ceiling of $4 per cone. In this case, because the price that balances supply and demand ($3) is below the ceiling, the price ceiling is *not binding*. Market forces naturally move the economy to the equilibrium, and the price ceiling has no effect on the price or the quantity sold.

Panel (b) of Figure 1 shows the other, more interesting, possibility. In this case, the government imposes a price ceiling of $2 per cone. Because the equilibrium price of $3 is above the price ceiling, the ceiling is a *binding constraint* on the market. The forces of supply and demand tend to move the price toward the equilibrium price, but when the market price hits the ceiling, it can, by law, rise no further. Thus, the market price equals the price ceiling. At this price, the quantity of ice cream demanded (125 cones in the figure) exceeds the quantity supplied (75 cones). There is a shortage of ice cream: 50 people who want to buy ice cream at the going price are unable to do so.

In panel (a), the government imposes a price ceiling of $4. Because the price ceiling is above the equilibrium price of $3, the price ceiling has no effect, and the market can reach the equilibrium of supply and demand. In this equilibrium, quantity supplied and quantity demanded both equal 100 cones. In panel (b), the government imposes a price ceiling of $2. Because the price ceiling is below the equilibrium price of $3, the market price equals $2. At this price, 125 cones are demanded and only 75 are supplied, so there is a shortage of 50 cones.

FIGURE 1

A Market with a Price Ceiling

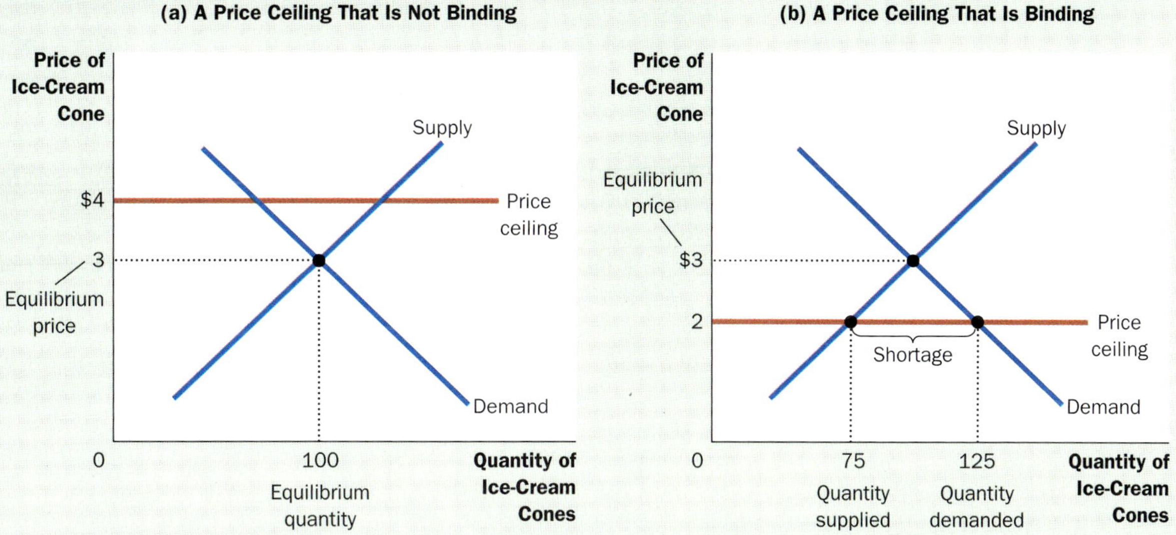

When a shortage of ice cream develops because of this price ceiling, some mechanism for rationing ice cream will naturally develop. The mechanism could be long lines: Buyers who are willing to arrive early and wait in line get a cone, but those unwilling to wait do not. Alternatively, sellers could ration ice cream according to their own personal biases, selling it only to friends, relatives, or members of their own racial or ethnic group. Notice that even though the price ceiling was motivated by a desire to help buyers of ice cream, not all buyers benefit from the policy. Some buyers do get to pay a lower price, although they may have to wait in line to do so, but other buyers cannot get any ice cream at all.

This example in the market for ice cream shows a general result: *When the government imposes a binding price ceiling on a competitive market, a shortage of the good arises, and sellers must ration the scarce goods among the large number of potential buyers.* The rationing mechanisms that develop under price ceilings are rarely desirable. Long lines are inefficient because they waste buyers' time. Discrimination according to seller bias is both inefficient (because the good does not necessarily go to the buyer who values it most highly) and potentially unfair. By contrast, the rationing mechanism in a free, competitive market is both efficient and impersonal. When the market for ice cream reaches its equilibrium, anyone who wants to pay the market price can get a cone. Free markets ration goods with prices.

CASE STUDY LINES AT THE GAS PUMP

As we discussed in the preceding chapter, in 1973 the Organization of Petroleum Exporting Countries (OPEC) raised the price of crude oil in world oil markets. Because crude oil is the major input used to make gasoline, the higher oil prices reduced the supply of gasoline. Long lines at gas stations became commonplace, and motorists often had to wait for hours to buy only a few gallons of gas.

What was responsible for the long gas lines? Most people blame OPEC. Surely, if OPEC had not raised the price of crude oil, the shortage of gasoline would not have occurred. Yet economists blame U.S. government regulations that limited the price oil companies could charge for gasoline.

Figure 2 shows what happened. As shown in panel (a), before OPEC raised the price of crude oil, the equilibrium price of gasoline, P_1, was below the price ceiling. The price regulation, therefore, had no effect. When the price of crude oil rose, however, the situation changed. The increase in the price of crude oil raised the cost of producing gasoline, and this reduced the supply of gasoline. As panel (b) shows, the supply curve shifted to the left from S_1 to S_2. In an unregulated market, this shift in supply would have raised the equilibrium price of gasoline from P_1 to P_2, and no shortage would have resulted. Instead, the price ceiling prevented the price from rising to the equilibrium level. At the price ceiling, producers were willing to sell Q_S, and consumers were willing to buy Q_D. Thus, the shift in supply caused a severe shortage at the regulated price.

2 FIGURE

The Market for Gasoline with a Price Ceiling

Panel (a) shows the gasoline market when the price ceiling is not binding because the equilibrium price, P_1, is below the ceiling. Panel (b) shows the gasoline market after an increase in the price of crude oil (an input into making gasoline) shifts the supply curve to the left from S_1 to S_2. In an unregulated market, the price would have risen from P_1 to P_2. The price ceiling, however, prevents this from happening. At the binding price ceiling, consumers are willing to buy Q_D, but producers of gasoline are willing to sell only Q_S. The difference between quantity demanded and quantity supplied, $Q_D - Q_S$, measures the gasoline shortage.

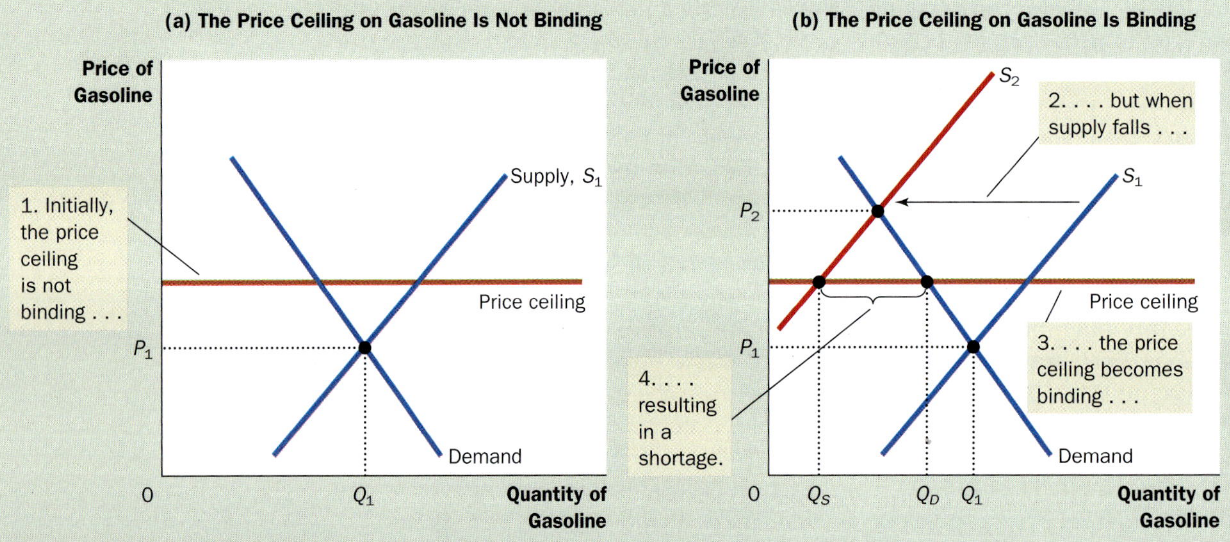

Eventually, the laws regulating the price of gasoline were repealed. Lawmakers came to understand that they were partly responsible for the many hours Americans lost waiting in line to buy gasoline. Today, when the price of crude oil changes, the price of gasoline can adjust to bring supply and demand into equilibrium.

CASE STUDY RENT CONTROL IN THE SHORT RUN AND THE LONG RUN

One common example of a price ceiling is rent control. In many cities, the local government places a ceiling on rents that landlords may charge their tenants. The goal of this policy is to help the poor by making housing more affordable. Economists often criticize rent control, arguing that it is a highly inefficient way to help the poor raise their standard of living. One economist called rent control "the best way to destroy a city, other than bombing."

The adverse effects of rent control are less apparent to the general population because these effects occur over many years. In the short run, landlords have a fixed number of apartments to rent, and they cannot adjust this number quickly as market conditions change. Moreover, the number of people searching for housing in a city may not be highly responsive to rents in the short run because people take time to adjust their housing arrangements. Therefore, the short-run supply and demand for housing are relatively inelastic.

Panel (a) of Figure 3 shows the short-run effects of rent control on the housing market. As with any binding price ceiling, rent control causes a shortage. Yet

FIGURE 3

Rent Control in the Short Run and in the Long Run

Panel (a) shows the short-run effects of rent control: Because the supply and demand for apartments are relatively inelastic, the price ceiling imposed by a rent-control law causes only a small shortage of housing. Panel (b) shows the long-run effects of rent control: Because the supply and demand for apartments are more elastic, rent control causes a large shortage.

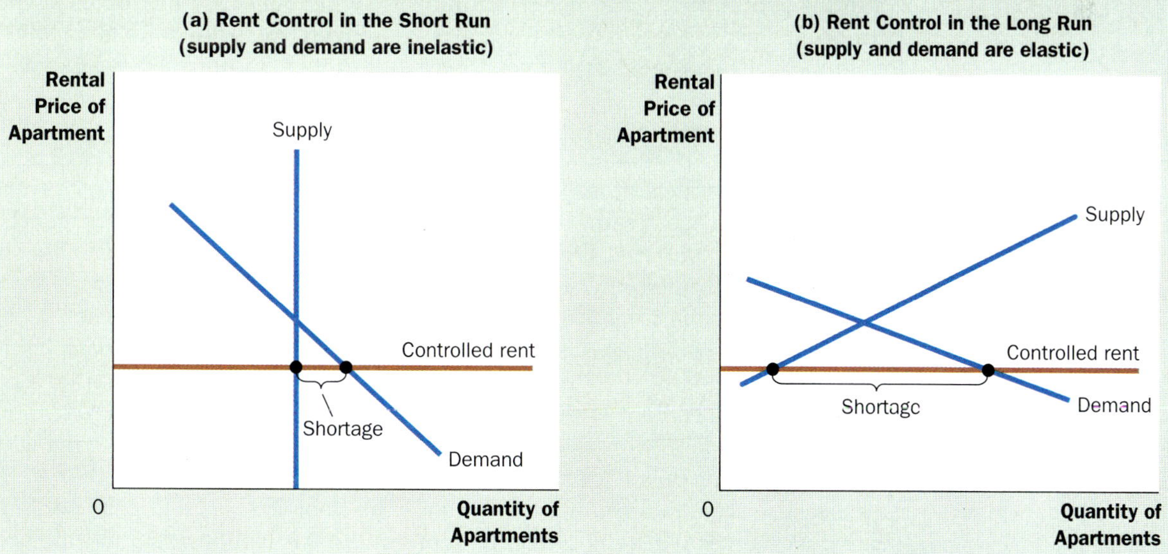

because supply and demand are inelastic in the short run, the initial shortage caused by rent control is small. The primary effect in the short run is to reduce rents.

The long-run story is very different because the buyers and sellers of rental housing respond more to market conditions as time passes. On the supply side, landlords respond to low rents by not building new apartments and by failing to maintain existing ones. On the demand side, low rents encourage people to find their own apartments (rather than living with their parents or sharing apartments with roommates) and induce more people to move into a city. Therefore, both supply and demand are more elastic in the long run.

Panel (b) of Figure 3 illustrates the housing market in the long run. When rent control depresses rents below the equilibrium level, the quantity of apartments supplied falls substantially, and the quantity of apartments demanded rises substantially. The result is a large shortage of housing.

In cities with rent control, landlords use various mechanisms to ration housing. Some landlords keep long waiting lists. Others give a preference to tenants without children. Still others discriminate on the basis of race. Sometimes apartments are allocated to those willing to offer under-the-table payments to building superintendents. In essence, these bribes bring the total price of an apartment (including the bribe) closer to the equilibrium price.

To understand fully the effects of rent control, we have to remember one of the *Ten Principles of Economics* from Chapter 1: People respond to incentives. In free markets, landlords try to keep their buildings clean and safe because desirable apartments command higher prices. By contrast, when rent control creates shortages and waiting lists, landlords lose their incentive to respond to tenants' concerns. Why should a landlord spend money to maintain and improve the property when people are waiting to get in as it is? In the end, tenants get lower rents, but they also get lower-quality housing.

Policymakers often react to the effects of rent control by imposing additional regulations. For example, there are laws that make racial discrimination in housing illegal and require landlords to provide minimally adequate living conditions. These laws, however, are difficult and costly to enforce. By contrast, when rent control is eliminated and a market for housing is regulated by the forces of competition, such laws are less necessary. In a free market, the price of housing adjusts to eliminate the shortages that give rise to undesirable landlord behavior.

How Price Floors Affect Market Outcomes

To examine the effects of another kind of government price control, let's return to the market for ice cream. Imagine now that the government is persuaded by the pleas of the National Organization of Ice-Cream Makers. In this case, the government might institute a price floor. Price floors, like price ceilings, are an attempt by the government to maintain prices at other than equilibrium levels. Whereas a price ceiling places a legal maximum on prices, a price floor places a legal minimum.

When the government imposes a price floor on the ice-cream market, two outcomes are possible. If the government imposes a price floor of $2 per cone when the equilibrium price is $3, we obtain the outcome in panel (a) of Figure 4. In this case, because the equilibrium price is above the floor, the price floor is not binding. Market forces naturally move the economy to the equilibrium, and the price floor has no effect.

In panel (a), the government imposes a price floor of $2. Because this is below the equilibrium price of $3, the price floor has no effect. The market price adjusts to balance supply and demand. At the equilibrium, quantity supplied and quantity demanded both equal 100 cones. In panel (b), the government imposes a price floor of $4, which is above the equilibrium price of $3. Therefore, the market price equals $4. Because 120 cones are supplied at this price and only 80 are demanded, there is a surplus of 40 cones.

FIGURE 4

A Market with a Price Floor

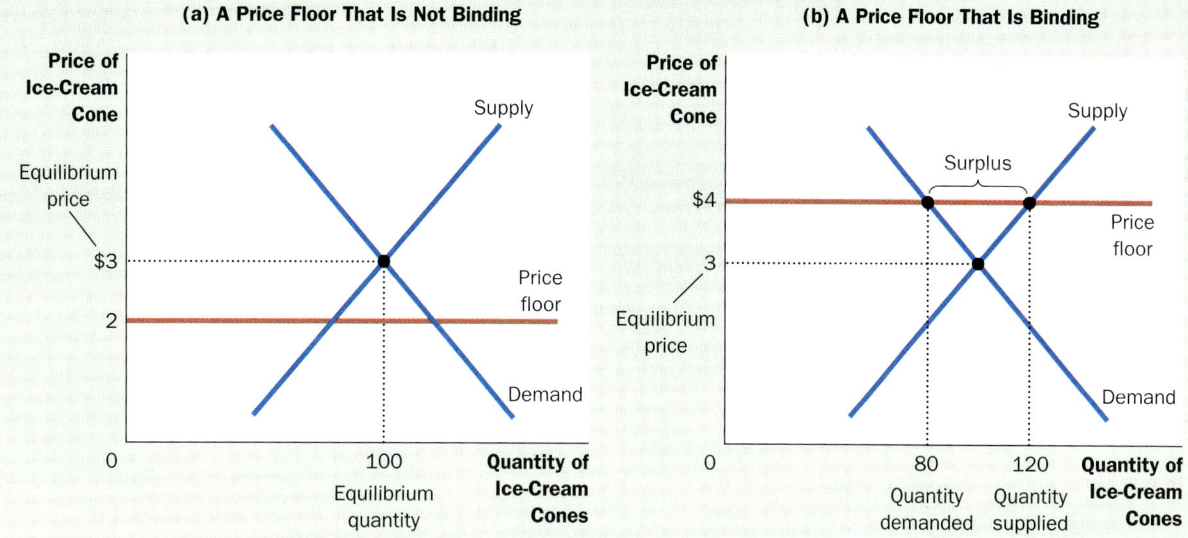

Panel (b) of Figure 4 shows what happens when the government imposes a price floor of $4 per cone. In this case, because the equilibrium price of $3 is below the floor, the price floor is a binding constraint on the market. The forces of supply and demand tend to move the price toward the equilibrium price, but when the market price hits the floor, it can fall no further. The market price equals the price floor. At this floor, the quantity of ice cream supplied (120 cones) exceeds the quantity demanded (80 cones). Some people who want to sell ice cream at the going price are unable to. *Thus, a binding price floor causes a surplus.*

Just as the shortages resulting from price ceilings can lead to undesirable rationing mechanisms, so can the surpluses resulting from price floors. In the case of a price floor, some sellers are unable to sell all they want at the market price. The sellers who appeal to the personal biases of the buyers, perhaps due to racial or familial ties, are better able to sell their goods than those who do not. By contrast, in a free market, the price serves as the rationing mechanism, and sellers can sell all they want at the equilibrium price.

CASE STUDY THE MINIMUM WAGE

An important example of a price floor is the minimum wage. Minimum-wage laws dictate the lowest price for labor that any employer may pay. The U.S. Congress first instituted a minimum wage with the Fair Labor Standards Act of 1938 to ensure workers a minimally adequate standard of living. In 2007, the minimum wage according to federal law was $5.15 per hour, and it was scheduled to increase to $7.25 by 2010. (Some states mandate minimum wages above the federal level.) Most European nations have minimum-wage laws as well; some, such as France and the United Kingdom, have significantly higher minimums than the United States.

To examine the effects of a minimum wage, we must consider the market for labor. Panel (a) of Figure 5 shows the labor market, which, like all markets, is subject to the forces of supply and demand. Workers determine the supply of labor, and firms determine the demand. If the government doesn't intervene, the wage normally adjusts to balance labor supply and labor demand.

Panel (b) of Figure 5 shows the labor market with a minimum wage. If the minimum wage is above the equilibrium level, as it is here, the quantity of labor supplied exceeds the quantity demanded. The result is unemployment. Thus, the minimum wage raises the incomes of those workers who have jobs, but it lowers the incomes of workers who cannot find jobs.

To fully understand the minimum wage, keep in mind that the economy contains not a single labor market but many labor markets for different types of workers. The impact of the minimum wage depends on the skill and experience of the worker. Workers with high skills and much experience are not affected because their equilibrium wages are well above the minimum. For these workers, the minimum wage is not binding.

The minimum wage has its greatest impact on the market for teenage labor. The equilibrium wages of teenagers are low because teenagers are among the least skilled and least experienced members of the labor force. In addition, teenagers are often willing to accept a lower wage in exchange for on-the-job training. (Some

5 FIGURE

How the Minimum Wage Affects the Labor Market

Panel (a) shows a labor market in which the wage adjusts to balance labor supply and labor demand. Panel (b) shows the impact of a binding minimum wage. Because the minimum wage is a price floor, it causes a surplus: The quantity of labor supplied exceeds the quantity demanded. The result is unemployment.

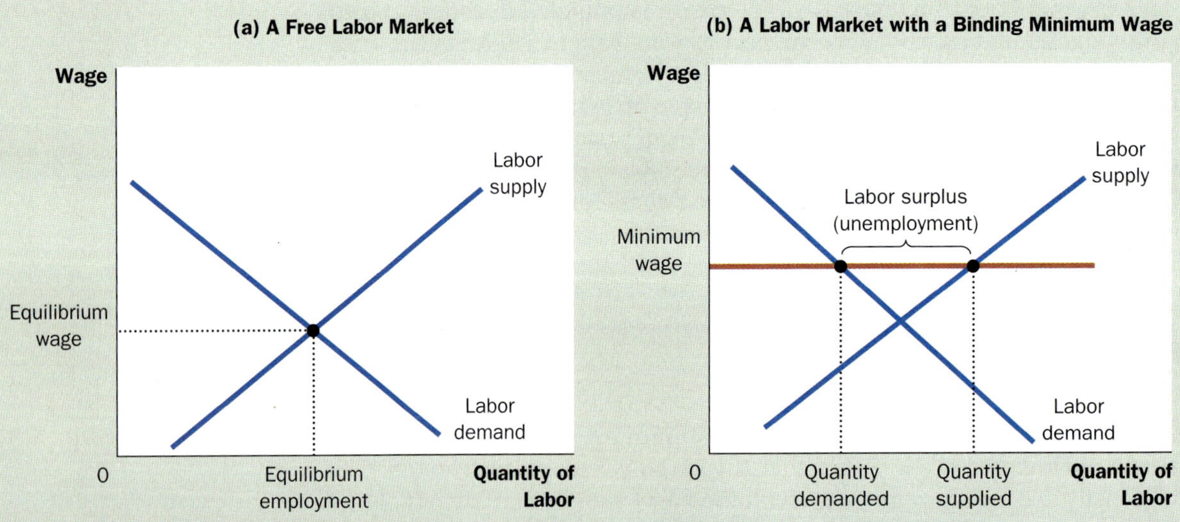

teenagers are willing to work as "interns" for no pay at all. Because internships pay nothing, however, the minimum wage does not apply to them. If it did, these jobs might not exist.) As a result, the minimum wage is more often binding for teenagers than for other members of the labor force.

Many economists have studied how minimum-wage laws affect the teenage labor market. These researchers compare the changes in the minimum wage over time with the changes in teenage employment. Although there is some debate about how much the minimum wage affects employment, the typical study finds that a 10 percent increase in the minimum wage depresses teenage employment between 1 and 3 percent. In interpreting this estimate, note that a 10 percent increase in the minimum wage does not raise the average wage of teenagers by 10 percent. A change in the law does not directly affect those teenagers who are already paid well above the minimum, and enforcement of minimum-wage laws is not perfect. Thus, the estimated drop in employment of 1 to 3 percent is significant.

In addition to altering the quantity of labor demanded, the minimum wage alters the quantity supplied. Because the minimum wage raises the wage that teenagers can earn, it increases the number of teenagers who choose to look for jobs. Studies have found that a higher minimum wage influences which teenagers are employed. When the minimum wage rises, some teenagers who are still attending school choose to drop out and take jobs. These new dropouts displace other teenagers who had already dropped out of school and who now become unemployed.

The minimum wage is a frequent topic of debate. Economists are about evenly divided on the issue. In a 2006 survey of PhD economists, 47 percent favored eliminating the minimum wage, while 14 percent would maintain it at its current level and 38 percent would increase it.

Advocates of the minimum wage view the policy as one way to raise the income of the working poor. They correctly point out that workers who earn the minimum wage can afford only a meager standard of living. In 2007, for instance, when the minimum wage was $5.15 per hour, two adults working 40 hours a week for every week of the year at minimum-wage jobs had a total annual income of only $21,424, which was less than half of the median family income. Many advocates of the minimum wage admit that it has some adverse effects, including unemployment, but they believe that these effects are small and that, all things considered, a higher minimum wage makes the poor better off.

Opponents of the minimum wage contend that it is not the best way to combat poverty. They note that a high minimum wage causes unemployment, encourages teenagers to drop out of school, and prevents some unskilled workers from getting the on-the-job training they need. Moreover, opponents of the minimum wage point out that it is a poorly targeted policy. Not all minimum-wage workers are heads of households trying to help their families escape poverty. In fact, fewer than a third of minimum-wage earners are in families with incomes below the poverty line. Many are teenagers from middle-class homes working at part-time jobs for extra spending money. ●

Evaluating Price Controls

One of the *Ten Principles of Economics* discussed in Chapter 1 is that markets are usually a good way to organize economic activity. This principle explains why economists usually oppose price ceilings and price floors. To economists, prices

In The News

President Chavez versus the Market

Venezuela's president has tried to replace market prices with his own.

Price Caps Ail Venezuelan Economy

By Peter Millard and Raul Gallegos

CARACAS, VENEZUELA—After 21 years in the milk business, Ismael Cárdenas Gil is throwing in the towel.

Mr. Cárdenas, who heads Alimentaria Internacional, can no longer make a profit selling imported powdered milk under government-imposed price controls. As a result, he has cut back his imports to "practically zero."

"The controls have been very harsh. The numbers don't work out to import milk and sell it here," Mr. Cárdenas says.

His plight is becoming more common in Venezuela, with President Hugo Chávez meddling in the economy to advance his populist-leftist agenda as companies selling price-regulated products watch their profits disappear. While government controls have slowed the growth of inflation, Venezuela's rate is still the highest in Latin America. The controls also have led to frequent product shortages and the emergence of a thriving black market. Some farmers and retailers are skirting the rules or have stopped selling certain goods altogether rather than sell them at a loss.

The problems facing Venezuelan businesses and consumers serve as a cautionary tale for the growing ranks of Latin American populists pushing for a heavy government hand in the economy. . . . Mr. Chávez is taking advantage of the country's massive oil-revenue windfall to fund a governing philosophy he has dubbed "socialism for the 21st century." His goal is to increase social spending and curb inflation through a mix of price caps, a fixed exchange rate and fixed interest rates.

But some Venezuelan businesses hurt by the price controls are beginning to balk. Last week, corn growers marched outside the presidential palace, protesting government controls they say have dried up demand for their corn. While the farmers are getting a

are not the outcome of some haphazard process. Prices, they contend, are the result of the millions of business and consumer decisions that lie behind the supply and demand curves. Prices have the crucial job of balancing supply and demand and, thereby, coordinating economic activity. When policymakers set prices by legal decree, they obscure the signals that normally guide the allocation of society's resources.

Another one of the *Ten Principles of Economics* is that governments can sometimes improve market outcomes. Indeed, policymakers are led to control prices because they view the market's outcome as unfair. Price controls are often aimed at helping the poor. For instance, rent-control laws try to make housing affordable for everyone, and minimum-wage laws try to help people escape poverty.

Yet price controls often hurt those they are trying to help. Rent control may keep rents low, but it also discourages landlords from maintaining their buildings and makes housing hard to find. Minimum-wage laws may raise the incomes of some workers, but they also cause other workers to be unemployed.

Helping those in need can be accomplished in ways other than controlling prices. For instance, the government can make housing more affordable by paying a fraction of the rent for poor families. Unlike rent control, such rent subsidies do not reduce the quantity of housing supplied and, therefore, do not lead to housing decent price, processors are refusing to buy the corn because they can't sell it at what they consider an acceptable markup. The country's largest food company, Alimentos Polar, has warned it may have to halt production of corn flour for such reasons. In early December, coffee producers challenged the new price ceilings, paralyzing deliveries and causing an acute coffee shortage for weeks.

As the world's fifth-largest oil exporter—the state-run oil company supplies about 15% of U.S. petroleum imports—Venezuela has amassed a hoard of cash that has allowed it to import goods and sell them at a loss through the state-run Mercal supermarket chain, subsidizing Mr. Chávez's pricing policies. Enforcement of price controls is being stepped up as Mr. Chávez readies a December re-election bid. [*Author's note:* Chavez was reelected to a new six-year term that began January 2007.]

The predominance of the state, Mr. Chávez says, aims to protect the poor majority from "greedy capitalists" and "speculators." He has threatened to expropriate plants of those who shut down operations, while government troops have seized stockpiled grain to stop shortages.

Mr. Cárdenas, the milk importer, has responded to the regulations by cutting his staff to a dozen employees, from 280 in 2001. He is using his office space to start a construction company and is looking to produce agricultural goods not included in the long list of price regulations. "We're not idle," he says. . . .

The coffee strike in December has been the most vocal so far. Roasters shut their plants after the government raised the price of green coffee that farmers sell to roasters by 100% while leaving processed-coffee prices unchanged. After weeks of protests, the government agreed to raise retail coffee prices by 60%. But Pedro Obediente, a retired university professor living in Caracas's hilly suburbs, says he is still looking for his favorite brand. "I haven't found Café El Peñón, which is what I like," he says, referring to one of the country's largest roasting companies.

Businesses increasingly are finding ways to get around the price caps, and some stores violate the price controls outright. Top cuts of beef can sell for 30% more than the government-set price in Caracas supermarkets. Some businesses have turned to selling more-expensive imported meat instead of the regulated local cuts; others refocus their efforts on producing goods that fall outside the regulations. Milk producers, for instance, have boosted their output of unregulated goods, such as yogurts and cheeses.

Source: *The Wall Street Journal*, February 15, 2006.

shortages. Similarly, wage subsidies raise the living standards of the working poor without discouraging firms from hiring them. An example of a wage subsidy is the *earned income tax credit*, a government program that supplements the incomes of low-wage workers.

Although these alternative policies are often better than price controls, they are not perfect. Rent and wage subsidies cost the government money and, therefore, require higher taxes. As we see in the next section, taxation has costs of its own.

QUICK QUIZ Define *price ceiling* and *price floor* and give an example of each. Which leads to a shortage? Which leads to a surplus? Why?

TAXES

All governments—from the federal government in Washington, D.C., to the local governments in small towns—use taxes to raise revenue for public projects, such as roads, schools, and national defense. Because taxes are such an important policy instrument, and because they affect our lives in many ways, we return to the study of taxes several times throughout this book. In this section, we begin our study of how taxes affect the economy.

To set the stage for our analysis, imagine that a local government decides to hold an annual ice-cream celebration—with a parade, fireworks, and speeches by town officials. To raise revenue to pay for the event, the town decides to place a $0.50 tax on the sale of ice-cream cones. When the plan is announced, our two lobbying groups swing into action. The American Association of Ice-Cream Eaters claims that consumers of ice cream are having trouble making ends meet, and it argues that *sellers* of ice cream should pay the tax. The National Organization of Ice-Cream Makers claims that its members are struggling to survive in a competitive market, and it argues that *buyers* of ice cream should pay the tax. The town mayor, hoping to reach a compromise, suggests that half the tax be paid by the buyers and half be paid by the sellers.

To analyze these proposals, we need to address a simple but subtle question: When the government levies a tax on a good, who actually bears the burden of the tax? The people buying the good? The people selling the good? Or if buyers and sellers share the tax burden, what determines how the burden is divided? Can the government simply legislate the division of the burden, as the mayor is suggesting, or is the division determined by more fundamental market forces? The term **tax incidence** refers to how the burden of a tax is distributed among the various people who make up the economy. As we will see, some surprising lessons about tax incidence can be learned by applying the tools of supply and demand.

tax incidence
the manner in which the burden of a tax is shared among participants in a market

How Taxes on Sellers Affect Market Outcomes

We begin by considering a tax levied on sellers of a good. Suppose the local government passes a law requiring sellers of ice-cream cones to send $0.50 to the government for each cone they sell. How does this law affect the buyers and sellers of ice cream? To answer this question, we can follow the three steps in Chapter 4 for analyzing supply and demand: (1) We decide whether the law affects the supply curve or demand curve. (2) We decide which way the curve shifts. (3) We examine how the shift affects the equilibrium price and quantity.

Step One The immediate impact of the tax is on the sellers of ice cream. Because the tax is not levied on buyers, the quantity of ice cream demanded at any given price is the same; thus, the demand curve does not change. By contrast, the tax on sellers makes the ice-cream business less profitable at any given price, so it shifts the supply curve.

Step Two Because the tax on sellers raises the cost of producing and selling ice cream, it reduces the quantity supplied at every price. The supply curve shifts to the left (or, equivalently, upward).

We can, in this case, be precise about how much the curve shifts. For any market price of ice cream, the effective price to sellers—the amount they get to keep after paying the tax—is $0.50 lower. For example, if the market price of a cone happened to be $2.00, the effective price received by sellers would be $1.50. Whatever the market price, sellers will supply a quantity of ice cream as if the price were $0.50 lower than it is. Put differently, to induce sellers to supply any given quantity, the market price must now be $0.50 higher to compensate for the effect of the tax. Thus, as shown in Figure 6, the supply curve shifts *upward* from S_1 to S_2 by the exact size of the tax ($0.50).

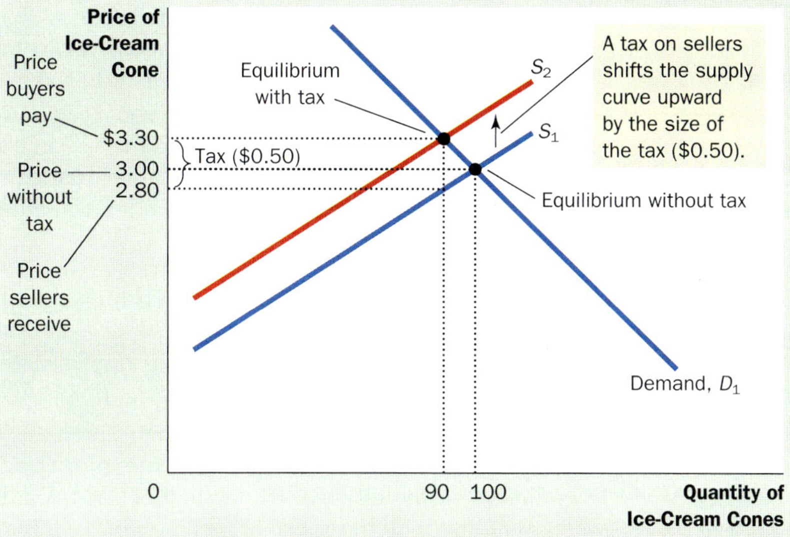

FIGURE 6

A Tax on Sellers

When a tax of $0.50 is levied on sellers, the supply curve shifts up by $0.50 from S_1 to S_2. The equilibrium quantity falls from 100 to 90 cones. The price that buyers pay rises from $3.00 to $3.30. The price that sellers receive (after paying the tax) falls from $3.00 to $2.80. Even though the tax is levied on sellers, buyers and sellers share the burden of the tax.

Step Three Having determined how the supply curve shifts, we can now compare the initial and the new equilibriums. The figure shows that the equilibrium price of ice cream rises from $3.00 to $3.30, and the equilibrium quantity falls from 100 to 90 cones. Because sellers sell less and buyers buy less in the new equilibrium, the tax reduces the size of the ice-cream market.

Implications We can now return to the question of tax incidence: Who pays the tax? Although sellers send the entire tax to the government, buyers and sellers share the burden. Because the market price rises from $3.00 to $3.30 when the tax is introduced, buyers pay $0.30 more for each ice-cream cone than they did without the tax. Thus, the tax makes buyers worse off. Sellers get a higher price ($3.30) from buyers than they did previously, but the effective price after paying the tax falls from $3.00 before the tax to $2.80 with the tax ($3.30 – $0.50 = $2.80). Thus, the tax also makes sellers worse off.

To sum up, the analysis yields two lessons:

- Taxes discourage market activity. When a good is taxed, the quantity of the good sold is smaller in the new equilibrium.
- Buyers and sellers share the burden of taxes. In the new equilibrium, buyers pay more for the good, and sellers receive less.

How Taxes on Buyers Affect Market Outcomes

Now consider a tax levied on buyers of a good. Suppose that our local government passes a law requiring buyers of ice-cream cones to send $0.50 to the government for each ice-cream cone they buy. What are the effects of this law? Again, we apply our three steps.

Step One The initial impact of the tax is on the demand for ice cream. The supply curve is not affected because, for any given price of ice cream, sellers have the same incentive to provide ice cream to the market. By contrast, buyers now have to pay a tax to the government (as well as the price to the sellers) whenever they buy ice cream. Thus, the tax shifts the demand curve for ice cream.

Step Two We next determine the direction of the shift. Because the tax on buyers makes buying ice cream less attractive, buyers demand a smaller quantity of ice cream at every price. As a result, the demand curve shifts to the left (or, equivalently, downward), as shown in Figure 7.

Once again, we can be precise about the magnitude of the shift. Because of the $0.50 tax levied on buyers, the effective price to buyers is now $0.50 higher than the market price (whatever the market price happens to be). For example, if the market price of a cone happened to be $2.00, the effective price to buyers would be $2.50. Because buyers look at their total cost including the tax, they demand a quantity of ice cream as if the market price were $0.50 higher than it actually is. In other words, to induce buyers to demand any given quantity, the market price must now be $0.50 lower to make up for the effect of the tax. Thus, the tax shifts the demand curve *downward* from D_1 to D_2 by the exact size of the tax ($0.50).

Step Three Having determined how the demand curve shifts, we can now see the effect of the tax by comparing the initial equilibrium and the new equilibrium. You can see in the figure that the equilibrium price of ice cream falls from $3.00 to $2.80 and the equilibrium quantity falls from 100 to 90 cones. Once again, the tax on ice cream reduces the size of the ice-cream market. And once again, buyers and sellers share the burden of the tax. Sellers get a lower price for their product; buyers pay a lower market price to sellers than they did previously, but the effective price (including the tax buyers have to pay) rises from $3.00 to $3.30.

7 FIGURE

A Tax on Buyers

When a tax of $0.50 is levied on buyers, the demand curve shifts down by $0.50 from D_1 to D_2. The equilibrium quantity falls from 100 to 90 cones. The price that sellers receive falls from $3.00 to $2.80. The price that buyers pay (including the tax) rises from $3.00 to $3.30. Even though the tax is levied on buyers, buyers and sellers share the burden of the tax.

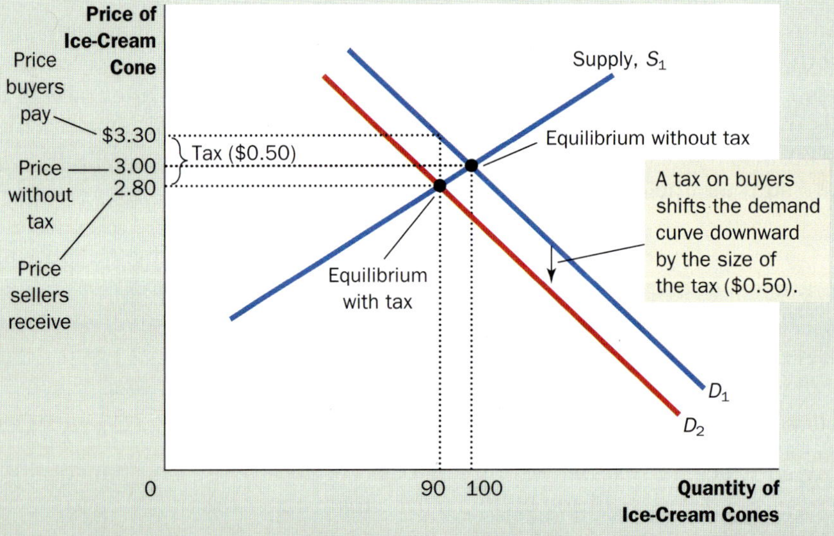

Implications If you compare Figures 6 and 7, you will notice a surprising conclusion: *Taxes levied on sellers and taxes levied on buyers are equivalent*. In both cases, the tax places a wedge between the price that buyers pay and the price that sellers receive. The wedge between the buyers' price and the sellers' price is the same, regardless of whether the tax is levied on buyers or sellers. In either case, the wedge shifts the relative position of the supply and demand curves. In the new equilibrium, buyers and sellers share the burden of the tax. The only difference between taxes on sellers and taxes on buyers is who sends the money to the government.

The equivalence of these two taxes is easy to understand if we imagine that the government collects the $0.50 ice-cream tax in a bowl on the counter of each ice-cream store. When the government levies the tax on sellers, the seller is required to place $0.50 in the bowl after the sale of each cone. When the government levies the tax on buyers, the buyer is required to place $0.50 in the bowl every time a cone is bought. Whether the $0.50 goes directly from the buyer's pocket into the bowl, or indirectly from the buyer's pocket into the seller's hand and then into the bowl, does not matter. Once the market reaches its new equilibrium, buyers and sellers share the burden, regardless of how the tax is levied.

CASE STUDY CAN CONGRESS DISTRIBUTE THE BURDEN OF A PAYROLL TAX?

If you have ever received a paycheck, you probably noticed that taxes were deducted from the amount you earned. One of these taxes is called FICA, an acronym for the Federal Insurance Contributions Act. The federal government uses the revenue from the FICA tax to pay for Social Security and Medicare, the income support and healthcare programs for the elderly. FICA is an example of a *payroll tax*, which is a tax on the wages that firms pay their workers. In 2008, the total FICA tax for the typical worker was 15.3 percent of earnings.

Who do you think bears the burden of this payroll tax—firms or workers? When Congress passed this legislation, it tried to mandate a division of the tax burden. According to the law, half of the tax is paid by firms, and half is paid by workers. That is, half of the tax is paid out of firms' revenues, and half is deducted from workers' paychecks. The amount that shows up as a deduction on your pay stub is the worker contribution.

Our analysis of tax incidence, however, shows that lawmakers cannot so easily dictate the distribution of a tax burden. To illustrate, we can analyze a payroll tax as merely a tax on a good, where the good is labor and the price is the wage. The key feature of the payroll tax is that it places a wedge between the wage that firms pay and the wage that workers receive. Figure 8 shows the outcome. When a payroll tax is enacted, the wage received by workers falls, and the wage paid by firms rises. In the end, workers and firms share the burden of the tax, much as the legislation requires. Yet this division of the tax burden between workers and firms has nothing to do with the legislated division: The division of the burden in Figure 8 is not necessarily fifty-fifty, and the same outcome would prevail if the law levied the entire tax on workers or if it levied the entire tax on firms.

This example shows that the most basic lesson of tax incidence is often overlooked in public debate. Lawmakers can decide whether a tax comes from the buyer's pocket or from the seller's, but they cannot legislate the true burden of a tax. Rather, tax incidence depends on the forces of supply and demand.

8 FIGURE

A Payroll Tax
A payroll tax places a wedge between the wage that workers receive and the wage that firms pay. Comparing wages with and without the tax, you can see that workers and firms share the tax burden. This division of the tax burden between workers and firms does not depend on whether the government levies the tax on workers, levies the tax on firms, or divides the tax equally between the two groups.

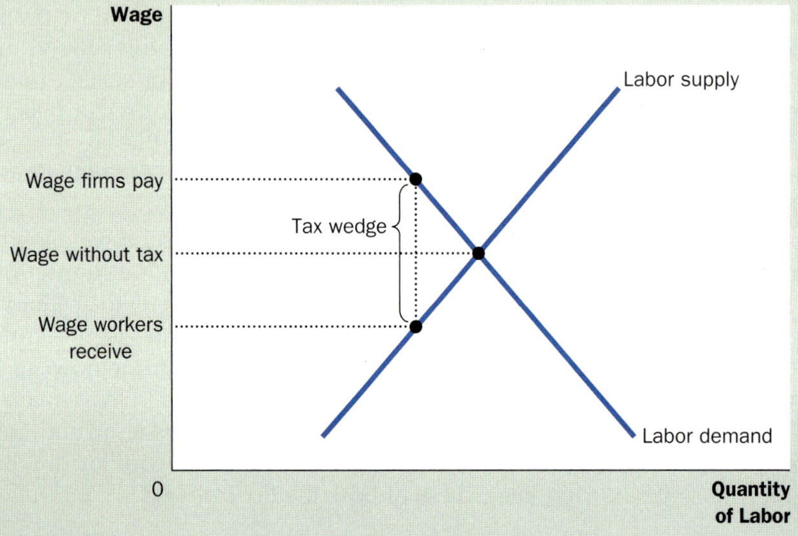

Elasticity and Tax Incidence

When a good is taxed, buyers and sellers of the good share the burden of the tax. But how exactly is the tax burden divided? Only rarely will it be shared equally. To see how the burden is divided, consider the impact of taxation in the two markets in Figure 9. In both cases, the figure shows the initial demand curve, the initial supply curve, and a tax that drives a wedge between the amount paid by buyers and the amount received by sellers. (Not drawn in either panel of the figure is the new supply or demand curve. Which curve shifts depends on whether the tax is levied on buyers or sellers. As we have seen, this is irrelevant for the incidence of the tax.) The difference in the two panels is the relative elasticity of supply and demand.

Panel (a) of Figure 9 shows a tax in a market with very elastic supply and relatively inelastic demand. That is, sellers are very responsive to changes in the price of the good (so the supply curve is relatively flat), whereas buyers are not very responsive (so the demand curve is relatively steep). When a tax is imposed on a market with these elasticities, the price received by sellers does not fall much, so sellers bear only a small burden. By contrast, the price paid by buyers rises substantially, indicating that buyers bear most of the burden of the tax.

Panel (b) of Figure 9 shows a tax in a market with relatively inelastic supply and very elastic demand. In this case, sellers are not very responsive to changes in the price (so the supply curve is steeper), whereas buyers are very responsive (so the demand curve is flatter). The figure shows that when a tax is imposed, the price paid by buyers does not rise much, but the price received by sellers falls substantially. Thus, sellers bear most of the burden of the tax.

The two panels of Figure 9 show a general lesson about how the burden of a tax is divided: *A tax burden falls more heavily on the side of the market that is less elastic.* Why is this true? In essence, the elasticity measures the willingness of buyers or

FIGURE 9

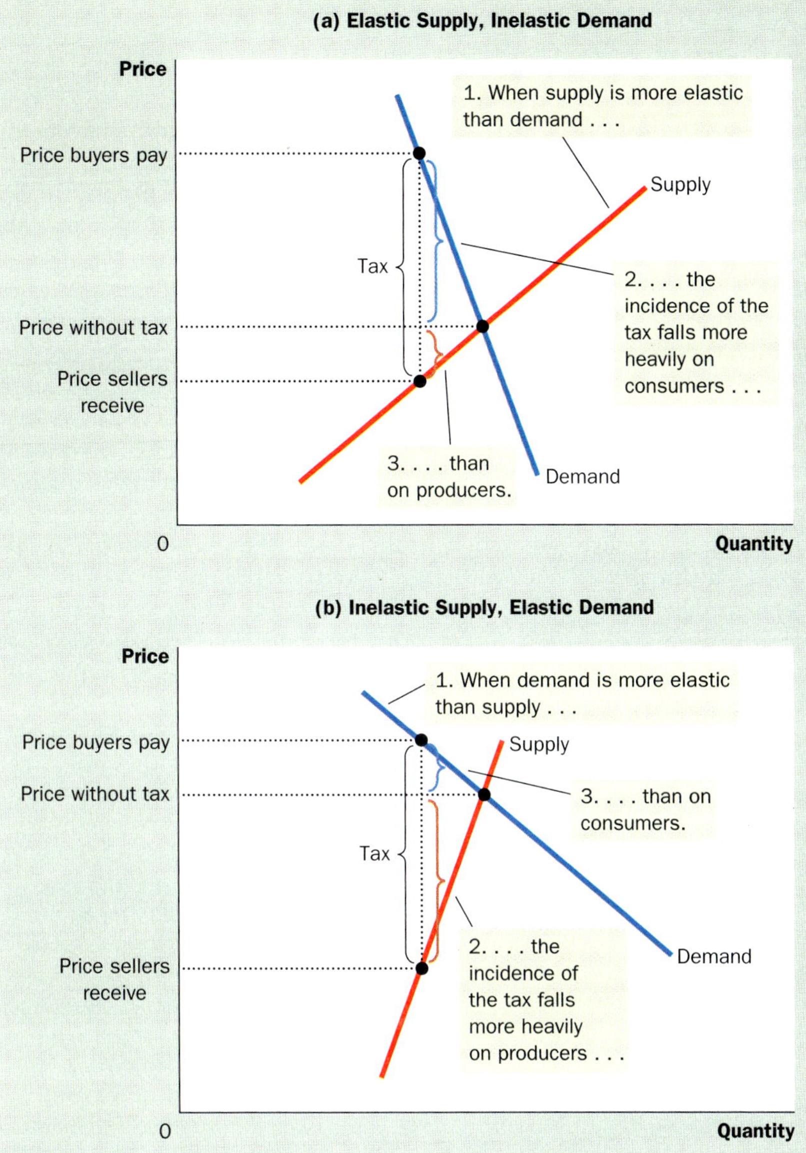

How the Burden of a Tax Is Divided

In panel (a), the supply curve is elastic, and the demand curve is inelastic. In this case, the price received by sellers falls only slightly, while the price paid by buyers rises substantially. Thus, buyers bear most of the burden of the tax. In panel (b), the supply curve is inelastic, and the demand curve is elastic. In this case, the price received by sellers falls substantially, while the price paid by buyers rises only slightly. Thus, sellers bear most of the burden of the tax.

sellers to leave the market when conditions become unfavorable. A small elasticity of demand means that buyers do not have good alternatives to consuming this particular good. A small elasticity of supply means that sellers do not have good alternatives to producing this particular good. When the good is taxed, the side of the market with fewer good alternatives is less willing to leave the market and must, therefore, bear more of the burden of the tax.

We can apply this logic to the payroll tax discussed in the previous case study. Most labor economists believe that the supply of labor is much less elastic than the demand. This means that workers, rather than firms, bear most of the burden of

© TURNER FORTE/THE IMAGE BANK/GETTY IMAGES

"IF THIS BOAT WERE ANY MORE EXPENSIVE, WE'D BE PLAYING GOLF."

the payroll tax. In other words, the distribution of the tax burden is not at all close to the fifty-fifty split that lawmakers intended.

CASE STUDY WHO PAYS THE LUXURY TAX?

In 1990, Congress adopted a new luxury tax on items such as yachts, private airplanes, furs, jewelry, and expensive cars. The goal of the tax was to raise revenue from those who could most easily afford to pay. Because only the rich could afford to buy such extravagances, taxing luxuries seemed a logical way of taxing the rich.

Yet, when the forces of supply and demand took over, the outcome was quite different from what Congress intended. Consider, for example, the market for yachts. The demand for yachts is quite elastic. A millionaire can easily not buy a yacht; she can use the money to buy a bigger house, take a European vacation, or leave a larger bequest to her heirs. By contrast, the supply of yachts is relatively inelastic, at least in the short run. Yacht factories are not easily converted to alternative uses, and workers who build yachts are not eager to change careers in response to changing market conditions.

Our analysis makes a clear prediction in this case. With elastic demand and inelastic supply, the burden of a tax falls largely on the suppliers. That is, a tax on yachts places a burden largely on the firms and workers who build yachts because they end up getting a significantly lower price for their product. The workers, however, are not wealthy. Thus, the burden of a luxury tax falls more on the middle class than on the rich.

The mistaken assumptions about the incidence of the luxury tax quickly became apparent after the tax went into effect. Suppliers of luxuries made their congressional representatives well aware of the economic hardship they experienced, and Congress repealed most of the luxury tax in 1993. ●

QUICK QUIZ In a supply-and-demand diagram, show how a tax on car buyers of $1,000 per car affects the quantity of cars sold and the price of cars. In another diagram, show how a tax on car sellers of $1,000 per car affects the quantity of cars sold and the price of cars. In both of your diagrams, show the change in the price paid by car buyers and the change in the price received by car sellers.

CONCLUSION

The economy is governed by two kinds of laws: the laws of supply and demand and the laws enacted by governments. In this chapter, we have begun to see how these laws interact. Price controls and taxes are common in various markets in the economy, and their effects are frequently debated in the press and among policymakers. Even a little bit of economic knowledge can go a long way toward understanding and evaluating these policies.

In subsequent chapters, we analyze many government policies in greater detail. We will examine the effects of taxation more fully, and we will consider a broader range of policies than we considered here. Yet the basic lessons of this chapter will not change: When analyzing government policies, supply and demand are the first and most useful tools of analysis.

SUMMARY

- A price ceiling is a legal maximum on the price of a good or service. An example is rent control. If the price ceiling is below the equilibrium price, the quantity demanded exceeds the quantity supplied. Because of the resulting shortage, sellers must in some way ration the good or service among buyers.
- A price floor is a legal minimum on the price of a good or service. An example is the minimum wage. If the price floor is above the equilibrium price, the quantity supplied exceeds the quantity demanded. Because of the resulting surplus, buyers' demands for the good or service must in some way be rationed among sellers.
- When the government levies a tax on a good, the equilibrium quantity of the good falls. That is, a tax on a market shrinks the size of the market.
- A tax on a good places a wedge between the price paid by buyers and the price received by sellers. When the market moves to the new equilibrium, buyers pay more for the good and sellers receive less for it. In this sense, buyers and sellers share the tax burden. The incidence of a tax (that is, the division of the tax burden) does not depend on whether the tax is levied on buyers or sellers.
- The incidence of a tax depends on the price elasticities of supply and demand. Most of the burden falls on the side of the market that is less elastic because that side of the market can respond less easily to the tax by changing the quantity bought or sold.

KEY CONCEPTS

price ceiling, *p. 114*

price floor, *p. 114*

tax incidence, *p. 124*

QUESTIONS FOR REVIEW

1. Give an example of a price ceiling and an example of a price floor.
2. Which causes a shortage of a good—a price ceiling or a price floor? Justify your answer with a graph.
3. What mechanisms allocate resources when the price of a good is not allowed to bring supply and demand into equilibrium?
4. Explain why economists usually oppose controls on prices.
5. Suppose the government removes a tax on buyers of a good and levies a tax of the same size on sellers of the good. How does this change in tax policy affect the price that buyers pay sellers for this good, the amount buyers are out of pocket including the tax, the amount sellers receive net of the tax, and the quantity of the good sold?
6. How does a tax on a good affect the price paid by buyers, the price received by sellers, and the quantity sold?
7. What determines how the burden of a tax is divided between buyers and sellers? Why?

PROBLEMS AND APPLICATIONS

1. Lovers of classical music persuade Congress to impose a price ceiling of $40 per concert ticket. As a result of this policy, do more or fewer people attend classical music concerts?
2. The government has decided that the free-market price of cheese is too low.
   a. Suppose the government imposes a binding price floor in the cheese market. Draw a supply-and-demand diagram to show the effect of this policy on the price of cheese and the quantity of cheese sold. Is there a shortage or surplus of cheese?
   b. Farmers complain that the price floor has reduced their total revenue. Is this possible? Explain.
   c. In response to farmers' complaints, the government agrees to purchase all the surplus cheese at the price floor. Compared to the basic price floor, who benefits from this new policy? Who loses?
3. A recent study found that the demand and supply schedules for Frisbees are as follows:

Price per Frisbee	Quantity Demanded	Quantity Supplied
$11	1 million Frisbees	15 million Frisbees
10	2	12
9	4	9
8	6	6
7	8	3
6	10	1

   a. What are the equilibrium price and quantity of Frisbees?
   b. Frisbee manufacturers persuade the government that Frisbee production improves scientists' understanding of aerodynamics and thus is important for national security. A concerned Congress votes to impose a price floor $2 above the equilibrium price. What is the new market price? How many Frisbees are sold?
   c. Irate college students march on Washington and demand a reduction in the price of Frisbees. An even more concerned Congress votes to repeal the price floor and impose a price ceiling $1 below the former price floor. What is the new market price? How many Frisbees are sold?
4. Suppose the federal government requires beer drinkers to pay a $2 tax on each case of beer purchased. (In fact, both the federal and state governments impose beer taxes of some sort.)
   a. Draw a supply-and-demand diagram of the market for beer without the tax. Show the price paid by consumers, the price received by producers, and the quantity of beer sold. What is the difference between the price paid by consumers and the price received by producers?
   b. Now draw a supply-and-demand diagram for the beer market with the tax. Show the price paid by consumers, the price received by producers, and the quantity of beer sold. What is the difference between the price paid by consumers and the price received by producers? Has the quantity of beer sold increased or decreased?
5. A senator wants to raise tax revenue and make workers better off. A staff member proposes raising the payroll tax paid by firms and using part of the extra revenue to reduce the payroll tax paid by workers. Would this accomplish the senator's goal? Explain.
6. If the government places a $500 tax on luxury cars, will the price paid by consumers rise by more than $500, less than $500, or exactly $500? Explain.
7. Congress and the president decide that the United States should reduce air pollution by reducing its use of gasoline. They impose a $0.50 tax for each gallon of gasoline sold.
   a. Should they impose this tax on producers or consumers? Explain carefully using a supply-and-demand diagram.
   b. If the demand for gasoline were more elastic, would this tax be more effective or less effective in reducing the quantity of gasoline consumed? Explain with both words and a diagram.
   c. Are consumers of gasoline helped or hurt by this tax? Why?
   d. Are workers in the oil industry helped or hurt by this tax? Why?
8. A case study in this chapter discusses the federal minimum-wage law.

a. Suppose the minimum wage is above the equilibrium wage in the market for unskilled labor. Using a supply-and-demand diagram of the market for unskilled labor, show the market wage, the number of workers who are employed, and the number of workers who are unemployed. Also show the total wage payments to unskilled workers.
b. Now suppose the secretary of labor proposes an increase in the minimum wage. What effect would this increase have on employment? Does the change in employment depend on the elasticity of demand, the elasticity of supply, both elasticities, or neither?
c. What effect would this increase in the minimum wage have on unemployment? Does the change in unemployment depend on the elasticity of demand, the elasticity of supply, both elasticities, or neither?
d. If the demand for unskilled labor were inelastic, would the proposed increase in the minimum wage raise or lower total wage payments to unskilled workers? Would your answer change if the demand for unskilled labor were elastic?

9. Consider the following policies, each of which is aimed at reducing violent crime by reducing the use of guns. Illustrate each of these proposed policies in a supply-and-demand diagram of the gun market.
   a. a tax on gun buyers
   b. a tax on gun sellers
   c. a price floor on guns
   d. a tax on ammunition
10. In 2007, Rod Blagojevich, the governor of Illinois, proposed a 3 percent payroll tax to finance some state health programs. The proposed legislation provided that the payroll tax "shall not be withheld from wages paid to employees or otherwise be collected from employees or reduce the compensation paid to employees." What do you think was the intent of this language? Would the bill in fact have accomplished this objective?
11. The U.S. government administers two programs that affect the market for cigarettes. Media campaigns and labeling requirements are aimed at making the public aware of the dangers of cigarette smoking. At the same time, the Department of Agriculture maintains a price-support program for tobacco farmers, which raises the price of tobacco above the equilibrium price.
   a. How do these two programs affect cigarette consumption? Use a graph of the cigarette market in your answer.
   b. What is the combined effect of these two programs on the price of cigarettes?
   c. Cigarettes are also heavily taxed. What effect does this tax have on cigarette consumption?
12. At Fenway Park, home of the Boston Red Sox, seating is limited to 34,000. Hence, the number of tickets issued is fixed at that figure. (Assume that all seats are equally desirable and are sold at the same price.) Seeing a golden opportunity to raise revenue, the City of Boston levies a per ticket tax of $5 to be paid by the ticket buyer. Boston sports fans, a famously civic-minded lot, dutifully send in the $5 per ticket. Draw a well-labeled graph showing the impact of the tax. On whom does the tax burden fall—the team's owners, the fans, or both? Why?
13. A subsidy is the opposite of a tax. With a $0.50 tax on the buyers of ice-cream cones, the government collects $0.50 for each cone purchased; with a $0.50 subsidy for the buyers of ice-cream cones, the government pays buyers $0.50 for each cone purchased.
   a. Show the effect of a $0.50 per cone subsidy on the demand curve for ice-cream cones, the effective price paid by consumers, the effective price received by sellers, and the quantity of cones sold.
   b. Do consumers gain or lose from this policy? Do producers gain or lose? Does the government gain or lose?
14. In the spring of 2008, Senators John McCain and Hillary Clinton (who were then running for President) proposed a temporary elimination of the federal gasoline tax, effective only during the summer of 2008, in order to help consumers deal with high gasoline prices.
   a. During the summer, when gasoline demand is high because of vacation driving, gasoline refiners are operating near full capacity. What does this fact suggest about the price elasticity of supply?
   b. In light of your answer to (a), who do you predict would benefit from the temporary gas tax holiday?

What benefit does John receive from buying the Elvis Presley album? In a sense, John has found a real bargain: He is willing to pay $100 for the album but pays only $80 for it. We say that John receives *consumer surplus* of $20. **Consumer surplus** is the amount a buyer is willing to pay for a good minus the amount the buyer actually pays for it.

consumer surplus
the amount a buyer is willing to pay for a good minus the amount the buyer actually pays for it

Consumer surplus measures the benefit buyers receive from participating in a market. In this example, John receives a $20 benefit from participating in the auction because he pays only $80 for a good he values at $100. Paul, George, and Ringo get no consumer surplus from participating in the auction because they left without the album and without paying anything.

Now consider a somewhat different example. Suppose that you had two identical Elvis Presley albums to sell. Again, you auction them off to the four possible buyers. To keep things simple, we assume that both albums are to be sold for the same price and that no buyer is interested in buying more than one album. Therefore, the price rises until two buyers are left.

In this case, the bidding stops when John and Paul bid $70 (or slightly higher). At this price, John and Paul are each happy to buy an album, and George and Ringo are not willing to bid any higher. John and Paul each receive consumer surplus equal to his willingness to pay minus the price. John's consumer surplus is $30, and Paul's is $10. John's consumer surplus is higher now than in the previous example because he gets the same album but pays less for it. The total consumer surplus in the market is $40.

Using the Demand Curve to Measure Consumer Surplus

Consumer surplus is closely related to the demand curve for a product. To see how they are related, let's continue our example and consider the demand curve for this rare Elvis Presley album.

We begin by using the willingness to pay of the four possible buyers to find the demand schedule for the album. The table in Figure 1 shows the demand schedule that corresponds to Table 1. If the price is above $100, the quantity demanded in the market is 0 because no buyer is willing to pay that much. If the price is between $80 and $100, the quantity demanded is 1 because only John is willing to pay such a high price. If the price is between $70 and $80, the quantity demanded is 2 because both John and Paul are willing to pay the price. We can continue this analysis for other prices as well. In this way, the demand schedule is derived from the willingness to pay of the four possible buyers.

The graph in Figure 1 shows the demand curve that corresponds to this demand schedule. Note the relationship between the height of the demand curve and the buyers' willingness to pay. At any quantity, the price given by the demand curve shows the willingness to pay of the *marginal* buyer, the buyer who would leave the market first if the price were any higher. At a quantity of 4 albums, for instance, the demand curve has a height of $50, the price that Ringo (the marginal buyer) is willing to pay for an album. At a quantity of 3 albums, the demand curve has a height of $70, the price that George (who is now the marginal buyer) is willing to pay.

Because the demand curve reflects buyers' willingness to pay, we can also use it to measure consumer surplus. Figure 2 uses the demand curve to compute consumer surplus in our two examples. In panel (a), the price is $80 (or slightly

1 FIGURE

The table shows the demand schedule for the buyers in Table 1. The graph shows the corresponding demand curve. Note that the height of the demand curve reflects buyers' willingness to pay.

The Demand Schedule and the Demand Curve

Price	Buyers	Quantity Demanded
More than $100	None	0
$80 to $100	John	1
$70 to $80	John, Paul	2
$50 to $70	John, Paul, George	3
$50 or less	John, Paul, George, Ringo	4

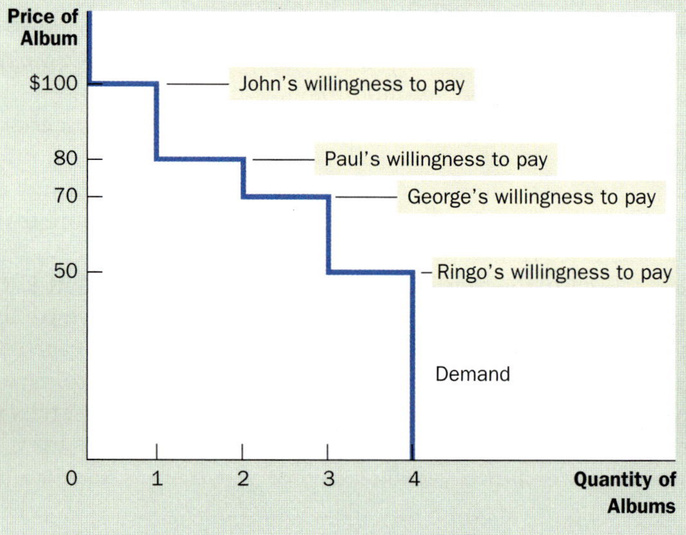

above), and the quantity demanded is 1. Note that the area above the price and below the demand curve equals $20. This amount is exactly the consumer surplus we computed earlier when only 1 album is sold.

Panel (b) of Figure 2 shows consumer surplus when the price is $70 (or slightly above). In this case, the area above the price and below the demand curve equals the total area of the two rectangles: John's consumer surplus at this price is $30 and Paul's is $10. This area equals a total of $40. Once again, this amount is the consumer surplus we computed earlier.

The lesson from this example holds for all demand curves: *The area below the demand curve and above the price measures the consumer surplus in a market.* This is true because the height of the demand curve measures the value buyers place on the good, as measured by their willingness to pay for it. The difference between this willingness to pay and the market price is each buyer's consumer surplus. Thus, the total area below the demand curve and above the price is the sum of the consumer surplus of all buyers in the market for a good or service.

How a Lower Price Raises Consumer Surplus

Because buyers always want to pay less for the goods they buy, a lower price makes buyers of a good better off. But how much does buyers' well-being rise in response to a lower price? We can use the concept of consumer surplus to answer this question precisely.

Figure 3 shows a typical demand curve. You may notice that this curve gradually slopes downward instead of taking discrete steps as in the previous two

In panel (a), the price of the good is $80, and the consumer surplus is $20. In panel (b), the price of the good is $70, and the consumer surplus is $40.

FIGURE 2

Measuring Consumer Surplus with the Demand Curve

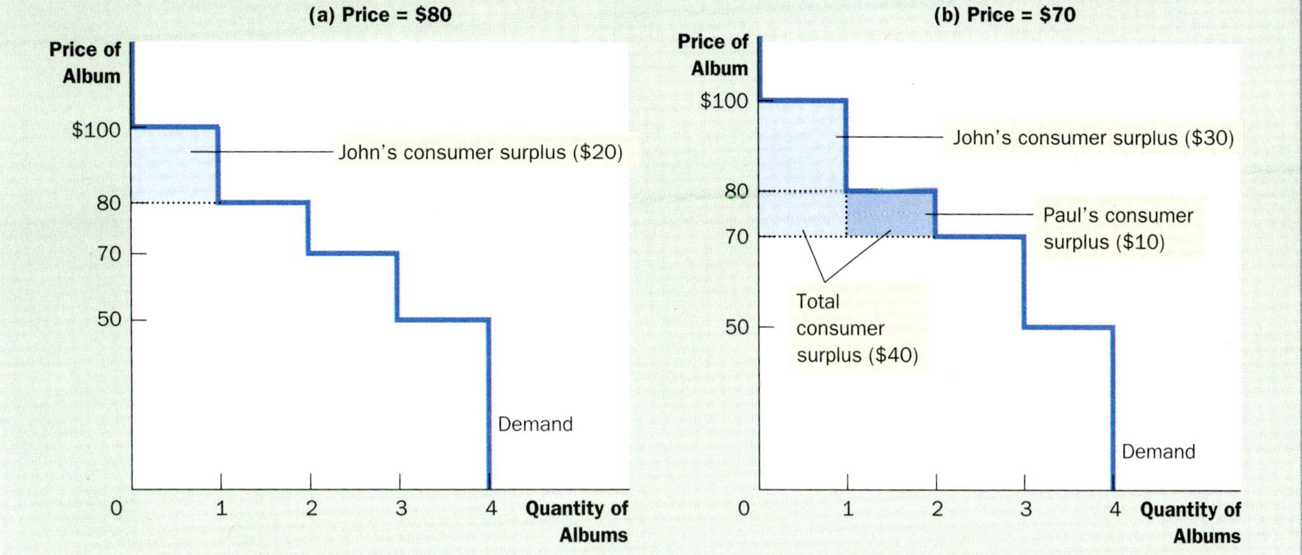

figures. In a market with many buyers, the resulting steps from each buyer dropping out are so small that they form, in essence, a smooth curve. Although this curve has a different shape, the ideas we have just developed still apply: Consumer surplus is the area above the price and below the demand curve. In panel (a), consumer surplus at a price of P_1 is the area of triangle ABC.

Now suppose that the price falls from P_1 to P_2, as shown in panel (b). The consumer surplus now equals area ADF. The increase in consumer surplus attributable to the lower price is the area BCFD.

This increase in consumer surplus is composed of two parts. First, those buyers who were already buying Q_1 of the good at the higher price P_1 are better off because they now pay less. The increase in consumer surplus of existing buyers is the reduction in the amount they pay; it equals the area of the rectangle BCED. Second, some new buyers enter the market because they are willing to buy the good at the lower price. As a result, the quantity demanded in the market increases from Q_1 to Q_2. The consumer surplus these newcomers receive is the area of the triangle CEF.

What Does Consumer Surplus Measure?

Our goal in developing the concept of consumer surplus is to make judgments about the desirability of market outcomes. Now that you have seen what consumer surplus is, let's consider whether it is a good measure of economic well-being.

3 FIGURE

How the Price Affects Consumer Surplus

In panel (a), the price is P_1, the quantity demanded is Q_1, and consumer surplus equals the area of the triangle ABC. When the price falls from P_1 to P_2, as in panel (b), the quantity demanded rises from Q_1 to Q_2, and the consumer surplus rises to the area of the triangle ADF. The increase in consumer surplus (area BCFD) occurs in part because existing consumers now pay less (area BCED) and in part because new consumers enter the market at the lower price (area CEF).

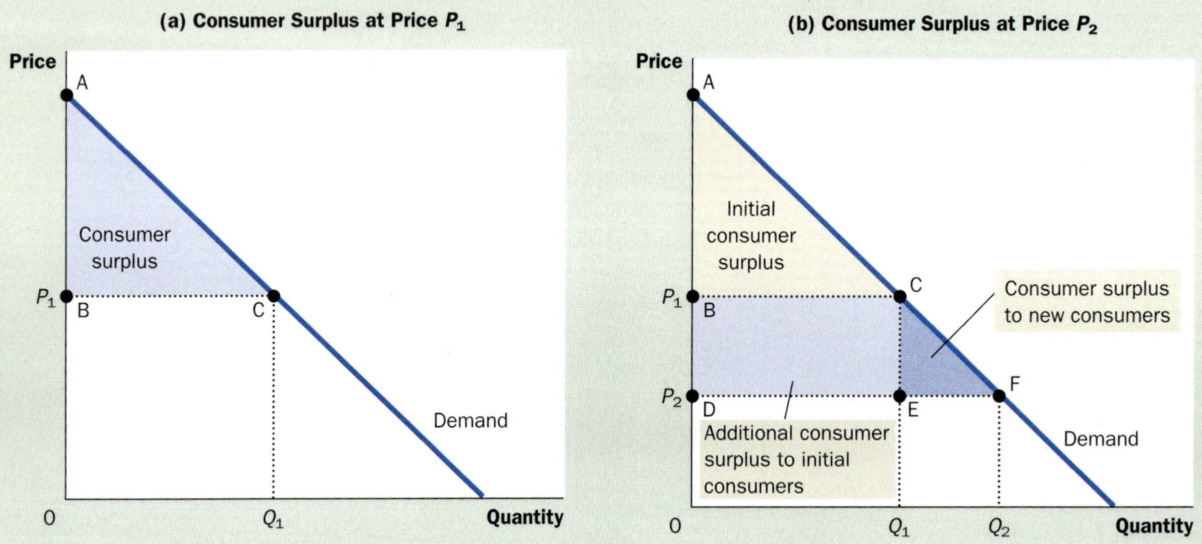

Imagine that you are a policymaker trying to design a good economic system. Would you care about the amount of consumer surplus? Consumer surplus, the amount that buyers are willing to pay for a good minus the amount they actually pay for it, measures the benefit that buyers receive from a good *as the buyers themselves perceive it*. Thus, consumer surplus is a good measure of economic well-being if policymakers want to respect the preferences of buyers.

In some circumstances, policymakers might choose not to care about consumer surplus because they do not respect the preferences that drive buyer behavior. For example, drug addicts are willing to pay a high price for heroin. Yet we would not say that addicts get a large benefit from being able to buy heroin at a low price (even though addicts might say they do). From the standpoint of society, willingness to pay in this instance is not a good measure of the buyers' benefit, and consumer surplus is not a good measure of economic well-being, because addicts are not looking after their own best interests.

In most markets, however, consumer surplus does reflect economic well-being. Economists normally assume that buyers are rational when they make decisions. Rational people do the best they can to achieve their objectives, given their opportunities. Economists also normally assume that people's preferences should be respected. In this case, consumers are the best judges of how much benefit they receive from the goods they buy.

QUICK QUIZ Draw a demand curve for turkey. In your diagram, show a price of turkey and the consumer surplus at that price. Explain in words what this consumer surplus measures.

PRODUCER SURPLUS

We now turn to the other side of the market and consider the benefits sellers receive from participating in a market. As you will see, our analysis of sellers' welfare is similar to our analysis of buyers' welfare.

Cost and the Willingness to Sell

Imagine now that you are a homeowner and you want to get your house painted. You turn to four sellers of painting services: Mary, Frida, Georgia, and Grandma. Each painter is willing to do the work for you if the price is right. You decide to take bids from the four painters and auction off the job to the painter who will do the work for the lowest price.

Each painter is willing to take the job if the price she would receive exceeds her cost of doing the work. Here the term **cost** should be interpreted as the painters' opportunity cost: It includes the painters' out-of-pocket expenses (for paint, brushes, and so on) as well as the value that the painters place on their own time. Table 2 shows each painter's cost. Because a painter's cost is the lowest price she would accept for her work, cost is a measure of her willingness to sell her services. Each painter would be eager to sell her services at a price greater than her cost, and she would refuse to sell her services at a price less than her cost. At a price exactly equal to her cost, she would be indifferent about selling her services: She would be equally happy getting the job or using her time and energy for another purpose.

cost
the value of everything a seller must give up to produce a good

When you take bids from the painters, the price might start high, but it quickly falls as the painters compete for the job. Once Grandma has bid $600 (or slightly less), she is the sole remaining bidder. Grandma is happy to do the job for this price because her cost is only $500. Mary, Frida, and Georgia are unwilling to do the job for less than $600. Note that the job goes to the painter who can do the work at the lowest cost.

What benefit does Grandma receive from getting the job? Because she is willing to do the work for $500 but gets $600 for doing it, we say that she receives *producer surplus* of $100. **Producer surplus** is the amount a seller is paid minus the cost of production. Producer surplus measures the benefit sellers receive from participating in a market.

producer surplus
the amount a seller is paid for a good minus the seller's cost of providing it

Now consider a somewhat different example. Suppose that you have two houses that need painting. Again, you auction off the jobs to the four painters. To keep things simple, let's assume that no painter is able to paint both houses and that you will pay the same amount to paint each house. Therefore, the price falls until two painters are left.

TABLE 2

The Costs of Four Possible Sellers

Seller	Cost
Mary	$900
Frida	800
Georgia	600
Grandma	500

In this case, the bidding stops when Georgia and Grandma each offer to do the job for a price of $800 (or slightly less). Georgia and Grandma are willing to do the work at this price, while Mary and Frida are not willing to bid a lower price. At a price of $800, Grandma receives producer surplus of $300, and Georgia receives producer surplus of $200. The total producer surplus in the market is $500.

Using the Supply Curve to Measure Producer Surplus

Just as consumer surplus is closely related to the demand curve, producer surplus is closely related to the supply curve. To see how, let's continue our example.

We begin by using the costs of the four painters to find the supply schedule for painting services. The table in Figure 4 shows the supply schedule that corresponds to the costs in Table 2. If the price is below $500, none of the four painters is willing to do the job, so the quantity supplied is zero. If the price is between $500 and $600, only Grandma is willing to do the job, so the quantity supplied is 1. If the price is between $600 and $800, Grandma and Georgia are willing to do the job, so the quantity supplied is 2, and so on. Thus, the supply schedule is derived from the costs of the four painters.

The graph in Figure 4 shows the supply curve that corresponds to this supply schedule. Note that the height of the supply curve is related to the sellers' costs. At any quantity, the price given by the supply curve shows the cost of the *marginal seller*, the seller who would leave the market first if the price were any lower. At a quantity of 4 houses, for instance, the supply curve has a height of $900, the cost that Mary (the marginal seller) incurs to provide her painting services. At a quan-

4 FIGURE

The Supply Schedule and the Supply Curve

The table shows the supply schedule for the sellers in Table 2. The graph shows the corresponding supply curve. Note that the height of the supply curve reflects sellers' costs.

Price	Sellers	Quantity Supplied
$900 or more	Mary, Frida, Georgia, Grandma	4
$800 to $900	Frida, Georgia, Grandma	3
$600 to $800	Georgia, Grandma	2
$500 to $600	Grandma	1
Less than $500	None	0

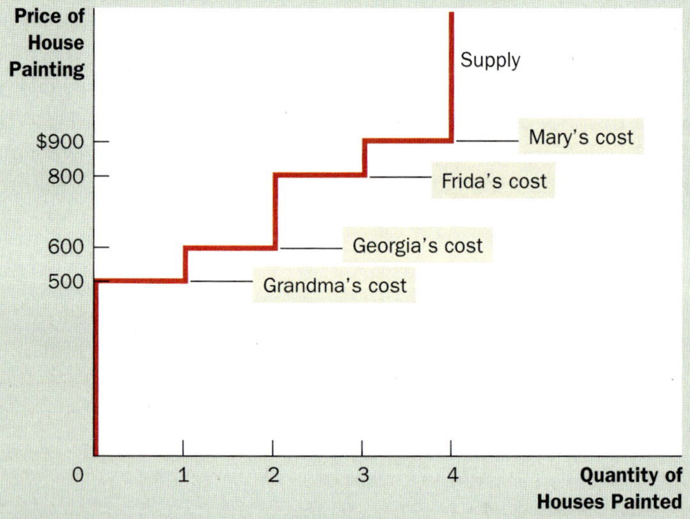

tity of 3 houses, the supply curve has a height of $800, the cost that Frida (who is now the marginal seller) incurs.

Because the supply curve reflects sellers' costs, we can use it to measure producer surplus. Figure 5 uses the supply curve to compute producer surplus in our two examples. In panel (a), we assume that the price is $600. In this case, the quantity supplied is 1. Note that the area below the price and above the supply curve equals $100. This amount is exactly the producer surplus we computed earlier for Grandma.

Panel (b) of Figure 5 shows producer surplus at a price of $800. In this case, the area below the price and above the supply curve equals the total area of the two rectangles. This area equals $500, the producer surplus we computed earlier for Georgia and Grandma when two houses needed painting.

The lesson from this example applies to all supply curves: *The area below the price and above the supply curve measures the producer surplus in a market.* The logic is straightforward: The height of the supply curve measures sellers' costs, and the difference between the price and the cost of production is each seller's producer surplus. Thus, the total area is the sum of the producer surplus of all sellers.

How a Higher Price Raises Producer Surplus

You will not be surprised to hear that sellers always want to receive a higher price for the goods they sell. But how much does sellers' well-being rise in response to

In panel (a), the price of the good is $600, and the producer surplus is $100. In panel (b), the price of the good is $800, and the producer surplus is $500.

FIGURE 5

Measuring Producer Surplus with the Supply Curve

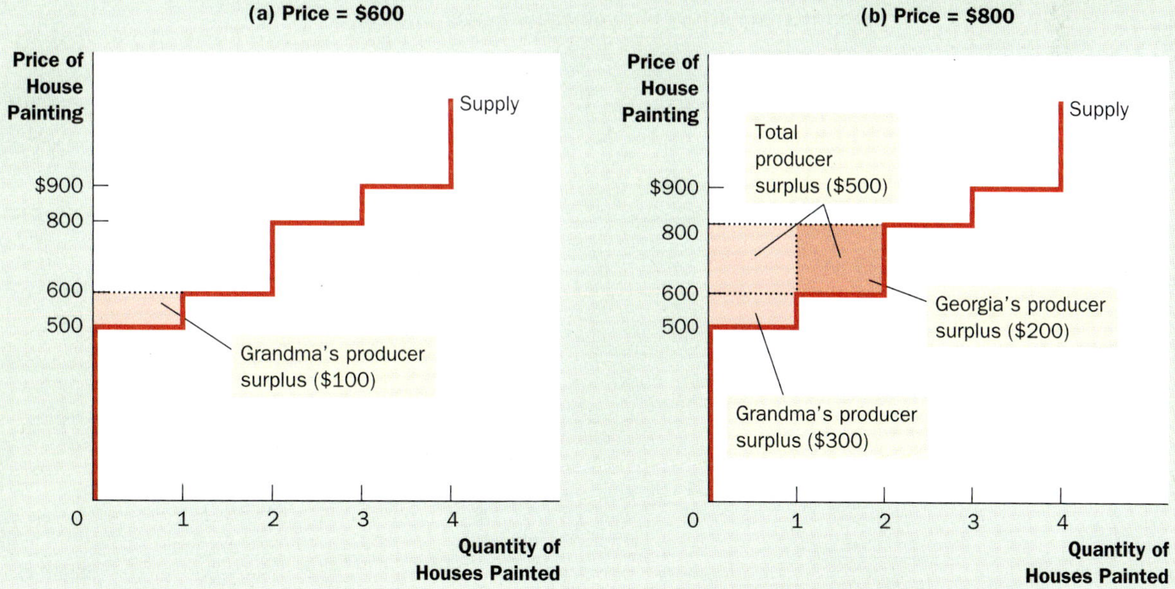

a higher price? The concept of producer surplus offers a precise answer to this question.

Figure 6 shows a typical upward-sloping supply curve that would arise in a market with many sellers. Although this supply curve differs in shape from the previous figure, we measure producer surplus in the same way: Producer surplus is the area below the price and above the supply curve. In panel (a), the price is P_1, and producer surplus is the area of triangle ABC.

Panel (b) shows what happens when the price rises from P_1 to P_2. Producer surplus now equals area ADF. This increase in producer surplus has two parts. First, those sellers who were already selling Q_1 of the good at the lower price P_1 are better off because they now get more for what they sell. The increase in producer surplus for existing sellers equals the area of the rectangle BCED. Second, some new sellers enter the market because they are willing to produce the good at the higher price, resulting in an increase in the quantity supplied from Q_1 to Q_2. The producer surplus of these newcomers is the area of the triangle CEF.

As this analysis shows, we use producer surplus to measure the well-being of sellers in much the same way as we use consumer surplus to measure the well-being of buyers. Because these two measures of economic welfare are so similar, it is natural to use them together. And indeed, that is exactly what we do in the next section.

QUICK QUIZ Draw a supply curve for turkey. In your diagram, show a price of turkey and the producer surplus at that price. Explain in words what this producer surplus measures.

6 FIGURE

How the Price Affects Producer Surplus

In panel (a), the price is P_1, the quantity supplied is Q_1, and producer surplus equals the area of the triangle ABC. When the price rises from P_1 to P_2, as in panel (b), the quantity supplied rises from Q_1 to Q_2, and the producer surplus rises to the area of the triangle ADF. The increase in producer surplus (area BCFD) occurs in part because existing producers now receive more (area BCED) and in part because new producers enter the market at the higher price (area CEF).

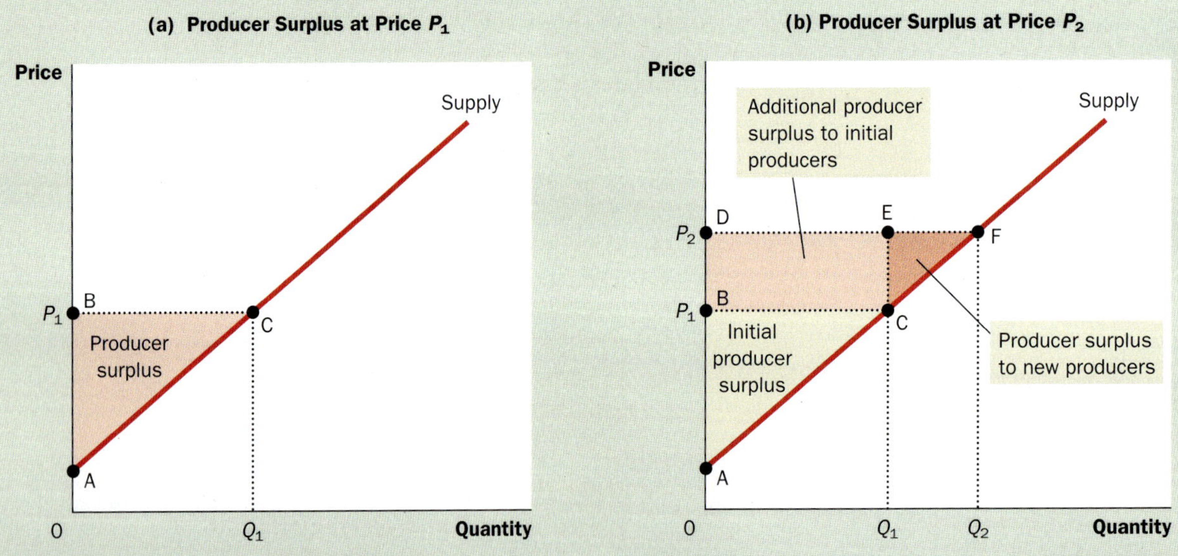

MARKET EFFICIENCY

Consumer surplus and producer surplus are the basic tools that economists use to study the welfare of buyers and sellers in a market. These tools can help us address a fundamental economic question: Is the allocation of resources determined by free markets desirable?

The Benevolent Social Planner

To evaluate market outcomes, we introduce into our analysis a new, hypothetical character called the benevolent social planner. The benevolent social planner is an all-knowing, all-powerful, well-intentioned dictator. The planner wants to maximize the economic well-being of everyone in society. What should this planner do? Should he just leave buyers and sellers at the equilibrium that they reach naturally on their own? Or can he increase economic well-being by altering the market outcome in some way?

To answer this question, the planner must first decide how to measure the economic well-being of a society. One possible measure is the sum of consumer and producer surplus, which we call *total surplus*. Consumer surplus is the benefit that buyers receive from participating in a market, and producer surplus is the benefit that sellers receive. It is therefore natural to use total surplus as a measure of society's economic well-being.

To better understand this measure of economic well-being, recall how we measure consumer and producer surplus. We define consumer surplus as

$$\text{Consumer surplus} = \text{Value to buyers} - \text{Amount paid by buyers.}$$

Similarly, we define producer surplus as

$$\text{Producer surplus} = \text{Amount received by sellers} - \text{Cost to sellers.}$$

When we add consumer and producer surplus together, we obtain

$$\begin{aligned}\text{Total surplus} = &(\text{Value to buyers} - \text{Amount paid by buyers})\\ &+ (\text{Amount received by sellers} - \text{Cost to sellers}).\end{aligned}$$

The amount paid by buyers equals the amount received by sellers, so the middle two terms in this expression cancel each other. As a result, we can write total surplus as

$$\text{Total surplus} = \text{Value to buyers} - \text{Cost to sellers.}$$

Total surplus in a market is the total value to buyers of the goods, as measured by their willingness to pay, minus the total cost to sellers of providing those goods.

If an allocation of resources maximizes total surplus, we say that the allocation exhibits **efficiency**. If an allocation is not efficient, then some of the potential gains from trade among buyers and sellers are not being realized. For example, an allocation is inefficient if a good is not being produced by the sellers with lowest cost. In this case, moving production from a high-cost producer to a low-cost producer will lower the total cost to sellers and raise total surplus. Similarly, an

efficiency
the property of a resource allocation of maximizing the total surplus received by all members of society

allocation is inefficient if a good is not being consumed by the buyers who value it most highly. In this case, moving consumption of the good from a buyer with a low valuation to a buyer with a high valuation will raise total surplus.

equality
the property of distributing economic prosperity uniformly among the members of society

In addition to efficiency, the social planner might also care about **equality**—that is, whether the various buyers and sellers in the market have a similar level of economic well-being. In essence, the gains from trade in a market are like a pie to be shared among the market participants. The question of efficiency concerns whether the pie is as big as possible. The question of equality concerns how the pie is sliced and how the portions are distributed among members of society. In this chapter, we concentrate on efficiency as the social planner's goal. Keep in mind, however, that real policymakers often care about equality as well.

Evaluating the Market Equilibrium

Figure 7 shows consumer and producer surplus when a market reaches the equilibrium of supply and demand. Recall that consumer surplus equals the area above the price and under the demand curve and producer surplus equals the area below the price and above the supply curve. Thus, the total area between the supply and demand curves up to the point of equilibrium represents the total surplus in this market.

Is this equilibrium allocation of resources efficient? That is, does it maximize total surplus? To answer this question, recall that when a market is in equilibrium, the price determines which buyers and sellers participate in the market. Those buyers who value the good more than the price (represented by the segment AE on the demand curve) choose to buy the good; buyers who value it less than the price (represented by the segment EB) do not. Similarly, those sellers whose

7 FIGURE

Consumer and Producer Surplus in the Market Equilibrium
Total surplus—the sum of consumer and producer surplus—is the area between the supply and demand curves up to the equilibrium quantity.

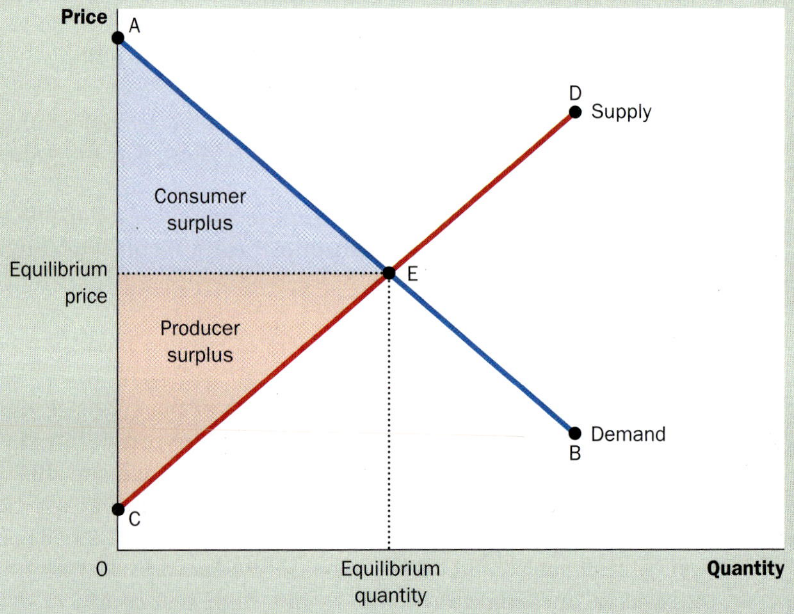

costs are less than the price (represented by the segment CE on the supply curve) choose to produce and sell the good; sellers whose costs are greater than the price (represented by the segment ED) do not.

These observations lead to two insights about market outcomes:

1. Free markets allocate the supply of goods to the buyers who value them most highly, as measured by their willingness to pay.
2. Free markets allocate the demand for goods to the sellers who can produce them at the least cost.

Thus, given the quantity produced and sold in a market equilibrium, the social planner cannot increase economic well-being by changing the allocation of consumption among buyers or the allocation of production among sellers.

But can the social planner raise total economic well-being by increasing or decreasing the quantity of the good? The answer is no, as stated in this third insight about market outcomes:

3. Free markets produce the quantity of goods that maximizes the sum of consumer and producer surplus.

Figure 8 illustrates why this is true. To interpret this figure, keep in mind that the demand curve reflects the value to buyers and the supply curve reflects the cost to sellers. At any quantity below the equilibrium level, such as Q_1, the value to the marginal buyer exceeds the cost to the marginal seller. As a result, increasing the quantity produced and consumed raises total surplus. This continues to be true until the quantity reaches the equilibrium level. Similarly, at any quantity beyond the equilibrium level, such as Q_2, the value to the marginal buyer is less than the

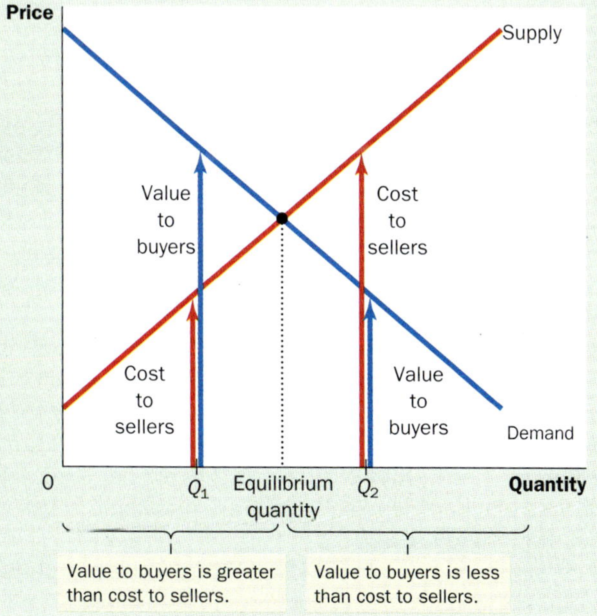

FIGURE 8

The Efficiency of the Equilibrium Quantity
At quantities less than the equilibrium quantity, such as Q_1, the value to buyers exceeds the cost to sellers. At quantities greater than the equilibrium quantity, such as Q_2, the cost to sellers exceeds the value to buyers. Therefore, the market equilibrium maximizes the sum of producer and consumer surplus.

cost to the marginal seller. In this case, decreasing the quantity raises total surplus, and this continues to be true until quantity falls to the equilibrium level. To maximize total surplus, the social planner would choose the quantity where the supply and demand curves intersect.

Together, these three insights tell us that the market outcome makes the sum of consumer and producer surplus as large as it can be. In other words, the equilibrium outcome is an efficient allocation of resources. The benevolent social planner can, therefore, leave the market outcome just as he finds it. This policy of leaving well enough alone goes by the French expression *laissez faire,* which literally translates to "allow them to do."

Society is lucky that the planner doesn't need to intervene. Although it has been a useful exercise imagining what an all-knowing, all-powerful, well-intentioned dictator would do, let's face it: Such characters are hard to come by. Dictators are rarely benevolent, and even if we found someone so virtuous, he would lack crucial information.

Suppose our social planner tried to choose an efficient allocation of resources on his own, instead of relying on market forces. To do so, he would need to know the value of a particular good to every potential consumer in the market and the cost of every potential producer. And he would need this information not only for this market but for every one of the many thousands of markets in the economy. The task is practically impossible, which explains why centrally planned economies never work very well.

The planner's job becomes easy, however, once he takes on a partner: Adam Smith's invisible hand of the marketplace. The invisible hand takes all the information about buyers and sellers into account and guides everyone in the market to the best outcome as judged by the standard of economic efficiency. It is, truly, a remarkable feat. That is why economists so often advocate free markets as the best way to organize economic activity.

CASE STUDY

SHOULD THERE BE A MARKET IN ORGANS?

On April 12, 2001, the front page of the *Boston Globe* ran the headline "How a Mother's Love Helped Save Two Lives." The newspaper told the story of Susan Stephens, a woman whose son needed a kidney transplant. When the doctor learned that the mother's kidney was not compatible, he proposed a novel solution: If Stephens donated one of her kidneys to a stranger, her son would move to the top of the kidney waiting list. The mother accepted the deal, and soon two patients had the transplant they were waiting for.

The ingenuity of the doctor's proposal and the nobility of the mother's act cannot be doubted. But the story raises some intriguing questions. If the mother could trade a kidney for a kidney, would the hospital allow her to trade a kidney for an expensive, experimental cancer treatment that she could not otherwise afford? Should she be allowed to exchange her kidney for free tuition for her son at the hospital's medical school? Should she be able to sell her kidney so she can use the cash to trade in her old Chevy for a new Lexus?

As a matter of public policy, our society makes it illegal for people to sell their organs. In essence, in the market for organs, the government has imposed a price ceiling of zero. The result, as with any binding price ceiling, is a shortage of the good. The deal in the Stephens case did not fall under this prohibition because no

In The News

Ticket Scalping

To allocate resources efficiently, an economy must get goods—including tickets to the Red Sox—to the consumers who value them most highly.

Like It or Not, Scalping Is a Force in the Free Market

By Charles Stein

Chip Case devotes a class each year to the reselling of sports tickets. He has a section in his economics textbook on the same subject.

But for Case, an economics professor at Wellesley College, the sale and scalping of sports tickets is more than an interesting theoretical pursuit. Like Margaret Mead, he has done plenty of firsthand research in the jungle, and he has the stories to prove it.

In 1984, Case waited in line for two nights on Causeway Street to get $11 tickets to one of the classic Celtics-Lakers championship series. The night before the climactic seventh game, he was in the shower when his daughter called out to him: "Dad, there's a guy on the phone who wants to buy your Celtics tickets." Case said he wasn't selling. "But Dad," his daughter added, "he's willing to pay at least $1,000 apiece for them."

Case was selling. An hour later, a limo arrived at the house to pick up two tickets—one that belonged to Case and one to a friend of his. The driver left behind $3,000.

To Case and other economists, tickets are a textbook case of the free market in action. When supply is limited and demand is not, prices rise and the people willing to pay more will eventually get their hands on the tickets. "As long as people can communicate, there will be trades," said Case.

In the age of the Internet, buyers and sellers can link up online, through eBay or

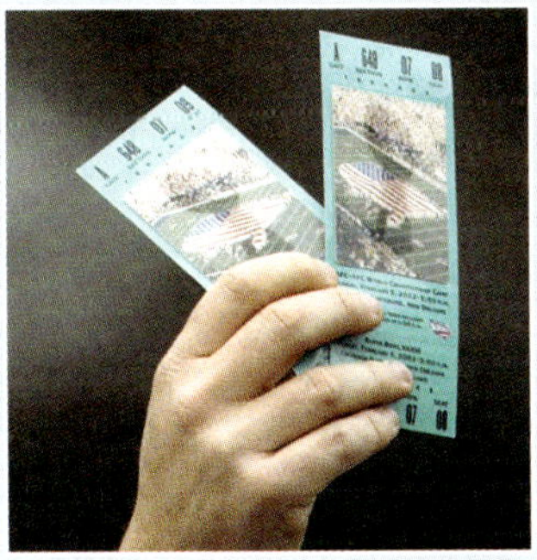

the sites devoted solely to ticket sales. But even in the pre-Internet era, the process worked, albeit more slowly. In 1984, the man who bought Case's tickets was a rich New Yorker whose son attended a Boston private school. The man called a friend at the school, who called someone else, who eventually called Case. Where there is a will, there is a way.

Trading happens no matter how hard teams try to suppress it. The National Football League gives some of its Super Bowl tickets to its teams, and prohibits them from reselling. Yet many of those same tickets wind up back on the secondary market. Last season the league caught Minnesota Vikings head coach Mike Tice selling his tickets to a California ticket agency. "I regret it," Tice told *Sports Illustrated* afterward. Or at least he regretted getting caught.

Like any good market, the one for tickets is remarkably sensitive to information. Case has a story about that, too. He was in Kenmore Square just before game four of last year's playoff series between the Yankees and Red Sox. The Red Sox had dropped the first three games and there was no joy in Mudville. Scalpers were unloading tickets for the fourth game for only slightly more than face value. Tickets for a possible fifth game were going for even less.

But the Red Sox rallied to win game four in extra innings. By 2 that morning, said Case, top tickets for game five were already selling for more than $1,000 online. A bear market had become a bull market instantaneously.

As defenders of the free market, economists generally see nothing wrong with scalping. "Consenting adults should be able to make economic trades when they think it is to their mutual advantage," said Greg Mankiw, a Harvard economics professor who recently stepped down as chairman of President Bush's Council of Economic Advisers. Mankiw has a section about scalping in his own textbook.

Teams could eliminate scalping altogether by holding their own online auctions for desirable tickets. Case doesn't expect that to happen. "People would burn down Fenway Park if the Red Sox charged $2,000 for a ticket," he said. The team would be accused of price gouging. Yet if you went online last week, you could find front-row Green Monster seats for the July 15 game against the Yankees selling for more than $2,000. Go figure.

Case will be at Fenway Park this Friday. He is taking his father-in-law to the game. He paid a small fortune for the tickets online. But he isn't complaining. It's the free market at work.

Source: *Boston Globe,* May 1, 2005.

PHOTO: © AP IMAGES

cash changed hands.

Many economists believe that there would be large benefits to allowing a free market in organs. People are born with two kidneys, but they usually need only one. Meanwhile, a few people suffer from illnesses that leave them without any working kidney. Despite the obvious gains from trade, the current situation is dire: The typical patient has to wait several years for a kidney transplant, and every year thousands of people die because a kidney cannot be found. If those needing a kidney were allowed to buy one from those who have two, the price would rise to balance supply and demand. Sellers would be better off with the extra cash in their pockets. Buyers would be better off with the organ they need to save their lives. The shortage of kidneys would disappear.

Such a market would lead to an efficient allocation of resources, but critics of this plan worry about fairness. A market for organs, they argue, would benefit the rich at the expense of the poor because organs would then be allocated to those most willing and able to pay. But you can also question the fairness of the current system. Now, most of us walk around with an extra organ that we don't really need, while some of our fellow citizens are dying to get one. Is that fair? ●

QUICK QUIZ Draw the supply and demand for turkey. In the equilibrium, show producer and consumer surplus. Explain why producing more turkeys would lower total surplus.

CONCLUSION: MARKET EFFICIENCY AND MARKET FAILURE

This chapter introduced the basic tools of welfare economics—consumer and producer surplus—and used them to evaluate the efficiency of free markets. We showed that the forces of supply and demand allocate resources efficiently. That is, even though each buyer and seller in a market is concerned only about his or her own welfare, they are together led by an invisible hand to an equilibrium that maximizes the total benefits to buyers and sellers.

A word of warning is in order. To conclude that markets are efficient, we made several assumptions about how markets work. When these assumptions do not hold, our conclusion that the market equilibrium is efficient may no longer be true. As we close this chapter, let's consider briefly two of the most important of these assumptions.

First, our analysis assumed that markets are perfectly competitive. In the world, however, competition is sometimes far from perfect. In some markets, a single buyer or seller (or a small group of them) may be able to control market prices. This ability to influence prices is called *market power.* Market power can cause markets to be inefficient because it keeps the price and quantity away from the equilibrium of supply and demand.

Second, our analysis assumed that the outcome in a market matters only to the buyers and sellers in that market. Yet, in the world, the decisions of buyers and sellers sometimes affect people who are not participants in the market at all. Pollution is the classic example. The use of agricultural pesticides, for instance, affects not only the manufacturers who make them and the farmers who use them, but many others who breathe air or drink water that has been polluted with these pesticides. Such side effects, called *externalities,* cause welfare in a market to depend on more than just the value to the buyers and the cost to the sellers. Because buy-

In The News

The Miracle of the Market

An opinion columnist suggests that the next time you sit down for Thanksgiving dinner, you should give thanks not only for the turkey on your plate but also for the economic system in which you live.

Giving Thanks for the "Invisible Hand"

By Jeff Jacoby

Gratitude to the Almighty is the theme of Thanksgiving, and has been ever since the Pilgrims of Plymouth brought in their first good harvest. . . . Today, in millions of homes across the nation, God will be thanked for many gifts—for the feast on the table and the company of loved ones, for health and good fortune in the year gone by, for peace at home in a time of war, for the incalculable privilege of having been born—or having become—American.

But it probably won't occur to too many of us to give thanks for the fact that the local supermarket had plenty of turkey for sale this week. Even the devout aren't likely to thank God for airline schedules that made it possible for some of those loved ones to fly home for Thanksgiving. Or for the arrival of "Master and Commander" at the local movie theater in time for the holiday weekend. Or for that great cranberry-apple pie recipe in the food section of the newspaper.

Those things we take more or less for granted. It hardly takes a miracle to explain why grocery stores stock up on turkey before Thanksgiving, or why Hollywood releases big movies in time for big holidays. That's what they do. Where is God in that?

And yet, isn't there something wondrous—something almost inexplicable—in the way your Thanksgiving weekend is made possible by the skill and labor of vast numbers of total strangers?

To bring that turkey to the dining room table, for example, required the efforts of thousands of people—the poultry farmers who raised the birds, of course, but also the feed distributors who supplied their nourishment and the truckers who brought it to the farm, not to mention the architect who designed the hatchery, the workmen who built it, and the technicians who keep it running. The bird had to be slaughtered and defeathered and inspected and transported and unloaded and wrapped and priced and displayed. The people who accomplished those tasks were supported in turn by armies of other people accomplishing other tasks—from refining the gasoline that fueled the trucks to manufacturing the plastic in which the meat was packaged.

The activities of countless far-flung men and women over the course of many months had to be intricately choreographed and precisely timed, so that when you showed up to buy a fresh Thanksgiving turkey, there would be one—or more likely, a few dozen—waiting. The level of coordination that was required to pull it off is mind-boggling. But what is even more mind-boggling is this: No one coordinated it.

No turkey czar sat in a command post somewhere, consulting a master plan and issuing orders. No one rode herd on all those people, forcing them to cooperate for your benefit. And yet they did cooperate. When you arrived at the supermarket, your turkey was there. You didn't have to do anything but show up to buy it. If that isn't a miracle, what should we call it?

Adam Smith called it "the invisible hand"—the mysterious power that leads innumerable people, each working for his own gain, to promote ends that benefit many. Out of the seeming chaos of millions of uncoordinated private transactions emerges the spontaneous order of the market. Free human beings freely interact, and the result is an array of goods and services more immense than the human mind can comprehend. No dictator, no bureaucracy, no supercomputer plans it in advance. Indeed, the more an economy is planned, the more it is plagued by shortages, dislocation, and failure. . . .

The social order of freedom, like the wealth and the progress it makes possible, is an extraordinary gift from above. On this Thanksgiving Day and every day, may we be grateful.

Source: *The Boston Globe*, November 27, 2003.

ers and sellers do not consider these side effects when deciding how much to consume and produce, the equilibrium in a market can be inefficient from the standpoint of society as a whole.

Market power and externalities are examples of a general phenomenon called *market failure*—the inability of some unregulated markets to allocate resources efficiently. When markets fail, public policy can potentially remedy the problem and increase economic efficiency. Microeconomists devote much effort to studying when market failure is likely and what sorts of policies are best at correcting market failures. As you continue your study of economics, you will see that the tools of welfare economics developed here are readily adapted to that endeavor.

Despite the possibility of market failure, the invisible hand of the marketplace is extraordinarily important. In many markets, the assumptions we made in this chapter work well, and the conclusion of market efficiency applies directly. Moreover, we can use our analysis of welfare economics and market efficiency to shed light on the effects of various government policies. In the next two chapters, we apply the tools we have just developed to study two important policy issues—the welfare effects of taxation and of international trade.

SUMMARY

- Consumer surplus equals buyers' willingness to pay for a good minus the amount they actually pay, and it measures the benefit buyers get from participating in a market. Consumer surplus can be computed by finding the area below the demand curve and above the price.
- Producer surplus equals the amount sellers receive for their goods minus their costs of production, and it measures the benefit sellers get from participating in a market. Producer surplus can be computed by finding the area below the price and above the supply curve.
- An allocation of resources that maximizes the sum of consumer and producer surplus is said to be efficient. Policymakers are often concerned with the efficiency, as well as the equality, of economic outcomes.
- The equilibrium of supply and demand maximizes the sum of consumer and producer surplus. That is, the invisible hand of the marketplace leads buyers and sellers to allocate resources efficiently.
- Markets do not allocate resources efficiently in the presence of market failures such as market power or externalities.

KEY CONCEPTS

welfare economics, *p. 137*
willingness to pay, *p. 138*
consumer surplus, *p. 139*
cost, *p. 143*
producer surplus, *p. 143*
efficiency, *p. 147*
equality, *p. 148*

QUESTIONS FOR REVIEW

1. Explain how buyers' willingness to pay, consumer surplus, and the demand curve are related.
2. Explain how sellers' costs, producer surplus, and the supply curve are related.
3. In a supply-and-demand diagram, show producer and consumer surplus in the market equilibrium.
4. What is efficiency? Is it the only goal of economic policymakers?
5. What does the invisible hand do?
6. Name two types of market failure. Explain why each may cause market outcomes to be inefficient.

PROBLEMS AND APPLICATIONS

1. Melissa buys an iPod for $120 and gets consumer surplus of $80.
   a. What is her willingness to pay?
   b. If she had bought the iPod on sale for $90, what would her consumer surplus have been?
   c. If the price of an iPod were $250, what would her consumer surplus have been?
2. An early freeze in California sours the lemon crop. Explain what happens to consumer surplus in the market for lemons. Explain what happens to consumer surplus in the market for lemonade. Illustrate your answers with diagrams.
3. Suppose the demand for French bread rises. Explain what happens to producer surplus in the market for French bread. Explain what happens to producer surplus in the market for flour. Illustrate your answers with diagrams.
4. It is a hot day, and Bert is thirsty. Here is the value he places on a bottle of water:

Value of first bottle	$7
Value of second bottle	$5
Value of third bottle	$3
Value of fourth bottle	$1

   a. From this information, derive Bert's demand schedule. Graph his demand curve for bottled water.
   b. If the price of a bottle of water is $4, how many bottles does Bert buy? How much consumer surplus does Bert get from his purchases? Show Bert's consumer surplus in your graph.
   c. If the price falls to $2, how does quantity demanded change? How does Bert's consumer surplus change? Show these changes in your graph.
5. Ernie owns a water pump. Because pumping large amounts of water is harder than pumping small amounts, the cost of producing a bottle of water rises as he pumps more. Here is the cost he incurs to produce each bottle of water:

Cost of first bottle	$1
Cost of second bottle	$3
Cost of third bottle	$5
Cost of fourth bottle	$7

   a. From this information, derive Ernie's supply schedule. Graph his supply curve for bottled water.

b. If the price of a bottle of water is $4, how many bottles does Ernie produce and sell? How much producer surplus does Ernie get from these sales? Show Ernie's producer surplus in your graph.
c. If the price rises to $6, how does quantity supplied change? How does Ernie's producer surplus change? Show these changes in your graph.

6. Consider a market in which Bert from Problem 4 is the buyer and Ernie from Problem 5 is the seller.
   a. Use Ernie's supply schedule and Bert's demand schedule to find the quantity supplied and quantity demanded at prices of $2, $4, and $6. Which of these prices brings supply and demand into equilibrium?
   b. What are consumer surplus, producer surplus, and total surplus in this equilibrium?
   c. If Ernie produced and Bert consumed one fewer bottle of water, what would happen to total surplus?
   d. If Ernie produced and Bert consumed one additional bottle of water, what would happen to total surplus?
7. The cost of producing flat-screen TVs has fallen over the past several decades. Let's consider some implications of this fact.
   a. Draw a supply-and-demand diagram to show the effect of falling production costs on the price and quantity of flat-screen TVs sold.
   b. In your diagram, show what happens to consumer surplus and producer surplus.
   c. Suppose the supply of flat-screen TVs is very elastic. Who benefits most from falling production costs—consumers or producers of these TVs?
8. There are four consumers willing to pay the following amounts for haircuts:

   Jerry: $7   Oprah: $2   Ellen: $8   Phil: $5

   There are four haircutting businesses with the following costs:

   Firm A: $3   Firm B: $6   Firm C: $4   Firm D: $2

   Each firm has the capacity to produce only one haircut. For efficiency, how many haircuts should be given? Which businesses should cut hair and which consumers should have their hair cut? How large is the maximum possible total surplus?
9. Suppose a technological advance reduces the cost of making computers.
   a. Draw a supply-and-demand diagram to show what happens to price, quantity, consumer surplus, and producer surplus in the market for computers.
   b. Computers and adding machines are substitutes. Use a supply-and-demand diagram to show what happens to price, quantity, consumer surplus, and producer surplus in the market for adding machines. Should adding machine producers be happy or sad about the technological advance in computers?
   c. Computers and software are complements. Draw a supply-and-demand diagram to show what happens to price, quantity, consumer surplus, and producer surplus in the market for software. Should software producers be happy or sad about the technological advance in computers?
   d. Does this analysis help explain why software producer Bill Gates is one of the world's richest men?
10. Consider how health insurance affects the quantity of healthcare services performed. Suppose that the typical medical procedure has a cost of $100, yet a person with health insurance pays only $20 out of pocket. Her insurance company pays the remaining $80. (The insurance company recoups the $80

through premiums, but the premium a person pays does not depend on how many procedures that person chooses to undertake.)

a. Draw the demand curve in the market for medical care. (In your diagram, the horizontal axis should represent the number of medical procedures.) Show the quantity of procedures demanded if each procedure has a price of $100.
b. On your diagram, show the quantity of procedures demanded if consumers pay only $20 per procedure. If the cost of each procedure to society is truly $100, and if individuals have health insurance as just described, will the number of procedures performed maximize total surplus? Explain.
c. Economists often blame the health insurance system for excessive use of medical care. Given your analysis, why might the use of care be viewed as "excessive"?
d. What sort of policies might prevent this excessive use?

11. The supply and demand for broccoli are described by the following equations:

Supply: $Q^S = 4P - 80$
Demand: $Q^D = 100 - 2P$.

Q is in bushels, and P is in dollars per bushel.

a. Graph the supply curve and the demand curve. What is the equilibrium price and quantity?
b. Calculate consumer surplus, producer surplus, and total surplus at the equilibrium.
c. If a dictator who hated broccoli were to ban the vegetable, who would bear the larger burden—the buyers or sellers of broccoli?

CHAPTER

8

Application: The Costs of Taxation

Taxes are often a source of heated political debate. In 1776, the anger of the American colonists over British taxes sparked the American Revolution. More than two centuries later, the American political parties continue to debate the proper size and shape of the tax system. Yet no one would deny that some level of taxation is necessary. As Oliver Wendell Holmes Jr. once said, "Taxes are what we pay for civilized society."

Because taxation has such a major impact on the modern economy, we return to the topic several times throughout this book as we expand the set of tools we have at our disposal. We began our study of taxes in Chapter 6. There we saw how a tax on a good affects its price and the quantity sold and how the forces of supply and demand divide the burden of a tax between buyers and sellers. In this chapter, we extend this analysis and look at how taxes affect welfare, the economic well-being of participants in a market. In other words, we see how high the price of civilized society can be.

The effects of taxes on welfare might at first seem obvious. The government enacts taxes to raise revenue, and that revenue must come out of someone's pocket. As we saw in Chapter 6, both buyers and sellers are worse off when a good is taxed: A tax raises the price buyers pay and lowers the price sellers receive. Yet to understand more fully how taxes affect economic well-being, we must compare the reduced welfare of buyers and sellers to the amount of revenue the government raises. The tools of consumer and producer surplus allow us to make this comparison. The analysis will show that the cost of taxes to buyers and sellers exceeds the revenue raised by the government.

THE DEADWEIGHT LOSS OF TAXATION

We begin by recalling one of the surprising lessons from Chapter 6: The outcome is the same whether a tax on a good is levied on buyers or sellers of the good. When a tax is levied on buyers, the demand curve shifts downward by the size of the tax; when it is levied on sellers, the supply curve shifts upward by that amount. In either case, when the tax is enacted, the price paid by buyers rises, and the price received by sellers falls. In the end, the elasticities of supply and demand determine how the tax burden is distributed between producers and consumers. This distribution is the same regardless of how it is levied.

Figure 1 shows these effects. To simplify our discussion, this figure does not show a shift in either the supply or demand curve, although one curve must shift. Which curve shifts depends on whether the tax is levied on sellers (the supply curve shifts) or buyers (the demand curve shifts). In this chapter, we can keep the analysis general and simplify the graphs by not bothering to show the shift. The key result for our purposes here is that the tax places a wedge between the price buyers pay and the price sellers receive. Because of this tax wedge, the quantity sold falls below the level that would be sold without a tax. In other words, a tax on a good causes the size of the market for the good to shrink. These results should be familiar from Chapter 6.

1 FIGURE

The Effects of a Tax
A tax on a good places a wedge between the price that buyers pay and the price that sellers receive. The quantity of the good sold falls.

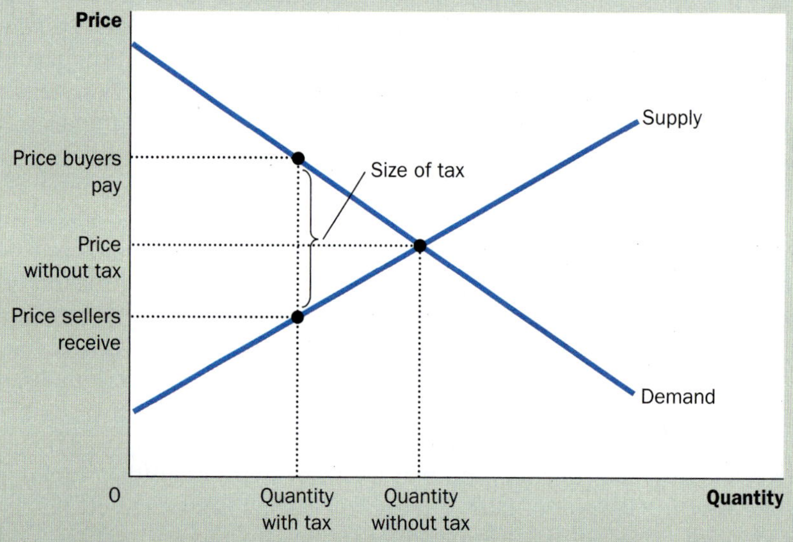

How a Tax Affects Market Participants

Let's use the tools of welfare economics to measure the gains and losses from a tax on a good. To do this, we must take into account how the tax affects buyers, sellers, and the government. The benefit received by buyers in a market is measured by consumer surplus—the amount buyers are willing to pay for the good minus the amount they actually pay for it. The benefit received by sellers in a market is measured by producer surplus—the amount sellers receive for the good minus their costs. These are precisely the measures of economic welfare we used in Chapter 7.

What about the third interested party, the government? If T is the size of the tax and Q is the quantity of the good sold, then the government gets total tax revenue of $T \times Q$. It can use this tax revenue to provide services, such as roads, police, and public education, or to help the needy. Therefore, to analyze how taxes affect economic well-being, we use the government's tax revenue to measure the public benefit from the tax. Keep in mind, however, that this benefit actually accrues not to government but to those on whom the revenue is spent.

Figure 2 shows that the government's tax revenue is represented by the rectangle between the supply and demand curves. The height of this rectangle is the size of the tax, T, and the width of the rectangle is the quantity of the good sold, Q. Because a rectangle's area is its height times its width, this rectangle's area is $T \times Q$, which equals the tax revenue.

"You know, the idea of taxation *with* representation doesn't appeal to me very much, either."

Welfare without a Tax To see how a tax affects welfare, we begin by considering welfare before the government imposes a tax. Figure 3 shows the supply-and-demand diagram and marks the key areas with the letters A through F.

Without a tax, the equilibrium price and quantity are found at the intersection of the supply and demand curves. The price is P_1, and the quantity sold is Q_1.

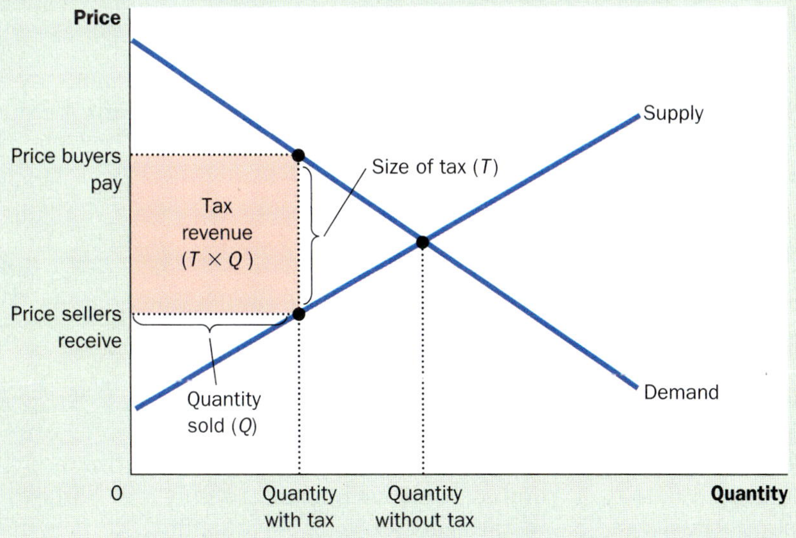

FIGURE 2

Tax Revenue

The tax revenue that the government collects equals $T \times Q$, the size of the tax T times the quantity sold Q. Thus, tax revenue equals the area of the rectangle between the supply and demand curves.

3 FIGURE

How a Tax Affects Welfare

A tax on a good reduces consumer surplus (by the area B + C) and producer surplus (by the area D + E). Because the fall in producer and consumer surplus exceeds tax revenue (area B + D), the tax is said to impose a deadweight loss (area C + E).

	Without Tax	With Tax	Change
Consumer Surplus	A + B + C	A	−(B + C)
Producer Surplus	D + E + F	F	−(D + E)
Tax Revenue	None	B + D	+(B + D)
Total Surplus	A + B + C + D + E + F	A + B + D + F	−(C + E)

The area C + E shows the fall in total surplus and is the deadweight loss of the tax.

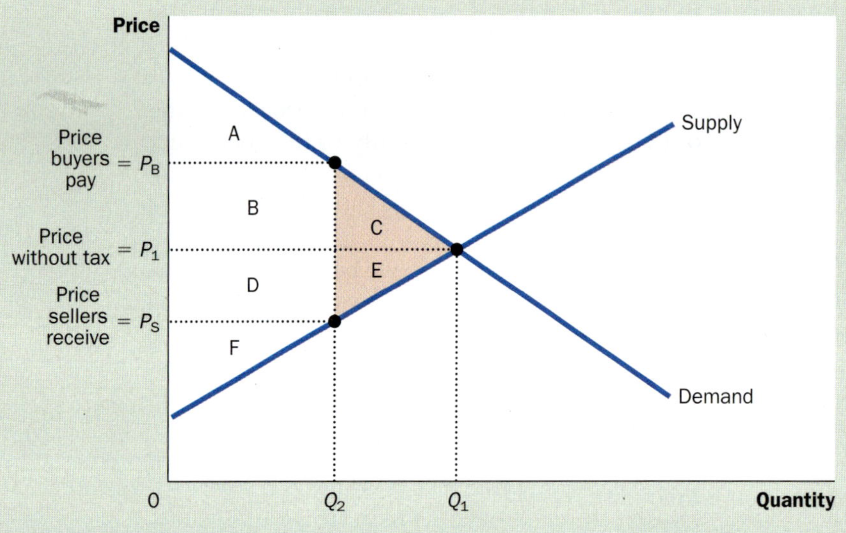

Because the demand curve reflects buyers' willingness to pay, consumer surplus is the area between the demand curve and the price, A + B + C. Similarly, because the supply curve reflects sellers' costs, producer surplus is the area between the supply curve and the price, D + E + F. In this case, because there is no tax, tax revenue equals zero.

Total surplus, the sum of consumer and producer surplus, equals the area A + B + C + D + E + F. In other words, as we saw in Chapter 7, total surplus is the area between the supply and demand curves up to the equilibrium quantity. The first column of the table in Figure 3 summarizes these conclusions.

Welfare with a Tax Now consider welfare after the tax is enacted. The price paid by buyers rises from P_1 to P_B, so consumer surplus now equals only area A (the area below the demand curve and above the buyer's price). The price received by sellers falls from P_1 to P_S, so producer surplus now equals only area F (the area above the supply curve and below the seller's price). The quantity sold falls from Q_1 to Q_2, and the government collects tax revenue equal to the area B + D.

To compute total surplus with the tax, we add consumer surplus, producer surplus, and tax revenue. Thus, we find that total surplus is area A + B + D + F. The second column of the table summarizes these results.

Changes in Welfare We can now see the effects of the tax by comparing welfare before and after the tax is enacted. The third column of the table in Figure 3 shows the changes. The tax causes consumer surplus to fall by the area B + C and producer surplus to fall by the area D + E. Tax revenue rises by the area B + D. Not surprisingly, the tax makes buyers and sellers worse off and the government better off.

The change in total welfare includes the change in consumer surplus (which is negative), the change in producer surplus (which is also negative), and the change in tax revenue (which is positive). When we add these three pieces together, we find that total surplus in the market falls by the area C + E. *Thus, the losses to buyers and sellers from a tax exceed the revenue raised by the government.* The fall in total surplus that results when a tax (or some other policy) distorts a market outcome is called the **deadweight loss**. The area C + E measures the size of the deadweight loss.

deadweight loss
the fall in total surplus that results from a market distortion, such as a tax

To understand why taxes impose deadweight losses, recall one of the *Ten Principles of Economics* in Chapter 1: People respond to incentives. In Chapter 7, we saw that free markets normally allocate scarce resources efficiently. That is, the equilibrium of supply and demand maximizes the total surplus of buyers and sellers in a market. When a tax raises the price to buyers and lowers the price to sellers, however, it gives buyers an incentive to consume less and sellers an incentive to produce less than they would in the absence of the tax. As buyers and sellers respond to these incentives, the size of the market shrinks below its optimum (as shown in the figure by the movement from Q_1 to Q_2). Thus, because taxes distort incentives, they cause markets to allocate resources inefficiently.

Deadweight Losses and the Gains from Trade

To gain some intuition for why taxes result in deadweight losses, consider an example. Imagine that Joe cleans Jane's house each week for $100. The opportunity cost of Joe's time is $80, and the value of a clean house to Jane is $120. Thus, Joe and Jane each receive a $20 benefit from their deal. The total surplus of $40 measures the gains from trade in this particular transaction.

Now suppose that the government levies a $50 tax on the providers of cleaning services. There is now no price that Jane can pay Joe that will leave both of them better off after paying the tax. The most Jane would be willing to pay is $120, but then Joe would be left with only $70 after paying the tax, which is less than his $80 opportunity cost. Conversely, for Joe to receive his opportunity cost of $80, Jane would need to pay $130, which is above the $120 value she places on a clean house. As a result, Jane and Joe cancel their arrangement. Joe goes without the income, and Jane lives in a dirtier house.

The tax has made Joe and Jane worse off by a total of $40 because they have each lost $20 of surplus. But note that the government collects no revenue from Joe and Jane because they decide to cancel their arrangement. The $40 is pure deadweight loss: It is a loss to buyers and sellers in a market that is not offset by an increase in government revenue. From this example, we can see the ultimate source of deadweight losses: *Taxes cause deadweight losses because they prevent buyers and sellers from realizing some of the gains from trade.*

4 FIGURE

The Deadweight Loss
When the government imposes a tax on a good, the quantity sold falls from Q_1 to Q_2. At every quantity between Q_1 and Q_2, the potential gains from trade among buyers and sellers are not realized. These lost gains from trade create the deadweight loss.

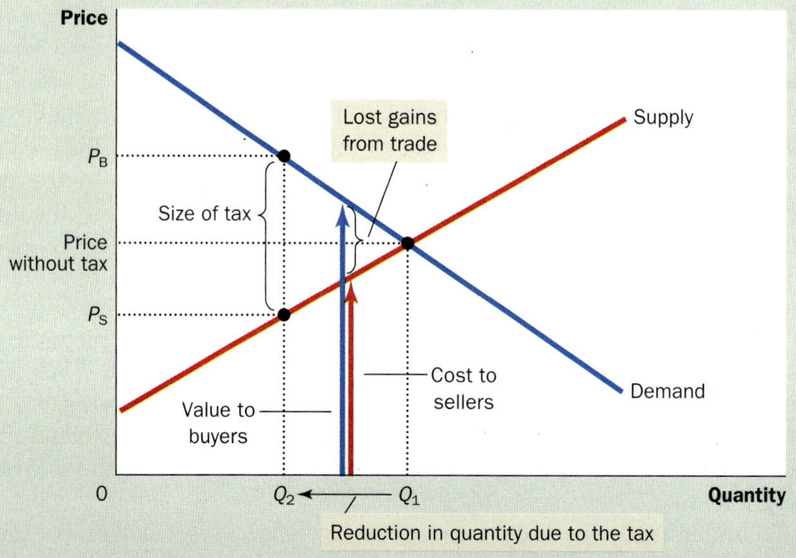

The area of the triangle between the supply and demand curves (area C + E in Figure 3) measures these losses. This conclusion can be seen more easily in Figure 4 by recalling that the demand curve reflects the value of the good to consumers and that the supply curve reflects the costs of producers. When the tax raises the price to buyers to P_B and lowers the price to sellers to P_S, the marginal buyers and sellers leave the market, so the quantity sold falls from Q_1 to Q_2. Yet as the figure shows, the value of the good to these buyers still exceeds the cost to these sellers. At every quantity between Q_1 and Q_2, the situation is the same as in our example with Joe and Jane. The gains from trade—the difference between buyers' value and sellers' cost—are less than the tax. As a result, these trades are not made once the tax is imposed. The deadweight loss is the surplus lost because the tax discourages these mutually advantageous trades.

QUICK QUIZ Draw the supply and demand curves for cookies. If the government imposes a tax on cookies, show what happens to the price paid by buyers, the price received by sellers, and the quantity sold. In your diagram, show the deadweight loss from the tax. Explain the meaning of the deadweight loss.

THE DETERMINANTS OF THE DEADWEIGHT LOSS

What determines whether the deadweight loss from a tax is large or small? The answer is the price elasticities of supply and demand, which measure how much the quantity supplied and quantity demanded respond to changes in the price.

Let's consider first how the elasticity of supply affects the size of the deadweight loss. In the top two panels of Figure 5, the demand curve and the size of the tax are the same. The only difference in these figures is the elasticity of the supply curve. In panel (a), the supply curve is relatively inelastic: Quantity supplied responds only slightly to changes in the price. In panel (b), the supply curve is relatively elastic: Quantity supplied responds substantially to changes in the price. Notice that the deadweight loss, the area of the triangle between the supply and demand curves, is larger when the supply curve is more elastic.

Similarly, the bottom two panels of Figure 5 show how the elasticity of demand affects the size of the deadweight loss. Here the supply curve and the size of the

FIGURE 5

Tax Distortions and Elasticities

In panels (a) and (b), the demand curve and the size of the tax are the same, but the price elasticity of supply is different. Notice that the more elastic the supply curve, the larger the deadweight loss of the tax. In panels (c) and (d), the supply curve and the size of the tax are the same, but the price elasticity of demand is different. Notice that the more elastic the demand curve, the larger the deadweight loss of the tax.

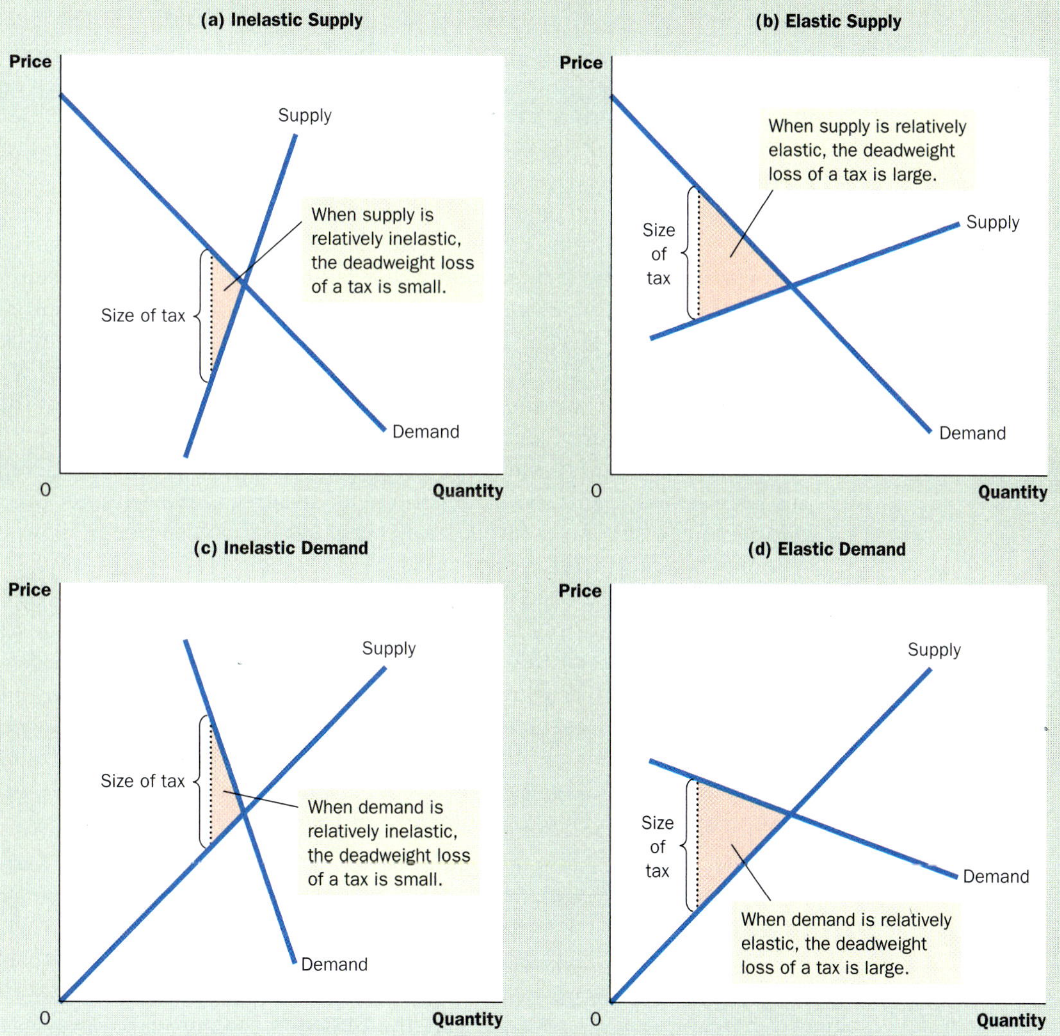

tax are held constant. In panel (c), the demand curve is relatively inelastic, and the deadweight loss is small. In panel (d), the demand curve is more elastic, and the deadweight loss from the tax is larger.

The lesson from this figure is easy to explain. A tax has a deadweight loss because it induces buyers and sellers to change their behavior. The tax raises the price paid by buyers, so they consume less. At the same time, the tax lowers the price received by sellers, so they produce less. Because of these changes in behavior, the size of the market shrinks below the optimum. The elasticities of supply and demand measure how much sellers and buyers respond to the changes in the price and, therefore, determine how much the tax distorts the market outcome. Hence, *the greater the elasticities of supply and demand, the greater the deadweight loss of a tax.*

CASE STUDY

THE DEADWEIGHT LOSS DEBATE

Supply, demand, elasticity, deadweight loss—all this economic theory is enough to make your head spin. But believe it or not, these ideas go to the heart of a profound political question: How big should the government be? The debate hinges on these concepts because the larger the deadweight loss of taxation, the larger the cost of any government program. If taxation entails large deadweight losses, then these losses are a strong argument for a leaner government that does less and taxes less. But if taxes impose small deadweight losses, then government programs are less costly than they otherwise might be.

So how big are the deadweight losses of taxation? Economists disagree on the answer to this question. To see the nature of this disagreement, consider the most important tax in the U.S. economy: the tax on labor. The Social Security tax, the Medicare tax, and, to a large extent, the federal income tax are labor taxes. Many state governments also tax labor earnings. A labor tax places a wedge between the wage that firms pay and the wage that workers receive. For a typical worker, if all forms of labor taxes are added together, the *marginal tax rate* on labor income—the tax on the last dollar of earnings—is about 40 percent.

Although the size of the labor tax is easy to determine, the deadweight loss of this tax is less straightforward. Economists disagree about whether this 40 percent labor tax has a small or a large deadweight loss. This disagreement arises because economists hold different views about the elasticity of labor supply.

Economists who argue that labor taxes do not greatly distort market outcomes believe that labor supply is fairly inelastic. Most people, they claim, would work full time regardless of the wage. If so, the labor supply curve is almost vertical, and a tax on labor has a small deadweight loss.

Economists who argue that labor taxes are highly distorting believe that labor supply is more elastic. While admitting that some groups of workers may supply their labor inelastically, these economists claim that many other groups respond more to incentives. Here are some examples:

- Many workers can adjust the number of hours they work—for instance, by working overtime. The higher the wage, the more hours they choose to work.
- Some families have second earners—often married women with children—with some discretion over whether to do unpaid work at home or paid work in the marketplace. When deciding whether to take a job, these second earn-

ers compare the benefits of being at home (including savings on the cost of child care) with the wages they could earn.

- Many of the elderly can choose when to retire, and their decisions are partly based on the wage. Once they are retired, the wage determines their incentive to work part time.
- Some people consider engaging in illegal economic activity, such as the drug trade, or working at jobs that pay "under the table" to evade taxes. Economists call this the *underground* economy. In deciding whether to work in the underground economy or at a legitimate job, these potential criminals compare what they can earn by breaking the law with the wage they can earn legally.

"WHAT'S YOUR POSITION ON THE ELASTICITY OF LABOR SUPPLY?"

In each of these cases, the quantity of labor supplied responds to the wage (the price of labor). Thus, the decisions of these workers are distorted when their labor earnings are taxed. Labor taxes encourage workers to work fewer hours, second earners to stay at home, the elderly to retire early, and the unscrupulous to enter the underground economy.

These two views of labor taxation persist to this day. Indeed, whenever you see two political candidates debating whether the government should provide more services or reduce the tax burden, keep in mind that part of the disagreement may rest on different views about the elasticity of labor supply and the deadweight loss of taxation.

QUICK QUIZ The demand for beer is more elastic than the demand for milk. Would a tax on beer or a tax on milk have a larger deadweight loss? Why?

DEADWEIGHT LOSS AND TAX REVENUE AS TAXES VARY

Taxes rarely stay the same for long periods of time. Policymakers in local, state, and federal governments are always considering raising one tax or lowering another. Here we consider what happens to the deadweight loss and tax revenue when the size of a tax changes.

Figure 6 shows the effects of a small, medium, and large tax, holding constant the market's supply and demand curves. The deadweight loss—the reduction in total surplus that results when the tax reduces the size of a market below the optimum—equals the area of the triangle between the supply and demand curves. For the small tax in panel (a), the area of the deadweight loss triangle is quite small. But as the size of a tax rises in panels (b) and (c), the deadweight loss grows larger and larger.

Indeed, the deadweight loss of a tax rises even more rapidly than the size of the tax. This occurs because the deadweight loss is an area of a triangle, and the area of a triangle depends on the *square* of its size. If we double the size of a tax, for instance, the base and height of the triangle double, so the deadweight loss rises by a factor of 4. If we triple the size of a tax, the base and height triple, so the deadweight loss rises by a factor of 9.

The government's tax revenue is the size of the tax times the amount of the good sold. As the first three panels of Figure 6 show, tax revenue equals the area

6 FIGURE

How Deadweight Loss and Tax Revenue Vary with the Size of a Tax

The deadweight loss is the reduction in total surplus due to the tax. Tax revenue is the amount of the tax times the amount of the good sold. In panel (a), a small tax has a small deadweight loss and raises a small amount of revenue. In panel (b), a somewhat larger tax has a larger deadweight loss and raises a larger amount of revenue. In panel (c), a very large tax has a very large deadweight loss, but because it has reduced the size of the market so much, the tax raises only a small amount of revenue. Panels (d) and (e) summarize these conclusions. Panel (d) shows that as the size of a tax grows larger, the deadweight loss grows larger. Panel (e) shows that tax revenue first rises and then falls. This relationship is sometimes called the Laffer curve.

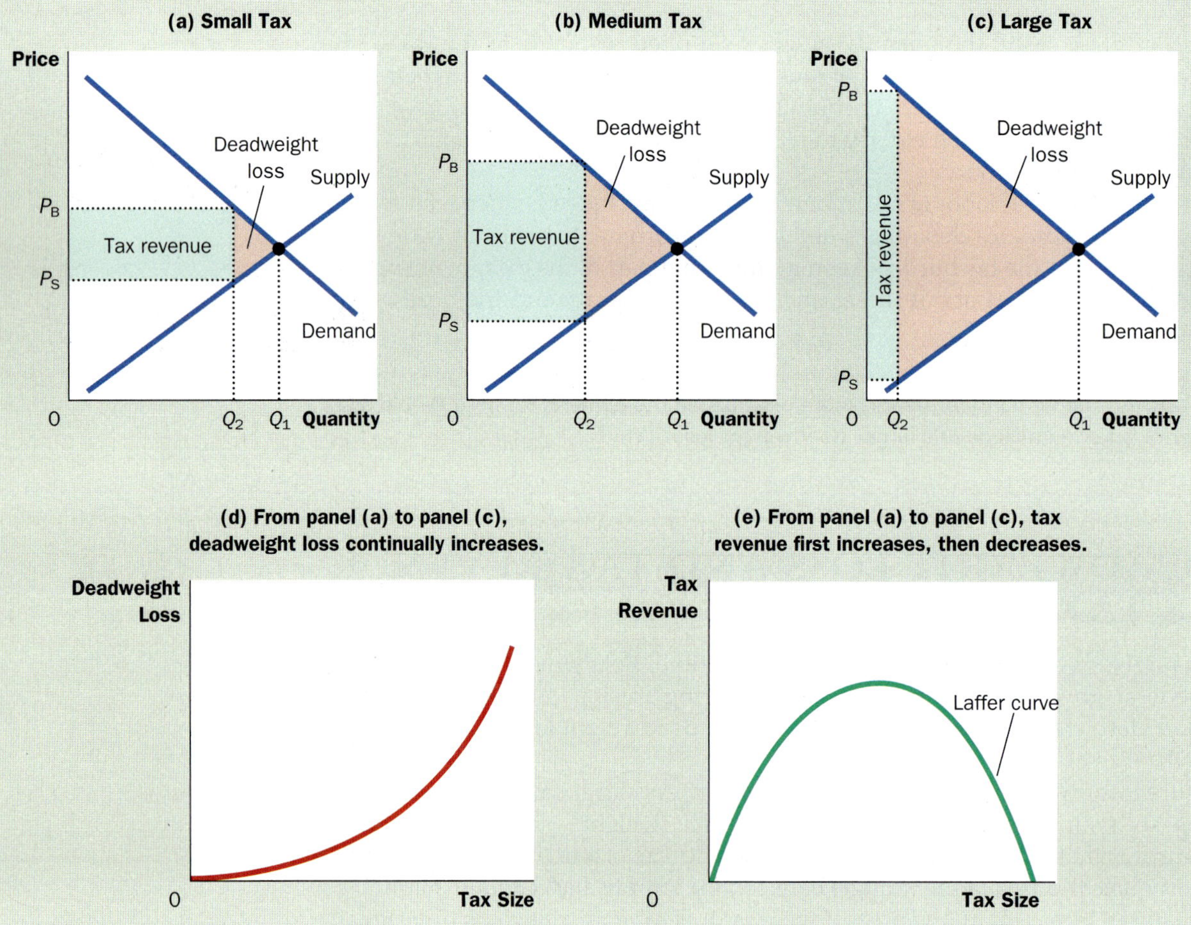

of the rectangle between the supply and demand curves. For the small tax in panel (a), tax revenue is small. As the size of a tax increases from panel (a) to panel (b), tax revenue grows. But as the size of the tax increases further from panel (b) to panel (c), tax revenue falls because the higher tax drastically reduces the size of the market. For a very large tax, no revenue would be raised because people would stop buying and selling the good altogether.

The last two panels of Figure 6 summarize these results. In panel (d), we see that as the size of a tax increases, its deadweight loss quickly gets larger. By con-

Henry George and the Land Tax

Is there an ideal tax? Henry George, the 19th-century American economist and social philosopher, thought so. In his 1879 book *Progress and Poverty*, George argued that the government should raise all its revenue from a tax on land. This "single tax" was, he claimed, both equitable and efficient. George's ideas won him a large political following, and in 1886, he lost a close race for mayor of New York City (although he finished well ahead of Republican candidate Theodore Roosevelt).

Henry George

George's proposal to tax land was motivated largely by a concern over the distribution of economic well-being. He deplored the "shocking contrast between monstrous wealth and debasing want" and thought landowners benefited more than they should from the rapid growth in the overall economy.

George's arguments for the land tax can be understood using the tools of modern economics. Consider first supply and demand in the market for renting land. As immigration causes the population to rise and technological progress causes incomes to grow, the demand for land rises over time. Yet because the amount of land is fixed, the supply is perfectly inelastic. Rapid increases in demand together with inelastic supply lead to large increases in the equilibrium rents on land so that economic growth makes rich landowners even richer.

Now consider the incidence of a tax on land. As we first saw in Chapter 6, the burden of a tax falls more heavily on the side of the market that is less elastic. A tax on land takes this principle to an extreme. Because the elasticity of supply is zero, the landowners bear the entire burden of the tax.

Consider next the question of efficiency. As we just discussed, the deadweight loss of a tax depends on the elasticities of supply and demand. Again, a tax on land is an extreme case. Because supply is perfectly inelastic, a tax on land does not alter the market allocation. There is no deadweight loss, and the government's tax revenue exactly equals the loss of the landowners.

Although taxing land may look attractive in theory, it is not as straightforward in practice as it may appear. For a tax on land not to distort economic incentives, it must be a tax on raw land. Yet the value of land often comes from improvements, such as clearing trees, providing sewers, and building roads. Unlike the supply of raw land, the supply of improvements has an elasticity greater than zero. If a land tax were imposed on improvements, it would distort incentives. Landowners would respond by devoting fewer resources to improving their land.

Today, few economists support George's proposal for a single tax on land. Not only is taxing improvements a potential problem, but the tax would not raise enough revenue to pay for the much larger government we have today. Yet many of George's arguments remain valid. Here is the assessment of the eminent economist Milton Friedman a century after George's book: "In my opinion, the least bad tax is the property tax on the unimproved value of land, the Henry George argument of many, many years ago."

trast, panel (e) shows that tax revenue first rises with the size of the tax, but as the tax gets larger, the market shrinks so much that tax revenue starts to fall.

CASE STUDY THE LAFFER CURVE AND SUPPLY-SIDE ECONOMICS

One day in 1974, economist Arthur Laffer sat in a Washington restaurant with some prominent journalists and politicians. He took out a napkin and drew a figure on it to show how tax rates affect tax revenue. It looked much like panel (e) of our Figure 6. Laffer then suggested that the United States was on the

In The News

On the Way to France

Tax rates affect work effort. This proposition helps explain why the U.S. economy differs from many others around the world.

U.S. Could Follow Europe's High-Tax Path

Americans owe their economic edge over Europeans in part to the fact that they work more, a distinction often attributed to cultural differences: Americans want to consume more, while Europeans enjoy their leisure more.

As late as the 1970s, though, the French actually worked longer than Americans. The reason they now work one-third fewer hours has less to do with a yearning for the good life than it does with escalating taxes, including payroll taxes, in Europe. But Americans can't afford to be smug: The U.S. may be headed in the same high-tax direction if it doesn't tackle the looming crisis in Social Security and Medicare. . . .

Edward Prescott of the University of Minnesota says Europe's higher taxes made it more expensive to hire labor, even though take-home pay may not have increased much. The bigger the burden, the harder it is for employers to pay a salary that will entice someone to take a job rather than stay on public assistance, go to school, or retire early. Between the early 1970s and mid-1990s, he says, the French tax rate rose to 59 percent from 49 percent, while the U.S. tax rate held at 40 percent.

The result: The average French person of working age logged 24.4 hours a week in the early 1970s, one hour more than an American. By the mid-1990s, the French workweek had shrunk to 17.5 hours, while the U.S. workweek had grown to 25.9 hours.

Who Works Hardest?

In countries with higher taxes, people tend to work less.

Country	Tax Rate	Workweek
Italy	64%	16.5 hours
France	59	17.5
Germany	59	19.3
Canada	52	22.8
U.K.	44	22.9
U.S.	40	25.9
Japan	37	27.0

The relationship between work and tax rates was similar for the seven major industrial countries. The Japanese, with even lower taxes than the U.S., work more, and the Italians, with the highest taxes, work the least. The difference in hours was narrower in the 1970s, when the difference in tax rates was smaller. . . .

Europe's larger lesson for the U.S. may be about the costs of failing to prepare for the expense of the baby boomers' retirement. The White House budget office says Social Security and Medicare have promised to pay out $18 trillion more than they will receive in revenue in coming decades. . . . Closing that gap without any cuts in benefits would require a 7.1 percentage point increase in the combined Social Security–Medicare payroll tax, now at 15.3 percent. . . .

"People would just stop working," says Arthur Rolnick, research director of the Minneapolis Fed. As the work force shrank, taxes would have to go up even more for the remaining workers. . . .

Alan Auerbach of the University of California at Berkeley says the system's generosity will have to be curtailed and "the sooner, the better." Otherwise, American work habits again could look like those of the French.

Source: *The Wall Street Journal*, October 20, 2003.

downward-sloping side of this curve. Tax rates were so high, he argued, that reducing them would actually raise tax revenue.

Most economists were skeptical of Laffer's suggestion. The idea that a cut in tax rates could raise tax revenue was correct as a matter of economic theory, but there was more doubt about whether it would do so in practice. There was little evidence for Laffer's view that U.S. tax rates had in fact reached such extreme levels.

Nonetheless, the *Laffer curve* (as it became known) captured the imagination of Ronald Reagan. David Stockman, budget director in the first Reagan administration, offers the following story:

> [Reagan] had once been on the Laffer curve himself. "I came into the Big Money making pictures during World War II," he would always say. At that time the wartime income surtax hit 90 percent. "You could only make four pictures and then you were in the top bracket," he would continue. "So we all quit working after four pictures and went off to the country." High tax rates caused less work. Low tax rates caused more. His experience proved it.

When Reagan ran for president in 1980, he made cutting taxes part of his platform. Reagan argued that taxes were so high that they were discouraging hard work. He argued that lower taxes would give people the proper incentive to work, which would raise economic well-being and perhaps even tax revenue. Because the cut in tax rates was intended to encourage people to increase the quantity of labor they supplied, the views of Laffer and Reagan became known as *supply-side economics*.

Economists continue to debate Laffer's argument. Many believe that subsequent history refuted Laffer's conjecture that lower tax rates would raise tax revenue. Yet because history is open to alternative interpretations, other economists view the events of the 1980s as more favorable to the supply-siders. To evaluate Laffer's hypothesis definitively, we would need to rerun history without the Reagan tax cuts and see if tax revenues were higher or lower. Unfortunately, that experiment is impossible.

Some economists take an intermediate position on this issue. They believe that while an overall cut in tax rates normally reduces revenue, some taxpayers at some times may find themselves on the wrong side of the Laffer curve. Other things equal, a tax cut is more likely to raise tax revenue if the cut applies to those taxpayers facing the highest tax rates. In addition, Laffer's argument may be more compelling when considering countries with much higher tax rates than the United States. In Sweden in the early 1980s, for instance, the typical worker faced a marginal tax rate of about 80 percent. Such a high tax rate provides a substantial disincentive to work. Studies have suggested that Sweden would indeed have raised more tax revenue if it had lowered its tax rates.

Economists disagree about these issues in part because there is no consensus about the size of the relevant elasticities. The more elastic that supply and demand are in any market, the more taxes in that market distort behavior, and the more likely it is that a tax cut will raise tax revenue. There is no debate, however, about the general lesson: How much revenue the government gains or loses from a tax change cannot be computed just by looking at tax rates. It also depends on how the tax change affects people's behavior. ●

QUICK QUIZ If the government doubles the tax on gasoline, can you be sure that revenue from the gasoline tax will rise? Can you be sure that the deadweight loss from the gasoline tax will rise? Explain.

CONCLUSION

In this chapter we have used the tools developed in the previous chapter to further our understanding of taxes. One of the *Ten Principles of Economics* discussed in Chapter 1 is that markets are usually a good way to organize economic activity. In Chapter 7, we used the concepts of producer and consumer surplus to make this principle more precise. Here we have seen that when the government imposes taxes on buyers or sellers of a good, society loses some of the benefits of market efficiency. Taxes are costly to market participants not only because taxes transfer resources from those participants to the government but also because they alter incentives and distort market outcomes.

The analysis presented here and in Chapter 6 should give you a good basis for understanding the economic impact of taxes, but this is not the end of the story. Microeconomists study how best to design a tax system, including how to strike the right balance between equality and efficiency. Macroeconomists study how taxes influence the overall economy and how policymakers can use the tax system to stabilize economic activity and to achieve more rapid economic growth. So don't be surprised that, as you continue your study of economics, the subject of taxation comes up yet again.

SUMMARY

- A tax on a good reduces the welfare of buyers and sellers of the good, and the reduction in consumer and producer surplus usually exceeds the revenue raised by the government. The fall in total surplus—the sum of consumer surplus, producer surplus, and tax revenue—is called the deadweight loss of the tax.
- Taxes have deadweight losses because they cause buyers to consume less and sellers to produce less, and these changes in behavior shrink the size of the market below the level that maximizes total surplus. Because the elasticities of supply and demand measure how much market participants respond to market conditions, larger elasticities imply larger deadweight losses.
- As a tax grows larger, it distorts incentives more, and its deadweight loss grows larger. Because a tax reduces the size of the market, however, tax revenue does not continually increase. It first rises with the size of a tax, but if a tax gets large enough, tax revenue starts to fall.

KEY CONCEPT

deadweight loss, *p. 163*

QUESTIONS FOR REVIEW

1. What happens to consumer and producer surplus when the sale of a good is taxed? How does the change in consumer and producer surplus compare to the tax revenue? Explain.
2. Draw a supply-and-demand diagram with a tax on the sale of the good. Show the deadweight loss. Show the tax revenue.
3. How do the elasticities of supply and demand affect the deadweight loss of a tax? Why do they have this effect?
4. Why do experts disagree about whether labor taxes have small or large deadweight losses?
5. What happens to the deadweight loss and tax revenue when a tax is increased?

PROBLEMS AND APPLICATIONS

1. The market for pizza is characterized by a downward-sloping demand curve and an upward-sloping supply curve.
   a. Draw the competitive market equilibrium. Label the price, quantity, consumer surplus, and producer surplus. Is there any deadweight loss? Explain.
   b. Suppose that the government forces each pizzeria to pay a $1 tax on each pizza sold. Illustrate the effect of this tax on the pizza market, being sure to label the consumer surplus, producer surplus, government revenue, and deadweight loss. How does each area compare to the pre-tax case?
   c. If the tax were removed, pizza eaters and sellers would be better off, but the government would lose tax revenue. Suppose that consumers and producers voluntarily transferred some of their gains to the government. Could all parties (including the government) be better off than they were with a tax? Explain using the labeled areas in your graph.
2. Evaluate the following two statements. Do you agree? Why or why not?
   a. "A tax that has no deadweight loss cannot raise any revenue for the government."
   b. "A tax that raises no revenue for the government cannot have any deadweight loss."
3. Consider the market for rubber bands.
   a. If this market has very elastic supply and very inelastic demand, how would the burden of a tax on rubber bands be shared between consumers and producers? Use the tools of consumer surplus and producer surplus in your answer.
   b. If this market has very inelastic supply and very elastic demand, how would the burden of a tax on rubber bands be shared between consumers and producers? Contrast your answer with your answer to part (a).
4. The 19th-century economist Henry George argued that the government should levy a sizable tax on land, the supply of which he took to be completely inelastic.
   a. George believed that economic growth increased the demand for land and made rich landowners richer at the expense of the tenants who made up the demand side of the market. Show this argument on an appropriately labeled diagram.
   b. Who bears the burden of a tax on land—the owners of land or the tenants on the land? Explain.

c. Is the deadweight loss of this tax large or small? Explain.
d. Many cities and towns today levy taxes on the value of real estate. Why might the above analysis of George's land tax not apply to this modern tax?

5. Suppose that the government imposes a tax on heating oil.
   a. Would the deadweight loss from this tax likely be greater in the first year after it is imposed or in the fifth year? Explain.
   b. Would the revenue collected from this tax likely be greater in the first year after it is imposed or in the fifth year? Explain.
6. After economics class one day, your friend suggests that taxing food would be a good way to raise revenue because the demand for food is quite inelastic. In what sense is taxing food a "good" way to raise revenue? In what sense is it not a "good" way to raise revenue?
7. Daniel Patrick Moynihan, the late senator from New York, once introduced a bill that would levy a 10,000 percent tax on certain hollow-tipped bullets.
   a. Do you expect that this tax would raise much revenue? Why or why not?
   b. Even if the tax would raise no revenue, why might Senator Moynihan have proposed it?
8. The government places a tax on the purchase of socks.
   a. Illustrate the effect of this tax on equilibrium price and quantity in the sock market. Identify the following areas both before and after the imposition of the tax: total spending by consumers, total revenue for producers, and government tax revenue.
   b. Does the price received by producers rise or fall? Can you tell whether total receipts for producers rise or fall? Explain.
   c. Does the price paid by consumers rise or fall? Can you tell whether total spending by consumers rises or falls? Explain carefully. (Hint: Think about elasticity.) If total consumer spending falls, does consumer surplus rise? Explain.
9. Suppose the government currently raises $100 million through a 1-cent tax on widgets, and another $100 million through a 10-cent tax on gadgets. If the government doubled the tax rate on widgets and eliminated the tax on gadgets, would it raise more money than today, less money, or the same amount of money? Explain.
10. This chapter analyzed the welfare effects of a tax on a good. Consider now the opposite policy. Suppose that the government *subsidizes* a good: For each unit of the good sold, the government pays $2 to the buyer. How does the subsidy affect consumer surplus, producer surplus, tax revenue, and total surplus? Does a subsidy lead to a deadweight loss? Explain.
11. Hotel rooms in Smalltown go for $100, and 1,000 rooms are rented on a typical day.
    a. To raise revenue, the mayor decides to charge hotels a tax of $10 per rented room. After the tax is imposed, the going rate for hotel rooms rises to $108, and the number of rooms rented falls to 900. Calculate the amount of revenue this tax raises for Smalltown and the deadweight loss of the tax. (Hint: The area of a triangle is ½ × base × height.)
    b. The mayor now doubles the tax to $20. The price rises to $116, and the number of rooms rented falls to 800. Calculate tax revenue and deadweight loss with this larger tax. Do they double, more than double, or less than double? Explain.
12. Suppose that a market is described by the following supply and demand equations:

$$Q^S = 2P$$
$$Q^D = 300 - P$$

    a. Solve for the equilibrium price and the equilibrium quantity.
    b. Suppose that a tax of T is placed on buyers, so the new demand equation is

$$Q^D = 300 - (P + T).$$

Solve for the new equilibrium. What happens to the price received by sellers, the price paid by buyers, and the quantity sold?

c. Tax revenue is $T \times Q$. Use your answer to part (b) to solve for tax revenue as a function of T. Graph this relationship for T between 0 and 300.

d. The deadweight loss of a tax is the area of the triangle between the supply and demand curves. Recalling that the area of a triangle is ½ × base × height, solve for deadweight loss as a function of T. Graph this relationship for T between 0 and 300. (Hint: Looking sideways, the base of the deadweight loss triangle is T, and the height is the difference between the quantity sold with the tax and the quantity sold without the tax.)

e. The government now levies a tax on this good of $200 per unit. Is this a good policy? Why or why not? Can you propose a better policy?

CHAPTER 9

Application: International Trade

If you check the labels on the clothes you are now wearing, you will probably find that some of your clothes were made in another country. A century ago, the textile and clothing industry was a major part of the U.S. economy, but that is no longer the case. Faced with foreign competitors that can produce quality goods at low cost, many U.S. firms have found it increasingly difficult to produce and sell textiles and clothing at a profit. As a result, they have laid off their workers and shut down their factories. Today, much of the textiles and clothing that Americans consume are imported.

The story of the textile industry raises important questions for economic policy: How does international trade affect economic well-being? Who gains and who loses from free trade among countries, and how do the gains compare to the losses?

Chapter 3 introduced the study of international trade by applying the principle of comparative advantage. According to this principle, all countries can benefit from trading with one another because trade allows each country to specialize in doing what it does best. But the analysis in Chapter 3 was incomplete. It did not explain how the international marketplace achieves these gains from trade or how the gains are distributed among various economic participants.

We now return to the study of international trade and take up these questions. Over the past several chapters, we have developed many tools for analyzing how markets work: supply, demand, equilibrium, consumer surplus, producer surplus, and so on. With these tools, we can learn more about how international trade affects economic well-being.

THE DETERMINANTS OF TRADE

Consider the market for textiles. The textile market is well suited to examining the gains and losses from international trade: Textiles are made in many countries around the world, and there is much world trade in textiles. Moreover, the textile market is one in which policymakers often consider (and sometimes implement) trade restrictions to protect domestic producers from foreign competitors. We examine here the textile market in the imaginary country of Isoland.

The Equilibrium without Trade

As our story begins, the Isolandian textile market is isolated from the rest of the world. By government decree, no one in Isoland is allowed to import or export textiles, and the penalty for violating the decree is so large that no one dares try.

Because there is no international trade, the market for textiles in Isoland consists solely of Isolandian buyers and sellers. As Figure 1 shows, the domestic price adjusts to balance the quantity supplied by domestic sellers and the quantity demanded by domestic buyers. The figure shows the consumer and producer surplus in the equilibrium without trade. The sum of consumer and producer surplus

1 FIGURE

The Equilibrium without International Trade
When an economy cannot trade in world markets, the price adjusts to balance domestic supply and demand. This figure shows consumer and producer surplus in an equilibrium without international trade for the textile market in the imaginary country of Isoland.

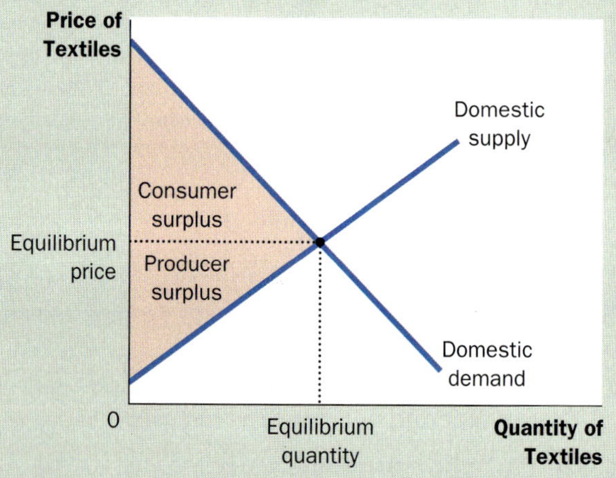

measures the total benefits that buyers and sellers receive from participating in the textile market.

Now suppose that, in an election upset, Isoland elects a new president. The president campaigned on a platform of "change" and promised the voters bold new ideas. Her first act is to assemble a team of economists to evaluate Isolandian trade policy. She asks them to report on three questions:

- If the government allows Isolandians to import and export textiles, what will happen to the price of textiles and the quantity of textiles sold in the domestic textile market?
- Who will gain from free trade in textiles and who will lose, and will the gains exceed the losses?
- Should a tariff (a tax on textile imports) be part of the new trade policy?

After reviewing supply and demand in their favorite textbook (this one, of course), the Isolandian economics team begins its analysis.

The World Price and Comparative Advantage

The first issue our economists take up is whether Isoland is likely to become a textile importer or a textile exporter. In other words, if free trade is allowed, will Isolandians end up buying or selling textiles in world markets?

To answer this question, the economists compare the current Isolandian price of textiles to the price of textiles in other countries. We call the price prevailing in world markets the **world price**. If the world price of textiles is higher than the domestic price, then Isoland will export textiles once trade is permitted. Isolandian textile producers will be eager to receive the higher prices available abroad and will start selling their textiles to buyers in other countries. Conversely, if the world price of textiles is lower than the domestic price, then Isoland will import textiles. Because foreign sellers offer a better price, Isolandian textile consumers will quickly start buying textiles from other countries.

world price
the price of a good that prevails in the world market for that good

In essence, comparing the world price and the domestic price before trade indicates whether Isoland has a comparative advantage in producing textiles. The domestic price reflects the opportunity cost of textiles: It tells us how much an Isolandian must give up to obtain one unit of textiles. If the domestic price is low, the cost of producing textiles in Isoland is low, suggesting that Isoland has a comparative advantage in producing textiles relative to the rest of the world. If the domestic price is high, then the cost of producing textiles in Isoland is high, suggesting that foreign countries have a comparative advantage in producing textiles.

As we saw in Chapter 3, trade among nations is ultimately based on comparative advantage. That is, trade is beneficial because it allows each nation to specialize in doing what it does best. By comparing the world price and the domestic price before trade, we can determine whether Isoland is better or worse at producing textiles than the rest of the world.

QUICK QUIZ The country Autarka does not allow international trade. In Autarka, you can buy a wool suit for 3 ounces of gold. Meanwhile, in neighboring countries, you can buy the same suit for 2 ounces of gold. If Autarka were to allow free trade, would it import or export wool suits? Why?

THE WINNERS AND LOSERS FROM TRADE

To analyze the welfare effects of free trade, the Isolandian economists begin with the assumption that Isoland is a small economy compared to the rest of the world. This small-economy assumption means that Isoland's actions have little effect on world markets. Specifically, any change in Isoland's trade policy will not affect the world price of textiles. The Isolandians are said to be *price takers* in the world economy. That is, they take the world price of textiles as given. Isoland can be an exporting country by selling textiles at this price or an importing country by buying textiles at this price.

The small-economy assumption is not necessary to analyze the gains and losses from international trade. But the Isolandian economists know from experience (and from reading Chapter 2 of this book) that making simplifying assumptions is a key part of building a useful economic model. The assumption that Isoland is a small economy simplifies the analysis, and the basic lessons do not change in the more complicated case of a large economy.

The Gains and Losses of an Exporting Country

Figure 2 shows the Isolandian textile market when the domestic equilibrium price before trade is below the world price. Once trade is allowed, the domestic price rises to equal the world price. No seller of textiles would accept less than the world price, and no buyer would pay more than the world price.

2 FIGURE

International Trade in an Exporting Country

Once trade is allowed, the domestic price rises to equal the world price. The supply curve shows the quantity of textiles produced domestically, and the demand curve shows the quantity consumed domestically. Exports from Isoland equal the difference between the domestic quantity supplied and the domestic quantity demanded at the world price. Sellers are better off (producer surplus rises from C to B + C + D), and buyers are worse off (consumer surplus falls from A + B to A). Total surplus rises by an amount equal to area D, indicating that trade raises the economic well-being of the country as a whole.

	Before Trade	After Trade	Change
Consumer Surplus	A + B	A	–B
Producer Surplus	C	B + C + D	+(B + D)
Total Surplus	A + B + C	A + B + C + D	+D

The area D shows the increase in total surplus and represents the gains from trade.

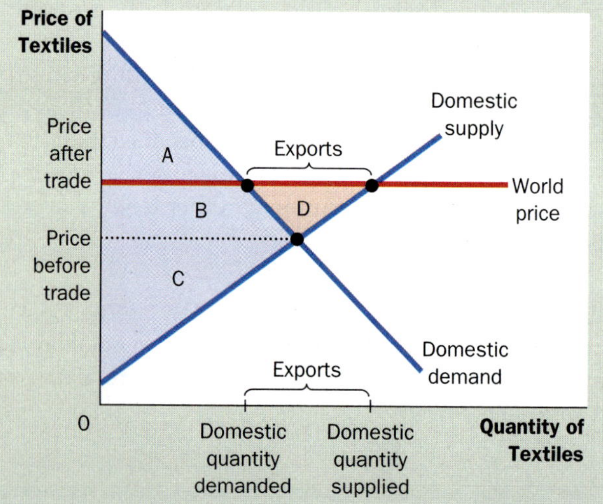

After the domestic price has risen to equal the world price, the domestic quantity supplied differs from the domestic quantity demanded. The supply curve shows the quantity of textiles supplied by Isolandian sellers. The demand curve shows the quantity of textiles demanded by Isolandian buyers. Because the domestic quantity supplied is greater than the domestic quantity demanded, Isoland sells textiles to other countries. Thus, Isoland becomes a textile exporter.

Although domestic quantity supplied and domestic quantity demanded differ, the textile market is still in equilibrium because there is now another participant in the market: the rest of the world. One can view the horizontal line at the world price as representing the rest of the world's demand for textiles. This demand curve is perfectly elastic because Isoland, as a small economy, can sell as many textiles as it wants at the world price.

Now consider the gains and losses from opening up trade. Clearly, not everyone benefits. Trade forces the domestic price to rise to the world price. Domestic producers of textiles are better off because they can now sell textiles at a higher price, but domestic consumers of textiles are worse off because they have to buy textiles at a higher price.

To measure these gains and losses, we look at the changes in consumer and producer surplus. Before trade is allowed, the price of textiles adjusts to balance domestic supply and domestic demand. Consumer surplus, the area between the demand curve and the before-trade price, is area A + B. Producer surplus, the area between the supply curve and the before-trade price, is area C. Total surplus before trade, the sum of consumer and producer surplus, is area A + B + C.

After trade is allowed, the domestic price rises to the world price. Consumer surplus is reduced to area A (the area between the demand curve and the world price). Producer surplus is increased to area B + C + D (the area between the supply curve and the world price). Thus, total surplus with trade is area A + B + C + D.

These welfare calculations show who wins and who loses from trade in an exporting country. Sellers benefit because producer surplus increases by the area B + D. Buyers are worse off because consumer surplus decreases by the area B. Because the gains of sellers exceed the losses of buyers by the area D, total surplus in Isoland increases.

This analysis of an exporting country yields two conclusions:

- When a country allows trade and becomes an exporter of a good, domestic producers of the good are better off, and domestic consumers of the good are worse off.
- Trade raises the economic well-being of a nation in the sense that the gains of the winners exceed the losses of the losers.

The Gains and Losses of an Importing Country

Now suppose that the domestic price before trade is above the world price. Once again, after trade is allowed, the domestic price must equal the world price. As Figure 3 shows, the domestic quantity supplied is less than the domestic quantity demanded. The difference between the domestic quantity demanded and the domestic quantity supplied is bought from other countries, and Isoland becomes a textile importer.

In this case, the horizontal line at the world price represents the supply of the rest of the world. This supply curve is perfectly elastic because Isoland is a small economy and, therefore, can buy as many textiles as it wants at the world price.

3 FIGURE

International Trade in an Importing Country

Once trade is allowed, the domestic price falls to equal the world price. The supply curve shows the amount produced domestically, and the demand curve shows the amount consumed domestically. Imports equal the difference between the domestic quantity demanded and the domestic quantity supplied at the world price. Buyers are better off (consumer surplus rises from A to A + B + D), and sellers are worse off (producer surplus falls from B + C to C). Total surplus rises by an amount equal to area D, indicating that trade raises the economic well-being of the country as a whole.

	Before Trade	After Trade	Change
Consumer Surplus	A	A + B + D	+(B + D)
Producer Surplus	B + C	C	−B
Total Surplus	A + B + C	A + B + C + D	+D

The area D shows the increase in total surplus and represents the gains from trade.

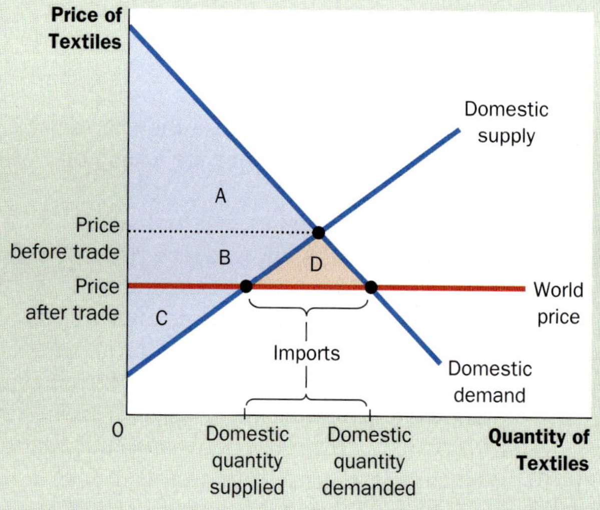

Now consider the gains and losses from trade. Once again, not everyone benefits. When trade forces the domestic price to fall, domestic consumers are better off (they can now buy textiles at a lower price), and domestic producers are worse off (they now have to sell textiles at a lower price). Changes in consumer and producer surplus measure the size of the gains and losses. Before trade, consumer surplus is area A, producer surplus is area B + C, and total surplus is area A + B + C. After trade is allowed, consumer surplus is area A + B + D, producer surplus is area C, and total surplus is area A + B + C + D.

These welfare calculations show who wins and who loses from trade in an importing country. Buyers benefit because consumer surplus increases by the area B + D. Sellers are worse off because producer surplus falls by the area B. The gains of buyers exceed the losses of sellers, and total surplus increases by the area D.

This analysis of an importing country yields two conclusions parallel to those for an exporting country:

- When a country allows trade and becomes an importer of a good, domestic consumers of the good are better off, and domestic producers of the good are worse off.
- Trade raises the economic well-being of a nation in the sense that the gains of the winners exceed the losses of the losers.

Having completed our analysis of trade, we can better understand one of the *Ten Principles of Economics* in Chapter 1: Trade can make everyone better off. If Isoland opens its textile market to international trade, the change will create winners and losers, regardless of whether Isoland ends up exporting or importing textiles. In either case, however, the gains of the winners exceed the losses of the losers, so the winners could compensate the losers and still be better off. In this sense, trade *can* make everyone better off. But *will* trade make everyone better off? Probably not. In practice, compensation for the losers from international trade is rare. Without such compensation, opening an economy to international trade is a policy that expands the size of the economic pie, while perhaps leaving some participants in the economy with a smaller slice.

We can now see why the debate over trade policy is often contentious. Whenever a policy creates winners and losers, the stage is set for a political battle. Nations sometimes fail to enjoy the gains from trade because the losers from free trade are better organized than the winners. The losers may turn their cohesiveness into political clout, lobbying for trade restrictions such as tariffs or import quotas.

The Effects of a Tariff

tariff
a tax on goods produced abroad and sold domestically

The Isolandian economists next consider the effects of a **tariff**—a tax on imported goods. The economists quickly realize that a tariff on textiles will have no effect if Isoland becomes a textile exporter. If no one in Isoland is interested in importing textiles, a tax on textile imports is irrelevant. The tariff matters only if Isoland becomes a textile importer. Concentrating their attention on this case, the economists compare welfare with and without the tariff.

Figure 4 shows the Isolandian market for textiles. Under free trade, the domestic price equals the world price. A tariff raises the price of imported textiles above the world price by the amount of the tariff. Domestic suppliers of textiles, who compete with suppliers of imported textiles, can now sell their textiles for the world price plus the amount of the tariff. Thus, the price of textiles—both imported and domestic—rises by the amount of the tariff and is, therefore, closer to the price that would prevail without trade.

The change in price affects the behavior of domestic buyers and sellers. Because the tariff raises the price of textiles, it reduces the domestic quantity demanded from Q^D_1 to Q^D_2 and raises the domestic quantity supplied from Q^S_1 to Q^S_2. *Thus, the tariff reduces the quantity of imports and moves the domestic market closer to its equilibrium without trade.*

Now consider the gains and losses from the tariff. Because the tariff raises the domestic price, domestic sellers are better off, and domestic buyers are worse off. In addition, the government raises revenue. To measure these gains and losses, we look at the changes in consumer surplus, producer surplus, and government revenue. These changes are summarized in the table in Figure 4.

Before the tariff, the domestic price equals the world price. Consumer surplus, the area between the demand curve and the world price, is area A + B + C + D + E + F. Producer surplus, the area between the supply curve and the world price, is area G. Government revenue equals zero. Total surplus, the sum of consumer surplus, producer surplus, and government revenue, is area A + B + C + D + E + F + G.

Once the government imposes a tariff, the domestic price exceeds the world price by the amount of the tariff. Consumer surplus is now area A + B. Producer

4 FIGURE

The Effects of a Tariff

A tariff reduces the quantity of imports and moves a market closer to the equilibrium that would exist without trade. Total surplus falls by an amount equal to area D + F. These two triangles represent the deadweight loss from the tariff.

	Before Tariff	After Tariff	Change
Consumer Surplus	A + B + C + D + E + F	A + B	−(C + D + E + F)
Producer Surplus	G	C + G	+C
Government Revenue	None	E	+E
Total Surplus	A + B + C + D + E + F + G	A + B + C + E + G	−(D + F)

The area D + F shows the fall in total surplus and represents the deadweight loss of the tariff.

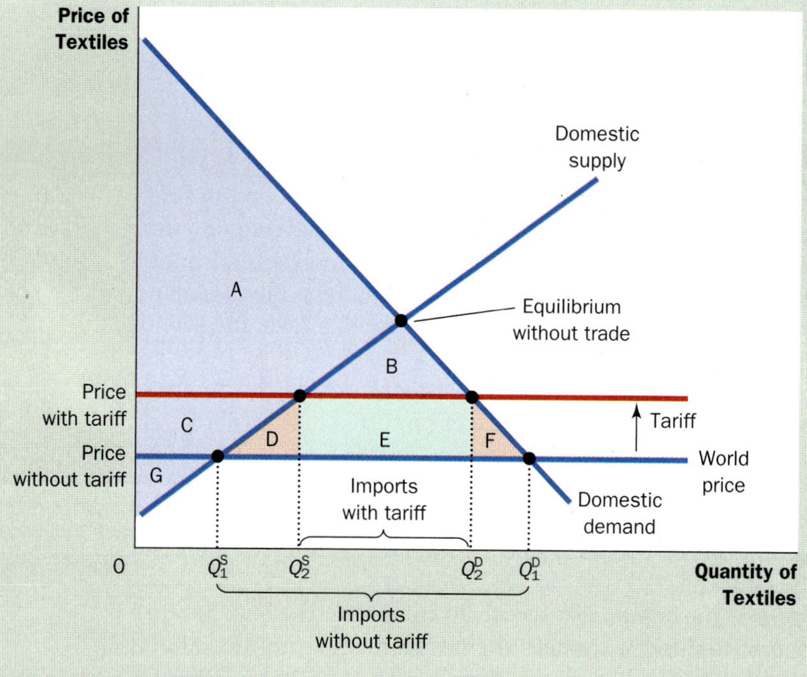

surplus is area C + G. Government revenue, which is the quantity of after-tariff imports times the size of the tariff, is the area E. Thus, total surplus with the tariff is area A + B + C + E + G.

To determine the total welfare effects of the tariff, we add the change in consumer surplus (which is negative), the change in producer surplus (positive), and the change in government revenue (positive). We find that total surplus in the market decreases by the area D + F. This fall in total surplus is called the *deadweight loss* of the tariff.

A tariff causes a deadweight loss simply because a tariff is a type of tax. Like most taxes, it distorts incentives and pushes the allocation of scarce resources

FYI

Import Quotas: Another Way to Restrict Trade

Beyond tariffs, another way that nations sometimes restrict international trade is by putting limits on how much of a good can be imported. In this book, we will not analyze such a policy, other than to point out the conclusion: Import quotas are much like tariffs. Both tariffs and import quotas reduce the quantity of imports, raise the domestic price of the good, decrease the welfare of domestic consumers, increase the welfare of domestic producers, and cause deadweight losses.

There is only one difference between these two types of trade restriction: A tariff raises revenue for the government, whereas an import quota creates surplus for those who obtain the licenses to import. The profit for the holder of an import license is the difference between the domestic price (at which he sells the imported good) and the world price (at which he buys it).

Tariffs and import quotas are even more similar if the government charges a fee for the import licenses. Suppose the government sets the license fee equal to the difference between the domestic price and the world price. In this case, all the profit of license holders is paid to the government in license fees, and the import quota works exactly like a tariff. Consumer surplus, producer surplus, and government revenue are precisely the same under the two policies.

In practice, however, countries that restrict trade with import quotas rarely do so by selling the import licenses. For example, the U.S. government has at times pressured Japan to "voluntarily" limit the sale of Japanese cars in the United States. In this case, the Japanese government allocates the import licenses to Japanese firms, and the surplus from these licenses accrues to those firms. From the standpoint of U.S. welfare, this kind of import quota is worse than a U.S. tariff on imported cars. Both a tariff and an import quota raise prices, restrict trade, and cause deadweight losses, but at least the tariff produces revenue for the U.S. government rather than profit for foreign producers.

away from the optimum. In this case, we can identify two effects. First, when the tariff raises the domestic price of textiles above the world price, it encourages domestic producers to increase production from Q_1^S to Q_2^S. Even though the cost of making these incremental units exceeds the cost of buying them at the world price, the tariff makes it profitable for domestic producers to manufacture them nonetheless. Second, when the tariff raises the price that domestic textile consumers have to pay, it encourages them to reduce consumption of textiles from Q_1^D to Q_2^D. Even though domestic consumers value these incremental units at more than the world price, the tariff induces them to cut back their purchases. Area D represents the deadweight loss from the overproduction of textiles, and area F represents the deadweight loss from the underconsumption. The total deadweight loss of the tariff is the sum of these two triangles.

The Lessons for Trade Policy

The team of Isolandian economists can now write to the new president:

Dear Madame President,

You asked us three questions about opening up trade. After much hard work, we have the answers.

Question: If the government allows Isolandians to import and export textiles, what will happen to the price of textiles and the quantity of textiles sold in the domestic textile market?

Answer: Once trade is allowed, the Isolandian price of textiles will be driven to equal the price prevailing around the world.

If the world price is now higher than the Isolandian price, our price will rise. The higher price will reduce the amount of textiles Isolandians consume and raise the amount of textiles that Isolandians produce. Isoland will, therefore, become a textile exporter. This occurs because, in this case, Isoland has a comparative advantage in producing textiles.

Conversely, if the world price is now lower than the Isolandian price, our price will fall. The lower price will raise the amount of textiles that Isolandians consume and lower the amount of textiles that Isolandians produce. Isoland will, therefore, become a textile importer. This occurs because, in this case, other countries have a comparative advantage in producing textiles.

Question: Who will gain from free trade in textiles and who will lose, and will the gains exceed the losses?

Answer: The answer depends on whether the price rises or falls when trade is allowed. If the price rises, producers of textiles gain, and consumers of textiles lose. If the price falls, consumers gain, and producers lose. In both cases, the gains are larger than the losses. Thus, free trade raises the total welfare of Isolandians.

Question: Should a tariff be part of the new trade policy?

Answer: A tariff has an impact only if Isoland becomes a textile importer. In this case, a tariff moves the economy closer to the no-trade equilibrium and, like most taxes, has deadweight losses. Although a tariff improves the welfare of domestic producers and raises revenue for the government, these gains are more than offset by the losses suffered by consumers. The best policy, from the standpoint of economic efficiency, would be to allow trade without a tariff.

We hope you find these answers helpful as you decide on your new policy.

Your faithful servants,
Isolandian economics team

Other Benefits of International Trade

The conclusions of the Isolandian economics team are based on the standard analysis of international trade. Their analysis uses the most fundamental tools in the economist's toolbox: supply, demand, and producer and consumer surplus. It shows that there are winners and losers when a nation opens itself up to trade, but the gains to the winners exceed the losses of the losers.

The case for free trade can be made even stronger, however, because there are several other economic benefits of trade beyond those emphasized in the standard analysis. Here, in a nutshell, are some of these other benefits:

- **Increased variety of goods.** Goods produced in different countries are not exactly the same. German beer, for instance, is not the same as American beer. Free trade gives consumers in all countries greater variety from which to choose.

In The News

Should the Winners from Free Trade Compensate the Losers?

Political candidates often say that the government should help those made worse off by international trade. In this opinion piece, an economist makes the opposite case.

What to Expect When You're Free Trading

By Steven E. Landsburg

In the days before Tuesday's Republican presidential primary in Michigan, Mitt Romney and John McCain battled over what the government owes to workers who lose their jobs because of the foreign competition unleashed by free trade. Their rhetoric differed—Mr. Romney said he would "fight for every single job," while Mr. McCain said some jobs "are not coming back"—but their proposed policies were remarkably similar: educate and retrain the workers for new jobs.

All economists know that when American jobs are outsourced, Americans as a group are net winners. What we lose through lower wages is more than offset by what we gain through lower prices. In other words, the winners can more than afford to compensate the losers. Does that mean they ought to? Does it create a moral mandate for the taxpayer-subsidized retraining programs proposed by Mr. McCain and Mr. Romney?

Um, no. Even if you've just lost your job, there's something fundamentally churlish about blaming the very phenomenon that's elevated you above the subsistence level since the day you were born. If the world owes you compensation for enduring the downside of trade, what do you owe the world for enjoying the upside?

I doubt there's a human being on earth who hasn't benefited from the opportunity to trade freely with his neighbors. Imagine what your life would be like if you had to grow your own food, make your own clothes and rely on your grandmother's home remedies for health care. Access to a trained physician might reduce the demand for grandma's home remedies, but—especially at her age—she's still got plenty of reason to be thankful for having a doctor.

Some people suggest, however, that it makes sense to isolate the moral effects of a single new trading opportunity or free trade agreement. Surely we have fellow citizens who are hurt by those agreements, at least in the limited sense that they'd be better off in a world where trade flourishes, except in this one instance. What do we owe those fellow citizens?

One way to think about that is to ask what your moral instincts tell you in analogous situations. Suppose, after years of buying shampoo at your local pharmacy, you discover you can order the same shampoo for less money on the Web. Do you have an obligation to compensate your pharmacist? If you move to a cheaper apartment, should you compensate your landlord? When you eat at McDonald's, should you compensate the owners of the diner next door? Public policy should not be designed to advance moral instincts that we all reject every day of our lives.

In what morally relevant way, then, might displaced workers differ from displaced pharmacists or displaced landlords? You might argue that pharmacists and landlords have always faced cutthroat competition and therefore knew what they were getting into, while decades of tariffs and quotas have led manufacturing workers to expect a modicum of protection. That expectation led them to develop certain skills, and now it's unfair to pull the rug out from under them.

Once again, that argument does not mesh with our everyday instincts. For many decades, schoolyard bullying has been a profitable occupation. All across America, bullies have built up skills so they can take advantage of that opportunity. If we toughen the rules to make bullying unprofitable, must we compensate the bullies?

Bullying and protectionism have a lot in common. They both use force (either directly or through the power of the law) to enrich someone else at your involuntary expense. If you're forced to pay $20 an hour to an American for goods you could have bought from a Mexican for $5 an hour, you're being extorted. When a free trade agreement allows you to buy from the Mexican after all, rejoice in your liberation—even if Mr. McCain, Mr. Romney and the rest of the presidential candidates don't want you to.

Source: *New York Times,* January 16, 2008.

- **Lower costs through economies of scale.** Some goods can be produced at low cost only if they are produced in large quantities—a phenomenon called *economies of scale.* A firm in a small country cannot take full advantage of economies of scale if it can sell only in a small domestic market. Free trade gives firms access to larger world markets and allows them to realize economies of scale more fully.
- **Increased competition.** A company shielded from foreign competitors is more likely to have market power, which in turn gives it the ability to raise prices above competitive levels. This is a type of market failure. Opening up trade fosters competition and gives the invisible hand a better chance to work its magic.
- **Enhanced flow of ideas.** The transfer of technological advances around the world is often thought to be linked to the trading of the goods that embody those advances. The best way for a poor agricultural nation to learn about the computer revolution, for instance, is to buy some computers from abroad rather than trying to make them domestically.

Thus, free international trade increases variety for consumers, allows firms to take advantage of economies of scale, makes markets more competitive, and facilitates the spread of technology. If the Isolandian economists also took these effects into account, their advice to their president would be even more forceful.

QUICK QUIZ Draw a supply and demand diagram for wool suits in the country of Autarka. When trade is allowed, the price of a suit falls from 3 to 2 ounces of gold. In your diagram, show the change in consumer surplus, the change in producer surplus, and the change in total surplus. How would a tariff on suit imports alter these effects?

THE ARGUMENTS FOR RESTRICTING TRADE

The letter from the economics team starts to persuade the new president of Isoland to consider allowing trade in textiles. She notes that the domestic price is now high compared to the world price. Free trade would, therefore, cause the price of textiles to fall and hurt domestic textiles producers. Before implementing the new policy, she asks Isolandian textile companies to comment on the economists' advice.

Not surprisingly, the textile companies oppose free trade in textiles. They believe that the government should protect the domestic textile industry from foreign competition. Let's consider some of the arguments they might give to support their position and how the economics team would respond.

Berry's World

"YOU LIKE PROTECTIONISM AS A 'WORKING MAN.' HOW ABOUT AS A CONSUMER?"

THE JOBS ARGUMENT

Opponents of free trade often argue that trade with other countries destroys domestic jobs. In our example, free trade in textiles would cause the price of textiles to fall, reducing the quantity of textiles produced in Isoland and thus reducing employment in the Isolandian textile industry. Some Isolandian textile workers would lose their jobs.

In The News

Offshore Outsourcing

If you buy a new computer and call the company for tech support, you shouldn't be surprised if you end up talking to someone in Bangalore, India. In 2004, the author of this textbook, while an adviser to President Bush, was asked about the movement of such jobs overseas. I replied that the trend was "probably a plus for the economy in the long run." Most economists agreed, but some elected officials responded differently.

The Economics of Progress

By George F. Will

It is difficult to say something perfectly, precisely false. But House Speaker Dennis Hastert did when participating in the bipartisan piling-on against the president's economic adviser, who imprudently said something sensible.

John Kerry and John Edwards, who are not speaking under oath and who know that economic illiteracy has never been a disqualification for high office, have led the scrum against the chairman of the president's Council of Economic Advisers, N. Gregory Mankiw, who said the arguments for free trade apply to trade in services as well as manufactured goods. But the prize for the pithiest nonsense went to Hastert: "An economy suffers when jobs disappear."

So the economy suffered when automobiles caused the disappearance of the jobs of most blacksmiths, buggy makers, operators of livery stables, etc.? The economy did not seem to be suffering in 1999, when 33 million jobs were wiped out—by an economic dynamism that created 35.7 million jobs. How many of the 4,500 U.S. jobs that IBM is planning to create this year will be made possible by sending 3,000 jobs overseas?

Hastert's ideal economy, where jobs do not disappear, existed almost everywhere for almost everyone through almost all of human history. In, say, 12th-century France, the ox behind which a man plowed a field changed, but otherwise the plowman was doing what generations of his ancestors had done and what generations of his descendants were to do. Those were the good old days, before economic growth. . . .

For the highly competent workforce of this wealthy nation, the loss of jobs is not a zero-sum game: It is a trading up in social rewards. When the presidential candidates were recently in South Carolina, histrionically lamenting the loss of textile jobs, they surely noticed the huge BMW presence. It is the "offshoring" of German jobs because Germany's irrational labor laws, among other things, give America a comparative advantage. Such economic calculation explains the manufacture of Mercedes-Benzes in Alabama, Hondas in Ohio, Toyotas in California.

As long as the American jobs going offshore were blue-collar jobs, the political issue did not attain the heat it has now that white-collar job losses frighten a more articulate, assertive social class. . . .

Kerry says offshoring is done by "Benedict Arnold CEOs." But if he wants to improve the health of U.S. airlines, and the security of the jobs and pensions of most airline employees, should he not applaud Delta for saving $25 million a year by sending some reservation services to India?

Does Kerry really want to restrain the rise of health care costs? Does he oppose having X-rays analyzed in India at a fraction of the U.S. cost?

In November, Indiana Gov. Joseph Kernan canceled a $15 million contract with a firm in India to process state unemployment claims. The contract was given to a U.S. firm that will charge $23 million. Because of this 53 percent price increase, there will be 8 million fewer state dollars for schools, hospitals, law enforcement, etc. And the benefit to Indiana is . . . what?

When Kernan made this gesture he probably was wearing something that was wholly or partly imported and that at one time, before offshoring, would have been entirely made here. Such potential embarrassments are among the perils of making moral grandstanding into an economic policy.

Source: *The Washington Post*, Friday, February 20, 2004. Page A25. Copyright © 2004, The Washington Post Writers Group. Reprinted with permission.

Yet free trade creates jobs at the same time that it destroys them. When Isolandians buy textiles from other countries, those countries obtain the resources to buy other goods from Isoland. Isolandian workers would move from the textile industry to those industries in which Isoland has a comparative advantage. The transition may impose hardship on some workers in the short run, but it allows Isolandians as a whole to enjoy a higher standard of living.

Opponents of trade are often skeptical that trade creates jobs. They might respond that *everything* can be produced more cheaply abroad. Under free trade, they might argue, Isolandians could not be profitably employed in any industry. As Chapter 3 explains, however, the gains from trade are based on comparative advantage, not absolute advantage. Even if one country is better than another country at producing everything, each country can still gain from trading with the other. Workers in each country will eventually find jobs in an industry in which that country has a comparative advantage.

The National-Security Argument

When an industry is threatened with competition from other countries, opponents of free trade often argue that the industry is vital for national security. For example, if Isoland were considering free trade in steel, domestic steel companies might point out that steel is used to make guns and tanks. Free trade would allow Isoland to become dependent on foreign countries to supply steel. If a war later broke out and the foreign supply was interrupted, Isoland might be unable to produce enough steel and weapons to defend itself.

Economists acknowledge that protecting key industries may be appropriate when there are legitimate concerns over national security. Yet they fear that this argument may be used too quickly by producers eager to gain at consumers' expense.

One should be wary of the national-security argument when it is made by representatives of industry rather than the defense establishment. Companies have an incentive to exaggerate their role in national defense to obtain protection from foreign competition. A nation's generals may see things very differently. Indeed, when the military is a consumer of an industry's output, it would benefit from imports. Cheaper steel in Isoland, for example, would allow the Isolandian military to accumulate a stockpile of weapons at lower cost.

The Infant-Industry Argument

New industries sometimes argue for temporary trade restrictions to help them get started. After a period of protection, the argument goes, these industries will mature and be able to compete with foreign firms.

Similarly, older industries sometimes argue that they need temporary protection to help them adjust to new conditions. For example, in 2002, President Bush imposed temporary tariffs on imported steel. He said, "I decided that imports were severely affecting our industry, an important industry." The tariff, which lasted 20 months, offered "temporary relief so that the industry could restructure itself."

Economists are often skeptical about such claims, largely because the infant-industry argument is difficult to implement in practice. To apply protection successfully, the government would need to decide which industries will eventually be profitable and decide whether the benefits of establishing these industries exceed the costs of this protection to consumers. Yet "picking winners" is extraordinarily difficult. It is made even more difficult by the political process, which often awards protection to those industries that are politically powerful. And once a powerful industry is protected from foreign competition, the "temporary" policy is sometimes hard to remove.

In addition, many economists are skeptical about the infant-industry argument in principle. Suppose, for instance, that an industry is young and unable to compete profitably against foreign rivals, but there is reason to believe that the industry can be profitable in the long run. In this case, firm owners should be willing to incur temporary losses to obtain the eventual profits. Protection is not necessary for an infant industry to grow. History shows that start-up firms often incur temporary losses and succeed in the long run, even without protection from competition.

The Unfair-Competition Argument

A common argument is that free trade is desirable only if all countries play by the same rules. If firms in different countries are subject to different laws and regulations, then it is unfair (the argument goes) to expect the firms to compete in the international marketplace. For instance, suppose that the government of Neighborland subsidizes its textile industry by giving textile companies large tax breaks. The Isolandian textile industry might argue that it should be protected from this foreign competition because Neighborland is not competing fairly.

Would it, in fact, hurt Isoland to buy textiles from another country at a subsidized price? Certainly, Isolandian textile producers would suffer, but Isolandian textile consumers would benefit from the low price. The case for free trade is no different: The gains of the consumers from buying at the low price would exceed the losses of the producers. Neighborland's subsidy to its textile industry may be a bad policy, but it is the taxpayers of Neighborland who bear the burden. Isoland can benefit from the opportunity to buy textiles at a subsidized price.

The Protection-as-a-Bargaining-Chip Argument

Another argument for trade restrictions concerns the strategy of bargaining. Many policymakers claim to support free trade but, at the same time, argue that trade restrictions can be useful when we bargain with our trading partners. They claim that the threat of a trade restriction can help remove a trade restriction already imposed by a foreign government. For example, Isoland might threaten to impose a tariff on textiles unless Neighborland removes its tariff on wheat. If Neighborland responds to this threat by removing its tariff, the result can be freer trade.

The problem with this bargaining strategy is that the threat may not work. If it doesn't work, the country faces a choice between two bad options. It can carry out its threat and implement the trade restriction, which would reduce its own economic welfare. Or it can back down from its threat, which would cause it to lose prestige in international affairs. Faced with this choice, the country would probably wish that it had never made the threat in the first place.

In The News

Second Thoughts about Free Trade

Some economists worry about the impact of trade on the distribution of income. Even if free trade enhances efficiency, it may reduce equality.

Trouble with Trade

By Paul Krugman

While the United States has long imported oil and other raw materials from the third world, we used to import manufactured goods mainly from other rich countries like Canada, European nations and Japan.

But recently we crossed an important watershed: we now import more manufactured goods from the third world than from other advanced economies. That is, a majority of our industrial trade is now with countries that are much poorer than we are and that pay their workers much lower wages.

For the world economy as a whole—and especially for poorer nations—growing trade between high-wage and low-wage countries is a very good thing. Above all, it offers backward economies their best hope of moving up the income ladder.

But for American workers the story is much less positive. In fact, it's hard to avoid the conclusion that growing U.S. trade with third-world countries reduces the real wages of many and perhaps most workers in this country. And that reality makes the politics of trade very difficult.

Let's talk for a moment about the economics.

Trade between high-wage countries tends to be a modest win for all, or almost all, concerned. When a free-trade pact made it possible to integrate the U.S. and Canadian auto industries in the 1960s, each country's industry concentrated on producing a narrower range of products at larger scale. The result was an all-round, broadly shared rise in productivity and wages.

By contrast, trade between countries at very different levels of economic development tends to create large classes of losers as well as winners.

Although the outsourcing of some high-tech jobs to India has made headlines, on balance, highly educated workers in the United States benefit from higher wages and expanded job opportunities because of trade. For example, ThinkPad notebook computers are now made by a Chinese company, Lenovo, but a lot of Lenovo's research and development is conducted in North Carolina.

But workers with less formal education either see their jobs shipped overseas or

CASE STUDY: TRADE AGREEMENTS AND THE WORLD TRADE ORGANIZATION

A country can take one of two approaches to achieving free trade. It can take a *unilateral* approach and remove its trade restrictions on its own. This is the approach that Great Britain took in the 19th century and that Chile and South Korea have taken in recent years. Alternatively, a country can take a *multilateral* approach and reduce its trade restrictions while other countries do the same. In other words, it can bargain with its trading partners in an attempt to reduce trade restrictions around the world.

One important example of the multilateral approach is the North American Free Trade Agreement (NAFTA), which in 1993 lowered trade barriers among the United States, Mexico, and Canada. Another is the General Agreement on Tariffs and Trade (GATT), which is a continuing series of negotiations among many of the world's countries with the goal of promoting free trade. The United States find their wages driven down by the ripple effect as other workers with similar qualifications crowd into their industries and look for employment to replace the jobs they lost to foreign competition. And lower prices at Wal-Mart aren't sufficient compensation.

All this is textbook international economics: contrary to what people sometimes assert, economic theory says that free trade normally makes a country richer, but it doesn't say that it's normally good for everyone. Still, when the effects of third-world exports on U.S. wages first became an issue in the 1990s, a number of economists—myself included—looked at the data and concluded that any negative effects on U.S. wages were modest.

The trouble now is that these effects may no longer be as modest as they were, because imports of manufactured goods from the third world have grown dramatically—from just 2.5 percent of G.D.P. in 1990 to 6 percent in 2006.

And the biggest growth in imports has come from countries with very low wages. The original "newly industrializing economies" exporting manufactured goods—South Korea, Taiwan, Hong Kong and Singapore—paid wages that were about 25 percent of U.S. levels in 1990. Since then, however, the sources of our imports have shifted to Mexico, where wages are only 11 percent of the U.S. level, and China, where they're only about 3 percent or 4 percent.

There are some qualifying aspects to this story. For example, many of those made-in-China goods contain components made in Japan and other high-wage economies. Still, there's little doubt that the pressure of globalization on American wages has increased.

So am I arguing for protectionism? No. Those who think that globalization is always and everywhere a bad thing are wrong. On the contrary, keeping world markets relatively open is crucial to the hopes of billions of people.

But I am arguing for an end to the finger-wagging, the accusation either of not understanding economics or of kowtowing to special interests that tends to be the editorial response to politicians who express skepticism about the benefits of free-trade agreements.

It's often claimed that limits on trade benefit only a small number of Americans, while hurting the vast majority. That's still true of things like the import quota on sugar. But when it comes to manufactured goods, it's at least arguable that the reverse is true. The highly educated workers who clearly benefit from growing trade with third-world economies are a minority, greatly outnumbered by those who probably lose.

As I said, I'm not a protectionist. For the sake of the world as a whole, I hope that we respond to the trouble with trade not by shutting trade down, but by doing things like strengthening the social safety net. But those who are worried about trade have a point, and deserve some respect.

Source: *New York Times*, December 28, 2007.

helped to found GATT after World War II in response to the high tariffs imposed during the Great Depression of the 1930s. Many economists believe that the high tariffs contributed to the worldwide economic hardship of that period. GATT has successfully reduced the average tariff among member countries from about 40 percent after World War II to about 5 percent today.

The rules established under GATT are now enforced by an international institution called the World Trade Organization (WTO). The WTO was established in 1995 and has its headquarters in Geneva, Switzerland. As of July 2007, 151 countries have joined the organization, accounting for more than 97 percent of world trade. The functions of the WTO are to administer trade agreements, provide a forum for negotiations, and handle disputes among member countries.

What are the pros and cons of the multilateral approach to free trade? One advantage is that the multilateral approach has the potential to result in freer trade than a unilateral approach because it can reduce trade restrictions abroad as well as at home. If international negotiations fail, however, the result could be more restricted trade than under a unilateral approach.

In addition, the multilateral approach may have a political advantage. In most markets, producers are fewer and better organized than consumers—and thus wield greater political influence. Reducing the Isolandian tariff on textiles, for example, may be politically difficult if considered by itself. The textile companies would oppose free trade, and the buyers of textiles who would benefit are so numerous that organizing their support would be difficult. Yet suppose that Neighborland promises to reduce its tariff on wheat at the same time that Isoland reduces its tariff on textiles. In this case, the Isolandian wheat farmers, who are also politically powerful, would back the agreement. Thus, the multilateral approach to free trade can sometimes win political support when a unilateral approach cannot. ●

QUICK QUIZ The textile industry of Autarka advocates a ban on the import of wool suits. Describe five arguments its lobbyists might make. Give a response to each of these arguments.

CONCLUSION

Economists and the public often disagree about free trade. In December 2007, the *Los Angeles Times* asked the American public, "Generally speaking, do you believe that free international trade has helped or hurt the economy, or hasn't it made a difference to the economy one way or the other?" Only 27 percent of those polled said free international trade helped, whereas 44 percent thought it hurt. (The rest thought it made no difference or were unsure.) By contrast, most economists support free international trade. They view free trade as a way of allocating production efficiently and raising living standards both at home and abroad.

Economists view the United States as an ongoing experiment that confirms the virtues of free trade. Throughout its history, the United States has allowed unrestricted trade among the states, and the country as a whole has benefited from the specialization that trade allows. Florida grows oranges, Texas pumps oil, California makes wine, and so on. Americans would not enjoy the high standard of living they do today if people could consume only those goods and services produced in their own states. The world could similarly benefit from free trade among countries.

To better understand economists' view of trade, let's continue our parable. Suppose that the president of Isoland, after reading the latest poll results, ignores the advice of her economics team and decides not to allow free trade in textiles. The country remains in the equilibrium without international trade.

Then, one day, some Isolandian inventor discovers a new way to make textiles at very low cost. The process is quite mysterious, however, and the inventor insists on keeping it a secret. What is odd is that the inventor doesn't need traditional inputs such as cotton or wool. The only material input he needs is wheat. And even more oddly, to manufacture textiles from wheat, he hardly needs any labor input at all.

The inventor is hailed as a genius. Because everyone buys clothing, the lower cost of textiles allows all Isolandians to enjoy a higher standard of living. Workers who had previously produced textiles experience some hardship when their factories close, but eventually, they find work in other industries. Some become farmers and grow the wheat that the inventor turns into textiles. Others enter new industries that emerge as a result of higher Isolandian living standards. Everyone understands that the displacement of workers in outmoded industries is an inevitable part of technological progress and economic growth.

After several years, a newspaper reporter decides to investigate this mysterious new textiles process. She sneaks into the inventor's factory and learns that the inventor is a fraud. The inventor has not been making textiles at all. Instead, he has been smuggling wheat abroad in exchange for textiles from other countries. The only thing that the inventor had discovered was the gains from international trade.

When the truth is revealed, the government shuts down the inventor's operation. The price of textiles rises, and workers return to jobs in textile factories. Living standards in Isoland fall back to their former levels. The inventor is jailed and held up to public ridicule. After all, he was no inventor. He was just an economist.

SUMMARY

- The effects of free trade can be determined by comparing the domestic price without trade to the world price. A low domestic price indicates that the country has a comparative advantage in producing the good and that the country will become an exporter. A high domestic price indicates that the rest of the world has a comparative advantage in producing the good and that the country will become an importer.
- When a country allows trade and becomes an exporter of a good, producers of the good are better off, and consumers of the good are worse off. When a country allows trade and becomes an importer of a good, consumers are better off, and producers are worse off. In both cases, the gains from trade exceed the losses.
- A tariff—a tax on imports—moves a market closer to the equilibrium that would exist without trade and, therefore, reduces the gains from trade. Although domestic producers are better off and the government raises revenue, the losses to consumers exceed these gains.
- There are various arguments for restricting trade: protecting jobs, defending national security, helping infant industries, preventing unfair competition, and responding to foreign trade restrictions. Although some of these arguments have some merit in some cases, economists believe that free trade is usually the better policy.

KEY CONCEPTS

world price, *p. 179*

tariff, *p. 183*

QUESTIONS FOR REVIEW

1. What does the domestic price that prevails without international trade tell us about a nation's comparative advantage?
2. When does a country become an exporter of a good? An importer?
3. Draw the supply-and-demand diagram for an importing country. What is consumer surplus and producer surplus before trade is allowed? What is consumer surplus and producer surplus with free trade? What is the change in total surplus?
4. Describe what a tariff is and its economic effects.
5. List five arguments often given to support trade restrictions. How do economists respond to these arguments?
6. What is the difference between the unilateral and multilateral approaches to achieving free trade? Give an example of each.

PROBLEMS AND APPLICATIONS

1. Mexico represents a small part of the world orange market.
   a. Draw a diagram depicting the equilibrium in the Mexican orange market without international trade. Identify the equilibrium price, equilibrium quantity, consumer surplus, and producer surplus.
   b. Suppose that the world orange price is below the Mexican price before trade and that the Mexican orange market is now opened to trade. Identify the new equilibrium price, quantity consumed, quantity produced domestically, and quantity imported. Also show the change in the surplus of domestic consumers and producers. Has total surplus increased or decreased?
2. The world price of wine is below the price that would prevail in Canada in the absence of trade.
   a. Assuming that Canadian imports of wine are a small part of total world wine production, draw a graph for the Canadian market for wine under free trade. Identify consumer surplus, producer surplus, and total surplus in an appropriate table.
   b. Now suppose that an unusual shift of the Gulf Stream leads to an unseasonably cold summer in Europe, destroying much of the grape harvest there. What effect does this shock have on the world price of wine? Using your graph and table from part (a), show the effect on consumer surplus, producer sur-

plus, and total surplus in Canada. Who are the winners and losers? Is Canada as a whole better or worse off?

3. Suppose that Congress imposes a tariff on imported autos to protect the U.S. auto industry from foreign competition. Assuming that the United States is a price taker in the world auto market, show on a diagram: the change in the quantity of imports, the loss to U.S. consumers, the gain to U.S. manufacturers, government revenue, and the deadweight loss associated with the tariff. The loss to consumers can be decomposed into three pieces: a gain to domestic producers, revenue for the government, and a deadweight loss. Use your diagram to identify these three pieces.
4. When China's clothing industry expands, the increase in world supply lowers the world price of clothing.
   a. Draw an appropriate diagram to analyze how this change in price affects consumer surplus, producer surplus, and total surplus in a nation that imports clothing, such as the United States.
   b. Now draw an appropriate diagram to show how this change in price affects consumer surplus, producer surplus, and total surplus in a nation that exports clothing, such as the Dominican Republic.
   c. Compare your answers to parts (a) and (b). What are the similarities and what are the differences? Which country should be concerned about the expansion of the Chinese textile industry? Which country should be applauding it? Explain.
5. Imagine that winemakers in the state of Washington petitioned the state government to tax wines imported from California. They argue that this tax would both raise tax revenue for the state government and raise employment in the Washington State wine industry. Do you agree with these claims? Is it a good policy?
6. Consider the arguments for restricting trade.
   a. Assume you are a lobbyist for timber, an established industry suffering from low-priced foreign competition. Which two or three of the five arguments do you think would be most persuasive to the average member of Congress as to why he or she should support trade restrictions? Explain your reasoning.
   b. Now assume you are an astute student of economics (hopefully not a hard assumption). Although all the arguments for restricting trade have their shortcomings, name the two or three arguments that seem to make the most economic sense to you. For each, describe the economic rationale for and against these arguments for trade restrictions.
7. Senator Ernest Hollings once wrote that "consumers *do not* benefit from lower-priced imports. Glance through some mail-order catalogs and you'll see that consumers pay exactly the same price for clothing whether it is U.S.-made or imported." Comment.
8. The nation of Textilia does not allow imports of clothing. In its equilibrium without trade, a T-shirt costs \$20, and the equilibrium quantity is 3 million T-shirts. One day, after reading Adam Smith's *The Wealth of Nations* while on vacation, the president decides to open the Textilian market to international trade. The market price of a T-shirt falls to the world price of \$16. The number of T-shirts consumed in Textilia rises to 4 million, while the number of T-shirts produced declines to 1 million.
   a. Illustrate the situation just described in a graph. Your graph should show all the numbers.
   b. Calculate the change in consumer surplus, producer surplus, and total surplus that results from opening up trade. (Hint: Recall that the area of a triangle is ½ × base × height.)

9. China is a major producer of grains, such as wheat, corn, and rice. In 2008 the Chinese government, concerned that grain exports were driving up food prices for domestic consumers, imposed a tax on grain exports.
   a. Draw the graph that describes the market for grain in an exporting country. Use this graph as the starting point to answer the following questions.
   b. How does an export tax affect domestic grain prices?
   c. How does it affect the welfare of domestic consumers, the welfare of domestic producers, and government revenue?
   d. What happens to total welfare in China, as measured by the sum of consumer surplus, producer surplus, and tax revenue?
10. Consider a country that imports a good from abroad. For each of following statements, say whether it is true or false. Explain your answer.
    a. "The greater the elasticity of demand, the greater the gains from trade."
    b. "If demand is perfectly inelastic, there are no gains from trade."
    c. "If demand is perfectly inelastic, consumers do not benefit from trade."
11. Kawmin is a small country that produces and consumes jelly beans. The world price of jelly beans is $1 per bag, and Kawmin's domestic demand and supply for jelly beans are governed by the following equations:

    Demand: $Q^D = 8 - P$
    Supply: $Q^S = P$,

    where P is in dollars per bag and Q is in bags of jelly beans.
    a. Draw a well-labeled graph of the situation in Kawmin if the nation does not allow trade. Calculate the following (recalling that the area of a triangle is ½ × base × height): the equilibrium price and quantity, consumer surplus, producer surplus, and total surplus.
    b. Kawmin then opens the market to trade. Draw another graph to describe the new situation in the jelly bean market. Calculate the equilibrium price, quantities of consumption and production, imports, consumer surplus, producer surplus, and total surplus.
    c. After awhile, the Czar of Kawmin responds to the pleas of jelly bean producers by placing a $1 per bag tariff on jelly bean imports. On a graph, show the effects of this tariff. Calculate the equilibrium price, quantities of consumption and production, imports, consumer surplus, producer surplus, government revenue, and total surplus.
    d. What are the gains from opening up trade? What are the deadweight losses from restricting trade with the tariff? Give numerical answers.
12. Assume the United States is an importer of televisions and there are no trade restrictions. U.S. consumers buy 1 million televisions per year, of which 400,000 are produced domestically and 600,000 are imported.
    a. Suppose that a technological advance among Japanese television manufacturers causes the world price of televisions to fall by $100. Draw a graph to show how this change affects the welfare of U.S. consumers and U.S. producers and how it affects total surplus in the United States.
    b. After the fall in price, consumers buy 1.2 million televisions, of which 200,000 are produced domestically and 1 million are imported. Calculate the change in consumer surplus, producer surplus, and total surplus from the price reduction.
    c. If the government responded by putting a $100 tariff on imported televisions, what would this do? Calculate the revenue that would be raised and the deadweight loss. Would it be a good policy from the standpoint of U.S. welfare? Who might support the policy?

d. Suppose that the fall in price is attributable not to technological advance but to a $100 per television subsidy from the Japanese government to Japanese industry. How would this affect your analysis?

13. Consider a small country that exports steel. Suppose that a "pro-trade" government decides to subsidize the export of steel by paying a certain amount for each ton sold abroad. How does this export subsidy affect the domestic price of steel, the quantity of steel produced, the quantity of steel consumed, and the quantity of steel exported? How does it affect consumer surplus, producer surplus, government revenue, and total surplus? Is it a good policy from the standpoint of economic efficiency? (Hint: The analysis of an export subsidy is similar to the analysis of a tariff.)

PART IV

The Economics of the Public Sector

CHAPTER

10

Externalities

Firms that make and sell paper also create, as a by-product of the manufacturing process, a chemical called dioxin. Scientists believe that once dioxin enters the environment, it raises the population's risk of cancer, birth defects, and other health problems.

Is the production and release of dioxin a problem for society? In Chapters 4 through 9, we examined how markets allocate scarce resources with the forces of supply and demand, and we saw that the equilibrium of supply and demand is typically an efficient allocation of resources. To use Adam Smith's famous metaphor, the "invisible hand" of the marketplace leads self-interested buyers and sellers in a market to maximize the total benefit that society derives from that market. This insight is the basis for one of the *Ten Principles of Economics* in Chapter 1: Markets are usually a good way to organize economic activity. Should we conclude, therefore, that the invisible hand prevents firms in the paper market from emitting too much dioxin?

Markets do many things well, but they do not do everything well. In this chapter, we begin our study of another of the *Ten Principles of Economics:* Government action can sometimes improve upon market outcomes. We examine why markets sometimes fail to allocate resources efficiently, how government policies can potentially improve the market's allocation, and what kinds of policies are likely to work best.

externality
the uncompensated impact of one person's actions on the well-being of a bystander

The market failures examined in this chapter fall under a general category called *externalities*. An **externality** arises when a person engages in an activity that influences the well-being of a bystander and yet neither pays nor receives any compensation for that effect. If the impact on the bystander is adverse, it is called a *negative externality*. If it is beneficial, it is called a *positive externality*. In the presence of externalities, society's interest in a market outcome extends beyond the well-being of buyers and sellers who participate in the market to include the well-being of bystanders who are affected indirectly. Because buyers and sellers neglect the external effects of their actions when deciding how much to demand or supply, the market equilibrium is not efficient when there are externalities. That is, the equilibrium fails to maximize the total benefit to society as a whole. The release of dioxin into the environment, for instance, is a negative externality. Self-interested paper firms will not consider the full cost of the pollution they create in their production process, and consumers of paper will not consider the full cost of the pollution they contribute from their purchasing decisions. Therefore, the firms will emit too much pollution unless the government prevents or discourages them from doing so.

Externalities come in many varieties, as do the policy responses that try to deal with the market failure. Here are some examples:

- The exhaust from automobiles is a negative externality because it creates smog that other people have to breathe. As a result of this externality, drivers tend to pollute too much. The federal government attempts to solve this problem by setting emission standards for cars. It also taxes gasoline to reduce the amount that people drive.
- Restored historic buildings convey a positive externality because people who walk or ride by them can enjoy the beauty and the sense of history that these buildings provide. Building owners do not get the full benefit of restoration and, therefore, tend to discard older buildings too quickly. Many local governments respond to this problem by regulating the destruction of historic buildings and by providing tax breaks to owners who restore them.
- Barking dogs create a negative externality because neighbors are disturbed by the noise. Dog owners do not bear the full cost of the noise and, therefore, tend to take too few precautions to prevent their dogs from barking. Local governments address this problem by making it illegal to "disturb the peace."
- Research into new technologies provides a positive externality because it creates knowledge that other people can use. Because inventors cannot capture the full benefits of their inventions, they tend to devote too few resources to research. The federal government addresses this problem partially through the patent system, which gives inventors exclusive use of their inventions for a limited time.

In each of these cases, some decision maker fails to take account of the external effects of his or her behavior. The government responds by trying to influence this behavior to protect the interests of bystanders.

EXTERNALITIES AND MARKET INEFFICIENCY

In this section, we use the tools of welfare economics developed in Chapter 7 to examine how externalities affect economic well-being. The analysis shows precisely why externalities cause markets to allocate resources inefficiently. Later in the chapter, we examine various ways in which private individuals and public policymakers may remedy this type of market failure.

Welfare Economics: A Recap

We begin by recalling the key lessons of welfare economics from Chapter 7. To make our analysis concrete, we consider a specific market—the market for aluminum. Figure 1 shows the supply and demand curves in the market for aluminum.

As you should recall from Chapter 7, the supply and demand curves contain important information about costs and benefits. The demand curve for aluminum reflects the value of aluminum to consumers, as measured by the prices they are willing to pay. At any given quantity, the height of the demand curve shows the willingness to pay of the marginal buyer. In other words, it shows the value to the consumer of the last unit of aluminum bought. Similarly, the supply curve reflects the costs of producing aluminum. At any given quantity, the height of the supply curve shows the cost of the marginal seller. In other words, it shows the cost to the producer of the last unit of aluminum sold.

In the absence of government intervention, the price adjusts to balance the supply and demand for aluminum. The quantity produced and consumed in the market equilibrium, shown as Q_{MARKET} in Figure 1, is efficient in the sense that it maximizes the sum of producer and consumer surplus. That is, the market allocates resources in a way that maximizes the total value to the consumers who buy and use aluminum minus the total costs to the producers who make and sell aluminum.

Negative Externalities

Now let's suppose that aluminum factories emit pollution: For each unit of aluminum produced, a certain amount of smoke enters the atmosphere. Because this

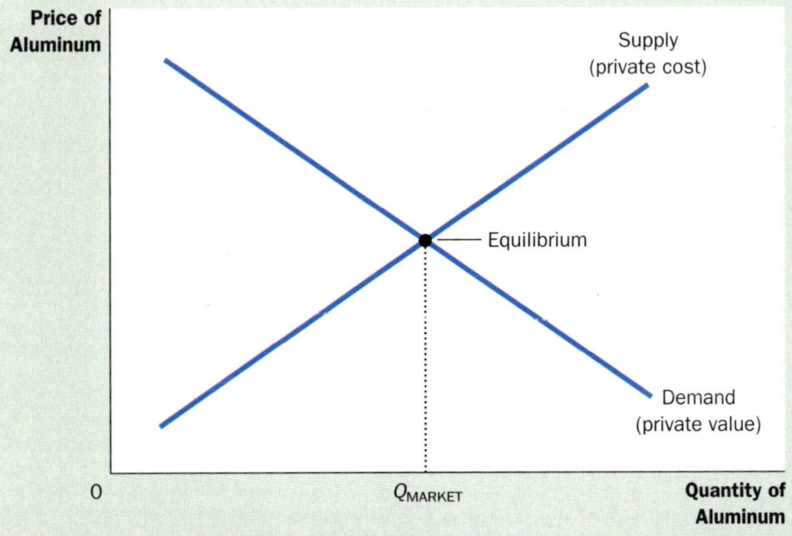

FIGURE 1

The Market for Aluminum
The demand curve reflects the value to buyers, and the supply curve reflects the costs of sellers. The equilibrium quantity, Q_{MARKET}, maximizes the total value to buyers minus the total costs of sellers. In the absence of externalities, therefore, the market equilibrium is efficient.

"ALL I CAN SAY IS THAT IF BEING A LEADING MANUFACTURER MEANS BEING A LEADING POLLUTER, SO BE IT."

smoke creates a health risk for those who breathe the air, it is a negative externality. How does this externality affect the efficiency of the market outcome?

Because of the externality, the cost to *society* of producing aluminum is larger than the cost to the aluminum producers. For each unit of aluminum produced, the *social cost* includes the private costs of the aluminum producers plus the costs to those bystanders affected adversely by the pollution. Figure 2 shows the social cost of producing aluminum. The social-cost curve is above the supply curve because it takes into account the external costs imposed on society by aluminum producers. The difference between these two curves reflects the cost of the pollution emitted.

What quantity of aluminum should be produced? To answer this question, we once again consider what a benevolent social planner would do. The planner wants to maximize the total surplus derived from the market—the value to consumers of aluminum minus the cost of producing aluminum. The planner understands, however, that the cost of producing aluminum includes the external costs of the pollution.

The planner would choose the level of aluminum production at which the demand curve crosses the social-cost curve. This intersection determines the optimal amount of aluminum from the standpoint of society as a whole. Below this level of production, the value of the aluminum to consumers (as measured by the height of the demand curve) exceeds the social cost of producing it (as measured by the height of the social-cost curve). The planner does not produce more than this level because the social cost of producing additional aluminum exceeds the value to consumers.

Note that the equilibrium quantity of aluminum, Q_{MARKET}, is larger than the socially optimal quantity, $Q_{OPTIMUM}$. This inefficiency occurs because the market equilibrium reflects only the private costs of production. In the market equilib-

2 FIGURE

Pollution and the Social Optimum

In the presence of a negative externality, such as pollution, the social cost of the good exceeds the private cost. The optimal quantity, $Q_{OPTIMUM}$, is therefore smaller than the equilibrium quantity, Q_{MARKET}.

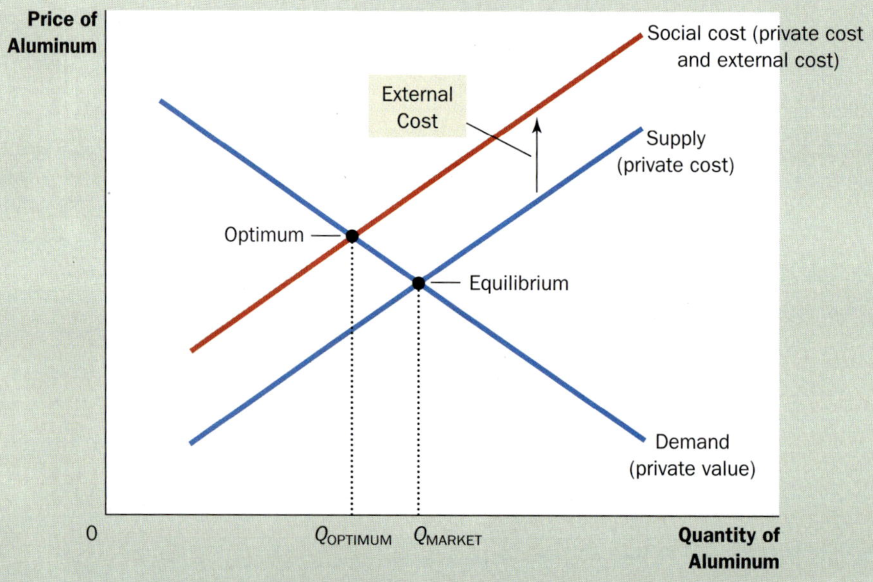

rium, the marginal consumer values aluminum at less than the social cost of producing it. That is, at Q_{MARKET}, the demand curve lies below the social-cost curve. Thus, reducing aluminum production and consumption below the market equilibrium level raises total economic well-being.

How can the social planner achieve the optimal outcome? One way would be to tax aluminum producers for each ton of aluminum sold. The tax would shift the supply curve for aluminum upward by the size of the tax. If the tax accurately reflected the external cost of smoke released into the atmosphere, the new supply curve would coincide with the social-cost curve. In the new market equilibrium, aluminum producers would produce the socially optimal quantity of aluminum.

The use of such a tax is called **internalizing the externality** because it gives buyers and sellers in the market an incentive to take into account the external effects of their actions. Aluminum producers would, in essence, take the costs of pollution into account when deciding how much aluminum to supply because the tax would make them pay for these external costs. And, because the market price would reflect the tax on producers, consumers of aluminum would have an incentive to use a smaller quantity. The policy is based on one of the *Ten Principles of Economics:* People respond to incentives. Later in this chapter, we consider in more detail how policymakers can deal with externalities.

internalizing the externality
altering incentives so that people take account of the external effects of their actions

Positive Externalities

Although some activities impose costs on third parties, others yield benefits. For example, consider education. To a large extent, the benefit of education is private: The consumer of education becomes a more productive worker and thus reaps much of the benefit in the form of higher wages. Beyond these private benefits, however, education also yields positive externalities. One externality is that a more educated population leads to more informed voters, which means better government for everyone. Another externality is that a more educated population tends to mean lower crime rates. A third externality is that a more educated population may encourage the development and dissemination of technological advances, leading to higher productivity and wages for everyone. Because of these three positive externalities, a person may prefer to have neighbors who are well educated.

The analysis of positive externalities is similar to the analysis of negative externalities. As Figure 3 shows, the demand curve does not reflect the value to society of the good. Because the social value is greater than the private value, the social-value curve lies above the demand curve. The optimal quantity is found where the social-value curve and the supply curve (which represents costs) intersect. Hence, the socially optimal quantity is greater than the quantity determined by the private market.

Once again, the government can correct the market failure by inducing market participants to internalize the externality. The appropriate response in the case of positive externalities is exactly the opposite to the case of negative externalities. To move the market equilibrium closer to the social optimum, a positive externality requires a subsidy. In fact, that is exactly the policy the government follows: Education is heavily subsidized through public schools and government scholarships.

To summarize: *Negative externalities lead markets to produce a larger quantity than is socially desirable. Positive externalities lead markets to produce a smaller quantity than*

3 FIGURE

Education and the Social Optimum
In the presence of a positive externality, the social value of the good exceeds the private value. The optimal quantity, $Q_{OPTIMUM}$, is therefore larger than the equilibrium quantity, Q_{MARKET}.

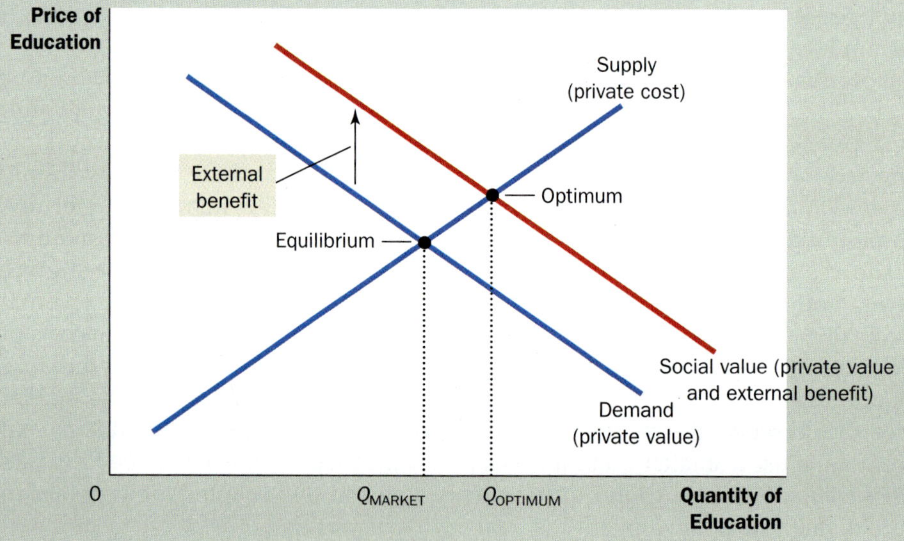

is socially desirable. To remedy the problem, the government can internalize the externality by taxing goods that have negative externalities and subsidizing goods that have positive externalities.

CASE STUDY TECHNOLOGY SPILLOVERS, INDUSTRIAL POLICY, AND PATENT PROTECTION

A potentially important type of positive externality is called a *technology spillover*—the impact of one firm's research and production efforts on other firms' access to technological advance. For example, consider the market for industrial robots. Robots are at the frontier of a rapidly changing technology. Whenever a firm builds a robot, there is some chance that it will discover a new and better design. This new design may benefit not only this firm but society as a whole because the design will enter society's pool of technological knowledge. That is, the new design may have positive externalities for other producers in the economy.

In this case, the government can internalize the externality by subsidizing the production of robots. If the government paid firms a subsidy for each robot produced, the supply curve would shift down by the amount of the subsidy, and this shift would increase the equilibrium quantity of robots. To ensure that the market equilibrium equals the social optimum, the subsidy should equal the value of the technology spillover.

How large are technology spillovers, and what do they imply for public policy? This is an important question because technological progress is the key to why living standards rise over time. Yet it is also a difficult question on which economists often disagree.

Some economists believe that technology spillovers are pervasive and that the government should encourage those industries that yield the largest spillovers.

For instance, these economists argue that if making computer chips yields greater spillovers than making potato chips, then the government should encourage the production of computer chips relative to the production of potato chips. The U.S. tax code does this in a limited way by offering special tax breaks for expenditures on research and development. Some other nations go further by subsidizing specific industries that supposedly offer large technology spillovers. Government intervention in the economy that aims to promote technology-enhancing industries is sometimes called *industrial policy.*

Other economists are skeptical about industrial policy. Even if technology spillovers are common, the success of an industrial policy requires that the government be able to measure the size of the spillovers from different markets. This measurement problem is difficult at best. Moreover, without precise measurements, the political system may end up subsidizing industries with the most political clout rather than those that yield the largest positive externalities.

Another way to deal with technology spillovers is patent protection. The patent laws protect the rights of inventors by giving them exclusive use of their inventions for a period of time. When a firm makes a technological breakthrough, it can patent the idea and capture much of the economic benefit for itself. The patent internalizes the externality by giving the firm a *property right* over its invention. If other firms want to use the new technology, they would have to obtain permission from the inventing firm and pay it some royalty. Thus, the patent system gives firms a greater incentive to engage in research and other activities that advance technology. ●

QUICK QUIZ Give an example of a negative externality and a positive externality. Explain why market outcomes are inefficient in the presence of these externalities.

PUBLIC POLICIES TOWARD EXTERNALITIES

We have discussed why externalities lead markets to allocate resources inefficiently but have mentioned only briefly how this inefficiency can be remedied. In practice, both public policymakers and private individuals respond to externalities in various ways. All of the remedies share the goal of moving the allocation of resources closer to the social optimum.

This section considers governmental solutions. As a general matter, the government can respond to externalities in one of two ways. *Command-and-control policies* regulate behavior directly. *Market-based policies* provide incentives so that private decision makers will choose to solve the problem on their own.

Command-and-Control Policies: Regulation

The government can remedy an externality by making certain behaviors either required or forbidden. For example, it is a crime to dump poisonous chemicals into the water supply. In this case, the external costs to society far exceed the benefits to the polluter. The government therefore institutes a command-and-control policy that prohibits this act altogether.

In most cases of pollution, however, the situation is not this simple. Despite the stated goals of some environmentalists, it would be impossible to prohibit all polluting activity. For example, virtually all forms of transportation—even the horse—produce some undesirable polluting by-products. But it would not be sensible for the government to ban all transportation. Thus, instead of trying to eradicate pollution entirely, society has to weigh the costs and benefits to decide the kinds and quantities of pollution it will allow. In the United States, the Environmental Protection Agency (EPA) is the government agency with the task of developing and enforcing regulations aimed at protecting the environment.

Environmental regulations can take many forms. Sometimes the EPA dictates a maximum level of pollution that a factory may emit. Other times the EPA requires that firms adopt a particular technology to reduce emissions. In all cases, to design good rules, the government regulators need to know the details about specific industries and about the alternative technologies that those industries could adopt. This information is often difficult for government regulators to obtain.

Market-Based Policy 1: Corrective Taxes and Subsidies

Instead of regulating behavior in response to an externality, the government can use market-based policies to align private incentives with social efficiency. For instance, as we saw earlier, the government can internalize the externality by taxing activities that have negative externalities and subsidizing activities that have positive externalities. Taxes enacted to deal with the effects of negative externalities are called **corrective taxes**. They are also called *Pigovian taxes* after economist Arthur Pigou (1877–1959), an early advocate of their use. An ideal corrective tax would equal the external cost from an activity with negative externalities, and an ideal corrective subsidy would equal the external benefit from an activity with positive externalities.

corrective tax
a tax designed to induce private decision makers to take account of the social costs that arise from a negative externality

Economists usually prefer corrective taxes to regulations as a way to deal with pollution because they can reduce pollution at a lower cost to society. To see why, let us consider an example.

Suppose that two factories—a paper mill and a steel mill—are each dumping 500 tons of glop into a river each year. The EPA decides that it wants to reduce the amount of pollution. It considers two solutions:

- Regulation: The EPA could tell each factory to reduce its pollution to 300 tons of glop per year.
- Corrective tax: The EPA could levy a tax on each factory of $50,000 for each ton of glop it emits.

The regulation would dictate a level of pollution, whereas the tax would give factory owners an economic incentive to reduce pollution. Which solution do you think is better?

Most economists prefer the tax. To explain this preference, they would first point out that a tax is just as effective as a regulation in reducing the overall level of pollution. The EPA can achieve whatever level of pollution it wants by setting the tax at the appropriate level. The higher the tax, the larger the reduction in pollution. If the tax is high enough, the factories will close down altogether, reducing pollution to zero.

Although regulation and corrective taxes are both capable of reducing pollution, the tax accomplishes this goal more efficiently. The regulation requires each factory to reduce pollution by the same amount. An equal reduction, however, is not necessarily the least expensive way to clean up the water. It is possible that the paper mill can reduce pollution at lower cost than the steel mill. If so, the paper mill would respond to the tax by reducing pollution substantially to avoid the tax, whereas the steel mill would respond by reducing pollution less and paying the tax.

In essence, the corrective tax places a price on the right to pollute. Just as markets allocate goods to those buyers who value them most highly, a corrective tax allocates pollution to those factories that face the highest cost of reducing it. Whatever the level of pollution the EPA chooses, it can achieve this goal at the lowest total cost using a tax.

Economists also argue that corrective taxes are better for the environment. Under the command-and-control policy of regulation, the factories have no reason to reduce emission further once they have reached the target of 300 tons of glop. By contrast, the tax gives the factories an incentive to develop cleaner technologies because a cleaner technology would reduce the amount of tax the factory has to pay.

Corrective taxes are unlike most other taxes. As we discussed in Chapter 8, most taxes distort incentives and move the allocation of resources away from the social optimum. The reduction in economic well-being—that is, in consumer and producer surplus—exceeds the amount of revenue the government raises, resulting in a deadweight loss. By contrast, when externalities are present, society also cares about the well-being of the bystanders who are affected. Corrective taxes alter incentives to account for the presence of externalities and thereby move the allocation of resources closer to the social optimum. Thus, while corrective taxes raise revenue for the government, they also enhance economic efficiency.

CASE STUDY WHY IS GASOLINE TAXED SO HEAVILY?

In many nations, gasoline is among the most heavily taxed goods. The gas tax can be viewed as a corrective tax aimed at three negative externalities associated with driving:

- *Congestion:* If you have ever been stuck in bumper-to-bumper traffic, you have probably wished that there were fewer cars on the road. A gasoline tax keeps congestion down by encouraging people to take public transportation, carpool more often, and live closer to work.
- *Accidents:* Whenever people buy large cars or sport-utility vehicles, they may make themselves safer but they certainly put their neighbors at risk. According to the National Highway Traffic Safety Administration, a person driving a typical car is five times as likely to die if hit by a sport-utility vehicle than if hit by another car. The gas tax is an indirect way of making people pay when their large, gas-guzzling vehicles impose risk on others, which in turn makes them take this risk into account when choosing what vehicle to purchase.
- *Pollution:* The burning of fossil fuels such as gasoline is widely believed to be the cause of global warming. Experts disagree about how dangerous this threat is, but there is no doubt that the gas tax reduces the threat by reducing the use of gasoline.

So the gas tax, rather than causing deadweight losses like most taxes, actually makes the economy work better. It means less traffic congestion, safer roads, and a cleaner environment.

How high should the tax on gasoline be? Most European countries impose gasoline taxes that are much higher than those in the United States. Many observers have suggested that the United States also should tax gasoline more heavily. A 2007 study published in the *Journal of Economic Literature* summarized the research on the size of the various externalities associated with driving. It concluded that the optimal corrective tax on gasoline was $2.10 per gallon, compared to the actual tax in the United States of 40 cents.

The tax revenue from a gasoline tax could be used to lower taxes that distort incentives and cause deadweight losses. In addition, some of the burdensome government regulations that require automakers to produce more fuel-efficient cars would prove unnecessary. This idea, however, has never proven politically popular. ●

Market-Based Policy 2: Tradable Pollution Permits

Returning to our example of the paper mill and the steel mill, let us suppose that, despite the advice of its economists, the EPA adopts the regulation and requires each factory to reduce its pollution to 300 tons of glop per year. Then one day, after the regulation is in place and both mills have complied, the two firms go to the EPA with a proposal. The steel mill wants to increase its emission of glop by 100 tons. The paper mill has agreed to reduce its emission by the same amount if the steel mill pays it $5 million. Should the EPA allow the two factories to make this deal?

From the standpoint of economic efficiency, allowing the deal is good policy. The deal must make the owners of the two factories better off because they are voluntarily agreeing to it. Moreover, the deal does not have any external effects because the total amount of pollution remains the same. Thus, social welfare is enhanced by allowing the paper mill to sell its pollution rights to the steel mill.

The same logic applies to any voluntary transfer of the right to pollute from one firm to another. If the EPA allows firms to make these deals, it will, in essence, have created a new scarce resource: pollution permits. A market to trade these permits will eventually develop, and that market will be governed by the forces of supply and demand. The invisible hand will ensure that this new market allocates the right to pollute efficiently. That is, the permits will end up in the hands of those firms that value them most highly, as judged by their willingness to pay. A firm's willingness to pay, in turn, will depend on its cost of reducing pollution: The more costly it is for a firm to cut back on pollution, the more it will be willing to pay for a permit.

An advantage of allowing a market for pollution permits is that the initial allocation of pollution permits among firms does not matter from the standpoint of economic efficiency. Those firms that can reduce pollution at a low cost will sell whatever permits they get, and firms that can reduce pollution only at a high cost will buy whatever permits they need. As long as there is a free market for the pollution rights, the final allocation will be efficient regardless of the initial allocation.

Although reducing pollution using pollution permits may seem very different from using corrective taxes, the two policies have much in common. In both cases, firms pay for their pollution. With corrective taxes, polluting firms must pay a tax to the government. With pollution permits, polluting firms must pay to buy the permit. (Even firms that already own permits must pay to pollute: The opportunity cost of polluting is what they could have received by selling their permits on the open market.) Both corrective taxes and pollution permits internalize the externality of pollution by making it costly for firms to pollute.

The similarity of the two policies can be seen by considering the market for pollution. Both panels in Figure 4 show the demand curve for the right to pollute. This curve shows that the lower the price of polluting, the more firms will choose to pollute. In panel (a), the EPA uses a corrective tax to set a price for pollution. In this case, the supply curve for pollution rights is perfectly elastic (because firms can pollute as much as they want by paying the tax), and the position of the demand curve determines the quantity of pollution. In panel (b), the EPA sets a quantity of pollution by issuing pollution permits. In this case, the supply curve for pollution rights is perfectly inelastic (because the quantity of pollution is fixed by the number of permits), and the position of the demand curve determines the price of pollution. Hence, the EPA can achieve any point on a given demand curve either by setting a price with a corrective tax or by setting a quantity with pollution permits.

In some circumstances, however, selling pollution permits may be better than levying a corrective tax. Suppose the EPA wants no more than 600 tons of glop dumped into the river. But because the EPA does not know the demand curve for pollution, it is not sure what size tax would achieve that goal. In this case, it can simply auction off 600 pollution permits. The auction price would yield the appropriate size of the corrective tax.

The idea of the government auctioning off the right to pollute may at first sound like a creature of some economist's imagination. And in fact, that is how the idea began. But increasingly, the EPA has used the system as a way to control pollution. A notable success story has been the case of sulfur dioxide (SO_2)—a

4 FIGURE

The Equivalence of Corrective Taxes and Pollution Permits

In panel (a), the EPA sets a price on pollution by levying a corrective tax, and the demand curve determines the quantity of pollution. In panel (b), the EPA limits the quantity of pollution by limiting the number of pollution permits, and the demand curve determines the price of pollution. The price and quantity of pollution are the same in the two cases.

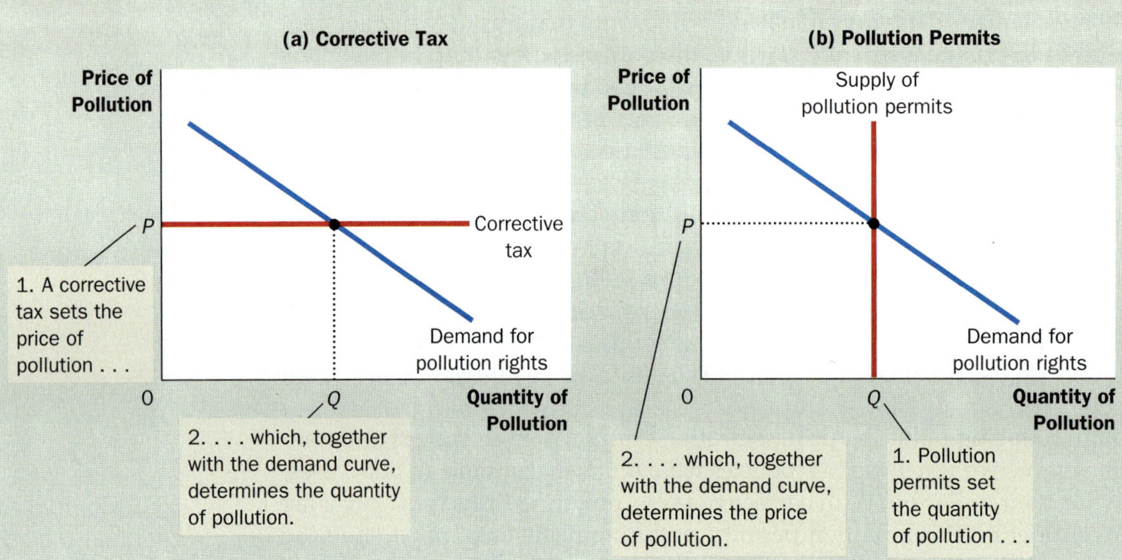

leading cause of acid rain. In 1990, amendments to the Clean Air Act required power plants to reduce SO_2 emissions substantially. At the same time, the amendments set up a system that allowed plants to trade their SO_2 allowances. Although initially both industry representatives and environmentalists were skeptical of the proposal, over time the system has proved that it can reduce pollution with minimal disruption. Pollution permits, like corrective taxes, are now widely viewed as a cost-effective way to keep the environment clean.

Objections to the Economic Analysis of Pollution

"We cannot give anyone the option of polluting for a fee." This comment by former Senator Edmund Muskie reflects the view of some environmentalists. Clean air and clean water, they argue, are fundamental human rights that should not be debased by considering them in economic terms. How can you put a price on clean air and clean water? The environment is so important, they claim, that we should protect it as much as possible, regardless of the cost.

Economists have little sympathy for this type of argument. To economists, good environmental policy begins by acknowledging the first of the *Ten Principles of Economics* in Chapter 1: People face trade-offs. Certainly, clean air and clean water have value. But their value must be compared to their opportunity cost—that is, to what one must give up to obtain them. Eliminating all pollution is impossible. Trying to eliminate all pollution would reverse many of the technological advances that allow us to enjoy a high standard of living. Few people would be willing to accept poor nutrition, inadequate medical care, or shoddy housing to make the environment as clean as possible.

Economists argue that some environmental activists hurt their own cause by not thinking in economic terms. A clean environment is a good like other goods. Like all normal goods, it has a positive income elasticity: Rich countries can afford a cleaner environment than poor ones and, therefore, usually have more rigorous environmental protection. In addition, like most other goods, clean air and clean water obey the law of demand: The lower the price of environmental protection, the more the public will want. The economic approach of using pollution permits and corrective taxes reduces the cost of environmental protection and should, therefore, increase the public's demand for a clean environment.

QUICK QUIZ A glue factory and a steel mill emit smoke containing a chemical that is harmful if inhaled in large amounts. Describe three ways the town government might respond to this externality. What are the pros and cons of each solution?

PRIVATE SOLUTIONS TO EXTERNALITIES

Although externalities tend to cause markets to be inefficient, government action is not always needed to solve the problem. In some circumstances, people can develop private solutions.

THE TYPES OF PRIVATE SOLUTIONS

Sometimes the problem of externalities is solved with moral codes and social sanctions. Consider, for instance, why most people do not litter. Although there are laws against littering, these laws are not vigorously enforced. Most people do not litter just because it is the wrong thing to do. The Golden Rule taught to most children says, "Do unto others as you would have them do unto you." This moral injunction tells us to take account of how our actions affect other people. In economic terms, it tells us to internalize externalities.

Another private solution to externalities is charities, many of which are established to deal with externalities. For example, the Sierra Club, whose goal is to protect the environment, is a nonprofit organization funded with private donations. As another example, colleges and universities receive gifts from alumni, corporations, and foundations in part because education has positive externalities for society. The government encourages this private solution to externalities through the tax system by allowing an income tax deduction for charitable donations.

The private market can often solve the problem of externalities by relying on the self-interest of the relevant parties. Sometimes the solution takes the form of integrating different types of businesses. For example, consider an apple grower and a beekeeper who are located next to each other. Each business confers a positive externality on the other: By pollinating the flowers on the trees, the bees help the orchard produce apples. At the same time, the bees use the nectar they get from the apple trees to produce honey. Nonetheless, when the apple grower is deciding how many trees to plant and the beekeeper is deciding how many bees to keep, they neglect the positive externality. As a result, the apple grower plants too few trees and the beekeeper keeps too few bees. These externalities could be internalized if the beekeeper bought the apple orchard or if the apple grower

In The News

The Case for Taxing Carbon

An obscure economist proposes a way to deal with global climate change.

One Answer to Global Warming: A New Tax

By N. Gregory Mankiw

In the debate over global climate change, there is a yawning gap that needs to be bridged. The gap is not between environmentalists and industrialists, or between Democrats and Republicans. It is between policy wonks and political consultants.

Among policy wonks like me, there is a broad consensus. The scientists tell us that world temperatures are rising because humans are emitting carbon into the atmosphere. Basic economics tells us that when you tax something, you normally get less of it. So if we want to reduce global emissions of carbon, we need a global carbon tax. QED.

The idea of using taxes to fix problems, rather than merely raise government revenue, has a long history. The British economist Arthur Pigou advocated such corrective taxes to deal with pollution in the early 20th century. In his honor, economics textbooks now call them "Pigovian taxes."

Using a Pigovian tax to address global warming is also an old idea. It was proposed as far back as 1992 by Martin S. Feldstein on the editorial page of *The Wall Street Journal*. Once chief economist to Ronald Reagan, Mr. Feldstein has devoted much of his career to studying how high tax rates distort incentives and impede economic growth. But like most other policy wonks, he appreciates that some taxes align private incentives with social costs and move us toward better outcomes.

Those vying for elected office, however, are reluctant to sign on to this agenda. Their political consultants are no fans of taxes, Pigovian or otherwise. Republican consultants advise using the word "tax" only if followed immediately by the word "cut." Democratic consultants recommend the word "tax" be followed by "on the rich."

Yet this natural aversion to carbon taxes can be overcome if the revenue from the tax is used to reduce other taxes. By itself, a carbon tax would raise the tax burden on anyone who drives a car or uses electricity produced with fossil fuels, which means just about everybody. Some might fear this would be particularly hard on the poor and middle class.

But Gilbert Metcalf, a professor of economics at Tufts, has shown how revenue from a carbon tax could be used to reduce payroll taxes in a way that would leave the distribution of total tax burden approximately unchanged. He proposes a tax of $15 per metric ton of carbon dioxide, together with a rebate of the federal payroll tax on the first $3,660 of earnings for each worker.

The case for a carbon tax looks even stronger after an examination of the other options on the table. Lawmakers in both political parties want to require carmakers to increase the fuel efficiency of the cars they sell. Passing the buck to auto companies has a lot of popular appeal.

Increased fuel efficiency, however, is not free. Like a tax, the cost of complying with

bought the beehives: Both activities would then take place within the same firm, and this single firm could choose the optimal number of trees and bees. Internalizing externalities is one reason that some firms are involved in different types of businesses.

Another way for the private market to deal with external effects is for the interested parties to enter into a contract. In the foregoing example, a contract between the apple grower and the beekeeper can solve the problem of too few trees and too few bees. The contract can specify the number of trees, the number of bees, and perhaps a payment from one party to the other. By setting the right number of trees and bees, the contract can solve the inefficiency that normally arises from these externalities and make both parties better off.

more stringent regulation will be passed on to consumers in the form of higher car prices. But the government will not raise any revenue that it can use to cut other taxes to compensate for these higher prices. (And don't expect savings on gas to compensate consumers in a meaningful way: Any truly cost-effective increase in fuel efficiency would already have been made.)

More important, enhancing fuel efficiency by itself is not the best way to reduce energy consumption. Fuel use depends not only on the efficiency of the car fleet but also on the daily decisions that people make—how far from work they choose to live and how often they carpool or use public transportation.

A carbon tax would provide incentives for people to use less fuel in a multitude of ways. By contrast, merely having more efficient cars encourages more driving. Increased driving not only produces more carbon but also exacerbates other problems, like accidents and road congestion.

Another popular proposal to limit carbon emissions is a cap-and-trade system, under which carbon emissions are limited and allowances are bought and sold in the marketplace. The effect of such a system depends on how the carbon allowances are allocated. If the government auctions them off, then the price of a carbon allowance is effectively a carbon tax.

But the history of cap-and-trade systems suggests that the allowances would probably be handed out to power companies and other carbon emitters, which would then be free to use them or sell them at market prices. In this case, the prices of energy products would rise as they would under a carbon tax, but the government would collect no revenue to reduce other taxes and compensate consumers.

The international dimension of the problem also suggests the superiority of a carbon tax over cap-and-trade. Any long-term approach to global climate change will have to deal with the emerging economies of China and India. By some reports, China is now the world's leading emitter of carbon, in large part simply because it has so many people. The failure of the Kyoto treaty to include these emerging economies is one reason that, in 1997, the United States Senate passed a resolution rejecting the Kyoto approach by a vote of 95 to zero.

Agreement on a truly global cap-and-trade system, however, is hard to imagine. China is unlikely to be persuaded to accept fewer carbon allowances per person than the United States. Using a historical baseline to allocate allowances, as is often proposed, would reward the United States for having been a leading cause of the problem.

But allocating carbon allowances based on population alone would create a system in which the United States, with its higher standard of living, would buy allowances from China. American voters are not going to embrace a system of higher energy prices, coupled with a large transfer of national income to the Chinese. It would amount to a massive foreign aid program to one of the world's most rapidly growing economies.

A global carbon tax would be easier to negotiate. All governments require revenue for public purposes. The world's nations could agree to use a carbon tax as one instrument to raise some of that revenue. No money needs to change hands across national borders. Each government could keep the revenue from its tax and use it to finance spending or whatever form of tax relief it considered best.

Convincing China of the virtues of a carbon tax, however, may prove to be the easy part. The first and more difficult step is to convince American voters, and therefore political consultants, that "tax" is not a four-letter word.

Source: *New York Times,* September 16, 2007.

The Coase Theorem

How effective is the private market in dealing with externalities? A famous result, called the **Coase theorem** after economist Ronald Coase, suggests that it can be very effective in some circumstances. According to the Coase theorem, if private parties can bargain over the allocation of resources at no cost, then the private market will always solve the problem of externalities and allocate resources efficiently.

Coase theorem
the proposition that if private parties can bargain without cost over the allocation of resources, they can solve the problem of externalities on their own

To see how the Coase theorem works, consider an example. Suppose that Dick owns a dog named Spot. Spot barks and disturbs Jane, Dick's neighbor. Dick gets a benefit from owning the dog, but the dog confers a negative externality on Jane.

Should Dick be forced to send Spot to the pound, or should Jane have to suffer sleepless nights because of Spot's barking?

Consider first what outcome is socially efficient. A social planner, considering the two alternatives, would compare the benefit that Dick gets from the dog to the cost that Jane bears from the barking. If the benefit exceeds the cost, it is efficient for Dick to keep the dog and for Jane to live with the barking. Yet if the cost exceeds the benefit, then Dick should get rid of the dog.

According to the Coase theorem, the private market will reach the efficient outcome on its own. How? Jane can simply offer to pay Dick to get rid of the dog. Dick will accept the deal if the amount of money Jane offers is greater than the benefit of keeping the dog.

By bargaining over the price, Dick and Jane can always reach the efficient outcome. For instance, suppose that Dick gets a \$500 benefit from the dog and Jane bears an \$800 cost from the barking. In this case, Jane can offer Dick \$600 to get rid of the dog, and Dick will gladly accept. Both parties are better off than they were before, and the efficient outcome is reached.

It is possible, of course, that Jane would not be willing to offer any price that Dick would accept. For instance, suppose that Dick gets a \$1,000 benefit from the dog and Jane bears an \$800 cost from the barking. In this case, Dick would turn down any offer below \$1,000, while Jane would not offer any amount above \$800. Therefore, Dick ends up keeping the dog. Given these costs and benefits, however, this outcome is efficient.

So far, we have assumed that Dick has the legal right to keep a barking dog. In other words, we have assumed that Dick can keep Spot unless Jane pays him enough to induce him to give up the dog voluntarily. But how different would the outcome be if Jane had the legal right to peace and quiet?

According to the Coase theorem, the initial distribution of rights does not matter for the market's ability to reach the efficient outcome. For instance, suppose that Jane can legally compel Dick to get rid of the dog. Although having this right works to Jane's advantage, it probably will not change the outcome. In this case, Dick can offer to pay Jane to allow him to keep the dog. If the benefit of the dog to Dick exceeds the cost of the barking to Jane, then Dick and Jane will strike a bargain in which Dick keeps the dog.

Although Dick and Jane can reach the efficient outcome regardless of how rights are initially distributed, the distribution of rights is not irrelevant: It determines the distribution of economic well-being. Whether Dick has the right to a barking dog or Jane the right to peace and quiet determines who pays whom in the final bargain. But in either case, the two parties can bargain with each other and solve the externality problem. Dick will end up keeping the dog only if the benefit exceeds the cost.

To sum up: *The Coase theorem says that private economic actors can solve the problem of externalities among themselves. Whatever the initial distribution of rights, the interested parties can always reach a bargain in which everyone is better off and the outcome is efficient.*

Why Private Solutions Do Not Always Work

Despite the appealing logic of the Coase theorem, private individuals on their own often fail to resolve the problems caused by externalities. The Coase theorem applies only when the interested parties have no trouble reaching and enforcing an agreement. In the real world, however, bargaining does not always work, even when a mutually beneficial agreement is possible.

Sometimes the interested parties fail to solve an externality problem because of **transaction costs**, the costs that parties incur in the process of agreeing to and following through on a bargain. In our example, imagine that Dick and Jane speak different languages so that, to reach an agreement, they need to hire a translator. If the benefit of solving the barking problem is less than the cost of the translator, Dick and Jane might choose to leave the problem unsolved. In more realistic examples, the transaction costs are the expenses not of translators but of the lawyers required to draft and enforce contracts.

transaction costs
the costs that parties incur in the process of agreeing to and following through on a bargain

At other times, bargaining simply breaks down. The recurrence of wars and labor strikes shows that reaching agreement can be difficult and that failing to reach agreement can be costly. The problem is often that each party tries to hold out for a better deal. For example, suppose that Dick gets a $500 benefit from the dog, and Jane bears an $800 cost from the barking. Although it is efficient for Jane to pay Dick to get rid of the dog, there are many prices that could lead to this outcome. Dick might demand $750, and Jane might offer only $550. As they haggle over the price, the inefficient outcome with the barking dog persists.

Reaching an efficient bargain is especially difficult when the number of interested parties is large because coordinating everyone is costly. For example, consider a factory that pollutes the water of a nearby lake. The pollution confers a negative externality on the local fishermen. According to the Coase theorem, if the pollution is inefficient, then the factory and the fishermen could reach a bargain in which the fishermen pay the factory not to pollute. If there are many fishermen, however, trying to coordinate them all to bargain with the factory may be almost impossible.

When private bargaining does not work, the government can sometimes play a role. The government is an institution designed for collective action. In this example, the government can act on behalf of the fishermen, even when it is impractical for the fishermen to act for themselves.

QUICK QUIZ Give an example of a private solution to an externality. • What is the Coase theorem? • Why are private economic participants sometimes unable to solve the problems caused by an externality?

CONCLUSION

The invisible hand is powerful but not omnipotent. A market's equilibrium maximizes the sum of producer and consumer surplus. When the buyers and sellers in the market are the only interested parties, this outcome is efficient from the standpoint of society as a whole. But when there are external effects, such as pollution, evaluating a market outcome requires taking into account the well-being of third parties as well. In this case, the invisible hand of the marketplace may fail to allocate resources efficiently.

In some cases, people can solve the problem of externalities on their own. The Coase theorem suggests that the interested parties can bargain among themselves and agree on an efficient solution. Sometimes, however, an efficient outcome cannot be reached, perhaps because the large number of interested parties makes bargaining difficult.

When people cannot solve the problem of externalities privately, the government often steps in. Yet even with government intervention, society should not abandon market forces entirely. Rather, the government can address the problem by requiring decision makers to bear the full costs of their actions. Corrective taxes on emissions and pollution permits, for instance, are designed to internalize the externality of pollution. More and more, these are the policies of choice for those interested in protecting the environment. Market forces, properly redirected, are often the best remedy for market failure.

SUMMARY

- When a transaction between a buyer and seller directly affects a third party, the effect is called an externality. If an activity yields negative externalities, such as pollution, the socially optimal quantity in a market is less than the equilibrium quantity. If an activity yields positive externalities, such as technology spillovers, the socially optimal quantity is greater than the equilibrium quantity.
- Governments pursue various policies to remedy the inefficiencies caused by externalities. Sometimes the government prevents socially inefficient activity by regulating behavior. Other times it internalizes an externality using corrective taxes. Another public policy is to issue permits. For example, the government could protect the environment by issuing a limited number of pollution permits. The result of this policy is largely the same as imposing corrective taxes on polluters.
- Those affected by externalities can sometimes solve the problem privately. For instance, when one business imposes an externality on another business, the two businesses can internalize the externality by merging. Alternatively, the interested parties can solve the problem by negotiating a contract. According to the Coase theorem, if people can bargain without cost, then they can always reach an agreement in which resources are allocated efficiently. In many cases, however, reaching a bargain among the many interested parties is difficult, so the Coase theorem does not apply.

KEY CONCEPTS

QUESTIONS FOR REVIEW

1. Give an example of a negative externality and an example of a positive externality.
2. Draw a supply-and-demand diagram to explain the effect of a negative externality that occurs as a result of a firm's production process.
3. In what way does the patent system help society solve an externality problem?
4. What are corrective taxes? Why do economists prefer them to regulations as a way to protect the environment from pollution?
5. List some of the ways that the problems caused by externalities can be solved without government intervention.
6. Imagine that you are a nonsmoker sharing a room with a smoker. According to the Coase theorem, what determines whether your roommate smokes in the room? Is this outcome efficient? How do you and your roommate reach this solution?

PROBLEMS AND APPLICATIONS

1. There are two ways to protect your car from theft. The Club makes it difficult for a car thief to take your car. Lojack makes it easier for the police to catch the car thief who has stolen it. Which of these types of protection conveys a negative externality on other car owners? Which conveys a positive externality? Do you think there are any policy implications of your analysis?
2. Do you agree with the following statements? Why or why not?
   a. "The benefits of corrective taxes as a way to reduce pollution have to be weighed against the deadweight losses that these taxes cause."
   b. "When deciding whether to levy a corrective tax on consumers or producers, the government should be careful to levy the tax on the side of the market generating the externality."
3. Consider the market for fire extinguishers.
   a. Why might fire extinguishers exhibit positive externalities?
   b. Draw a graph of the market for fire extinguishers, labeling the demand curve, the social-value curve, the supply curve, and the social-cost curve.
   c. Indicate the market equilibrium level of output and the efficient level of output. Give an intuitive explanation for why these quantities differ.
   d. If the external benefit is $10 per extinguisher, describe a government policy that would yield the efficient outcome.
4. It is rumored that the Swiss government subsidizes cattle farming and that the subsidy is larger in areas with more tourist attractions. Can you think of a reason this policy might be efficient?
5. A local drama company proposes a new neighborhood theater in San Francisco. Before approving the permit, the city planner completes a study of the theater's impact on the surrounding community.
   a. One finding of the study is that theaters attract traffic, which adversely affects the community. The city planner estimates that the cost to the community from the extra traffic is $5 per ticket. What kind of an externality is this? Why?
   b. Graph the market for theater tickets, labeling the demand curve, the social-value curve, the supply curve, the social-cost curve, the market equilibrium level of output, and the efficient level of output. Also show the per-unit amount of the externality.
   c. Upon further review, the city planner uncovers a second externality. Rehearsals for the plays tend to run until late at night, with actors, stagehands, and other theater members coming and going at various hours. The planner has found that the increased foot traffic improves the safety of the surrounding streets, an estimated benefit to the community of $2 per ticket. What kind of externality is this? Why?

   d. On a new graph, illustrate the market for theater tickets in the case of these two externalities. Again, label the demand curve, the social-value curve, the supply curve, the social-cost curve, the market equilibrium level of output, the efficient level of output, and the per-unit amount of both externalities.
   e. Describe a government policy that would result in an efficient outcome.
6. Greater consumption of alcohol leads to more motor vehicle accidents and, thus, imposes costs on people who do not drink and drive.
   a. Illustrate the market for alcohol, labeling the demand curve, the social-value curve, the supply curve, the social-cost curve, the market equilibrium level of output, and the efficient level of output.
   b. On your graph, shade the area corresponding to the deadweight loss of the market equilibrium. (Hint: The deadweight loss occurs because some units of alcohol are consumed for which the social cost exceeds the social value.) Explain.
7. Many observers believe that the levels of pollution in our society are too high.
   a. If society wishes to reduce overall pollution by a certain amount, why is it efficient to have different amounts of reduction at different firms?
   b. Command-and-control approaches often rely on uniform reductions among firms. Why are these approaches generally unable to target the firms that should undertake bigger reductions?
   c. Economists argue that appropriate corrective taxes or tradable pollution rights will result in efficient pollution reduction. How do these approaches target the firms that should undertake bigger reductions?
8. Ringo loves playing rock-'n'-roll music at high volume. Luciano loves opera and hates rock-'n'-roll. Unfortunately, they are next-door neighbors in an apartment building with paper-thin walls.
   a. What is the externality here?
   b. What command-and-control policy might the landlord impose? Could such a policy lead to an inefficient outcome?
   c. Suppose the landlord lets the tenants do whatever they want. According to the Coase theorem, how might Ringo and Luciano reach an efficient outcome on their own? What might prevent them from reaching an efficient outcome?
9. The Pristine River has two polluting firms on its banks. Acme Industrial and Creative Chemicals each dump 100 tons of glop into the river each year. The cost of reducing glop emissions per ton equals $10 for Acme and $100 for Creative. The local government wants to reduce overall pollution from 200 tons to 50 tons.
   a. If the government knows the cost of reduction for each firm, what reductions will it impose to reach its overall goal? What will be the cost to each firm and the total cost to the firms together?
   b. In a more typical situation, the government does not know the cost of pollution reduction for each firm. If the government decides to reach its overall goal by imposing uniform reductions on the firms, calculate the reduction made by each firm, the cost to each firm, and the total cost to the firms together.
   c. Compare the total cost of pollution reduction in parts (a) and (b). If the government does not know the cost of reduction for each firm, is there still some way for it to reduce pollution to 50 tons at the total cost you calculated in part (a)? Explain.
10. Figure 4 shows that for any given demand curve for the right to pollute, the government can achieve the same outcome either by setting a price with a corrective tax or by setting a quantity with pollution permits. Suppose there is a sharp improvement in the technology for controlling pollution.
   a. Using graphs similar to those in Figure 4, illustrate the effect of this development on the demand for pollution rights.
   b. What is the effect on the price and quantity of pollution under each regulatory system? Explain.
11. Suppose that the government decides to issue tradable permits for a certain form of pollution.
   a. Does it matter for economic efficiency whether the government distributes or auctions the permits?
   b. If the government chooses to distribute the permits, does the allocation of permits among firms matter for efficiency?

12. There are three industrial firms in Happy Valley.

Firm	Initial Pollution Level	Cost of Reducing Pollution by 1 Unit
A	70 units	\$20
B	80 units	\$25
C	50 units	\$10

The government wants to reduce pollution to 120 units, so it gives each firm 40 tradable pollution permits.

a. Who sells permits and how many do they sell? Who buys permits and how many do they buy? Briefly explain why the sellers and buyers are each willing to do so. What is the total cost of pollution reduction in this situation?

b. How much higher would the costs of pollution reduction be if the permits could not be traded?

13. The market for a particular chemical, called Negext, is described by the following equations.

Demand is given by:

$$Q^D = 100 - 5P$$

Supply is given by:

$$Q^S = 5P$$

where Q is measured as units of Negext and P is price in dollars per unit.

a. Find the equilibrium price and quantity. Compute consumer surplus, producer surplus, and total surplus in the market equilibrium.

b. For each unit of Negext produced, 4 units of pollution are emitted, and each unit of pollution imposes a cost on society of \$1. Compute the total cost of pollution when the market for Negext is in equilibrium. What is total surplus from this market after taking into account the cost of pollution?

c. Would banning Negext increase or decrease welfare? Why?

d. Suppose that the government restricts emissions to 100 units of pollution. Graph the Negext market under this constraint. Find the new equilibrium price and quantity and show them on your graph. Compute how this policy affects consumer surplus, producer surplus, and the cost of pollution. Would you recommend this policy? Why?

e. Suppose that instead of restricting pollution, the government imposes a tax on producers equal to \$4 for each unit of chemical produced. Calculate the new equilibrium price and quantity, as well as consumer surplus, producer surplus, tax revenue, and the cost of pollution. What is total surplus now? Would you recommend this policy? Why?

f. New research finds the social cost of pollution is really higher than \$1. How would that change the optimal policy response? Is there some cost of pollution that would make it sensible to ban Negext? If so, what is it?

CHAPTER

11

Public Goods and Common Resources

An old song lyric maintains that "the best things in life are free." A moment's thought reveals a long list of goods that the songwriter could have had in mind. Nature provides some of them, such as rivers, mountains, beaches, lakes, and oceans. The government provides others, such as playgrounds, parks, and parades. In each case, people do not pay a fee when they choose to enjoy the benefit of the good.

Goods without prices provide a special challenge for economic analysis. Most goods in our economy are allocated in markets, where buyers pay for what they receive and sellers are paid for what they provide. For these goods, prices are the signals that guide the decisions of buyers and sellers, and these decisions lead to an efficient allocation of resources. When goods are available free of charge, however, the market forces that normally allocate resources in our economy are absent.

In this chapter, we examine the problems that arise for the allocation of resources when there are goods without market prices. Our analysis will shed light on one of the *Ten Principles of Economics* in Chapter 1: Governments can sometimes improve market outcomes. When a good does not have a price attached to it, private markets cannot ensure that the good is produced and consumed in the proper amounts. In such cases, government policy can potentially remedy the market failure and raise economic well-being.

THE DIFFERENT KINDS OF GOODS

How well do markets work in providing the goods that people want? The answer to this question depends on the good being considered. As we discussed in Chapter 7, a market can provide the efficient number of ice-cream cones: The price of ice-cream cones adjusts to balance supply and demand, and this equilibrium maximizes the sum of producer and consumer surplus. Yet as we discussed in Chapter 10, the market cannot be counted on to prevent aluminum manufacturers from polluting the air we breathe: Buyers and sellers in a market typically do not take into account the external effects of their decisions. Thus, markets work well when the good is ice cream, but they work badly when the good is clean air.

In thinking about the various goods in the economy, it is useful to group them according to two characteristics:

excludability
the property of a good whereby a person can be prevented from using it

rivalry in consumption
the property of a good whereby one person's use diminishes other people's use

private goods
goods that are both excludable and rival in consumption

public goods
goods that are neither excludable nor rival in consumption

- Is the good **excludable**? That is, can people be prevented from using the good?
- Is the good **rival in consumption**? That is, does one person's use of the good reduce another person's ability to use it?

Using these two characteristics, Figure 1 divides goods into four categories:

1. **Private goods** are both excludable and rival in consumption. Consider an ice-cream cone, for example. An ice-cream cone is excludable because it is possible to prevent someone from eating an ice-cream cone—you just don't give it to him. An ice-cream cone is rival in consumption because if one person eats an ice-cream cone, another person cannot eat the same cone. Most goods in the economy are private goods like ice-cream cones: You don't get one unless you pay, and once you have it, you are the only person who benefits. When we analyzed supply and demand in Chapters 4, 5, and 6 and the efficiency of markets in Chapters 7, 8, and 9, we implicitly assumed that goods were both excludable and rival in consumption.
2. **Public goods** are neither excludable nor rival in consumption. That is, people cannot be prevented from using a public good, and one person's use of a public good does not reduce another person's ability to use it. For example,

1 FIGURE

Four Types of Goods
Goods can be grouped into four categories according to two characteristics: (1) A good is *excludable* if people can be prevented from using it. (2) A good is *rival in consumption* if one person's use of the good diminishes other people's use of it. This diagram gives examples of goods in each category.

Excludable?	Rival in consumption? Yes	Rival in consumption? No
Yes	Private Goods · Ice-cream cones · Clothing · Congested toll roads	Natural Monopolies · Fire protection · Cable TV · Uncongested toll roads
No	Common Resources · Fish in the ocean · The environment · Congested nontoll roads	Public Goods · Tornado siren · National defense · Uncongested nontoll roads

a tornado siren in a small town is a public good. Once the siren sounds, it is impossible to prevent any single person from hearing it (so it is not excludable). Moreover, when one person gets the benefit of the warning, she does not reduce the benefit to anyone else (so it is not rival in consumption).

3. **Common resources** are rival in consumption but not excludable. For example, fish in the ocean are rival in consumption: When one person catches fish, there are fewer fish for the next person to catch. Yet these fish are not an excludable good because, given the vast size of an ocean, it is difficult to stop fishermen from taking fish out of it.

common resources goods that are rival in consumption but not excludable

4. When a good is excludable but not rival in consumption, it is an example of a good produced by a *natural monopoly.* For instance, consider fire protection in a small town. It is easy to exclude someone from using this good: The fire department can just let his house burn down. Yet fire protection is not rival in consumption: Once a town has paid for the fire department, the additional cost of protecting one more house is small. (In Chapter 15, we give a more complete definition of natural monopolies and study them in some detail.)

Although Figure 1 offers a clean separation of goods into four categories, the boundary between the categories is sometimes fuzzy. Whether goods are excludable or rival in consumption is often a matter of degree. Fish in an ocean may not be excludable because monitoring fishing is so difficult, but a large enough coast guard could make fish at least partly excludable. Similarly, although fish are generally rival in consumption, this would be less true if the population of fishermen were small relative to the population of fish. (Think of North American fishing waters before the arrival of European settlers.) For purposes of our analysis, however, it will be helpful to group goods into these four categories.

In this chapter, we examine goods that are not excludable: public goods and common resources. Because people cannot be prevented from using these goods, they are available to everyone free of charge. The study of public goods and common resources is closely related to the study of externalities. For both of these types of goods, externalities arise because something of value has no price attached to it. If one person were to provide a public good, such as a tornado siren, other people would be better off. They would receive a benefit without paying for it—a positive externality. Similarly, when one person uses a common resource such as the fish in the ocean, other people are worse off because there are fewer fish to catch. They suffer a loss but are not compensated for it—a negative externality. Because of these external effects, private decisions about consumption and production can lead to an inefficient allocation of resources, and government intervention can potentially raise economic well-being.

QUICK QUIZ Define *public goods* and *common resources* and give an example of each.

PUBLIC GOODS

To understand how public goods differ from other goods and the problems they present for society, let's consider an example: a fireworks display. This good is not excludable because it is impossible to prevent someone from seeing fireworks, and it is not rival in consumption because one person's enjoyment of fireworks does not reduce anyone else's enjoyment of them.

The Free-Rider Problem

The citizens of Smalltown, U.S.A., like seeing fireworks on the Fourth of July. Each of the town's 500 residents places a $10 value on the experience for a total benefit of $5,000. The cost of putting on a fireworks display is $1,000. Because the $5,000 benefit exceeds the $1,000 cost, it is efficient for Smalltown to have a fireworks display on the Fourth of July.

Would the private market produce the efficient outcome? Probably not. Imagine that Ellen, a Smalltown entrepreneur, decided to put on a fireworks display. Ellen would surely have trouble selling tickets to the event because her potential customers would quickly figure out that they could see the fireworks even without a ticket. Because fireworks are not excludable, people have an incentive to be free riders. A **free rider** is a person who receives the benefit of a good but does not pay for it. Because people would have an incentive to be free riders rather than ticket buyers, the market would fail to provide the efficient outcome.

free rider
a person who receives the benefit of a good but avoids paying for it

One way to view this market failure is that it arises because of an externality. If Ellen puts on the fireworks display, she confers an external benefit on those who see the display without paying for it. When deciding whether to put on the display, however, Ellen does not take the external benefits into account. Even though the fireworks display is socially desirable, it is not profitable. As a result, Ellen makes the privately rational but socially inefficient decision not to put on the display.

Although the private market fails to supply the fireworks display demanded by Smalltown residents, the solution to Smalltown's problem is obvious: The local government can sponsor a Fourth of July celebration. The town council can raise everyone's taxes by $2 and use the revenue to hire Ellen to produce the fireworks. Everyone in Smalltown is better off by $8—the $10 in value from the fireworks minus the $2 tax bill. Ellen can help Smalltown reach the efficient outcome as a public employee even though she could not do so as a private entrepreneur.

The story of Smalltown is simplified but realistic. In fact, many local governments in the United States pay for fireworks on the Fourth of July. Moreover, the story shows a general lesson about public goods: Because public goods are not excludable, the free-rider problem prevents the private market from supplying them. The government, however, can potentially remedy the problem. If the government decides that the total benefits of a public good exceed its costs, it can provide the public good, pay for it with tax revenue, and make everyone better off.

Some Important Public Goods

There are many examples of public goods. Here we consider three of the most important.

National Defense The defense of a country from foreign aggressors is a classic example of a public good. Once the country is defended, it is impossible to prevent any single person from enjoying the benefit of this defense. Moreover, when one person enjoys the benefit of national defense, he does not reduce the benefit to anyone else. Thus, national defense is neither excludable nor rival in consumption.

National defense is also one of the most expensive public goods. In 2007, the U.S. federal government spent a total of $553 billion on national defense, more than $1,800 per person. People disagree about whether this amount is too small or too large, but almost no one doubts that some government spending for national defense is necessary. Even economists who advocate small government agree that the national defense is a public good the government should provide.

"I LIKE THE CONCEPT IF WE CAN DO IT WITH NO NEW TAXES."

Basic Research Knowledge is created through research. In evaluating the appropriate public policy toward knowledge creation, it is important to distinguish general knowledge from specific technological knowledge. Specific technological knowledge, such as the invention of a longer-lasting battery, a smaller microchip, or a better digital music player, can be patented. The patent gives the inventor the exclusive right to the knowledge he or she has created for a period of time. Anyone else who wants to use the patented information must pay the inventor for the right to do so. In other words, the patent makes the knowledge created by the inventor excludable.

By contrast, general knowledge is a public good. For example, a mathematician cannot patent a theorem. Once a theorem is proved, the knowledge is not excludable: The theorem enters society's general pool of knowledge that anyone can use without charge. The theorem is also not rival in consumption: One person's use of the theorem does not prevent any other person from using the theorem.

Profit-seeking firms spend a lot on research trying to develop new products that they can patent and sell, but they do not spend much on basic research. Their incentive, instead, is to free ride on the general knowledge created by others. As a result, in the absence of any public policy, society would devote too few resources to creating new knowledge.

The government tries to provide the public good of general knowledge in various ways. Government agencies, such as the National Institutes of Health and the National Science Foundation, subsidize basic research in medicine, mathematics, physics, chemistry, biology, and even economics. Some people justify government funding of the space program on the grounds that it adds to society's pool of knowledge (although many scientists are skeptical of the scientific value of manned space travel). Determining the appropriate level of government support for these endeavors is difficult because the benefits are hard to measure. Moreover, the members of Congress who appropriate funds for research usually have little expertise in science and, therefore, are not in the best position to judge what lines of research will produce the largest benefits. So, while basic research is surely a public good, we should not be surprised if the public sector fails to pay for the right amount and the right kinds.

Fighting Poverty Many government programs are aimed at helping the poor. The welfare system (officially called Temporary Assistance for Needy Families) provides a small income for some poor families. Similarly, the Food Stamp program subsidizes the purchase of food for those with low incomes, and various government housing programs make shelter more affordable. These antipoverty programs are financed by taxes paid by families that are financially more successful.

Economists disagree among themselves about what role the government should play in fighting poverty. Although we discuss this debate more fully in Chapter 20, here we note one important argument: Advocates of antipoverty programs claim that fighting poverty is a public good. Even if everyone prefers living in a society without poverty, fighting poverty is not a "good" that private actions will adequately provide.

To see why, suppose someone tried to organize a group of wealthy individuals to try to eliminate poverty. They would be providing a public good. This good would not be rival in consumption: One person's enjoyment of living in a society without poverty would not reduce anyone else's enjoyment of it. The good would not be excludable: Once poverty is eliminated, no one can be prevented from taking pleasure in this fact. As a result, there would be a tendency for people to free ride on the generosity of others, enjoying the benefits of poverty elimination without contributing to the cause.

Because of the free-rider problem, eliminating poverty through private charity will probably not work. Yet government action can solve this problem. Taxing the wealthy to raise the living standards of the poor can potentially make everyone better off. The poor are better off because they now enjoy a higher standard of living, and those paying the taxes are better off because they enjoy living in a society with less poverty.

CASE STUDY ARE LIGHTHOUSES PUBLIC GOODS?

Some goods can switch between being public goods and being private goods depending on the circumstances. For example, a fireworks display is a public good if performed in a town with many residents. Yet if performed at a private amusement park, such as Walt Disney World, a fireworks display is more like a private good because visitors to the park pay for admission.

Another example is a lighthouse. Economists have long used lighthouses as an example of a public good. Lighthouses mark specific locations so that passing ships can avoid treacherous waters. The benefit that the lighthouse provides to the ship captain is neither excludable nor rival in consumption, so each captain has an incentive to free ride by using the lighthouse to navigate without paying for the service. Because of this free-rider problem, private markets usually fail to provide the lighthouses that ship captains need. As a result, most lighthouses today are operated by the government.

In some cases, however, lighthouses have been closer to private goods. On the coast of England in the 19th century, for example, some lighthouses were privately owned and operated. Instead of trying to charge ship captains for the service, however, the owner of the lighthouse charged the owner of the nearby port. If the port owner did not pay, the lighthouse owner turned off the light, and ships avoided that port.

In deciding whether something is a public good, one must determine who the beneficiaries are and whether these beneficiaries can be excluded from using the good. A free-rider problem arises when the number of beneficiaries is large and exclusion of any one of them is impossible. If a lighthouse benefits many ship captains, it is a public good. Yet if it primarily benefits a single port owner, it is more like a private good.

WHAT KIND OF GOOD IS THIS?

THE DIFFICULT JOB OF COST–BENEFIT ANALYSIS

So far we have seen that the government provides public goods because the private market on its own will not produce an efficient quantity. Yet deciding that the government must play a role is only the first step. The government must then determine what kinds of public goods to provide and in what quantities.

Suppose that the government is considering a public project, such as building a new highway. To judge whether to build the highway, it must compare the total benefits of all those who would use it to the costs of building and maintaining it. To make this decision, the government might hire a team of economists and engineers to conduct a study, called a **cost–benefit analysis**, the goal of which is to estimate the total costs and benefits of the project to society as a whole.

cost–benefit analysis
a study that compares the costs and benefits to society of providing a public good

Cost–benefit analysts have a tough job. Because the highway will be available to everyone free of charge, there is no price with which to judge the value of the highway. Simply asking people how much they would value the highway is not reliable: Quantifying benefits is difficult using the results from a questionnaire, and respondents have little incentive to tell the truth. Those who would use the highway have an incentive to exaggerate the benefit they receive to get the highway built. Those who would be harmed by the highway have an incentive to exaggerate the costs to them to prevent the highway from being built.

The efficient provision of public goods is, therefore, intrinsically more difficult than the efficient provision of private goods. When buyers of a private good enter a market, they reveal the value they place on it through the prices they are willing to pay. At the same time, sellers reveal their costs with the prices they are willing to accept. The equilibrium is an efficient allocation of resources because it reflects all this information. By contrast, cost–benefit analysts do not have any price signals to observe when evaluating whether the government should provide a public good and how much to provide. Their findings on the costs and benefits of public projects are rough approximations at best.

CASE STUDY HOW MUCH IS A LIFE WORTH?

Imagine that you have been elected to serve as a member of your local town council. The town engineer comes to you with a proposal: The town can spend $10,000 to build and operate a traffic light at a town intersection that now has only a stop sign. The benefit of the traffic light is increased safety. The engineer estimates, based on data from similar intersections, that the traffic light would reduce the risk of a fatal traffic accident over the lifetime of the traffic light from 1.6 to 1.1 percent. Should you spend the money for the new light?

To answer this question, you turn to cost–benefit analysis. But you quickly run into an obstacle: The costs and benefits must be measured in the same units if you are to compare them meaningfully. The cost is measured in dollars, but the benefit—the possibility of saving a person's life—is not directly monetary. To make your decision, you have to put a dollar value on a human life.

At first, you may be tempted to conclude that a human life is priceless. After all, there is probably no amount of money that you could be paid to voluntarily give up your life or that of a loved one. This suggests that a human life has an infinite dollar value.

For the purposes of cost–benefit analysis, however, this answer leads to nonsensical results. If we truly placed an infinite value on human life, we should place traffic lights on every street corner, and we should all drive large cars loaded with all the latest safety features. Yet traffic lights are not at every corner, and people sometimes choose to pay less for smaller cars without safety options such as side-impact air bags or antilock brakes. In both our public and private decisions, we are at times willing to risk our lives to save some money.

Once we have accepted the idea that a person's life has an implicit dollar value, how can we determine what that value is? One approach, sometimes used by courts to award damages in wrongful-death suits, is to look at the total amount of money a person would have earned if he or she had lived. Economists are often critical of this approach because it ignores other opportunity costs of losing one's life. It thus has the bizarre implication that the life of a retired or disabled person has no value.

A better way to value human life is to look at the risks that people are voluntarily willing to take and how much they must be paid for taking them. Mortality risk varies across jobs, for example. Construction workers in high-rise buildings face greater risk of death on the job than office workers do. By comparing wages in risky and less risky occupations, controlling for education, experience, and other determinants of wages, economists can get some sense about what value people put on their own lives. Studies using this approach conclude that the value of a human life is about $10 million.

We can now return to our original example and respond to the town engineer. The traffic light reduces the risk of fatality by 0.5 percentage points. Thus, the expected benefit from installing the traffic light is 0.005 × $10 million, or $50,000. This estimate of the benefit well exceeds the cost of $10,000, so you should approve the project. ●

QUICK QUIZ What is the *free-rider problem*? Why does the free-rider problem induce the government to provide public goods? • How should the government decide whether to provide a public good?

COMMON RESOURCES

Common resources, like public goods, are not excludable: They are available free of charge to anyone who wants to use them. Common resources are, however, rival in consumption: One person's use of the common resource reduces other people's ability to use it. Thus, common resources give rise to a new problem. Once the good is provided, policymakers need to be concerned about how much it is used. This problem is best understood from the classic parable called the **Tragedy of the Commons**.

Tragedy of the Commons
a parable that illustrates why common resources are used more than is desirable from the standpoint of society as a whole

THE TRAGEDY OF THE COMMONS

Consider life in a small medieval town. Of the many economic activities that take place in the town, one of the most important is raising sheep. Many of the town's families own flocks of sheep and support themselves by selling the sheep's wool, which is used to make clothing.

As our story begins, the sheep spend much of their time grazing on the land surrounding the town, called the Town Common. No family owns the land. Instead, the town residents own the land collectively, and all the residents are allowed to graze their sheep on it. Collective ownership works well because land is plentiful. As long as everyone can get all the good grazing land they want, the Town Common is not rival in consumption, and allowing residents' sheep to graze for free causes no problems. Everyone in town is happy.

As the years pass, the population of the town grows, and so does the number of sheep grazing on the Town Common. With a growing number of sheep and a fixed amount of land, the land starts to lose its ability to replenish itself. Eventually, the land is grazed so heavily that it becomes barren. With no grass left on the Town Common, raising sheep is impossible, and the town's once prosperous wool industry disappears. Many families lose their source of livelihood.

What causes the tragedy? Why do the shepherds allow the sheep population to grow so large that it destroys the Town Common? The reason is that social and private incentives differ. Avoiding the destruction of the grazing land depends on the collective action of the shepherds. If the shepherds acted together, they could reduce the sheep population to a size that the Town Common can support. Yet no single family has an incentive to reduce the size of its own flock because each flock represents only a small part of the problem.

In essence, the Tragedy of the Commons arises because of an externality. When one family's flock grazes on the common land, it reduces the quality of the land available for other families. Because people neglect this negative externality when deciding how many sheep to own, the result is an excessive number of sheep.

If the tragedy had been foreseen, the town could have solved the problem in various ways. It could have regulated the number of sheep in each family's flock, internalized the externality by taxing sheep, or auctioned off a limited number of sheep-grazing permits. That is, the medieval town could have dealt with the problem of overgrazing in the way that modern society deals with the problem of pollution.

In the case of land, however, there is a simpler solution. The town can divide the land among town families. Each family can enclose its parcel of land with a fence and then protect it from excessive grazing. In this way, the land becomes a private good rather than a common resource. This outcome in fact occurred during the enclosure movement in England in the 17th century.

The Tragedy of the Commons is a story with a general lesson: When one person uses a common resource, he or she diminishes other people's enjoyment of it. Because of this negative externality, common resources tend to be used excessively. The government can solve the problem by using regulation or taxes to reduce consumption of the common resource. Alternatively, the government can sometimes turn the common resource into a private good.

This lesson has been known for thousands of years. The ancient Greek philosopher Aristotle pointed out the problem with common resources: "What is common to many is taken least care of, for all men have greater regard for what is their own than for what they possess in common with others."

Some Important Common Resources

There are many examples of common resources. In almost all cases, the same problem arises as in the Tragedy of the Commons: Private decision makers use the common resource too much. Governments often regulate behavior or impose fees to mitigate the problem of overuse.

Clean Air and Water As we discussed in Chapter 10, markets do not adequately protect the environment. Pollution is a negative externality that can be remedied with regulations or with corrective taxes on polluting activities. One can view this market failure as an example of a common-resource problem. Clean air and clean

In The News

The Bloomberg Plan

Many economists have advocated road pricing as a mechanism to control traffic. Recently, they have convinced the mayor of New York City.

Don't Drive, He Said

By Elizabeth Kolbert

Michael Bloomberg has always favored grand schemes. Last week, on Earth Day, the Mayor stood in the American Museum of Natural History's Hall of Ocean Life, beneath the blue whale, to lay out his vision for the city's future. In an expansive speech, Bloomberg described a New York that would, in 2030, be both "greater" and "greener," a city with nearly a million more residents, as well as cleaner water, new open space, and zippier transportation. This bigger, better metropolis would be a leader in combatting global warming; despite its increased population, the New York of the future would produce thirty percent less CO_2, resulting, as the Mayor put it, in "the most dramatic reduction in greenhouse gases ever achieved by any American city."

The printed version of Bloomberg's plan ran to a hundred and fifty-five full-color pages and contained a hundred and twenty-seven new initiatives. Just one of them—congestion pricing—got almost all the attention, much of it negative. The Mayor anticipated this—he referred to the pricing proposal as "the elephant in the room"—and his decision to include it anyway is perhaps the best reason to take the plan seriously.

The basic idea behind congestion pricing is simple: make motorists pay to use the busiest streets. Under the Mayor's proposal, an invisible line would be drawn around Manhattan from Eighty-sixth Street south to the Battery. Vehicles crossing this line on weekdays between 6 A.M. and 6 P.M. would be charged a fee—eight dollars for cars, twenty-one dollars for trucks. (Those travelling only within the congestion zone would pay half price, while taxis and livery cabs would be exempt.) The fees would be assessed electronically and could be paid either with a toll pass or over the phone or the Internet.

Driving crosstown for lunch is an easy, if maddening, way to appreciate the scheme's logic. The impression that one could walk—or at least trot—just as quickly is borne out by the numbers; according to data collected by the New York Metropolitan Transportation Council and analyzed by Bruce Schaller, a Brooklyn-based consultant, the average speed achieved by a vehicle travelling along Forty-second Street between the hours of 10 A.M. and 4 P.M. is 4.7 miles per hour. On Thirty-fourth Street approaching the entrance to the Queens Midtown Tunnel, the average speed drops to 2.5 miles per hour.

A few cities have tried congestion pricing, most notably Stockholm and London, and in most cases it has been a success. Stockholm imposed congestion pricing on a trial basis last year; the program worked so well that voters opted to reinstitute it. Since the London plan was introduced, in 2003, vehicle speeds in the city's central business district have increased by thirty-seven percent and carbon-dioxide emissions from cars and trucks have dropped by fifteen percent. The plan, which the newspapers initially derided as "Kengestion"—after its main supporter,

water are common resources like open grazing land, and excessive pollution is like excessive grazing. Environmental degradation is a modern Tragedy of the Commons.

Congested Roads Roads can be either public goods or common resources. If a road is not congested, then one person's use does not affect anyone else. In this case, use is not rival in consumption, and the road is a public good. Yet if a road is congested, then use of that road yields a negative externality. When one person drives on the road, it becomes more crowded, and other people must drive more slowly. In this case, the road is a common resource.

London's mayor, Ken Livingstone—has grown increasingly popular; in 2004, Livingstone was easily reelected, and now nearly two-thirds of Londoners say that they back the scheme. Just three months ago, the congestion zone was expanded westward to include most of the boroughs of Kensington and Chelsea and Westminster.

The case against congestion pricing is often posed in egalitarian terms. "The middle class and the poor will not be able to pay these fees and the rich will," State Assemblyman Richard Brodsky, of Westchester County, declared after listening to the Mayor's speech. In fact, the poor don't, as a rule, drive in and out of Manhattan: compare the cost of buying, insuring, and parking a car with the seventy-six dollars a month the M.T.A. charges for an unlimited-ride MetroCard. For those who do use cars to commute, eight dollars a day would, it's true, quickly add up. And that is precisely the point. Congestion pricing works only to the extent that it makes other choices—changing the hours of one's daily drive or, better yet, using mass transit—more attractive. One of the Mayor's proposals is to put the money raised by congestion pricing—an estimated four hundred million dollars a year—toward improving subway and bus service.

Mayor Bloomberg

Meanwhile, it's naïve to suppose that congestion isn't itself costly. Sitting in traffic, a plumber can't plumb and a deliveryman can't deliver. The value of time lost to congestion delays in the city has been put at five billion dollars annually. When expenses like wasted fuel, lost revenue, and the increased cost of doing business are added in, that figure rises to thirteen billion dollars. The question, Bloomberg observed, is "not whether we want to pay but how do we want to pay?"

Many elements of the Mayor's plan, including congestion pricing, will require approval by the state legislature, which is too bad, since, as a recent *Times* editorial put it, Albany is a place where good policies generally "go to die." Even Governor Eliot Spitzer, who, as state attorney general, sued the country's largest carbon emitters, offered what can only be described as a tepid endorsement of the Mayor's proposal, saying, "We look forward to reviewing the plan."

As a matter of city planning, congestion pricing is a compelling idea; in the context of climate change, it is much more than that. Any meaningful effort to address the problem will have to include incentives for low-emitting activities (walking, biking, riding the subway) and costs for high-emitting ones (flying, driving, sitting at home and cranking up the A.C.). These costs will inconvenience some people—perhaps most people—and the burden will not always be distributed with perfect fairness. But, as the Mayor pointed out, New York, a flood-prone coastal city, is vulnerable to one of global warming's most destructive—and most certain—consequences: rising sea levels. If New Yorkers won't change their behavior, then it's hard to see why anyone in the rest of the country or, for that matter, the world should, either. The congestion problem will, in that case, find a different resolution. Who, after all, wants to drive into a city that's under water?

Source: *New Yorker*, May 7, 2007.

One way for the government to address the problem of road congestion is to charge drivers a toll. A toll is, in essence, a corrective tax on the externality of congestion. Sometimes, as in the case of local roads, tolls are not a practical solution because the cost of collecting them is too high. But the city of London has found increasing tolls to be a very effective way to reduce congestion, and as the accompanying In The News box discusses, a similar plan is being considered for New York City.

Sometimes congestion is a problem only at certain times of day. If a bridge is heavily traveled only during rush hour, for instance, the congestion externality is largest during this time. The efficient way to deal with these externalities is to charge higher tolls during rush hour. This toll would provide an incentive for drivers to alter their schedules, reducing traffic when congestion is greatest.

Another policy that responds to the problem of road congestion, discussed in a case study in the previous chapter, is the tax on gasoline. Gasoline is a complementary good to driving: An increase in the price of gasoline tends to reduce the quantity of driving demanded. Therefore, a gasoline tax reduces road congestion. A gasoline tax, however, is an imperfect solution, because it affects other decisions besides the amount of driving on congested roads. For example, the gasoline tax discourages driving on uncongested roads, even though there is no congestion externality for these roads.

Fish, Whales, and Other Wildlife Many species of animals are common resources. Fish and whales, for instance, have commercial value, and anyone can go to the ocean and catch whatever is available. Each person has little incentive to maintain the species for the next year. Just as excessive grazing can destroy the Town Common, excessive fishing and whaling can destroy commercially valuable marine populations.

The ocean remains one of the least regulated common resources. Two problems prevent an easy solution. First, many countries have access to the oceans, so any solution would require international cooperation among countries that hold different values. Second, because the oceans are so vast, enforcing any agreement is difficult. As a result, fishing rights have been a frequent source of international tension among normally friendly countries.

Within the United States, various laws aim to protect fish and other wildlife. For example, the government charges for fishing and hunting licenses, and it restricts the lengths of the fishing and hunting seasons. Fishermen are often required to throw back small fish, and hunters can kill only a limited number of animals. All these laws reduce the use of a common resource and help maintain animal populations.

© IAN SANDERSON/PHOTOGRAPHER'S CHOICE/GETTY IMAGES

"WILL THE MARKET PROTECT ME?"

CASE STUDY WHY THE COW IS NOT EXTINCT

Throughout history, many species of animals have been threatened with extinction. When Europeans first arrived in North America, more than 60 million buffalo roamed the continent. Yet hunting the buffalo was so popular during the 19th century that by 1900 the animal's population had fallen to about 400 before the government stepped in to protect the species. In some African countries today, the elephant faces a similar challenge, as poachers kill the animals for the ivory in their tusks.

Yet not all animals with commercial value face this threat. The cow, for example, is a valuable source of food, but no one worries that the cow will soon be extinct. Indeed, the great demand for beef seems to ensure that the species will continue to thrive.

Why is the commercial value of ivory a threat to the elephant, while the commercial value of beef is a guardian of the cow? The reason is that elephants are a common resource, whereas cows are a private good. Elephants roam freely without any owners. Each poacher has a strong incentive to kill as many elephants as he can find. Because poachers are numerous, each poacher has only a slight incentive to preserve the elephant population. By contrast, cattle live on ranches that are privately owned. Each rancher makes great effort to maintain the cattle population on his ranch because he reaps the benefit of these efforts.

Governments have tried to solve the elephant's problem in two ways. Some countries, such as Kenya, Tanzania, and Uganda, have made it illegal to kill elephants and sell their ivory. Yet these laws have been hard to enforce, and elephant populations have continued to dwindle. By contrast, other countries, such as Botswana, Malawi, Namibia, and Zimbabwe, have made elephants a private good by allowing people to kill elephants, but only those on their own property. Landowners now have an incentive to preserve the species on their own land, and as a result, elephant populations have started to rise. With private ownership and the profit motive now on its side, the African elephant might someday be as safe from extinction as the cow. ●

QUICK QUIZ Why do governments try to limit the use of common resources?

CONCLUSION: THE IMPORTANCE OF PROPERTY RIGHTS

In this and the previous chapter, we have seen there are some "goods" that the market does not provide adequately. Markets do not ensure that the air we breathe is clean or that our country is defended from foreign aggressors. Instead, societies rely on the government to protect the environment and to provide for the national defense.

Although the problems we considered in these chapters arise in many different markets, they share a common theme. In all cases, the market fails to allocate resources efficiently because *property rights* are not well established. That is, some item of value does not have an owner with the legal authority to control it. For example, although no one doubts that the "good" of clean air or national defense is valuable, no one has the right to attach a price to it and profit from its use. A factory pollutes too much because no one charges the factory for the pollution it emits. The market does not provide for national defense because no one can charge those who are defended for the benefit they receive.

When the absence of property rights causes a market failure, the government can potentially solve the problem. Sometimes, as in the sale of pollution permits, the solution is for the government to help define property rights and thereby unleash market forces. Other times, as in restricted hunting seasons, the solution is for the government to regulate private behavior. Still other times, as in the provision of national defense, the solution is for the government to use tax revenue to supply a good that the market fails to supply. In all cases, if the policy is well planned and well run, it can make the allocation of resources more efficient and thus raise economic well-being.

SUMMARY

- Goods differ in whether they are excludable and whether they are rival in consumption. A good is excludable if it is possible to prevent someone from using it. A good is rival in consumption if one person's use of the good reduces other people's ability to use the same unit of the good. Markets work best for private goods, which are both excludable and rival in consumption. Markets do not work as well for other types of goods.
- Public goods are neither rival in consumption nor excludable. Examples of public goods include fireworks displays, national defense, and the creation of fundamental knowledge. Because people are not charged for their use of the public good, they have an incentive to free ride when the good is provided privately. Therefore, governments provide public goods, making their decision about the quantity of each good based on cost–benefit analysis.
- Common resources are rival in consumption but not excludable. Examples include common grazing land, clean air, and congested roads. Because people are not charged for their use of common resources, they tend to use them excessively. Therefore, governments use various methods to limit the use of common resources.

KEY CONCEPTS

excludability, *p. 226*
rivalry in consumption, *p. 226*
private goods, *p. 226*
public goods, *p. 226*
common resources, *p. 227*
free rider, *p. 228*
cost–benefit analysis, *p. 231*
Tragedy of the Commons, *p. 232*

QUESTIONS FOR REVIEW

1. Explain what is meant by a good being "excludable." Explain what is meant by a good being "rival in consumption." Is a slice of pizza excludable? Is it rival in consumption?
2. Define and give an example of a public good. Can the private market provide this good on its own? Explain.
3. What is cost–benefit analysis of public goods? Why is it important? Why is it hard?
4. Define and give an example of a common resource. Without government intervention, will people use this good too much or too little? Why?

PROBLEMS AND APPLICATIONS

1. Think about the goods and services provided by your local government.
   a. Using the classification in Figure 1, explain which category each of the following goods falls into:
      - police protection
      - snow plowing
      - education
      - rural roads
      - city streets
   b. Why do you think the government provides items that are not public goods?
2. Both public goods and common resources involve externalities.

a. Are the externalities associated with public goods generally positive or negative? Use examples in your answer. Is the free-market quantity of public goods generally greater or less than the efficient quantity?
b. Are the externalities associated with common resources generally positive or negative? Use examples in your answer. Is the free-market use of common resources generally greater or less than the efficient use?

3. Charlie loves watching *Teletubbies* on his local public TV station, but he never sends any money to support the station during its fund-raising drives.
   a. What name do economists have for Charlie?
   b. How can the government solve the problem caused by people like Charlie?
   c. Can you think of ways the private market can solve this problem? How does the existence of cable TV alter the situation?
4. Four roommates are planning to spend the weekend in their dorm room watching old movies, and they are debating how many to watch. Here is their willingness to pay for each film:

	Orson	Alfred	Woody	Ingmar
First film	$7	$5	$3	$2
Second film	6	4	2	1
Third film	5	3	1	0
Fourth film	4	2	0	0
Fifth film	3	1	0	0

   a. Within the dorm room, is the showing of a movie a public good? Why or why not?
   b. If it costs $8 to rent a movie, how many movies should the roommates rent to maximize total surplus?
   c. If they choose the optimal number from part (b) and then split the cost of renting the movies equally, how much surplus does each person obtain from watching the movies?
   d. Is there any way to split the cost to ensure that everyone benefits? What practical problems does this solution raise?
   e. Suppose they agree in advance to choose the efficient number and to split the cost of the movies equally. When Orson is asked his willingness to pay, will he have an incentive to tell the truth? If so, why? If not, what will he be tempted to say?
   f. What does this example teach you about the optimal provision of public goods?
5. Some economists argue that private firms will not undertake the efficient amount of basic scientific research.
   a. Explain why this might be so. In your answer, classify basic research in one of the categories shown in Figure 1.
   b. What sort of policy has the United States adopted in response to this problem?
   c. It is often argued that this policy increases the technological capability of American producers relative to that of foreign firms. Is this argument consistent with your classification of basic research in part (a)? (Hint: Can excludability apply to some potential beneficiaries of a public good and not others?)
6. There is often litter along highways but rarely in people's yards. Provide an economic explanation for this fact.
7. The village of Ectenia has ten residents. Villagers can earn income by either weaving baskets or fishing. Because the lake has a limited number of fish, the more villagers fish, the less each catches. In particular, if n households fish in the lake, then each fishing household makes an amount:

$$I_f = 12 - 2n$$

where I_f is daily income measured in dollars. The income that a household makes by weaving baskets is $2 a day.
   a. Assume that each household makes the decision of whether to weave baskets or fish in the lake independently. How many households do you expect to see fishing each day? How many households do you expect to see weaving baskets? (Hint: Think about opportunity cost.) Calculate the total income of the village in this equilibrium.
   b. Show that, when 3 households fish in the lake, the total income of the village is larger than the one you found in part (a). What prevented the villagers from reaching this higher-income allocation of resources when they acted independently?
   c. If the villagers together decided to achieve the allocation in part (b), what kinds of rules would they need to institute? If they wanted

everyone to benefit equally in the new system, what kind of tax and transfer system would they need?

d. What type of good is the fishery? What characteristics make it that type of good?

8. The Washington, D.C., Metro (subway) system charges higher fares during rush hours than during the rest of the day. Why might it do this?

9. Timber companies in the United States cut down many trees on publicly owned land and many trees on privately owned land. Discuss the likely efficiency of logging on each type of land in the absence of government regulation. How do you think the government should regulate logging on publicly owned lands? Should similar regulations apply to privately owned land?

10. The federal government tests the safety of car models and provides the test results free of charge to the public. Do you think this information qualifies as a public good? Why or why not?

11. High-income people are willing to pay more than lower-income people to avoid the risk of death. For example, they are more likely to pay for safety features on cars. Do you think cost–benefit analysts should take this fact into account when evaluating public projects? Consider, for instance, a rich town and a poor town, both of which are considering the installation of a traffic light. Should the rich town use a higher dollar value for a human life in making this decision? Why or why not?

CHAPTER

12

The Design of the Tax System

Al "Scarface" Capone, the notorious 1920s gangster and crime boss, was never convicted for his many violent crimes. Yet eventually, he did go to jail—for tax evasion. He had neglected to heed Ben Franklin's observation that "in this world nothing is certain but death and taxes."

When Franklin made this claim in 1789, the average American paid less than 5 percent of his income in taxes, and that remained true for the next hundred years. Over the course of the 20th century, however, taxes became ever more important in the life of the typical U.S. citizen. Today, all taxes taken together—including personal income taxes, corporate income taxes, payroll taxes, sales taxes, and property taxes—use up about a third of the average American's income. In many European countries, the tax bite is even larger.

Taxes are inevitable because we as citizens expect the government to provide us with various goods and services. The previous two chapters shed light on one of the *Ten Principles of Economics* from Chapter 1: The government can sometimes improve market outcomes. When the government remedies an externality (such as air pollution), provides a public good (such as national defense), or regulates the use of a common resource (such as fish in a public lake), it can raise economic well-being. Yet these activities are costly. For the government to perform these and its many other functions, it needs to raise revenue through taxation.

We began our study of taxation in earlier chapters, where we saw how a tax on a good affects supply and demand for that good. In Chapter 6, we saw that a tax reduces the quantity sold in a market, and we examined how the burden of a tax is shared by buyers and sellers depending on the elasticities of supply and demand. In Chapter 8, we examined how taxes affect economic well-being. We learned that taxes cause *deadweight losses:* The reduction in consumer and producer surplus resulting from a tax exceeds the revenue raised by the government.

In this chapter, we build on these lessons to discuss the design of a tax system. We begin with a financial overview of the U.S. government. When thinking about the tax system, it is useful to know some basic facts about how the U.S. government raises and spends money. We then consider the fundamental principles of taxation. Most people agree that taxes should impose as small a cost on society as possible and that the burden of taxes should be distributed fairly. That is, the tax system should be both *efficient* and *equitable*. As we will see, however, stating these goals is easier than achieving them.

A FINANCIAL OVERVIEW OF THE U.S. GOVERNMENT

How much of the nation's income does the government take as taxes? Figure 1 shows government revenue, including federal, state, and local governments, as a percentage of total income for the U.S. economy. It shows that the role of government has grown substantially over the past century. In 1902, the government

1 FIGURE

Government Revenue as a Percentage of GDP

This figure shows revenue of the federal government and of state and local governments as a percentage of gross domestic product (GDP), which measures total income in the economy. It shows that the government plays a large role in the U.S. economy and that its role has grown over time.

Source: *Historical Statistics of the United States*; Bureau of Economic Analysis; and author's calculations.

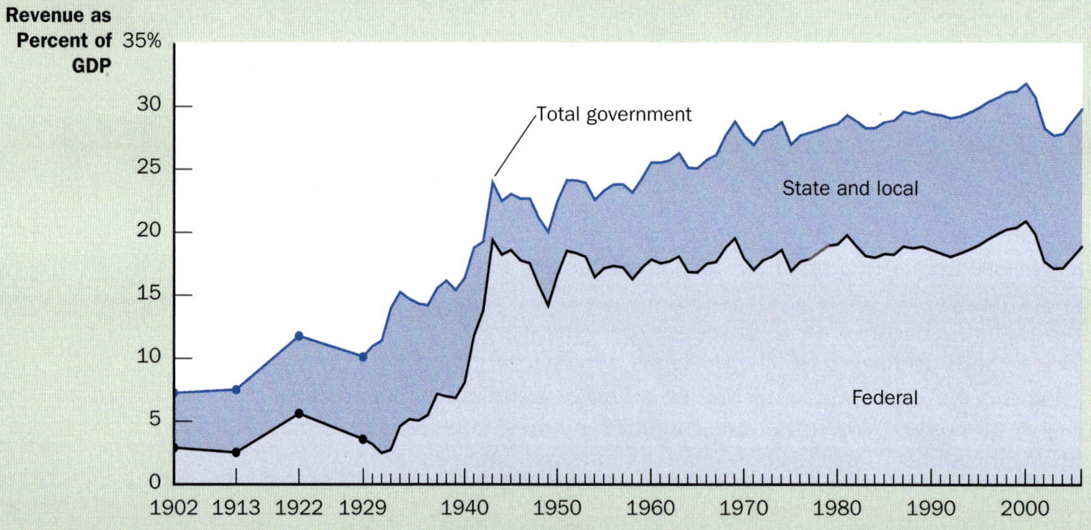

TABLE 1

Total Government Tax Revenue as a Percentage of GDP

Source: OECD, United Nations. Data are for most recent year available.

Sweden	50%	United States	28%
France	45	Japan	27
United Kingdom	37	Mexico	20
Germany	36	Chile	19
Canada	36	China	15
Brazil	30	India	14
Russia	32		

collected 7 percent of total income; in recent years, government has collected about 30 percent. In other words, as the economy's income has grown, the government's revenue from taxation has grown even more.

Table 1 compares the tax burden for several major countries, as measured by the government's tax revenue as a percentage of the nation's total income. The United States is in the middle of the pack. The U.S. tax burden is low compared to many European countries, but it is high compared to some other nations around the world. Less economically developed countries, such as India, often have relatively low tax burdens. This fact is consistent with the evidence in Figure 1 of a growing tax burden over time: As a nation gets richer, the government typically takes a larger share of income in taxes.

The overall size of government tells only part of the story. Behind the total dollar figures lie thousands of individual decisions about taxes and spending. To understand the government's finances more fully, let's look at how the total breaks down into some broad categories.

The Federal Government

The U.S. federal government collects about two-thirds of the taxes in our economy. It raises this money in a number of ways, and it finds even more ways to spend it.

Receipts Table 2 shows the receipts of the federal government in 2007. Total receipts that year were $2,568 billion, a number so large that it is hard to

TABLE 2

Receipts of the Federal Government: 2007

Source: *Economic Report of the President*, 2008, Table B-81.

Tax	Amount (billions)	Amount per Person	Percent of Receipts
Individual income taxes	$1,163	$3,851	45%
Social insurance taxes	870	2,881	34
Corporate income taxes	370	1,225	14
Other	165	546	7
Total	$2,568	$8,503	100%

comprehend. To bring this astronomical number down to earth, we can divide it by the size of the U.S. population, which was about 302 million in 2007. We then find that the average American paid $8,503 to the federal government.

The largest source of revenue for the federal government is the individual income tax. As April 15 approaches each year, almost every American family fills out a tax form to determine how much income tax it owes the government. Each family is required to report its income from all sources: wages from working, interest on savings, dividends from corporations in which it owns shares, profits from any small businesses it operates, and so on. The family's *tax liability* (how much it owes) is then based on its total income.

A family's income tax liability is not simply proportional to its income. Instead, the law requires a more complicated calculation. Taxable income is computed as total income minus an amount based on the number of dependents (primarily children) and minus certain expenses that policymakers have deemed "deductible" (such as mortgage interest payments, state and local tax payments, and charitable giving). Then the tax liability is calculated from taxable income using a schedule such as the one shown in Table 3.

This table presents the *marginal tax rate*—the tax rate applied to each additional dollar of income. Because the marginal tax rate rises as income rises, higher-income families pay a larger percentage of their income in taxes. Note that each tax rate in the table applies only to income within the associated range, not to a person's entire income. For example, a person with an income of $1 million still pays only 10 percent of the first $7,825. (Later in this chapter we discuss the concept of marginal tax rate more fully.)

Almost as important to the federal government as the individual income tax are payroll taxes. A *payroll tax* is a tax on the wages that a firm pays its workers. Table 2 calls this revenue *social insurance taxes* because the revenue from these taxes is earmarked to pay for Social Security and Medicare. Social Security is an income-support program designed primarily to maintain the living standards of the elderly. Medicare is the government health program for the elderly. Table 2 shows that the average American paid $2,881 in social insurance taxes in 2007.

Next in magnitude, but much smaller than either individual income taxes or social insurance taxes, is the corporate income tax. A *corporation* is a business that is set up as a separate legal entity. The government taxes each corporation based on its profit—the amount the corporation receives for the goods or services it sells minus the costs of producing those goods or services. Notice that corporate profits

3 TABLE

The Federal Income Tax Rates: 2007

This table shows the marginal tax rates for an unmarried taxpayer. The taxes owed by a taxpayer depend on all the marginal tax rates up to his or her income level. For example, a taxpayer with income of $25,000 pays 10 percent of the first $7,825 of income, and then 15 percent of the rest.

On Taxable Income . . .	The Tax Rate Is . . .
Up to $7,825	10%
From $7,825 to $31,850	15%
From $31,850 to $77,100	25%
From $77,100 to $160,850	28%
From $160,850 to $349,700	33%
Over $349,700	35%

are, in essence, taxed twice. They are taxed once by the corporate income tax when the corporation earns the profits; they are taxed a second time by the individual income tax when the corporation uses its profits to pay dividends to its shareholders. In 2003, the tax rate on dividend income was reduced to 15 percent, in part to compensate for this double taxation.

The last category, labeled "other" in Table 2, makes up 7 percent of receipts. This category includes *excise taxes*, which are taxes on specific goods like gasoline, cigarettes, and alcoholic beverages. It also includes various small items, such as estate taxes and customs duties.

Spending Table 4 shows the spending of the federal government in 2007. Total spending was $2,730 billion, or $9,040 per person. This table also shows how the federal government's spending was divided among major categories.

The largest category in Table 4 is Social Security, which represents mostly transfer payments to the elderly. A *transfer payment* is a government payment not made in exchange for a good or service. This category made up 21 percent of spending by the federal government in 2007.

The second largest category of spending is national defense. This includes both the salaries of military personnel and the purchases of military equipment such as guns, fighter jets, and warships. Spending on national defense fluctuates over time as international tensions and the political climate change. Not surprisingly, spending on national defense rises substantially during wars. In part because of the war in Iraq, defense spending rose from 17 to 20 percent of total federal spending from 2001 to 2007.

Health spending looms large in the federal budget. Medicare, the third category in Table 4, is the government's health plan for the elderly. The fifth category in the table is other health spending, which includes Medicaid, the federal health program for the poor, and spending on medical research, such as through the National Institutes of Health. Total health spending makes up about a quarter of the federal budget.

The fourth category in Table 4 is spending on income security, which includes transfer payments to poor families. One program is Temporary Assistance for Needy Families (TANF), often simply called "welfare." Another is the Food

TABLE 4

Spending of the Federal Government: 2007

Category	Amount (billions)	Amount per Person	Percent of Spending
Social Security	$ 586	$1,940	21%
National defense	553	1,831	20
Medicare	375	1,212	14
Income security	366	1,212	13
Health	266	881	10
Net interest	237	785	9
Other	347	1,149	13
Total	$2,730	$9,040	100%

Source: *Economic Report of the President*, 2008, Table B-81.

Stamp program, which gives poor families vouchers that they can use to buy food. The federal government pays some of this money to state and local governments, which administer the programs under federal guidelines.

Next on the list is net interest. When a person borrows from a bank, the bank requires the borrower to pay interest for the loan. The same is true when the government borrows from the public. The more indebted the government, the larger the amount it must spend in interest payments.

The "other" category in Table 4 consists of many less expensive functions of government. It includes, for example, the federal court system, the space program, and farm-support programs, as well as the salaries of members of Congress and the president.

budget deficit
an excess of government spending over government receipts

budget surplus
an excess of government receipts over government spending

You might have noticed that total receipts of the federal government shown in Table 2 fall short of total spending shown in Table 4 by $162 billion. In such a situation, the government is said to run a **budget deficit**. When receipts exceed spending, the government is said to run a **budget surplus**. The government finances a budget deficit by borrowing from the public. That is, it sells government debt to the private sector, including both investors in the United States and those abroad. When the government runs a budget surplus, it uses the excess receipts to reduce its outstanding debts.

CASE STUDY THE FISCAL CHALLENGE AHEAD

In 2007, the federal government ran a budget deficit of $162 billion. This excess of government spending over government revenue is only the tip of an iceberg: Long-term projections of the government's budget show that, under current law, the government will spend vastly more than it will receive in tax revenue in the decades ahead. As a percentage of gross domestic product (the total income in the economy), taxes are projected to be about constant. But government spending as a percentage of GDP is projected to rise gradually but substantially over the next several decades.

One reason for the rise in government spending is that Social Security and Medicare provide significant benefits for the elderly, who are a growing percentage of the overall population. Over the past half century, medical advances and lifestyle improvements have greatly increased life expectancy. In 1950, a man age 65 could expect to live for another 13 years; now he can expect to live another 17 years. The life expectancy of a 65-year-old woman has risen from 16 years in 1950 to 20 years today. At the same time, people are having fewer children. In 1950, the typical woman had three children. Today, the number is about two. As a result of smaller families, the labor force is growing more slowly now than it has in the past.

Panel (a) of Figure 2 shows the demographic shift that is arising from the combination of longer life expectancy and lower fertility. In 1950, the elderly population equaled about 14 percent of the working-age population. Now the elderly are about 21 percent of the working-age population, and that figure will rise to about 40 percent over the next 50 years. This means that there will be fewer workers paying taxes to support the government benefits that each elderly person receives.

A second, related trend that will affect government spending in the decades ahead is the rising cost of healthcare. The government provides healthcare to the elderly through the Medicare system and to the poor through Medicaid. As the cost of healthcare increases, government spending on these programs will increase as well.

Panel (a) shows the U.S. population age 65 and older as a percentage of the population age 20 to 64. The growing elderly population will put increasing pressure on the government budget. Panel (b) shows government spending on Social Security, Medicare, and Medicaid as a percentage of GDP. The projection for future years assumes no change in current law. Unless changes in benefits are enacted, government spending on these programs will rise significantly and will require large tax increases to pay for them.

Source: Congressional Budget Office.

FIGURE 2

The Demographic and Fiscal Challenge

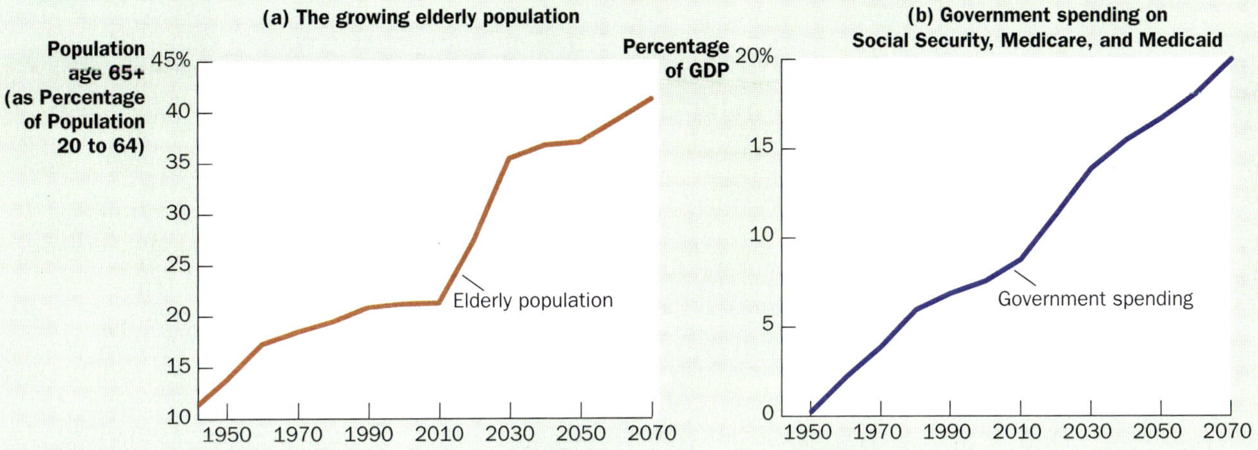

Policymakers have proposed various ways to stem the rise in healthcare costs, such as reducing the burden of lawsuits on the healthcare system, encouraging more competition among healthcare providers, and promoting greater use of information technology. Most health economists, however, believe that such measures will have only a limited impact. The main reason for rising healthcare costs is medical advances that provide new, better, but often expensive ways to extend and improve our lives.

Panel (b) of Figure 2 shows government spending on Social Security, Medicare, and Medicaid as a percentage of GDP. Spending on these programs has risen from less than 1 percent in 1950 to about 8 percent today. The combination of a growing elderly population and rising healthcare costs is expected to continue and even accelerate the trend.

How our society will handle these spending increases is an open question. Simply increasing the budget deficit is not feasible. A budget deficit just pushes the cost of government spending onto a future generation of taxpayers, who will inherit a government with greater debts. In the long run, the government needs to pay for what it spends.

Some economists believe that to pay for these commitments, we will need to raise taxes substantially as a percentage of GDP. If so, the long-term trend we saw in Figure 1 will continue. Spending on Social Security, Medicare, and Medicaid is expected to rise by about 10 percentage points of GDP. Because taxes are now 30 percent of GDP, paying for these benefits would require approximately a one-third increase in all taxes.

Other economists believe that such high tax rates would impose too great a cost on younger workers. They believe that policymakers should reduce the promises now being made to the elderly of the future and that, at the same time, people should be encouraged to take a greater role caring for themselves as they age. This might entail raising the normal retirement age, while giving people more incentive to save during their working years to prepare for their own retirement and health costs.

It is likely that the final resolution will involve a combination of measures. No one can dispute that resolving this debate is one of the great challenges ahead. ●

State and Local Government

State and local governments collect about 40 percent of all taxes paid. Let's look at how they obtain tax revenue and how they spend it.

Receipts Table 5 shows the receipts of U.S. state and local governments. Total receipts for 2005 were $2,021 billion, or $6,827 per person. The table also shows how this total is broken down into different kinds of taxes.

The two most important taxes for state and local governments are sales taxes and property taxes. Sales taxes are levied as a percentage of the total amount spent at retail stores. Every time a customer buys something, he or she pays the storekeeper an extra amount that the storekeeper remits to the government. (Some states exclude certain items that are considered necessities, such as food and clothing.) Property taxes are levied as a percentage of the estimated value of land and structures and are paid by property owners. Together, these two taxes make up more than a third of all receipts of state and local governments.

State and local governments also levy individual and corporate income taxes. In many cases, state and local income taxes are similar to federal income taxes. In other cases, they are quite different. For example, some states tax income from wages less heavily than income earned in the form of interest and dividends. Some states do not tax income at all.

State and local governments also receive substantial funds from the federal government. To some extent, the federal government's policy of sharing its revenue

5 TABLE

Receipts of State and Local Governments: 2005

Source: *Economic Report of the President*, 2008, Table B-86.

Tax	Amount (billions)	Amount per Person	Percent of Spending
Sales taxes	$ 383	$1,294	19%
Property taxes	336	1,135	17
Individual income taxes	241	814	12
Corporate income taxes	43	145	2
From federal government	438	1,480	22
Other	580	1,959	28
Total	$2,021	6,827	100%

TABLE 6

Spending of State and Local Governments: 2005

Category	Amount (billions)	Amount per Person	Percent of Spending
Education	$ 689	$2,328	34%
Public welfare	367	1,240	18
Highways	124	419	6
Other	834	2,817	42
Total	$2,014	$6,804	100%

Source: *Economic Report of the President*, 2008, Table B-86.

with state governments redistributes funds from high-income states (who pay more taxes) to low-income states (who receive more benefits). Often, these funds are tied to specific programs that the federal government wants to subsidize.

Finally, state and local governments receive much of their receipts from various sources included in the "other" category in Table 5. These include fees for fishing and hunting licenses, tolls from roads and bridges, and fares for public buses and subways.

Spending Table 6 shows the total spending of state and local governments in 2005 and its breakdown among the major categories.

By far the biggest single expenditure for state and local governments is education. Local governments pay for the public schools, which educate most students from kindergarten through high school. State governments contribute to the support of public universities. In 2005, education accounted for about a third of the spending of state and local governments.

The second largest category of spending is for public welfare, which includes transfer payments to the poor. This category includes some federal programs that are administered by state and local governments. The next category is highways, which includes the building of new roads and the maintenance of existing ones. The large "other" category in Table 6 includes the many additional services provided by state and local governments, such as libraries, police, garbage removal, fire protection, park maintenance, and snow removal.

QUICK QUIZ What are the two most important sources of tax revenue for the federal government? • What are the two most important sources of tax revenue for state and local governments?

TAXES AND EFFICIENCY

Now that we have seen how various levels of the U.S. government raise and spend money, let's consider how one might evaluate its tax policy and design a tax system. The primary aim of a tax system is to raise revenue for the government, but there are many ways to raise any given amount of money. When choosing among the many alternative tax systems, policymakers have two objectives: efficiency and equity.

One tax system is more efficient than another if it raises the same amount of revenue at a smaller cost to taxpayers. What are the costs of taxes to taxpayers? The most obvious cost is the tax payment itself. This transfer of money from the taxpayer to the government is an inevitable feature of any tax system. Yet taxes also impose two other costs, which a well-designed tax policy tries to avoid or, at least, minimize:

- The deadweight losses that result when taxes distort the decisions that people make
- The administrative burdens that taxpayers bear as they comply with the tax laws

An efficient tax system is one that imposes small deadweight losses and small administrative burdens.

Deadweight Losses

One of the *Ten Principles of Economics* is that people respond to incentives, and this includes incentives provided by the tax system. If the government taxes ice cream, people eat less ice cream and more frozen yogurt. If the government taxes housing, people live in smaller houses and spend more of their income on other things. If the government taxes labor earnings, people work less and enjoy more leisure.

Because taxes distort incentives, they entail deadweight losses. As we first discussed in Chapter 8, the deadweight loss of a tax is the reduction in economic well-being of taxpayers in excess of the amount of revenue raised by the government. The deadweight loss is the inefficiency that a tax creates as people allocate resources according to the tax incentive rather than the true costs and benefits of the goods and services that they buy and sell.

To recall how taxes cause deadweight losses, consider an example. Suppose that Joe places an $8 value on a pizza, and Jane places a $6 value on it. If there is no tax on pizza, the price of pizza will reflect the cost of making it. Let's suppose that the price of pizza is $5, so both Joe and Jane choose to buy one. Both consumers get some surplus of value over the amount paid. Joe gets consumer surplus of $3, and Jane gets consumer surplus of $1. Total surplus is $4.

Now suppose that the government levies a $2 tax on pizza and the price of pizza rises to $7. Joe still buys a pizza, but now he has consumer surplus of only $1. Jane now decides not to buy a pizza because its price is higher than its value to her. The government collects tax revenue of $2 on Joe's pizza. Total consumer surplus has fallen by $3 (from $4 to $1). Because total surplus has fallen by more than the tax revenue, the tax has a deadweight loss. In this case, the deadweight loss is $1.

Notice that the deadweight loss comes not from Joe, the person who pays the tax, but from Jane, the person who doesn't. The reduction of $2 in Joe's surplus exactly offsets the amount of revenue the government collects. The deadweight loss arises because the tax causes Jane to alter her behavior. When the tax raises the price of pizza, Jane is worse off, and yet there is no offsetting revenue to the government. This reduction in Jane's welfare is the deadweight loss of the tax.

"I WAS GONNA FIX THE PLACE UP, BUT IF I DID THE CITY WOULD JUST RAISE MY TAXES!"

CASE STUDY SHOULD INCOME OR CONSUMPTION BE TAXED?

When taxes induce people to change their behavior—such as inducing Jane to buy less pizza—the taxes cause deadweight losses and make the allocation of resources less efficient. As we have already seen, much government revenue comes from the individual income tax. In a case study in Chapter 8, we discussed how this tax discourages people from working as hard as they otherwise might. Another inefficiency caused by this tax is that it discourages people from saving.

Consider a person 25 years old who is considering saving $100. If he puts this money in a savings account that earns 8 percent and leaves it there, he would have $2,172 when he retires at age 65. Yet if the government taxes one-fourth of his interest income each year, the effective interest rate is only 6 percent. After 40 years of earning 6 percent, the $100 grows to only $1,029, less than half of what it would have been without taxation. Thus, because interest income is taxed, saving is much less attractive.

Some economists advocate eliminating the current tax system's disincentive toward saving by changing the basis of taxation. Rather than taxing the amount of income that people earn, the government could tax the amount that people spend. Under this proposal, all income that is saved would not be taxed until the saving is later spent. This alternative system, called a *consumption tax*, would not distort people's saving decisions.

Various provisions of the current tax code already make the tax system a bit like a consumption tax. Taxpayers can put a limited amount of their saving into special accounts—such as Individual Retirement Accounts and 401(k) plans—that escape taxation until the money is withdrawn at retirement. For people who do most of their saving through these retirement accounts, their tax bill is, in effect, based on their consumption rather than their income.

European countries tend to rely more on consumption taxes than does the United States. Most of them raise a significant amount of government revenue through a value-added tax, or a VAT. A VAT is like the retail sales tax that many U.S. states use, but rather than collecting all of the tax at the retail level when the consumer buys the final good, the government collects the tax in stages as the good is being produced (that is, as value is added by firms along the chain of production).

Various U.S. policymakers have proposed that the tax code move further in the direction of taxing consumption rather than income. In 2005, economist Alan Greenspan, then Chairman of the Federal Reserve, offered this advice to a presidential commission on tax reform: "As you know, many economists believe that a consumption tax would be best from the perspective of promoting economic growth—particularly if one were designing a tax system from scratch—because a consumption tax is likely to encourage saving and capital formation. However, getting from the current tax system to a consumption tax raises a challenging set of transition issues." ●

ADMINISTRATIVE BURDEN

If you ask the typical person on April 15 for an opinion about the tax system, you might get an earful (perhaps peppered with expletives) about the headache of filling out tax forms. The administrative burden of any tax system is part of the inefficiency it creates. This burden includes not only the time spent in early April filling out forms but also the time spent throughout the year keeping records for tax purposes and the resources the government has to use to enforce the tax laws.

Many taxpayers—especially those in higher tax brackets—hire tax lawyers and accountants to help them with their taxes. These experts in the complex tax laws fill out the tax forms for their clients and help them arrange their affairs in a way that reduces the amount of taxes owed. This behavior is legal tax avoidance, which is different from illegal tax evasion.

Critics of our tax system say that these advisers help their clients avoid taxes by abusing some of the detailed provisions of the tax code, often dubbed "loopholes." In some cases, loopholes are congressional mistakes: They arise from ambiguities or omissions in the tax laws. More often, they arise because Congress has chosen to give special treatment to specific types of behavior. For example, the U.S. federal tax code gives preferential treatment to investors in municipal bonds because Congress wanted to make it easier for state and local governments to borrow money. To some extent, this provision benefits states and localities, and to some extent, it benefits high-income taxpayers. Most loopholes are well known by those in Congress who make tax policy, but what looks like a loophole to one taxpayer may look like a justifiable tax deduction to another.

The resources devoted to complying with the tax laws are a type of deadweight loss. The government gets only the amount of taxes paid. By contrast, the taxpayer loses not only this amount but also the time and money spent documenting, computing, and avoiding taxes.

The administrative burden of the tax system could be reduced by simplifying the tax laws. Yet simplification is often politically difficult. Most people are ready to simplify the tax code by eliminating the loopholes that benefit others, but few are eager to give up the loopholes that benefit them. In the end, the complexity of the tax law results from the political process as various taxpayers with their own special interests lobby for their causes.

Marginal Tax Rates versus Average Tax Rates

average tax rate
total taxes paid divided by total income

marginal tax rate
the extra taxes paid on an additional dollar of income

When discussing the efficiency and equity of income taxes, economists distinguish between two notions of the tax rate: the average and the marginal. The **average tax rate** is total taxes paid divided by total income. The **marginal tax rate** is the extra taxes paid on an additional dollar of income.

For example, suppose that the government taxes 20 percent of the first $50,000 of income and 50 percent of all income above $50,000. Under this tax, a person who makes $60,000 pays a tax of $15,000: 20 percent of the first $50,000 (0.20 × $50,000 = $10,000) plus 50 percent of the next $10,000 (0.50 × $10,000 = $5,000). For this person, the average tax rate is $15,000 / $60,000, or 25 percent. But the marginal tax rate is 50 percent. If the taxpayer earned an additional dollar of income, that dollar would be subject to the 50 percent tax rate, so the amount the taxpayer would owe to the government would rise by $0.50.

The marginal and average tax rates each contain a useful piece of information. If we are trying to gauge the sacrifice made by a taxpayer, the average tax rate is more appropriate because it measures the fraction of income paid in taxes. By contrast, if we are trying to gauge how much the tax system distorts incentives, the marginal tax rate is more meaningful. One of the *Ten Principles of Economics* in Chapter 1 is that rational people think at the margin. A corollary to this principle is that the marginal tax rate measures how much the tax system discourages people from working. If you are thinking of working an extra few hours, the marginal tax rate determines how much the government takes of your additional earnings. It is the marginal tax rate, therefore, that determines the deadweight loss of an income tax.

LUMP-SUM TAXES

Suppose the government imposes a tax of $4,000 on everyone. That is, everyone owes the same amount, regardless of earnings or any actions that a person might take. Such a tax is called a **lump-sum tax**.

lump-sum tax
a tax that is the same amount for every person

A lump-sum tax shows clearly the difference between average and marginal tax rates. For a taxpayer with income of $20,000, the average tax rate of a $4,000 lump-sum tax is 20 percent; for a taxpayer with income of $40,000, the average tax rate is 10 percent. For both taxpayers, the marginal tax rate is zero because no tax is owed on an additional dollar of income.

A lump-sum tax is the most efficient tax possible. Because a person's decisions do not alter the amount owed, the tax does not distort incentives and, therefore, does not cause deadweight losses. Because everyone can easily compute the amount owed and because there is no benefit to hiring tax lawyers and accountants, the lump-sum tax imposes a minimal administrative burden on taxpayers.

If lump-sum taxes are so efficient, why do we rarely observe them in the real world? The reason is that efficiency is only one goal of the tax system. A lump-sum tax would take the same amount from the poor and the rich, an outcome most people would view as unfair. To understand the tax systems that we observe, we must therefore consider the other major goal of tax policy: equity.

QUICK QUIZ What is meant by the *efficiency* of a tax system? • What can make a tax system inefficient?

TAXES AND EQUITY

Ever since American colonists dumped imported tea into Boston harbor to protest high British taxes, tax policy has generated some of the most heated debates in American politics. The heat is rarely fueled by questions of efficiency. Instead, it arises from disagreements over how the tax burden should be distributed. Senator Russell Long once mimicked the public debate with this ditty:

> Don't tax you.
> Don't tax me.
> Tax that fella behind the tree.

Of course, if we are to rely on the government to provide some of the goods and services we want, taxes must fall on someone. In this section, we consider the equity of a tax system. How should the burden of taxes be divided among the population? How do we evaluate whether a tax system is fair? Everyone agrees that the tax system should be equitable, but there is much disagreement about what equity means and how the equity of a tax system can be judged.

The Benefits Principle

benefits principle
the idea that people should pay taxes based on the benefits they receive from government services

One principle of taxation, called the **benefits principle**, states that people should pay taxes based on the benefits they receive from government services. This principle tries to make public goods similar to private goods. It seems fair that a person who often goes to the movies pays more in total for movie tickets than a person who rarely goes. Similarly, a person who gets great benefit from a public good should pay more for it than a person who gets little benefit.

The gasoline tax, for instance, is sometimes justified using the benefits principle. In some states, revenues from the gasoline tax are used to build and maintain roads. Because those who buy gasoline are the same people who use the roads, the gasoline tax might be viewed as a fair way to pay for this government service.

The benefits principle can also be used to argue that wealthy citizens should pay higher taxes than poorer ones. Why? Simply because the wealthy benefit more from public services. Consider, for example, the benefits of police protection from theft. Citizens with much to protect benefit more from police than do those with less to protect. Therefore, according to the benefits principle, the wealthy should contribute more than the poor to the cost of maintaining the police force. The same argument can be used for many other public services, such as fire protection, national defense, and the court system.

It is even possible to use the benefits principle to argue for antipoverty programs funded by taxes on the wealthy. As we discussed in Chapter 11, people prefer living in a society without poverty, suggesting that antipoverty programs are a public good. If the wealthy place a greater dollar value on this public good than members of the middle class do, perhaps just because the wealthy have more to spend, then according to the benefits principle, they should be taxed more heavily to pay for these programs.

The Ability-to-Pay Principle

ability-to-pay principle
the idea that taxes should be levied on a person according to how well that person can shoulder the burden

Another way to evaluate the equity of a tax system is called the **ability-to-pay principle**, which states that taxes should be levied on a person according to how well that person can shoulder the burden. This principle is sometimes justified by the claim that all citizens should make an "equal sacrifice" to support the government. The magnitude of a person's sacrifice, however, depends not only on the size of his tax payment but also on his income and other circumstances. A $1,000 tax paid by a poor person may require a larger sacrifice than a $10,000 tax paid by a rich one.

vertical equity
the idea that taxpayers with a greater ability to pay taxes should pay larger amounts

horizontal equity
the idea that taxpayers with similar abilities to pay taxes should pay the same amount

The ability-to-pay principle leads to two corollary notions of equity: vertical equity and horizontal equity. **Vertical equity** states that taxpayers with a greater ability to pay taxes should contribute a larger amount. **Horizontal equity** states that taxpayers with similar abilities to pay should contribute the same amount. These notions of equity are widely accepted, but applying them to evaluate a tax system is rarely straightforward.

Vertical Equity If taxes are based on ability to pay, then richer taxpayers should pay more than poorer taxpayers. But how much more should the rich pay? Much of the debate over tax policy concerns this question.

TABLE 7

Three Tax Systems

	Proportional Tax		Regressive Tax		Progressive Tax	
Income	Amount of Tax	Percent of Income	Amount of Tax	Percent of Income	Amount of Tax	Percent of Income
$ 50,000	$12,500	25%	$15,000	30%	$10,000	20%
100,000	25,000	25	25,000	25	25,000	25
200,000	50,000	25	40,000	20	60,000	30

Consider the three tax systems in Table 7. In each case, taxpayers with higher incomes pay more. Yet the systems differ in how quickly taxes rise with income. The first system is called **proportional** because all taxpayers pay the same fraction of income. The second system is called **regressive** because high-income taxpayers pay a smaller fraction of their income, even though they pay a larger amount. The third system is called **progressive** because high-income taxpayers pay a larger fraction of their income.

proportional tax
a tax for which high-income and low-income taxpayers pay the same fraction of income

regressive tax
a tax for which high-income taxpayers pay a smaller fraction of their income than do low-income taxpayers

progressive tax
a tax for which high-income taxpayers pay a larger fraction of their income than do low-income taxpayers

Which of these three tax systems is most fair? There is no obvious answer, and economic theory does not offer any help in trying to find one. Equity, like beauty, is in the eye of the beholder.

CASE STUDY HOW THE TAX BURDEN IS DISTRIBUTED

Much debate over tax policy concerns whether the wealthy pay their fair share. There is no objective way to make this judgment. In evaluating the issue for yourself, however, it is useful to know how much families with different incomes pay under the current tax system.

Table 8 presents some data on how all federal taxes are distributed among income classes. To construct this table, families are ranked according to their income and placed into five groups of equal size, called *quintiles*. The table also presents data on the richest 1 percent of Americans.

The second column of the table shows the average income of each group. The poorest one-fifth of families had average income of $15,900, and the richest one-fifth had average income of $231,300. The richest 1 percent had average income of over $1 million.

The next column of the table shows total taxes as a percentage of income. As you can see, the U.S. federal tax system is progressive. The poorest fifth of families paid 4.3 percent of their incomes in taxes, and the richest fifth paid 25.5 percent. The top 1 percent paid 31.2 percent of their incomes.

The fourth and fifth columns compare the distribution of income and the distribution of taxes. The poorest quintile earns 4.0 percent of all income and pays 0.8 percent of all taxes. The richest quintile earns 55.1 percent of all income and pays 68.7 percent of all taxes. The richest 1 percent (which, remember, is 1/20 the size of each quintile) earns 18.1 percent of all income and pays 27.6 percent of all taxes.

This table on taxes is a good starting point for understanding the burden of government, but the picture it offers is incomplete. Although it includes all the

8 TABLE

The Burden of Federal Taxes

Source: Congressional Budget Office. Figures are for 2005.

Quintile	Average Income	Taxes as a Percentage of Income	Percentage of All Income	Percentage of All Taxes
Lowest	$15,900	4.3%	4.0%	0.8%
Second	37,400	9.9	8.5	4.1
Middle	58,500	14.2	13.3	9.3
Fourth	85,200	17.4	19.8	16.9
Highest	231,300	25.5	55.1	68.7
Top 1%	1,558,500	31.2	18.1	27.6

taxes that flow from households to the federal government, it fails to include the transfer payments, such as Social Security and welfare, that flow from the federal government back to households.

Studies that include both taxes and transfers show even greater progressivity. The richest group of families still pays about one-quarter of its income to the government, even after transfers are subtracted. By contrast, poor families typically receive more in transfers than they pay in taxes. The average tax rate of the poorest quintile, rather than being 4.3 percent as in the table, is approximately *negative* 30 percent. In other words, their income is about 30 percent higher than it would be without government taxes and transfers. The lesson is clear: To understand fully the progressivity of government policies, one must take account of both what people pay and what they receive. ●

Horizontal Equity If taxes are based on ability to pay, then similar taxpayers should pay similar amounts of taxes. But what determines if two taxpayers are similar? Families differ in many ways. To evaluate whether a tax code is horizontally equitable, one must determine which differences are relevant for a family's ability to pay and which differences are not.

Suppose the Smith and Jones families each have income of $80,000. The Smiths have no children, but Mr. Smith has an illness that causes medical expenses of $30,000. The Joneses are in good health, but they have four children. Two of the Jones children are in college, generating tuition bills of $40,000. Would it be fair for these two families to pay the same tax because they have the same income? Would it be fair to give the Smiths a tax break to help them offset their high medical expenses? Would it be fair to give the Joneses a tax break to help them with their tuition expenses?

There are no easy answers to these questions. In practice, the U.S. income tax is filled with special provisions that alter a family's tax based on its specific circumstances.

Tax Incidence and Tax Equity

Tax incidence—the study of who bears the burden of taxes—is central to evaluating tax equity. As we first saw in Chapter 6, the person who bears the burden of a tax is not always the person who gets the tax bill from the government. Because taxes alter supply and demand, they alter equilibrium prices. As a result, they affect people beyond those who, according to statute, actually pay the tax. When evaluating the vertical and horizontal equity of any tax, it is important to take these indirect effects into account.

Many discussions of tax equity ignore the indirect effects of taxes and are based on what economists mockingly call the *flypaper theory* of tax incidence. According to this theory, the burden of a tax, like a fly on flypaper, sticks wherever it first lands. This assumption, however, is rarely valid.

For example, a person not trained in economics might argue that a tax on expensive fur coats is vertically equitable because most buyers of furs are wealthy. Yet if these buyers can easily substitute other luxuries for furs, then a tax on furs might only reduce the sale of furs. In the end, the burden of the tax will fall more on those who make and sell furs than on those who buy them. Because most workers who make furs are not wealthy, the equity of a fur tax could be quite different from what the flypaper theory indicates.

CASE STUDY

WHO PAYS THE CORPORATE INCOME TAX?

The corporate income tax provides a good example of the importance of tax incidence for tax policy. The corporate tax is popular among voters. After all, corporations are not people. Voters are always eager to have their taxes reduced and have some impersonal corporation pick up the tab.

But before deciding that the corporate income tax is a good way for the government to raise revenue, we should consider who bears the burden of the corporate tax. This is a difficult question on which economists disagree, but one thing is certain: *People pay all taxes*. When the government levies a tax on a corporation, the corporation is more like a tax collector than a taxpayer. The burden of the tax ultimately falls on people—the owners, customers, or workers of the corporation.

Many economists believe that workers and customers bear much of the burden of the corporate income tax. To see why, consider an example. Suppose that the U.S. government decides to raise the tax on the income earned by car companies. At first, this tax hurts the owners of the car companies, who receive less profit. But over time, these owners will respond to the tax. Because producing cars is less profitable, they invest less in building new car factories. Instead, they invest their wealth in other ways—for example, by buying larger houses or by building factories in other industries or other countries. With fewer car factories, the supply of cars declines, as does the demand for autoworkers. Thus, a tax on corporations making cars causes the price of cars to rise and the wages of autoworkers to fall.

The corporate income tax shows how dangerous the flypaper theory of tax incidence can be. The corporate income tax is popular in part because it appears to be paid by rich corporations. Yet those who bear the ultimate burden of the tax—the customers and workers of corporations—are often not rich. If the true incidence of the corporate tax were more widely known, this tax might be less popular among voters.

© BRIAN KERSEY/UPI/LANDOV

THIS WORKER PAYS PART OF THE CORPORATE INCOME TAX.

QUICK QUIZ Explain the *benefits principle* and the *ability-to-pay principle*. • What are *vertical equity* and *horizontal equity*? • Why is studying tax incidence important for determining the equity of a tax system?

In The News

Questions and Answers about Tax Reform

The most recent attempt at major tax reform was in 2005, when President Bush appointed a bipartisan advisory panel to study the issue. This Q&A explains what the panel tried to achieve. Answers are from Edward Lazear and James Poterba, the two economists on the panel. Because Congress failed to adopt the panel's recommendations, the tax code is much the same now as it was in 2005, and the issues the panel raised remain relevant.

Q: *What should the goal of a tax system be?*

A: A tax system should generate the government's required revenue with as little economic distortion as possible, while distributing tax burdens fairly. It should not discourage work, saving or entrepreneurship more than is necessary, and it should not discourage individuals from acquiring the skills and education that will increase their productivity. It should not discourage investment, or favor investments in one asset over those in another. In short, an efficient tax system alters economic decision-making as little as possible.

Q: *What is wrong with the current system?*

A: The more than 15,000 changes to the tax code in the last 19 years have undermined many achievements of the 1986 tax reform. They have created a tax code that is riddled with targeted incentives, phase-out rules, phantom tax rates, and complex and sometimes inconsistent provisions that leave most taxpayers unable to understand the rules under which they are taxed, let alone able to complete their own tax return.

Q: *What should reform try to accomplish?*

A: Although many see simplification as the primary goal of tax reform, promoting economic growth is a more important objective. Even in the relatively short run, the economic costs of a tax system that slows growth are likely to exceed compliance costs. U.S. households spend roughly 1% of GDP in complying with the income tax system. Halving the costs of compliance would be equivalent to raising GDP by one half of one percent—no minor accomplishment. The increase in GDP that might result from a tax reform that reduces tax burdens on investment and shifts the tax system toward a consumption tax are much larger.

Q: *How might tax reform promote economic growth?*

A: A substantial body of economic research suggests that tax wedges between the before-tax and the after-tax return on saving and investment are particularly detrimental to long-term economic growth. The current tax system taxes corporate income once at the corporate level and again at the investor level. The Treasury Department estimates that, on average, the total tax burden on a new corporate investment project is 24%. By comparison, investments in the non-corporate sector, which are taxed only once, face a 17% tax burden. Investments in owner-occupied housing, which yield untaxed returns in the form of implicit rental income, are untaxed. Taxing different invest-

CONCLUSION: THE TRADE-OFF BETWEEN EQUITY AND EFFICIENCY

Almost everyone agrees that equity and efficiency are the two most important goals of the tax system. But often, these two goals conflict, especially when equity is judged by the progressivity of the tax system. People disagree about tax policy often because they attach different weights to these goals.

The recent history of tax policy shows how political leaders differ in their views on equity and efficiency. When Ronald Reagan was elected president in 1980, the marginal tax rate on the earnings of the richest Americans was 50 percent. On interest income, the marginal tax rate was 70 percent. Reagan argued that such ments differently distorts capital formation and slows growth.

The Treasury Department estimates that eliminating the tax burden on new investment, for example by adopting a consumption tax, would eventually raise GDP by between 5% and 7%. GDP growth is essential to improving the standard of living for all Americans, and it is closely tied to productivity growth. The surest way to raise wages is to raise productivity.

Q: *What specifically do you propose?*

A: The Tax Panel endorses two reform proposals that would improve economic growth, simplify the tax code, and roughly preserve the current distribution of tax burdens. Both would repeal the individual and corporate Alternative Minimum Tax. The first is the Simplified Income Tax. It preserves the income tax framework but cuts marginal rates to 15%, 25% and 33%. It provides for a large amount of tax-free saving, consolidates credits, and rationalizes the system of business taxation. The second reform proposal, the Growth and Investment Tax, builds on the Simplified Income Tax system, and by allowing full expensing of capital, shifts the tax system toward a consumption tax base.

Productivity growth depends on investment in human and physical capital. Investment in human capital means acquiring skills through formal education and learning on the job. Investment in physical capital means adding to the stock of plant, equipment, technological know-how and other intangibles that make workers productive. Both proposals encourage investment in skills by reducing marginal tax rates on labor supply for most earners. They encourage investment in physical capital by reducing taxes on business investment. Treasury estimates that moving from the current structure to the Growth and Investment Tax would lower the average tax burden on all investment from 17% to 6%. This would encourage new investment and significantly increase productivity and wage growth.

Q: *How do these proposals reduce tax rates without reducing tax revenue?*

A: Both proposals trim many of the deductions that currently narrow the income tax base, while retaining incentives for charitable giving, homeownership and the purchase of health insurance. Both proposals allow taxpayers a deduction for charitable contributions in excess of 1% of taxable income. Both proposals replace the current itemized deduction for interest on a mortgage of up to $1 million, plus a $100,000 home equity loan, with a 15% tax credit on interest for loans up to 125% of an area's median home price.

Employer-provided health insurance is currently untaxed regardless of its cost. This encourages the purchase of excessively generous insurance policies. To preserve incentives for employers to provide families with basic insurance coverage, both plans tax employer-provided health insurance, but only on the amount of insurance valued at more than $11,500 for a married couple and $5,000 for a single individual.

Both plans eliminate the federal tax deduction for payments of state and local income and property taxes.

Q: *How about vertical equity?*

A: The plans leave the burden of paying for the work of government virtually unchanged. There is a very slight increase in the burden carried by the rich, but the standard of living of this group would still rise in the long run, as a result of the plans' favorable effects on long-term economic growth.

Source: Answers are excerpts from "A Golden Opportunity," by Edward P. Lazear and James M. Poterba, *The Wall Street Journal*, November 1, 2005. More information on the tax reform advisory panel can be found at http://www.taxreformpanel.gov/.

high tax rates greatly distorted economic incentives to work and save. In other words, he claimed that these high tax rates cost too much in terms of economic efficiency. Tax reform was, therefore, a high priority of his administration. Reagan signed into law large cuts in tax rates in 1981 and then again in 1986. When Reagan left office in 1989, the richest Americans faced a marginal tax rate of only 28 percent.

The pendulum of political debate swings both ways. When Bill Clinton ran for president in 1992, he argued that the rich were not paying their fair share of taxes. In other words, the low tax rates on the rich violated his view of vertical equity. In 1993, President Clinton signed into law a bill that raised the tax rates on the richest Americans to about 40 percent. When George W. Bush ran for president, he reprised many of Reagan's themes, and as president he reversed part of the

Clinton tax increase, reducing the highest tax rate to 35 percent. During the 2008 presidential campaign, Republican John McCain advocated making the Bush tax cuts permanent, while Democrat Barack Obama proposed increasing the top marginal tax rate.

Economics alone cannot determine the best way to balance the goals of efficiency and equity. This issue involves political philosophy as well as economics. But economists do have an important role in this debate: They can shed light on the trade-offs that society inevitably faces when designing the tax system and can help us avoid policies that sacrifice efficiency without any benefit in terms of equity.

SUMMARY

- The U.S. government raises revenue using various taxes. The most important taxes for the federal government are individual income taxes and payroll taxes for social insurance. The most important taxes for state and local governments are sales taxes and property taxes.
- The efficiency of a tax system refers to the costs it imposes on taxpayers. There are two costs of taxes beyond the transfer of resources from the taxpayer to the government. The first is the deadweight loss that arises as taxes alter incentives and distort the allocation of resources. The second is the administrative burden of complying with the tax laws.
- The equity of a tax system concerns whether the tax burden is distributed fairly among the population. According to the benefits principle, it is fair for people to pay taxes based on the benefits they receive from the government. According to the ability-to-pay principle, it is fair for people to pay taxes based on their capability to handle the financial burden. When evaluating the equity of a tax system, it is important to remember a lesson from the study of tax incidence: The distribution of tax burdens is not the same as the distribution of tax bills.
- When considering changes in the tax laws, policymakers often face a trade-off between efficiency and equity. Much of the debate over tax policy arises because people give different weights to these two goals.

KEY CONCEPTS

budget deficit, *p. 246*
budget surplus, *p. 246*
average tax rate, *p. 252*
marginal tax rate, *p. 252*
lump-sum tax, *p. 253*
benefits principle, *p. 254*
ability-to-pay principle, *p. 254*
vertical equity, *p. 254*
horizontal equity, *p. 254*
proportional tax, *p. 255*
regressive tax, *p. 255*
progressive tax, *p. 255*

QUESTIONS FOR REVIEW

1. Over the past century, has the government's tax revenue grown more or less slowly than the rest of the economy?
2. What are the two most important sources of revenue for the U.S. federal government?
3. Explain how corporate profits are taxed twice.
4. Why is the burden of a tax to taxpayers greater than the revenue received by the government?
5. Why do some economists advocate taxing consumption rather than income?
6. What is the marginal tax rate on a lump-sum tax? How is this related to the efficiency of the tax?
7. Give two arguments why wealthy taxpayers should pay more taxes than poor taxpayers.
8. What is the concept of horizontal equity and why is it hard to apply?

PROBLEMS AND APPLICATIONS

1. In a published source or on the Internet, find out whether the U.S. federal government had a budget deficit or surplus last year. What do policymakers expect to happen over the next few years? (Hint: The website of the Congressional Budget Office is http://www.cbo.gov.)
2. The information in many of the tables in this chapter can be found in the *Economic Report of the President*, which appears annually. Using a recent issue of the report at your library or on the Internet, answer the following questions and provide some numbers to support your answers. (Hint: The website of the Government Printing Office is http://www.gpo.gov.)
   a. Figure 1 shows that government revenue as a percentage of total income has increased over time. Is this increase primarily attributable to changes in federal government revenue or in state and local government revenue?
   b. Looking at the combined revenue of the federal government and state and local governments, how has the composition of total revenue changed over time? Are personal income taxes more or less important? Social insurance taxes? Corporate profits taxes?
   c. Looking at the combined expenditures of the federal government and state and local governments, how have the relative shares of transfer payments and purchases of goods and services changed over time?
3. The chapter states that the elderly population in the United States is growing more rapidly than the total population. In particular, the number of workers is rising slowly, while the number of retirees is rising quickly. Concerned about the future of Social Security, some members of Congress propose a "freeze" on the program.
   a. If total expenditures were frozen, what would happen to benefits per retiree? To tax payments per worker? (Assume that Social Security taxes and receipts are balanced in each year.)
   b. If benefits per retiree were frozen, what would happen to total expenditures? To tax payments per worker?
   c. If tax payments per worker were frozen, what would happen to total expenditures? To benefits per retiree?
   d. What do your answers to parts (a), (b), and (c) imply about the difficult decisions faced by policymakers?

4. Suppose you are a typical person in the U.S. economy. You pay 4 percent of your income in a state income tax and 15.3 percent of your labor earnings in federal payroll taxes (employer and employee shares combined). You also pay federal income taxes as in Table 3. How much tax of each type do you pay if you earn $20,000 a year? Taking all taxes into account, what are your average and marginal tax rates? What happens to your tax bill and to your average and marginal tax rates if your income rises to $40,000?
5. Some states exclude necessities, such as food and clothing, from their sales tax. Other states do not. Discuss the merits of this exclusion. Consider both efficiency and equity.
6. When someone owns an asset (such as a share of stock) that rises in value, he has an "accrued" capital gain. If he sells the asset, he "realizes" the gains that have previously accrued. Under the U.S. income tax, realized capital gains are taxed, but accrued gains are not.
   a. Explain how individuals' behavior is affected by this rule.
   b. Some economists believe that cuts in capital gains tax rates, especially temporary ones, can raise tax revenue. How might this be so?
   c. Do you think it is a good rule to tax realized but not accrued capital gains? Why or why not?
7. Suppose that your state raises its sales tax from 5 percent to 6 percent. The state revenue commissioner forecasts a 20 percent increase in sales tax revenue. Is this plausible? Explain.
8. The Tax Reform Act of 1986 eliminated the deductibility of interest payments on consumer debt (mostly credit cards and auto loans) but maintained the deductibility of interest payments on mortgages and home equity loans. What do you think happened to the relative amounts of borrowing through consumer debt and home equity debt?
9. Categorize each of the following funding schemes as examples of the benefits principle or the ability-to-pay principle.
   a. Visitors to many national parks pay an entrance fee.
   b. Local property taxes support elementary and secondary schools.
   c. An airport trust fund collects a tax on each plane ticket sold and uses the money to improve airports and the air traffic control system.
10. Any income tax schedule embodies two types of tax rates: average tax rates and marginal tax rates.
    a. The average tax rate is defined as total taxes paid divided by income. For the proportional tax system presented in Table 7, what are the average tax rates for people earning $50,000, $100,000, and $200,000? What are the corresponding average tax rates in the regressive and progressive tax systems?
    b. The marginal tax rate is defined as the extra taxes paid on additional income divided by the increase in income. Calculate the marginal tax rate for the proportional tax system as income rises from $50,000 to $100,000. Calculate the marginal tax rate as income rises from $100,000 to $200,000. Calculate the corresponding marginal tax rates for the regressive and progressive tax systems.
    c. Describe the relationship between average tax rates and marginal tax rates for each of these three systems. In general, which rate is relevant for someone deciding whether to accept a job that pays slightly more than her current job? Which rate is relevant for judging the vertical equity of a tax system?
11. Use the data in Table 8 to answer these questions about the U.S. tax system:
    a. For each quintile, compute the federal taxes paid by the typical taxpayer.
    b. As a taxpayer moves from each quintile to the next higher quintile, compute the change in income and the change in taxes.

c. Use the information in part (b) to compute the marginal tax rate as a person moves from one quintile to the next.
d. For any given taxpayer, which is higher—the marginal tax rate or the average tax rate?
e. What happens to the average tax rate and the marginal tax rate as income rises? Which changes more?

12. Each of the following expenditures is a deduction for the purposes of calculating a person's federal income tax liability:
a. Mortgage interest
b. State and local taxes
c. Charitable contributions

If the income tax base were broadened by eliminating these deductions, tax rates could be lowered, while raising the same amount of tax revenue.

For each of these deductions, what would you expect the likely effect on taxpayer behavior to be? Discuss the pros and cons of each deduction from the standpoint of efficiency, vertical equity, and horizontal equity. Would you keep or eliminate the deduction?

PART V

Firm Behavior and the Organization of Industry

CHAPTER

13

The Costs of Production

The economy is made up of thousands of firms that produce the goods and services you enjoy every day: General Motors produces automobiles, General Electric produces lightbulbs, and General Mills produces breakfast cereals. Some firms, such as these three, are large; they employ thousands of workers and have thousands of stockholders who share in the firms' profits. Other firms, such as the local barbershop or candy store, are small; they employ only a few workers and are owned by a single person or family.

In previous chapters, we used the supply curve to summarize firms' production decisions. According to the law of supply, firms are willing to produce and sell a greater quantity of a good when the price of the good is higher, and this response leads to a supply curve that slopes upward. For analyzing many questions, the law of supply is all you need to know about firm behavior.

In this chapter and the ones that follow, we examine firm behavior in more detail. This topic will give you a better understanding of the decisions behind the supply curve. In addition, it will introduce you to a part of economics called *industrial organization*—the study of how firms' decisions about prices and quantities depend on the market conditions they face. The town in which you live, for instance, may have several pizzerias but only one cable television company. This raises a key question: How does the number of firms affect the prices in a market and the efficiency of the market outcome? The field of industrial organization addresses exactly this question.

Before turning to these issues, we need to discuss the costs of production. All firms, from Delta Air Lines to your local deli, incur costs as they make the goods and services that they sell. As we will see in the coming chapters, a firm's costs are a key determinant of its production and pricing decisions. In this chapter, we define some of the variables that economists use to measure a firm's costs, and we consider the relationships among these variables.

A word of warning: This topic is dry and technical. To be honest, one might even call it boring. But this material provides a crucial foundation for the fascinating topics that follow.

WHAT ARE COSTS?

We begin our discussion of costs at Caroline's Cookie Factory. Caroline, the owner of the firm, buys flour, sugar, chocolate chips, and other cookie ingredients. She also buys the mixers and ovens and hires workers to run this equipment. She then sells the cookies to consumers. By examining some of the issues that Caroline faces in her business, we can learn some lessons about costs that apply to all firms in an economy.

Total Revenue, Total Cost, and Profit

We begin with the firm's objective. To understand the decisions a firm makes, we must understand what it is trying to do. It is conceivable that Caroline started her firm because of an altruistic desire to provide the world with cookies or, perhaps, out of love for the cookie business. More likely, Caroline started her business to make money. Economists normally assume that the goal of a firm is to maximize profit, and they find that this assumption works well in most cases.

total revenue
the amount a firm receives for the sale of its output

total cost
the market value of the inputs a firm uses in production

profit
total revenue minus total cost

What is a firm's profit? The amount that the firm receives for the sale of its output (cookies) is called its **total revenue**. The amount that the firm pays to buy inputs (flour, sugar, workers, ovens, and so forth) is called its **total cost**. Caroline gets to keep any revenue that is not needed to cover costs. **Profit** is a firm's total revenue minus its total cost:

$$\text{Profit} = \text{Total revenue} - \text{Total cost}.$$

Caroline's objective is to make her firm's profit as large as possible.

To see how a firm goes about maximizing profit, we must consider fully how to measure its total revenue and its total cost. Total revenue is the easy part: It equals the quantity of output the firm produces times the price at which it sells its output. If Caroline produces 10,000 cookies and sells them at $2 a cookie, her total revenue is $20,000. By contrast, the measurement of a firm's total cost is more subtle.

Costs as Opportunity Costs

When measuring costs at Caroline's Cookie Factory or any other firm, it is important to keep in mind one of the *Ten Principles of Economics* from Chapter 1: The cost of something is what you give up to get it. Recall that the *opportunity cost* of an item refers to all those things that must be forgone to acquire that item. When economists speak of a firm's cost of production, they include all the opportunity costs of making its output of goods and services.

While some of a firm's opportunity costs of production are obvious, others are less so. When Caroline pays $1,000 for flour, that $1,000 is an opportunity cost because Caroline can no longer use that $1,000 to buy something else. Similarly, when Caroline hires workers to make the cookies, the wages she pays are part of the firm's costs. Because these opportunity costs require the firm to pay out some money, they are called **explicit costs**. By contrast, some of a firm's opportunity costs, called **implicit costs**, do not require a cash outlay. Imagine that Caroline is skilled with computers and could earn $100 per hour working as a programmer. For every hour that Caroline works at her cookie factory, she gives up $100 in income, and this forgone income is also part of her costs. The total cost of Caroline's business is the sum of the explicit costs and the implicit costs.

explicit costs
input costs that require an outlay of money by the firm

implicit costs
input costs that do not require an outlay of money by the firm

The distinction between explicit and implicit costs highlights an important difference between how economists and accountants analyze a business. Economists are interested in studying how firms make production and pricing decisions. Because these decisions are based on both explicit and implicit costs, economists include both when measuring a firm's costs. By contrast, accountants have the job of keeping track of the money that flows into and out of firms. As a result, they measure the explicit costs but usually ignore the implicit costs.

The difference between economists and accountants is easy to see in the case of Caroline's Cookie Factory. When Caroline gives up the opportunity to earn money as a computer programmer, her accountant will not count this as a cost of her cookie business. Because no money flows out of the business to pay for this cost, it never shows up on the accountant's financial statements. An economist, however, will count the forgone income as a cost because it will affect the decisions that Caroline makes in her cookie business. For example, if Caroline's wage as a computer programmer rises from $100 to $500 per hour, she might decide that running her cookie business is too costly and choose to shut down the factory to become a full-time computer programmer.

The Cost of Capital as an Opportunity Cost

An important implicit cost of almost every business is the opportunity cost of the financial capital that has been invested in the business. Suppose, for instance, that Caroline used $300,000 of her savings to buy her cookie factory from its previous owner. If Caroline had instead left this money deposited in a savings account that pays an interest rate of 5 percent, she would have earned $15,000 per year. To own her cookie factory, therefore, Caroline has given up $15,000 a year in interest income. This forgone $15,000 is one of the implicit opportunity costs of Caroline's business.

As we have already noted, economists and accountants treat costs differently, and this is especially true in their treatment of the cost of capital. An economist views the $15,000 in interest income that Caroline gives up every year as a cost of her business, even though it is an implicit cost. Caroline's accountant, however, will not show this $15,000 as a cost because no money flows out of the business to pay for it.

To further explore the difference between economists and accountants, let's change the example slightly. Suppose now that Caroline did not have the entire $300,000 to buy the factory but, instead, used $100,000 of her own savings and borrowed $200,000 from a bank at an interest rate of 5 percent. Caroline's accountant, who only measures explicit costs, will now count the $10,000 interest paid on the bank loan every year as a cost because this amount of money now flows out of the firm. By contrast, according to an economist, the opportunity cost of owning the business is still $15,000. The opportunity cost equals the interest on the bank loan (an explicit cost of $10,000) plus the forgone interest on savings (an implicit cost of $5,000).

Economic Profit versus Accounting Profit

economic profit
total revenue minus total cost, including both explicit and implicit costs

accounting profit
total revenue minus total explicit cost

Now let's return to the firm's objective: profit. Because economists and accountants measure costs differently, they also measure profit differently. An economist measures a firm's **economic profit** as the firm's total revenue minus all the opportunity costs (explicit and implicit) of producing the goods and services sold. An accountant measures the firm's **accounting profit** as the firm's total revenue minus only the firm's explicit costs.

Figure 1 summarizes this difference. Notice that because the accountant ignores the implicit costs, accounting profit is usually larger than economic profit. For a business to be profitable from an economist's standpoint, total revenue must cover all the opportunity costs, both explicit and implicit.

Economic profit is an important concept because it is what motivates the firms that supply goods and services. As we will see, a firm making positive economic profit will stay in business. It is covering all its opportunity costs and has some revenue left to reward the firm owners. When a firm is making economic losses (that is, when economic profits are negative), the business owners are failing to earn enough revenue to cover all the costs of production. Unless conditions change, the firm owners will eventually close down the business and exit the industry. To understand business decisions, we need to keep an eye on economic profit.

QUICK QUIZ Farmer McDonald gives banjo lessons for $20 an hour. One day, he spends 10 hours planting $100 worth of seeds on his farm. What opportunity cost has he incurred? What cost would his accountant measure? If these seeds yield $200 worth of crops, does McDonald earn an accounting profit? Does he earn an economic profit?

1 FIGURE

Economists versus Accountants
Economists include all opportunity costs when analyzing a firm, whereas accountants measure only explicit costs. Therefore, economic profit is smaller than accounting profit.

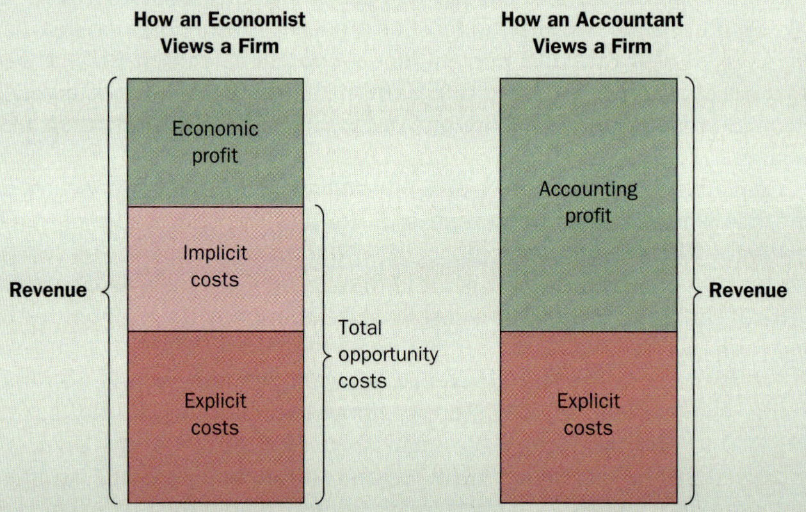

PRODUCTION AND COSTS

Firms incur costs when they buy inputs to produce the goods and services that they plan to sell. In this section, we examine the link between a firm's production process and its total cost. Once again, we consider Caroline's Cookie Factory.

In the analysis that follows, we make an important simplifying assumption: We assume that the size of Caroline's factory is fixed and that Caroline can vary the quantity of cookies produced only by changing the number of workers she employs. This assumption is realistic in the short run but not in the long run. That is, Caroline cannot build a larger factory overnight, but she can do so over the next year or two. This analysis, therefore, describes the production decisions that Caroline faces in the short run. We examine the relationship between costs and time horizon more fully later in the chapter.

The Production Function

Table 1 shows how the quantity of cookies produced per hour at Caroline's factory depends on the number of workers. As you can see in the first two columns, if there are no workers in the factory, Caroline produces no cookies. When there is 1 worker, she produces 50 cookies. When there are 2 workers, she produces 90 cookies and so on. Panel (a) of Figure 2 presents a graph of these two columns of numbers. The number of workers is on the horizontal axis, and the number of cookies produced is on the vertical axis. This relationship between the quantity of inputs (workers) and quantity of output (cookies) is called the **production function**.

production function
the relationship between quantity of inputs used to make a good and the quantity of output of that good

TABLE 1

A Production Function and Total Cost: Caroline's Cookie Factory

Number of Workers	Output (quantity of cookies produced per hour)	Marginal Product of Labor	Cost of Factory	Cost of Workers	Total Cost of Inputs (cost of factory + cost of workers)
0	0		$30	$0	$30
		50			
1	50		30	10	40
		40			
2	90		30	20	50
		30			
3	120		30	30	60
		20			
4	140		30	40	70
		10			
5	150		30	50	80
		5			
6	155		30	60	90

2 FIGURE

Caroline's Production Function and Total-Cost Curve

The production function in panel (a) shows the relationship between the number of workers hired and the quantity of output produced. Here the number of workers hired (on the horizontal axis) is from the first column in Table 1, and the quantity of output produced (on the vertical axis) is from the second column. The production function gets flatter as the number of workers increases, which reflects diminishing marginal product. The total-cost curve in panel (b) shows the relationship between the quantity of output produced and total cost of production. Here the quantity of output produced (on the horizontal axis) is from the second column in Table 1, and the total cost (on the vertical axis) is from the sixth column. The total-cost curve gets steeper as the quantity of output increases because of diminishing marginal product.

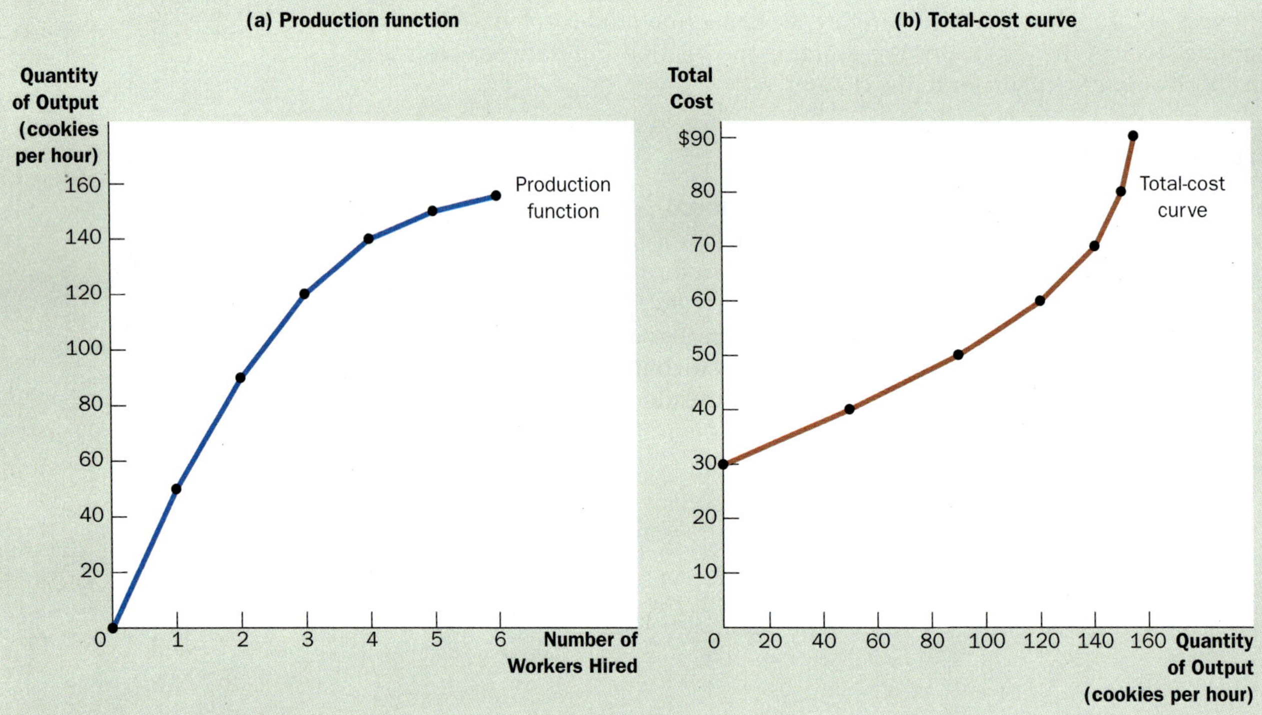

One of the *Ten Principles of Economics* introduced in Chapter 1 is that rational people think at the margin. As we will see in future chapters, this idea is the key to understanding the decisions a firm makes about how many workers to hire and how much output to produce. To take a step toward understanding these decisions, the third column in the table gives the marginal product of a worker. The **marginal product** of any input in the production process is the increase in the quantity of output obtained from one additional unit of that input. When the number of workers goes from 1 to 2, cookie production increases from 50 to 90, so the marginal product of the second worker is 40 cookies. And when the number of workers goes from 2 to 3, cookie production increases from 90 to 120, so the marginal product of the third worker is 30 cookies. In the table, the marginal product is shown halfway between two rows because it represents the change in output as the number of workers increases from one level to another.

marginal product
the increase in output that arises from an additional unit of input

Notice that as the number of workers increases, the marginal product declines. The second worker has a marginal product of 40 cookies, the third worker has a marginal product of 30 cookies, and the fourth worker has a marginal product of 20 cookies. This property is called **diminishing marginal product**. At first, when only a few workers are hired, they have easy access to Caroline's kitchen equipment. As the number of workers increases, additional workers have to share equipment and work in more crowded conditions. Eventually, the kitchen is so crowded that the workers start getting in each other's way. Hence, as more and more workers are hired, each additional worker contributes fewer additional cookies to total production.

diminishing marginal product
the property whereby the marginal product of an input declines as the quantity of the input increases

Diminishing marginal product is also apparent in Figure 2. The production function's slope ("rise over run") tells us the change in Caroline's output of cookies ("rise") for each additional input of labor ("run"). That is, the slope of the production function measures the marginal product of a worker. As the number of workers increases, the marginal product declines, and the production function becomes flatter.

From the Production Function to the Total-Cost Curve

The last three columns of Table 1 show Caroline's cost of producing cookies. In this example, the cost of Caroline's factory is $30 per hour, and the cost of a worker is $10 per hour. If she hires 1 worker, her total cost is $40 per hour. If she hires 2 workers, her total cost is $50 per hour, and so on. With this information, the table now shows how the number of workers Caroline hires is related to the quantity of cookies she produces and to her total cost of production.

Our goal in the next several chapters is to study firms' production and pricing decisions. For this purpose, the most important relationship in Table 1 is between quantity produced (in the second column) and total costs (in the sixth column). Panel (b) of Figure 2 graphs these two columns of data with the quantity produced on the horizontal axis and total cost on the vertical axis. This graph is called the *total-cost curve.*

Now compare the total-cost curve in panel (b) with the production function in panel (a). These two curves are opposite sides of the same coin. The total-cost curve gets steeper as the amount produced rises, whereas the production function gets flatter as production rises. These changes in slope occur for the same reason. High production of cookies means that Caroline's kitchen is crowded with many workers. Because the kitchen is crowded, each additional worker adds less to production, reflecting diminishing marginal product. Therefore, the production function is relatively flat. But now turn this logic around: When the kitchen is crowded, producing an additional cookie requires a lot of additional labor and is thus very costly. Therefore, when the quantity produced is large, the total-cost curve is relatively steep.

QUICK QUIZ If Farmer Jones plants no seeds on his farm, he gets no harvest. If he plants 1 bag of seeds, he gets 3 bushels of wheat. If he plants 2 bags, he gets 5 bushels. If he plants 3 bags, he gets 6 bushels. A bag of seeds costs $100, and seeds are his only cost. Use these data to graph the farmer's production function and total-cost curve. Explain their shapes.

THE VARIOUS MEASURES OF COST

Our analysis of Caroline's Cookie Factory demonstrated how a firm's total cost reflects its production function. From data on a firm's total cost, we can derive several related measures of cost, which will turn out to be useful when we analyze production and pricing decisions in future chapters. To see how these related measures are derived, we consider the example in Table 2. This table presents cost data on Caroline's neighbor—Conrad's Coffee Shop.

The first column of the table shows the number of cups of coffee that Conrad might produce, ranging from 0 to 10 cups per hour. The second column shows Conrad's total cost of producing coffee. Figure 3 plots Conrad's total-cost curve. The quantity of coffee (from the first column) is on the horizontal axis, and total cost (from the second column) is on the vertical axis. Conrad's total-cost curve has a shape similar to Caroline's. In particular, it becomes steeper as the quantity produced rises, which (as we have discussed) reflects diminishing marginal product.

fixed costs
costs that do not vary with the quantity of output produced

Fixed and Variable Costs

Conrad's total cost can be divided into two types. Some costs, called **fixed costs**, do not vary with the quantity of output produced. They are incurred even if the

2 TABLE

The Various Measures of Cost: Conrad's Coffee Shop

Quantity of Coffee (cups per hour)	Total Cost	Fixed Cost	Variable Cost	Average Fixed Cost	Average Variable Cost	Average Total Cost	Marginal Cost
0	$ 3.00	$3.00	$ 0.00	—	—	—	
							$0.30
1	3.30	3.00	0.30	$3.00	$0.30	$3.30	
							0.50
2	3.80	3.00	0.80	1.50	0.40	1.90	
							0.70
3	4.50	3.00	1.50	1.00	0.50	1.50	
							0.90
4	5.40	3.00	2.40	0.75	0.60	1.35	
							1.10
5	6.50	3.00	3.50	0.60	0.70	1.30	
							1.30
6	7.80	3.00	4.80	0.50	0.80	1.30	
							1.50
7	9.30	3.00	6.30	0.43	0.90	1.33	
							1.70
8	11.00	3.00	8.00	0.38	1.00	1.38	
							1.90
9	12.90	3.00	9.90	0.33	1.10	1.43	
							2.10
10	15.00	3.00	12.00	0.30	1.20	1.50	

FIGURE 3

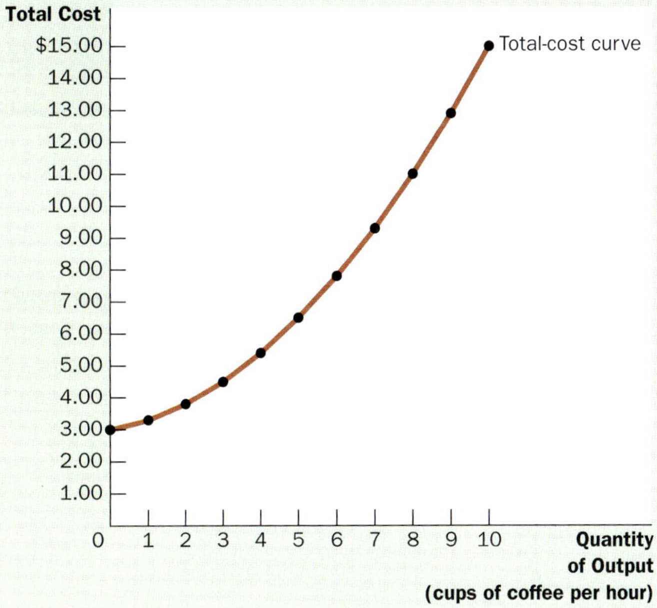

Conrad's Total-Cost Curve
Here the quantity of output produced (on the horizontal axis) is from the first column in Table 2, and the total cost (on the vertical axis) is from the second column. As in Figure 2, the total-cost curve gets steeper as the quantity of output increases because of diminishing marginal product.

firm produces nothing at all. Conrad's fixed costs include any rent he pays because this cost is the same regardless of how much coffee he produces. Similarly, if Conrad needs to hire a full-time bookkeeper to pay bills, regardless of the quantity of coffee produced, the bookkeeper's salary is a fixed cost. The third column in Table 2 shows Conrad's fixed cost, which in this example is $3.00.

Some of the firm's costs, called **variable costs**, change as the firm alters the quantity of output produced. Conrad's variable costs include the cost of coffee beans, milk, sugar, and paper cups: The more cups of coffee Conrad makes, the more of these items he needs to buy. Similarly, if Conrad has to hire more workers to make more cups of coffee, the salaries of these workers are variable costs. The fourth column of the table shows Conrad's variable cost. The variable cost is 0 if he produces nothing, $0.30 if he produces 1 cup of coffee, $0.80 if he produces 2 cups, and so on.

variable costs
costs that vary with the quantity of output produced

A firm's total cost is the sum of fixed and variable costs. In Table 2, total cost in the second column equals fixed cost in the third column plus variable cost in the fourth column.

Average and Marginal Cost

As the owner of his firm, Conrad has to decide how much to produce. A key part of this decision is how his costs will vary as he changes the level of production. In making this decision, Conrad might ask his production supervisor the following two questions about the cost of producing coffee:

- How much does it cost to make the typical cup of coffee?
- How much does it cost to increase production of coffee by 1 cup?

Although at first these two questions might seem to have the same answer, they do not. Both answers will turn out to be important for understanding how firms make production decisions.

To find the cost of the typical unit produced, we would divide the firm's costs by the quantity of output it produces. For example, if the firm produces 2 cups of coffee per hour, its total cost is $3.80, and the cost of the typical cup is $3.80/2, or $1.90. Total cost divided by the quantity of output is called **average total cost**. Because total cost is the sum of fixed and variable costs, average total cost can be expressed as the sum of average fixed cost and average variable cost. **Average fixed cost** is the fixed cost divided by the quantity of output, and **average variable cost** is the variable cost divided by the quantity of output.

average total cost
total cost divided by the quantity of output

average fixed cost
fixed cost divided by the quantity of output

average variable cost
variable cost divided by the quantity of output

marginal cost
the increase in total cost that arises from an extra unit of production

Although average total cost tells us the cost of the typical unit, it does not tell us how much total cost will change as the firm alters its level of production. The last column in Table 2 shows the amount that total cost rises when the firm increases production by 1 unit of output. This number is called **marginal cost**. For example, if Conrad increases production from 2 to 3 cups, total cost rises from $3.80 to $4.50, so the marginal cost of the third cup of coffee is $4.50 minus $3.80, or $0.70. In the table, the marginal cost appears halfway between two rows because it represents the change in total cost as quantity of output increases from one level to another.

It may be helpful to express these definitions mathematically:

$$\text{Average total cost} = \text{Total cost}/\text{Quantity}$$

$$ATC = TC/Q$$

and

$$\text{Marginal cost} = \text{Change in total cost}/\text{Change in quantity}$$

$$MC = \Delta TC/\Delta Q.$$

Here Δ, the Greek letter delta, represents the change in a variable. These equations show how average total cost and marginal cost are derived from total cost. *Average total cost tells us the cost of a typical unit of output if total cost is divided evenly over all the units produced. Marginal cost tells us the increase in total cost that arises from producing an additional unit of output.* As we will see more fully in the next chapter, business managers like Conrad need to keep in mind the concepts of average total cost and marginal cost when deciding how much of their product to supply to the market.

Cost Curves and Their Shapes

Just as in previous chapters we found graphs of supply and demand useful when analyzing the behavior of markets, we will find graphs of average and marginal cost useful when analyzing the behavior of firms. Figure 4 graphs Conrad's costs using the data from Table 2. The horizontal axis measures the quantity the firm produces, and the vertical axis measures marginal and average costs. The graph shows four curves: average total cost (*ATC*), average fixed cost (*AFC*), average variable cost (*AVC*), and marginal cost (*MC*).

The cost curves shown here for Conrad's Coffee Shop have some features that are common to the cost curves of many firms in the economy. Let's examine

FIGURE 4

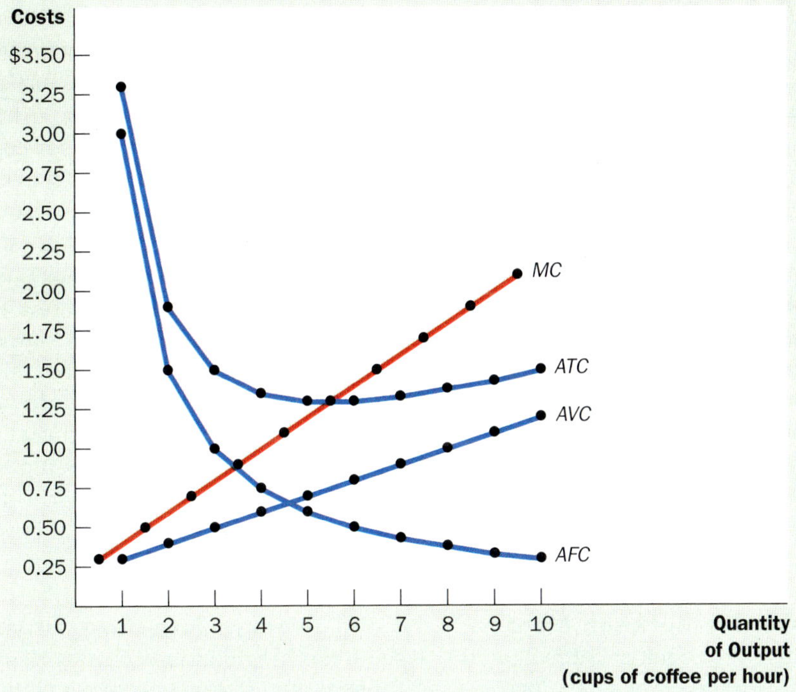

Conrad's Average-Cost and Marginal-Cost Curves

This figure shows the average total cost (*ATC*), average fixed cost (*AFC*), average variable cost (*AVC*), and marginal cost (*MC*) for Conrad's Coffee Shop. All of these curves are obtained by graphing the data in Table 2. These cost curves show three features that are typical of many firms: (1) Marginal cost rises with the quantity of output. (2) The average-total-cost curve is U-shaped. (3) The marginal-cost curve crosses the average-total-cost curve at the minimum of average total cost.

three features in particular: the shape of the marginal-cost curve, the shape of the average-total-cost curve, and the relationship between marginal and average total cost.

Rising Marginal Cost Conrad's marginal cost rises with the quantity of output produced. This reflects the property of diminishing marginal product. When Conrad produces a small quantity of coffee, he has few workers, and much of his equipment is not used. Because he can easily put these idle resources to use, the marginal product of an extra worker is large, and the marginal cost of an extra cup of coffee is small. By contrast, when Conrad produces a large quantity of coffee, his shop is crowded with workers, and most of his equipment is fully utilized. Conrad can produce more coffee by adding workers, but these new workers have to work in crowded conditions and may have to wait to use the equipment. Therefore, when the quantity of coffee produced is already high, the marginal product of an extra worker is low, and the marginal cost of an extra cup of coffee is large.

U-Shaped Average Total Cost Conrad's average-total-cost curve is U-shaped, as shown in Figure 4. To understand why, remember that average total cost is the sum of average fixed cost and average variable cost. Average fixed cost always declines as output rises because the fixed cost is spread over a larger number of units. Average variable cost typically rises as output increases because of diminishing marginal product.

Average total cost reflects the shapes of both average fixed cost and average variable cost. At very low levels of output, such as 1 or 2 cups per hour, average total cost is very high. Even though average variable cost is low, average fixed cost is high because the fixed cost is spread over only a few units. As output increases, the fixed cost is spread more widely. Average fixed cost declines, rapidly at first and then more slowly. As a result, average total cost also declines until the firm's output reaches 5 cups of coffee per hour, when average total cost is $1.30 per cup. When the firm produces more than 6 cups per hour, however, the increase in average variable cost becomes the dominant force, and average total cost starts rising. The tug of war between average fixed cost and average variable cost generates the U-shape in average total cost.

efficient scale
the quantity of output that minimizes average total cost

The bottom of the U-shape occurs at the quantity that minimizes average total cost. This quantity is sometimes called the **efficient scale** of the firm. For Conrad, the efficient scale is 5 or 6 cups of coffee per hour. If he produces more or less than this amount, his average total cost rises above the minimum of $1.30. At lower levels of output, average total cost is higher than $1.30 because the fixed cost is spread over so few units. At higher levels of output, average total cost is higher than $1.30 because the marginal product of inputs has diminished significantly. At the efficient scale, these two forces are balanced to yield the lowest average total cost.

The Relationship between Marginal Cost and Average Total Cost If you look at Figure 4 (or back at Table 2), you will see something that may be surprising at first. *Whenever marginal cost is less than average total cost, average total cost is falling. Whenever marginal cost is greater than average total cost, average total cost is rising.* This feature of Conrad's cost curves is not a coincidence from the particular numbers used in the example: It is true for all firms.

To see why, consider an analogy. Average total cost is like your cumulative grade point average. Marginal cost is like the grade in the next course you will take. If your grade in your next course is less than your grade point average, your grade point average will fall. If your grade in your next course is higher than your grade point average, your grade point average will rise. The mathematics of average and marginal costs is exactly the same as the mathematics of average and marginal grades.

This relationship between average total cost and marginal cost has an important corollary: *The marginal-cost curve crosses the average-total-cost curve at its minimum.* Why? At low levels of output, marginal cost is below average total cost, so average total cost is falling. But after the two curves cross, marginal cost rises above average total cost. For the reason we have just discussed, average total cost must start to rise at this level of output. Hence, this point of intersection is the minimum of average total cost. As you will see in the next chapter, minimum average total cost plays a key role in the analysis of competitive firms.

Typical Cost Curves

In the examples we have studied so far, the firms exhibit diminishing marginal product and, therefore, rising marginal cost at all levels of output. This simplifying assumption was useful because it allowed us to focus on the key features of cost curves that will prove useful in analyzing firm behavior. Yet actual firms are usually more complicated than this. In many firms, marginal product does not start to fall immediately after the first worker is hired. Depending on the production process, the second or third worker might have a higher marginal product than the first because a team of workers can divide tasks and work more productively than a single worker. Firms exhibiting this pattern would experience increasing marginal product for a while before diminishing marginal product set in.

Figure 5 shows the cost curves for such a firm, including average total cost (*ATC*), average fixed cost (*AFC*), average variable cost (*AVC*), and marginal cost (*MC*). At low levels of output, the firm experiences increasing marginal product, and the marginal-cost curve falls. Eventually, the firm starts to experience diminishing marginal product, and the marginal-cost curve starts to rise. This combination of increasing then diminishing marginal product also makes the average-variable-cost curve U-shaped.

Despite these differences from our previous example, the cost curves shown here share the three properties that are most important to remember:

- Marginal cost eventually rises with the quantity of output.
- The average-total-cost curve is U-shaped.
- The marginal-cost curve crosses the average-total-cost curve at the minimum of average total cost.

QUICK QUIZ Suppose Honda's total cost of producing 4 cars is $225,000 and its total cost of producing 5 cars is $250,000. What is the average total cost of producing 5 cars? What is the marginal cost of the fifth car? • Draw the marginal-cost curve and the average-total-cost curve for a typical firm, and explain why these curves cross where they do.

FIGURE 5

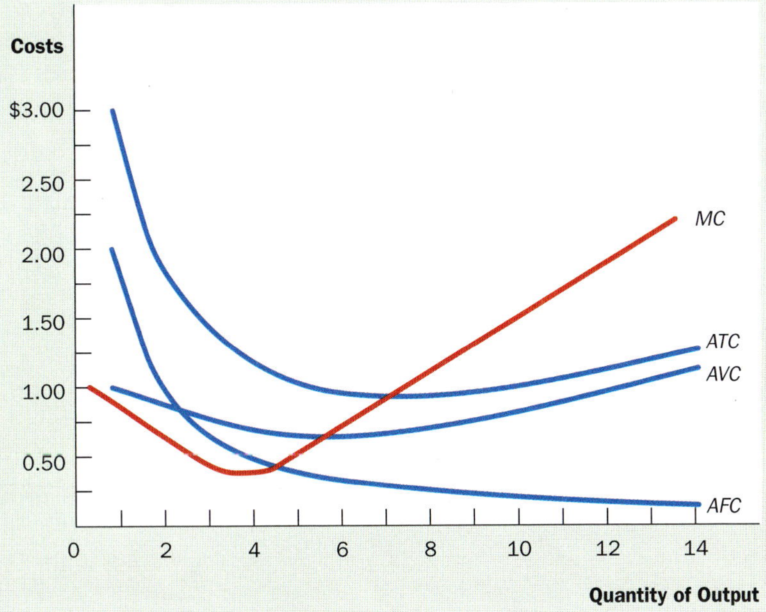

Cost Curves for a Typical Firm
Many firms experience increasing marginal product before diminishing marginal product. As a result, they have cost curves shaped like those in this figure. Notice that marginal cost and average variable cost fall for a while before starting to rise.

COSTS IN THE SHORT RUN AND IN THE LONG RUN

We noted earlier in this chapter that a firm's costs might depend on the time horizon under consideration. Let's examine more precisely why this might be the case.

THE RELATIONSHIP BETWEEN SHORT-RUN AND LONG-RUN AVERAGE TOTAL COST

For many firms, the division of total costs between fixed and variable costs depends on the time horizon. Consider, for instance, a car manufacturer such as Ford Motor Company. Over a period of only a few months, Ford cannot adjust the number or sizes of its car factories. The only way it can produce additional cars is to hire more workers at the factories it already has. The cost of these factories is, therefore, a fixed cost in the short run. By contrast, over a period of several years, Ford can expand the size of its factories, build new factories, or close old ones. Thus, the cost of its factories is a variable cost in the long run.

Because many decisions are fixed in the short run but variable in the long run, a firm's long-run cost curves differ from its short-run cost curves. Figure 6 shows an example. The figure presents three short-run average-total-cost curves—for a small, medium, and large factory. It also presents the long-run average-total-cost curve. As the firm moves along the long-run curve, it is adjusting the size of the factory to the quantity of production.

This graph shows how short-run and long-run costs are related. The long-run average-total-cost curve is a much flatter U-shape than the short-run average-total-cost curve. In addition, all the short-run curves lie on or above the long-run

6 FIGURE

Average Total Cost in the Short and Long Runs
Because fixed costs are variable in the long run, the average-total-cost curve in the short run differs from the average-total-cost curve in the long run.

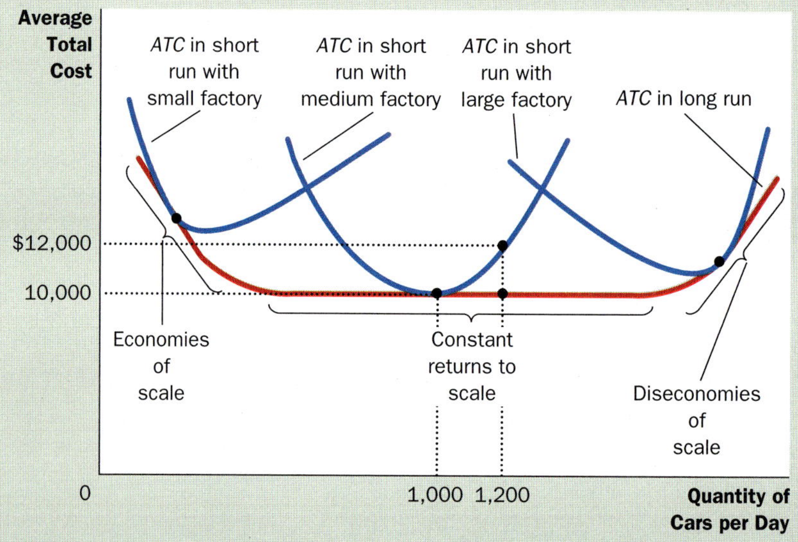

curve. These properties arise because firms have greater flexibility in the long run. In essence, in the long run, the firm gets to choose which short-run curve it wants to use. But in the short run, it has to use whatever short-run curve it has chosen in the past.

The figure shows an example of how a change in production alters costs over different time horizons. When Ford wants to increase production from 1,000 to 1,200 cars per day, it has no choice in the short run but to hire more workers at its existing medium-sized factory. Because of diminishing marginal product, average total cost rises from $10,000 to $12,000 per car. In the long run, however, Ford can expand both the size of the factory and its workforce, and average total cost returns to $10,000.

How long does it take a firm to get to the long run? The answer depends on the firm. It can take a year or longer for a major manufacturing firm, such as a car company, to build a larger factory. By contrast, a person running a coffee shop can buy another coffee maker within a few hours. There is, therefore, no single answer to how long it takes a firm to adjust its production facilities.

Economies and Diseconomies of Scale

The shape of the long-run average-total-cost curve conveys important information about the production processes that a firm has available for manufacturing a good. In particular, it tells us how costs vary with the scale—that is, the size—of a firm's operations. When long-run average total cost declines as output increases, there are said to be **economies of scale**. When long-run average total cost rises as output increases, there are said to be **diseconomies of scale**. When long-run average total cost does not vary with the level of output, there are said to be **constant returns to scale**. In this example, Ford has economies of scale at low levels of output, constant returns to scale at intermediate levels of output, and diseconomies of scale at high levels of output.

economies of scale
the property whereby long-run average total cost falls as the quantity of output increases

diseconomies of scale
the property whereby long-run average total cost rises as the quantity of output increases

constant returns to scale
the property whereby long-run average total cost stays the same as the quantity of output changes

What might cause economies or diseconomies of scale? Economies of scale often arise because higher production levels allow *specialization* among workers, which permits each worker to become better at a specific task. For instance, if Ford hires a large number of workers and produces a large number of cars, it can reduce costs with modern assembly-line production. Diseconomies of scale can arise because of *coordination problems* that are inherent in any large organization. The more cars Ford produces, the more stretched the management team becomes, and the less effective the managers become at keeping costs down.

This analysis shows why long-run average-total-cost curves are often U-shaped. At low levels of production, the firm benefits from increased size because it can take advantage of greater specialization. Coordination problems, meanwhile, are not yet acute. By contrast, at high levels of production, the benefits of specialization have already been realized, and coordination problems become more severe as the firm grows larger. Thus, long-run average total cost is falling at low levels of production because of increasing specialization and rising at high levels of production because of increasing coordination problems.

QUICK QUIZ If Boeing produces 9 jets per month, its long-run total cost is $9.0 million per month. If it produces 10 jets per month, its long-run total cost is $9.5 million per month. Does Boeing exhibit economies or diseconomies of scale?

Lessons from a Pin Factory

"Jack of all trades, master of none." This well-known adage helps explain why firms sometimes experience economies of scale. A person who tries to do everything usually ends up doing nothing very well. If a firm wants its workers to be as productive as they can be, it is often best to give each worker a limited task that he or she can master. But this is possible only if a firm employs many workers and produces a large quantity of output.

In his celebrated book *An Inquiry into the Nature and Causes of the Wealth of Nations,* Adam Smith described a visit he made to a pin factory. Smith was impressed by the specialization among the workers and the resulting economies of scale. He wrote,

> *One man draws out the wire, another straightens it, a third cuts it, a fourth points it, a fifth grinds it at the top for receiving the head; to make the head requires two or three distinct operations; to put it on is a peculiar business; to whiten it is another; it is even a trade by itself to put them into paper.*

Smith reported that because of this specialization, the pin factory produced thousands of pins per worker every day. He conjectured that if the workers had chosen to work separately, rather than as a team of specialists, "they certainly could not each of them make twenty, perhaps not one pin a day." In other words, because of specialization, a large pin factory could achieve higher output per worker and lower average cost per pin than a small pin factory.

The specialization that Smith observed in the pin factory is prevalent in the modern economy. If you want to build a house, for instance, you could try to do all the work yourself. But most people turn to a builder, who in turn hires carpenters, plumbers, electricians, painters, and many other types of workers. These workers specialize in particular jobs, and this allows them to become better at their jobs than if they were generalists. Indeed, the use of specialization to achieve economies of scale is one reason modern societies are as prosperous as they are.

CONCLUSION

The purpose of this chapter has been to develop some tools that we can use to study how firms make production and pricing decisions. You should now understand what economists mean by the term *costs* and how costs vary with the quantity of output a firm produces. To refresh your memory, Table 3 summarizes some of the definitions we have encountered.

By themselves, a firm's cost curves do not tell us what decisions the firm will make. But they are an important component of that decision, as we will begin to see in the next chapter.

TABLE 3

The Many Types of Cost: A Summary

Term	Definition	Mathematical Description
Explicit costs	Costs that require an outlay of money by the firm	
Implicit costs	Costs that do not require an outlay of money by the firm	
Fixed costs	Costs that do not vary with the quantity of output produced	FC
Variable costs	Costs that vary with the quantity of output produced	VC
Total cost	The market value of all the inputs that a firm uses in production	$TC = FC + VC$
Average fixed cost	Fixed cost divided by the quantity of output	$AFC = FC / Q$
Average variable cost	Variable cost divided by the quantity of output	$AVC = VC / Q$
Average total cost	Total cost divided by the quantity of output	$ATC = TC / Q$
Marginal cost	The increase in total cost that arises from an extra unit of production	$MC = \Delta TC / \Delta Q$

SUMMARY

- The goal of firms is to maximize profit, which equals total revenue minus total cost.
- When analyzing a firm's behavior, it is important to include all the opportunity costs of production. Some of the opportunity costs, such as the wages a firm pays its workers, are explicit. Other opportunity costs, such as the wages the firm owner gives up by working in the firm rather than taking another job, are implicit.
- A firm's costs reflect its production process. A typical firm's production function gets flatter as the quantity of an input increases, displaying the property of diminishing marginal product. As a result, a firm's total-cost curve gets steeper as the quantity produced rises.
- A firm's total costs can be divided between fixed costs and variable costs. Fixed costs are costs that do not change when the firm alters the quantity of output produced. Variable costs are costs that change when the firm alters the quantity of output produced.
- From a firm's total cost, two related measures of cost are derived. Average total cost is total cost divided by the quantity of output. Marginal cost is the amount by which total cost rises if output increases by 1 unit.

- When analyzing firm behavior, it is often useful to graph average total cost and marginal cost. For a typical firm, marginal cost rises with the quantity of output. Average total cost first falls as output increases and then rises as output increases further. The marginal-cost curve always crosses the average-total-cost curve at the minimum of average total cost.
- A firm's costs often depend on the time horizon considered. In particular, many costs are fixed in the short run but variable in the long run. As a result, when the firm changes its level of production, average total cost may rise more in the short run than in the long run.

KEY CONCEPTS

total revenue, *p. 268*
total cost, *p. 268*
profit, *p. 268*
explicit costs, *p. 269*
implicit costs, *p. 269*
economic profit, *p. 270*
accounting profit, *p. 270*
production function, *p. 271*
marginal product, *p. 272*
diminishing marginal product, *p. 273*
fixed costs, *p. 274*
variable costs, *p. 275*
average total cost, *p. 276*
average fixed cost, *p. 276*
average variable cost, *p. 276*
marginal cost, *p. 276*
efficient scale, *p. 278*
economies of scale, *p. 281*
diseconomies of scale, *p. 281*
constant returns to scale, *p. 281*

QUESTIONS FOR REVIEW

1. What is the relationship between a firm's total revenue, profit, and total cost?
2. Give an example of an opportunity cost that an accountant might not count as a cost. Why would the accountant ignore this cost?
3. What is marginal product, and what does it mean if it is diminishing?
4. Draw a production function that exhibits diminishing marginal product of labor. Draw the associated total-cost curve. (In both cases, be sure to label the axes.) Explain the shapes of the two curves you have drawn.
5. Define *total cost, average total cost,* and *marginal cost.* How are they related?
6. Draw the marginal-cost and average-total-cost curves for a typical firm. Explain why the curves have the shapes that they do and why they cross where they do.
7. How and why does a firm's average-total-cost curve differ in the short run and in the long run?
8. Define *economies of scale* and explain why they might arise. Define *diseconomies of scale* and explain why they might arise.

PROBLEMS AND APPLICATIONS

1. This chapter discusses many types of costs: opportunity cost, total cost, fixed cost, variable cost, average total cost, and marginal cost. Fill in the type of cost that best completes each sentence:
   a. What you give up for taking some action is called the ______.
   b. _____ is falling when marginal cost is below it and rising when marginal cost is above it.
   c. A cost that does not depend on the quantity produced is a ______.
   d. In the ice-cream industry in the short run, ______ includes the cost of cream and sugar but not the cost of the factory.
   e. Profits equal total revenue less ______.
   f. The cost of producing an extra unit of output is the ______.
2. Your aunt is thinking about opening a hardware store. She estimates that it would cost $500,000 per year to rent the location and buy the stock. In addition, she would have to quit her $50,000 per year job as an accountant.
   a. Define *opportunity cost.*
   b. What is your aunt's opportunity cost of running a hardware store for a year? If your aunt thought she could sell $510,000 worth of merchandise in a year, should she open the store? Explain.
3. A commercial fisherman notices the following relationship between hours spent fishing and the quantity of fish caught:

Hours	Quantity of Fish (in pounds)
0 hours	0 lb.
1	10
2	18
3	24
4	28
5	30

   a. What is the marginal product of each hour spent fishing?
   b. Use these data to graph the fisherman's production function. Explain its shape.
   c. The fisherman has a fixed cost of $10 (his pole). The opportunity cost of his time is $5 per hour. Graph the fisherman's total-cost curve. Explain its shape.
4. Nimbus, Inc., makes brooms and then sells them door-to-door. Here is the relationship between the number of workers and Nimbus's output in a given day:

Workers	Output	Marginal Product	Total Cost	Average Total Cost	Marginal Cost
0	0		___	___	
		___			___
1	20		___	___	
		___			___
2	50		___	___	
		___			___
3	90		___	___	
		___			___
4	120		___	___	
		___			___
5	140		___	___	
		___			___
6	150		___	___	
		___			___
7	155		___	___	

   a. Fill in the column of marginal products. What pattern do you see? How might you explain it?
   b. A worker costs $100 a day, and the firm has fixed costs of $200. Use this information to fill in the column for total cost.
   c. Fill in the column for average total cost. (Recall that $ATC = TC/Q$.) What pattern do you see?

d. Now fill in the column for marginal cost. (Recall that $MC = \Delta TC/\Delta Q$.) What pattern do you see?
e. Compare the column for marginal product and the column for marginal cost. Explain the relationship.
f. Compare the column for average total cost and the column for marginal cost. Explain the relationship.

5. You are the Chief Financial Officer for a firm that sells digital music players. Your firm has the following average total cost schedule:

Quantity	Average Total Cost
600 players	$300
601	301

Your current level of production is 600 devices, all of which have been sold. Someone calls, desperate to buy one of your music players. The caller offers you $550 for it. Should you accept the offer? Why or why not?

6. Consider the following cost information for a pizzeria:

Quantity	Total Cost	Variable Cost
0 dozen pizzas	$300	$ 0
1	350	50
2	390	90
3	420	120
4	450	150
5	490	190
6	540	240

a. What is the pizzeria's fixed cost?
b. Construct a table in which you calculate the marginal cost per dozen pizzas using the information on total cost. Also, calculate the marginal cost per dozen pizzas using the information on variable cost. What is the relationship between these sets of numbers? Comment.

7. You are thinking about setting up a lemonade stand. The stand itself costs $200. The ingredients for each cup of lemonade cost $0.50.
a. What is your fixed cost of doing business? What is your variable cost per cup?
b. Construct a table showing your total cost, average total cost, and marginal cost for output levels varying from 0 to 10 gallons. (Hint: There are 16 cups in a gallon.) Draw the three cost curves.

8. Your cousin Vinnie owns a painting company with fixed costs of $200 and the following schedule for variable costs:

Quantity of Houses Painted per Month	1	2	3	4	5	6	7
Variable Costs	$10	$20	$40	$80	$160	$320	$640

Calculate average fixed cost, average variable cost, and average total cost for each quantity. What is the efficient scale of the painting company?

9. The city government is considering two tax proposals:
   - A lump-sum tax of $300 on each producer of hamburgers.
   - A tax of $1 per burger, paid by producers of hamburgers.

a. Which of the following curves—average fixed cost, average variable cost, average total cost, and marginal cost—would shift as a result of the lump-sum tax? Why? Show this in a graph. Label the graph as precisely as possible.

b. Which of these same four curves would shift as a result of the per-burger tax? Why? Show this in a new graph. Label the graph as precisely as possible.

10. Jane's Juice Bar has the following cost schedules:

Quantity	Variable Cost	Total Cost
0 vats of juice	$ 0	$ 30
1	10	40
2	25	55
3	45	75
4	70	100
5	100	130
6	135	165

a. Calculate average variable cost, average total cost, and marginal cost for each quantity.

b. Graph all three curves. What is the relationship between the marginal-cost curve and the average-total-cost curve? Between the marginal-cost curve and the average-variable-cost curve? Explain.

11. A firm has fixed cost of $100 and average variable cost of $\$5 \times Q$, where Q is the number of units produced.

a. Construct a table showing total cost for Q from 0 to 10.

b. Graph the firm's curves for marginal cost and average total cost.

c. How does marginal cost change with Q? What does this suggest about the firm's production process?

12. Consider the following table of long-run total costs for three different firms:

Quantity	1	2	3	4	5	6	7
Firm A	$60	$70	$80	$90	$100	$110	$120
Firm B	11	24	39	56	75	96	119
Firm C	21	34	49	66	85	106	129

Does each of these firms experience economies of scale or diseconomies of scale?

CHAPTER

14

Firms in Competitive Markets

If your local gas station raised its price for gasoline by 20 percent, it would see a large drop in the amount of gasoline it sold. Its customers would quickly switch to buying their gasoline at other gas stations. By contrast, if your local water company raised the price of water by 20 percent, it would see only a small decrease in the amount of water it sold. People might water their lawns less often and buy more water-efficient showerheads, but they would be hard-pressed to reduce water consumption greatly and would be unlikely to find another supplier. The difference between the gasoline market and the water market is obvious: Many firms supply gasoline to the local market, but only one firm supplies water. As you might expect, this difference in market structure shapes the pricing and production decisions of the firms that operate in these markets.

In this chapter, we examine the behavior of competitive firms, such as your local gas station. You may recall that a market is competitive if each buyer and seller is small compared to the size of the market and, therefore, has little ability to influence market prices. By contrast, if a firm can influence the market price of the good it sells, it is said to have *market power*. Later in the book, we examine the behavior of firms with market power, such as your local water company.

Our analysis of competitive firms in this chapter sheds light on the decisions that lie behind the supply curve in a competitive market. Not surprisingly, we will find that a market supply curve is tightly linked to firms' costs of production. Less obvious, however, is the question of which among a firm's many types of cost—fixed, variable, average, and marginal—are most relevant for its supply decisions. We will see that all these measures of cost play important and interrelated roles.

WHAT IS A COMPETITIVE MARKET?

Our goal in this chapter is to examine how firms make production decisions in competitive markets. As a background for this analysis, we begin by reviewing what a competitive market is.

The Meaning of Competition

competitive market
a market with many buyers and sellers trading identical products so that each buyer and seller is a price taker

A **competitive market**, sometimes called a *perfectly competitive market*, has two characteristics:

- There are many buyers and many sellers in the market.
- The goods offered by the various sellers are largely the same.

As a result of these conditions, the actions of any single buyer or seller in the market have a negligible impact on the market price. Each buyer and seller takes the market price as given.

As an example, consider the market for milk. No single consumer of milk can influence the price of milk because each buyer purchases a small amount relative to the size of the market. Similarly, each dairy farmer has limited control over the price because many other sellers are offering milk that is essentially identical. Because each seller can sell all he wants at the going price, he has little reason to charge less, and if he charges more, buyers will go elsewhere. Buyers and sellers in competitive markets must accept the price the market determines and, therefore, are said to be *price takers*.

In addition to the foregoing two conditions for competition, there is a third condition sometimes thought to characterize perfectly competitive markets:

- Firms can freely enter or exit the market.

If, for instance, anyone can decide to start a dairy farm, and if any existing dairy farmer can decide to leave the dairy business, then the dairy industry would satisfy this condition. Much of the analysis of competitive firms does not need the assumption of free entry and exit because this condition is not necessary for firms to be price takers. Yet, as we will see later in this chapter, if there is free entry and exit in a competitive market, it is a powerful force shaping the long-run equilibrium.

The Revenue of a Competitive Firm

A firm in a competitive market, like most other firms in the economy, tries to maximize profit (total revenue minus total cost). To see how it does this, we first consider the revenue of a competitive firm. To keep matters concrete, let's consider a specific firm: the Vaca Family Dairy Farm.

The Vaca Farm produces a quantity of milk, Q, and sells each unit at the market price, P. The farm's total revenue is $P \times Q$. For example, if a gallon of milk sells for \$6 and the farm sells 1,000 gallons, its total revenue is \$6,000.

Because the Vaca Farm is small compared to the world market for milk, it takes the price as given by market conditions. This means, in particular, that the price of milk does not depend on the number of gallons that the Vaca Farm produces and sells. If the Vacas double the amount of milk they produce to 2,000 gallons, the price of milk remains the same, and their total revenue doubles to \$12,000. As a result, total revenue is proportional to the amount of output.

Table 1 shows the revenue for the Vaca Family Dairy Farm. The first two columns show the amount of output the farm produces and the price at which it sells its output. The third column is the farm's total revenue. The table assumes that the price of milk is \$6 a gallon, so total revenue is \$6 times the number of gallons.

Just as the concepts of average and marginal were useful in the preceding chapter when analyzing costs, they are also useful when analyzing revenue. To see what these concepts tell us, consider these two questions:

- How much revenue does the farm receive for the typical gallon of milk?
- How much additional revenue does the farm receive if it increases production of milk by 1 gallon?

The last two columns in Table 1 answer these questions.

The fourth column in the table shows **average revenue**, which is total revenue (from the third column) divided by the amount of output (from the first column). Average revenue tells us how much revenue a firm receives for the typical unit sold. In Table 1, you can see that average revenue equals \$6, the price of a gallon of milk. This illustrates a general lesson that applies not only to competitive firms but to other firms as well. Average revenue is total revenue ($P \times Q$) divided by the quantity (Q). Therefore, *for all firms, average revenue equals the price of the good.*

average revenue
total revenue divided by the quantity sold

TABLE 1

Total, Average, and Marginal Revenue for a Competitive Firm

Quantity (Q)	Price (P)	Total Revenue ($TR = P \times Q$)	Average Revenue ($AR = TR / Q$)	Marginal Revenue ($MR = \Delta TR / \Delta Q$)
1 gallon	\$6	\$ 6	\$6	
				\$6
2	6	12	6	
				6
3	6	18	6	
				6
4	6	24	6	
				6
5	6	30	6	
				6
6	6	36	6	
				6
7	6	42	6	
				6
8	6	48	6	

marginal revenue
the change in total revenue from an additional unit sold

The fifth column shows **marginal revenue**, which is the change in total revenue from the sale of each additional unit of output. In Table 1, marginal revenue equals \$6, the price of a gallon of milk. This result illustrates a lesson that applies only to competitive firms. Total revenue is $P \times Q$, and P is fixed for a competitive firm. Therefore, when Q rises by 1 unit, total revenue rises by P dollars. *For competitive firms, marginal revenue equals the price of the good.*

QUICK QUIZ When a competitive firm doubles the amount it sells, what happens to the price of its output and its total revenue?

PROFIT MAXIMIZATION AND THE COMPETITIVE FIRM'S SUPPLY CURVE

The goal of a competitive firm is to maximize profit, which equals total revenue minus total cost. We have just discussed the firm's revenue, and in the preceding chapter, we discussed the firm's costs. We are now ready to examine how a competitive firm maximizes profit and how that decision determines its supply curve.

A Simple Example of Profit Maximization

Let's begin our analysis of the firm's supply decision with the example in Table 2. In the first column of the table is the number of gallons of milk the Vaca Family Dairy Farm produces. The second column shows the farm's total revenue, which is \$6 times the number of gallons. The third column shows the farm's total cost. Total cost includes fixed costs, which are \$3 in this example, and variable costs, which depend on the quantity produced.

The fourth column shows the farm's profit, which is computed by subtracting total cost from total revenue. If the farm produces nothing, it has a loss of \$3 (its fixed cost). If it produces 1 gallon, it has a profit of \$1. If it produces 2 gallons, it has a profit of \$4 and so on. Because the Vaca family's goal is to maximize profit, it chooses to produce the quantity of milk that makes profit as large as possible. In this example, profit is maximized when the farm produces 4 or 5 gallons of milk, for a profit of \$7.

There is another way to look at the Vaca Farm's decision: The Vacas can find the profit-maximizing quantity by comparing the marginal revenue and marginal cost from each unit produced. The fifth and sixth columns in Table 2 compute marginal revenue and marginal cost from the changes in total revenue and total cost, and the last column shows the change in profit for each additional gallon produced. The first gallon of milk the farm produces has a marginal revenue of \$6 and a marginal cost of \$2; hence, producing that gallon increases profit by \$4 (from −\$3 to \$1). The second gallon produced has a marginal revenue of \$6 and a marginal cost of \$3, so that gallon increases profit by \$3 (from \$1 to \$4). As long as marginal revenue exceeds marginal cost, increasing the quantity produced raises profit. Once the Vaca Farm has reached 5 gallons of milk, however, the situation changes. The sixth gallon would have a marginal revenue of \$6 and a marginal cost of \$7, so producing it would reduce profit by \$1 (from \$7 to \$6). As a result, the Vacas would not produce beyond 5 gallons.

One of the *Ten Principles of Economics* in Chapter 1 is that rational people think at the margin. We now see how the Vaca Family Dairy Farm can apply this

TABLE 2

Profit Maximization: A Numerical Example

Quantity (Q)	Total Revenue (TR)	Total Cost (TC)	Profit ($TR - TC$)	Marginal Revenue ($MR = \Delta TR / \Delta Q$)	Marginal Cost ($MC = \Delta TC / \Delta Q$)	Change in Profit ($MR - MC$)
0 gallons	$ 0	$ 3	–$3			
				$6	$2	$ 4
1	6	5	1			
				6	3	3
2	12	8	4			
				6	4	2
3	18	12	6			
				6	5	1
4	24	17	7			
				6	6	0
5	30	23	7			
				6	7	–1
6	36	30	6			
				6	8	–2
7	42	38	4			
				6	9	–3
8	48	47	1			

principle. If marginal revenue is greater than marginal cost—as it is at 1, 2, or 3 gallons—the Vacas should increase the production of milk because it will put more money in their pockets (marginal revenue) than it takes out (marginal cost). If marginal revenue is less than marginal cost—as it is at 6, 7, or 8 gallons—the Vacas should decrease production. If the Vacas think at the margin and make incremental adjustments to the level of production, they are naturally led to produce the profit-maximizing quantity.

The Marginal-Cost Curve and the Firm's Supply Decision

To extend this analysis of profit maximization, consider the cost curves in Figure 1. These cost curves have the three features that, as we discussed in the previous chapter, are thought to describe most firms: The marginal-cost curve (MC) is upward sloping. The average-total-cost curve (ATC) is U-shaped. And the marginal-cost curve crosses the average-total-cost curve at the minimum of average total cost. The figure also shows a horizontal line at the market price (P). The price line is horizontal because the firm is a price taker: The price of the firm's output is the same regardless of the quantity that the firm decides to produce. Keep in mind that, for a competitive firm, the firm's price equals both its average revenue (AR) and its marginal revenue (MR).

We can use Figure 1 to find the quantity of output that maximizes profit. Imagine that the firm is producing at Q_1. At this level of output, marginal revenue is greater than marginal cost. That is, if the firm raised its level of production and sales by 1 unit, the additional revenue (MR_1) would exceed the additional cost (MC_1). Profit, which equals total revenue minus total cost, would increase.

1 FIGURE

Profit Maximization for a Competitive Firm

This figure shows the marginal-cost curve (*MC*), the average-total-cost curve (*ATC*), and the average-variable-cost curve (*AVC*). It also shows the market price (*P*), which equals marginal revenue (*MR*) and average revenue (*AR*). At the quantity Q_1, marginal revenue MR_1 exceeds marginal cost MC_1, so raising production increases profit. At the quantity Q_2, marginal cost MC_2 is above marginal revenue MR_2, so reducing production increases profit. The profit-maximizing quantity Q_{MAX} is found where the horizontal price line intersects the marginal-cost curve.

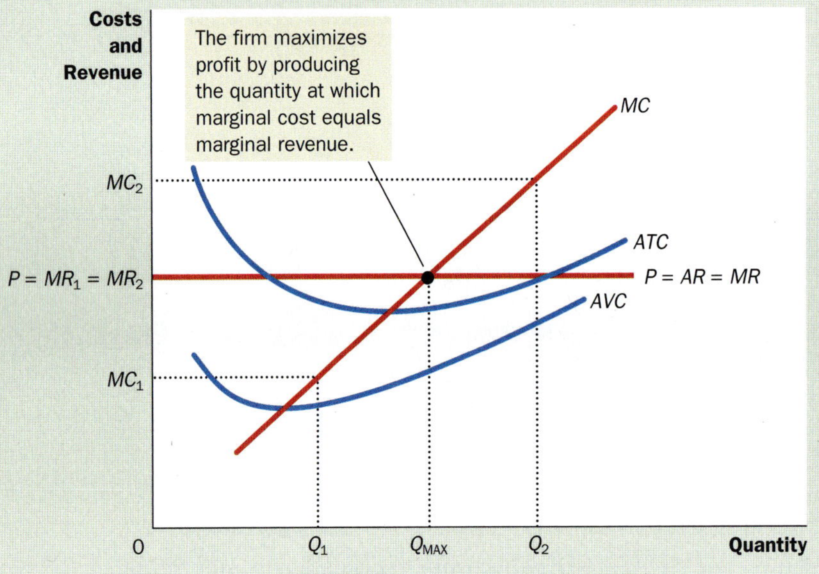

Hence, if marginal revenue is greater than marginal cost, as it is at Q_1, the firm can increase profit by increasing production.

A similar argument applies when output is at Q_2. In this case, marginal cost is greater than marginal revenue. If the firm reduced production by 1 unit, the costs saved (MC_2) would exceed the revenue lost (MR_2). Therefore, if marginal revenue is less than marginal cost, as it is at Q_2, the firm can increase profit by reducing production.

Where do these marginal adjustments to production end? Regardless of whether the firm begins with production at a low level (such as Q_1) or at a high level (such as Q_2), the firm will eventually adjust production until the quantity produced reaches Q_{MAX}. This analysis yields three general rules for profit maximization:

- If marginal revenue is greater than marginal cost, the firm should increase its output.
- If marginal cost is greater than marginal revenue, the firm should decrease its output.
- At the profit-maximizing level of output, marginal revenue and marginal cost are exactly equal.

These rules are the key to rational decision making by a profit-maximizing firm. They apply not only to competitive firms but, as we will see in the next chapter, to other types of firms as well.

We can now see how the competitive firm decides the quantity of its good to supply to the market. Because a competitive firm is a price taker, its marginal revenue equals the market price. For any given price, the competitive firm's profit-maximizing quantity of output is found by looking at the intersection of the price with the marginal-cost curve. In Figure 1, that quantity of output is Q_{MAX}.

Suppose that the price prevailing in this market rises, perhaps because of an increase in market demand. Figure 2 shows how a competitive firm responds to the price increase. When the price is P_1, the firm produces quantity Q_1, the quantity that equates marginal cost to the price. When the price rises to P_2, the firm finds that marginal revenue is now higher than marginal cost at the previous level of output, so the firm increases production. The new profit-maximizing quantity is Q_2, at which marginal cost equals the new higher price. *In essence, because the firm's marginal-cost curve determines the quantity of the good the firm is willing to supply at any price, the marginal-cost curve is also the competitive firm's supply curve.* There are, however, some caveats to that conclusion, which we examine next.

THE FIRM'S SHORT-RUN DECISION TO SHUT DOWN

So far, we have been analyzing the question of how much a competitive firm will produce. In certain circumstances, however, the firm will decide to shut down and not produce anything at all.

Here we should distinguish between a temporary shutdown of a firm and the permanent exit of a firm from the market. A *shutdown* refers to a short-run decision not to produce anything during a specific period of time because of current market conditions. *Exit* refers to a long-run decision to leave the market. The short-run and long-run decisions differ because most firms cannot avoid their fixed costs in the short run but can do so in the long run. That is, a firm that shuts down temporarily still has to pay its fixed costs, whereas a firm that exits the market does not have to pay any costs at all, fixed or variable.

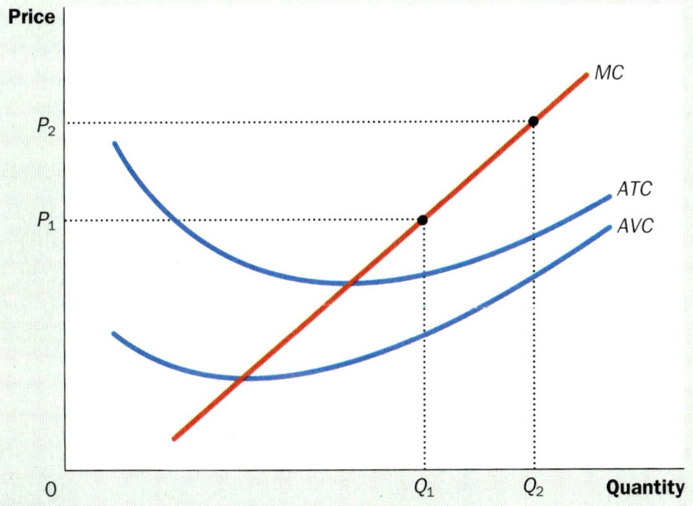

FIGURE 2

Marginal Cost as the Competitive Firm's Supply Curve

An increase in the price from P_1 to P_2 leads to an increase in the firm's profit-maximizing quantity from Q_1 to Q_2. Because the marginal-cost curve shows the quantity supplied by the firm at any given price, it is the firm's supply curve.

For example, consider the production decision that a farmer faces. The cost of the land is one of the farmer's fixed costs. If the farmer decides not to produce any crops one season, the land lies fallow, and he cannot recover this cost. When making the short-run decision whether to shut down for a season, the fixed cost of land is said to be a *sunk cost*. By contrast, if the farmer decides to leave farming altogether, he can sell the land. When making the long-run decision whether to exit the market, the cost of land is not sunk. (We return to the issue of sunk costs shortly.)

Now let's consider what determines a firm's shutdown decision. If the firm shuts down, it loses all revenue from the sale of its product. At the same time, it saves the variable costs of making its product (but must still pay the fixed costs). Thus, *the firm shuts down if the revenue that it would get from producing is less than its variable costs of production.*

A small bit of mathematics can make this shutdown criterion more useful. If TR stands for total revenue and VC stands for variable costs, then the firm's decision can be written as

$$\text{Shut down if } TR < VC.$$

The firm shuts down if total revenue is less than variable cost. By dividing both sides of this inequality by the quantity Q, we can write it as

$$\text{Shut down if } TR/Q < VC/Q.$$

The left side of the inequality, TR/Q, is total revenue $P \times Q$ divided by quantity Q, which is average revenue, most simply expressed as the good's price, P. The right side of the inequality, VC/Q, is average variable cost, AVC. Therefore, the firm's shutdown criterion can be restated as

$$\text{Shut down if } P < AVC.$$

That is, a firm chooses to shut down if the price of the good is less than the average variable cost of production. This criterion is intuitive: When choosing to produce, the firm compares the price it receives for the typical unit to the average variable cost that it must incur to produce the typical unit. If the price doesn't cover the average variable cost, the firm is better off stopping production altogether. The firm will be losing money (since it still has to pay fixed costs), but it would lose even more money staying open. The firm can reopen in the future if conditions change so that price exceeds average variable cost.

We now have a full description of a competitive firm's profit-maximizing strategy. If the firm produces anything, it produces the quantity at which marginal cost equals the price of the good. Yet if the price is less than average variable cost at that quantity, the firm is better off shutting down and not producing anything. These results are illustrated in Figure 3. *The competitive firm's short-run supply curve is the portion of its marginal-cost curve that lies above average variable cost.*

Spilt Milk and Other Sunk Costs

sunk cost
a cost that has already been committed and cannot be recovered

Sometime in your life you may have been told, "Don't cry over spilt milk," or "Let bygones be bygones." These adages hold a deep truth about rational decision making. Economists say that a cost is a **sunk cost** when it has already been com-

FIGURE 3

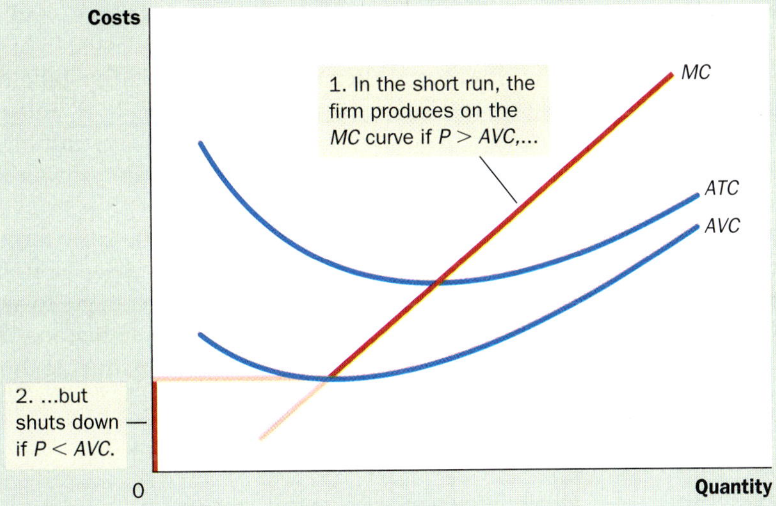

The Competitive Firm's Short-Run Supply Curve
In the short run, the competitive firm's supply curve is its marginal-cost curve (*MC*) above average variable cost (*AVC*). If the price falls below average variable cost, the firm is better off shutting down.

mitted and cannot be recovered. Because nothing can be done about sunk costs, you can ignore them when making decisions about various aspects of life, including business strategy.

Our analysis of the firm's shutdown decision is one example of the irrelevance of sunk costs. We assume that the firm cannot recover its fixed costs by temporarily stopping production. That is, regardless of the quantity of output supplied, and even if it is zero, the firm still has to pay its fixed costs. As a result, the fixed costs are sunk in the short run, and the firm can ignore them when deciding how much to produce. The firm's short-run supply curve is the part of the marginal-cost curve that lies above average variable cost, and the size of the fixed cost does not matter for this supply decision.

The irrelevance of sunk costs is also important when making personal decisions. Imagine, for instance, that you place a $15 value on seeing a newly released movie. You buy a ticket for $10, but before entering the theater, you lose the ticket. Should you buy another ticket? Or should you now go home and refuse to pay a total of $20 to see the movie? The answer is that you should buy another ticket. The benefit of seeing the movie ($15) still exceeds the opportunity cost (the $10 for the second ticket). The $10 you paid for the lost ticket is a sunk cost. As with spilt milk, there is no point in crying about it.

CASE STUDY NEAR-EMPTY RESTAURANTS AND OFF-SEASON MINIATURE GOLF

Have you ever walked into a restaurant for lunch and found it almost empty? Why, you might have asked, does the restaurant even bother to stay open? It might seem that the revenue from the few customers could not possibly cover the cost of running the restaurant.

STAYING OPEN CAN BE PROFITABLE, EVEN WITH MANY TABLES EMPTY.

In making the decision whether to open for lunch, a restaurant owner must keep in mind the distinction between fixed and variable costs. Many of a restaurant's costs—the rent, kitchen equipment, tables, plates, silverware, and so on—are fixed. Shutting down during lunch would not reduce these costs. In other words, these costs are sunk in the short run. When the owner is deciding whether to serve lunch, only the variable costs—the price of the additional food and the wages of the extra staff—are relevant. The owner shuts down the restaurant at lunchtime only if the revenue from the few lunchtime customers fails to cover the restaurant's variable costs.

An operator of a miniature-golf course in a summer resort community faces a similar decision. Because revenue varies substantially from season to season, the firm must decide when to open and when to close. Once again, the fixed costs—the costs of buying the land and building the course—are irrelevant in making this decision. The miniature-golf course should be open for business only during those times of year when its revenue exceeds its variable costs. ●

The Firm's Long-Run Decision to Exit or Enter a Market

A firm's long-run decision to exit a market is similar to its shutdown decision. If the firm exits, it will again lose all revenue from the sale of its product, but now it will save not only its variable costs of production but also its fixed costs. Thus, *the firm exits the market if the revenue it would get from producing is less than its total costs.*

We can again make this criterion more useful by writing it mathematically. If TR stands for total revenue, and TC stands for total cost, then the firm's exit criterion can be written as

$$\text{Exit if } TR < TC.$$

The firm exits if total revenue is less than total cost. By dividing both sides of this inequality by quantity Q, we can write it as

$$\text{Exit if } TR / Q < TC / Q.$$

We can simplify this further by noting that TR / Q is average revenue, which equals the price P, and that TC / Q is average total cost, ATC. Therefore, the firm's exit criterion is

$$\text{Exit if } P < ATC.$$

That is, a firm chooses to exit if the price of its good is less than the average total cost of production.

A parallel analysis applies to an entrepreneur who is considering starting a firm. The firm will enter the market if such an action would be profitable, which occurs if the price of the good exceeds the average total cost of production. The entry criterion is

$$\text{Enter if } P > ATC.$$

The criterion for entry is exactly the opposite of the criterion for exit.

We can now describe a competitive firm's long-run profit-maximizing strategy. If the firm is in the market, it produces the quantity at which marginal cost equals the price of the good. Yet if the price is less than average total cost at that quantity, the firm chooses to exit (or not enter) the market. These results are illustrated in Figure 4. *The competitive firm's long-run supply curve is the portion of its marginal-cost curve that lies above average total cost.*

Measuring Profit in Our Graph for the Competitive Firm

As we analyze exit and entry, it is useful to be able to analyze the firm's profit in more detail. Recall that profit equals total revenue (TR) minus total cost (TC):

$$\text{Profit} = TR - TC.$$

We can rewrite this definition by multiplying and dividing the right side by Q:

$$\text{Profit} = (TR / Q - TC / Q) \times Q.$$

But note that TR / Q is average revenue, which is the price, P, and TC / Q is average total cost, ATC. Therefore,

$$\text{Profit} = (P - ATC) \times Q.$$

This way of expressing the firm's profit allows us to measure profit in our graphs.

Panel (a) of Figure 5 shows a firm earning positive profit. As we have already discussed, the firm maximizes profit by producing the quantity at which price equals marginal cost. Now look at the shaded rectangle. The height of the rectangle

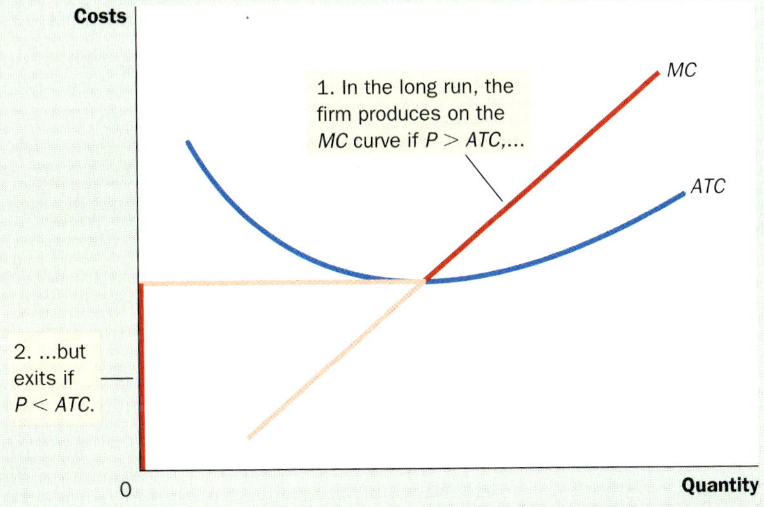

FIGURE 4

The Competitive Firm's Long-Run Supply Curve
In the long run, the competitive firm's supply curve is its marginal-cost curve (MC) above average total cost (ATC). If the price falls below average total cost, the firm is better off exiting the market.

5 FIGURE

Profit as the Area between Price and Average Total Cost

The area of the shaded box between price and average total cost represents the firm's profit. The height of this box is price minus average total cost (*P* – *ATC*), and the width of the box is the quantity of output (*Q*). In panel (a), price is above average total cost, so the firm has positive profit. In panel (b), price is less than average total cost, so the firm has losses.

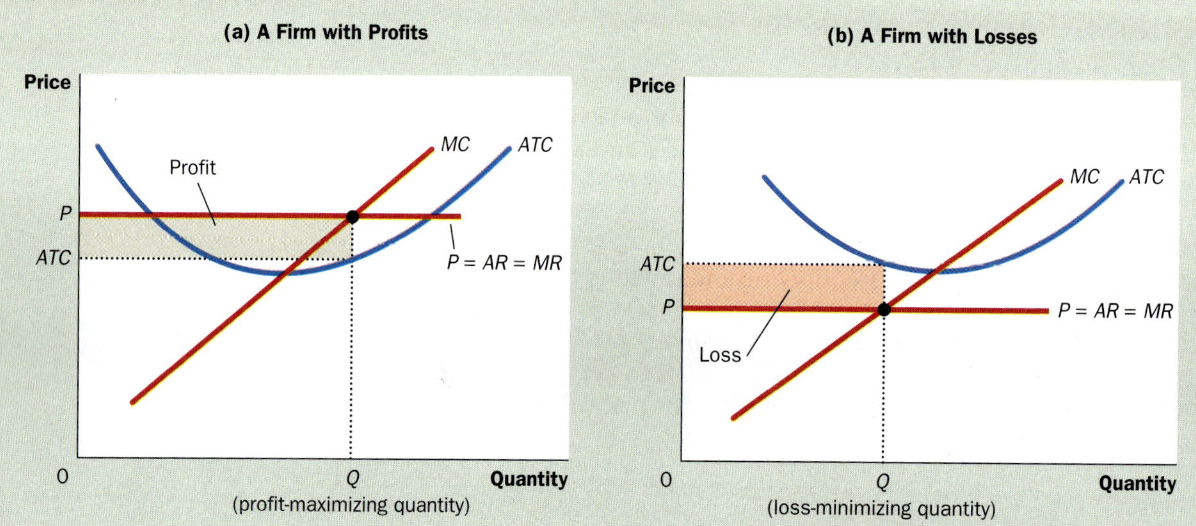

is $P - ATC$, the difference between price and average total cost. The width of the rectangle is Q, the quantity produced. Therefore, the area of the rectangle is $(P - ATC) \times Q$, which is the firm's profit.

Similarly, panel (b) of this figure shows a firm with losses (negative profit). In this case, maximizing profit means minimizing losses, a task accomplished once again by producing the quantity at which price equals marginal cost. Now consider the shaded rectangle. The height of the rectangle is $ATC - P$, and the width is Q. The area is $(ATC - P) \times Q$, which is the firm's loss. Because a firm in this situation is not making enough revenue to cover its average total cost, the firm would choose in the long run to exit the market.

QUICK QUIZ How does a competitive firm determine its profit-maximizing level of output? Explain. • When does a profit-maximizing competitive firm decide to shut down? When does a profit-maximizing competitive firm decide to exit a market?

THE SUPPLY CURVE IN A COMPETITIVE MARKET

Now that we have examined the supply decision of a single firm, we can discuss the supply curve for a market. There are two cases to consider. First, we examine a market with a fixed number of firms. Second, we examine a market in which the number of firms can change as old firms exit the market and new firms enter. Both cases are important, for each applies over a specific time horizon. Over short periods of time, it is often difficult for firms to enter and exit, so the assumption of a fixed number of firms is appropriate. But over long periods of time, the number of firms can adjust to changing market conditions.

The Short Run: Market Supply with a Fixed Number of Firms

Consider first a market with 1,000 identical firms. For any given price, each firm supplies a quantity of output so that its marginal cost equals the price, as shown in panel (a) of Figure 6. That is, as long as price is above average variable cost, each firm's marginal-cost curve is its supply curve. The quantity of output supplied to the market equals the sum of the quantities supplied by each of the 1,000 individual firms. Thus, to derive the market supply curve, we add the quantity supplied by each firm in the market. As panel (b) of Figure 6 shows, because the firms are identical, the quantity supplied to the market is 1,000 times the quantity supplied by each firm.

The Long Run: Market Supply with Entry and Exit

Now consider what happens if firms are able to enter or exit the market. Let's suppose that everyone has access to the same technology for producing the good and access to the same markets to buy the inputs into production. Therefore, all firms and all potential firms have the same cost curves.

In the short run, the number of firms in the market is fixed. As a result, the market supply curve, shown in panel (b), reflects the individual firms' marginal-cost curves, shown in panel (a). Here, in a market of 1,000 firms, the quantity of output supplied to the market is 1,000 times the quantity supplied by each firm.

FIGURE 6

Short-Run Market Supply

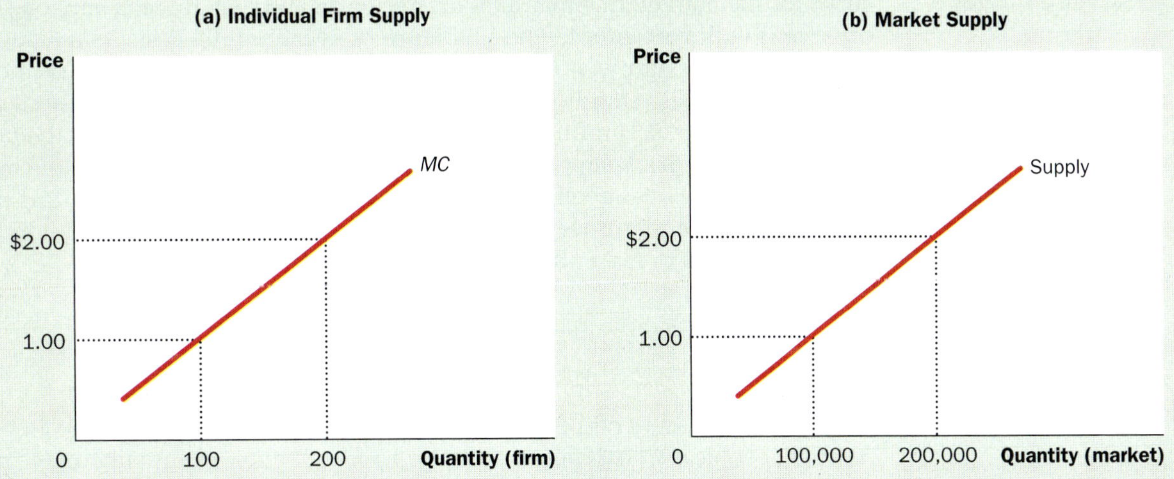

Decisions about entry and exit in a market of this type depend on the incentives facing the owners of existing firms and the entrepreneurs who could start new firms. If firms already in the market are profitable, then new firms will have an incentive to enter the market. This entry will expand the number of firms, increase the quantity of the good supplied, and drive down prices and profits. Conversely, if firms in the market are making losses, then some existing firms will exit the market. Their exit will reduce the number of firms, decrease the quantity of the good supplied, and drive up prices and profits. *At the end of this process of entry and exit, firms that remain in the market must be making zero economic profit.*

Recall that we can write a firm's profit as

$$\text{Profit} = (P - ATC) \times Q.$$

This equation shows that an operating firm has zero profit if and only if the price of the good equals the average total cost of producing that good. If price is above average total cost, profit is positive, which encourages new firms to enter. If price is less than average total cost, profit is negative, which encourages some firms to exit. *The process of entry and exit ends only when price and average total cost are driven to equality.*

This analysis has a surprising implication. We noted earlier in the chapter that competitive firms maximize profits by choosing a quantity at which price equals marginal cost. We just noted that free entry and exit force price to equal average total cost. But if price is to equal both marginal cost and average total cost, these two measures of cost must equal each other. Marginal cost and average total cost are equal, however, only when the firm is operating at the minimum of average total cost. Recall from the preceding chapter that the level of production with lowest average total cost is called the firm's *efficient scale.* Therefore, *in the long-run equilibrium of a competitive market with free entry and exit, firms must be operating at their efficient scale.*

Panel (a) of Figure 7 shows a firm in such a long-run equilibrium. In this figure, price P equals marginal cost MC, so the firm is profit-maximizing. Price also equals average total cost ATC, so profits are zero. New firms have no incentive to enter the market, and existing firms have no incentive to leave the market.

From this analysis of firm behavior, we can determine the long-run supply curve for the market. In a market with free entry and exit, there is only one price consistent with zero profit—the minimum of average total cost. As a result, the long-run market supply curve must be horizontal at this price, as illustrated by the perfectly elastic supply curve in panel (b) of Figure 7. Any price above this level would generate profit, leading to entry and an increase in the total quantity supplied. Any price below this level would generate losses, leading to exit and a decrease in the total quantity supplied. Eventually, the number of firms in the market adjusts so that price equals the minimum of average total cost, and there are enough firms to satisfy all the demand at this price.

Why Do Competitive Firms Stay in Business If They Make Zero Profit?

At first, it might seem odd that competitive firms earn zero profit in the long run. After all, people start businesses to make a profit. If entry eventually drives profit to zero, there might seem to be little reason to stay in business.

FIGURE 7

Long-Run Market Supply

In the long run, firms will enter or exit the market until profit is driven to zero. As a result, price equals the minimum of average total cost, as shown in panel (a). The number of firms adjusts to ensure that all demand is satisfied at this price. The long-run market supply curve is horizontal at this price, as shown in panel (b).

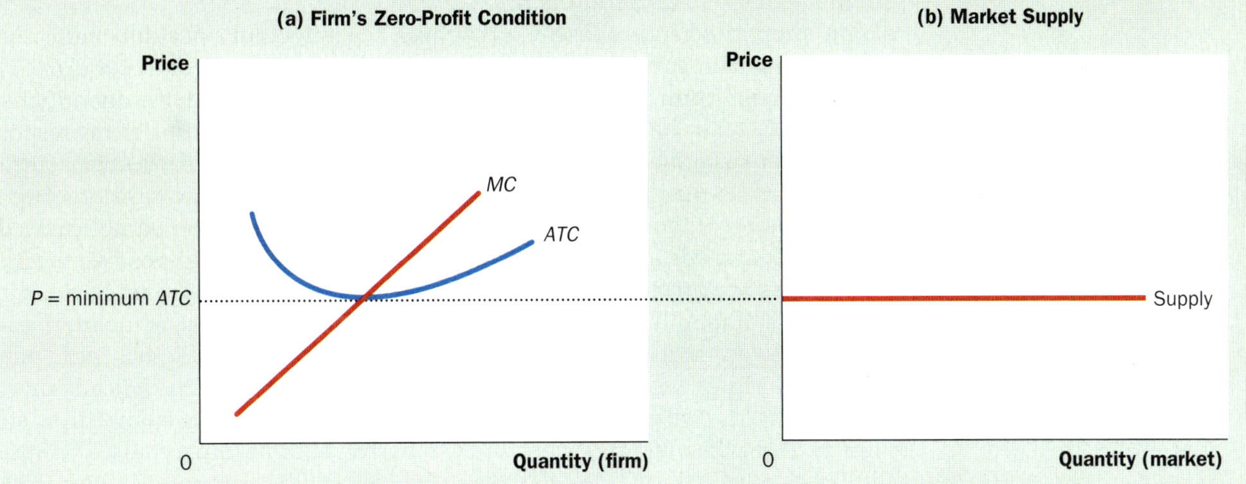

To understand the zero-profit condition more fully, recall that profit equals total revenue minus total cost and that total cost includes all the opportunity costs of the firm. In particular, total cost includes the time and money that the firm owners devote to the business. In the zero-profit equilibrium, the firm's revenue must compensate the owners for these opportunity costs.

Consider an example. Suppose that, to start his farm, a farmer had to invest $1 million, which otherwise he could have deposited in a bank to earn $50,000 a year in interest. In addition, he had to give up another job that would have paid him $30,000 a year. Then the farmer's opportunity cost of farming includes both the interest he could have earned and the forgone wages—a total of $80,000. Even if his profit is driven to zero, his revenue from farming compensates him for these opportunity costs.

Keep in mind that accountants and economists measure costs differently. As we discussed in the previous chapter, accountants keep track of explicit costs but not implicit costs. That is, they measure costs that require an outflow of money from the firm, but they do not include the opportunity costs of production that do not involve an outflow of money. As a result, in the zero-profit equilibrium, economic profit is zero, but accounting profit is positive. Our farmer's accountant, for instance, would conclude that the farmer earned an accounting profit of $80,000, which is enough to keep the farmer in business.

"WE'RE A NONPROFIT ORGANIZATION—WE DON'T INTEND TO BE, BUT WE ARE!"

A Shift in Demand in the Short Run and Long Run

Now that we have a more complete understanding of how firms make supply decisions, we can better explain how markets respond to changes in demand.

Because firms can enter and exit in the long run but not in the short run, the response of a market to a change in demand depends on the time horizon. To see this, let's trace the effects of a shift in demand over time.

Suppose the market for milk begins in a long-run equilibrium. Firms are earning zero profit, so price equals the minimum of average total cost. Panel (a) of Figure 8 shows the situation. The long-run equilibrium is point A, the quantity sold in the market is Q_1, and the price is P_1.

Now suppose scientists discover that milk has miraculous health benefits. As a result, the demand curve for milk shifts outward from D_1 to D_2, as in panel (b). The short-run equilibrium moves from point A to point B; as a result, the quantity rises from Q_1 to Q_2, and the price rises from P_1 to P_2. All of the existing firms respond to the higher price by raising the amount produced. Because each firm's supply curve reflects its marginal-cost curve, how much they each increase production is determined by the marginal-cost curve. In the new short-run equilibrium, the price of milk exceeds average total cost, so the firms are making positive profit.

Over time, the profit in this market encourages new firms to enter. Some farmers may switch to milk from other farm products, for example. As the number of firms grows, the short-run supply curve shifts to the right from S_1 to S_2, as in panel (c), and this shift causes the price of milk to fall. Eventually, the price is driven back down to the minimum of average total cost, profits are zero, and firms stop entering. Thus, the market reaches a new long-run equilibrium, point C. The price of milk has returned to P_1, but the quantity produced has risen to Q_3. Each firm is again producing at its efficient scale, but because more firms are in the dairy business, the quantity of milk produced and sold is higher.

Why the Long-Run Supply Curve Might Slope Upward

So far, we have seen that entry and exit can cause the long-run market supply curve to be perfectly elastic. The essence of our analysis is that there are a large number of potential entrants, each of which faces the same costs. As a result, the long-run market supply curve is horizontal at the minimum of average total cost. When the demand for the good increases, the long-run result is an increase in the number of firms and in the total quantity supplied, without any change in the price.

There are, however, two reasons that the long-run market supply curve might slope upward. The first is that some resource used in production may be available only in limited quantities. For example, consider the market for farm products. Anyone can choose to buy land and start a farm, but the quantity of land is limited. As more people become farmers, the price of farmland is bid up, which raises the costs of all farmers in the market. Thus, an increase in demand for farm products cannot induce an increase in quantity supplied without also inducing a rise in farmers' costs, which in turn means a rise in price. The result is a long-run market supply curve that is upward sloping, even with free entry into farming.

A second reason for an upward-sloping supply curve is that firms may have different costs. For example, consider the market for painters. Anyone can enter the market for painting services, but not everyone has the same costs. Costs vary in part because some people work faster than others and in part because some people have better alternative uses of their time than others. For any given price, those with lower costs are more likely to enter than those with higher costs. To increase the quantity of painting services supplied, additional entrants must be encouraged to enter the market. Because these new entrants have higher costs,

FIGURE 8

An Increase in Demand in the Short Run and Long Run

The market starts in a long-run equilibrium, shown as point A in panel (a). In this equilibrium, each firm makes zero profit, and the price equals the minimum average total cost. Panel (b) shows what happens in the short run when demand rises from D_1 to D_2. The equilibrium goes from point A to point B, price rises from P_1 to P_2, and the quantity sold in the market rises from Q_1 to Q_2. Because price now exceeds average total cost, firms make profits, which over time encourage new firms to enter the market. This entry shifts the short-run supply curve to the right from S_1 to S_2, as shown in panel (c). In the new long-run equilibrium, point C, price has returned to P_1 but the quantity sold has increased to Q_3. Profits are again zero, price is back to the minimum of average total cost, but the market has more firms to satisfy the greater demand.

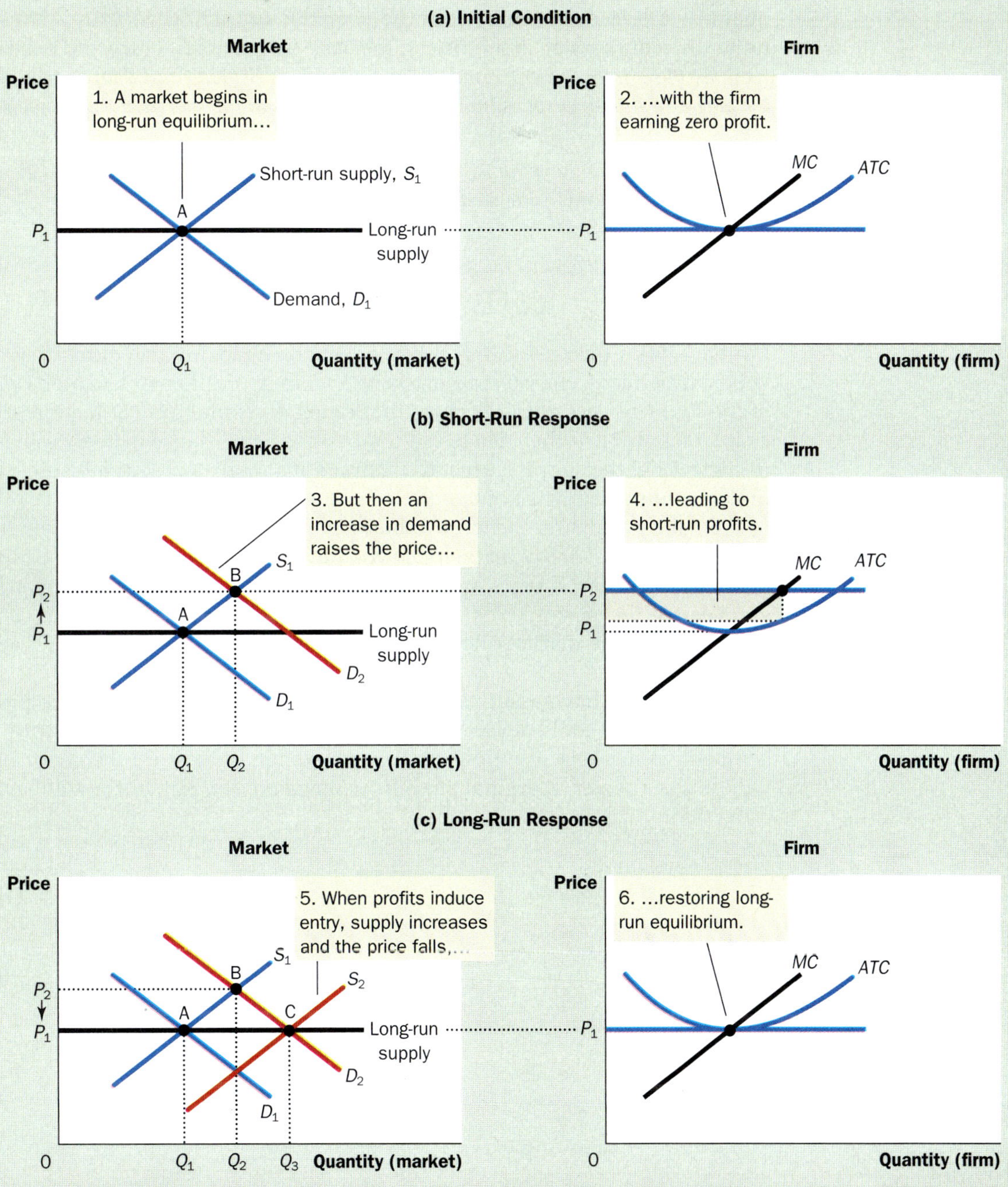

the price must rise to make entry profitable for them. Thus, the long-run market supply curve for painting services slopes upward even with free entry into the market.

Notice that if firms have different costs, some firms earn profit even in the long run. In this case, the price in the market reflects the average total cost of the *marginal firm*—the firm that would exit the market if the price were any lower. This firm earns zero profit, but firms with lower costs earn positive profit. Entry does not eliminate this profit because would-be entrants have higher costs than firms already in the market. Higher-cost firms will enter only if the price rises, making the market profitable for them.

Thus, for these two reasons, a higher price may be necessary to induce a larger quantity supplied, in which case the long-run supply curve is upward sloping rather than horizontal. Nonetheless, the basic lesson about entry and exit remains true. *Because firms can enter and exit more easily in the long run than in the short run, the long-run supply curve is typically more elastic than the short-run supply curve.*

QUICK QUIZ In the long run with free entry and exit, is the price in a market equal to marginal cost, average total cost, both, or neither? Explain with a diagram.

CONCLUSION: BEHIND THE SUPPLY CURVE

We have been discussing the behavior of profit-maximizing firms that supply goods in perfectly competitive markets. You may recall from Chapter 1 that one of the *Ten Principles of Economics* is that rational people think at the margin. This chapter has applied this idea to the competitive firm. Marginal analysis has given us a theory of the supply curve in a competitive market and, as a result, a deeper understanding of market outcomes.

We have learned that when you buy a good from a firm in a competitive market, you can be assured that the price you pay is close to the cost of producing that good. In particular, if firms are competitive and profit maximizing, the price of a good equals the marginal cost of making that good. In addition, if firms can freely enter and exit the market, the price also equals the lowest possible average total cost of production.

Although we have assumed throughout this chapter that firms are price takers, many of the tools developed here are also useful for studying firms in less competitive markets. We now turn to an examination of the behavior of firms with market power. Marginal analysis will again be useful, but it will have quite different implications.

SUMMARY

- Because a competitive firm is a price taker, its revenue is proportional to the amount of output it produces. The price of the good equals both the firm's average revenue and its marginal revenue.
- To maximize profit, a firm chooses a quantity of output such that marginal revenue equals marginal cost. Because marginal revenue for a competitive firm equals the market price, the firm chooses quantity so that price equals marginal cost. Thus, the firm's marginal-cost curve is its supply curve.
- In the short run when a firm cannot recover its fixed costs, the firm will choose to shut down temporarily if the price of the good is less than average variable cost. In the long run when the firm can recover both fixed and variable costs, it will choose to exit if the price is less than average total cost.
- In a market with free entry and exit, profits are driven to zero in the long run. In this long-run equilibrium, all firms produce at the efficient scale, price equals the minimum of average total cost, and the number of firms adjusts to satisfy the quantity demanded at this price.
- Changes in demand have different effects over different time horizons. In the short run, an increase in demand raises prices and leads to profits, and a decrease in demand lowers prices and leads to losses. But if firms can freely enter and exit the market, then in the long run, the number of firms adjusts to drive the market back to the zero-profit equilibrium.

KEY CONCEPTS

competitive market, *p. 290*
average revenue, *p. 291*
marginal revenue, *p. 292*
sunk cost, *p. 296*

QUESTIONS FOR REVIEW

1. What is meant by a competitive firm?
2. Explain the difference between a firm's revenue and its profit. Which do firms maximize?
3. Draw the cost curves for a typical firm. For a given price, explain how the firm chooses the level of output that maximizes profit. At that level of output, show on your graph the total revenue of the firm. Show its total costs.
4. Under what conditions will a firm shut down temporarily? Explain.
5. Under what conditions will a firm exit a market? Explain.
6. Does a firm's price equal marginal cost in the short run, in the long run, or both? Explain.
7. Does a firm's price equal the minimum of average total cost in the short run, in the long run, or both? Explain.
8. Are market supply curves typically more elastic in the short run or in the long run? Explain.

PROBLEMS AND APPLICATIONS

1. Many small boats are made of fiberglass, which is derived from crude oil. Suppose that the price of oil rises.
   a. Using diagrams, show what happens to the cost curves of an individual boat-making firm and to the market supply curve.
   b. What happens to the profits of boat makers in the short run? What happens to the number of boat makers in the long run?
2. You go out to the best restaurant in town and order a lobster dinner for $40. After eating half of the lobster, you realize that you are quite full. Your date wants you to finish your dinner because you can't take it home and because "you've already paid for it." What should you do? Relate your answer to the material in this chapter.
3. Bob's lawn-mowing service is a profit-maximizing, competitive firm. Bob mows lawns for $27 each. His total cost each day is $280, of which $30 is a fixed cost. He mows 10 lawns a day. What can you say about Bob's short-run decision regarding shutdown and his long-run decision regarding exit?
4. Consider total cost and total revenue given in the following table:

Quantity	0	1	2	3	4	5	6	7
Total cost	$8	9	10	11	13	19	27	37
Total revenue	$0	8	16	24	32	40	48	56

   a. Calculate profit for each quantity. How much should the firm produce to maximize profit?
   b. Calculate marginal revenue and marginal cost for each quantity. Graph them. (Hint: Put the points between whole numbers. For example, the marginal cost between 2 and 3 should be graphed at 2½.) At what quantity do these curves cross? How does this relate to your answer to part (a)?
   c. Can you tell whether this firm is in a competitive industry? If so, can you tell whether the industry is in a long-run equilibrium?
5. Ball Bearings Inc. faces costs of production as follows:

Quantity	Total Fixed Costs	Total Variable Costs
0	$100	$ 0
1	100	50
2	100	70
3	100	90
4	100	140
5	100	200
6	100	360

   a. Calculate the company's average fixed costs, average variable costs, average total costs, and marginal costs.
   b. The price of a case of ball bearings is $50. Seeing that she can't make a profit, the Chief Executive Officer (CEO) decides to shut down operations. What are the firm's profits/losses? Was this a wise decision? Explain.
   c. Vaguely remembering his introductory economics course, the Chief Financial Officer tells the CEO it is better to produce 1 case of ball bearings, because marginal revenue equals marginal cost at that quantity. What are the firm's profits/losses at that level of production? Was this the best decision? Explain.
6. Suppose the book-printing industry is competitive and begins in a long-run equilibrium.
   a. Draw a diagram describing the typical firm in the industry.
   b. Hi-Tech Printing Company invents a new process that sharply reduces the cost of printing books. What happens to Hi-Tech's profits and the price of books in the short run when Hi-Tech's patent prevents other firms from using the new technology?
   c. What happens in the long run when the patent expires and other firms are free to use the technology?

7. A firm in a competitive market receives $500 in total revenue and has marginal revenue of $10. What is the average revenue, and how many units were sold?
8. A profit-maximizing firm in a competitive market is currently producing 100 units of output. It has average revenue of $10, average total cost of $8, and fixed costs of $200.
   a. What is profit?
   b. What is marginal cost?
   c. What is average variable cost?
   d. Is the efficient scale of the firm more than, less than, or exactly 100 units?
9. The market for fertilizer is perfectly competitive. Firms in the market are producing output, but are currently making economic losses.
   a. How does the price of fertilizer compare to the average total cost, the average variable cost, and the marginal cost of producing fertilizer?
   b. Draw two graphs, side by side, illustrating the present situation for the typical firm and in the market.
   c. Assuming there is no change in demand or the firms' cost curves, explain what will happen in the long run to the price of fertilizer, marginal cost, average total cost, the quantity supplied by each firm, and the total quantity supplied to the market.
10. Suppose that the U.S. textile industry is competitive, and there is no international trade in textiles. In long-run equilibrium, the price per unit of cloth is $30.
    a. Describe the equilibrium using graphs for the entire market and for an individual producer.

    Now suppose that textile producers in other countries are willing to sell large quantities of cloth in the United States for only $25 per unit.

    b. Assuming that U.S. textile producers have large fixed costs, what is the short-run effect of these imports on the quantity produced by an individual producer? What is the short-run effect on profits? Illustrate your answer with a graph.
    c. What is the long-run effect on the number of U.S. firms in the industry?
11. An industry currently has 100 firms, all of which have fixed costs of $16 and average variable cost as follows:

Quantity	Average Variable Cost
1	$1
2	2
3	3
4	4
5	5
6	6

    a. Compute marginal cost and average total cost.
    b. The price is currently $10. What is the total quantity supplied in the market?
    c. As this market makes the transition to its long-run equilibrium, will the price rise or fall? Will the quantity demanded rise or fall? Will the quantity supplied by each firm rise or fall?
    d. Graph the long-run supply curve for this market.
12. Suppose there are 1,000 hot pretzel stands operating in New York City. Each stand has the usual U-shaped average-total-cost curve. The market demand curve for pretzels slopes downward, and the market for pretzels is in long-run competitive equilibrium.
    a. Draw the current equilibrium, using graphs for the entire market and for an individual pretzel stand.
    b. The city decides to restrict the number of pretzel-stand licenses, reducing the number of stands to only 800. What effect will this action have on the market and on an individual stand that is still operating? Draw graphs to illustrate your answer.
    c. Suppose that the city decides to charge a fee for the 800 licenses, all of which are quickly sold. How will the size of the fee affect the number of pretzels sold by an individual stand? How will it affect the price of pretzels in the city?
    d. The city wants to raise as much revenue as possible, while ensuring that all 800 licenses are sold. How high should the city set the license fee? Show the answer on your graph.

13. Assume that the gold-mining industry is competitive.
    a. Illustrate a long-run equilibrium using diagrams for the gold market and for a representative gold mine.
    b. Suppose that an increase in jewelry demand induces a surge in the demand for gold. Using your diagrams from part (a), show what happens in the short run to the gold market and to each existing gold mine.
    c. If the demand for gold remains high, what would happen to the price over time? Specifically, would the new long-run equilibrium price be above, below, or equal to the short-run equilibrium price in part (b)? Is it possible for the new long-run equilibrium price to be above the original long-run equilibrium price? Explain.
14. Analyze the two following situations for firms in competitive markets:
    a. Suppose that $TC = 100 + 15q$, where TC is total cost and q is the quantity produced. What is the minimum price necessary for this firm to produce any output in the short run?
    b. Suppose that $MC = 4q$, where MC is marginal cost. The perfectly competitive firm maximizes profits by producing 10 units of output. At what price does it sell these units?

CHAPTER

15

Monopoly

If you own a personal computer, it probably uses some version of Windows, the operating system sold by the Microsoft Corporation. When Microsoft first designed Windows many years ago, it applied for and received a copyright from the government. The copyright gives Microsoft the exclusive right to make and sell copies of the Windows operating system. If a person wants to buy a copy of Windows, he or she has little choice but to give Microsoft the approximately $100 that the firm has decided to charge for its product. Microsoft is said to have a *monopoly* in the market for Windows.

Microsoft's business decisions are not well described by the model of firm behavior we developed in the previous chapter. In that chapter, we analyzed competitive markets, in which there are many firms offering essentially identical products, so each firm has little influence over the price it receives. By contrast, a monopoly such as Microsoft has no close competitors and, therefore, has the power to influence the market price of its product. While a competitive firm is a *price taker*, a monopoly firm is a *price maker*.

In this chapter, we examine the implications of this market power. We will see that market power alters the relationship between a firm's costs and the price at which it sells its product. A competitive firm takes the price of its output as given by the market and then chooses the quantity it will supply so that price equals marginal cost. By contrast, a monopoly charges a price that exceeds marginal cost.

This result is clearly true in the case of Microsoft's Windows. The marginal cost of Windows—the extra cost that Microsoft incurs by printing one more copy of the program onto a CD—is only a few dollars. The market price of Windows is many times marginal cost.

It is not surprising that monopolies charge high prices for their products. Customers of monopolies might seem to have little choice but to pay whatever the monopoly charges. But if so, why does a copy of Windows not cost $1,000? Or $10,000? The reason is that if Microsoft sets the price that high, fewer people would buy the product. People would buy fewer computers, switch to other operating systems, or make illegal copies. A monopoly firm can control the price of the good it sells, but because a high price reduces the quantity that its customers buy, the monopoly's profits are not unlimited.

As we examine the production and pricing decisions of monopolies, we also consider the implications of monopoly for society as a whole. Monopoly firms, like competitive firms, aim to maximize profit. But this goal has very different ramifications for competitive and monopoly firms. In competitive markets, self-interested consumers and producers behave as if they are guided by an invisible hand to promote general economic well-being. By contrast, because monopoly firms are unchecked by competition, the outcome in a market with a monopoly is often not in the best interest of society.

One of the *Ten Principles of Economics* in Chapter 1 is that governments can sometimes improve market outcomes. The analysis in this chapter sheds more light on this principle. As we examine the problems that monopolies raise for society, we discuss the various ways in which government policymakers might respond to these problems. The U.S. government, for example, keeps a close eye on Microsoft's business decisions. In 1994, it blocked Microsoft from buying Intuit, a leading seller of personal finance software, on the grounds that combining the two firms would concentrate too much market power. Similarly, in 1998, the U.S. Department of Justice objected when Microsoft started integrating its Internet browser into its Windows operating system, claiming that this addition would extend the firm's market power into new areas. To this day, Microsoft continues to wrangle with antitrust regulators in the United States and abroad.

WHY MONOPOLIES ARISE

monopoly
a firm that is the sole seller of a product without close substitutes

A firm is a **monopoly** if it is the sole seller of its product and if its product does not have close substitutes. The fundamental cause of monopoly is *barriers to entry:* A monopoly remains the only seller in its market because other firms cannot enter the market and compete with it. Barriers to entry, in turn, have three main sources:

- *Monopoly resources:* A key resource required for production is owned by a single firm.
- *Government regulation:* The government gives a single firm the exclusive right to produce some good or service.
- *The production process:* A single firm can produce output at a lower cost than can a larger number of producers.

Let's briefly discuss each of these.

Monopoly Resources

The simplest way for a monopoly to arise is for a single firm to own a key resource. For example, consider the market for water in a small town in the Old West. If dozens of town residents have working wells, the competitive model discussed in the preceding chapter describes the behavior of sellers. As a result of the competition among water suppliers, the price of a gallon is driven to equal the marginal cost of pumping an extra gallon. But if there is only one well in town and it is impossible to get water from anywhere else, then the owner of the well has a monopoly on water. Not surprisingly, the monopolist has much greater market power than any single firm in a competitive market. In the case of a necessity like water, the monopolist could command quite a high price, even if the marginal cost of pumping an extra gallon is low.

"Rather than a monopoly, we like to consider ourselves 'the only game in town.'"

A classic example of market power arising from the ownership of a key resource is DeBeers, the South African diamond company. Founded in 1888 by Cecil Rhodes, an English businessman (and benefactor for the Rhodes scholarship), DeBeers has at times controlled up to 80 percent of the production from the world's diamond mines. Because its market share is less than 100 percent, DeBeers is not exactly a monopoly, but the company has nonetheless exerted substantial influence over the market price of diamonds.

Although exclusive ownership of a key resource is a potential cause of monopoly, in practice monopolies rarely arise for this reason. Economies are large, and resources are owned by many people. Indeed, because many goods are traded internationally, the natural scope of their markets is often worldwide. There are, therefore, few examples of firms that own a resource for which there are no close substitutes.

Government-Created Monopolies

In many cases, monopolies arise because the government has given one person or firm the exclusive right to sell some good or service. Sometimes the monopoly arises from the sheer political clout of the would-be monopolist. Kings, for example, once granted exclusive business licenses to their friends and allies. At other times, the government grants a monopoly because doing so is viewed to be in the public interest.

The patent and copyright laws are two important examples. When a pharmaceutical company discovers a new drug, it can apply to the government for a patent. If the government deems the drug to be truly original, it approves the patent, which gives the company the exclusive right to manufacture and sell the drug for 20 years. Similarly, when a novelist finishes a book, she can copyright it. The copyright is a government guarantee that no one can print and sell the work without the author's permission. The copyright makes the novelist a monopolist in the sale of her novel.

The effects of patent and copyright laws are easy to see. Because these laws give one producer a monopoly, they lead to higher prices than would occur under competition. But by allowing these monopoly producers to charge higher prices and earn higher profits, the laws also encourage some desirable behavior. Drug companies are allowed to be monopolists in the drugs they discover to encourage research. Authors are allowed to be monopolists in the sale of their books to encourage them to write more and better books.

Thus, the laws governing patents and copyrights have benefits and costs. The benefits of the patent and copyright laws are the increased incentives for creative activity. These benefits are offset, to some extent, by the costs of monopoly pricing, which we examine fully later in this chapter.

Natural Monopolies

natural monopoly
a monopoly that arises because a single firm can supply a good or service to an entire market at a smaller cost than could two or more firms

An industry is a **natural monopoly** when a single firm can supply a good or service to an entire market at a lower cost than could two or more firms. A natural monopoly arises when there are economies of scale over the relevant range of output. Figure 1 shows the average total costs of a firm with economies of scale. In this case, a single firm can produce any amount of output at least cost. That is, for any given amount of output, a larger number of firms leads to less output per firm and higher average total cost.

An example of a natural monopoly is the distribution of water. To provide water to residents of a town, a firm must build a network of pipes throughout the town. If two or more firms were to compete in the provision of this service, each firm would have to pay the fixed cost of building a network. Thus, the average total cost of water is lowest if a single firm serves the entire market.

We saw other examples of natural monopolies when we discussed public goods and common resources in Chapter 11. We noted in passing that some goods are excludable but not rival in consumption. An example is a bridge used so infrequently that it is never congested. The bridge is excludable because a toll collector can prevent someone from using it. The bridge is not rival in consumption because use of the bridge by one person does not diminish the ability of others to use it. Because there is a fixed cost of building the bridge and a negligible marginal cost of additional users, the average total cost of a trip across the bridge (the total cost divided by the number of trips) falls as the number of trips rises. Hence, the bridge is a natural monopoly.

1 FIGURE

Economies of Scale as a Cause of Monopoly
When a firm's average-total-cost curve continually declines, the firm has what is called a natural monopoly. In this case, when production is divided among more firms, each firm produces less, and average total cost rises. As a result, a single firm can produce any given amount at the smallest cost.

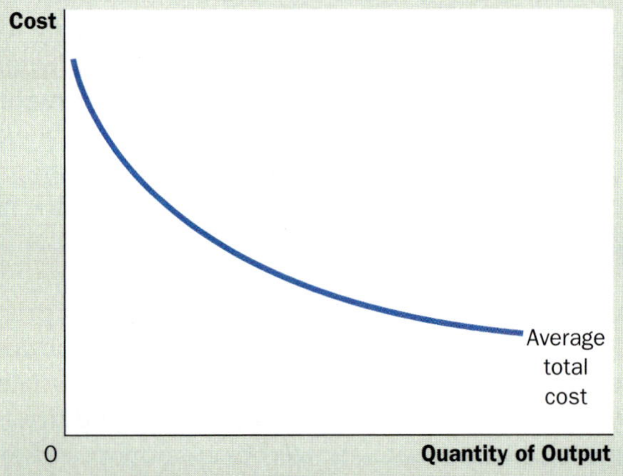

When a firm is a natural monopoly, it is less concerned about new entrants eroding its monopoly power. Normally, a firm has trouble maintaining a monopoly position without ownership of a key resource or protection from the government. The monopolist's profit attracts entrants into the market, and these entrants make the market more competitive. By contrast, entering a market in which another firm has a natural monopoly is unattractive. Would-be entrants know that they cannot achieve the same low costs that the monopolist enjoys because, after entry, each firm would have a smaller piece of the market.

In some cases, the size of the market is one determinant of whether an industry is a natural monopoly. Again, consider a bridge across a river. When the population is small, the bridge may be a natural monopoly. A single bridge can satisfy the entire demand for trips across the river at lowest cost. Yet as the population grows and the bridge becomes congested, satisfying the entire demand may require two or more bridges across the same river. Thus, as a market expands, a natural monopoly can evolve into a more competitive market.

QUICK QUIZ What are the three reasons that a market might have a monopoly? • Give two examples of monopolies and explain the reason for each.

HOW MONOPOLIES MAKE PRODUCTION AND PRICING DECISIONS

Now that we know how monopolies arise, we can consider how a monopoly firm decides how much of its product to make and what price to charge for it. The analysis of monopoly behavior in this section is the starting point for evaluating whether monopolies are desirable and what policies the government might pursue in monopoly markets.

MONOPOLY VERSUS COMPETITION

The key difference between a competitive firm and a monopoly is the monopoly's ability to influence the price of its output. A competitive firm is small relative to the market in which it operates and, therefore, has no power to influence the price of its output. It takes the price as given by market conditions. By contrast, because a monopoly is the sole producer in its market, it can alter the price of its good by adjusting the quantity it supplies to the market.

One way to view this difference between a competitive firm and a monopoly is to consider the demand curve that each firm faces. When we analyzed profit maximization by competitive firms in the preceding chapter, we drew the market price as a horizontal line. Because a competitive firm can sell as much or as little as it wants at this price, the competitive firm faces a horizontal demand curve, as in panel (a) of Figure 2. In effect, because the competitive firm sells a product with many perfect substitutes (the products of all the other firms in its market), the demand curve that any one firm faces is perfectly elastic.

By contrast, because a monopoly is the sole producer in its market, its demand curve is the market demand curve. Thus, the monopolist's demand curve slopes downward for all the usual reasons, as in panel (b) of Figure 2. If the monopolist raises the price of its good, consumers buy less of it. Looked at another way, if the

2 FIGURE

Demand Curves for Competitive and Monopoly Firms

Because competitive firms are price takers, they in effect face horizontal demand curves, as in panel (a). Because a monopoly firm is the sole producer in its market, it faces the downward-sloping market demand curve, as in panel (b). As a result, the monopoly has to accept a lower price if it wants to sell more output.

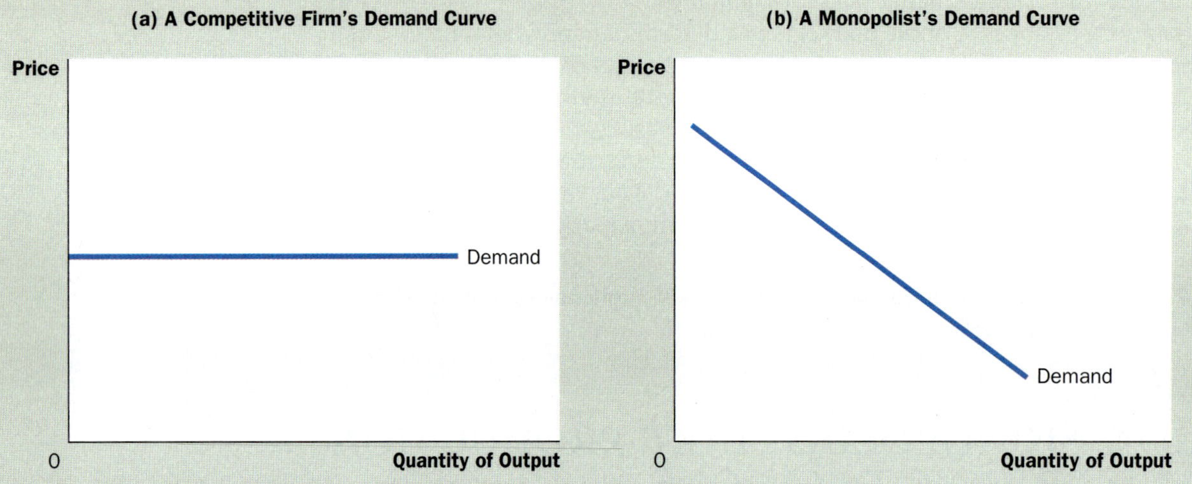

monopolist reduces the quantity of output it produces and sells, the price of its output increases.

The market demand curve provides a constraint on a monopoly's ability to profit from its market power. A monopolist would prefer, if it were possible, to charge a high price and sell a large quantity at that high price. The market demand curve makes that outcome impossible. In particular, the market demand curve describes the combinations of price and quantity that are available to a monopoly firm. By adjusting the quantity produced (or equivalently, the price charged), the monopolist can choose any point on the demand curve, but it cannot choose a point off the demand curve.

What price and quantity of output will the monopolist choose? As with competitive firms, we assume that the monopolist's goal is to maximize profit. Because the firm's profit is total revenue minus total costs, our next task in explaining monopoly behavior is to examine a monopolist's revenue.

A Monopoly's Revenue

Consider a town with a single producer of water. Table 1 shows how the monopoly's revenue might depend on the amount of water produced.

The first two columns show the monopolist's demand schedule. If the monopolist produces 1 gallon of water, it can sell that gallon for $10. If it produces 2 gallons, it must lower the price to $9 to sell both gallons. If it produces 3 gallons, it must lower the price to $8. And so on. If you graphed these two columns of numbers, you would get a typical downward-sloping demand curve.

TABLE 1

A Monopoly's Total, Average, and Marginal Revenue

Quantity of Water (Q)	Price (P)	Total Revenue ($TR = P \times Q$)	Average Revenue ($AR = TR / Q$)	Marginal Revenue ($MR = \Delta TR / \Delta Q$)
0 gallons	$11	$ 0	—	
				$10
1	10	10	$10	
				8
2	9	18	9	
				6
3	8	24	8	
				4
4	7	28	7	
				2
5	6	30	6	
				0
6	5	30	5	
				−2
7	4	28	4	
				−4
8	3	24	3	

The third column of the table presents the monopolist's *total revenue*. It equals the quantity sold (from the first column) times the price (from the second column). The fourth column computes the firm's *average revenue*, the amount of revenue the firm receives per unit sold. We compute average revenue by taking the number for total revenue in the third column and dividing it by the quantity of output in the first column. As we discussed in the previous chapter, average revenue always equals the price of the good. This is true for monopolists as well as for competitive firms.

The last column of Table 1 computes the firm's *marginal revenue*, the amount of revenue that the firm receives for each additional unit of output. We compute marginal revenue by taking the change in total revenue when output increases by 1 unit. For example, when the firm is producing 3 gallons of water, it receives total revenue of $24. Raising production to 4 gallons increases total revenue to $28. Thus, marginal revenue from the sale of the fourth gallon is $28 minus $24, or $4.

Table 1 shows a result that is important for understanding monopoly behavior: *A monopolist's marginal revenue is always less than the price of its good.* For example, if the firm raises production of water from 3 to 4 gallons, it will increase total revenue by only $4, even though it will be able to sell each gallon for $7. For a monopoly, marginal revenue is lower than price because a monopoly faces a downward-sloping demand curve. To increase the amount sold, a monopoly firm must lower the price it charges to all customers. Hence, to sell the fourth gallon of water, the monopolist will get $1 less revenue for each of the first three gallons. This $3 loss accounts for the difference between the price of the fourth gallon ($7) and the marginal revenue of that fourth gallon ($4).

Marginal revenue for monopolies is very different from marginal revenue for competitive firms. When a monopoly increases the amount it sells, this action has two effects on total revenue ($P \times Q$):

- *The output effect:* More output is sold, so Q is higher, which tends to increase total revenue.
- *The price effect:* The price falls, so P is lower, which tends to decrease total revenue.

Because a competitive firm can sell all it wants at the market price, there is no price effect. When it increases production by 1 unit, it receives the market price for that unit, and it does not receive any less for the units it was already selling. That is, because the competitive firm is a price taker, its marginal revenue equals the price of its good. By contrast, when a monopoly increases production by 1 unit, it must reduce the price it charges for every unit it sells, and this cut in price reduces revenue on the units it was already selling. As a result, a monopoly's marginal revenue is less than its price.

Figure 3 graphs the demand curve and the marginal-revenue curve for a monopoly firm. (Because the firm's price equals its average revenue, the demand curve is also the average-revenue curve.) These two curves always start at the same point on the vertical axis because the marginal revenue of the first unit sold equals the price of the good. But for the reason we just discussed, the monopolist's marginal revenue on all units after the first is less than the price of the good. Thus, a monopoly's marginal-revenue curve lies below its demand curve.

You can see in the figure (as well as in Table 1) that marginal revenue can even become negative. Marginal revenue is negative when the price effect on revenue is greater than the output effect. In this case, when the firm produces an extra unit of output, the price falls by enough to cause the firm's total revenue to decline, even though the firm is selling more units.

3 FIGURE

Demand and Marginal-Revenue Curves for a Monopoly

The demand curve shows how the quantity affects the price of the good. The marginal-revenue curve shows how the firm's revenue changes when the quantity increases by 1 unit. Because the price on *all* units sold must fall if the monopoly increases production, marginal revenue is always less than the price.

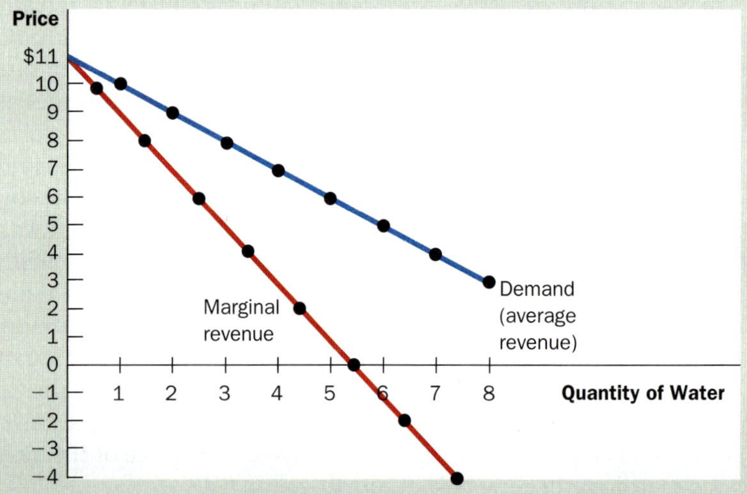

Profit Maximization

Now that we have considered the revenue of a monopoly firm, we are ready to examine how such a firm maximizes profit. Recall from Chapter 1 that one of the *Ten Principles of Economics* is that rational people think at the margin. This lesson is as true for monopolists as it is for competitive firms. Here we apply the logic of marginal analysis to the monopolist's decision about how much to produce.

Figure 4 graphs the demand curve, the marginal-revenue curve, and the cost curves for a monopoly firm. All these curves should seem familiar: The demand and marginal-revenue curves are like those in Figure 3, and the cost curves are like those we encountered in the last two chapters. These curves contain all the information we need to determine the level of output that a profit-maximizing monopolist will choose.

Suppose, first, that the firm is producing at a low level of output, such as Q_1. In this case, marginal cost is less than marginal revenue. If the firm increased production by 1 unit, the additional revenue would exceed the additional costs, and profit would rise. Thus, when marginal cost is less than marginal revenue, the firm can increase profit by producing more units.

A similar argument applies at high levels of output, such as Q_2. In this case, marginal cost is greater than marginal revenue. If the firm reduced production by 1 unit, the costs saved would exceed the revenue lost. Thus, if marginal cost is greater than marginal revenue, the firm can raise profit by reducing production.

In the end, the firm adjusts its level of production until the quantity reaches Q_{MAX}, at which marginal revenue equals marginal cost. *Thus, the monopolist's profit-maximizing quantity of output is determined by the intersection of the marginal-revenue curve and the marginal-cost curve.* In Figure 4, this intersection occurs at point A.

You might recall from the previous chapter that competitive firms also choose the quantity of output at which marginal revenue equals marginal cost. In

FIGURE 4

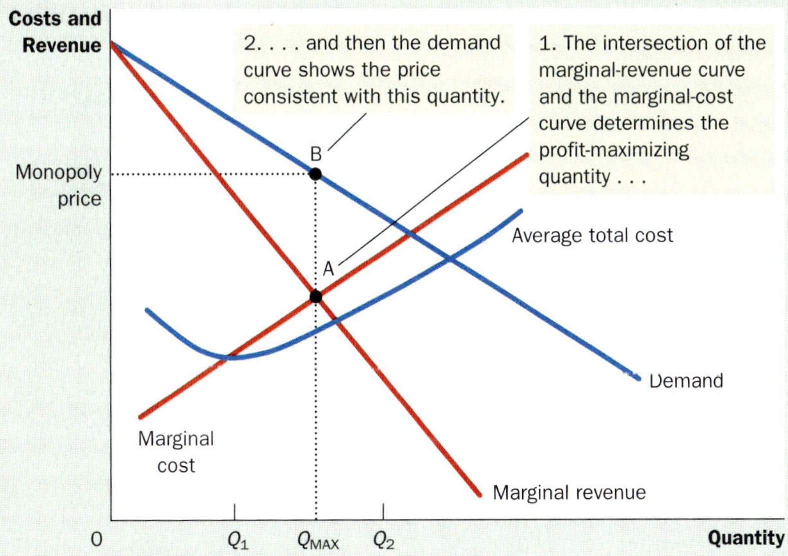

Profit Maximization for a Monopoly

A monopoly maximizes profit by choosing the quantity at which marginal revenue equals marginal cost (point A). It then uses the demand curve to find the price that will induce consumers to buy that quantity (point B).

following this rule for profit maximization, competitive firms and monopolies are alike. But there is also an important difference between these types of firms: The marginal revenue of a competitive firm equals its price, whereas the marginal revenue of a monopoly is less than its price. That is,

For a competitive firm: $P = MR = MC$.
For a monopoly firm: $P > MR = MC$.

The equality of marginal revenue and marginal cost at the profit-maximizing quantity is the same for both types of firms. What differs is the relationship of the price to marginal revenue and marginal cost.

How does the monopoly find the profit-maximizing price for its product? The demand curve answers this question because the demand curve relates the amount that customers are willing to pay to the quantity sold. Thus, after the monopoly firm chooses the quantity of output that equates marginal revenue and marginal cost, it uses the demand curve to find the highest price it can charge and sell that quantity. In Figure 4, the profit-maximizing price is found at point B.

We can now see a key difference between markets with competitive firms and markets with a monopoly firm: *In competitive markets, price equals marginal cost. In monopolized markets, price exceeds marginal cost.* As we will see in a moment, this finding is crucial to understanding the social cost of monopoly.

A Monopoly's Profit

How much profit does a monopoly make? To see a monopoly firm's profit in a graph, recall that profit equals total revenue (TR) minus total costs (TC):

$$\text{Profit} = TR - TC.$$

FYI

Why a Monopoly Does Not Have a Supply Curve

You may have noticed that we have analyzed the price in a monopoly market using the market demand curve and the firm's cost curves. We have not made any mention of the market supply curve. By contrast, when we analyzed prices in competitive markets beginning in Chapter 4, the two most important words were always *supply* and *demand.*

What happened to the supply curve? Although monopoly firms make decisions about what quantity to supply (in the way described in this chapter), a monopoly does not have a supply curve. A supply curve tells us the quantity that firms choose to supply at any given price. This concept makes sense when we are analyzing competitive firms, which are price takers. But a monopoly firm is a price maker, not a price taker. It is not meaningful to ask what such a firm would produce at any price because the firm sets the price at the same time it chooses the quantity to supply.

Indeed, the monopolist's decision about how much to supply is impossible to separate from the demand curve it faces. The shape of the demand curve determines the shape of the marginal-revenue curve, which in turn determines the monopolist's profit-maximizing quantity. In a competitive market, supply decisions can be analyzed without knowing the demand curve, but that is not true in a monopoly market. Therefore, we never talk about a monopoly's supply curve.

FIGURE 5

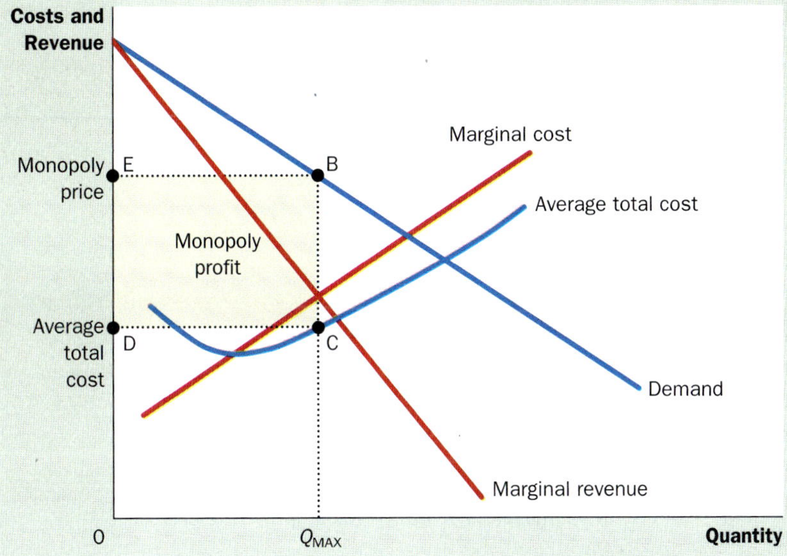

The Monopolist's Profit
The area of the box BCDE equals the profit of the monopoly firm. The height of the box (BC) is price minus average total cost, which equals profit per unit sold. The width of the box (DC) is the number of units sold.

We can rewrite this as

$$\text{Profit} = (TR/Q - TC/Q) \times Q.$$

TR/Q is average revenue, which equals the price, P, and TC/Q is average total cost, ATC. Therefore,

$$\text{Profit} = (P - ATC) \times Q.$$

This equation for profit (which also holds for competitive firms) allows us to measure the monopolist's profit in our graph.

Consider the shaded box in Figure 5. The height of the box (the segment BC) is price minus average total cost, $P - ATC$, which is the profit on the typical unit sold. The width of the box (the segment DC) is the quantity sold, Q_{MAX}. Therefore, the area of this box is the monopoly firm's total profit.

CASE STUDY MONOPOLY DRUGS VERSUS GENERIC DRUGS

According to our analysis, prices are determined differently in monopolized markets and competitive markets. A natural place to test this theory is the market for pharmaceutical drugs because this market takes on both market structures. When a firm discovers a new drug, patent laws give the firm a monopoly on the sale of that drug. But eventually, the firm's patent runs out, and any company can make and sell the drug. At that time, the market switches from being monopolistic to being competitive.

What should happen to the price of a drug when the patent runs out? Figure 6 shows the market for a typical drug. In this figure, the marginal cost of producing

6 FIGURE

The Market for Drugs

When a patent gives a firm a monopoly over the sale of a drug, the firm charges the monopoly price, which is well above the marginal cost of making the drug. When the patent on a drug runs out, new firms enter the market, making it more competitive. As a result, the price falls from the monopoly price to marginal cost.

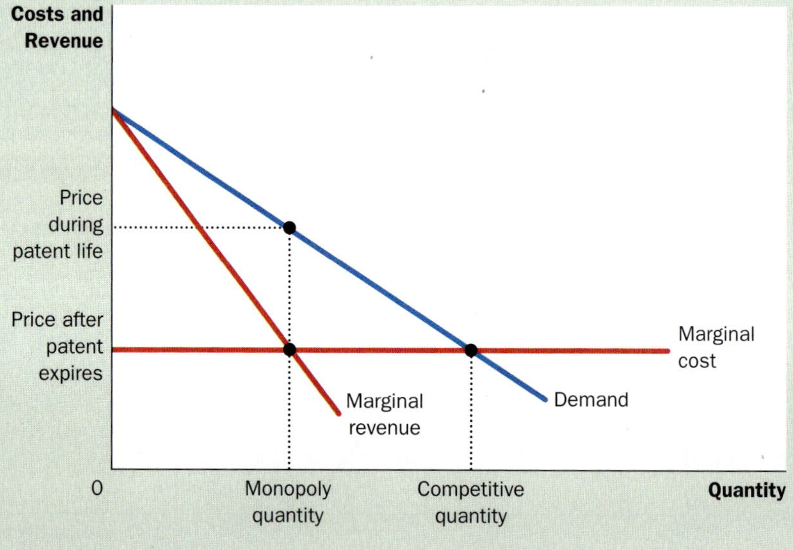

the drug is constant. (This is approximately true for many drugs.) During the life of the patent, the monopoly firm maximizes profit by producing the quantity at which marginal revenue equals marginal cost and charging a price well above marginal cost. But when the patent runs out, the profit from making the drug should encourage new firms to enter the market. As the market becomes more competitive, the price should fall to equal marginal cost.

Experience is, in fact, consistent with our theory. When the patent on a drug expires, other companies quickly enter and begin selling so-called generic products that are chemically identical to the former monopolist's brand-name product. And just as our analysis predicts, the price of the competitively produced generic drug is well below the price that the monopolist was charging.

The expiration of a patent, however, does not cause the monopolist to lose all its market power. Some consumers remain loyal to the brand-name drug, perhaps out of fear that the new generic drugs are not actually the same as the drug they have been using for years. As a result, the former monopolist can continue to charge a price at least somewhat above the price charged by its new competitors. ●

QUICK QUIZ Explain how a monopolist chooses the quantity of output to produce and the price to charge.

THE WELFARE COST OF MONOPOLIES

Is monopoly a good way to organize a market? We have seen that a monopoly, in contrast to a competitive firm, charges a price above marginal cost. From the standpoint of consumers, this high price makes monopoly undesirable. At the same time, however, the monopoly is earning profit from charging this high price.

From the standpoint of the owners of the firm, the high price makes monopoly very desirable. Is it possible that the benefits to the firm's owners exceed the costs imposed on consumers, making monopoly desirable from the standpoint of society as a whole?

We can answer this question using the tools of welfare economics. Recall from Chapter 7 that total surplus measures the economic well-being of buyers and sellers in a market. Total surplus is the sum of consumer surplus and producer surplus. Consumer surplus is consumers' willingness to pay for a good minus the amount they actually pay for it. Producer surplus is the amount producers receive for a good minus their costs of producing it. In this case, there is a single producer—the monopolist.

You can probably guess the result of this analysis. In Chapter 7, we concluded that the equilibrium of supply and demand in a competitive market is not only a natural outcome but also a desirable one. The invisible hand of the market leads to an allocation of resources that makes total surplus as large as it can be. Because a monopoly leads to an allocation of resources different from that in a competitive market, the outcome must, in some way, fail to maximize total economic well-being.

The Deadweight Loss

We begin by considering what the monopoly firm would do if it were run by a benevolent social planner. The social planner cares not only about the profit earned by the firm's owners but also about the benefits received by the firm's consumers. The planner tries to maximize total surplus, which equals producer surplus (profit) plus consumer surplus. Keep in mind that total surplus equals the value of the good to consumers minus the costs of making the good incurred by the monopoly producer.

Figure 7 analyzes how a benevolent social planner would choose the monopoly's level of output. The demand curve reflects the value of the good to consumers, as measured by their willingness to pay for it. The marginal-cost curve reflects the costs of the monopolist. *Thus, the socially efficient quantity is found where the demand curve and the marginal-cost curve intersect.* Below this quantity, the value of an extra unit to consumers exceeds the cost of providing it, so increasing output would raise total surplus. Above this quantity, the cost of producing an extra unit exceeds the value of that unit to consumers, so decreasing output would raise total surplus. At the optimal quantity, the value of an extra unit to consumers exactly equals the marginal cost of production.

If the social planner were running the monopoly, the firm could achieve this efficient outcome by charging the price found at the intersection of the demand and marginal-cost curves. Thus, like a competitive firm and unlike a profit-maximizing monopoly, a social planner would charge a price equal to marginal cost. Because this price would give consumers an accurate signal about the cost of producing the good, consumers would buy the efficient quantity.

We can evaluate the welfare effects of monopoly by comparing the level of output that the monopolist chooses to the level of output that a social planner would choose. As we have seen, the monopolist chooses to produce and sell the quantity of output at which the marginal-revenue and marginal-cost curves intersect; the social planner would choose the quantity at which the demand and marginal-cost curves intersect. Figure 8 shows the comparison. *The monopolist produces less than the socially efficient quantity of output.*

7 FIGURE

The Efficient Level of Output
A benevolent social planner who wanted to maximize total surplus in the market would choose the level of output where the demand curve and marginal-cost curve intersect. Below this level, the value of the good to the marginal buyer (as reflected in the demand curve) exceeds the marginal cost of making the good. Above this level, the value to the marginal buyer is less than marginal cost.

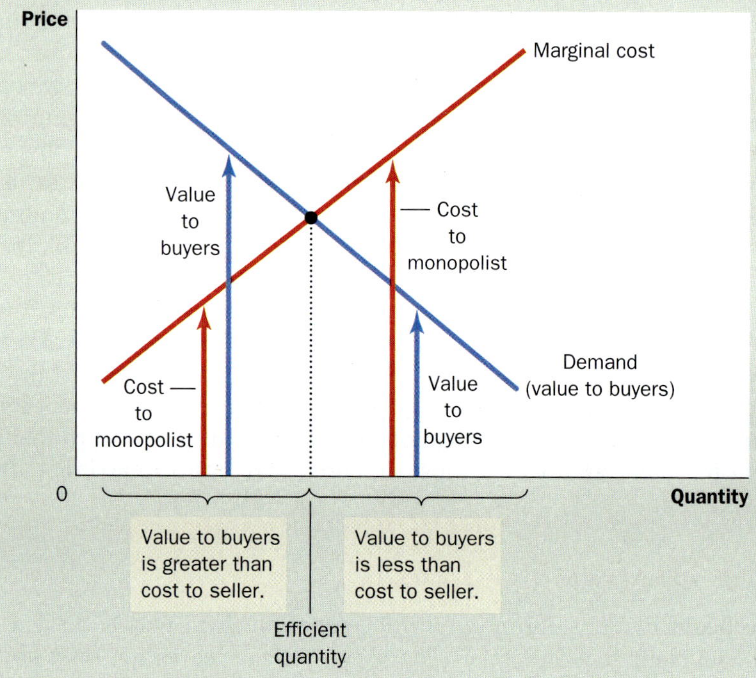

We can also view the inefficiency of monopoly in terms of the monopolist's price. Because the market demand curve describes a negative relationship between the price and quantity of the good, a quantity that is inefficiently low is equivalent to a price that is inefficiently high. When a monopolist charges a price above marginal cost, some potential consumers value the good at more than its marginal cost but less than the monopolist's price. These consumers do not buy the good. Because the value these consumers place on the good is greater than the cost of providing it to them, this result is inefficient. Thus, monopoly pricing prevents some mutually beneficial trades from taking place.

The inefficiency of monopoly can be measured with a deadweight loss triangle, as illustrated in Figure 8. Because the demand curve reflects the value to consumers and the marginal-cost curve reflects the costs to the monopoly producer, the area of the deadweight loss triangle between the demand curve and the marginal-cost curve equals the total surplus lost because of monopoly pricing. It is the reduction in economic well-being that results from the monopoly's use of its market power.

The deadweight loss caused by monopoly is similar to the deadweight loss caused by a tax. Indeed, a monopolist is like a private tax collector. As we saw in Chapter 8, a tax on a good places a wedge between consumers' willingness to pay (as reflected in the demand curve) and producers' costs (as reflected in the supply curve). Because a monopoly exerts its market power by charging a price above marginal cost, it places a similar wedge. In both cases, the wedge causes the quantity sold to fall short of the social optimum. The difference between the two

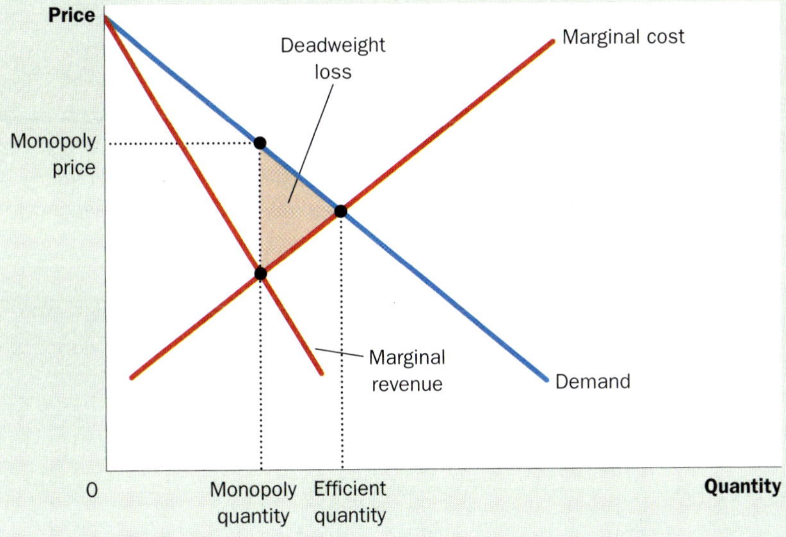

FIGURE 8

The Inefficiency of Monopoly
Because a monopoly charges a price above marginal cost, not all consumers who value the good at more than its cost buy it. Thus, the quantity produced and sold by a monopoly is below the socially efficient level. The deadweight loss is represented by the area of the triangle between the demand curve (which reflects the value of the good to consumers) and the marginal-cost curve (which reflects the costs of the monopoly producer).

cases is that the government gets the revenue from a tax, whereas a private firm gets the monopoly profit.

The Monopoly's Profit: A Social Cost?

It is tempting to decry monopolies for "profiteering" at the expense of the public. And indeed, a monopoly firm does earn a higher profit by virtue of its market power. According to the economic analysis of monopoly, however, the firm's profit is not in itself necessarily a problem for society.

Welfare in a monopolized market, like all markets, includes the welfare of both consumers and producers. Whenever a consumer pays an extra dollar to a producer because of a monopoly price, the consumer is worse off by a dollar, and the producer is better off by the same amount. This transfer from the consumers of the good to the owners of the monopoly does not affect the market's total surplus—the sum of consumer and producer surplus. In other words, the monopoly profit itself represents not a reduction in the size of the economic pie but merely a bigger slice for producers and a smaller slice for consumers. Unless consumers are for some reason more deserving than producers—a normative judgment about equity that goes beyond the realm of economic efficiency—the monopoly profit is not a social problem.

The problem in a monopolized market arises because the firm produces and sells a quantity of output below the level that maximizes total surplus. The deadweight loss measures how much the economic pie shrinks as a result. This inefficiency is connected to the monopoly's high price: Consumers buy fewer units when the firm raises its price above marginal cost. But keep in mind that the profit earned on the units that continue to be sold is not the problem. The problem stems from the inefficiently low quantity of output. Put differently, if the high monopoly price did not discourage some consumers from buying the good, it would raise producer surplus by exactly the amount it reduced consumer surplus, leaving total surplus the same as could be achieved by a benevolent social planner.

There is, however, a possible exception to this conclusion. Suppose that a monopoly firm has to incur additional costs to maintain its monopoly position. For example, a firm with a government-created monopoly might need to hire lobbyists to convince lawmakers to continue its monopoly. In this case, the monopoly may use up some of its monopoly profits paying for these additional costs. If so, the social loss from monopoly includes both these costs and the deadweight loss resulting from a price above marginal cost.

QUICK QUIZ How does a monopolist's quantity of output compare to the quantity of output that maximizes total surplus? How does this difference relate to the concept of deadweight loss?

PRICE DISCRIMINATION

price discrimination
the business practice of selling the same good at different prices to different customers

So far, we have been assuming that the monopoly firm charges the same price to all customers. Yet in many cases, firms sell the same good to different customers for different prices, even though the costs of producing for the two customers are the same. This practice is called **price discrimination.**

Before discussing the behavior of a price-discriminating monopolist, we should note that price discrimination is not possible when a good is sold in a competitive market. In a competitive market, many firms are selling the same good at the market price. No firm is willing to charge a lower price to any customer because the firm can sell all it wants at the market price. And if any firm tried to charge a higher price to a customer, that customer would buy from another firm. For a firm to price discriminate, it must have some market power.

A Parable about Pricing

To understand why a monopolist would price discriminate, let's consider an example. Imagine that you are the president of Readalot Publishing Company. Readalot's best-selling author has just written a new novel. To keep things simple, let's imagine that you pay the author a flat $2 million for the exclusive rights to publish the book. Let's also assume that the cost of printing the book is zero. Readalot's profit, therefore, is the revenue from selling the book minus the $2 million it has paid to the author. Given these assumptions, how would you, as Readalot's president, decide the book's price?

Your first step is to estimate the demand for the book. Readalot's marketing department tells you that the book will attract two types of readers. The book will appeal to the author's 100,000 die-hard fans who are willing to pay as much as $30. In addition, the book will appeal to about 400,000 less enthusiastic readers who will pay up to $5.

If Readalot charges a single price to all customers, what price maximizes profit? There are two natural prices to consider: $30 is the highest price Readalot can charge and still get the 100,000 die-hard fans, and $5 is the highest price it can charge and still get the entire market of 500,000 potential readers. Solving Readalot's problem is a matter of simple arithmetic. At a price of $30, Readalot sells 100,000 copies, has revenue of $3 million, and makes profit of $1 million. At a price of $5, it sells 500,000 copies, has revenue of $2.5 million, and makes profit of $500,000. Thus, Readalot maximizes profit by charging $30 and forgoing the opportunity to sell to the 400,000 less enthusiastic readers.

Notice that Readalot's decision causes a deadweight loss. There are 400,000 readers willing to pay $5 for the book, and the marginal cost of providing it to them is zero. Thus, $2 million of total surplus is lost when Readalot charges the higher price. This deadweight loss is the inefficiency that arises whenever a monopolist charges a price above marginal cost.

Now suppose that Readalot's marketing department makes a discovery: These two groups of readers are in separate markets. The die-hard fans live in Australia, and the other readers live in the United States. Moreover, it is hard for readers in one country to buy books in the other.

In response to this discovery, Readalot can change its marketing strategy and increase profits. To the 100,000 Australian readers, it can charge $30 for the book. To the 400,000 American readers, it can charge $5 for the book. In this case, revenue is $3 million in Australia and $2 million in the United States, for a total of $5 million. Profit is then $3 million, which is substantially greater than the $1 million the company could earn charging the same $30 price to all customers. Not surprisingly, Readalot chooses to follow this strategy of price discrimination.

The story of Readalot Publishing is hypothetical, but it describes accurately the business practice of many publishing companies. Textbooks, for example, are often sold at a lower price in Europe than in the United States. Even more important is the price differential between hardcover books and paperbacks. When a publisher has a new novel, it initially releases an expensive hardcover edition and later releases a cheaper paperback edition. The difference in price between these two editions far exceeds the difference in printing costs. The publisher's goal is just as in our example. By selling the hardcover to die-hard fans and the paperback to less enthusiastic readers, the publisher price discriminates and raises its profit.

The Moral of the Story

Like any parable, the story of Readalot Publishing is stylized. Yet also like any parable, it teaches some general lessons. In this case, there are three lessons to be learned about price discrimination.

The first and most obvious lesson is that price discrimination is a rational strategy for a profit-maximizing monopolist. That is, by charging different prices to different customers, a monopolist can increase its profit. In essence, a price-discriminating monopolist charges each customer a price closer to his or her willingness to pay, therefore selling more than is possible with a single price.

The second lesson is that price discrimination requires the ability to separate customers according to their willingness to pay. In our example, customers were separated geographically. But sometimes monopolists choose other differences, such as age or income, to distinguish among customers.

A corollary to this second lesson is that certain market forces can prevent firms from price discriminating. In particular, one such force is *arbitrage*, the process of buying a good in one market at a low price and selling it in another market at a higher price to profit from the price difference. In our example, if Australian bookstores could buy the book in the United States and resell it to Australian readers, the arbitrage would prevent Readalot from price discriminating, because no Australian would buy the book at the higher price.

The third lesson from our parable is the most surprising: Price discrimination can raise economic welfare. Recall that a deadweight loss arises when Readalot charges a single $30 price because the 400,000 less enthusiastic readers do not end up with the book, even though they value it at more than its marginal cost of production. By contrast, when Readalot price discriminates, all readers get the book, and the outcome is efficient. Thus, price discrimination can eliminate the inefficiency inherent in monopoly pricing.

Note that in this example the increase in welfare from price discrimination shows up as higher producer surplus rather than higher consumer surplus. Consumers are no better off for having bought the book: The price they pay exactly equals the value they place on the book, so they receive no consumer surplus. The entire increase in total surplus from price discrimination accrues to Readalot Publishing in the form of higher profit.

The Analytics of Price Discrimination

Let's consider a bit more formally how price discrimination affects economic welfare. We begin by assuming that the monopolist can price discriminate perfectly. *Perfect price discrimination* describes a situation in which the monopolist knows exactly the willingness to pay of each customer and can charge each customer a different price. In this case, the monopolist charges each customer exactly his or her willingness to pay, and the monopolist gets the entire surplus in every transaction.

Figure 9 shows producer and consumer surplus with and without price discrimination. Without price discrimination, the firm charges a single price above marginal cost, as shown in panel (a). Because some potential customers who value the good at more than marginal cost do not buy it at this high price, the monopoly causes a deadweight loss. Yet when a firm can perfectly price discriminate, as shown in panel (b), each customer who values the good at more than marginal cost buys the good and is charged his or her willingness to pay. All mutually beneficial trades take place, there is no deadweight loss, and the entire surplus derived from the market goes to the monopoly producer in the form of profit.

In reality, of course, price discrimination is not perfect. Customers do not walk into stores with signs displaying their willingness to pay. Instead, firms price discriminate by dividing customers into groups: young versus old, weekday versus weekend shoppers, Americans versus Australians, and so on. Unlike those in our parable of Readalot Publishing, customers within each group differ in their willingness to pay for the product, making perfect price discrimination impossible.

How does this imperfect price discrimination affect welfare? The analysis of these pricing schemes is quite complicated, and it turns out that there is no general answer to this question. Compared to the monopoly outcome with a single price, imperfect price discrimination can raise, lower, or leave unchanged total surplus in a market. The only certain conclusion is that price discrimination raises the monopoly's profit; otherwise, the firm would choose to charge all customers the same price.

FIGURE 9

Welfare with and without Price Discrimination

Panel (a) shows a monopolist that charges the same price to all customers. Total surplus in this market equals the sum of profit (producer surplus) and consumer surplus. Panel (b) shows a monopolist that can perfectly price discriminate. Because consumer surplus equals zero, total surplus now equals the firm's profit. Comparing these two panels, you can see that perfect price discrimination raises profit, raises total surplus, and lowers consumer surplus.

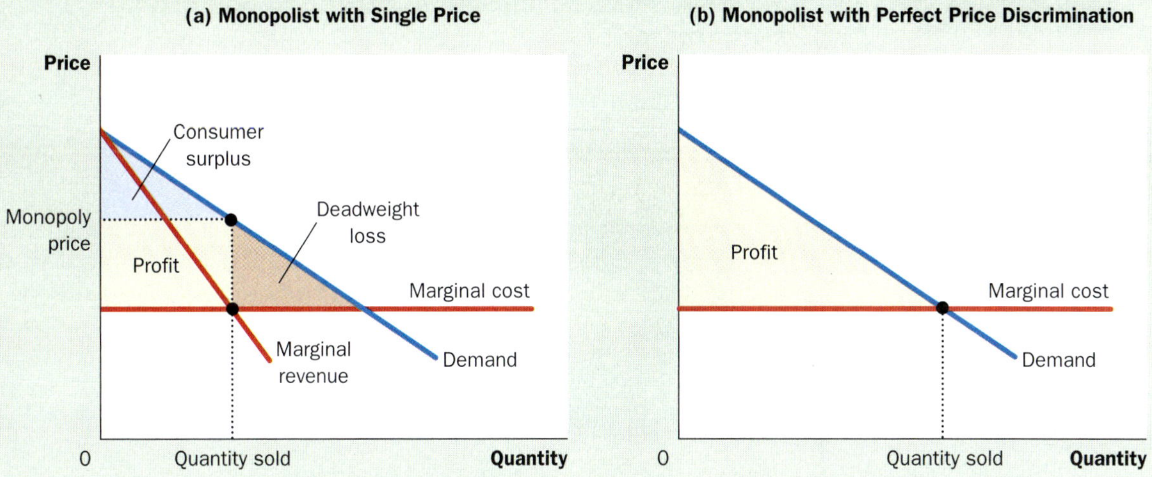

Examples of Price Discrimination

Firms in our economy use various business strategies aimed at charging different prices to different customers. Now that we understand the economics of price discrimination, let's consider some examples.

Movie Tickets Many movie theaters charge a lower price for children and senior citizens than for other patrons. This fact is hard to explain in a competitive market. In a competitive market, price equals marginal cost, and the marginal cost of providing a seat for a child or senior citizen is the same as the marginal cost of providing a seat for anyone else. Yet the differential pricing is easily explained if movie theaters have some local monopoly power and if children and senior citizens have a lower willingness to pay for a ticket. In this case, movie theaters raise their profit by price discriminating.

Airline Prices Seats on airplanes are sold at many different prices. Most airlines charge a lower price for a round-trip ticket between two cities if the traveler stays over a Saturday night. At first, this seems odd. Why should it matter to the airline whether a passenger stays over a Saturday night? The reason is that this rule provides a way to separate business travelers and leisure travelers. A passenger on a business trip has a high willingness to pay and, most likely, does not want to stay over a Saturday night. By contrast, a passenger traveling for personal reasons has

"Would it bother you to hear how little I paid for this flight?"

In The News

TKTS and Other Schemes

Economist Hal Varian discusses a dramatic example of price discrimination.

The Dynamics of Pricing Tickets for Broadway Shows

By Hal R. Varian

Every night in New York, about 25,000 people, on average, attend Broadway shows.

As avid theatergoers know, ticket prices have been rising inexorably. The top ticket price for Broadway shows has risen 31 percent since 1998. But the actual price paid has gone up by only 24 percent.

BARGAIN HUNTERS

PHOTO: © BRUCE GLIKAS/GETTY IMAGES

The difference is a result of discounting. Savvy fans know that there are deals available for even the most popular shows, with the most popular discounts being offered through coupons, two-for-one deals, special prices for students, and through the TKTS booth in Times Square.

Why so much discounting? The value of a seat in a theater, like a seat on an airplane, is highly perishable. Once the show starts or the plane takes off, a seat is worth next to nothing.

In both industries, sellers use a variety of strategies to try to ensure that the seats are sold to those who are willing to pay the most.

This phenomenon was examined recently by a Stanford economist, Phillip Leslie, in an article, "Price Discrimination in Broadway Theater," published in the autumn 2004 issue of the *RAND Journal of Economics.*

Mr. Leslie was able to collect detailed data on a 1996 Broadway play, "Seven Guitars." Over 140,000 people saw this play, and they bought tickets in 17 price categories. Some price variation was due to the qual-

a lower willingness to pay and is more likely to be willing to stay over a Saturday night. Thus, the airlines can successfully price discriminate by charging a lower price for passengers who stay over a Saturday night.

Discount Coupons Many companies offer discount coupons to the public in newspapers and magazines. A buyer simply has to clip the coupon to get $0.50 off his or her next purchase. Why do companies offer these coupons? Why don't they just cut the price of the product by $0.50?

The answer is that coupons allow companies to price discriminate. Companies know that not all customers are willing to spend the time to clip coupons. Moreover, the willingness to clip coupons is related to the customer's willingness to pay for the good. A rich and busy executive is unlikely to spend her time clipping discount coupons out of the newspaper, and she is probably willing to pay a higher price for many goods. A person who is unemployed is more likely to clip coupons and to have a lower willingness to pay. Thus, by charging a lower price only to those customers who clip coupons, firms can successfully price discriminate.

ity of the seats—orchestra, mezzanine, balcony and so on—while other price differences were a result of various forms of discounting.

The combination of quality variation and discounts led to widely varying ticket prices. The average difference of two tickets chosen at random on a given night was about 40 percent of the average price. This is comparable to the price variation in airline tickets. . . .

The ticket promotions also varied over the 199 performances of the show. Targeted direct mail was used early on, while two-for-one tickets were not introduced until about halfway through the run.

The tickets offered for sale at the TKTS booth in Times Square are typically orchestra seats, the best category of seats available. But the discounted tickets at TKTS tend to be the lower-quality orchestra seats. They sell at a fixed discount of 50 percent, but are offered only for performances that day.

Mr. Leslie's goal was primarily to model the behavior of the theatergoer. The audience for Broadway shows is highly diverse. About 10 percent, according to a 1991 survey conducted by Broadway producers, had household incomes of $25,000 or $35,000 while an equal number had incomes over $150,000 (in 1990 dollars).

The prices and discounting policy set by the producers of Broadway shows try to use this heterogeneity to get people to sort themselves by their willingness to pay for tickets.

You probably will not see Donald Trump waiting in line at TKTS; presumably, those in his income class do not mind paying full price. But a lot of students, unemployed actors and tourists do use TKTS.

Yes, it is inconvenient to wait in line at TKTS. But that is the point. If it weren't inconvenient, everyone would do it, and this would result in substantially lower revenues for Broadway shows.

Mr. Leslie uses some advanced econometric techniques to estimate the values that different income groups put on the various categories of tickets. He finds that Broadway producers do a pretty good job, in general, at maximizing revenue. . . .

We are likely to see more and more goods and services sold using the same sort of differential pricing. As more and more transactions become computer-mediated, it becomes easier for sellers to collect data, to experiment with pricing and to analyze the results of those experiments.

This, of course, makes life more complicated for us consumers. The flip side is that pricing variations make those good deals more likely.

Last time I was in New York, I was pleased that I managed to get a ticket to "The Producers" for half price. It almost made up for the fact that I had to book my airline ticket two weeks in advance and stay over a Saturday night.

Source: *New York Times*, January 13, 2005.

Financial Aid Many colleges and universities give financial aid to needy students. One can view this policy as a type of price discrimination. Wealthy students have greater financial resources and, therefore, a higher willingness to pay than needy students. By charging high tuition and selectively offering financial aid, schools in effect charge prices to customers based on the value they place on going to that school. This behavior is similar to that of any price-discriminating monopolist.

Quantity Discounts So far in our examples of price discrimination, the monopolist charges different prices to different customers. Sometimes, however, monopolists price discriminate by charging different prices to the same customer for different units that the customer buys. For example, many firms offer lower prices to customers who buy large quantities. A bakery might charge $0.50 for each donut but $5 for a dozen. This is a form of price discrimination because the customer pays a higher price for the first unit bought than for the twelfth. Quantity discounts are often a successful way of price discriminating because a customer's willingness to pay for an additional unit declines as the customer buys more units.

QUICK QUIZ Give two examples of price discrimination. • How does perfect price discrimination affect consumer surplus, producer surplus, and total surplus?

PUBLIC POLICY TOWARD MONOPOLIES

We have seen that monopolies, in contrast to competitive markets, fail to allocate resources efficiently. Monopolies produce less than the socially desirable quantity of output and, as a result, charge prices above marginal cost. Policymakers in the government can respond to the problem of monopoly in one of four ways:

- By trying to make monopolized industries more competitive
- By regulating the behavior of the monopolies
- By turning some private monopolies into public enterprises
- By doing nothing at all

Increasing Competition with Antitrust Laws

If Coca-Cola and PepsiCo wanted to merge, the deal would be closely examined by the federal government before it went into effect. The lawyers and economists in the Department of Justice might well decide that a merger between these two large soft drink companies would make the U.S. soft drink market substantially less competitive and, as a result, would reduce the economic well-being of the country as a whole. If so, the Department of Justice would challenge the merger in court, and if the judge agreed, the two companies would not be allowed to merge. It is precisely this kind of challenge that prevented software giant Microsoft from buying Intuit in 1994.

The government derives this power over private industry from the antitrust laws, a collection of statutes aimed at curbing monopoly power. The first and most important of these laws was the Sherman Antitrust Act, which Congress passed in 1890 to reduce the market power of the large and powerful "trusts" that were viewed as dominating the economy at the time. The Clayton Antitrust Act, passed in 1914, strengthened the government's powers and authorized private lawsuits. As the U.S. Supreme Court once put it, the antitrust laws are "a comprehensive charter of economic liberty aimed at preserving free and unfettered competition as the rule of trade."

"But if we do merge with Amalgamated, we'll have enough resources to fight the anti-trust violation caused by the merger."

CARTOON: © 2003 BY SIDNEY HARRIS

The antitrust laws give the government various ways to promote competition. They allow the government to prevent mergers, such as our hypothetical merger between Coca-Cola and PepsiCo. They also allow the government to break up companies. For example, in 1984, the government split up AT&T, the large telecommunications company, into eight smaller companies. Finally, the antitrust laws prevent companies from coordinating their activities in ways that make markets less competitive.

Antitrust laws have costs as well as benefits. Sometimes companies merge not to reduce competition but to lower costs through more efficient joint production. These benefits from mergers are sometimes called *synergies*. For example, many U.S. banks have merged in recent years and, by combining operations, have been able to reduce administrative staff. If antitrust laws are to raise social welfare, the government must be able to determine which mergers are desirable and which are not. That is, it must be able to measure and compare the social benefit from

In The News

Airline Mergers

When firms consider merging, executives keep one eye on business fundamentals and another eye on regulatory policy and politics.

Delta's Merger Buzz May Stir the Industry

Delta Air Lines Inc. is seriously considering a merger with either Northwest Airlines Corp. or United Airlines parent UAL Corp., according to people close to the situation, a move that could spur a new round of industry matchmaking as rising fuel costs hurt airline stocks.

At a meeting today, Delta's board is expected to act on a proposal to give Chief Executive Officer Richard Anderson a green light to pursue formal merger discussions with both Northwest and United. . . .

The market reacted enthusiastically yesterday after the news of a prospective deal was reported by *The Wall Street Journal*. Delta shares rose $2.46, or 18%. . . .

Any big U.S. airline merger is sure to draw heavy regulatory scrutiny because of the impact on fares and competition. United and Delta are the second- and third-largest carriers by traffic behind AMR Corp.'s American Airlines. Continental is No. 4, and Northwest is No. 5.

Still, a new round of industry consolidation would help airlines reduce excess capacity, raise fares and boost profit margins battered by oil's rise to nearly $100 a barrel, though it likely would lead to more grumbling from stressed passengers.

Merged airlines could save money by combining computer systems, reducing corporate costs and closing some hubs. Also, bigger airlines may have an edge in winning corporate accounts because they have broader route networks.

Consolidation has taken on new urgency because carriers believe the chances of getting one or two big deals approved by antitrust authorities are better under the current Republican administration. Airline executives and investors believe deals need to be forged in the next 30 to 45 days to allow enough time for scrutiny before the new administration takes office a year from now.

Source: *The Wall Street Journal*, January 11, 2008.

synergies to the social costs of reduced competition. Critics of the antitrust laws are skeptical that the government can perform the necessary cost–benefit analysis with sufficient accuracy.

Regulation

Another way the government deals with the problem of monopoly is by regulating the behavior of monopolists. This solution is common in the case of natural monopolies, such as water and electric companies. These companies are not allowed to charge any price they want. Instead, government agencies regulate their prices.

What price should the government set for a natural monopoly? This question is not as easy as it might at first appear. One might conclude that the price should equal the monopolist's marginal cost. If price equals marginal cost, customers will buy the quantity of the monopolist's output that maximizes total surplus, and the allocation of resources will be efficient.

In The News

Public Transport and Private Enterprise

In many cities, the mass transit system of buses and subways is a monopoly run by the local government. But is this the best system?

Man with a Van

By John Tierney

Vincent Cummins looks out from his van with the wary eyes of a hardened criminal. It is quiet this evening in downtown Brooklyn . . . too quiet. "Watch my back for me!" he barks into the microphone of his C.B. radio, addressing a fellow outlaw in a van who just drove by him on Livingston Street. He looks left and right. No police cars in sight. None of the usual unmarked cars, either. Cummins pauses for a second—he has heard on the C.B. that cops have just busted two other drivers—but he can't stop himself. "Watch my back!" he repeats into the radio as he ruthlessly pulls over to the curb.

Five seconds later, evil triumphs. *A middle-aged woman with a shopping bag climbs into the van . . . and Cummins drives off with impunity!* His new victim and the other passengers laugh when asked why they're riding this illegal jitney. What fool would pay $1.50 to stand on the bus or subway when you're guaranteed a seat here for $1? Unlike bus drivers, the van drivers make change and accept bills, and the vans run more frequently at every hour of the day. "It takes me an hour to get home if I use the bus," explains Cynthia Peters, a nurse born in Trinidad. "When I'm working late, it's very scary waiting in the dark for the bus and then walking the three blocks home. With Vincent's van, I get home in less than half an hour. He takes me right to the door and waits until I get inside."

VINCENT CUMMINS: OUTLAW ENTREPRENEUR

PHOTO: EVAN KAFKA

Cummins would prefer not to be an outlaw. A native of Barbados, he has been driving his van full time ever since an injury forced him to give up his job as a machinist. "I could be collecting disability," he says, "but it's better to work." He met Federal requirements to run an interstate van service, then spent years trying to get approval to operate in the city. His application, which included more than 900 supporting statements from riders, business groups, and church leaders, was approved by the City Taxi and Limousine Commission as well as by the Department of Transportation. Mayor Giuliani supported him. But this summer the City

There are, however, two practical problems with marginal-cost pricing as a regulatory system. The first arises from the logic of cost curves. By definition, natural monopolies have declining average total cost. As we first discussed in Chapter 13, when average total cost is declining, marginal cost is less than average total cost. This situation is illustrated in Figure 10, which shows a firm with a large fixed cost and then constant marginal cost thereafter. If regulators were to set price equal to marginal cost, that price must be less than the firm's average total cost, and the firm would lose money. Instead of charging such a low price, the monopoly firm would just exit the industry.

Regulators can respond to this problem in various ways, none of which is perfect. One way is to subsidize the monopolist. In essence, the government picks

Council rejected his application for a license, as it has rejected most applications over the past four years, which is why thousands of illegal drivers in Brooklyn and Queens are dodging the police.

Council members claim they're trying to prevent vans from causing accidents and traffic problems, although no one who rides the vans takes these protestations seriously. Vans with accredited and insured drivers like Cummins are no more dangerous or disruptive than taxis. The only danger they pose is to the public transit monopoly, whose union leaders have successfully led the campaign against them.

The van drivers have refuted two modern urban myths: that mass transit must lose money and that it must be a public enterprise. Entrepreneurs like Cummins are thriving today in other cities—Seoul and Buenos Aires rely entirely on private, profitable bus companies—and they once made New York the world leader in mass transit. The first horsecars and elevated trains were developed here by private companies. The first subway was partly financed with a loan from the city, but it was otherwise a private operation, built and run quite profitably with the fare set at a nickel—the equivalent of less than a dollar today.

Eventually though, New York's politicians drove most private transit companies out of business by refusing to adjust the fare for inflation. When the enterprises lost money in the 1920's, Mayor John Hylan offered to teach them efficient management. If the city ran the subway, he promised, it would make money while preserving the nickel fare and freeing New Yorkers from "serfdom" and "dictatorship" of the "grasping transportation monopolies." But expenses soared as soon as government merged the private systems into a true monopoly. The fare, which remained a nickel through seven decades of private transit, has risen 2,900 percent under public management—and today the Metropolitan Transportation Authority still manages to lose about $2 per ride. Meanwhile, a jitney driver can provide better service at lower prices and still make a profit.

"Transit could be profitable again if entrepreneurs are given a chance," says Daniel B. Klein, an economist at Santa Clara University in California and the co-author of *Curb Rights*, a new book from the Brookings Institution on mass transit. "Government has demonstrated that it has no more business producing transit than producing cornflakes. It should concentrate instead on establishing new rules to foster competition." To encourage private operators to make a long-term investment in regular service along a route, the Brookings researchers recommend selling them exclusive "curb rights" to pick up passengers waiting at certain stops along the route. That way part-time opportunists couldn't swoop in to steal regular customers from a long-term operator. But to encourage competition, at other corners along the route there should also be common stops where passengers could be picked up by any licensed jitney or bus.

Elements of this system already exist where jitneys have informally established their own stops separate from the regular buses, but the City Council is trying to eliminate these competitors. Besides denying licenses to new drivers like Cummins, the Council has forbidden veteran drivers with licenses to operate on bus routes. Unless these restrictions are overturned in court—a suit on the drivers' behalf has been filed by the Institute for Justice, a public-interest law firm in Washington—the vans can compete only by breaking the law. At this very moment, despite the best efforts of the police and the Transport Workers Union, somewhere in New York a serial predator like Cummins is luring another unsuspecting victim. He may even be making change for a $5 bill.

Source: *The New York Times Magazine*, August 10, 1997, page 22.

up the losses inherent in marginal-cost pricing. Yet to pay for the subsidy, the government needs to raise money through taxation, which involves its own deadweight losses. Alternatively, the regulators can allow the monopolist to charge a price higher than marginal cost. If the regulated price equals average total cost, the monopolist earns exactly zero economic profit. Yet average-cost pricing leads to deadweight losses because the monopolist's price no longer reflects the marginal cost of producing the good. In essence, average-cost pricing is like a tax on the good the monopolist is selling.

The second problem with marginal-cost pricing as a regulatory system (and with average-cost pricing as well) is that it gives the monopolist no incentive to reduce costs. Each firm in a competitive market tries to reduce its costs because

10 FIGURE

Marginal-Cost Pricing for a Natural Monopoly
Because a natural monopoly has declining average total cost, marginal cost is less than average total cost. Therefore, if regulators require a natural monopoly to charge a price equal to marginal cost, price will be below average total cost, and the monopoly will lose money.

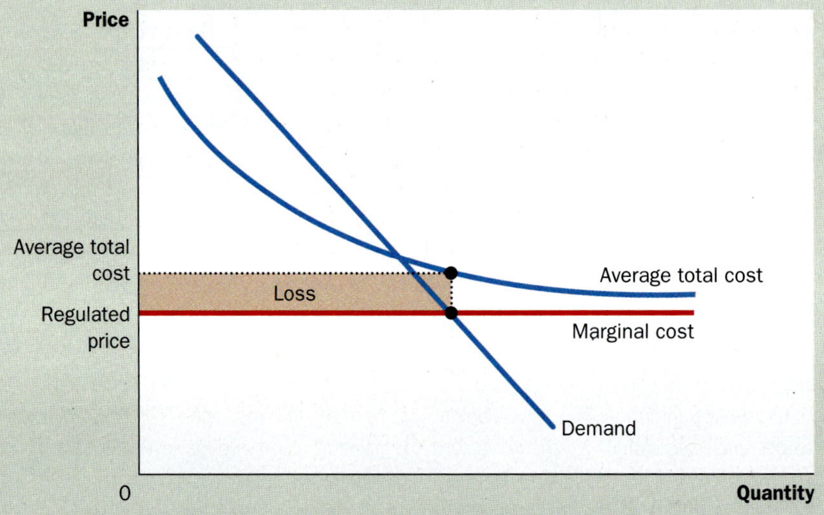

lower costs mean higher profits. But if a regulated monopolist knows that regulators will reduce prices whenever costs fall, the monopolist will not benefit from lower costs. In practice, regulators deal with this problem by allowing monopolists to keep some of the benefits from lower costs in the form of higher profit, a practice that requires some departure from marginal-cost pricing.

Public Ownership

The third policy used by the government to deal with monopoly is public ownership. That is, rather than regulating a natural monopoly that is run by a private firm, the government can run the monopoly itself. This solution is common in many European countries, where the government owns and operates utilities such as telephone, water, and electric companies. In the United States, the government runs the Postal Service. The delivery of ordinary first-class mail is often thought to be a natural monopoly.

Economists usually prefer private to public ownership of natural monopolies. The key issue is how the ownership of the firm affects the costs of production. Private owners have an incentive to minimize costs as long as they reap part of the benefit in the form of higher profit. If the firm's managers are doing a bad job of keeping costs down, the firm's owners will fire them. By contrast, if the government bureaucrats who run a monopoly do a bad job, the losers are the customers and taxpayers, whose only recourse is the political system. The bureaucrats may become a special-interest group and attempt to block cost-reducing reforms. Put simply, as a way of ensuring that firms are well run, the voting booth is less reliable than the profit motive.

Doing Nothing

Each of the foregoing policies aimed at reducing the problem of monopoly has drawbacks. As a result, some economists argue that it is often best for the government not to try to remedy the inefficiencies of monopoly pricing. Here is the assessment of economist George Stigler, who won the Nobel Prize for his work in industrial organization:

> A famous theorem in economics states that a competitive enterprise economy will produce the largest possible income from a given stock of resources. No real economy meets the exact conditions of the theorem, and all real economies will fall short of the ideal economy—a difference called "market failure." In my view, however, the degree of "market failure" for the American economy is much smaller than the "political failure" arising from the imperfections of economic policies found in real political systems.

As this quotation makes clear, determining the proper role of the government in the economy requires judgments about politics as well as economics.

QUICK QUIZ Describe the ways policymakers can respond to the inefficiencies caused by monopolies. List a potential problem with each of these policy responses.

CONCLUSION: THE PREVALENCE OF MONOPOLIES

This chapter has discussed the behavior of firms that have control over the prices they charge. We have seen that these firms behave very differently from the competitive firms studied in the previous chapter. Table 2 summarizes some of the key similarities and differences between competitive and monopoly markets.

From the standpoint of public policy, a crucial result is that a monopolist produces less than the socially efficient quantity and charges a price above marginal cost. As a result, a monopoly causes deadweight losses. In some cases, these

TABLE 2

Competition versus Monopoly: A Summary Comparison

	Competition	Monopoly
Similarities		
Goal of firms	Maximize profits	Maximize profits
Rule for maximizing	$MR = MC$	$MR = MC$
Can earn economic profits in the short run?	Yes	Yes
Differences		
Number of firms	Many	One
Marginal revenue	$MR = P$	$MR < P$
Price	$P = MC$	$P > MC$
Produces welfare-maximizing level of output?	Yes	No
Entry in long run?	Yes	No
Can earn economic profits in long run?	No	Yes
Price discrimination possible?	No	Yes

inefficiencies can be mitigated through price discrimination by the monopolist, but other times, they call for policymakers to take an active role.

How prevalent are the problems of monopoly? There are two answers to this question.

In one sense, monopolies are common. Most firms have some control over the prices they charge. They are not forced to charge the market price for their goods because their goods are not exactly the same as those offered by other firms. A Ford Taurus is not the same as a Toyota Camry. Ben and Jerry's ice cream is not the same as Breyer's. Each of these goods has a downward-sloping demand curve, which gives each producer some degree of monopoly power.

Yet firms with substantial monopoly power are rare. Few goods are truly unique. Most have substitutes that, even if not exactly the same, are similar. Ben and Jerry can raise the price of their ice cream a little without losing all their sales, but if they raise it very much, sales will fall substantially as their customers switch to another brand.

In the end, monopoly power is a matter of degree. It is true that many firms have some monopoly power. It is also true that their monopoly power is usually limited. In such a situation, we will not go far wrong assuming that firms operate in competitive markets, even if that is not precisely the case.

SUMMARY

- A monopoly is a firm that is the sole seller in its market. A monopoly arises when a single firm owns a key resource, when the government gives a firm the exclusive right to produce a good, or when a single firm can supply the entire market at a smaller cost than many firms could.
- Because a monopoly is the sole producer in its market, it faces a downward-sloping demand curve for its product. When a monopoly increases production by 1 unit, it causes the price of its good to fall, which reduces the amount of revenue earned on all units produced. As a result, a monopoly's marginal revenue is always below the price of its good.
- Like a competitive firm, a monopoly firm maximizes profit by producing the quantity at which marginal revenue equals marginal cost. The monopoly then chooses the price at which that quantity is demanded. Unlike a competitive firm, a monopoly firm's price exceeds its marginal revenue, so its price exceeds marginal cost.
- A monopolist's profit-maximizing level of output is below the level that maximizes the sum of consumer and producer surplus. That is, when the monopoly charges a price above marginal cost, some consumers who value the good more than its cost of production do not buy it. As a result, monopoly causes deadweight losses similar to the deadweight losses caused by taxes.
- A monopolist often can raise its profits by charging different prices for the same good based on a buyer's willingness to pay. This practice of price discrimination can raise economic welfare by getting the good to some consumers who otherwise would not buy it. In the extreme case of perfect price discrimination, the deadweight loss of monopoly is completely eliminated, and all the surplus in the market goes to the monopoly producer. More generally, when price discrimination is imperfect, it can either raise or lower welfare compared to the outcome with a single monopoly price.

- Policymakers can respond to the inefficiency of monopoly behavior in four ways. They can use the antitrust laws to try to make the industry more competitive. They can regulate the prices that the monopoly charges. They can turn the monopolist into a government-run enterprise. Or if the market failure is deemed small compared to the inevitable imperfections of policies, they can do nothing at all.

KEY CONCEPTS

monopoly, *p. 312*

natural monopoly, *p. 314*

price discrimination, *p. 326*

QUESTIONS FOR REVIEW

1. Give an example of a government-created monopoly. Is creating this monopoly necessarily bad public policy? Explain.
2. Define *natural monopoly*. What does the size of a market have to do with whether an industry is a natural monopoly?
3. Why is a monopolist's marginal revenue less than the price of its good? Can marginal revenue ever be negative? Explain.
4. Draw the demand, marginal-revenue, average-total-cost, and marginal-cost curves for a monopolist. Show the profit-maximizing level of output, the profit-maximizing price, and the amount of profit.
5. In your diagram from the previous question, show the level of output that maximizes total surplus. Show the deadweight loss from the monopoly. Explain your answer.
6. Give two examples of price discrimination. In each case, explain why the monopolist chooses to follow this business strategy.
7. What gives the government the power to regulate mergers between firms? From the standpoint of the welfare of society, give a good reason and a bad reason that two firms might want to merge.
8. Describe the two problems that arise when regulators tell a natural monopoly that it must set a price equal to marginal cost.

PROBLEMS AND APPLICATIONS

1. A publisher faces the following demand schedule for the next novel of one of its popular authors:

Price	Quantity Demanded
$100	0 novels
90	100,000
80	200,000
70	300,000
60	400,000
50	500,000
40	600,000
30	700,000
20	800,000
10	900,000
0	1,000,000

The author is paid $2 million to write the book, and the marginal cost of publishing the book is a constant $10 per book.

a. Compute total revenue, total cost, and profit at each quantity. What quantity would a profit-maximizing publisher choose? What price would it charge?

b. Compute marginal revenue. (Recall that $MR = \Delta TR / \Delta Q$.) How does marginal revenue compare to the price? Explain.

c. Graph the marginal-revenue, marginal-cost, and demand curves. At what quantity do the marginal-revenue and marginal-cost curves cross? What does this signify?

d. In your graph, shade in the deadweight loss. Explain in words what this means.

e. If the author were paid $3 million instead of $2 million to write the book, how would this affect the publisher's decision regarding the price to charge? Explain.

f. Suppose the publisher was not profit-maximizing but was concerned with maximizing economic efficiency. What price would it charge for the book? How much profit would it make at this price?

2. Suppose that a natural monopolist was required by law to charge average total cost. On a diagram, label the price charged and the deadweight loss to society relative to marginal-cost pricing.

3. Suppose the Clean Springs Water Company has a monopoly on bottled water sales in California. If the price of tap water increases, what is the change in Clean Springs' profit-maximizing levels of output, price, and profit? Explain in words and with a graph.

4. A small town is served by many competing supermarkets, which have constant marginal cost.

a. Using a diagram of the market for groceries, show the consumer surplus, producer surplus, and total surplus.

b. Now suppose that the independent supermarkets combine into one chain. Using a new diagram, show the new consumer surplus, producer surplus, and total surplus. Relative to the competitive market, what is the transfer from consumers to producers? What is the deadweight loss?

5. Johnny Rockabilly has just finished recording his latest CD. His record company's marketing department determines that the demand for the CD is as follows:

Price	Number of CDs
$24	10,000
22	20,000
20	30,000
18	40,000
16	50,000
14	60,000

The company can produce the CD with no fixed cost and a variable cost of $5 per CD.

a. Find total revenue for quantity equal to 10,000, 20,000, and so on. What is the marginal revenue for each 10,000 increase in the quantity sold?
b. What quantity of CDs would maximize profit? What would the price be? What would the profit be?
c. If you were Johnny's agent, what recording fee would you advise Johnny to demand from the record company? Why?

6. A company is considering building a bridge across a river. The bridge would cost $2 million to build and nothing to maintain. The following table shows the company's anticipated demand over the lifetime of the bridge:

Price per Crossing	Number of Crossings, in Thousands
$8	0
7	100
6	200
5	300
4	400
3	500
2	600
1	700
0	800

a. If the company were to build the bridge, what would be its profit-maximizing price? Would that be the efficient level of output? Why or why not?
b. If the company is interested in maximizing profit, should it build the bridge? What would be its profit or loss?
c. If the government were to build the bridge, what price should it charge?
d. Should the government build the bridge? Explain.

7. Larry, Curly, and Moe run the only saloon in town. Larry wants to sell as many drinks as possible without losing money. Curly wants the saloon to bring in as much revenue as possible. Moe wants to make the largest possible profits. Using a single diagram of the saloon's demand curve and its cost curves, show the price and quantity combinations favored by each of the three partners. Explain.

8. For many years, AT&T was a regulated monopoly, providing both local and long-distance telephone service.
a. Explain why long-distance phone service was originally a natural monopoly.
b. Over the past two decades, many companies have launched communication satellites, each of which can transmit a limited number of calls. How did the growing role of satellites change the cost structure of long-distance phone service?

After a lengthy legal battle with the government, AT&T agreed to compete with other companies in the long-distance market. It also agreed to spin off its local phone service into the "Baby Bells," which remain highly regulated.

c. Why might it be efficient to have competition in long-distance phone service and regulated monopolies in local phone service?

9. Consider the relationship between monopoly pricing and price elasticity of demand:
a. Explain why a monopolist will never produce a quantity at which the demand curve is inelastic. (Hint: If demand is inelastic and the firm raises its price, what happens to total revenue and total costs?)
b. Draw a diagram for a monopolist, precisely labeling the portion of the demand curve that is inelastic. (Hint: The answer is related to the marginal-revenue curve.)
c. On your diagram, show the quantity and price that maximizes total revenue.

10. If the government wanted to encourage a monopoly to produce the socially efficient quantity, should it use a per-unit tax or a per-unit subsidy? Explain how this tax or subsidy would achieve the socially efficient level of output. Among the various interested parties—the monopoly firm, the monopoly's consumers, and other taxpayers—who would support the policy and who would oppose it?

11. You live in a town with 300 adults and 200 children, and you are thinking about putting on a play to entertain your neighbors and make some money. A play has a fixed cost of $2,000, but selling an extra ticket has zero marginal cost. Here are the demand schedules for your two types of customer:

Price	Adults	Children
$10	0	0
9	100	0
8	200	0
7	300	0
6	300	0
5	300	100
4	300	200
3	300	200
2	300	200
1	300	200
0	300	200

   a. To maximize profit, what price would you charge for an adult ticket? For a child's ticket? How much profit do you make?
   b. The city council passes a law prohibiting you from charging different prices to different customers. What price do you set for a ticket now? How much profit do you make?
   c. Who is worse off because of the law prohibiting price discrimination? Who is better off? (If you can, quantify the changes in welfare.)
   d. If the fixed cost of the play were $2,500 rather than $2,000, how would your answers to parts (a), (b), and (c) change?

12. Based on market research, a recording company obtains the following information about the demand and production costs of its new CD:

$$\text{Price} = 1{,}000 - 10Q$$
$$\text{Total Revenue} = 1{,}000Q - 10Q^2$$
$$\text{Marginal Revenue} = 1{,}000 - 20Q$$
$$\text{Marginal Cost} = 100 + 10Q$$

where Q indicates the number of copies sold and P is the price in cents.

   a. Find the price and quantity that maximizes the company's profit.
   b. Find the price and quantity that would maximize social welfare.
   c. Calculate the deadweight loss from monopoly.
   d. Suppose, in addition to the costs above, the musician on the album has to be paid. The company is considering four options:
      i. A flat fee of 2,000 cents
      ii. 50 percent of the profits
      iii. 150 cents per unit sold
      iv. 50 percent of the revenue

      For each option, calculate the profit-maximizing price and quantity. Which, if any, of these compensation schemes would alter the deadweight loss from monopoly? Explain.

13. Many schemes for price discriminating involve some cost. For example, discount coupons take up the time and resources of both the buyer and the seller. This question considers the implications of costly price discrimination. To keep things simple, let's assume that our monopolist's production costs are simply proportional to output so that average total cost and marginal cost are constant and equal to each other.
   a. Draw the cost, demand, and marginal-revenue curves for the monopolist. Show the price the monopolist would charge without price discrimination.
   b. In your diagram, mark the area equal to the monopolist's profit and call it X. Mark the area equal to consumer surplus and call it Y. Mark the area equal to the deadweight loss and call it Z.
   c. Now suppose that the monopolist can perfectly price discriminate. What is the monopolist's profit? (Give your answer in terms of X, Y, and Z.)
   d. What is the change in the monopolist's profit from price discrimination? What is the change in total surplus from price discrimination? Which change is larger? Explain. (Give your answer in terms of X, Y, and Z.)

e. Now suppose that there is some cost of price discrimination. To model this cost, let's assume that the monopolist has to pay a fixed cost C to price discriminate. How would a monopolist make the decision whether to pay this fixed cost? (Give your answer in terms of X, Y, Z, and C.)
f. How would a benevolent social planner, who cares about total surplus, decide whether the monopolist should price discriminate? (Give your answer in terms of X, Y, Z, and C.)
g. Compare your answers to parts (e) and (f). How does the monopolist's incentive to price discriminate differ from the social planner's? Is it possible that the monopolist will price discriminate even though it is not socially desirable?

CHAPTER

16

Monopolistic Competition

You walk into a bookstore to buy a book to read during your next vacation. On the store's shelves you find a Sue Grafton mystery, a Stephen King thriller, a Danielle Steel romance, a David McCullough history, and many other choices. When you pick out a book and buy it, what kind of market are you participating in?

On the one hand, the market for books seems competitive. As you look over the shelves at your bookstore, you find many authors and many publishers vying for your attention. A buyer in this market has thousands of competing products from which to choose. And because anyone can enter the industry by writing and publishing a book, the book business is not very profitable. For every highly paid novelist, there are hundreds of struggling ones.

On the other hand, the market for books seems monopolistic. Because each book is unique, publishers have some latitude in choosing what price to charge. The sellers in this market are price makers rather than price takers. And indeed, the price of books greatly exceeds marginal cost. The price of a typical hardcover novel, for instance, is about $25, whereas the cost of printing one additional copy of the novel is less than $5.

The market for novels fits neither the competitive nor the monopoly model. Instead, it is best described by the model of *monopolistic competition*, the subject of this chapter. The term "monopolistic competition" might at first seem to be an oxymoron, like "jumbo shrimp." But as we will see, monopolistically competitive industries are monopolistic in some ways and competitive in others. The model describes not only the publishing industry but also the market for many other goods and services.

BETWEEN MONOPOLY AND PERFECT COMPETITION

The previous two chapters analyzed markets with many competitive firms and markets with a single monopoly firm. In Chapter 14, we saw that the price in a perfectly competitive market always equals the marginal cost of production. We also saw that, in the long run, entry and exit drive economic profit to zero, so the price also equals average total cost. In Chapter 15, we saw how monopoly firms can use their market power to keep prices above marginal cost, leading to a positive economic profit for the firm and a deadweight loss for society. Competition and monopoly are extreme forms of market structure. Competition occurs when there are many firms in a market offering essentially identical products; monopoly occurs when there is only one firm in a market.

Although the cases of perfect competition and monopoly illustrate some important ideas about how markets work, most markets in the economy include elements of both these cases and, therefore, are not completely described by either of them. The typical firm in the economy faces competition, but the competition is not so rigorous as to make the firm a price taker like the firms analyzed in Chapter 14. The typical firm also has some degree of market power, but its market power is not so great that the firm can be described exactly by the monopoly model presented in Chapter 15. In other words, many industries fall somewhere between the polar cases of perfect competition and monopoly. Economists call this situation *imperfect competition.*

oligopoly
a market structure in which only a few sellers offer similar or identical products

One type of imperfectly competitive market is an **oligopoly**, which is a market with only a few sellers, each offering a product that is similar or identical to the products offered by other sellers. Economists measure a market's domination by a small number of firms with a statistic called the *concentration ratio*, which is the percentage of total output in the market supplied by the four largest firms. In the U.S. economy, most industries have a four-firm concentration ratio under 50 percent, but in some industries, the biggest firms play a more dominant role. Highly concentrated industries include breakfast cereal (which has a concentration ratio of 83 percent), aircraft manufacturing (85 percent), electric lamp bulbs (89 percent), household laundry equipment (90 percent), and cigarettes (99 percent). These industries are best described as oligopolies.

monopolistic competition
a market structure in which many firms sell products that are similar but not identical

A second type of imperfectly competitive market is called **monopolistic competition**. This describes a market structure in which there are many firms selling products that are similar but not identical. In a monopolistically competitive market, each firm has a monopoly over the product it makes, but many other firms make similar products that compete for the same customers.

To be more precise, monopolistic competition describes a market with the following attributes:

- *Many sellers:* There are many firms competing for the same group of customers.
- *Product differentiation:* Each firm produces a product that is at least slightly different from those of other firms. Thus, rather than being a price taker, each firm faces a downward-sloping demand curve.

- *Free entry and exit:* Firms can enter or exit the market without restriction. Thus, the number of firms in the market adjusts until economic profits are driven to zero.

A moment's thought reveals a long list of markets with these attributes: books, music CDs, movies, computer games, restaurants, piano lessons, cookies, furniture, and so on.

Monopolistic competition, like oligopoly, is a market structure that lies between the extreme cases of competition and monopoly. But oligopoly and monopolistic competition are quite different. Oligopoly departs from the perfectly competitive ideal of Chapter 14 because there are only a few sellers in the market. The small number of sellers makes rigorous competition less likely and strategic interactions among them vitally important. By contrast, under monopolistic competition, there are many sellers, each of which is small compared to the market. A monopolistically competitive market departs from the perfectly competitive ideal because each of the sellers offers a somewhat different product.

Figure 1 summarizes the four types of market structure. The first question to ask about any market is how many firms there are. If there is only one firm, the market is a monopoly. If there are only a few firms, the market is an oligopoly. If there are many firms, we need to ask another question: Do the firms sell identical or differentiated products? If the many firms sell differentiated products, the market is monopolistically competitive. If the many firms sell identical products, the market is perfectly competitive.

Because reality is never as clear-cut as theory, at times you may find it hard to decide what structure best describes a market. There is, for instance, no magic number that separates "few" from "many" when counting the number of firms. (Do the approximately dozen companies that now sell cars in the United States make this market an oligopoly or more competitive? The answer is open to debate.)

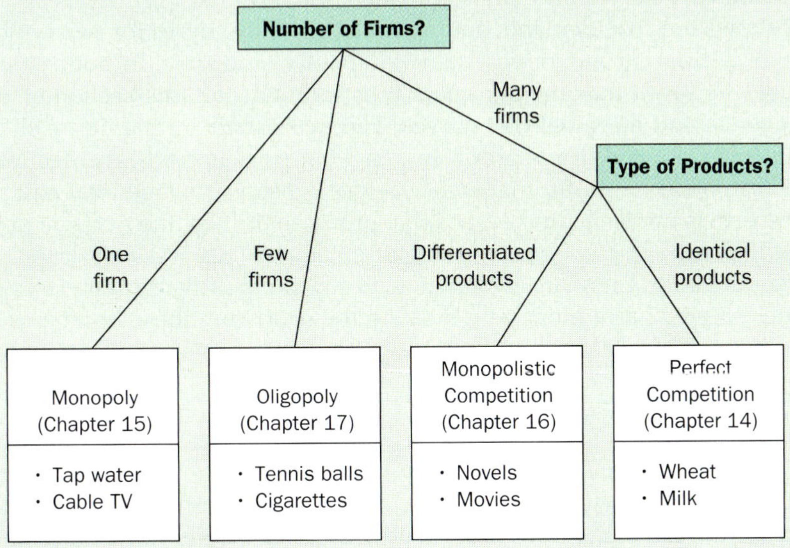

FIGURE 1

The Four Types of Market Structure
Economists who study industrial organization divide markets into four types—monopoly, oligopoly, monopolistic competition, and perfect competition.

Similarly, there is no sure way to determine when products are differentiated and when they are identical. (Are different brands of milk really the same? Again, the answer is debatable.) When analyzing actual markets, economists have to keep in mind the lessons learned from studying all types of market structure and then apply each lesson as it seems appropriate.

Now that we understand how economists define the various types of market structure, we can continue our analysis of them. In the next chapter we analyze oligopoly. In this chapter we examine monopolistic competition.

QUICK QUIZ Define *oligopoly* and *monopolistic competition* and give an example of each.

COMPETITION WITH DIFFERENTIATED PRODUCTS

To understand monopolistically competitive markets, we first consider the decisions facing an individual firm. We then examine what happens in the long run as firms enter and exit the industry. Next, we compare the equilibrium under monopolistic competition to the equilibrium under perfect competition that we examined in Chapter 14. Finally, we consider whether the outcome in a monopolistically competitive market is desirable from the standpoint of society as a whole.

The Monopolistically Competitive Firm in the Short Run

Each firm in a monopolistically competitive market is, in many ways, like a monopoly. Because its product is different from those offered by other firms, it faces a downward-sloping demand curve. (By contrast, a perfectly competitive firm faces a horizontal demand curve at the market price.) Thus, the monopolistically competitive firm follows a monopolist's rule for profit maximization: It chooses to produce the quantity at which marginal revenue equals marginal cost and then uses its demand curve to find the price at which it can sell that quantity.

Figure 2 shows the cost, demand, and marginal-revenue curves for two typical firms, each in a different monopolistically competitive industry. In both panels of this figure, the profit-maximizing quantity is found at the intersection of the marginal-revenue and marginal-cost curves. The two panels in this figure show different outcomes for the firm's profit. In panel (a), price exceeds average total cost, so the firm makes a profit. In panel (b), price is below average total cost. In this case, the firm is unable to make a positive profit, so the best the firm can do is to minimize its losses.

All this should seem familiar. A monopolistically competitive firm chooses its quantity and price just as a monopoly does. In the short run, these two types of market structure are similar.

The Long-Run Equilibrium

The situations depicted in Figure 2 do not last long. When firms are making profits, as in panel (a), new firms have an incentive to enter the market. This entry increases the number of products from which customers can choose and,

Monopolistic competitors, like monopolists, maximize profit by producing the quantity at which marginal revenue equals marginal cost. The firm in panel (a) makes a profit because, at this quantity, price is above average total cost. The firm in panel (b) makes losses because, at this quantity, price is less than average total cost.

FIGURE 2

Monopolistic Competitors in the Short Run

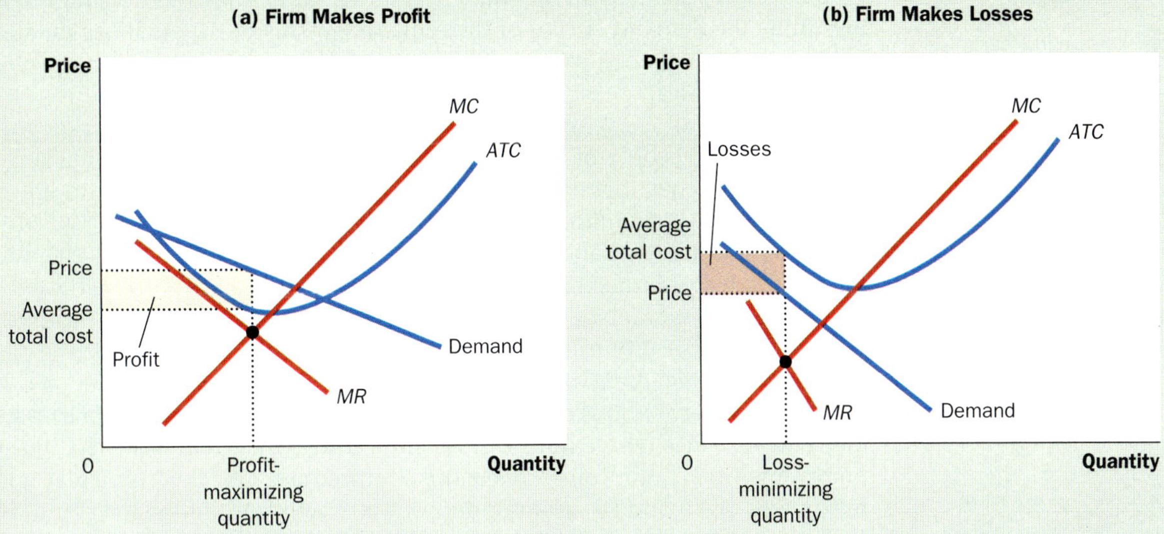

"GIVEN THE DOWNWARD SLOPE OF OUR DEMAND CURVE, AND THE EASE WITH WHICH OTHER FIRMS CAN ENTER THE INDUSTRY, WE CAN STRENGTHEN OUR PROFIT POSITION ONLY BY EQUATING MARGINAL COST AND MARGINAL REVENUE. ORDER MORE JELLY BEANS."

therefore, reduces the demand faced by each firm already in the market. In other words, profit encourages entry, and entry shifts the demand curves faced by the incumbent firms to the left. As the demand for incumbent firms' products falls, these firms experience declining profit.

Conversely, when firms are making losses, as in panel (b), firms in the market have an incentive to exit. As firms exit, customers have fewer products from which to choose. This decrease in the number of firms expands the demand faced by those firms that stay in the market. In other words, losses encourage exit, and exit shifts the demand curves of the remaining firms to the right. As the demand for the remaining firms' products rises, these firms experience rising profit (that is, declining losses).

This process of entry and exit continues until the firms in the market are making exactly zero economic profit. Figure 3 depicts the long-run equilibrium. Once the market reaches this equilibrium, new firms have no incentive to enter, and existing firms have no incentive to exit.

Notice that the demand curve in this figure just barely touches the average-total-cost curve. Mathematically, we say the two curves are *tangent* to each other. These two curves must be tangent once entry and exit have driven profit to zero. Because profit per unit sold is the difference between price (found on the demand curve) and average total cost, the maximum profit is zero only if these two curves touch each other without crossing. Also note that this point of tangency occurs at the same quantity where marginal revenue equals marginal cost. That these two points line up is not a coincidence: It is required because this particular quantity maximizes profit and the maximum profit is exactly zero in the long run.

To sum up, two characteristics describe the long-run equilibrium in a monopolistically competitive market:

3 FIGURE

A Monopolistic Competitor in the Long Run

In a monopolistically competitive market, if firms are making profit, new firms enter, and the demand curves for the incumbent firms shift to the left. Similarly, if firms are making losses, old firms exit, and the demand curves of the remaining firms shift to the right. Because of these shifts in demand, a monopolistically competitive firm eventually finds itself in the long-run equilibrium shown here. In this long-run equilibrium, price equals average total cost, and the firm earns zero profit.

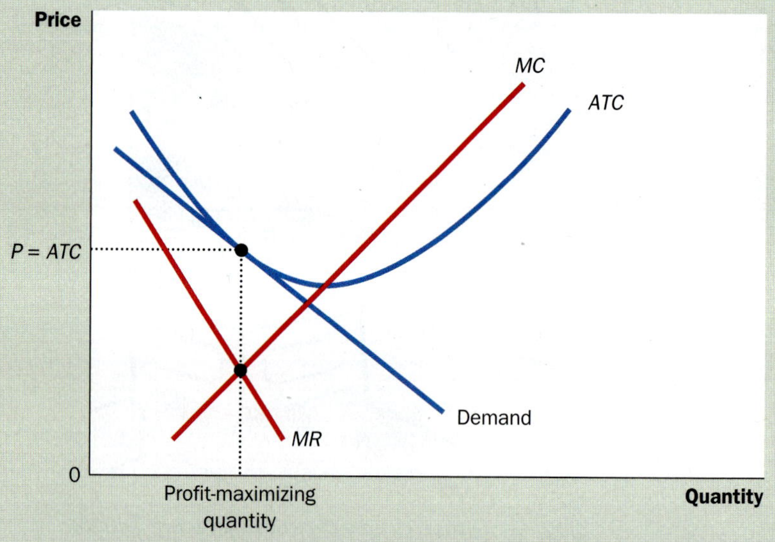

- As in a monopoly market, price exceeds marginal cost. This conclusion arises because profit maximization requires marginal revenue to equal marginal cost and because the downward-sloping demand curve makes marginal revenue less than the price.
- As in a competitive market, price equals average total cost. This conclusion arises because free entry and exit drive economic profit to zero.

The second characteristic shows how monopolistic competition differs from monopoly. Because a monopoly is the sole seller of a product without close substitutes, it can earn positive economic profit, even in the long run. By contrast, because there is free entry into a monopolistically competitive market, the economic profit of a firm in this type of market is driven to zero.

Monopolistic versus Perfect Competition

Figure 4 compares the long-run equilibrium under monopolistic competition to the long-run equilibrium under perfect competition. (Chapter 14 discussed the equilibrium with perfect competition.) There are two noteworthy differences between monopolistic and perfect competition: excess capacity and the markup.

FIGURE 4

Monopolistic versus Perfect Competition

Panel (a) shows the long-run equilibrium in a monopolistically competitive market, and panel (b) shows the long-run equilibrium in a perfectly competitive market. Two differences are notable. (1) The perfectly competitive firm produces at the efficient scale, where average total cost is minimized. By contrast, the monopolistically competitive firm produces at less than the efficient scale. (2) Price equals marginal cost under perfect competition, but price is above marginal cost under monopolistic competition.

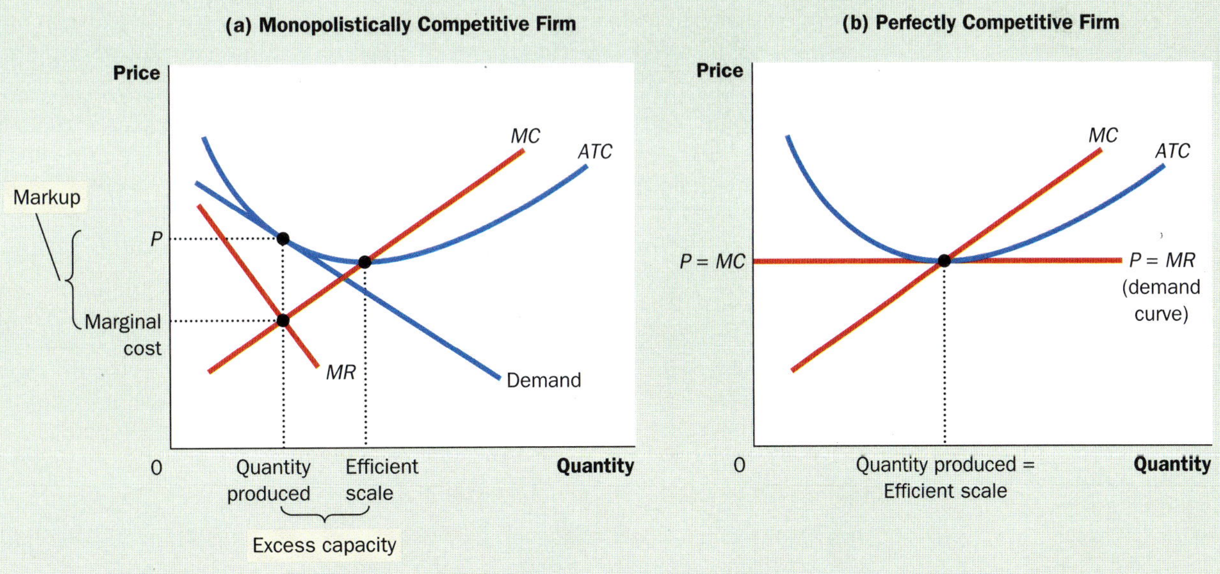

Excess Capacity As we have just seen, entry and exit drive each firm in a monopolistically competitive market to a point of tangency between its demand and average-total-cost curves. Panel (a) of Figure 4 shows that the quantity of output at this point is smaller than the quantity that minimizes average total cost. Thus, under monopolistic competition, firms produce on the downward-sloping portion of their average-total-cost curves. In this way, monopolistic competition contrasts starkly with perfect competition. As panel (b) of Figure 4 shows, free entry in competitive markets drives firms to produce at the minimum of average total cost.

The quantity that minimizes average total cost is called the *efficient scale* of the firm. In the long run, perfectly competitive firms produce at the efficient scale, whereas monopolistically competitive firms produce below this level. Firms are said to have *excess capacity* under monopolistic competition. In other words, a monopolistically competitive firm, unlike a perfectly competitive firm, could increase the quantity it produces and lower the average total cost of production. The firm forgoes this opportunity because it would need to cut its price to sell the additional output. It is more profitable for a monopolistic competitor to continue operating with excess capacity.

Markup over Marginal Cost A second difference between perfect competition and monopolistic competition is the relationship between price and marginal cost. For a competitive firm, such as that shown in panel (b) of Figure 4, price equals marginal cost. For a monopolistically competitive firm, such as that shown in panel (a), price exceeds marginal cost because the firm always has some market power.

How is this markup over marginal cost consistent with free entry and zero profit? The zero-profit condition ensures only that price equals average total cost. It does *not* ensure that price equals marginal cost. Indeed, in the long-run equilibrium, monopolistically competitive firms operate on the declining portion of their average-total-cost curves, so marginal cost is below average total cost. Thus, for price to equal average total cost, price must be above marginal cost.

In this relationship between price and marginal cost, we see a key behavioral difference between perfect competitors and monopolistic competitors. Imagine that you were to ask a firm the following question: "Would you like to see another customer come through your door ready to buy from you at your current price?" A perfectly competitive firm would answer that it didn't care. Because price exactly equals marginal cost, the profit from an extra unit sold is zero. By contrast, a monopolistically competitive firm is always eager to get another customer. Because its price exceeds marginal cost, an extra unit sold at the posted price means more profit.

According to an old quip, monopolistically competitive markets are those in which sellers send Christmas cards to the buyers. Trying to attract more customers makes sense only if price exceeds marginal cost.

Monopolistic Competition and the Welfare of Society

Is the outcome in a monopolistically competitive market desirable from the standpoint of society as a whole? Can policymakers improve on the market outcome? In previous chapters we evaluated markets from the standpoint of efficiency—that is, whether society is getting the most it can out of its scarce resources. We learned that competitive markets lead to efficient outcomes, unless there are externalities, and that monopoly markets lead to deadweight losses. Monopolistically competitive markets are more complex than either of these polar cases, so evaluating welfare in these markets is a more subtle exercise.

One source of inefficiency is the markup of price over marginal cost. Because of the markup, some consumers who value the good at more than the marginal cost of production (but less than the price) will be deterred from buying it. Thus, a monopolistically competitive market has the normal deadweight loss of monopoly pricing.

Although this outcome is undesirable compared to the first-best outcome of price equal to marginal cost, there is no easy way for policymakers to fix the problem. To enforce marginal-cost pricing, policymakers would need to regulate all firms that produce differentiated products. Because such products are so common in the economy, the administrative burden of such regulation would be overwhelming.

Moreover, regulating monopolistic competitors would entail all the problems of regulating natural monopolies. In particular, because monopolistic competitors are making zero profits already, requiring them to lower their prices to equal marginal cost would cause them to make losses. To keep these firms in business, the government would need to help them cover these losses. Rather than raise taxes to pay for these subsidies, policymakers may decide it is better to live with the inefficiency of monopolistic pricing.

Another way in which monopolistic competition may be socially inefficient is that the number of firms in the market may not be "ideal." That is, there may be too much or too little entry. One way to think about this problem is in terms of the externalities associated with entry. Whenever a new firm considers entering the market with a new product, it considers only the profit it would make. Yet its entry would also have two effects that are external to the firm:

- *The product-variety externality:* Because consumers get some consumer surplus from the introduction of a new product, entry of a new firm conveys a positive externality on consumers.
- *The business-stealing externality:* Because other firms lose customers and profits from the entry of a new competitor, entry of a new firm imposes a negative externality on existing firms.

Thus, in a monopolistically competitive market, there are positive and negative externalities associated with the entry of new firms. Depending on which externality is larger, a monopolistically competitive market could have either too few or too many products.

Both of these externalities are closely related to the conditions for monopolistic competition. The product-variety externality arises because a new firm would offer a product different from those of the existing firms. The business-stealing externality arises because firms post a price above marginal cost and, therefore, are always eager to sell additional units. Conversely, because perfectly competitive firms produce identical goods and charge a price equal to marginal cost, neither of these externalities exists under perfect competition.

In The News

Insufficient Variety as a Market Failure

University of Pennsylvania economist Joel Waldfogel argues that, in the presence of large fixed costs, the market may insufficiently service customers with unusual preferences.

If the Shoe Doesn't Fit

By Joel Waldfogel

Last week, Nike unveiled a shoe designed specifically for American Indians. The sneaker has both a native-theme design and—more importantly—a wider shape to accommodate the distinctly shaped feet of American Indians. With diabetes and related conditions near epidemic levels in some tribes, American Indian leaders were happy to welcome this comfortable product. If anything, what seems odd is that it took so long. After all, free-market economists have told us for decades that we should rely on market decisions, not the government, to meet our needs, because it's the market that satisfies everyone's every desire.

And yet it turns out that it's the Indians' long wait for a good sneaker that's typical. For small groups with preferences outside the norm, the market often fails to deliver, as I argue in my new book, *The Tyranny of*

PHOTO: © AP IMAGES

the Market: Why You Can't Always Get What You Want.

John Stuart Mill pointed out that voting gives rise to a tyranny of the majority. If we vote on what color shirts to make—or whether to make wide or narrow shoes—then the majority gets what it prefers, and the minority does not. The market, on the other hand, is supposed to work differently. As Milton Friedman eloquently put it in 1962, "the characteristic feature of action through political channels is that it tends to require or enforce substantial conformity. The great advantage of the market is that it permits wide diversity. Each man can vote, as it were, for the color of tie he wants and get it; he does not have to see what color the majority wants and then, if he is in the minority, submit." This is a wonderful argument. Except that for many products and for many people, it's wrong.

Two simple conditions that prevail in many markets mean that individual taste alone doesn't determine individual satisfaction. These conditions are (1) big setup costs and (2) preferences that differ across groups; when they're present, an individual's satisfaction is a function of how many people share his or her tastes. In other words, in these cases, markets share some of the objectionable features of government. They give bigger groups more and better options.

In the end, we can conclude only that monopolistically competitive markets do not have all the desirable welfare properties of perfectly competitive markets. That is, the invisible hand does not ensure that total surplus is maximized under monopolistic competition. Yet because the inefficiencies are subtle, hard to measure, and hard to fix, there is no easy way for public policy to improve the market outcome.

QUICK QUIZ List the three key attributes of monopolistic competition. • Draw and explain a diagram to show the long-run equilibrium in a monopolistically competitive market. How does this equilibrium differ from that in a perfectly competitive market?

In my research, I've discovered that this phenomenon is widespread. Ten years ago, I started studying radio-station listening patterns. I noticed that people listened to the radio more in metro areas of the United States with relatively large populations. This is not terribly surprising. In larger cities, more stations can attract enough listeners and advertising revenue to cover their costs and stay on the air. With more to choose from on the dial, residents tune in more. So, in this situation of high fixed costs (each station needs a following to keep broadcasting), people help one another by making more options viable.

But who benefits whom? When I looked at black and white listeners separately, I noticed something surprising. Blacks listen more in cities with larger black populations, and whites listen more in cities with larger white populations. Black listening does *not* increase where there's a higher white population, and white listening does not increase with a higher black population. Which means that while overall people help each other by increasing the number of stations on the dial, blacks do not help whites, and whites do not help blacks. Similar patterns arise for Hispanics and non-Hispanics.

A closer look at the data—necessary only because I'm a middle-aged white economist—showed why this was happening. Blacks and whites don't listen to the same radio stations. The black-targeted formats account for about two-thirds of black listening and only 3 percent of white listening. Similarly, the formats that attract the largest white audiences, like country, attract almost no blacks. This means that if you dropped Larry the Cable Guy and a few thousand of his friends from a helicopter (with parachutes) into a metro area, you'd create more demand for country and perhaps album-rock stations, which would be nice for white listeners. But the influx wouldn't help black listeners at all.

In this example, different population groups don't help each other, but they don't hurt each other, either. Sometimes, though, the effect that groups have on each other through the market is actually negative. Industries like daily newspapers offer essentially one product per market. Because the paper can be pitched to appeal to one group or another, the larger one group is, the less the product is tailored to anyone else. This is the tyranny of the majority translated almost literally from politics into markets.

This brings us back to Nike's new shoe. Foot Locker is full of options that fit me and most other Americans. But American Indians make up just 1.5 percent of the U.S. population, and with feet on average three sizes wider, they need different-sized shoes. If we had all voted in a national election on whether the Ministry of Shoes should make wide or typical-width shoes, we surely would have chosen the latter. That's why Friedman condemned government allocation. And yet the market made the same choice. If Nike's announcement looks like a solution to this problem of ignored minority preference, it really isn't. The company took too many years to bring the shoe on line, and according to the Associated Press, the new sneaker "represents less of a financial opportunity than a goodwill and branding effort."

The tyranny of the market arises elsewhere. With drug development costs near $1 billion, if you are going to be sick, hope that your disease is common enough to attract the interest of drug makers. If you want to fly from your town to Chicago, hope that your city is big enough to fill a plane every day.

When you're not so lucky, you benefit when the government steps in on your behalf, with subsidies for research on drugs for rare diseases or for air service to small locales. For a generation, influential economists have argued for letting the market decide a wide array of questions, to protect your freedom to choose whatever you want. This is true—if everyone agrees with you.

Source: *Slate*, Thursday, October 4, 2007.

ADVERTISING

It is nearly impossible to go through a typical day in a modern economy without being bombarded with advertising. Whether you are reading a newspaper, watching television, or driving down the highway, some firm will try to convince you to buy its product. Such behavior is a natural feature of monopolistic competition (as well as some oligopolistic industries). When firms sell differentiated products and charge prices above marginal cost, each firm has an incentive to advertise to attract more buyers to its particular product.

The amount of advertising varies substantially across products. Firms that sell highly differentiated consumer goods, such as over-the-counter drugs, perfumes, soft drinks, razor blades, breakfast cereals, and dog food, typically spend between 10 and 20 percent of revenue for advertising. Firms that sell industrial products, such as drill presses and communications satellites, typically spend very little on advertising. And firms that sell homogeneous products, such as wheat, peanuts, or crude oil, spend nothing at all.

For the economy as a whole, about 2 percent of total firm revenue is spent on advertising. This spending takes many forms, including commercials on television and radio, space in newspapers and magazines, direct mail, the yellow pages, billboards, and the Internet.

The Debate over Advertising

Is society wasting the resources it devotes to advertising? Or does advertising serve a valuable purpose? Assessing the social value of advertising is difficult and often generates heated argument among economists. Let's consider both sides of the debate.

The Critique of Advertising Critics of advertising argue that firms advertise to manipulate people's tastes. Much advertising is psychological rather than informational. Consider, for example, the typical television commercial for some brand of soft drink. The commercial most likely does not tell the viewer about the product's price or quality. Instead, it might show a group of happy people at a party on a beach on a beautiful sunny day. In their hands are cans of the soft drink. The goal of the commercial is to convey a subconscious (if not subtle) message: "You too can have many friends and be happy, if only you drink our product." Critics of advertising argue that such a commercial creates a desire that otherwise might not exist.

Critics also argue that advertising impedes competition. Advertising often tries to convince consumers that products are more different than they truly are. By increasing the perception of product differentiation and fostering brand loyalty, advertising makes buyers less concerned with price differences among similar goods. With a less elastic demand curve, each firm charges a larger markup over marginal cost.

The Defense of Advertising Defenders of advertising argue that firms use advertising to provide information to customers. Advertising conveys the prices of the goods offered for sale, the existence of new products, and the locations of retail outlets. This information allows customers to make better choices about what to buy and, thus, enhances the ability of markets to allocate resources efficiently.

Defenders also argue that advertising fosters competition. Because advertising allows customers to be more fully informed about all the firms in the market, customers can more easily take advantage of price differences. Thus, each firm has less market power. In addition, advertising allows new firms to enter more easily because it gives entrants a means to attract customers from existing firms.

Over time, policymakers have come to accept the view that advertising can make markets more competitive. One important example is the regulation of advertising for certain professions, such as lawyers, doctors, and pharmacists. In the past, these groups succeeded in getting state governments to prohibit advertising in their fields on the grounds that advertising was "unprofessional." In recent years, however, the courts have concluded that the primary effect of these restrictions on advertising was to curtail competition. They have, therefore, overturned many of the laws that prohibit advertising by members of these professions.

CASE STUDY ADVERTISING AND THE PRICE OF EYEGLASSES

What effect does advertising have on the price of a good? On the one hand, advertising might make consumers view products as being more different than they otherwise would. If so, it would make markets less competitive and firms' demand curves less elastic, and this would lead firms to charge higher prices. On the other hand, advertising might make it easier for consumers to find the firms offering the best prices. In this case, it would make markets more competitive and firms' demand curves more elastic, which would lead to lower prices.

In an article published in the *Journal of Law and Economics* in 1972, economist Lee Benham tested these two views of advertising. In the United States during the 1960s, the various state governments had vastly different rules about advertising by optometrists. Some states allowed advertising for eyeglasses and eye examinations. Many states, however, prohibited it. For example, the Florida law read as follows:

> It is unlawful for any person, firm, or corporation to . . . advertise either directly or indirectly by any means whatsoever any definite or indefinite price or credit terms on prescriptive or corrective lens, frames, complete prescriptive or corrective glasses, or any optometric service. . . . This section is passed in the interest of public health, safety, and welfare, and its provisions shall be liberally construed to carry out its objects and purposes.

Professional optometrists enthusiastically endorsed these restrictions on advertising.

Benham used the differences in state law as a natural experiment to test the two views of advertising. The results were striking. In those states that prohibited advertising, the average price paid for a pair of eyeglasses was $33. (This number is not as low as it seems, for this price is from 1963, when all prices were much lower than they are today. To convert 1963 prices into today's dollars, you can multiply them by about 7.) In states that did not restrict advertising, the average price was $26. Thus, advertising reduced average prices by more than 20 percent. In the market for eyeglasses, and probably in many other markets as well, advertising fosters competition and leads to lower prices for consumers.

Advertising as a Signal of Quality

Many types of advertising contain little apparent information about the product being advertised. Consider a firm introducing a new breakfast cereal. A typical advertisement might have some highly paid actor eating the cereal and exclaiming how wonderful it tastes. How much information does the advertisement really provide?

The answer is more than you might think. Defenders of advertising argue that even advertising that appears to contain little hard information may in fact tell consumers something about product quality. The willingness of the firm to spend a large amount of money on advertising can itself be a *signal* to consumers about the quality of the product being offered.

FYI

Galbraith versus Hayek

Two great economists of the 20th century were John Kenneth Galbraith and Frederic Hayek. They held very different views about advertising, which reflected their views about the capitalist system more broadly.

John Kenneth Galbraith's most famous book was *The Affluent Society,* published in 1958. In it, he argued that corporations use advertising to create demand for products that people otherwise do not want or need. The market system should not be applauded, he believed, for satisfying desires that it has itself created. Galbraith was skeptical that economic growth was leading to higher levels of well-being, because people's aspirations were being made to keep pace with their increased material prosperity. He worried that as advertising and salesmanship artificially enhanced the desire for private goods, public spending on such items as better schools and better parks suffered. The result, according to Galbraith, was "private opulence and public squalor." Galbraith's policy recommendation was clear: Increase the size of government.

Frederic Hayek's most famous book was *The Road to Serfdom,* published in 1944. It argued that an expansive government inevitably means a sacrifice of personal freedoms. Hayek also wrote a well-known critique of Galbraith in 1961, addressing specifically Galbraith's view of advertising. Hayek observed that advertising was merely one example of a larger phenomenon: Our social environment creates many of our preferences. Literature, art, and music are all acquired tastes. A person's demand for hearing a Mozart concerto may have been created in a music appreciation class, but this fact does not make the desire less legitimate or the music professor a sinister influence. Hayek concluded, "It is because each individual producer thinks that the consumers can be persuaded to like his products that he endeavors to influence them. But though this effort is part of the influences which shape consumers' taste, no producer can in any real sense 'determine' them."

These two economists disagreed about the roles of advertising, markets, and government, but they did have one thing in common: great acclaim. In 1974, Hayek won the Nobel Prize in economics. In 2000, President Clinton awarded Galbraith the National Medal of Freedom. And even though their books are now many decades old, they are still well worth reading. The issues that Hayek and Galbraith addressed are timeless, and their insights apply as well to our economy as to their own.

John Kenneth Galbraith

Frederic Hayek

Consider the problem facing two firms—Post and Kellogg. Each company has just come up with a recipe for a new cereal, which it would sell for $3 a box. To keep things simple, let's assume that the marginal cost of making cereal is zero, so the $3 is all profit. Each company knows that if it spends $10 million on advertising, it will get 1 million consumers to try its new cereal. And each company knows that if consumers like the cereal, they will buy it not once but many times.

First consider Post's decision. Based on market research, Post knows that its cereal is only mediocre. Although advertising would sell one box to each of 1 million consumers, the consumers would quickly learn that the cereal is not very good and stop buying it. Post decides it is not worth paying $10 million in advertising to get only $3 million in sales. So it does not bother to advertise. It sends its cooks back to the test kitchen to find another recipe.

Kellogg, on the other hand, knows that its cereal is great. Each person who tries it will buy a box a month for the next year. Thus, the $10 million in advertising will bring in $36 million in sales. Advertising is profitable here because Kellogg has a good product that consumers will buy repeatedly. Thus, Kellogg chooses to advertise.

Now that we have considered the behavior of the two firms, let's consider the behavior of consumers. We began by asserting that consumers are inclined to try a new cereal that they see advertised. But is this behavior rational? Should a consumer try a new cereal just because the seller has chosen to advertise it?

In fact, it may be completely rational for consumers to try new products that they see advertised. In our story, consumers decide to try Kellogg's new cereal because Kellogg advertises. Kellogg chooses to advertise because it knows that its cereal is quite good, while Post chooses not to advertise because it knows that its cereal is mediocre. By its willingness to spend money on advertising, Kellogg signals to consumers the quality of its cereal. Each consumer thinks, quite sensibly, "Boy, if the Kellogg Company is willing to spend so much money advertising this new cereal, it must be really good."

What is most surprising about this theory of advertising is that the content of the advertisement is irrelevant. Kellogg signals the quality of its product by its willingness to spend money on advertising. What the advertisements say is not as important as the fact that consumers know ads are expensive. By contrast, cheap advertising cannot be effective at signaling quality to consumers. In our example, if an advertising campaign cost less than $3 million, both Post and Kellogg would use it to market their new cereals. Because both good and mediocre cereals would be advertised, consumers could not infer the quality of a new cereal from the fact that it is advertised. Over time, consumers would learn to ignore such cheap advertising.

This theory can explain why firms pay famous actors large amounts of money to make advertisements that, on the surface, appear to convey no information at all. The information is not in the advertisement's content but simply in its existence and expense.

Brand Names

Advertising is closely related to the existence of brand names. In many markets, there are two types of firms. Some firms sell products with widely recognized brand names, while other firms sell generic substitutes. For example, in a typical drugstore, you can find Bayer aspirin on the shelf next to generic aspirin. In a typical grocery store, you can find Pepsi next to less familiar colas. Most often, the firm with the brand name spends more on advertising and charges a higher price for its product.

Just as there is disagreement about the economics of advertising, there is disagreement about the economics of brand names. Let's consider both sides of the debate.

Critics argue that brand names cause consumers to perceive differences that do not really exist. In many cases, the generic good is almost indistinguishable from the brand-name good. Consumers' willingness to pay more for the brand-name

CARTOON: © 2003 BY SIDNEY HARRIS

good, these critics assert, is a form of irrationality fostered by advertising. Economist Edward Chamberlin, one of the early developers of the theory of monopolistic competition, concluded from this argument that brand names were bad for the economy. He proposed that the government discourage their use by refusing to enforce the exclusive trademarks that companies use to identify their products.

More recently, economists have defended brand names as a useful way for consumers to ensure that the goods they buy are of high quality. There are two related arguments. First, brand names provide consumers with *information* about quality when quality cannot be easily judged in advance of purchase. Second, brand names give firms an *incentive* to maintain high quality because firms have a financial stake in maintaining the reputation of their brand names.

To see how these arguments work in practice, consider a famous brand name: McDonald's hamburgers. Imagine that you are driving through an unfamiliar town and want to stop for lunch. You see a McDonald's and a local restaurant next to it. Which do you choose? The local restaurant may in fact offer better food at lower prices, but you have no way of knowing that. By contrast, McDonald's offers a consistent product across many cities. Its brand name is useful to you as a way of judging the quality of what you are about to buy.

The McDonald's brand name also ensures that the company has an incentive to maintain quality. For example, if some customers were to become ill from bad food sold at a McDonald's, the news would be disastrous for the company. McDonald's would lose much of the valuable reputation that it has built up with years of expensive advertising. As a result, it would lose sales and profit not just in the outlet that sold the bad food but in its many outlets throughout the country. By contrast, if some customers were to become ill from bad food at a local restaurant, that restaurant might have to close down, but the lost profits would be much smaller. Hence, McDonald's has a greater incentive to ensure that its food is safe.

The debate over brand names thus centers on the question of whether consumers are rational in preferring brand names to generic substitutes. Critics argue that brand names are the result of an irrational consumer response to advertising. Defenders argue that consumers have good reason to pay more for brand-name products because they can be more confident in the quality of these products.

QUICK QUIZ How might advertising make markets less competitive? How might it make markets more competitive? • Give the arguments for and against brand names.

CONCLUSION

Monopolistic competition is true to its name: It is a hybrid of monopoly and competition. Like a monopoly, each monopolistic competitor faces a downward-sloping demand curve and, as a result, charges a price above marginal cost. As in a perfectly competitive market, there are many firms, and entry and exit drive the profit of each monopolistic competitor toward zero. Table 1 summarizes these lessons.

Because monopolistically competitive firms produce differentiated products, each firm advertises to attract customers to its own brand. To some extent, advertising manipulates consumers' tastes, promotes irrational brand loyalty, and impedes competition. To a larger extent, advertising provides information, establishes brand names of reliable quality, and fosters competition.

The theory of monopolistic competition seems to describe many markets in the economy. It is somewhat disappointing, therefore, that the theory does not yield simple and compelling advice for public policy. From the standpoint of the economic theorist, the allocation of resources in monopolistically competitive markets is not perfect. Yet from the standpoint of a practical policymaker, there may be little that can be done to improve it.

TABLE 1

Monopolistic Competition: Between Perfect Competition and Monopoly

	Market Structure		
	Perfect Competition	Monopolistic Competition	Monopoly
Features that all three market structures share			
Goal of firms	Maximize profits	Maximize profits	Maximize profits
Rule for maximizing	$MR = MC$	$MR = MC$	$MR = MC$
Can earn economic profits in the short run?	Yes	Yes	Yes
Features that monopolistic competition shares with monopoly			
Price taker?	Yes	No	No
Price	$P = MC$	$P > MC$	$P > MC$
Produces welfare-maximizing level of output?	Yes	No	No
Features that monopolistic competition shares with competition			
Number of firms	Many	Many	One
Entry in long run?	Yes	Yes	No
Can earn economic profits in long run?	No	No	Yes

SUMMARY

- A monopolistically competitive market is characterized by three attributes: many firms, differentiated products, and free entry.
- The equilibrium in a monopolistically competitive market differs from that in a perfectly competitive market in two related ways. First, each firm in a monopolistically competitive market has excess capacity. That is, it operates on the downward-sloping portion of the average-total-cost curve. Second, each firm charges a price above marginal cost.
- Monopolistic competition does not have all the desirable properties of perfect competition. There is the standard deadweight loss of monopoly caused by the markup of price over marginal cost. In addition, the number of firms (and thus the variety of products) can be too large or too small. In practice, the ability of policymakers to correct these inefficiencies is limited.
- The product differentiation inherent in monopolistic competition leads to the use of advertising and brand names. Critics of advertising and brand names argue that firms use them to manipulate consumers' tastes and to reduce competition. Defenders of advertising and brand names argue that firms use them to inform consumers and to compete more vigorously on price and product quality.

KEY CONCEPTS

oligopoly, *p. 346*

monopolistic competition, *p. 346*

QUESTIONS FOR REVIEW

1. Describe the three attributes of monopolistic competition. How is monopolistic competition like monopoly? How is it like perfect competition?
2. Draw a diagram depicting a firm that is making a profit in a monopolistically competitive market. Now show what happens to this firm as new firms enter the industry.
3. Draw a diagram of the long-run equilibrium in a monopolistically competitive market. How is price related to average total cost? How is price related to marginal cost?
4. Does a monopolistic competitor produce too much or too little output compared to the most efficient level? What practical considerations make it difficult for policymakers to solve this problem?
5. How might advertising reduce economic well-being? How might advertising increase economic well-being?
6. How might advertising with no apparent informational content in fact convey information to consumers?
7. Explain two benefits that might arise from the existence of brand names.

PROBLEMS AND APPLICATIONS

1. Among monopoly, oligopoly, monopolistic competition, and perfect competition, how would you classify the markets for each of the following drinks?
   a. tap water
   b. bottled water
   c. cola
   d. beer
2. Classify the following markets as perfectly competitive, monopolistic, or monopolistically competitive, and explain your answers.
   a. wooden no. 2 pencils
   b. copper
   c. local telephone service
   d. peanut butter
   e. lipstick
3. For each of the following characteristics, say whether it describes a perfectly competitive firm, a monopolistically competitive firm, both, or neither.
   a. Sells a product differentiated from that of its competitors
   b. Has marginal revenue less than price
   c. Earns economic profit in the long run
   d. Produces at minimum of average total cost in the long run
   e. Equates marginal revenue and marginal cost
   f. Charges a price above marginal cost
4. For each of the following characteristics, say whether it describes a monopoly firm, a monopolistically competitive firm, both, or neither.
   a. Faces a downward-sloping demand curve
   b. Has marginal revenue less than price
   c. Faces the entry of new firms selling similar products
   d. Earns economic profit in the long run
   e. Equates marginal revenue and marginal cost
   f. Produces the socially efficient quantity of output
5. You are hired as the consultant to a monopolistically competitive firm. The firm reports the following information about its price, marginal cost, and average total cost. Can the firm possibly be maximizing profit? If not, what should it do to increase profit? If the firm is profit maximizing, is the firm in a long-run equilibrium? If not, what will happen to restore long-run equilibrium?
   a. $P < MC$, $P > ATC$
   b. $P > MC$, $P < ATC$
   c. $P = MC$, $P > ATC$
   d. $P > MC$, $P = ATC$
6. Sparkle is one firm of many in the market for toothpaste, which is in long-run equilibrium.
   a. Draw a diagram showing Sparkle's demand curve, marginal-revenue curve, average-total-cost curve, and marginal-cost curve. Label Sparkle's profit-maximizing output and price.
   b. What is Sparkle's profit? Explain.
   c. On your diagram, show the consumer surplus derived from the purchase of Sparkle toothpaste. Also show the deadweight loss relative to the efficient level of output.
   d. If the government forced Sparkle to produce the efficient level of output, what would happen to the firm? What would happen to Sparkle's customers?
7. For each of the following pairs of firms, explain which firm would be more likely to engage in advertising:
   a. a family-owned farm or a family-owned restaurant
   b. a manufacturer of forklifts or a manufacturer of cars
   c. a company that invented a very comfortable razor or a company that invented a less comfortable razor
8. Sleek Sneakers Co. is one of many firms in the market for shoes.
   a. Assume that Sleek is currently earning short-run economic profits. On a correctly labeled diagram, show Sleek's profit-maximizing output and price, as well as the area representing profit.

b. What happens to Sleek's price, output, and profit in the long run? Explain this change in words, and show it on a new diagram.
c. Suppose that over time consumers become more focused on stylistic differences among shoe brands. How would this change in attitudes affect each firm's price elasticity of demand? In the long run, how will this change in demand affect Sleek's price, output, and profits?
d. At the profit-maximizing price you identified in part (c), is Sleek's demand curve elastic or inelastic? Explain.

9. Thirty years ago, the market for chicken was perfectly competitive. Then Frank Perdue began marketing chicken under his name.
   a. How do you suppose Perdue created a brand name for chicken? What did he gain from doing so?
   b. What did society gain from having brand-name chicken? What did society lose?
10. The makers of Tylenol pain reliever do a lot of advertising and have loyal customers. In contrast, the makers of generic acetaminophen do no advertising, and their customers shop only for the lowest price. Assume that the marginal costs of Tylenol and generic acetaminophen are the same and constant.
    a. Draw a diagram showing Tylenol's demand, marginal-revenue, and marginal-cost curves. Label Tylenol's price and markup over marginal cost.
    b. Repeat part (a) for a producer of generic acetaminophen. How do the diagrams differ? Which company has the bigger markup? Explain.
    c. Which company has the bigger incentive for careful quality control? Why?
11. In a box in this chapter, economist Joel Waldfogel argues that a free market may fail to serve some customers in the presence of fixed costs. Let's analyze this claim with an example.
    a. Suppose that there are N people who might consume a product sold by a monopoly firm. Each person has demand of $q = 2 - P$, so total demand for this product is $Q = Nq = 2N - NP$, or $P = 2 - Q/N$. Graph this market demand curve.
    b. For this market demand curve, the equation for marginal revenue is $MR = 2 - 2Q/N$. Add this marginal revenue curve to your graph.
    c. To keep things simple, suppose that the marginal cost of producing this product is zero. What quantity would a profit-maximizing monopolist produce? What price would it charge? Show this price on your graph.
    d. Ignoring for the moment the fixed costs, calculate profits, consumer surplus, and total surplus at this profit-maximizing price. (These will be functions of N.)
    e. Suppose now that before making this product, the firm has to pay fixed costs of research and development equal to $3,000,000. How large does N need to be before the profit-maximizing firm chooses to pay the fixed cost and produce this product? How large does N need to be before it is socially efficient to pay the fixed cost?
    f. Discuss how this example relates to Waldfogel's arguments about the inefficiency of free markets.

CHAPTER

17

Oligopoly

If you go to a store to buy tennis balls, you will probably come home with one of four brands: Wilson, Penn, Dunlop, or Spalding. These four companies make almost all the tennis balls sold in the United States. Together these firms determine the quantity of tennis balls produced and, given the market demand curve, the price at which tennis balls are sold.

The market for tennis balls is an example of an **oligopoly**. The essence of an oligopolistic market is that there are only a few sellers. As a result, the actions of any one seller in the market can have a large impact on the profits of all the other sellers. Oligopolistic firms are interdependent in a way that competitive firms are not. Our goal in this chapter is to see how this interdependence shapes the firms' behavior and what problems it raises for public policy.

oligopoly
a market structure in which only a few sellers offer similar or identical products

The analysis of oligopoly offers an opportunity to introduce **game theory**, the study of how people behave in strategic situations. By "strategic" we mean a situation in which a person, when choosing among alternative courses of action, must consider how others might respond to the action he takes. Strategic thinking is crucial not only in checkers, chess, and tic-tac-toe but in many business decisions. Because oligopolistic markets have only a small number of firms, each firm must act strategically. Each firm knows that its profit depends not only on how much it produces but also on how much the other firms produce. In making its production decision, each firm in an oligopoly should consider how its decision might affect the production decisions of all the other firms.

game theory
the study of how people behave in strategic situations

Game theory is not necessary for understanding competitive or monopoly markets. In a market that is either perfectly competitive or monopolistically competitive, each firm is so small compared to the market that strategic interactions with other firms are not important. In a monopolized market, strategic interactions are absent because the market has only one firm. But, as we will see, game theory is useful for understanding oligopolies and many other situations in which small numbers of players are interacting with one another. Game theory helps explain the strategies that people choose, whether they are playing tennis or selling tennis balls.

MARKETS WITH ONLY A FEW SELLERS

Because an oligopolistic market has only a small group of sellers, a key feature of oligopoly is the tension between cooperation and self-interest. The group of oligopolists is best off cooperating and acting like a monopolist—producing a small quantity of output and charging a price above marginal cost. Yet because each oligopolist cares only about its own profit, there are powerful incentives at work that hinder a group of firms from maintaining the monopoly outcome.

A Duopoly Example

To understand the behavior of oligopolies, let's consider an oligopoly with only two members, called a *duopoly*. Duopoly is the simplest type of oligopoly. Oligopolies with three or more members face the same problems as duopolies, so we do not lose much by starting with the simpler case.

Imagine a town in which only two residents—Jack and Jill—own wells that produce water safe for drinking. Each Saturday, Jack and Jill decide how many gallons of water to pump, bring the water to town, and sell it for whatever price the market will bear. To keep things simple, suppose that Jack and Jill can pump as much water as they want without cost. That is, the marginal cost of water equals zero.

Table 1 shows the town's demand schedule for water. The first column shows the total quantity demanded, and the second column shows the price. If the two well owners sell a total of 10 gallons of water, water goes for $110 a gallon. If they sell a total of 20 gallons, the price falls to $100 a gallon. And so on. If you graphed these two columns of numbers, you would get a standard downward-sloping demand curve.

The last column in Table 1 shows the total revenue from the sale of water. It equals the quantity sold times the price. Because there is no cost to pumping water, the total revenue of the two producers equals their total profit.

Let's now consider how the organization of the town's water industry affects the price of water and the quantity of water sold.

Competition, Monopolies, and Cartels

Before considering the price and quantity of water that would result from the duopoly of Jack and Jill, let's discuss briefly what the outcome would be if the water market were either perfectly competitive or monopolistic. These two polar cases are natural benchmarks.

TABLE 1

The Demand Schedule for Water

Quantity	Price	Total Revenue (and total profit)
0 gallons	$120	$ 0
10	110	1,100
20	100	2,000
30	90	2,700
40	80	3,200
50	70	3,500
60	60	3,600
70	50	3,500
80	40	3,200
90	30	2,700
100	20	2,000
110	10	1,100
120	0	0

If the market for water were perfectly competitive, the production decisions of each firm would drive price equal to marginal cost. Because we have assumed that the marginal cost of pumping additional water is zero, the equilibrium price of water under perfect competition would be zero as well. The equilibrium quantity would be 120 gallons. The price of water would reflect the cost of producing it, and the efficient quantity of water would be produced and consumed.

Now consider how a monopoly would behave. Table 1 shows that total profit is maximized at a quantity of 60 gallons and a price of $60 a gallon. A profit-maximizing monopolist, therefore, would produce this quantity and charge this price. As is standard for monopolies, price would exceed marginal cost. The result would be inefficient, because the quantity of water produced and consumed would fall short of the socially efficient level of 120 gallons.

What outcome should we expect from our duopolists? One possibility is that Jack and Jill get together and agree on the quantity of water to produce and the price to charge for it. Such an agreement among firms over production and price is called **collusion**, and the group of firms acting in unison is called a **cartel**. Once a cartel is formed, the market is in effect served by a monopoly, and we can apply our analysis from Chapter 15. That is, if Jack and Jill were to collude, they would agree on the monopoly outcome because that outcome maximizes the total profit that the producers can get from the market. Our two producers would produce a total of 60 gallons, which would be sold at a price of $60 a gallon. Once again, price exceeds marginal cost, and the outcome is socially inefficient.

collusion
an agreement among firms in a market about quantities to produce or prices to charge

cartel
a group of firms acting in unison

A cartel must agree not only on the total level of production but also on the amount produced by each member. In our case, Jack and Jill must agree on how to split between themselves the monopoly production of 60 gallons. Each member of the cartel will want a larger share of the market because a larger market share means larger profit. If Jack and Jill agreed to split the market equally, each would produce 30 gallons, the price would be $60 a gallon, and each would get a profit of $1,800.

The Equilibrium for an Oligopoly

Oligopolists would like to form cartels and earn monopoly profits, but that is often impossible. Squabbling among cartel members over how to divide the profit in the market can make agreement among them difficult. In addition, antitrust laws prohibit explicit agreements among oligopolists as a matter of public policy. Even talking about pricing and production restrictions with competitors can be a criminal offense. Let's therefore consider what happens if Jack and Jill decide separately how much water to produce.

At first, one might expect Jack and Jill to reach the monopoly outcome on their own, because this outcome maximizes their joint profit. In the absence of a binding agreement, however, the monopoly outcome is unlikely. To see why, imagine that Jack expects Jill to produce only 30 gallons (half of the monopoly quantity). Jack would reason as follows:

"I could produce 30 gallons as well. In this case, a total of 60 gallons of water would be sold at a price of $60 a gallon. My profit would be $1,800 (30 gallons × $60 a gallon). Alternatively, I could produce 40 gallons. In this case, a total of 70 gallons of water would be sold at a price of $50 a gallon. My profit would be $2,000 (40 gallons × $50 a gallon). Even though total profit in the market would fall, my profit would be higher, because I would have a larger share of the market."

Of course, Jill might reason the same way. If so, Jack and Jill would each bring 40 gallons to town. Total sales would be 80 gallons, and the price would fall to $40. Thus, if the duopolists individually pursue their own self-interest when deciding how much to produce, they produce a total quantity greater than the monopoly quantity, charge a price lower than the monopoly price, and earn total profit less than the monopoly profit.

Although the logic of self-interest increases the duopoly's output above the monopoly level, it does not push the duopolists to reach the competitive allocation. Consider what happens when each duopolist is producing 40 gallons. The price is $40, and each duopolist makes a profit of $1,600. In this case, Jack's self-interested logic leads to a different conclusion:

"Right now, my profit is $1,600. Suppose I increase my production to 50 gallons. In this case, a total of 90 gallons of water would be sold, and the price would be $30 a gallon. Then my profit would be only $1,500. Rather than increasing production and driving down the price, I am better off keeping my production at 40 gallons."

The outcome in which Jack and Jill each produce 40 gallons looks like some sort of equilibrium. In fact, this outcome is called a Nash equilibrium. (It is named after economic theorist John Nash, whose life was portrayed in the book and movie *A Beautiful Mind*.) A **Nash equilibrium** is a situation in which economic actors interacting with one another each choose their best strategy given the strategies the others have chosen. In this case, given that Jill is producing 40 gallons, the best strategy for Jack is to produce 40 gallons. Similarly, given that Jack is producing 40 gallons, the best strategy for Jill is to produce 40 gallons. Once they reach this Nash equilibrium, neither Jack nor Jill has an incentive to make a different decision.

Nash equilibrium
a situation in which economic actors interacting with one another each choose their best strategy given the strategies that all the other actors have chosen

This example illustrates the tension between cooperation and self-interest. Oligopolists would be better off cooperating and reaching the monopoly outcome. Yet because they pursue their own self-interest, they do not end up reaching the monopoly outcome and maximizing their joint profit. Each oligopolist is tempted to raise production and capture a larger share of the market. As each of them tries to do this, total production rises, and the price falls.

At the same time, self-interest does not drive the market all the way to the competitive outcome. Like monopolists, oligopolists are aware that increasing the amount they produce reduces the price of their product, which in turn affects profits. Therefore, they stop short of following the competitive firm's rule of producing up to the point where price equals marginal cost.

In summary, *when firms in an oligopoly individually choose production to maximize profit, they produce a quantity of output greater than the level produced by monopoly and less than the level produced by competition. The oligopoly price is less than the monopoly price but greater than the competitive price (which equals marginal cost).*

How the Size of an Oligopoly Affects the Market Outcome

We can use the insights from this analysis of duopoly to discuss how the size of an oligopoly is likely to affect the outcome in a market. Suppose, for instance, that John and Joan suddenly discover water sources on their property and join Jack and Jill in the water oligopoly. The demand schedule in Table 1 remains the same, but now more producers are available to satisfy this demand. How would an increase in the number of sellers from two to four affect the price and quantity of water in the town?

If the sellers of water could form a cartel, they would once again try to maximize total profit by producing the monopoly quantity and charging the monopoly price. Just as when there were only two sellers, the members of the cartel would need to agree on production levels for each member and find some way to enforce the agreement. As the cartel grows larger, however, this outcome is less likely. Reaching and enforcing an agreement becomes more difficult as the size of the group increases.

If the oligopolists do not form a cartel—perhaps because the antitrust laws prohibit it—they must each decide on their own how much water to produce. To see how the increase in the number of sellers affects the outcome, consider the decision facing each seller. At any time, each well owner has the option to raise production by 1 gallon. In making this decision, the well owner weighs two effects:

- *The output effect:* Because price is above marginal cost, selling 1 more gallon of water at the going price will raise profit.
- *The price effect:* Raising production will increase the total amount sold, which will lower the price of water and lower the profit on all the other gallons sold.

If the output effect is larger than the price effect, the well owner will increase production. If the price effect is larger than the output effect, the owner will not raise production. (In fact, in this case, it is profitable to reduce production.) Each oligopolist continues to increase production until these two marginal effects exactly balance, taking the other firms' production as given.

Now consider how the number of firms in the industry affects the marginal analysis of each oligopolist. The larger the number of sellers, the less each seller is concerned about its own impact on the market price. That is, as the oligopoly grows in size, the magnitude of the price effect falls. When the oligopoly grows very large, the price effect disappears altogether. That is, the production decision of an individual firm no longer affects the market price. In this extreme case, each firm takes the market price as given when deciding how much to produce. It increases production as long as price is above marginal cost.

We can now see that a large oligopoly is essentially a group of competitive firms. A competitive firm considers only the output effect when deciding how much to produce: Because a competitive firm is a price taker, the price effect is absent. Thus, *as the number of sellers in an oligopoly grows larger, an oligopolistic market looks more and more like a competitive market. The price approaches marginal cost, and the quantity produced approaches the socially efficient level.*

This analysis of oligopoly offers a new perspective on the effects of international trade. Imagine that Toyota and Honda are the only automakers in Japan, Volkswagen and BMW are the only automakers in Germany, and Ford and General Motors are the only automakers in the United States. If these nations prohibited international trade in autos, each would have an auto oligopoly with only two members, and the market outcome would likely depart substantially from the competitive ideal. With international trade, however, the car market is a world market, and the oligopoly in this example has six members. Allowing free trade increases the number of producers from which each consumer can choose, and this increased competition keeps prices closer to marginal cost. Thus, the theory of oligopoly provides another reason, in addition to the theory of comparative advantage discussed in Chapter 3, why all countries can benefit from free trade.

QUICK QUIZ If the members of an oligopoly could agree on a total quantity to produce, what quantity would they choose? • If the oligopolists do not act together but instead make production decisions individually, do they produce a total quantity more or less than in your answer to the previous question? Why?

THE ECONOMICS OF COOPERATION

As we have seen, oligopolies would like to reach the monopoly outcome, but doing so requires cooperation, which at times is difficult to establish and maintain. In this section we look more closely at the problems that arise when cooperation among actors is desirable but difficult. To analyze the economics of cooperation, we need to learn a little about game theory.

prisoners' dilemma
a particular "game" between two captured prisoners that illustrates why cooperation is difficult to maintain even when it is mutually beneficial

In particular, we focus on an important "game" called the **prisoners' dilemma**. This game provides insight into why cooperation is difficult. Many times in life, people fail to cooperate with one another even when cooperation would make them all better off. An oligopoly is just one example. The story of the prisoners' dilemma contains a general lesson that applies to any group trying to maintain cooperation among its members.

THE PRISONERS' DILEMMA

The prisoners' dilemma is a story about two criminals who have been captured by the police. Let's call them Bonnie and Clyde. The police have enough evidence to convict Bonnie and Clyde of the minor crime of carrying an unregistered gun, so that each would spend a year in jail. The police also suspect that the two criminals have committed a bank robbery together, but they lack hard evidence to convict them of this major crime. The police question Bonnie and Clyde in separate rooms, and they offer each of them the following deal:

"Right now, we can lock you up for 1 year. If you confess to the bank robbery and implicate your partner, however, we'll give you immunity and you can go free. Your partner will get 20 years in jail. But if you both confess to the crime, we won't need your testimony and we can avoid the cost of a trial, so you will each get an intermediate sentence of 8 years."

If Bonnie and Clyde, heartless bank robbers that they are, care only about their own sentences, what would you expect them to do? Figure 1 shows their choices. Each prisoner has two strategies: confess or remain silent. The sentence each prisoner gets depends on the strategy he or she chooses and the strategy chosen by his or her partner in crime.

Consider first Bonnie's decision. She reasons as follows: "I don't know what Clyde is going to do. If he remains silent, my best strategy is to confess, since then I'll go free rather than spending a year in jail. If he confesses, my best strategy is still to confess, since then I'll spend 8 years in jail rather than 20. So, regardless of what Clyde does, I am better off confessing."

In the language of game theory, a strategy is called a **dominant strategy** if it is the best strategy for a player to follow regardless of the strategies pursued by other players. In this case, confessing is a dominant strategy for Bonnie. She spends less time in jail if she confesses, regardless of whether Clyde confesses or remains silent.

dominant strategy
a strategy that is best for a player in a game regardless of the strategies chosen by the other players

Now consider Clyde's decision. He faces the same choices as Bonnie, and he reasons in much the same way. Regardless of what Bonnie does, Clyde can reduce his jail time by confessing. In other words, confessing is also a dominant strategy for Clyde.

In the end, both Bonnie and Clyde confess, and both spend 8 years in jail. Yet, from their standpoint, this is a terrible outcome. If they had *both* remained silent, both of them would have been better off, spending only 1 year in jail on the gun charge. Because each pursues his or her own interests, the two prisoners together reach an outcome that is worse for each of them.

You might have thought that Bonnie and Clyde would have foreseen this situation and planned ahead. But even with advanced planning, they would still run into problems. Imagine that, before the police captured Bonnie and Clyde, the two criminals had made a pact not to confess. Clearly, this agreement would

FIGURE 1

Clyde's Decision \ Bonnie's Decision	Confess	Remain Silent
Confess	Bonnie gets 8 years Clyde gets 8 years	Bonnie gets 20 years Clyde goes free
Remain Silent	Bonnie goes free Clyde gets 20 years	Bonnie gets 1 year Clyde gets 1 year

The Prisoners' Dilemma
In this game between two criminals suspected of committing a crime, the sentence that each receives depends both on his or her decision whether to confess or remain silent and on the decision made by the other.

make them both better off *if* they both lived up to it, because they would each spend only 1 year in jail. But would the two criminals in fact remain silent, simply because they had agreed to? Once they are being questioned separately, the logic of self-interest takes over and leads them to confess. Cooperation between the two prisoners is difficult to maintain, because cooperation is individually irrational.

Oligopolies as a Prisoners' Dilemma

What does the prisoners' dilemma have to do with markets and imperfect competition? It turns out that the game oligopolists play in trying to reach the monopoly outcome is similar to the game that the two prisoners play in the prisoners' dilemma.

Consider again the choices facing Jack and Jill. After prolonged negotiation, the two suppliers of water agree to keep production at 30 gallons, so that the price will be kept high and together they will earn the maximum profit. After they agree on production levels, however, each of them must decide whether to cooperate and live up to this agreement or to ignore it and produce at a higher level. Figure 2 shows how the profits of the two producers depend on the strategies they choose.

Suppose you are Jack. You might reason as follows: "I could keep production low at 30 gallons as we agreed, or I could raise my production and sell 40 gallons. If Jill lives up to the agreement and keeps her production at 30 gallons, then I earn profit of $2,000 with high production and $1,800 with low production. In this case, I am better off with high production. If Jill fails to live up to the agreement and produces 40 gallons, then I earn $1,600 with high production and $1,500 with low production. Once again, I am better off with high production. So, regardless of what Jill chooses to do, I am better off reneging on our agreement and producing at a high level."

Producing 40 gallons is a dominant strategy for Jack. Of course, Jill reasons in exactly the same way, and so both produce at the higher level of 40 gallons. The result is the inferior outcome (from Jack and Jill's standpoint) with low profits for each of the two producers.

2 FIGURE

Jack and Jill's Oligopoly Game

In this game between Jack and Jill, the profit that each earns from selling water depends on both the quantity he or she chooses to sell and the quantity the other chooses to sell.

Jill's Decision \ Jack's Decision	High production: 40 Gallons	Low production: 30 Gallons
High production: 40 Gallons	Jack gets $1,600 profit; Jill gets $1,600 profit	Jack gets $1,500 profit; Jill gets $2,000 profit
Low production: 30 Gallons	Jack gets $2,000 profit; Jill gets $1,500 profit	Jack gets $1,800 profit; Jill gets $1,800 profit

This example illustrates why oligopolies have trouble maintaining monopoly profits. The monopoly outcome is jointly rational for the oligopoly, but each oligopolist has an incentive to cheat. Just as self-interest drives the prisoners in the prisoners' dilemma to confess, self-interest makes it difficult for the oligopoly to maintain the cooperative outcome with low production, high prices, and monopoly profits.

CASE STUDY OPEC AND THE WORLD OIL MARKET

Our story about the town's market for water is fictional, but if we change water to crude oil, and Jack and Jill to Iran and Iraq, the story is close to being true. Much of the world's oil is produced by a few countries, mostly in the Middle East. These countries together make up an oligopoly. Their decisions about how much oil to pump are much the same as Jack and Jill's decisions about how much water to pump.

The countries that produce most of the world's oil have formed a cartel, called the Organization of Petroleum Exporting Countries (OPEC). As originally formed in 1960, OPEC included Iran, Iraq, Kuwait, Saudi Arabia, and Venezuela. By 1973, eight other nations had joined: Qatar, Indonesia, Libya, the United Arab Emirates, Algeria, Nigeria, Ecuador, and Gabon. These countries control about three-fourths of the world's oil reserves. Like any cartel, OPEC tries to raise the price of its product through a coordinated reduction in quantity produced. OPEC tries to set production levels for each of the member countries.

The problem that OPEC faces is much the same as the problem that Jack and Jill face in our story. The OPEC countries would like to maintain a high price of oil. But each member of the cartel is tempted to increase its production to get a larger share of the total profit. OPEC members frequently agree to reduce production but then cheat on their agreements.

OPEC was most successful at maintaining cooperation and high prices in the period from 1973 to 1985. The price of crude oil rose from $3 a barrel in 1972 to $11 in 1974 and then to $35 in 1981. But in the mid-1980s, member countries began arguing about production levels, and OPEC became ineffective at maintaining cooperation. By 1986 the price of crude oil had fallen back to $13 a barrel.

In recent years, the members of OPEC have continued to meet regularly, but the cartel has been less successful at reaching and enforcing agreements. Although the price of oil rose significantly in 2007 and 2008, the primary cause was increased demand in the world oil market, in part from a booming Chinese economy, rather than restricted supply. While this lack of cooperation among OPEC nations has reduced the profits of the oil-producing nations below what they might have been, it has benefited consumers around the world. ●

OTHER EXAMPLES OF THE PRISONERS' DILEMMA

We have seen how the prisoners' dilemma can be used to understand the problem facing oligopolies. The same logic applies to many other situations as well. Here we consider two examples in which self-interest prevents cooperation and leads to an inferior outcome for the parties involved.

Arms Races In the decades after World War II, the world's two superpowers—the United States and the Soviet Union—were engaged in a prolonged competition over military power. This topic motivated some of the early work on game theory. The game theorists pointed out that an arms race is much like the prisoners' dilemma.

To see this, consider the decisions of the United States and the Soviet Union about whether to build new weapons or to disarm. Each country prefers to have more arms than the other because a larger arsenal would give it more influence in world affairs. But each country also prefers to live in a world safe from the other country's weapons.

Figure 3 shows the deadly game. If the Soviet Union chooses to arm, the United States is better off doing the same to prevent the loss of power. If the Soviet Union chooses to disarm, the United States is better off arming because doing so would make it more powerful. For each country, arming is a dominant strategy. Thus, each country chooses to continue the arms race, resulting in the inferior outcome with both countries at risk.

Throughout the era of the Cold War, the United States and the Soviet Union attempted to solve this problem through negotiation and agreements over arms control. The problems that the two countries faced were similar to those that oligopolists encounter in trying to maintain a cartel. Just as oligopolists argue over production levels, the United States and the Soviet Union argued over the amount of arms that each country would be allowed. And just as cartels have trouble enforcing production levels, the United States and the Soviet Union each feared that the other country would cheat on any agreement. In both arms races and oligopolies, the relentless logic of self-interest drives the participants toward a noncooperative outcome that is worse for each party.

Common Resources In Chapter 11 we saw that people tend to overuse common resources. One can view this problem as an example of the prisoners' dilemma.

Imagine that two oil companies—Exxon and Texaco—own adjacent oil fields. Under the fields is a common pool of oil worth $12 million. Drilling a well to recover the oil costs $1 million. If each company drills one well, each will get half of the oil and earn a $5 million profit ($6 million in revenue minus $1 million in costs).

3 FIGURE

An Arms-Race Game

In this game between two countries, the safety and power of each country depend on both its decision whether to arm and the decision made by the other country.

Decision of the Soviet Union (USSR)	Decision of the United States (U.S.): Arm	Decision of the United States (U.S.): Disarm
Arm	U.S. at risk / USSR at risk	U.S. at risk and weak / USSR safe and powerful
Disarm	U.S. safe and powerful / USSR at risk and weak	U.S. safe / USSR safe

Because the pool of oil is a common resource, the companies will not use it efficiently. Suppose that either company could drill a second well. If one company has two of the three wells, that company gets two-thirds of the oil, which yields a profit of $6 million. The other company gets one-third of the oil, for a profit of $3 million. Yet if each company drills a second well, the two companies again split the oil. In this case, each bears the cost of a second well, so profit is only $4 million for each company.

Figure 4 shows the game. Drilling two wells is a dominant strategy for each company. Once again, the self-interest of the two players leads them to an inferior outcome.

The Prisoners' Dilemma and the Welfare of Society

The prisoners' dilemma describes many of life's situations, and it shows that cooperation can be difficult to maintain, even when cooperation would make both players in the game better off. Clearly, this lack of cooperation is a problem for those involved in these situations. But is lack of cooperation a problem from the standpoint of society as a whole? The answer depends on the circumstances.

In some cases, the noncooperative equilibrium is bad for society as well as the players. In the arms-race game in Figure 3, both the United States and the Soviet Union end up at risk. In the common-resources game in Figure 4, the extra wells dug by Texaco and Exxon are pure waste. In both cases, society would be better off if the two players could reach the cooperative outcome.

By contrast, in the case of oligopolists trying to maintain monopoly profits, lack of cooperation is desirable from the standpoint of society as a whole. The monopoly outcome is good for the oligopolists, but it is bad for the consumers of the product. As we first saw in Chapter 7, the competitive outcome is best for society because it maximizes total surplus. When oligopolists fail to cooperate, the quantity they produce is closer to this optimal level. Put differently, the invisible hand guides markets to allocate resources efficiently only when markets are

FIGURE 4

Texaco's Decision	Exxon's Decision: Drill Two Wells	Exxon's Decision: Drill One Well
Drill Two Wells	Exxon gets $4 million profit Texaco gets $4 million profit	Exxon gets $3 million profit Texaco gets $6 million profit
Drill One Well	Exxon gets $6 million profit Texaco gets $3 million profit	Exxon gets $5 million profit Texaco gets $5 million profit

A Common-Resources Game
In this game between firms pumping oil from a common pool, the profit that each earns depends on both the number of wells it drills and the number of wells drilled by the other firm.

competitive, and markets are competitive only when firms in the market fail to cooperate with one another.

Similarly, consider the case of the police questioning two suspects. Lack of cooperation between the suspects is desirable, for it allows the police to convict more criminals. The prisoners' dilemma is a dilemma for the prisoners, but it can be a boon to everyone else.

Why People Sometimes Cooperate

The prisoners' dilemma shows that cooperation is difficult. But is it impossible? Not all prisoners, when questioned by the police, decide to turn in their partners in crime. Cartels sometimes manage to maintain collusive arrangements, despite the incentive for individual members to defect. Very often, players can solve the prisoners' dilemma because they play the game not once but many times.

To see why cooperation is easier to enforce in repeated games, let's return to our duopolists, Jack and Jill, whose choices were given in Figure 2. Jack and Jill would like to agree to maintain the monopoly outcome in which each produces 30 gallons. Yet, if Jack and Jill are to play this game only once, neither has any incentive to live up to this agreement. Self-interest drives each of them to renege and choose the dominant strategy of 40 gallons.

Now suppose that Jack and Jill know that they will play the same game every week. When they make their initial agreement to keep production low, they can also specify what happens if one party reneges. They might agree, for instance, that once one of them reneges and produces 40 gallons, both of them will produce 40 gallons forever after. This penalty is easy to enforce, for if one party is producing at a high level, the other has every reason to do the same.

The threat of this penalty may be all that is needed to maintain cooperation. Each person knows that defecting would raise his or her profit from $1,800 to $2,000. But this benefit would last for only one week. Thereafter, profit would fall to $1,600 and stay there. As long as the players care enough about future profits, they will choose to forgo the one-time gain from defection. Thus, in a game of repeated prisoners' dilemma, the two players may well be able to reach the cooperative outcome.

CASE STUDY THE PRISONERS' DILEMMA TOURNAMENT

Imagine that you are playing a game of prisoners' dilemma with a person being "questioned" in a separate room. Moreover, imagine that you are going to play not once but many times. Your score at the end of the game is the total number of years in jail. You would like to make this score as small as possible. What strategy would you play? Would you begin by confessing or remaining silent? How would the other player's actions affect your subsequent decisions about confessing?

Repeated prisoners' dilemma is quite a complicated game. To encourage cooperation, players must penalize each other for not cooperating. Yet the strategy described earlier for Jack and Jill's water cartel—defect forever as soon as the other player defects—is not very forgiving. In a game repeated many times, a strategy that allows players to return to the cooperative outcome after a period of noncooperation may be preferable.

To see what strategies work best, political scientist Robert Axelrod held a tournament. People entered by sending computer programs designed to play repeated

In The News

Aumann and Schelling

In 2005, two prominent game theorists won the Nobel Prize.

Economic Work on "Game Theory" Wins Nobel Prize

By Jon E. Hilsenrath

The Cold War was a period of conflict management on a grand, frightening scale, and two researchers who explained how individuals negotiate such conflict won the Nobel Prize in economics for work that grew out of the period.

Thomas Schelling, an 84-year-old retired University of Maryland professor who served long stints as an adviser to the U.S. government, has written on managing the U.S.-Soviet buildup of nuclear arms and extended his theories to subjects such as drug addiction, racial segregation and global warming. Robert Aumann, 75, a mathematician by training and professor at Hebrew University in Jerusalem, added analytical rigor to the field that both professors helped to create, which has come to be known in economics as "game theory."

The two will share the 10 million kronor prize ($1.3 million) awarded by the Royal Swedish Academy of Sciences. Mr. Schelling is an American citizen, and Mr. Aumann is an American and Israeli citizen.

Game theory is the study of strategy and how people make decisions when interacting in conflict with one another. In a game of chess, two players act not only based on their own strategy, but also on expectations of how their opponent will behave and react. In the 1940s and 1950s, economists began to see their models of individual behavior needed to be less robotic and should reflect the kind of strategic dance found in games like chess.

The movement toward game theory was driven in part by mathematicians like Mr. Aumann and an associate from his days at the Massachusetts Institute of Technology named John Nash, whose life was portrayed in the movie "A Beautiful Mind." Mr. Nash won the economics prize with two others in 1994.

While Messrs. Nash and Aumann used math to give precise formulations to game theory, Prof. Schelling sought to give it practical meaning. He explained, for instance, how decision makers often find it advantageous to limit their own options to get concessions from an opponent. In some cases, for instance, it might be wise for a general to burn bridges behind his troops to send a credible and possibly game-changing message toward his enemy that he has no intention of retreating.

Economists have since applied this idea of "precommitment" to other areas, including business. Some companies, for example, might find it advantageous to build too much capacity, to alert would-be competitors that entering a market will lead them into a price war. . . .

Messrs. Schelling and Aumann both came of age during the Cold War, when fears of a nuclear confrontation between the Soviet Union and the U.S. led scholars to examine the motivations and decision-making of both sides. . . .

Prof. Schelling extended his research beyond the Cold War. For instance, his work has shown how even small differences in preferences between groups of people could lead to large-scale segregation in cities. It also has described drug addiction as a game against oneself. Someone who is trying to quit smoking, for instance, might flush cigarettes down the toilet because he realizes that "some time late at night he won't be able to resist them."

Source: *The Wall Street Journal*, October 11, 2005.

prisoners' dilemma. Each program then played the game against all the other programs. The "winner" was the program that received the fewest total years in jail.

The winner turned out to be a simple strategy called *tit-for-tat*. According to tit-for-tat, a player should start by cooperating and then do whatever the other player did last time. Thus, a tit-for-tat player cooperates until the other player defects; she then defects until the other player cooperates again. In other words, this strategy starts out friendly, penalizes unfriendly players, and forgives them if warranted. To Axelrod's surprise, this simple strategy did better than all the more complicated strategies that people had sent in.

The tit-for-tat strategy has a long history. It is essentially the biblical strategy of "an eye for an eye, a tooth for a tooth." The prisoners' dilemma tournament suggests that this may be a good rule of thumb for playing some of the games of life. ●

QUICK QUIZ Tell the story of the prisoners' dilemma. Write down a table showing the prisoners' choices and explain what outcome is likely. • What does the prisoners' dilemma teach us about oligopolies?

PUBLIC POLICY TOWARD OLIGOPOLIES

One of the *Ten Principles of Economics* in Chapter 1 is that governments can sometimes improve market outcomes. This principle applies directly to oligopolistic markets. As we have seen, cooperation among oligopolists is undesirable from the standpoint of society as a whole, because it leads to production that is too low and prices that are too high. To move the allocation of resources closer to the social optimum, policymakers should try to induce firms in an oligopoly to compete rather than cooperate. Let's consider how policymakers do this and then examine the controversies that arise in this area of public policy.

RESTRAINT OF TRADE AND THE ANTITRUST LAWS

One way that policy discourages cooperation is through the common law. Normally, freedom of contract is an essential part of a market economy. Businesses and households use contracts to arrange mutually advantageous trades. In doing this, they rely on the court system to enforce contracts. Yet, for many centuries, judges in England and the United States have deemed agreements among competitors to reduce quantities and raise prices to be contrary to the public good. They have therefore refused to enforce such agreements.

The Sherman Antitrust Act of 1890 codified and reinforced this policy:

> Every contract, combination in the form of trust or otherwise, or conspiracy, in restraint of trade or commerce among the several States, or with foreign nations, is declared to be illegal. . . . Every person who shall monopolize, or attempt to monopolize, or combine or conspire with any person or persons to monopolize any part of the trade or commerce among the several States, or with foreign nations, shall be deemed guilty of a misdemeanor, and on conviction therefor, shall be punished by fine not exceeding fifty thousand dollars, or by imprisonment not exceeding one year, or by both said punishments, in the discretion of the court.

The Sherman Act elevated agreements among oligopolists from an unenforceable contract to a criminal conspiracy.

The Clayton Act of 1914 further strengthened the antitrust laws. According to this law, if a person could prove that he was damaged by an illegal arrangement to restrain trade, that person could sue and recover three times the damages he sustained. The purpose of this unusual rule of triple damages is to encourage private lawsuits against conspiring oligopolists.

Today, both the U.S. Justice Department and private parties have the authority to bring legal suits to enforce the antitrust laws. As we discussed in Chapter 15, these laws are used to prevent mergers that would lead to excessive market power in any single firm. In addition, these laws are used to prevent oligopolists from acting together in ways that would make their markets less competitive.

CASE STUDY AN ILLEGAL PHONE CALL

Firms in oligopolies have a strong incentive to collude in order to reduce production, raise price, and increase profit. The great 18th-century economist Adam Smith was well aware of this potential market failure. In *The Wealth of Nations* he wrote, "People of the same trade seldom meet together, but the conversation ends in a conspiracy against the public, or in some diversion to raise prices."

To see a modern example of Smith's observation, consider the following excerpt of a phone conversation between two airline executives in the early 1980s. The call was reported in the *New York Times* on February 24, 1983. Robert Crandall was president of American Airlines, and Howard Putnam was president of Braniff Airways.

CRANDALL: I think it's dumb as hell . . . to sit here and pound the @#$% out of each other and neither one of us making a #$%& dime.
PUTNAM: Do you have a suggestion for me?
CRANDALL: Yes, I have a suggestion for you. Raise your $%*& fares 20 percent. I'll raise mine the next morning.
PUTNAM: Robert, we . . .
CRANDALL: You'll make more money, and I will, too.
PUTNAM: We can't talk about pricing!
CRANDALL: Oh @#$%, Howard. We can talk about any &*#@ thing we want to talk about.

Putnam was right: The Sherman Antitrust Act prohibits competing executives from even talking about fixing prices. When Putnam gave a tape of this conversation to the Justice Department, the Justice Department filed suit against Crandall.

Two years later, Crandall and the Justice Department reached a settlement in which Crandall agreed to various restrictions on his business activities, including his contacts with officials at other airlines. The Justice Department said that the terms of settlement would "protect competition in the airline industry, by preventing American and Crandall from any further attempts to monopolize passenger airline service on any route through discussions with competitors about the prices of airline services." ●

Controversies over Antitrust Policy

Over time, much controversy has centered on what kinds of behavior the antitrust laws should prohibit. Most commentators agree that price-fixing agreements among competing firms should be illegal. Yet the antitrust laws have been used to condemn some business practices whose effects are not obvious. Here we consider three examples.

In The News

Public Price Fixing

If a group of producers coordinates their prices in secret meetings, they can be sent to jail for criminal violations of antitrust laws. But what if they discuss the same topic in public?

Market Talk

By Alistair Lindsay

Most companies have antitrust compliance policies. They typically—and quite rightly—identify a number of things that officers and employees should not do, on pain of criminal liability, eye-watering fines and unlimited damages actions. All make clear that companies must not agree with their competitors to fix prices. This is a bright-line rule. But it raises an important question: Can companies coordinate price increases without infringing the cartel rules?

In markets where competitors need to publish their prices to win business—for example, many retail markets—it is perfectly lawful to shadow a rival's increases, so long as each seller acts entirely independently in setting its charges. The very definition of an oligopoly is a market involving a small number of suppliers that set their own commercial strategies but take account of their competitors. One competitor may emerge as a leader, with others taking their cue on when to raise prices and by how much.

When prices are privately negotiated—as in many industrials markets—it is common for a customer to volunteer information about a rival's prices to obtain leverage: *"You've quoted £100 per ton, but X is offering £95 and I'm going to them unless you can do better."* A company that receives this information obtains valuable intelligence about what its rivals are charging, but it does not infringe cartel rules. . . .

Companies also sometimes signal to one another in their communications with investors, whether deliberately or not. A competitor which informs the markets, say, that it expects a price war to end in February is providing relevant information to actual and potential owners of its stock. But of course its rivals read the same reports and can change their strategies accordingly. So a statement to the market can serve as just as much of a signal to competitors as a statement made during a cartel meeting. . . .

Signaling through investor communications raises difficult questions for cartel enforcement. The enforcers want to protect consumers from the adverse effects of blatant signaling, but not at the price of losing transparency in financial markets. For example, it is highly relevant to an investor to know an airline's predicted growth of per-mile passenger revenue for the next quarter. But a rival airline might use the announced figure as a benchmark when setting its own fares for the next quarter.

As things stand, cartel authorities have focused their efforts in such situations on blocking mergers in markets where signaling is prevalent, arguing that consolidation in such markets can further dampen competition by making coordination easier or more successful. However, they have not taken high-profile action alleging cartel infringements against companies for announcements made to investors.

If there is no justification for a particular announcement other than to signal to competitors, cartel authorities should seek to intervene. For in this case the public announcement is analytically the same as a private discussion directly with the rivals, and there is scope for consumers to be seriously harmed. But most announcements do serve legitimate purposes, such as keeping investors informed. In these cases, intervention by the cartel authorities seems too complex, given the disparate policy objectives in play.

Source: *The Wall Street Journal*, December 13, 2007.

Resale Price Maintenance One example of a controversial business practice is *resale price maintenance,* also called *fair trade*. Imagine that Superduper Electronics sells DVD players to retail stores for $300. If Superduper requires the retailers to charge customers $350, it is said to engage in resale price maintenance. Any retailer that charged less than $350 would violate its contract with Superduper.

At first, resale price maintenance might seem anticompetitive and, therefore, detrimental to society. Like an agreement among members of a cartel, it prevents the retailers from competing on price. For this reason, the courts have often viewed resale price maintenance as a violation of the antitrust laws.

Yet some economists defend resale price maintenance on two grounds. First, they deny that it is aimed at reducing competition. To the extent that Superduper Electronics has any market power, it can exert that power through the wholesale price, rather than through resale price maintenance. Moreover, Superduper has no incentive to discourage competition among its retailers. Indeed, because a cartel of retailers sells less than a group of competitive retailers, Superduper would be worse off if its retailers were a cartel.

Second, economists believe that resale price maintenance has a legitimate goal. Superduper may want its retailers to provide customers a pleasant showroom and a knowledgeable sales force. Yet, without resale price maintenance, some customers would take advantage of one store's service to learn about the DVD player's special features and then buy the item at a discount retailer that does not provide this service. To some extent, good service is a public good among the retailers that sell Superduper products. As we discussed in Chapter 11, when one person provides a public good, others are able to enjoy it without paying for it. In this case, discount retailers would free ride on the service provided by other retailers, leading to less service than is desirable. Resale price maintenance is one way for Superduper to solve this free-rider problem.

The example of resale price maintenance illustrates an important principle: *Business practices that appear to reduce competition may in fact have legitimate purposes.* This principle makes the application of the antitrust laws all the more difficult. The economists, lawyers, and judges in charge of enforcing these laws must determine what kinds of behavior public policy should prohibit as impeding competition and reducing economic well-being. Often that job is not easy.

Predatory Pricing Firms with market power normally use that power to raise prices above the competitive level. But should policymakers ever be concerned that firms with market power might charge prices that are too low? This question is at the heart of a second debate over antitrust policy.

Imagine that a large airline, call it Coyote Air, has a monopoly on some route. Then Roadrunner Express enters and takes 20 percent of the market, leaving Coyote with 80 percent. In response to this competition, Coyote starts slashing its fares. Some antitrust analysts argue that Coyote's move could be anticompetitive: The price cuts may be intended to drive Roadrunner out of the market so Coyote can recapture its monopoly and raise prices again. Such behavior is called *predatory pricing*.

Although predatory pricing is a common claim in antitrust suits, some economists are skeptical of this argument and believe that predatory pricing is rarely, and perhaps never, a profitable business strategy. Why? For a price war to drive out a rival, prices have to be driven below cost. Yet if Coyote starts selling cheap tickets at a loss, it had better be ready to fly more planes, because low fares will attract more customers. Roadrunner, meanwhile, can respond to Coyote's predatory move by cutting back on flights. As a result, Coyote ends up bearing more than 80 percent of the losses, putting Roadrunner in a good position to survive the price war. As in the old Roadrunner-Coyote cartoons, the predator suffers more than the prey.

In The News

A Reversal of Policy

In 2007 the Supreme Court, by a slim majority, changed its view of retail price maintenance.

Century-Old Ban Lifted on Minimum Retail Pricing

By Stephen Labaton

WASHINGTON, June 28—Striking down an antitrust rule nearly a century old, the Supreme Court ruled on Thursday that it was not automatically unlawful for manufacturers and distributors to agree on minimum retail prices.

The decision will give producers significantly more, though not unlimited, power to dictate retail prices and to restrict the flexibility of discounters.

Five justices, agreeing with the nation's major manufacturers, said the new rule could in some instances lead to more competition and better service. But four dissenting justices agreed with 37 states and some consumer groups that abandoning the old rule could result in significantly higher prices and less competition for consumer and other goods.

The court struck down the 96-year-old rule that resale price maintenance agreements were an automatic, or per se, violation of the Sherman Antitrust Act. In its place, the court instructed judges considering such agreements for possible antitrust violations to apply a case-by-case approach, known as a "rule of reason," to assess their impact on competition. The new rule is considerably more favorable to defendants.

The decision was handed down on the last day of the court's term, which has been notable for overturning precedents and for victories for big businesses and antitrust defendants. It was also the latest of a series of antitrust decisions in recent years rejecting per se rules that had prohibited various marketing agreements between companies.

The Bush administration, along with economists of the Chicago school, had argued that the blanket prohibition against resale price maintenance agreements was archaic and counterproductive because, they said, some resale price agreements actually promote competition.

For example, they said, such agreements can make it easier for a new producer by assuring retailers that they will be able to recoup their investments in helping to market the product. And some distributors would be unfairly harmed by others, like Internet-based retailers, which could offer discounts because they would not have the expense of product demonstrations or other specialized consumer services.

A majority of the court agreed that the flat ban on price agreements discouraged these services and other marketing practices that could promote competition.

"In sum, it is a flawed antitrust doctrine that serves the interests of lawyers—by creating legal distinctions that operate as traps for the unaware—more than the interests of consumers—by requiring manufacturers to choose second-best options to achieve sound business objectives," the court said in an opinion written by Justice Anthony M. Kennedy and signed by Chief Justice John G. Roberts Jr. and Justices Antonin Scalia, Clarence Thomas and Samuel A. Alito Jr.

But in his dissent, portions of which he read from the bench, Justice Stephen G. Breyer said that there was no compelling reason to overturn a century's worth of Supreme Court decisions that had affirmed the prohibition on resale maintenance agreements.

"The only safe predictions to make about today's decision are that it will likely raise the price of goods at retail and that it will create considerable legal turbulence as lower courts seek to develop workable principles," he wrote. "I do not believe that the majority has shown new or changed conditions sufficient to warrant overruling a decision of such long standing."

Source: *New York Times,* June 29, 2007.

Economists continue to debate whether predatory pricing should be a concern for antitrust policymakers. Various questions remain unresolved. Is predatory pricing ever a profitable business strategy? If so, when? Are the courts capable of telling which price cuts are competitive and thus good for consumers and which are predatory? There are no simple answers.

Tying A third example of a controversial business practice is *tying*. Suppose that Makemoney Movies produces two new films—*Spiderman* and *Hamlet*. If Makemoney offers theaters the two films together at a single price, rather than separately, the studio is said to be tying its two products.

When the practice of tying movies was challenged in the courts, the Supreme Court banned it. The court reasoned as follows: Imagine that *Spiderman* is a blockbuster, whereas *Hamlet* is an unprofitable art film. Then the studio could use the high demand for *Spiderman* to force theaters to buy *Hamlet*. It seemed that the studio could use tying as a mechanism for expanding its market power.

Many economists are skeptical of this argument. Imagine that theaters are willing to pay $20,000 for *Spiderman* and nothing for *Hamlet*. Then the most that a theater would pay for the two movies together is $20,000—the same as it would pay for *Spiderman* by itself. Forcing the theater to accept a worthless movie as part of the deal does not increase the theater's willingness to pay. Makemoney cannot increase its market power simply by bundling the two movies together.

Why, then, does tying exist? One possibility is that it is a form of price discrimination. Suppose there are two theaters. City Theater is willing to pay $15,000 for *Spiderman* and $5,000 for *Hamlet*. Country Theater is just the opposite: It is willing to pay $5,000 for *Spiderman* and $15,000 for *Hamlet*. If Makemoney charges separate prices for the two films, its best strategy is to charge $15,000 for each film, and each theater chooses to show only one film. Yet if Makemoney offers the two movies as a bundle, it can charge each theater $20,000 for the movies. Thus, if different theaters value the films differently, tying may allow the studio to increase profit by charging a combined price closer to the buyers' total willingness to pay.

Tying remains a controversial business practice. The Supreme Court's argument that tying allows a firm to extend its market power to other goods is not well founded, at least in its simplest form. Yet economists have proposed more elaborate theories for how tying can impede competition. Given our current economic knowledge, it is unclear whether tying has adverse effects for society as a whole.

CASE STUDY THE MICROSOFT CASE

The most important and controversial antitrust case in recent years has been the U.S. government's suit against the Microsoft Corporation, filed in 1998. Certainly, the case did not lack drama. It pitted one of the world's richest men (Bill Gates) against one of the world's most powerful regulatory agencies (the U.S. Justice Department). Testifying for the government was a prominent economist (MIT professor Franklin Fisher). Testifying for Microsoft was an equally prominent economist (MIT professor Richard Schmalensee). At stake was the future of one of the world's most valuable companies (Microsoft) in one of the economy's fastest-growing industries (computer software).

A central issue in the Microsoft case involved tying—in particular, whether Microsoft should be allowed to integrate its Internet browser into its Windows operating system. The government claimed that Microsoft was bundling these two products together to expand its market power in computer operating systems into the unrelated market of Internet browsers. Allowing Microsoft to incorporate such products into its operating system, the government argued, would deter other software companies from entering the market and offering new products.

Microsoft responded by pointing out that putting new features into old products is a natural part of technological progress. Cars today include CD players and air conditioners, which were once sold separately, and cameras come with

"ME? A MONOPOLIST? NOW JUST WAIT A MINUTE . . ."

built-in flashes. The same is true with operating systems. Over time, Microsoft has added many features to Windows that were previously stand-alone products. This has made computers more reliable and easier to use because consumers can be confident that the pieces work together. The integration of Internet technology, Microsoft argued, was the natural next step.

One point of disagreement concerned the extent of Microsoft's market power. Noting that more than 80 percent of new personal computers use a Microsoft operating system, the government argued that the company had substantial monopoly power, which it was trying to expand. Microsoft replied that the software market is always changing and that Microsoft's Windows was constantly being challenged by competitors, such as the Apple Mac and Linux operating systems. It also argued that the low price it charged for Windows—about $50, or only 3 percent of the price of a typical computer—was evidence that its market power was severely limited.

Like many large antitrust suits, the Microsoft case became a legal morass. In November 1999, after a long trial, Judge Penfield Jackson ruled that Microsoft had great monopoly power and that it had illegally abused that power. In June 2000, after hearings on possible remedies, he ordered that Microsoft be broken up into two companies—one that sold the operating system and one that sold applications software. A year later, an appeals court overturned Jackson's breakup order and handed the case to a new judge. In September 2001, the Justice Department announced that it no longer sought a breakup of the company and wanted to settle the case quickly.

A settlement was finally reached in November 2002. Microsoft accepted some restrictions on its business practices, and the government accepted that a browser would remain part of the Windows operating system. But the settlement did not end Microsoft's antitrust troubles. In recent years, the company has contended with several private antitrust suits, as well as suits brought by the European Union alleging a variety of anticompetitive behaviors.

QUICK QUIZ What kind of agreement is illegal for businesses to make? • Why are the antitrust laws controversial?

CONCLUSION

Oligopolies would like to act like monopolies, but self-interest drives them toward competition. Where oligopolies end up on this spectrum depends on the number of firms in the oligopoly and how cooperative the firms are. The story of the prisoners' dilemma shows why oligopolies can fail to maintain cooperation, even when cooperation is in their best interest.

Policymakers regulate the behavior of oligopolists through the antitrust laws. The proper scope of these laws is the subject of ongoing controversy. Although price fixing among competing firms clearly reduces economic welfare and should be illegal, some business practices that appear to reduce competition may have legitimate if subtle purposes. As a result, policymakers need to be careful when they use the substantial powers of the antitrust laws to place limits on firm behavior.

SUMMARY

- Oligopolists maximize their total profits by forming a cartel and acting like a monopolist. Yet, if oligopolists make decisions about production levels individually, the result is a greater quantity and a lower price than under the monopoly outcome. The larger the number of firms in the oligopoly, the closer the quantity and price will be to the levels that would prevail under competition.
- The prisoners' dilemma shows that self-interest can prevent people from maintaining cooperation, even when cooperation is in their mutual interest. The logic of the prisoners' dilemma applies in many situations, including arms races, common-resource problems, and oligopolies.
- Policymakers use the antitrust laws to prevent oligopolies from engaging in behavior that reduces competition. The application of these laws can be controversial, because some behavior that can appear to reduce competition may in fact have legitimate business purposes.

KEY CONCEPTS

oligopoly, *p. 365*
game theory, *p. 365*
collusion, *p. 367*
cartel, *p. 367*
Nash equilibrium, *p. 368*
prisoners' dilemma, *p. 370*
dominant strategy, *p. 371*

QUESTIONS FOR REVIEW

1. If a group of sellers could form a cartel, what quantity and price would they try to set?
2. Compare the quantity and price of an oligopoly to those of a monopoly.
3. Compare the quantity and price of an oligopoly to those of a competitive market.
4. How does the number of firms in an oligopoly affect the outcome in its market?
5. What is the prisoners' dilemma, and what does it have to do with oligopoly?
6. Give two examples other than oligopoly to show how the prisoners' dilemma helps to explain behavior.
7. What kinds of behavior do the antitrust laws prohibit?
8. What is resale price maintenance, and why is it controversial?

PROBLEMS AND APPLICATIONS

1. A large share of the world supply of diamonds comes from Russia and South Africa. Suppose that the marginal cost of mining diamonds is constant at $1,000 per diamond, and the demand for diamonds is described by the following schedule:

Price	Quantity
$8,000	5,000 diamonds
7,000	6,000
6,000	7,000
5,000	8,000
4,000	9,000
3,000	10,000
2,000	11,000
1,000	12,000

   a. If there were many suppliers of diamonds, what would be the price and quantity?
   b. If there were only one supplier of diamonds, what would be the price and quantity?
   c. If Russia and South Africa formed a cartel, what would be the price and quantity? If the countries split the market evenly, what would be South Africa's production and profit? What would happen to South Africa's profit if it increased its production by 1,000 while Russia stuck to the cartel agreement?
   d. Use your answers to part (c) to explain why cartel agreements are often not successful.

2. The *New York Times* (Nov. 30, 1993) reported that "the inability of OPEC to agree last week to cut production has sent the oil market into turmoil . . . [leading to] the lowest price for domestic crude oil since June 1990."
   a. Why were the members of OPEC trying to agree to cut production?
   b. Why do you suppose OPEC was unable to agree on cutting production? Why did the oil market go into "turmoil" as a result?
   c. The newspaper also noted OPEC's view "that producing nations outside the organization, like Norway and Britain, should do their share and cut production." What does the phrase "do their share" suggest about OPEC's desired relationship with Norway and Britain?

3. This chapter discusses companies that are oligopolists in the market for the goods they sell. Many of the same ideas apply to companies that are oligopolists in the market for the inputs they buy.
   a. If sellers who are oligopolists try to increase the price of goods they sell, what is the goal of buyers who are oligopolists?
   b. Major league baseball team owners have an oligopoly in the market for baseball players. What is the owners' goal regarding players' salaries? Why is this goal difficult to achieve?
   c. Baseball players went on strike in 1994 because they would not accept the salary cap that the owners wanted to impose. If the owners were already colluding over salaries, why did the owners feel the need for a salary cap?

4. Consider trade relations between the United States and Mexico. Assume that the leaders of the two countries believe the payoffs to alternative trade policies are as follows:

Mexico's Decision	United States' Decision: Low Tariffs	United States' Decision: High Tariffs
Low Tariffs	U.S. gains $25 billion; Mexico gains $25 billion	U.S. gains $30 billion; Mexico gains $10 billion
High Tariffs	U.S. gains $10 billion; Mexico gains $30 billion	U.S. gains $20 billion; Mexico gains $20 billion

   a. What is the dominant strategy for the United States? For Mexico? Explain.
   b. Define *Nash equilibrium.* What is the Nash equilibrium for trade policy?
   c. In 1993 the U.S. Congress ratified the North American Free Trade Agreement, in which the United States and Mexico agreed to reduce trade barriers simultaneously. Do the perceived payoffs shown here justify this approach to trade policy? Explain.
   d. Based on your understanding of the gains from trade (discussed in Chapters 3 and 9), do you think that these payoffs actually

reflect a nation's welfare under the four possible outcomes?

5. Synergy and Dynaco are the only two firms in a specific high-tech industry. They face the following payoff matrix as they decide upon the size of their research budget:

Dynaco's Decision \ Synergy Decision	Large Budget	Small Budget
Large Budget	Synergy gains $20 million; Dynaco gains $30 million	Synergy gains zero; Dynaco gains $70 million
Small Budget	Synergy gains $30 million; Dynaco gains zero	Synergy gains $40 million; Dynaco gains $50 million

   a. Does Synergy have a dominant strategy? Explain.
   b. Does Dynaco have a dominant strategy? Explain.
   c. Is there a Nash equilibrium for this scenario? Explain. (Hint: Look closely at the definition of Nash equilibrium.)

6. You and a classmate are assigned a project on which you will receive one combined grade. You each want to receive a good grade, but you also want to avoid hard work. In particular, here is the situation:
   - If both of you work hard, you both get an A, which gives each of you 40 units of happiness.
   - If only one of you works hard, you both get a B, which gives each of you 30 units of happiness.
   - If neither of you works hard, you both get a D, which gives each of you 10 units of happiness.
   - Working hard costs 25 units of happiness.

   a. Fill in the payoffs in the following decision box:

Classmate's Decision \ Your Decision	Work	Shirk
Work	You: ; Classmate:	You: ; Classmate:
Shirk	You: ; Classmate:	You: ; Classmate:

   b. What is the likely outcome? Explain your answer.
   c. If you get this classmate as your partner on a series of projects throughout the year, rather than only once, how might that change the outcome you predicted in part (b)?
   d. Another classmate cares more about good grades: He gets 50 units of happiness for a B, and 80 units of happiness from an A. If this classmate were your partner (but your preferences were unchanged), how would your answers to parts (a) and (b) change? Which of the two classmates would you prefer as a partner? Would he also want you as a partner?

7. A case study in the chapter describes a phone conversation between the presidents of American Airlines and Braniff Airways. Let's analyze the game between the two companies. Suppose that each company can charge either a high price for tickets or a low price. If one company charges $100, it earns low profits if the other company charges $100 also, and high profits if the other company charges $200. On the other hand, if the company charges $200, it earns very low profits if the other company charges $100, and medium profits if the other company charges $200 also.
   a. Draw the decision box for this game.
   b. What is the Nash equilibrium in this game? Explain.
   c. Is there an outcome that would be better than the Nash equilibrium for both airlines? How could it be achieved? Who would lose if it were achieved?

8. Little Kona is a small coffee company that is considering entering a market dominated by Big Brew. Each company's profit depends on whether Little Kona enters and whether Big Brew sets a high price or a low price:

Little Kona \ Big Brew	High Price	Low Price
Enter	Brew makes $3 million; Kona makes $2 million	Brew makes $1 million; Kona loses $1 million
Don't Enter	Brew makes $7 million; Kona makes zero	Brew makes $2 million; Kona makes zero

a. Does either player in this game have a dominant strategy?

b. Does your answer to part (a) help you figure out what the other player should do? What is the Nash equilibrium? Is there only one?

c. Big Brew threatens Little Kona by saying, "If you enter, we're going to set a low price, so you had better stay out." Do you think Little Kona should believe the threat? Why or why not?

d. If the two firms could collude and agree on how to split the total profits, what outcome would they pick?

9. Jeff and Steve are playing tennis. Every point comes down to whether Steve guesses correctly whether Jeff will hit the ball to Steve's left or right. The outcomes are:

Jeff Hits \ Steve Guesses	Left	Right
Left	Steve wins point; Jeff loses point	Steve loses point; Jeff wins point
Right	Steve loses point; Jeff wins point	Steve wins point; Jeff loses point

Does either player have a dominant strategy? If Jeff chooses a particular strategy (Left or Right) and sticks with it, what will Steve do? Can you think of a better strategy for Jeff to follow?

10. Let's return to the chapter's discussion of Jack and Jill's water duopoly. Suppose that Jack and Jill are at the duopoly's Nash equilibrium (80 gallons) when a third person, John, discovers a water source and joins the market as a third producer.

a. Jack and Jill propose that the three of them continue to produce a total of 80 gallons, splitting the market three ways. If John agrees to this, how much profit will he make?

b. After agreeing to the proposed deal, John is considering increasing his production by 10 gallons. If he does, and Jack and Jill stick to the agreement, how much profit will John make? What does this tell you about the proposed agreement?

c. What is the Nash equilibrium for this market with three producers? How does it compare to the Nash equilibrium with two producers?

PART VI

The Economics of Labor Markets

CHAPTER

18

The Markets for the Factors of Production

When you finish school, your income will be determined largely by what kind of job you take. If you become a computer programmer, you will earn more than if you become a gas station attendant. This fact is not surprising, but it is not obvious why it is true. No law requires that computer programmers be paid more than gas station attendants. No ethical principle says that programmers are more deserving. What then determines which job will pay you the higher wage?

Your income, of course, is a small piece of a larger economic picture. In 2008, the total income of all U.S. residents was about $14 trillion. People earned this income in various ways. Workers earned about three-fourths of it in the form of wages and fringe benefits. The rest went to landowners and to the owners of *capital*—the economy's stock of equipment and structures—in the form of rent, profit, and interest. What determines how much goes to workers? To landowners? To the owners of capital? Why do some workers earn higher wages than others, some landowners higher rental income than others, and some capital owners greater profit than others? Why, in particular, do computer programmers earn more than gas station attendants?

The answers to these questions, like most in economics, hinge on supply and demand. The supply and demand for labor, land, and capital determine the prices paid to workers, landowners, and capital owners. To understand why some people have higher incomes than others, therefore, we need to look more deeply at the markets for the services they provide. That is our job in this and the next two chapters.

factors of production
the inputs used to produce goods and services

This chapter provides the basic theory for the analysis of factor markets. As you may recall from Chapter 2, the **factors of production** are the inputs used to produce goods and services. Labor, land, and capital are the three most important factors of production. When a computer firm produces a new software program, it uses programmers' time (labor), the physical space on which its offices are located (land), and an office building and computer equipment (capital). Similarly, when a gas station sells gas, it uses attendants' time (labor), the physical space (land), and the gas tanks and pumps (capital).

In many ways factor markets resemble the markets for goods and services we analyzed in previous chapters, but in one important way they are different: The demand for a factor of production is a *derived demand*. That is, a firm's demand for a factor of production is derived from its decision to supply a good in another market. The demand for computer programmers is inseparably linked to the supply of computer software, and the demand for gas station attendants is inseparably linked to the supply of gasoline.

In this chapter, we analyze factor demand by considering how a competitive, profit-maximizing firm decides how much of any factor to buy. We begin our analysis by examining the demand for labor. Labor is the most important factor of production, because workers receive most of the total income earned in the U.S. economy. Later in the chapter, we see that the lessons we learn about the labor market also apply to the markets for the other factors of production.

The basic theory of factor markets developed in this chapter takes a large step toward explaining how the income of the U.S. economy is distributed among workers, landowners, and owners of capital. Chapter 19 builds on this analysis to examine in more detail why some workers earn more than others. Chapter 20 examines how much income inequality results from the functioning of factor markets and then considers what role the government should and does play in altering the income distribution.

THE DEMAND FOR LABOR

Labor markets, like other markets in the economy, are governed by the forces of supply and demand. This is illustrated in Figure 1. In panel (a), the supply and demand for apples determine the price of apples. In panel (b), the supply and demand for apple pickers determine the price, or wage, of apple pickers.

As we have already noted, labor markets are different from most other markets because labor demand is a derived demand. Most labor services, rather than being final goods ready to be enjoyed by consumers, are inputs into the production of other goods. To understand labor demand, we need to focus on the firms that hire the labor and use it to produce goods for sale. By examining the link between the production of goods and the demand for labor to make those goods, we gain insight into the determination of equilibrium wages.

The basic tools of supply and demand apply to goods and to labor services. Panel (a) shows how the supply and demand for apples determine the price of apples. Panel (b) shows how the supply and demand for apple pickers determine the wage of apple pickers.

FIGURE 1

The Versatility of Supply and Demand

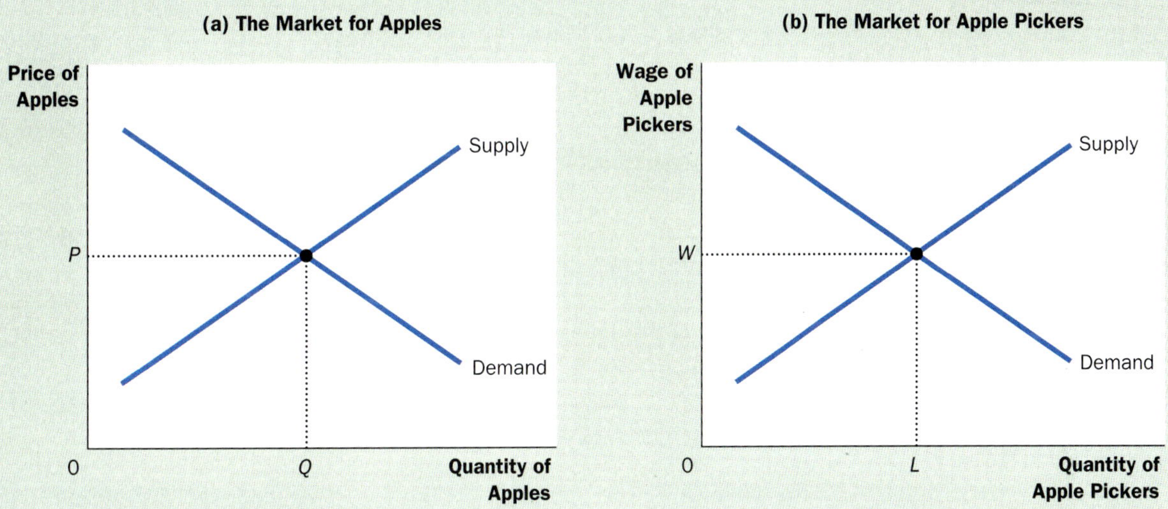

The Competitive Profit-Maximizing Firm

Let's look at how a typical firm, such as an apple producer, decides the quantity of labor to demand. The firm owns an apple orchard and each week must decide how many apple pickers to hire to harvest its crop. After the firm makes its hiring decision, the workers pick as many apples as they can. The firm then sells the apples, pays the workers, and keeps what is left as profit.

We make two assumptions about our firm. First, we assume that our firm is *competitive* both in the market for apples (where the firm is a seller) and in the market for apple pickers (where the firm is a buyer). A competitive firm is a price taker. Because there are many other firms selling apples and hiring apple pickers, a single firm has little influence over the price it gets for apples or the wage it pays apple pickers. The firm takes the price and the wage as given by market conditions. It only has to decide how many apples to sell and how many workers to hire.

Second, we assume that the firm is *profit-maximizing*. Thus, the firm does not directly care about the number of workers it has or the number of apples it produces. It cares only about profit, which equals the total revenue from the sale of apples minus the total cost of producing them. The firm's supply of apples and its demand for workers are derived from its primary goal of maximizing profit.

The Production Function and the Marginal Product of Labor

To make its hiring decision, the firm must consider how the size of its workforce affects the amount of output produced. In other words, it must consider how the

1 TABLE

How the Competitive Firm Decides How Much Labor to Hire

Labor L	Output Q	Marginal Product of Labor $MPL = \Delta Q / \Delta L$	Value of the Marginal Product of Labor $VMPL = P \times MPL$	Wage W	Marginal Profit ΔProfit = $VMPL - W$
0 workers	0 bushels				
		100 bushels	$1,000	$500	$500
1	100				
		80	800	500	300
2	180				
		60	600	500	100
3	240				
		40	400	500	−100
4	280				
		20	200	500	−300
5	300				

number of apple pickers affects the quantity of apples it can harvest and sell. Table 1 gives a numerical example. In the first column is the number of workers. In the second column is the quantity of apples the workers harvest each week.

production function the relationship between the quantity of inputs used to make a good and the quantity of output of that good

marginal product of labor the increase in the amount of output from an additional unit of labor

diminishing marginal product the property whereby the marginal product of an input declines as the quantity of the input increases

These two columns of numbers describe the firm's ability to produce. Recall that economists use the term **production function** to describe the relationship between the quantity of the inputs used in production and the quantity of output from production. Here the "input" is the apple pickers and the "output" is the apples. The other inputs—the trees themselves, the land, the firm's trucks and tractors, and so on—are held fixed for now. This firm's production function shows that if the firm hires 1 worker, that worker will pick 100 bushels of apples per week. If the firm hires 2 workers, the 2 workers together will pick 180 bushels per week. And so on.

Figure 2 graphs the data on labor and output presented in Table 1. The number of workers is on the horizontal axis, and the amount of output is on the vertical axis. This figure illustrates the production function.

One of the *Ten Principles of Economics* introduced in Chapter 1 is that rational people think at the margin. This idea is the key to understanding how firms decide what quantity of labor to hire. To take a step toward this decision, the third column in Table 1 gives the **marginal product of labor**, the increase in the amount of output from an additional unit of labor. When the firm increases the number of workers from 1 to 2, for example, the amount of apples produced rises from 100 to 180 bushels. Therefore, the marginal product of the second worker is 80 bushels.

Notice that as the number of workers increases, the marginal product of labor declines. That is, the production process exhibits **diminishing marginal product**. At first, when only a few workers are hired, they can pick the low-hanging fruit. As

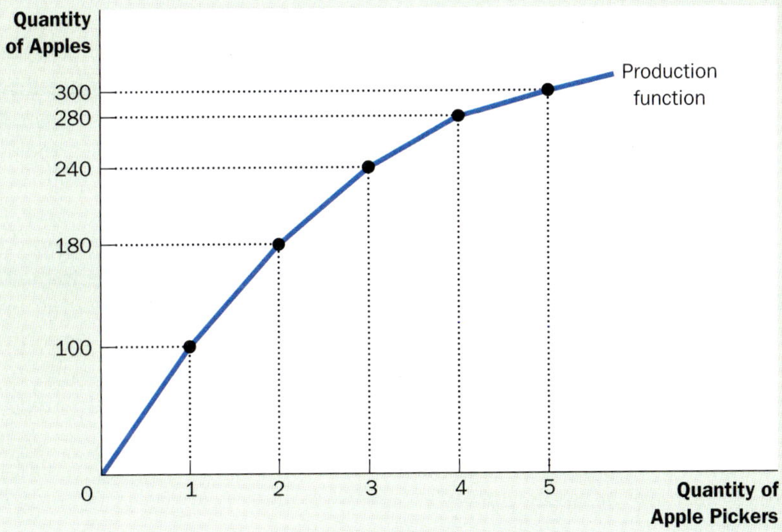

FIGURE 2

The Production Function
The production function is the relationship between the inputs into production (apple pickers) and the output from production (apples). As the quantity of the input increases, the production function gets flatter, reflecting the property of diminishing marginal product.

the number of workers increases, additional workers have to climb higher up the ladders to find apples to pick. Hence, as more and more workers are hired, each additional worker contributes less to the production of apples. For this reason, the production function in Figure 2 becomes flatter as the number of workers rises.

The Value of the Marginal Product and the Demand for Labor

Our profit-maximizing firm is concerned more with money than with apples. As a result, when deciding how many workers to hire to pick apples, the firm considers how much profit each worker would bring in. Because profit is total revenue minus total cost, the profit from an additional worker is the worker's contribution to revenue minus the worker's wage.

To find the worker's contribution to revenue, we must convert the marginal product of labor (which is measured in bushels of apples) into the *value* of the marginal product (which is measured in dollars). We do this using the price of apples. To continue our example, if a bushel of apples sells for $10 and if an additional worker produces 80 bushels of apples, then the worker produces $800 of revenue.

The **value of the marginal product** of any input is the marginal product of that input multiplied by the market price of the output. The fourth column in Table 1 shows the value of the marginal product of labor in our example, assuming the price of apples is $10 per bushel. Because the market price is constant for a competitive firm while the marginal product declines with more workers, the value of the marginal product diminishes as the number of workers rises. Economists sometimes call this column of numbers the firm's *marginal revenue product:* It is the extra revenue the firm gets from hiring an additional unit of a factor of production.

value of the marginal product
the marginal product of an input times the price of the output

Now consider how many workers the firm will hire. Suppose that the market wage for apple pickers is $500 per week. In this case, as you can see in Table 1, the first worker that the firm hires is profitable: The first worker yields $1,000 in revenue, or $500 in profit. Similarly, the second worker yields $800 in additional revenue, or $300 in profit. The third worker produces $600 in additional revenue, or $100 in profit. After the third worker, however, hiring workers is unprofitable. The fourth worker would yield only $400 of additional revenue. Because the worker's wage is $500, hiring the fourth worker would mean a $100 reduction in profit. Thus, the firm hires only 3 workers.

It is instructive to consider the firm's decision graphically. Figure 3 graphs the value of the marginal product. This curve slopes downward because the marginal product of labor diminishes as the number of workers rises. The figure also includes a horizontal line at the market wage. To maximize profit, the firm hires workers up to the point where these two curves cross. Below this level of employment, the value of the marginal product exceeds the wage, so hiring another worker would increase profit. Above this level of employment, the value of the marginal product is less than the wage, so the marginal worker is unprofitable. Thus, *a competitive, profit-maximizing firm hires workers up to the point where the value of the marginal product of labor equals the wage.*

Having explained the profit-maximizing hiring strategy for a competitive firm, we can now offer a theory of labor demand. Recall that a firm's labor-demand curve tells us the quantity of labor that a firm demands at any given wage. We have just seen in Figure 3 that the firm makes that decision by choosing the quantity of labor at which the value of the marginal product equals the wage. As a result, *the value-of-marginal-product curve is the labor-demand curve for a competitive, profit-maximizing firm.*

3 FIGURE

The Value of the Marginal Product of Labor
This figure shows how the value of the marginal product (the marginal product times the price of the output) depends on the number of workers. The curve slopes downward because of diminishing marginal product. For a competitive, profit-maximizing firm, this value-of-marginal-product curve is also the firm's labor-demand curve.

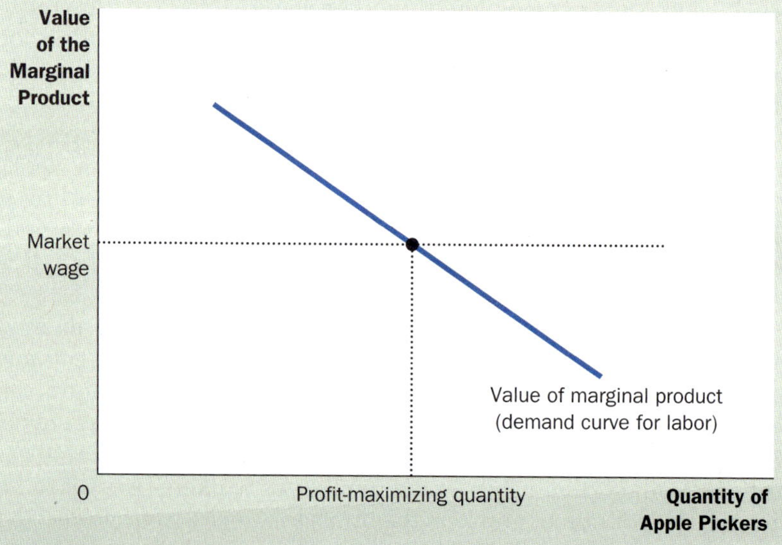

FYI

Input Demand and Output Supply: Two Sides of the Same Coin

In Chapter 14, we saw how a competitive, profit-maximizing firm decides how much of its output to sell: It chooses the quantity of output at which the price of the good equals the marginal cost of production. We have just seen how such a firm decides how much labor to hire: It chooses the quantity of labor at which the wage equals the value of the marginal product. Because the production function links the quantity of inputs to the quantity of output, you should not be surprised to learn that the firm's decision about input demand is closely linked to its decision about output supply. In fact, these two decisions are two sides of the same coin.

To see this relationship more fully, let's consider how the marginal product of labor (*MPL*) and marginal cost (*MC*) are related. Suppose an additional worker costs $500 and has a marginal product of 50 bushels of apples. In this case, producing 50 more bushels costs $500; the marginal cost of a bushel is $500 / 50, or $10. More generally, if *W* is the wage, and an extra unit of labor produces *MPL* units of output, then the marginal cost of a unit of output is $MC = W / MPL$.

This analysis shows that diminishing marginal product is closely related to increasing marginal cost. When our apple orchard grows crowded with workers, each additional worker adds less to the production of apples (*MPL* falls). Similarly, when the apple firm is producing a large quantity of apples, the orchard is already crowded with workers, so it is more costly to produce an additional bushel of apples (*MC* rises).

Now consider our criterion for profit maximization. We determined earlier that a profit-maximizing firm chooses the quantity of labor so that the value of the marginal product ($P \times MPL$) equals the wage (*W*). We can write this mathematically as

$$P \times MPL = W.$$

If we divide both sides of this equation by *MPL*, we obtain

$$P = W / MPL.$$

We just noted that W / MPL equals marginal cost, *MC*. Therefore, we can substitute to obtain

$$P = MC.$$

This equation states that the price of the firm's output is equal to the marginal cost of producing a unit of output. *Thus, when a competitive firm hires labor up to the point at which the value of the marginal product equals the wage, it also produces up to the point at which the price equals marginal cost.* Our analysis of labor demand in this chapter is just another way of looking at the production decision we first saw in Chapter 14.

WHAT CAUSES THE LABOR-DEMAND CURVE TO SHIFT?

We now understand the labor-demand curve: It reflects the value of the marginal product of labor. With this insight in mind, let's consider a few of the things that might cause the labor-demand curve to shift.

The Output Price The value of the marginal product is marginal product times the price of the firm's output. Thus, when the output price changes, the value of the marginal product changes, and the labor-demand curve shifts. An increase in the price of apples, for instance, raises the value of the marginal product of each worker who picks apples and, therefore, increases labor demand from the firms that supply apples. Conversely, a decrease in the price of apples reduces the value of the marginal product and decreases labor demand.

Technological Change Between 1960 and 2000, the amount of output a typical U.S. worker produced in an hour rose by 140 percent. Why? The most important

FYI

The Luddite Revolt

Over the long span of history, technological progress has been the worker's friend. It has increased productivity, labor demand, and wages. Yet there is no doubt that workers sometimes see technological progress as a threat to their standard of living.

One famous example occurred in England in the early 19th century, when skilled knitters saw their jobs threatened by the invention and spread of machines that could produce textiles using less skilled workers and at much lower cost. The displaced workers organized violent revolts against the new technology. They smashed the weaving machines used in the wool and cotton mills and, in some cases, set the homes of the mill owners on fire. Because the workers claimed to be led by General Ned Ludd (who may have been a legendary figure rather than a real person), they were called Luddites.

The Luddites wanted the British government to save their jobs by restricting the spread of the new technology. Instead, the Parliament took action to stop the Luddites. Thousands of troops were sent to suppress the Luddite riots, and the Parliament eventually made destroying machines a capital crime. After a trial in York in 1813, seventeen men were hanged for the offense. Many others were convicted and sent to Australia as prisoners.

The Luddites.

Today, the term *Luddite* refers to anyone who opposes technological progress.

reason is technological progress: Scientists and engineers are constantly figuring out new and better ways of doing things. This has profound implications for the labor market. Technological advance typically raises the marginal product of labor, which in turn increases the demand for labor and shifts the labor-demand curve to the right.

It is also possible for technological change to reduce labor demand. The invention of a cheap industrial robot, for instance, could conceivably reduce the marginal product of labor, shifting the labor-demand curve to the left. Economists call this *labor-saving* technological change. History suggests, however, that most technological progress is instead *labor-augmenting*. Such technological advance explains persistently rising employment in the face of rising wages: Even though wages (adjusted for inflation) increased by 131 percent during the last four decades of the 20th century, firms nonetheless increased by 80 percent the amount of labor they employed.

The Supply of Other Factors The quantity available of one factor of production can affect the marginal product of other factors. A fall in the supply of ladders, for instance, will reduce the marginal product of apple pickers and thus the demand for apple pickers. We consider this linkage among the factors of production more fully later in the chapter.

QUICK QUIZ Define *marginal product of labor* and *value of the marginal product of labor.* • Describe how a competitive, profit-maximizing firm decides how many workers to hire.

THE SUPPLY OF LABOR

Having analyzed labor demand in detail, let's turn to the other side of the market and consider labor supply. A formal model of labor supply is included in Chapter 21, where we develop the theory of household decision making. Here we discuss briefly and informally the decisions that lie behind the labor-supply curve.

THE TRADE-OFF BETWEEN WORK AND LEISURE

One of the *Ten Principles of Economics* in Chapter 1 is that people face trade-offs. Probably no trade-off is more obvious or more important in a person's life than the trade-off between work and leisure. The more hours you spend working, the fewer hours you have to watch TV, enjoy dinner with friends, or pursue your favorite hobby. The trade-off between labor and leisure lies behind the labor-supply curve.

Another of the *Ten Principles of Economics* is that the cost of something is what you give up to get it. What do you give up to get an hour of leisure? You give up an hour of work, which in turn means an hour of wages. Thus, if your wage is \$15 per hour, the opportunity cost of an hour of leisure is \$15. And when you get a raise to \$20 per hour, the opportunity cost of enjoying leisure goes up.

The labor-supply curve reflects how workers' decisions about the labor-leisure trade-off respond to a change in that opportunity cost. An upward-sloping labor-supply curve means that an increase in the wage induces workers to increase the quantity of labor they supply. Because time is limited, more hours of work mean that workers are enjoying less leisure. That is, workers respond to the increase in the opportunity cost of leisure by taking less of it.

It is worth noting that the labor-supply curve need not be upward sloping. Imagine you got that raise from \$15 to \$20 per hour. The opportunity cost of leisure is now greater, but you are also richer than you were before. You might decide that with your extra wealth you can now afford to enjoy more leisure. That is, at the higher wage, you might choose to work fewer hours. If so, your labor-supply curve would slope backward. In Chapter 21, we discuss this possibility in terms of conflicting effects on your labor-supply decision (called the income and substitution effects). For now, we ignore the possibility of backward-sloping labor supply and assume that the labor-supply curve is upward sloping.

"I REALLY DIDN'T ENJOY WORKING FIVE DAYS A WEEK, FIFTY WEEKS A YEAR FOR FORTY YEARS, BUT I NEEDED THE MONEY."

WHAT CAUSES THE LABOR-SUPPLY CURVE TO SHIFT?

The labor-supply curve shifts whenever people change the amount they want to work at a given wage. Let's now consider some of the events that might cause such a shift.

Changes in Tastes In 1950, 34 percent of women were employed at paid jobs or looking for work. In 2000, the number had risen to 60 percent. There are many explanations for this development, but one of them is changing tastes, or attitudes toward work. A generation or two ago, it was the norm for women to stay at home while raising children. Today, family sizes are smaller, and more mothers choose to work. The result is an increase in the supply of labor.

Changes in Alternative Opportunities The supply of labor in any one labor market depends on the opportunities available in other labor markets. If the wage earned by pear pickers suddenly rises, some apple pickers may choose to switch occupations, and the supply of labor in the market for apple pickers falls.

Immigration Movement of workers from region to region, or country to country, is another important source of shifts in labor supply. When immigrants come to the United States, for instance, the supply of labor in the United States increases, and the supply of labor in the immigrants' home countries falls. In fact, much of the policy debate about immigration centers on its effect on labor supply and, thereby, equilibrium wages in the labor market.

QUICK QUIZ Who has a greater opportunity cost of enjoying leisure—a janitor or a brain surgeon? Explain. Can this help explain why doctors work such long hours?

EQUILIBRIUM IN THE LABOR MARKET

So far we have established two facts about how wages are determined in competitive labor markets:

- The wage adjusts to balance the supply and demand for labor.
- The wage equals the value of the marginal product of labor.

At first, it might seem surprising that the wage can do both of these things at once. In fact, there is no real puzzle here, but understanding why there is no puzzle is an important step to understanding wage determination.

Figure 4 shows the labor market in equilibrium. The wage and the quantity of labor have adjusted to balance supply and demand. When the market is in this equilibrium, each firm has bought as much labor as it finds profitable at the equilibrium wage. That is, each firm has followed the rule for profit maximization: It has hired workers until the value of the marginal product equals the wage. Hence, the wage must equal the value of the marginal product of labor once it has brought supply and demand into equilibrium.

This brings us to an important lesson: *Any event that changes the supply or demand for labor must change the equilibrium wage and the value of the marginal product by the same amount because these must always be equal.* To see how this works, let's consider some events that shift these curves.

SHIFTS IN LABOR SUPPLY

Suppose that immigration increases the number of workers willing to pick apples. As Figure 5 shows, the supply of labor shifts to the right from S_1 to S_2. At the initial wage W_1, the quantity of labor supplied now exceeds the quantity demanded.

FIGURE 4

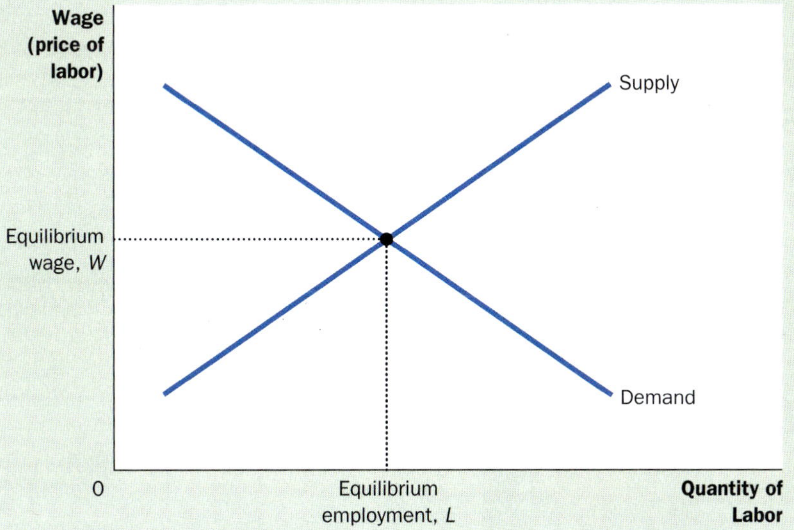

Equilibrium in a Labor Market
Like all prices, the price of labor (the wage) depends on supply and demand. Because the demand curve reflects the value of the marginal product of labor, in equilibrium workers receive the value of their marginal contribution to the production of goods and services.

This surplus of labor puts downward pressure on the wage of apple pickers, and the fall in the wage from W_1 to W_2 in turn makes it profitable for firms to hire more workers. As the number of workers employed in each apple orchard rises, the marginal product of a worker falls, and so does the value of the marginal product. In the new equilibrium, both the wage and the value of the marginal product of labor are lower than they were before the influx of new workers.

FIGURE 5

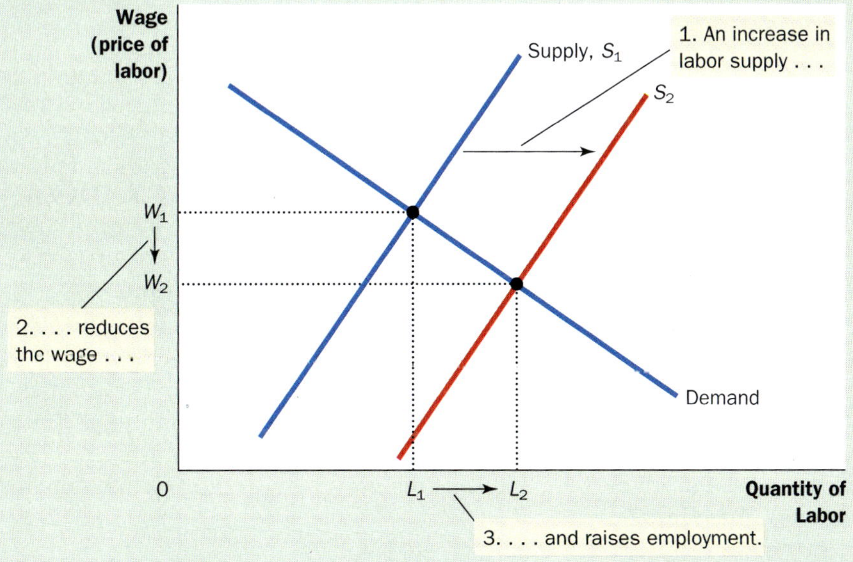

A Shift in Labor Supply
When labor supply increases from S_1 to S_2, perhaps because of an immigration of new workers, the equilibrium wage falls from W_1 to W_2. At this lower wage, firms hire more labor, so employment rises from L_1 to L_2. The change in the wage reflects a change in the value of the marginal product of labor: With more workers, the added output from an extra worker is smaller.

In The News

The Economics of Immigration

Here is an interview with Pia Orrenius, an economist at the Federal Reserve Bank of Dallas who studies immigration.

Q: What can you tell us about the size of the immigrant population in the United States?

A: Immigrants make up about 12 percent of the overall population, which means about 36 million foreign-born live in the United States. The commonly accepted estimate for the undocumented portion of the foreign-born population is 11 million. Immigrants come from all parts of the world, but we've seen big changes in their origins. In the 1950s and 1960s, 75 percent of immigrants were from Europe. Today, about 75 percent are from Latin America and Asia. Inflows are also much larger today, with 1 million to 2 million newcomers entering each year.

What's interesting about the United States is how our economy has been able to absorb immigrants and put them to work. U.S. immigrants have high employment rates compared with other developed countries. This is partly because we don't set high entry-level wages or have strict hiring and firing rules. In this type of flexible system, you have more job openings. You have more opportunities. You also have lower entry-level wages, but immigrants at least get their foot in the door.

Pia Orrenius

Being in the workforce allows immigrants to interact with the rest of society. They learn the language faster, pay taxes and become stakeholders.

Q: Where do immigrants fit into the U.S. economy?

A: Our immigrants are diverse in economic terms. We rely on immigrants for both high- and low-skilled jobs. Some immigrants do medium-skilled work, but more than anything else they're found on the low and the high ends of the education distribution.

The economic effects are different depending on which group you're talking about. We have an extremely important group of high-skilled immigrants. We rely on them to fill important, high-level jobs in technology, science and research. About 40 percent of our Ph.D. scientists and engi-

An episode from Israel illustrates how a shift in labor supply can alter the equilibrium in a labor market. During most of the 1980s, many thousands of Palestinians regularly commuted from their homes in the Israeli-occupied West Bank and Gaza Strip to jobs in Israel, primarily in the construction and agriculture industries. In 1988, however, political unrest in these occupied areas induced the Israeli government to take steps that, as a by-product, reduced this supply of workers. Curfews were imposed, work permits were checked more thoroughly, and a ban on overnight stays of Palestinians in Israel was enforced more rigorously. The economic impact of these steps was exactly as theory predicts: The number of Palestinians with jobs in Israel fell by half, while those who continued to work in Israel enjoyed wage increases of about 50 percent. With a reduced number of Palestinian workers in Israel, the value of the marginal product of the remaining workers was much higher.

neers were born in another country. We also employ many high-skilled immigrants in the health sector.

High-skilled immigration has good economic effects—it adds to GDP growth. It also has beneficial fiscal effects—the impact on government finances is large and positive. People tend to focus on illegal or low-skilled immigration when discussing immigrants and often do not recognize the tremendous contribution of high-skilled immigrants.

Q: What about the low-skilled immigration?

A: With low-skilled immigration, the economic benefits are there as well but have to be balanced against the fiscal impact, which is likely negative.

What makes the fiscal issue more difficult is the distribution of the burden. The federal government reaps much of the revenue from immigrants who work and pay employment taxes. State and local governments realize less of that benefit and have to pay more of the costs associated with low-skilled immigration—usually health care and educational expenses.

Q: Does it matter whether the immigration is legal or not?

A: If you're making value judgments about immigrants, or if you're discussing national security, you probably need to distinguish between those who come legally and those who don't. From an economic perspective, however, it makes more sense to differentiate among immigrants of various skill levels than it does to focus on legal status.

The economic benefits of low-skilled immigrants aren't typically going to depend on how they entered the United States. Illegal immigrants may pay less in taxes, but they're also eligible for fewer benefits. So being illegal doesn't mean these immigrants have a worse fiscal impact. In fact, a low-skilled illegal immigrant can create less fiscal burden than a low-skilled legal immigrant because the undocumented don't qualify for most benefits.

Q: How does immigration affect jobs and earnings for the native-born population?

A: We focus a lot on that—for example, exactly how immigration has affected the wages of Americans, particularly the low-skilled who lack a high school degree. The reason we worry about this is that real wages have been falling for low-skilled U.S. workers over the past 25 years or so.

The studies tend to show that not much of the decline is due to inflows of immigrants. The consensus seems to be that wages are about 1 to 3 percent lower today as a result of immigration. Some scholars find larger effects for low-skilled workers. Still, labor economists think it's a bit of a puzzle that they haven't been able to systematically identify larger adverse wage effects.

The reason may be the way the economy is constantly adjusting to the inflow of immigrants. On a geographical basis, for example, a large influx of immigrants into an area tends to encourage an inflow of capital to put them to use. So you have a shift out in labor supply, but you also have a shift out in labor demand, and the wage effects are ameliorated.

Source: *Southwest Economy,* March/April 2006.

Shifts in Labor Demand

Now suppose that an increase in the popularity of apples causes their price to rise. This price increase does not change the marginal product of labor for any given number of workers, but it does raise the *value* of the marginal product. With a higher price of apples, hiring more apple pickers is now profitable. As Figure 6 shows, when the demand for labor shifts to the right from D_1 to D_2, the equilibrium wage rises from W_1 to W_2, and equilibrium employment rises from L_1 to L_2. Once again, the wage and the value of the marginal product of labor move together.

This analysis shows that prosperity for firms in an industry is often linked to prosperity for workers in that industry. When the price of apples rises, apple producers make greater profit, and apple pickers earn higher wages. When the price

6 FIGURE

A Shift in Labor Demand
When labor demand increases from D_1 to D_2, perhaps because of an increase in the price of the firm's output, the equilibrium wage rises from W_1 to W_2, and employment rises from L_1 to L_2. Again, the change in the wage reflects a change in the value of the marginal product of labor: With a higher output price, the added output from an extra worker is more valuable.

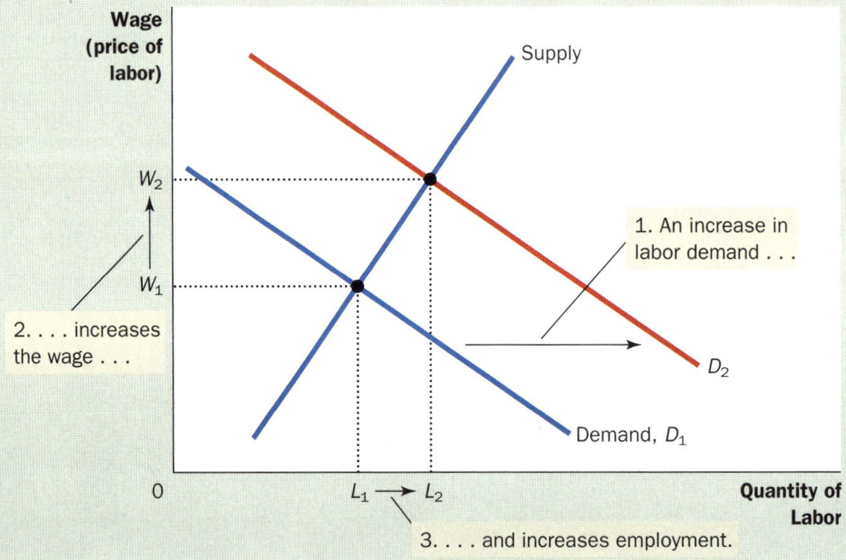

of apples falls, apple producers earn smaller profit, and apple pickers earn lower wages. This lesson is well known to workers in industries with highly volatile prices. Workers in oil fields, for instance, know from experience that their earnings are closely linked to the world price of crude oil.

From these examples, you should now have a good understanding of how wages are set in competitive labor markets. Labor supply and labor demand together determine the equilibrium wage, and shifts in the supply or demand curve for labor cause the equilibrium wage to change. At the same time, profit maximization by the firms that demand labor ensures that the equilibrium wage always equals the value of the marginal product of labor.

CASE STUDY PRODUCTIVITY AND WAGES

One of the *Ten Principles of Economics* in Chapter 1 is that our standard of living depends on our ability to produce goods and services. We can now see how this principle works in the market for labor. In particular, our analysis of labor demand shows that wages equal productivity as measured by the value of the marginal product of labor. Put simply, highly productive workers are highly paid, and less productive workers are less highly paid.

This lesson is key to understanding why workers today are better off than workers in previous generations. Table 2 presents some data on growth in productivity and growth in real wages (that is, wages adjusted for inflation). From 1959 to 2006, productivity as measured by output per hour of work grew about 2.1 percent per year. Real wages grew at 2.0 percent—almost exactly the same rate. With a growth rate of 2 percent per year, productivity and real wages double about every 35 years.

TABLE 2

Productivity and Wage Growth in the United States

Time Period	Growth Rate of Productivity	Growth Rate of Real Wages
1959–2006	2.1%	2.0%
1959–1973	2.8	2.8
1973–1995	1.4	1.2
1995–2006	2.6	2.5

Source: *Economic Report of the President 2008*, Table B-49. Growth in productivity is measured here as the annualized rate of change in output per hour in the nonfarm business sector. Growth in real wages is measured as the annualized change in compensation per hour in the nonfarm business sector divided by the implicit price deflator for that sector. These productivity data measure average productivity—the quantity of output divided by the quantity of labor—rather than marginal productivity, but average and marginal productivity are thought to move closely together.

Productivity growth varies over time. Table 2 also shows the data for three shorter periods that economists have identified as having very different productivity experiences. Around 1973, the U.S. economy experienced a significant slowdown in productivity growth that lasted until 1995. The cause of the productivity slowdown is not well understood, but the link between productivity and real wages is exactly as standard theory predicts. The slowdown in productivity growth from 2.8 to 1.4 percent per year coincided with a slowdown in real wage growth from 2.8 to 1.2 percent per year.

Productivity growth picked up again around 1995, and many observers hailed the arrival of the "new economy." This productivity acceleration is most often attributed to the spread of computers and information technology. As theory predicts, growth in real wages picked up as well. From 1995 to 2006, productivity grew by 2.6 percent per year, and real wages grew by 2.5 percent per year.

The bottom line: Both theory and history confirm the close connection between productivity and real wages. ●

QUICK QUIZ How does an immigration of workers affect labor supply, labor demand, the marginal product of labor, and the equilibrium wage?

THE OTHER FACTORS OF PRODUCTION: LAND AND CAPITAL

We have seen how firms decide how much labor to hire and how these decisions determine workers' wages. At the same time that firms are hiring workers, they are also deciding about other inputs to production. For example, our apple-producing firm might have to choose the size of its apple orchard and the number of ladders for its apple pickers. We can think of the firm's factors of production as falling into three categories: labor, land, and capital.

FYI

Monopsony

On the preceding pages, we built our analysis of the labor market with the tools of supply and demand. In doing so, we assumed that the labor market was competitive. That is, we assumed that there were many buyers and sellers of labor, so each buyer or seller had a negligible effect on the wage.

Yet imagine the labor market in a small town dominated by a single large employer. That employer can exert a large influence on the going wage, and it may well use that market power to alter the outcome. Such a market in which there is a single buyer is called a *monopsony*.

A monopsony (a market with one buyer) is in many ways similar to a monopoly (a market with one seller). Recall from Chapter 15 that a monopoly firm produces less of the good than would a competitive firm; by reducing the quantity offered for sale, the monopoly firm moves along the product's demand curve, raising the price and also its profits. Similarly, a monopsony firm in a labor market hires fewer workers than would a competitive firm; by reducing the number of jobs available, the monopsony firm moves along the labor supply curve, reducing the wage it pays and raising its profits. Thus, both monopolists and monopsonists reduce economic activity in a market below the socially optimal level. In both cases, the existence of market power distorts the outcome and causes deadweight losses.

This book does not present the formal model of monopsony because, in the world, monopsonies are rare. In most labor markets, workers have many possible employers, and firms compete with one another to attract workers. In this case, the model of supply and demand is the best one to use.

capital
the equipment and structures used to produce goods and services

The meaning of the terms *labor* and *land* is clear, but the definition of *capital* is somewhat tricky. Economists use the term **capital** to refer to the stock of equipment and structures used for production. That is, the economy's capital represents the accumulation of goods produced in the past that are being used in the present to produce new goods and services. For our apple firm, the capital stock includes the ladders used to climb the trees, the trucks used to transport the apples, the buildings used to store the apples, and even the trees themselves.

Equilibrium in the Markets for Land and Capital

What determines how much the owners of land and capital earn for their contribution to the production process? Before answering this question, we need to distinguish between two prices: the purchase price and the rental price. The *purchase price* of land or capital is the price a person pays to own that factor of production indefinitely. The *rental price* is the price a person pays to use that factor for a limited period of time. It is important to keep this distinction in mind because, as we will see, these prices are determined by somewhat different economic forces.

Having defined these terms, we can now apply the theory of factor demand that we developed for the labor market to the markets for land and capital. Because the wage is the rental price of labor, much of what we have learned about wage determination applies also to the rental prices of land and capital. As Figure 7 illustrates, the rental price of land, shown in panel (a), and the rental price of capital, shown in panel (b), are determined by supply and demand. Moreover, the

Supply and demand determine the compensation paid to the owners of land, as shown in panel (a), and the compensation paid to the owners of capital, as shown in panel (b). The demand for each factor, in turn, depends on the value of the marginal product of that factor.

FIGURE 7

The Markets for Land and Capital

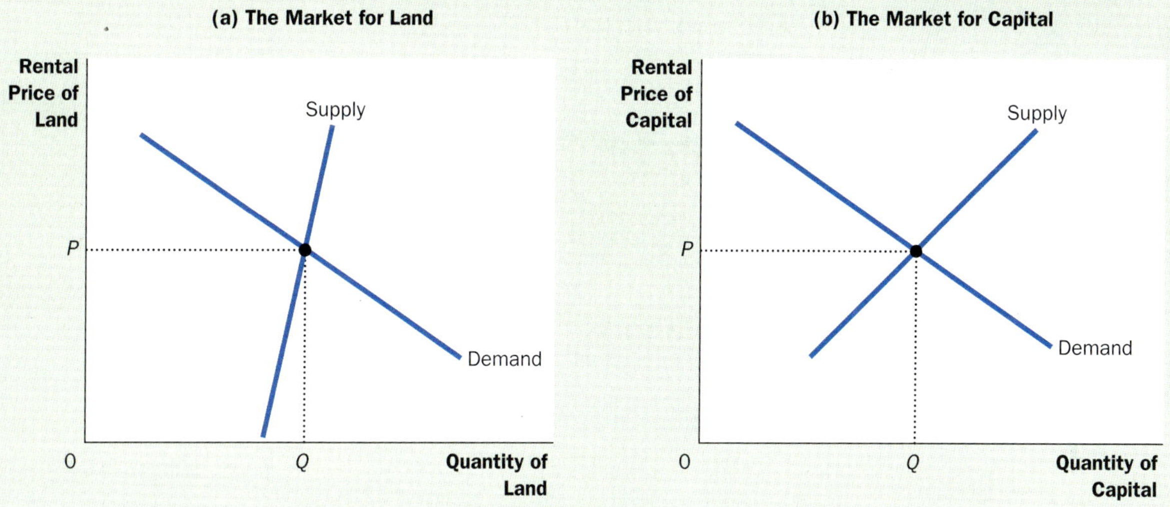

demand for land and capital is determined just like the demand for labor. That is, when our apple-producing firm is deciding how much land and how many ladders to rent, it follows the same logic as when deciding how many workers to hire. For both land and capital, the firm increases the quantity hired until the value of the factor's marginal product equals the factor's price. Thus, the demand curve for each factor reflects the marginal productivity of that factor.

We can now explain how much income goes to labor, how much goes to landowners, and how much goes to the owners of capital. As long as the firms using the factors of production are competitive and profit-maximizing, each factor's rental price must equal the value of the marginal product for that factor. *Labor, land, and capital each earn the value of their marginal contribution to the production process.*

Now consider the purchase price of land and capital. The rental price and the purchase price are related: Buyers are willing to pay more for a piece of land or capital if it produces a valuable stream of rental income. And as we have just seen, the equilibrium rental income at any point in time equals the value of that factor's marginal product. Therefore, the equilibrium purchase price of a piece of land or capital depends on both the current value of the marginal product and the value of the marginal product expected to prevail in the future.

Linkages among the Factors of Production

We have seen that the price paid to any factor of production—labor, land, or capital—equals the value of the marginal product of that factor. The marginal product of any factor, in turn, depends on the quantity of that factor that is available. Because of diminishing marginal product, a factor in abundant supply has

FYI

What Is Capital Income?

Labor income is an easy concept to understand: It is the paycheck that workers get from their employers. The income earned by capital, however, is less obvious.

In our analysis, we have been implicitly assuming that households own the economy's stock of capital—ladders, drill presses, warehouses, and so on—and rent it to the firms that use it. Capital income, in this case, is the rent that households receive for the use of their capital. This assumption simplified our analysis of how capital owners are compensated, but it is not entirely realistic. In fact, firms usually own the capital they use, and, therefore, they receive the earnings from this capital.

These earnings from capital, however, eventually are paid to households. Some of the earnings are paid in the form of interest to those households who have lent money to firms. Bondholders and bank depositors are two examples of recipients of interest. Thus, when you receive interest on your bank account, that income is part of the economy's capital income.

In addition, some of the earnings from capital are paid to households in the form of dividends. Dividends are payments by a firm to the firm's stockholders. A stockholder is a person who has bought a share in the ownership of the firm and, therefore, is entitled to share in the firm's profits.

A firm does not have to pay out all its earnings to households in the form of interest and dividends. Instead, it can retain some earnings within the firm and use these earnings to buy additional capital. Although these retained earnings are not paid to the firm's stockholders, the stockholders benefit from them nonetheless. Because retained earnings increase the amount of capital the firm owns, they tend to increase future earnings and, thereby, the value of the firm's stock.

These institutional details are interesting and important, but they do not alter our conclusion about the income earned by the owners of capital. Capital is paid according to the value of its marginal product, regardless of whether this income is transmitted to households in the form of interest or dividends or whether it is kept within firms as retained earnings.

a low marginal product and thus a low price, and a factor in scarce supply has a high marginal product and a high price. As a result, when the supply of a factor falls, its equilibrium factor price rises.

When the supply of any factor changes, however, the effects are not limited to the market for that factor. In most situations, factors of production are used together in a way that makes the productivity of each factor dependent on the quantities of the other factors available for use in the production process. As a result, a change in the supply of any one factor alters the earnings of all the factors.

For example, suppose a hurricane destroys many of the ladders that workers use to pick apples from the orchards. What happens to the earnings of the various factors of production? Most obviously, the supply of ladders falls, and, therefore, the equilibrium rental price of ladders rises. Those owners who were lucky enough to avoid damage to their ladders now earn a higher return when they rent out their ladders to the firms that produce apples.

Yet the effects of this event do not stop at the ladder market. Because there are fewer ladders with which to work, the workers who pick apples have a smaller marginal product. Thus, the reduction in the supply of ladders reduces the demand for the labor of apple pickers, and this causes the equilibrium wage to fall.

This story shows a general lesson: An event that changes the supply of any factor of production can alter the earnings of all the factors. The change in earnings of any factor can be found by analyzing the impact of the event on the value of the marginal product of that factor.

© BETTMANN/CORBIS

WORKERS WHO SURVIVED THE PLAGUE WERE LUCKY IN MORE WAYS THAN ONE.

CASE STUDY THE ECONOMICS OF THE BLACK DEATH

In 14th-century Europe, the bubonic plague wiped out about one-third of the population within a few years. This event, called the *Black Death,* provides a grisly natural experiment to test the theory of factor markets that we have just developed. Consider the effects of the Black Death on those who were lucky enough to survive. What do you think happened to the wages earned by workers and the rents earned by landowners?

To answer this question, let's examine the effects of a reduced population on the marginal product of labor and the marginal product of land. With a smaller supply of workers, the marginal product of labor rises. (This is diminishing marginal product working in reverse.) Thus, we would expect the Black Death to raise wages.

Because land and labor are used together in production, a smaller supply of workers also affects the market for land, the other major factor of production in medieval Europe. With fewer workers available to farm the land, an additional unit of land produced less additional output. In other words, the marginal product of land fell. Thus, we would expect the Black Death to lower rents.

In fact, both predictions are consistent with the historical evidence. Wages approximately doubled during this period, and rents declined 50 percent or more. The Black Death led to economic prosperity for the peasant classes and reduced incomes for the landed classes. ●

QUICK QUIZ What determines the income of the owners of land and capital? • How would an increase in the quantity of capital affect the incomes of those who already own capital? How would it affect the incomes of workers?

CONCLUSION

This chapter explained how labor, land, and capital are compensated for the roles they play in the production process. The theory developed here is called the *neoclassical theory of distribution.* According to the neoclassical theory, the amount paid to each factor of production depends on the supply and demand for that factor. The demand, in turn, depends on that particular factor's marginal productivity. In equilibrium, each factor of production earns the value of its marginal contribution to the production of goods and services.

The neoclassical theory of distribution is widely accepted. Most economists begin with the neoclassical theory when trying to explain how the U.S. economy's $14 trillion of income is distributed among the economy's various members. In the following two chapters, we consider the distribution of income in more detail. As you will see, the neoclassical theory provides the framework for this discussion.

Even at this point, you can use the theory to answer the question that began this chapter: Why are computer programmers paid more than gas station attendants?

It is because programmers can produce a good of greater market value than can gas station attendants. People are willing to pay dearly for a good computer game, but they are willing to pay little to have their gas pumped and their windshield washed. The wages of these workers reflect the market prices of the goods they produce. If people suddenly got tired of using computers and decided to spend more time driving, the prices of these goods would change, and so would the equilibrium wages of these two groups of workers.

SUMMARY

- The economy's income is distributed in the markets for the factors of production. The three most important factors of production are labor, land, and capital.
- The demand for factors, such as labor, is a derived demand that comes from firms that use the factors to produce goods and services. Competitive, profit-maximizing firms hire each factor up to the point at which the value of the marginal product of the factor equals its price.
- The supply of labor arises from individuals' trade-off between work and leisure. An upward-sloping labor-supply curve means that people respond to an increase in the wage by working more hours and enjoying less leisure.
- The price paid to each factor adjusts to balance the supply and demand for that factor. Because factor demand reflects the value of the marginal product of that factor, in equilibrium each factor is compensated according to its marginal contribution to the production of goods and services.
- Because factors of production are used together, the marginal product of any one factor depends on the quantities of all factors that are available. As a result, a change in the supply of one factor alters the equilibrium earnings of all the factors.

KEY CONCEPTS

factors of production, *p. 392*
production function, *p. 394*
marginal product of labor, *p. 394*
diminishing marginal product, *p. 394*
value of the marginal product, *p. 395*
capital, *p. 406*

QUESTIONS FOR REVIEW

1. Explain how a firm's production function is related to its marginal product of labor, how a firm's marginal product of labor is related to the value of its marginal product, and how a firm's value of marginal product is related to its demand for labor.
2. Give two examples of events that could shift the demand for labor, and explain why they do so.
3. Give two examples of events that could shift the supply of labor, and explain why they do so.
4. Explain how the wage can adjust to balance the supply and demand for labor while simultaneously equaling the value of the marginal product of labor.
5. If the population of the United States suddenly grew because of a large immigration, what would happen to wages? What would happen to the rents earned by the owners of land and capital?

PROBLEMS AND APPLICATIONS

1. Suppose that the president proposes a new law aimed at reducing healthcare costs: All Americans are required to eat one apple daily.
   a. How would this apple-a-day law affect the demand and equilibrium price of apples?
   b. How would the law affect the marginal product and the value of the marginal product of apple pickers?
   c. How would the law affect the demand and equilibrium wage for apple pickers?
2. Show the effect of each of the following events on the market for labor in the computer manufacturing industry.
   a. Congress buys personal computers for all U.S. college students.
   b. More college students major in engineering and computer science.
   c. Computer firms build new manufacturing plants.
3. Suppose that labor is the only input used by a perfectly competitive firm. The firm's production function is as follows:

Days of Labor	Units of Output
0 days	0 units
1	7
2	13
3	19
4	25
5	28
6	29
7	29

   a. Calculate the marginal product for each additional worker.
   b. Each unit of output sells for $10. Calculate the value of the marginal product of each worker.
   c. Compute the demand schedule showing the number of workers hired for all wages from zero to $100 a day.
   d. Graph the firm's demand curve.
   e. What happens to this demand curve if the price of output rises from $10 to $12 per unit?
4. Smiling Cow Dairy can sell all the milk it wants for $4 a gallon, and it can rent all the robots it wants to milk the cows at a capital rental price of $100 a day. It faces the following production schedule:

Number of Robots	Total Product
0	0 gallons
1	50
2	85
3	115
4	140
5	150
6	155

   a. In what kind of market structure does the firm sell its output? How can you tell?
   b. In what kind of market structure does the firm rent robots? How can you tell?
   c. Calculate the marginal product and the value of the marginal product for each additional robot.
   d. How many robots should the firm rent? Explain.
5. Your enterprising uncle opens a sandwich shop that employs 7 people. The employees are paid $6 per hour, and a sandwich sells for $3. If your uncle is maximizing his profit, what is the value of the marginal product of the last worker he hired? What is that worker's marginal product?
6. Suppose a freeze destroys part of the Florida orange crop.
   a. Explain what happens to the price of oranges and the marginal product of orange pickers as a result of the freeze. Can you say what happens to the demand for orange pickers? Why or why not?
   b. Suppose the price of oranges doubles and the marginal product falls by 30 percent. What happens to the equilibrium wage of orange pickers?
   c. Suppose the price of oranges rises by 30 percent and the marginal product falls by 50 percent. What happens to the equilibrium wage of orange pickers?
7. Leadbelly Co. sells pencils in a perfectly competitive product market and hires workers in a perfectly competitive labor market. Assume that the market wage rate for workers is $150 per day.
   a. What rule should Leadbelly follow to hire the profit-maximizing amount of labor?

b. At the profit-maximizing level of output, the marginal product of the last worker hired is 30 boxes of pencils per day. Calculate the price of a box of pencils.
c. Draw a diagram of the labor market for pencil workers (as in Figure 4 of this chapter) next to a diagram of the labor supply and demand for Leadbelly Co. (as in Figure 3). Label the equilibrium wage and quantity of labor for both the market and the firm. How are these diagrams related?
d. Suppose some pencil workers switch to jobs in the growing computer industry. On the side-by-side diagrams from part (c), show how this change affects the equilibrium wage and quantity of labor for both the pencil market and for Leadbelly. How does this change affect the marginal product of labor at Leadbelly?

8. During the 1980s, 1990s, and the first decade of the 21st century, the United States experienced a significant inflow of capital from abroad. For example, Toyota, BMW, and other foreign car companies built auto plants in the United States.
   a. Using a diagram of the U.S. capital market, show the effect of this inflow on the rental price of capital in the United States and on the quantity of capital in use.
   b. Using a diagram of the U.S. labor market, show the effect of the capital inflow on the average wage paid to U.S. workers.
9. In recent years, some policymakers have proposed requiring firms to give workers certain fringe benefits, such as health insurance. Let's consider the effects of such a policy on the labor market.
   a. Suppose that a law required firms to give each worker $3 of fringe benefits for every hour that the worker is employed by the firm. How does this law affect the marginal profit that a firm earns from each worker? How does the law affect the demand curve for labor? Draw your answer on a graph with the cash wage on the vertical axis.
   b. If there is no change in labor supply, how would this law affect employment and wages?
   c. Why might the labor-supply curve shift in response to this law? Would this shift in labor supply raise or lower the impact of the law on wages and employment?
   d. As Chapter 6 discussed, the wages of some workers, particularly the unskilled and inexperienced, are kept above the equilibrium level by minimum-wage laws. What effect would a fringe-benefit mandate have for these workers?
10. This chapter has assumed that labor is supplied by individual workers acting competitively. In some markets, however, the supply of labor is determined by a union of workers.
    a. Explain why the situation faced by a labor union may resemble the situation faced by a monopoly firm.
    b. The goal of a monopoly firm is to maximize profits. Is there an analogous goal for labor unions?
    c. Now extend the analogy between monopoly firms and unions. How do you suppose that the wage set by a union compares to the wage in a competitive market? How do you suppose employment differs in the two cases?
    d. What other goals might unions have that make unions different from monopoly firms?

CHAPTER

19

Earnings and Discrimination

In the United States today, the typical physician earns about $200,000 a year, the typical police officer about $50,000, and the typical farmworker about $20,000. These examples illustrate the large differences in earnings that are so common in our economy. The differences explain why some people live in mansions, ride in limousines, and vacation on the French Riviera, while other people live in small apartments, ride a bus, and vacation in their own backyards.

Why do earnings vary so much from person to person? Chapter 18, which developed the basic neoclassical theory of the labor market, offers an answer to this question. There we saw that wages are governed by labor supply and labor demand. Labor demand, in turn, reflects the marginal productivity of labor. In equilibrium, each worker is paid the value of his or her marginal contribution to the economy's production of goods and services.

This theory of the labor market, though widely accepted by economists, is only the beginning of the story. To understand the wide variation in earnings that we observe, we must go beyond this general framework and examine more precisely what determines the supply and demand for different types of labor. That is our goal in this chapter.

SOME DETERMINANTS OF EQUILIBRIUM WAGES

Workers differ from one another in many ways. Jobs also have differing characteristics—both in terms of the wage they pay and in terms of their nonmonetary attributes. In this section, we consider how the characteristics of jobs and workers affect labor supply, labor demand, and equilibrium wages.

Compensating Differentials

When a worker is deciding whether to take a job, the wage is only one of many job attributes that the worker takes into account. Some jobs are easy, fun, and safe, while others are hard, dull, and dangerous. The better the job as gauged by these nonmonetary characteristics, the more people there are who are willing to do the job at any given wage. In other words, the supply of labor for easy, fun, and safe jobs is greater than the supply of labor for hard, dull, and dangerous jobs. As a result, "good" jobs will tend to have lower equilibrium wages than "bad" jobs.

For example, imagine you are looking for a summer job in a local beach community. Two kinds of jobs are available. You can take a job as a beach-badge checker, or you can take a job as a garbage collector. The beach-badge checkers take leisurely strolls along the beach during the day and check to make sure the tourists have bought the required beach permits. The garbage collectors wake up before dawn to drive dirty, noisy trucks around town to pick up garbage. Which job would you want? Most people would prefer the beach job if the wages were the same. To induce people to become garbage collectors, the town has to offer higher wages to garbage collectors than to beach-badge checkers.

compensating differential
a difference in wages that arises to offset the nonmonetary characteristics of different jobs

Economists use the term **compensating differential** to refer to a difference in wages that arises from nonmonetary characteristics of different jobs. Compensating differentials are prevalent in the economy. Here are some examples:

- Coal miners are paid more than other workers with similar levels of education. Their higher wage compensates them for the dirty and dangerous nature of coal mining, as well as the long-term health problems that coal miners experience.
- Workers who work the night shift at factories are paid more than similar workers who work the day shift. The higher wage compensates them for having to work at night and sleep during the day, a lifestyle that most people find undesirable.
- Professors are paid less than lawyers and doctors, who have similar amounts of education. Professors' lower wages compensate them for the great intellectual and personal satisfaction that their jobs offer. (Indeed, teaching economics is so much fun that it is surprising that economics professors are paid anything at all!)

"On the one hand, I know I could make more money if I left public service for the private sector, but, on the other hand, I couldn't chop off heads."

Human Capital

As we discussed in the previous chapter, the word *capital* usually refers to the economy's stock of equipment and structures. The capital stock includes the farmer's tractor, the manufacturer's factory, and the teacher's chalkboard. The essence of capital is that it is a factor of production that itself has been produced.

There is another type of capital that, while less tangible than physical capital, is just as important to the economy's production. **Human capital** is the accumulation of investments in people. The most important type of human capital is education. Like all forms of capital, education represents an expenditure of resources at one time to raise productivity in the future. But unlike an investment in other forms of capital, an investment in education is tied to a specific person, and this linkage is what makes it human capital.

human capital
the accumulation of investments in people, such as education and on-the-job training

Not surprisingly, workers with more human capital on average earn more than those with less human capital. College graduates in the United States, for example, earn almost twice as much as those workers who end their education with a high school diploma. This large difference has been documented in many countries around the world. It tends to be even larger in less developed countries, where educated workers are in scarce supply.

It is easy to see why education raises wages from the perspective of supply and demand. Firms—the demanders of labor—are willing to pay more for the highly educated because highly educated workers have higher marginal products. Workers—the suppliers of labor—are willing to pay the cost of becoming educated only if there is a reward for doing so. In essence, the difference in wages between highly educated workers and less educated workers may be considered a compensating differential for the cost of becoming educated.

CASE STUDY THE INCREASING VALUE OF SKILLS

"The rich get richer, and the poor get poorer." Like many adages, this one is not always true, but recently it has been. Many studies have documented that the earnings gap between workers with high skills and workers with low skills has increased over the past two decades.

Table 1 presents data on the average earnings of college graduates and of high school graduates without any additional education. These data show the increase in the financial reward from education. In 1980, a man on average earned 44 percent more with a college degree than without one; by 2005, this figure had risen to 87 percent. For a woman, the reward for attending college rose from a 35 percent increase in earnings to a 72 percent increase. The incentive to stay in school is as great today as it has ever been.

Why has the gap in earnings between skilled and unskilled workers widened in recent years? No one knows for sure, but economists have proposed two hypotheses to explain this trend. Both hypotheses suggest that the demand for skilled labor has risen over time relative to the demand for unskilled labor. The shift in demand has led to a corresponding change in wages, which in turn has led to greater inequality.

The first hypothesis is that international trade has altered the relative demand for skilled and unskilled labor. In recent years, the amount of trade with other countries has increased substantially. As a percentage of total U.S. production of goods and services, imports have risen from 5 percent in 1970 to 16 percent in 2005, and exports have risen from 6 percent in 1970 to 11 percent in 2005. Because unskilled labor is plentiful and cheap in many foreign countries, the United States tends to import goods produced with unskilled labor and export goods produced

1 TABLE

Average Annual Earnings by Educational Attainment
College graduates have always earned more than workers without the benefit of college, but the salary gap has grown even larger over the past few decades.

	1980	2005
Men		
High school, no college	$41,083	$40,112
College graduates	$59,196	$75,130
Percent extra for college grads	+44%	+87%
Women		
High school, no college	$24,775	$28,657
College graduates	$33,452	$49,326
Percent extra for college grads	+35%	+72%

Note: Earnings data are adjusted for inflation and are expressed in 2005 dollars. Data apply to full-time, year-round workers age 18 and over. Data for college graduates exclude workers with additional schooling beyond college, such as a master's degree or PhD.

Source: U.S. Census Bureau and author's calculations.

with skilled labor. Thus, when international trade expands, the domestic demand for skilled labor rises, and the domestic demand for unskilled labor falls.

The second hypothesis is that changes in technology have altered the relative demand for skilled and unskilled labor. Consider, for instance, the introduction of computers. Computers raise the demand for skilled workers who can use the new machines and reduce the demand for the unskilled workers whose jobs are replaced by the computers. For example, many companies now rely more on computer databases, and less on filing cabinets, to keep business records. This change raises the demand for computer programmers and reduces the demand for filing clerks. Thus, as more firms use computers, the demand for skilled labor rises, and the demand for unskilled labor falls.

Economists have found it difficult to gauge the validity of these two hypotheses. It is possible that both are true: Increasing international trade and technological change may share responsibility for the increasing income inequality we have observed in recent decades. ●

Ability, Effort, and Chance

Why do major league baseball players get paid more than minor league players? Certainly, the higher wage is not a compensating differential. Playing in the major leagues is not a less pleasant job than playing in the minor leagues; in fact, the opposite is true. The major leagues do not require more years of schooling or more experience. To a large extent, players in the major leagues earn more just because they have greater natural ability.

Natural ability is important for workers in all occupations. Because of heredity and upbringing, people differ in their physical and mental attributes. Some people are strong, others weak. Some people are smart, others less so. Some people

In The News

The Loss of Manufacturing Jobs

In the early 1940s, about one in three American workers worked in manufacturing. Today, that figure is about one in ten. According to former Secretary of Labor Robert Reich, the loss of manufacturing jobs is not a reason to worry. But it is a reason to study hard.

Nice Work If You Can Get It

By Robert B. Reich

It's hard to listen to a politician or pundit these days without hearing that America is "losing jobs" to poorer nations—manufacturing jobs to China, back-office work to India, just about every job to Latin America. This lament distracts our attention from the larger challenge of preparing more Americans for better jobs. . . .

It's true that U.S. manufacturing employment has been dropping for many years, but that's not primarily due to foreigners taking these jobs. Factory jobs are vanishing all over the world. . . . I recently toured a U.S. factory containing two employees and 400 computerized robots. The two live people sat in front of computer screens and instructed the robots. In a few years this factory won't have a single employee on site, except for an occasional visiting technician who repairs and upgrades the robots, like the gas man changing your meter.

Manufacturing is following the same trend as agriculture. As productivity rises, employment falls because fewer people are needed. In 1910, a third of Americans worked on farms. Now, fewer than 3 percent do. Since 1995, even as manufacturing employment has dropped around the world, global industrial output has risen more than 30 percent. . . .

Want to blame something? Blame new knowledge. Knowledge created the electronic gadgets and software that can now do almost any routine task. This goes well beyond the factory floor. America also used to have lots of elevator operators, telephone operators, bank tellers, and service-station attendants. Most have been replaced by technology. . . .

Any job that's even slightly routine is disappearing from the United States. But this doesn't mean we are left with fewer jobs. It means only that we have fewer routine jobs. . . .

Look closely at the economy today and you find two growing categories of work—but only the first is commanding better pay and benefits. This category involves identifying and solving new problems. Here, workers do R&D, design, and engineering. Or they are responsible for high-level sales, marketing, and advertising. They're composers, writers, and producers. They're lawyers, bankers, financiers, journalists, doctors, and management consultants. I call this "symbolic analysis" work because most of it has to do with analyzing, manipulating, and communicating through numbers, shapes, words, ideas. This kind of work usually requires a college degree. . . .

A second growing category of work in America involves personal services. Computers and robots can't do these jobs because they require care and attentiveness. Workers in other nations can't do them because they must be done in person. Some personal-service workers need education beyond high school—nurses, physical therapists, and medical technicians. But most don't, such as restaurant workers, cabbies, retail workers, security guards, and hospital attendants. In contrast to that of symbolic analysts, the pay of most personal-service workers in the United States is stagnant or declining. That's because the supply of personal-service workers is growing quickly, as more and more people who'd otherwise have factory or routine service jobs join their ranks. Legal and undocumented immigrants are also pouring into this sector.

But America's long-term problem isn't too few jobs. It's the widening income gap between personal-service workers and symbolic analysts. The long-term solution is to help spur upward mobility by getting more Americans a good education, including access to college.

Source: *The Wall Street Journal*, December 26, 2003.

are outgoing, others awkward in social situations. These and many other personal characteristics determine how productive workers are and, therefore, play a role in determining the wages they earn.

Closely related to ability is effort. Some people work hard, others are lazy. We should not be surprised to find that those who work hard are more productive and earn higher wages. To some extent, firms reward workers directly by paying people based on what they produce. Salespeople, for instance, are often paid a percentage of the sales they make. At other times, hard work is rewarded less directly in the form of a higher annual salary or a bonus.

Chance also plays a role in determining wages. If a person attended a trade school to learn how to repair televisions with vacuum tubes and then found this skill made obsolete by the invention of solid-state electronics, he or she would end up earning a low wage compared to others with similar years of training. The low wage of this worker is due to chance—a phenomenon that economists recognize but do not shed much light on.

How important are ability, effort, and chance in determining wages? It is hard to say because these factors are difficult to measure. But indirect evidence suggests that they are very important. When labor economists study wages, they relate a worker's wage to those variables that can be measured, such as years of schooling, years of experience, age, and job characteristics. All these measured variables affect a worker's wage as theory predicts, but they account for less than half of the variation in wages in our economy. Because so much of the variation in wages is left unexplained, omitted variables, including ability, effort, and chance, must play an important role.

CASE STUDY THE BENEFITS OF BEAUTY

People differ in many ways. One difference is in how attractive they are. The actress Keira Knightley, for instance, is a beautiful woman. In part for this reason, her movies attract large audiences. Not surprisingly, the large audiences mean a large income for Ms. Knightley.

© REUTERS/TONY MARSH/LANDOV

GOOD LOOKS PAY.

How prevalent are the economic benefits of beauty? Labor economists Daniel Hamermesh and Jeff Biddle tried to answer this question in a study published in the December 1994 issue of the *American Economic Review*. Hamermesh and Biddle examined data from surveys of individuals in the United States and Canada. The interviewers who conducted the survey were asked to rate each respondent's physical appearance. Hamermesh and Biddle then examined how much the wages of the respondents depended on the standard determinants—education, experience, and so on—and how much they depended on physical appearance.

Hamermesh and Biddle found that beauty pays. People who are deemed more attractive than average earn 5 percent more than people of average looks, and people of average looks earn 5 to 10 percent more than people considered less attractive than average. Similar results were found for men and women.

What explains these differences in wages? There are several ways to interpret the "beauty premium."

One interpretation is that good looks are themselves a type of innate ability determining productivity and wages. Some people are born with the physical attributes of a movie star; other people are not. Good looks are useful in any job in which workers present themselves to the public—such as acting, sales, and waiting on tables. In this case, an attractive worker is more valuable to the firm than an unattractive worker. The firm's willingness to pay more to attractive workers reflects its customers' preferences.

A second interpretation is that reported beauty is an indirect measure of other types of ability. How attractive a person appears depends on more than just heredity. It also depends on dress, hairstyle, personal demeanor, and other attributes that a person can control. Perhaps a person who successfully projects an attractive image in a survey interview is more likely to be an intelligent person who succeeds at other tasks as well.

A third interpretation is that the beauty premium is a type of discrimination, a topic to which we return later. ●

An Alternative View of Education: Signaling

Earlier we discussed the human-capital view of education, according to which schooling raises workers' wages because it makes them more productive. Although this view is widely accepted, some economists have proposed an alternative theory, which emphasizes that firms use educational attainment as a way of sorting between high-ability and low-ability workers. According to this alternative view, when people earn a college degree, for instance, they do not become more productive, but they do *signal* their high ability to prospective employers. Because it is easier for high-ability people to earn a college degree than it is for low-ability people, more high-ability people get college degrees. As a result, it is rational for firms to interpret a college degree as a signal of ability.

The signaling theory of education is similar to the signaling theory of advertising discussed in Chapter 16. In the signaling theory of advertising, the advertisement itself contains no real information, but the firm signals the quality of its product to consumers by its willingness to spend money on advertising. In the signaling theory of education, schooling has no real productivity benefit, but the worker signals his innate productivity to employers by his willingness to spend years at school. In both cases, an action is being taken not for its intrinsic benefit but because the willingness to take that action conveys private information to someone observing it.

Thus, we now have two views of education: the human-capital theory and the signaling theory. Both views can explain why more educated workers tend to earn more than less educated workers. According to the human-capital view, education makes workers more productive; according to the signaling view, education is correlated with natural ability. But the two views have radically different predictions for the effects of policies that aim to increase educational attainment. According to the human-capital view, increasing educational levels for all workers would raise all workers' productivity and thereby their wages. According to the signaling view, education does not enhance productivity, so raising all workers' educational levels would not affect wages.

Most likely, truth lies somewhere between these two extremes. The benefits to education are probably a combination of the productivity-enhancing effects of human capital and the productivity-revealing effects of signaling. The open question is the relative size of these two effects.

The Superstar Phenomenon

Although most actors earn little and often take jobs as waiters to support themselves, Johnny Depp earns millions of dollars for each film he makes. Similarly,

In The News

The Human Capital of Terrorists

Workers with more education are better at all kinds of tasks, even those aimed at destruction.

Even for Shoe Bombers, Education and Success Are Linked

By Austan Goolsbee

The fifth anniversary of 9/11 passed with a great deal of hand-wringing over all the people who want to kill Americans. Especially worrisome is the apparent rise of terrorists whose origins seem far from fanatical.

These terrorists are not desperately poor uneducated people from the Middle East. A surprisingly large share of them have college and even graduate degrees. Increasingly, they seem to be from Britain, like the shoe bomber Richard C. Reid and most of the suspects in the London Underground bombings and the liquid explosives plot.

This has left the public wondering, Why are some educated people from Western countries so prone to fanaticism?

Before trying to answer that question, though, some economists argue that we need to think about what makes a successful terrorist and they warn against extrapolating from the terrorists we catch. It is a problem economists typically refer to as "selection bias."

In their new study, "Attack Assignments in Terror Organizations and the Productivity of Suicide Bombers," two economists, Efraim Benmelech of Harvard University and Claude Berrebi of the RAND Corporation, set out to analyze the productivity of terrorists in the same way they might analyze the auto industry. But they defined the "success" of terrorists by their ability to kill.

They gathered data on Palestinian suicide bombers in Israel from 2000 to 2005 and found that for terrorists, just like for regular workers, experience and education improve productivity. Suicide bombers who are older—in their late 20's and early 30's—and better educated are less likely to be caught on their missions and are more likely to kill large numbers of people at bigger, more difficult targets than younger and more poorly educated bombers.

Professor Benmelech and Dr. Berrebi compare a Who's Who of the biggest suicide bombers to more typical bombers. Whereas typical bombers were younger than 21 and about 18 percent of them had at least some college education, the average age of the most successful bombers was almost 26 and 60 percent of them were college educated.

Experience and education also affect the chances of being caught. Every additional year of age reduces the chance by 12 percent. Having more than a high school education cuts the chance by more than half.

There are many examples where young or uneducated terrorists made stupid mistakes that foiled them. Professor Benmelech recounts the case last April of a teenager from Nablus apprehended by Israeli soldiers before carrying out his bombing because he was wearing an overcoat on a 95-degree day. Mr. Reid, the failed shoe bomber, had only a high school degree. Would an older terrorist with more education have tried to light a match on his shoe (as Mr. Reid did) in plain view of the flight attendant and other passengers who proceeded to thwart his plan? Would a better-educated terrorist have been more discreet? We will never know.

The research suggests, however, that there may be a reason that the average age of the 9/11 hijackers (at least the ones for whom we have a birth date) was close to 26 and that the supposed leader, Mohammed Atta, was 33 with a graduate degree.

As Professor Benmelech put it in an interview: "It's clear that there are some terrorist missions that require a certain level of skill to accomplish. The older terrorists with better educations seem to be less likely to fail them. Perhaps it is not surprising, then, that terrorist organizers assign them to these more difficult missions."

Among Palestinian suicide bombers, the older and better-educated bombers are assigned to targets in bigger cities where they can potentially kill greater numbers of people. That same idea means that the terrorists assigned to attack the United States are probably different from the typical terrorist. They will be drawn from people whose skills make them better at evading security.

Source: *New York Times*, September 14, 2006.

while most people who play tennis do it for free as a hobby, Lindsay Davenport earns millions on the pro tour. Depp and Davenport are superstars in their fields, and their great public appeal is reflected in astronomical incomes.

Why do Depp and Davenport earn so much? It is not surprising that incomes differ within occupations. Good carpenters earn more than mediocre carpenters, and good plumbers earn more than mediocre plumbers. People vary in ability and effort, and these differences lead to differences in income. Yet the best carpenters and plumbers do not earn the many millions that are common among the best actors and athletes. What explains the difference?

To understand the tremendous incomes of Depp and Davenport, we must examine the special features of the markets in which they sell their services. Superstars arise in markets that have two characteristics:

- Every customer in the market wants to enjoy the good supplied by the best producer.
- The good is produced with a technology that makes it possible for the best producer to supply every customer at low cost.

If Johnny Depp is the best actor around, then everyone will want to see his next movie; seeing twice as many movies by an actor half as talented is not a good substitute. Moreover, it is *possible* for everyone to enjoy a performance by Johnny Depp. Because it is easy to make multiple copies of a film, Depp can provide his service to millions of people simultaneously. Similarly, because tennis games are broadcast on television, millions of fans can enjoy the extraordinary athletic skills of Lindsay Davenport.

We can now see why there are no superstar carpenters and plumbers. Other things equal, everyone prefers to employ the best carpenter, but a carpenter, unlike a movie actor, can provide his services to only a limited number of customers. Although the best carpenter will be able to command a somewhat higher wage than the average carpenter, the average carpenter will still be able to earn a good living.

Above-Equilibrium Wages: Minimum-Wage Laws, Unions, and Efficiency Wages

Most analyses of wage differences among workers are based on the equilibrium model of the labor market—that is, wages are assumed to adjust to balance labor supply and labor demand. But this assumption does not always apply. For some workers, wages are set above the level that brings supply and demand into equilibrium. Let's consider three reasons this might be so.

One reason for above-equilibrium wages is minimum-wage laws, as we first saw in Chapter 6. Most workers in the economy are not affected by these laws because their equilibrium wages are well above the legal minimum. But for some workers, especially the least skilled and experienced, minimum-wage laws raise wages above the level they would earn in an unregulated labor market.

A second reason that wages might rise above their equilibrium level is the market power of labor unions. A **union** is a worker association that bargains with employers over wages and working conditions. Unions often raise wages above the level that would prevail without a union, perhaps because they can threaten to withhold labor from the firm by calling a **strike**. Studies suggest that union workers earn about 10 to 20 percent more than similar nonunion workers.

union
a worker association that bargains with employers over wages and working conditions

strike
the organized withdrawal of labor from a firm by a union

efficiency wages
above-equilibrium wages paid by firms to increase worker productivity

A third reason for above-equilibrium wages is suggested by the theory of **efficiency wages**. This theory holds that a firm can find it profitable to pay high wages because doing so increases the productivity of its workers. In particular, high wages may reduce worker turnover, increase worker effort, and raise the quality of workers who apply for jobs at the firm. If this theory is correct, then some firms may choose to pay their workers more than they would normally earn.

Above-equilibrium wages, whether caused by minimum-wage laws, unions, or efficiency wages, have similar effects on the labor market. In particular, pushing a wage above the equilibrium level raises the quantity of labor supplied and reduces the quantity of labor demanded. The result is a surplus of labor, or unemployment. The study of unemployment and the public policies aimed to deal with it is usually considered a topic within macroeconomics, so it goes beyond the scope of this chapter. But it would be a mistake to ignore these issues completely when analyzing earnings. Although most wage differences can be understood while maintaining the assumption of equilibrium in the labor market, above-equilibrium wages play a role in some cases.

QUICK QUIZ Define *compensating differential* and give an example. • Give two reasons more educated workers earn more than less educated workers.

THE ECONOMICS OF DISCRIMINATION

discrimination
the offering of different opportunities to similar individuals who differ only by race, ethnic group, sex, age, or other personal characteristics

Another source of differences in wages is discrimination. **Discrimination** occurs when the marketplace offers different opportunities to similar individuals who differ only by race, ethnic group, sex, age, or other personal characteristics. Discrimination reflects some people's prejudice against certain groups in society. Discrimination is an emotionally charged topic that often generates heated debate, but economists try to study the topic objectively to separate myth from reality.

Measuring Labor-Market Discrimination

How much does discrimination in labor markets affect the earnings of different groups of workers? This question is important, but answering it is not easy.

There is no doubt that different groups of workers earn substantially different wages, as Table 2 demonstrates. The median black man in the United States is paid 21 percent less than the median white man, and the median black woman is paid 8 percent less than the median white woman. The differences by sex are also significant. The median white woman is paid 23 percent less than the median white man, and the median black woman is paid 10 percent less than the median black man. Taken at face value, these differentials look like evidence that employers discriminate against blacks and women.

Yet there is a potential problem with this inference. Even in a labor market free of discrimination, different people have different wages. People differ in the amount of human capital they have and in the kinds of work they are able and willing to do. The wage differences we observe in the economy are, to some extent, attributable to the determinants of equilibrium wages we discussed in the preceding section. Simply observing differences in wages among broad groups—whites and blacks, men and women—does not prove that employers discriminate.

TABLE 2

Median Annual Earnings by Race and Sex

	White	Black	Percent Earnings Are Lower for Black Workers
Men	$41,982	$32,976	21%
Women	$32,173	$29,680	8%
Percent Earnings Are Lower for Women Workers	23%	10%	

Note: Earnings data are for the year 2005 and apply to full-time, year-round workers over age 14.

Source: U.S. Census Bureau.

Consider, for example, the role of human capital. Among male workers, whites are about 75 percent more likely to have a college degree than blacks. Thus, at least some of the difference between the wages of whites and the wages of blacks can be traced to differences in educational attainment. Among white workers, men and women are now about equally likely to have a college degree, but men are about 11 percent more likely to earn a graduate or professional degree after college, indicating that some of the wage differential between men and women is also attributable to educational attainment.

Moreover, human capital may be more important in explaining wage differentials than measures of years of schooling suggest. Historically, public schools in predominantly black areas have been of lower quality—as measured by expenditure, class size, and so on—than public schools in predominantly white areas. Similarly, for many years, schools directed girls away from science and math courses, even though these subjects may have had greater value in the marketplace than some of the alternatives. If we could measure the quality as well as the quantity of education, the differences in human capital among these groups would seem even larger.

Human capital acquired in the form of job experience can also help explain wage differences. In particular, women tend to have less job experience on average than men. One reason is that female labor-force participation has increased over the past several decades. Because of this historic change, the average female worker today is younger than the average male worker. In addition, women are more likely to interrupt their careers to raise children. For both reasons, the experience of the average female worker is less than the experience of the average male worker.

Yet another source of wage differences is compensating differentials. Men and women do not always choose the same type of work, and this fact may help explain some of the earnings differential between men and women. For example, women are more likely to be secretaries, and men are more likely to be truck drivers. The relative wages of secretaries and truck drivers depend in part on the working conditions of each job. Because these nonmonetary aspects are hard to measure, it is difficult to gauge the practical importance of compensating differentials in explaining the wage differences that we observe.

In the end, the study of wage differences among groups does not establish any clear conclusion about the prevalence of discrimination in U.S. labor markets. Most economists believe that some of the observed wage differentials are attributable to discrimination, but there is no consensus about how much. The only conclusion about which economists are in consensus is a negative one: Because the differences in average wages among groups in part reflect differences in human capital and job characteristics, they do not by themselves say anything about how much discrimination there is in the labor market.

Of course, differences in human capital among groups of workers may themselves reflect discrimination. The less rigorous curriculums historically offered to female students, for instance, can be considered a discriminatory practice. Similarly, the inferior schools historically available to black students may be traced to prejudice on the part of city councils and school boards. But this kind of discrimination occurs long before the worker enters the labor market. In this case, the disease is political, even if the symptom is economic.

CASE STUDY IS EMILY MORE EMPLOYABLE THAN LAKISHA?

Although measuring the extent of discrimination from labor-market outcomes is hard, some compelling evidence for the existence of such discrimination comes from a creative "field experiment." Economists Marianne Bertrand and Sendhil Mullainathan answered more than 1,300 help-wanted ads run in Boston and Chicago newspapers by sending in nearly 5,000 fake résumés. Half of the résumés had names that were common in the African American community, such as Lakisha Washington or Jamal Jones. The other half had names that were more common among the white population, such as Emily Walsh and Greg Baker. Otherwise, the résumés were similar. The results of this experiment were published in the *American Economic Review* in September 2004.

The researchers found large differences in how employers responded to the two groups of résumés. Job applicants with white names received about 50 percent more calls from interested employers than applicants with African American names. The study found that this discrimination occurred for all types of employers, including those who claimed to be an "Equal Opportunity Employer" in their help-wanted ads. The researchers concluded that "racial discrimination is still a prominent feature of the labor market."

Discrimination by Employers

Let's now turn from measurement to the economic forces that lie behind discrimination in labor markets. If one group in society receives a lower wage than another group, even after controlling for human capital and job characteristics, who is to blame for this differential?

The answer is not obvious. It might seem natural to blame employers for discriminatory wage differences. After all, employers make the hiring decisions that determine labor demand and wages. If some groups of workers earn lower wages than they should, then it seems that employers are responsible. Yet many economists are skeptical of this easy answer. They believe that competitive, market economies provide a natural antidote to employer discrimination. That antidote is called the profit motive.

Imagine an economy in which workers are differentiated by their hair color. Blondes and brunettes have the same skills, experience, and work ethic. Yet because of discrimination, employers prefer not to hire workers with blonde hair. Thus, the demand for blondes is lower than it otherwise would be. As a result, blondes earn a lower wage than brunettes.

How long can this wage differential persist? In this economy, there is an easy way for a firm to beat out its competitors: It can hire blonde workers. By hiring blondes, a firm pays lower wages and thus has lower costs than firms that hire brunettes. Over time, more and more "blonde" firms enter the market to take advantage of this cost advantage. The existing "brunette" firms have higher costs and, therefore, begin to lose money when faced with the new competitors. These losses induce the brunette firms to go out of business. Eventually, the entry of blonde firms and the exit of brunette firms cause the demand for blonde workers to rise and the demand for brunette workers to fall. This process continues until the wage differential disappears.

Put simply, business owners who care only about making money are at an advantage when competing against those who also care about discriminating. As a result, firms that do not discriminate tend to replace those that do. In this way, competitive markets have a natural remedy for employer discrimination.

CASE STUDY SEGREGATED STREETCARS AND THE PROFIT MOTIVE

In the early 20th century, streetcars in many southern cities were segregated by race. White passengers sat in the front of the streetcars, and black passengers sat in the back. What do you suppose caused and maintained this discriminatory practice? And how was this practice viewed by the firms that ran the streetcars?

In a 1986 article in the *Journal of Economic History*, economic historian Jennifer Roback looked at these questions. Roback found that the segregation of races on streetcars was the result of laws that required such segregation. Before these laws were passed, racial discrimination in seating was rare. It was far more common to segregate smokers and nonsmokers.

Moreover, the firms that ran the streetcars often opposed the laws requiring racial segregation. Providing separate seating for different races raised the firms' costs and reduced their profit. One railroad company manager complained to the city council that, under the segregation laws, "the company has to haul around a good deal of empty space."

Here is how Roback describes the situation in one southern city:

> The railroad company did not initiate the segregation policy and was not at all eager to abide by it. State legislation, public agitation, and a threat to arrest the president of the railroad were all required to induce them to separate the races on their cars. . . . There is no indication that the management was motivated by belief in civil rights or racial equality. The evidence indicates their primary motives were economic; separation was costly. . . . Officials of the company may or may not have disliked blacks, but they were not willing to forgo the profits necessary to indulge such prejudice.

The story of southern streetcars illustrates a general lesson: Business owners are usually more interested in making profit than in discriminating against a particular group. When firms engage in discriminatory practices, the ultimate source

In The News

Gender Differences

Recent economic research is shedding light on why men and women choose different career paths.

The Difference between Men and Women, Revisited: It's About Competition

By Hal R. Varian

Gender differences are a topic of endless discussion for parents, teachers and social scientists. . . . A noteworthy case in point is a recent National Bureau of Economic Research working paper by a Stanford economist, Muriel Niederle, and Lise Vesterlund, a University of Pittsburgh economist, titled, "Do Women Shy Away From Competition? Do Men Compete Too Much?"

It is widely noted that women are not well represented in high-paying corporate jobs, or in mathematics, science and engineering jobs. As the authors observe, the "standard economic explanations for such occupational differences include preferences, ability and discrimination."

To this list the authors add a new factor: attitudes toward competitive environments. If men prefer more competitive environments than women, then there will be more men represented in areas where competition is intense.

Of course, discussions of gender differences of any sort can only be statements about averages; it is clear that there are women who thrive in competitive environments and men who do not. Furthermore, attitudes toward competition may be ingrained or a result of factors like social stereotyping.

Is there any evidence that the hypothesis is true? Do men really prefer more competitive environments than women? One could cite anecdote after anecdote, but the authors took a much more direct approach: they ran an experiment.

By using an experiment, the authors were able to determine not only whether men and women differ in their willingness to compete, but more important, whether they differ in their willingness to compete conditioned on their actual performance.

The economists asked 80 subjects, divided into groups of two women and two men, to add up sets of five two-digit numbers for five minutes. The subjects performed the task first on a piece-rate basis (50 cents for each correct answer) and then

of the discrimination often lies not with the firms themselves but elsewhere. In this particular case, the streetcar companies segregated whites and blacks because discriminatory laws, which the companies opposed, required them to do so. ●

Discrimination by Customers and Governments

The profit motive is a strong force acting to eliminate discriminatory wage differentials, but there are limits to its corrective abilities. Two important limiting factors are customer preferences and government policies.

To see how customer preferences for discrimination can affect wages, consider again our imaginary economy with blondes and brunettes. Suppose that restaurant owners discriminate against blondes when hiring waiters. As a result, blonde waiters earn lower wages than brunette waiters. In this case, a restaurant can open up with blonde waiters and charge lower prices. If customers care only about the quality and price of their meals, the discriminatory firms will be driven out of business, and the wage differential will disappear.

as a tournament (the person with the most correct answers in each group received $2 per correct answer, while other participants received nothing). Note that a subject with a 25 percent chance of being a winner in the tournament received the same average payment as in the piece-rate system.

All participants were told how many problems they got right, but not their relative performance. After completing the two tasks, the subjects were asked to choose whether they preferred a piece-rate system or a tournament for the third set of problems.

There were several interesting findings in this experiment. First, there were no differences between men and women in their performance under either compensation system. Despite this, twice as many men selected the tournament as women (75 percent versus 35 percent).

Even if one accounts for performance by comparing only men and women with the same number of correct answers, the women have a 38 percent lower probability of choosing the tournament compensation.

Why were the men much more likely to choose the tournament? Perhaps it was because they felt more confident about their abilities. The data support this hypothesis, with 75 percent of the men believing that they won their four-player tournament, while 43 percent of the women thought they were best in their group.

Though both groups were overconfident about their performance, the men were much more so. . . . The results of this experiment are consistent with the finding by a Berkeley finance professor, Terry Odean, that men trade stocks excessively, apparently because they (wrongly) feel that they have exceptional ability to pick winners. Women trade less, but do better on average, because they are more likely to follow a buy-and-hold strategy.

The authors summarized their experimental results by saying, "From a payoff-maximizing perspective, high-performing women enter the tournament too rarely, and low-performing men enter the tournament too often." The low-performing men and the high-performing women are both hurt by this behavior but, in this experiment at least, the costs to the women who did not choose the tournament when they should have exceeded the costs to the men who should have avoided the tournament.

One should not read too much into one study. But if it is really true that women choose occupations that involve less competition, then one may well ask why. Sociobiologists may suggest that such differences come from genetic propensities; sociologists may argue for differences in social roles and expectations; developmental psychologists may emphasize child-rearing practices. Whatever the cause, Ms. Niederle and Ms. Vesterlund have certainly raised a host of interesting and important questions.

Source: *New York Times*, March 9, 2006.

On the other hand, it is possible that customers prefer being served by brunette waiters. If this preference for discrimination is strong, the entry of blonde restaurants need not succeed in eliminating the wage differential between brunettes and blondes. That is, if customers have discriminatory preferences, a competitive market is consistent with a discriminatory wage differential. An economy with such discrimination would contain two types of restaurants. Blonde restaurants hire blondes, have lower costs, and charge lower prices. Brunette restaurants hire brunettes, have higher costs, and charge higher prices. Customers who did not care about the hair color of their waiters would be attracted to the lower prices at the blonde restaurants. Bigoted customers would go to the brunette restaurants and would pay for their discriminatory preference in the form of higher prices.

Another way for discrimination to persist in competitive markets is for the government to mandate discriminatory practices. If, for instance, the government passed a law stating that blondes could wash dishes in restaurants but could not work as waiters, then a wage differential could persist in a competitive market. The example of segregated streetcars in the foregoing case study is one example of government-mandated discrimination. More recently, before South Africa abandoned its system of apartheid, blacks were prohibited from working in some jobs. Discriminatory governments pass such laws to suppress the normal equalizing force of free and competitive markets.

To sum up: *Competitive markets contain a natural remedy for employer discrimination. The entry into the market of firms that care only about profit tends to eliminate discriminatory wage differentials. These wage differentials persist in competitive markets only when customers are willing to pay to maintain the discriminatory practice or when the government mandates it.*

CASE STUDY DISCRIMINATION IN SPORTS

As we have seen, measuring discrimination is often difficult. To determine whether one group of workers is discriminated against, a researcher must correct for differences in the productivity between that group and other workers in the economy. Yet in most firms, it is difficult to measure a particular worker's contribution to the production of goods and services.

One type of firm in which such corrections are easier is the sports team. Professional teams have many objective measures of productivity. In baseball, for instance, we can measure a player's batting average, the frequency of home runs, the number of stolen bases, and so on.

Studies of sports teams suggest that racial discrimination is, in fact, common and that much of the blame lies with customers. One study, published in the *Journal of Labor Economics* in 1988, examined the salaries of basketball players and found that black players earned 20 percent less than white players of comparable ability. The study also found that attendance at basketball games was larger for teams with a greater proportion of white players. One interpretation of these facts is that, at least at the time of the study, customer discrimination made black players less profitable than white players for team owners. In the presence of such customer discrimination, a discriminatory wage gap can persist, even if team owners care only about profit.

A similar situation once existed for baseball players. A study using data from the late 1960s showed that black players earned less than comparable white players. Moreover, fewer fans attended games pitched by blacks than games pitched by whites, even though black pitchers had better records than white pitchers. Studies of more recent salaries in baseball, however, have found no evidence of discriminatory wage differentials.

Another study, published in the *Quarterly Journal of Economics* in 1990, examined the market prices of old baseball cards. This study found similar evidence of discrimination. The cards of black hitters sold for 10 percent less than the cards of comparable white hitters, and the cards of black pitchers sold for 13 percent less than the cards of comparable white pitchers. These results suggest customer discrimination among baseball fans. ●

QUICK QUIZ Why is it hard to establish whether a group of workers is being discriminated against? • Explain how profit-maximizing firms tend to eliminate discriminatory wage differentials. • How might a discriminatory wage differential persist?

CONCLUSION

In competitive markets, workers earn a wage equal to the value of their marginal contribution to the production of goods and services. There are, however, many things that affect the value of the marginal product. Firms pay more for workers who are more talented, more diligent, more experienced, and more educated because these workers are more productive. Firms pay less to those workers against whom customers discriminate because these workers contribute less to revenue.

The theory of the labor market we have developed in the last two chapters explains why some workers earn higher wages than other workers. The theory does not say that the resulting distribution of income is equal, fair, or desirable in any way. That is the topic we take up in Chapter 20.

SUMMARY

- Workers earn different wages for many reasons. To some extent, wage differentials compensate workers for job attributes. Other things equal, workers in hard, unpleasant jobs are paid more than workers in easy, pleasant jobs.
- Workers with more human capital are paid more than workers with less human capital. The return to accumulating human capital is high and has increased over the past two decades.
- Although years of education, experience, and job characteristics affect earnings as theory predicts, there is much variation in earnings that cannot be explained by things that economists can measure. The unexplained variation in earnings is largely attributable to natural ability, effort, and chance.
- Some economists have suggested that more educated workers earn higher wages not because education raises productivity but because workers with high natural ability use education as a way to signal their high ability to employers. If this signaling theory is correct, then increasing the educational attainment of all workers would not raise the overall level of wages.
- Wages are sometimes pushed above the level that brings supply and demand into balance. Three reasons for above-equilibrium wages are minimum-wage laws, unions, and efficiency wages.
- Some differences in earnings are attributable to discrimination based on race, sex, or other factors. Measuring the amount of discrimination is difficult, however, because one must correct for differences in human capital and job characteristics.
- Competitive markets tend to limit the impact of discrimination on wages. If the wages of a group of workers are lower than those of another group for reasons not related to marginal productivity, then nondiscriminatory firms will be more profitable than discriminatory firms. Profit-maximizing behavior, therefore, can reduce discriminatory wage differentials. Discrimination persists in competitive markets, however, if customers are willing to pay more to discriminatory firms or if the government passes laws requiring firms to discriminate.

KEY CONCEPTS

compensating differential, *p. 414*
human capital, *p. 415*
union, *p. 421*
strike, *p. 421*
efficiency wages, *p. 422*
discrimination, *p. 422*

QUESTIONS FOR REVIEW

1. Why are coal miners paid more than other workers with similar amounts of education?
2. In what sense is education a type of capital?
3. How might education raise a worker's wage without raising the worker's productivity?
4. What conditions lead to economic superstars? Would you expect to see superstars in dentistry? In music? Explain.
5. Give three reasons a worker's wage might be above the level that balances supply and demand.
6. What difficulties arise in deciding whether a group of workers has a lower wage because of discrimination?
7. Do the forces of economic competition tend to exacerbate or ameliorate discrimination based on race?
8. Give an example of how discrimination might persist in a competitive market.

PROBLEMS AND APPLICATIONS

1. College students sometimes work as summer interns for private firms or the government. Many of these positions pay little or nothing.
   a. What is the opportunity cost of taking such a job?
   b. Explain why students are willing to take these jobs.
   c. If you were to compare the earnings later in life of workers who had worked as interns and those who had taken summer jobs that paid more, what would you expect to find?
2. As explained in Chapter 6, a minimum-wage law distorts the market for low-wage labor. To reduce this distortion, some economists advocate a two-tiered minimum-wage system, with a regular minimum wage for adult workers and a lower, "subminimum" wage for teenage workers. Give two reasons a single minimum wage might distort the labor market for teenage workers more than it would the market for adult workers.
3. A basic finding of labor economics is that workers who have more experience in the labor force are paid more than workers who have less experience (holding constant the amount of formal education). Why might this be so? Some studies have also found that experience at the same job (called *job tenure*) has an extra positive influence on wages. Explain.
4. At some colleges and universities, economics professors receive higher salaries than professors in some other fields.
   a. Why might this be true?
   b. Some other colleges and universities have a policy of paying equal salaries to professors in all fields. At some of these schools, economics professors have lighter teaching loads than professors in some other fields. What role do the differences in teaching loads play?
5. Imagine that someone were to offer you a choice: You could spend 4 years studying at the world's best university, but you would have to keep your attendance there a secret. Or you could be awarded an official degree from the world's best university, but you couldn't actually attend. Which choice do you think would enhance your future earnings more? What does your answer say about the debate over signaling versus human capital in the role of education?

6. When recording devices were first invented almost 100 years ago, musicians could suddenly supply their music to large audiences at low cost. How do you suppose this development affected the income of the best musicians? How do you suppose it affected the income of average musicians?
7. A current debate in education is whether teachers should be paid on a standard pay scale based solely upon their years of training and teaching experience, or whether part of their salary should be based upon their performance (called "merit pay").
   a. Why might merit pay be desirable?
   b. Who might be opposed to a system of merit pay?
   c. What is a potential challenge of merit pay?
   d. A related issue: Why might a school district decide to pay teachers significantly more than the salaries offered by surrounding districts?
8. When Alan Greenspan (who would later become chairman of the Federal Reserve) ran an economic consulting firm in the 1960s, he primarily hired female economists. He once told the *New York Times*, "I always valued men and women equally, and I found that because others did not, good women economists were cheaper than men." Is Greenspan's behavior profit-maximizing? Is it admirable or despicable? If more employers were like Greenspan, what would happen to the wage differential between men and women? Why might other economic consulting firms at the time not have followed Greenspan's business strategy?
9. Suppose that all young women were channeled into careers as secretaries, nurses, and teachers; at the same time, young men were encouraged to consider these three careers and many others as well.
   a. Draw a diagram showing the combined labor market for secretaries, nurses, and teachers. Draw a diagram showing the combined labor market for all other fields. In which market is the wage higher? Do men or women receive higher wages on average?
   b. Now suppose that society changed and encouraged both young women and young men to consider a wide range of careers. Over time, what effect would this change have on the wages in the two markets you illustrated in part (a)? What effect would the change have on the average wages of men and women?
10. Economist June O'Neill has argued that "until family roles are more equal, women are not likely to have the same pattern of market work and earnings as men." What does she mean by the "pattern" of market work? How do these characteristics of jobs and careers affect earnings?
11. This chapter considers the economics of discrimination by employers, customers, and governments. Now consider discrimination by workers. Suppose that some brunette workers did not like working with blonde workers. Do you think this worker discrimination could explain lower wages for blonde workers? If such a wage differential existed, what would a profit-maximizing entrepreneur do? If there were many such entrepreneurs, what would happen over time?

CHAPTER

20

Income Inequality and Poverty

"The only difference between the rich and other people," Mary Colum once said to Ernest Hemingway, "is that the rich have more money." Maybe so. But this claim leaves many questions unanswered. The gap between rich and poor is a fascinating and important topic of study—for the comfortable rich, for the struggling poor, and for the aspiring and worried middle class.

From the previous two chapters, you should have some understanding about why different people have different incomes. A person's earnings depend on the supply and demand for that person's labor, which in turn depend on natural ability, human capital, compensating differentials, discrimination, and so on. Because labor earnings make up about three-fourths of the total income in the U.S. economy, the factors that determine wages are also largely responsible for determining how the economy's total income is distributed among the various members of society. In other words, they determine who is rich and who is poor.

In this chapter, we discuss the distribution of income—a topic that raises some fundamental questions about the role of economic policy. One of the *Ten Principles of Economics* in Chapter 1 is that governments can sometimes improve market outcomes. This possibility is particularly important when considering the distribution of income. The invisible hand of the marketplace acts to allocate resources efficiently, but it does not necessarily ensure that resources are allocated fairly. As a result, many economists—though not all—believe that the government should redistribute income to achieve greater equality. In doing so, however, the government runs into another of the *Ten Principles of Economics:* People face trade-offs. When the government enacts policies to make the distribution of income more equal, it distorts incentives, alters behavior, and makes the allocation of resources less efficient.

Our discussion of the distribution of income proceeds in three steps. First, we assess how much inequality there is in our society. Second, we consider some different views about what role the government should play in altering the distribution of income. Third, we discuss various public policies aimed at helping society's poorest members.

THE MEASUREMENT OF INEQUALITY

We begin our study of the distribution of income by addressing four questions of measurement:

- How much inequality is there in our society?
- How many people live in poverty?
- What problems arise in measuring the amount of inequality?
- How often do people move among income classes?

"AS FAR AS I'M CONCERNED, THEY CAN DO WHAT THEY WANT WITH THE MINIMUM WAGE, JUST AS LONG AS THEY KEEP THEIR HANDS OFF THE MAXIMUM WAGE."

These measurement questions are the natural starting point from which to discuss public policies aimed at changing the distribution of income.

U.S. INCOME INEQUALITY

Imagine that you lined up all the families in the economy according to their annual income. Then you divided the families into five equal groups: the bottom fifth, the second fifth, the middle fifth, the fourth fifth, and the top fifth. Table 1 shows the income ranges for each of these groups, as well as for the top 5 percent. You can use this table to find where your family lies in the income distribution.

For examining differences in the income distribution over time, economists find it useful to present the income data as in Table 2. This table shows the share

1 TABLE

The Distribution of Income in the United States: 2005

Group	Annual Family Income
Bottom Fifth	Under $25,616
Second Fifth	$25,616–$45,021
Middle Fifth	$45,021–$68,304
Fourth Fifth	$68,304–$103,100
Top Fifth	$103,100 and over
Top 5 percent	$184,500 and over

Source: U.S. Bureau of the Census.

TABLE 2

Income Inequality in the United States

This table shows the percentage of total before-tax income received by families in each fifth of the income distribution and by those families in the top 5 percent.

Year	Bottom Fifth	Second Fifth	Middle Fifth	Fourth Fifth	Top Fifth	Top 5%
2005	4.0%	9.6%	15.3%	22.9%	48.1%	21.1%
2000	4.3	9.8	15.5	22.8	47.4	20.8
1990	4.6	10.8	16.6	23.8	44.3	17.4
1980	5.2	11.5	17.5	24.3	41.5	15.3
1970	5.5	12.2	17.6	23.8	40.9	15.6
1960	4.8	12.2	17.8	24.0	41.3	15.9
1950	4.5	12.0	17.4	23.4	42.7	17.3
1935	4.1	9.2	14.1	20.9	51.7	26.5

Source: U.S. Bureau of the Census.

of total income that each group of families received in selected years. In 2005, the bottom fifth of all families received 4.0 percent of all income, and the top fifth of all families received 48.1 percent of all income. In other words, even though the top and bottom fifths include the same number of families, the top fifth has about twelve times as much income as the bottom fifth.

The last column in the table shows the share of total income received by the very richest families. In 2005, the top 5 percent of families received 21.1 percent of total income, which was greater than the total income of the poorest 40 percent.

Table 2 also shows the distribution of income in various years beginning in 1935. At first glance, the distribution of income appears to have been remarkably stable over time. Throughout the past several decades, the bottom fifth of families has received about 4 to 5 percent of income, while the top fifth has received about 40 to 50 percent of income. Closer inspection of the table reveals some trends in the degree of inequality. From 1935 to 1970, the distribution gradually became more equal. The share of the bottom fifth rose from 4.1 to 5.5 percent, and the share of the top fifth fell from 51.7 percent to 40.9 percent. In more recent years, this trend has reversed itself. From 1970 to 2005, the share of the bottom fifth fell from 5.5 percent to 4.0 percent, and the share of the top fifth rose from 40.9 to 48.1 percent.

In Chapter 19, we discussed some explanations for this recent rise in inequality. Increases in international trade with low-wage countries and changes in technology have tended to reduce the demand for unskilled labor and raise the demand for skilled labor. As a result, the wages of unskilled workers have fallen relative to the wages of skilled workers, and this change in relative wages has increased inequality in family incomes.

Inequality around the World

How does the amount of inequality in the United States compare to that in other countries? This question is interesting, but answering it is problematic. For some countries, data are not available. Even when they are, not every country collects data in the same way; for example, some countries collect data on individual incomes, whereas other countries collect data on family incomes, and still others collect data on expenditure rather than income. As a result, whenever we find a difference between two countries, we can never be sure whether it reflects a true difference in the economies or merely a difference in the way data are collected.

With this warning in mind, consider Figure 1, which compares inequality in twelve countries. The inequality measure is the ratio of the income received by the richest tenth of the population to the income of the poorest tenth. The most equality is found in Japan, where the top tenth receives 4.5 times as much income as the bottom tenth. The least equality is found in Brazil, where the top group receives 51.3 times as much income as the bottom group. Although all countries have significant disparities between rich and poor, the degree of inequality varies substantially around the world.

When countries are ranked by inequality, the United States ends up around the middle of the pack. The United States has more income inequality than other economically advanced countries, such as Japan, Germany, and Canada. But the United States has a more equal income distribution than many developing countries, such as South Africa, Brazil, and Mexico.

1 FIGURE

Inequality around the World

This figure shows a measure of inequality: the income (or expenditure) that goes to the richest 10 percent of the population divided by the income (or expenditure) that goes to the poorest 10 percent. Among these nations, Japan and Germany have the most equal distribution of economic well-being, while South Africa and Brazil have the least equal.

Source: *Human Development Report 2007/2008.*

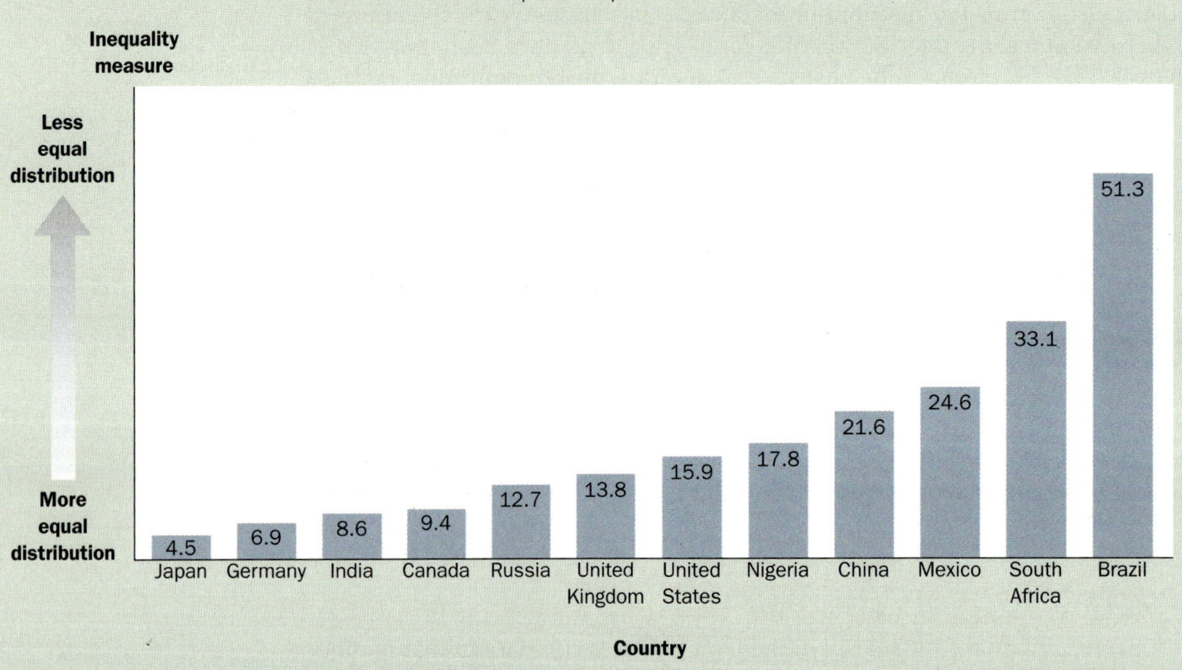

The Poverty Rate

A commonly used gauge of the distribution of income is the poverty rate. The **poverty rate** is the percentage of the population whose family income falls below an absolute level called the **poverty line**. The poverty line is set by the federal government at roughly three times the cost of providing an adequate diet. This line is adjusted every year to account for changes in the level of prices, and it depends on family size.

poverty rate
the percentage of the population whose family income falls below an absolute level called the poverty line

poverty line
an absolute level of income set by the federal government for each family size below which a family is deemed to be in poverty

To get some idea about what the poverty rate tells us, consider the data for 2005. In that year, the median family had an income of $56,194, and the poverty line for a family of four was $19,971. The poverty rate was 12.6 percent. In other words, 12.6 percent of the population were members of families with incomes below the poverty line for their family size.

Figure 2 shows the poverty rate since 1959, when the official data begin. You can see that the poverty rate fell from 22.4 percent in 1959 to a low of 11.1 percent in 1973. This decline is not surprising, because average income in the economy (adjusted for inflation) rose more than 50 percent during this period. Because the poverty line is an absolute rather than a relative standard, more families are pushed above the poverty line as economic growth pushes the entire income distribution upward. As John F. Kennedy once put it, a rising tide lifts all boats.

Since the early 1970s, however, the economy's rising tide has left some boats behind. Despite continued growth in average income, the poverty rate has not declined below the level reached in 1973. This lack of progress in reducing poverty in recent decades is closely related to the increasing inequality we saw in Table 2. Although economic growth has raised the income of the typical family, the increase in inequality has prevented the poorest families from sharing in this greater economic prosperity.

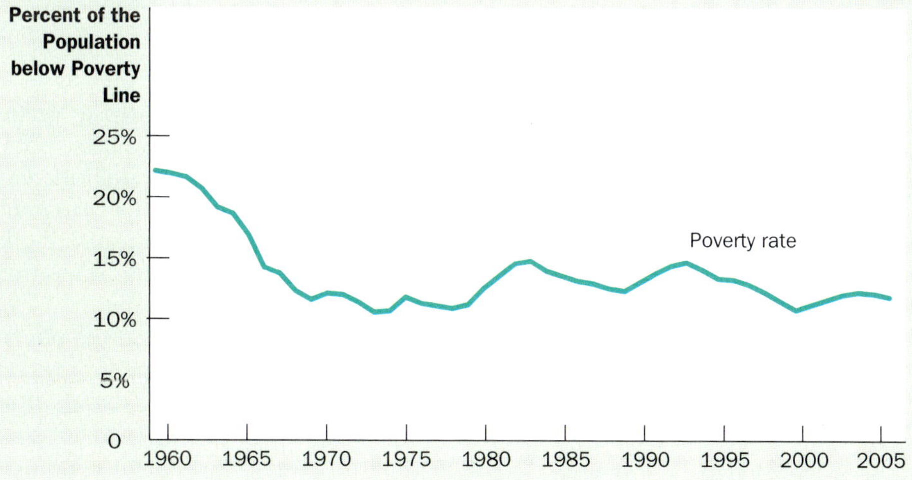

FIGURE 2

The Poverty Rate
The poverty rate shows the percentage of the population with incomes below an absolute level called the poverty line.

Source: U.S. Bureau of the Census.

3 TABLE

Who Is Poor?
This table shows that the poverty rate varies greatly among different groups within the population.

Group	Poverty Rate
All persons	12.6%
White, not Hispanic	8.3
Black	24.9
Hispanic	21.8
Asian	11.1
Children (under age 18)	17.6
Elderly (over age 64)	10.1
Married-couple families	5.9
Female household, no spouse present	31.1

Source: U.S. Bureau of the Census. Data are for 2005.

Poverty is an economic malady that affects all groups within the population, but it does not affect all groups with equal frequency. Table 3 shows the poverty rates for several groups, and it reveals three striking facts:

- Poverty is correlated with race. Blacks and Hispanics are about three times more likely to live in poverty than are whites.
- Poverty is correlated with age. Children are more likely than average to be members of poor families, and the elderly are less likely than average to be poor.
- Poverty is correlated with family composition. Families headed by a female adult and without a spouse present are about five times as likely to live in poverty as a family headed by a married couple.

These three facts have described U.S. society for many years, and they show which people are most likely to be poor. These effects also work together: Among black and Hispanic children in female-headed households, about half live in poverty.

Problems in Measuring Inequality

Although data on the income distribution and the poverty rate help to give us some idea about the degree of inequality in our society, interpreting these data is not always straightforward. The data are based on households' annual incomes. What people care about, however, is not their incomes but their ability to maintain a good standard of living. For at least three reasons, data on the income distribution and the poverty rate give an incomplete picture of inequality in living standards.

In-Kind Transfers Measurements of the distribution of income and the poverty rate are based on families' *money* income. Through various government programs, however, the poor receive many nonmonetary items, including food stamps, housing vouchers, and medical services. Transfers to the poor given in the form of goods and services rather than cash are called **in-kind transfers**. Standard measurements of the degree of inequality do not take account of these in-kind transfers.

in-kind transfers
transfers to the poor given in the form of goods and services rather than cash

Because in-kind transfers are received mostly by the poorest members of society, the failure to include in-kind transfers as part of income greatly affects the measured poverty rate. According to a study by the Census Bureau, if in-kind transfers were included in income at their market value, the number of families in poverty would be about 10 percent lower than the standard data indicate.

The Economic Life Cycle Incomes vary predictably over people's lives. A young worker, especially one in school, has a low income. Income rises as the worker gains maturity and experience, peaks at around age 50, and then falls sharply when the worker retires at around age 65. This regular pattern of income variation is called the **life cycle**.

life cycle
the regular pattern of income variation over a person's life

Because people can borrow and save to smooth out life cycle changes in income, their standard of living in any year depends more on lifetime income than on that year's income. The young often borrow, perhaps to go to school or to buy a house, and then repay these loans later when their incomes rise. People have their highest saving rates when they are middle-aged. Because people can save in anticipation of retirement, the large declines in incomes at retirement need not lead to similar declines in the standard of living. This normal life cycle pattern causes inequality in the distribution of annual income, but it does not necessarily represent true inequality in living standards.

Transitory versus Permanent Income Incomes vary over people's lives not only because of predictable life cycle variation but also because of random and transitory forces. One year a frost kills off the Florida orange crop, and Florida orange growers see their incomes fall temporarily. At the same time, the Florida frost drives up the price of oranges, and California orange growers see their incomes temporarily rise. The next year the reverse might happen.

Just as people can borrow and lend to smooth out life cycle variation in income, they can also borrow and lend to smooth out transitory variation in income. To the extent that a family saves in good years and borrows (or depletes its savings) in bad years, transitory changes in income need not affect its standard of living. A family's ability to buy goods and services depends largely on its **permanent income**, which is its normal, or average, income.

permanent income
a person's normal income

To gauge inequality of living standards, the distribution of permanent income is more relevant than the distribution of annual income. Many economists believe that people base their consumption on their permanent income; as a result, inequality in consumption is one gauge of inequality of permanent income. Because permanent income and consumption are less affected by transitory changes in income, they are more equally distributed than is current income.

CASE STUDY ALTERNATIVE MEASURES OF INEQUALITY

A recent study by Michael Cox and Richard Alm of the Federal Reserve Bank of Dallas shows how different measures of inequality lead to dramatically different results. Cox and Alm compared American households in the top fifth of the income distribution to those in the bottom fifth to see how far apart they are. They used data from 2006 and reported some of their results in an article in the *New York Times* on February 10, 2008.

According to Cox and Alm, the richest fifth of U.S. households has an average income of $149,963, while the poorest fifth has an average income of $9,974. Thus, the top group has about 15 times as much income as the bottom group.

The gap between rich and poor shrinks a bit if taxes are taken into account. Because the tax system is progressive, the top group pays a higher percentage of its income in taxes than does the bottom group. Cox and Alm find that the richest fifth has 14 times as much after-tax income as the poorest fifth.

The gap shrinks more substantially if one looks at consumption rather than income. Households having an unusually good year are more likely to be in the top group and are likely to save a high fraction out of their incomes. Households having an unusually bad year are more likely to be in the bottom group and are more likely to consume out of their savings. According to Cox and Alms, the consumption of the richest fifth is only 3.9 times as much as the consumption of the poorest fifth.

The consumption gap becomes smaller still if one corrects for differences in the number of people in the household. Because larger families are more likely to have two earners, they are more likely to find themselves near the top of the income distribution. But they also have more mouths to feed. Cox and Alms report that households in the top fifth have an average of 3.1 people, while those in the bottom fifth have an average of 1.7 people. As a result, consumption per person in the richest fifth of households is only 2.1 times as much as consumption per person in the poorest fifth.

These data show that inequality in material standards of living is much smaller than inequality in annual income. ●

Economic Mobility

People sometimes speak of "the rich" and "the poor" as if these groups consisted of the same families year after year. In fact, this is not at all the case. Economic mobility, the movement of people among income classes, is substantial in the U.S. economy. Movements up the income ladder can be due to good luck or hard work, and movements down the ladder can be due to bad luck or laziness. Some of this mobility reflects transitory variation in income, while some reflects more persistent changes in income.

Because economic mobility is so great, many of those below the poverty line are there only temporarily. Poverty is a long-term problem for relatively few families. In a typical 10-year period, about one in four families falls below the poverty line in at least 1 year. Yet fewer than 3 percent of families are poor for 8 or more years. Because it is likely that the temporarily poor and the persistently poor face different problems, policies that aim to combat poverty need to distinguish between these groups.

Another way to gauge economic mobility is the persistence of economic success from generation to generation. Economists who have studied this topic find that having an above-average income carries over from parents to children, but the persistence is far from perfect, indicating substantial mobility among income classes. If a father earns 20 percent above his generation's average income, his son will most likely earn 8 percent above his generation's average income. There is only a small correlation between the income of a grandfather and the income of a grandson.

One result of this great economic mobility is that the U.S. economy is filled with self-made millionaires (as well as with heirs who squandered the fortunes they inherited). According to one study, about four of five millionaires made their money on their own, often by starting and building a business or by climbing the corporate ladder. Only one in five millionaires inherited their fortunes.

In The News

What to Make of Rising Inequality

An economist offers his perspective on the rise in U.S. income inequality.

Incomes and Inequality: What the Numbers Don't Tell Us

By Tyler Cowen

The growing inequality in wealth and income has led many people to question whether the contemporary American economy is rigged in favor of the rich. While there is little doubt that the gap between the wealthy and everybody else has widened in recent years, the situation is not as unfair as some of the numbers seem to imply.

Much of the measured growth in income inequality has resulted from natural demographic trends. In general, there is more income inequality among older populations than among younger populations, if only because older people have had more time to experience rising or falling fortunes.

Furthermore, more-educated groups show greater income inequality than less-educated groups. Uneducated people are more likely to be clustered in a tight range of relatively low incomes. But the educated will include a greater range of highly motivated breadwinners and relaxed bohemians, and a greater range of winning and losing investors. A result is a greater variety of incomes. Since the United States is growing older and also more educated, income inequality will naturally rise.

Thomas Lemieux, professor of economics at the University of British Columbia, estimates that these demographic effects account for about three-quarters of the observed rise in income inequality for men and 69 to 95 percent of the observed rise in income inequality for women ("Increasing Residual Wage Inequality: Composition Effects, Noisy Data, or Rising Demand for Skill?" *The American Economic Review,* June 2006). In other words, rising income inequality is not just a result of unfairness or bad public policy. . . .

In any case, income is not the only—or even the most—important measure of inequality. For instance, inequality of consumption—the difference between what the poor consume and what the rich consume—does not show a significant upward trend (Dirk Krueger and Fabrizio Perri, "Does Income Inequality Lead to Consumption Inequality?" *The Review of Economic Studies,* January 2006). Consumption, of course, is not an ideal indicator of well-being; a high or steady level of purchases may reflect growing debt, and the ease of buying a big-screen TV does not reflect a comparable ease in buying good health care.

Happiness, possibly the most relevant variable for a study of inequality, is also the hardest to measure. Nonetheless, inequality of happiness is usually less marked than inequality of income, at least in wealthy societies. A man earning $500,000 a year is not usually 10 times as happy as a man earning $50,000 a year. The $50,000 earner still enjoys most of the conveniences of the modern world. Even if more money makes people happier, it appears to do so at a declining rate, which places a natural check on the inequality of happiness.

Studies of personal happiness, based on questionnaires and self-reporting, indicate that the inequality of happiness is not growing over time in the United States. Furthermore, the United States has an inequality of happiness roughly comparable to that of Sweden or Denmark, two nations with strongly egalitarian reputations. (See the symposium in *Journal of Happiness Studies,* December 2005.) American society offers good opportunities for people to be happy, even if not everyone becomes rich.

If we look at leisure, from 1965 to 2003, less-educated groups experienced a bigger boost in free time than more-educated groups (Mark Aguiar and Erik Hurst, "Measuring Trends in Leisure: The Allocation of Time Over Five Decades," Federal Reserve Bank of Boston Working Paper). In other words, the high earners are working hard for their money and perhaps they are having less fun. . . .

The broader philosophical question is why we should worry about inequality—of any kind—much at all. Life is not a race against fellow human beings. . . . We should continue to improve opportunities for lower-income people, but inequality as a major and chronic American problem has been overstated.

Source: *New York Times,* January 25, 2007.

QUICK QUIZ What does the poverty rate measure? • Describe three potential problems in interpreting the measured poverty rate.

THE POLITICAL PHILOSOPHY OF REDISTRIBUTING INCOME

We have just seen how the economy's income is distributed and have considered some of the problems in interpreting measured inequality. This discussion was *positive* in the sense that it merely described the world as it is. We now turn to the *normative* question facing policymakers: What should the government do about economic inequality?

This question is not just about economics. Economic analysis alone cannot tell us whether policymakers should try to make our society more egalitarian. Our views on this question are, to a large extent, a matter of political philosophy. Yet because the government's role in redistributing income is central to so many debates over economic policy, here we digress from economic science to consider a bit of political philosophy.

UTILITARIANISM

utilitarianism
the political philosophy according to which the government should choose policies to maximize the total utility of everyone in society

utility
a measure of happiness or satisfaction

A prominent school of thought in political philosophy is **utilitarianism**. The founders of utilitarianism are the English philosophers Jeremy Bentham (1748–1832) and John Stuart Mill (1806–1873). To a large extent, the goal of utilitarians is to apply the logic of individual decision making to questions concerning morality and public policy.

The starting point of utilitarianism is the notion of **utility**—the level of happiness or satisfaction that a person receives from his or her circumstances. Utility is a measure of well-being and, according to utilitarians, is the ultimate objective of all public and private actions. The proper goal of the government, they claim, is to maximize the sum of utility achieved by everyone in society.

The utilitarian case for redistributing income is based on the assumption of *diminishing marginal utility*. It seems reasonable that an extra dollar of income provides a poor person with more additional utility than an extra dollar would provide to a rich person. In other words, as a person's income rises, the extra well-being derived from an additional dollar of income falls. This plausible assumption, together with the utilitarian goal of maximizing total utility, implies that the government should try to achieve a more equal distribution of income.

The argument is simple. Imagine that Peter and Paul are the same, except that Peter earns $80,000 and Paul earns $20,000. In this case, taking a dollar from Peter to pay Paul will reduce Peter's utility and raise Paul's utility. But because of diminishing marginal utility, Peter's utility falls by less than Paul's utility rises. Thus, this redistribution of income raises total utility, which is the utilitarian's objective.

At first, this utilitarian argument might seem to imply that the government should continue to redistribute income until everyone in society has exactly the same income. Indeed, that would be the case if the total amount of income—$100,000 in our example—were fixed. But in fact, it is not. Utilitarians reject complete equalization of incomes because they accept one of the *Ten Principles of Economics* presented in Chapter 1: People respond to incentives.

To take from Peter to pay Paul, the government must pursue policies that redistribute income. The U.S. federal income tax and welfare system are examples. Under these policies, people with high incomes pay high taxes, and people with low incomes receive income transfers. Yet if the government takes away additional income a person might earn through higher income taxes or reduced transfers, both Peter and Paul have less incentive to work hard. As they work less, society's income falls, and so does total utility. The utilitarian government has to balance the gains from greater equality against the losses from distorted incentives. To maximize total utility, therefore, the government stops short of making society fully egalitarian.

A famous parable sheds light on the utilitarian's logic. Imagine that Peter and Paul are thirsty travelers trapped at different places in the desert. Peter's oasis has much water; Paul's has little. If the government could transfer water from one oasis to the other without cost, it would maximize total utility from water by equalizing the amount in the two places. But suppose that the government has only a leaky bucket. As it tries to move water from one place to the other, some of the water is lost in transit. In this case, a utilitarian government might still try to move some water from Peter to Paul, depending on the size of Paul's thirst and the size of the bucket's leak. But with only a leaky bucket at its disposal, a utilitarian government will stop short of trying to reach complete equality.

Liberalism

A second way of thinking about inequality might be called **liberalism**. Philosopher John Rawls develops this view in his book *A Theory of Justice*. This book was first published in 1971, and it quickly became a classic in political philosophy.

liberalism
the political philosophy according to which the government should choose policies deemed just, as evaluated by an impartial observer behind a "veil of ignorance"

Rawls begins with the premise that a society's institutions, laws, and policies should be just. He then takes up the natural question: How can we, the members of society, ever agree on what justice means? It might seem that every person's point of view is inevitably based on his or her particular circumstances—whether he or she is talented or less talented, diligent or lazy, educated or less educated, born to a wealthy family or a poor one. Could we ever *objectively* determine what a just society would be?

To answer this question, Rawls proposes the following thought experiment. Imagine that before any of us is born, we all get together for a meeting to design the rules that govern society. At this point, we are all ignorant about the station in life each of us will end up filling. In Rawls's words, we are sitting in an "original position" behind a "veil of ignorance." In this original position, Rawls argues, we can choose a just set of rules for society because we must consider how those rules will affect every person. As Rawls puts it, "Since all are similarly situated and no one is able to design principles to favor his particular conditions, the principles of justice are the result of fair agreement or bargain." Designing public policies and institutions in this way allows us to be objective about what policies are just.

Rawls then considers what public policy designed behind this veil of ignorance would try to achieve. In particular, he considers what income distribution a person would consider fair if that person did not know whether he or she would end up at the top, bottom, or middle of the distribution. Rawls argues that a person in the original position would be especially concerned about the possibility of being at the *bottom* of the income distribution. In designing public policies, therefore, we should aim to raise the welfare of the worst-off person in society. That is, rather than maximizing the sum of everyone's utility, as a utilitarian would do,

maximin criterion
the claim that the government should aim to maximize the well-being of the worst-off person in society

Rawls would maximize the minimum utility. Rawls's rule is called the **maximin criterion**.

Because the maximin criterion emphasizes the least fortunate person in society, it justifies public policies aimed at equalizing the distribution of income. By transferring income from the rich to the poor, society raises the well-being of the least fortunate. The maximin criterion would not, however, lead to a completely egalitarian society. If the government promised to equalize incomes completely, people would have no incentive to work hard, society's total income would fall substantially, and the least fortunate person would be worse off. Thus, the maximin criterion still allows disparities in income because such disparities can improve incentives and thereby raise society's ability to help the poor. Nonetheless, because Rawls's philosophy puts weight on only the least fortunate members of society, it calls for more income redistribution than does utilitarianism.

social insurance
government policy aimed at protecting people against the risk of adverse events

Rawls's views are controversial, but the thought experiment he proposes has much appeal. In particular, this thought experiment allows us to consider the redistribution of income as a form of **social insurance**. That is, from the perspective of the original position behind the veil of ignorance, income redistribution is like an insurance policy. Homeowners buy fire insurance to protect themselves from the risk of their house burning down. Similarly, when we as a society choose policies that tax the rich to supplement the incomes of the poor, we are all insuring ourselves against the possibility that we might have been a member of a poor family. Because people dislike risk, we should be happy to have been born into a society that provides us this insurance.

It is not at all clear, however, that rational people behind the veil of ignorance would truly be so averse to risk as to follow the maximin criterion. Indeed, because a person in the original position might end up anywhere in the distribution of outcomes, he or she might treat all possible outcomes equally when designing public policies. In this case, the best policy behind the veil of ignorance would be to maximize the average utility of members of society, and the resulting notion of justice would be more utilitarian than Rawlsian.

Libertarianism

libertarianism
the political philosophy according to which the government should punish crimes and enforce voluntary agreements but not redistribute income

A third view of inequality is called **libertarianism**. The two views we have considered so far—utilitarianism and liberalism—both view the total income of society as a shared resource that a social planner can freely redistribute to achieve some social goal. By contrast, libertarians argue that society itself earns no income—only individual members of society earn income. According to libertarians, the government should not take from some individuals and give to others to achieve any particular distribution of income.

For instance, philosopher Robert Nozick writes the following in his famous 1974 book *Anarchy, State, and Utopia:*

> We are not in the position of children who have been given portions of pie by someone who now makes last minute adjustments to rectify careless cutting. There is no *central* distribution, no person or group entitled to control all the resources, jointly deciding how they are to be doled out. What each person gets, he gets from others who give to him in exchange for something, or as a gift. In a free society, diverse persons control different resources, and new holdings arise out of the voluntary exchanges and actions of persons.

Whereas utilitarians and liberals try to judge what amount of inequality is desirable in a society, Nozick denies the validity of this very question.

The libertarian alternative to evaluating economic *outcomes* is to evaluate the *process* by which these outcomes arise. When the distribution of income is achieved unfairly—for instance, when one person steals from another—the government has the right and duty to remedy the problem. But as long as the process determining the distribution of income is just, the resulting distribution is fair, no matter how unequal.

Nozick criticizes Rawls's liberalism by drawing an analogy between the distribution of income in society and the distribution of grades in a course. Suppose you were asked to judge the fairness of the grades in the economics course you are now taking. Would you imagine yourself behind a veil of ignorance and choose a grade distribution without knowing the talents and efforts of each student? Or would you ensure that the process of assigning grades to students is fair without regard for whether the resulting distribution is equal or unequal? For the case of grades at least, the libertarian emphasis on process over outcomes is compelling.

Libertarians conclude that equality of opportunities is more important than equality of incomes. They believe that the government should enforce individual rights to ensure that everyone has the same opportunity to use his or her talents and achieve success. Once these rules of the game are established, the government has no reason to alter the resulting distribution of income.

QUICK QUIZ Pam earns more than Pauline. Someone proposes taxing Pam to supplement Pauline's income. How would a utilitarian, a liberal, and a libertarian evaluate this proposal?

POLICIES TO REDUCE POVERTY

As we have just seen, political philosophers hold various views about what role the government should take in altering the distribution of income. Political debate among the larger population of voters reflects a similar disagreement. Despite these continuing debates, most people believe that, at the very least, the government should try to help those most in need. According to a popular metaphor, the government should provide a "safety net" to prevent any citizen from falling too far.

Poverty is one of the most difficult problems that policymakers face. Poor families are more likely than the overall population to experience homelessness, drug dependence, health problems, teenage pregnancy, illiteracy, unemployment, and low educational attainment. Members of poor families are both more likely to commit crimes and more likely to be victims of crimes. Although it is hard to separate the causes of poverty from the effects, there is no doubt that poverty is associated with various economic and social ills.

Suppose that you were a policymaker in the government, and your goal was to reduce the number of people living in poverty. How would you achieve this goal? Here we examine some of the policy options that you might consider. Each of these options helps some people escape poverty, but none of them is perfect, and deciding upon the best combination to use is not easy.

Minimum-Wage Laws

Laws setting a minimum wage that employers can pay workers are a perennial source of debate. Advocates view the minimum wage as a way of helping the working poor without any cost to the government. Critics view it as hurting those it is intended to help.

The minimum wage is easily understood using the tools of supply and demand, as we first saw in Chapter 6. For workers with low levels of skill and experience, a high minimum wage forces the wage above the level that balances supply and demand. It therefore raises the cost of labor to firms and reduces the quantity of labor that those firms demand. The result is higher unemployment among those groups of workers affected by the minimum wage. Although those workers who remain employed benefit from a higher wage, those who might have been employed at a lower wage are worse off.

The magnitude of these effects depends crucially on the elasticity of demand. Advocates of a high minimum wage argue that the demand for unskilled labor is relatively inelastic so that a high minimum wage depresses employment only slightly. Critics of the minimum wage argue that labor demand is more elastic, especially in the long run when firms can adjust employment and production more fully. They also note that many minimum-wage workers are teenagers from middle-class families so that a high minimum wage is imperfectly targeted as a policy for helping the poor.

Welfare

welfare
government programs that supplement the incomes of the needy

One way to raise the living standards of the poor is for the government to supplement their incomes. The primary way the government does this is through the welfare system. **Welfare** is a broad term that encompasses various government programs. Temporary Assistance for Needy Families (TANF) is a program that assists families with children and no adult able to support the family. In a typical family receiving such assistance, the father is absent, and the mother is at home raising small children. Another welfare program is Supplemental Security Income (SSI), which provides assistance to the poor who are sick or disabled. Note that for both of these welfare programs, a poor person cannot qualify for assistance simply by having a low income. He or she must also establish some additional "need," such as small children or a disability.

A common criticism of welfare programs is that they create incentives for people to become "needy." For example, these programs may encourage families to break up, for many families qualify for financial assistance only if the father is absent. The programs may also encourage illegitimate births, for many poor, single women qualify for assistance only if they have children. Because poor, single mothers are such a large part of the poverty problem and because welfare programs seem to raise the number of poor, single mothers, critics of the welfare system assert that these policies exacerbate the very problems they are supposed to cure. As a result of these arguments, the welfare system was revised in a 1996 law that limited the amount of time recipients could stay on welfare.

How severe are these potential problems with the welfare system? No one knows for sure. Proponents of the welfare system point out that being a poor, single mother on welfare is a difficult existence at best, and they are skeptical that many people would be encouraged to pursue such a life if it were not thrust upon them. Moreover, trends over time do not support the view that the decline of the two-parent family is largely a symptom of the welfare system, as the system's critics sometimes claim. Since the early 1970s, welfare benefits (adjusted for inflation) have declined, yet the percentage of children living with only one parent has risen.

Negative Income Tax

Whenever the government chooses a system to collect taxes, it affects the distribution of income. This is clearly true in the case of a progressive income tax, whereby high-income families pay a larger percentage of their income in taxes than do low-income families. As we discussed in Chapter 12, equity across income groups is an important criterion in the design of a tax system.

Many economists have advocated supplementing the income of the poor using a **negative income tax**. According to this policy, every family would report its income to the government. High-income families would pay a tax based on their incomes. Low-income families would receive a subsidy. In other words, they would "pay" a "negative tax."

negative income tax
a tax system that collects revenue from high-income households and gives subsidies to low-income households

For example, suppose the government used the following formula to compute a family's tax liability:

$$\text{Taxes owed} = (\tfrac{1}{3} \text{ of income}) - \$10{,}000.$$

In this case, a family that earned $60,000 would pay $10,000 in taxes, and a family that earned $90,000 would pay $20,000 in taxes. A family that earned $30,000 would owe nothing. And a family that earned $15,000 would "owe" –$5,000. In other words, the government would send this family a check for $5,000.

Under a negative income tax, poor families would receive financial assistance without having to demonstrate need. The only qualification required to receive assistance would be a low income. Depending on one's point of view, this feature can be either an advantage or a disadvantage. On the one hand, a negative income tax does not encourage illegitimate births and the breakup of families, as critics of the welfare system believe current policy does. On the other hand, a negative income tax would subsidize not only the unfortunate but also those who are simply lazy and, in some people's eyes, undeserving of government support.

One actual tax provision that works much like a negative income tax is the Earned Income Tax Credit (EITC). This credit allows poor working families to receive income tax refunds greater than the taxes they paid during the year. Because the Earned Income Tax Credit applies only to the working poor, it does not discourage recipients from working, as other antipoverty programs are claimed to do. For the same reason, however, it also does not help alleviate poverty due to unemployment, sickness, or other inability to work.

In-Kind Transfers

Another way to help the poor is to provide them directly with some of the goods and services they need to raise their living standards. For example, charities provide the needy with food, shelter, and toys at Christmas. The government gives

In The News

Child Labor

What is the best way to reduce the use of child labor around the world?

Research Changes Ideas about Children and Work

By Virginia Postrel

When Americans think about child labor in poor countries, they rarely picture girls fetching water or boys tending livestock. Yet most of the 211 million children, ages 5 to 14, who work worldwide are not in factories. They are working in agriculture—from 92 percent in Vietnam to 63 percent in Guatemala—and most are not paid directly.

"Contrary to popular perception in high-income countries, most working children are employed by their parents rather than in manufacturing establishments or other forms of wage employment," two Dartmouth economists, Eric V. Edmonds and Nina Pavcnik, wrote in "Child Labor in the Global Economy," published in the Winter 2005 *Journal of Economic Perspectives*.

PHOTO: © GETTY IMAGES

Their article surveys what is known about child labor. Research over the past several years, by these economists and others, has begun to erode some popular beliefs about why children work, what they do and when they are likely to leave work for school.

When he started working on child labor issues six years ago, Professor Edmonds said in an interview, "[T]he conventional view was that child labor really wasn't about poverty." Children's work, many policy makers believed, "reflected perhaps parental callousness or a lack of education for parents about the benefits of educating your child." So policies to curb child labor focused on educating parents about why their children should not work and banning children's employment to remove the temptation.

Recent research, however, casts doubt on the cultural explanation. "In every context that I've looked at things, child labor seems to be almost entirely about poverty. I wouldn't say it's only about poverty, but it's got a lot to do with poverty," Professor Edmonds said.

poor families *food stamps*, which are government vouchers that can be used to buy food at stores; the stores then redeem the vouchers for money. The government also gives many poor people healthcare through a program called *Medicaid*.

Is it better to help the poor with these in-kind transfers or with direct cash payments? There is no clear answer.

Advocates of in-kind transfers argue that such transfers ensure that the poor get what they need most. Among the poorest members of society, alcohol and drug addiction is more common than it is in society as a whole. By providing the poor with food and shelter, society can be more confident that it is not helping to support such addictions. This is one reason in-kind transfers are more politically popular than cash payments to the poor.

Advocates of cash payments, on the other hand, argue that in-kind transfers are inefficient and disrespectful. The government does not know what goods and services the poor need most. Many of the poor are ordinary people down on their luck. Despite their misfortune, they are in the best position to decide how to raise their own living standards. Rather than giving the poor in-kind transfers of goods

As families' incomes increase, children tend to stop working and, where schools are available, they go to school. If family incomes drop, children are more likely to return to work.

Some of the best data, and the most noteworthy results, come from Vietnam, which tracked about 3,000 households from 1993 to 1998. This was a period of rapid economic growth, in which gross domestic product rose about 9 percent a year.

In a paper published in the Winter 2005 *Journal of Human Resources,* "Does Child Labor Decline With Improving Economic Status?" Professor Edmonds found that child labor dropped by nearly 30 percent over this five-year period. Rising incomes explain about 60 percent of that shift.

The effects were greatest for families escaping poverty. For those who crossed the official poverty line, earning enough to pay for adequate food and basic necessities, higher incomes accounted for 80 percent of the drop in child labor. In 1993, 58 percent of the population fell below the poverty line, compared with 33 percent five years later.

"Child labor does not appear to vary with per capita expenditure until households can meet their food needs, and it then declines dramatically," Professor Edmonds wrote.

During this same period, Vietnam repealed its policy against exporting rice. That opened a big new market for Vietnamese farmers—the country went from almost no exports to being one of the world's top rice exporters—and significantly raised the price of rice.

This change, along with the family survey data, allowed Professors Edmonds and Pavcnik to examine what happens when household incomes rise but children's labor also becomes more valuable. Their paper, "The Effect of Trade Liberalization on Child Labor," was published in the March 2005 *Journal of International Economics.*

In the interview, Professor Edmonds said he expected that the booming market for rice would lead more children to work in agriculture, if only on their own families' farms, because the value of their labor had risen substantially. But that was not what happened.

"Instead, it looks like what households did was, with rising income, they purchased substitutes for child labor. They used more fertilizers. There was more mechanization, more purchasing of tools," he said, adding, "It was the opposite of what I expected to find coming in." . . .

The results from Vietnam suggest that families do not want their children to work. Parents pull their children out of work when they can afford to, even when the wages children could earn are rising. Poverty, not culture, appears to be the fundamental problem. . . .

"Most child labor policy even today is directed at trying to get kids into unemployment—to limit working opportunities for kids," he said in the interview. But, "if households are already in a situation where they don't want their children to be working, but they're forced to because of their circumstance, taking additional steps to prevent the kids from working is punishing the poorest for being poor."

Source: *New York Times,* July 14, 2005.

and services that they may not want, it may be better to give them cash and allow them to buy what they think they need most.

Antipoverty Programs and Work Incentives

Many policies aimed at helping the poor can have the unintended effect of discouraging the poor from escaping poverty on their own. To see why, consider the following example. Suppose that a family needs an income of $15,000 to maintain a reasonable standard of living. And suppose that, out of concern for the poor, the government promises to guarantee every family that income. Whatever a family earns, the government makes up the difference between that income and $15,000. What effect would you expect this policy to have?

The incentive effects of this policy are obvious: Any person who would make under $15,000 by working has little incentive to find and keep a job. For every dollar that the person would earn, the government would reduce the income supplement by a dollar. In effect, the government taxes 100 percent of additional earnings. An effective marginal tax rate of 100 percent is surely a policy with a large deadweight loss.

The adverse effects of this high effective tax rate can persist over time. A person discouraged from working loses the on-the-job training that a job might offer. In addition, his or her children miss the lessons learned by observing a parent with a full-time job, and this may adversely affect their own ability to find and hold a job.

Although the antipoverty program we have been discussing is hypothetical, it is not as unrealistic as might first appear. Welfare, Medicaid, food stamps, and the Earned Income Tax Credit are all programs aimed at helping the poor, and they are all tied to family income. As a family's income rises, the family becomes ineligible for these programs. When all these programs are taken together, it is common for families to face effective marginal tax rates that are very high. Sometimes the effective marginal tax rates even exceed 100 percent so that poor families are worse off when they earn more. By trying to help the poor, the government discourages those families from working. According to critics of antipoverty programs, these programs alter work attitudes and create a "culture of poverty."

It might seem that there is an easy solution to this problem: Reduce benefits to poor families more gradually as their incomes rise. For example, if a poor family loses 30 cents of benefits for every dollar it earns, then it faces an effective marginal tax rate of 30 percent. Although this effective tax reduces work effort to some extent, it does not eliminate the incentive to work completely.

The problem with this solution is that it greatly increases the cost of programs to combat poverty. If benefits are phased out gradually as a poor family's income rises, then families just above the poverty level will also be eligible for substantial benefits. The more gradual the phase-out, the more families are eligible, and the more the program costs. Thus, policymakers face a trade-off between burdening the poor with high effective marginal tax rates and burdening taxpayers with costly programs to reduce poverty.

There are various other ways to reduce the work disincentive of antipoverty programs. One is to require any person collecting benefits to accept a government-provided job—a system sometimes called *workfare.* Another possibility is to provide benefits for only a limited period of time. This route was taken in the 1996 welfare reform bill, which imposed a 5-year lifetime limit on welfare recipients. When President Clinton signed the bill, he explained his policy as follows: "Welfare should be a second chance, not a way of life."

How has the reform worked? The debate over the bill persists to this day, but there is no doubt that its passage was followed by a large decrease in the welfare rolls and a large increase in employment among those groups traditionally on welfare. In a 2003 study, economist Rebecca Blank, a prominent expert on the welfare system, summarized the experience as follows:

> This nation transformed its assistance programs to poor families with children from cash-assistance oriented programs aimed at providing income support, to work-assistance programs aimed at encouraging and supporting work. Critics can argue that the changes have left us with an inadequate safety net, in which an increasing number of families will be unable to return for assistance due to time limits, past sanctions, and limited state funds. Meanwhile, work requirements force women into unstable, difficult work situations with low wages and inadequate support for child care, healthcare or other family needs. Supporters

can argue that the system has now worked for seven years. Due to a mix of economic good fortune and well-designed policies, a substantial number of women who would previously have been receiving welfare are now in employment building a record of experience and demonstrating to their children the importance of work preparation. Dire predictions about deep poverty and greatly increased homelessness have not come to pass. Even if the work-support system is far from perfect, it may be preferable to the poorly-functioning AFDC [Aid to Families with Dependent Children] welfare system of the past.

QUICK QUIZ List three policies aimed at helping the poor, and discuss the pros and cons of each.

CONCLUSION

People have long reflected on the distribution of income in society. Plato, the ancient Greek philosopher, concluded that in an ideal society the income of the richest person would be no more than four times the income of the poorest person. Although the measurement of inequality is difficult, it is clear that our society has much more inequality than Plato recommended.

One of the *Ten Principles of Economics* discussed in Chapter 1 is that governments can sometimes improve market outcomes. There is little consensus, however, about how this principle should be applied to the distribution of income. Philosophers and policymakers today do not agree on how much income inequality is desirable, or even whether public policy should aim to alter the distribution of income. Much of public debate reflects this disagreement. Whenever taxes are raised, for instance, lawmakers argue over how much of the tax hike should fall on the rich, the middle class, and the poor.

Another of the *Ten Principles of Economics* is that people face trade-offs. This principle is important to keep in mind when thinking about economic inequality. Policies that penalize the successful and reward the unsuccessful reduce the incentive to succeed. Thus, policymakers face a trade-off between equality and efficiency. The more equally the pie is divided, the smaller the pie becomes. This is the one lesson concerning the distribution of income about which almost everyone agrees.

SUMMARY

- Data on the distribution of income show a wide disparity in our society. The richest fifth of families earns more than ten times as much income as the poorest fifth.
- Because in-kind transfers, the economic life cycle, transitory income, and economic mobility are so important for understanding variation in income, it is difficult to gauge the degree of inequality in our society using data on the distribution of income in a single year. When these other factors are taken into account, they tend to suggest that economic well-being is more equally distributed than is annual income.
- Political philosophers differ in their views about the role of government in altering the distribution of income. Utilitarians (such as John Stuart Mill) would choose the distribution of income to maximize the sum of utility of everyone in society. Liberals (such as John Rawls) would determine the distribution of income as if we were behind a "veil of ignorance" that prevented us from knowing our own stations in life. Libertarians (such as Robert Nozick) would have the government enforce individual rights to ensure a fair process but then not be concerned about inequality in the resulting distribution of income.
- Various policies aim to help the poor—minimum-wage laws, welfare, negative income taxes, and in-kind transfers. While these policies help some families escape poverty, they also have unintended side effects. Because financial assistance declines as income rises, the poor often face very high effective marginal tax rates, which discourage poor families from escaping poverty on their own.

KEY CONCEPTS

poverty rate, *p. 437*
poverty line, *p. 437*
in-kind transfers, *p. 438*
life cycle, *p. 439*
permanent income, *p. 439*
utilitarianism, *p. 442*
utility, *p. 442*
liberalism, *p. 443*
maximin criterion, *p. 444*
social insurance, *p. 444*
libertarianism, *p. 444*
welfare, *p. 446*
negative income tax, *p. 447*

QUESTIONS FOR REVIEW

1. Does the richest fifth of the U.S. population earn closer to two, four, or ten times the income of the poorest fifth?
2. How does the extent of income inequality in the United States compare to that of other nations around the world?
3. What groups in the U.S. population are most likely to live in poverty?
4. When gauging the amount of inequality, why do transitory and life cycle variations in income cause difficulties?
5. How would a utilitarian, a liberal, and a libertarian determine how much income inequality is permissible?
6. What are the pros and cons of in-kind (rather than cash) transfers to the poor?
7. Describe how antipoverty programs can discourage the poor from working. How might you reduce this disincentive? What are the disadvantages of your proposed policy?

PROBLEMS AND APPLICATIONS

1. Table 2 shows that income inequality in the United States has increased since 1970. Some factors contributing to this increase were discussed in Chapter 19. What are they?
2. Table 3 shows that the percentage of children in families with income below the poverty line far exceeds the percentage of the elderly in such families. How might the allocation of government money across different social programs have contributed to this phenomenon? (Hint: See Chapter 12.)
3. Economists often view life cycle variation in income as one form of transitory variation in income around people's lifetime, or permanent, income. In this sense, how does your current income compare to your permanent income? Do you think your current income accurately reflects your standard of living?
4. The chapter discusses the importance of economic mobility.
   a. What policies might the government pursue to increase economic mobility *within* a generation?
   b. What policies might the government pursue to increase economic mobility *across* generations?
   c. Do you think we should reduce spending on current welfare programs to increase spending on programs that enhance economic mobility? What are some of the advantages and disadvantages of doing so?
5. Consider two communities. In one community, ten families have incomes of $100,000 each and ten families have incomes of $20,000 each. In the other community, ten families have incomes of $200,000 each and ten families have incomes of $22,000 each.
   a. In which community is the distribution of income more unequal? In which community is the problem of poverty likely to be worse?
   b. Which distribution of income would Rawls prefer? Explain.
   c. Which distribution of income do you prefer? Explain.
   d. Why might someone have the opposite preference?
6. The chapter uses the analogy of a "leaky bucket" to explain one constraint on the redistribution of income.
   a. What elements of the U.S. system for redistributing income create the leaks in the bucket? Be specific.
   b. Do you think that Republicans or Democrats generally believe that the bucket used for redistributing income is leakier? How does that belief affect their views about the amount of income redistribution that the government should undertake?
7. Suppose there are two possible income distributions in a society of ten people. In the first distribution, nine people have incomes of $30,000 and one person has an income of $10,000. In the second distribution, all ten people have incomes of $25,000.
   a. If the society had the first income distribution, what would be the utilitarian argument for redistributing income?
   b. Which income distribution would Rawls consider more equitable? Explain.
   c. Which income distribution would Nozick consider more equitable? Explain.
8. The poverty rate would be substantially lower if the market value of in-kind transfers were added to family income. The largest in-kind transfer is Medicaid, the government health program for the poor. Let's say the program costs $7,000 per recipient family.
   a. If the government gave each recipient family a $7,000 check instead of enrolling them in the Medicaid program, do you think that most of these families would spend that money to purchase health insurance? Why? (Recall that the poverty level for a family of four is about $20,000.)
   b. How does your answer to part (a) affect your view about whether we should determine the poverty rate by valuing in-kind transfers at the price the government pays for them? Explain.
   c. How does your answer to part (a) affect your view about whether we should provide assistance to the poor in the form of cash transfers or in-kind transfers? Explain.

9. Consider two of the income security programs in the United States: Temporary Assistance for Needy Families (TANF) and the Earned Income Tax Credit (EITC).
   a. When a woman with children and very low income earns an extra dollar, she receives less in TANF benefits. What do you think is the effect of this feature of TANF on the labor supply of low-income women? Explain.
   b. The EITC provides greater benefits as low-income workers earn more income (up to a point). What do you think is the effect of this program on the labor supply of low-income individuals? Explain.
   c. What are the disadvantages of eliminating TANF and allocating the savings to the EITC?
10. John and Jeremy are utilitarians. John believes that labor supply is highly elastic, whereas Jeremy believes that labor supply is quite inelastic. How do you suppose their views about income redistribution differ?

PART VII

Topics for Further Study

CHAPTER

21

The Theory of Consumer Choice

When you walk into a store, you are confronted with thousands of goods that you might buy. Because your financial resources are limited, however, you cannot buy everything that you want. You therefore consider the prices of the various goods offered for sale and buy a bundle of goods that, given your resources, best suits your needs and desires.

In this chapter, we develop a theory that describes how consumers make decisions about what to buy. Thus far in this book, we have summarized consumers' decisions with the demand curve. As we have seen, the demand curve for a good reflects consumers' willingness to pay for it. When the price of a good rises, consumers are willing to pay for fewer units, so the quantity demanded falls. We now look more deeply at the decisions that lie behind the demand curve. The theory of consumer choice presented in this chapter provides a more complete understanding of demand, just as the theory of the competitive firm in Chapter 14 provides a more complete understanding of supply.

One of the *Ten Principles of Economics* discussed in Chapter 1 is that people face trade-offs. The theory of consumer choice examines the trade-offs that people face in their role as consumers. When a consumer buys more of one good, he can afford less of other goods. When he spends more time enjoying leisure and less time working, he has lower income and can afford less consumption. When he spends more of his income in the present and saves less of it, he must accept a lower level of consumption in the future. The theory of consumer choice examines how consumers facing these trade-offs make decisions and how they respond to changes in their environment.

After developing the basic theory of consumer choice, we apply it to three questions about household decisions. In particular, we ask:

- Do all demand curves slope downward?
- How do wages affect labor supply?
- How do interest rates affect household saving?

At first, these questions might seem unrelated. But as we will see, we can use the theory of consumer choice to address each of them.

THE BUDGET CONSTRAINT: WHAT THE CONSUMER CAN AFFORD

Most people would like to increase the quantity or quality of the goods they consume—to take longer vacations, drive fancier cars, or eat at better restaurants. People consume less than they desire because their spending is *constrained*, or limited, by their income. We begin our study of consumer choice by examining this link between income and spending.

To keep things simple, we examine the decision facing a consumer who buys only two goods: pizza and Pepsi. Of course, real people buy thousands of different kinds of goods. Assuming there are only two goods greatly simplifies the problem without altering the basic insights about consumer choice.

We first consider how the consumer's income constrains the amount he spends on pizza and Pepsi. Suppose the consumer has an income of $1,000 per month and he spends his entire income on pizza and Pepsi. The price of a pizza is $10, and the price of a pint of Pepsi is $2.

The table in Figure 1 shows some of the many combinations of pizza and Pepsi that the consumer can buy. The first row in the table shows that if the consumer spends all his income on pizza, he can eat 100 pizzas during the month, but he would not be able to buy any Pepsi at all. The second row shows another possible consumption bundle: 90 pizzas and 50 pints of Pepsi. And so on. Each consumption bundle in the table costs exactly $1,000.

The graph in Figure 1 illustrates the consumption bundles that the consumer can choose. The vertical axis measures the number of pints of Pepsi, and the horizontal axis measures the number of pizzas. Three points are marked on this figure. At point A, the consumer buys no Pepsi and consumes 100 pizzas. At point B, the consumer buys no pizza and consumes 500 pints of Pepsi. At point C, the consumer buys 50 pizzas and 250 pints of Pepsi. Point C, which is exactly at the middle of the line from A to B, is the point at which the consumer spends an equal amount ($500) on pizza and Pepsi. These are only three of the many combinations of pizza and Pepsi that the consumer can choose. All the points on the line from A to B are possible. This line, called the **budget constraint**, shows the consumption bundles that the consumer can afford. In this case, it shows the trade-off between pizza and Pepsi that the consumer faces.

budget constraint
the limit on the consumption bundles that a consumer can afford

The slope of the budget constraint measures the rate at which the consumer can trade one good for the other. Recall that the slope between two points is calculated

The budget constraint shows the various bundles of goods that the consumer can buy for a given income. Here the consumer buys bundles of pizza and Pepsi. The table and graph show what the consumer can afford if his income is $1,000, the price of pizza is $10, and the price of Pepsi is $2.

FIGURE 1

The Consumer's Budget Constraint

Number of Pizzas	Pints of Pepsi	Spending on Pizza	Spending on Pepsi	Total Spending
100	0	$1,000	$ 0	$1,000
90	50	900	100	1,000
80	100	800	200	1,000
70	150	700	300	1,000
60	200	600	400	1,000
50	250	500	500	1,000
40	300	400	600	1,000
30	350	300	700	1,000
20	400	200	800	1,000
10	450	100	900	1,000
0	500	0	1,000	1,000

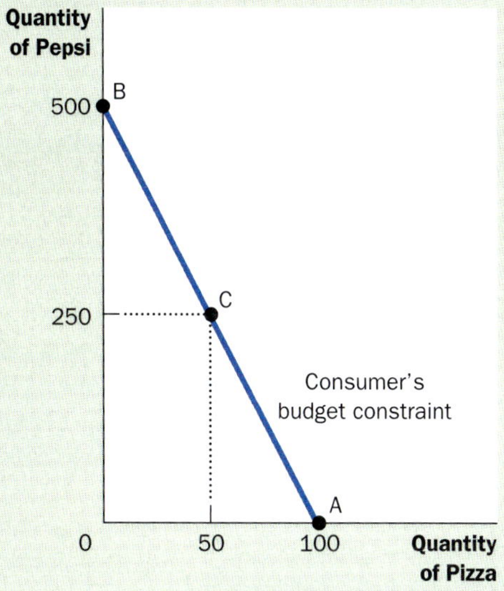

as the change in the vertical distance divided by the change in the horizontal distance ("rise over run"). From point A to point B, the vertical distance is 500 pints, and the horizontal distance is 100 pizzas. Thus, the slope is 5 pints per pizza. (Actually, because the budget constraint slopes downward, the slope is a negative number. But for our purposes, we can ignore the minus sign.)

Notice that the slope of the budget constraint equals the *relative price* of the two goods—the price of one good compared to the price of the other. A pizza costs 5 times as much as a pint of Pepsi, so the opportunity cost of a pizza is 5 pints of Pepsi. The budget constraint's slope of 5 reflects the trade-off the market is offering the consumer: 1 pizza for 5 pints of Pepsi.

QUICK QUIZ Draw the budget constraint for a person with income of $1,000 if the price of Pepsi is $5 and the price of pizza is $10. What is the slope of this budget constraint?

PREFERENCES: WHAT THE CONSUMER WANTS

Our goal in this chapter is to see how consumers make choices. The budget constraint is one piece of the analysis: It shows the combinations of goods the consumer can afford given his income and the prices of the goods. The consumer's choices, however, depend not only on his budget constraint but also on his preferences regarding the two goods. Therefore, the consumer's preferences are the next piece of our analysis.

Representing Preferences with Indifference Curves

The consumer's preferences allow him to choose among different bundles of pizza and Pepsi. If you offer the consumer two different bundles, he chooses the bundle that best suits his tastes. If the two bundles suit his tastes equally well, we say that the consumer is *indifferent* between the two bundles.

Just as we have represented the consumer's budget constraint graphically, we can also represent his preferences graphically. We do this with indifference curves. An **indifference curve** shows the bundles of consumption that make the consumer equally happy. In this case, the indifference curves show the combinations of pizza and Pepsi with which the consumer is equally satisfied.

indifference curve
a curve that shows consumption bundles that give the consumer the same level of satisfaction

Figure 2 shows two of the consumer's many indifference curves. The consumer is indifferent among combinations A, B, and C because they are all on the same curve. Not surprisingly, if the consumer's consumption of pizza is reduced, say, from point A to point B, consumption of Pepsi must increase to keep him equally happy. If consumption of pizza is reduced again, from point B to point C, the amount of Pepsi consumed must increase yet again.

The slope at any point on an indifference curve equals the rate at which the consumer is willing to substitute one good for the other. This rate is called the **marginal rate of substitution** (*MRS*). In this case, the marginal rate of substitution measures how much Pepsi the consumer requires to be compensated for a one-unit reduction in pizza consumption. Notice that because the indifference curves are not straight lines, the marginal rate of substitution is not the same at all points on a given indifference curve. The rate at which a consumer is willing to trade one good for the other depends on the amounts of the goods he is already consuming. That is, the rate at which a consumer is willing to trade pizza for Pepsi depends on whether he is hungrier or thirstier, which in turn depends on how much pizza and Pepsi he is consuming.

marginal rate of substitution
the rate at which a consumer is willing to trade one good for another

The consumer is equally happy at all points on any given indifference curve, but he prefers some indifference curves to others. Because he prefers more consumption to less, higher indifference curves are preferred to lower ones. In Figure 2, any point on curve I_2 is preferred to any point on curve I_1.

2 FIGURE

The Consumer's Preferences
The consumer's preferences are represented with indifference curves, which show the combinations of pizza and Pepsi that make the consumer equally satisfied. Because the consumer prefers more of a good, points on a higher indifference curve (I_2 here) are preferred to points on a lower indifference curve (I_1). The marginal rate of substitution (*MRS*) shows the rate at which the consumer is willing to trade Pepsi for pizza. It measures the quantity of Pepsi the consumer must be given in exchange for 1 pizza.

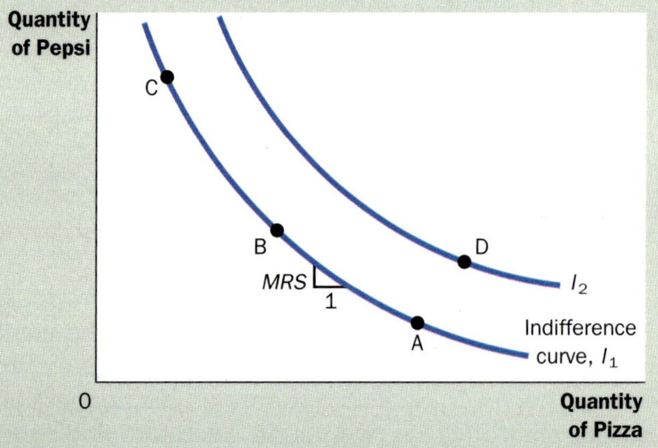

A consumer's set of indifference curves gives a complete ranking of the consumer's preferences. That is, we can use the indifference curves to rank any two bundles of goods. For example, the indifference curves tell us that point D is preferred to point A because point D is on a higher indifference curve than point A. (That conclusion may be obvious, however, because point D offers the consumer both more pizza and more Pepsi.) The indifference curves also tell us that point D is preferred to point C because point D is on a higher indifference curve. Even though point D has less Pepsi than point C, it has more than enough extra pizza to make the consumer prefer it. By seeing which point is on the higher indifference curve, we can use the set of indifference curves to rank any combination of pizza and Pepsi.

Four Properties of Indifference Curves

Because indifference curves represent a consumer's preferences, they have certain properties that reflect those preferences. Here we consider four properties that describe most indifference curves:

- *Property 1: Higher indifference curves are preferred to lower ones.* People usually prefer to consume more goods rather than less. This preference for greater quantities is reflected in the indifference curves. As Figure 2 shows, higher indifference curves represent larger quantities of goods than lower indifference curves. Thus, the consumer prefers being on higher indifference curves.
- *Property 2: Indifference curves are downward sloping.* The slope of an indifference curve reflects the rate at which the consumer is willing to substitute one good for the other. In most cases, the consumer likes both goods. Therefore, if the quantity of one good is reduced, the quantity of the other good must increase for the consumer to be equally happy. For this reason, most indifference curves slope downward.
- *Property 3: Indifference curves do not cross.* To see why this is true, suppose that two indifference curves did cross, as in Figure 3. Then, because point A is on the same indifference curve as point B, the two points would make the consumer equally happy. In addition, because point B is on the same indifference curve as point C, these two points would make the consumer equally

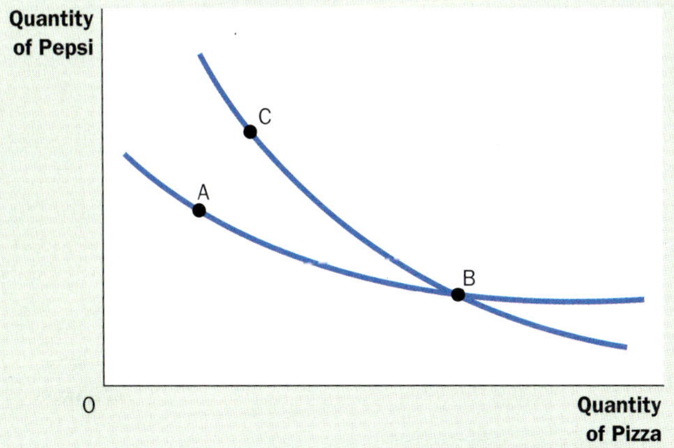

FIGURE 3

The Impossibility of Intersecting Indifference Curves
A situation like this can never happen. According to these indifference curves, the consumer would be equally satisfied at points A, B, and C, even though point C has more of both goods than point A.

happy. But these conclusions imply that points A and C would also make the consumer equally happy, even though point C has more of both goods. This contradicts our assumption that the consumer always prefers more of both goods to less. Thus, indifference curves cannot cross.

- *Property 4: Indifference curves are bowed inward.* The slope of an indifference curve is the marginal rate of substitution—the rate at which the consumer is willing to trade off one good for the other. The marginal rate of substitution (*MRS*) usually depends on the amount of each good the consumer is currently consuming. In particular, because people are more willing to trade away goods that they have in abundance and less willing to trade away goods of which they have little, the indifference curves are bowed inward. As an example, consider Figure 4. At point A, because the consumer has a lot of Pepsi and only a little pizza, he is very hungry but not very thirsty. To induce the consumer to give up 1 pizza, he has to be given 6 pints of Pepsi: The marginal rate of substitution is 6 pints per pizza. By contrast, at point B, the consumer has little Pepsi and a lot of pizza, so he is very thirsty but not very hungry. At this point, he would be willing to give up 1 pizza to get 1 pint of Pepsi: The marginal rate of substitution is 1 pint per pizza. Thus, the bowed shape of the indifference curve reflects the consumer's greater willingness to give up a good that he already has in large quantity.

Two Extreme Examples of Indifference Curves

The shape of an indifference curve tells us about the consumer's willingness to trade one good for the other. When the goods are easy to substitute for each other, the indifference curves are less bowed; when the goods are hard to substitute,

4 FIGURE

Bowed Indifference Curves
Indifference curves are usually bowed inward. This shape implies that the marginal rate of substitution (*MRS*) depends on the quantity of the two goods the consumer is consuming. At point A, the consumer has little pizza and much Pepsi, so he requires a lot of extra Pepsi to induce him to give up one of the pizzas: The marginal rate of substitution is 6 pints of Pepsi per pizza. At point B, the consumer has much pizza and little Pepsi, so he requires only a little extra Pepsi to induce him to give up one of the pizzas: The marginal rate of substitution is 1 pint of Pepsi per pizza.

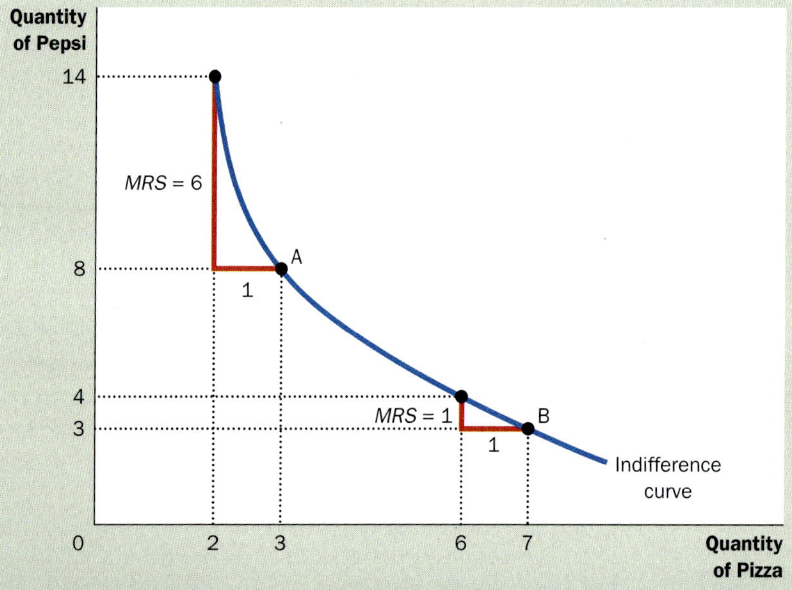

the indifference curves are very bowed. To see why this is true, let's consider the extreme cases.

Perfect Substitutes Suppose that someone offered you bundles of nickels and dimes. How would you rank the different bundles?

Most likely, you would care only about the total monetary value of each bundle. If so, you would always be willing to trade 2 nickels for 1 dime, regardless of the number of nickels and dimes in the bundle. Your marginal rate of substitution between nickels and dimes would be a fixed number—2.

We can represent your preferences over nickels and dimes with the indifference curves in panel (a) of Figure 5. Because the marginal rate of substitution is constant, the indifference curves are straight lines. In this extreme case of straight indifference curves, we say that the two goods are **perfect substitutes**.

perfect substitutes
two goods with straight-line indifference curves

Perfect Complements Suppose now that someone offered you bundles of shoes. Some of the shoes fit your left foot, others your right foot. How would you rank these different bundles?

In this case, you might care only about the number of pairs of shoes. In other words, you would judge a bundle based on the number of pairs you could assemble from it. A bundle of 5 left shoes and 7 right shoes yields only 5 pairs. Getting 1 more right shoe has no value if there is no left shoe to go with it.

We can represent your preferences for right and left shoes with the indifference curves in panel (b) of Figure 5. In this case, a bundle with 5 left shoes and 5 right shoes is just as good as a bundle with 5 left shoes and 7 right shoes. It is also just as good as a bundle with 7 left shoes and 5 right shoes. The indifference curves,

When two goods are easily substitutable, such as nickels and dimes, the indifference curves are straight lines, as shown in panel (a). When two goods are strongly complementary, such as left shoes and right shoes, the indifference curves are right angles, as shown in panel (b).

FIGURE 5

Perfect Substitutes and Perfect Complements

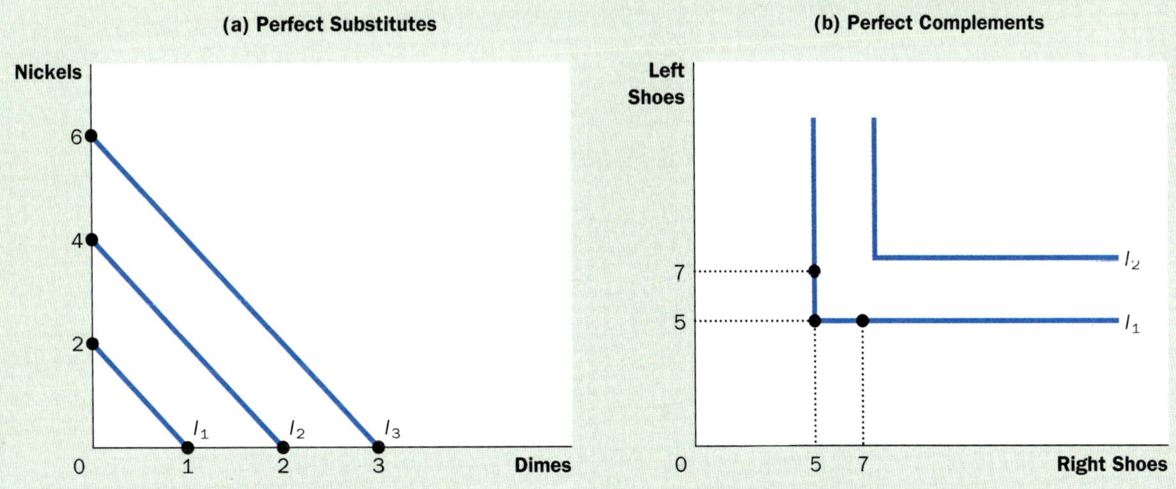

perfect complements
two goods with right-angle indifference curves

therefore, are right angles. In this extreme case of right-angle indifference curves, we say that the two goods are **perfect complements**.

In the real world, of course, most goods are neither perfect substitutes (like nickels and dimes) nor perfect complements (like right shoes and left shoes). More typically, the indifference curves are bowed inward, but not so bowed as to become right angles.

QUICK QUIZ Draw some indifference curves for pizza and Pepsi. Explain the four properties of these indifference curves.

OPTIMIZATION: WHAT THE CONSUMER CHOOSES

The goal of this chapter is to understand how a consumer makes choices. We have the two pieces necessary for this analysis: the consumer's budget constraint (how much he can afford to spend) and the consumer's preferences (what he wants to spend it on). Now we put these two pieces together and consider the consumer's decision about what to buy.

The Consumer's Optimal Choices

Consider once again our pizza and Pepsi example. The consumer would like to end up with the best possible combination of pizza and Pepsi for him—that is, the combination on his highest possible indifference curve. But the consumer must also end up on or below his budget constraint, which measures the total resources available to him.

Figure 6 shows the consumer's budget constraint and three of his many indifference curves. The highest indifference curve that the consumer can reach (I_2 in the figure) is the one that just barely touches his budget constraint. The point at

6 FIGURE

The Consumer's Optimum

The consumer chooses the point on his budget constraint that lies on the highest indifference curve. At this point, called the optimum, the marginal rate of substitution equals the relative price of the two goods. Here the highest indifference curve the consumer can reach is I_2. The consumer prefers point A, which lies on indifference curve I_3, but the consumer cannot afford this bundle of pizza and Pepsi. By contrast, point B is affordable, but because it lies on a lower indifference curve, the consumer does not prefer it.

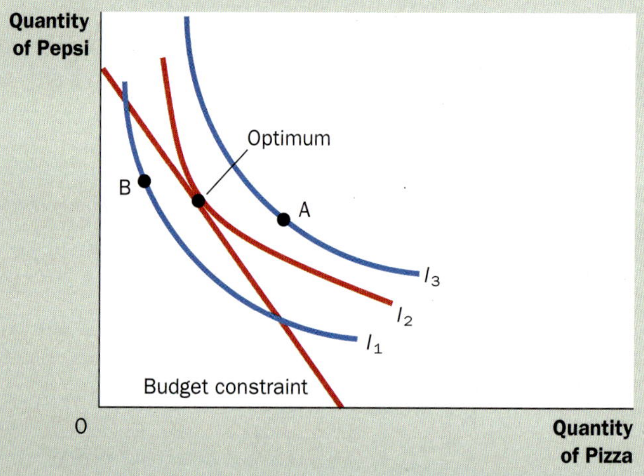

FYI

Utility: An Alternative Way to Describe Preferences and Optimization

We have used indifference curves to represent the consumer's preferences. Another common way to represent preferences is with the concept of *utility.* Utility is an abstract measure of the satisfaction or happiness that a consumer receives from a bundle of goods. Economists say that a consumer prefers one bundle of goods to another if one provides more utility than the other.

Indifference curves and utility are closely related. Because the consumer prefers points on higher indifference curves, bundles of goods on higher indifference curves provide higher utility. Because the consumer is equally happy with all points on the same indifference curve, all these bundles provide the same utility. You can think of an indifference curve as an "equal-utility" curve.

The *marginal utility* of any good is the increase in utility that the consumer gets from an additional unit of that good. Most goods are assumed to exhibit *diminishing marginal utility:* The more of the good the consumer already has, the lower the marginal utility provided by an extra unit of that good.

The marginal rate of substitution between two goods depends on their marginal utilities. For example, if the marginal utility of good X is twice the marginal utility of good Y, then a person would need 2 units of good Y to compensate for losing 1 unit of good X, and the marginal rate of substitution equals 2. More generally, the marginal rate of substitution (and thus the slope of the indifference curve) equals the marginal utility of one good divided by the marginal utility of the other good.

Utility analysis provides another way to describe consumer optimization. Recall that at the consumer's optimum, the marginal rate of substitution equals the ratio of prices. That is,

$$MRS = P_X/P_Y.$$

Because the marginal rate of substitution equals the ratio of marginal utilities, we can write this condition for optimization as

$$MU_X/MU_Y = P_X/P_Y.$$

Now rearrange this expression to become

$$MU_X/P_X = MU_Y/P_Y.$$

This equation has a simple interpretation: At the optimum, the marginal utility per dollar spent on good X equals the marginal utility per dollar spent on good Y. (Why? If this equality did not hold, the consumer could increase utility by spending less on the good that provided lower marginal utility per dollar and more on the good that provided higher marginal utility per dollar.)

When economists discuss the theory of consumer choice, they might express the theory using different words. One economist might say that the goal of the consumer is to maximize utility. Another economist might say that the goal of the consumer is to end up on the highest possible indifference curve. The first economist would conclude that at the consumer's optimum, the marginal utility per dollar is the same for all goods, whereas the second would conclude that the indifference curve is tangent to the budget constraint. In essence, these are two ways of saying the same thing.

which this indifference curve and the budget constraint touch is called the *optimum*. The consumer would prefer point A, but he cannot afford that point because it lies above his budget constraint. The consumer can afford point B, but that point is on a lower indifference curve and, therefore, provides the consumer less satisfaction. The optimum represents the best combination of pizza and Pepsi available to the consumer.

Notice that, at the optimum, the slope of the indifference curve equals the slope of the budget constraint. We say that the indifference curve is tangent to the budget constraint. The slope of the indifference curve is the marginal rate of substitution between pizza and Pepsi, and the slope of the budget constraint is the relative price of pizza and Pepsi. Thus, *the consumer chooses consumption of the two goods so that the marginal rate of substitution equals the relative price.*

In Chapter 7, we saw how market prices reflect the marginal value that consumers place on goods. This analysis of consumer choice shows the same result in another way. In making his consumption choices, the consumer takes as given the relative price of the two goods and then chooses an optimum at which his marginal rate of substitution equals this relative price. The relative price is the rate at which the *market* is willing to trade one good for the other, whereas the marginal rate of substitution is the rate at which the *consumer* is willing to trade one good for the other. At the consumer's optimum, the consumer's valuation of the two goods (as measured by the marginal rate of substitution) equals the market's valuation (as measured by the relative price). As a result of this consumer optimization, market prices of different goods reflect the value that consumers place on those goods.

How Changes in Income Affect the Consumer's Choices

Now that we have seen how the consumer makes a consumption decision, let's examine how this decision responds to changes in the consumer's income. To be specific, suppose that income increases. With higher income, the consumer can afford more of both goods. The increase in income, therefore, shifts the budget constraint outward, as in Figure 7. Because the relative price of the two goods has not changed, the slope of the new budget constraint is the same as the slope of the initial budget constraint. That is, an increase in income leads to a parallel shift in the budget constraint.

7 FIGURE

An Increase in Income
When the consumer's income rises, the budget constraint shifts out. If both goods are normal goods, the consumer responds to the increase in income by buying more of both of them. Here the consumer buys more pizza and more Pepsi.

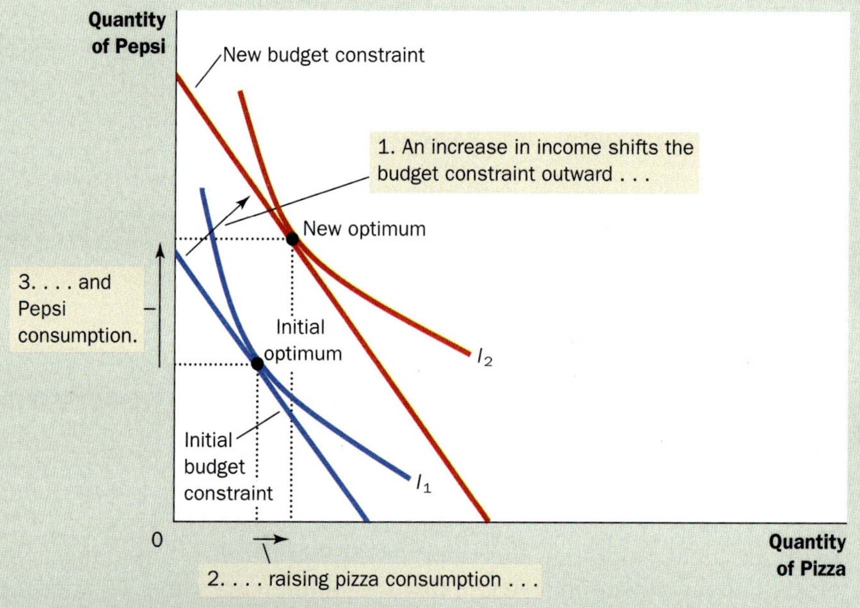

The expanded budget constraint allows the consumer to choose a better combination of pizza and Pepsi, one that is on a higher indifference curve. Given the shift in the budget constraint and the consumer's preferences as represented by his indifference curves, the consumer's optimum moves from the point labeled "initial optimum" to the point labeled "new optimum."

Notice that, in Figure 7, the consumer chooses to consume more Pepsi and more pizza. Although the logic of the model does not require increased consumption of both goods in response to increased income, this situation is the most common one. As you may recall from Chapter 4, if a consumer wants more of a good when his income rises, economists call it a **normal good**. The indifference curves in Figure 7 are drawn under the assumption that both pizza and Pepsi are normal goods.

normal good
a good for which an increase in income raises the quantity demanded

Figure 8 shows an example in which an increase in income induces the consumer to buy more pizza but less Pepsi. If a consumer buys less of a good when his income rises, economists call it an **inferior good**. Figure 8 is drawn under the assumption that pizza is a normal good and Pepsi is an inferior good.

inferior good
a good for which an increase in income reduces the quantity demanded

Although most goods are normal goods, there are some inferior goods in the world. One example is bus rides. As income increases, consumers are more likely to own cars or take a taxi and less likely to ride a bus. Bus rides, therefore, are an inferior good.

How Changes in Prices Affect the Consumer's Choices

Let's now use this model of consumer choice to consider how a change in the price of one of the goods alters the consumer's choices. Suppose, in particular, that the

FIGURE 8

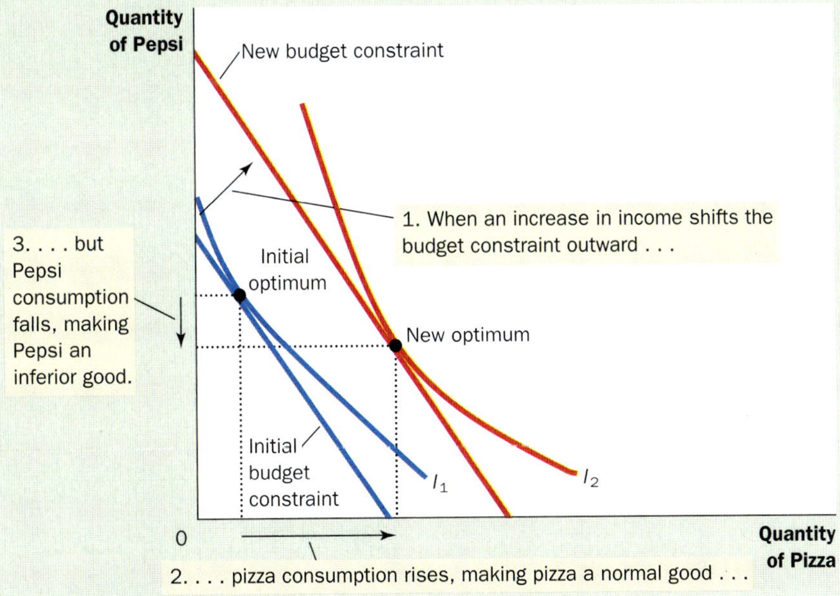

An Inferior Good
A good is an inferior good if the consumer buys less of it when his income rises. Here Pepsi is an inferior good: When the consumer's income increases and the budget constraint shifts outward, the consumer buys more pizza but less Pepsi.

price of Pepsi falls from $2 to $1 per pint. It is no surprise that the lower price expands the consumer's set of buying opportunities. In other words, a fall in the price of any good shifts the budget constraint outward.

Figure 9 considers more specifically how the fall in price affects the budget constraint. If the consumer spends his entire $1,000 income on pizza, then the price of Pepsi is irrelevant. Thus, point A in the figure stays the same. Yet if the consumer spends his entire income of $1,000 on Pepsi, he can now buy 1,000 rather than only 500 pints. Thus, the end point of the budget constraint moves from point B to point D.

Notice that in this case the outward shift in the budget constraint changes its slope. (This differs from what happened previously when prices stayed the same but the consumer's income changed.) As we have discussed, the slope of the budget constraint reflects the relative price of pizza and Pepsi. Because the price of Pepsi has fallen to $1 from $2, while the price of pizza has remained $10, the consumer can now trade a pizza for 10 rather than 5 pints of Pepsi. As a result, the new budget constraint has a steeper slope.

How such a change in the budget constraint alters the consumption of both goods depends on the consumer's preferences. For the indifference curves drawn in this figure, the consumer buys more Pepsi and less pizza.

income effect
the change in consumption that results when a price change moves the consumer to a higher or lower indifference curve

substitution effect
the change in consumption that results when a price change moves the consumer along a given indifference curve to a point with a new marginal rate of substitution

Income and Substitution Effects

The impact of a change in the price of a good on consumption can be decomposed into two effects: an **income effect** and a **substitution effect**. To see what these two effects are, consider how our consumer might respond when he learns that the price of Pepsi has fallen. He might reason in the following ways:

9 FIGURE

A Change in Price
When the price of Pepsi falls, the consumer's budget constraint shifts outward and changes slope. The consumer moves from the initial optimum to the new optimum, which changes his purchases of both pizza and Pepsi. In this case, the quantity of Pepsi consumed rises, and the quantity of pizza consumed falls.

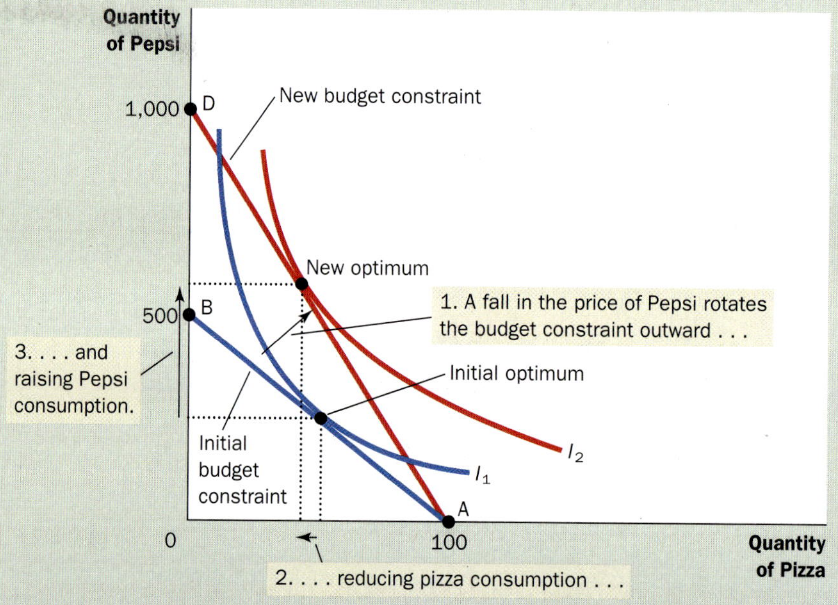

- "Great news! Now that Pepsi is cheaper, my income has greater purchasing power. I am, in effect, richer than I was. Because I am richer, I can buy both more pizza and more Pepsi." (This is the income effect.)
- "Now that the price of Pepsi has fallen, I get more pints of Pepsi for every pizza that I give up. Because pizza is now relatively more expensive, I should buy less pizza and more Pepsi." (This is the substitution effect.)

Which statement do you find more compelling?

In fact, both of these statements make sense. The decrease in the price of Pepsi makes the consumer better off. If pizza and Pepsi are both normal goods, the consumer will want to spread this improvement in his purchasing power over both goods. This income effect tends to make the consumer buy more pizza and more Pepsi. Yet at the same time, consumption of Pepsi has become less expensive relative to consumption of pizza. This substitution effect tends to make the consumer choose less pizza and more Pepsi.

Now consider the result of these two effects working at the same time. The consumer certainly buys more Pepsi because the income and substitution effects both act to raise purchases of Pepsi. But it is ambiguous whether the consumer buys more pizza because the income and substitution effects work in opposite directions. This conclusion is summarized in Table 1.

We can interpret the income and substitution effects using indifference curves. *The income effect is the change in consumption that results from the movement to a higher indifference curve. The substitution effect is the change in consumption that results from being at a point on an indifference curve with a different marginal rate of substitution.*

Figure 10 shows graphically how to decompose the change in the consumer's decision into the income effect and the substitution effect. When the price of Pepsi falls, the consumer moves from the initial optimum, point A, to the new optimum, point C. We can view this change as occurring in two steps. First, the consumer moves *along* the initial indifference curve, I_1, from point A to point B. The consumer is equally happy at these two points, but at point B, the marginal rate of substitution reflects the new relative price. (The dashed line through point B reflects the new relative price by being parallel to the new budget constraint.) Next, the

TABLE 1

Income and Substitution Effects When the Price of Pepsi Falls

Good	Income Effect	Substitution Effect	Total Effect
Pepsi	Consumer is richer, so he buys more Pepsi.	Pepsi is relatively cheaper, so consumer buys more Pepsi.	Income and substitution effects act in same direction, so consumer buys more Pepsi.
Pizza	Consumer is richer, so he buys more pizza.	Pizza is relatively more expensive, so consumer buys less pizza.	Income and substitution effects act in opposite directions, so the total effect on pizza consumption is ambiguous.

FIGURE 10

Income and Substitution Effects

The effect of a change in price can be broken down into an income effect and a substitution effect. The substitution effect—the movement along an indifference curve to a point with a different marginal rate of substitution—is shown here as the change from point A to point B along indifference curve I_1. The income effect—the shift to a higher indifference curve—is shown here as the change from point B on indifference curve I_1 to point C on indifference curve I_2.

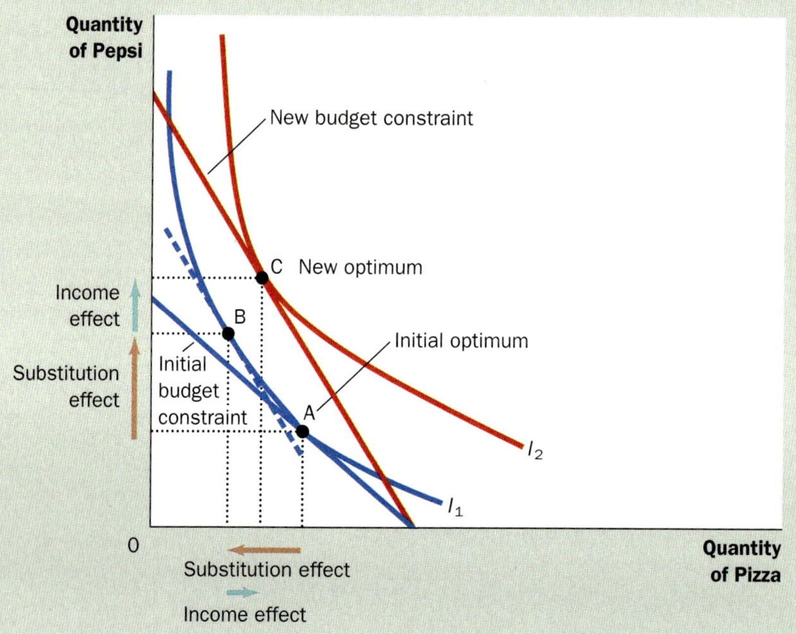

consumer *shifts* to the higher indifference curve, I_2, by moving from point B to point C. Even though point B and point C are on different indifference curves, they have the same marginal rate of substitution. That is, the slope of the indifference curve I_1 at point B equals the slope of the indifference curve I_2 at point C.

Although the consumer never actually chooses point B, this hypothetical point is useful to clarify the two effects that determine the consumer's decision. Notice that the change from point A to point B represents a pure change in the marginal rate of substitution without any change in the consumer's welfare. Similarly, the change from point B to point C represents a pure change in welfare without any change in the marginal rate of substitution. Thus, the movement from A to B shows the substitution effect, and the movement from B to C shows the income effect.

Deriving the Demand Curve

We have just seen how changes in the price of a good alter the consumer's budget constraint and, therefore, the quantities of the two goods that he chooses to buy. The demand curve for any good reflects these consumption decisions. Recall that a demand curve shows the quantity demanded of a good for any given price. We can view a consumer's demand curve as a summary of the optimal decisions that arise from his budget constraint and indifference curves.

For example, Figure 11 considers the demand for Pepsi. Panel (a) shows that when the price of a pint falls from $2 to $1, the consumer's budget constraint shifts outward. Because of both income and substitution effects, the consumer increases

Panel (a) shows that when the price of Pepsi falls from $2 to $1, the consumer's optimum moves from point A to point B, and the quantity of Pepsi consumed rises from 250 to 750 pints. The demand curve in panel (b) reflects this relationship between the price and the quantity demanded.

FIGURE 11

Deriving the Demand Curve

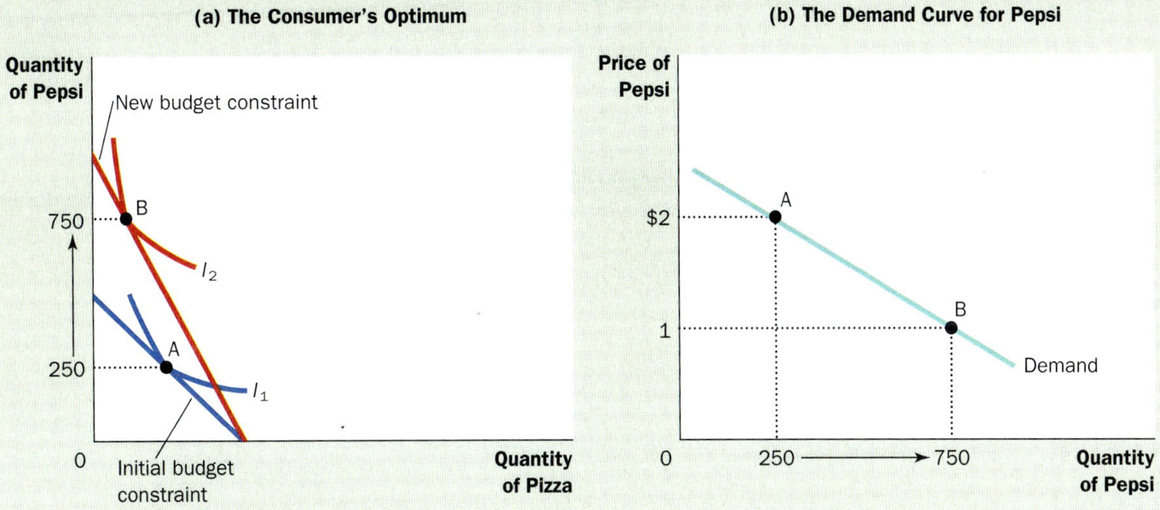

his purchases of Pepsi from 250 to 750 pints. Panel (b) shows the demand curve that results from this consumer's decisions. In this way, the theory of consumer choice provides the theoretical foundation for the consumer's demand curve.

It may be comforting to know that the demand curve arises naturally from the theory of consumer choice, but this exercise by itself does not justify developing the theory. There is no need for a rigorous, analytic framework just to establish that people respond to changes in prices. The theory of consumer choice is, however, useful in studying various decisions that people make as they go about their lives, as we see in the next section.

QUICK QUIZ Draw a budget constraint and indifference curves for pizza and Pepsi. Show what happens to the budget constraint and the consumer's optimum when the price of pizza rises. In your diagram, decompose the change into an income effect and a substitution effect.

THREE APPLICATIONS

Now that we have developed the basic theory of consumer choice, let's use it to shed light on three questions about how the economy works. These three questions might at first seem unrelated. But because each question involves household decision making, we can address it with the model of consumer behavior we have just developed.

Do All Demand Curves Slope Downward?

Normally, when the price of a good rises, people buy less of it. This usual behavior, called the *law of demand*, is reflected in the downward slope of the demand curve.

As a matter of economic theory, however, demand curves can sometimes slope upward. In other words, consumers can sometimes violate the law of demand and buy *more* of a good when the price rises. To see how this can happen, consider Figure 12. In this example, the consumer buys two goods—meat and potatoes. Initially, the consumer's budget constraint is the line from point A to point B. The optimum is point C. When the price of potatoes rises, the budget constraint shifts inward and is now the line from point A to point D. The optimum is now point E. Notice that a rise in the price of potatoes has led the consumer to buy a larger quantity of potatoes.

Why is the consumer responding in a seemingly perverse way? In this example, potatoes are a strongly inferior good. When the price of potatoes rises, the consumer is poorer. The income effect makes the consumer want to buy less meat and more potatoes. At the same time, because the potatoes have become more expensive relative to meat, the substitution effect makes the consumer want to buy more meat and less potatoes. In this particular case, however, the income effect is so strong that it exceeds the substitution effect. In the end, the consumer responds to the higher price of potatoes by buying less meat and more potatoes.

Giffen good
a good for which an increase in the price raises the quantity demanded

Economists use the term **Giffen good** to describe a good that violates the law of demand. (The term is named for economist Robert Giffen, who first noted this possibility.) In this example, potatoes are a Giffen good. Giffen goods are inferior goods for which the income effect dominates the substitution effect. Therefore, they have demand curves that slope upward.

12 FIGURE

A Giffen Good
In this example, when the price of potatoes rises, the consumer's optimum shifts from point C to point E. In this case, the consumer responds to a higher price of potatoes by buying less meat and more potatoes.

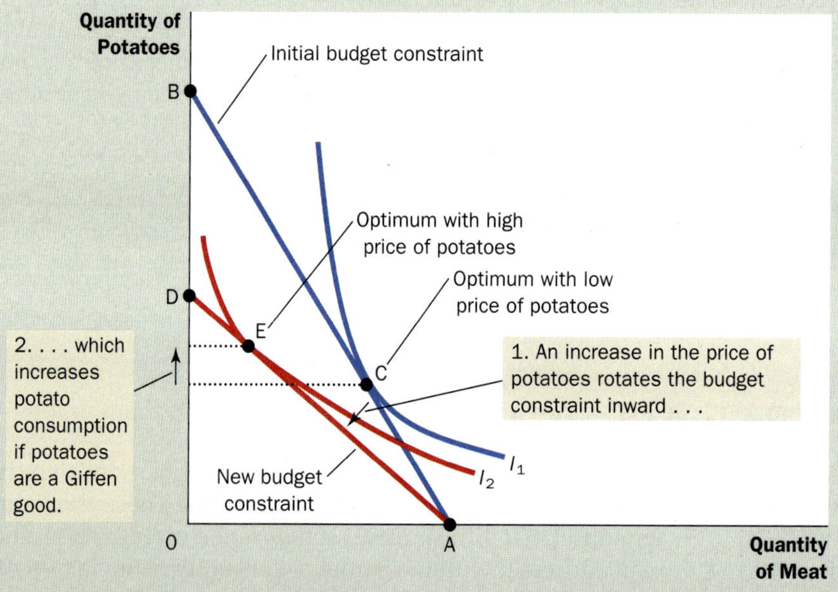

CASE STUDY THE SEARCH FOR GIFFEN GOODS

Have any actual Giffen goods ever been observed? Some historians suggest that potatoes were a Giffen good during the Irish potato famine of the 19th century. Potatoes were such a large part of people's diet that when the price of potatoes rose, it had a large income effect. People responded to their reduced living standard by cutting back on the luxury of meat and buying more of the staple food of potatoes. Thus, it is argued that a higher price of potatoes actually raised the quantity of potatoes demanded.

A recent study by Robert Jensen and Nolan Miller has produced similar but more concrete evidence for the existence of Giffen goods. These two economists conducted a field experiment for 5 months in the Chinese province of Hunan. They gave randomly selected households vouchers that subsidized the purchase of rice, a staple in local diets, and used surveys to measure how consumption of rice responded to changes in the price. They found strong evidence that poor households exhibited Giffen behavior. Lowering the price of rice with the subsidy voucher caused households to reduce their consumption of rice, and removing the subsidy had the opposite effect. Jensen and Miller wrote, "To the best of our knowledge, this is the first rigorous empirical evidence of Giffen behavior."

Thus, the theory of consumer choice allows demand curves to slope upward, and sometimes that strange phenomenon actually occurs. As a result, the law of demand we first saw in Chapter 4 is not completely reliable. It is safe to say, however, that Giffen goods are very rare. ●

How Do Wages Affect Labor Supply?

So far, we have used the theory of consumer choice to analyze how a person allocates income between two goods. We can use the same theory to analyze how a person allocates time. People spend some of their time enjoying leisure and some of it working so they can afford to buy consumption goods. The essence of the time-allocation problem is the trade-off between leisure and consumption.

Consider the decision facing Sally, a freelance software designer. Sally is awake for 100 hours per week. She spends some of this time enjoying leisure—riding her bike, watching television, and studying economics. She spends the rest of this time developing software at her computer. For every hour she works developing software, she earns $50, which she spends on consumption goods—food, clothing, and music downloads. Her wage ($50) reflects the trade-off Sally faces between leisure and consumption. For every hour of leisure she gives up, she works one more hour and gets $50 of consumption.

Figure 13 shows Sally's budget constraint. If she spends all 100 hours enjoying leisure, she has no consumption. If she spends all 100 hours working, she earns a weekly consumption of $5,000 but has no time for leisure. If she works a normal 40-hour week, she enjoys 60 hours of leisure and has weekly consumption of $2,000.

Figure 13 uses indifference curves to represent Sally's preferences for consumption and leisure. Here consumption and leisure are the two "goods" between which Sally is choosing. Because Sally always prefers more leisure and more consumption, she prefers points on higher indifference curves to points on lower ones. At a wage of $50 per hour, Sally chooses a combination of consumption and leisure represented by the point labeled "optimum." This is the point on the budget constraint that is on the highest possible indifference curve, I_2.

13 FIGURE

The Work-Leisure Decision
This figure shows Sally's budget constraint for deciding how much to work, her indifference curves for consumption and leisure, and her optimum.

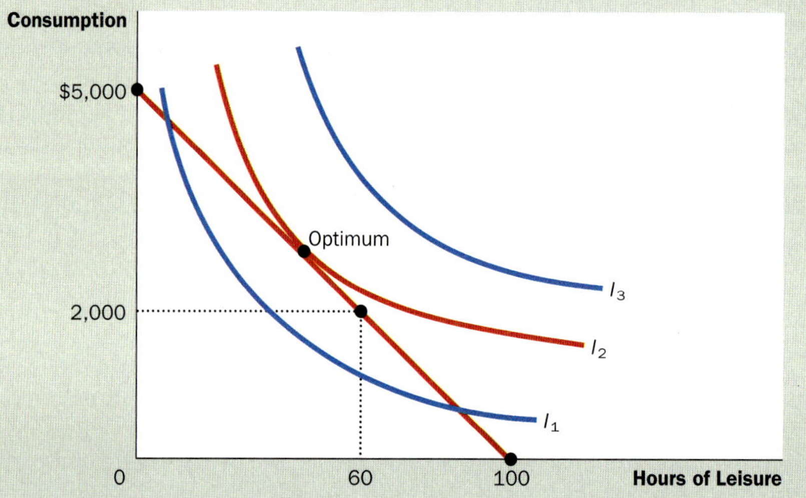

Now consider what happens when Sally's wage increases from $50 to $60 per hour. Figure 14 shows two possible outcomes. In each case, the budget constraint, shown in the left graphs, shifts outward from BC_1 to BC_2. In the process, the budget constraint becomes steeper, reflecting the change in relative price: At the higher wage, Sally earns more consumption for every hour of leisure that she gives up.

Sally's preferences, as represented by her indifference curves, determine how her choice regarding consumption and leisure responds to the higher wage. In both panels, consumption rises. Yet the response of leisure to the change in the wage is different in the two cases. In panel (a), Sally responds to the higher wage by enjoying less leisure. In panel (b), Sally responds by enjoying more leisure.

Sally's decision between leisure and consumption determines her supply of labor because the more leisure she enjoys, the less time she has left to work. In each panel of Figure 14, the right graph shows the labor-supply curve implied by Sally's decision. In panel (a), a higher wage induces Sally to enjoy less leisure and work more, so the labor-supply curve slopes upward. In panel (b), a higher wage induces Sally to enjoy more leisure and work less, so the labor-supply curve slopes "backward."

At first, the backward-sloping labor-supply curve is puzzling. Why would a person respond to a higher wage by working less? The answer comes from considering the income and substitution effects of a higher wage.

Consider first the substitution effect. When Sally's wage rises, leisure becomes more costly relative to consumption, and this encourages Sally to substitute away from leisure and toward consumption. In other words, the substitution effect induces Sally to work harder in response to higher wages, which tends to make the labor-supply curve slope upward.

Now consider the income effect. When Sally's wage rises, she moves to a higher indifference curve. She is now better off than she was. As long as consumption and leisure are both normal goods, she tends to want to use this increase in well-being to enjoy both higher consumption and greater leisure. In other words, the

FIGURE 14

An Increase in the Wage

The two panels of this figure show how a person might respond to an increase in the wage. The graphs on the left show the consumer's initial budget constraint, BC_1, and new budget constraint, BC_2, as well as the consumer's optimal choices over consumption and leisure. The graphs on the right show the resulting labor-supply curve. Because hours worked equal total hours available minus hours of leisure, any change in leisure implies an opposite change in the quantity of labor supplied. In panel (a), when the wage rises, consumption rises and leisure falls, resulting in a labor-supply curve that slopes upward. In panel (b), when the wage rises, both consumption and leisure rise, resulting in a labor-supply curve that slopes backward.

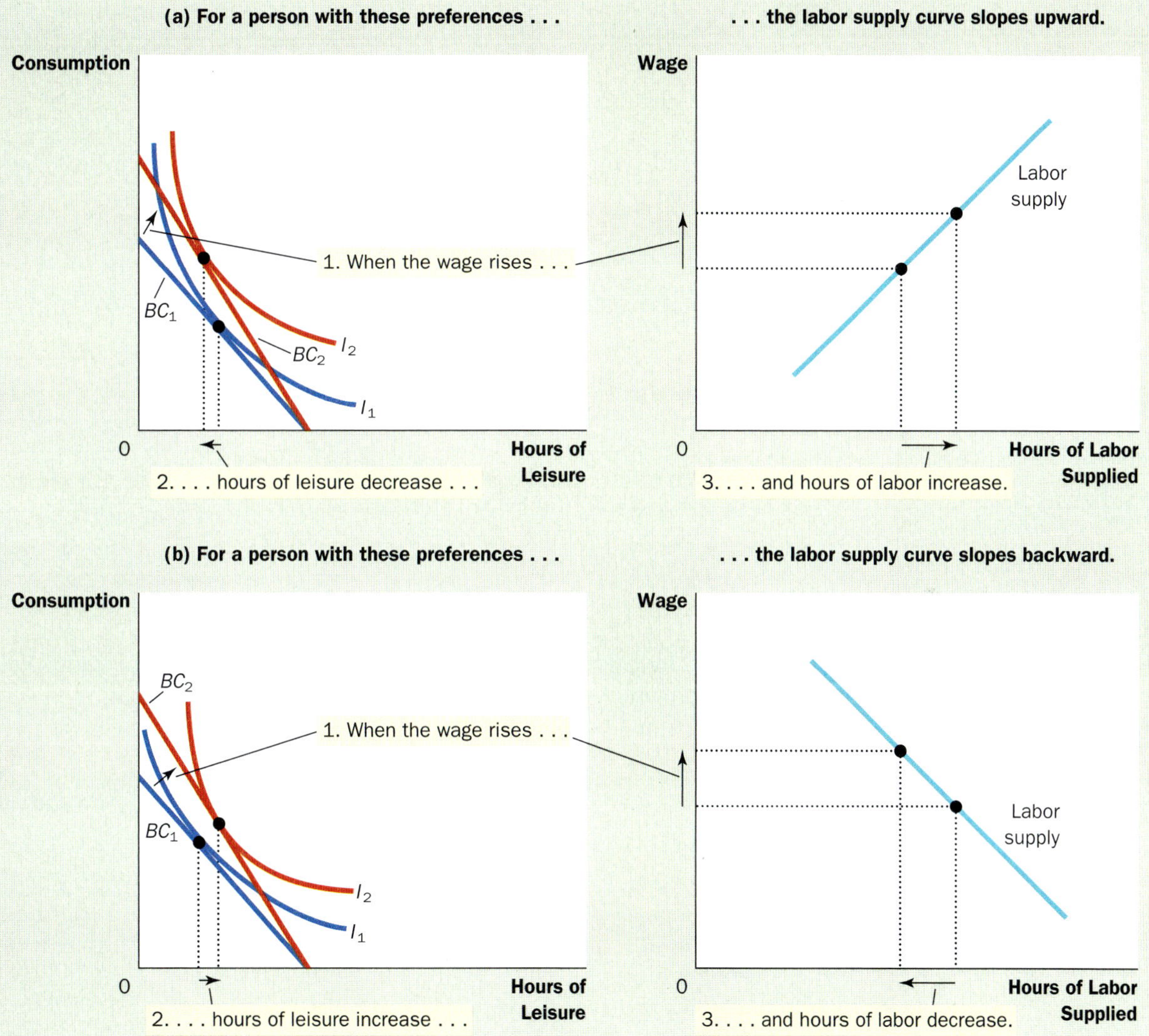

income effect induces her to work less, which tends to make the labor-supply curve slope backward.

In the end, economic theory does not give a clear prediction about whether an increase in the wage induces Sally to work more or less. If the substitution effect is greater than the income effect for Sally, she works more. If the income effect is greater than the substitution effect, she works less. The labor-supply curve, therefore, could be either upward or backward sloping.

CASE STUDY INCOME EFFECTS ON LABOR SUPPLY: HISTORICAL TRENDS, LOTTERY WINNERS, AND THE CARNEGIE CONJECTURE

The idea of a backward-sloping labor-supply curve might at first seem like a mere theoretical curiosity, but in fact, it is not. Evidence indicates that the labor-supply curve, considered over long periods, does in fact slope backward. A hundred years ago, many people worked six days a week. Today, five-day workweeks are the norm. At the same time that the length of the workweek has been falling, the wage of the typical worker (adjusted for inflation) has been rising.

Here is how economists explain this historical pattern: Over time, advances in technology raise workers' productivity and, thereby, the demand for labor. The increase in labor demand raises equilibrium wages. As wages rise, so does the reward for working. Yet rather than responding to this increased incentive by working more, most workers choose to take part of their greater prosperity in the form of more leisure. In other words, the income effect of higher wages dominates the substitution effect.

© AP IMAGES

"No more 9 to 5 for me."

Further evidence that the income effect on labor supply is strong comes from a very different kind of data: winners of lotteries. Winners of large prizes in the lottery see large increases in their incomes and, as a result, large outward shifts in their budget constraints. Because the winners' wages have not changed, however, the *slopes* of their budget constraints remain the same. There is, therefore, no substitution effect. By examining the behavior of lottery winners, we can isolate the income effect on labor supply.

The results from studies of lottery winners are striking. Of those winners who win more than $50,000, almost 25 percent quit working within a year, and another 9 percent reduce the number of hours they work. Of those winners who win more than $1 million, almost 40 percent stop working. The income effect on labor supply of winning such a large prize is substantial.

Similar results were found in a 1993 study, published in the *Quarterly Journal of Economics,* of how receiving a bequest affects a person's labor supply. The study found that a single person who inherits more than $150,000 is four times as likely to stop working as a single person who inherits less than $25,000. This finding would not have surprised the 19th-century industrialist Andrew Carnegie. Carnegie warned that "the parent who leaves his son enormous wealth generally deadens the talents and energies of the son, and tempts him to lead a less useful and less worthy life than he otherwise would." That is, Carnegie viewed the income effect on labor supply to be substantial and, from his paternalistic perspective, regrettable. During his life and at his death, Carnegie gave much of his vast fortune to charity.

How Do Interest Rates Affect Household Saving?

An important decision that every person faces is how much income to consume today and how much to save for the future. We can use the theory of consumer choice to analyze how people make this decision and how the amount they save depends on the interest rate their savings will earn.

Consider the decision facing Sam, a worker planning for retirement. To keep things simple, let's divide Sam's life into two periods. In the first period, Sam is young and working. In the second period, he is old and retired. When young, Sam earns $100,000. He divides this income between current consumption and saving. When he is old, Sam will consume what he has saved, including the interest that his savings have earned.

Suppose the interest rate is 10 percent. Then for every dollar that Sam saves when young, he can consume $1.10 when old. We can view "consumption when young" and "consumption when old" as the two goods that Sam must choose between. The interest rate determines the relative price of these two goods.

Figure 15 shows Sam's budget constraint. If he saves nothing, he consumes $100,000 when young and nothing when old. If he saves everything, he consumes nothing when young and $110,000 when old. The budget constraint shows these and all the intermediate possibilities.

Figure 15 uses indifference curves to represent Sam's preferences for consumption in the two periods. Because Sam prefers more consumption in both periods, he prefers points on higher indifference curves to points on lower ones. Given his preferences, Sam chooses the optimal combination of consumption in both periods of life, which is the point on the budget constraint that is on the highest possible indifference curve. At this optimum, Sam consumes $50,000 when young and $55,000 when old.

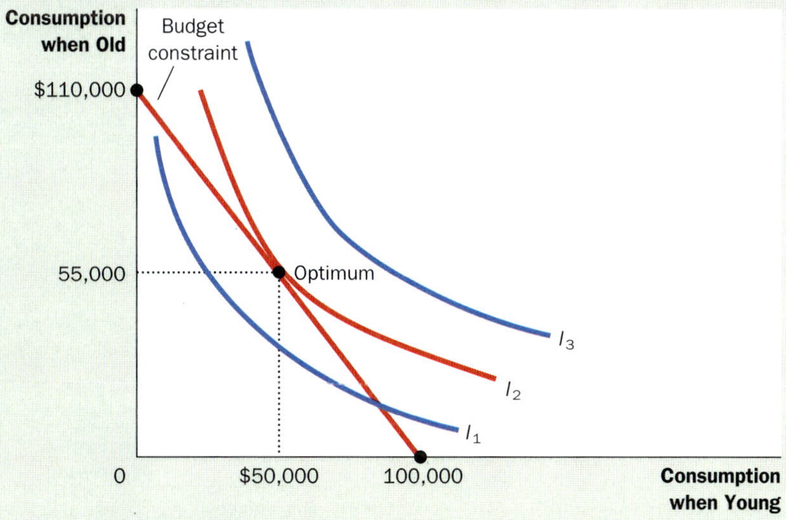

FIGURE 15

The Consumption-Saving Decision
This figure shows the budget constraint for a person deciding how much to consume in the two periods of his life, the indifference curves representing his preferences, and the optimum.

Now consider what happens when the interest rate increases from 10 percent to 20 percent. Figure 16 shows two possible outcomes. In both cases, the budget constraint shifts outward and becomes steeper. At the new higher interest rate, Sam gets more consumption when old for every dollar of consumption that he gives up when young.

The two panels show the results given different preferences by Sam. In both cases, consumption when old rises. Yet the response of consumption when young to the change in the interest rate is different in the two cases. In panel (a), Sam responds to the higher interest rate by consuming less when young. In panel (b), Sam responds by consuming more when young.

Sam's saving is his income when young minus the amount he consumes when young. In panel (a), consumption when young falls when the interest rate rises, so saving must rise. In panel (b), Sam consumes more when young, so saving must fall.

The case shown in panel (b) might at first seem odd: Sam responds to an increase in the return to saving by saving less. Yet this behavior is not as peculiar as it might seem. We can understand it by considering the income and substitution effects of a higher interest rate.

Consider first the substitution effect. When the interest rate rises, consumption when old becomes less costly relative to consumption when young. Therefore, the substitution effect induces Sam to consume more when old and less when young. In other words, the substitution effect induces Sam to save more.

Now consider the income effect. When the interest rate rises, Sam moves to a higher indifference curve. He is now better off than he was. As long as consump-

16 FIGURE

An Increase in the Interest Rate

In both panels, an increase in the interest rate shifts the budget constraint outward. In panel (a), consumption when young falls, and consumption when old rises. The result is an increase in saving when young. In panel (b), consumption in both periods rises. The result is a decrease in saving when young.

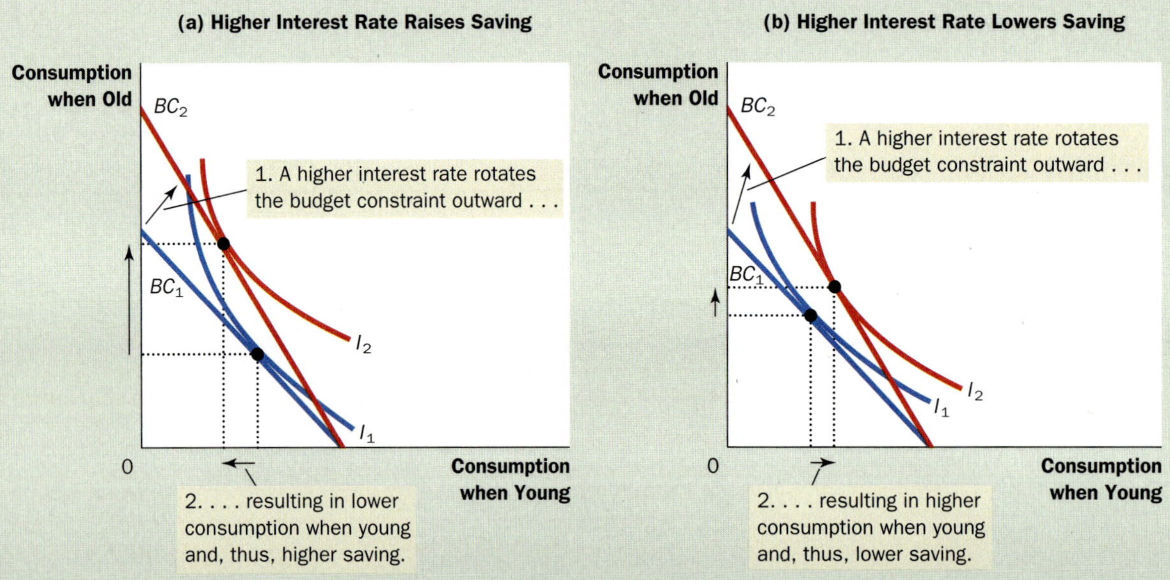

tion in both periods consists of normal goods, he tends to want to use this increase in well-being to enjoy higher consumption in both periods. In other words, the income effect induces him to save less.

The result depends on both the income and substitution effects. If the substitution effect of a higher interest rate is greater than the income effect, Sam saves more. If the income effect is greater than the substitution effect, Sam saves less. Thus, the theory of consumer choice says that an increase in the interest rate could either encourage or discourage saving.

Although this ambiguous result is interesting from the standpoint of economic theory, it is disappointing from the standpoint of economic policy. It turns out that an important issue in tax policy hinges in part on how saving responds to interest rates. Some economists have advocated reducing the taxation of interest and other capital income, arguing that such a policy change would raise the after-tax interest rate that savers can earn and would thereby encourage people to save more. Other economists have argued that because of offsetting income and substitution effects, such a tax change might not increase saving and could even reduce it. Unfortunately, research has not led to a consensus about how interest rates affect saving. As a result, there remains disagreement among economists about whether changes in tax policy aimed to encourage saving would, in fact, have the intended effect.

QUICK QUIZ Explain how an increase in the wage can potentially decrease the amount that a person wants to work.

CONCLUSION: DO PEOPLE REALLY THINK THIS WAY?

The theory of consumer choice describes how people make decisions. As we have seen, it has broad applicability. It can explain how a person chooses between pizza and Pepsi, work and leisure, consumption and saving, and on and on.

At this point, however, you might be tempted to treat the theory of consumer choice with some skepticism. After all, you are a consumer. You decide what to buy every time you walk into a store. And you know that you do not decide by writing down budget constraints and indifference curves. Doesn't this knowledge about your own decision making provide evidence against the theory?

The answer is no. The theory of consumer choice does not try to present a literal account of how people make decisions. It is a model. And as we first discussed in Chapter 2, models are not intended to be completely realistic.

The best way to view the theory of consumer choice is as a metaphor for how consumers make decisions. No consumer (except an occasional economist) goes through the explicit optimization envisioned in the theory. Yet consumers are aware that their choices are constrained by their financial resources. And given those constraints, they do the best they can to achieve the highest level of satisfaction. The theory of consumer choice tries to describe this implicit, psychological process in a way that permits explicit, economic analysis.

Just as the proof of the pudding is in the eating, the test of a theory is in its applications. In the last section of this chapter, we applied the theory of consumer choice to three practical issues about the economy. If you take more advanced courses in economics, you will see that this theory provides the framework for much additional analysis.

SUMMARY

- A consumer's budget constraint shows the possible combinations of different goods he can buy given his income and the prices of the goods. The slope of the budget constraint equals the relative price of the goods.
- The consumer's indifference curves represent his preferences. An indifference curve shows the various bundles of goods that make the consumer equally happy. Points on higher indifference curves are preferred to points on lower indifference curves. The slope of an indifference curve at any point is the consumer's marginal rate of substitution—the rate at which the consumer is willing to trade one good for the other.
- The consumer optimizes by choosing the point on his budget constraint that lies on the highest indifference curve. At this point, the slope of the indifference curve (the marginal rate of substitution between the goods) equals the slope of the budget constraint (the relative price of the goods).
- When the price of a good falls, the impact on the consumer's choices can be broken down into an income effect and a substitution effect. The income effect is the change in consumption that arises because a lower price makes the consumer better off. The substitution effect is the change in consumption that arises because a price change encourages greater consumption of the good that has become relatively cheaper. The income effect is reflected in the movement from a lower to a higher indifference curve, whereas the substitution effect is reflected by a movement along an indifference curve to a point with a different slope.
- The theory of consumer choice can be applied in many situations. It explains why demand curves can potentially slope upward, why higher wages could either increase or decrease the quantity of labor supplied, and why higher interest rates could either increase or decrease saving.

KEY CONCEPTS

budget constraint, *p. 458*
indifference curve, *p. 460*
marginal rate of substitution, *p. 460*
perfect substitutes, *p. 463*
perfect complements, *p. 464*
normal good, *p. 467*
inferior good, *p. 467*
income effect, *p. 468*
substitution effect, *p. 468*
Giffen good, *p. 472*

QUESTIONS FOR REVIEW

1. A consumer has income of $3,000. Wine costs $3 per glass, and cheese costs $6 per pound. Draw the consumer's budget constraint. What is the slope of this budget constraint?
2. Draw a consumer's indifference curves for wine and cheese. Describe and explain four properties of these indifference curves.
3. Pick a point on an indifference curve for wine and cheese and show the marginal rate of substitution. What does the marginal rate of substitution tell us?
4. Show a consumer's budget constraint and indifference curves for wine and cheese. Show the optimal consumption choice. If the price of wine is $3 per glass and the price of cheese is $6 per pound, what is the marginal rate of substitution at this optimum?

5. A person who consumes wine and cheese gets a raise, so his income increases from $3,000 to $4,000. Show what happens if both wine and cheese are normal goods. Now show what happens if cheese is an inferior good.
6. The price of cheese rises from $6 to $10 per pound, while the price of wine remains $3 per glass. For a consumer with a constant income of $3,000, show what happens to consumption of wine and cheese. Decompose the change into income and substitution effects.
7. Can an increase in the price of cheese possibly induce a consumer to buy more cheese? Explain.

PROBLEMS AND APPLICATIONS

1. Jennifer divides her income between coffee and croissants (both of which are normal goods). An early frost in Brazil causes a large increase in the price of coffee in the United States.
   a. Show the effect of the frost on Jennifer's budget constraint.
   b. Show the effect of the frost on Jennifer's optimal consumption bundle assuming that the substitution effect outweighs the income effect for croissants.
   c. Show the effect of the frost on Jennifer's optimal consumption bundle assuming that the income effect outweighs the substitution effect for croissants.
2. Compare the following two pairs of goods:
   - Coke and Pepsi
   - Skis and ski bindings

   a. In which case are the two goods complements? In which case are they substitutes?
   b. In which case do you expect the indifference curves to be fairly straight? In which case do you expect the indifference curves to be very bowed?
   c. In which case will the consumer respond more to a change in the relative price of the two goods?
3. Mario consumes only cheese and crackers.
   a. Could cheese and crackers both be inferior goods for Mario? Explain.
   b. Suppose that cheese is a normal good for Mario while crackers are an inferior good. If the price of cheese falls, what happens to Mario's consumption of crackers? What happens to his consumption of cheese? Explain.
4. Jim buys only milk and cookies.
   a. In year 1, Jim earns $100, milk costs $2 per quart, and cookies cost $4 per dozen. Draw Jim's budget constraint.
   b. Now suppose that all prices increase by 10 percent in year 2 and that Jim's salary increases by 10 percent as well. Draw Jim's new budget constraint. How would Jim's optimal combination of milk and cookies in year 2 compare to his optimal combination in year 1?
5. A college student has two options for meals: eating at the dining hall for $6 per meal, or eating a Cup O' Soup for $1.50 per meal. His weekly food budget is $60.
   a. Draw the budget constraint showing the trade-off between dining hall meals and Cups O' Soup. Assuming that he spends equal amounts on both goods, draw an indifference curve showing the optimum choice. Label the optimum as point A.
   b. Suppose the price of a Cup O' Soup now rises to $2. Using your diagram from part (a), show the consequences of this change in price. Assume that our student now spends only 30 percent of his income on dining hall meals. Label the new optimum as point B.
   c. What happened to the quantity of Cups O' Soup consumed as a result of this price change? What does this result say about the income and substitution effects? Explain.
   d. Use points A and B to draw a demand curve for Cup O' Soup. What is this type of good called?
6. Consider your decision about how many hours to work.
   a. Draw your budget constraint assuming that you pay no taxes on your income. On the same diagram, draw another budget constraint assuming that you pay 15 percent tax.
   b. Show how the tax might lead to more hours of work, fewer hours, or the same number of hours. Explain.

7. Sarah is awake for 100 hours per week. Using one diagram, show Sarah's budget constraints if she earns \$6 per hour, \$8 per hour, and \$10 per hour. Now draw indifference curves such that Sarah's labor-supply curve is upward sloping when the wage is between \$6 and \$8 per hour, and backward sloping when the wage is between \$8 and \$10 per hour.
8. Draw the indifference curve for someone deciding how to allocate time between work and leisure. Suppose the wage increases. Is it possible that the person's consumption would fall? Is this plausible? Discuss. (Hint: Think about income and substitution effects.)
9. Suppose you take a job that pays \$30,000 and set some of this income aside in a savings account that pays an annual interest rate of 5 percent. Use a diagram with a budget constraint and indifference curves to show how your consumption changes in each of the following situations. To keep things simple, assume that you pay no taxes on your income.
   a. Your salary increases to \$40,000.
   b. The interest rate on your bank account rises to 8 percent.
10. As discussed in the text, we can divide an individual's life into two hypothetical periods: "young" and "old." Suppose the individual earns income only when young and saves some of that income to consume when old. If the interest rate on savings falls, can you tell what happens to consumption when young? Can you tell what happens to consumption when old? Explain.
11. Consider a couple's decision about how many children to have. Assume that over a lifetime a couple has 200,000 hours of time to either work or raise children. The wage is \$10 per hour. Raising a child takes 20,000 hours of time.
    a. Draw the budget constraint showing the trade-off between lifetime consumption and number of children. (Ignore the fact that children come only in whole numbers!) Show indifference curves and an optimum choice.
    b. Suppose the wage increases to \$12 per hour. Show how the budget constraint shifts. Using income and substitution effects, discuss the impact of the change on number of children and lifetime consumption.
    c. We observe that, as societies get richer and wages rise, people typically have fewer children. Is this fact consistent with this model? Explain.
12. Economist George Stigler once wrote that, according to consumer theory, "if consumers do not buy less of a commodity when their incomes rise, they will surely buy less when the price of the commodity rises." Explain this statement using the concepts of income and substitution effects.
13. The welfare system provides income to some needy families. Typically, the maximum payment goes to families that earn no income; then, as families begin to earn income, the welfare payment declines gradually and eventually disappears. Let's consider the possible effects of this program on a family's labor supply.
    a. Draw a budget constraint for a family assuming that the welfare system did not exist. On the same diagram, draw a budget constraint that reflects the existence of the welfare system.
    b. Adding indifference curves to your diagram, show how the welfare system could reduce the number of hours worked by the family. Explain, with reference to both the income and substitution effects.
    c. Using your diagram from part (b), show the effect of the welfare system on the well-being of the family.
14. Five consumers have the following marginal utility of apples and pears:

	Marginal Utility of Apples	Marginal Utility of Pears
Jerry	12	6
George	6	6
Elaine	6	3
Kramer	3	6
Newman	12	3

The price of an apple is \$2, and the price of a pear is \$1. Which, if any, of these consumers are optimizing over their choice of fruit? For those who are not, how should they change their spending?

CHAPTER

22

Frontiers of Microeconomics

Economics is a study of the choices that people make and the resulting interactions they have with one another. This study has many facets, as we have seen in the preceding chapters. Yet it would be a mistake to think that all the facets we have seen make up a finished jewel, perfect and unchanging. Like all scientists, economists are always on the lookout for new areas to study and new phenomena to explain. This final chapter on microeconomics offers an assortment of three topics at the discipline's frontier to see how economists are trying to expand their understanding of human behavior and society.

The first topic is the economics of *asymmetric information*. Many times in life, some people are better informed than others, and this difference in information can affect the choices they make and how they deal with one another. Thinking about this asymmetry can shed light on many aspects of the world, from the market for used cars to the custom of gift giving.

The second topic we examine in this chapter is *political economy*. Throughout this book, we have seen many examples where markets fail and government policy can potentially improve matters. But "potentially" is a needed qualifier: Whether this potential is realized depends on how well our political institutions work. The field of political economy uses the tools of economics to understand the functioning of government.

The third topic in this chapter is *behavioral economics*. This field brings some of the insights from psychology into the study of economic issues. It offers a view of human behavior that is more subtle and complex than that found in conventional economic theory, but this view may also be more realistic.

This chapter covers a lot of ground. To do so, it offers not a full helping of these three topics but, instead, a taste of each. One goal is to show a few of the directions economists are heading in their effort to expand knowledge of how the economy works. Another goal is to whet your appetite for more courses in economics.

ASYMMETRIC INFORMATION

"I know something you don't know." This statement is a common taunt among children, but it also conveys a deep truth about how people sometimes interact with one another. Many times in life, one person knows more about what is going on than another. A difference in access to relevant knowledge is called an *information asymmetry.*

Examples abound. A worker knows more than his employer about how much effort he puts into his job. A seller of a used car knows more than the buyer about the car's condition. The first is an example of a *hidden action,* whereas the second is an example of a *hidden characteristic.* In each case, the uninformed party (the employer, the car buyer) would like to know the relevant information, but the informed party (the worker, the car seller) may have an incentive to conceal it.

Because asymmetric information is so prevalent, economists have devoted much effort in recent decades to studying its effects. And indeed, the 2001 Nobel Prize in Economics was awarded to three economists (George Akerlof, Michael Spence, and Joseph Stiglitz) for their pioneering work on this topic. Let's discuss some of the insights that this study has revealed.

Hidden Actions: Principals, Agents, and Moral Hazard

moral hazard
the tendency of a person who is imperfectly monitored to engage in dishonest or otherwise undesirable behavior

agent
a person who is performing an act for another person, called the principal

principal
a person for whom another person, called the agent, is performing some act

Moral hazard is a problem that arises when one person, called the **agent**, is performing some task on behalf of another person, called the **principal**. If the principal cannot perfectly monitor the agent's behavior, the agent tends to undertake less effort than the principal considers desirable. The phrase *moral hazard* refers to the risk, or "hazard," of inappropriate or otherwise "immoral" behavior by the agent. In such a situation, the principal tries various ways to encourage the agent to act more responsibly.

The employment relationship is the classic example. The employer is the principal, and the worker is the agent. The moral-hazard problem is the temptation of imperfectly monitored workers to shirk their responsibilities. Employers can respond to this problem in various ways:

- *Better monitoring.* Parents hiring nannies have been known to plant hidden video cameras in their homes to record the nanny's behavior when the parents are away. The aim is to catch irresponsible behavior.
- *High wages.* According to *efficiency-wage theories* (discussed in Chapter 19), some employers may choose to pay their workers a wage above the level that equilibrates supply and demand in the labor market. A worker who earns an above-equilibrium wage is less likely to shirk because, if he is caught and fired, he might not be able to find another high-paying job.

- *Delayed payment.* Firms can delay part of a worker's compensation, so if the worker is caught shirking and is fired, he suffers a larger penalty. One example of delayed compensation is the year-end bonus. Similarly, a firm may choose to pay its workers more later in their lives. Thus, the wage increases that workers get as they age may reflect not just the benefits of experience but also a response to moral hazard.

Employers can use any combination of these various mechanisms to reduce the problem of moral hazard.

There are also many examples of moral hazard beyond the workplace. A homeowner with fire insurance will likely buy too few fire extinguishers because the homeowner bears the cost of the extinguisher while the insurance company receives much of the benefit. A family may live near a river with a high risk of flooding because the family enjoys the scenic views, while the government bears the cost of disaster relief after a flood. Many regulations are aimed at addressing the problem: An insurance company may require homeowners to buy fire extinguishers, and the government may prohibit building homes on land with high risk of flooding. But the insurance company does not have perfect information about how cautious homeowners are, and the government does not have perfect information about the risk that families undertake when choosing where to live. As a result, the problem of moral hazard persists.

Hidden Characteristics: Adverse Selection and the Lemons Problem

Adverse selection is a problem that arises in markets in which the seller knows more about the attributes of the good being sold than the buyer does. In such a situation, the buyer runs the risk of being sold a good of low quality. That is, the "selection" of goods sold may be "adverse" from the standpoint of the uninformed buyer.

adverse selection
the tendency for the mix of unobserved attributes to become undesirable from the standpoint of an uninformed party

The classic example of adverse selection is the market for used cars. Sellers of used cars know their vehicles' defects while buyers often do not. Because owners of the worst cars are more likely to sell them than are the owners of the best cars, buyers are apprehensive about getting a "lemon." As a result, many people avoid buying vehicles in the used car market. This lemons problem can explain why a used car only a few weeks old sells for thousands of dollars less than a new car of the same type. A buyer of the used car might surmise that the seller is getting rid of the car quickly because the seller knows something about it that the buyer does not.

A second example of adverse selection occurs in the labor market. According to another efficiency-wage theory, workers vary in their abilities, and they may know their own abilities better than do the firms that hire them. When a firm cuts the wage it pays, the more talented workers are more likely to quit, knowing they are better able to find other employment. Conversely, a firm may choose to pay an above-equilibrium wage to attract a better mix of workers.

A third example of adverse selection occurs in markets for insurance. For example, buyers of health insurance know more about their own health problems than do insurance companies. Because people with greater hidden health problems are more likely to buy health insurance than are other people, the price of health insurance reflects the costs of a sicker-than-average person. As a result, people

FYI

Corporate Management

Much production in the modern economy takes place within corporations. Like other firms, corporations buy inputs in markets for the factors of production and sell their output in markets for goods and services. Also like other firms, they are guided in their decisions by the objective of profit maximization. But a large corporation has to deal with some issues that do not arise in, say, a small family-owned business.

What is distinctive about a corporation? From a legal standpoint, a corporation is an organization that is granted a charter recognizing it as a separate legal entity, with its own rights and responsibilities distinct from those of its owners and employees. From an economic standpoint, the most important feature of the corporate form of organization is the separation of ownership and control. One group of people, called the shareholders, own the corporation and share in its profits. Another group of people, called the managers, are employed by the corporation to make decisions about how to deploy the corporation's resources.

The separation of ownership and control creates a principal-agent problem. In this case, the shareholders are the principals, and the managers are the agents. The chief executive officer and other managers, who are in the best position to know the available business opportunities, are charged with the task of maximizing profits for the shareholders. But ensuring that they carry out this task is not always easy. The managers may have goals of their own, such as taking life easy, having a plush office and a private jet, throwing lavish parties, or presiding over a large business empire. The managers' goals may not always coincide with the goal of profit maximization.

The corporation's board of directors is responsible for hiring and firing the top management. The board monitors the managers' performance, and it designs their compensation packages. These packages often include incentives aimed at aligning the interest of shareholders with the interest of management. Managers might be given bonuses based on performance or options to buy the company's stock, which are more valuable if the company performs well.

Note, however, that the directors are themselves agents of the shareholders. The existence of a board overseeing management only shifts the principal-agent problem. The issue then becomes how to ensure that the board of directors fulfills its own legal obligation of acting in the best interest of the shareholders. If the directors become too friendly with management, they may not provide the required oversight.

The corporation's principal-agent problem became big news around 2005. The top managers of several prominent companies, such as Enron, Tyco, and WorldCom, were found to be engaging in activities that enriched themselves at the expense of their shareholders. In these cases, the actions were so extreme as to be criminal, and the corporate managers were not just fired but also sent to prison. Some shareholders sued directors for failing to monitor management sufficiently.

Fortunately, criminal activity by corporate managers is rare. But in some ways, it is only the tip of the iceberg. Whenever ownership and control are separated, as they are in most large corporations, there is an inevitable tension between the interests of shareholders and the interests of management.

in average health may be discouraged from buying health insurance by the high price.

When markets suffer from adverse selection, the invisible hand does not necessarily work its magic. In the used car market, owners of good cars may choose to keep them rather than sell them at the low price that skeptical buyers are willing to pay. In the labor market, wages may be stuck above the level that balances supply and demand, resulting in unemployment. In insurance markets, buyers with low risk may choose to remain uninsured because the policies they are offered fail to reflect their true characteristics. Advocates of government-provided health insurance sometimes point to the problem of adverse selection as one reason not to trust the private market to provide the right amount of health insurance on its own.

Signaling to Convey Private Information

Although asymmetric information is sometimes a motivation for public policy, it also motivates some individual behavior that otherwise might be hard to explain. Markets respond to problems of asymmetric information in many ways. One of them is **signaling**, which refers to actions taken by an informed party for the sole purpose of credibly revealing his private information.

signaling
an action taken by an informed party to reveal private information to an uninformed party

We have seen examples of signaling in previous chapters. As we saw in Chapter 16, firms may spend money on advertising to signal to potential customers that they have high-quality products. As we saw in Chapter 20, students may earn college degrees to signal to potential employers that they are high-ability individuals. Recall that the signaling theory of education contrasts with the human-capital theory, which asserts that education increases a person's productivity, rather than merely conveying information about innate talent. These two examples of signaling (advertising, education) may seem very different, but below the surface, they are much the same: In both cases, the informed party (the firm, the student) is using the signal to convince the uninformed party (the customer, the employer) that the informed party is offering something of high quality.

What does it take for an action to be an effective signal? Obviously, it must be costly. If a signal were free, everyone would use it, and it would convey no information. For the same reason, there is another requirement: The signal must be less costly, or more beneficial, to the person with the higher-quality product. Otherwise, everyone would have the same incentive to use the signal, and the signal would reveal nothing.

Consider again our two examples. In the advertising case, a firm with a good product reaps a larger benefit from advertising because customers who try the product once are more likely to become repeat customers. Thus, it is rational for the firm with a good product to pay for the cost of the signal (advertising), and it is rational for the customer to use the signal as a piece of information about the product's quality. In the education case, a talented person can get through school more easily than a less talented one. Thus, it is rational for the talented person to pay for the cost of the signal (education), and it is rational for the employer to use the signal as a piece of information about the person's talent.

The world is replete with instances of signaling. Magazine ads sometimes include the phrase "as seen on TV." Why does a firm selling a product in a magazine choose to stress this fact? One possibility is that the firm is trying to convey its willingness to pay for an expensive signal (a spot on television) in the hope that you will infer that its product is of high quality. For the same reason, graduates of elite schools are always sure to put that fact on their résumés.

CASE STUDY GIFTS AS SIGNALS

A man is debating what to give his girlfriend for her birthday. "I know," he says to himself, "I'll give her cash. After all, I don't know her tastes as well as she does, and with cash, she can buy anything she wants." But when he hands her the money, she is offended. Convinced he doesn't really love her, she breaks off the relationship.

What's the economics behind this story?

In some ways, gift giving is a strange custom. As the man in our story suggests, people typically know their own preferences better than others do, so we might

"NOW WE'LL SEE HOW MUCH HE LOVES ME."

expect everyone to prefer cash to in-kind transfers. If your employer substituted merchandise of his choosing for your paycheck, you would likely object to this means of payment. But your reaction is very different when someone who (you hope) loves you does the same thing.

One interpretation of gift giving is that it reflects asymmetric information and signaling. The man in our story has private information that the girlfriend would like to know: Does he really love her? Choosing a good gift for her is a signal of his love. Certainly, the act of picking out a gift, rather than giving cash, has the right characteristics to be a signal. It is costly (it takes time), and its cost depends on private information (how much he loves her). If he really loves her, choosing a good gift is easy because he is thinking about her all the time. If he doesn't love her, finding the right gift is more difficult. Thus, giving a gift that suits the girlfriend is one way for him to convey the private information of his love for her. Giving cash shows that he isn't even bothering to try.

The signaling theory of gift giving is consistent with another observation: People care most about the custom when the strength of affection is most in question. Thus, giving cash to a girlfriend or boyfriend is usually a bad move. But when college students receive a check from their parents, they are less often offended. The parents' love is less likely to be in doubt, so the recipient probably won't interpret the cash gift as a signal of lack of affection. ●

Screening to Induce Information Revelation

screening
an action taken by an uninformed party to induce an informed party to reveal information

When an informed party takes actions to reveal his private information, the phenomenon is called signaling. When an uninformed party takes actions to induce the informed party to reveal private information, the phenomenon is called **screening**.

Some screening is common sense. A person buying a used car may ask that it be checked by an auto mechanic before the sale. A seller who refuses this request reveals his private information that the car is a lemon. The buyer may decide to offer a lower price or to look for another car.

Other examples of screening are more subtle. For example, consider a firm that sells car insurance. The firm would like to charge a low premium to safe drivers and a high premium to risky drivers. But how can it tell them apart? Drivers know whether they are safe or risky, but the risky ones won't admit it. A driver's history is one piece of information (which insurance companies in fact use), but because of the intrinsic randomness of car accidents, history is an imperfect indicator of future risks.

The insurance company might be able to sort out the two kinds of drivers by offering different insurance policies that would induce them to separate themselves. One policy would have a high premium and cover the full cost of any accidents that occur. Another policy would have low premiums but would have, say, a $1,000 deductible. (That is, the driver would be responsible for the first $1,000 of damage, and the insurance company would cover the remaining risk.) Notice that the deductible is more of a burden for risky drivers because they are more likely to have an accident. Thus, with a large enough deductible, the low-premium policy with a deductible would attract the safe drivers, while the high-premium policy without a deductible would attract the risky drivers. Faced with these two policies, the two kinds of drivers would reveal their private information by choosing different insurance policies.

Asymmetric Information and Public Policy

We have examined two kinds of asymmetric information: moral hazard and adverse selection. And we have seen how individuals may respond to the problem with signaling or screening. Now let's consider what the study of asymmetric information suggests about the proper scope of public policy.

The tension between market success and market failure is central in microeconomics. We learned in Chapter 7 that the equilibrium of supply and demand is efficient in the sense that it maximizes the total surplus that society can obtain in a market. Adam Smith's invisible hand seemed to reign supreme. This conclusion was then tempered with the study of externalities (Chapter 10), public goods (Chapter 11), imperfect competition (Chapters 15 through 17), and poverty (Chapter 20). These examples of market failure showed that government can sometimes improve market outcomes.

The study of asymmetric information gives us a new reason to be wary of markets. When some people know more than others, the market may fail to put resources to their best use. People with high-quality used cars may have trouble selling them because buyers will be afraid of getting a lemon. People with few health problems may have trouble getting low-cost health insurance because insurance companies lump them together with those who have significant (but hidden) health problems.

Although asymmetric information may call for government action in some cases, three facts complicate the issue. First, as we have seen, the private market can sometimes deal with information asymmetries on its own using a combination of signaling and screening. Second, the government rarely has more information than the private parties. Even if the market's allocation of resources is not first-best, it may be second-best. That is, when there are information asymmetries, policymakers may find it hard to improve upon the market's admittedly imperfect outcome. Third, the government is itself an imperfect institution—a topic we take up in the next section.

QUICK QUIZ A person who buys a life insurance policy pays a certain amount per year and receives for his family a much larger payment in the event of his death. Would you expect buyers of life insurance to have higher or lower death rates than the average person? How might this be an example of moral hazard? Of adverse selection? How might a life insurance company deal with these problems?

POLITICAL ECONOMY

As we have seen, markets left on their own do not always reach a desirable allocation of resources. When we judge the market's outcome to be either inefficient or inequitable, there may be a role for the government to step in and improve the situation. Yet before we embrace an activist government, we need to consider one more fact: The government is also an imperfect institution. The field of **political economy** (sometimes called the field of *public choice*) applies the methods of economics to study how government works.

political economy
the study of government using the analytic methods of economics

The Condorcet Voting Paradox

Most advanced societies rely on democratic principles to set government policy. When a city is deciding between two locations to build a new park, for example, we have a simple way to choose: The majority gets its way. Yet for most policy issues, the number of possible outcomes far exceeds two. A new park, for instance, could be placed in many possible locations. In this case, as the 18th-century French political theorist Marquis de Condorcet famously noted, democracy might run into some problems trying to choose the best outcome.

For example, suppose there are three possible outcomes, labeled A, B, and C, and there are three voter types with the preferences shown in Table 1. The mayor of our town wants to aggregate these individual preferences into preferences for society as a whole. How should she do it?

At first, she might try some pairwise votes. If she asks voters to choose first between B and C, voter types 1 and 2 will vote for B, giving B the majority. If she then asks voters to choose between A and B, voter types 1 and 3 will vote for A, giving A the majority. Observing that A beats B, and B beats C, the mayor might conclude that A is the voters' clear choice.

But wait: Suppose the mayor then asks voters to choose between A and C. In this case, voter types 2 and 3 vote for C, giving C the majority. That is, under pairwise majority voting, A beats B, B beats C, and C beats A. Normally, we expect preferences to exhibit a property called *transitivity:* If A is preferred to B, and B is preferred to C, then we would expect A to be preferred to C. The **Condorcet paradox** is that democratic outcomes do not always obey this property. Pairwise voting might produce transitive preferences for society in some cases, but as our example in the table shows, it cannot be counted on to do so.

Condorcet paradox the failure of majority rule to produce transitive preferences for society

One implication of the Condorcet paradox is that the order which things are voted on can affect the result. If the mayor suggests choosing first between A and B and then comparing the winner to C, the town ends up choosing C. But if the voters choose first between B and C and then compare the winner to A, the town ends up with A. And if the voters choose first between A and C and then compare the winner to B, the town ends up with B.

The Condorcet paradox teaches two lessons. The narrow lesson is that when there are more than two options, setting the agenda (that is, deciding the order which items are voted on) can have a powerful influence over the outcome of a democratic election. The broad lesson is that majority voting by itself does not tell us what outcome a society really wants.

1 TABLE

The Condorcet Paradox
If voters have these preferences over outcomes A, B, and C, then in pairwise majority voting, A beats B, B beats C, and C beats A.

	Voter Type		
	Type 1	Type 2	Type 3
Percent of Electorate	35	45	20
First choice	A	B	C
Second choice	B	C	A
Third choice	C	A	B

Arrow's Impossibility Theorem

Since political theorists first noticed Condorcet's paradox, they have spent much energy studying existing voting systems and proposing new ones. For example, as an alternative to pairwise majority voting, the mayor of our town could ask each voter to rank the possible outcomes. For each voter, we could give 1 point for last place, 2 points for second to last, 3 points for third to last, and so on. The outcome that receives the most total points wins. With the preferences in Table 1, outcome B is the winner. (You can do the arithmetic yourself.) This voting method is called a *Borda count* for the 18th-century French mathematician and political theorist who devised it. It is often used in polls that rank sports teams.

Is there a perfect voting system? Economist Kenneth Arrow took up this question in his 1951 book *Social Choice and Individual Values*. Arrow started by defining what a perfect voting system would be. He assumes that individuals in society have preferences over the various possible outcomes: A, B, C, and so on. He then assumes that society wants a voting system to choose among these outcomes that satisfies several properties:

- *Unanimity:* If everyone prefers A to B, then A should beat B.
- *Transitivity:* If A beats B, and B beats C, then A should beat C.
- *Independence of irrelevant alternatives:* The ranking between any two outcomes A and B should not depend on whether some third outcome C is also available.
- *No dictators:* There is no person who always gets his way, regardless of everyone else's preferences.

These all seem like desirable properties of a voting system. Yet Arrow proved, mathematically and incontrovertibly, that *no voting system can satisfy all these properties*. This amazing result is called **Arrow's impossibility theorem**.

Arrow's impossibility theorem
a mathematical result showing that, under certain assumed conditions, there is no scheme for aggregating individual preferences into a valid set of social preferences

The mathematics needed to prove Arrow's theorem is beyond the scope of this book, but we can get some sense of why the theorem is true from a couple of examples. We have already seen the problem with the method of majority rule. The Condorcet paradox shows that majority rule fails to produce a ranking of outcomes that always satisfies transitivity.

As another example, the Borda count fails to satisfy the independence of irrelevant alternatives. Recall that, using the preferences in Table 1, outcome B wins with a Borda count. But suppose that suddenly C disappears as an alternative. If the Borda count method is applied only to outcomes A and B, then A wins. (Once again, you can do the arithmetic on your own.) Thus, eliminating alternative C changes the ranking between A and B. This change occurs because the result of the Borda count depends on the number of points that A and B receive, and the number of points depends on whether the irrelevant alternative, C, is also available.

Arrow's impossibility theorem is a deep and disturbing result. It doesn't say that we should abandon democracy as a form of government. But it does say that, no matter what voting system society adopts for aggregating the preferences of its members, in some way it will be flawed as a mechanism for social choice.

The Median Voter Is King

Despite Arrow's theorem, voting is how most societies choose their leaders and public policies, often by majority rule. The next step in studying government is to examine how governments run by majority rule work. That is, in a democratic society, who determines what policy is chosen? In some cases, the theory of democratic government yields a surprisingly simple answer.

Let's consider an example. Imagine that society is deciding how much money to spend on some public good, such as the army or the national parks. Each voter has his own most preferred budget, and he always prefers outcomes closer to his most preferred value to outcomes farther away. Thus, we can line up voters from those who prefer the smallest budget to those who prefer the largest. Figure 1 is an example. Here there are 100 voters, and the budget size varies from zero to $20 billion. Given these preferences, what outcome would you expect democracy to produce?

median voter theorem
a mathematical result showing that if voters are choosing a point along a line and each voter wants the point closest to his most preferred point, then majority rule will pick the most preferred point of the median voter

According to a famous result called the **median voter theorem**, majority rule will produce the outcome most preferred by the median voter. The *median voter* is the voter exactly in the middle of the distribution. In this example, if you take the line of voters ordered by their preferred budgets and count 50 voters from either end of the line, you will find that the median voter wants a budget of $10 billion. By contrast, the average preferred outcome (calculated by adding the preferred outcomes and dividing by the number of voters) is $9 billion, and the modal outcome (the one preferred by the greatest number of voters) is $15 billion.

The median voter rules the day because his preferred outcome beats any other proposal in a two-way race. In our example, more than half the voters want $10 billion or more, and more than half want $10 billion or less. If someone proposes, say, $8 billion instead of $10 billion, everyone who prefers $10 billion or more will vote with the median voter. Similarly, if someone proposes $12 billion instead of $10 billion, everyone who wants $10 billion or less will vote with the median voter. In either case, the median voter has more than half the voters on his side.

1 FIGURE

The Median Voter Theorem: An Example
This bar chart shows how 100 voters' most preferred budgets are distributed over five options, ranging from zero to $20 billion. If society makes its choice by majority rule, the median voter (who here prefers $10 billion) determines the outcome.

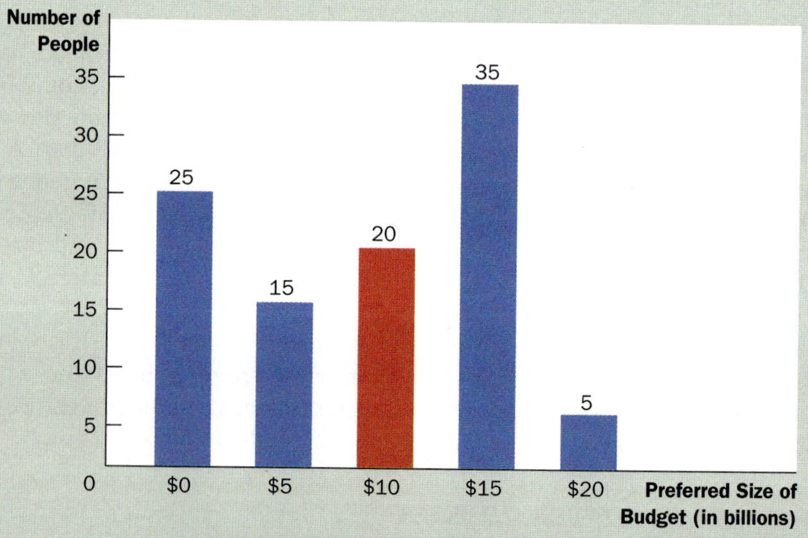

What about the Condorcet voting paradox? It turns out that when the voters are picking a point along a line and each voter aims for his own most preferred point, the Condorcet paradox cannot arise. The median voter's most preferred outcome beats all comers.

One implication of the median voter theorem is that if two political parties are each trying to maximize their chance of election, they will both move their positions toward the median voter. Suppose, for example, that the Democratic Party advocates a budget of $15 billion, while the Republican Party advocates a budget of $10 billion. The Democratic position is more popular in the sense that $15 billion has more proponents than any other single choice. Nonetheless, the Republicans get more than 50 percent of the vote: They will attract the 20 voters who want $10 billion, the 15 voters who want $5 billion, and the 25 voters who want zero. If the Democrats want to win, they will move their platform toward the median voter. Thus, this theory can explain why the parties in a two-party system are similar to each other: They are both moving toward the median voter.

Another implication of the median voter theorem is that minority views are not given much weight. Imagine that 40 percent of the population want a lot of money spent on the national parks, and 60 percent want nothing spent. In this case, the median voter's preference is zero, regardless of the intensity of the minority's view. Such is the logic of democracy. Rather than reaching a compromise that takes into account everyone's preferences, majority rule looks only to the person in the exact middle of the distribution.

Politicians Are People Too

When economists study consumer behavior, they assume that consumers buy the bundle of goods and services that gives them the greatest level of satisfaction. When economists study firm behavior, they assume that firms produce the quantity of goods and services that yields the greatest level of profits. What should they assume when they study people involved in the practice of politics?

Politicians also have objectives. It would be nice to assume that political leaders are always looking out for the well-being of society as a whole, that they are aiming for an optimal combination of efficiency and equality. Nice, perhaps, but not realistic. Self-interest is as powerful a motive for political actors as it is for consumers and firm owners. Some politicians are motivated by a desire for reelection and are willing to sacrifice the national interest when doing so solidifies their base of voters. Other politicians are motivated by simple greed. If you have any doubt, you should look at the world's poor nations, where corruption among government officials is a common impediment to economic development.

This book is not the place to develop a theory of political behavior. But when thinking about economic policy, remember that this policy is made not by a benevolent king but by real people with their own all-too-human desires. Sometimes they are motivated to further the national interest, but sometimes they are motivated by their own political and financial ambitions. We shouldn't be surprised when economic policy fails to resemble the ideals derived in economics textbooks.

"Isn't that the real genius of democracy?...The VOTERS are ultimately to blame."

QUICK QUIZ A public school district is voting on the school budget and the resulting student-teacher ratio. A poll finds that 20 percent of the voters want a ratio of 9:1, 25 percent want a ratio of 10:1, 15 percent want a ratio of 11:1, and 40 percent want a ratio of 12:1. What outcome would you expect the district to end up with? Explain.

In The News

Farm Policy and Politics

What motivates politicians? Humorist Dave Barry offers an answer with his analysis of the Farm Security Act of 2002.

Farmer on the Dole

By Dave Barry

If you're like most American taxpayers, you often wake up in the middle of the night in a cold sweat and ask yourself: "Am I doing enough to support mohair producers?"

I am pleased to report that you are, thanks to bold action taken recently by the United States Congress (motto: "Hey, it's not OUR money!"). I am referring to the 2002 Farm Security Act, which recently emerged from the legislative process very much the way a steaming wad of processed vegetation emerges from the digestive tract of a cow.

The purpose of the Farm Security Act is to provide farmers with "price stability." What do we mean by "price stability"? We mean: your money. You have already been very generous about this: Last year alone, you gave more than $20 billion worth of price stability to farmers. Since 1996, you've given more than a million dollars apiece to more than 1,000 lucky recipients, many of which are actually big agribusinesses. Some of the "farmers" you've sent your money to are billionaires, such as Ted Turner and Charles Schwab, as well as major corporations, such as Chevron, DuPont and John Hancock Mutual Life Insurance.

But that is NOTHING compared with how generous you're about to get, taxpayers! Thanks to the Farm Security Act, over the next 10 years, you'll be providing farmers with 70 percent MORE stability, for a total of $180 billion. At this rate, in a few years farmers will be so stable that they'll have to huddle in their root cellars for fear of being struck by bales of taxpayer-supplied cash raining down on the Heartland states from Air Force bombers.

Perhaps you are asking yourself: "Wait a minute! Isn't this kind of like, I don't know . . . *welfare*?"

No, it is not. Welfare is when the government gives money to people who produce

BEHAVIORAL ECONOMICS

behavioral economics the subfield of economics that integrates the insights of psychology

Economics is a study of human behavior, but it is not the only field that can make that claim. The social science of psychology also sheds light on the choices that people make in their lives. The fields of economics and psychology usually proceed independently, in part because they address a different range of questions. But recently, a field called **behavioral economics** has emerged in which economists are making use of basic psychological insights. Let's consider some of these insights here.

People Aren't Always Rational

Economic theory is populated by a particular species of organism, sometimes called *Homo economicus.* Members of this species are always rational. As firm managers, they maximize profits. As consumers, they maximize utility (or equivalently, pick the point on the highest indifference curve). Given the constraints they face, they rationally weigh all the costs and benefits and always choose the best possible course of action.

nothing. Whereas the farm-money recipients produce something that is critical to our nation: votes. Powerful congresspersons from both parties, as well as President Bush, believe that if they dump enough of your money on farm states, the farm states will re-elect them, thus enabling them to continue the vital work of dumping your money on the farm states. So as we see, it's not welfare at all! It's bribery.

But let us not forget the element of National Security. This is where your mohair comes in. As you know, "mohair" is the hair of any animal whose name begins with "mo," such as moose, mouse, mongoose or moray eel.

No, wait, sorry. "Mohair" is actually wool made from the hair of a goat. During WWII, mohair was used to make military uniforms, so it was considered to be a strategic material, and Congress decided that you, the taxpayer, should pay people to produce it. But of course today mohair has no vital military purpose, and so . . . you are STILL paying people to produce it! And thanks to the Farm Security Act, you will continue to pay millions and millions of dollars, every year, to mohair producers!

As I say, this is for National Security. If terrorists, God forbid, ever manage to construct a giant time machine and transport the United States back to 1941, and we have to fight World War II again, WE WILL BE READY.

You will also be thrilled, as a taxpayer, to learn that the Farm Security Act provides new subsidies for producers of lentils and chickpeas. And not a moment too soon. This nation has become far too dependent on imported lentils and chickpeas. Try to picture the horror of living in a world in which foreigners, in foreign countries, suddenly cut off our lentil and chickpea supply. Imagine how you would feel if you had to look your small child in the eye and say, "I'm sorry, little Billy or Suzy as the case may be, but there will be no lentils or chickpeas tonight, and all because we taxpayers were too shortsighted to fork over millions of dollars in support for domestic lentil and chickpea producers, who thus were forced to compete in the market like everybody else, and . . . HEY, COME BACK HERE!"

Yes, that would be a horrible world, all right. And that is why I totally support the Farm Security Act. I hope you agree with me, though I realize that some of you may not; in fact, some of you may be so angry about this column that you've decided to never read anything by me again.

Well, guess what: I don't care! Thanks to the Humor Security Act recently passed by Congress, I'll be getting huge sums of money from the federal government to continue grinding out these columns, year after year, even if nobody wants to read them!

No, that would be stupid.

Source: *Boston Globe Magazine*, June 30, 2002.

Real people, however, are *Homo sapiens*. Although in many ways they resemble the rational, calculating people assumed in economic theory, they are far more complex. They can be forgetful, impulsive, confused, emotional, and shortsighted. These imperfections of human reasoning are the bread and butter of psychologists, but until recently, economists have neglected them.

Herbert Simon, one of the first social scientists to work at the boundary of economics and psychology, suggested that humans should be viewed not as rational maximizers but as *satisficers*. Rather than always choosing the best course of action, they make decisions that are merely good enough. Similarly, other economists have suggested that humans are only "near rational" or that they exhibit "bounded rationality."

Studies of human decision making have tried to detect systematic mistakes that people make. Here are a few of the findings:

- *People are overconfident*. Imagine that you were asked some numerical questions, such as the number of African countries in the United Nations, the height of the tallest mountain in North America, and so on. Instead of being asked for a single estimate, however, you were asked to give a 90 percent confidence interval—a range such that you were 90 percent confident the true number falls within it. When psychologists run experiments like this, they find that most people give ranges that are too small: The true number falls within their intervals far less than 90 percent of the time. That is, most people are too sure of their own abilities.

- *People give too much weight to a small number of vivid observations.* Imagine that you are thinking about buying a car of brand X. To learn about its reliability, you read *Consumer Reports,* which has surveyed 1,000 owners of car X. Then you run into a friend who owns car X, and she tells you that her car is a lemon. How do you treat your friend's observation? If you think rationally, you will realize that she has only increased your sample size from 1,000 to 1,001, which does not provide much new information. But because your friend's story is so vivid, you may be tempted to give it more weight in your decision making than you should.
- *People are reluctant to change their minds.* People tend to interpret evidence to confirm beliefs they already hold. In one study, subjects were asked to read and evaluate a research report on whether capital punishment deters crime. After reading the report, those who initially favored the death penalty said they were surer in their view, and those who initially opposed the death penalty also said they were surer in their view. The two groups interpreted the same evidence in exactly opposite ways.

Think about decisions you have made in your own life. Do you exhibit some of these traits?

A hotly debated issue is whether deviations from rationality are important for understanding economic phenomena. An intriguing example arises in the study of 401(k) plans, the tax-advantaged retirement savings accounts that some firms offer their workers. In some firms, workers can choose to participate in the plan by filling out a simple form. In other firms, workers are automatically enrolled and can opt out of the plan by filling out a simple form. It turns out many more workers participate in the second case than in the first. If workers were perfectly rational maximizers, they would choose the optimal amount of retirement saving, regardless of the default offered by their employer. In fact, workers' behavior appears to exhibit substantial inertia. Understanding their behavior seems easier once we abandon the model of rational man.

Why, you might ask, is economics built on the rationality assumption when psychology and common sense cast doubt on it? One answer is that the assumption, even if not exactly true, may be true enough that it yields reasonably accurate models of behavior. For example, when we studied the differences between competitive and monopoly firms, the assumption that firms rationally maximize profit yielded many important and valid insights. Incorporating complex psychological deviations from rationality into the story might have added realism, but it also would have muddied the waters and made those insights harder to find. Recall from Chapter 2 that economic models are not meant to replicate reality but are supposed to show the essence of the problem at hand as an aid to understanding.

Another reason economists so often assume rationality may be that economists are themselves not rational maximizers. Like most people, they are overconfident, and they are reluctant to change their minds. Their choice among alternative theories of human behavior may exhibit excessive inertia. Moreover, economists may be content with a theory that is not perfect but is good enough. The model of rational man may be the theory of choice for a satisficing social scientist.

People Care about Fairness

Another insight about human behavior is best illustrated with an experiment called the *ultimatum game.* The game works like this: Two volunteers (who are otherwise strangers to each other) are told that they are going to play a game and could win a total of $100. Before they play, they learn the rules. The game begins with a coin toss, which is used to assign the volunteers to the roles of player A and player B. Player A's job is to propose a division of the $100 prize between himself and the other player. After player A makes his proposal, player B decides whether to accept or reject it. If he accepts it, both players are paid according to the proposal. If player B rejects the proposal, both players walk away with nothing. In either case, the game then ends.

Before proceeding, stop and think about what you would do in this situation. If you were player A, what division of the $100 would you propose? If you were player B, what proposals would you accept?

Conventional economic theory assumes in this situation that people are rational wealth-maximizers. This assumption leads to a simple prediction: Player A should propose that he gets $99 and player B gets $1, and player B should accept the proposal. After all, once the proposal is made, player B is better off accepting it as long as he gets something out of it. Moreover, because player A knows that accepting the proposal is in player B's interest, player A has no reason to offer him more than $1. In the language of game theory (discussed in Chapter 17), the 99-1 split is the Nash equilibrium.

Yet when experimental economists ask real people to play the ultimatum game, the results differ from this prediction. People in player B's role usually reject proposals that give them only $1 or a similarly small amount. Anticipating this, people in the role of player A usually propose giving player B much more than $1. Some people will offer a 50-50 split, but it is more common for player A to propose giving player B an amount such as $30 or $40, keeping the larger share for himself. In this case, player B usually accepts the proposal.

What's going on here? The natural interpretation is that people are driven in part by some innate sense of fairness. A 99-1 split seems so wildly unfair to many people that they reject it, even to their own detriment. By contrast, a 70-30 split is still unfair, but it is not so unfair that it induces people to abandon their normal self-interest.

Throughout our study of household and firm behavior, the innate sense of fairness has not played any role. But the results of the ultimatum game suggest that perhaps it should. For example, in Chapters 18 and 19, we discussed how wages were determined by labor supply and labor demand. Some economists have suggested that the perceived fairness of what a firm pays its workers should also enter the picture. Thus, when a firm has an especially profitable year, workers (like player B) may expect to be paid a fair share of the prize, even if the standard equilibrium does not dictate it. The firm (like player A) might well decide to give workers more than the equilibrium wage for fear that the workers might otherwise try to punish the firm with reduced effort, strikes, or even vandalism.

People Are Inconsistent over Time

Imagine some dreary task, such as doing your laundry, shoveling snow off your driveway, or filling out your income tax forms. Now consider the following questions:

In The News

This Is Your Brain on Economics

Research is increasingly focused on the intersection of economics and neuroscience.

Enter the Neuro-Economists: Why Do Investors Do What They Do?

By Tyler Cowen

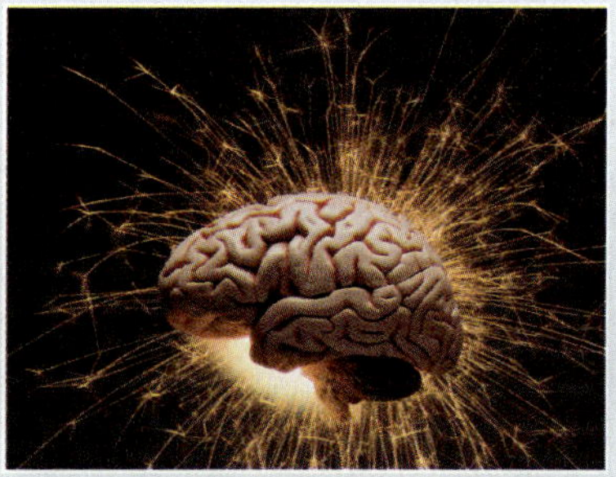

PHOTO: © LOUIE PSIHOYOS/SCIENCE FACTION/GETTY IMAGES

Las Vegas uses flashing lights and ringing bells to create an illusion of reward and to encourage risk taking. Insurance company offices present a more somber mood to remind us of our mortality. Every marketer knows that context and presentation influence our decisions.

For the first time, economists are studying these phenomena scientifically. The economists are using a new technology that allows them to trace the activity of neurons inside the brain and thereby study how emotions influence our choices, including economic choices like gambles and investments.

For instance, when humans are in a "positive arousal state," they think about prospective benefits and enjoy the feeling of risk. All of us are familiar with the giddy excitement that accompanies a triumph. Camelia Kuhnen and Brian Knutson, two researchers at Stanford University, have found that people are more likely to take a foolish risk when their brains show this kind of activation.

But when people think about costs, they use different brain modules and become more anxious. They play it too safe, at least in the laboratory. Furthermore, people are especially afraid of ambiguous risks with unknown odds. This may help explain why so many investors are reluctant to seek out foreign stock markets, even when they could diversify their portfolios at low cost.

If one truth shines through, it is that people are not consistent or fully rational decision makers. Peter L. Bossaerts, an economics professor at the California Institute of Technology, has found that brains assess risk and return separately, rather than making a single calculation of what economists call expected utility.

Researchers can see on the screen how people compartmentalize their choices into different parts of their brains. This may not always sound like economics but neuro-economists start with the insight—borrowed from the economist Friedrich Hayek—that resources are scarce within the brain and must be allocated to competing uses. Whether in economies or brains,

1. Would you prefer (A) to spend 50 minutes doing the task right now or (B) to spend 60 minutes doing the task tomorrow?
2. Would you prefer (A) to spend 50 minutes doing the task in 90 days or (B) to spend 60 minutes doing the task in 91 days?

When asked questions like these, many people choose B to question 1 and A to question 2. When looking ahead to the future (as in question 2), they minimize the amount of time spent on the dreary task. But faced with the prospect of doing the task immediately (as in question 1), they choose to put it off.

In some ways, this behavior is not surprising: Everyone procrastinates from time to time. But from the standpoint of the theory of rational man, it is puzzling. Suppose that, in response to question 2, a person chooses to spend 50 minutes in well-functioning systems should not be expected to exhibit centralized command and control.

Neuro-economics is just getting started. The first major empirical paper was published in 2001 by Kevin McCabe, Daniel Houser, Lee Ryan, Vernon Smith and Theodore Trouard, all economics professors. A neuro-economics laboratory at Cal Tech, led by Colin F. Camerer, a math prodigy and now an economics professor, has assembled the foremost group of interdisciplinary researchers. Many of the early entrants, who have learned neurology as well as economics, continue to dominate the field.

Investors are becoming interested in the money-making potential of these ideas. Imagine training traders to set their emotions aside or testing their objectivity in advance with brain scans. Futuristic devices might monitor their emotions on the trading floor or in a bargaining session and instruct them how to compensate for possible mistakes.

Are the best traders most adept at reading the minds of others? Or is trading skill correlated with traits like the ability to calculate and ignore the surrounding caldron of human emotions?

More ambitiously, future research may try to determine when a short-term price bubble will collapse. Does the market tide turn when people stop smiling, adjust to their adrenalin levels or make different kinds of eye contact?

Not all of neuro-economics uses brain scans. Andrew W. Lo, a professor at the Sloan School of Management at the Massachusetts Institute of Technology, applied polygraph-like techniques to securities traders to show that anxiety and fear affect market behavior. Measuring eye movements, which is easy and cheap, helps the researcher ascertain what is on a subject's mind. Other researchers have opened up monkey skulls to measure individual neurons; monkey neurons fire in proportion to the amount and probability of rewards. But do most economists care? Are phrases like "nucleus accumbens"—referring to a subcortical nucleus of the brain associated with reward—welcome in a profession caught up in interest rates and money supply? Skeptics question whether neuro-economics explains real-world phenomena.

The neuro-economists admit that their endeavor is in its infancy. It is difficult to identify brain modules and their roles. Even if one part of the brain is active at a particular moment, how is that incorporated into a person's broader method for making decisions?

The number of people scanned in any study is typically small, if only because the hookups cost about $500 an hour and require access to an expensive machine. Furthermore, the setting may matter. Perhaps we cannot equate choices made on the New York Stock Exchange trading floor with choices made under a hospital scanner, where the subject must lie on his back, remain motionless and endure a loud whirring, all the while calculating a trading strategy.

That said, neuro-economics will make huge strides as technology allows researchers to identify more brain regions and read brains more accurately and at lower cost. It is a growth area in a profession that knows human feelings matter, but does not always know what to do with them.

What is the next step? Perhaps neuro-economics should turn its attention to political economy. Do people use the same part of their brains to vote as to trade? Is voting governed by fear, disgust or perhaps the desire to gain something new and exciting?

Source: *New York Times,* April 20, 2006.

90 days. Then, when the 90th day arrives, we allow him to change his mind. In effect, he then faces question 1, so he opts for doing the task the next day. But why should the mere passage of time affect the choices he makes?

Many times in life, people make plans for themselves, but then they fail to follow through. A smoker promises himself that he will quit, but within a few hours of smoking his last cigarette, he craves another and breaks his promise. A person trying to lose weight promises that he will stop eating dessert, but when the waiter brings the dessert cart, the promise is forgotten. In both cases, the desire for instant gratification induces the decision maker to abandon his past plans.

Some economists believe that the consumption-saving decision is an important instance in which people exhibit this inconsistency over time. For many people, spending provides a type of instant gratification. Saving, like passing up the cigarette or the dessert, requires a sacrifice in the present for a reward in the distant future. And just as many smokers wish they could quit and many overweight individuals wish they ate less, many consumers wish they saved more of their income. According to one survey, 76 percent of Americans said they were not saving enough for retirement.

An implication of this inconsistency over time is that people should try to find ways to commit their future selves to following through on their plans. A smoker trying to quit may throw away his cigarettes, and a person on a diet may put a lock on the refrigerator. What can a person who saves too little do? He should find some way to lock up his money before he spends it. Some retirement accounts, such as 401(k) plans, do exactly that. A worker can agree to have some money taken out of his paycheck before he ever sees it. The money is deposited in an account that can be used before retirement only with a penalty. Perhaps that is one reason these retirement accounts are so popular: They protect people from their own desires for instant gratification.

QUICK QUIZ Describe at least three ways in which human decision making differs from that of the rational individual of conventional economic theory.

CONCLUSION

This chapter has examined the frontier of microeconomics. You may have noticed that we have sketched out ideas rather than fully developing them. This is no accident. One reason is that you might study these topics in more detail in advanced courses. Another reason is that these topics remain active areas of research and, therefore, are still being fleshed out.

To see how these topics fit into the broader picture, recall the *Ten Principles of Economics* from Chapter 1. One principle states that markets are usually a good way to organize economic activity. Another principle states that governments can sometimes improve market outcomes. As you study economics, you can more fully appreciate the truth of these principles as well as the caveats that go with them. The study of asymmetric information should make you more wary of market outcomes. The study of political economy should make you more wary of government solutions. And the study of behavioral economics should make you wary of any institution that relies on human decision making, including both the market and the government.

If there is a unifying theme to these topics, it is that life is messy. Information is imperfect, government is imperfect, and people are imperfect. Of course, you knew this long before you started studying economics, but economists need to understand these imperfections as precisely as they can if they are to explain, and perhaps even improve, the world around them.

SUMMARY

- In many economic transactions, information is asymmetric. When there are hidden actions, principals may be concerned that agents suffer from the problem of moral hazard. When there are hidden characteristics, buyers may be concerned about the problem of adverse selection among the sellers. Private markets sometimes deal with asymmetric information with signaling and screening.
- Although government policy can sometimes improve market outcomes, governments are themselves imperfect institutions. The Condorcet paradox shows that majority rule fails to produce transitive preferences for society, and Arrow's impossibility theorem shows that no voting system will be perfect. In many situations, democratic institutions will produce the outcome desired by the median voter, regardless of the preferences of the rest of the electorate. Moreover, the individuals who set government policy may be motivated by self-interest rather than the national interest.
- The study of psychology and economics reveals that human decision making is more complex than is assumed in conventional economic theory. People are not always rational, they care about the fairness of economic outcomes (even to their own detriment), and they can be inconsistent over time.

KEY CONCEPTS

moral hazard, *p. 484*
agent, *p. 484*
principal, *p. 484*
adverse selection, *p. 485*
signaling, *p. 487*
screening, *p. 488*
political economy, *p. 489*
Condorcet paradox, *p. 490*
Arrow's impossibility theorem, *p. 491*
median voter theorem, *p. 492*
behavioral economics, *p. 494*

QUESTIONS FOR REVIEW

1. What is moral hazard? List three things an employer might do to reduce the severity of this problem.
2. What is adverse selection? Give an example of a market in which adverse selection might be a problem.
3. Define *signaling* and *screening* and give an example of each.
4. What unusual property of voting did Condorcet notice?
5. Explain why majority rule respects the preferences of the median voter rather than the average voter.
6. Describe the ultimatum game. What outcome from this game would conventional economic theory predict? Do experiments confirm this prediction? Explain.

PROBLEMS AND APPLICATIONS

1. Each of the following situations involves moral hazard. In each case, identify the principal and the agent, and explain why there is asymmetric information. How does the action described reduce the problem of moral hazard?
   a. Landlords require tenants to pay security deposits.
   b. Firms compensate top executives with options to buy company stock at a given price in the future.
   c. Car insurance companies offer discounts to customers who install antitheft devices in their cars.
2. Suppose that the Live-Long-and-Prosper Health Insurance Company charges $5,000 annually for a family insurance policy. The company's president suggests that the company raise the annual price to $6,000 to increase its profits. If the firm followed this suggestion, what economic problem might arise? Would the firm's pool of customers tend to become more or less healthy on average? Would the company's profits necessarily increase?
3. A case study in this chapter describes how a boyfriend can signal to a girlfriend that he loves her by giving an appropriate gift. Do you think saying "I love you" can also serve as a signal? Why or why not?
4. Some AIDS activists believe that health insurance companies should not be allowed to ask applicants if they are infected with the HIV virus that causes AIDS. Would this rule help or hurt those who are HIV-positive? Would it help or hurt those who are not HIV-positive? Would it exacerbate or mitigate the problem of adverse selection in the market for health insurance? Do you think it would increase or decrease the number of people without health insurance? In your opinion, would this be a good policy? Explain your answers to each question.
5. The government is considering two ways to help the needy: giving them cash or giving them free meals at soup kitchens. Give an argument for giving cash. Give an argument, based on asymmetric information, for why the soup kitchen may be better than the cash handout.
6. Ken walks into an ice-cream parlor.

   WAITER: "We have vanilla and chocolate today."
   KEN: "I'll take vanilla."
   WAITER: "I almost forgot. We also have strawberry."
   KEN: "In that case, I'll take chocolate."

   What standard property of decision making is Ken violating? (Hint: Reread the section on Arrow's impossibility theorem.)
7. Three friends are choosing a restaurant for dinner. Here are their preferences:

	Rachel	Ross	Joey
First choice	Italian	Italian	Chinese
Second choice	Chinese	Chinese	Mexican
Third choice	Mexican	Mexican	French
Fourth choice	French	French	Italian

   a. If the three friends use a Borda count to make their decision, where do they go to eat?
   b. On their way to their chosen restaurant, they see that the Mexican and French restaurants are closed, so they use a Borda count again to decide between the remaining two restaurants. Where do they decide to go now?
   c. How do your answers to parts (a) and (b) relate to Arrow's impossibility theorem?
8. Three friends are choosing a TV show to watch. Here are their preferences:

	Chandler	Phoebe	Monica
First choice	*Lost*	*Heroes*	*Scrubs*
Second choice	*Heroes*	*Scrubs*	*Lost*
Third choice	*Scrubs*	*Lost*	*Heroes*

   a. If the three friends try using a Borda count to make their choice, what would happen?
   b. Monica suggests a vote by majority rule. She proposes that first they choose between *Lost* and *Heroes*, and then they choose between the winner of the first vote and *Scrubs*. If they all vote their preferences honestly, what outcome would occur?
   c. Should Chandler agree to Monica's suggestion? What voting system would he prefer?

d. Phoebe and Monica convince Chandler to go along with Monica's proposal. In round one, Chandler dishonestly says he prefers *Heroes* over *Lost*. Why might he do this?

9. Five roommates are planning to spend the weekend in their dorm room watching movies, and they are debating how many movies to watch. Here is their willingness to pay:

	Quentin	Spike	Ridley	Martin	Steven
First film	$7	$5	$4	$2	$1
Second film	6	4	2	1	0
Third film	5	3	1	0	0
Fourth film	3	1	0	0	0
Fifth film	1	0	0	0	0

A video costs $8 to rent, which the roommates split equally, so each pays $1.60 per movie.

a. What is the efficient number of movies to watch (that is, the number that maximizes total surplus)?
b. From the standpoint of each roommate, what is the preferred number of movies?
c. What is the preference of the median roommate?
d. If the roommates held a vote on the efficient outcome versus the median voter's preference, how would each person vote? Which outcome would get a majority?
e. If one of the roommates proposed a different number of movies, could his proposal beat the winner from part (d) in a vote?
f. Can majority rule be counted on to reach efficient outcomes in the provision of public goods?

10. A group of athletes are competing in a multiday triathlon. They have a running race on day one, a swimming race on day two, and a biking race on day three. You know the order in which the athletes finish each of the three components. From this information, you are asked to rank the athletes in the overall competition. You are given the following conditions:

- The ordering of athletes should be transitive: If athlete A is ranked above athlete B, and athlete B is ranked above athlete C, then athlete A must rank above athlete C.
- If athlete A beats athlete B in all three races, athlete A should rank higher than athlete B.
- The rank ordering of any two athletes should not depend on whether a third athlete drops out of the competition just before the final ranking.

According to Arrow's theorem, there are only three ways to rank the athletes that satisfy these properties. What are they? Are these desirable? Why or why not? Can you think of a better ranking scheme? Which of the three properties above does your scheme not satisfy?

11. Why might a political party in a two-party system choose not to move toward the median voter? (Hint: Think about abstentions from voting and political contributions.)

12. Two ice-cream stands are deciding where to locate along a 1-mile beach. The people are uniformly located along the beach, and each person sitting on the beach buys exactly 1 ice-cream cone per day from the nearest stand. Each ice-cream seller wants the maximum number of customers. Where along the beach will the two stands locate?

13. Explain why the following reactions might reflect some deviation from rationality.

a. After a widely reported earthquake in California, many people call their insurance company to apply for earthquake insurance.
b. In January, many fitness clubs offer special annual membership fees to attract customers who have made New Year's resolutions to exercise more. Even when these memberships are costly, many of these new customers seldom visit the gym to work out.

PART VIII

The Data of Macroeconomics

CHAPTER

23

Measuring a Nation's Income

When you finish school and start looking for a full-time job, your experience will, to a large extent, be shaped by prevailing economic conditions. In some years, firms throughout the economy are expanding their production of goods and services, employment is rising, and jobs are easy to find. In other years, firms are cutting back production, employment is declining, and finding a good job takes a long time. Not surprisingly, any college graduate would rather enter the labor force in a year of economic expansion than in a year of economic contraction.

Because the health of the overall economy profoundly affects all of us, changes in economic conditions are widely reported by the media. Indeed, it is hard to pick up a newspaper, check an online news service, or turn on the TV without seeing some newly reported statistic about the economy. The statistic might measure the total income of everyone in the economy (GDP), the rate at which average prices are rising (inflation), the percentage of the labor force that is out of work (unemployment), total spending at stores (retail sales), or the imbalance of trade between the United States and the rest of the world (the trade deficit). All these statistics are *macroeconomic*. Rather than telling us about a particular household, firm, or market, they tell us something about the entire economy.

As you may recall from Chapter 2, economics is divided into two branches: microeconomics and macroeconomics. **Microeconomics** is the study of how individual households and firms make decisions and how they interact with one

microeconomics
the study of how households and firms make decisions and how they interact in markets

macroeconomics
the study of economy-wide phenomena, including inflation, unemployment, and economic growth

another in markets. **Macroeconomics** is the study of the economy as a whole. The goal of macroeconomics is to explain the economic changes that affect many households, firms, and markets simultaneously. Macroeconomists address diverse questions: Why is average income high in some countries while it is low in others? Why do prices sometimes rise rapidly while at other times they are more stable? Why do production and employment expand in some years and contract in others? What, if anything, can the government do to promote rapid growth in incomes, low inflation, and stable employment? These questions are all macroeconomic in nature because they concern the workings of the entire economy.

Because the economy as a whole is just a collection of many households and many firms interacting in many markets, microeconomics and macroeconomics are closely linked. The basic tools of supply and demand, for instance, are as central to macroeconomic analysis as they are to microeconomic analysis. Yet studying the economy in its entirety raises some new and intriguing challenges.

In this and the next chapter, we discuss some of the data that economists and policymakers use to monitor the performance of the overall economy. These data reflect the economic changes that macroeconomists try to explain. This chapter considers *gross domestic product,* or simply GDP, which measures the total income of a nation. GDP is the most closely watched economic statistic because it is thought to be the best single measure of a society's economic well-being.

THE ECONOMY'S INCOME AND EXPENDITURE

If you were to judge how a person is doing economically, you might first look at his or her income. A person with a high income can more easily afford life's necessities and luxuries. It is no surprise that people with higher incomes enjoy higher standards of living—better housing, better healthcare, fancier cars, more opulent vacations, and so on.

The same logic applies to a nation's overall economy. When judging whether the economy is doing well or poorly, it is natural to look at the total income that everyone in the economy is earning. That is the task of gross domestic product (GDP).

GDP measures two things at once: the total income of everyone in the economy and the total expenditure on the economy's output of goods and services. GDP can perform the trick of measuring both total income and total expenditure because these two things are really the same. *For an economy as a whole, income must equal expenditure.*

Why is this true? An economy's income is the same as its expenditure because every transaction has two parties: a buyer and a seller. Every dollar of spending by some buyer is a dollar of income for some seller. Suppose, for instance, that Karen pays Doug $100 to mow her lawn. In this case, Doug is a seller of a service, and Karen is a buyer. Doug earns $100, and Karen spends $100. Thus, the transaction contributes equally to the economy's income and to its expenditure. GDP, whether measured as total income or total expenditure, rises by $100.

Another way to see the equality of income and expenditure is with the circular-flow diagram in Figure 1. As you may recall from Chapter 2, this diagram describes all the transactions between households and firms in a simple economy. It simplifies matters by assuming that all goods and services are bought by households

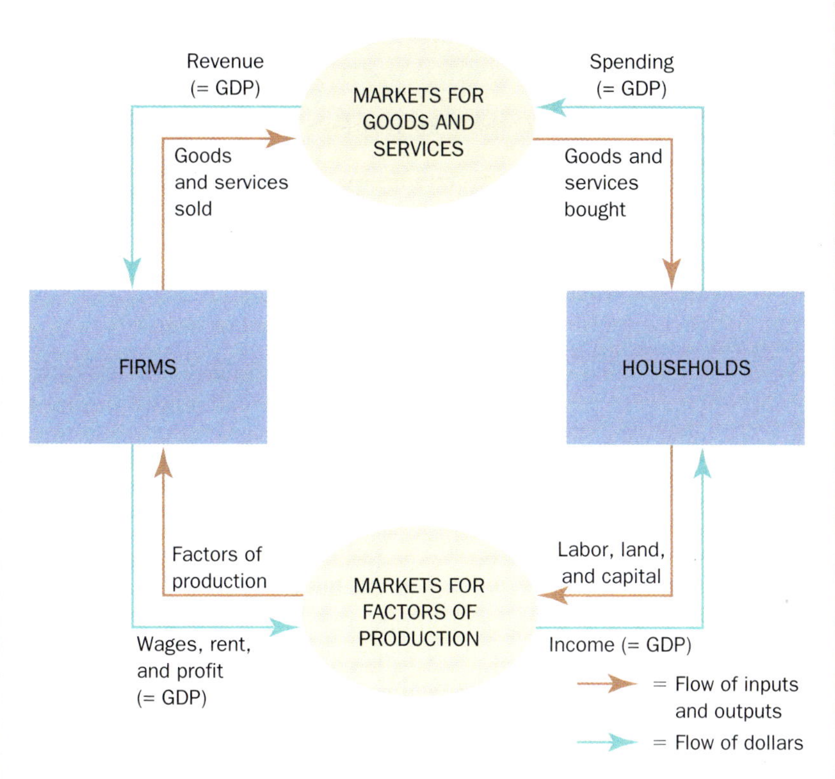

FIGURE 1

The Circular-Flow Diagram
Households buy goods and services from firms, and firms use their revenue from sales to pay wages to workers, rent to landowners, and profit to firm owners. GDP equals the total amount spent by households in the market for goods and services. It also equals the total wages, rent, and profit paid by firms in the markets for the factors of production.

and that households spend all of their income. In this economy, when households buy goods and services from firms, these expenditures flow through the markets for goods and services. When the firms in turn use the money they receive from sales to pay workers' wages, landowners' rent, and firm owners' profit, this income flows through the markets for the factors of production. Money continuously flows from households to firms and then back to households.

GDP measures this flow of money. We can compute it for this economy in one of two ways: by adding up the total expenditure by households or by adding up the total income (wages, rent, and profit) paid by firms. Because all expenditure in the economy ends up as someone's income, GDP is the same regardless of how we compute it.

The actual economy is, of course, more complicated than the one illustrated in Figure 1. Households do not spend all of their income; they pay some of it to the government in taxes, and they save some for use in the future. In addition, households do not buy all goods and services produced in the economy; some goods and services are bought by governments, and some are bought by firms that plan to use them in the future to produce their own output. Yet the basic lesson remains the same: Regardless of whether a household, government, or firm buys a good or service, the transaction has a buyer and seller. Thus, for the economy as a whole, expenditure and income are always the same.

QUICK QUIZ What two things does gross domestic product measure? How can it measure two things at once?

THE MEASUREMENT OF GROSS DOMESTIC PRODUCT

Having discussed the meaning of gross domestic product in general terms, let's be more precise about how this statistic is measured. Here is a definition of GDP that focuses on GDP as a measure of total expenditure:

gross domestic product (GDP) the market value of all final goods and services produced within a country in a given period of time

- **Gross domestic product (GDP)** is the market value of all final goods and services produced within a country in a given period of time.

This definition might seem simple enough. But in fact, many subtle issues arise when computing an economy's GDP. Let's therefore consider each phrase in this definition with some care.

"GDP Is the Market Value . . ."

You have probably heard the adage, "You can't compare apples and oranges." Yet GDP does exactly that. GDP adds together many different kinds of products into a single measure of the value of economic activity. To do this, it uses market prices. Because market prices measure the amount people are willing to pay for different goods, they reflect the value of those goods. If the price of an apple is twice the price of an orange, then an apple contributes twice as much to GDP as does an orange.

". . . of All . . ."

GDP tries to be comprehensive. It includes all items produced in the economy and sold legally in markets. GDP measures the market value of not just apples and oranges but also pears and grapefruit, books and movies, haircuts and healthcare, and on and on.

GDP also includes the market value of the housing services provided by the economy's stock of housing. For rental housing, this value is easy to calculate—the rent equals both the tenant's expenditure and the landlord's income. Yet many people own the place where they live and, therefore, do not pay rent. The government includes this owner-occupied housing in GDP by estimating its rental value. In effect, GDP is based on the assumption that the owner is renting the house to himself. The imputed rent is included both in the homeowner's expenditure and in his income, so it adds to GDP.

There are some products, however, that GDP excludes because measuring them is so difficult. GDP excludes most items produced and sold illicitly, such as illegal drugs. It also excludes most items that are produced and consumed at home and, therefore, never enter the marketplace. Vegetables you buy at the grocery store are part of GDP; vegetables you grow in your garden are not.

These exclusions from GDP can at times lead to paradoxical results. For example, when Karen pays Doug to mow her lawn, that transaction is part of GDP. If Karen were to marry Doug, the situation would change. Even though Doug may continue to mow Karen's lawn, the value of the mowing is now left out of GDP because Doug's service is no longer sold in a market. Thus, when Karen and Doug marry, GDP falls.

". . . Final . . ."

When International Paper makes paper, which Hallmark then uses to make a greeting card, the paper is called an *intermediate good*, and the card is called a *final good*. GDP includes only the value of final goods. This is done because the value of intermediate goods is already included in the prices of the final goods. Adding the market value of the paper to the market value of the card would be double counting. That is, it would (incorrectly) count the paper twice.

An important exception to this principle arises when an intermediate good is produced and, rather than being used, is added to a firm's inventory of goods for use or sale at a later date. In this case, the intermediate good is taken to be "final" for the moment, and its value as inventory investment is included as part of GDP. Thus, additions to inventory add to GDP, and when the goods in inventory are later used or sold, the reductions in inventory subtract from GDP.

". . . Goods and Services . . ."

GDP includes both tangible goods (food, clothing, cars) and intangible services (haircuts, housecleaning, doctor visits). When you buy a CD by your favorite band, you are buying a good, and the purchase price is part of GDP. When you pay to hear a concert by the same band, you are buying a service, and the ticket price is also part of GDP.

". . . Produced . . ."

GDP includes goods and services currently produced. It does not include transactions involving items produced in the past. When General Motors produces and sells a new car, the value of the car is included in GDP. When one person sells a used car to another person, the value of the used car is not included in GDP.

". . . Within a Country . . ."

GDP measures the value of production within the geographic confines of a country. When a Canadian citizen works temporarily in the United States, her production is part of U.S. GDP. When an American citizen owns a factory in Haiti, the production at his factory is not part of U.S. GDP. (It is part of Haiti's GDP.) Thus, items are included in a nation's GDP if they are produced domestically, regardless of the nationality of the producer.

". . . In a Given Period of Time."

GDP measures the value of production that takes place within a specific interval of time. Usually, that interval is a year or a quarter (three months). GDP measures the economy's flow of income and expenditure during that interval.

When the government reports the GDP for a quarter, it usually presents GDP "at an annual rate." This means that the figure reported for quarterly GDP is the amount of income and expenditure during the quarter multiplied by 4. The government uses this convention so that quarterly and annual figures on GDP can be compared more easily.

In addition, when the government reports quarterly GDP, it presents the data after they have been modified by a statistical procedure called *seasonal adjustment*.

The unadjusted data show clearly that the economy produces more goods and services during some times of year than during others. (As you might guess, December's holiday shopping season is a high point.) When monitoring the condition of the economy, economists and policymakers often want to look beyond these regular seasonal changes. Therefore, government statisticians adjust the quarterly data to take out the seasonal cycle. The GDP data reported in the news are always seasonally adjusted.

Now let's repeat the definition of GDP:

- Gross domestic product (GDP) is the market value of all final goods and services produced within a country in a given period of time.

This definition focuses on GDP as total expenditure in the economy. But don't forget that every dollar spent by a buyer of a good or service becomes a dollar of income to the seller of that good or service. Therefore, in addition to applying this definition, the government adds up total income in the economy. The two ways of calculating GDP give almost exactly the same answer. (Why "almost"? Although the two measures should be precisely the same, data sources are not perfect. The difference between the two calculations of GDP is called the *statistical discrepancy*.)

It should be apparent that GDP is a sophisticated measure of the value of economic activity. In advanced courses in macroeconomics, you will learn more about the subtleties that arise in its calculation. But even now you can see that each phrase in this definition is packed with meaning.

QUICK QUIZ Which contributes more to GDP—the production of a pound of hamburger or the production of a pound of caviar? Why?

THE COMPONENTS OF GDP

Spending in the economy takes many forms. At any moment, the Smith family may be having lunch at Burger King; General Motors may be building a car factory; the Navy may be procuring a submarine; and British Airways may be buying an airplane from Boeing. GDP includes all of these various forms of spending on domestically produced goods and services.

To understand how the economy is using its scarce resources, economists study the composition of GDP among various types of spending. To do this, GDP (which we denote as Y) is divided into four components: consumption (C), investment (I), government purchases (G), and net exports (NX):

$$Y = C + I + G + NX.$$

This equation is an *identity*—an equation that must be true because of how the variables in the equation are defined. In this case, because each dollar of expenditure included in GDP is placed into one of the four components of GDP, the total of the four components must be equal to GDP. Let's look at each of these four components more closely.

FYI

Other Measures of Income

When the U.S. Department of Commerce computes the nation's GDP every three months, it also computes various other measures of income to get a more complete picture of what's happening in the economy. These other measures differ from GDP by excluding or including certain categories of income. What follows is a brief description of five of these income measures, ordered from largest to smallest.

- *Gross national product* (GNP) is the total income earned by a nation's permanent residents (called *nationals*). It differs from GDP by including income that our citizens earn abroad and excluding income that foreigners earn here. For example, when a Canadian citizen works temporarily in the United States, her production is part of U.S. GDP, but it is not part of U.S. GNP. (It is part of Canada's GNP.) For most countries, including the United States, domestic residents are responsible for most domestic production, so GDP and GNP are quite close.
- *Net national product* (NNP) is the total income of a nation's residents (GNP) minus losses from depreciation. *Depreciation* is the wear and tear on the economy's stock of equipment and structures, such as trucks rusting and computers becoming obsolete. In the national income accounts prepared by the Department of Commerce, depreciation is called the "consumption of fixed capital."
- *National income* is the total income earned by a nation's residents in the production of goods and services. It differs from net national product by excluding indirect business taxes (such as sales taxes) and including business subsidies. NNP and national income also differ because of the *statistical discrepancy* that arises from problems in data collection.
- *Personal income* is the income that households and noncorporate businesses receive. Unlike national income, it excludes *retained earnings*, which is income that corporations have earned but have not paid out to their owners. It also subtracts corporate income taxes and contributions for social insurance (mostly Social Security taxes). In addition, personal income includes the interest income that households receive from their holdings of government debt and the income that households receive from government transfer programs, such as welfare and Social Security.
- *Disposable personal income* is the income that households and noncorporate businesses have left after satisfying all their obligations to the government. It equals personal income minus personal taxes and certain nontax payments (such as traffic tickets).

Although the various measures of income differ in detail, they almost always tell the same story about economic conditions. When GDP is growing rapidly, these other measures of income are usually growing rapidly. And when GDP is falling, these other measures are usually falling as well. For monitoring fluctuations in the overall economy, it does not matter much which measure of income we use.

Consumption

Consumption is spending by households on goods and services, with the exception of purchases of new housing. Goods include household spending on durable goods, such as automobiles and appliances, and nondurable goods, such as food and clothing. Services include such intangible items as haircuts and medical care. Household spending on education is also included in consumption of services (although one might argue that it would fit better in the next component).

consumption
spending by households on goods and services, with the exception of purchases of new housing

Investment

Investment is the purchase of goods that will be used in the future to produce more goods and services. It is the sum of purchases of capital equipment, inventories,

investment
spending on capital equipment, inventories, and structures, including household purchases of new housing

and structures. Investment in structures includes expenditure on new housing. By convention, the purchase of a new house is the one form of household spending categorized as investment rather than consumption.

As mentioned earlier in this chapter, the treatment of inventory accumulation is noteworthy. When Dell produces a computer and adds it to its inventory instead of selling it, Dell is assumed to have "purchased" the computer for itself. That is, the national income accountants treat the computer as part of Dell's investment spending. (If Dell later sells the computer out of inventory, Dell's inventory investment will then be negative, offsetting the positive expenditure of the buyer.) Inventories are treated this way because one aim of GDP is to measure the value of the economy's production, and goods added to inventory are part of that period's production.

Notice that GDP accounting uses the word *investment* differently from how you might hear the term in everyday conversation. When you hear the word *investment*, you might think of financial investments, such as stocks, bonds, and mutual funds—topics that we study later in this book. By contrast, because GDP measures expenditure on goods and services, here the word *investment* means purchases of goods (such as capital equipment, structures, and inventories) used to produce other goods.

Government Purchases

government purchases spending on goods and services by local, state, and federal governments

Government purchases include spending on goods and services by local, state, and federal governments. It includes the salaries of government workers as well as expenditures on public works. Recently, the U.S. national income accounts have switched to the longer label *government consumption expenditure and gross investment*, but in this book, we will use the traditional and shorter term *government purchases*.

The meaning of government purchases requires a bit of clarification. When the government pays the salary of an Army general or a schoolteacher, that salary is part of government purchases. But when the government pays a Social Security benefit to a person who is elderly or an unemployment insurance benefit to a worker who was recently laid off, the story is very different: These are called *transfer payments* because they are not made in exchange for a currently produced good or service. Transfer payments alter household income, but they do not reflect the economy's production. (From a macroeconomic standpoint, transfer payments are like negative taxes.) Because GDP is intended to measure income from, and expenditure on, the production of goods and services, transfer payments are not counted as part of government purchases.

Net Exports

net exports spending on domestically produced goods by foreigners (exports) minus spending on foreign goods by domestic residents (imports)

Net exports equal the foreign purchases of domestically produced goods (exports) minus the domestic purchases of foreign goods (imports). A domestic firm's sale to a buyer in another country, such as Boeing's sale of an airplane to British Airways, increases net exports.

The *net* in *net exports* refers to the fact that imports are subtracted from exports. This subtraction is made because other components of GDP include imports of goods and services. For example, suppose that a household buys a $30,000 car from Volvo, the Swedish carmaker. That transaction increases consumption by $30,000 because car purchases are part of consumer spending. It also reduces

TABLE 1

GDP and Its Components

This table shows total GDP for the U.S. economy in 2007 and the breakdown of GDP among its four components. When reading this table, recall the identity $Y = C + I + G + NX$.

	Total (in billions of dollars)	Per Person (in dollars)	Percent of Total
Gross domestic product, *Y*	$13,843	$45,838	100%
Consumption, *C*	9,732	32,225	70
Investment, *I*	2,132	7,061	15
Government purchases, *G*	2,691	8,912	19
Net exports, *NX*	−712	−2,360	−5

Source: U.S. Department of Commerce. Parts may not sum to totals due to rounding.

net exports by $30,000 because the car is an import. In other words, net exports include goods and services produced abroad (with a minus sign) because these goods and services are included in consumption, investment, and government purchases (with a plus sign). Thus, when a domestic household, firm, or government buys a good or service from abroad, the purchase reduces net exports, but because it also raises consumption, investment, or government purchases, it does not affect GDP.

CASE STUDY THE COMPONENTS OF U.S. GDP

Table 1 shows the composition of U.S. GDP in 2007. In this year, the GDP of the United States was almost $14 trillion. Dividing this number by the 2007 U.S. population of 302 million yields GDP per person (sometimes called GDP per capita). We find that in 2007 the income and expenditure of the average American was $45,838.

Consumption made up 70 percent of GDP, or $32,225 per person. Investment was $7,061 per person. Government purchases were $8,912 per person. Net exports were −$2,360 per person. This number is negative because Americans earned less from selling to foreigners than they spent on foreign goods.

These data come from the Bureau of Economic Analysis, which is the part of the U.S. Department of Commerce that produces the national income accounts. You can find more recent data on GDP at its website, http://www.bea.gov.

QUICK QUIZ List the four components of expenditure. Which is the largest?

REAL VERSUS NOMINAL GDP

As we have seen, GDP measures the total spending on goods and services in all markets in the economy. If total spending rises from one year to the next, at least one of two things must be true: (1) the economy is producing a larger output of goods and services, or (2) goods and services are being sold at higher prices. When studying changes in the economy over time, economists want to separate these two effects. In particular, they want a measure of the total quantity of goods and services the economy is producing that is not affected by changes in the prices of those goods and services.

To do this, economists use a measure called *real* GDP. Real GDP answers a hypothetical question: What would be the value of the goods and services produced this year if we valued these goods and services at the prices that prevailed in some specific year in the past? By evaluating current production using prices that are fixed at past levels, real GDP shows how the economy's overall production of goods and services changes over time.

To see more precisely how real GDP is constructed, let's consider an example.

A Numerical Example

Table 2 shows some data for an economy that produces only two goods: hot dogs and hamburgers. The table shows the prices and quantities produced of the two goods in the years 2008, 2009, and 2010.

nominal GDP
the production of goods and services valued at current prices

To compute total spending in this economy, we would multiply the quantities of hot dogs and hamburgers by their prices. In the year 2008, 100 hot dogs are sold at a price of $1 per hot dog, so expenditure on hot dogs equals $100. In the same year, 50 hamburgers are sold for $2 per hamburger, so expenditure on hamburgers also equals $100. Total expenditure in the economy—the sum of expenditure on hot dogs and expenditure on hamburgers—is $200. This amount, the production of goods and services valued at current prices, is called **nominal GDP**.

2 TABLE

Real and Nominal GDP
This table shows how to calculate real GDP, nominal GDP, and the GDP deflator for a hypothetical economy that produces only hot dogs and hamburgers.

Prices and Quantities

Year	Price of Hot Dogs	Quantity of Hot Dogs	Price of Hamburgers	Quantity of Hamburgers
2008	$1	100	$2	50
2009	$2	150	$3	100
2010	$3	200	$4	150

Calculating Nominal GDP

Year	
2008	($1 per hot dog × 100 hot dogs) + ($2 per hamburger × 50 hamburgers) = $200
2009	($2 per hot dog × 150 hot dogs) + ($3 per hamburger × 100 hamburgers) = $600
2010	($3 per hot dog × 200 hot dogs) + ($4 per hamburger × 150 hamburgers) = $1,200

Calculating Real GDP (base year 2008)

Year	
2008	($1 per hot dog × 100 hot dogs) + ($2 per hamburger × 50 hamburgers) = $200
2009	($1 per hot dog × 150 hot dogs) + ($2 per hamburger × 100 hamburgers) = $350
2010	($1 per hot dog × 200 hot dogs) + ($2 per hamburger × 150 hamburgers) = $500

Calculating the GDP Deflator

Year	
2008	($200 / $200) × 100 = 100
2009	($600 / $350) × 100 = 171
2010	($1,200 / $500) × 100 = 240

The table shows the calculation of nominal GDP for these three years. Total spending rises from $200 in 2008 to $600 in 2009 and then to $1,200 in 2010. Part of this rise is attributable to the increase in the quantities of hot dogs and hamburgers, and part is attributable to the increase in the prices of hot dogs and hamburgers.

To obtain a measure of the amount produced that is not affected by changes in prices, we use **real GDP**, which is the production of goods and services valued at constant prices. We calculate real GDP by first designating one year as a *base year*. We then use the prices of hot dogs and hamburgers in the base year to compute the value of goods and services in all the years. In other words, the prices in the base year provide the basis for comparing quantities in different years.

real GDP
the production of goods and services valued at constant prices

Suppose that we choose 2008 to be the base year in our example. We can then use the prices of hot dogs and hamburgers in 2008 to compute the value of goods and services produced in 2008, 2009, and 2010. Table 2 shows these calculations. To compute real GDP for 2008, we use the prices of hot dogs and hamburgers in 2008 (the base year) and the quantities of hot dogs and hamburgers produced in 2008. (Thus, for the base year, real GDP always equals nominal GDP.) To compute real GDP for 2009, we use the prices of hot dogs and hamburgers in 2008 (the base year) and the quantities of hot dogs and hamburgers produced in 2009. Similarly, to compute real GDP for 2010, we use the prices in 2008 and the quantities in 2010. When we find that real GDP has risen from $200 in 2008 to $350 in 2009 and then to $500 in 2010, we know that the increase is attributable to an increase in the quantities produced because the prices are being held fixed at base-year levels.

To sum up: *Nominal GDP uses current prices to place a value on the economy's production of goods and services. Real GDP uses constant base-year prices to place a value on the economy's production of goods and services.* Because real GDP is not affected by changes in prices, changes in real GDP reflect only changes in the amounts being produced. Thus, real GDP is a measure of the economy's production of goods and services.

Our goal in computing GDP is to gauge how well the overall economy is performing. Because real GDP measures the economy's production of goods and services, it reflects the economy's ability to satisfy people's needs and desires. Thus, real GDP is a better gauge of economic well-being than is nominal GDP. When economists talk about the economy's GDP, they usually mean real GDP rather than nominal GDP. And when they talk about growth in the economy, they measure that growth as the percentage change in real GDP from one period to another.

The GDP Deflator

As we have just seen, nominal GDP reflects both the quantities of goods and services the economy is producing and the prices of those goods and services. By contrast, by holding prices constant at base-year levels, real GDP reflects only the quantities produced. From these two statistics, we can compute a third, called the GDP deflator, which reflects only the prices of goods and services.

The **GDP deflator** is calculated as follows:

GDP deflator
a measure of the price level calculated as the ratio of nominal GDP to real GDP times 100

$$\text{GDP deflator} = \frac{\text{Nominal GDP}}{\text{Real GDP}} \times 100.$$

Because nominal GDP and real GDP must be the same in the base year, the GDP deflator for the base year always equals 100. The GDP deflator for subsequent years measures the change in nominal GDP from the base year that cannot be attributable to a change in real GDP.

The GDP deflator measures the current level of prices relative to the level of prices in the base year. To see why this is true, consider a couple of simple examples. First, imagine that the quantities produced in the economy rise over time but prices remain the same. In this case, both nominal and real GDP rise together, so the GDP deflator is constant. Now suppose, instead, that prices rise over time but the quantities produced stay the same. In this second case, nominal GDP rises but real GDP remains the same, so the GDP deflator rises as well. Notice that, in both cases, the GDP deflator reflects what's happening to prices, not quantities.

Let's now return to our numerical example in Table 2. The GDP deflator is computed at the bottom of the table. For year 2008, nominal GDP is \$200, and real GDP is \$200, so the GDP deflator is 100. (The deflator is always 100 in the base year.) For the year 2009, nominal GDP is \$600, and real GDP is \$350, so the GDP deflator is 171.

Economists use the term *inflation* to describe a situation in which the economy's overall price level is rising. The *inflation rate* is the percentage change in some measure of the price level from one period to the next. Using the GDP deflator, the inflation rate between two consecutive years is computed as follows:

$$\text{Inflation rate in year 2} = \frac{\text{GDP deflator in year 2} - \text{GDP deflator in year 1}}{\text{GDP deflator in year 1}} \times 100.$$

Because the GDP deflator rose in year 2009 from 100 to 171, the inflation rate is 100 × (171 – 100)/100, or 71 percent. In 2010, the GDP deflator rose to 240 from 171 the previous year, so the inflation rate is 100 × (240 – 171)/171, or 40 percent.

The GDP deflator is one measure that economists use to monitor the average level of prices in the economy and thus the rate of inflation. The GDP deflator gets its name because it can be used to take inflation out of nominal GDP—that is, to "deflate" nominal GDP for the rise that is due to increases in prices. We examine another measure of the economy's price level, called the consumer price index, in the next chapter, where we also describe the differences between the two measures.

CASE STUDY REAL GDP OVER RECENT HISTORY

Now that we know how real GDP is defined and measured, let's look at what this macroeconomic variable tells us about the recent history of the United States. Figure 2 shows quarterly data on real GDP for the U.S. economy since 1965.

The most obvious feature of these data is that real GDP grows over time. The real GDP of the U.S. economy in 2007 was almost four times its 1965 level. Put differently, the output of goods and services produced in the United States has grown on average 3.2 percent per year. This continued growth in real GDP enables the typical American to enjoy greater economic prosperity than his or her parents and grandparents did.

A second feature of the GDP data is that growth is not steady. The upward climb of real GDP is occasionally interrupted by periods during which GDP declines, called *recessions.* Figure 2 marks recessions with shaded vertical bars. (There is no ironclad rule for when the official business cycle dating committee will declare that a recession has occurred, but an old rule of thumb is two consecutive quarters

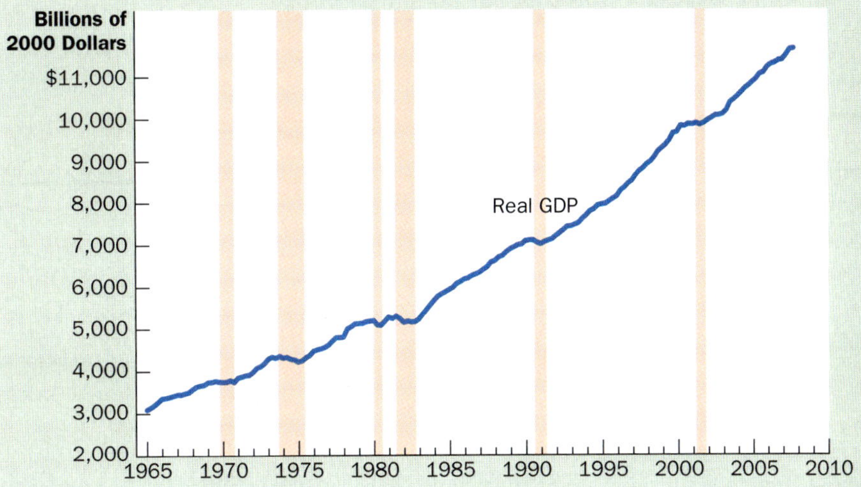

FIGURE 2

Real GDP in the United States

This figure shows quarterly data on real GDP for the U.S. economy since 1965. Recessions—periods of falling real GDP—are marked with the shaded vertical bars.

Source: U.S. Department of Commerce.

of falling real GDP.) Recessions are associated not only with lower incomes but also with other forms of economic distress: rising unemployment, falling profits, increased bankruptcies, and so on.

Much of macroeconomics is aimed at explaining the long-run growth and short-run fluctuations in real GDP. As we will see in the coming chapters, we need different models for these two purposes. Because the short-run fluctuations represent deviations from the long-run trend, we first examine the behavior of key macroeconomic variables, including real GDP, in the long run. Then in later chapters, we build on this analysis to explain short-run fluctuations. ●

QUICK QUIZ Define *real GDP* and *nominal GDP*. Which is a better measure of economic well-being? Why?

IS GDP A GOOD MEASURE OF ECONOMIC WELL-BEING?

Earlier in this chapter, GDP was called the best single measure of the economic well-being of a society. Now that we know what GDP is, we can evaluate this claim.

As we have seen, GDP measures both the economy's total income and the economy's total expenditure on goods and services. Thus, GDP per person tells us the income and expenditure of the average person in the economy. Because most people would prefer to receive higher income and enjoy higher expenditure, GDP per person seems a natural measure of the economic well-being of the average individual.

Yet some people dispute the validity of GDP as a measure of well-being. When Senator Robert Kennedy was running for president in 1968, he gave a moving critique of such economic measures:

In The News

The Underground Economy

The gross domestic product misses many transactions that take place in the underground economy.

Searching for the Hidden Economy

By Doug Campbell

Here is the brief, unremarkable story of how I recently came to participate in the underground economy:

Midafternoon on the iciest day this past winter, a man knocked at my front door. "Shovel your walk?" he asked. "Only $5."

Outside, it was a bone-chilling 15 degrees. "Sold," I said. A half-hour later I handed over a five-dollar bill and thanked him for saving me the trouble.

Officially, this was an unofficial transaction—off the books, with no taxes paid or safety regulations followed. (At least, I assume this hired hand didn't bother to report that income or register with the proper authorities.) As such, it was technically illegal. And, of course, it's the sort of thing that happens all the time.

International Differences in the Underground Economy

Country	Underground Economy as a Percentage of GDP
Bolivia	68 percent
Zimbabwe	63
Peru	61
Thailand	54
Mexico	33
Argentina	29
Sweden	18
Australia	13
United Kingdom	12
Japan	11
Switzerland	9
United States	8

Source: Friedrich Schneider. Figures are for 2002.

The size of the official U.S. economy, as measured by Gross Domestic Product (GDP), was almost $12 trillion in 2004. Measurements of the unofficial economy—not including illegal activities like drug dealing and prostitution—differ substantially. But it's generally agreed to be significant, somewhere between 6 percent and 20 percent of GDP. At the midpoint, this would be about $1.5 trillion a year.

Broadly defined, the underground, gray, informal, or shadow economy involves otherwise legal transactions that go unreported or unrecorded. That's a wide net, capturing everything from babysitting fees, to bartering home repairs with a neighbor, to failing to report pay from moonlighting gigs. The "underground" label tends to make it sound much more sinister than it really is.

Criminal activities make up a large portion of what could be termed the total underground economy. Many studies have

[Gross domestic product] does not allow for the health of our children, the quality of their education, or the joy of their play. It does not include the beauty of our poetry or the strength of our marriages, the intelligence of our public debate or the integrity of our public officials. It measures neither our courage, nor our wisdom, nor our devotion to our country. It measures everything, in short, except that which makes life worthwhile, and it can tell us everything about America except why we are proud that we are Americans.

Much of what Robert Kennedy said is correct. Why, then, do we care about GDP?

The answer is that a large GDP does in fact help us to lead a good life. GDP does not measure the health of our children, but nations with larger GDP can afford better healthcare for their children. GDP does not measure the quality of been done on the economics of drug dealing, prostitution, and gambling. But because money from crime is almost never recovered, many policymakers are more interested in portions of the underground economy that otherwise would be legal if not hidden from authorities. Things like shoveling walks.

Despite its intrigue, the informal economy's importance and consequences remain in debate. The reason: "You're trying to measure a phenomenon whose entire purpose is to hide itself from observation," says Ed Feige, an economist at the University of Wisconsin.

This uncertainty poses problems for policymakers. Without knowing the precise size, scope, and causes of the underground economy, how can they decide what—if anything—to do about it?

Was the man who shoveled my walk engaging in a socially positive or negative activity? Was I? Suffice it to say, some economists have dedicated their entire careers to answering questions about the underground economy—and still there is nothing close to a consensus about its size or description. . . .

A Shadowy Enterprise?

Economists generally agree that the shadow economy is worse in developing nations, whose webs of bureaucratic red tape and corruption are notorious. For instance, [economist Friedrich] Schneider in 2003 published "shadow economy" estimates (defined broadly as all market-based, legal production of goods and services deliberately concealed from the authorities) for countries including: Zimbabwe, estimated at a whopping 63.2 percent of GDP, Thailand's at 54.1 percent, and Bolivia's at 68.3 percent. Among former Soviet bloc nations, Georgia led the way with a 68 percent of GDP shadow economy, and together those nations had an average 40.1 percent of GDP underground. This contrasts with an average of 16.7 percent among Western nations. . . .

In his 2003 book, *Reefer Madness: Sex, Drugs and Cheap Labor in the American Black Market*, investigative writer Eric Schlosser invokes Adam Smith's "invisible hand" theory that men pursuing their own self-interest will generate benefits for society as a whole. This invisible hand has produced a fairly sizable underground economy, and we cannot understand our entire economic system without understanding how the hidden underbelly functions, too. "The underground is a good measure of the progress and the health of nations," Schlosser writes. "When much is wrong, much needs to be hidden." Schlosser's implication was that much is wrong in the United States. If he had taken a more global view, he might have decided relatively little is hidden here.

Source: "Region Focus," Federal Reserve Bank of Richmond, Spring 2005.

their education, but nations with larger GDP can afford better educational systems. GDP does not measure the beauty of our poetry, but nations with larger GDP can afford to teach more of their citizens to read and enjoy poetry. GDP does not take account of our intelligence, integrity, courage, wisdom, or devotion to country, but all of these laudable attributes are easier to foster when people are less concerned about being able to afford the material necessities of life. In short, GDP does not directly measure those things that make life worthwhile, but it does measure our ability to obtain many of the inputs into a worthwhile life.

GDP is not, however, a perfect measure of well-being. Some things that contribute to a good life are left out of GDP. One is leisure. Suppose, for instance, that everyone in the economy suddenly started working every day of the week, rather than enjoying leisure on weekends. More goods and services would be produced, and GDP would rise. Yet despite the increase in GDP, we should not conclude

GDP REFLECTS THE FACTORY'S PRODUCTION, BUT NOT THE HARM THAT IT INFLICTS ON THE ENVIRONMENT.

that everyone would be better off. The loss from reduced leisure would offset the gain from producing and consuming a greater quantity of goods and services.

Because GDP uses market prices to value goods and services, it excludes the value of almost all activity that takes place outside markets. In particular, GDP omits the value of goods and services produced at home. When a chef prepares a delicious meal and sells it at his restaurant, the value of that meal is part of GDP. But if the chef prepares the same meal for his family, the value he has added to the raw ingredients is left out of GDP. Similarly, child care provided in day-care centers is part of GDP, whereas child care by parents at home is not. Volunteer work also contributes to the well-being of those in society, but GDP does not reflect these contributions.

Another thing that GDP excludes is the quality of the environment. Imagine that the government eliminated all environmental regulations. Firms could then produce goods and services without considering the pollution they create, and GDP might rise. Yet well-being would most likely fall. The deterioration in the quality of air and water would more than offset the gains from greater production.

GDP also says nothing about the distribution of income. A society in which 100 people have annual incomes of $50,000 has GDP of $5 million and, not surprisingly, GDP per person of $50,000. So does a society in which 10 people earn $500,000 and 90 suffer with nothing at all. Few people would look at those two situations and call them equivalent. GDP per person tells us what happens to the average person, but behind the average lies a large variety of personal experiences.

In the end, we can conclude that GDP is a good measure of economic well-being for most—but not all—purposes. It is important to keep in mind what GDP includes and what it leaves out.

CASE STUDY INTERNATIONAL DIFFERENCES IN GDP AND THE QUALITY OF LIFE

One way to gauge the usefulness of GDP as a measure of economic well-being is to examine international data. Rich and poor countries have vastly different levels of GDP per person. If a large GDP leads to a higher standard of living, then we should observe GDP to be strongly correlated with various measures of the quality of life. And, in fact, we do.

Table 3 shows twelve of the world's most populous countries ranked in order of GDP per person. The table also shows life expectancy (the expected life span at birth), literacy (the percentage of the adult population who can read), and Internet usage (the percentage of the population that regularly uses the Internet). These data show a clear pattern. In rich countries, such as the United States, Japan, and Germany, people can expect to live to about 80, almost all of the population can read, and a half to two-thirds of the population uses the Internet. In poor countries, such as Nigeria, Bangladesh, and Pakistan, people typically die 10 to 20 years earlier, a substantial share of the population is illiterate, and Internet usage is rare.

Data on other aspects of the quality of life tell a similar story. Countries with low GDP per person tend to have more infants with low birth weight, higher rates of infant mortality, higher rates of maternal mortality, higher rates of child malnutrition, and less common access to safe drinking water. In countries with

TABLE 3

GDP and the Quality of Life

The table shows GDP per person and three other measures of the quality of life for twelve major countries.

Source: *Human Development Report 2007/2008*, United Nations.

Country	Real GDP per Person (2005)	Life Expectancy	Adult Literacy (% of population)	Internet Usage (% of population)
United States	$41,890	78 years	99%	63 %
Japan	31,267	82	99	67
Germany	29,461	79	99	45
Russia	10,845	65	99	15
Mexico	10,751	76	92	18
Brazil	8,402	72	89	19
China	6,757	72	91	9
Indonesia	3,843	70	90	7
India	3,452	64	61	3
Pakistan	2,370	65	50	7
Bangladesh	2,053	63	47	0.3
Nigeria	1,128	47	69	4

low GDP per person, fewer school-age children are actually in school, and those who are in school must learn with fewer teachers per student. These countries also tend to have fewer televisions, fewer telephones, fewer paved roads, and fewer households with electricity. International data leave no doubt that a nation's GDP per person is closely associated with its citizens' standard of living. ●

QUICK QUIZ Why should policymakers care about GDP?

CONCLUSION

This chapter has discussed how economists measure the total income of a nation. Measurement is, of course, only a starting point. Much of macroeconomics is aimed at revealing the long-run and short-run determinants of a nation's gross domestic product. Why, for example, is GDP higher in the United States and Japan than in India and Nigeria? What can the governments of the poorest countries do to promote more rapid GDP growth? Why does GDP in the United States rise rapidly in some years and fall in others? What can U.S. policymakers do to reduce the severity of these fluctuations in GDP? These are the questions we will take up shortly.

At this point, it is important to acknowledge the significance of just measuring GDP. We all get some sense of how the economy is doing as we go about our lives. But the economists who study changes in the economy and the policymakers who formulate economic policies need more than this vague sense—they need concrete data on which to base their judgments. Quantifying the behavior of the economy with statistics such as GDP is, therefore, the first step to developing a science of macroeconomics.

FYI

Who Wins at the Olympics?

Every four years, the nations of the world compete in the Olympic Games. When the games end, commentators use the number of medals a nation takes home as a measure of success. This measure seems very different from the GDP that economists use to measure success. It turns out, however, that this is not so.

Economists Andrew Bernard and Meghan Busse examined the determinants of Olympic success in a study published in the *Review of Economics and Statistics* in 2004. The most obvious explanation is population: Countries with more people will, other things equal, have more star athletes. But this is not the full story. China, India, Indonesia, and Bangladesh together have more than 40 percent of the world's population, but they typically win only 6 percent of the medals. The reason is that these countries are poor: Despite their large populations, they account for only 5 percent of the world's GDP. Their poverty prevents many gifted athletes from reaching their potential.

Bernard and Busse find that the best gauge of a nation's ability to produce world-class athletes is total GDP. A large total GDP means more medals, regardless of whether the total comes from high GDP per person or a large number of people. In other words, if two nations have the same total GDP, they can be expected to win the same number of medals, even if one nation (India) has many people and low GDP per person and the other nation (Netherlands) has few people and high GDP per person.

In addition to GDP, two other factors influence the number of medals won. The host country usually earns extra medals, reflecting the benefit that athletes get from competing on their home turf. In addition, the former communist countries of Eastern Europe (the Soviet Union, Romania, East Germany, and so on) earned more medals than other countries with similar GDP. These centrally planned economies devoted more of the nation's resources to training Olympic athletes than did free-market economies, where people have more control over their own lives.

SUMMARY

- Because every transaction has a buyer and a seller, the total expenditure in the economy must equal the total income in the economy.
- Gross domestic product (GDP) measures an economy's total expenditure on newly produced goods and services and the total income earned from the production of these goods and services. More precisely, GDP is the market value of all final goods and services produced within a country in a given period of time.
- GDP is divided among four components of expenditure: consumption, investment, government purchases, and net exports. Consumption includes spending on goods and services by households, with the exception of purchases of new housing. Investment includes spending on new equipment and structures, including households' purchases of new housing. Government purchases include spending on goods and services by local, state, and federal governments. Net exports equal the value of goods and services produced domestically and sold abroad (exports) minus the value of goods and services produced abroad and sold domestically (imports).
- Nominal GDP uses current prices to value the economy's production of goods and services.

Real GDP uses constant base-year prices to value the economy's production of goods and services. The GDP deflator—calculated from the ratio of nominal to real GDP—measures the level of prices in the economy.

- GDP is a good measure of economic well-being because people prefer higher to lower incomes. But it is not a perfect measure of well-being. For example, GDP excludes the value of leisure and the value of a clean environment.

KEY CONCEPTS

microeconomics, *p. 507*
macroeconomics, *p. 508*
gross domestic product (GDP), *p. 510*
consumption, *p. 513*
investment, *p. 513*
government purchases, *p. 514*
net exports, *p. 514*
nominal GDP, *p. 516*
real GDP, *p. 517*
GDP deflator, *p. 517*

QUESTIONS FOR REVIEW

1. Explain why an economy's income must equal its expenditure.
2. Which contributes more to GDP—the production of an economy car or the production of a luxury car? Why?
3. A farmer sells wheat to a baker for $2. The baker uses the wheat to make bread, which is sold for $3. What is the total contribution of these transactions to GDP?
4. Many years ago, Peggy paid $500 to put together a record collection. Today, she sold her albums at a garage sale for $100. How does this sale affect current GDP?
5. List the four components of GDP. Give an example of each.
6. Why do economists use real GDP rather than nominal GDP to gauge economic well-being?
7. In the year 2010, the economy produces 100 loaves of bread that sell for $2 each. In the year 2011, the economy produces 200 loaves of bread that sell for $3 each. Calculate nominal GDP, real GDP, and the GDP deflator for each year. (Use 2010 as the base year.) By what percentage does each of these three statistics rise from one year to the next?
8. Why is it desirable for a country to have a large GDP? Give an example of something that would raise GDP and yet be undesirable.

PROBLEMS AND APPLICATIONS

1. What components of GDP (if any) would each of the following transactions affect? Explain.
   a. A family buys a new refrigerator.
   b. Aunt Jane buys a new house.
   c. Ford sells a Mustang from its inventory.
   d. You buy a pizza.
   e. California repaves Highway 101.
   f. Your parents buy a bottle of French wine.
   g. Honda expands its factory in Marysville, Ohio.
2. The government purchases component of GDP does not include spending on transfer payments such as Social Security. Thinking about the definition of GDP, explain why transfer payments are excluded.
3. As the chapter states, GDP does not include the value of used goods that are resold. Why would including such transactions make GDP a less informative measure of economic well-being?
4. Consider an economy that produces only one good. In year 1, the quantity produced is Q_1 and the price is P_1. In year 2, the quantity produced is Q_2 and the price is P_2. In year 3, the quantity produced is Q_3 and the price is P_3. Year 1 is the

base year. Answer the following questions in terms of these variables, and be sure to simplify your answer if possible.

a. What is nominal GDP for each of these three years?
b. What is real GDP for each of these years?
c. What is the GDP deflator for each of these years?
d. What is the percentage growth rate of real GDP from year 2 to year 3?
e. What is the inflation rate as measured by the GDP deflator from year 2 to year 3?

5. Below are some data from the land of milk and honey.

Year	Price of Milk	Quantity of Milk	Price of Honey	Quantity of Honey
2008	$1	100 quarts	$2	50 quarts
2009	$1	200	$2	100
2010	$2	200	$4	100

a. Compute nominal GDP, real GDP, and the GDP deflator for each year, using 2008 as the base year.
b. Compute the percentage change in nominal GDP, real GDP, and the GDP deflator in 2009 and 2010 from the preceding year. For each year, identify the variable that does not change. Explain in words why your answer makes sense.
c. Did economic well-being rise more in 2009 or 2010? Explain.

6. Consider the following data on U.S. GDP:

Year	Nominal GDP (in billions of dollars)	GDP Deflator (base year 1996)
2000	9,873	118
1999	9,269	113

a. What was the growth rate of nominal GDP between 1999 and 2000? (Note: The growth rate is the percentage change from one period to the next.)
b. What was the growth rate of the GDP deflator between 1999 and 2000?
c. What was real GDP in 1999 measured in 1996 prices?
d. What was real GDP in 2000 measured in 1996 prices?
e. What was the growth rate of real GDP between 1999 and 2000?
f. Was the growth rate of nominal GDP higher or lower than the growth rate of real GDP? Explain.

7. Revised estimates of U.S. GDP are usually released by the government near the end of each month. Find a newspaper article that reports on the most recent release, or read the news release yourself at http://www.bea.gov, the website of the U.S. Bureau of Economic Analysis. Discuss the recent changes in real and nominal GDP and in the components of GDP.

8. A farmer grows wheat, which he sells to a miller for $100. The miller turns the wheat into flour, which he sells to a baker for $150. The baker turns the wheat into bread, which he sells to consumers for $180. Consumers eat the bread.

a. What is GDP in this economy? Explain.
b. *Value added* is defined as the value of a producer's output minus the value of the intermediate goods that the producer buys to make the output. Assuming there are no intermediate goods beyond those described above, calculate the value added of each of the three producers.
c. What is total value added of the three producers in this economy? How does it compare to the economy's GDP? Does this example suggest another way of calculating GDP?

9. Goods and services that are not sold in markets, such as food produced and consumed at home, are generally not included in GDP. Can you think of how this might cause the numbers in the second column of Table 3 to be misleading in a comparison of the economic well-being of the United States and India? Explain.

10. The participation of women in the U.S. labor force has risen dramatically since 1970.

a. How do you think this rise affected GDP?
b. Now imagine a measure of well-being that includes time spent working in the home and taking leisure. How would the change in this measure of well-being compare to the change in GDP?

c. Can you think of other aspects of well-being that are associated with the rise in women's labor-force participation? Would it be practical to construct a measure of well-being that includes these aspects?

11. One day, Barry the Barber, Inc., collects $400 for haircuts. Over this day, his equipment depreciates in value by $50. Of the remaining $350, Barry sends $30 to the government in sales taxes, takes home $220 in wages, and retains $100 in his business to add new equipment in the future. From the $220 that Barry takes home, he pays $70 in income taxes. Based on this information, compute Barry's contribution to the following measures of income.
    a. gross domestic product
    b. net national product
    c. national income
    d. personal income
    e. disposable personal income

CHAPTER

24

Measuring the Cost of Living

In 1931, as the U.S. economy was suffering through the Great Depression, the New York Yankees paid famed baseball player Babe Ruth a salary of $80,000. At the time, this pay was extraordinary, even among the stars of baseball. According to one story, a reporter asked Ruth whether he thought it was right that he made more than President Herbert Hoover, who had a salary of only $75,000. Ruth replied, "I had a better year."

In 2007, the median salary earned by a player on the New York Yankees was $4.8 million, and shortstop Alex Rodriguez was paid $28 million. At first, this fact might lead you to think that baseball has become vastly more lucrative over the past seven decades. But as everyone knows, the prices of goods and services have also risen. In 1931, a nickel would buy an ice-cream cone, and a quarter would buy a ticket at the local movie theater. Because prices were so much lower in Babe Ruth's day than they are today, it is not clear whether Ruth enjoyed a higher or lower standard of living than today's players.

In the preceding chapter, we looked at how economists use gross domestic product (GDP) to measure the quantity of goods and services that the economy is producing. This chapter examines how economists measure the overall cost of living. To compare Babe Ruth's salary of $80,000 to salaries from today, we need to find some way of turning dollar figures into meaningful measures of purchasing power. That is exactly the job of a statistic called the *consumer price index*. After seeing how the consumer price index is constructed, we discuss how we can use such a price index to compare dollar figures from different points in time.

The consumer price index is used to monitor changes in the cost of living over time. When the consumer price index rises, the typical family has to spend more money to maintain the same standard of living. Economists use the term *inflation* to describe a situation in which the economy's overall price level is rising. The *inflation rate* is the percentage change in the price level from the previous period. The preceding chapter showed how economists can measure inflation using the GDP deflator. The inflation rate you are likely to hear on the nightly news, however, is not calculated from this statistic. Because the consumer price index better reflects the goods and services bought by consumers, it is the more common gauge of inflation.

As we will see in the coming chapters, inflation is a closely watched aspect of macroeconomic performance and is a key variable guiding macroeconomic policy. This chapter provides the background for that analysis by showing how economists measure the inflation rate using the consumer price index and how this statistic can be used to compare dollar figures from different times.

THE CONSUMER PRICE INDEX

consumer price index (CPI)
a measure of the overall cost of the goods and services bought by a typical consumer

The **consumer price index (CPI)** is a measure of the overall cost of the goods and services bought by a typical consumer. Each month, the Bureau of Labor Statistics (BLS), which is part of the Department of Labor, computes and reports the consumer price index. In this section, we discuss how the consumer price index is calculated and what problems arise in its measurement. We also consider how this index compares to the GDP deflator, another measure of the overall level of prices, which we examined in the preceding chapter.

How the Consumer Price Index Is Calculated

When the Bureau of Labor Statistics calculates the consumer price index and the inflation rate, it uses data on the prices of thousands of goods and services. To see exactly how these statistics are constructed, let's consider a simple economy in which consumers buy only two goods: hot dogs and hamburgers. Table 1 shows the five steps that the BLS follows.

1. *Fix the basket.* Determine which prices are most important to the typical consumer. If the typical consumer buys more hot dogs than hamburgers, then the price of hot dogs is more important than the price of hamburgers and, therefore, should be given greater weight in measuring the cost of living. The Bureau of Labor Statistics sets these weights by surveying consumers to find the basket of goods and services bought by the typical consumer. In the example in the table, the typical consumer buys a basket of 4 hot dogs and 2 hamburgers.
2. *Find the prices.* Find the prices of each of the goods and services in the basket at each point in time. The table shows the prices of hot dogs and hamburgers for 3 different years.
3. *Compute the basket's cost.* Use the data on prices to calculate the cost of the basket of goods and services at different times. The table shows this calculation for each of the 3 years. Notice that only the prices in this calculation

TABLE 1

Calculating the Consumer Price Index and the Inflation Rate: An Example

This table shows how to calculate the consumer price index and the inflation rate for a hypothetical economy in which consumers buy only hot dogs and hamburgers.

Step 1: Survey Consumers to Determine a Fixed Basket of Goods

Basket = 4 hot dogs, 2 hamburgers

Step 2: Find the Price of Each Good in Each Year

Year	Price of Hot Dogs	Price of Hamburgers
2008	$1	$2
2009	2	3
2010	3	4

Step 3: Compute the Cost of the Basket of Goods in Each Year

2008	($1 per hot dog × 4 hot dogs) + ($2 per hamburger × 2 hamburgers) = $8 per basket
2009	($2 per hot dog × 4 hot dogs) + ($3 per hamburger × 2 hamburgers) = $14 per basket
2010	($3 per hot dog × 4 hot dogs) + ($4 per hamburger × 2 hamburgers) = $20 per basket

Step 4: Choose One Year as a Base Year (2008) and Compute the Consumer Price Index in Each Year

2008	($8 / $8) × 100 = 100
2009	($14 / $8) × 100 = 175
2010	($20 / $8) × 100 = 250

Step 5: Use the Consumer Price Index to Compute the Inflation Rate from Previous Year

2009	(175 – 100) / 100 × 100 = 75%
2010	(250 – 175) / 175 × 100 = 43%

change. By keeping the basket of goods the same (4 hot dogs and 2 hamburgers), we are isolating the effects of price changes from the effect of any quantity changes that might be occurring at the same time.

4. *Choose a base year and compute the index.* Designate one year as the base year, the benchmark against which other years are compared. (The choice of base year is arbitrary, as the index is used to measure *changes* in the cost of living.) Once the base year is chosen, the index is calculated as follows:

$$\text{Consumer price index} = \frac{\text{Price of basket of goods and services in current year}}{\text{Price of basket in base year}} \times 100.$$

That is, the price of the basket of goods and services in each year is divided by the price of the basket in the base year, and this ratio is then multiplied by 100. The resulting number is the consumer price index.

In the example in the table, 2008 is the base year. In this year, the basket of hot dogs and hamburgers costs $8. Therefore, the price of the basket in all years is divided by $8 and multiplied by 100. The consumer price index is 100 in 2008. (The index is always 100 in the base year.) The consumer price index is 175 in 2009. This means that the price of the basket in 2009 is 175 percent of its price in the base year. Put differently, a basket of goods that costs $100 in the base year costs $175 in 2009. Similarly, the consumer price index is 250 in 2010, indicating that the price level in 2010 is 250 percent of the price level in the base year.

5. *Compute the inflation rate.* Use the consumer price index to calculate the **inflation rate**, which is the percentage change in the price index from the preceding period. That is, the inflation rate between two consecutive years is computed as follows:

inflation rate
the percentage change in the price index from the preceding period

$$\text{Inflation rate in year 2} = \frac{\text{CPI in year 2} - \text{CPI in year 1}}{\text{CPI in year 1}} \times 100.$$

As shown at the bottom of Table 1, the inflation rate in our example is 75 percent in 2009 and 43 percent in 2010.

Although this example simplifies the real world by including only two goods, it shows how the Bureau of Labor Statistics computes the consumer price index and the inflation rate. The BLS collects and processes data on the prices of thousands of goods and services every month and, by following the five foregoing steps, determines how quickly the cost of living for the typical consumer is rising. When the BLS makes its monthly announcement of the consumer price index, you can usually hear the number on the evening television news or see it in the next day's newspaper.

In addition to the consumer price index for the overall economy, the BLS calculates several other price indexes. It reports the index for specific metropolitan areas within the country (such as Boston, New York, and Los Angeles) and for some narrow categories of goods and services (such as food, clothing, and energy). It also calculates the **producer price index** (PPI), which measures the cost of a basket of goods and services bought by firms rather than consumers. Because firms eventually pass on their costs to consumers in the form of higher consumer prices, changes in the producer price index are often thought to be useful in predicting changes in the consumer price index.

producer price index
a measure of the cost of a basket of goods and services bought by firms

Problems in Measuring the Cost of Living

The goal of the consumer price index is to measure changes in the cost of living. In other words, the consumer price index tries to gauge how much incomes must rise to maintain a constant standard of living. The consumer price index, however, is not a perfect measure of the cost of living. Three problems with the index are widely acknowledged but difficult to solve.

The first problem is called *substitution bias*. When prices change from one year to the next, they do not all change proportionately: Some prices rise more than others. Consumers respond to these differing price changes by buying less of the goods whose prices have risen by relatively large amounts and by buying more of the goods whose prices have risen less or perhaps even have fallen. That is, consumers substitute toward goods that have become relatively less expensive. If a price index is computed assuming a fixed basket of goods, it ignores the possibility of consumer substitution and, therefore, overstates the increase in the cost of living from one year to the next.

FYI

What Is In the CPI's Basket?

When constructing the consumer price index, the Bureau of Labor Statistics tries to include all the goods and services that the typical consumer buys. Moreover, it tries to weight these goods and services according to how much consumers buy of each item.

Figure 1 shows the breakdown of consumer spending into the major categories of goods and services. By far the largest category is housing, which makes up 43 percent of the typical consumer's budget. This category includes the cost of shelter (33 percent), fuel and other utilities (5 percent), and household furnishings and operation (5 percent). The next largest category, at 17 percent, is transportation, which includes spending on cars, gasoline, buses, subways, and so on. The next category, at 15 percent, is food and beverages; this includes food at home (8 percent), food away from home (6 percent), and alcoholic beverages (1 percent). Next are medical care, recreation, and education and communication, each at about 6 percent. This last category includes, for example, college tuition and personal computers. Apparel, which includes clothing, footwear, and jewelry, makes up 4 percent of the typical consumer's budget.

Also included in the figure, at 3 percent of spending, is a category for other goods and services. This is a catchall for things consumers buy that do not naturally fit into the other categories, such as cigarettes, haircuts, and funeral expenses.

FIGURE 1

The Typical Basket of Goods and Services
This figure shows how the typical consumer divides spending among various categories of goods and services. The Bureau of Labor Statistics calls each percentage the "relative importance" of the category.

Source: Bureau of Labor Statistics.

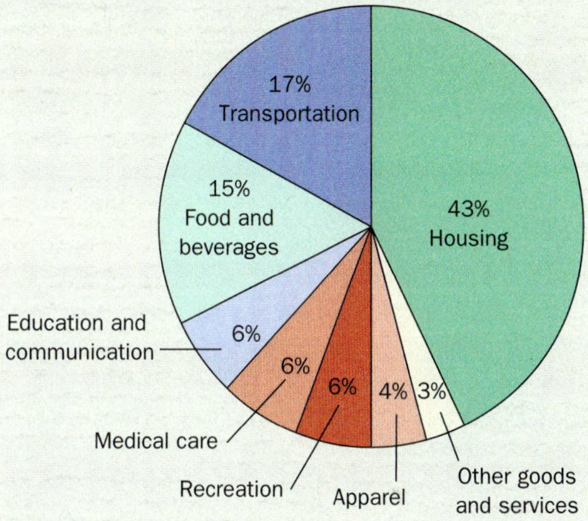

Let's consider a simple example. Imagine that in the base year, apples are cheaper than pears, and so consumers buy more apples than pears. When the Bureau of Labor Statistics constructs the basket of goods, it will include more apples than pears. Suppose that next year pears are cheaper than apples. Consumers will naturally respond to the price changes by buying more pears and fewer apples. Yet when computing the consumer price index, the BLS uses a fixed basket, which in essence assumes that consumers continue buying the now expensive apples in the same quantities as before. For this reason, the index will measure a much larger increase in the cost of living than consumers actually experience.

The second problem with the consumer price index is the *introduction of new goods*. When a new good is introduced, consumers have more variety from which to choose, and this in turn reduces the cost of maintaining the same level of economic well-being. To see why, consider a hypothetical situation: Suppose you could choose between a $100 gift certificate at a large store that offered a wide array of goods and a $100 gift certificate at a small store with the same prices but

In The News

Accounting for Quality Change

Behind every macroeconomic statistic are thousands of individual pieces of data, as well as a few key judgment calls.

An Inflation Debate Brews over Intangibles at the Mall

By Timothy Aeppel

To most people, when the price of a 27-inch television set remains $329.99 from one month to the next, the price hasn't changed.

But not to Tim LaFleur. He's a commodity specialist for televisions at the Bureau of Labor Statistics, the government agency that assembles the Consumer Price Index. In this case, which landed on his desk last December, he decided the newer set had important improvements, including a better screen. After running the changes through a complex government computer model, he determined that the improvement in the screen was valued at more than $135. Factoring that in, he concluded the price of the TV had actually fallen 29%.

Mr. LaFleur was applying the principles of hedonics, an arcane statistical technique that's become a flashpoint in a debate over how the U.S. government measures inflation. Hedonics is essentially a way of accounting for the changing quality of products when calculating price movements. That's vital in the dynamic U.S. economy, marked by rapid technological advances. Without hedonics, the effect of consumers getting more for their money wouldn't get fully reflected in inflation numbers. . . .

Many critics complain the hedonic method is distorting the picture of what's going on in the economy. They say hedonics is too subjective and fear it helps keep inflation figures artificially low. . . .

It's critically important for consumers, business, the government and the economy as a whole that the CPI is as accurate as possible. The CPI is used to benchmark how much is paid to Social Security recipients, who last year received outlays of $487 billion. It also plays a role in adjusting lease payments, wages in union contracts, food-stamp benefits, alimony and tax brackets. . . .

Inflation watchers at the statistics bureau say critics exaggerate the significance of hedonics, noting that it's used in only seven out of 211 product categories in the CPI. In most of those, officials say, hedonics actually

a more limited selection. Which would you prefer? Most people would pick the store with greater variety. In essence, the increased set of possible choices makes each dollar more valuable. The same is true with the evolution of the economy over time: As new goods are introduced, consumers have more choices, and each dollar is worth more. Yet because the consumer price index is based on a fixed basket of goods and services, it does not reflect the increase in the value of the dollar that arises from the introduction of new goods.

Again, let's consider an example. When video cassette recorders (VCRs) were introduced in the late 1970s, consumers were able to watch their favorite movies at home. Although not a perfect substitute for a first-run movie on a large screen, an old movie in the comfort of your family room was a new option that increased consumers' set of opportunities. For any given number of dollars, the introduction of the VCR made people better off; conversely, to achieve the same level of economic well-being required a smaller number of dollars. A perfect cost-of-living index would have reflected the introduction of the VCR with a decrease in the cost of living. The consumer price index, however, did not decrease in response to the introduction of the VCR. Eventually, the Bureau of Labor Statistics did revise the basket of goods to include VCRs, and subsequently, the index reflected changes magnifies price increases rather than suppressing them. . . .

The bureau says hedonics actually helps boost the housing component of the CPI. In order to take into account the aging of housing, and presumably falling quality that goes with it, the CPI applies a form of hedonics that links the age of a housing unit to rents. If someone is paying the equivalent of $500 a month in rent for several years, the rent has actually gone up as the unit ages and becomes less desirable, according to the government. . . .

The hub of this effort is a warren of beige-walled cubicles at the Bureau of Labor Statistics a few blocks from the Capitol. Here 40 commodity specialists hunch over reports with 85,000 price quotes that flow in from around the country every month. The numbers are gathered by 400 part-time data collectors. They visit stores and note prices on the items that make up the basket of goods in the CPI, ranging from ladies' shoes to skim milk to microwave ovens.

One of the biggest challenges in this process is finding substitutes for products that disappear from store shelves or change so much that they are hard to recognize from one month to the next. With TVs, for instance, data collectors find the models they priced the previous month missing about 19% of the time over the course of a year.

When that happens, the data gatherer goes through a four-page checklist of features such as screen size and the type of remote control to find the nearest comparable model. Once this process identifies a product that appears to be the closest match, the data gatherer notes its price. The commodity specialists back in Washington check over these choices and decide whether to accept them. . . .

Many price adjustments in the CPI are straightforward: When candy bars get smaller, but are sold for the same price, the CPI reflects that as a price increase.

Todd Reese, the commodity specialist for autos, says he doesn't need hedonics to extrapolate the value of quality changes, because auto makers present him with a list of changes to the car and the corresponding prices. Still, Mr. Reese must make some tough calls as he does his job. For instance, he recently considered a 2005 model in which the sticker price went from $17,890 to $18,490. The manufacturer cited an extra cost of $230 to make antilock brakes standard, while it said it saved $5 by dropping the cassette portion of the CD player.

The bureau accepted both those items, so the ostensible price increase shrank by $225. But the car maker also told Mr. Reese it wanted to subtract $30 from the price increase for the cost of putting audio controls on the steering wheel, allowing drivers to change channels without reaching for the radio dial. "We didn't allow that claim," says Mr. Reese. "We didn't judge that to be a functional change."

Source: *The Wall Street Journal*, May 9, 2005.

in VCR prices. But the reduction in the cost of living associated with the initial introduction of the VCR never showed up in the index.

The third problem with the consumer price index is *unmeasured quality change*. If the quality of a good deteriorates from one year to the next while its price remains the same, the value of a dollar falls, because you are getting a lesser good for the same amount of money. Similarly, if the quality rises from one year to the next, the value of a dollar rises. The Bureau of Labor Statistics does its best to account for quality change. When the quality of a good in the basket changes—for example, when a car model has more horsepower or gets better gas mileage from one year to the next—the Bureau adjusts the price of the good to account for the quality change. It is, in essence, trying to compute the price of a basket of goods of constant quality. Despite these efforts, changes in quality remain a problem because quality is so hard to measure.

There is still much debate among economists about how severe these measurement problems are and what should be done about them. Several studies written during the 1990s concluded that the consumer price index overstated inflation by about 1 percentage point per year. In response to this criticism, the Bureau of Labor Statistics adopted several technical changes to improve the CPI, and many economists believe the bias is now only about half as large as it once was. The issue is important because many government programs use the consumer price index to adjust for changes in the overall level of prices. Recipients of Social Security, for instance, get annual increases in benefits that are tied to the consumer price index. Some economists have suggested modifying these programs to correct the measurement problems by, for instance, reducing the magnitude of the automatic benefit increases.

The GDP Deflator versus the Consumer Price Index

In the preceding chapter, we examined another measure of the overall level of prices in the economy—the GDP deflator. The GDP deflator is the ratio of nominal GDP to real GDP. Because nominal GDP is current output valued at current prices and real GDP is current output valued at base-year prices, the GDP deflator reflects the current level of prices relative to the level of prices in the base year.

Economists and policymakers monitor both the GDP deflator and the consumer price index to gauge how quickly prices are rising. Usually, these two statistics tell a similar story. Yet two important differences can cause them to diverge.

The first difference is that the GDP deflator reflects the prices of all goods and services *produced domestically*, whereas the consumer price index reflects the prices of all goods and services *bought by consumers*. For example, suppose that the price of an airplane produced by Boeing and sold to the Air Force rises. Even though the plane is part of GDP, it is not part of the basket of goods and services bought by a typical consumer. Thus, the price increase shows up in the GDP deflator but not in the consumer price index.

As another example, suppose that Volvo raises the price of its cars. Because Volvos are made in Sweden, the car is not part of U.S. GDP. But U.S. consumers buy Volvos, and so the car is part of the typical consumer's basket of goods. Hence, a price increase in an imported consumption good, such as a Volvo, shows up in the consumer price index but not in the GDP deflator.

"THE PRICE MAY SEEM A LITTLE HIGH, BUT YOU HAVE TO REMEMBER THAT'S IN TODAY'S DOLLARS."

This first difference between the consumer price index and the GDP deflator is particularly important when the price of oil changes. Although the United States does produce some oil, much of the oil we use is imported. As a result, oil and oil products such as gasoline and heating oil are a much larger share of consumer spending than of GDP. When the price of oil rises, the consumer price index rises by much more than does the GDP deflator.

The second and subtler difference between the GDP deflator and the consumer price index concerns how various prices are weighted to yield a single number for the overall level of prices. The consumer price index compares the price of a *fixed* basket of goods and services to the price of the basket in the base year. Only occasionally does the Bureau of Labor Statistics change the basket of goods. By contrast, the GDP deflator compares the price of *currently produced* goods and services to the price of the same goods and services in the base year. Thus, the group of goods and services used to compute the GDP deflator changes automatically over time. This difference is not important when all prices are changing proportionately. But if the prices of different goods and services are changing by varying amounts, the way we weight the various prices matters for the overall inflation rate.

FIGURE 2

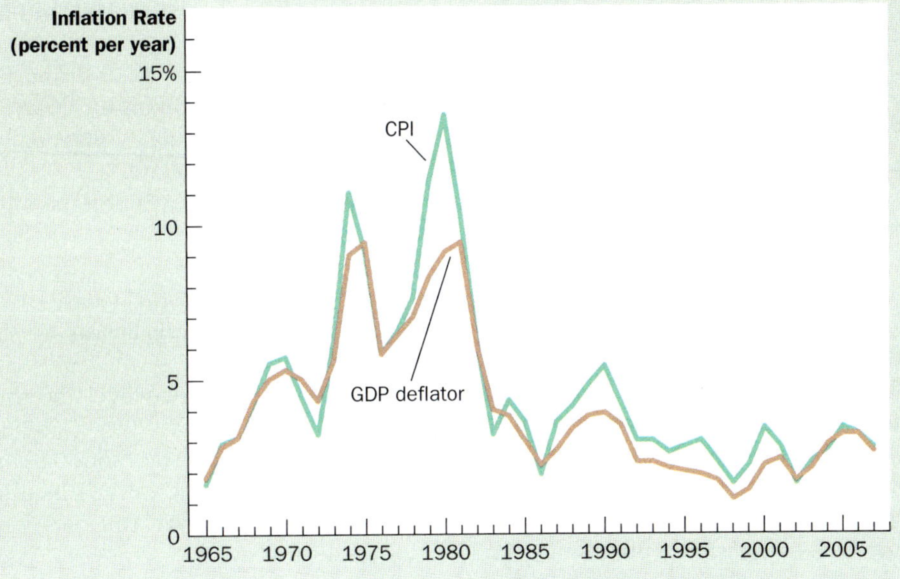

Two Measures of Inflation
This figure shows the inflation rate—the percentage change in the level of prices—as measured by the GDP deflator and the consumer price index using annual data since 1965. Notice that the two measures of inflation generally move together.

Source: U.S. Department of Labor; U.S. Department of Commerce.

Figure 2 shows the inflation rate as measured by both the GDP deflator and the consumer price index for each year since 1965. You can see that sometimes the two measures diverge. When they do diverge, it is possible to go behind these numbers and explain the divergence with the two differences we have discussed. For example, in 1979 and 1980, CPI inflation spiked up more than the GDP deflator largely because oil prices more than doubled during these two years. Yet divergence between these two measures is the exception rather than the rule. In the 1970s, both the GDP deflator and the consumer price index show high rates of inflation. In the late 1980s, 1990s, and the first decade of the 2000s, both measures show low rates of inflation.

QUICK QUIZ Explain briefly what the consumer price index measures and how it is constructed.

CORRECTING ECONOMIC VARIABLES FOR THE EFFECTS OF INFLATION

The purpose of measuring the overall level of prices in the economy is to permit comparison between dollar figures from different times. Now that we know how price indexes are calculated, let's see how we might use such an index to compare a dollar figure from the past to a dollar figure in the present.

Dollar Figures from Different Times

We first return to the issue of Babe Ruth's salary. Was his salary of $80,000 in 1931 high or low compared to the salaries of today's players?

To answer this question, we need to know the level of prices in 1931 and the level of prices today. Part of the increase in baseball salaries compensates players for higher prices today. To compare Ruth's salary to those of today's players, we need to inflate Ruth's salary to turn 1931 dollars into today's dollars.

The formula for turning dollar figures from year T into today's dollars is the following:

$$\text{Amount in today's dollars} = \text{Amount in year } T \text{ dollars} \times \frac{\text{Price level today}}{\text{Price level in year } T}.$$

A price index such as the consumer price index measures the price level and thus determines the size of the inflation correction.

Let's apply this formula to Ruth's salary. Government statistics show a consumer price index of 15.2 for 1931 and 207 for 2007. Thus, the overall level of prices has risen by a factor of 13.6 (which equals 207/15.2). We can use these numbers to measure Ruth's salary in 2007 dollars, as follows:

$$\text{Salary in 2007 dollars} = \text{Salary in 1931 dollars} \times \frac{\text{Price level in 2007}}{\text{Price level in 1931}}$$

$$= \$80{,}000 \times \frac{207}{15.2}$$

$$= \$1{,}089{,}474$$

We find that Babe Ruth's 1931 salary is equivalent to a salary today of over $1 million. That is a good income, but it is less than a quarter of the median Yankee salary today and only 4 percent of what the Yankees pay A-Rod. Various forces, including overall economic growth and the increasing income shares earned by superstars, have substantially raised the living standards of the best athletes.

Let's also examine President Hoover's 1931 salary of $75,000. To translate that figure into 2007 dollars, we again multiply the ratio of the price levels in the 2 years. We find that Hoover's salary is equivalent to $75,000 × (207/15.2), or $1,021,382, in 2007 dollars. This is well above President George W. Bush's salary of $400,000. It seems that President Hoover did have a pretty good year after all.

Indexation

As we have just seen, price indexes are used to correct for the effects of inflation when comparing dollar figures from different times. This type of correction shows up in many places in the economy. When some dollar amount is automatically corrected for changes in the price level by law or contract, the amount is said to be **indexed** for inflation.

indexation
the automatic correction by law or contract of a dollar amount for the effects of inflation

For example, many long-term contracts between firms and unions include partial or complete indexation of the wage to the consumer price index. Such a provision is called a *cost-of-living allowance*, or COLA. A COLA automatically raises the wage when the consumer price index rises.

FYI

Mr. Index Goes to Hollywood

What is the most popular movie of all time? The answer might surprise you.

Movie popularity is usually gauged by box office receipts. By that measure, *Titanic* is the number 1 movie of all time with receipts of $608 million, followed by *Star Wars* ($461 million) and *Shrek II* ($436 million). But this ranking ignores an obvious but important fact: Prices, including those of movie tickets, have been rising over time. Inflation gives an advantage to newer films.

When we correct box office receipts for the effects of inflation, the story is very different. The number 1 movie is now *Gone with the Wind* ($1,362 million), followed by *Star Wars* ($1,178 million) and *The Sound of Music* ($945 million). *Titanic* falls to number 6 with box office receipts of $857 million.

"FRANKLY, MY DEAR, I DON'T CARE MUCH FOR THE EFFECTS OF INFLATION."

PHOTO: © BETTMANN/CORBIS

Gone with the Wind was released in 1939, before everyone had televisions in their homes. In the 1930s, about 90 million Americans went to the cinema each week, compared to about 25 million today. But the movies from that era don't show up in conventional popularity rankings because ticket prices were only a quarter. And indeed, in the ranking based on nominal box office receipts, *Gone with the Wind* does not make the top 50 films. Scarlett and Rhett fare a lot better once we correct for the effects of inflation.

Indexation is also a feature of many laws. Social Security benefits, for example, are adjusted every year to compensate the elderly for increases in prices. The brackets of the federal income tax—the income levels at which the tax rates change—are also indexed for inflation. There are, however, many ways in which the tax system is not indexed for inflation, even when perhaps it should be. We discuss these issues more fully when we discuss the costs of inflation later in this book.

Real and Nominal Interest Rates

Correcting economic variables for the effects of inflation is particularly important, and somewhat tricky, when we look at data on interest rates. The very concept of an interest rate necessarily involves comparing amounts of money at different points in time. When you deposit your savings in a bank account, you give the bank some money now, and the bank returns your deposit with interest in the future. Similarly, when you borrow from a bank, you get some money now, but you will have to repay the loan with interest in the future. In both cases, to fully understand the deal between you and the bank, it is crucial to acknowledge that future dollars could have a different value than today's dollars. That is, you have to correct for the effects of inflation.

Let's consider an example. Suppose Sally Saver deposits $1,000 in a bank account that pays an annual interest rate of 10 percent. A year later, after Sally has accumulated $100 in interest, she withdraws her $1,100. Is Sally $100 richer than she was when she made the deposit a year earlier?

The answer depends on what we mean by "richer." Sally does have $100 more than she had before. In other words, the number of dollars in her possession has risen by 10 percent. But Sally does not care about the amount of money itself: She cares about what she can buy with it. If prices have risen while her money was in the bank, each dollar now buys less than it did a year ago. In this case, her purchasing power—the amount of goods and services she can buy—has not risen by 10 percent.

To keep things simple, let's suppose that Sally is a music fan and buys only music CDs. When Sally made her deposit, a CD at her local music store cost $10. Her deposit of $1,000 was equivalent to 100 CDs. A year later, after getting her 10 percent interest, she has $1,100. How many CDs can she buy now? It depends on what has happened to the price of a CD. Here are some examples:

- Zero inflation: If the price of a CD remains at $10, the amount she can buy has risen from 100 to 110 CDs. The 10 percent increase in the number of dollars means a 10 percent increase in her purchasing power.
- Six percent inflation: If the price of a CD rises from $10 to $10.60, then the number of CDs she can buy has risen from 100 to approximately 104. Her purchasing power has increased by about 4 percent.
- Ten percent inflation: If the price of a CD rises from $10 to $11, she can still buy only 100 CDs. Even though Sally's dollar wealth has risen, her purchasing power is the same as it was a year earlier.
- Twelve percent inflation: If the price of a CD increases from $10 to $11.20, the number of CDs she can buy has fallen from 100 to approximately 98. Even with her greater number of dollars, her purchasing power has decreased by about 2 percent.

And if Sally were living in an economy with deflation—falling prices—another possibility could arise:

- Two percent deflation: If the price of a CD falls from $10 to $9.80, then the number of CDs she can buy rises from 100 to approximately 112. Her purchasing power increases by about 12 percent.

These examples show that the higher the rate of inflation, the smaller the increase in Sally's purchasing power. If the rate of inflation exceeds the rate of interest, her purchasing power actually falls. And if there is deflation (that is, a negative rate of inflation), her purchasing power rises by more than the rate of interest.

To understand how much a person earns in a savings account, we need to consider both the interest rate and the change in the prices. The interest rate that measures the change in dollar amounts is called the **nominal interest rate**, and the interest rate corrected for inflation is called the **real interest rate**. The nominal interest rate, the real interest rate, and inflation are related approximately as follows:

nominal interest rate the interest rate as usually reported without a correction for the effects of inflation

real interest rate the interest rate corrected for the effects of inflation

$$\text{Real interest rate} = \text{Nominal interest rate} - \text{Inflation rate}.$$

The real interest rate is the difference between the nominal interest rate and the rate of inflation. The nominal interest rate tells you how fast the number of dollars in your bank account rises over time, while the real interest rate tells you how fast the purchasing power of your bank account rises over time.

FIGURE 3

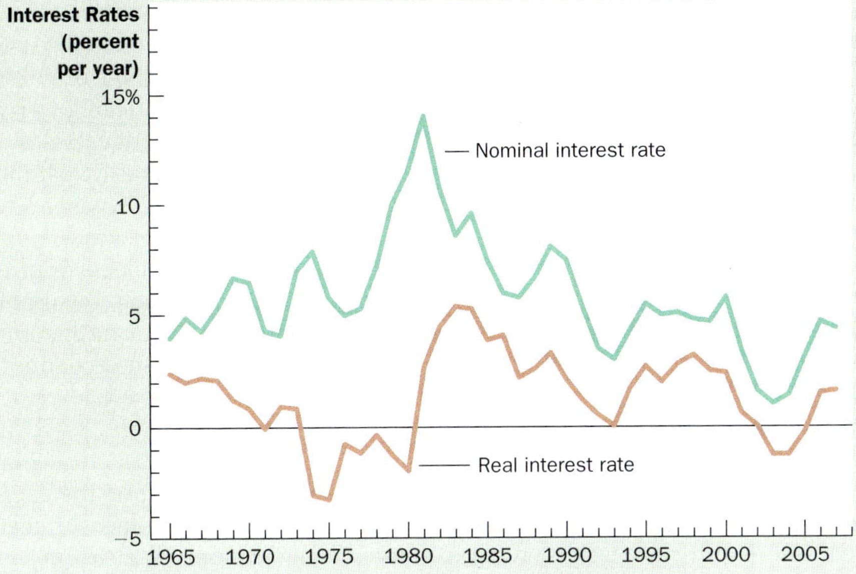

Real and Nominal Interest Rates
This figure shows nominal and real interest rates using annual data since 1965. The nominal interest rate is the rate on a 3-month Treasury bill. The real interest rate is the nominal interest rate minus the inflation rate as measured by the consumer price index. Notice that nominal and real interest rates often do not move together.

Source: U.S. Department of Labor; U.S. Department of Treasury.

CASE STUDY INTEREST RATES IN THE U.S. ECONOMY

Figure 3 shows real and nominal interest rates in the U.S. economy since 1965. The nominal interest rate in this figure is the rate on 3-month Treasury bills (although data on other interest rates would be similar). The real interest rate is computed by subtracting the rate of inflation from this nominal interest rate. Here the inflation rate is measured as the percentage change in the consumer price index.

One feature of this figure is that the nominal interest rate always exceeds the real interest rate. This reflects the fact that the U.S. economy has experienced rising consumer prices in every year during this period. By contrast, if you look at data for the U.S. economy during the late 19th century or for the Japanese economy in some recent years, you will find periods of deflation. During deflation, the real interest rate exceeds the nominal interest rate.

The figure also shows that because inflation is variable, real and nominal interest rates do not always move together. For example, in the late 1970s, nominal interest rates were high. But because inflation was very high, real interest rates were low. Indeed, during much of the 1970s, real interest rates were negative, for inflation eroded people's savings more quickly than nominal interest payments increased them. By contrast, in the late 1990s, nominal interest rates were lower than they had been two decades earlier. But because inflation was much lower, real interest rates were higher. In the coming chapters, we will examine the economic forces that determine both real and nominal interest rates. ●

QUICK QUIZ Henry Ford paid his workers $5 a day in 1914. If the consumer price index was 10 in 1914 and 207 in 2007, how much is the Ford paycheck worth in 2007 dollars?

CONCLUSION

"A nickel ain't worth a dime anymore," baseball player Yogi Berra once observed. Indeed, throughout recent history, the real values behind the nickel, the dime, and the dollar have not been stable. Persistent increases in the overall level of prices have been the norm. Such inflation reduces the purchasing power of each unit of money over time. When comparing dollar figures from different times, it is important to keep in mind that a dollar today is not the same as a dollar 20 years ago or, most likely, 20 years from now.

This chapter has discussed how economists measure the overall level of prices in the economy and how they use price indexes to correct economic variables for the effects of inflation. Price indexes allow us to compare dollar figures from different points in time and, therefore, get a better sense of how the economy is changing.

The discussion of price indexes in this chapter, together with the preceding chapter's discussion of GDP, is only a first step in the study of macroeconomics. We have not yet examined what determines a nation's GDP or the causes and effects of inflation. To do that, we need to go beyond issues of measurement. Indeed, that is our next task. Having explained how economists measure macroeconomic quantities and prices in the past two chapters, we are now ready to develop the models that explain movements in these variables.

Here is our strategy in the upcoming chapters. First, we look at the long-run determinants of real GDP and related variables, such as saving, investment, real interest rates, and unemployment. Second, we look at the long-run determinants of the price level and related variables, such as the money supply, inflation, and nominal interest rates. Last of all, having seen how these variables are determined in the long run, we examine the more complex question of what causes short-run fluctuations in real GDP and the price level. In all of these chapters, the measurement issues we have just discussed will provide the foundation for the analysis.

SUMMARY

- The consumer price index shows the cost of a basket of goods and services relative to the cost of the same basket in the base year. The index is used to measure the overall level of prices in the economy. The percentage change in the consumer price index measures the inflation rate.
- The consumer price index is an imperfect measure of the cost of living for three reasons. First, it does not take into account consumers' ability to substitute toward goods that become relatively cheaper over time. Second, it does not take into account increases in the purchasing power of the dollar due to the introduction of new goods. Third, it is distorted by unmeasured changes in the quality of goods and services. Because of these measurement problems, the CPI overstates true inflation.
- Like the consumer price index, the GDP deflator measures the overall level of prices in the economy. Although the two price indexes usually move together, there are important differences. The GDP deflator differs from the CPI because

it includes goods and services produced rather than goods and services consumed. As a result, imported goods affect the consumer price index but not the GDP deflator. In addition, while the consumer price index uses a fixed basket of goods, the GDP deflator automatically changes the group of goods and services over time as the composition of GDP changes.

- Dollar figures from different times do not represent a valid comparison of purchasing power. To compare a dollar figure from the past to a dollar figure today, the older figure should be inflated using a price index.
- Various laws and private contracts use price indexes to correct for the effects of inflation. The tax laws, however, are only partially indexed for inflation.
- A correction for inflation is especially important when looking at data on interest rates. The nominal interest rate is the interest rate usually reported; it is the rate at which the number of dollars in a savings account increases over time. By contrast, the real interest rate takes into account changes in the value of the dollar over time. The real interest rate equals the nominal interest rate minus the rate of inflation.

KEY CONCEPTS

consumer price index (CPI), *p. 530*
inflation rate, *p. 532*
producer price index, *p. 532*
indexation, *p. 538*
nominal interest rate, *p. 540*
real interest rate, *p. 540*

QUESTIONS FOR REVIEW

1. Which do you think has a greater effect on the consumer price index: a 10 percent increase in the price of chicken or a 10 percent increase in the price of caviar? Why?
2. Describe the three problems that make the consumer price index an imperfect measure of the cost of living.
3. If the price of a Navy submarine rises, is the consumer price index or the GDP deflator affected more? Why?
4. Over a long period of time, the price of a candy bar rose from $0.10 to $0.60. Over the same period, the consumer price index rose from 150 to 300. Adjusted for overall inflation, how much did the price of the candy bar change?
5. Explain the meaning of *nominal interest rate* and *real interest rate.* How are they related?

PROBLEMS AND APPLICATIONS

1. Suppose that the residents of Vegopia spend all of their income on cauliflower, broccoli, and carrots. In 2008, they buy 100 heads of cauliflower for $200, 50 bunches of broccoli for $75, and 500 carrots for $50. In 2009, they buy 75 heads of cauliflower for $225, 80 bunches of broccoli for $120, and 500 carrots for $100.
   a. Calculate the price of each vegetable in each year.
   b. Using 2008 as the base year, calculate the CPI for each year.
   c. What is the inflation rate in 2009?
2. Go to the website of the Bureau of Labor Statistics (http://www.bls.gov) and find data on the consumer price index. By how much has the index including all items risen over the past year? For which categories of spending have prices risen the most? The least? Have any

categories experienced price declines? Can you explain any of these facts?

3. Suppose that people consume only three goods, as shown in this table:

	Tennis Balls	Golf Balls	Bottle of Gatorade
2009 price	$2	$4	$1
2009 quantity	100	100	200
2010 price	$2	$6	$2
2010 quantity	100	100	200

   a. What is the percentage change in the price of each of the three goods?
   b. Using a method similar to the consumer price index, compute the percentage change in the overall price level.
   c. If you were to learn that a bottle of Gatorade increased in size from 2009 to 2010, should that information affect your calculation of the inflation rate? If so, how?
   d. If you were to learn that Gatorade introduced new flavors in 2010, should that information affect your calculation of the inflation rate? If so, how?

4. A small nation of ten people idolizes the TV show *American Idol.* All they produce and consume are karaoke machines and CDs, in the following amounts:

	Karaoke Machines		CDs	
	Quantity	Price	Quantity	Price
2009	10	$40	30	$10
2010	12	$60	50	$12

   a. Using a method similar to the consumer price index, compute the percentage change in the overall price level. Use 2009 as the base year, and fix the basket at 1 karaoke machine and 3 CDs.
   b. Using a method similar to the GDP deflator, compute the percentage change of the overall price level. Also use 2009 as the base year.
   c. Is the inflation rate in 2010 the same using the two methods? Explain why or why not.

5. Beginning in 1994, environmental regulations have required that gasoline contain a new additive to reduce air pollution. This requirement raised the cost of gasoline. The Bureau of Labor Statistics decided that this increase in cost represented an improvement in quality.
   a. Given this decision, did the increased cost of gasoline raise the CPI?
   b. What is the argument in favor of the BLS's decision? What is the argument for a different decision?

6. Which of the problems in the construction of the CPI might be illustrated by each of the following situations? Explain.
   a. the invention of the iPod
   b. the introduction of air bags in cars
   c. increased personal computer purchases in response to a decline in their price
   d. more scoops of raisins in each package of Raisin Bran
   e. greater use of fuel-efficient cars after gasoline prices increase

7. The *New York Times* cost $0.15 in 1970 and $0.75 in 2000. The average wage in manufacturing was $3.23 per hour in 1970 and $14.32 in 2000.
   a. By what percentage did the price of a newspaper rise?
   b. By what percentage did the wage rise?
   c. In each year, how many minutes does a worker have to work to earn enough to buy a newspaper?
   d. Did workers' purchasing power in terms of newspapers rise or fall?

8. The chapter explains that Social Security benefits are increased each year in proportion to the increase in the CPI, even though most economists believe that the CPI overstates actual inflation.
   a. If the elderly consume the same market basket as other people, does Social Security provide the elderly with an improvement in their standard of living each year? Explain.
   b. In fact, the elderly consume more healthcare than younger people, and healthcare costs have risen faster than overall inflation. What

would you do to determine whether the elderly are actually better off from year to year?

9. When deciding how much of their income to save for retirement, should workers consider the real or the nominal interest rate that their savings will earn? Explain.
10. Suppose that a borrower and a lender agree on the nominal interest rate to be paid on a loan. Then inflation turns out to be higher than they both expected.
    a. Is the real interest rate on this loan higher or lower than expected?
    b. Does the lender gain or lose from this unexpectedly high inflation? Does the borrower gain or lose?
    c. Inflation during the 1970s was much higher than most people had expected when the decade began. How did this affect homeowners who obtained fixed-rate mortgages during the 1960s? How did it affect the banks that lent the money?

PART IX

The Real Economy in the Long Run

CHAPTER

25

Production and Growth

When you travel around the world, you see tremendous variation in the standard of living. The average income in a rich country, such as the United States, Japan, or Germany, is more than ten times the average income in a poor country, such as India, Indonesia, or Nigeria. These large differences in income are reflected in large differences in the quality of life. People in richer countries have better nutrition, safer housing, better healthcare, and longer life expectancy as well as more automobiles, more telephones, and more televisions.

Even within a country, there are large changes in the standard of living over time. In the United States over the past century, average income as measured by real GDP per person has grown by about 2 percent per year. Although 2 percent might seem small, this rate of growth implies that average income doubles every 35 years. Because of this growth, average income today is about eight times the average income a century ago. As a result, the typical American enjoys much greater economic prosperity than did his or her parents, grandparents, and great-grandparents.

Growth rates vary substantially from country to country. In recent history, some East Asian countries, such as Singapore, South Korea, and Taiwan, have experienced economic growth of about 7 percent per year. At this rate, average income doubles every 10 years. A country experiencing such rapid growth can, in one generation, go from being among the poorest in the world to being among the richest. By contrast, in some African countries, such as Chad, Ethiopia, and Nigeria, average income has been stagnant for many years.

What explains these diverse experiences? How can rich countries maintain their high standard of living? What policies should poor countries pursue to promote more rapid growth and join the developed world? These are among the most important questions in macroeconomics. As economist Robert Lucas put it, "The consequences for human welfare in questions like these are simply staggering: Once one starts to think about them, it is hard to think about anything else."

In the previous two chapters, we discussed how economists measure macroeconomic quantities and prices. We can now begin to study the forces that determine these variables. As we have seen, an economy's gross domestic product (GDP) measures both the total income earned in the economy and the total expenditure on the economy's output of goods and services. The level of real GDP is a good gauge of economic prosperity, and the growth of real GDP is a good gauge of economic progress. In this chapter we focus on the long-run determinants of the level and growth of real GDP. Later in this book, we study the short-run fluctuations of real GDP around its long-run trend.

We proceed here in three steps. First, we examine international data on real GDP per person. These data will give you some sense of how much the level and growth of living standards vary around the world. Second, we examine the role of *productivity*—the amount of goods and services produced for each hour of a worker's time. In particular, we see that a nation's standard of living is determined by the productivity of its workers, and we consider the factors that determine a nation's productivity. Third, we consider the link between productivity and the economic policies that a nation pursues.

ECONOMIC GROWTH AROUND THE WORLD

As a starting point for our study of long-run growth, let's look at the experiences of some of the world's economies. Table 1 shows data on real GDP per person for thirteen countries. For each country, the data cover more than a century of history. The first and second columns of the table present the countries and time periods. (The time periods differ somewhat from country to country because of differences in data availability.) The third and fourth columns show estimates of real GDP per person about a century ago and for a recent year.

The data on real GDP per person show that living standards vary widely from country to country. Income per person in the United States, for instance, is about six times that in China and about twelve times that in India. The poorest countries have average levels of income not seen in the developed world for many decades. The typical citizen of India in 2006 had less real income than the typical resident of England in 1870. The typical person in Bangladesh in 2006 had about two-thirds the real income of a typical American a century ago.

The last column of the table shows each country's growth rate. The growth rate measures how rapidly real GDP per person grew in the typical year. In the United States, for example, where real GDP per person was $3,752 in 1870 and $44,260 in 2006, the growth rate was 1.83 percent per year. This means that if real GDP per person, beginning at $3,752, were to increase by 1.83 percent for each of 136 years, it would end up at $44,260. Of course, real GDP per person did not actually rise

TABLE 1

The Variety of Growth Experiences

Country	Period	Real GDP per Person at Beginning of Period[a]	Real GDP per Person at End of Period[a]	Growth Rate (per year)
Japan	1890–2006	$1,408	$33,150	2.76%
Brazil	1900–2006	729	8,880	2.39
China	1900–2006	670	7,740	2.34
Mexico	1900–2006	1,085	11,410	2.24
Germany	1870–2006	2,045	31,830	2.04
Canada	1870–2006	2,224	34,610	2.04
Argentina	1900–2006	2,147	15,390	1.88
United States	1870–2006	3,752	44,260	1.83
India	1900–2006	632	3,800	1.71
United Kingdom	1870–2006	4,502	35,580	1.53
Indonesia	1900–2006	834	3,950	1.48
Bangladesh	1900–2006	583	2,340	1.32
Pakistan	1900–2006	690	2,500	1.22

[a]Real GDP is measured in 2006 dollars.

Source: Robert J. Barro and Xavier Sala-i-Martin, *Economic Growth* (New York: McGraw-Hill, 1995), tables 10.2 and 10.3; *World Development Report 2008*, Table 1; and author's calculations.

exactly 1.83 percent every year: Some years it rose by more, other years it rose by less, and in still other years it fell. The growth rate of 1.83 percent per year ignores short-run fluctuations around the long-run trend and represents an average rate of growth for real GDP per person over many years.

The countries in Table 1 are ordered by their growth rate from the most to the least rapid. Japan tops the list, with a growth rate of 2.76 percent per year. A hundred years ago, Japan was not a rich country. Japan's average income was only somewhat higher than Mexico's, and it was well behind Argentina's. The standard of living in Japan in 1890 was less than half of that in India today. But because of its spectacular growth, Japan is now an economic superpower, with average income more than twice that of Mexico and Argentina and similar to Germany, Canada, and the United Kingdom. At the bottom of the list of countries are Bangladesh and Pakistan, which have experienced growth of less than 1.4 percent per year over the past century. As a result, the typical resident of these countries continues to live in abject poverty.

Because of differences in growth rates, the ranking of countries by income changes substantially over time. As we have seen, Japan is a country that has risen relative to others. One country that has fallen behind is the United Kingdom. In 1870, the United Kingdom was the richest country in the world, with average income about 20 percent higher than that of the United States and more than twice Canada's. Today, average income in the United Kingdom is 20 percent below that of the United States and similar to Canada's.

These data show that the world's richest countries have no guarantee they will stay the richest and that the world's poorest countries are not doomed forever to remain in poverty. But what explains these changes over time? Why do some countries zoom ahead while others lag behind? These are precisely the questions that we take up next.

FYI

A Picture Is Worth a Thousand Statistics

George Bernard Shaw once said, "The sign of a truly educated man is to be deeply moved by statistics." Most of us, however, have trouble being deeply moved by data on GDP—until we see what these statistics represent.

The three photos on these pages show a typical family from each of three countries—the United Kingdom, Mexico, and Mali. Each family was photographed outside their home, together with all their material possessions.

These nations have very different standards of living, as judged by these photos, GDP, or other statistics.

- The United Kingdom is an advanced economy. In 2006, its GDP per person was $35,580. A negligible share of the population lives in extreme poverty, defined here as less than $2 a day. Educational attainment is high: Among children of high school age, 95 percent are in school. Residents of the United Kingdom can expect to enjoy a long life: The probability of a person surviving to age 65 is 84 percent for men and 90 percent for women.
- Mexico is a middle-income country. In 2006, its GDP per person was $11,410. About an eighth of the population lives on less than $2 a day. Among children of high school age, 65 percent are in school. The probability of a person surviving to age 65 is 76 percent for men and 84 percent for women.
- Mali is a poor country. In 2006, its GDP per person was only $1,130. Extreme poverty is the norm: More than half of the population lives on less than $2 per day. Educational attainment in Mali is low: Among children of high school age, less than 10 percent are in school. And life is often cut short: The probability of a person surviving to age 65 is only 44 percent for men and 54 percent for women.

Economists who study economic growth try to understand what causes such large differences in the standard of living.

A Typical Family in the United Kingdom

A Typical Family in Mexico

A Typical Family in Mali

FYI

Are You Richer Than the Richest American?

American Heritage magazine once published a list of the richest Americans of all time. The number 1 spot went to John D. Rockefeller, the oil entrepreneur who lived from 1839 to 1937. According to the magazine's calculations, his wealth would today be the equivalent of $200 billion, more than twice that of Warren Buffett, the investor who is today's richest American.

Despite his great wealth, Rockefeller did not enjoy many of the conveniences that we now take for granted. He couldn't watch television, play video games, surf the Internet, or send e-mail. During the heat of summer, he couldn't cool his home with air conditioning. For much of his life, he couldn't travel by car or plane, and he couldn't use a telephone to call friends or family. If he became ill, he couldn't take advantage of many medicines, such as antibiotics, that doctors today routinely use to prolong and enhance life.

John D. Rockefeller

Now consider: How much money would someone have to pay you to give up for the rest of your life all the modern conveniences that Rockefeller lived without? Would you do it for $200 billion? Perhaps not. And if you wouldn't, is it fair to say that you are better off than John D. Rockefeller, allegedly the richest American ever?

The preceding chapter discussed how standard price indexes, which are used to compare sums of money from different points in time, fail to fully reflect the introduction of new goods in the economy. As a result, the rate of inflation is overestimated. The flip side of this observation is that the rate of real economic growth is underestimated. Pondering Rockefeller's life shows how significant this problem might be. Because of tremendous technological advances, the average American today is arguably "richer" than the richest American a century ago, even if that fact is lost in standard economic statistics.

QUICK QUIZ What is the approximate growth rate of real GDP per person in the United States? Name a country that has had faster growth and a country that has had slower growth.

PRODUCTIVITY: ITS ROLE AND DETERMINANTS

Explaining the large variation in living standards around the world is, in one sense, very easy. As we will see, the explanation can be summarized in a single word—*productivity.* But in another sense, the international variation is deeply puzzling. To explain why incomes are so much higher in some countries than in others, we must look at the many factors that determine a nation's productivity.

WHY PRODUCTIVITY IS SO IMPORTANT

Let's begin our study of productivity and economic growth by developing a simple model based loosely on Daniel Defoe's famous novel *Robinson Crusoe* about a sailor stranded on a desert island. Because Crusoe lives alone, he catches his own fish, grows his own vegetables, and makes his own clothes. We can think of Crusoe's activities—his production and consumption of fish, vegetables, and clothing—as a simple economy. By examining Crusoe's economy, we can learn some lessons that also apply to more complex and realistic economies.

What determines Crusoe's standard of living? In a word, **productivity**, the quantity of goods and services produced from each unit of labor input. If Crusoe is good at catching fish, growing vegetables, and making clothes, he lives well. If he is bad at doing these things, he lives poorly. Because Crusoe gets to consume only what he produces, his living standard is tied to his productivity.

productivity
the quantity of goods and services produced from each unit of labor input

In the case of Crusoe's economy, it is easy to see that productivity is the key determinant of living standards and that growth in productivity is the key determinant of growth in living standards. The more fish Crusoe can catch per hour, the more he eats at dinner. If Crusoe finds a better place to catch fish, his productivity rises. This increase in productivity makes Crusoe better off: He can eat the extra fish, or he can spend less time fishing and devote more time to making other goods he enjoys.

Productivity's key role in determining living standards is as true for nations as it is for stranded sailors. Recall that an economy's gross domestic product (GDP) measures two things at once: the total income earned by everyone in the economy and the total expenditure on the economy's output of goods and services. GDP can measure these two things simultaneously because, for the economy as a whole, they must be equal. Put simply, an economy's income is the economy's output.

Like Crusoe, a nation can enjoy a high standard of living only if it can produce a large quantity of goods and services. Americans live better than Nigerians because American workers are more productive than Nigerian workers. The Japanese have enjoyed more rapid growth in living standards than Argentineans because Japanese workers have experienced more rapidly growing productivity. Indeed, one of the *Ten Principles of Economics* in Chapter 1 is that a country's standard of living depends on its ability to produce goods and services.

Hence, to understand the large differences in living standards we observe across countries or over time, we must focus on the production of goods and services. But seeing the link between living standards and productivity is only the first step. It leads naturally to the next question: Why are some economies so much better at producing goods and services than others?

How Productivity Is Determined

Although productivity is uniquely important in determining Robinson Crusoe's standard of living, many factors determine Crusoe's productivity. Crusoe will be better at catching fish, for instance, if he has more fishing poles, if he has been trained in the best fishing techniques, if his island has a plentiful fish supply, or if he invents a better fishing lure. Each of these determinants of Crusoe's productivity—which we can call *physical capital, human capital, natural resources,* and *technological knowledge*—has a counterpart in more complex and realistic economies. Let's consider each factor in turn.

Physical Capital per Worker Workers are more productive if they have tools with which to work. The stock of equipment and structures used to produce goods and services is called **physical capital**, or just *capital*. For example, when woodworkers make furniture, they use saws, lathes, and drill presses. More tools allow the woodworkers to produce their output more quickly and more accurately:

physical capital
the stock of equipment and structures that are used to produce goods and services

A worker with only basic hand tools can make less furniture each week than a worker with sophisticated and specialized woodworking equipment.

As you may recall, the inputs used to produce goods and services—labor, capital, and so on—are called the *factors of production*. An important feature of capital is that it is a *produced* factor of production. That is, capital is an input into the production process that in the past was an output from the production process. The woodworker uses a lathe to make the leg of a table. Earlier, the lathe itself was the output of a firm that manufactures lathes. The lathe manufacturer in turn used other equipment to make its product. Thus, capital is a factor of production used to produce all kinds of goods and services, including more capital.

human capital
the knowledge and skills that workers acquire through education, training, and experience

Human Capital per Worker A second determinant of productivity is human capital. **Human capital** is the economist's term for the knowledge and skills that workers acquire through education, training, and experience. Human capital includes the skills accumulated in early childhood programs, grade school, high school, college, and on-the-job training for adults in the labor force.

Education, training, and experience are less tangible than lathes, bulldozers, and buildings, but human capital is like physical capital in many ways. Like physical capital, human capital raises a nation's ability to produce goods and services. Also like physical capital, human capital is a produced factor of production. Producing human capital requires inputs in the form of teachers, libraries, and student time. Indeed, students can be viewed as "workers" who have the important job of producing the human capital that will be used in future production.

natural resources
the inputs into the production of goods and services that are provided by nature, such as land, rivers, and mineral deposits

Natural Resources per Worker A third determinant of productivity is **natural resources**. Natural resources are inputs into production that are provided by nature, such as land, rivers, and mineral deposits. Natural resources take two forms: renewable and nonrenewable. A forest is an example of a renewable resource. When one tree is cut down, a seedling can be planted in its place to be harvested in the future. Oil is an example of a nonrenewable resource. Because oil is produced by nature over many millions of years, there is only a limited supply. Once the supply of oil is depleted, it is impossible to create more.

Differences in natural resources are responsible for some of the differences in standards of living around the world. The historical success of the United States was driven in part by the large supply of land well suited for agriculture. Today, some countries in the Middle East, such as Kuwait and Saudi Arabia, are rich simply because they happen to be on top of some of the largest pools of oil in the world.

Although natural resources can be important, they are not necessary for an economy to be highly productive in producing goods and services. Japan, for instance, is one of the richest countries in the world, despite having few natural resources. International trade makes Japan's success possible. Japan imports many of the natural resources it needs, such as oil, and exports its manufactured goods to economies rich in natural resources.

technological knowledge
society's understanding of the best ways to produce goods and services

Technological Knowledge A fourth determinant of productivity is **technological knowledge**—the understanding of the best ways to produce goods and services. A hundred years ago, most Americans worked on farms because farm technology required a high input of labor to feed the entire population. Today, thanks to advances in the technology of farming, a small fraction of the popu-

FYI

The Production Function

Economists often use a *production function* to describe the relationship between the quantity of inputs used in production and the quantity of output from production. For example, suppose Y denotes the quantity of output, L the quantity of labor, K the quantity of physical capital, H the quantity of human capital, and N the quantity of natural resources. Then we might write

$$Y = A\,F(L, K, H, N),$$

where $F(\,)$ is a function that shows how the inputs are combined to produce output. A is a variable that reflects the available production technology. As technology improves, A rises, so the economy produces more output from any given combination of inputs.

Many production functions have a property called *constant returns to scale*. If a production function has constant returns to scale, then doubling all inputs causes the amount of output to double as well. Mathematically, we write that a production function has constant returns to scale if, for any positive number x,

$$xY = A\,F(xL, xK, xH, xN).$$

A doubling of all inputs would be represented in this equation by $x = 2$. The right side shows the inputs doubling, and the left side shows output doubling.

Production functions with constant returns to scale have an interesting and useful implication. To see this implication, it will prove instructive to set $x = 1/L$. Then the preceding equation becomes

$$Y/L = A\,F(1, K/L, H/L, N/L).$$

Notice that Y/L is output per worker, which is a measure of productivity. This equation says that labor productivity depends on physical capital per worker (K/L), human capital per worker (H/L), and natural resources per worker (N/L). Productivity also depends on the state of technology, as reflected by the variable A. Thus, this equation provides a mathematical summary of the four determinants of productivity we have just discussed.

lation can produce enough food to feed the entire country. This technological change made labor available to produce other goods and services.

Technological knowledge takes many forms. Some technology is common knowledge—after one person uses it, everyone becomes aware of it. For example, once Henry Ford successfully introduced production in assembly lines, other carmakers quickly followed suit. Other technology is proprietary—it is known only by the company that discovers it. Only the Coca-Cola Company, for instance, knows the secret recipe for making its famous soft drink. Still other technology is proprietary for a short time. When a pharmaceutical company discovers a new drug, the patent system gives that company a temporary right to be its exclusive manufacturer. When the patent expires, however, other companies are allowed to make the drug. All these forms of technological knowledge are important for the economy's production of goods and services.

It is worthwhile to distinguish between technological knowledge and human capital. Although they are closely related, there is an important difference. Technological knowledge refers to society's understanding about how the world works. Human capital refers to the resources expended transmitting this understanding to the labor force. To use a relevant metaphor, knowledge is the quality of society's

In The News

Measuring Capital

The concept of "capital" is sometimes interpreted broadly.

The Secrets of Intangible Wealth

By Ronald Bailey

A Mexican migrant to the U.S. is five times more productive than one who stays home. Why is that?

The answer is not the obvious one: This country has more machinery or tools or natural resources. Instead, according to some remarkable but largely ignored research—by the World Bank, of all places—it is because the average American has access to over $418,000 in intangible wealth, while the stay-at-home Mexican's intangible wealth is just $34,000.

But what is intangible wealth, and how on earth is it measured? And what does it mean for the world's people—poor and rich? That's where the story gets even more interesting.

Two years ago the World Bank's environmental economics department set out to assess the relative contributions of various kinds of capital to economic development. Its study, "Where Is the Wealth of Nations?: Measuring Capital for the 21st Century," began by defining natural capital as the sum of nonrenewable resources (including oil, natural gas, coal and mineral resources), cropland, pasture land, forested areas and protected areas. Produced, or built, capital is what many of us think of when we think of capital: the sum of machinery, equipment, and structures (including infrastructure) and urban land.

But once the value[s] of all these are added up, the economists found something big was still missing: the vast majority of [the] world's wealth! If one simply adds up the current value of a country's natural resources and produced, or built, capital, there's no way that can account for that country's level of income.

The rest is the result of "intangible" factors—such as the trust among people in a society, an efficient judicial system, clear property rights and effective government. All this intangible capital also boosts the productivity of labor and results in higher total wealth. In fact, the World Bank finds, "Human capital and the value of institutions (as measured by rule of law) constitute the largest share of wealth in virtually all countries."

Once one takes into account all of the world's natural resources and produced capital, 80% of the wealth of rich countries

textbooks, whereas human capital is the amount of time that the population has devoted to reading them. Workers' productivity depends on both.

CASE STUDY ARE NATURAL RESOURCES A LIMIT TO GROWTH?

Today, the world's population is over 6 billion, about four times what it was a century ago. At the same time, many people are enjoying a much higher standard of living than did their great-grandparents. A perennial debate concerns whether this growth in population and living standards can continue in the future.

Many commentators have argued that natural resources will eventually limit how much the world's economies can grow. At first, this argument might seem hard to ignore. If the world has only a fixed supply of nonrenewable natural resources, how can population, production, and living standards continue to grow over time? Eventually, won't supplies of oil and minerals start to run out? When and 60% of the wealth of poor countries is of this intangible type. The bottom line: "Rich countries are largely rich because of the skills of their populations and the quality of the institutions supporting economic activity."

What the World Bank economists have brilliantly done is quantify the intangible value of education and social institutions. According to their regression analyses, for example, the rule of law explains 57% of countries' intangible capital. Education accounts for 36%.

The rule-of-law index was devised using several hundred individual variables measuring perceptions of governance, drawn from 25 separate data sources constructed by 18 different organizations. The latter include civil society groups (Freedom House), political and business risk-rating agencies (Economist Intelligence Unit) and think tanks (International Budget Project Open Budget Index).

Switzerland scores 99.5 out of 100 on the rule-of-law index and the U.S. hits 91.8. By contrast, Nigeria's score is a pitiful 5.8; Burundi's 4.3; and Ethiopia's 16.4. The members of the Organization for Economic Cooperation and Development—30 wealthy developed countries—have an average score of 90, while sub-Saharan Africa's is a dismal 28.

The natural wealth in rich countries like the U.S. is a tiny proportion of their overall wealth—typically 1% to 3%—yet they derive more value from what they have. Cropland, pastures and forests are more valuable in rich countries because they can be combined with other capital like machinery and strong property rights to produce more value. Machinery, buildings, roads and so forth account for 17% of the rich countries' total wealth.

Overall, the average per capita wealth in the rich Organization for Economic Cooperation Development (OECD) countries is $440,000, consisting of $10,000 in natural capital, $76,000 in produced capital, and a whopping $354,000 in intangible capital. (Switzerland has the highest per capita wealth, at $648,000. The U.S. is fourth at $513,000.)

By comparison, the World Bank study finds that total wealth for the low income countries averages $7,216 per person. That consists of $2,075 in natural capital, $1,150 in produced capital and $3,991 in intangible capital. The countries with the lowest per capita wealth are Ethiopia ($1,965), Nigeria ($2,748), and Burundi ($2,859).

In fact, some countries are so badly run, that they actually have negative intangible capital. Through rampant corruption and failing school systems, Nigeria and the Democratic Republic of the Congo are destroying their intangible capital and ensuring that their people will be poorer in the future. . . .

The World Bank's pathbreaking "Where Is the Wealth of Nations?" convincingly demonstrates that the "mainsprings of development" are the rule of law and a good school system. The big question that its researchers don't answer is: How can the people of the developing world rid themselves of the kleptocrats who loot their countries and keep them poor?

Source: *The Wall Street Journal,* September 29, 2007.

these shortages start to occur, won't they stop economic growth and, perhaps, even force living standards to fall?

Despite the apparent appeal of such arguments, most economists are less concerned about such limits to growth than one might guess. They argue that technological progress often yields ways to avoid these limits. If we compare the economy today to the economy of the past, we see various ways in which the use of natural resources has improved. Modern cars have better gas mileage. New houses have better insulation and require less energy to heat and cool them. More efficient oil rigs waste less oil in the process of extraction. Recycling allows some nonrenewable resources to be reused. The development of alternative fuels, such as ethanol instead of gasoline, allows us to substitute renewable for nonrenewable resources.

Fifty years ago, some conservationists were concerned about the excessive use of tin and copper. At the time, these were crucial commodities: Tin was used to make many food containers, and copper was used to make telephone wire. Some people advocated mandatory recycling and rationing of tin and copper so that supplies would be available for future generations. Today, however, plastic has replaced tin as a material for making many food containers, and phone calls often travel over fiber-optic cables, which are made from sand. Technological progress has made once crucial natural resources less necessary.

But are all these efforts enough to permit continued economic growth? One way to answer this question is to look at the prices of natural resources. In a market economy, scarcity is reflected in market prices. If the world were running out of natural resources, then the prices of those resources would be rising over time. But in fact, the opposite is more often true. Natural resource prices exhibit substantial short-run fluctuations, but over long spans of time, the prices of most natural resources (adjusted for overall inflation) are stable or falling. It appears that our ability to conserve these resources is growing more rapidly than their supplies are dwindling. Market prices give no reason to believe that natural resources are a limit to economic growth. ●

QUICK QUIZ List and describe four determinants of a country's productivity.

ECONOMIC GROWTH AND PUBLIC POLICY

So far, we have determined that a society's standard of living depends on its ability to produce goods and services and that its productivity in turn depends on physical capital per worker, human capital per worker, natural resources per worker, and technological knowledge. Let's now turn to the question faced by policymakers around the world: What can government policy do to raise productivity and living standards?

Saving and Investment

Because capital is a produced factor of production, a society can change the amount of capital it has. If today the economy produces a large quantity of new capital goods, then tomorrow it will have a larger stock of capital and be able to produce more goods and services. Thus, one way to raise future productivity is to invest more current resources in the production of capital.

One of the *Ten Principles of Economics* presented in Chapter 1 is that people face trade-offs. This principle is especially important when considering the accumulation of capital. Because resources are scarce, devoting more resources to producing capital requires devoting fewer resources to producing goods and services for current consumption. That is, for society to invest more in capital, it must consume less and save more of its current income. The growth that arises from capital accumulation is not a free lunch: It requires that society sacrifice consumption of goods and services in the present to enjoy higher consumption in the future.

The next chapter examines in more detail how the economy's financial markets coordinate saving and investment. It also examines how government policies influence the amount of saving and investment that takes place. At this point, it is important to note that encouraging saving and investment is one way that a government can encourage growth and, in the long run, raise the economy's standard of living.

Diminishing Returns and the Catch-Up Effect

Suppose that a government pursues policies that raise the nation's saving rate—the percentage of GDP devoted to saving rather than consumption. What happens? With the nation saving more, fewer resources are needed to make consumption goods, and more resources are available to make capital goods. As a result, the capital stock increases, leading to rising productivity and more rapid growth in GDP. But how long does this higher rate of growth last? Assuming that the saving rate remains at its new higher level, does the growth rate of GDP stay high indefinitely or only for a period of time?

The traditional view of the production process is that capital is subject to **diminishing returns**: As the stock of capital rises, the extra output produced from an additional unit of capital falls. In other words, when workers already have a large quantity of capital to use in producing goods and services, giving them an additional unit of capital increases their productivity only slightly. This is illustrated in Figure 1, which shows how the amount of capital per worker determines the amount of output per worker, holding constant all the other determinants of output.

diminishing returns
the property whereby the benefit from an extra unit of an input declines as the quantity of the input increases

Because of diminishing returns, an increase in the saving rate leads to higher growth only for a while. As the higher saving rate allows more capital to be accumulated, the benefits from additional capital become smaller over time, and so growth slows down. *In the long run, the higher saving rate leads to a higher level of productivity and income but not to higher growth in these variables.* Reaching this long run, however, can take quite a while. According to studies of international data

FIGURE 1

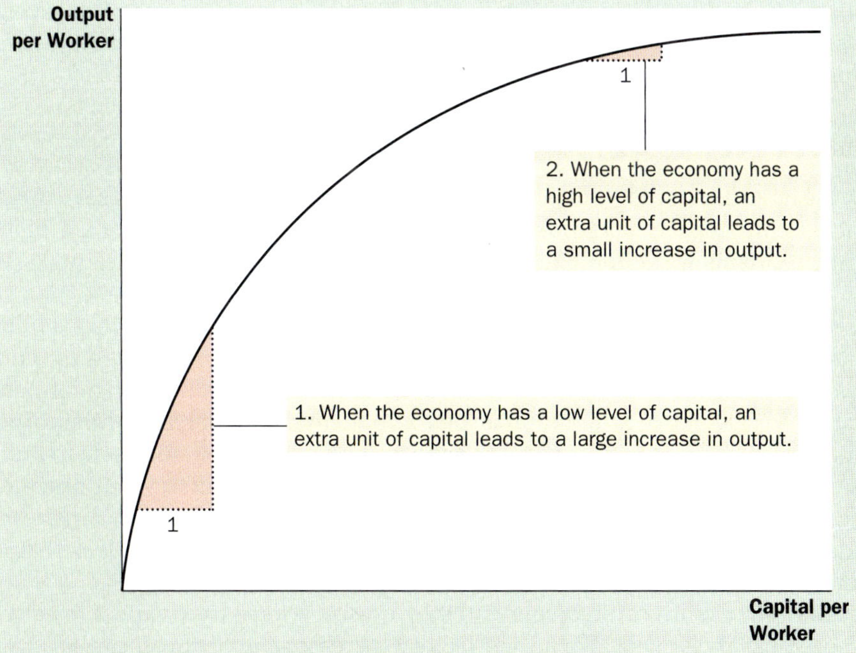

Illustrating the Production Function
This figure shows how the amount of capital per worker influences the amount of output per worker. Other determinants of output, including human capital, natural resources, and technology, are held constant. The curve becomes flatter as the amount of capital increases because of diminishing returns to capital.

on economic growth, increasing the saving rate can lead to substantially higher growth for a period of several decades.

The diminishing returns to capital has another important implication: Other things equal, it is easier for a country to grow fast if it starts out relatively poor. This effect of initial conditions on subsequent growth is sometimes called the **catch-up effect**. In poor countries, workers lack even the most rudimentary tools and, as a result, have low productivity. Small amounts of capital investment would substantially raise these workers' productivity. By contrast, workers in rich countries have large amounts of capital with which to work, and this partly explains their high productivity. Yet with the amount of capital per worker already so high, additional capital investment has a relatively small effect on productivity. Studies of international data on economic growth confirm this catch-up effect: Controlling for other variables, such as the percentage of GDP devoted to investment, poor countries tend to grow at faster rates than rich countries.

catch-up effect
the property whereby countries that start off poor tend to grow more rapidly than countries that start off rich

This catch-up effect can help explain some otherwise puzzling facts. Here's an example: From 1960 to 1990, the United States and South Korea devoted a similar share of GDP to investment. Yet over this time, the United States experienced only mediocre growth of about 2 percent, while South Korea experienced spectacular growth of more than 6 percent. The explanation is the catch-up effect. In 1960, South Korea had GDP per person less than one-tenth the U.S. level, in part because previous investment had been so low. With a small initial capital stock, the benefits to capital accumulation were much greater in South Korea, and this gave South Korea a higher subsequent growth rate.

This catch-up effect shows up in other aspects of life. When a school gives an end-of-year award to the "Most Improved" student, that student is usually one who began the year with relatively poor performance. Students who began the year not studying find improvement easier than students who always worked hard. Note that it is good to be "Most Improved," given the starting point, but it is even better to be "Best Student." Similarly, economic growth over the last several decades has been much more rapid in South Korea than in the United States, but GDP per person is still higher in the United States.

Investment from Abroad

So far, we have discussed how policies aimed at increasing a country's saving rate can increase investment and, thereby, long-term economic growth. Yet saving by domestic residents is not the only way for a country to invest in new capital. The other way is investment by foreigners.

Investment from abroad takes several forms. Ford Motor Company might build a car factory in Mexico. A capital investment that is owned and operated by a foreign entity is called *foreign direct investment*. Alternatively, an American might buy stock in a Mexican corporation (that is, buy a share in the ownership of the corporation); the Mexican corporation can use the proceeds from the stock sale to build a new factory. An investment that is financed with foreign money but operated by domestic residents is called *foreign portfolio investment*. In both cases, Americans provide the resources necessary to increase the stock of capital in Mexico. That is, American saving is being used to finance Mexican investment.

When foreigners invest in a country, they do so because they expect to earn a return on their investment. Ford's car factory increases the Mexican capital stock and, therefore, increases Mexican productivity and Mexican GDP. Yet Ford takes some of this additional income back to the United States in the form of profit. Similarly, when an American investor buys Mexican stock, the investor has a right to a portion of the profit that the Mexican corporation earns.

Investment from abroad, therefore, does not have the same effect on all measures of economic prosperity. Recall that gross domestic product (GDP) is the income earned within a country by both residents and nonresidents, whereas gross national product (GNP) is the income earned by residents of a country both at home and abroad. When Ford opens its car factory in Mexico, some of the income the factory generates accrues to people who do not live in Mexico. As a result, foreign investment in Mexico raises the income of Mexicans (measured by GNP) by less than it raises the production in Mexico (measured by GDP).

Nonetheless, investment from abroad is one way for a country to grow. Even though some of the benefits from this investment flow back to the foreign owners, this investment does increase the economy's stock of capital, leading to higher productivity and higher wages. Moreover, investment from abroad is one way for poor countries to learn the state-of-the-art technologies developed and used in richer countries. For these reasons, many economists who advise governments in less developed economies advocate policies that encourage investment from abroad. Often, this means removing restrictions that governments have imposed on foreign ownership of domestic capital.

An organization that tries to encourage the flow of capital to poor countries is the World Bank. This international organization obtains funds from the world's advanced countries, such as the United States, and uses these resources to make loans to less developed countries so that they can invest in roads, sewer systems, schools, and other types of capital. It also offers the countries advice about how the funds might best be used. The World Bank, together with its sister organization, the International Monetary Fund, was set up after World War II. One lesson from the war was that economic distress often leads to political turmoil, international tensions, and military conflict. Thus, every country has an interest in promoting economic prosperity around the world. The World Bank and the International Monetary Fund were established to achieve that common goal.

Education

Education—investment in human capital—is at least as important as investment in physical capital for a country's long-run economic success. In the United States, each year of schooling has historically raised a person's wage by an average of about 10 percent. In less developed countries, where human capital is especially scarce, the gap between the wages of educated and uneducated workers is even larger. Thus, one way government policy can enhance the standard of living is to provide good schools and to encourage the population to take advantage of them.

Investment in human capital, like investment in physical capital, has an opportunity cost. When students are in school, they forgo the wages they could have earned. In less developed countries, children often drop out of school at an early age, even though the benefit of additional schooling is very high, simply because their labor is needed to help support the family.

Some economists have argued that human capital is particularly important for economic growth because human capital conveys positive externalities. An *externality* is the effect of one person's actions on the well-being of a bystander.

In The News

Promoting Human Capital

Human capital is a key to economic growth. With this in mind, some developing countries now give parents an immediate financial incentive to keep their children in school.

Brazil Pays Parents to Help Poor Be Pupils, Not Wage Earners

By Celia W. Dugger

ORTALEZA, Brazil—Vandelson Andrade, 13, often used to skip school to work 12-hour days on the small, graceful fishing boats that sail from the picturesque harbor here. His meager earnings helped pay for rice and beans for his desperately poor family.

But this year he qualified for a small monthly cash payment from the government that his mother receives on the condition that he shows up in the classroom.

"I can't skip school anymore," said Vandelson, whose hand-me-down pants were so big that the crotch ended at his knees and the legs bunched up around his ankles. "If I miss one more day, my mother won't get the money."

This year, Vandelson will finally pass the fourth grade on his third try—a small victory in a new breed of social program that is spreading swiftly across Latin America. It is a developing-country version of American welfare reform: to break the cycle of poverty, the government gives the poor small cash payments in exchange for keeping their children in school and taking them for regular medical checkups.

Vandelson Andrade, Student

"I think these programs are as close as you can come to a magic bullet in development," said Nancy Birdsall, president of the Center for Global Development, a nonprofit research group in Washington. "They're creating an incentive for families to invest in their own children's futures. Every decade or so, we see something that can really make a difference, and this is one of those things." . . .

Antônio Souza, 48, and Maria Torres, 37, are raising seven children in a mud hut a couple of hills away from Ms. Andrade. Every member of the family is sinewy and lean. The parents cannot remember the last time the family ate meat or vegetables. But their grant of $27 a month makes it possible to buy rice, sugar, pasta and oil.

Mr. Souza and Ms. Torres, illiterate believers in the power of education, have always sent their children to school. "If they don't study, they'll turn into dummies like me," said their father, whose weathered, deeply creased face broke into a wide smile as he surveyed his bright-eyed daughters, Ana Paula, 11, and Daniele, 8, among them. "All I can do is work in the fields."

His wife said proudly: "There are fathers who don't want their children to go to school. But this man here has done everything he could to send his children to school."

Source: *New York Times*, January 3, 2004.

An educated person, for instance, might generate new ideas about how best to produce goods and services. If these ideas enter society's pool of knowledge so everyone can use them, then the ideas are an external benefit of education. In this case, the return to schooling for society is even greater than the return for the individual. This argument would justify the large subsidies to human-capital investment that we observe in the form of public education.

One problem facing some poor countries is the *brain drain*—the emigration of many of the most highly educated workers to rich countries, where these workers can enjoy a higher standard of living. If human capital does have positive externalities, then this brain drain makes those people left behind poorer than they otherwise would be. This problem offers policymakers a dilemma. On the one hand, the United States and other rich countries have the best systems of higher education, and it would seem natural for poor countries to send their best students abroad to earn higher degrees. On the other hand, those students who have spent time abroad may choose not to return home, and this brain drain will reduce the poor nation's stock of human capital even further.

Health and Nutrition

The term *human capital* usually refers to education, but it can also be used to describe another type of investment in people: expenditures that lead to a healthier population. Other things equal, healthier workers are more productive. The right investments in the health of the population provide one way for a nation to increase productivity and raise living standards.

Economic historian Robert Fogel has suggested that a significant factor in long-run economic growth is improved health from better nutrition. He estimates that in Great Britain in 1780, about one in five people were so malnourished that they were incapable of manual labor. Among those who could work, insufficient caloric intake substantially reduced the work effort they could put forth. As nutrition improved, so did workers' productivity.

Fogel studies these historical trends in part by looking at the height of the population. Short stature can be an indicator of malnutrition, especially during gestation and the early years of life. Fogel finds that as nations develop economically, people eat more, and the population gets taller. From 1775 to 1975, the average caloric intake in Great Britain rose by 26 percent, and the height of the average man rose by 3.6 inches. Similarly, during the spectacular economic growth in South Korea from 1962 to 1995, caloric consumption rose by 44 percent, and average male height rose by 2 inches. Of course, a person's height is determined by a combination of genetic predisposition and environment. But because the genetic makeup of a population is slow to change, such increases in average height are most likely due to changes in the environment—nutrition being the obvious explanation.

Moreover, studies have found that height is an indicator of productivity. Looking at data on a large number of workers at a point in time, researchers have found that taller workers tend to earn more. Because wages reflect a worker's productivity, this finding suggests that taller workers tend to be more productive. The effect of height on wages is especially pronounced in poorer countries, where malnutrition is a bigger risk.

Fogel won the Nobel Prize in Economics in 1993 for his work in economic history, which includes not only his studies of nutrition but also his studies of American slavery and the role of railroads in the development of the American economy. In the lecture he gave when he was awarded the prize, he surveyed the evidence on health and economic growth. He concluded that "improved gross nutrition accounts for roughly 30 percent of the growth of per capita income in Britain between 1790 and 1980."

Today, malnutrition is fortunately rare in developed nations such as Great Britain and the United States. (Obesity is a more widespread problem.) But for people in developing nations, poor health and inadequate nutrition remain obstacles to higher productivity and improved living standards. The United Nations estimates that almost a third of the population in sub-Saharan Africa is undernourished.

The causal link between health and wealth runs in both directions. Poor countries are poor in part because their populations are not healthy, and their populations are not healthy in part because they are poor and cannot afford adequate healthcare and nutrition. It is a vicious circle. But this fact opens the possibility of a virtuous circle: Policies that lead to more rapid economic growth would naturally improve health outcomes, which in turn would further promote economic growth.

Property Rights and Political Stability

Another way policymakers can foster economic growth is by protecting property rights and promoting political stability. This issue goes to the very heart of how market economies work.

Production in market economies arises from the interactions of millions of individuals and firms. When you buy a car, for instance, you are buying the output of a car dealer, a car manufacturer, a steel company, an iron ore mining company, and so on. This division of production among many firms allows the economy's factors of production to be used as effectively as possible. To achieve this outcome, the economy has to coordinate transactions among these firms, as well as between firms and consumers. Market economies achieve this coordination through market prices. That is, market prices are the instrument with which the invisible hand of the marketplace brings supply and demand into balance in each of the many thousands of markets that make up the economy.

An important prerequisite for the price system to work is an economy-wide respect for *property rights.* Property rights refer to the ability of people to exercise authority over the resources they own. A mining company will not make the effort to mine iron ore if it expects the ore to be stolen. The company mines the ore only if it is confident that it will benefit from the ore's subsequent sale. For this reason, courts serve an important role in a market economy: They enforce property rights. Through the criminal justice system, the courts discourage direct theft. In addition, through the civil justice system, the courts ensure that buyers and sellers live up to their contracts.

Those of us in developed countries tend to take property rights for granted, but those living in less developed countries understand that a lack of property rights can be a major problem. In many countries, the system of justice does not work well. Contracts are hard to enforce, and fraud often goes unpunished. In more extreme cases, the government not only fails to enforce property rights but actually infringes upon them. To do business in some countries, firms are expected to bribe powerful government officials. Such corruption impedes the coordinating power of markets. It also discourages domestic saving and investment from abroad.

One threat to property rights is political instability. When revolutions and coups are common, there is doubt about whether property rights will be respected in the future. If a revolutionary government might confiscate the capital of some businesses, as was often true after communist revolutions, domestic residents have less incentive to save, invest, and start new businesses. At the same time, foreigners have less incentive to invest in the country. Even the threat of revolution can act to depress a nation's standard of living.

Thus, economic prosperity depends in part on political prosperity. A country with an efficient court system, honest government officials, and a stable constitution will enjoy a higher economic standard of living than a country with a poor court system, corrupt officials, and frequent revolutions and coups.

Free Trade

Some of the world's poorest countries have tried to achieve more rapid economic growth by pursuing *inward-oriented policies.* These policies attempt to increase productivity and living standards within the country by avoiding interaction with the rest of the world. Domestic firms often advance the infant-industry argument, claiming they need protection from foreign competition to thrive and grow. Together with a general distrust of foreigners, this argument has at times led policymakers in less developed countries to impose tariffs and other trade restrictions.

Most economists today believe that poor countries are better off pursuing *outward-oriented policies* that integrate these countries into the world economy. International trade in goods and services can improve the economic well-being of a country's citizens. Trade is, in some ways, a type of technology. When a country exports wheat and imports textiles, the country benefits as if it had invented a technology for turning wheat into textiles. A country that eliminates trade restrictions will, therefore, experience the same kind of economic growth that would occur after a major technological advance.

The adverse impact of inward orientation becomes clear when one considers the small size of many less developed economies. The total GDP of Argentina, for instance, is about that of Philadelphia. Imagine what would happen if the Philadelphia city council were to prohibit city residents from trading with people living outside the city limits. Without being able to take advantage of the gains from trade, Philadelphia would need to produce all the goods it consumes. It would also have to produce all its own capital goods, rather than importing state-of-the-art equipment from other cities. Living standards in Philadelphia would fall immediately, and the problem would likely only get worse over time. This is precisely what happened when Argentina pursued inward-oriented policies throughout much of the 20th century. By contrast, countries that pursued outward-oriented policies, such as South Korea, Singapore, and Taiwan, enjoyed high rates of economic growth.

The amount that a nation trades with others is determined not only by government policy but also by geography. Countries with natural seaports find trade easier than countries without this resource. It is not a coincidence that many of the world's major cities, such as New York, San Francisco, and Hong Kong, are located next to oceans. Similarly, because landlocked countries find international trade more difficult, they tend to have lower levels of income than countries with easy access to the world's waterways. For example, countries with more than 80 percent of their population living within 100 kilometers of a coast have an average GDP per person about four times as large as countries with less than 20 percent of their population living near a coast. The critical importance of access to the sea helps explain why the African continent, which contains many landlocked countries, is so poor.

Research and Development

The primary reason that living standards are higher today than they were a century ago is that technological knowledge has advanced. The telephone, the transistor, the computer, and the internal combustion engine are among the thousands of innovations that have improved the ability to produce goods and services.

Although most technological advances come from private research by firms and individual inventors, there is also a public interest in promoting these efforts. To a large extent, knowledge is a *public good:* Once one person discovers an idea, the idea enters society's pool of knowledge, and other people can freely use it. Just as government has a role in providing a public good such as national defense, it also has a role in encouraging the research and development of new technologies.

The U.S. government has long played a role in the creation and dissemination of technological knowledge. A century ago, the government sponsored research about farming methods and advised farmers how best to use their land. More recently, the U.S. government, through the Air Force and NASA, has supported aerospace research; as a result, the United States is a leading maker of rockets and planes. The government continues to encourage advances in knowledge with research grants from the National Science Foundation and the National Institutes of Health and with tax breaks for firms engaging in research and development.

Yet another way in which government policy encourages research is through the patent system. When a person or firm invents a new product, such as a new drug, the inventor can apply for a patent. If the product is deemed truly original, the government awards the patent, which gives the inventor the exclusive right to make the product for a specified number of years. In essence, the patent gives the inventor a property right over his invention, turning his new idea from a public good into a private good. By allowing inventors to profit from their inventions—even if only temporarily—the patent system enhances the incentive for individuals and firms to engage in research.

Population Growth

Economists and other social scientists have long debated how population affects a society. The most direct effect is on the size of the labor force: A large population means more workers to produce goods and services. The tremendous size of the Chinese population is one reason China is such an important player in the world economy.

At the same time, however, a large population means more people to consume those goods and services. So while a large population means a larger total output of goods and services, it need not mean a higher standard of living for a typical citizen. Indeed, both large and small nations are found at all levels of economic development.

Beyond these obvious effects of population size, population growth interacts with the other factors of production in ways that are more subtle and open to debate.

Stretching Natural Resources Thomas Robert Malthus (1766–1834), an English minister and early economic thinker, is famous for his book called *An Essay on the Principle of Population as It Affects the Future Improvement of Society*. In it, he offered what may be history's most chilling forecast. Malthus argued that an ever-increasing population would continually strain society's ability to provide for itself. As a result, mankind was doomed to forever live in poverty.

Malthus's logic was simple. He began by noting that "food is necessary to the existence of man" and that "the passion between the sexes is necessary and will remain nearly in its present state." He concluded that "the power of population is infinitely greater than the power in the earth to produce subsistence for man." According to Malthus, the only check on population growth was "misery and vice." Attempts by charities or governments to alleviate poverty were counterproductive, he argued, because they merely allowed the poor to have more children, placing even greater strains on society's productive capabilities.

THOMAS ROBERT MALTHUS

Malthus may have correctly described the world at the time when he lived, but fortunately, his dire forecast was far off the mark. The world population has increased about sixfold over the past two centuries, but living standards around the world are on average much higher. As a result of economic growth, chronic hunger and malnutrition are less common now than they were in Malthus's day. When famines occur from time to time, they are more often the result of an unequal income distribution or political instability than inadequate food production.

Where did Malthus go wrong? As we discussed in a case study earlier in this chapter, growth in human ingenuity has offset the effects of a larger population. Pesticides, fertilizers, mechanized farm equipment, new crop varieties, and other technological advances that Malthus never imagined have allowed each farmer to feed ever greater numbers of people. Even with more mouths to feed, fewer farmers are necessary because each farmer is much more productive.

Diluting the Capital Stock Whereas Malthus worried about the effects of population on the use of natural resources, some modern theories of economic growth emphasize its effects on capital accumulation. According to these theories, high population growth reduces GDP per worker because rapid growth in the number of workers forces the capital stock to be spread more thinly. In other words, when population growth is rapid, each worker is equipped with less capital. A smaller quantity of capital per worker leads to lower productivity and lower GDP per worker.

This problem is most apparent in the case of human capital. Countries with high population growth have large numbers of school-age children. This places a larger burden on the educational system. It is not surprising, therefore, that educational attainment tends to be low in countries with high population growth.

The differences in population growth around the world are large. In developed countries, such as the United States and those in Western Europe, the population has risen only about 1 percent per year in recent decades and is expected to rise even more slowly in the future. By contrast, in many poor African countries, population grows at about 3 percent per year. At this rate, the population doubles every 23 years. This rapid population growth makes it harder to provide workers with the tools and skills they need to achieve high levels of productivity.

Although rapid population growth is not the main reason that less developed countries are poor, some analysts believe that reducing the rate of population growth would help these countries raise their standards of living. In some countries, this goal is accomplished directly with laws that regulate the number of children families may have. China, for instance, allows only one child per family;

In The News

Escape from Malthus

What caused the Industrial Revolution?

In Dusty Archives, a Theory of Affluence

By Nicholas Wade

For thousands of years, most people on earth lived in abject poverty, first as hunters and gatherers, then as peasants or laborers. But with the Industrial Revolution, some societies traded this ancient poverty for amazing affluence.

Historians and economists have long struggled to understand how this transition occurred and why it took place only in some countries. A scholar who has spent the last 20 years scanning medieval English archives has now emerged with startling answers for both questions.

Gregory Clark, an economic historian at the University of California, Davis, believes that the Industrial Revolution—the surge in economic growth that occurred first in England around 1800—occurred because of a change in the nature of the human population. The change was one in which people gradually developed the strange new behaviors required to make a modern economy work. The middle-class values of nonviolence, literacy, long working hours and a willingness to save emerged only recently in human history, Dr. Clark argues.

Because [these values] grew more common in the centuries before 1800, whether by cultural transmission or evolutionary adaptation, the English population at last became productive enough to escape from poverty, followed quickly by other countries with the same long agrarian past.

Dr. Clark's ideas have been circulating in articles and manuscripts for several years and are to be published as a book . . ., "A Farewell to Alms." Economic historians have high praise for his thesis, though many disagree with parts of it. . . .

The basis of Dr. Clark's work is his recovery of data from which he can reconstruct many features of the English economy from 1200 to 1800. From this data, he shows, far more clearly than has been possible before, that the economy was locked in a Malthusian trap—each time new technology increased the efficiency of production a little, the population grew, the extra mouths ate up the surplus, and average income fell back to its former level.

This income was pitifully low in terms of the amount of wheat it could buy. By 1790, the average person's consumption in England was still just 2,322 calories a day, with the poor eating a mere 1,508. Living hunter-gatherer societies enjoy diets of 2,300 calories or more.

"Primitive man ate well compared with one of the richest societies in the world in 1800," Dr. Clark observes.

The tendency of population to grow faster than the food supply, keeping most people at the edge of starvation, was described by Thomas Malthus in a 1798 book, "An Essay on the Principle of Population." This Malthusian trap, Dr. Clark's data show, governed the English economy from 1200 until the Industrial Revolution and has

couples who violate this rule are subject to substantial fines. In countries with greater freedom, the goal of reduced population growth is accomplished less directly by increasing awareness of birth control techniques.

Another way in which a country can influence population growth is to apply one of the *Ten Principles of Economics:* People respond to incentives. Bearing a child, like any decision, has an opportunity cost. When the opportunity cost rises, people will choose to have smaller families. In particular, women with the opportunity to receive a good education and desirable employment tend to want fewer children than those with fewer opportunities outside the home. Hence, policies that foster equal treatment of women may be one way for less developed economies to reduce the rate of population growth and, perhaps, raise their standards of living.

in his view probably constrained humankind throughout its existence. The only respite was during disasters like the Black Death, when population plummeted, and for several generations the survivors had more to eat.

Malthus's book is well known because it gave Darwin the idea of natural selection. Reading of the struggle for existence that Malthus predicted, Darwin wrote in his autobiography, "It at once struck me that under these circumstances favourable variations would tend to be preserved, and unfavourable ones to be destroyed. . . . Here then I had at last got a theory by which to work."

Given that the English economy operated under Malthusian constraints, might it not have responded in some way to the forces of natural selection that Darwin had divined would flourish in such conditions? Dr. Clark started to wonder whether natural selection had indeed changed the nature of the population in some way and, if so, whether this might be the missing explanation for the Industrial Revolution.

The Industrial Revolution, the first escape from the Malthusian trap, occurred when the efficiency of production at last accelerated, growing fast enough to outpace population growth and allow average incomes to rise. Many explanations have been offered for this spurt in efficiency, some economic and some political, but none is fully satisfactory, historians say.

Dr. Clark's first thought was that the population might have evolved greater resistance to disease. The idea came from Jared Diamond's book "Guns, Germs and Steel," which argues that Europeans were able to conquer other nations in part because of their greater immunity to disease.

In support of the disease-resistance idea, cities like London were so filthy and disease ridden that a third of their populations died off every generation, and the losses were restored by immigrants from the countryside. That suggested to Dr. Clark that the surviving population of England might be the descendants of peasants.

A way to test the idea, he realized, was through analysis of ancient wills, which might reveal a connection between wealth and the number of progeny. The wills did that, but in quite the opposite direction to what he had expected.

Generation after generation, the rich had more surviving children than the poor, his research showed. That meant there must have been constant downward social mobility as the poor failed to reproduce themselves and the progeny of the rich took over their occupations. "The modern population of the English is largely descended from the economic upper classes of the Middle Ages," he concluded.

As the progeny of the rich pervaded all levels of society, Dr. Clark considered, the behaviors that made for wealth could have spread with them. He has documented that several aspects of what might now be called middle-class values changed significantly from the days of hunter-gatherer societies to 1800. Work hours increased, literacy and numeracy rose, and the level of interpersonal violence dropped.

Another significant change in behavior, Dr. Clark argues, was an increase in people's preference for saving over instant consumption, which he sees reflected in the steady decline in interest rates from 1200 to 1800.

"Thrift, prudence, negotiation and hard work were becoming values for communities that previously had been spendthrift, impulsive, violent and leisure loving," Dr. Clark writes.

Around 1790, a steady upward trend in production efficiency first emerges in the English economy. It was this significant acceleration in the rate of productivity growth that at last made possible England's escape from the Malthusian trap and the emergence of the Industrial Revolution.

Source: *New York Times*, August 7, 2007.

Promoting Technological Progress Although rapid population growth may depress economic prosperity by reducing the amount of capital each worker has, it may also have some benefits. Some economists have suggested that world population growth has been an engine of technological progress and economic prosperity. The mechanism is simple: If there are more people, then there are more scientists, inventors, and engineers to contribute to technological advance, which benefits everyone.

Economist Michael Kremer has provided some support for this hypothesis in an article titled "Population Growth and Technological Change: One Million B.C. to 1990," which was published in the *Quarterly Journal of Economics* in 1993. Kremer begins by noting that over the broad span of human history, world growth rates have increased with world population. For example, world growth was more rapid when the world population was 1 billion (which occurred around the year 1800) than when the population was only 100 million (around 500 B.C.). This fact is consistent with the hypothesis that a larger population induces more technological progress.

Kremer's second piece of evidence comes from comparing regions of the world. The melting of the polar icecaps at the end of the Ice Age around 10,000 B.C. flooded the land bridges and separated the world into several distinct regions that could not communicate with one another for thousands of years. If technological progress is more rapid when there are more people to discover things, then larger regions should have experienced more rapid growth.

According to Kremer, that is exactly what happened. The most successful region of the world in 1500 (when Columbus reestablished technological contact) comprised the "Old World" civilizations of the large Eurasia-Africa region. Next in technological development were the Aztec and Mayan civilizations in the Americas, followed by the hunter-gatherers of Australia, and then the primitive people of Tasmania, who lacked even fire-making and most stone and bone tools.

The smallest isolated region was Flinders Island, a tiny island between Tasmania and Australia. With the smallest population, Flinders Island had the fewest opportunities for technological advance and, indeed, seemed to regress. Around 3000 B.C., human society on Flinders Island died out completely. A large population, Kremer concludes, is a prerequisite for technological advance.

QUICK QUIZ Describe three ways a government policymaker can try to raise the growth in living standards in a society. Are there any drawbacks to these policies?

CONCLUSION: THE IMPORTANCE OF LONG-RUN GROWTH

In this chapter, we have discussed what determines the standard of living in a nation and how policymakers can endeavor to raise the standard of living through policies that promote economic growth. Most of this chapter is summarized in one of the *Ten Principles of Economics:* A country's standard of living depends on its ability to produce goods and services. Policymakers who want to encourage growth in living standards must aim to increase their nation's productive ability by encouraging rapid accumulation of the factors of production and ensuring that these factors are employed as effectively as possible.

Economists differ in their views of the role of government in promoting economic growth. At the very least, government can lend support to the invisible hand by maintaining property rights and political stability. More controversial is whether government should target and subsidize specific industries that might be especially important for technological progress. There is no doubt that these issues are among the most important in economics. The success of one generation's policymakers in learning and heeding the fundamental lessons about economic growth determines what kind of world the next generation will inherit.

SUMMARY

- Economic prosperity, as measured by GDP per person, varies substantially around the world. The average income in the world's richest countries is more than ten times that in the world's poorest countries. Because growth rates of real GDP also vary substantially, the relative positions of countries can change dramatically over time.
- The standard of living in an economy depends on the economy's ability to produce goods and services. Productivity, in turn, depends on the physical capital, human capital, natural resources, and technological knowledge available to workers.
- Government policies can try to influence the economy's growth rate in many ways: by encouraging saving and investment, encouraging investment from abroad, fostering education, promoting good health, maintaining property rights and political stability, allowing free trade, and promoting the research and development of new technologies.
- The accumulation of capital is subject to diminishing returns: The more capital an economy has, the less additional output the economy gets from an extra unit of capital. As a result, while higher saving leads to higher growth for a period of time, growth eventually slows down as capital, productivity, and income rise. Also because of diminishing returns, the return to capital is especially high in poor countries. Other things equal, these countries can grow faster because of the catch-up effect.
- Population growth has a variety of effects on economic growth. On the one hand, more rapid population growth may lower productivity by stretching the supply of natural resources and by reducing the amount of capital available for each worker. On the other hand, a larger population may enhance the rate of technological progress because there are more scientists and engineers.

KEY CONCEPTS

productivity, *p. 555*
physical capital, *p. 555*
human capital, *p. 556*
natural resources, *p. 556*
technological knowledge, *p. 556*
diminishing returns, *p. 561*
catch-up effect, *p. 562*

QUESTIONS FOR REVIEW

1. What does the level of a nation's GDP measure? What does the growth rate of GDP measure? Would you rather live in a nation with a high level of GDP and a low growth rate or in a nation with a low level of GDP and a high growth rate?
2. List and describe four determinants of productivity.
3. In what way is a college degree a form of capital?
4. Explain how higher saving leads to a higher standard of living. What might deter a policymaker from trying to raise the rate of saving?
5. Does a higher rate of saving lead to higher growth temporarily or indefinitely?
6. Why would removing a trade restriction, such as a tariff, lead to more rapid economic growth?
7. How does the rate of population growth influence the level of GDP per person?
8. Describe two ways the U.S. government tries to encourage advances in technological knowledge.

PROBLEMS AND APPLICATIONS

1. Most countries, including the United States, import substantial amounts of goods and services from other countries. Yet the chapter says that a nation can enjoy a high standard of living only if it can produce a large quantity of goods and services itself. Can you reconcile these two facts?
2. Suppose that society decided to reduce consumption and increase investment.
   a. How would this change affect economic growth?
   b. What groups in society would benefit from this change? What groups might be hurt?
3. Societies choose what share of their resources to devote to consumption and what share to devote to investment. Some of these decisions involve private spending; others involve government spending.
   a. Describe some forms of private spending that represent consumption and some forms that represent investment. The national income accounts include tuition as a part of consumer spending. In your opinion, are the resources you devote to your education a form of consumption or a form of investment?
   b. Describe some forms of government spending that represent consumption and some forms that represent investment. In your opinion, should we view government spending on health programs as a form of consumption or investment? Would you distinguish between health programs for the young and health programs for the elderly?
4. What is the opportunity cost of investing in capital? Do you think a country can "overinvest" in capital? What is the opportunity cost of investing in human capital? Do you think a country can "overinvest" in human capital? Explain.
5. Suppose that an auto company owned entirely by German citizens opens a new factory in South Carolina.
   a. What sort of foreign investment would this represent?
   b. What would be the effect of this investment on U.S. GDP? Would the effect on U.S. GNP be larger or smaller?
6. In the 1990s and the first decade of the 2000s, investors from the Asian economies of Japan and China made significant direct and portfolio investments in the United States. At the time, many Americans were unhappy that this investment was occurring.
   a. In what way was it better for the United States to receive this foreign investment than not to receive it?
   b. In what way would it have been better still for Americans to have made this investment?
7. In many developing nations, young women have lower enrollment rates in secondary school than do young men. Describe several ways in which greater educational opportunities for young women could lead to faster economic growth in these countries.
8. International data show a positive correlation between income per person and the health of the population.
   a. Explain how higher income might cause better health outcomes.
   b. Explain how better health outcomes might cause higher income.
   c. How might the relative importance of your two hypotheses be relevant for public policy?
9. International data show a positive correlation between political stability and economic growth.
   a. Through what mechanism could political stability lead to strong economic growth?
   b. Through what mechanism could strong economic growth lead to political stability?
10. From 1950 to 2000, manufacturing employment as a percentage of total employment in the U.S. economy fell from 28 percent to 13 percent. At the same time, manufacturing output experienced slightly more rapid growth than the overall economy.
    a. What do these facts say about growth in labor productivity (defined as output per worker) in manufacturing?
    b. In your opinion, should policymakers be concerned about the decline in the share of manufacturing employment? Explain.

CHAPTER

26

Saving, Investment, and the Financial System

Imagine that you have just graduated from college (with a degree in economics, of course) and you decide to start your own business—an economic forecasting firm. Before you make any money selling your forecasts, you have to incur substantial costs to set up your business. You have to buy computers with which to make your forecasts, as well as desks, chairs, and filing cabinets to furnish your new office. Each of these items is a type of capital that your firm will use to produce and sell its services.

How do you obtain the funds to invest in these capital goods? Perhaps you are able to pay for them out of your past savings. More likely, however, like most entrepreneurs, you do not have enough money of your own to finance the start of your business. As a result, you have to get the money you need from other sources.

There are various ways to finance these capital investments. You could borrow the money, perhaps from a bank or from a friend or relative. In this case, you would promise not only to return the money at a later date but also to pay interest for the use of the money. Alternatively, you could convince someone to provide the money you need for your business in exchange for a share of your future profits, whatever they might happen to be. In either case, your investment in computers and office equipment is being financed by someone else's saving.

financial system
the group of institutions in the economy that help to match one person's saving with another person's investment

The **financial system** consists of those institutions that help to match one person's saving with another person's investment. As we discussed in the previous chapter, saving and investment are key ingredients to long-run economic growth: When a country saves a large portion of its GDP, more resources are available for investment in capital, and higher capital raises a country's productivity and living standard. The previous chapter, however, did not explain how the economy coordinates saving and investment. At any time, some people want to save some of their income for the future, and others want to borrow to finance investments in new and growing businesses. What brings these two groups of people together? What ensures that the supply of funds from those who want to save balances the demand for funds from those who want to invest?

This chapter examines how the financial system works. First, we discuss the large variety of institutions that make up the financial system in our economy. Second, we discuss the relationship between the financial system and some key macroeconomic variables—notably saving and investment. Third, we develop a model of the supply and demand for funds in financial markets. In the model, the interest rate is the price that adjusts to balance supply and demand. The model shows how various government policies affect the interest rate and, thereby, society's allocation of scarce resources.

FINANCIAL INSTITUTIONS IN THE U.S. ECONOMY

At the broadest level, the financial system moves the economy's scarce resources from savers (people who spend less than they earn) to borrowers (people who spend more than they earn). Savers save for various reasons—to put a child through college in several years or to retire comfortably in several decades. Similarly, borrowers borrow for various reasons—to buy a house in which to live or to start a business with which to make a living. Savers supply their money to the financial system with the expectation that they will get it back with interest at a later date. Borrowers demand money from the financial system with the knowledge that they will be required to pay it back with interest at a later date.

The financial system is made up of various financial institutions that help coordinate savers and borrowers. As a prelude to analyzing the economic forces that drive the financial system, let's discuss the most important of these institutions. Financial institutions can be grouped into two categories: financial markets and financial intermediaries. We consider each category in turn.

Financial Markets

financial markets
financial institutions through which savers can directly provide funds to borrowers

Financial markets are the institutions through which a person who wants to save can directly supply funds to a person who wants to borrow. The two most important financial markets in our economy are the bond market and the stock market.

bond
a certificate of indebtedness

The Bond Market When Intel, the giant maker of computer chips, wants to borrow to finance construction of a new factory, it can borrow directly from the public. It does this by selling bonds. A **bond** is a certificate of indebtedness that specifies the obligations of the borrower to the holder of the bond. Put simply, a bond is an IOU. It identifies the time at which the loan will be repaid, called the *date of maturity*, and the rate of interest that will be paid periodically until the loan matures. The buyer of a bond gives his or her money to Intel in exchange for this promise of interest and eventual repayment of the amount borrowed (called the *principal*). The buyer can hold the bond until maturity or can sell the bond at an earlier date to someone else.

There are literally millions of different bonds in the U.S. economy. When large corporations, the federal government, or state and local governments need to borrow to finance the purchase of a new factory, a new jet fighter, or a new school, they usually do so by issuing bonds. If you look at *The Wall Street Journal* or the business section of your local newspaper, you will find a listing of the prices and interest rates on some of the most important bond issues. These bonds differ according to three significant characteristics.

The first characteristic is a bond's *term*—the length of time until the bond matures. Some bonds have short terms, such as a few months, while others have terms as long as 30 years. (The British government has even issued a bond that never matures, called a *perpetuity*. This bond pays interest forever, but the principal is never repaid.) The interest rate on a bond depends, in part, on its term. Long-term bonds are riskier than short-term bonds because holders of long-term bonds have to wait longer for repayment of principal. If a holder of a long-term bond needs his money earlier than the distant date of maturity, he has no choice but to sell the bond to someone else, perhaps at a reduced price. To compensate for this risk, long-term bonds usually pay higher interest rates than short-term bonds.

The second important characteristic of a bond is its *credit risk*—the probability that the borrower will fail to pay some of the interest or principal. Such a failure to pay is called a *default*. Borrowers can (and sometimes do) default on their loans by declaring bankruptcy. When bond buyers perceive that the probability of default is high, they demand a higher interest rate to compensate them for this risk. Because the U.S. government is considered a safe credit risk, government bonds tend to pay low interest rates. By contrast, financially shaky corporations raise money by issuing *junk bonds*, which pay very high interest rates. Buyers of bonds can judge credit risk by checking with various private agencies, such as Standard & Poor's, which rate the credit risk of different bonds.

The third important characteristic of a bond is its *tax treatment*—the way the tax laws treat the interest earned on the bond. The interest on most bonds is taxable income so that the bond owner has to pay a portion of the interest in income taxes. By contrast, when state and local governments issue bonds, called *municipal bonds*, the bond owners are not required to pay federal income tax on the interest income. Because of this tax advantage, bonds issued by state and local governments pay a lower interest rate than bonds issued by corporations or the federal government.

The Stock Market Another way for Intel to raise funds to build a new semiconductor factory is to sell stock in the company. **Stock** represents ownership in a firm and is, therefore, a claim to the profits that the firm makes. For example, if Intel sells a total of 1,000,000 shares of stock, then each share represents ownership of 1/1,000,000 of the business.

stock
a claim to partial ownership in a firm

The sale of stock to raise money is called *equity finance*, whereas the sale of bonds is called *debt finance*. Although corporations use both equity and debt finance to raise money for new investments, stocks and bonds are very different.

The owner of shares of Intel stock is a part owner of Intel, while the owner of an Intel bond is a creditor of the corporation. If Intel is very profitable, the stockholders enjoy the benefits of these profits, whereas the bondholders get only the interest on their bonds. And if Intel runs into financial difficulty, the bondholders are paid what they are due before stockholders receive anything at all. Compared to bonds, stocks offer the holder both higher risk and potentially higher return.

After a corporation issues stock by selling shares to the public, these shares trade among stockholders on organized stock exchanges. In these transactions, the corporation itself receives no money when its stock changes hands. The most important stock exchanges in the U.S. economy are the New York Stock Exchange, the American Stock Exchange, and NASDAQ (National Association of Securities Dealers Automated Quotation system). Most of the world's countries have their own stock exchanges on which the shares of local companies trade.

The prices at which shares trade on stock exchanges are determined by the supply of and demand for the stock in these companies. Because stock represents ownership in a corporation, the demand for a stock (and thus its price) reflects people's perception of the corporation's future profitability. When people become optimistic about a company's future, they raise their demand for its stock and thereby bid up the price of a share of stock. Conversely, when people come to expect a company to have little profit or even losses, the price of a share falls.

Various stock indexes are available to monitor the overall level of stock prices. A *stock index* is computed as an average of a group of stock prices. The most famous stock index is the Dow Jones Industrial Average, which has been computed regularly since 1896. It is now based on the prices of the stocks of thirty major U.S. companies, such as General Motors, General Electric, Microsoft, Coca-Cola, AT&T, and IBM. Another well-known stock index is the Standard & Poor's 500 Index, which is based on the prices of the stocks of 500 major companies. Because stock prices reflect expected profitability, these stock indexes are watched closely as possible indicators of future economic conditions.

FINANCIAL INTERMEDIARIES

financial intermediaries
financial institutions through which savers can indirectly provide funds to borrowers

Financial intermediaries are financial institutions through which savers can indirectly provide funds to borrowers. The term *intermediary* reflects the role of these institutions in standing between savers and borrowers. Here we consider two of the most important financial intermediaries: banks and mutual funds.

Banks If the owner of a small grocery store wants to finance an expansion of his business, he probably takes a strategy quite different from that of Intel. Unlike Intel, a small grocer would find it difficult to raise funds in the bond and stock markets. Most buyers of stocks and bonds prefer to buy those issued by larger, more familiar companies. The small grocer, therefore, most likely finances his business expansion with a loan from a local bank.

Banks are the financial intermediaries with which people are most familiar. A primary job of banks is to take in deposits from people who want to save and use these deposits to make loans to people who want to borrow. Banks pay depositors interest on their deposits and charge borrowers slightly higher interest on their loans. The difference between these rates of interest covers the banks' costs and returns some profit to the owners of the banks.

Besides being financial intermediaries, banks play a second important role in the economy: They facilitate purchases of goods and services by allowing people

FYI

Key Numbers for Stock Watchers

When following the stock of any company, you should keep an eye on three key numbers. These numbers are reported on the financial pages of some newspapers, and you can easily obtain them from online news services:

- **Price.** The single most important piece of information about a stock is the price of a share. News services usually present several prices. The "last" or "closing" price is the price of the last transaction that occurred before the stock exchange closed the previous day. A news service may also give the "high" and "low" prices over the past day of trading and, sometimes, over the past year as well. It may also report the change from the previous day's closing price.
- **Dividend.** Corporations pay out some of their profits to their stockholders; this amount is called the *dividend*. (Profits not paid out are called *retained earnings* and are used by the corporation for additional investment.) News services often report the dividend paid over the previous year for each share of stock. They sometimes report the *dividend yield*, which is the dividend expressed as a percentage of the stock's price.
- **Price-earnings ratio.** A corporation's earnings, or accounting profit, is the amount of revenue it receives for the sale of its products minus its costs of production as measured by its accountants. *Earnings per share* is the company's total earnings divided by the number of shares of stock outstanding. The *price-earnings ratio*, often called the P/E, is the price of a corporation's stock divided by the amount the corporation earned per share over the past year. Historically, the typical price-earnings ratio is about 15. A higher P/E indicates that a corporation's stock is expensive relative to its recent earnings; this might indicate either that people expect earnings to rise in the future or that the stock is overvalued. Conversely, a lower P/E indicates that a corporation's stock is cheap relative to its recent earnings; this might indicate either that people expect earnings to fall or that the stock is undervalued.

Why do news services report all these data? Many people who invest their savings in stock follow these numbers closely when deciding which stocks to buy and sell. By contrast, other stockholders follow a buy-and-hold strategy: They buy the stock of well-run companies, hold it for long periods of time, and do not respond to the daily fluctuations.

to write checks against their deposits. In other words, banks help create a special asset that people can use as a *medium of exchange*. A medium of exchange is an item that people can easily use to engage in transactions. A bank's role in providing a medium of exchange distinguishes it from many other financial institutions. Stocks and bonds, like bank deposits, are a possible *store of value* for the wealth that people have accumulated in past saving, but access to this wealth is not as easy, cheap, and immediate as just writing a check. For now, we ignore this second role of banks, but we will return to it when we discuss the monetary system later in the book.

Mutual Funds A financial intermediary of increasing importance in the U.S. economy is the mutual fund. A **mutual fund** is an institution that sells shares to the public and uses the proceeds to buy a selection, or *portfolio*, of various types of stocks, bonds, or both stocks and bonds. The shareholder of the mutual fund accepts all the risk and return associated with the portfolio. If the value of the portfolio rises, the shareholder benefits; if the value of the portfolio falls, the shareholder suffers the loss.

mutual fund
an institution that sells shares to the public and uses the proceeds to buy a portfolio of stocks and bonds

The primary advantage of mutual funds is that they allow people with small amounts of money to diversify. Buyers of stocks and bonds are well advised to heed the adage: Don't put all your eggs in one basket. Because the value of any single stock or bond is tied to the fortunes of one company, holding a single kind of stock or bond is very risky. By contrast, people who hold a diverse portfolio of stocks and bonds face less risk because they have only a small stake in each company. Mutual funds make this diversification easy. With only a few hundred dollars, a person can buy shares in a mutual fund and, indirectly, become the part owner or creditor of hundreds of major companies. For this service, the company operating the mutual fund charges shareholders a fee, usually between 0.5 and 2.0 percent of assets each year.

A second advantage claimed by mutual fund companies is that mutual funds give ordinary people access to the skills of professional money managers. The managers of most mutual funds pay close attention to the developments and prospects of the companies in which they buy stock. These managers buy the stock of companies they view as having a profitable future and sell the stock of companies with less promising prospects. This professional management, it is argued, should increase the return that mutual fund depositors earn on their savings.

Financial economists, however, are often skeptical of this second argument. With thousands of money managers paying close attention to each company's prospects, the price of a company's stock is usually a good reflection of the company's true value. As a result, it is hard to "beat the market" by buying good stocks and selling bad ones. In fact, mutual funds called *index funds*, which buy all the stocks in a given stock index, perform somewhat better on average than mutual funds that take advantage of active trading by professional money managers. The explanation for the superior performance of index funds is that they keep costs low by buying and selling very rarely and by not having to pay the salaries of the professional money managers.

Summing Up

The U.S. economy contains a large variety of financial institutions. In addition to the bond market, the stock market, banks, and mutual funds, there are also pension funds, credit unions, insurance companies, and even the local loan shark. These institutions differ in many ways. When analyzing the macroeconomic role of the financial system, however, it is more important to keep in mind the similarity of these institutions than the differences. These financial institutions all serve the same goal: directing the resources of savers into the hands of borrowers.

ARLO AND JANIS by Jimmy Johnson

QUICK QUIZ What is stock? What is a bond? How are they different? How are they similar?

SAVING AND INVESTMENT IN THE NATIONAL INCOME ACCOUNTS

Events that occur within the financial system are central to understanding developments in the overall economy. As we have just seen, the institutions that make up this system—the bond market, the stock market, banks, and mutual funds—have the role of coordinating the economy's saving and investment. And as we saw in the previous chapter, saving and investment are important determinants of long-run growth in GDP and living standards. As a result, macroeconomists need to understand how financial markets work and how various events and policies affect them.

As a starting point for an analysis of financial markets, we discuss in this section the key macroeconomic variables that measure activity in these markets. Our emphasis here is not on behavior but on accounting. *Accounting* refers to how various numbers are defined and added up. A personal accountant might help an individual add up her income and expenses. A national income accountant does the same thing for the economy as a whole. The national income accounts include, in particular, GDP and the many related statistics.

The rules of national income accounting include several important identities. Recall that an *identity* is an equation that must be true because of the way the variables in the equation are defined. Identities are useful to keep in mind, for they clarify how different variables are related to one another. Here we consider some accounting identities that shed light on the macroeconomic role of financial markets.

Some Important Identities

Recall that gross domestic product (GDP) is both total income in an economy and the total expenditure on the economy's output of goods and services. GDP (denoted as Y) is divided into four components of expenditure: consumption (C), investment (I), government purchases (G), and net exports (NX). We write

$$Y = C + I + G + NX.$$

This equation is an identity because every dollar of expenditure that shows up on the left side also shows up in one of the four components on the right side. Because of the way each of the variables is defined and measured, this equation must always hold.

In this chapter, we simplify our analysis by assuming that the economy we are examining is closed. A *closed economy* is one that does not interact with other economies. In particular, a closed economy does not engage in international trade in goods and services, nor does it engage in international borrowing and lending. Actual economies are *open economies*—that is, they interact with other economies around the world. Nonetheless, assuming a closed economy is a useful simplification with which we can learn some lessons that apply to all economies. Moreover, this assumption applies perfectly to the world economy (for interplanetary trade is not yet common).

Because a closed economy does not engage in international trade, imports and exports are exactly zero. Therefore, net exports (NX) are also zero. In this case, we can write

$$Y = C + I + G.$$

This equation states that GDP is the sum of consumption, investment, and government purchases. Each unit of output sold in a closed economy is consumed, invested, or bought by the government.

To see what this identity can tell us about financial markets, subtract C and G from both sides of this equation. We obtain

$$Y - C - G = I.$$

national saving (saving) the total income in the economy that remains after paying for consumption and government purchases

The left side of this equation ($Y - C - G$) is the total income in the economy that remains after paying for consumption and government purchases: This amount is called **national saving**, or just **saving**, and is denoted S. Substituting S for $Y - C - G$, we can write the last equation as

$$S = I.$$

This equation states that saving equals investment.

To understand the meaning of national saving, it is helpful to manipulate the definition a bit more. Let T denote the amount that the government collects from households in taxes minus the amount it pays back to households in the form of transfer payments (such as Social Security and welfare). We can then write national saving in either of two ways:

$$S = Y - C - G$$

or

$$S = (Y - T - C) + (T - G).$$

private saving the income that households have left after paying for taxes and consumption

public saving the tax revenue that the government has left after paying for its spending

budget surplus an excess of tax revenue over government spending

budget deficit a shortfall of tax revenue from government spending

These equations are the same because the two Ts in the second equation cancel each other, but each reveals a different way of thinking about national saving. In particular, the second equation separates national saving into two pieces: private saving ($Y - T - C$) and public saving ($T - G$).

Consider each of these two pieces. **Private saving** is the amount of income that households have left after paying their taxes and paying for their consumption. In particular, because households receive income of Y, pay taxes of T, and spend C on consumption, private saving is $Y - T - C$. **Public saving** is the amount of tax revenue that the government has left after paying for its spending. The government receives T in tax revenue and spends G on goods and services. If T exceeds G, the government runs a **budget surplus** because it receives more money than it spends. This surplus of $T - G$ represents public saving. If the government spends more than it receives in tax revenue, then G is larger than T. In this case, the government runs a **budget deficit**, and public saving $T - G$ is a negative number.

Now consider how these accounting identities are related to financial markets. The equation $S = I$ reveals an important fact: *For the economy as a whole, saving must be equal to investment*. Yet this fact raises some important questions: What mechanisms lie behind this identity? What coordinates those people who are deciding how much to save and those people who are deciding how much to invest? The answer is the financial system. The bond market, the stock market, banks, mutual funds, and other financial markets and intermediaries stand between the two sides of the $S = I$ equation. They take in the nation's saving and direct it to the nation's investment.

The Meaning of Saving and Investment

The terms *saving* and *investment* can sometimes be confusing. Most people use these terms casually and sometimes interchangeably. By contrast, the macroeconomists who put together the national income accounts use these terms carefully and distinctly.

Consider an example. Suppose that Larry earns more than he spends and deposits his unspent income in a bank or uses it to buy some stock or a bond from a corporation. Because Larry's income exceeds his consumption, he adds to the nation's saving. Larry might think of himself as "investing" his money, but a macroeconomist would call Larry's act saving rather than investment.

In the language of macroeconomics, investment refers to the purchase of new capital, such as equipment or buildings. When Moe borrows from the bank to build himself a new house, he adds to the nation's investment. (Remember, the purchase of a new house is the one form of household spending that is investment rather than consumption.) Similarly, when the Curly Corporation sells some stock and uses the proceeds to build a new factory, it also adds to the nation's investment.

Although the accounting identity $S = I$ shows that saving and investment are equal for the economy as a whole, this does not have to be true for every individual household or firm. Larry's saving can be greater than his investment, and he can deposit the excess in a bank. Moe's saving can be less than his investment, and he can borrow the shortfall from a bank. Banks and other financial institutions make these individual differences between saving and investment possible by allowing one person's saving to finance another person's investment.

QUICK QUIZ Define *private saving*, *public saving*, *national saving*, and *investment*. How are they related?

THE MARKET FOR LOANABLE FUNDS

Having discussed some of the important financial institutions in our economy and the macroeconomic role of these institutions, we are ready to build a model of financial markets. Our purpose in building this model is to explain how financial markets coordinate the economy's saving and investment. The model also gives us a tool with which we can analyze various government policies that influence saving and investment.

To keep things simple, we assume that the economy has only one financial market, called the **market for loanable funds**. All savers go to this market to deposit

market for loanable funds
the market in which those who want to save supply funds and those who want to borrow to invest demand funds

their saving, and all borrowers go to this market to take out their loans. Thus, the term *loanable funds* refers to all income that people have chosen to save and lend out, rather than use for their own consumption, and to the amount that investors have chosen to borrow to fund new investment projects. In the market for loanable funds, there is one interest rate, which is both the return to saving and the cost of borrowing.

The assumption of a single financial market, of course, is not literally true. As we have seen, the economy has many types of financial institutions. But as we discussed in Chapter 2, the art in building an economic model is simplifying the world in order to explain it. For our purposes here, we can ignore the diversity of financial institutions and assume that the economy has a single financial market.

Supply and Demand for Loanable Funds

The economy's market for loanable funds, like other markets in the economy, is governed by supply and demand. To understand how the market for loanable funds operates, therefore, we first look at the sources of supply and demand in that market.

The supply of loanable funds comes from people who have some extra income they want to save and lend out. This lending can occur directly, such as when a household buys a bond from a firm, or it can occur indirectly, such as when a household makes a deposit in a bank, which in turn uses the funds to make loans. In both cases, *saving is the source of the supply of loanable funds.*

The demand for loanable funds comes from households and firms who wish to borrow to make investments. This demand includes families taking out mortgages to buy new homes. It also includes firms borrowing to buy new equipment or build factories. In both cases, *investment is the source of the demand for loanable funds.*

The interest rate is the price of a loan. It represents the amount that borrowers pay for loans and the amount that lenders receive on their saving. Because a high interest rate makes borrowing more expensive, the quantity of loanable funds demanded falls as the interest rate rises. Similarly, because a high interest rate makes saving more attractive, the quantity of loanable funds supplied rises as the interest rate rises. In other words, the demand curve for loanable funds slopes downward, and the supply curve for loanable funds slopes upward.

Figure 1 shows the interest rate that balances the supply and demand for loanable funds. In the equilibrium shown, the interest rate is 5 percent, and the quantity of loanable funds demanded and the quantity of loanable funds supplied both equal $1,200 billion.

The adjustment of the interest rate to the equilibrium level occurs for the usual reasons. If the interest rate were lower than the equilibrium level, the quantity of loanable funds supplied would be less than the quantity of loanable funds demanded. The resulting shortage of loanable funds would encourage lenders to raise the interest rate they charge. A higher interest rate would encourage saving (thereby increasing the quantity of loanable funds supplied) and discourage borrowing for investment (thereby decreasing the quantity of loanable funds demanded). Conversely, if the interest rate were higher than the equilibrium level, the quantity of loanable funds supplied would exceed the quantity of loanable funds demanded. As lenders competed for the scarce borrowers, interest rates would be driven down. In this way, the interest rate approaches the equilibrium level at which the supply and demand for loanable funds exactly balance.

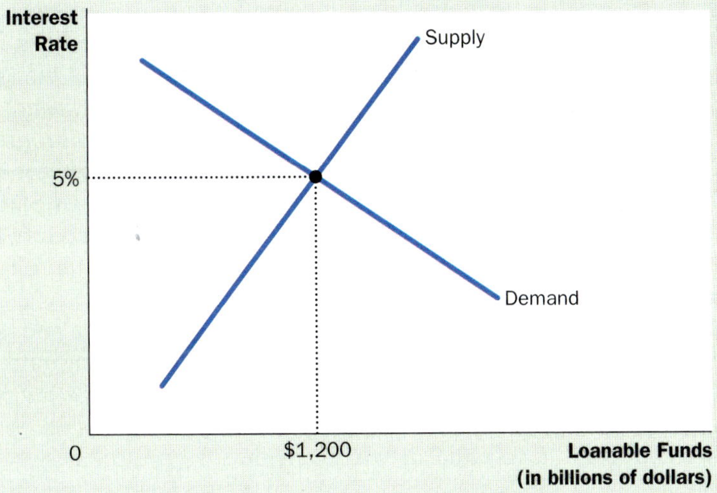

FIGURE 1

The Market for Loanable Funds
The interest rate in the economy adjusts to balance the supply and demand for loanable funds. The supply of loanable funds comes from national saving, including both private saving and public saving. The demand for loanable funds comes from firms and households that want to borrow for purposes of investment. Here the equilibrium interest rate is 5 percent, and $1,200 billion of loanable funds are supplied and demanded.

Recall that economists distinguish between the real interest rate and the nominal interest rate. The nominal interest rate is the interest rate as usually reported—the monetary return to saving and the monetary cost of borrowing. The real interest rate is the nominal interest rate corrected for inflation; it equals the nominal interest rate minus the inflation rate. Because inflation erodes the value of money over time, the real interest rate more accurately reflects the real return to saving and the real cost of borrowing. Therefore, the supply and demand for loanable funds depend on the real (rather than nominal) interest rate, and the equilibrium in Figure 1 should be interpreted as determining the real interest rate in the economy. For the rest of this chapter, when you see the term *interest rate*, you should remember that we are talking about the real interest rate.

This model of the supply and demand for loanable funds shows that financial markets work much like other markets in the economy. In the market for milk, for instance, the price of milk adjusts so that the quantity of milk supplied balances the quantity of milk demanded. In this way, the invisible hand coordinates the behavior of dairy farmers and the behavior of milk drinkers. Once we realize that saving represents the supply of loanable funds and investment represents the demand, we can see how the invisible hand coordinates saving and investment. When the interest rate adjusts to balance supply and demand in the market for loanable funds, it coordinates the behavior of people who want to save (the suppliers of loanable funds) and the behavior of people who want to invest (the demanders of loanable funds).

We can now use this analysis of the market for loanable funds to examine various government policies that affect the economy's saving and investment. Because this model is just supply and demand in a particular market, we analyze any policy using the three steps discussed in Chapter 4. First, we decide whether the policy shifts the supply curve or the demand curve. Second, we determine the direction of the shift. Third, we use the supply-and-demand diagram to see how the equilibrium changes.

Policy 1: Saving Incentives

American families save a smaller fraction of their incomes than their counterparts in many other countries, such as Japan and Germany. Although the reasons for these international differences are unclear, many U.S. policymakers view the low level of U.S. saving as a major problem. One of the *Ten Principles of Economics* in Chapter 1 is that a country's standard of living depends on its ability to produce goods and services. And as we discussed in the preceding chapter, saving is an important long-run determinant of a nation's productivity. If the United States could somehow raise its saving rate to the level that prevails in other countries, the growth rate of GDP would increase, and over time, U.S. citizens would enjoy a higher standard of living.

Another of the *Ten Principles of Economics* is that people respond to incentives. Many economists have used this principle to suggest that the low saving rate in the United States is at least partly attributable to tax laws that discourage saving. The U.S. federal government, as well as many state governments, collects revenue by taxing income, including interest and dividend income. To see the effects of this policy, consider a 25-year-old who saves $1,000 and buys a 30-year bond that pays an interest rate of 9 percent. In the absence of taxes, the $1,000 grows to $13,268 when the individual reaches age 55. Yet if that interest is taxed at a rate of, say, 33 percent, then the after-tax interest rate is only 6 percent. In this case, the $1,000 grows to only $5,743 after 30 years. The tax on interest income substantially reduces the future payoff from current saving and, as a result, reduces the incentive for people to save.

In response to this problem, many economists and lawmakers have proposed reforming the tax code to encourage greater saving. For example, one proposal is to expand eligibility for special accounts, such as Individual Retirement Accounts, that allow people to shelter some of their saving from taxation. Let's consider the effect of such a saving incentive on the market for loanable funds, as illustrated in Figure 2. We analyze this policy following our three steps.

First, which curve would this policy affect? Because the tax change would alter the incentive for households to save *at any given interest rate*, it would affect the quantity of loanable funds supplied at each interest rate. Thus, the supply of loanable funds would shift. The demand for loanable funds would remain the same because the tax change would not directly affect the amount that borrowers want to borrow at any given interest rate.

Second, which way would the supply curve shift? Because saving would be taxed less heavily than under current law, households would increase their saving by consuming a smaller fraction of their income. Households would use this additional saving to increase their deposits in banks or to buy more bonds. The supply of loanable funds would increase, and the supply curve would shift to the right from S_1 to S_2, as shown in Figure 2.

Finally, we can compare the old and new equilibria. In the figure, the increased supply of loanable funds reduces the interest rate from 5 percent to 4 percent. The lower interest rate raises the quantity of loanable funds demanded from $1,200 billion to $1,600 billion. That is, the shift in the supply curve moves the market equilibrium along the demand curve. With a lower cost of borrowing, households and firms are motivated to borrow more to finance greater investment. Thus, *if a reform of the tax laws encouraged greater saving, the result would be lower interest rates and greater investment.*

FIGURE 2

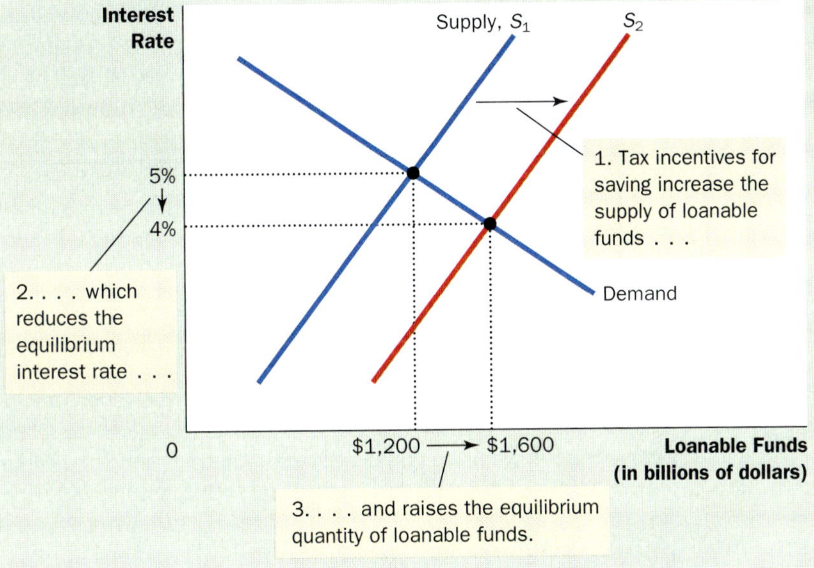

Saving Incentives Increase the Supply of Loanable Funds

A change in the tax laws to encourage Americans to save more would shift the supply of loanable funds to the right from S_1 to S_2. As a result, the equilibrium interest rate would fall, and the lower interest rate would stimulate investment. Here the equilibrium interest rate falls from 5 percent to 4 percent, and the equilibrium quantity of loanable funds saved and invested rises from $1,200 billion to $1,600 billion.

Although this analysis of the effects of increased saving is widely accepted among economists, there is less consensus about what kinds of tax changes should be enacted. Many economists endorse tax reform aimed at increasing saving to stimulate investment and growth. Yet others are skeptical that these tax changes would have much effect on national saving. These skeptics also doubt the equity of the proposed reforms. They argue that, in many cases, the benefits of the tax changes would accrue primarily to the wealthy, who are least in need of tax relief.

Policy 2: Investment Incentives

Suppose that Congress passed a tax reform aimed at making investment more attractive. In essence, this is what Congress does when it institutes an *investment tax credit*, which it does from time to time. An investment tax credit gives a tax advantage to any firm building a new factory or buying a new piece of equipment. Let's consider the effect of such a tax reform on the market for loanable funds, as illustrated in Figure 3.

First, would the law affect supply or demand? Because the tax credit would reward firms that borrow and invest in new capital, it would alter investment at any given interest rate and, thereby, change the demand for loanable funds. By contrast, because the tax credit would not affect the amount that households save at any given interest rate, it would not affect the supply of loanable funds.

Second, which way would the demand curve shift? Because firms would have an incentive to increase investment at any interest rate, the quantity of loanable funds demanded would be higher at any given interest rate. Thus, the demand curve for loanable funds would move to the right, as shown by the shift from D_1 to D_2 in the figure.

In The News

In Praise of Misers

In this opinion piece, economist Steven Landsburg defends Ebenezer Scrooge.

What I Like About Scrooge

By Steven E. Landsburg

Here's what I like about Ebenezer Scrooge: His meager lodgings were dark because darkness is cheap, and barely heated because coal is not free. His dinner was gruel, which he prepared himself. Scrooge paid no man to wait on him.

Scrooge has been called ungenerous. I say that's a bum rap. What could be more generous than keeping your lamps unlit and your plate unfilled, leaving more fuel for others to burn and more food for others to eat? Who is a more benevolent neighbor than the man who employs no servants, freeing them to wait on someone else?

Oh, it might be slightly more complicated than that. Maybe when Scrooge demands less coal for his fire, less coal ends up being mined. But that's fine, too. Instead of digging coal for Scrooge, some would-be miner is now free to perform some other service for himself or someone else.

Dickens tells us that the Lord Mayor, in the stronghold of the mighty Mansion House, gave orders to his 50 cooks and butlers to keep Christmas as a Lord Mayor's household should—presumably for a houseful of guests who lavishly praised his generosity. The bricks, mortar, and labor that built the Mansion House might otherwise have built housing for hundreds; Scrooge, by living in three sparse rooms, deprived no man of a home. By employing no cooks or butlers, he ensured that cooks and butlers were available to some other household where guests reveled in ignorance of their debt to Ebenezer Scrooge.

In this whole world, there is nobody more generous than the miser—the man who *could* deplete the world's resources but chooses not to. The only difference between miserliness and philanthropy is that the philanthropist serves a favored few while the miser spreads his largess far and wide.

If you build a house and refuse to buy a house, the rest of the world is one house richer. If you earn a dollar and refuse to spend a dollar, the rest of the world is one dollar richer—because you produced a dollar's worth of goods and didn't consume them.

Who exactly gets those goods? That depends on how you save. Put a dollar in the bank and you'll bid down the interest rate by just enough so someone somewhere can afford an extra dollar's worth of vacation or home improvement. Put a dollar in your mattress and (by effectively reducing the money supply) you'll drive down prices by just enough so someone somewhere can have an extra dollar's worth of coffee with his dinner. Scrooge, no doubt a canny investor, lent his money at interest. His less conventional namesake Scrooge McDuck filled a vault with dollar bills to roll around in. No matter. Ebenezer Scrooge lowered interest rates. Scrooge McDuck lowered prices. Each Scrooge enriched his neighbors as much as any Lord Mayor who invited the town in for a Christmas meal.

Saving *is* philanthropy, and—because this is both the Christmas season and the season of tax reform—it's worth mentioning that the tax system should recognize as much. If there's a tax deduction for charitable giving, there should be a tax deduction for saving. What you earn and don't spend is your contribution to the world, and it's equally a contribution whether you give it away or squirrel it away.

Of course, there's always the threat that some meddling ghosts will come along and convince you to deplete your savings, at which point it makes sense (insofar as the taxation of income ever makes sense) to start taxing you. Which is exactly what individual retirement accounts are all about: They shield your earnings from taxation for as long as you save (that is, for as long as you let others enjoy the fruits of your labor), but no longer.

Great artists are sometimes unaware of the deepest meanings in their own creations. Though Dickens might not have recognized it, the primary moral of *A Christmas Carol* is that there should be no limit on IRA contributions. This is quite independent of all the other reasons why the tax system should encourage saving (e.g., the salutary effects on economic growth).

If Christmas is the season of selflessness, then surely one of the great symbols of Christmas should be Ebenezer Scrooge—the old Scrooge, not the reformed one. It's taxes, not misers, that need reforming.

Source: Slate.com, December 9, 2004.

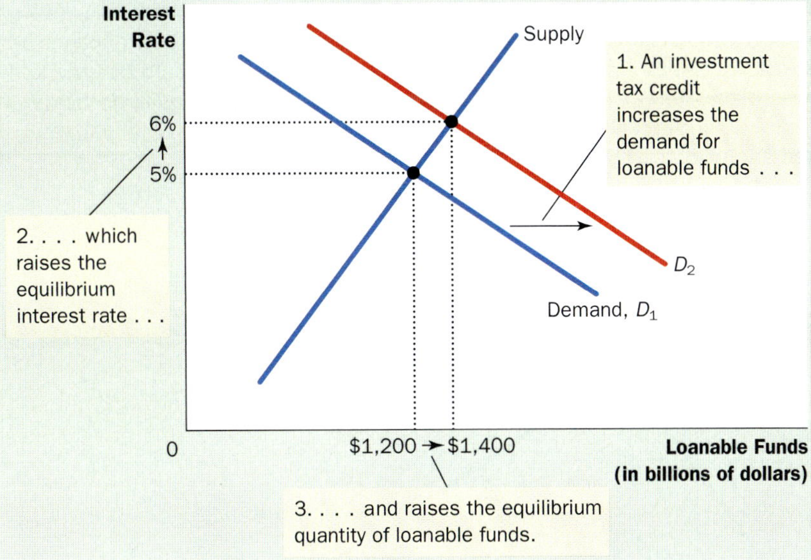

FIGURE 3

Investment Incentives Increase the Demand for Loanable Funds

If the passage of an investment tax credit encouraged firms to invest more, the demand for loanable funds would increase. As a result, the equilibrium interest rate would rise, and the higher interest rate would stimulate saving. Here, when the demand curve shifts from D_1 to D_2, the equilibrium interest rate rises from 5 percent to 6 percent, and the equilibrium quantity of loanable funds saved and invested rises from $1,200 billion to $1,400 billion.

Third, consider how the equilibrium would change. In Figure 3, the increased demand for loanable funds raises the interest rate from 5 percent to 6 percent, and the higher interest rate in turn increases the quantity of loanable funds supplied from $1,200 billion to $1,400 billion, as households respond by increasing the amount they save. This change in household behavior is represented here as a movement along the supply curve. Thus, *if a reform of the tax laws encouraged greater investment, the result would be higher interest rates and greater saving.*

Policy 3: Government Budget Deficits and Surpluses

A perpetual topic of political debate is the status of the government budget. Recall that a *budget deficit* is an excess of government spending over tax revenue. Governments finance budget deficits by borrowing in the bond market, and the accumulation of past government borrowing is called the *government debt*. A *budget surplus*, an excess of tax revenue over government spending, can be used to repay some of the government debt. If government spending exactly equals tax revenue, the government is said to have a *balanced budget*.

Imagine that the government starts with a balanced budget and then, because of a tax cut or a spending increase, starts running a budget deficit. We can analyze the effects of the budget deficit by following our three steps in the market for loanable funds, as illustrated in Figure 4.

First, which curve shifts when the government starts running a budget deficit? Recall that national saving—the source of the supply of loanable funds—is composed of private saving and public saving. A change in the government budget

4 FIGURE

The Effect of a Government Budget Deficit

When the government spends more than it receives in tax revenue, the resulting budget deficit lowers national saving. The supply of loanable funds decreases, and the equilibrium interest rate rises. Thus, when the government borrows to finance its budget deficit, it crowds out households and firms that otherwise would borrow to finance investment. Here, when the supply shifts from S_1 to S_2, the equilibrium interest rate rises from 5 percent to 6 percent, and the equilibrium quantity of loanable funds saved and invested falls from $1,200 billion to $800 billion.

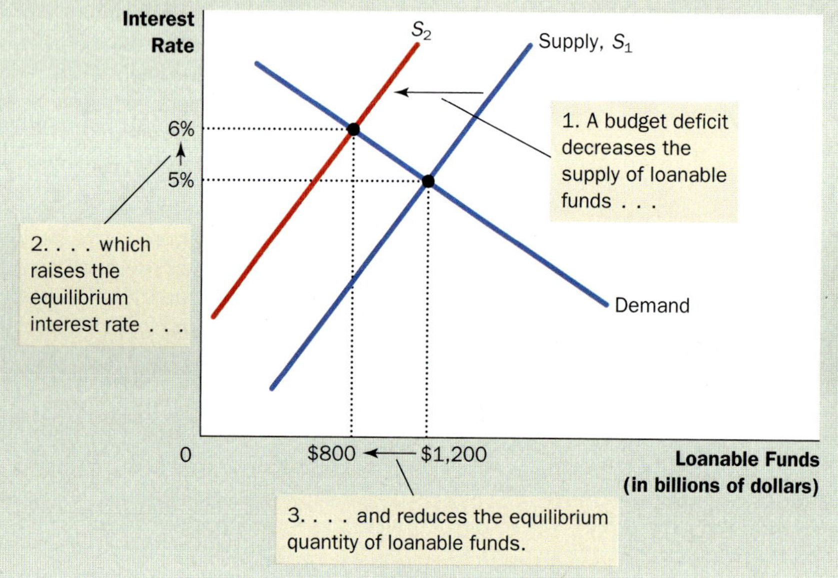

balance represents a change in public saving and, thereby, in the supply of loanable funds. Because the budget deficit does not influence the amount that households and firms want to borrow to finance investment at any given interest rate, it does not alter the demand for loanable funds.

Second, which way does the supply curve shift? When the government runs a budget deficit, public saving is negative, and this reduces national saving. In other words, when the government borrows to finance its budget deficit, it reduces the supply of loanable funds available to finance investment by households and firms. Thus, a budget deficit shifts the supply curve for loanable funds to the left from S_1 to S_2, as shown in Figure 4.

Third, we can compare the old and new equilibria. In the figure, when the budget deficit reduces the supply of loanable funds, the interest rate rises from 5 percent to 6 percent. This higher interest rate then alters the behavior of the households and firms that participate in the loan market. In particular, many demanders of loanable funds are discouraged by the higher interest rate. Fewer families buy new homes, and fewer firms choose to build new factories. The fall in investment because of government borrowing is called **crowding out** and is represented in the figure by the movement along the demand curve from a quantity of $1,200 billion in loanable funds to a quantity of $800 billion. That is, when the government borrows to finance its budget deficit, it crowds out private borrowers who are trying to finance investment.

crowding out
a decrease in investment that results from government borrowing

Thus, the most basic lesson about budget deficits follows directly from their effects on the supply and demand for loanable funds: *When the government reduces national saving by running a budget deficit, the interest rate rises, and investment falls.* Because investment is important for long-run economic growth, government budget deficits reduce the economy's growth rate.

Why, you might ask, does a budget deficit affect the supply of loanable funds, rather than the demand for them? After all, the government finances a budget deficit by selling bonds, thereby borrowing from the private sector. Why does increased borrowing from the government shift the supply curve, while increased borrowing by private investors shifts the demand curve? To answer this question, we need to examine more precisely the meaning of "loanable funds." The model as presented here takes this term to mean the *flow of resources available to fund private investment*; thus, a government budget deficit reduces the supply of loanable funds. If, instead, we had defined the term "loanable funds" to mean the *flow of resources available from private saving*, then the government budget deficit would increase demand rather than reduce supply. Changing the interpretation of the term would cause a semantic change in how we described the model, but the bottom line from the analysis would be the same: In either case, a budget deficit increases the interest rate, thereby crowding out private borrowers who are relying on financial markets to fund private investment projects.

Now that we understand the impact of budget deficits, we can turn the analysis around and see that government budget surpluses have the opposite effects. When government collects more in tax revenue than it spends, it saves the difference by retiring some of the outstanding government debt. This budget surplus, or public saving, contributes to national saving. Thus, *a budget surplus increases the supply of loanable funds, reduces the interest rate, and stimulates investment.* Higher investment, in turn, means greater capital accumulation and more rapid economic growth.

CASE STUDY THE HISTORY OF U.S. GOVERNMENT DEBT

How indebted is the U.S. government? The answer to this question varies substantially over time. Figure 5 shows the debt of the U.S. federal government expressed as a percentage of U.S. GDP. It shows that the government debt has fluctuated from zero in 1836 to 107 percent of GDP in 1945. In recent years, government debt has been between 30 and 40 percent of GDP.

The behavior of the debt-GDP ratio is one gauge of what's happening with the government's finances. Because GDP is a rough measure of the government's tax base, a declining debt-GDP ratio indicates that the government indebtedness is shrinking relative to its ability to raise tax revenue. This suggests that the government is, in some sense, living within its means. By contrast, a rising debt-GDP ratio means that the government indebtedness is increasing relative to its ability to raise tax revenue. It is often interpreted as meaning that fiscal policy—government spending and taxes—cannot be sustained forever at current levels.

Throughout history, the primary cause of fluctuations in government debt is war. When wars occur, government spending on national defense rises substantially to pay for soldiers and military equipment. Taxes sometimes rise as well but typically by much less than the increase in spending. The result is a budget deficit and increasing government debt. When the war is over, government spending declines, and the debt-GDP ratio starts declining as well.

5 FIGURE

The U.S. Government Debt

The debt of the U.S. federal government, expressed here as a percentage of GDP, has varied throughout history. Wartime spending is typically associated with substantial increases in government debt.

Source: U.S. Department of Treasury; U.S. Department of Commerce; and T. S. Berry, "Production and Population since 1789," Bostwick Paper No. 6, Richmond, 1988.

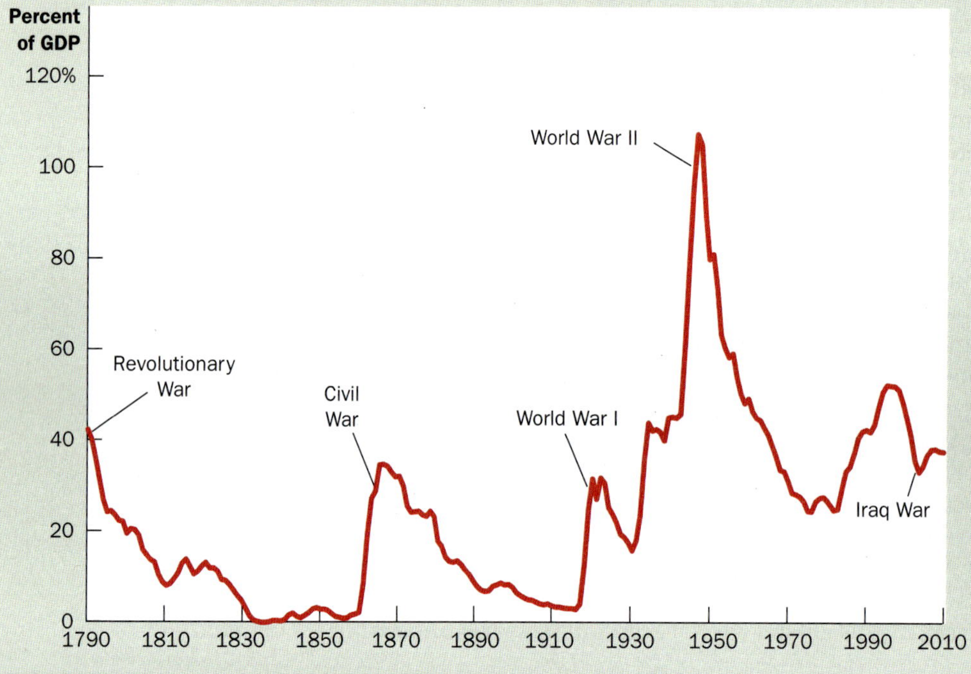

There are two reasons to believe that debt financing of war is an appropriate policy. First, it allows the government to keep tax rates smooth over time. Without debt financing, tax rates would have to rise sharply during wars, and this would cause a substantial decline in economic efficiency. Second, debt financing of wars shifts part of the cost of wars to future generations, who will have to pay off the government debt. This is arguably a fair distribution of the burden, for future generations get some of the benefit when one generation fights a war to defend the nation against foreign aggressors.

One large increase in government debt that cannot be explained by war is the increase that occurred beginning around 1980. When President Ronald Reagan took office in 1981, he was committed to smaller government and lower taxes. Yet he found cutting government spending to be more difficult politically than cutting taxes. The result was the beginning of a period of large budget deficits that continued not only through Reagan's time in office but also for many years thereafter. As a result, government debt rose from 26 percent of GDP in 1980 to 50 percent of GDP in 1993.

As we discussed earlier, government budget deficits reduce national saving, investment, and long-run economic growth, and this is precisely why the rise in government debt during the 1980s troubled many economists and policymakers. When Bill Clinton moved into the Oval Office in 1993, deficit reduction was his first major goal. Similarly, when the Republicans took control of Congress in 1995, deficit reduction was high on their legislative agenda. Both of these efforts substantially reduced the size of the government budget deficit, and it eventually turned into a surplus. As a result, by the late 1990s, the debt-GDP ratio was declining.

The debt-GDP ratio started rising again during the first few years of the George W. Bush presidency, as the budget surplus turned into a budget deficit. There were three reasons for this change. First, President Bush signed into law several major tax cuts, which he had promised during the 2000 presidential campaign. Second, in 2001, the economy experienced a *recession* (a reduction in economic activity), which automatically decreased tax revenue and increased government spending. Third, the war on terrorism following the September 11 attacks and then the war in Iraq led to increases in government spending. ●

QUICK QUIZ If more Americans adopted a "live for today" approach to life, how would this affect saving, investment, and the interest rate?

CONCLUSION

"Neither a borrower nor a lender be," Polonius advises his son in Shakespeare's *Hamlet*. If everyone followed this advice, this chapter would have been unnecessary.

Few economists would agree with Polonius. In our economy, people borrow and lend often, and usually for good reason. You may borrow one day to start your own business or to buy a home. And people may lend to you in the hope that the interest you pay will allow them to enjoy a more prosperous retirement. The financial system has the job of coordinating all this borrowing and lending activity.

In many ways, financial markets are like other markets in the economy. The price of loanable funds—the interest rate—is governed by the forces of supply and demand, just as other prices in the economy are. And we can analyze shifts in supply or demand in financial markets as we do in other markets. One of the *Ten Principles of Economics* introduced in Chapter 1 is that markets are usually a good way to organize economic activity. This principle applies to financial markets as well. When financial markets bring the supply and demand for loanable funds into balance, they help allocate the economy's scarce resources to their most efficient use.

In one way, however, financial markets are special. Financial markets, unlike most other markets, serve the important role of linking the present and the future. Those who supply loanable funds—savers—do so because they want to convert some of their current income into future purchasing power. Those who demand loanable funds—borrowers—do so because they want to invest today in order to have additional capital in the future to produce goods and services. Thus, well-functioning financial markets are important not only for current generations but also for future generations who will inherit many of the resulting benefits.

SUMMARY

- The U.S. financial system is made up of many types of financial institutions, such as the bond market, the stock market, banks, and mutual funds. All these institutions act to direct the resources of households that want to save some of their income into the hands of households and firms that want to borrow.
- National income accounting identities reveal some important relationships among macroeconomic variables. In particular, for a closed economy, national saving must equal investment. Financial institutions are the mechanism through which the economy matches one person's saving with another person's investment.
- The interest rate is determined by the supply and demand for loanable funds. The supply of loanable funds comes from households that want to save some of their income and lend it out. The demand for loanable funds comes from households and firms that want to borrow for investment. To analyze how any policy or event affects the interest rate, one must consider how it affects the supply and demand for loanable funds.
- National saving equals private saving plus public saving. A government budget deficit represents negative public saving and, therefore, reduces national saving and the supply of loanable funds available to finance investment. When a government budget deficit crowds out investment, it reduces the growth of productivity and GDP.

KEY CONCEPTS

financial system, *p. 576*
financial markets, *p. 576*
bond, *p. 576*
stock, *p. 577*
financial intermediaries, *p. 578*
mutual fund, *p. 579*
national saving (saving), *p. 582*
private saving, *p. 582*
public saving, *p. 582*
budget surplus, *p. 582*
budget deficit, *p. 582*
market for loanable funds, *p. 583*
crowding out, *p. 590*

QUESTIONS FOR REVIEW

1. What is the role of the financial system? Name and describe two markets that are part of the financial system in the U.S. economy. Name and describe two financial intermediaries.
2. Why is it important for people who own stocks and bonds to diversify their holdings? What type of financial institution makes diversification easier?
3. What is national saving? What is private saving? What is public saving? How are these three variables related?
4. What is investment? How is it related to national saving?
5. Describe a change in the tax code that might increase private saving. If this policy were implemented, how would it affect the market for loanable funds?
6. What is a government budget deficit? How does it affect interest rates, investment, and economic growth?

PROBLEMS AND APPLICATIONS

1. For each of the following pairs, which bond would you expect to pay a higher interest rate? Explain.
   a. a bond of the U.S. government or a bond of an East European government
   b. a bond that repays the principal in year 2013 or a bond that repays the principal in year 2030
   c. a bond from Coca-Cola or a bond from a software company you run in your garage
   d. a bond issued by the federal government or a bond issued by New York State
2. Theodore Roosevelt once said, "There is no moral difference between gambling at cards or in lotteries or on the race track and gambling in the stock market." What social purpose do you think is served by the existence of the stock market?
3. When the Russian government defaulted on its debt to foreigners in 1998, interest rates rose on bonds issued by many other developing countries. Why do you suppose this happened?
4. Many workers hold large amounts of stock issued by the firms at which they work. Why do you suppose companies encourage this behavior? Why might a person *not* want to hold stock in the company where he works?
5. Explain the difference between saving and investment as defined by a macroeconomist. Which of the following situations represent investment? Saving? Explain.
   a. Your family takes out a mortgage and buys a new house.
   b. You use your $200 paycheck to buy stock in AT&T.
   c. Your roommate earns $100 and deposits it in her account at a bank.
   d. You borrow $1,000 from a bank to buy a car to use in your pizza delivery business.
6. Suppose GDP is $8 trillion, taxes are $1.5 trillion, private saving is $0.5 trillion, and public saving is $0.2 trillion. Assuming this economy is closed, calculate consumption, government purchases, national saving, and investment.
7. Economists in Funlandia, a closed economy, have collected the following information about the economy for a particular year:

   $Y = 10{,}000$
   $C = 6{,}000$
   $T = 1{,}500$
   $G = 1{,}700$

   The economists also estimate that the investment function is:

   $I = 3{,}300 - 100\,r$

   where r is the country's real interest rate, expressed as a percentage. Calculate private saving, public saving, national saving, investment, and the equilibrium real interest rate.
8. Suppose that Intel is considering building a new chip-making factory.
   a. Assuming that Intel needs to borrow money in the bond market, why would an increase in interest rates affect Intel's decision about whether to build the factory?
   b. If Intel has enough of its own funds to finance the new factory without borrowing, would an increase in interest rates still affect Intel's decision about whether to build the factory? Explain.
9. Suppose the government borrows $20 billion more next year than this year.
   a. Use a supply-and-demand diagram to analyze this policy. Does the interest rate rise or fall?
   b. What happens to investment? To private saving? To public saving? To national saving? Compare the size of the changes to the $20 billion of extra government borrowing.
   c. How does the elasticity of supply of loanable funds affect the size of these changes?
   d. How does the elasticity of demand for loanable funds affect the size of these changes?
   e. Suppose households believe that greater government borrowing today implies higher taxes to pay off the government debt in the future. What does this belief do to private

saving and the supply of loanable funds today? Does it increase or decrease the effects you discussed in parts (a) and (b)?

10. "Some economists worry that the aging populations of industrial countries are going to start running down their savings just when the investment appetite of emerging economies is growing" (*Economist*, May 6, 1995). Illustrate the effect of these phenomena on the world market for loanable funds.

11. This chapter explains that investment can be increased both by reducing taxes on private saving and by reducing the government budget deficit.
    a. Why is it difficult to implement both of these policies at the same time?
    b. What would you need to know about private saving to judge which of these two policies would be a more effective way to raise investment?

CHAPTER

27

The Basic Tools of Finance

Sometime in your life, you will have to deal with the economy's financial system. You will deposit your savings in a bank account, or you will take out a mortgage to buy a house. After you take a job, you will decide whether to invest your retirement account in stocks, bonds, or other financial instruments. You may try to put together your own stock portfolio, and then you will have to decide between betting on established companies such as General Electric or newer ones such as Google. And whenever you watch the evening news, you will hear reports about whether the stock market is up or down, together with the often feeble attempts to explain why the market behaves as it does.

If you reflect for a moment on the many financial decisions you will make during your life, you will see two related elements in almost all of them: time and risk. As we saw in the preceding two chapters, the financial system coordinates the economy's saving and investment, which in turn are crucial determinants of economic growth. Most fundamentally, the financial system concerns decisions and actions we undertake today that will affect our lives in the future. But the future is unknown. When a person decides to allocate some saving, or a firm decides to undertake an investment, the decision is based on a guess about the likely result. The actual result, however, could end up being very different from what was expected.

This chapter introduces some tools that help us understand the decisions that people make as they participate in financial markets. The field of **finance** develops

finance
the field that studies how people make decisions regarding the allocation of resources over time and the handling of risk

these tools in great detail, and you may choose to take courses that focus on this topic. But because the financial system is so important to the functioning of the economy, many of the basic insights of finance are central to understanding how the economy works. The tools of finance may also help you think through some of the decisions that you will make in your own life.

This chapter takes up three topics. First, we discuss how to compare sums of money at different points in time. Second, we discuss how to manage risk. Third, we build on our analysis of time and risk to examine what determines the value of an asset, such as a share of stock.

PRESENT VALUE: MEASURING THE TIME VALUE OF MONEY

Imagine that someone offers to give you $100 today or $100 in 10 years. Which would you choose? This is an easy question. Getting $100 today is better because you can always deposit the money in a bank, still have it in 10 years, and earn interest on the $100 along the way. The lesson: Money today is more valuable than the same amount of money in the future.

Now consider a harder question: Imagine that someone offers you $100 today or $200 in 10 years. Which would you choose? To answer this question, you need some way to compare sums of money from different points in time. Economists do this with a concept called present value. The **present value** of any future sum of money is the amount today that would be needed, at current interest rates, to produce that future sum.

present value
the amount of money today that would be needed, using prevailing interest rates, to produce a given future amount of money

future value
the amount of money in the future that an amount of money today will yield, given prevailing interest rates

compounding
the accumulation of a sum of money in, say, a bank account, where the interest earned remains in the account to earn additional interest in the future

To learn how to use the concept of present value, let's work through a couple of simple examples:

Question: If you put $100 in a bank account today, how much will it be worth in N years? That is, what will be the **future value** of this $100?

Answer: Let's use r to denote the interest rate expressed in decimal form (so an interest rate of 5 percent means $r = 0.05$). Suppose that interest is paid annually and that the interest paid remains in the bank account to earn more interest—a process called **compounding**. Then the $100 will become

$$(1 + r) \times \$100 \quad \text{after 1 year,}$$

$$(1 + r) \times (1 + r) \times \$100 = (1 + r)^2 \times \$100 \quad \text{after 2 years,}$$

$$(1 + r) \times (1 + r) \times (1 + r) \times \$100 = (1 + r)^3 \times \$100 \quad \text{after 3 years, . . .}$$

$$(1 + r)^N \times \$100 \quad \text{after } N \text{ years.}$$

For example, if we are investing at an interest rate of 5 percent for 10 years, then the future value of the $100 will be $(1.05)^{10} \times \$100$, which is $163.

Question: Now suppose you are going to be paid $200 in N years. What is the *present value* of this future payment? That is, how much would you have to deposit in a bank right now to yield $200 in N years?

Answer: To answer this question, just turn the previous answer on its head. In the last question, we computed a future value from a present value by *multiplying* by the factor $(1 + r)^N$. To compute a present value from a future value, we *divide* by the factor $(1 + r)^N$. Thus, the present value of \$200 in N years is $\$200/(1 + r)^N$. If that amount is deposited in a bank today, after N years it would become $(1 + r)^N \times [\$200/(1 + r)^N]$, which is \$200. For instance, if the interest rate is 5 percent, the present value of \$200 in 10 years is $\$200/(1.05)^{10}$, which is \$123. This means that \$123 deposited today in a bank account that earned 5 percent would produce \$200 after 10 years.

This illustrates the general formula:

- If r is the interest rate, then an amount X to be received in N years has a present value of $X/(1 + r)^N$.

Because the possibility of earning interest reduces the present value below the amount X, the process of finding a present value of a future sum of money is called *discounting*. This formula shows precisely how much future sums should be discounted.

Let's now return to our earlier question: Should you choose \$100 today or \$200 in 10 years? We can infer from our calculation of present value that if the interest rate is 5 percent, you should prefer the \$200 in 10 years. The future \$200 has a present value of \$123, which is greater than \$100. You are better off waiting for the future sum.

Notice that the answer to our question depends on the interest rate. If the interest rate were 8 percent, then the \$200 in 10 years would have a present value of $\$200/(1.08)^{10}$, which is only \$93. In this case, you should take the \$100 today. Why should the interest rate matter for your choice? The answer is that the higher the interest rate, the more you can earn by depositing your money in a bank, so the more attractive getting \$100 today becomes.

The concept of present value is useful in many applications, including the decisions that companies face when evaluating investment projects. For instance, imagine that General Motors is thinking about building a new factory. Suppose that the factory will cost \$100 million today and will yield the company \$200 million in 10 years. Should General Motors undertake the project? You can see that this decision is exactly like the one we have been studying. To make its decision, the company will compare the present value of the \$200 million return to the \$100 million cost.

The company's decision, therefore, will depend on the interest rate. If the interest rate is 5 percent, then the present value of the \$200 million return from the factory is \$123 million, and the company will choose to pay the \$100 million cost. By contrast, if the interest rate is 8 percent, then the present value of the return is only \$93 million, and the company will decide to forgo the project. Thus, the concept of present value helps explain why investment—and thus the quantity of loanable funds demanded—declines when the interest rate rises.

Here is another application of present value: Suppose you win a million-dollar lottery and are given a choice between \$20,000 a year for 50 years (totaling \$1,000,000) or an immediate payment of \$400,000. Which would you choose? To make the right choice, you need to calculate the present value of the stream of

FYI

The Magic of Compounding and the Rule of 70

Suppose you observe that one country has an average growth rate of 1 percent per year, while another has an average growth rate of 3 percent per year. At first, this might not seem like a big deal. What difference can 2 percent make?

The answer is: a big difference. Growth rates that seem small when written in percentage terms are large after they are compounded for many years.

Consider an example. Suppose that two college graduates—Jerry and Elaine—both take their first jobs at the age of 22 earning \$30,000 a year. Jerry lives in an economy where all incomes grow at 1 percent per year, while Elaine lives in one where incomes grow at 3 percent per year. Straightforward calculations show what happens. Forty years later, when both are 62 years old, Jerry earns \$45,000 a year, while Elaine earns \$98,000. Because of that difference of 2 percentage points in the growth rate, Elaine's salary is more than twice Jerry's.

An old rule of thumb, called the *rule of 70*, is helpful in understanding growth rates and the effects of compounding. According to the rule of 70, if some variable grows at a rate of x percent per year, then that variable doubles in approximately $70/x$ years. In Jerry's economy, incomes grow at 1 percent per year, so it takes about 70 years for incomes to double. In Elaine's economy, incomes grow at 3 percent per year, so it takes about 70/3, or 23, years for incomes to double.

The rule of 70 applies not only to a growing economy but also to a growing savings account. Here is an example: In 1791, Ben Franklin died and left \$5,000 to be invested for a period of 200 years to benefit medical students and scientific research. If this money had earned 7 percent per year (which would, in fact, have been possible to do), the investment would have doubled in value every 10 years. Over 200 years, it would have doubled 20 times. At the end of 200 years of compounding, the investment would have been worth $2^{20} \times \$5{,}000$, which is about \$5 billion. (In fact, Franklin's \$5,000 grew to only \$2 million over 200 years because some of the money was spent along the way.)

As these examples show, growth rates and interest rates compounded over many years can lead to some spectacular results. That is probably why Albert Einstein once called compounding "the greatest mathematical discovery of all time."

payments. Let's suppose the interest rate is 7 percent. After performing 50 calculations similar to those above (one calculation for each payment) and adding up the results, you would learn that the present value of this million-dollar prize at a 7 percent interest rate is only \$276,000. You are better off picking the immediate payment of \$400,000. The million dollars may seem like more money, but the future cash flows, once discounted to the present, are worth far less.

QUICK QUIZ The interest rate is 7 percent. What is the present value of \$150 to be received in 10 years?

MANAGING RISK

Life is full of gambles. When you go skiing, you risk breaking your leg in a fall. When you drive to work, you risk a car accident. When you put some of your savings in the stock market, you risk a fall in stock prices. The rational response to this risk is not necessarily to avoid it at any cost but to take it into account in your decision making. Let's consider how a person might do that.

Risk Aversion

Most people are **risk averse**. This means more than that people dislike bad things happening to them. It means that they dislike bad things more than they like comparable good things.

risk aversion
a dislike of uncertainty

For example, suppose a friend offers you the following opportunity. He will toss a coin. If it comes up heads, he will pay you $1,000. But if it comes up tails, you will have to pay him $1,000. Would you accept the bargain? You wouldn't if you were risk averse. For a risk-averse person, the pain of losing the $1,000 would exceed the pleasure from winning $1,000.

Economists have developed models of risk aversion using the concept of *utility*, which is a person's subjective measure of well-being or satisfaction. Every level of wealth provides a certain amount of utility, as shown by the utility function in Figure 1. But the function exhibits the property of diminishing marginal utility: The more wealth a person has, the less utility he gets from an additional dollar. Thus, in the figure, the utility function gets flatter as wealth increases. Because of diminishing marginal utility, the utility lost from losing the $1,000 bet is more than the utility gained from winning it. As a result, people are risk averse.

Risk aversion provides the starting point for explaining various things we observe in the economy. Let's consider three of them: insurance, diversification, and the risk-return trade-off.

The Markets for Insurance

One way to deal with risk is to buy insurance. The general feature of insurance contracts is that a person facing a risk pays a fee to an insurance company, which in return agrees to accept all or part of the risk. There are many types of insurance. Car insurance covers the risk of your being in an auto accident, fire insurance covers the risk that your house will burn down, health insurance covers the risk

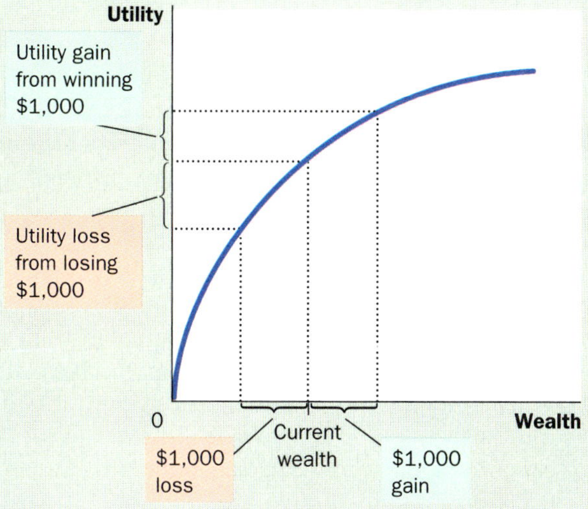

FIGURE 1

The Utility Function
This utility function shows how utility, a subjective measure of satisfaction, depends on wealth. As wealth rises, the utility function becomes flatter, reflecting the property of diminishing marginal utility. Because of diminishing marginal utility, a $1,000 loss decreases utility by more than a $1,000 gain increases it.

FYI

The Peculiarities of Health Insurance

Many economists believe that health insurance in the United States is often poorly designed and, as a result, Americans spend too much on healthcare. Three features of typical health insurance distinguish it from other kinds of insurance, such as car insurance.

First, health insurance often covers routine expenses, such as annual checkups and vaccinations. If an expense is perfectly predictable, there is no reason to buy insurance to cover it. In this sense, health insurance is more like a prepayment plan than it is protection against risk. It is as if your car insurance covered oil changes and tire replacement.

Second, health insurance often covers small, random expenses, such as a doctor's visit for a child with an earache. For most people, such expenses would not have a major financial impact, so there is no need to buy insurance to protect against them. It is as if your car insurance covered the contingency that your taillight might burn out.

Third, many people obtain their health insurance through their employers rather than directly from an insurance company. As a result, when a person loses a job, he or she often loses health insurance as well. By contrast, a person's car insurance continues as long as the premiums are paid.

Why does health insurance have these three unusual features? One reason is the tax system. According to U.S. tax law, employer-provided health insurance is a form of compensation that is exempt from income and payroll taxes. This tax treatment does not apply to other types of insurance: Your employer could not reduce your tax burden by reducing your salary and paying your car insurance premiums for you. Because of the preferential tax treatment given to health insurance, you and your employer have an incentive to make health insurance part of your compensation and an incentive to have the insurance cover items that could easily be paid out of pocket.

Many economists believe that because of this tax treatment, Americans have health insurance that covers too much. Excessive insurance can lead to excessive use of medical care, driving up the amount Americans pay to stay healthy. It would be better, these economists argue, if people paid for small, routine, and discretionary medical expenses out of pocket and bought less expensive insurance that covered only catastrophic losses.

There are various ways policymakers might induce people to change the kind of health insurance they have. Some economists have advocated eliminating the preferential tax treatment now given to health insurance. Others have proposed giving similar tax treatment to medical expenses paid out of pocket. Either reform would level the playing field between different ways of paying for healthcare, thereby reducing the current incentive for employer-provided health insurance.

that you might need expensive medical treatment, and life insurance covers the risk that you will die and leave your family without your income. There is also insurance against the risk of living too long: For a fee paid today, an insurance company will pay you an *annuity*—a regular income every year until you die.

In a sense, every insurance contract is a gamble. It is possible that you will not be in an auto accident, that your house will not burn down, and that you will not need expensive medical treatment. In most years, you will pay the insurance company the premium and get nothing in return except peace of mind. Indeed, the insurance company is counting on the fact that most people will not make claims on their policies; otherwise, it couldn't pay out the large claims to the unlucky few and still stay in business.

From the standpoint of the economy as a whole, the role of insurance is not to eliminate the risks inherent in life but to spread them around more efficiently.

Consider fire insurance, for instance. Owning fire insurance does not reduce the risk of losing your home in a fire. But if that unlucky event occurs, the insurance company compensates you. The risk, rather than being borne by you alone, is shared among the thousands of insurance-company shareholders. Because people are risk averse, it is easier for 10,000 people to bear 1/10,000 of the risk than for one person to bear the entire risk himself.

The markets for insurance suffer from two types of problems that impede their ability to spread risk. One problem is *adverse selection:* A high-risk person is more likely to apply for insurance than a low-risk person because a high-risk person would benefit more from insurance protection. A second problem is *moral hazard:* After people buy insurance, they have less incentive to be careful about their risky behavior because the insurance company will cover much of the resulting losses. Insurance companies are aware of these problems, but they cannot fully guard against them. An insurance company cannot perfectly distinguish between high-risk and low-risk customers, and it cannot monitor all of its customers' risky behavior. The price of insurance reflects the actual risks that the insurance company will face after the insurance is bought. The high price of insurance is why some people, especially those who know themselves to be low-risk, decide against buying it and, instead, endure some of life's uncertainty on their own.

Diversification of Firm-Specific Risk

In 2002, Enron, a large and once widely respected company, went bankrupt amid accusations of fraud and accounting irregularities. Several of the company's top executives were prosecuted and ended up going to prison. The saddest part of the story, however, involved thousands of lower-level employees. Not only did they lose their jobs, but many lost their life savings as well. The employees had about two-thirds of their retirement funds in Enron stock, which became worthless.

If there is one piece of practical advice that finance offers to risk-averse people, it is this: "Don't put all your eggs in one basket." You may have heard this before, but finance has turned this folk wisdom into a science. It goes by the name **diversification**.

diversification
the reduction of risk achieved by replacing a single risk with a large number of smaller, unrelated risks

The market for insurance is one example of diversification. Imagine a town with 10,000 homeowners, each facing the risk of a house fire. If someone starts an insurance company and each person in town becomes both a shareholder and a policyholder of the company, they all reduce their risk through diversification. Each person now faces 1/10,000 of the risk of 10,000 possible fires, rather than the entire risk of a single fire in his own home. Unless the entire town catches fire at the same time, the downside that each person faces is much smaller.

When people use their savings to buy financial assets, they can also reduce risk through diversification. A person who buys stock in a company is placing a bet on the future profitability of that company. That bet is often quite risky because companies' fortunes are hard to predict. Microsoft evolved from a start-up by some geeky teenagers to one of the world's most valuable companies in only a few years; Enron went from one of the world's most respected companies to an almost worthless one in only a few months. Fortunately, a shareholder need not tie his own fortune to that of any single company. Risk can be reduced by placing a large number of small bets, rather than a small number of large ones.

Figure 2 shows how the risk of a portfolio of stocks depends on the number of stocks in the portfolio. Risk is measured here with a statistic called the *standard*

2 FIGURE

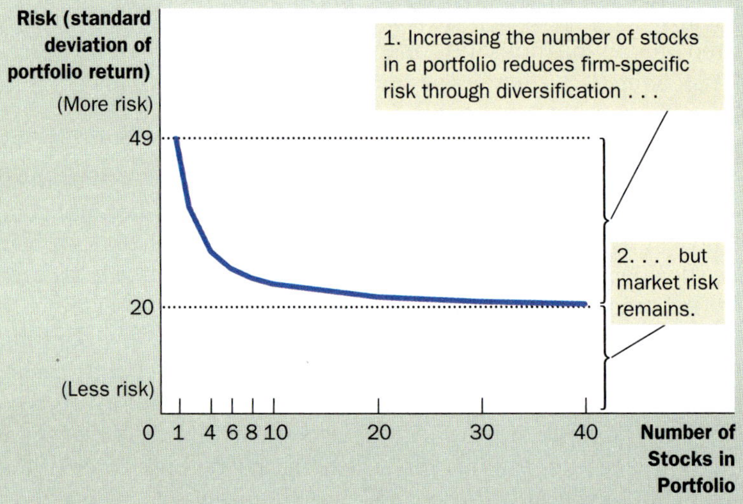

Diversification Reduces Risk
This figure shows how the risk of a portfolio, measured here with a statistic called the *standard deviation*, depends on the number of stocks in the portfolio. The investor is assumed to put an equal percentage of his portfolio in each of the stocks. Increasing the number of stocks reduces, but does not eliminate, the amount of risk in a stock portfolio.

Source: Adapted from Meir Statman, "How Many Stocks Make a Diversified Portfolio?" *Journal of Financial and Quantitative Analysis* 22 (September 1987): 353–364.

deviation, which you may have learned about in a math or statistics class. The standard deviation measures the volatility of a variable—that is, how much the variable is likely to fluctuate. The higher the standard deviation of a portfolio's return, the more volatile its return is likely to be, and the riskier it is that someone holding the portfolio will fail to get the return that he or she expected.

The figure shows that the risk of a stock portfolio falls substantially as the number of stocks increases. For a portfolio with a single stock, the standard deviation is 49 percent. Going from 1 stock to 10 stocks eliminates about half the risk. Going from 10 to 20 stocks reduces the risk by another 13 percent. As the number of stocks continues to increase, risk continues to fall, although the reductions in risk after 20 or 30 stocks are small.

Notice that it is impossible to eliminate all risk by increasing the number of stocks in the portfolio. Diversification can eliminate **firm-specific risk**—the uncertainty associated with the specific companies. But diversification cannot eliminate **market risk**—the uncertainty associated with the entire economy, which affects all companies traded on the stock market. For example, when the economy goes into a recession, most companies experience falling sales, reduced profit, and low stock returns. Diversification reduces the risk of holding stocks, but it does not eliminate it.

firm-specific risk
risk that affects only a single company

market risk
risk that affects all companies in the stock market

The Trade-off between Risk and Return

One of the *Ten Principles of Economics* in Chapter 1 is that people face trade-offs. The trade-off that is most relevant for understanding financial decisions is the trade-off between risk and return.

As we have seen, there are risks inherent in holding stocks, even in a diversified portfolio. But risk-averse people are willing to accept this uncertainty because they are compensated for doing so. Historically, stocks have offered much higher rates of return than alternative financial assets, such as bonds and bank savings

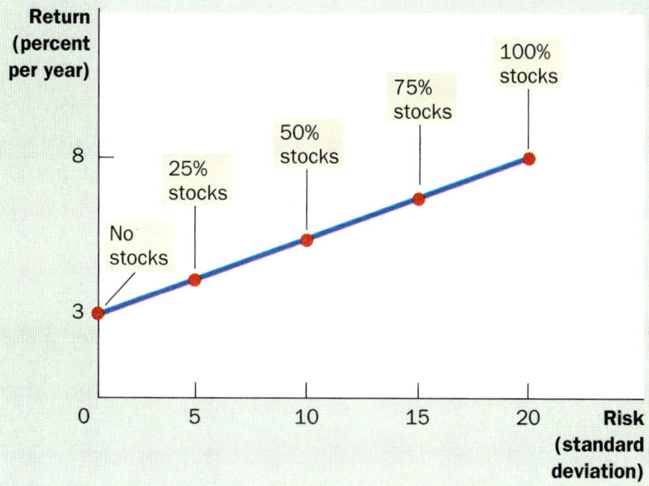

FIGURE 3

The Trade-off between Risk and Return
When people increase the percentage of their savings that they have invested in stocks, they increase the average return they can expect to earn, but they also increase the risks they face.

accounts. Over the past two centuries, stocks offered an average real return of about 8 percent per year, while short-term government bonds paid a real return of only 3 percent per year.

When deciding how to allocate their savings, people have to decide how much risk they are willing to undertake to earn a higher return. Figure 3 illustrates the risk-return trade-off for a person choosing how to allocate his portfolio between two asset classes:

- The first asset class is a diversified group of risky stocks, with an average return of 8 percent and a standard deviation of 20 percent. (You may recall from a math or statistics class that a normal random variable stays within two standard deviations of its average about 95 percent of the time. Thus, while actual returns are centered around 8 percent, they typically vary from a gain of 48 percent to a loss of 32 percent.)
- The second asset class is a safe alternative, with a return of 3 percent and a standard deviation of zero. The safe alternative can be either a bank savings account or a government bond.

Each point in this figure represents a particular allocation of a portfolio between risky stocks and the safe asset. The figure shows that the more a person puts into stocks, the greater is both the risk and the return.

Acknowledging the risk-return trade-off does not, by itself, tell us what a person should do. The choice of a particular combination of risk and return depends on a person's risk aversion, which reflects a person's own preferences. But it is important for stockholders to realize that the higher average return that they enjoy comes at the price of higher risk.

QUICK QUIZ Describe three ways that a risk-averse person might reduce the risk she faces.

ASSET VALUATION

Now that we have developed a basic understanding of the two building blocks of finance—time and risk—let's apply this knowledge. This section considers a simple question: What determines the price of a share of stock? Like most prices, the answer is supply and demand. But that is not the end of the story. To understand stock prices, we need to think more deeply about what determines a person's willingness to pay for a share of stock.

Fundamental Analysis

Let's imagine that you have decided to put 60 percent of your savings into stock, and to achieve diversification, you have decided to buy 20 different stocks. If you open up the newspaper, you will find thousands of stocks listed. How should you pick the 20 for your portfolio?

When you buy stock, you are buying shares in a business. When deciding which businesses you want to own, it is natural to consider two things: the value of that share of the business and the price at which the shares are being sold. If the price is less than the value, the stock is said to be *undervalued*. If the price is more than the value, the stock is said to be *overvalued*. If the price and the value are equal, the stock is said to be *fairly valued*. When choosing 20 stocks for your portfolio, you should prefer undervalued stocks. In these cases, you are getting a bargain by paying less than the business is worth.

This is easier said than done. Learning the price is easy: You can just look it up in the newspaper. Determining the value of the business is the hard part. The term **fundamental analysis** refers to the detailed analysis of a company to determine its value. Many Wall Street firms hire stock analysts to conduct such fundamental analysis and offer advice about which stocks to buy.

fundamental analysis
the study of a company's accounting statements and future prospects to determine its value

The value of a stock to a stockholder is what he gets out of owning it, which includes the present value of the stream of dividend payments and the final sale price. Recall that *dividends* are the cash payments that a company makes to its shareholders. A company's ability to pay dividends, as well as the value of the stock when the stockholder sells his shares, depends on the company's ability to earn profits. Its profitability, in turn, depends on a large number of factors: the demand for its product, how much competition it faces, how much capital it has in place, whether its workers are unionized, how loyal its customers are, what kinds of government regulations and taxes it faces, and so on. The job of fundamental analysts is to take all these factors into account to determine how much a share of stock in the company is worth.

If you want to rely on fundamental analysis to pick a stock portfolio, there are three ways to do it. One way is to do all the necessary research yourself, such as by reading through companies' annual reports. A second way is to rely on the advice of Wall Street analysts. A third way is to buy a mutual fund, which has a manager who conducts fundamental analysis and makes the decision for you.

The Efficient Markets Hypothesis

There is another way to choose 20 stocks for your portfolio: Pick them randomly by, for instance, putting the stock pages on your bulletin board and throwing darts at the page. This may sound crazy, but there is reason to believe that it won't lead you too far astray. That reason is called the **efficient markets hypothesis**.

efficient markets hypothesis
the theory that asset prices reflect all publicly available information about the value of an asset

To understand this theory, the starting point is to acknowledge that each company listed on a major stock exchange is followed closely by many money managers, such as the individuals who run mutual funds. Every day, these managers monitor news stories and conduct fundamental analysis to try to determine the stock's value. Their job is to buy a stock when its price falls below its value and to sell it when its price rises above its value.

The second piece to the efficient markets hypothesis is that the equilibrium of supply and demand sets the market price. This means that, at the market price, the number of shares being offered for sale exactly equals the number of shares that people want to buy. In other words, at the market price, the number of people who think the stock is overvalued exactly balances the number of people who think it's undervalued. As judged by the typical person in the market, all stocks are fairly valued all the time.

According to this theory, the stock market exhibits **informational efficiency**: It reflects all available information about the value of the asset. Stock prices change when information changes. When good news about the company's prospects becomes public, the value and the stock price both rise. When the company's prospects deteriorate, the value and price both fall. But at any moment in time, the market price is the best guess of the company's value based on available information.

informational efficiency
the description of asset prices that rationally reflect all available information

One implication of the efficient markets hypothesis is that stock prices should follow a **random walk**. This means that the changes in stock prices are impossible to predict from available information. If, based on publicly available information, a person could predict that a stock price would rise by 10 percent tomorrow, then the stock market must be failing to incorporate that information today. According to this theory, the only thing that can move stock prices is news that changes the market's perception of the company's value. But news must be unpredictable—otherwise, it wouldn't really be news. For the same reason, changes in stock prices should be unpredictable.

random walk
the path of a variable whose changes are impossible to predict

If the efficient markets hypothesis is correct, then there is little point in spending many hours studying the business page to decide which 20 stocks to add to your portfolio. If prices reflect all available information, no stock is a better buy than any other. The best you can do is buy a diversified portfolio.

CASE STUDY RANDOM WALKS AND INDEX FUNDS

The efficient markets hypothesis is a theory about how financial markets work. The theory is probably not completely true: As we discuss in the next section, there is reason to doubt that stockholders are always rational and that stock prices are informationally efficient at every moment. Nonetheless, the efficient markets hypothesis does much better as a description of the world than you might think.

There is much evidence that stock prices, even if not exactly a random walk, are very close to it. For example, you might be tempted to buy stocks that have recently risen and avoid stocks that have recently fallen (or perhaps just the opposite). But statistical studies have shown that following such trends (or bucking them) fails to outperform the market. The correlation between how well a stock does one year and how well it does the following year is almost exactly zero.

In The News

Neurofinance

New research is exploring the linkages among economics, psychology, and brain science.

Lessons from the Brain-Damaged Investor

By Jane Spencer

People with certain kinds of brain damage may make better investment decisions. That is the conclusion of a new study offering some compelling evidence that mixing emotion with investing can lead to bad outcomes.

By linking brain science to investment behavior, researchers concluded that people with an impaired ability to experience emotions could actually make better financial decisions than other people under certain circumstances. The research is part of a fast-growing interdisciplinary field called "neuroeconomics" that explores the role biology plays in economic decision making, by combining insights from cognitive neuroscience, psychology and economics. The study was published last month in the journal *Psychological Science*, and was conducted by a team of researchers from Carnegie Mellon University, the Stanford Graduate School of Business and the University of Iowa.

The 15 brain-damaged participants that were the focus of the study had normal IQs, and the areas of their brains responsible for logic and cognitive reasoning were intact. But they had lesions in the region of the brain that controls emotions, which inhibited their ability to experience basic feelings such as fear or anxiety. The lesions were due to a range of causes, including stroke and disease, but they impaired the participants' emotional functioning in a similar manner.

The study suggests the participants' lack of emotional responsiveness actually gave them an advantage when they played a simple investment game. The emotionally impaired players were more willing to take gambles that had high payoffs because they lacked fear. Players with undamaged brain wiring, however, were more cautious and

Some of the best evidence in favor of the efficient markets hypothesis comes from the performance of index funds. An index fund is a mutual fund that buys all the stocks in a given stock index. The performance of these funds can be compared with that of actively managed mutual funds, where a professional portfolio manager picks stocks based on extensive research and alleged expertise. In essence, an index fund buys all stocks, whereas active funds are supposed to buy only the best stocks.

In practice, active managers usually fail to beat index funds, and in fact, most of them do worse. For example, in the five years ending April 2008, 76 percent of stock mutual funds failed to beat a broadly based index fund holding all stocks traded on U.S. stock exchanges. Most active portfolio managers give a lower return than index funds because they trade more frequently, incurring more trading costs, and because they charge greater fees as compensation for their alleged expertise.

What about the 24 percent of managers who did beat the market? Perhaps they are smarter than average, or perhaps they were luckier. If you have 5,000 people flipping coins ten times, on average about five will flip ten heads; these five might claim an exceptional coin-flipping skill, but they would have trouble replicating the feat. Similarly, studies have shown that mutual fund managers with a history of superior performance usually fail to maintain it in subsequent periods.

reactive during the game, and wound up with less money at the end.

Some neuroscientists believe good investors may be exceptionally skilled at suppressing emotional reactions. "It's possible that people who are high-risk takers or good investors may have what you call a functional psychopathy," says Antoine Bechara, an associate professor of neurology at the University of Iowa, and a co-author of the study. "They don't react emotionally to things. Good investors can learn to control their emotions in certain ways to become like those people."

The study demonstrates how neuroeconomics can offer insight into a question that has become a growing focus of economic inquiry: Why don't people always act in their own self-interest when they make economic decisions?

Though the field is still in its infancy, researchers hope neuroeconomics could someday have dozens of real world applications—like explaining how brain chemistry influences market phenomena such as bubble manias and investor panics. Wall Street executives already are paying attention to the findings, since it offers insight into what motivates investors.

"This branch of inquiry and economic investigation is really fortifying and buttressing our understanding of investor behavior," says David Darst, chief investment strategist in the Individual Investor Group at Morgan Stanley. "It's beginning to inform our tactical decisions."

Using sophisticated brain-imaging technology such as magnetic resonance imaging, or MRI, tests and other tools, neuroeconomists peek inside people's brains to see which regions are activated when we engage in behaviors such as evaluating risks and rewards, making choices and cooperating with other people. Neuroeconomic researchers also tap into brain activity by measuring brain chemicals and exploring how damage to specific brain regions impacts economic decision making.

Neuroeconomics grew out of a related field called behavioral economics. Behavioral economists use insights from psychology and other social sciences to explore why humans don't always behave as predictably as standard economic models suggest they should.

In the late 1990s, when the links between psychology and neurobiology were firmly established, behavioral economists began turning to neuroscientists, in addition to psychologists, for help explaining human behavior. The idea was that if brain chemistry could explain phenomena such as depression or attention deficit disorder, it might also help explain more mundane psychological functions, such as how people reach financial decisions.

Source: *The Wall Street Journal*, July 21, 2005.

The Wall Street Journal published an example of this phenomenon on January 3, 2008. The paper reported that of the many thousands of mutual funds sold to the public, only thirty-one beat the Standard & Poor's 500 index in each of the 8 years from 1999 to 2006. A skeptic of the efficient markets hypothesis might think that, subsequently, these highly performing funds would offer a better-than-average place to invest. In 2007, however, only fourteen of these thirty-one outperformed the index—about what would be expected from sheer chance. Exceptional past performance appears to give little reason to expect future success.

The efficient markets hypothesis says that it is impossible to beat the market. The accumulation of many studies in financial markets confirms that beating the market is, at best, extremely difficult. Even if the efficient markets hypothesis is not an exact description of the world, it contains a large element of truth. ●

Market Irrationality

The efficient markets hypothesis assumes that people buying and selling stock rationally process the information they have about the stock's underlying value. But is the stock market really that rational? Or do stock prices sometimes deviate from reasonable expectations of their true value?

There is a long tradition suggesting that fluctuations in stock prices are partly psychological. In the 1930s, economist John Maynard Keynes suggested that asset markets are driven by the "animal spirits" of investors—irrational waves of optimism and pessimism. In the 1990s, as the stock market soared to new heights, Fed Chairman Alan Greenspan questioned whether the boom reflected "irrational exuberance." Stock prices did subsequently fall, but whether the exuberance of the 1990s was irrational given the information available at the time remains debatable. Whenever the price of an asset rises above what appears to be its fundamental value, the market is said to be experiencing a *speculative bubble*.

The possibility of speculative bubbles in the stock market arises in part because the value of the stock to a stockholder depends not only on the stream of dividend payments but also on the final sale price. Thus, a person might be willing to pay more than a stock is worth today if she expects another person to pay even more for it tomorrow. When you evaluate a stock, you have to estimate not only the value of the business but also what other people will think the business is worth in the future.

There is much debate among economists about the frequency and importance of departures from rational pricing. Believers in market irrationality point out (correctly) that the stock market often moves in ways that are hard to explain on the basis of news that might alter a rational valuation. Believers in the efficient markets hypothesis point out (correctly) that it is impossible to know the correct, rational valuation of a company, so one should not quickly jump to the conclusion that any particular valuation is irrational. Moreover, if the market were irrational, a rational person should be able to take advantage of this fact; yet as the previous case study discussed, beating the market is nearly impossible.

QUICK QUIZ *Fortune* magazine regularly publishes a list of the "most respected" companies. According to the efficient markets hypothesis, if you restrict your stock portfolio to these companies, will you earn a better than average return? Explain.

CONCLUSION

This chapter has developed some of the basic tools that people should (and often do) use as they make financial decisions. The concept of present value reminds us that a dollar in the future is less valuable than a dollar today, and it gives us a way to compare sums of money at different points in time. The theory of risk management reminds us that the future is uncertain and that risk-averse people can take precautions to guard against this uncertainty. The study of asset valuation tells us that the stock price of any company should reflect its expected future profitability.

Although most of the tools of finance are well established, there is more controversy about the validity of the efficient markets hypothesis and whether stock prices are, in practice, rational estimates of a company's true worth. Rational or not, the large movements in stock prices that we observe have important macroeconomic implications. Stock market fluctuations often go hand in hand with fluctuations in the economy more broadly. We will revisit the stock market when we study economic fluctuations later in the book.

SUMMARY

- Because savings can earn interest, a sum of money today is more valuable than the same sum of money in the future. A person can compare sums from different times using the concept of present value. The present value of any future sum is the amount that would be needed today, given prevailing interest rates, to produce that future sum.
- Because of diminishing marginal utility, most people are risk averse. Risk-averse people can reduce risk by buying insurance, diversifying their holdings, and choosing a portfolio with lower risk and lower return.
- The value of an asset equals the present value of the cash flows the owner will receive. For a share of stock, these cash flows include the stream of dividends and the final sale price. According to the efficient markets hypothesis, financial markets process available information rationally, so a stock price always equals the best estimate of the value of the underlying business. Some economists question the efficient markets hypothesis, however, and believe that irrational psychological factors also influence asset prices.

KEY CONCEPTS

finance, *p. 597*
present value, *p. 598*
future value, *p. 598*
compounding, *p. 598*
risk aversion, *p. 601*
diversification, *p. 603*
firm-specific risk, *p. 604*
market risk, *p. 604*
fundamental analysis, *p. 606*
efficient markets hypothesis, *p. 607*
informational efficiency, *p. 607*
random walk, *p. 607*

QUESTIONS FOR REVIEW

1. The interest rate is 7 percent. Use the concept of present value to compare $200 to be received in 10 years and $300 to be received in 20 years.
2. What benefit do people get from the market for insurance? What two problems impede the insurance company from working perfectly?
3. What is diversification? Does a stockholder get more diversification going from 1 to 10 stocks or going from 100 to 120 stocks?
4. Comparing stocks and government bonds, which has more risk? Which pays a higher average return?
5. What factors should a stock analyst think about in determining the value of a share of stock?
6. Describe the efficient markets hypothesis and give a piece of evidence consistent with this hypothesis.
7. Explain the view of those economists who are skeptical of the efficient markets hypothesis.

PROBLEMS AND APPLICATIONS

1. According to an old myth, Native Americans sold the island of Manhattan about 400 years ago for $24. If they had invested this amount at an interest rate of 7 percent per year, how much would they have today?
2. A company has an investment project that would cost $10 million today and yield a payoff of $15 million in 4 years.
   a. Should the firm undertake the project if the interest rate is 11 percent? 10 percent? 9 percent? 8 percent?

b. Can you figure out the exact cutoff for the interest rate between profitability and nonprofitability?

3. Your bank account pays an interest rate of 8 percent. You are considering buying a share of stock in XYZ Corporation for $110. After 1, 2, and 3 years, it will pay a dividend of $5. You expect to sell the stock after 3 years for $120. Is XYZ a good investment? Support your answer with calculations.
4. For each of the following kinds of insurance, give an example of behavior that can be called *moral hazard* and another example of behavior that can be called *adverse selection*.
   a. health insurance
   b. car insurance
5. Imagine that the U.S. Congress, recognizing the importance of being well dressed, started giving preferential tax treatment to "clothing insurance." Under this new type of insurance, you would pay the insurance company an annual premium, the insurance company would then pay for 80 percent of your clothing expenses (you pay the remaining 20 percent), and the tax laws would partly subsidize your insurance premiums.
   a. How would the existence of such insurance affect the amount of clothing that people buy? How would you evaluate this change in behavior from the standpoint of economic efficiency?
   b. Who would choose to buy clothing insurance?
   c. Suppose that the average person now spends $2,000 a year on clothes. Would clothing insurance cost more or less than $2,000? Explain.
   d. In your view, is this congressional action a good idea? How would you compare this idea with the current tax treatment of health insurance?
6. Imagine that you intend to buy a portfolio of ten stocks with some of your savings. Should the stocks be of companies in the same industry? Should the stocks be of companies located in the same country? Explain.
7. Which kind of stock would you expect to pay the higher average return: stock in an industry that is very sensitive to economic conditions (such as an automaker) or stock in an industry that is relatively insensitive to economic conditions (such as a water company)? Why?
8. A company faces two kinds of risk. A firm-specific risk is that a competitor might enter its market and take some of its customers. A market risk is that the economy might enter a recession, reducing sales. Which of these two risks would more likely cause the company's shareholders to demand a higher return? Why?
9. You have two roommates who invest in the stock market.
   a. One roommate says that he buys stock only in companies that everyone believes will experience big increases in profits in the future. How do you suppose the price-earnings ratio of these companies compares to the price-earnings ratio of other companies? What might be the disadvantage of buying stock in these companies?
   b. Another roommate says he only buys stock in companies that are cheap, which he measures by a low price-earnings ratio. How do you suppose the earnings prospects of these companies compare to those of other companies? What might be the disadvantage of buying stock in these companies?
10. When company executives buy and sell stock based on private information they obtain as part of their jobs, they are engaged in *insider trading*.
    a. Give an example of inside information that might be useful for buying or selling stock.
    b. Those who trade stocks based on inside information usually earn very high rates of return. Does this fact violate the efficient markets hypothesis?
    c. Insider trading is illegal. Why do you suppose that is?
11. Find some information on an index fund (such as the Vanguard Total Stock Market Index, ticker symbol VTSMX). How has this fund performed compared with other stock mutual funds over the past 5 or 10 years? (Hint: One place to look for data on mutual funds is http://www.morningstar.com.) What do you learn from this comparison?

CHAPTER

28

Unemployment

Losing a job can be the most distressing economic event in a person's life. Most people rely on their labor earnings to maintain their standard of living, and many people also get a sense of personal accomplishment from working. A job loss means a lower living standard in the present, anxiety about the future, and reduced self-esteem. It is not surprising, therefore, that politicians campaigning for office often speak about how their proposed policies will help create jobs.

In previous chapters, we have seen some of the forces that determine the level and growth of a country's standard of living. A country that saves and invests a high fraction of its income, for instance, enjoys more rapid growth in its capital stock and GDP than a similar country that saves and invests less. An even more obvious determinant of a country's standard of living is the amount of unemployment it typically experiences. People who would like to work but cannot find a job are not contributing to the economy's production of goods and services. Although some degree of unemployment is inevitable in a complex economy with thousands of firms and millions of workers, the amount of unemployment varies substantially over time and across countries. When a country keeps its workers as fully employed as possible, it achieves a higher level of GDP than it would if it left many of its workers standing idle.

This chapter begins our study of unemployment. The problem of unemployment is usefully divided into two categories: the long-run problem and the short-run problem. The economy's *natural rate of unemployment* refers to the amount of unemployment that the economy normally experiences. *Cyclical unemployment* refers to the year-to-year fluctuations in unemployment around its natural rate, and it is closely associated with the short-run ups and downs of economic activity. Cyclical unemployment has its own explanation, which we defer until we study short-run economic fluctuations later in this book. In this chapter, we discuss the determinants of an economy's natural rate of unemployment. As we will see, the designation *natural* does not imply that this rate of unemployment is desirable. Nor does it imply that it is constant over time or impervious to economic policy. It merely means that this unemployment does not go away on its own even in the long run.

We begin the chapter by looking at some of the relevant facts that describe unemployment. In particular, we examine three questions: How does the government measure the economy's rate of unemployment? What problems arise in interpreting the unemployment data? How long are the unemployed typically without work?

We then turn to the reasons economies always experience some unemployment and the ways in which policymakers can help the unemployed. We discuss four explanations for the economy's natural rate of unemployment: job search, minimum-wage laws, unions, and efficiency wages. As we will see, long-run unemployment does not arise from a single problem that has a single solution. Instead, it reflects a variety of related problems. As a result, there is no easy way for policymakers to reduce the economy's natural rate of unemployment and, at the same time, to alleviate the hardships experienced by the unemployed.

IDENTIFYING UNEMPLOYMENT

Let's start by examining more precisely what the term *unemployment* means.

How Is Unemployment Measured?

Measuring unemployment is the job of the Bureau of Labor Statistics (BLS), which is part of the Department of Labor. Every month, the BLS produces data on unemployment and on other aspects of the labor market, including types of employment, length of the average workweek, and the duration of unemployment. These data come from a regular survey of about 60,000 households, called the Current Population Survey.

Based on the answers to survey questions, the BLS places each adult (age 16 and older) of each surveyed household into one of three categories:

- *Employed:* This category includes those who worked as paid employees, worked in their own business, or worked as unpaid workers in a family member's business. Both full-time and part-time workers are counted. This category also includes those who were not working but who had jobs from which they were temporarily absent because of, for example, vacation, illness, or bad weather.
- *Unemployed:* This category includes those who were not employed, were available for work, and had tried to find employment during the previous 4 weeks. It also includes those waiting to be recalled to a job from which they had been laid off.

- *Not in the labor force:* This category includes those who fit neither of the first two categories, such as a full-time student, homemaker, or retiree.

Figure 1 shows the breakdown into these categories for 2007.

Once the BLS has placed all the individuals covered by the survey in a category, it computes various statistics to summarize the state of the labor market. The BLS defines the **labor force** as the sum of the employed and the unemployed:

labor force
the total number of workers, including both the employed and the unemployed

$$\text{Labor force} = \text{Number of employed} + \text{Number of unemployed}.$$

The BLS defines the **unemployment rate** as the percentage of the labor force that is unemployed:

unemployment rate
the percentage of the labor force that is unemployed

$$\text{Unemployment rate} = \frac{\text{Number of unemployed}}{\text{Labor force}} \times 100.$$

The BLS computes unemployment rates for the entire adult population and for more narrowly defined groups such as blacks, whites, men, women, and so on.

The BLS uses the same survey to produce data on labor-force participation. The **labor-force participation rate** measures the percentage of the total adult population of the United States that is in the labor force:

labor-force participation rate
the percentage of the adult population that is in the labor force

$$\text{Labor-force participation rate} = \frac{\text{Labor force}}{\text{Adult population}} \times 100.$$

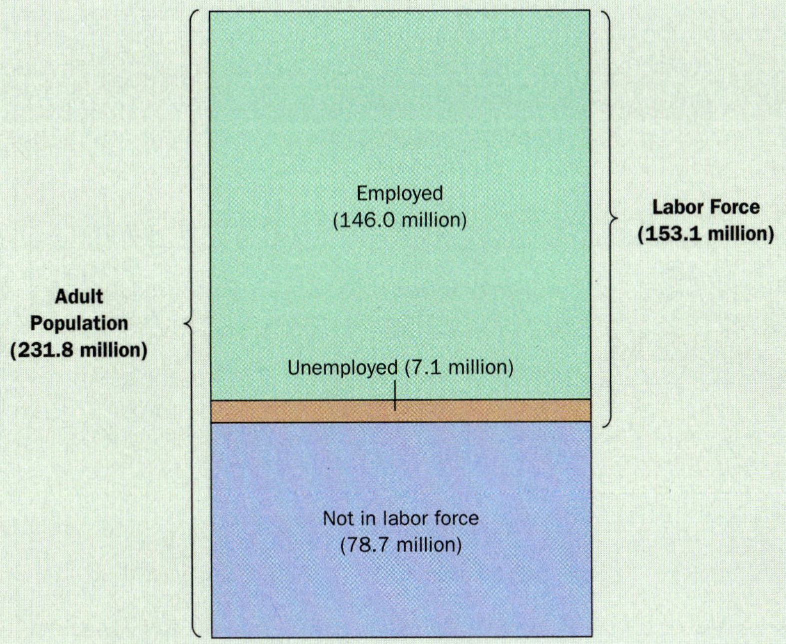

FIGURE 1

The Breakdown of the Population in 2007
The Bureau of Labor Statistics divides the adult population into three categories: employed, unemployed, and not in the labor force.

Source: Bureau of Labor Statistics.

This statistic tells us the fraction of the population that has chosen to participate in the labor market. The labor-force participation rate, like the unemployment rate, is computed for both the entire adult population and more specific groups.

To see how these data are computed, consider the figures for 2007. In that year, 146.0 million people were employed, and 7.1 million people were unemployed. The labor force was

$$\text{Labor force} = 146.0 + 7.1 = 153.1 \text{ million.}$$

The unemployment rate was

$$\text{Unemployment rate} = (7.1 \ / \ 153.1) \times 100 = 4.6 \text{ percent.}$$

Because the adult population was 231.8 million, the labor-force participation rate was

$$\text{Labor-force participation rate} = (153.1 \ / \ 231.8) \times 100 = 66.0 \text{ percent.}$$

Hence, in 2007, two-thirds of the U.S. adult population were participating in the labor market, and 4.6 percent of those labor-market participants were without work.

Table 1 shows the statistics on unemployment and labor-force participation for various groups within the U.S. population. Three comparisons are most apparent. First, women ages 20 and older have lower rates of labor-force participation than men, but once in the labor force, men and women have similar rates of unemployment. Second, blacks ages 20 and older have similar rates of labor-force participation as whites, but they have much higher rates of unemployment. Third, teenagers have lower rates of labor-force participation and much higher rates of unemployment than older workers. More generally, these data show that labor-market experiences vary widely among groups within the economy.

The BLS data on the labor market also allow economists and policymakers to monitor changes in the economy over time. Figure 2 shows the unemployment

1 TABLE

The Labor-Market Experiences of Various Demographic Groups

This table shows the unemployment rate and the labor-force participation rate of various groups in the U.S. population for 2007.

Source: Bureau of Labor Statistics.

Demographic Group	Unemployment Rate	Labor-Force Participation Rate
Adults (ages 20 and older)		
White, male	3.7%	76.3%
White, female	3.6	60.1
Black, male	7.9	71.2
Black, female	6.7	64.0
Teenagers (ages 16–19)		
White, male	15.7	44.3
White, female	12.1	44.6
Black, male	33.8	29.4
Black, female	25.3	31.2

This graph uses annual data on the U.S. unemployment rate to show the percentage of the labor force without a job. The natural rate of unemployment is the normal level of unemployment around which the unemployment rate fluctuates.

Source: U.S. Department of Labor, Congressional Budget Office.

FIGURE 2

Unemployment Rate since 1960

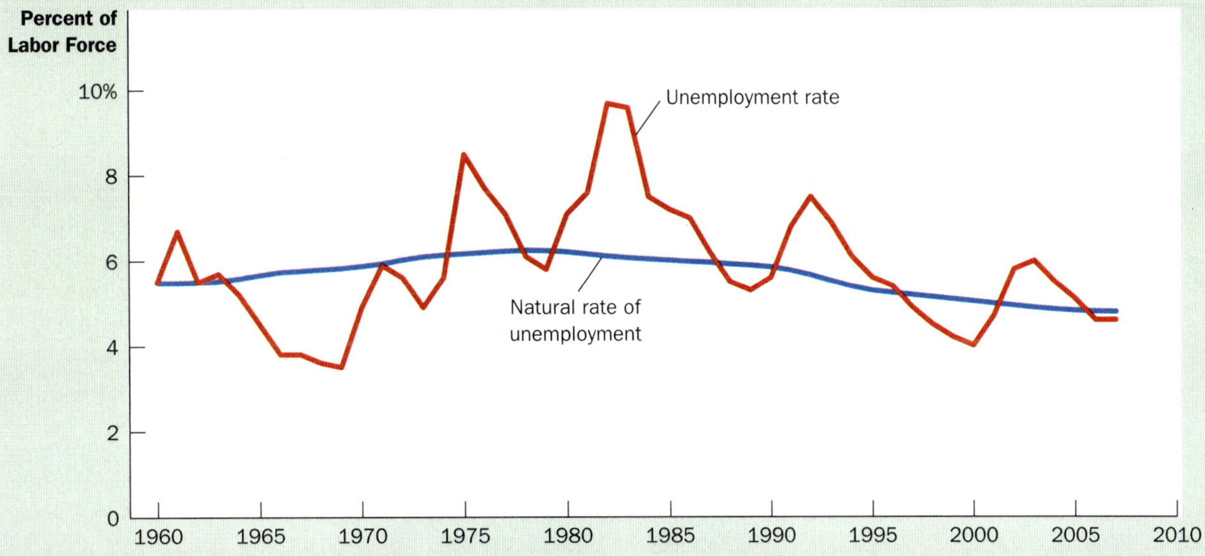

rate in the United States since 1960. The figure shows that the economy always has some unemployment and that the amount changes from year to year. The normal rate of unemployment around which the unemployment rate fluctuates is called the **natural rate of unemployment**, and the deviation of unemployment from its natural rate is called **cyclical unemployment**. The natural rate of unemployment shown in the figure is a series estimated by economists at the Congressional Budget Office. For 2007, they estimated a natural rate of 4.8 percent, close to the actual unemployment rate of 4.6 percent. Later in this book, we discuss short-run economic fluctuations, including the year-to-year fluctuations in unemployment around its natural rate. In the rest of this chapter, however, we ignore the short-run fluctuations and examine why there is always some unemployment in market economies.

natural rate of unemployment
the normal rate of unemployment around which the unemployment rate fluctuates

cyclical unemployment
the deviation of unemployment from its natural rate

CASE STUDY LABOR-FORCE PARTICIPATION OF MEN AND WOMEN IN THE U.S. ECONOMY

Women's role in American society has changed dramatically over the past century. Social commentators have pointed to many causes for this change. In part, it is attributable to new technologies, such as the washing machine, clothes dryer, refrigerator, freezer, and dishwasher, which have reduced the amount of time required to complete routine household tasks. In part, it is attributable to improved birth control, which has reduced the number of children born to the typical family. This change in women's role is also partly attributable to changing political

In The News

The Rise of Adult Male Joblessness

An increasing number of men are neither working nor looking for work.

A Growing Number of Men Are Not Working, So What Are They Doing?

By Alan B. Krueger

A growing number of men in their prime working years are pursuing what might be called the Kramer lifestyle, after the enigmatic "Seinfeld" character: neither working nor attending school. In 1967, 2.2 percent of noninstitutionalized men age 25 to 54 spent the entire year without working for pay or attending school. That figure climbed to 8 percent in 2002, the latest year available from the Bureau of Labor Statistics.

"You wouldn't catch me in the labor force."

PHOTO: © PATRICK HARBRON/LANDOV

This trend is partly related to the rising disability rolls. More than half of male nonworkers reported themselves as sick or disabled. But the number of long-term jobless men who were able-bodied—a diverse group including young retirees, men who cannot find work, and family care providers—grew at a faster rate than the number who were disabled over the last 35 years.

The problem is much more severe for some groups than others. Nearly one in five men age 25 to 54 with less than a high school degree did not work even one week in 2002. The nonworking rate for college graduates was only 3.3 percent. In central cities, 10.8 percent of men spent the year without work, compared with 7.1 percent elsewhere.

Joblessness is persistent over time, so it ends up being highly concentrated among a small cadre of men who frequently spend long stretches without work. Just 3 percent of men accounted for more than two-thirds of the total number of years that men spent not working in the period from 1987 to 1997, according to an analysis by Jay Stewart, an economist at the Bureau of Labor Statistics.

Long-term joblessness among mature men has become a much more important phenomenon than unemployment. Many

and social attitudes, which in turn may have been facilitated by the advances in technology and birth control. Together these developments have had a profound impact on society in general and on the economy in particular.

Nowhere is that impact more obvious than in data on labor-force participation. Figure 3 shows the labor-force participation rates of men and women in the United States since 1950. Just after World War II, men and women had very different roles in society. Only 33 percent of women were working or looking for work, in contrast to 87 percent of men. Over the past several decades, the difference between the participation rates of men and women has gradually diminished, as growing numbers of women have entered the labor force and some men have left it. Data for 2007 show that 59 percent of women were in the labor force, in contrast to 73 percent of men. As measured by labor-force participation, men and women are now playing a more equal role in the economy.

The increase in women's labor-force participation is easy to understand, but the fall in men's may seem puzzling. There are several reasons for this decline. First, jobless men do not actively search for work, so they are not counted as unemployed. Yet they still represent a significant loss of productive human resources for the economy.

The conventional wisdom is that joblessness has grown since the early 1980's because the demand for less-skilled workers has dropped, causing their pay to fall. The decline in unions and erosion of the real value of the minimum wage have also caused their pay to fall. Rather than toil at low pay, more and more men have withdrawn from the job market.

How are these men spending their time and getting by?

A new working paper by Mr. Stewart of the Labor Bureau provides the most comprehensive answers to date. The study, "What Do Male Nonworkers Do?", draws on information from several national data sets on the time allocation, living arrangements and income sources of male nonworkers in their prime earning years. . . .

In short, the average day of a male nonworker looks very much like the average day of a worker—on his day off. Nonworkers devoted 8.4 hours a day to leisure and recreation and 3.3 hours to housework. On their days off, workers devoted almost the same amount of time—8 and 3.4 hours, respectively—to these activities.

On workdays, the average full-time worker devoted only 3.5 hours to leisure and recreation and one hour to housework. Men worked an average of 8.6 hours on days when they performed some work for pay.

Comparing workers and nonworkers over a full week, nonworkers spent about a quarter of their extra time in "home production," which includes household chores, cleaning and repairs. The bulk of their extra time went into leisure and recreation, particularly watching television, socializing and playing sports and games. Nonworkers also slept 10 percent more (44 minutes) a night than workers. Both groups devoted relatively little time to child care, at least as a primary activity.

By contrast, nonworking women spend half their extra time engaged in household work and child care.

Supporting a Kramer lifestyle is not easy, especially if your neighbors are less magnanimous than Jerry Seinfeld. Nearly two-thirds of nonworking men age 25 to 54 received income from some source in 2002. Among those with unearned income, the average amount was $11,551, with the largest sums coming from Social Security and disability payments. . . .

Not surprisingly, wives are also an important source of financial support for nonworking men, but only 42 percent of male nonworkers between age 25 and 54 are married, compared with 68 percent of their employed counterparts. Twenty-nine percent of nonworkers live with their parents or other relatives, substantially higher than the 9 percent of workers in such a living arrangement. . . .

The experiences of nonworking adult men are quite varied, and many have severe disabilities. Although these statistics paint a picture of nonworking men struggling to get by financially, many manage to live as if every day were Sunday. As one man from Brooklyn who has not worked since 1998 told me this week, he thinks of the Off-Track Betting parlor in Midtown Manhattan as his "club," and he sees many of the same men there day after day.

Source: *New York Times*, April 29, 2004.

young men now stay in school longer than their fathers and grandfathers did. Second, older men now retire earlier and live longer. Third, with more women employed, more fathers now stay at home to raise their children. Full-time students, retirees, and stay-at-home dads are all counted as being out of the labor force.

Does the Unemployment Rate Measure What We Want It To?

Measuring the amount of unemployment in the economy might seem a straightforward task, but it is not. While it is easy to distinguish between a person with a full-time job and a person who is not working at all, it is much harder to distinguish between a person who is unemployed and a person who is not in the labor force.

3 FIGURE

Labor-Force Participation Rates for Men and Women since 1950

This figure shows the percentage of adult men and women who are members of the labor force. It shows that over the past several decades, women have entered the labor force, and men have left it.

Source: U.S. Department of Labor.

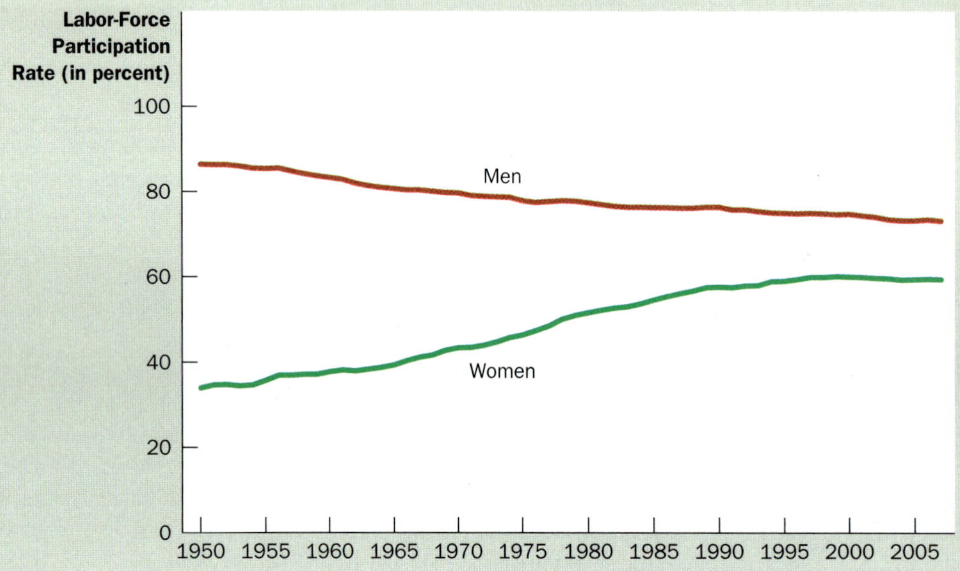

Movements into and out of the labor force are, in fact, common. More than one-third of the unemployed are recent entrants into the labor force. These entrants include young workers looking for their first jobs, such as recent college graduates. They also include, in greater numbers, older workers who had previously left the labor force but have now returned to look for work. Moreover, not all unemployment ends with the job seeker finding a job. Almost half of all spells of unemployment end when the unemployed person leaves the labor force.

Because people move into and out of the labor force so often, statistics on unemployment are difficult to interpret. On the one hand, some of those who report being unemployed may not, in fact, be trying hard to find a job. They may be calling themselves unemployed because they want to qualify for a government program that financially assists the unemployed or because they are actually working but paid "under the table" to avoid taxes on their earnings. It may be more realistic to view these individuals as out of the labor force or, in some cases, employed. On the other hand, some of those who report being out of the labor force may want to work. These individuals may have tried to find a job and may have given up after an unsuccessful search. Such individuals, called **discouraged workers**, do not show up in unemployment statistics, even though they are truly workers without jobs.

discouraged workers individuals who would like to work but have given up looking for a job

Because of these and other problems, the BLS calculates several other measures of labor underutilization, in addition to the official unemployment rate. These alternative measures are presented in Table 2. In the end, it is best to view the official unemployment rate as a useful but imperfect measure of joblessness.

How Long Are the Unemployed without Work?

In judging how serious the problem of unemployment is, one question to consider is whether unemployment is typically a short-term or long-term condition. If unemployment is short-term, one might conclude that it is not a big problem. Workers may require a few weeks between jobs to find the openings that best suit their tastes and skills. Yet if unemployment is long-term, one might conclude that it is a serious problem. Workers unemployed for many months are more likely to suffer economic and psychological hardship.

Because the duration of unemployment can affect our view about how big a problem unemployment is, economists have devoted much energy to studying data on the duration of unemployment spells. In this work, they have uncovered a result that is important, subtle, and seemingly contradictory: *Most spells of unemployment are short, and most unemployment observed at any given time is long-term.*

To see how this statement can be true, consider an example. Suppose that you visited the government's unemployment office every week for a year to survey the unemployed. Each week you find that there are four unemployed workers. Three of these workers are the same individuals for the whole year, while the fourth person changes every week. Based on this experience, would you say that unemployment is typically short-term or long-term?

TABLE 2

Alternative Measures of Labor Underutilization

The table shows various measures of joblessness for the U.S. economy. The data are for February 2008.

Source: U.S. Department of Labor.

Measure and Description		Rate
U-1	Persons unemployed 15 weeks or longer, as a percentage of the civilian labor force (includes only very long-term unemployed)	1.6%
U-2	Job losers and persons who have completed temporary jobs, as a percentage of the civilian labor force (excludes job leavers)	2.5
U-3	Total unemployed, as a percentage of the civilian labor force (official unemployment rate)	4.8
U-4	Total unemployed, plus discouraged workers, as a percentage of the civilian labor force plus discouraged workers	5.1
U-5	Total unemployed plus all marginally attached workers, as a percentage of the civilian labor force plus all marginally attached workers	5.8
U-6	Total unemployed, plus all marginally attached workers, plus total employed part-time for economic reasons, as a percentage of the civilian labor force plus all marginally attached workers	8.9

Note: The Bureau of Labor Statistics defines terms as follows:

- *Marginally attached workers* are persons who currently are neither working nor looking for work but indicate that they want and are available for a job and have looked for work sometime in the recent past.
- *Discouraged workers* are marginally attached workers who have given a job-market-related reason for not currently looking for a job.
- *Persons employed part-time for economic reasons* are those who want and are available for full-time work but have had to settle for a part-time schedule.

Some simple calculations help answer this question. In this example, you meet a total of 55 unemployed people over the course of a year; 52 of them are unemployed for 1 week, and 3 are unemployed for the full year. This means that 52/55, or 95 percent, of unemployment spells end in 1 week. Yet whenever you walk into the unemployment office, three of the four people you meet will be unemployed for the entire year. So, even though 95 percent of unemployment spells end in 1 week, 75 percent of the unemployment observed at any moment is attributable to those individuals who are unemployed for a full year. In this example, as in the world, most spells of unemployment are short, and most unemployment observed at any given time is long-term.

This subtle conclusion implies that economists and policymakers must be careful when interpreting data on unemployment and when designing policies to help the unemployed. Most people who become unemployed will soon find jobs. Yet most of the economy's unemployment problem is attributable to the relatively few workers who are jobless for long periods of time.

Why Are There Always Some People Unemployed?

We have discussed how the government measures the amount of unemployment, the problems that arise in interpreting unemployment statistics, and the findings of labor economists on the duration of unemployment. You should now have a good idea about what unemployment is.

This discussion, however, has not explained why economies experience unemployment. In most markets in the economy, prices adjust to bring quantity supplied and quantity demanded into balance. In an ideal labor market, wages would adjust to balance the quantity of labor supplied and the quantity of labor demanded. This adjustment of wages would ensure that all workers are always fully employed.

Of course, reality does not resemble this ideal. There are always some workers without jobs, even when the overall economy is doing well. In other words, the unemployment rate never falls to zero; instead, it fluctuates around the natural rate of unemployment. To understand this natural rate, the remaining sections of this chapter examine the reasons actual labor markets depart from the ideal of full employment.

frictional unemployment
unemployment that results because it takes time for workers to search for the jobs that best suit their tastes and skills

To preview our conclusions, we will find that there are four ways to explain unemployment in the long run. The first explanation is that it takes time for workers to search for the jobs that are best suited for them. The unemployment that results from the process of matching workers and jobs is sometimes called **frictional unemployment**, and it is often thought to explain relatively short spells of unemployment.

structural unemployment
unemployment that results because the number of jobs available in some labor markets is insufficient to provide a job for everyone who wants one

The next three explanations for unemployment suggest that the number of jobs available in some labor markets may be insufficient to give a job to everyone who wants one. This occurs when the quantity of labor supplied exceeds the quantity demanded. Unemployment of this sort is sometimes called **structural unemployment**, and it is often thought to explain longer spells of unemployment. As we will see, this kind of unemployment results when wages are, for some reason, set above the level that brings supply and demand into equilibrium. We will examine three possible reasons for an above-equilibrium wage: minimum-wage laws, unions, and efficiency wages.

The Jobs Number

When the Bureau of Labor Statistics announces the unemployment rate at the beginning of every month, it also announces the number of jobs the economy has gained or lost. As an indicator of short-run economic trends, the jobs number gets as much attention as the unemployment rate.

Where does the jobs number come from? You might guess that it comes from the same survey of 60,000 households that yields the unemployment rate. And indeed the household survey does produce data on total employment. The jobs number that gets the most attention, however, comes from a separate survey of 160,000 business establishments, which have over 40 million workers on their payrolls. The results from the establishment survey are announced at the same time as the results from the household survey.

Both surveys yield information about total employment, but the results are not always the same. One reason is that the establishment survey has a larger sample, which makes it more reliable. Another reason is that the surveys are not measuring exactly the same thing. For example, a person who has two part-time jobs in different companies would be counted as one employed person in the household survey but as two jobs in the establishment survey. As another example, a person running his own small business would be counted as employed in the household survey but would not show up at all in the establishment survey, because the establishment survey counts only employees on a business payroll.

The establishment survey is closely watched for its data on jobs, but it says nothing about unemployment. To measure the number of unemployed, we need to know how many people without jobs are trying to find them. The household survey is the only source of that information.

QUICK QUIZ How is the unemployment rate measured? • How might the unemployment rate overstate the amount of joblessness? How might it understate the amount of joblessness?

JOB SEARCH

One reason economies always experience some unemployment is job search. **Job search** is the process of matching workers with appropriate jobs. If all workers and all jobs were the same, so that all workers were equally well suited for all jobs, job search would not be a problem. Laid-off workers would quickly find new jobs that were well suited for them. But in fact, workers differ in their tastes and skills, jobs differ in their attributes, and information about job candidates and job vacancies is disseminated slowly among the many firms and households in the economy.

job search
the process by which workers find appropriate jobs given their tastes and skills

Why Some Frictional Unemployment Is Inevitable

Frictional unemployment is often the result of changes in the demand for labor among different firms. When consumers decide that they prefer Dell to Apple computers, Dell increases employment, and Apple lays off workers. The former

Apple workers must now search for new jobs, and Dell must decide which new workers to hire for the various jobs that have opened up. The result of this transition is a period of unemployment.

Similarly, because different regions of the country produce different goods, employment can rise in one region while it falls in another. Consider, for instance, what happens when the world price of oil falls. Oil-producing firms in Texas respond to the lower price by cutting back on production and employment. At the same time, cheaper gasoline stimulates car sales, so auto-producing firms in Michigan raise production and employment. Just the opposite happens when the world price of oil rises. Changes in the composition of demand among industries or regions are called *sectoral shifts*. Because it takes time for workers to search for jobs in the new sectors, sectoral shifts temporarily cause unemployment.

Frictional unemployment is inevitable simply because the economy is always changing. A century ago, the four industries with the largest employment in the United States were cotton goods, woolen goods, men's clothing, and lumber. Today, the four largest industries are autos, aircraft, communications, and electrical components. As this transition took place, jobs were created in some firms and destroyed in others. The result of this process has been higher productivity and higher living standards. But along the way, workers in declining industries found themselves out of work and searching for new jobs.

Data show that at least 10 percent of U.S. manufacturing jobs are destroyed every year. In addition, more than 3 percent of workers leave their jobs in a typical month, sometimes because they realize that the jobs are not a good match for their tastes and skills. Many of these workers, especially younger ones, find new jobs at higher wages. This churning of the labor force is normal in a well-functioning and dynamic market economy, but the result is some amount of frictional unemployment.

Public Policy and Job Search

Even if some frictional unemployment is inevitable, the precise amount is not. The faster information spreads about job openings and worker availability, the more rapidly the economy can match workers and firms. The Internet, for instance, may help facilitate job search and reduce frictional unemployment. In addition, public policy may play a role. If policy can reduce the time it takes unemployed workers to find new jobs, it can reduce the economy's natural rate of unemployment.

Government programs try to facilitate job search in various ways. One way is through government-run employment agencies, which give out information about job vacancies. Another way is through public training programs, which aim to ease the transition of workers from declining to growing industries and to help disadvantaged groups escape poverty. Advocates of these programs believe that they make the economy operate more efficiently by keeping the labor force more fully employed and that they reduce the inequities inherent in a constantly changing market economy.

Critics of these programs question whether the government should get involved with the process of job search. They argue that it is better to let the private market match workers and jobs. In fact, most job searching in our economy takes place without intervention by the government. Newspaper ads, Internet job sites, college placement offices, headhunters, and word of mouth all help spread information about job openings and job candidates. Similarly, much worker education is done privately, either through schools or through on-the-job training. These critics contend that the government is no better—and most likely worse—at disseminating the right information to the right workers and deciding what kinds of worker training would be most valuable. They claim that these decisions are best made privately by workers and employers.

Unemployment Insurance

One government program that increases the amount of frictional unemployment, without intending to do so, is **unemployment insurance**. This program is designed to offer workers partial protection against job loss. The unemployed who quit their jobs, were fired for cause, or just entered the labor force are not eligible. Benefits are paid only to the unemployed who were laid off because their previous employers no longer needed their skills. The terms of the program vary over time and across states, but a typical worker covered by unemployment insurance in the United States receives 50 percent of his or her former wages for 26 weeks.

unemployment insurance
a government program that partially protects workers' incomes when they become unemployed

While unemployment insurance reduces the hardship of unemployment, it also increases the amount of unemployment. The explanation is based on one of the *Ten Principles of Economics* in Chapter 1: People respond to incentives. Because unemployment benefits stop when a worker takes a new job, the unemployed devote less effort to job search and are more likely to turn down unattractive job offers. In addition, because unemployment insurance makes unemployment less onerous, workers are less likely to seek guarantees of job security when they negotiate with employers over the terms of employment.

Many studies by labor economists have examined the incentive effects of unemployment insurance. One study examined an experiment run by the state of Illinois in 1985. When unemployed workers applied to collect unemployment insurance benefits, the state randomly selected some of them and offered each a $500 bonus if they found new jobs within 11 weeks. This group was then compared to a control group not offered the incentive. The average spell of unemployment for the group offered the bonus was 7 percent shorter than the average spell for the control group. This experiment shows that the design of the unemployment insurance system influences the effort that the unemployed devote to job search.

Several other studies examined search effort by following a group of workers over time. Unemployment insurance benefits, rather than lasting forever, usually run out after 6 months or 1 year. These studies found that when the unemployed become ineligible for benefits, the probability of their finding a new job rises markedly. Thus, receiving unemployment insurance benefits does reduce the search effort of the unemployed.

Even though unemployment insurance reduces search effort and raises unemployment, we should not necessarily conclude that the policy is bad. The program does achieve its primary goal of reducing the income uncertainty that workers face. In addition, when workers turn down unattractive job offers, they have the opportunity to look for jobs that better suit their tastes and skills. Some economists argue that unemployment insurance improves the ability of the economy to match each worker with the most appropriate job.

The study of unemployment insurance shows that the unemployment rate is an imperfect measure of a nation's overall level of economic well-being. Most

In The News

Unemployment Policy At Home and Abroad

Traditionally, many European countries have had unemployment insurance that is far more generous than that offered to U.S. workers. But policymakers on both continents are starting to reconsider.

A Bridge Over the Atlantic, in Labor Policy

By Eduardo Porter

From issues of crime and punishment to the proper domain of the spiritual and temporal powers, Americans and Europeans have long cast a skeptical eye at one another across the Atlantic.

Perhaps nowhere has the gaze been more jaundiced than in the area of work. From the perspective of Western Europe, American employers have a relatively free hand to hire and fire, coupled with meager and short-lived unemployment benefits. America's deregulated labor markets seem to provide hardly any safety net when it comes to economic dislocations of workers.

Americans, by contrast, have found it hard to resist a touch of schadenfreude at the joblessness stoked by European governments' intervention in labor markets, with rules on everything from wages to layoffs, on top of generous unemployment benefits.

But global change is pushing Europe and the United States to borrow from each other's playbooks.

Faced with relentless competition from workers in China and other poor countries, American policy makers are considering extending a little more generosity to the low-skilled and unemployed. In Europe, the debate focuses on pushing the unemployed back to work.

"There is a convergence across the Atlantic," said Hans-Werner Sinn, president of the Ifo Institute for Economic Research in Munich, whose proposals to get the unemployed back to work have been partially adopted in Germany.

In the United States, after Democrats took hold of Congress, the Senate and the House passed separate bills to raise the minimum wage. If the legislation is enacted, it will be the first minimum wage increase in a decade. [*Author's update*: An increase in the minimum wage passed and was signed into law in May 2007.]

Now Democratic lawmakers are considering a plan to extend unemployment insurance coverage, which excludes all sorts of laid-off workers, including those who had part-time jobs and those leaving work because of family needs. Some Democrats are also proposing a wage insurance plan, intended to cover part of the difference between the wages a laid-off worker formerly earned and the wages paid in the new job, which are typically 16 percent lower.

"You can think of it as subsidizing the re-acquisition of skills by workers," said Lael Brainard, an economist at the Brookings Institution in Washington.

Representative Jim McDermott, a Democrat from Washington State who has drafted proposals to retool unemployment insurance and introduce wage insurance, said: "In the mid-1990s, globalization accelerated to 100 miles per hour. Unfortunately nobody was standing around and thinking about what was happening to American workers."

Most economists argue that American workers have long been buffeted by similar forces. "I wouldn't think of globalization as fundamentally different from other changes the United States economy has undergone over hundreds of years," said Robert Shimer, a professor of economics at the University of Chicago. "Now jobs are lost in part because they are going to other countries, but buggy makers lost their jobs when the car was introduced."

economists agree that eliminating unemployment insurance would reduce the amount of unemployment in the economy. Yet economists disagree on whether economic well-being would be enhanced or diminished by this change in policy.

QUICK QUIZ How would an increase in the world price of oil affect the amount of frictional unemployment? Is this unemployment undesirable? What public policies might affect the amount of unemployment caused by this price change?

There is an ideological component in the policy proposals to address the current dislocations. In an address to the American Economic Association two years ago, Martin Feldstein, a former economic adviser to President Bush, suggested that unemployment insurance could be replaced with private unemployment accounts—similar in approach to private retirement accounts—for workers to prepare for potential joblessness.

Critics of the wage insurance proposal argue that it would subsidize employers who pay substandard wages. In addition, some say that it is inefficient to distort workers' incentives this way. Some Republican-leaning economists support the new ideas, in principle. "There's a clear social contract between capital and labor," said John Silvia, chief economist of the Wachovia Corporation—who was formerly an economist for two Republican-controlled Congressional committees. "When a corporation reallocates its resources we cannot just leave these people flat and dead."

Moreover, many economists say, helping workers deal with the dislocations wrought by a fast-changing economy would help temper their fears about globalization and forestall a protectionist backlash.

Global competition from manufacturers in poor countries, meanwhile, is driving some Western European countries in the opposite direction. Realizing that high long-term unemployment benefits established a very high "reservation wage"—below which a person who is out of work would not accept a job—many are trying to coax the unemployed back into active work.

In Denmark, home to one of Europe's most generous unemployment programs, public munificence has eroded somewhat in the last decade. The unemployed must now accept either a job offer or a place in a training program if they are to keep their benefits; the maximum benefit period has been cut to four years from five.

In Germany, the former left-of-center government passed a package of laws in 2003 that cut benefits, pared the duration of unemployment insurance to 16 months from 32 and required workers on long-term benefits to accept any "reasonable" job offers. . . .

Europeans and Americans take very different approaches to the labor market—with Europeans concerned primarily with guaranteeing some decent level of income for its citizens, the United States with encouraging an efficient labor market that provides lots of jobs. Still, a common perspective may be emerging: the unemployed must be encouraged to work. But it may be the government's role to step in when wages are insufficient.

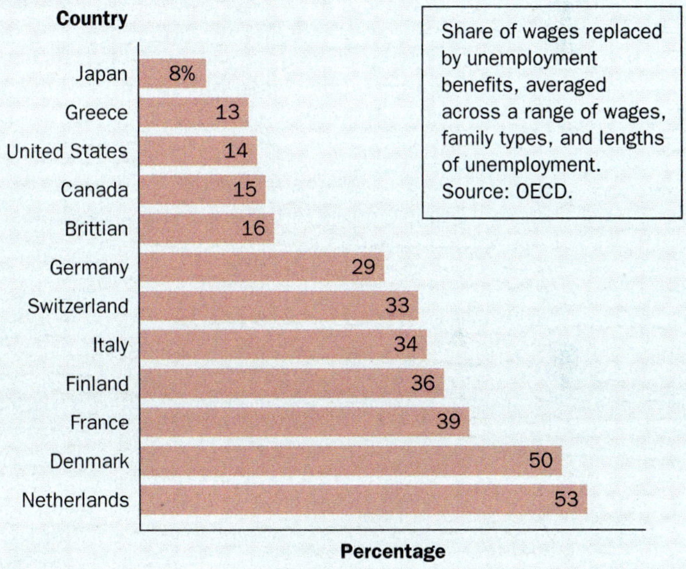

Source: *New York Times*, April 1, 2007.

MINIMUM-WAGE LAWS

Having seen how frictional unemployment results from the process of matching workers and jobs, let's now examine how structural unemployment results when the number of jobs is insufficient for the number of workers.

To understand structural unemployment, we begin by reviewing how minimum-wage laws can cause unemployment. Although minimum wages are not the predominant reason for unemployment in our economy, they have an important effect on certain groups with particularly high unemployment rates. Moreover, the analysis of minimum wages is a natural place to start because, as we will see, it can be used to understand some of the other reasons for structural unemployment.

Figure 4 reviews the basic economics of a minimum wage. When a minimum-wage law forces the wage to remain above the level that balances supply and demand, it raises the quantity of labor supplied and reduces the quantity of labor demanded compared to the equilibrium level. There is a surplus of labor. Because there are more workers willing to work than there are jobs, some workers are unemployed.

While minimum-wage laws are one reason unemployment exists in the U.S. economy, they do not affect everyone. Most workers have wages well above the legal minimum, so the law does not prevent the wage from adjusting to balance supply and demand. Minimum-wage laws matter most for the least skilled and least experienced members of the labor force, such as teenagers. Their equilibrium wages tend to be low and, therefore, are more likely to fall below the legal minimum. It is only among these workers that minimum-wage laws explain the existence of unemployment.

Figure 4 is drawn to show the effects of a minimum-wage law, but it also illustrates a more general lesson: *If the wage is kept above the equilibrium level for any reason, the result is unemployment.* Minimum-wage laws are just one reason wages may be "too high." In the remaining two sections of this chapter, we consider two other reasons wages may be kept above the equilibrium level: unions and efficiency wages. The basic economics of unemployment in these cases is the same as that shown in Figure 4, but these explanations of unemployment can apply to many more of the economy's workers.

4 FIGURE

Unemployment from a Wage above the Equilibrium Level

In this labor market, the wage at which supply and demand balance is W_E. At this equilibrium wage, the quantity of labor supplied and the quantity of labor demanded both equal L_E. By contrast, if the wage is forced to remain above the equilibrium level, perhaps because of a minimum-wage law, the quantity of labor supplied rises to L_S, and the quantity of labor demanded falls to L_D. The resulting surplus of labor, $L_S - L_D$, represents unemployment.

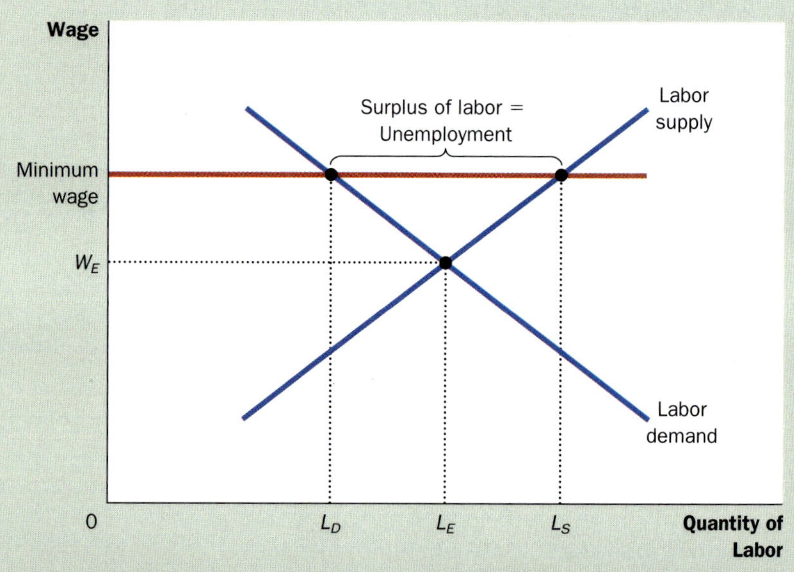

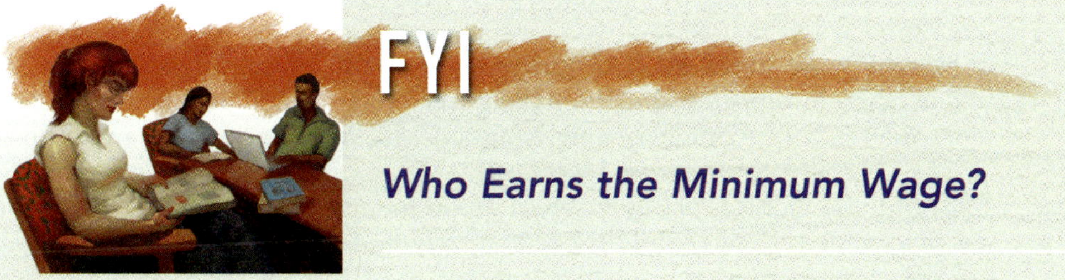

Who Earns the Minimum Wage?

In 2006, the Department of Labor released a study of what workers reported earnings at or below the minimum wage, which at the time was $5.15 per hour. (A reported wage below the minimum is possible because some workers are exempt from the statute, because enforcement is imperfect, and because some workers round down to $5.00 when reporting their wages on surveys.) Here is a summary of the findings:

- Of those workers paid an hourly rate, about 2 percent of men and 3 percent of women reported wages at or below the prevailing federal minimum.
- Minimum-wage workers tend to be young. About half of all hourly paid workers earning $5.15 or less were under age 25, and about one-fourth were age 16–19. Among employed teenagers, 8 percent earned $5.15 or less, compared with 1 percent of workers age 25 and older.
- Minimum-wage workers tend to be less educated. Among hourly paid workers age 16 and older, about 4 percent of those without a high school diploma earned $5.15 or less, compared with about 2 percent of those who earned a high school diploma (but did not attend college) and about 1 percent for those who had obtained a college degree.
- Minimum-wage workers are more likely to be working part time. Among part-time workers (those who usually work less than 35 hours per week), 6 percent were paid $5.15 or less, compared to 1 percent of full-time workers.
- The industry with the highest proportion of workers with reported hourly wages at or below $5.15 was leisure and hospitality (13 percent). About three-fifths of all workers paid at or below the minimum wage were employed in this industry, primarily in food services and drinking establishments. For many of these workers, tips supplement the hourly wages received.
- The proportion of hourly paid workers earning the prevailing federal minimum wage or less has trended downward since 1979, when data collection first began on a regular basis.

At this point, however, we should stop and notice that the structural unemployment that arises from an above-equilibrium wage is, in an important sense, different from the frictional unemployment that arises from the process of job search. The need for job search is not due to the failure of wages to balance labor supply and labor demand. When job search is the explanation for unemployment, workers are *searching* for the jobs that best suit their tastes and skills. By contrast, when the wage is above the equilibrium level, the quantity of labor supplied exceeds the quantity of labor demanded, and workers are unemployed because they are *waiting* for jobs to open up.

QUICK QUIZ Draw the supply curve and the demand curve for a labor market in which the wage is fixed above the equilibrium level. Show the quantity of labor supplied, the quantity demanded, and the amount of unemployment.

UNIONS AND COLLECTIVE BARGAINING

union
a worker association that bargains with employers over wages, benefits, and working conditions

A **union** is a worker association that bargains with employers over wages, benefits, and working conditions. Whereas only 12 percent of U.S. workers now belong to unions, unions played a much larger role in the U.S. labor market in the past.

In the 1940s and 1950s, when unions were at their peak, about a third of the U.S. labor force was unionized.

Moreover, for a variety of historical reasons, unions continue to play a large role in many European countries. In Belgium, Norway, and Sweden, for instance, more than half of workers belong to unions. In France and Germany, a majority of workers have wages set by collective bargaining by law, even though only some of these workers are themselves union members. In these cases, wages are not determined by the equilibrium of supply and demand in competitive labor markets.

The Economics of Unions

A union is a type of cartel. Like any cartel, a union is a group of sellers acting together in the hope of exerting their joint market power. Most workers in the U.S. economy discuss their wages, benefits, and working conditions with their employers as individuals. By contrast, workers in a union do so as a group. The process by which unions and firms agree on the terms of employment is called **collective bargaining**.

collective bargaining
the process by which unions and firms agree on the terms of employment

strike
the organized withdrawal of labor from a firm by a union

When a union bargains with a firm, it asks for higher wages, better benefits, and better working conditions than the firm would offer in the absence of a union. If the union and the firm do not reach agreement, the union can organize a withdrawal of labor from the firm, called a **strike**. Because a strike reduces production, sales, and profit, a firm facing a strike threat is likely to agree to pay higher wages than it otherwise would. Economists who study the effects of unions typically find that union workers earn about 10 to 20 percent more than similar workers who do not belong to unions.

When a union raises the wage above the equilibrium level, it raises the quantity of labor supplied and reduces the quantity of labor demanded, resulting in unemployment. Workers who remain employed at the higher wage are better off, but those who were previously employed and are now unemployed are worse off. Indeed, unions are often thought to cause conflict between different groups of workers—between the *insiders* who benefit from high union wages and the *outsiders* who do not get the union jobs.

The outsiders can respond to their status in one of two ways. Some of them remain unemployed and wait for the chance to become insiders and earn the high union wage. Others take jobs in firms that are not unionized. Thus, when unions raise wages in one part of the economy, the supply of labor increases in other parts of the economy. This increase in labor supply, in turn, reduces wages in industries that are not unionized. In other words, workers in unions reap the benefit of collective bargaining, while workers not in unions bear some of the cost.

The role of unions in the economy depends in part on the laws that govern union organization and collective bargaining. Normally, explicit agreements among members of a cartel are illegal. When firms selling similar products agree to set high prices, the agreement is considered a "conspiracy in restraint of trade," and the government prosecutes the firms in civil and criminal court for violating the antitrust laws. By contrast, unions are exempt from these laws. The policymakers who wrote the antitrust laws believed that workers needed greater market power as they bargained with employers. Indeed, various laws are designed to encourage the formation of unions. In particular, the Wagner Act of 1935 prevents employers from interfering when workers try to organize unions and requires employers to bargain with unions in good faith. The National Labor Relations Board (NLRB) is the government agency that enforces workers' right to unionize.

Legislation affecting the market power of unions is a perennial topic of political debate. State lawmakers sometimes debate *right-to-work laws*, which give workers in a unionized firm the right to choose whether to join the union. In the absence of such laws, unions can insist during collective bargaining that firms make union membership a requirement for employment. At times, lawmakers in Washington have debated a proposed law that would prevent firms from hiring permanent replacements for workers who are on strike. This law would make strikes more costly for firms, thereby increasing the market power of unions. These and similar policy decisions will help determine the future of the union movement.

"GENTLEMEN, NOTHING STANDS IN THE WAY OF A FINAL ACCORD EXCEPT THAT MANAGEMENT WANTS PROFIT MAXIMIZATION AND THE UNION WANTS MORE MOOLA."

Are Unions Good or Bad for the Economy?

Economists disagree about whether unions are good or bad for the economy as a whole. Let's consider both sides of the debate.

Critics argue that unions are merely a type of cartel. When unions raise wages above the level that would prevail in competitive markets, they reduce the quantity of labor demanded, cause some workers to be unemployed, and reduce the wages in the rest of the economy. The resulting allocation of labor is, critics argue, both inefficient and inequitable. It is inefficient because high union wages reduce employment in unionized firms below the efficient, competitive level. It is inequitable because some workers benefit at the expense of other workers.

Advocates contend that unions are a necessary antidote to the market power of the firms that hire workers. The extreme case of this market power is the "company town," where a single firm does most of the hiring in a geographical region. In a company town, if workers do not accept the wages and working conditions that the firm offers, they have little choice but to move or stop working. In the absence of a union, therefore, the firm could use its market power to pay lower wages and offer worse working conditions than would prevail if it had to compete with other firms for the same workers. In this case, a union may balance the firm's market power and protect the workers from being at the mercy of the firm's owners.

Advocates of unions also claim that unions are important for helping firms respond efficiently to workers' concerns. Whenever a worker takes a job, the worker and the firm must agree on many attributes of the job in addition to the wage: hours of work, overtime, vacations, sick leave, health benefits, promotion schedules, job security, and so on. By representing workers' views on these issues, unions allow firms to provide the right mix of job attributes. Even if unions have the adverse effect of pushing wages above the equilibrium level and causing unemployment, they have the benefit of helping firms keep a happy and productive workforce.

In the end, there is no consensus among economists about whether unions are good or bad for the economy. Like many institutions, their influence is probably beneficial in some circumstances and adverse in others.

QUICK QUIZ How does a union in the auto industry affect wages and employment at General Motors and Ford? How does it affect wages and employment in other industries?

THE THEORY OF EFFICIENCY WAGES

efficiency wages
above-equilibrium wages paid by firms to increase worker productivity

A fourth reason economies always experience some unemployment—in addition to job search, minimum-wage laws, and unions—is suggested by the theory of **efficiency wages**. According to this theory, firms operate more efficiently if wages are above the equilibrium level. Therefore, it may be profitable for firms to keep wages high even in the presence of a surplus of labor.

In some ways, the unemployment that arises from efficiency wages is similar to the unemployment that arises from minimum-wage laws and unions. In all three cases, unemployment is the result of wages above the level that balances the quantity of labor supplied and the quantity of labor demanded. Yet there is also an important difference. Minimum-wage laws and unions prevent firms from lowering wages in the presence of a surplus of workers. Efficiency-wage theory states that such a constraint on firms is unnecessary in many cases because firms may be better off keeping wages above the equilibrium level.

Why should firms want to keep wages high? This decision may seem odd at first, for wages are a large part of firms' costs. Normally, we expect profit-maximizing firms to want to keep costs—and therefore wages—as low as possible. The novel insight of efficiency-wage theory is that paying high wages might be profitable because they might raise the efficiency of a firm's workers.

There are several types of efficiency-wage theory. Each type suggests a different explanation for why firms may want to pay high wages. Let's now consider four of these types.

Worker Health

The first and simplest type of efficiency-wage theory emphasizes the link between wages and worker health. Better paid workers eat a more nutritious diet, and workers who eat a better diet are healthier and more productive. A firm may find it more profitable to pay high wages and have healthy, productive workers than to pay lower wages and have less healthy, less productive workers.

This type of efficiency-wage theory can be relevant for explaining unemployment in less developed countries where inadequate nutrition can be a problem. In these countries, firms may fear that cutting wages would, in fact, adversely influence their workers' health and productivity. In other words, nutrition concerns may explain why firms may maintain above-equilibrium wages despite a surplus of labor. Worker health concerns are far less relevant for firms in rich countries such as the United States, where the equilibrium wages for most workers are well above the level needed for an adequate diet.

Worker Turnover

A second type of efficiency-wage theory emphasizes the link between wages and worker turnover. Workers quit jobs for many reasons: to take jobs in other firms, to move to other parts of the country, to leave the labor force, and so on. The frequency with which they quit depends on the entire set of incentives they face, including the benefits of leaving and the benefits of staying. The more a firm pays its workers, the less often its workers will choose to leave. Thus, a firm can reduce turnover among its workers by paying them a high wage.

Why do firms care about turnover? The reason is that it is costly for firms to hire and train new workers. Moreover, even after they are trained, newly hired workers are not as productive as experienced workers. Firms with higher turnover, therefore, will tend to have higher production costs. Firms may find it profitable to pay wages above the equilibrium level to reduce worker turnover.

Worker Quality

A third type of efficiency-wage theory emphasizes the link between wages and worker quality. All firms want workers who are talented, and they try to pick the best applicants to fill job openings. But because firms cannot perfectly gauge the quality of applicants, hiring has a degree of randomness to it. When a firm pays a high wage, it attracts a better pool of workers to apply for its jobs and thereby increases the quality of its workforce. If the firm responded to a surplus of labor by reducing the wage, the most competent applicants—who are more likely to have better alternative opportunities than less competent applicants—may choose not to apply. If this influence of the wage on worker quality is strong enough, it may be profitable for the firm to pay a wage above the level that balances supply and demand.

Worker Effort

A fourth and final type of efficiency-wage theory emphasizes the link between wages and worker effort. In many jobs, workers have some discretion over how hard to work. As a result, firms monitor the efforts of their workers, and workers caught shirking their responsibilities are fired. But not all shirkers are caught immediately because monitoring workers is costly and imperfect. A firm in such a circumstance is always looking for ways to deter shirking.

One solution is paying wages above the equilibrium level. High wages make workers more eager to keep their jobs and, thereby, give workers an incentive to put forward their best effort. If the wage were at the level that balanced supply and demand, workers would have less reason to work hard because if they were fired, they could quickly find new jobs at the same wage. Therefore, firms raise wages above the equilibrium level, providing an incentive for workers not to shirk their responsibilities.

CASE STUDY HENRY FORD AND THE VERY GENEROUS $5-A-DAY WAGE

Henry Ford was an industrial visionary. As founder of the Ford Motor Company, he was responsible for introducing modern techniques of production. Rather than building cars with small teams of skilled craftsmen, Ford built cars on assembly lines in which unskilled workers were taught to perform the same simple tasks over and over again. The output of this assembly process was the Model T Ford, one of the most famous early automobiles.

In 1914, Ford introduced another innovation: the $5 workday. This might not seem like much today, but back then $5 was about twice the going wage. It was also far above the wage that balanced supply and demand. When the new $5-a-day wage was announced, long lines of job seekers formed outside the Ford factories. The number of workers willing to work at this wage far exceeded the number of workers Ford needed.

Ford's high-wage policy had many of the effects predicted by efficiency-wage theory. Turnover fell, absenteeism fell, and productivity rose. Workers were so much more efficient that Ford's production costs were lower despite higher wages. Thus, paying a wage above the equilibrium level was profitable for the firm. An historian of the early Ford Motor Company wrote, "Ford and his associates freely declared on many occasions that the high-wage policy turned out to be good business. By this they meant that it had improved the discipline of the workers, given them a more loyal interest in the institution, and raised their personal efficiency." Henry Ford himself called the $5-a-day wage "one of the finest cost-cutting moves we ever made."

Why did it take Henry Ford to introduce this efficiency wage? Why were other firms not already taking advantage of this seemingly profitable business strategy? According to some analysts, Ford's decision was closely linked to his use of the assembly line. Workers organized in an assembly line are highly interdependent. If one worker is absent or works slowly, other workers are less able to complete their own tasks. Thus, while assembly lines made production more efficient, they also raised the importance of low worker turnover, high worker effort, and high worker quality. As a result, paying efficiency wages may have been a better strategy for the Ford Motor Company than for other businesses at the time. ●

QUICK QUIZ Give four explanations for why firms might find it profitable to pay wages above the level that balances quantity of labor supplied and quantity of labor demanded.

CONCLUSION

In this chapter, we discussed the measurement of unemployment and the reasons economies always experience some degree of unemployment. We have seen how job search, minimum-wage laws, unions, and efficiency wages can all help explain why some workers do not have jobs. Which of these four explanations for the natural rate of unemployment are the most important for the U.S. economy and other economies around the world? Unfortunately, there is no easy way to tell. Economists differ in which of these explanations of unemployment they consider most important.

The analysis of this chapter yields an important lesson: Although the economy will always have some unemployment, its natural rate does change over time. Many events and policies can alter the amount of unemployment the economy typically experiences. As the information revolution changes the process of job search, as Congress adjusts the minimum wage, as workers form or quit unions, and as firms change their reliance on efficiency wages, the natural rate of unemployment evolves. Unemployment is not a simple problem with a simple solution. But how we choose to organize our society can profoundly influence how prevalent a problem it is.

SUMMARY

- The unemployment rate is the percentage of those who would like to work who do not have jobs. The Bureau of Labor Statistics calculates this statistic monthly based on a survey of thousands of households.
- The unemployment rate is an imperfect measure of joblessness. Some people who call themselves unemployed may actually not want to work, and some people who would like to work have left the labor force after an unsuccessful search and therefore are not counted as unemployed.
- In the U.S. economy, most people who become unemployed find work within a short period of time. Nonetheless, most unemployment observed at any given time is attributable to the few people who are unemployed for long periods of time.
- One reason for unemployment is the time it takes workers to search for jobs that best suit their tastes and skills. This frictional unemployment is increased as a result of unemployment insurance, a government policy designed to protect workers' incomes.
- A second reason our economy always has some unemployment is minimum-wage laws. By raising the wage of unskilled and inexperienced workers above the equilibrium level, minimum-wage laws raise the quantity of labor supplied and reduce the quantity demanded. The resulting surplus of labor represents unemployment.
- A third reason for unemployment is the market power of unions. When unions push the wages in unionized industries above the equilibrium level, they create a surplus of labor.
- A fourth reason for unemployment is suggested by the theory of efficiency wages. According to this theory, firms find it profitable to pay wages above the equilibrium level. High wages can improve worker health, lower worker turnover, raise worker quality, and increase worker effort.

KEY CONCEPTS

labor force, *p. 615*
unemployment rate, *p. 615*
labor-force participation rate, *p. 615*
natural rate of unemployment, *p. 617*
cyclical unemployment, *p. 617*
discouraged workers, *p. 620*
frictional unemployment, *p. 622*
structural unemployment, *p. 622*
job search, *p. 623*
unemployment insurance, *p. 625*
union, *p. 629*
collective bargaining, *p. 630*
strike, *p. 630*
efficiency wages, *p. 632*

QUESTIONS FOR REVIEW

1. What are the three categories into which the Bureau of Labor Statistics divides everyone? How does the BLS compute the labor force, the unemployment rate, and the labor-force participation rate?
2. Is unemployment typically short-term or long-term? Explain.
3. Why is frictional unemployment inevitable? How might the government reduce the amount of frictional unemployment?
4. Are minimum-wage laws a better explanation for structural unemployment among teenagers or among college graduates? Why?
5. How do unions affect the natural rate of unemployment?
6. What claims do advocates of unions make to argue that unions are good for the economy?
7. Explain four ways in which a firm might increase its profits by raising the wages it pays.

PROBLEMS AND APPLICATIONS

1. The Bureau of Labor Statistics announced that in February 2008, of all adult Americans, 145,993,000 were employed, 7,381,000 were unemployed, and 79,436,000 were not in the labor force. Use this information to calculate:
   a. the adult population
   b. the labor force
   c. the labor-force participation rate
   d. the unemployment rate
2. Go to the website of the Bureau of Labor Statistics (http://www.bls.gov). What is the national unemployment rate right now? Find the unemployment rate for the demographic group that best fits a description of you (for example, based on age, sex, and race). Is it higher or lower than the national average? Why do you think this is so?
3. As shown in Figure 3, the overall labor-force participation rate of men declined between 1970 and 2000. At the same time, the labor-force participation rate of women increased sharply. This overall decline reflects different patterns for different age groups, however, as shown in the following tables.

	All Men	Men 16–24	Men 25–54	Men 55 and older
1970	80%	69%	96%	56%
2000	75	69	92	40

	All Women	Women 16–24	Women 25–54	Women 55 and older
1970	43%	51%	50%	25%
2000	60	63	77	26

   Given this information, what factor do you think played the key role in the decline in male labor-force participation over this period? What do you think explains the increase in labor-force participation for women?
4. Between 2004 and 2007, total U.S. employment increased by 6.8 million workers, but the number of unemployed workers declined by only 1.1 million. How are these numbers consistent with each other? Why might one expect a reduction in the number of people counted as unemployed to be smaller than the increase in the number of people employed?
5. Economists use labor-market data to evaluate how well an economy is using its most valuable resource—its people. Two closely watched statistics are the unemployment rate and the employment-population ratio. Explain what happens to each of these in the following scenarios. In your opinion, which statistic is the more meaningful gauge of how well the economy is doing?
   a. An auto company goes bankrupt and lays off its workers, who immediately start looking for new jobs.

   b. After an unsuccessful search, some of the laid-off workers quit looking for new jobs.
   c. Numerous students graduate from college but cannot find work.
   d. Numerous students graduate from college and immediately begin new jobs.
   e. A stock market boom induces newly enriched 60-year-old workers to take early retirement.
   f. Advances in health care prolong the life of many retirees.
6. Are the following workers more likely to experience short-term or long-term unemployment? Explain.
   a. A construction worker laid off because of bad weather
   b. A manufacturing worker who loses her job at a plant in an isolated area
   c. A stagecoach-industry worker laid off because of competition from railroads
   d. A short-order cook who loses his job when a new restaurant opens across the street
   e. An expert welder with little formal education who loses her job when the company installs automatic welding machinery
7. Using a diagram of the labor market, show the effect of an increase in the minimum wage on the wage paid to workers, the number of workers supplied, the number of workers demanded, and the amount of unemployment.
8. Consider an economy with two labor markets—one for manufacturing workers and one for service workers. Suppose initially that neither is unionized.
   a. If manufacturing workers formed a union, what impact on the wages and employment in manufacturing would you predict?
   b. How would these changes in the manufacturing labor market affect the supply of labor in the market for service workers? What would happen to the equilibrium wage and employment in this labor market?
9. Structural unemployment is sometimes said to result from a mismatch between the job skills that employers want and the job skills that workers have. To explore this idea, consider an economy with two industries: auto manufacturing and aircraft manufacturing.
   a. If workers in these two industries require similar amounts of training, and if workers at the beginning of their careers could choose which industry to train for, what would you expect to happen to the wages in these two industries? How long would this process take? Explain.
   b. Suppose that one day the economy opens itself to international trade and, as a result, starts importing autos and exporting aircraft. What would happen to demand for labor in these two industries?
   c. Suppose that workers in one industry cannot be quickly retrained for the other. How would these shifts in demand affect equilibrium wages both in the short run and in the long run?
   d. If for some reason wages fail to adjust to the new equilibrium levels, what would occur?
10. Suppose that Congress passes a law requiring employers to provide employees some benefit (such as healthcare) that raises the cost of an employee by $4 per hour.
   a. What effect does this employer mandate have on the demand for labor? (In answering this and the following questions, be quantitative when you can.)
   b. If employees place a value on this benefit exactly equal to its cost, what effect does this employer mandate have on the supply of labor?
   c. If the wage is free to balance supply and demand, how does this law affect the wage and the level of employment? Are employers better or worse off? Are employees better or worse off?
   d. Suppose that, before the mandate, the wage in this market was $3 above the minimum wage. In this case, how does the employer mandate affect the wage, the level of employment, and the level of unemployment?
   e. Now suppose that workers do not value the mandated benefit at all. How does this alternative assumption change your answers to parts (b) and (c)?

PART X

Money and Prices in the Long Run

CHAPTER

29

The Monetary System

When you walk into a restaurant to buy a meal, you get something of value—a full stomach. To pay for this service, you might hand the restaurateur several worn-out pieces of greenish paper decorated with strange symbols, government buildings, and the portraits of famous dead Americans. Or you might hand him a single piece of paper with the name of a bank and your signature. Whether you pay by cash or check, the restaurateur is happy to work hard to satisfy your gastronomical desires in exchange for these pieces of paper which, in and of themselves, are worthless.

To anyone who has lived in a modern economy, this social custom is not at all odd. Even though paper money has no intrinsic value, the restaurateur is confident that, in the future, some third person will accept it in exchange for something that the restaurateur does value. And that third person is confident that some fourth person will accept the money, with the knowledge that yet a fifth person will accept the money . . . and so on. To the restaurateur and to other people in our society, your cash or check represents a claim to goods and services in the future.

The social custom of using money for transactions is extraordinarily useful in a large, complex society. Imagine, for a moment, that there was no item in the economy widely accepted in exchange for goods and services. People would have to rely on *barter*—the exchange of one good or service for another—to obtain the things they need. To get your restaurant meal, for instance, you would have to offer the restaurateur something of immediate value. You could offer to wash some dishes, clean his car, or give him your family's secret recipe for meat loaf. An economy that relies on barter will have trouble allocating its scarce resources efficiently. In such an economy, trade is said to require the *double coincidence of wants*—the unlikely occurrence that two people each have a good or service that the other wants.

The existence of money makes trade easier. The restaurateur does not care whether you can produce a valuable good or service for him. He is happy to accept your money, knowing that other people will do the same for him. Such a convention allows trade to be roundabout. The restaurateur accepts your money and uses it to pay his chef; the chef uses her paycheck to send her child to day care; the day care center uses this tuition to pay a teacher; and the teacher hires you to mow his lawn. As money flows from person to person in the economy, it facilitates production and trade, thereby allowing each person to specialize in what he or she does best and raising everyone's standard of living.

In this chapter, we begin to examine the role of money in the economy. We discuss what money is, the various forms that money takes, how the banking system helps create money, and how the government controls the quantity of money in circulation. Because money is so important in the economy, we devote much effort in the rest of this book to learning how changes in the quantity of money affect various economic variables, including inflation, interest rates, production, and employment. Consistent with our long-run focus in the previous four chapters, in the next chapter we will examine the long-run effects of changes in the quantity of money. The short-run effects of monetary changes are a more complex topic, which we will take up later in the book. This chapter provides the background for all of this further analysis.

THE MEANING OF MONEY

What is money? This might seem like an odd question. When you read that billionaire Bill Gates has a lot of money, you know what that means: He is so rich that he can buy almost anything he wants. In this sense, the term *money* is used to mean *wealth*.

money
the set of assets in an economy that people regularly use to buy goods and services from other people

Economists, however, use the word in a more specific sense: **Money** is the set of assets in the economy that people regularly use to buy goods and services from each other. The cash in your wallet is money because you can use it to buy a meal at a restaurant or a shirt at a clothing store. By contrast, if you happened to own most of Microsoft Corporation, as Bill Gates does, you would be wealthy, but this asset is not considered a form of money. You could not buy a meal or a shirt with this wealth without first obtaining some cash. According to the economist's definition, money includes only those few types of wealth that are regularly accepted by sellers in exchange for goods and services.

The Functions of Money

Money has three functions in the economy: It is a *medium of exchange*, a *unit of account*, and a *store of value*. These three functions together distinguish money from other assets in the economy, such as stocks, bonds, real estate, art, and even baseball cards. Let's examine each of these functions of money in turn.

A **medium of exchange** is an item that buyers give to sellers when they purchase goods and services. When you buy a shirt at a clothing store, the store gives you the shirt, and you give the store your money. This transfer of money from buyer to seller allows the transaction to take place. When you walk into a store, you are confident that the store will accept your money for the items it is selling because money is the commonly accepted medium of exchange.

medium of exchange
an item that buyers give to sellers when they want to purchase goods and services

A **unit of account** is the yardstick people use to post prices and record debts. When you go shopping, you might observe that a shirt costs $20 and a hamburger costs $2. Even though it would be accurate to say that the price of a shirt is 10 hamburgers and the price of a hamburger is 1⁄10 of a shirt, prices are never quoted in this way. Similarly, if you take out a loan from a bank, the size of your future loan repayments will be measured in dollars, not in a quantity of goods and services. When we want to measure and record economic value, we use money as the unit of account.

unit of account
the yardstick people use to post prices and record debts

A **store of value** is an item that people can use to transfer purchasing power from the present to the future. When a seller accepts money today in exchange for a good or service, that seller can hold the money and become a buyer of another good or service at another time. Money is not the only store of value in the economy: A person can also transfer purchasing power from the present to the future by holding nonmonetary assets such as stocks and bonds. The term *wealth* is used to refer to the total of all stores of value, including both money and nonmonetary assets.

store of value
an item that people can use to transfer purchasing power from the present to the future

Economists use the term **liquidity** to describe the ease with which an asset can be converted into the economy's medium of exchange. Because money is the economy's medium of exchange, it is the most liquid asset available. Other assets vary widely in their liquidity. Most stocks and bonds can be sold easily with small cost, so they are relatively liquid assets. By contrast, selling a house, a Rembrandt painting, or a 1948 Joe DiMaggio baseball card requires more time and effort, so these assets are less liquid.

liquidity
the ease with which an asset can be converted into the economy's medium of exchange

When people decide in what form to hold their wealth, they have to balance the liquidity of each possible asset against the asset's usefulness as a store of value. Money is the most liquid asset, but it is far from perfect as a store of value. When prices rise, the value of money falls. In other words, when goods and services become more expensive, each dollar in your wallet can buy less. This link between the price level and the value of money is key to understanding how money affects the economy, a topic we will start to explore in the next chapter.

The Kinds of Money

When money takes the form of a commodity with intrinsic value, it is called **commodity money**. The term *intrinsic value* means that the item would have value even if it were not used as money. One example of commodity money is gold. Gold has intrinsic value because it is used in industry and in the making of jewelry. Although today we no longer use gold as money, historically gold has been a common form of money because it is relatively easy to carry, measure, and verify for impurities. When an economy uses gold as money (or uses paper money that is convertible into gold on demand), it is said to be operating under a *gold standard*.

commodity money
money that takes the form of a commodity with intrinsic value

Another example of commodity money is cigarettes. In prisoner-of-war camps during World War II, prisoners traded goods and services with one another using cigarettes as the store of value, unit of account, and medium of exchange. Similarly, as the Soviet Union was breaking up in the late 1980s, cigarettes started replacing the ruble as the preferred currency in Moscow. In both cases, even nonsmokers

In The News

Monetary Lessons from Iraq

A story from Iraq sheds light on why money has value.

Why Is That Dollar Bill in Your Pocket Worth Anything?

By Hal R. Varian

Why is that dollar bill in your pocket worth anything? One answer is that it's valuable because it says it is. To the left of the portrait of George Washington, the dollar proclaims: "This note is legal tender for all debts, public and private."

Dollar bills are "fiat" money—they are valuable because the government in power says so. People can, however, write contracts that specify payment in other currencies. If a contract specifies payment in euros, dollars will not fulfill the contract, despite what is printed on them.

A more profound, and perhaps slightly unsettling, reason that a dollar has value is simply that lots of people are willing to accept it as payment. In this view, the value of a dollar comes not so much from government mandate as from social convention.

In the jargon of economists, the value of a dollar is a result of "network effects." Just as a fax machine is valuable to you only if lots of other people you correspond with also have fax machines, a currency is valuable to you only if a lot of people you transact with are willing to accept it as payment.

Indeed, one can have currencies that have no government backing. Gold has been used for centuries as a medium of exchange; cigarettes were used for payment in prisoner-of-war camps in World War II; and countless other goods, including cowrie shells and peacock feathers, have functioned as money throughout history. They were money because people were willing to accept them as payment for debts, public and private. Gold, cigarettes, cowrie shells and peacock feathers all have "use value" in addition to their "exchange value." These items were originally valued for their utility or their beauty, and they became used as currency. It is rare to see a purely paper currency functioning as money without the backing of some government or financial institution.

Rare, perhaps, but not unheard of. Mervyn A. King, governor of the Bank of England, cited an interesting example—the Iraqi dinar—in the Ely Lecture delivered at the recent American Economics Association meeting in San Diego. Here is the story Mr. King told:

After the gulf war of 1991, Iraq was divided in two: the south ruled by Saddam Hussein, the north governed by the local Kurds. Mr. Hussein needed money to finance government spending, and in the

were happy to accept cigarettes in an exchange, knowing that they could use the cigarettes to buy other goods and services.

fiat money
money without intrinsic value that is used as money because of government decree

Money without intrinsic value is called **fiat money**. A *fiat* is an order or decree, and fiat money is established as money by government decree. For example, compare the paper dollars in your wallet (printed by the U.S. government) and the paper dollars from a game of Monopoly (printed by the Parker Brothers game company). Why can you use the first to pay your bill at a restaurant but not the second? The answer is that the U.S. government has decreed its dollars to be valid money. Each paper dollar in your wallet reads: "This note is legal tender for all debts, public and private."

Although the government is central to establishing and regulating a system of fiat money (by prosecuting counterfeiters, for example), other factors are also required for the success of such a monetary system. To a large extent, the acceptance of fiat money depends as much on expectations and social convention as on government decree. The Soviet government in the 1980s never abandoned the time-honored tradition of dictators, created it himself.

The government could not import more of the bank notes then in use, because of United Nations sanctions, so Mr. Hussein ordered the local printing of a new currency. In May 1993, the Central Bank of Iraq announced that citizens had three weeks to exchange their old 25-dinar notes for the new "Saddam dinars," which bore his portrait.

During the next few years, so many Saddam dinars were printed in southern Iraq that they became virtually worthless. The face value of cash in circulation rose from 22 billion dinars in 1991 to 584 billion in four years, and inflation averaged about 250 percent a year over that period.

Residents of northern Iraq could not exchange their notes. The 25-dinar notes continued to circulate and became known as the "Swiss dinars," because they were printed with plates made in Switzerland.

The fact that the Swiss dinars continued to be used at all speaks to the power of social conventions. The Kurds in the north despised the Baghdad government, and would have much preferred to have their own currency. But there was no government in place powerful enough to mandate a currency change, so they kept using the old Swiss dinars by default.

The Swiss dinar was in fixed supply, while the Saddam dinar was flying off the printing presses, so it is not surprising that the Swiss dinar quickly became more valuable. By spring 2003, it took 300 Saddam dinars to buy one Swiss dinar.

The more interesting economic effect was the behavior of the Swiss dinar against the dollar. In fall 2002, as it became more and more likely that the United States would invade, the Swiss dinar became more and more valuable.

This appreciation was driven by expectations. If the Kurds had expected that they would once again fall under Saddam's sway, the Swiss dinar would have quickly become worthless. As this became less likely, and the belief that future governments would accept the Swiss dinar became more widespread, the local currency became more valuable. Of course, every exchange rate movement can be interpreted in two ways: in the north, the Kurdish regional government initially interpreted the rise in the Swiss dinar against the dollar as a fall in the value of the dollar.

The government soon realized, however, that since the dollar was stable against other currencies, the correct explanation was that recounted above: the increasing belief that the Swiss dinars would, in fact, be honored by future governments.

The government was right. On July 7, 2003, the American occupation administrator, L. Paul Bremer III, announced the creation of a new Iraqi dinar that would be exchanged for the two existing currencies at a rate that implied that one Swiss dinar would be worth 150 Saddam dinars.

Interestingly, the currency markets valued the Swiss dinars somewhat higher than the official 150 exchange rate, primarily because many counterfeit 10,000-dinar Saddam notes were in circulation.

This story illustrates that paper currency can take on a life of its own, even in the absence of government backing. At the same time, it is clear that government backing makes a significant contribution to the value of paper currency: the more likely it became that the Swiss dinars would be valued by a subsequent government, the more valuable they became.

Source: *New York Times*, January 15, 2004.

ruble as the official currency. Yet the people of Moscow preferred to accept cigarettes (or even American dollars) in exchange for goods and services because they were more confident that these alternative monies would be accepted by others in the future.

Money in the U.S. Economy

As we will see, the quantity of money circulating in the economy, called the *money stock*, has a powerful influence on many economic variables. But before we consider why that is true, we need to ask a preliminary question: What is the quantity of money? In particular, suppose you were given the task of measuring how much money there is in the U.S. economy. What would you include in your measure?

The most obvious asset to include is **currency**—the paper bills and coins in the hands of the public. Currency is clearly the most widely accepted medium of exchange in our economy. There is no doubt that it is part of the money stock.

currency
the paper bills and coins in the hands of the public

demand deposits balances in bank accounts that depositors can access on demand by writing a check

Yet currency is not the only asset that you can use to buy goods and services. Many stores also accept personal checks. Wealth held in your checking account is almost as convenient for buying things as wealth held in your wallet. To measure the money stock, therefore, you might want to include **demand deposits**—balances in bank accounts that depositors can access on demand simply by writing a check.

Once you start to consider balances in checking accounts as part of the money stock, you are led to consider the large variety of other accounts that people hold at banks and other financial institutions. Bank depositors usually cannot write checks against the balances in their savings accounts, but they can easily transfer funds from savings into checking accounts. In addition, depositors in money market mutual funds can often write checks against their balances. Thus, these other accounts should plausibly be part of the U.S. money stock.

In a complex economy such as ours, it is not easy to draw a line between assets that can be called "money" and assets that cannot. The coins in your pocket clearly are part of the money stock, and the Empire State Building clearly is not, but there are many assets in between these extremes for which the choice is less clear. Because different analysts can reasonably disagree about where to draw the dividing line between monetary and nonmonetary assets, various measures of the money stock are available for the U.S. economy. Figure 1 shows the two most commonly used, designated M1 and M2. M2 includes more assets in its measure of money than does M1.

For our purposes in this book, we need not dwell on the differences between the various measures of money. None of our discussion will hinge on the distinction between M1 and M2. The important point is that the money stock for the U.S. economy includes not just currency but also deposits in banks and other financial institutions that can be readily accessed and used to buy goods and services.

1 FIGURE

Two Measures of the Money Stock for the U.S. Economy
The two most widely followed measures of the money stock are M1 and M2. This figure shows the size of each measure in 2007.

Source: Federal Reserve.

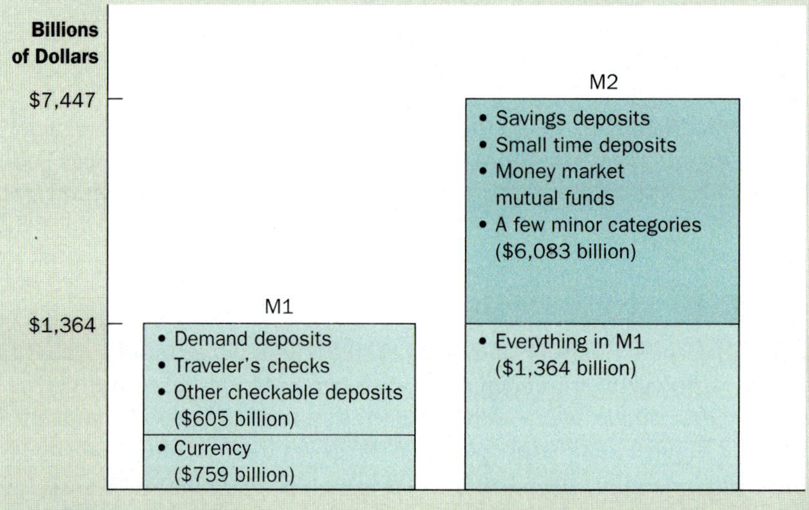

FYI

Credit Cards, Debit Cards, and Money

It might seem natural to include credit cards as part of the economy's stock of money. After all, people use credit cards to make many of their purchases. Aren't credit cards, therefore, a medium of exchange?

Although at first this argument may seem persuasive, credit cards are excluded from all measures of the quantity of money. The reason is that credit cards are not really a method of payment but a method of *deferring* payment. When you buy a meal with a credit card, the bank that issued the card pays the restaurant what it is due. At a later date, you will have to repay the bank (perhaps with interest). When the time comes to pay your credit card bill, you will probably do so by writing a check against your checking account. The balance in this checking account is part of the economy's stock of money.

Notice that credit cards are very different from debit cards, which automatically withdraw funds from a bank account to pay for items bought. Rather than allowing the user to postpone payment for a purchase, a debit card allows the user immediate access to deposits in a bank account. In this sense, a debit card is more similar to a check than to a credit card. The account balances that lie behind debit cards are included in measures of the quantity of money.

Even though credit cards are not considered a form of money, they are nonetheless important for analyzing the monetary system. People who have credit cards can pay many of their bills together at the end of the month, rather than sporadically as they make purchases. As a result, people who have credit cards probably hold less money on average than people who do not have credit cards. Thus, the introduction and increased popularity of credit cards may reduce the amount of money that people choose to hold.

CASE STUDY WHERE IS ALL THE CURRENCY?

One puzzle about the money stock of the U.S. economy concerns the amount of currency. In 2007, there was $759 billion of currency outstanding. To put this number in perspective, we can divide it by 232 million, the number of adults (age 16 and older) in the United States. This calculation implies that the average adult holds about $3,272 of currency. Most people are surprised to learn that our economy has so much currency because they carry far less than this in their wallets.

Who is holding all this currency? No one knows for sure, but there are two plausible explanations.

The first explanation is that much of the currency is held abroad. In foreign countries without a stable monetary system, people often prefer U.S. dollars to domestic assets. It is, in fact, not unusual to see U.S. dollars used overseas as the medium of exchange, unit of account, and store of value.

The second explanation is that much of the currency is held by drug dealers, tax evaders, and other criminals. For most people in the U.S. economy, currency is not a particularly good way to hold wealth. Not only can currency be lost or stolen, but it also does not earn interest, whereas a bank deposit does. Thus, most people hold only small amounts of currency. By contrast, criminals may avoid putting their wealth in banks because a bank deposit gives police a paper trail with which to trace their illegal activities. For criminals, currency may be the best store of value available. ●

QUICK QUIZ List and describe the three functions of money.

THE FEDERAL RESERVE SYSTEM

Whenever an economy uses a system of fiat money, as the U.S. economy does, some agency must be responsible for regulating the system. In the United States, that agency is the **Federal Reserve**, often simply called the **Fed**. If you look at the top of a dollar bill, you will see that it is called a "Federal Reserve Note." The Fed is an example of a **central bank**—an institution designed to oversee the banking system and regulate the quantity of money in the economy. Other major central banks around the world include the Bank of England, the Bank of Japan, and the European Central Bank.

Federal Reserve (Fed)
the central bank of the United States

central bank
an institution designed to oversee the banking system and regulate the quantity of money in the economy

The Fed's Organization

The Federal Reserve was created in 1913 after a series of bank failures in 1907 convinced Congress that the United States needed a central bank to ensure the health of the nation's banking system. Today, the Fed is run by its board of governors, which has seven members appointed by the president and confirmed by the Senate. The governors have 14-year terms. Just as federal judges are given lifetime appointments to insulate them from politics, Fed governors are given long terms to give them independence from short-term political pressures when they formulate monetary policy.

Among the seven members of the board of governors, the most important is the chairman. The chairman directs the Fed staff, presides over board meetings, and testifies regularly about Fed policy in front of congressional committees. The president appoints the chairman to a four-year term. As this book was going to press, the chairman of the Fed was Ben Bernanke, a former economics professor who was appointed to the Fed job in 2005 by President George W. Bush.

The Federal Reserve System is made up of the Federal Reserve Board in Washington, D.C., and twelve regional Federal Reserve Banks located in major cities around the country. The presidents of the regional banks are chosen by each bank's board of directors, whose members are typically drawn from the region's banking and business community.

The Fed has two related jobs. The first is to regulate banks and ensure the health of the banking system. This task is largely the responsibility of the regional Federal Reserve Banks. In particular, the Fed monitors each bank's financial condition and facilitates bank transactions by clearing checks. It also acts as a bank's bank. That is, the Fed makes loans to banks when banks themselves want to borrow. When financially troubled banks find themselves short of cash, the Fed acts as a *lender of last resort*—a lender to those who cannot borrow anywhere else—to maintain stability in the overall banking system.

The Fed's second and more important job is to control the quantity of money that is made available in the economy, called the **money supply**. Decisions by policymakers concerning the money supply constitute **monetary policy**. At the Federal Reserve, monetary policy is made by the Federal Open Market Committee (FOMC). The FOMC meets about every six weeks in Washington, D.C., to discuss the condition of the economy and consider changes in monetary policy.

money supply
the quantity of money available in the economy

monetary policy
the setting of the money supply by policymakers in the central bank

The Federal Open Market Committee

The Federal Open Market Committee is made up of the seven members of the board of governors and five of the twelve regional bank presidents. All twelve regional presidents attend each FOMC meeting, but only five get to vote. The five with voting rights rotate among the twelve regional presidents over time. The president of the New York Fed always gets a vote, however, because New York is the traditional financial center of the U.S. economy and because all Fed purchases and sales of government bonds are conducted at the New York Fed's trading desk.

Through the decisions of the FOMC, the Fed has the power to increase or decrease the number of dollars in the economy. In simple metaphorical terms, you can imagine the Fed printing dollar bills and dropping them around the country by helicopter. Similarly, you can imagine the Fed using a giant vacuum cleaner to suck dollar bills out of people's wallets. Although in practice the Fed's methods for changing the money supply are more complex and subtle than this, the helicopter-vacuum metaphor is a good first step to understanding the meaning of monetary policy.

Later in this chapter, we discuss how the Fed actually changes the money supply, but it is worth noting here that the Fed's primary tool is the *open-market operation*—the purchase and sale of U.S. government bonds. (Recall that a U.S. government bond is a certificate of indebtedness of the federal government.) If the FOMC decides to increase the money supply, the Fed creates dollars and uses them to buy government bonds from the public in the nation's bond markets. After the purchase, these dollars are in the hands of the public. Thus, an open-market purchase of bonds by the Fed increases the money supply. Conversely, if the FOMC decides to decrease the money supply, the Fed sells government bonds from its portfolio to the public in the nation's bond markets. After the sale, the dollars it receives for the bonds are out of the hands of the public. Thus, an open-market sale of bonds by the Fed decreases the money supply.

Central banks are important institutions because changes in the money supply can profoundly affect the economy. One of the *Ten Principles of Economics* in Chapter 1 is that prices rise when the government prints too much money. Another of the *Ten Principles of Economics* is that society faces a short-run trade-off between inflation and unemployment. The power of the Fed rests on these principles. For reasons we discuss more fully in the coming chapters, the Fed's policy decisions have an important influence on the economy's rate of inflation in the long run and the economy's employment and production in the short run. Indeed, the chairman of the Federal Reserve has been called the second most powerful person in the United States.

QUICK QUIZ What are the primary responsibilities of the Federal Reserve? If the Fed wants to increase the supply of money, how does it usually do so?

BANKS AND THE MONEY SUPPLY

So far, we have introduced the concept of "money" and discussed how the Federal Reserve controls the supply of money by buying and selling government bonds in open-market operations. Although this explanation of the money supply is correct, it is not complete. In particular, it omits the central role that banks play in the monetary system.

Recall that the amount of money you hold includes both currency (the bills in your wallet and coins in your pocket) and demand deposits (the balance in your checking account). Because demand deposits are held in banks, the behavior of banks can influence the quantity of demand deposits in the economy and, therefore, the money supply. This section examines how banks affect the money supply and, in doing so, how they complicate the Fed's job of controlling the money supply.

The Simple Case of 100-Percent-Reserve Banking

To see how banks influence the money supply, let's first imagine a world without any banks at all. In this simple world, currency is the only form of money. To be concrete, let's suppose that the total quantity of currency is $100. The supply of money is, therefore, $100.

Now suppose that someone opens a bank, appropriately called First National Bank. First National Bank is only a depository institution—that is, it accepts deposits but does not make loans. The purpose of the bank is to give depositors a safe place to keep their money. Whenever a person deposits some money, the bank keeps the money in its vault until the depositor comes to withdraw it or writes a check against his or her balance. Deposits that banks have received but have not loaned out are called **reserves**. In this imaginary economy, all deposits are held as reserves, so this system is called *100-percent-reserve banking*.

reserves
deposits that banks have received but have not loaned out

We can express the financial position of First National Bank with a *T-account*, which is a simplified accounting statement that shows changes in a bank's assets and liabilities. Here is the T-account for First National Bank if the economy's entire $100 of money is deposited in the bank:

FIRST NATIONAL BANK

Assets		Liabilities	
Reserves	$100.00	Deposits	$100.00

On the left side of the T-account are the bank's assets of $100 (the reserves it holds in its vaults). On the right side are the bank's liabilities of $100 (the amount it owes to its depositors). Notice that the assets and liabilities of First National Bank exactly balance.

Now consider the money supply in this imaginary economy. Before First National Bank opens, the money supply is the $100 of currency that people are holding. After the bank opens and people deposit their currency, the money supply is the $100 of demand deposits. (There is no longer any currency outstanding, for it is all in the bank vault.) Each deposit in the bank reduces currency and raises demand deposits by exactly the same amount, leaving the money supply unchanged. Thus, *if banks hold all deposits in reserve, banks do not influence the supply of money.*

Money Creation with Fractional-Reserve Banking

Eventually, the bankers at First National Bank may start to reconsider their policy of 100-percent-reserve banking. Leaving all that money idle in their vaults seems unnecessary. Why not lend some of it out and earn a profit by charging interest on the loans? Families buying houses, firms building new factories, and students paying for college would all be happy to pay interest to borrow some of that money for a while. First National Bank has to keep some reserves so that currency is available if depositors want to make withdrawals. But if the flow of new deposits is roughly the same as the flow of withdrawals, First National needs to keep only a fraction of its deposits in reserve. Thus, First National adopts a system called **fractional-reserve banking**.

fractional-reserve banking
a banking system in which banks hold only a fraction of deposits as reserves

The fraction of total deposits that a bank holds as reserves is called the **reserve ratio**. This ratio is determined by a combination of government regulation and bank policy. As we discuss more fully later in the chapter, the Fed sets a minimum amount of reserves that banks must hold, called a *reserve requirement*. In addition, banks may hold reserves above the legal minimum, called *excess reserves*, so they can be more confident that they will not run short of cash. For our purpose here, we take the reserve ratio as given to examine what fractional-reserve banking means for the money supply.

reserve ratio
the fraction of deposits that banks hold as reserves

Let's suppose that First National has a reserve ratio of 1/10, or 10 percent. This means that it keeps 10 percent of its deposits in reserve and loans out the rest. Now let's look again at the bank's T-account:

FIRST NATIONAL BANK

Assets		Liabilities	
Reserves	$10.00	Deposits	$100.00
Loans	90.00		

First National still has $100 in liabilities because making the loans did not alter the bank's obligation to its depositors. But now the bank has two kinds of assets: It has $10 of reserves in its vault, and it has loans of $90. (These loans are liabilities of the people taking out the loans, but they are assets of the bank making the loans because the borrowers will later repay the bank.) In total, First National's assets still equal its liabilities.

Once again consider the supply of money in the economy. Before First National makes any loans, the money supply is the $100 of deposits in the bank. Yet when First National makes these loans, the money supply increases. The depositors still have demand deposits totaling $100, but now the borrowers hold $90 in currency. The money supply (which equals currency plus demand deposits) equals $190. Thus, *when banks hold only a fraction of deposits in reserve, banks create money*.

"I'VE HEARD A LOT ABOUT MONEY, AND NOW I'D LIKE TO TRY SOME."

At first, this creation of money by fractional-reserve banking may seem too good to be true because it appears that the bank has created money out of thin air. To make this creation of money seem less miraculous, note that when First National Bank loans out some of its reserves and creates money, it does not create any wealth. Loans from First National give the borrowers some currency and thus the ability to buy goods and services. Yet the borrowers are also taking on debts, so the loans do not make them any richer. In other words, as a bank creates the asset of money, it also creates a corresponding liability for its borrowers. At the end of this process of money creation, the economy is more liquid in the sense that there is more of the medium of exchange, but the economy is no wealthier than before.

The Money Multiplier

The creation of money does not stop with First National Bank. Suppose the borrower from First National uses the $90 to buy something from someone who then deposits the currency in Second National Bank. Here is the T-account for Second National Bank:

SECOND NATIONAL BANK

Assets		Liabilities	
Reserves	$ 9.00	Deposits	$90.00
Loans	81.00		

After the deposit, this bank has liabilities of $90. If Second National also has a reserve ratio of 10 percent, it keeps assets of $9 in reserve and makes $81 in loans. In this way, Second National Bank creates an additional $81 of money. If this $81 is eventually deposited in Third National Bank, which also has a reserve ratio of 10 percent, this bank keeps $8.10 in reserve and makes $72.90 in loans. Here is the T-account for Third National Bank:

THIRD NATIONAL BANK

Assets		Liabilities	
Reserves	$ 8.10	Deposits	$81.00
Loans	72.90		

The process goes on and on. Each time that money is deposited and a bank loan is made, more money is created.

How much money is eventually created in this economy? Let's add it up:

Original deposit	= $100.00
First National lending	= $ 90.00 [= .9 × $100.00]
Second National lending	= $ 81.00 [= .9 × $90.00]
Third National lending	= $ 72.90 [= .9 × $81.00]
•	•
•	•
•	•
Total money supply	= $1,000.00

It turns out that even though this process of money creation can continue forever, it does not create an infinite amount of money. If you laboriously add the infinite sequence of numbers in the foregoing example, you find the $100 of reserves generates $1,000 of money. The amount of money the banking system generates with each dollar of reserves is called the **money multiplier**. In this imaginary economy, where the $100 of reserves generates $1,000 of money, the money multiplier is 10.

money multiplier
the amount of money the banking system generates with each dollar of reserves

What determines the size of the money multiplier? It turns out that the answer is simple: *The money multiplier is the reciprocal of the reserve ratio.* If R is the reserve ratio for all banks in the economy, then each dollar of reserves generates $1/R$ dollars of money. In our example, $R = 1/10$, so the money multiplier is 10.

This reciprocal formula for the money multiplier makes sense. If a bank holds $1,000 in deposits, then a reserve ratio of 1/10 (10 percent) means that the bank must hold $100 in reserves. The money multiplier just turns this idea around: If the banking system as a whole holds a total of $100 in reserves, it can have only $1,000 in deposits. In other words, if R is the ratio of reserves to deposits at each bank (that is, the reserve ratio), then the ratio of deposits to reserves in the banking system (that is, the money multiplier) must be $1/R$.

This formula shows how the amount of money banks create depends on the reserve ratio. If the reserve ratio were only 1/20 (5 percent), then the banking system would have 20 times as much in deposits as in reserves, implying a money multiplier of 20. Each dollar of reserves would generate $20 of money. Similarly, if the reserve ratio were 1/5 (20 percent), deposits would be 5 times reserves, the money multiplier would be 5, and each dollar of reserves would generate $5 of money. *Thus, the higher the reserve ratio, the less of each deposit banks loan out, and the smaller the money multiplier.* In the special case of 100-percent-reserve banking, the reserve ratio is 1, the money multiplier is 1, and banks do not make loans or create money.

The Fed's Tools of Monetary Control

As we have already discussed, the Federal Reserve is responsible for controlling the supply of money in the economy. Now that we understand how fractional-reserve banking works, we are in a better position to understand how the Fed carries out this job. Because banks create money in a system of fractional-reserve banking, the Fed's control of the money supply is indirect. When the Fed decides to change the money supply, it must consider how its actions will work through the banking system.

The Fed has three tools in its monetary toolbox: open-market operations, reserve requirements, and the discount rate. Let's discuss how the Fed uses each of these tools.

open-market operations
the purchase and sale of U.S. government bonds by the Fed

Open-Market Operations As we noted earlier, the Fed conducts **open-market operations** when it buys or sells government bonds. To increase the money supply, the Fed instructs its bond traders at the New York Fed to buy bonds from the public in the nation's bond markets. The dollars the Fed pays for the bonds increase the number of dollars in the economy. Some of these new dollars are held as currency, and some are deposited in banks. Each new dollar held as currency increases the money supply by exactly $1. Each new dollar deposited in a bank increases the money supply by more than a dollar because it increases reserves and, thereby, the amount of money that the banking system can create.

To reduce the money supply, the Fed does just the opposite: It sells government bonds to the public in the nation's bond markets. The public pays for these bonds with its holdings of currency and bank deposits, directly reducing the amount of money in circulation. In addition, as people make withdrawals from banks to buy these bonds from the Fed, banks find themselves with a smaller quantity of reserves. In response, banks reduce the amount of lending, and the process of money creation reverses itself.

Open-market operations are easy to conduct. In fact, the Fed's purchases and sales of government bonds in the nation's bond markets are similar to the transactions that any individual might undertake for his own portfolio. (Of course, when an individual buys or sells a bond, money changes hands, but the amount of money in circulation remains the same.) In addition, the Fed can use open-market operations to change the money supply by a small or large amount on any day without major changes in laws or bank regulations. Therefore, open-market operations are the tool of monetary policy that the Fed uses most often.

In The News

The Financial Crisis of 2008

In the early months of 2008, the Federal Reserve was trying to calm financial markets in the wake of a rise in mortgage defaults and home foreclosures.

Bernanke's Creativity

As one of the nation's most distinguished monetary economists, Federal Reserve Chairman Ben Bernanke spent a quarter century studying the Fed's role in the Great Depression before joining the Federal Reserve Board as a governor in 2002. At a November 2002 conference celebrating Milton Friedman's 90th birthday, here is how Mr. Bernanke concluded his scholarly speech about the Great Depression and Mr. Friedman's analysis of that epochal event: "Let me end my talk by abusing slightly my status as an official representative of the Federal Reserve. I would like to say to Milton and Anna [Schwartz, the coauthors of the classic *A Monetary History of the United States, 1863–1960*]: Regarding the Great Depression. You're right, we [at the Fed] did it. We're very sorry. But thanks to you, we won't do it again."

PHOTO: © AP IMAGES

Since last summer, Mr. Bernanke and his Fed colleagues have become so determined to make sure that "we won't do it again" that their unprecedented actions have frequently required the most sober-minded business publications to invoke the superlative degree to describe the Fed's latest revolutionary policies. Reporting on the Fed's announcement of one such policy, the Financial Times informed its readers on March 11 that "the Federal Reserve took its most radical step yet to improve liquidity in financial markets." Six days later, following a Fed decision even more momentous, the *Wall Street Journal* matter-of-factly reported: "The Federal Reserve announced one of the broadest expansions of its lending authority since the 1930s in an effort to stem a credit crisis that is engulfing the financial system and threatening a deep recession."

reserve requirements regulations on the minimum amount of reserves that banks must hold against deposits

Reserve Requirements The Fed also influences the money supply with **reserve requirements**, which are regulations on the minimum amount of reserves that banks must hold against deposits. Reserve requirements influence how much money the banking system can create with each dollar of reserves. An increase in reserve requirements means that banks must hold more reserves and, therefore, can loan out less of each dollar that is deposited; as a result, it raises the reserve ratio, lowers the money multiplier, and decreases the money supply. Conversely, a decrease in reserve requirements lowers the reserve ratio, raises the money multiplier, and increases the money supply.

The Fed uses changes in reserve requirements only rarely because these changes disrupt the business of banking. When the Fed increases reserve requirements, for instance, some banks find themselves short of reserves, even though they have

To appreciate the magnitude of the Fed's actions, let's review how Mr. Bernanke and his colleagues have ratcheted up their innovative policy responses as the credit crisis has deepened. Keep in mind that these often-revolutionary actions are above and beyond the Fed's extraordinary response via its traditional monetary-policy channel, through which the Fed has reduced the inflation-adjusted overnight fed-funds rate by a staggering 5 percentage points (from 3.25 percent in September to a negative 1.75 percent today) over a six-month period.

The financial and credit markets first encountered severe strain in the middle of last summer. However, on the heels of economic reports showing that the economy had expanded at a 3.4 percent annual rate during last year's second quarter and more than 400,000 jobs had been created during the previous three months, the Fed decided at its Aug. 7 meeting not to lower the fed-funds rate, which is the interest rate commercial banks charge each other for mostly overnight loans. Markets revolted. The Fed tried to soothe their nerves on Aug. 10 by issuing a press release inviting "depository institutions" (i.e., commercial banks) to borrow funds directly from the Fed at its discount window . . . .

Commercial banks avoided the discount window because of the stigma attached to it. So, the Fed on Dec. 12 announced an extraordinary policy [a "temporary Term Auction Facility" (TAF)] whereby banks could bid twice a month for 28- to 35-day loans by pledging the kinds of collateral acceptable at the discount window. . . .

On March 11, the Fed established yet another unorthodox mechanism [the Term Securities Lending Facility (TSLF)] to inject liquidity into the overstressed financial markets. In an unprecedented move, the Fed would begin lending up to $200 billion in Treasury securities for 28 days to primary dealers (i.e., investment banks), which could use so-called Schedule 1 securities as collateral. . . .

On March 14, in yet another action that had not been conducted since the Great Depression, the Fed agreed to provide a 28-day loan to JPMorgan Chase, which would then loan the funds to the cash-strapped Bear Stearns investment bank.

Two days later, on Sunday, March 16, to prevent the imminent bankruptcy of Bear Stearns, the Fed approved JPMorgan's takeover of Bear for $2 a share, which was later raised to $10. (Last year Bear Stearns sold for more than $150 a share.) To induce the takeover, the Fed has agreed to absorb losses up to $29 billion on questionable securities held by Bear Stearns, putting taxpayer funds at risk. In yet another breathtaking move, the Fed also opened its discount-window lending operation to primary-dealer investment banks.

These are not normal times, and the Fed clearly has been reacting accordingly. Whether its unprecedented actions will be enough to ameliorate the credit crisis and prevent a deep recession remains to be seen. Mr. Bernanke's promise that "we won't do it again" will not be broken for lack of effort or creativity.

Source: *Washington Times*, March 29, 2008.

seen no change in deposits. As a result, they have to curtail lending until they build their level of reserves to the new required level.

discount rate
the interest rate on the loans that the Fed makes to banks

The Discount Rate The third tool in the Fed's toolbox is the **discount rate**, the interest rate on the loans that the Fed makes to banks. A bank borrows from the Fed when it has too few reserves to meet its reserve requirements. This might occur because the bank has made too many loans or because it has experienced unexpectedly high withdrawals. When the Fed makes such a loan to a bank, the banking system has more reserves than it otherwise would, and these additional reserves allow the banking system to create more money.

The Fed can alter the money supply by changing the discount rate. A higher discount rate discourages banks from borrowing reserves from the Fed. Thus, an increase in the discount rate reduces the quantity of reserves in the banking system, which in turn reduces the money supply. Conversely, a lower discount rate encourages banks to borrow from the Fed, increasing the quantity of reserves and the money supply.

The Fed uses discount lending not only to control the money supply but also to help financial institutions when they are in trouble. For example, when the stock market crashed by 22 percent on October 19, 1987, many Wall Street brokerage firms found themselves temporarily in need of funds to finance the high volume of stock trading. The next morning, before the stock market opened, Fed Chairman Alan Greenspan announced the Fed's "readiness to serve as a source of liquidity to support the economic and financial system." Many economists believe that Greenspan's reaction to the stock crash was an important reason it had so few repercussions.

Similarly, in 2007 and 2008, a fall in house prices throughout the United States led to a sharp rise in the number of homeowners defaulting on their mortgage loans, and many financial institutions holding those mortgages ran into trouble. In an attempt to prevent these events from having broader economic ramifications, the Fed provided loans to many of the financial institutions in distress. The details are described in the In The News box on the previous two pages.

Problems in Controlling the Money Supply

The Fed's three tools—open-market operations, reserve requirements, and the discount rate—have powerful effects on the money supply. Yet the Fed's control of the money supply is not precise. The Fed must wrestle with two problems, each of which arises because much of the money supply is created by our system of fractional-reserve banking.

The first problem is that the Fed does not control the amount of money that households choose to hold as deposits in banks. The more money households deposit, the more reserves banks have, and the more money the banking system can create. And the less money households deposit, the less reserves banks have, and the less money the banking system can create. To see why this is a problem, suppose that one day people begin to lose confidence in the banking system and, therefore, decide to withdraw deposits and hold more currency. When this happens, the banking system loses reserves and creates less money. The money supply falls, even without any Fed action.

The second problem of monetary control is that the Fed does not control the amount that bankers choose to lend. When money is deposited in a bank, it creates more money only when the bank loans it out. Because banks can choose to hold excess reserves instead, the Fed cannot be sure how much money the banking system will create. For instance, suppose that one day bankers become more cautious about economic conditions and decide to make fewer loans and hold greater reserves. In this case, the banking system creates less money than it otherwise would. Because of the bankers' decision, the money supply falls.

Hence, in a system of fractional-reserve banking, the amount of money in the economy depends in part on the behavior of depositors and bankers. Because the Fed cannot control or perfectly predict this behavior, it cannot perfectly control the money supply. Yet if the Fed is vigilant, these problems need not be large. The Fed collects data on deposits and reserves from banks every week, so it is quickly aware of any changes in depositor or banker behavior. It can, therefore, respond to these changes and keep the money supply close to whatever level it chooses.

CASE STUDY BANK RUNS AND THE MONEY SUPPLY

Although you have probably never witnessed a bank run in real life, you may have seen one depicted in movies such as *Mary Poppins* or *It's a Wonderful Life*. A bank run occurs when depositors suspect that a bank may go bankrupt and, therefore, "run" to the bank to withdraw their deposits. The United States has not seen a major bank run in recent history, but in the United Kingdom, a bank called Northern Rock experienced a run in 2007 and, as a result, was eventually taken over by the government.

Bank runs are a problem for banks under fractional-reserve banking. Because a bank holds only a fraction of its deposits in reserve, it cannot satisfy withdrawal requests from all depositors. Even if the bank is in fact *solvent* (meaning that its assets exceed its liabilities), it will not have enough cash on hand to allow all depositors immediate access to all of their money. When a run occurs, the bank is forced to close its doors until some bank loans are repaid or until some lender of last resort (such as the Fed) provides it with the currency it needs to satisfy depositors.

Bank runs complicate the control of the money supply. An important example of this problem occurred during the Great Depression in the early 1930s. After a wave of bank runs and bank closings, households and bankers became more cautious. Households withdrew their deposits from banks, preferring to hold their money in the form of currency. This decision reversed the process of money creation, as bankers responded to falling reserves by reducing bank loans. At the same time, bankers increased their reserve ratios so that they would have enough cash on hand to meet their depositors' demands in any future bank runs. The higher reserve ratio reduced the money multiplier, which further reduced the money supply. From 1929 to 1933, the money supply fell by 28 percent, even without the Federal Reserve taking any deliberate contractionary action. Many economists point to this massive fall in the money supply to explain the high unemployment and falling prices that prevailed during this period. (In future chapters, we examine the mechanisms by which changes in the money supply affect unemployment and prices.)

Today, bank runs are not a major problem for the U.S. banking system or the Fed. The federal government now guarantees the safety of deposits at most banks, primarily through the Federal Deposit Insurance Corporation (FDIC). Depositors do not run on their banks because they are confident that, even if their bank goes bankrupt, the FDIC will make good on the deposits. The policy of government deposit insurance has costs: Bankers whose deposits are guaranteed may have too little incentive to avoid bad risks when making loans. But one benefit of deposit insurance is a more stable banking system. As a result, most people see bank runs only in the movies.

A NOT-SO-WONDERFUL BANK RUN.

THE FEDERAL FUNDS RATE

If you read about U.S. monetary policy in the newspaper, you will find much discussion of the federal funds rate. This raises several questions:

Q: What is the federal funds rate?

A: The **federal funds rate** is the short-term interest rate that banks charge one another for loans. If one bank finds itself short of reserves while another

federal funds rate
the interest rate at which banks make overnight loans to one another

bank has excess reserves, the second bank can lend some reserves to the first. The loans are temporary—typically overnight. The price of the loan is the federal funds rate.

Q: Does the federal funds rate matter only for banks?
A: Not at all. While only banks borrow directly in the federal funds market, the economic impact of this market is much broader. Because different parts of the financial system are highly interconnected, interest rates on different kinds of loans are strongly correlated with one another. So when the federal funds rate rises or falls, other interest rates often move in the same direction.

Q: What does the Federal Reserve have to do with the federal funds rate?
A: In recent years, the Federal Reserve has set a target goal for the federal funds rate. When the Federal Open Market Committee meets approximately every six weeks, it decides whether to raise or lower that target.

Q: How can the Fed make the federal funds rate hit the target it sets?
A: Although the actual federal funds rate is set by supply and demand in the market for loans among banks, the Fed can use open-market operations to influence that market. For example, when the Fed buys bonds in open-market operations, it injects reserves into the banking system. With more reserves in the system, fewer banks find themselves in need of borrowing reserves to meet reserve requirements. The fall in demand for borrowing reserves decreases the price of such borrowing, which is the federal funds rate. Conversely, when the Fed sells bonds and withdraws reserves from the banking system, more banks find themselves short of reserves, and they bid up the price of borrowing reserves. Thus, open-market purchases lower the federal funds rate, and open-market sales raise the federal funds rate.

Q: But don't these open-market operations affect the money supply?
A: Yes, absolutely. When the Fed announces a change in the federal funds rate, it is committing itself to the open-market operations necessary to make that change happen, and these open-market operations will alter the supply of money. Decisions by the FOMC to change the target for the federal funds rate are also decisions to change the money supply. They are two sides of the same coin. Other things equal, a decrease in the target for the federal funds rate means an expansion in the money supply, and an increase in the target for the federal funds rate means a contraction in the money supply.

QUICK QUIZ Describe how banks create money. • If the Fed wanted to use all three of its policy tools to decrease the money supply, what would it do?

CONCLUSION

Some years ago, a book made the best-seller list with the title *Secrets of the Temple: How the Federal Reserve Runs the Country*. Although no doubt an exaggeration, this title did highlight the important role of the monetary system in our daily lives. Whenever we buy or sell anything, we are relying on the extraordinarily useful social convention called "money." Now that we know what money is and what determines its supply, we can discuss how changes in the quantity of money affect the economy. We begin to address that topic in the next chapter.

SUMMARY

- The term *money* refers to assets that people regularly use to buy goods and services.
- Money serves three functions. As a medium of exchange, it provides the item used to make transactions. As a unit of account, it provides the way in which prices and other economic values are recorded. As a store of value, it provides a way of transferring purchasing power from the present to the future.
- Commodity money, such as gold, is money that has intrinsic value: It would be valued even if it were not used as money. Fiat money, such as paper dollars, is money without intrinsic value: It would be worthless if it were not used as money.
- In the U.S. economy, money takes the form of currency and various types of bank deposits, such as checking accounts.
- The Federal Reserve, the central bank of the United States, is responsible for regulating the U.S. monetary system. The Fed chairman is appointed by the president and confirmed by Congress every 4 years. The chairman is the lead member of the Federal Open Market Committee, which meets about every 6 weeks to consider changes in monetary policy.
- The Fed controls the money supply primarily through open-market operations: The purchase of government bonds increases the money supply, and the sale of government bonds decreases the money supply. The Fed can also expand the money supply by lowering reserve requirements or decreasing the discount rate, and it can contract the money supply by raising reserve requirements or increasing the discount rate.
- When banks loan out some of their deposits, they increase the quantity of money in the economy. Because banks influence the money supply in this way, the Fed's control of the money supply is imperfect.
- The Federal Reserve has in recent years set monetary policy by choosing a target for the federal funds rate, a short-term interest rate at which banks make loans to one another. As the Fed achieves its target, it adjusts the money supply.

KEY CONCEPTS

QUESTIONS FOR REVIEW

1. What distinguishes money from other assets in the economy?
2. What is commodity money? What is fiat money? Which kind do we use?
3. What are demand deposits and why should they be included in the stock of money?
4. Who is responsible for setting monetary policy in the United States? How is this group chosen?
5. If the Fed wants to increase the money supply with open-market operations, what does it do?
6. Why don't banks hold 100 percent reserves? How is the amount of reserves banks hold related to the amount of money the banking system creates?
7. What is the discount rate? What happens to the money supply when the Fed raises the discount rate?
8. What are reserve requirements? What happens to the money supply when the Fed raises reserve requirements?
9. Why can't the Fed control the money supply perfectly?

PROBLEMS AND APPLICATIONS

1. Which of the following are money in the U.S. economy? Which are not? Explain your answers by discussing each of the three functions of money.
   a. a U.S. penny
   b. a Mexican peso
   c. a Picasso painting
   d. a plastic credit card
2. What characteristics of an asset make it useful as a medium of exchange? As a store of value?
3. Go to the website of the Federal Reserve Bank of St. Louis (http://www.stlouisfed.org) to find some information about the Fed. Find a map of the Federal Reserve districts. If you live in the United States, find what district you live in. Where is the Federal Reserve Bank for your district located? (Extra credit: What state has two Federal Reserve Banks?)
4. Your uncle repays a $100 loan from Tenth National Bank (TNB) by writing a $100 check from his TNB checking account. Use T-accounts to show the effect of this transaction on your uncle and on TNB. Has your uncle's wealth changed? Explain.
5. Beleaguered State Bank (BSB) holds $250 million in deposits and maintains a reserve ratio of 10 percent.
   a. Show a T-account for BSB.
   b. Now suppose that BSB's largest depositor withdraws $10 million in cash from her account. If BSB decides to restore its reserve ratio by reducing the amount of loans outstanding, show its new T-account.
   c. Explain what effect BSB's action will have on other banks.
   d. Why might it be difficult for BSB to take the action described in part (b)? Discuss another way for BSB to return to its original reserve ratio.
6. You take $100 you had kept under your mattress and deposit it in your bank account. If this $100 stays in the banking system as reserves and if banks hold reserves equal to 10 percent of deposits, by how much does the total amount of deposits in the banking system increase? By how much does the money supply increase?
7. The Federal Reserve conducts a $10 million open-market purchase of government bonds. If the required reserve ratio is 10 percent, what is the largest possible increase in the money supply that could result? Explain. What is the smallest possible increase? Explain.
8. Assume that the reserve requirement is 5 percent. All other things equal, will the money supply expand more if the Federal Reserve buys $2,000 worth of bonds or if someone deposits in a bank $2,000 that he had been hiding in his cookie jar? If one creates more, how much more does it create? Support your thinking.
9. Suppose that the T-account for First National Bank is as follows:

Assets		Liabilities	
Reserves	$100,000	Deposits	$500,000
Loans	400,000		

a. If the Fed requires banks to hold 5 percent of deposits as reserves, how much in excess reserves does First National now hold?
b. Assume that all other banks hold only the required amount of reserves. If First National decides to reduce its reserves to only the required amount, by how much would the economy's money supply increase?

10. Suppose that the reserve requirement for checking deposits is 10 percent and that banks do not hold any excess reserves.
   a. If the Fed sells $1 million of government bonds, what is the effect on the economy's reserves and money supply?
   b. Now suppose the Fed lowers the reserve requirement to 5 percent, but banks choose to hold another 5 percent of deposits as excess reserves. Why might banks do so? What is the overall change in the money multiplier and the money supply as a result of these actions?
11. Assume that the banking system has total reserves of $100 billion. Assume also that required reserves are 10 percent of checking deposits and that banks hold no excess reserves and households hold no currency.
   a. What is the money multiplier? What is the money supply?
   b. If the Fed now raises required reserves to 20 percent of deposits, what is the change in reserves and the change in the money supply?
12. Assume that the reserve requirement is 20%. Also assume that banks do not hold excess reserves and there is no cash held by the public. The Federal Reserve decides that it wants to expand the money supply by $40 million dollars.
   a. If the Fed is using open-market operations, will it buy or sell bonds?
   b. What quantity of bonds does the Fed need to buy or sell to accomplish the goal? Explain your reasoning.
13. The economy of Elmendyn contains 2,000 $1 bills.
   a. If people hold all money as currency, what is the quantity of money?
   b. If people hold all money as demand deposits and banks maintain 100 percent reserves, what is the quantity of money?
   c. If people hold equal amounts of currency and demand deposits and banks maintain 100 percent reserves, what is the quantity of money?
   d. If people hold all money as demand deposits and banks maintain a reserve ratio of 10 percent, what is the quantity of money?
   e. If people hold equal amounts of currency and demand deposits and banks maintain a reserve ratio of 10 percent, what is the quantity of money?

CHAPTER

30

Money Growth and Inflation

Today, if you want to buy an ice-cream cone, you'll need at least a couple of dollars, but that has not always been the case. In the 1930s, my grandmother ran a sweet shop in Trenton, New Jersey, and she sold ice-cream cones in two sizes. A cone with a small scoop of ice cream cost three cents. Hungry customers could buy a large scoop for a nickel.

You may not be surprised at the increase in the price of ice cream. In our economy, most prices tend to rise over time. This increase in the overall level of prices is called *inflation*. Earlier in the book, we examined how economists measure the inflation rate as the percentage change in the consumer price index (CPI), the GDP deflator, or some other index of the overall price level. These price indexes show that, over the past 70 years, prices have risen on average about 4 percent per year. Accumulated over so many years, a 4 percent annual inflation rate leads to a sixteenfold increase in the price level.

Inflation may seem natural and inevitable to a person who grew up in the United States during recent decades, but in fact, it is not inevitable at all. There were long periods in the 19th century during which most prices fell—a phenomenon called *deflation*. The average level of prices in the U.S. economy was 23 percent lower in 1896 than in 1880, and this deflation was a major issue in the presidential election of 1896. Farmers, who had accumulated large debts, suffered when the fall in crop prices reduced their incomes and thus their ability to pay off their debts. They advocated government policies to reverse the deflation.

Although inflation has been the norm in more recent history, there has been substantial variation in the rate at which prices rise. During the 1990s, prices rose at an average rate of about 2 percent per year. By contrast, in the 1970s, prices rose by 7 percent per year, which meant a doubling of the price level over the decade. The public often views such high rates of inflation as a major economic problem. In fact, when President Jimmy Carter ran for reelection in 1980, challenger Ronald Reagan pointed to high inflation as one of the failures of Carter's economic policy.

International data show an even broader range of inflation experiences. In 2007, while the U.S. inflation rate was about 4 percent, inflation was 0.7 percent in Japan, 13 percent in Russia, and 25 percent in Venezuela. And even the high inflation rates in Russia and Venezuela are moderate by some standards. In February 2008, the central bank of Zimbabwe announced the inflation rate in its economy had reached 24,000 percent, while some independent estimates put the figure even higher. An extraordinarily high rate of inflation such as this is called *hyperinflation*.

What determines whether an economy experiences inflation and, if so, how much? This chapter answers this question by developing the *quantity theory of money*. Chapter 1 summarized this theory as one of the *Ten Principles of Economics*: Prices rise when the government prints too much money. This insight has a long and venerable tradition among economists. The quantity theory was discussed by the famous 18th-century philosopher and economist David Hume and has been advocated more recently by the prominent economist Milton Friedman. This theory can explain moderate inflations, such as those we have experienced in the United States, as well as hyperinflations.

After developing a theory of inflation, we turn to a related question: Why is inflation a problem? At first glance, the answer to this question may seem obvious: Inflation is a problem because people don't like it. In the 1970s, when the United States experienced a relatively high rate of inflation, opinion polls placed inflation as the most important issue facing the nation. President Ford echoed this sentiment in 1974 when he called inflation "public enemy number one." Ford wore a "WIN" button on his lapel—for Whip Inflation Now.

But what, exactly, are the costs that inflation imposes on a society? The answer may surprise you. Identifying the various costs of inflation is not as straightforward as it first appears. As a result, although all economists decry hyperinflation, some economists argue that the costs of moderate inflation are not nearly as large as the public believes.

THE CLASSICAL THEORY OF INFLATION

We begin our study of inflation by developing the quantity theory of money. This theory is often called "classical" because it was developed by some of the earliest economic thinkers. Most economists today rely on this theory to explain the long-run determinants of the price level and the inflation rate.

The Level of Prices and the Value of Money

Suppose we observe over some period of time the price of an ice-cream cone rising from a nickel to a dollar. What conclusion should we draw from the fact that people are willing to give up so much more money in exchange for a cone? It is possible that people have come to enjoy ice cream more (perhaps because some chemist has developed a miraculous new flavor). Yet that is probably not the case. It is more likely that people's enjoyment of ice cream has stayed roughly the same and that, over time, the money used to buy ice cream has become less valuable. Indeed, the first insight about inflation is that it is more about the value of money than about the value of goods.

"So what's it going to be? The same size as last year or the same price as last year?"

This insight helps point the way toward a theory of inflation. When the consumer price index and other measures of the price level rise, commentators are often tempted to look at the many individual prices that make up these price indexes: "The CPI rose by 3 percent last month, led by a 20 percent rise in the price of coffee and a 30 percent rise in the price of heating oil." Although this approach does contain some interesting information about what's happening in the economy, it also misses a key point: Inflation is an economy-wide phenomenon that concerns, first and foremost, the value of the economy's medium of exchange.

The economy's overall price level can be viewed in two ways. So far, we have viewed the price level as the price of a basket of goods and services. When the price level rises, people have to pay more for the goods and services they buy. Alternatively, we can view the price level as a measure of the value of money. A rise in the price level means a lower value of money because each dollar in your wallet now buys a smaller quantity of goods and services.

It may help to express these ideas mathematically. Suppose P is the price level as measured, for instance, by the consumer price index or the GDP deflator. Then P measures the number of dollars needed to buy a basket of goods and services. Now turn this idea around: The quantity of goods and services that can be bought with \$1 equals $1/P$. In other words, if P is the price of goods and services measured in terms of money, $1/P$ is the value of money measured in terms of goods and services. Thus, when the overall price level rises, the value of money falls.

Money Supply, Money Demand, and Monetary Equilibrium

What determines the value of money? The answer to this question, like many in economics, is supply and demand. Just as the supply and demand for bananas determines the price of bananas, the supply and demand for money determines the value of money. Thus, our next step in developing the quantity theory of money is to consider the determinants of money supply and money demand.

First consider money supply. In the preceding chapter, we discussed how the Federal Reserve, together with the banking system, determines the supply of money. When the Fed sells bonds in open-market operations, it receives dollars in exchange and contracts the money supply. When the Fed buys government bonds, it pays out dollars and expands the money supply. In addition, if any of these dollars are deposited in banks which hold some as reserves and loan out the rest, the money multiplier swings into action, and these open-market operations can have an even greater effect on the money supply. For our purposes in this chapter, we ignore the complications introduced by the banking system and simply take the quantity of money supplied as a policy variable that the Fed controls.

Now consider money demand. Most fundamentally, the demand for money reflects how much wealth people want to hold in liquid form. Many factors influence the quantity of money demanded. The amount of currency that people hold in their wallets, for instance, depends on how much they rely on credit cards and on whether an automatic teller machine is easy to find. And as we will emphasize in Chapter 34, the quantity of money demanded depends on the interest rate that a person could earn by using the money to buy an interest-bearing bond rather than leaving it in a wallet or low-interest checking account.

Although many variables affect the demand for money, one variable stands out in importance: the average level of prices in the economy. People hold money because it is the medium of exchange. Unlike other assets, such as bonds or stocks, people can use money to buy the goods and services on their shopping lists. How much money they choose to hold for this purpose depends on the prices of those goods and services. The higher prices are, the more money the typical transaction requires, and the more money people will choose to hold in their wallets and checking accounts. That is, a higher price level (a lower value of money) increases the quantity of money demanded.

What ensures that the quantity of money the Fed supplies balances the quantity of money people demand? The answer, it turns out, depends on the time horizon being considered. Later in this book, we examine the short-run answer and learn that interest rates play a key role. In the long run, however, the answer is different and much simpler. *In the long run, the overall level of prices adjusts to the level at which the demand for money equals the supply.* If the price level is above the equilibrium level, people will want to hold more money than the Fed has created, so the price level must fall to balance supply and demand. If the price level is below the equilibrium level, people will want to hold less money than the Fed has created, and the price level must rise to balance supply and demand. At the equilibrium price level, the quantity of money that people want to hold exactly balances the quantity of money supplied by the Fed.

Figure 1 illustrates these ideas. The horizontal axis of this graph shows the quantity of money. The left vertical axis shows the value of money $1/P$, and the right vertical axis shows the price level P. Notice that the price-level axis on the right is inverted: A low price level is shown near the top of this axis, and a high price level is shown near the bottom. This inverted axis illustrates that when the value of money is high (as shown near the top of the left axis), the price level is low (as shown near the top of the right axis).

The two curves in this figure are the supply and demand curves for money. The supply curve is vertical because the Fed has fixed the quantity of money available. The demand curve for money is downward sloping, indicating that when the value of money is low (and the price level is high), people demand a larger quantity of it to buy goods and services. At the equilibrium, shown in the figure as point A, the quantity of money demanded balances the quantity of money supplied. This equilibrium of money supply and money demand determines the value of money and the price level.

The Effects of a Monetary Injection

Let's now consider the effects of a change in monetary policy. To do so, imagine that the economy is in equilibrium and then, suddenly, the Fed doubles the supply of money by printing some dollar bills and dropping them around the country from helicopters. (Or less dramatically and more realistically, the Fed could inject money into the economy by buying some government bonds from the public in open-market operations.) What happens after such a monetary injection? How does the new equilibrium compare to the old one?

FIGURE 1

How the Supply and Demand for Money Determine the Equilibrium Price Level

The horizontal axis shows the quantity of money. The left vertical axis shows the value of money, and the right vertical axis shows the price level. The supply curve for money is vertical because the quantity of money supplied is fixed by the Fed. The demand curve for money is downward sloping because people want to hold a larger quantity of money when each dollar buys less. At the equilibrium, point A, the value of money (on the left axis) and the price level (on the right axis) have adjusted to bring the quantity of money supplied and the quantity of money demanded into balance.

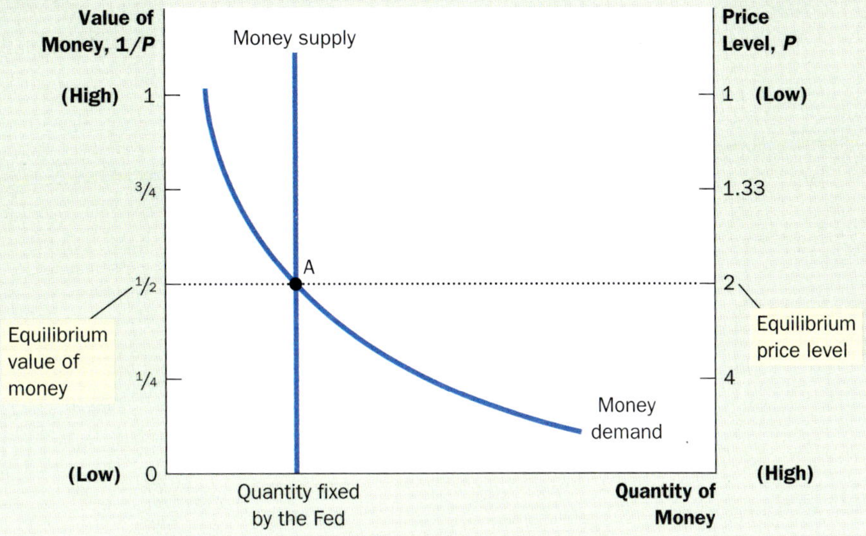

Figure 2 shows what happens. The monetary injection shifts the supply curve to the right from MS_1 to MS_2, and the equilibrium moves from point A to point B. As a result, the value of money (shown on the left axis) decreases from ½ to ¼, and the equilibrium price level (shown on the right axis) increases from 2 to 4. In other words, when an increase in the money supply makes dollars more plentiful, the result is an increase in the price level that makes each dollar less valuable.

This explanation of how the price level is determined and why it might change over time is called the **quantity theory of money**. According to the quantity theory, the quantity of money available in an economy determines the value of money, and growth in the quantity of money is the primary cause of inflation. As economist Milton Friedman once put it, "Inflation is always and everywhere a monetary phenomenon."

quantity theory of money
a theory asserting that the quantity of money available determines the price level and that the growth rate in the quantity of money available determines the inflation rate

A Brief Look at the Adjustment Process

So far, we have compared the old equilibrium and the new equilibrium after an injection of money. How does the economy move from the old to the new equilibrium? A complete answer to this question requires an understanding of short-run fluctuations in the economy, which we examine later in this book. Here, we briefly consider the adjustment process that occurs after a change in the money supply.

The immediate effect of a monetary injection is to create an excess supply of money. Before the injection, the economy was in equilibrium (point A in Figure 2).

2 FIGURE

An Increase in the Money Supply

When the Fed increases the supply of money, the money supply curve shifts from MS_1 to MS_2. The value of money (on the left axis) and the price level (on the right axis) adjust to bring supply and demand back into balance. The equilibrium moves from point A to point B. Thus, when an increase in the money supply makes dollars more plentiful, the price level increases, making each dollar less valuable.

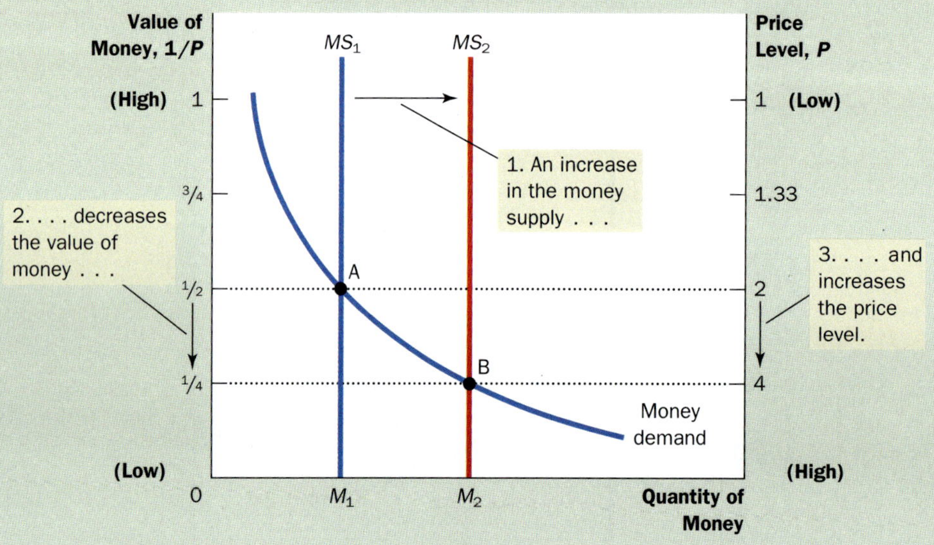

At the prevailing price level, people had exactly as much money as they wanted. But after the helicopters drop the new money and people pick it up off the streets, people have more dollars in their wallets than they want. At the prevailing price level, the quantity of money supplied now exceeds the quantity demanded.

People try to get rid of this excess supply of money in various ways. They might use it to buy goods and services. Or they might use this excess money to make loans to others by buying bonds or by depositing the money in a bank savings account. These loans allow other people to buy goods and services. In either case, the injection of money increases the demand for goods and services.

The economy's ability to supply goods and services, however, has not changed. As we saw in the chapter on production and growth, the economy's output of goods and services is determined by the available labor, physical capital, human capital, natural resources, and technological knowledge. None of these is altered by the injection of money.

Thus, the greater demand for goods and services causes the prices of goods and services to increase. The increase in the price level, in turn, increases the quantity of money demanded because people are using more dollars for every transaction. Eventually, the economy reaches a new equilibrium (point B in Figure 2) at which the quantity of money demanded again equals the quantity of money supplied. In this way, the overall price level for goods and services adjusts to bring money supply and money demand into balance.

The Classical Dichotomy and Monetary Neutrality

We have seen how changes in the money supply lead to changes in the average level of prices of goods and services. How do monetary changes affect other economic variables, such as production, employment, real wages, and real interest rates? This question has long intrigued economists, including David Hume in the 18th century.

Hume and his contemporaries suggested that economic variables should be divided into two groups. The first group consists of **nominal variables**—variables measured in monetary units. The second group consists of **real variables**—variables measured in physical units. For example, the income of corn farmers is a nominal variable because it is measured in dollars, whereas the quantity of corn they produce is a real variable because it is measured in bushels. Nominal GDP is a nominal variable because it measures the dollar value of the economy's output of goods and services; real GDP is a real variable because it measures the total quantity of goods and services produced and is not influenced by the current prices of those goods and services. The separation of real and nominal variables is now called the **classical dichotomy**. (A *dichotomy* is a division into two groups, and *classical* refers to the earlier economic thinkers.)

nominal variables
variables measured in monetary units

real variables
variables measured in physical units

classical dichotomy
the theoretical separation of nominal and real variables

Application of the classical dichotomy is tricky when we turn to prices. Most prices are quoted in units of money and, therefore, are nominal variables. When we say that the price of corn is $2 a bushel or that the price of wheat is $1 a bushel, both prices are nominal variables. But what about a *relative* price—the price of one thing compared to another? In our example, we could say that the price of a bushel of corn is 2 bushels of wheat. This relative price is not measured in terms of money. When comparing the prices of any two goods, the dollar signs cancel, and the resulting number is measured in physical units. Thus, while dollar prices are nominal variables, relative prices are real variables.

This lesson has many applications. For instance, the real wage (the dollar wage adjusted for inflation) is a real variable because it measures the rate at which people exchange goods and services for a unit of labor. Similarly, the real interest rate (the nominal interest rate adjusted for inflation) is a real variable because it measures the rate at which people exchange goods and services today for goods and services in the future.

Why separate variables into these groups? The classical dichotomy is useful because different forces influence real and nominal variables. According to classical analysis, nominal variables are influenced by developments in the economy's monetary system, whereas money is largely irrelevant for explaining real variables.

This idea was implicit in our discussion of the real economy in the long run. In previous chapters, we examined how real GDP, saving, investment, real interest rates, and unemployment are determined without mentioning the existence of money. In that analysis, the economy's production of goods and services depends on productivity and factor supplies, the real interest rate balances the supply and demand for loanable funds, the real wage balances the supply and demand for labor, and unemployment results when the real wage is for some reason kept above its equilibrium level. These conclusions have nothing to do with the quantity of money supplied.

Changes in the supply of money, according to classical analysis, affect nominal variables but not real ones. When the central bank doubles the money supply, the price level doubles, the dollar wage doubles, and all other dollar values double. Real variables, such as production, employment, real wages, and real interest rates, are unchanged. The irrelevance of monetary changes for real variables is called **monetary neutrality**.

monetary neutrality the proposition that changes in the money supply do not affect real variables

An analogy helps explain monetary neutrality. As the unit of account, money is the yardstick we use to measure economic transactions. When a central bank doubles the money supply, all prices double, and the value of the unit of account falls by half. A similar change would occur if the government were to reduce the length of the yard from 36 to 18 inches: With the new unit of measurement, all *measured* distances (nominal variables) would double, but the *actual* distances (real variables) would remain the same. The dollar, like the yard, is merely a unit of measurement, so a change in its value should not have real effects.

Is monetary neutrality realistic? Not completely. A change in the length of the yard from 36 to 18 inches would not matter in the long run, but in the short run, it would lead to confusion and mistakes. Similarly, most economists today believe that over short periods of time—within the span of a year or two—monetary changes affect real variables. Hume himself also doubted that monetary neutrality would apply in the short run. (We will study short-run nonneutrality later in the book, and this topic will help explain why the Fed changes the money supply over time.)

Yet classical analysis is right about the economy in the long run. Over the course of a decade, monetary changes have significant effects on nominal variables (such as the price level) but only negligible effects on real variables (such as real GDP). When studying long-run changes in the economy, the neutrality of money offers a good description of how the world works.

Velocity and the Quantity Equation

We can obtain another perspective on the quantity theory of money by considering the following question: How many times per year is the typical dollar bill used to pay for a newly produced good or service? The answer to this question is given by a variable called the **velocity of money**. In physics, the term *velocity* refers to the speed at which an object travels. In economics, the velocity of money refers to the speed at which the typical dollar bill travels around the economy from wallet to wallet.

velocity of money the rate at which money changes hands

To calculate the velocity of money, we divide the nominal value of output (nominal GDP) by the quantity of money. If P is the price level (the GDP deflator), Y the quantity of output (real GDP), and M the quantity of money, then velocity is

$$V = (P \times Y) / M.$$

To see why this makes sense, imagine a simple economy that produces only pizza. Suppose that the economy produces 100 pizzas in a year, that a pizza sells for \$10, and that the quantity of money in the economy is \$50. Then the velocity of money is

$$\begin{aligned} V &= (\$10 \times 100) / \$50 \\ &= 20. \end{aligned}$$

In this economy, people spend a total of $1,000 per year on pizza. For this $1,000 of spending to take place with only $50 of money, each dollar bill must change hands on average 20 times per year.

With slight algebraic rearrangement, this equation can be rewritten as

$$M \times V = P \times Y.$$

This equation states that the quantity of money (M) times the velocity of money (V) equals the price of output (P) times the amount of output (Y). It is called the **quantity equation** because it relates the quantity of money (M) to the nominal value of output ($P \times Y$). The quantity equation shows that an increase in the quantity of money in an economy must be reflected in one of the other three variables: The price level must rise, the quantity of output must rise, or the velocity of money must fall.

quantity equation
the equation $M \times V = P \times Y$ relates the quantity of money, the velocity of money, and the dollar value of the economy's output of goods and services

In many cases, it turns out that the velocity of money is relatively stable. For example, Figure 3 shows nominal GDP, the quantity of money (as measured by M2), and the velocity of money for the U.S. economy since 1960. During the period, the money supply and nominal GDP both increased more than twentyfold. By

FIGURE 3

Nominal GDP, the Quantity of Money, and the Velocity of Money

This figure shows the nominal value of output as measured by nominal GDP, the quantity of money as measured by M2, and the velocity of money as measured by their ratio. For comparability, all three series have been scaled to equal 100 in 1960. Notice that nominal GDP and the quantity of money have grown dramatically over this period, while velocity has been relatively stable.

Source: U.S. Department of Commerce; Federal Reserve Board.

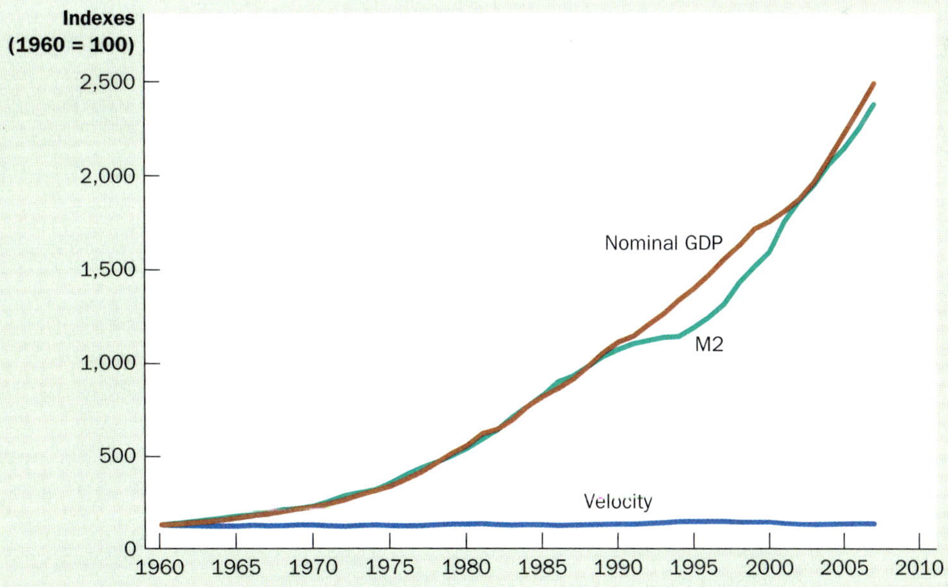

contrast, the velocity of money, although not exactly constant, has not changed dramatically. Thus, for some purposes, the assumption of constant velocity may be a good approximation.

We now have all the elements necessary to explain the equilibrium price level and inflation rate. Here they are:

1. The velocity of money is relatively stable over time.
2. Because velocity is stable, when the central bank changes the quantity of money (M), it causes proportionate changes in the nominal value of output ($P \times Y$).
3. The economy's output of goods and services (Y) is primarily determined by factor supplies (labor, physical capital, human capital, and natural resources) and the available production technology. In particular, because money is neutral, money does not affect output.
4. With output (Y) determined by factor supplies and technology, when the central bank alters the money supply (M) and induces proportional changes in the nominal value of output ($P \times Y$), these changes are reflected in changes in the price level (P).
5. Therefore, when the central bank increases the money supply rapidly, the result is a high rate of inflation.

These five steps are the essence of the quantity theory of money.

CASE STUDY MONEY AND PRICES DURING FOUR HYPERINFLATIONS

Although earthquakes can wreak havoc on a society, they have the beneficial by-product of providing much useful data for seismologists. These data can shed light on alternative theories and, thereby, help society predict and deal with future threats. Similarly, hyperinflations offer monetary economists a natural experiment they can use to study the effects of money on the economy.

Hyperinflations are interesting in part because the changes in the money supply and price level are so large. Indeed, hyperinflation is generally defined as inflation that exceeds 50 percent *per month*. This means that the price level increases more than a hundredfold over the course of a year.

The data on hyperinflation show a clear link between the quantity of money and the price level. Figure 4 graphs data from four classic hyperinflations that occurred during the 1920s in Austria, Hungary, Germany, and Poland. Each graph shows the quantity of money in the economy and an index of the price level. The slope of the money line represents the rate at which the quantity of money was growing, and the slope of the price line represents the inflation rate. The steeper the lines, the higher the rates of money growth or inflation.

Notice that in each graph the quantity of money and the price level are almost parallel. In each instance, growth in the quantity of money is moderate at first and so is inflation. But over time, the quantity of money in the economy starts growing faster and faster. At about the same time, inflation also takes off. Then when the quantity of money stabilizes, the price level stabilizes as well. These episodes illustrate well one of the *Ten Principles of Economics*: Prices rise when the government prints too much money.

FIGURE 4

Money and Prices during Four Hyperinflations

This figure shows the quantity of money and the price level during four hyperinflations. (Note that these variables are graphed on *logarithmic* scales. This means that equal vertical distances on the graph represent equal *percentage* changes in the variable.) In each case, the quantity of money and the price level move closely together. The strong association between these two variables is consistent with the quantity theory of money, which states that growth in the money supply is the primary cause of inflation.

Source: Adapted from Thomas J. Sargent, "The End of Four Big Inflations," in Robert Hall, ed., *Inflation* (Chicago: University of Chicago Press, 1983), pp. 41–93.

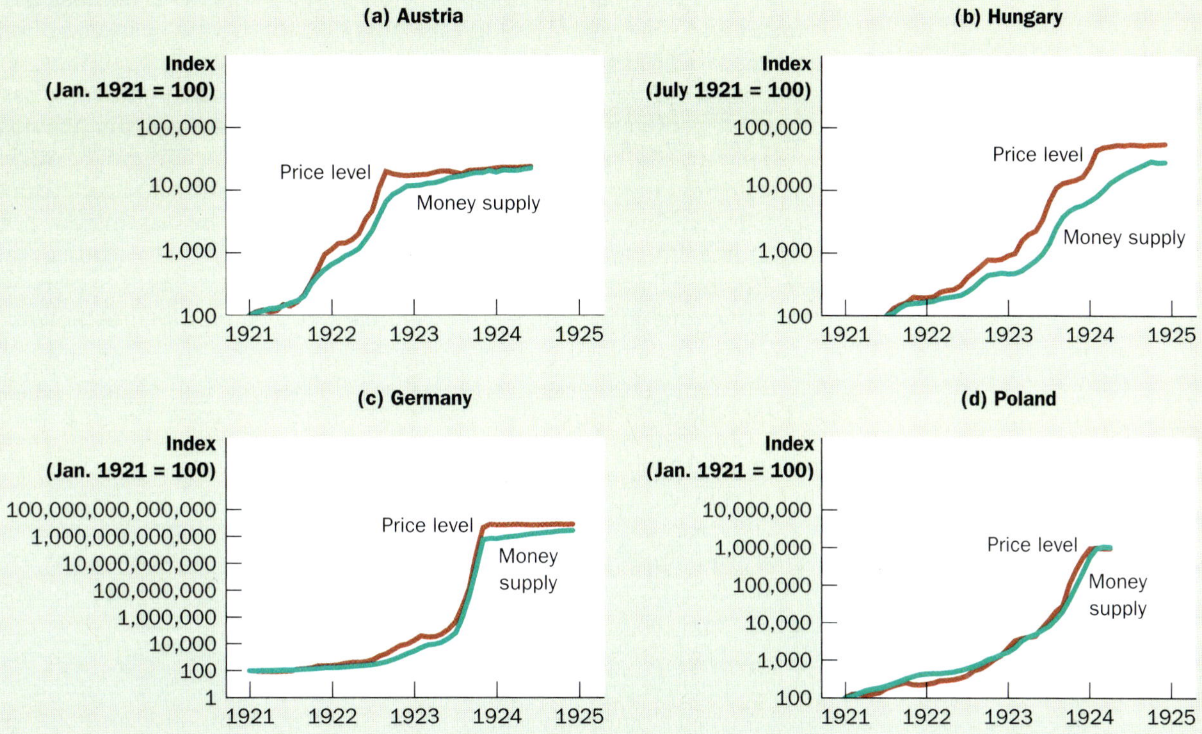

The Inflation Tax

If inflation is so easy to explain, why do countries experience hyperinflation? That is, why do the central banks of these countries choose to print so much money that its value is certain to fall rapidly over time?

The answer is that the governments of these countries are using money creation as a way to pay for their spending. When the government wants to build roads, pay salaries to its soldiers, or give transfer payments to the poor or elderly, it first has to raise the necessary funds. Normally, the government does this by levying taxes, such as income and sales taxes, and by borrowing from the public by selling government bonds. Yet the government can also pay for spending simply by printing the money it needs.

inflation tax
the revenue the government raises by creating money

When the government raises revenue by printing money, it is said to levy an **inflation tax**. The inflation tax is not exactly like other taxes, however, because no one receives a bill from the government for this tax. Instead, the inflation tax is subtler. When the government prints money, the price level rises, and the dollars in your wallet are less valuable. Thus, *the inflation tax is like a tax on everyone who holds money*.

The importance of the inflation tax varies from country to country and over time. In the United States in recent years, the inflation tax has been a trivial source of revenue: It has accounted for less than 3 percent of government revenue. During the 1770s, however, the Continental Congress of the fledgling United States relied heavily on the inflation tax to pay for military spending. Because the new government had a limited ability to raise funds through regular taxes or borrowing, printing dollars was the easiest way to pay the American soldiers. As the quantity theory predicts, the result was a high rate of inflation: Prices measured in terms of the continental dollar rose more than a hundredfold over a few years.

Almost all hyperinflations follow the same pattern as the hyperinflation during the American Revolution. The government has high spending, inadequate tax revenue, and limited ability to borrow. As a result, it turns to the printing press to pay for its spending. The massive increases in the quantity of money lead to massive inflation. The inflation ends when the government institutes fiscal reforms—such as cuts in government spending—that eliminate the need for the inflation tax.

The Fisher Effect

According to the principle of monetary neutrality, an increase in the rate of money growth raises the rate of inflation but does not affect any real variable. An important application of this principle concerns the effect of money on interest rates. Interest rates are important variables for macroeconomists to understand because they link the economy of the present and the economy of the future through their effects on saving and investment.

To understand the relationship between money, inflation, and interest rates, recall the distinction between the nominal interest rate and the real interest rate. The *nominal interest rate* is the interest rate you hear about at your bank. If you have a savings account, for instance, the nominal interest rate tells you how fast the number of dollars in your account will rise over time. The *real interest rate* corrects the nominal interest rate for the effect of inflation to tell you how fast the purchasing power of your savings account will rise over time. The real interest rate is the nominal interest rate minus the inflation rate:

$$\text{Real interest rate} = \text{Nominal interest rate} - \text{Inflation rate}.$$

For example, if the bank posts a nominal interest rate of 7 percent per year and the inflation rate is 3 percent per year, then the real value of the deposits grows by 4 percent per year.

We can rewrite this equation to show that the nominal interest rate is the sum of the real interest rate and the inflation rate:

$$\text{Nominal interest rate} = \text{Real interest rate} + \text{Inflation rate}.$$

In The News

A Recipe for Economic Disaster

Step 1: Print a lot of money. Step 2: Try to stop inflation by controlling prices. Step 3: Watch the laws of economics unfold.

Freeze on Wages Is Latest Step to Stanch Inflation in Zimbabwe

By Michael Wines

Zimbabwe's government slapped a six-month freeze on wages, rents and service fees on Friday, the latest step in what some analysts call an increasingly desperate campaign to sustain an economy gutted by hyperinflation.

Even as President Robert G. Mugabe declared the freeze, however, Zimbabwean newspapers suggested that the government's two-month-old drive against inflation had backfired by drying up tax revenues needed to run the government.

The new freeze, announced in Friday's editions of government-controlled newspapers, is intended to combat an annual inflation rate that the government says exceeds 7,600 percent, and private economists say is twice that. It bars businesses from indexing wages or fees to inflation, a method employed in many wage agreements.

All increases must now be approved by a government commission, the state-run Herald newspaper reported.

The freeze follows a decree issued in late June that forced merchants and wholesalers to reduce all prices by at least 50 percent. Shoppers stripped store shelves of clothes, meat and other basic goods after that decree, and producers have largely failed to

ship new stock because goods now sell for less than it costs to make them.

Most commodities are now available only on the black market, where prices have continued to skyrocket. Moreover, as the last remaining stocks of goods trickle out of factory warehouses and onto the market, Zimbabwe could soon see the start of an inflationary spiral that would make today's prices seem cheap, John Robertson, a Harare economist, said in an interview.

"It could go much higher—10 times as much for some things in the next couple of weeks, as goods cease to exist," he said.

Mr. Robertson said idle producers had been forced to lay off workers to cut costs, cutting the government's payroll tax receipts, and that sales-tax revenues were plummeting because stores had little to buy.

Harare's Financial Gazette newspaper, which is controlled by the president of the government's reserve bank, Gideon Gono, reported in this week's edition that value-added tax receipts had dropped by up to 90 percent since the price-cutting campaign began.

The Zimbabwe Independent, one of the few newspapers not under government ownership, reported that the price cuts had cost the government 13 trillion Zimbabwe dollars in lost tax revenue. At current black market rates, that totals about $55 million—a vast sum for a government that is already technically bankrupt.

The government continues to function by printing money to pay its bills, but as the currency has dwindled in value, state workers have increasingly demanded regular raises. Zimbabwe's 100,000 teachers, all government employees, have been threatening to strike if their pay is not increased.

The military, which is among Mr. Mugabe's most reliable supporters, is also asking for wage increases for soldiers. A report issued this week by the Parliament's defense and home affairs committee warned that the military was running out of money to pay foreign suppliers and maintain its infrastructure.

Source: *New York Times*, September 1, 2007.

This way of looking at the nominal interest rate is useful because different economic forces determine each of the two terms on the right side of this equation. As we discussed earlier in the book, the supply and demand for loanable funds determine the real interest rate. And according to the quantity theory of money, growth in the money supply determines the inflation rate.

Let's now consider how the growth in the money supply affects interest rates. In the long run over which money is neutral, a change in money growth should not affect the real interest rate. The real interest rate is, after all, a real variable. For the real interest rate not to be affected, the nominal interest rate must adjust one-for-one to changes in the inflation rate. Thus, *when the Fed increases the rate of money growth, the long-run result is both a higher inflation rate and a higher nominal interest rate*. This adjustment of the nominal interest rate to the inflation rate is called the **Fisher effect**, after economist Irving Fisher (1867–1947), who first studied it.

Fisher effect
the one-for-one adjustment of the nominal interest rate to the inflation rate

Keep in mind that our analysis of the Fisher effect has maintained a long-run perspective. The Fisher effect need not hold in the short run because inflation may be unanticipated. A nominal interest rate is a payment on a loan, and it is typically set when the loan is first made. If a jump in inflation catches the borrower and lender by surprise, the nominal interest rate they agreed on will fail to reflect the higher inflation. But if inflation remains high, people will eventually come to expect it, and loan agreements will reflect this expectation. To be precise, therefore, the Fisher effect states that the nominal interest rate adjusts to expected inflation. Expected inflation moves with actual inflation in the long run, but that is not necessarily true in the short run.

The Fisher effect is crucial for understanding changes over time in the nominal interest rate. Figure 5 shows the nominal interest rate and the inflation rate in the U.S. economy since 1960. The close association between these two variables is clear. The nominal interest rate rose from the early 1960s through the 1970s because inflation was also rising during this time. Similarly, the nominal interest rate fell from the early 1980s through the 1990s because the Fed got inflation under control.

QUICK QUIZ The government of a country increases the growth rate of the money supply from 5 percent per year to 50 percent per year. What happens to prices? What happens to nominal interest rates? Why might the government be doing this?

THE COSTS OF INFLATION

In the late 1970s, when the U.S. inflation rate reached about 10 percent per year, inflation dominated debates over economic policy. And even though inflation has been low over the past decade, it remains a closely watched macroeconomic variable. One study found that *inflation* is the economic term mentioned most often in U.S. newspapers (far ahead of second-place finisher *unemployment* and third-place finisher *productivity*).

Inflation is closely watched and widely discussed because it is thought to be a serious economic problem. But is that true? And if so, why?

This figure uses annual data since 1960 to show the nominal interest rate on 3-month Treasury bills and the inflation rate as measured by the consumer price index. The close association between these two variables is evidence for the Fisher effect: When the inflation rate rises, so does the nominal interest rate.

Source: U.S. Department of Treasury; U.S. Department of Labor.

FIGURE 5

The Nominal Interest Rate and the Inflation Rate

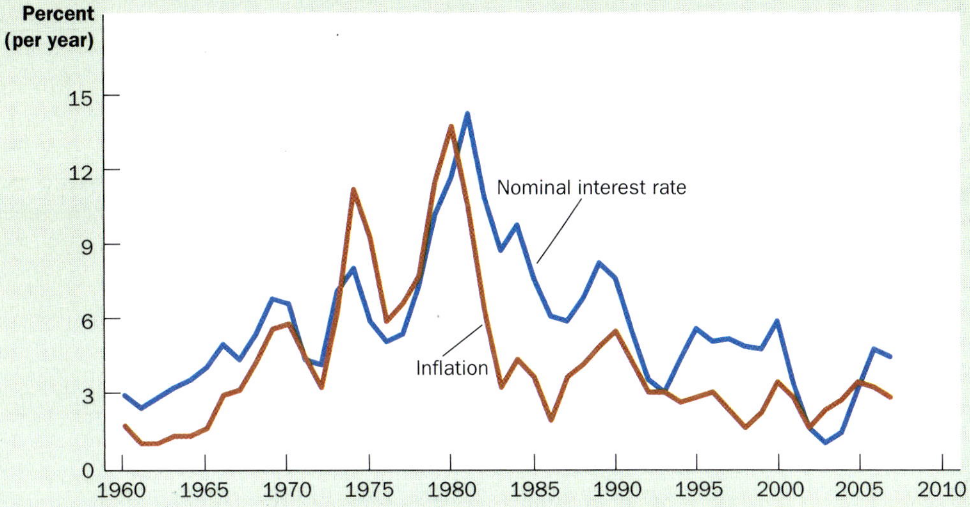

A Fall in Purchasing Power? The Inflation Fallacy

If you ask the typical person why inflation is bad, he will tell you that the answer is obvious: Inflation robs him of the purchasing power of his hard-earned dollars. When prices rise, each dollar of income buys fewer goods and services. Thus, it might seem that inflation directly lowers living standards.

Yet further thought reveals a fallacy in this answer. When prices rise, buyers of goods and services pay more for what they buy. At the same time, however, sellers of goods and services get more for what they sell. Because most people earn their incomes by selling their services, such as their labor, inflation in incomes goes hand in hand with inflation in prices. Thus, *inflation does not in itself reduce people's real purchasing power*.

People believe the inflation fallacy because they do not appreciate the principle of monetary neutrality. A worker who receives an annual raise of 10 percent tends to view that raise as a reward for her own talent and effort. When an inflation rate of 6 percent reduces the real value of that raise to only 4 percent, the worker might feel that she has been cheated of what is rightfully her due. In fact, as we discussed in the chapter on production and growth, real incomes are determined by real variables, such as physical capital, human capital, natural resources, and the available production technology. Nominal incomes are determined by those factors and the overall price level. If the Fed were to lower the inflation rate from 6 percent to zero, our worker's annual raise would fall from 10 percent to

4 percent. She might feel less robbed by inflation, but her real income would not rise more quickly.

If nominal incomes tend to keep pace with rising prices, why then is inflation a problem? It turns out that there is no single answer to this question. Instead, economists have identified several costs of inflation. Each of these costs shows some way in which persistent growth in the money supply does, in fact, have some effect on real variables.

Shoeleather Costs

As we have discussed, inflation is like a tax on the holders of money. The tax itself is not a cost to society: It is only a transfer of resources from households to the government. Yet most taxes give people an incentive to alter their behavior to avoid paying the tax, and this distortion of incentives causes deadweight losses for society as a whole. Like other taxes, the inflation tax also causes deadweight losses because people waste scarce resources trying to avoid it.

How can a person avoid paying the inflation tax? Because inflation erodes the real value of the money in your wallet, you can avoid the inflation tax by holding less money. One way to do this is to go to the bank more often. For example, rather than withdrawing $200 every four weeks, you might withdraw $50 once a week. By making more frequent trips to the bank, you can keep more of your wealth in your interest-bearing savings account and less in your wallet, where inflation erodes its value.

shoeleather costs
the resources wasted when inflation encourages people to reduce their money holdings

The cost of reducing your money holdings is called the **shoeleather cost** of inflation because making more frequent trips to the bank causes your shoes to wear out more quickly. Of course, this term is not to be taken literally: The actual cost of reducing your money holdings is not the wear and tear on your shoes but the time and convenience you must sacrifice to keep less money on hand than you would if there were no inflation.

The shoeleather costs of inflation may seem trivial. And in fact, they are in the U.S. economy, which has had only moderate inflation in recent years. But this cost is magnified in countries experiencing hyperinflation. Here is a description of one person's experience in Bolivia during its hyperinflation (as reported in the August 13, 1985, issue of *The Wall Street Journal*):

> When Edgar Miranda gets his monthly teacher's pay of 25 million pesos, he hasn't a moment to lose. Every hour, pesos drop in value. So, while his wife rushes to market to lay in a month's supply of rice and noodles, he is off with the rest of the pesos to change them into black-market dollars.
>
> Mr. Miranda is practicing the First Rule of Survival amid the most out-of-control inflation in the world today. Bolivia is a case study of how runaway inflation undermines a society. Price increases are so huge that the figures build up almost beyond comprehension. In one six-month period, for example, prices soared at an annual rate of 38,000 percent. By official count, however, last year's inflation reached 2,000 percent, and this year's is expected to hit 8,000 percent—though other estimates range many times higher. In any event, Bolivia's rate dwarfs Israel's 370 percent and Argentina's 1,100 percent—two other cases of severe inflation.
>
> It is easier to comprehend what happens to the thirty-eight-year-old Mr. Miranda's pay if he doesn't quickly change it into dollars. The day he was paid

25 million pesos, a dollar cost 500,000 pesos. So he received $50. Just days later, with the rate at 900,000 pesos, he would have received $27.

As this story shows, the shoeleather costs of inflation can be substantial. With the high inflation rate, Mr. Miranda does not have the luxury of holding the local money as a store of value. Instead, he is forced to convert his pesos quickly into goods or into U.S. dollars, which offer a more stable store of value. The time and effort that Mr. Miranda expends to reduce his money holdings are a waste of resources. If the monetary authority pursued a low-inflation policy, Mr. Miranda would be happy to hold pesos, and he could put his time and effort to more productive use. In fact, shortly after this article was written, the Bolivian inflation rate was reduced substantially with a more restrictive monetary policy.

Menu Costs

Most firms do not change the prices of their products every day. Instead, firms often announce prices and leave them unchanged for weeks, months, or even years. One survey found that the typical U.S. firm changes its prices about once a year.

Firms change prices infrequently because there are costs of changing prices. Costs of price adjustment are called **menu costs**, a term derived from a restaurant's cost of printing a new menu. Menu costs include the cost of deciding on new prices, the cost of printing new price lists and catalogs, the cost of sending these new price lists and catalogs to dealers and customers, the cost of advertising the new prices, and even the cost of dealing with customer annoyance over price changes.

menu costs
the costs of changing prices

Inflation increases the menu costs that firms must bear. In the current U.S. economy, with its low inflation rate, annual price adjustment is an appropriate business strategy for many firms. But when high inflation makes firms' costs rise rapidly, annual price adjustment is impractical. During hyperinflations, for example, firms must change their prices daily or even more often just to keep up with all the other prices in the economy.

Relative-Price Variability and the Misallocation of Resources

Suppose that the Eatabit Eatery prints a new menu with new prices every January and then leaves its prices unchanged for the rest of the year. If there is no inflation, Eatabit's relative prices—the prices of its meals compared to other prices in the economy—would be constant over the course of the year. By contrast, if the inflation rate is 12 percent per year, Eatabit's relative prices will automatically fall by 1 percent each month. The restaurant's relative prices will be high in the early months of the year, just after it has printed a new menu, and low in the later months. And the higher the inflation rate, the greater is this automatic variability. Thus, because prices change only once in a while, inflation causes relative prices to vary more than they otherwise would.

Why does this matter? The reason is that market economies rely on relative prices to allocate scarce resources. Consumers decide what to buy by comparing the quality and prices of various goods and services. Through these decisions, they determine how the scarce factors of production are allocated among industries and firms. When inflation distorts relative prices, consumer decisions are distorted, and markets are less able to allocate resources to their best use.

Inflation-Induced Tax Distortions

Almost all taxes distort incentives, cause people to alter their behavior, and lead to a less efficient allocation of the economy's resources. Many taxes, however, become even more problematic in the presence of inflation. The reason is that lawmakers often fail to take inflation into account when writing the tax laws. Economists who have studied the tax code conclude that inflation tends to raise the tax burden on income earned from savings.

One example of how inflation discourages saving is the tax treatment of *capital gains*—the profits made by selling an asset for more than its purchase price. Suppose that in 1980 you used some of your savings to buy stock in Microsoft Corporation for $10 and that in 2008 you sold the stock for $50. According to the tax law, you have earned a capital gain of $40, which you must include in your income when computing how much income tax you owe. But suppose the overall price level doubled from 1980 to 2008. In this case, the $10 you invested in 1980 is equivalent (in terms of purchasing power) to $20 in 2008. When you sell your stock for $50, you have a real gain (an increase in purchasing power) of only $30. The tax code, however, does not take account of inflation and assesses you a tax on a gain of $40. Thus, inflation exaggerates the size of capital gains and inadvertently increases the tax burden on this type of income.

Another example is the tax treatment of interest income. The income tax treats the *nominal* interest earned on savings as income, even though part of the nominal interest rate merely compensates for inflation. To see the effects of this policy, consider the numerical example in Table 1. The table compares two economies, both of which tax interest income at a rate of 25 percent. In Economy A, inflation is zero, and the nominal and real interest rates are both 4 percent. In this case, the 25 percent tax on interest income reduces the real interest rate from 4 percent to 3 percent. In Economy B, the real interest rate is again 4 percent, but the inflation

1 TABLE

How Inflation Raises the Tax Burden on Saving

In the presence of zero inflation, a 25 percent tax on interest income reduces the real interest rate from 4 percent to 3 percent. In the presence of 8 percent inflation, the same tax reduces the real interest rate from 4 percent to 1 percent.

	Economy A (price stability)	Economy B (inflation)
Real interest rate	4%	4%
Inflation rate	0	8
Nominal interest rate (real interest rate + inflation rate)	4	12
Reduced interest due to 25 percent tax (.25 × nominal interest rate)	1	3
After-tax nominal interest rate (.75 × nominal interest rate)	3	9
After-tax real interest rate (after-tax nominal interest rate − inflation rate)	3	1

rate is 8 percent. As a result of the Fisher effect, the nominal interest rate is 12 percent. Because the income tax treats this entire 12 percent interest as income, the government takes 25 percent of it, leaving an after-tax nominal interest rate of only 9 percent and an after-tax real interest rate of only 1 percent. In this case, the 25 percent tax on interest income reduces the real interest rate from 4 percent to 1 percent. Because the after-tax real interest rate provides the incentive to save, saving is much less attractive in the economy with inflation (Economy B) than in the economy with stable prices (Economy A).

The taxes on nominal capital gains and on nominal interest income are two examples of how the tax code interacts with inflation. There are many others. Because of these inflation-induced tax changes, higher inflation tends to discourage people from saving. Recall that the economy's saving provides the resources for investment, which in turn is a key ingredient to long-run economic growth. Thus, when inflation raises the tax burden on saving, it tends to depress the economy's long-run growth rate. There is, however, no consensus among economists about the size of this effect.

One solution to this problem, other than eliminating inflation, is to index the tax system. That is, the tax laws could be rewritten to take account of the effects of inflation. In the case of capital gains, for example, the tax code could adjust the purchase price using a price index and assess the tax only on the real gain. In the case of interest income, the government could tax only real interest income by excluding that portion of the interest income that merely compensates for inflation. To some extent, the tax laws have moved in the direction of indexation. For example, the income levels at which income tax rates change are adjusted automatically each year based on changes in the consumer price index. Yet many other aspects of the tax laws—such as the tax treatment of capital gains and interest income—are not indexed.

In an ideal world, the tax laws would be written so that inflation would not alter anyone's real tax liability. In the world in which we live, however, tax laws are far from perfect. More complete indexation would probably be desirable, but it would further complicate a tax code that many people already consider too complex.

Confusion and Inconvenience

Imagine that we took a poll and asked people the following question: "This year the yard is 36 inches. How long do you think it should be next year?" Assuming we could get people to take us seriously, they would tell us that the yard should stay the same length—36 inches. Anything else would just complicate life needlessly.

What does this finding have to do with inflation? Recall that money, as the economy's unit of account, is what we use to quote prices and record debts. In other words, money is the yardstick with which we measure economic transactions. The job of the Federal Reserve is a bit like the job of the Bureau of Standards—to ensure the reliability of a commonly used unit of measurement. When the Fed increases the money supply and creates inflation, it erodes the real value of the unit of account.

It is difficult to judge the costs of the confusion and inconvenience that arise from inflation. Earlier, we discussed how the tax code incorrectly measures real incomes in the presence of inflation. Similarly, accountants incorrectly measure firms' earnings when prices are rising over time. Because inflation causes dollars at different times to have different real values, computing a firm's profit—the difference between its revenue and costs—is more complicated in an economy with inflation. Therefore, to some extent, inflation makes investors less able to sort successful from unsuccessful firms, which in turn impedes financial markets in their role of allocating the economy's saving to alternative types of investment.

A Special Cost of Unexpected Inflation: Arbitrary Redistributions of Wealth

So far, the costs of inflation we have discussed occur even if inflation is steady and predictable. Inflation has an additional cost, however, when it comes as a surprise. Unexpected inflation redistributes wealth among the population in a way that has nothing to do with either merit or need. These redistributions occur because many loans in the economy are specified in terms of the unit of account—money.

Consider an example. Suppose that Sam Student takes out a $20,000 loan at a 7 percent interest rate from Bigbank to attend college. In 10 years, the loan will come due. After his debt has compounded for 10 years at 7 percent, Sam will owe Bigbank $40,000. The real value of this debt will depend on inflation over the decade. If Sam is lucky, the economy will have a hyperinflation. In this case, wages and prices will rise so high that Sam will be able to pay the $40,000 debt out of pocket change. By contrast, if the economy goes through a major deflation, then wages and prices will fall, and Sam will find the $40,000 debt a greater burden than he anticipated.

This example shows that unexpected changes in prices redistribute wealth among debtors and creditors. A hyperinflation enriches Sam at the expense of Bigbank because it diminishes the real value of the debt; Sam can repay the loan in less valuable dollars than he anticipated. Deflation enriches Bigbank at Sam's expense because it increases the real value of the debt; in this case, Sam has to repay the loan in more valuable dollars than he anticipated. If inflation were predictable, then Bigbank and Sam could take inflation into account when setting the nominal interest rate. (Recall the Fisher effect.) But if inflation is hard to predict, it imposes risk on Sam and Bigbank that both would prefer to avoid.

This cost of unexpected inflation is important to consider together with another fact: Inflation is especially volatile and uncertain when the average rate of inflation is high. This is seen most simply by examining the experience of different countries. Countries with low average inflation, such as Germany in the late 20th century, tend to have stable inflation. Countries with high average inflation, such as many countries in Latin America, tend to have unstable inflation. There are no known examples of economies with high, stable inflation. This relationship between the level and volatility of inflation points to another cost of inflation. If a country pursues a high-inflation monetary policy, it will have to bear not only the costs of high expected inflation but also the arbitrary redistributions of wealth associated with unexpected inflation.

CASE STUDY: *THE WIZARD OF OZ* AND THE FREE-SILVER DEBATE

As a child, you probably saw the movie *The Wizard of Oz*, based on a children's book written in 1900. The movie and book tell the story of a young girl, Dorothy, who finds herself lost in a strange land far from home. You probably did not know, however, that the story is actually an allegory about U.S. monetary policy in the late 19th century.

From 1880 to 1896, the price level in the U.S. economy fell by 23 percent. Because this event was unanticipated, it led to a major redistribution of wealth. Most farmers in the western part of the country were debtors. Their creditors were the bankers in the east. When the price level fell, it caused the real value of these debts to rise, which enriched the banks at the expense of the farmers.

According to Populist politicians of the time, the solution to the farmers' problem was the free coinage of silver. During this period, the United States was operating with a gold standard. The quantity of gold determined the money supply and, thereby, the price level. The free-silver advocates wanted silver, as well as gold, to be used as money. If adopted, this proposal would have increased the money supply, pushed up the price level, and reduced the real burden of the farmers' debts.

The debate over silver was heated, and it was central to the politics of the 1890s. A common election slogan of the Populists was "We Are Mortgaged. All but Our Votes." One prominent advocate of free silver was William Jennings Bryan, the Democratic nominee for president in 1896. He is remembered in part for a speech at the Democratic Party's nominating convention in which he said, "You shall not press down upon the brow of labor this crown of thorns. You shall not crucify mankind upon a cross of gold." Rarely since then have politicians waxed so poetic about alternative approaches to monetary policy. Nonetheless, Bryan lost the election to Republican William McKinley, and the United States remained on the gold standard.

L. Frank Baum, author of the book *The Wonderful Wizard of Oz*, was a midwestern journalist. When he sat down to write a story for children, he made the characters represent protagonists in the major political battle of his time. Here is how economic historian Hugh Rockoff, writing in the *Journal of Political Economy* in 1990, interprets the story:

DOROTHY:	Traditional American values
TOTO:	Prohibitionist party, also called the Teetotalers
SCARECROW:	Farmers
TIN WOODSMAN:	Industrial workers
COWARDLY LION:	William Jennings Bryan
MUNCHKINS:	Citizens of the East
WICKED WITCH OF THE EAST:	Grover Cleveland
WICKED WITCH OF THE WEST:	William McKinley
WIZARD:	Marcus Alonzo Hanna, chairman of the Republican Party
OZ:	Abbreviation for ounce of gold
YELLOW BRICK ROAD:	Gold standard

THE KOBAL COLLECTION

AN EARLY DEBATE OVER MONETARY POLICY

In the end of Baum's story, Dorothy does find her way home, but it is not by just following the yellow brick road. After a long and perilous journey, she learns that the wizard is incapable of helping her or her friends. Instead, Dorothy finally discovers the magical power of her *silver* slippers. (When the book was made into a movie in 1939, Dorothy's slippers were changed from silver to ruby. The Hollywood filmmakers were more interested in showing off the new technology of Technicolor than in telling a story about 19th-century monetary policy.)

Although the Populists lost the debate over the free coinage of silver, they did eventually get the monetary expansion and inflation that they wanted. In 1898, prospectors discovered gold near the Klondike River in the Canadian Yukon. Increased supplies of gold also arrived from the mines of South Africa. As a result, the money supply and the price level started to rise in the United States and other countries operating on the gold standard. Within 15 years, prices in the United States were back to the levels that had prevailed in the 1880s, and farmers were better able to handle their debts. ●

QUICK QUIZ List and describe six costs of inflation.

CONCLUSION

This chapter discussed the causes and costs of inflation. The primary cause of inflation is simply growth in the quantity of money. When the central bank creates money in large quantities, the value of money falls quickly. To maintain stable prices, the central bank must maintain strict control over the money supply.

The costs of inflation are subtler. They include shoeleather costs, menu costs, increased variability of relative prices, unintended changes in tax liabilities, confusion and inconvenience, and arbitrary redistributions of wealth. Are these costs, in total, large or small? All economists agree that they become huge during hyperinflation. But their size for moderate inflation—when prices rise by less than 10 percent per year—is more open to debate.

Although this chapter presented many of the most important lessons about inflation, the discussion is incomplete. When the central bank reduces the rate of money growth, prices rise less rapidly, as the quantity theory suggests. Yet as the economy makes the transition to this lower inflation rate, the change in monetary policy will have disruptive effects on production and employment. That is, even though monetary policy is neutral in the long run, it has profound effects on real variables in the short run. Later in this book we will examine the reasons for short-run monetary nonneutrality to enhance our understanding of the causes and costs of inflation.

SUMMARY

- The overall level of prices in an economy adjusts to bring money supply and money demand into balance. When the central bank increases the supply of money, it causes the price level to rise. Persistent growth in the quantity of money supplied leads to continuing inflation.
- The principle of monetary neutrality asserts that changes in the quantity of money influence nominal variables but not real variables. Most economists believe that monetary neutrality approximately describes the behavior of the economy in the long run.
- A government can pay for some of its spending simply by printing money. When countries rely heavily on this "inflation tax," the result is hyperinflation.
- One application of the principle of monetary neutrality is the Fisher effect. According to the Fisher effect, when the inflation rate rises, the nominal interest rate rises by the same amount so that the real interest rate remains the same.
- Many people think that inflation makes them poorer because it raises the cost of what they buy. This view is a fallacy, however, because inflation also raises nominal incomes.
- Economists have identified six costs of inflation: shoeleather costs associated with reduced money holdings, menu costs associated with more frequent adjustment of prices, increased variability of relative prices, unintended changes in tax liabilities due to nonindexation of the tax code, confusion and inconvenience resulting from a changing unit of account, and arbitrary redistributions of wealth between debtors and creditors. Many of these costs are large during hyperinflation, but the size of these costs for moderate inflation is less clear.

KEY CONCEPTS

quantity theory of money, *p. 667*
nominal variables, *p. 669*
real variables, *p. 669*
classical dichotomy, *p. 669*
monetary neutrality, *p. 670*
velocity of money, *p. 670*
quantity equation, *p. 671*
inflation tax, *p. 674*
Fisher effect, *p. 676*
shoeleather costs, *p. 678*
menu costs, *p. 679*

QUESTIONS FOR REVIEW

1. Explain how an increase in the price level affects the real value of money.
2. According to the quantity theory of money, what is the effect of an increase in the quantity of money?
3. Explain the difference between nominal and real variables and give two examples of each. According to the principle of monetary neutrality, which variables are affected by changes in the quantity of money?
4. In what sense is inflation like a tax? How does thinking about inflation as a tax help explain hyperinflation?
5. According to the Fisher effect, how does an increase in the inflation rate affect the real interest rate and the nominal interest rate?
6. What are the costs of inflation? Which of these costs do you think are most important for the U.S. economy?
7. If inflation is less than expected, who benefits—debtors or creditors? Explain.

PROBLEMS AND APPLICATIONS

1. Suppose that this year's money supply is $500 billion, nominal GDP is $10 trillion, and real GDP is $5 trillion.
   a. What is the price level? What is the velocity of money?
   b. Suppose that velocity is constant and the economy's output of goods and services rises by 5 percent each year. What will happen to nominal GDP and the price level next year if the Fed keeps the money supply constant?
   c. What money supply should the Fed set next year if it wants to keep the price level stable?
   d. What money supply should the Fed set next year if it wants inflation of 10 percent?
2. Suppose that changes in bank regulations expand the availability of credit cards so that people need to hold less cash.
   a. How does this event affect the demand for money?
   b. If the Fed does not respond to this event, what will happen to the price level?
   c. If the Fed wants to keep the price level stable, what should it do?
3. It is often suggested that the Federal Reserve try to achieve zero inflation. If we assume that velocity is constant, does this zero-inflation goal require that the rate of money growth equal zero? If yes, explain why. If no, explain what the rate of money growth should equal.
4. Suppose that a country's inflation rate increases sharply. What happens to the inflation tax on the holders of money? Why is wealth that is held in savings accounts *not* subject to a change in the inflation tax? Can you think of any way holders of savings accounts are hurt by the increase in the inflation rate?
5. Hyperinflations are extremely rare in countries whose central banks are independent of the rest of the government. Why might this be so?
6. Let's consider the effects of inflation in an economy composed of only two people: Bob, a bean farmer, and Rita, a rice farmer. Bob and Rita both always consume equal amounts of rice and beans. In 2008, the price of beans was $1, and the price of rice was $3.
   a. Suppose that in 2009 the price of beans was $2 and the price of rice was $6. What was inflation? Was Bob better off, worse off, or unaffected by the changes in prices? What about Rita?
   b. Now suppose that in 2009 the price of beans was $2 and the price of rice was $4. What was inflation? Was Bob better off, worse off, or unaffected by the changes in prices? What about Rita?
   c. Finally, suppose that in 2009 the price of beans was $2 and the price of rice was $1.50. What was inflation? Was Bob better off, worse off, or unaffected by the changes in prices? What about Rita?
   d. What matters more to Bob and Rita—the overall inflation rate or the relative price of rice and beans?
7. If the tax rate is 40 percent, compute the before-tax real interest rate and the after-tax real interest rate in each of the following cases.
   a. The nominal interest rate is 10 percent and the inflation rate is 5 percent.
   b. The nominal interest rate is 6 percent and the inflation rate is 2 percent.
   c. The nominal interest rate is 4 percent and the inflation rate is 1 percent.
8. What are your shoeleather costs of going to the bank? How might you measure these costs in dollars? How do you think the shoeleather costs of your college president differ from your own?
9. Recall that money serves three functions in the economy. What are those functions? How does inflation affect the ability of money to serve each of these functions?
10. Suppose that people expect inflation to equal 3 percent, but in fact, prices rise by 5 percent. Describe how this unexpectedly high inflation rate would help or hurt the following:
    a. the government
    b. a homeowner with a fixed-rate mortgage
    c. a union worker in the second year of a labor contract
    d. a college that has invested some of its endowment in government bonds

11. Explain one harm associated with unexpected inflation that is *not* associated with expected inflation. Then explain one harm associated with both expected and unexpected inflation.
12. Explain whether the following statements are true, false, or uncertain.
    a. "Inflation hurts borrowers and helps lenders, because borrowers must pay a higher rate of interest."
    b. "If prices change in a way that leaves the overall price level unchanged, then no one is made better or worse off."
    c. "Inflation does not reduce the purchasing power of most workers."

PART XI

The Macroeconomics of Open Economies

CHAPTER 31

Open-Economy Macroeconomics: Basic Concepts

When you decide to buy a car, you may compare the latest models offered by Ford and Toyota. When you take your next vacation, you may consider spending it on a beach in Florida or in Mexico. When you start saving for your retirement, you may choose between a mutual fund that buys stock in U.S. companies and one that buys stock in foreign companies. In all these cases, you are participating not just in the U.S. economy but in economies around the world.

There are clear benefits to being open to international trade: Trade allows people to produce what they produce best and to consume the great variety of goods and services produced around the world. Indeed, one of the *Ten Principles of Economics* highlighted in Chapter 1 is that trade can make everyone better off. International trade can raise living standards in all countries by allowing each country to specialize in producing those goods and services in which it has a comparative advantage.

closed economy
an economy that does not interact with other economies in the world

open economy
an economy that interacts freely with other economies around the world

So far, our development of macroeconomics has largely ignored the economy's interaction with other economies around the world. For most questions in macroeconomics, international issues are peripheral. For instance, when we discussed the natural rate of unemployment and the causes of inflation, the effects of international trade could safely be ignored. Indeed, to keep their models simple, macroeconomists often assume a **closed economy**—an economy that does not interact with other economies.

Yet new macroeconomic issues arise in an **open economy**—an economy that interacts freely with other economies around the world. This chapter and the next, therefore, provide an introduction to open-economy macroeconomics. We begin in this chapter by discussing the key macroeconomic variables that describe an open economy's interactions in world markets. You may have noticed mention of these variables—exports, imports, the trade balance, and exchange rates—when reading news reports or watching the nightly news. Our first job is to understand what these data mean. In the next chapter, we develop a model to explain how these variables are determined and how they are affected by various government policies.

THE INTERNATIONAL FLOWS OF GOODS AND CAPITAL

An open economy interacts with other economies in two ways: It buys and sells goods and services in world product markets, and it buys and sells capital assets such as stocks and bonds in world financial markets. Here we discuss these two activities and the close relationship between them.

exports
goods and services that are produced domestically and sold abroad

imports
goods and services that are produced abroad and sold domestically

net exports
the value of a nation's exports minus the value of its imports; also called the trade balance

trade balance
the value of a nation's exports minus the value of its imports; also called net exports

trade surplus
an excess of exports over imports

The Flow of Goods: Exports, Imports, and Net Exports

Exports are domestically produced goods and services that are sold abroad, and **imports** are foreign-produced goods and services that are sold domestically. When Boeing, the U.S. aircraft manufacturer, builds a plane and sells it to Air France, the sale is an export for the United States and an import for France. When Volvo, the Swedish car manufacturer, makes a car and sells it to a U.S. resident, the sale is an import for the United States and an export for Sweden.

The **net exports** of any country are the difference between the value of its exports and the value of its imports:

$$\text{Net exports} = \text{Value of country's exports} - \text{Value of country's imports}.$$

The Boeing sale raises U.S. net exports, and the Volvo sale reduces U.S. net exports. Because net exports tell us whether a country is, in total, a seller or a buyer in world markets for goods and services, net exports are also called the **trade balance**. If net exports are positive, exports are greater than imports, indicating that the country sells more goods and services abroad than it buys from other countries. In this case, the country is said to run a **trade surplus**. If net exports are negative, exports are less than imports, indicating that the country sells fewer goods and services abroad than it buys from other countries. In this case, the country is said to run a

trade deficit. If net exports are zero, its exports and imports are exactly equal, and the country is said to have **balanced trade**.

trade deficit
an excess of imports over exports

balanced trade
a situation in which exports equal imports

In the next chapter, we develop a theory that explains an economy's trade balance, but even at this early stage, it is easy to think of many factors that might influence a country's exports, imports, and net exports. Those factors include the following:

- The tastes of consumers for domestic and foreign goods
- The prices of goods at home and abroad
- The exchange rates at which people can use domestic currency to buy foreign currencies
- The incomes of consumers at home and abroad
- The cost of transporting goods from country to country
- Government policies toward international trade

As these variables change, so does the amount of international trade.

"BUT WE'RE NOT JUST TALKING ABOUT BUYING A CAR—WE'RE TALKING ABOUT CONFRONTING THIS COUNTRY'S TRADE DEFICIT WITH JAPAN."

CASE STUDY THE INCREASING OPENNESS OF THE U.S. ECONOMY

Perhaps the most dramatic change in the U.S. economy over the past five decades has been the increasing importance of international trade and finance. This change is illustrated in Figure 1, which shows the total value of goods and services exported to other countries and imported from other countries expressed

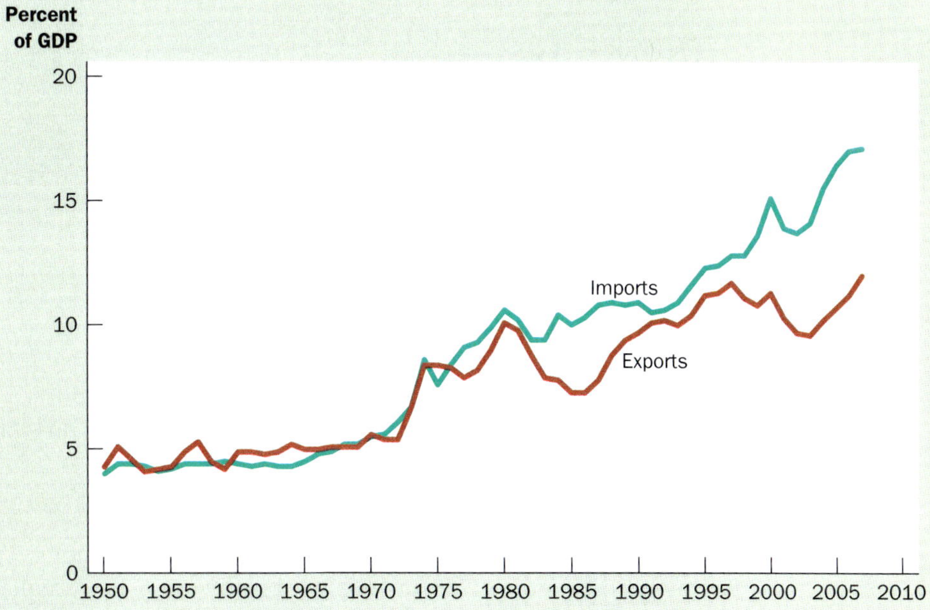

FIGURE 1

The Internationalization of the U.S. Economy
This figure shows exports and imports of the U.S. economy as a percentage of U.S. gross domestic product since 1950. The substantial increases over time show the increasing importance of international trade and finance.

Source: U.S. Department of Commerce.

In The News

Breaking Up the Chain of Production

Some goods are manufactured not in one country but in many.

An iPod Has Global Value. Ask the (Many) Countries That Make It.

By Hal R. Varian

Who makes the Apple iPod? Here's a hint: It is not Apple. The company outsources the entire manufacture of the device to a number of Asian enterprises, among them Asustek, Inventec Appliances and Foxconn.

But this list of companies isn't a satisfactory answer either: They only do final assembly. What about the 451 parts that go into the iPod? Where are they made and by whom?

Three researchers at the University of California, Irvine—Greg Linden, Kenneth L. Kraemer and Jason Dedrick—applied some investigative cost accounting to this question, using a report from Portelligent Inc. that examined all the parts that went into the iPod.

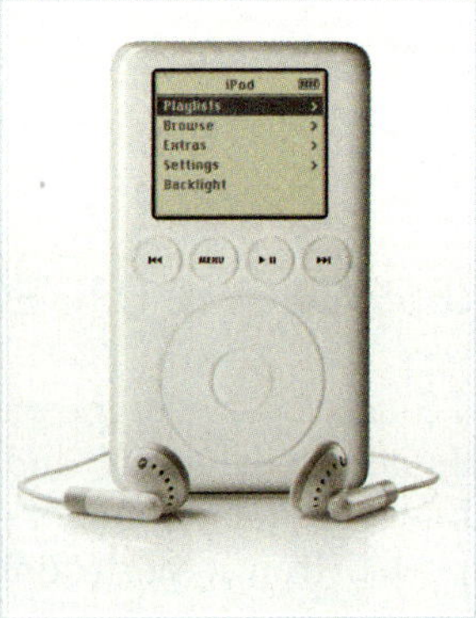

PHOTO: © AP IMAGES

Their study, sponsored by the Sloan Foundation, offers a fascinating illustration of the complexity of the global economy, and how difficult it is to understand that complexity by using only conventional trade statistics.

The retail value of the 30-gigabyte video iPod that the authors examined was $299. The most expensive component in it was the hard drive, which was manufactured by Toshiba and costs about $73. The next most costly components were the display module (about $20), the video/multimedia processor chip ($8) and the controller chip ($5). They estimated that the final assembly, done in China, cost only about $4 a unit.

One approach to tracing supply chain geography might be to attribute the cost of each component to the country of origin of its maker. So $73 of the cost of the iPod would be attributed to Japan since Toshiba is a Japanese company, and the $13 cost of the two chips would be attributed to the United States, since the suppliers, Broadcom and PortalPlayer, are American companies, and so on.

But this method hides some of the most important details. Toshiba may be a Japanese company, but it makes most of its hard drives in the Philippines and China. So perhaps we should also allocate part of the

as a percentage of gross domestic product. In the 1950s, imports and exports of goods and services were typically between 4 and 5 percent of GDP. In recent years, exports have been more than twice that level, with imports more than three times as high. The trading partners of the United States include a diverse group of countries. As of 2008, the largest trading partner, as measured by imports and exports combined, was Canada, followed by China, Mexico, Japan, Germany, and the United Kingdom.

The increase in international trade over the past several decades is partly due to improvements in transportation. In 1950, the average merchant ship carried less than 10,000 tons of cargo; today, many ships carry more than 100,000 tons. The long-distance jet was introduced in 1958, and the wide-body jet in 1967, making air transport far cheaper than it had been. Because of these developments, goods that once had to be produced locally can now be traded around the world. Cut cost of that hard drive to one of those countries. The same problem arises regarding the Broadcom chips, with most of them manufactured in Taiwan. So how can one distribute the costs of the iPod components across the countries where they are manufactured in a meaningful way?

To answer this question, let us look at the production process as a sequence of steps, each possibly performed by a different company operating in a different country. At each step, inputs like computer chips and a bare circuit board are converted into outputs like an assembled circuit board. The difference between the cost of the inputs and the value of the outputs is the "value added" at that step, which can then be attributed to the country where that value was added.

The profit margin on generic parts like nuts and bolts is very low, since these items are produced in intensely competitive industries and can be manufactured anywhere. Hence, they add little to the final value of the iPod. More specialized parts, like the hard drives and controller chips, have much higher value added.

According to the authors' estimates, the $73 Toshiba hard drive in the iPod contains about $54 in parts and labor. So the value that Toshiba added to the hard drive was $19 plus its own direct labor costs. This $19 is attributed to Japan since Toshiba is a Japanese company.

Continuing in this way, the researchers examined the major components of the iPod and tried to calculate the value added at different stages of the production process and then assigned that value added to the country where the value was created. This isn't an easy task, but even based on their initial examination, it is quite clear that the largest share of the value added in the iPod goes to enterprises in the United States, particularly for units sold here.

The researchers estimated that $163 of the iPod's $299 retail value in the United States was captured by American companies and workers, breaking it down to $75 for distribution and retail costs, $80 to Apple, and $8 to various domestic component makers. Japan contributed about $26 to the value added (mostly via the Toshiba disk drive), while Korea contributed less than $1.

The unaccounted-for parts and labor costs involved in making the iPod came to about $110. The authors hope to assign those labor costs to the appropriate countries, but as the hard drive example illustrates, that's not so easy to do.

This value added calculation illustrates the futility of summarizing such a complex manufacturing process by using conventional trade statistics. Even though Chinese workers contribute only about 1 percent of the value of the iPod, the export of a finished iPod to the United States directly contributes about $150 to our bilateral trade deficit with the Chinese.

Ultimately, there is no simple answer to who makes the iPod or where it is made. The iPod, like many other products, is made in several countries by dozens of companies, with each stage of production contributing a different amount to the final value.

The real value of the iPod doesn't lie in its parts or even in putting those parts together. The bulk of the iPod's value is in the conception and design of the iPod. That is why Apple gets $80 for each of these video iPods it sells, which is by far the largest piece of value added in the entire supply chain.

Those clever folks at Apple figured out how to combine 451 mostly generic parts into a valuable product. They may not make the iPod, but they created it. In the end, that's what really matters.

Source: *New York Times*, June 28, 2007.

flowers grown in Israel are flown to the United States to be sold. Fresh fruits and vegetables that can grow only in summer can now be consumed in winter as well because they can be shipped to the United States from countries in the Southern Hemisphere.

The increase in international trade has also been influenced by advances in telecommunications, which have allowed businesses to reach overseas customers more easily. For example, the first transatlantic telephone cable was not laid until 1956. As recently as 1966, the technology allowed only 138 simultaneous conversations between North America and Europe. Today, communications satellites permit more than 1 million conversations to occur at the same time.

Technological progress has also fostered international trade by changing the kinds of goods that economies produce. When bulky raw materials (such as steel) and perishable goods (such as foodstuffs) were a large part of the world's output, transporting goods was often costly and sometimes impossible. By contrast, goods produced with modern technology are often light and easy to transport. Consumer electronics, for instance, have low weight for every dollar of value, which makes them easy to produce in one country and sell in another. An even more extreme example is the film industry. Once a studio in Hollywood makes a movie, it can send copies of the film around the world at almost zero cost. And indeed, movies are a major export of the United States.

The government's trade policies have also been a factor in increasing international trade. As we discussed earlier in this book, economists have long believed that free trade between countries is mutually beneficial. Over time, most policymakers around the world have come to accept these conclusions. International agreements, such as the North American Free Trade Agreement (NAFTA) and the General Agreement on Tariffs and Trade (GATT), have gradually lowered tariffs, import quotas, and other trade barriers. The pattern of increasing trade illustrated in Figure 1 is a phenomenon that most economists and policymakers endorse and encourage. ●

The Flow of Financial Resources: Net Capital Outflow

So far, we have been discussing how residents of an open economy participate in world markets for goods and services. In addition, residents of an open economy participate in world financial markets. A U.S. resident with $20,000 could use that money to buy a car from Toyota, or he could instead use that money to buy stock in the Toyota Corporation. The first transaction would represent a flow of goods, whereas the second would represent a flow of capital.

net capital outflow
the purchase of foreign assets by domestic residents minus the purchase of domestic assets by foreigners

The term **net capital outflow** refers to the difference between the purchase of foreign assets by domestic residents and the purchase of domestic assets by foreigners:

$$\text{Net capital outflow} = \text{Purchase of foreign assets by domestic residents} \\ - \text{Purchase of domestic assets by foreigners.}$$

When a U.S. resident buys stock in Telmex, the Mexican phone company, the purchase increases the first term on the right side of this equation and, therefore, increases U.S. net capital outflow. When a Japanese resident buys a bond issued by the U.S. government, the purchase increases the second term on the right side of this equation and, therefore, decreases U.S. net capital outflow.

The flow of capital between the U.S. economy and the rest of the world takes two forms. If McDonald's opens up a fast-food outlet in Russia, that is an example of *foreign direct investment*. Alternatively, if an American buys stock in a Russian corporation, that is an example of *foreign portfolio investment*. In the first case, the American owner (McDonald's Corporation) actively manages the investment, whereas in the second case, the American owner (the stockholder) has a more passive role. In both cases, U.S. residents are buying assets located in another country, so both purchases increase U.S. net capital outflow.

The net capital outflow (sometimes called *net foreign investment*) can be either positive or negative. When it is positive, domestic residents are buying more foreign assets than foreigners are buying domestic assets. Capital is said to be flowing out of the country. When the net capital outflow is negative, domestic residents are buying less foreign assets than foreigners are buying domestic assets. Capital is said to be flowing into the country. That is, when net capital outflow is negative, a country is experiencing a capital inflow.

We develop a theory to explain net capital outflow in the next chapter. Here let's consider briefly some of the more important variables that influence net capital outflow:

- The real interest rates paid on foreign assets
- The real interest rates paid on domestic assets
- The perceived economic and political risks of holding assets abroad
- The government policies that affect foreign ownership of domestic assets

For example, consider U.S. investors deciding whether to buy Mexican government bonds or U.S. government bonds. (Recall that a bond is, in effect, an IOU of the issuer.) To make this decision, U.S. investors compare the real interest rates offered on the two bonds. The higher a bond's real interest rate, the more attractive it is. While making this comparison, however, U.S. investors must also take into account the risk that one of these governments might default on its debt (that is, not pay interest or principal when it is due), as well as any restrictions that the Mexican government has imposed, or might impose in the future, on foreign investors in Mexico.

The Equality of Net Exports and Net Capital Outflow

We have seen that an open economy interacts with the rest of the world in two ways—in world markets for goods and services and in world financial markets. Net exports and net capital outflow each measure a type of imbalance in these markets. Net exports measure an imbalance between a country's exports and its imports. Net capital outflow measures an imbalance between the amount of foreign assets bought by domestic residents and the amount of domestic assets bought by foreigners.

An important but subtle fact of accounting states that, for an economy as a whole, net capital outflow (NCO) must always equal net exports (NX):

$$NCO = NX.$$

This equation holds because every transaction that affects one side of this equation affects the other side by exactly the same amount. This equation is an *identity*—an equation that must hold because of the way the variables in the equation are defined and measured.

To see why this accounting identity is true, let's consider an example. Imagine that you are a computer programmer residing in the United States. One day, you write some software and sell it to a Japanese consumer for 10,000 yen. The sale of software is an export of the United States, so it increases U.S. net exports. What else happens to ensure that this identity holds? The answer depends on what you do with the 10,000 yen you are paid.

First, let's suppose that you simply stuff the yen in your mattress. (We might say you have a yen for yen.) In this case, you are using some of your income to invest in the Japanese economy. That is, a domestic resident (you) has acquired a foreign asset (the Japanese currency). The increase in U.S. net exports is matched by an increase in the U.S. net capital outflow.

More realistically, however, if you want to invest in the Japanese economy, you won't do so by holding on to Japanese currency. More likely, you would use the 10,000 yen to buy stock in a Japanese corporation, or you might buy a Japanese government bond. Yet the result of your decision is much the same: A domestic resident ends up acquiring a foreign asset. The increase in U.S. net capital outflow (the purchase of the Japanese stock or bond) exactly equals the increase in U.S. net exports (the sale of software).

Let's now change the example. Suppose that instead of using the 10,000 yen to buy a Japanese asset, you use it to buy a good made in Japan, such as a Nintendo Gameboy. As a result of the Gameboy purchase, U.S. imports increase. The software export and the Gameboy import represent balanced trade. Because exports and imports increase by the same amount, net exports are unchanged. In this case, no American ends up acquiring a foreign asset and no foreigner ends up acquiring a U.S. asset, so there is also no impact on U.S. net capital outflow.

A final possibility is that you go to a local bank to exchange your 10,000 yen for U.S. dollars. But this doesn't change the situation because the bank now has to do something with the 10,000 yen. It can buy Japanese assets (a U.S. net capital outflow); it can buy a Japanese good (a U.S. import); or it can sell the yen to another American who wants to make such a transaction. In the end, U.S. net exports must equal U.S. net capital outflow.

This example all started when a U.S. programmer sold some software abroad, but the story is much the same when Americans buy goods and services from other countries. For example, if Wal-Mart buys $50 million of clothing from China and sells it to American consumers, something must happen to that $50 million. One possibility is that China could use the $50 million to invest in the U.S. economy. This capital inflow from China might take the form of Chinese purchases of U.S. government bonds. In this case, the sale of the clothing reduces U.S. net exports, and the sale of bonds reduces U.S. net capital outflow. Alternatively, China could use the $50 million to buy a plane from Boeing, the U.S. aircraft manufacturer. In this case, the U.S. import of clothing balances the U.S. export of aircraft, so net exports and net capital outflow are both unchanged. In all cases, the transaction has the same effect on net exports and net capital outflow.

We can summarize these conclusions for the economy as a whole.

- When a nation is running a trade surplus ($NX > 0$), it is selling more goods and services to foreigners than it is buying from them. What is it doing with the foreign currency it receives from the net sale of goods and services abroad? It must be using it to buy foreign assets. Capital is flowing out of the country ($NCO > 0$).
- When a nation is running a trade deficit ($NX < 0$), it is buying more goods and services from foreigners than it is selling to them. How is it financing the net purchase of these goods and services in world markets? It must be selling assets abroad. Capital is flowing into the country ($NCO < 0$).

The international flow of goods and services and the international flow of capital are two sides of the same coin.

Saving, Investment, and Their Relationship to the International Flows

A nation's saving and investment are crucial to its long-run economic growth. As we have seen earlier in this book, saving and investment are equal in a closed economy. But matters are not as simple in an open economy. Let's now consider how saving and investment are related to the international flows of goods and capital as measured by net exports and net capital outflow.

As you may recall, the term *net exports* appeared earlier in the book when we discussed the components of gross domestic product. The economy's gross domestic product (Y) is divided among four components: consumption (C), investment (I), government purchases (G), and net exports (NX). We write this as

$$Y = C + I + G + NX.$$

Total expenditure on the economy's output of goods and services is the sum of expenditure on consumption, investment, government purchases, and net exports. Because each dollar of expenditure is placed into one of these four components, this equation is an accounting identity: It must be true because of the way the variables are defined and measured.

Recall that national saving is the income of the nation that is left after paying for current consumption and government purchases. National saving (S) equals $Y - C - G$. If we rearrange the equation to reflect this fact, we obtain

$$Y - C - G = I + NX$$

$$S = I + NX.$$

Because net exports (NX) also equal net capital outflow (NCO), we can write this equation as

$$S = I + NCO$$

$$\text{Saving} = \begin{array}{c}\text{Domestic}\\\text{investment}\end{array} + \begin{array}{c}\text{Net capital}\\\text{outflow}\end{array}.$$

This equation shows that a nation's saving must equal its domestic investment plus its net capital outflow. In other words, when U.S. citizens save a dollar of their income for the future, that dollar can be used to finance accumulation of domestic capital or it can be used to finance the purchase of capital abroad.

This equation should look somewhat familiar. Earlier in the book, when we analyzed the role of the financial system, we considered this identity for the special case of a closed economy. In a closed economy, net capital outflow is zero ($NCO = 0$), so saving equals investment ($S = I$). By contrast, an open economy has two uses for its saving: domestic investment and net capital outflow.

As before, we can view the financial system as standing between the two sides of this identity. For example, suppose the Smith family decides to save some of its income for retirement. This decision contributes to national saving, the left side of our equation. If the Smiths deposit their saving in a mutual fund, the mutual fund may use some of the deposit to buy stock issued by General Motors, which uses the proceeds to build a factory in Ohio. In addition, the mutual fund may use some of the Smiths' deposit to buy stock issued by Toyota, which uses the proceeds to build a factory in Osaka. These transactions show up on the right side of the equation. From the standpoint of U.S. accounting, the General Motors expenditure on a new factory is domestic investment, and the purchase of Toyota stock by a U.S. resident is net capital outflow. Thus, all saving in the U.S. economy shows up as investment in the U.S. economy or as U.S. net capital outflow.

The bottom line is that saving, investment, and international capital flows are inextricably linked. When a nation's saving exceeds its domestic investment, its net capital outflow is positive, indicating that the nation is using some of its saving to buy assets abroad. When a nation's domestic investment exceeds its saving, its net capital outflow is negative, indicating that foreigners are financing some of this investment by purchasing domestic assets.

Summing Up

Table 1 summarizes many of the ideas presented so far in this chapter. It describes the three possibilities for an open economy: a country with a trade deficit, a country with balanced trade, and a country with a trade surplus.

Consider first a country with a trade surplus. By definition, a trade surplus means that the value of exports exceeds the value of imports. Because net exports are exports minus imports, net exports NX are greater than zero. As a result, income $Y = C + I + G + NX$ must be greater than domestic spending $C + I + G$. But if income Y is more than spending $C + I + G$, then saving $S = Y - C - G$ must be more than investment I. Because the country is saving more than it is investing, it must be sending some of its saving abroad. That is, the net capital outflow must be greater than zero.

The converse logic applies to a country with a trade deficit (such as the U.S. economy in recent years). By definition, a trade deficit means that the value of exports is less than the value of imports. Because net exports are exports minus imports, net exports NX are negative. Thus, income $Y = C + I + G + NX$ must be less than domestic spending $C + I + G$. But if income Y is less than spending $C + I + G$, then saving $S = Y - C - G$ must be less than investment I. Because the country is investing more than it is saving, it must be financing some domestic investment by selling assets abroad. That is, the net capital outflow must be negative.

A country with balanced trade is between these cases. Exports equal imports, so net exports are zero. Income equals domestic spending, and saving equals investment. The net capital outflow equals zero.

CASE STUDY IS THE U.S. TRADE DEFICIT A NATIONAL PROBLEM?

You may have heard the press call the United States "the world's largest debtor." The nation earned that description by borrowing heavily in world financial mar-

1 TABLE

International Flows of Goods and Capital: Summary
This table shows the three possible outcomes for an open economy.

Trade Deficit	Balanced Trade	Trade Surplus
Exports $<$ Imports	Exports $=$ Imports	Exports $>$ Imports
Net Exports < 0	Net Exports $= 0$	Net Exports > 0
$Y < C + I + G$	$Y = C + I + G$	$Y > C + I + G$
Saving $<$ Investment	Saving $=$ Investment	Saving $>$ Investment
Net Capital Outflow < 0	Net Capital Outflow $= 0$	Net Capital Outflow > 0

kets during the past two decades to finance large trade deficits. Why did the United States do this, and should this event give Americans reason to worry?

To answer these questions, let's see what the macroeconomic accounting identities tell us about the U.S. economy. Panel (a) of Figure 2 shows national saving and domestic investment as a percentage of GDP since 1960. Panel (b) shows net capital outflow (that is, the trade balance) as a percentage of GDP. Notice that, as the identities require, net capital outflow always equals national saving minus domestic investment.

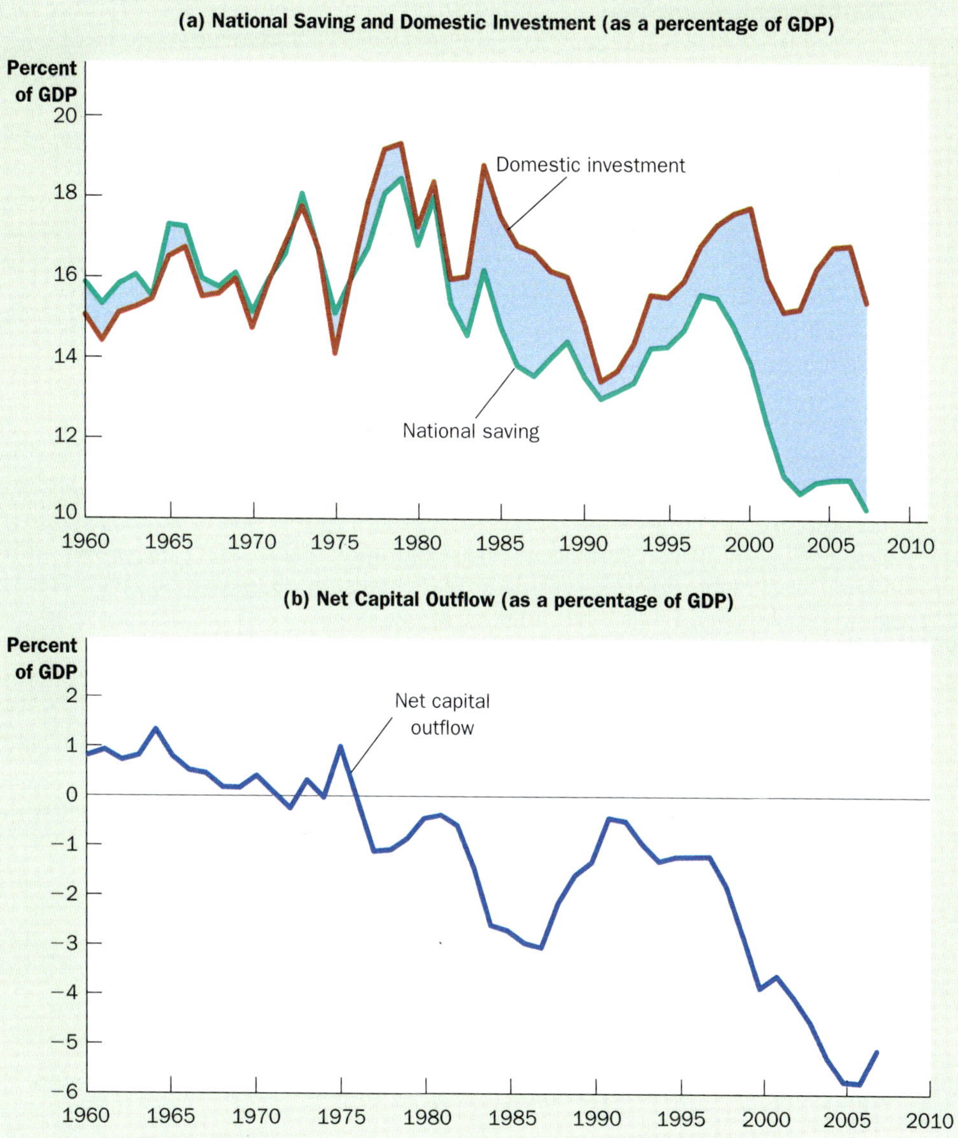

FIGURE 2

National Saving, Domestic Investment, and Net Capital Outflow

Panel (a) shows national saving and domestic investment as a percentage of GDP. Panel (b) shows net capital outflow as a percentage of GDP. You can see from the figure that national saving has been lower since 1980 than it was before 1980. This fall in national saving has been reflected primarily in reduced net capital outflow rather than in reduced domestic investment.

Source: U.S. Department of Commerce.

The figure shows a dramatic change beginning in the early 1980s. Before 1980, national saving and domestic investment were close, and so net capital outflow was small. Yet after 1980, national saving fell substantially below investment, and net capital outflow became a large negative number. That is, there was a capital inflow: Foreigners were buying more capital assets in the United States than Americans were buying abroad. The United States was going into debt.

History shows that changes in capital flows arise sometimes from changes in saving and sometimes from changes in investment. From 1980 to 1987, the flow of capital into the United States went from 0.5 to 3.1 percent of GDP. This 2.6 percentage point change is largely attributable to a fall in saving of 3.2 percentage points. This decline in national saving, in turn, is often explained by the decline in public saving—that is, the increase in the government budget deficit.

A different story explains the events of the following decade. From 1991 to 2000, the capital flow into the United States went from 0.5 to 3.9 percent of GDP. None of this 3.4 percentage point change is attributable to a decline in saving; in fact, saving increased over this time, as the government's budget switched from deficit to surplus. But investment went from 13.4 to 17.7 percent of GDP, as the economy enjoyed a boom in information technology and many firms were eager to make these high-tech investments.

From 2000 to 2006, the capital flow into the United States increased further, reaching a record 5.8 percent of GDP. The investment boom abated after 2000, but once again, the federal government started running budget deficits, and national saving fell to extraordinarily low levels by historical standards.

Are these trade deficits a problem for the U.S. economy? To answer this question, it is important to keep an eye on the nation's saving and investment.

Consider first a trade deficit induced by a fall in saving, as occurred during the 1980s and the early 2000s. Lower saving means that the nation is putting away less of its income to provide for its future. Once national saving has fallen, however, there is no reason to deplore the resulting trade deficits. If national saving fell without inducing a trade deficit, investment in the United States would have to fall. This fall in investment, in turn, would adversely affect the growth in the capital stock, labor productivity, and real wages. In other words, given that U.S. saving has declined, it is better to have foreigners invest in the U.S. economy than no one at all.

Now consider a trade deficit induced by an investment boom, such as the trade deficits of the 1990s. In this case, the economy is borrowing from abroad to finance the purchase of new capital goods. If this additional capital provides a good return in the form of higher production of goods and services, then the economy should be able to handle the debts that are being accumulated. On the other hand, if the investment projects fail to yield the expected returns, the debts will look less desirable, at least with the benefit of hindsight.

There is no simple and correct answer to the question posed in the title to this case study. Just as an individual can go into debt in either a prudent or a profligate manner, so can a nation. The trade deficit is not a problem in itself, but sometimes it can be a symptom of a problem. ●

QUICK QUIZ Define *net exports* and *net capital outflow*. Explain how they are related.

THE PRICES FOR INTERNATIONAL TRANSACTIONS: REAL AND NOMINAL EXCHANGE RATES

So far, we have discussed measures of the flow of goods and services and the flow of capital across a nation's border. In addition to these quantity variables, macroeconomists also study variables that measure the prices at which these international transactions take place. Just as the price in any market serves the important role of coordinating buyers and sellers in that market, international prices help coordinate the decisions of consumers and producers as they interact in world markets. Here we discuss the two most important international prices: the nominal and real exchange rates.

Nominal Exchange Rates

The **nominal exchange rate** is the rate at which a person can trade the currency of one country for the currency of another. For example, if you go to a bank, you might see a posted exchange rate of 80 yen per dollar. If you give the bank one U.S. dollar, it will give you 80 Japanese yen; and if you give the bank 80 Japanese yen, it will give you one U.S. dollar. (In actuality, the bank will post slightly different prices for buying and selling yen. The difference gives the bank some profit for offering this service. For our purposes here, we can ignore these differences.)

nominal exchange rate
the rate at which a person can trade the currency of one country for the currency of another

An exchange rate can always be expressed in two ways. If the exchange rate is 80 yen per dollar, it is also 1/80 (= 0.0125) dollar per yen. Throughout this book, we always express the nominal exchange rate as units of foreign currency per U.S. dollar, such as 80 yen per dollar.

If the exchange rate changes so that a dollar buys more foreign currency, that change is called an **appreciation** of the dollar. If the exchange rate changes so that a dollar buys less foreign currency, that change is called a **depreciation** of the dollar. For example, when the exchange rate rises from 80 to 90 yen per dollar, the dollar is said to appreciate. At the same time, because a Japanese yen now buys less of the U.S. currency, the yen is said to depreciate. When the exchange rate falls from 80 to 70 yen per dollar, the dollar is said to depreciate, and the yen is said to appreciate.

appreciation
an increase in the value of a currency as measured by the amount of foreign currency it can buy

depreciation
a decrease in the value of a currency as measured by the amount of foreign currency it can buy

At times, you may have heard the media report that the dollar is either "strong" or "weak." These descriptions usually refer to recent changes in the nominal exchange rate. When a currency appreciates, it is said to *strengthen* because it can then buy more foreign currency. Similarly, when a currency depreciates, it is said to *weaken*.

For any country, there are many nominal exchange rates. The U.S. dollar can be used to buy Japanese yen, British pounds, Mexican pesos, and so on. When economists study changes in the exchange rate, they often use indexes that average these many exchange rates. Just as the consumer price index turns the many prices in the economy into a single measure of the price level, an exchange rate index turns these many exchange rates into a single measure of the international value of a currency. So when economists talk about the dollar appreciating or depreciating, they often are referring to an exchange rate index that takes into account many individual exchange rates.

FYI

The Euro

You may have once heard of, or perhaps even seen, currencies such as the French franc, the German mark, or the Italian lira. These types of money no longer exist. During the 1990s, many European nations decided to give up their national currencies and use a common currency called the *euro*. The euro started circulating on January 1, 2002. Monetary policy for the euro area is now set by the European Central Bank (ECB), with representatives from all of the participating countries. The ECB issues the euro and controls the supply of this money, much as the Federal Reserve controls the supply of dollars in the U.S. economy.

Why did these countries adopt a common currency? One benefit of a common currency is that it makes trade easier. Imagine that each of the fifty U.S. states had a different currency. Every time you crossed a state border, you would need to change your money and perform the kind of exchange-rate calculations discussed in the text. This would be inconvenient, and it might deter you from buying goods and services outside your own state. The countries of Europe decided that as their economies became more integrated, it would be better to avoid this inconvenience.

To some extent, the adoption of a common currency in Europe was a political decision based on concerns beyond the scope of standard economics. Some advocates of the euro wanted to reduce nationalistic feelings and to make Europeans appreciate more fully their shared history and destiny. A single money for most of the continent, they argued, would help achieve this goal.

There are, however, costs of choosing a common currency. If the nations of Europe have only one money, they can have only one monetary policy. If they disagree about what monetary policy is best, they will have to reach some kind of agreement, rather than each going its own way. Because adopting a single money has both benefits and costs, there is debate among economists about whether Europe's recent adoption of the euro was a good decision.

Real Exchange Rates

real exchange rate
the rate at which a person can trade the goods and services of one country for the goods and services of another

The **real exchange rate** is the rate at which a person can trade the goods and services of one country for the goods and services of another. For example, if you go shopping and find that a pound of Swiss cheese is twice as expensive as a pound of American cheese, the real exchange rate is ½ pound of Swiss cheese per pound of American cheese. Notice that, like the nominal exchange rate, we express the real exchange rate as units of the foreign item per unit of the domestic item. But in this instance, the item is a good rather than a currency.

Real and nominal exchange rates are closely related. To see how, consider an example. Suppose that a bushel of American rice sells for $100, and a bushel of Japanese rice sells for 16,000 yen. What is the real exchange rate between American and Japanese rice? To answer this question, we must first use the nominal exchange rate to convert the prices into a common currency. If the nominal exchange rate is 80 yen per dollar, then a price for American rice of $100 per bushel is equivalent to 8,000 yen per bushel. American rice is half as expensive as Japanese rice. The real exchange rate is ½ bushel of Japanese rice per bushel of American rice.

We can summarize this calculation for the real exchange rate with the following formula:

$$\text{Real exchange rate} = \frac{\text{Nominal exchange rate} \times \text{Domestic price}}{\text{Foreign price}}.$$

Using the numbers in our example, the formula applies as follows:

$$\text{Real exchange rate} = \frac{(80 \text{ yen/dollar}) \times (\$100\text{/bushel of American rice})}{16{,}000 \text{ yen/bushel of Japanese rice}}$$

$$= \frac{8{,}000 \text{ yen/bushel of American rice}}{16{,}000 \text{ yen/bushel of Japanese rice}}$$

$$= \tfrac{1}{2} \text{ bushel of Japanese rice/bushel of American rice.}$$

Thus, the real exchange rate depends on the nominal exchange rate and on the prices of goods in the two countries measured in the local currencies.

Why does the real exchange rate matter? As you might guess, the real exchange rate is a key determinant of how much a country exports and imports. When Uncle Ben's, Inc., is deciding whether to buy U.S. rice or Japanese rice to put into its boxes, for example, it will ask which rice is cheaper. The real exchange rate gives the answer. As another example, imagine that you are deciding whether to take a seaside vacation in Miami, Florida, or in Cancún, Mexico. You might ask your travel agent the price of a hotel room in Miami (measured in dollars), the price of a hotel room in Cancún (measured in pesos), and the exchange rate between pesos and dollars. If you decide where to vacation by comparing costs, you are basing your decision on the real exchange rate.

When studying an economy as a whole, macroeconomists focus on overall prices rather than the prices of individual items. That is, to measure the real exchange rate, they use price indexes, such as the consumer price index, which measure the price of a basket of goods and services. By using a price index for a U.S. basket (P), a price index for a foreign basket (P^*), and the nominal exchange rate between the U.S. dollar and foreign currencies (e), we can compute the overall real exchange rate between the United States and other countries as follows:

$$\text{Real exchange rate} = (e \times P) / P^*.$$

This real exchange rate measures the price of a basket of goods and services available domestically relative to a basket of goods and services available abroad.

As we examine more fully in the next chapter, a country's real exchange rate is a key determinant of its net exports of goods and services. A depreciation (fall) in the U.S. real exchange rate means that U.S. goods have become cheaper relative to foreign goods. This change encourages consumers both at home and abroad to buy more U.S. goods and fewer goods from other countries. As a result, U.S. exports rise, and U.S. imports fall; both of these changes raise U.S. net exports. Conversely, an appreciation (rise) in the U.S. real exchange rate means that U.S. goods have become more expensive compared to foreign goods, so U.S. net exports fall.

QUICK QUIZ Define *nominal exchange rate* and *real exchange rate*, and explain how they are related. • If the nominal exchange rate goes from 100 to 120 yen per dollar, has the dollar appreciated or depreciated?

In The News

How a Weak Dollar Boosts Exports

In 2007 the U.S. dollar weakened in foreign exchange markets, benefiting shoppers from abroad.

With Dollar Low, U.S. Is One Big Outlet; Europeans Arriving in Droves for Bargains

By Jenn Abelson

Hours after her flight from Dublin landed in Boston on Thanksgiving, Alice Kinsella headed in a white van with a dozen relatives and friends to Wrentham Village Premium Outlets. The 36-year-old has never visited Boston, but she is bypassing the sights for an extended weekend of binge shopping . . . .

For Kinsella and other Europeans, America is one big discount bin, thanks to a weak dollar that slid this week to another record low against the euro. As a result, tourists are spending thousands to travel to the United States to snag blockbuster bargains on everything from iPods to designer clothes and handbags.

By 4 a.m. yesterday, Kinsella had rung up nearly $2,000 in Christmas presents and winter clothes, including a $79 black leather jacket at Guess that she estimated would cost more than $250 in Ireland.

"The bargains for us are so great," said Kinsella, who paid $1,000 for a flight and hotel but expects to save even more on purchases here.

Kinsella is one of a record 1,000 international tourists who scheduled organized shopping trips yesterday to Wrentham Village Premium Outlets—more than double the number last year. Hundreds more were expected to come on their own, according to Beth Winbourne, the outlet's general manager.

Foreign travelers have long visited the United States to get their holiday shopping fix. After all, many designer brands like Tommy Hilfiger, Ralph Lauren, and Guess are cheaper here because sales taxes are lower and because the bigger market here allows goods to be priced more competitively.

But now American wares are even more of a bargain as the slowing U.S. economy has weakened the dollar. Further, as the Federal Reserve has cut interest rates to boost the economy, the dollar has lost even more value, and global investors have realized they won't earn as much when they park their cash in greenbacks. As a result, the euro has shot up by 33 percent compared with the dollar since 2002, so Europeans who exchange 1,000 euros now get close to 1,500 U.S. dollars. And the Canadian dollar is worth as much as the U.S. dollar for the first time in three decades.

While some U.S. shoppers are tightening their purse strings this holiday season amid rising gasoline prices, the slumping housing market, and the current credit crunch, the one silver lining for some merchants is the tidal wave of foreign dollars pouring into U.S. stores.

"With Americans looking to cut back and conserve because of economic uncertainties, the holy grail this holiday-season year for retailers are the international travelers who are coming here in record numbers," said Patrick Moscaritolo, president of the Greater Boston Convention & Visitors Bureau. Boston is projecting a 14 percent increase in overseas visitors this month compared with November of last year . . . .

The weaker dollar also is promoting tourism. On Monday, the U.S. Department of Commerce said this past summer was a record-breaking season for international travel to the United States. Both the number of travelers and overall spending by visitors surpassed previous highs. The nearly $30.7 billion foreign visitors spent this summer, which includes purchases of food, lodging, and gifts, was a 14 percent increase over the summer of last year.

The promise of bargain shopping is a major draw for some international travelers.

The International Council of Shopping Centers released a survey Wednesday reporting that 20 percent of Canadian households said a strong loonie [a nickname for the Canadian dollar, which has a loon on it] would lure them to shop in the United States, and 19 percent said they planned to purchase holiday gifts by telephone or online from U.S. retailers. Already, L.L. Bean, the preppy cataloger in Freeport, Maine, said it has seen orders from Canada rise more than 20 percent recently.

Source: *Boston Globe*, November 24, 2007.

A FIRST THEORY OF EXCHANGE-RATE DETERMINATION: PURCHASING-POWER PARITY

Exchange rates vary substantially over time. In 1970, a U.S. dollar could be used to buy 3.65 German marks or 627 Italian lira. In 1998, as both Germany and Italy were getting ready to adopt the euro as their common currency, a U.S. dollar bought 1.76 German marks or 1,737 Italian lira. In other words, over this period, the value of the dollar fell by more than half compared to the mark, while it more than doubled compared to the lira.

What explains these large and opposite changes? Economists have developed many models to explain how exchange rates are determined, each emphasizing just some of the many forces at work. Here we develop the simplest theory of exchange rates, called **purchasing-power parity**. This theory states that a unit of any given currency should be able to buy the same quantity of goods in all countries. Many economists believe that purchasing-power parity describes the forces that determine exchange rates in the long run. We now consider the logic on which this long-run theory of exchange rates is based, as well as the theory's implications and limitations.

purchasing-power parity
a theory of exchange rates whereby a unit of any given currency should be able to buy the same quantity of goods in all countries

THE BASIC LOGIC OF PURCHASING-POWER PARITY

The theory of purchasing-power parity is based on a principle called the *law of one price*. This law asserts that a good must sell for the same price in all locations. Otherwise, there would be opportunities for profit left unexploited. For example, suppose that coffee beans sold for less in Seattle than in Boston. A person could buy coffee in Seattle for, say, $4 a pound and then sell it in Boston for $5 a pound, making a profit of $1 per pound from the difference in price. The process of taking advantage of price differences for the same item in different markets is called *arbitrage*. In our example, as people took advantage of this arbitrage opportunity, they would increase the demand for coffee in Seattle and increase the supply in Boston. The price of coffee would rise in Seattle (in response to greater demand) and fall in Boston (in response to greater supply). This process would continue until, eventually, the prices were the same in the two markets.

Now consider how the law of one price applies to the international marketplace. If a dollar (or any other currency) could buy more coffee in the United States than in Japan, international traders could profit by buying coffee in the United States and selling it in Japan. This export of coffee from the United States to Japan would drive up the U.S. price of coffee and drive down the Japanese price. Conversely, if a dollar could buy more coffee in Japan than in the United States, traders could buy coffee in Japan and sell it in the United States. This import of coffee into the United States from Japan would drive down the U.S. price of coffee and drive up the Japanese price. In the end, the law of one price tells us that a dollar must buy the same amount of coffee in all countries.

This logic leads us to the theory of purchasing-power parity. According to this theory, a currency must have the same purchasing power in all countries. That is, a U.S. dollar must buy the same quantity of goods in the United States and Japan, and a Japanese yen must buy the same quantity of goods in Japan and the United States. Indeed, the name of this theory describes it well. *Parity* means equality, and *purchasing power* refers to the value of money in terms of the quantity of goods it can buy. *Purchasing-power parity* states that a unit of a currency must have the same real value in every country.

Implications of Purchasing-Power Parity

What does the theory of purchasing-power parity say about exchange rates? It tells us that the nominal exchange rate between the currencies of two countries depends on the price levels in those countries. If a dollar buys the same quantity of goods in the United States (where prices are measured in dollars) as in Japan (where prices are measured in yen), then the number of yen per dollar must reflect the prices of goods in the United States and Japan. For example, if a pound of coffee costs 500 yen in Japan and $5 in the United States, then the nominal exchange rate must be 100 yen per dollar (500 yen/$5 = 100 yen per dollar). Otherwise, the purchasing power of the dollar would not be the same in the two countries.

To see more fully how this works, it is helpful to use just a bit of mathematics. Suppose that P is the price of a basket of goods in the United States (measured in dollars), P^* is the price of a basket of goods in Japan (measured in yen), and e is the nominal exchange rate (the number of yen a dollar can buy). Now consider the quantity of goods a dollar can buy at home and abroad. At home, the price level is P, so the purchasing power of $1 at home is $1/P$. That is, a dollar can buy $1/P$ quantity of goods. Abroad, a dollar can be exchanged into e units of foreign currency, which in turn have purchasing power e/P^*. For the purchasing power of a dollar to be the same in the two countries, it must be the case that

$$1/P = e/P^*.$$

With rearrangement, this equation becomes

$$1 = eP/P^*.$$

Notice that the left side of this equation is a constant, and the right side is the real exchange rate. Thus, *if the purchasing power of the dollar is always the same at home and abroad, then the real exchange rate—the relative price of domestic and foreign goods—cannot change.*

To see the implication of this analysis for the nominal exchange rate, we can rearrange the last equation to solve for the nominal exchange rate:

$$e = P^*/P.$$

That is, the nominal exchange rate equals the ratio of the foreign price level (measured in units of the foreign currency) to the domestic price level (measured in units of the domestic currency). *According to the theory of purchasing-power parity, the nominal exchange rate between the currencies of two countries must reflect the price levels in those countries.*

A key implication of this theory is that nominal exchange rates change when price levels change. As we saw in the preceding chapter, the price level in any country adjusts to bring the quantity of money supplied and the quantity of money demanded into balance. Because the nominal exchange rate depends on the price levels, it also depends on the money supply and money demand in each country. When a central bank in any country increases the money supply and causes the price level to rise, it also causes that country's currency to depreciate relative to other currencies in the world. In other words, *when the central bank prints large quantities of money, that money loses value both in terms of the goods and services it can buy and in terms of the amount of other currencies it can buy.*

We can now answer the question that began this section: Why did the U.S. dollar lose value compared to the German mark and gain value compared to the Italian lira? The answer is that Germany pursued a less inflationary monetary policy than the United States, and Italy pursued a more inflationary monetary policy. From 1970 to 1998, inflation in the United States was 5.3 percent per year. By contrast, inflation was 3.5 percent in Germany and 9.6 percent in Italy. As U.S. prices rose relative to German prices, the value of the dollar fell relative to the mark. Similarly, as U.S. prices fell relative to Italian prices, the value of the dollar rose relative to the lira.

Germany and Italy now have a common currency—the euro. This means that the two countries share a single monetary policy and that the inflation rates in the two countries will be closely linked. But the historical lessons of the lira and the mark will apply to the euro as well. Whether the U.S. dollar buys more or fewer euros 20 years from now than it does today depends on whether the European Central Bank produces more or less inflation in Europe than the Federal Reserve does in the United States.

CASE STUDY THE NOMINAL EXCHANGE RATE DURING A HYPERINFLATION

Macroeconomists can only rarely conduct controlled experiments. Most often, they must glean what they can from the natural experiments that history gives them. One natural experiment is hyperinflation—the high inflation that arises when a government turns to the printing press to pay for large amounts of government spending. Because hyperinflations are so extreme, they illustrate some basic economic principles with clarity.

Consider the German hyperinflation of the early 1920s. Figure 3 shows the German money supply, the German price level, and the nominal exchange rate (measured as U.S. cents per German mark) for that period. Notice that these series move closely together. When the supply of money starts growing quickly, the price level also takes off, and the German mark depreciates. When the money supply stabilizes, so do the price level and the exchange rate.

The pattern shown in this figure appears during every hyperinflation. It leaves no doubt that there is a fundamental link among money, prices, and the nominal exchange rate. The quantity theory of money discussed in the previous chapter explains how the money supply affects the price level. The theory of purchasing-power parity discussed here explains how the price level affects the nominal exchange rate. ●

Limitations of Purchasing-Power Parity

Purchasing-power parity provides a simple model of how exchange rates are determined. For understanding many economic phenomena, the theory works well. In particular, it can explain many long-term trends, such as the depreciation of the U.S. dollar against the German mark and the appreciation of the U.S. dollar against the Italian lira. It can also explain the major changes in exchange rates that occur during hyperinflations.

3 FIGURE

Money, Prices, and the Nominal Exchange Rate during the German Hyperinflation

This figure shows the money supply, the price level, and the exchange rate (measured as U.S. cents per mark) for the German hyperinflation from January 1921 to December 1924. Notice how similarly these three variables move. When the quantity of money started growing quickly, the price level followed, and the mark depreciated relative to the dollar. When the German central bank stabilized the money supply, the price level and exchange rate stabilized as well.

Source: Adapted from Thomas J. Sargent, "The End of Four Big Inflations," in Robert Hall, ed., *Inflation* (Chicago: University of Chicago Press, 1983), pp. 41–93.

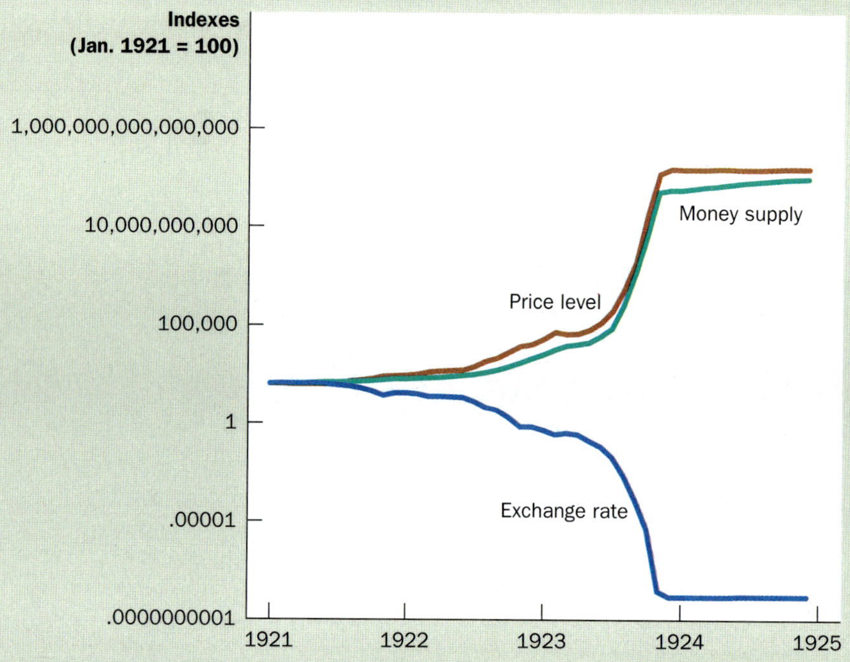

Yet the theory of purchasing-power parity is not completely accurate. That is, exchange rates do not always move to ensure that a dollar has the same real value in all countries all the time. There are two reasons the theory of purchasing-power parity does not always hold in practice.

The first reason is that many goods are not easily traded. Imagine, for instance, that haircuts are more expensive in Paris than in New York. International travelers might avoid getting their haircuts in Paris, and some haircutters might move from New York to Paris. Yet such arbitrage would be too limited to eliminate the differences in prices. Thus, the deviation from purchasing-power parity might persist, and a dollar (or euro) would continue to buy less of a haircut in Paris than in New York.

The second reason that purchasing-power parity does not always hold is that even tradable goods are not always perfect substitutes when they are produced in different countries. For example, some consumers prefer German cars, and others prefer American cars. Moreover, consumer tastes can change over time. If German cars suddenly become more popular, the increase in demand will drive up the price of German cars compared to American cars. Despite this difference in prices in the two markets, there might be no opportunity for profitable arbitrage because consumers do not view the two cars as equivalent.

Thus, both because some goods are not tradable and because some tradable goods are not perfect substitutes with their foreign counterparts, purchasing-power parity is not a perfect theory of exchange-rate determination. For these reasons, real exchange rates fluctuate over time. Nonetheless, the theory of purchasing-power parity does provide a useful first step in understanding exchange rates. The basic logic is persuasive: As the real exchange rate drifts from the level predicted by purchasing-power parity, people have greater incentive to move goods across national borders. Even if the forces of purchasing-power parity do not completely fix the real exchange rate, they provide a reason to expect that changes in the real exchange rate are most often small or temporary. As a result, large and persistent movements in nominal exchange rates typically reflect changes in price levels at home and abroad.

CASE STUDY THE HAMBURGER STANDARD

© AP IMAGES

YOU CAN FIND A BIG MAC ALMOST ANYWHERE YOU LOOK.

When economists apply the theory of purchasing-power parity to explain exchange rates, they need data on the prices of a basket of goods available in different countries. One analysis of this sort is conducted by *The Economist*, an international newsmagazine. The magazine occasionally collects data on a basket of goods consisting of "two all-beef patties, special sauce, lettuce, cheese, pickles, onions, on a sesame seed bun." It's called the "Big Mac" and is sold by McDonald's around the world.

Once we have the prices of Big Macs in two countries denominated in the local currencies, we can compute the exchange rate predicted by the theory of purchasing-power parity. The predicted exchange rate is the one that makes the cost of the Big Mac the same in the two countries. For instance, if the price of a Big Mac is $3 in the United States and 300 yen in Japan, purchasing-power parity would predict an exchange rate of 100 yen per dollar.

How well does purchasing-power parity work when applied using Big Mac prices? Here are some examples from July 2007, when the price of a Big Mac was $3.41 in the United States:

Country	Price of a Big Mac	Predicted Exchange Rate	Actual Exchange Rate
Venezuela	7,400 bolivar	2,170 bolivar/$	2,147 bolivar/$
South Korea	2,900 won	850 won/$	923 won/$
Japan	280 yen	82 yen/$	122 yen/$
Sweden	33 kronor	10.1 kronor/$	7.4 kronor/$
Mexico	28 pesos	9.7 pesos/$	6.8 pesos/$
Euro area	3.06 euros	0.90 euros/$	0.74 euros/$
Britain	1.99 pounds	0.58 pound/$	0.50 pound/$

You can see that the predicted and actual exchange rates are not exactly the same. After all, international arbitrage in Big Macs is not easy. Yet the two exchange rates are usually in the same ballpark. Purchasing-power parity is not a precise theory of exchange rates, but it often provides a reasonable first approximation. ●

QUICK QUIZ Over the past 20 years, Mexico has had high inflation, and Japan has had low inflation. What do you predict has happened to the number of Mexican pesos a person can buy with a Japanese yen?

CONCLUSION

The purpose of this chapter has been to develop some basic concepts that macroeconomists use to study open economies. You should now understand how a nation's trade balance is related to the international flow of capital and how national saving can differ from domestic investment in an open economy. You should understand that when a nation is running a trade surplus, it must be sending capital abroad, and that when it is running a trade deficit, it must be experiencing a capital inflow. You should also understand the meaning of the nominal and real exchange rates, as well as the implications and limitations of purchasing-power parity as a theory of how exchange rates are determined.

The macroeconomic variables defined here offer a starting point for analyzing an open economy's interactions with the rest of the world. In the next chapter, we develop a model that can explain what determines these variables. We can then discuss how various events and policies affect a country's trade balance and the rate at which nations make exchanges in world markets.

SUMMARY

- Net exports are the value of domestic goods and services sold abroad (exports) minus the value of foreign goods and services sold domestically (imports). Net capital outflow is the acquisition of foreign assets by domestic residents (capital outflow) minus the acquisition of domestic assets by foreigners (capital inflow). Because every international transaction involves an exchange of an asset for a good or service, an economy's net capital outflow always equals its net exports.
- An economy's saving can be used either to finance investment at home or to buy assets abroad. Thus, national saving equals domestic investment plus net capital outflow.
- The nominal exchange rate is the relative price of the currency of two countries, and the real exchange rate is the relative price of the goods and services of two countries. When the nominal exchange rate changes so that each dollar buys more foreign currency, the dollar is said to *appreciate* or *strengthen*. When the nominal exchange rate changes so that each dollar buys less foreign currency, the dollar is said to *depreciate* or *weaken*.
- According to the theory of purchasing-power parity, a dollar (or a unit of any other currency) should be able to buy the same quantity of goods in all countries. This theory implies that the nominal exchange rate between the currencies of two countries should reflect the price levels in those countries. As a result, countries with relatively high inflation should have depreciating currencies, and countries with relatively low inflation should have appreciating currencies.

KEY CONCEPTS

closed economy, *p. 692*
open economy, *p. 692*
exports, *p. 692*
imports, *p. 692*
net exports, *p. 692*
trade balance, *p. 692*
trade surplus, *p. 692*
trade deficit, *p. 693*
balanced trade, *p. 693*
net capital outflow, *p. 696*
nominal exchange rate, *p. 703*
appreciation, *p. 703*
depreciation, *p. 703*
real exchange rate, *p. 704*
purchasing-power parity, *p. 707*

QUESTIONS FOR REVIEW

1. Define *net exports* and *net capital outflow*. Explain how and why they are related.
2. Explain the relationship among saving, investment, and net capital outflow.
3. If a Japanese car costs 500,000 yen, a similar American car costs $10,000, and a dollar can buy 100 yen, what are the nominal and real exchange rates?
4. Describe the economic logic behind the theory of purchasing-power parity.
5. If the Fed started printing large quantities of U.S. dollars, what would happen to the number of Japanese yen a dollar could buy? Why?

PROBLEMS AND APPLICATIONS

1. How would the following transactions affect U.S. exports, imports, and net exports?
   a. An American art professor spends the summer touring museums in Europe.
   b. Students in Paris flock to see the latest movie from Hollywood.
   c. Your uncle buys a new Volvo.
   d. The student bookstore at Oxford University in England sells a pair of Levi's 501 jeans.
   e. A Canadian citizen shops at a store in northern Vermont to avoid Canadian sales taxes.
2. Would each of the following transactions be included in net exports or net capital outflow? Be sure to say whether it would represent an increase or a decrease in that variable.
   a. An American buys a Sony TV.
   b. An American buys a share of Sony stock.
   c. The Sony pension fund buys a bond from the U.S. Treasury.
   d. A worker at a Sony plant in Japan buys some Georgia peaches from an American farmer.
3. International trade in each of the following products has increased over time. Suggest some reasons this might be so.
   a. wheat
   b. banking services
   c. computer software
   d. automobiles
4. Describe the difference between foreign direct investment and foreign portfolio investment. Who is more likely to engage in foreign direct investment—a corporation or an individual investor? Who is more likely to engage in foreign portfolio investment?
5. How would the following transactions affect U.S. net capital outflow? Also, state whether each involves direct investment or portfolio investment.
   a. An American cellular phone company establishes an office in the Czech Republic.
   b. Harrod's of London sells stock to the General Electric pension fund.
   c. Honda expands its factory in Marysville, Ohio.
   d. A Fidelity mutual fund sells its Volkswagen stock to a French investor.

6. Holding national saving constant, does an increase in net capital outflow increase, decrease, or have no effect on a country's accumulation of domestic capital?
7. The business section of most major newspapers contains a table showing U.S. exchange rates. Find such a table in a paper or online and use it to answer the following questions.
   a. Does this table show nominal or real exchange rates? Explain.
   b. What are the exchange rates between the United States and Canada and between the United States and Japan? Calculate the exchange rate between Canada and Japan.
   c. If U.S. inflation exceeds Japanese inflation over the next year, would you expect the U.S. dollar to appreciate or depreciate relative to the Japanese yen?
8. Would each of the following groups be happy or unhappy if the U.S. dollar appreciated? Explain.
   a. Dutch pension funds holding U.S. government bonds
   b. U.S. manufacturing industries
   c. Australian tourists planning a trip to the United States
   d. An American firm trying to purchase property overseas
9. What is happening to the U.S. real exchange rate in each of the following situations? Explain.
   a. The U.S. nominal exchange rate is unchanged, but prices rise faster in the United States than abroad.
   b. The U.S. nominal exchange rate is unchanged, but prices rise faster abroad than in the United States.
   c. The U.S. nominal exchange rate declines, and prices are unchanged in the United States and abroad.
   d. The U.S. nominal exchange rate declines, and prices rise faster abroad than in the United States.
10. A can of soda costs $0.75 in the United States and 12 pesos in Mexico. What would the peso-dollar exchange rate be if purchasing-power parity holds? If a monetary expansion caused all prices in Mexico to double, so that soda rose to 24 pesos, what would happen to the peso-dollar exchange rate?
11. Assume that American rice sells for $100 per bushel, Japanese rice sells for 16,000 yen per bushel, and the nominal exchange rate is 80 yen per dollar.
   a. Explain how you could make a profit from this situation. What would be your profit per bushel of rice? If other people exploit the same opportunity, what would happen to the price of rice in Japan and the price of rice in the United States?
   b. Suppose that rice is the only commodity in the world. What would happen to the real exchange rate between the United States and Japan?
12. A case study in the chapter analyzed purchasing-power parity for several countries using the price of Big Macs. Here are data for a few more countries:

Country	Price of a Big Mac	Predicted Exchange Rate	Actual Exchange Rate
Indonesia	15,900 rupiah	____ rupiah/$	9,015 rupiah/$
Hungary	600 forints	____ forints/$	180 forints/$
Czech Republic	52.9 korunas	____ korunas/$	21.1 korunas/$
Brazil	6.90 real	____ real/$	1.91 real/$
Canada	3.88 C$	____ C$/$	1.05 C$/$

   a. For each country, compute the predicted exchange rate of the local currency per U.S. dollar. (Recall that the U.S. price of a Big Mac was $3.41.)
   b. According to purchasing-power parity, what is the predicted exchange rate between the Hungarian forint and the Canadian dollar? What is the actual exchange rate?
   c. How well does the theory of purchasing-power parity explain exchange rates?

CHAPTER

32

A Macroeconomic Theory of the Open Economy

Over the past quarter century, the United States has persistently imported more goods and services than it has exported. That is, U.S. net exports have been negative. While economists debate whether these trade deficits are a problem for the U.S. economy, the nation's business community often has a strong opinion. Many business leaders claim that the trade deficits reflect unfair competition: Foreign firms are allowed to sell their products in U.S. markets, they contend, while foreign governments impede U.S. firms from selling U.S. products abroad.

Imagine that you are the president and you want to end these trade deficits. What should you do? Should you try to limit imports, perhaps by imposing a quota on textiles from China or cars from Japan? Or should you try to influence the nation's trade deficit in some other way?

To understand the factors that determine a country's trade balance and how government policies can affect it, we need a macroeconomic theory that explains how an open economy works. The preceding chapter introduced some of the key macroeconomic variables that describe an economy's relationship with other economies, including net exports, net capital outflow, and the real and nominal exchange rates. This chapter develops a model that identifies the forces that determine these variables and shows how these variables are related to one another.

To develop this macroeconomic model of an open economy, we build on our previous analysis in two ways. First, the model takes the economy's GDP as given. We assume that the economy's output of goods and services, as measured by real GDP, is determined by the supplies of the factors of production and by the available production technology that turns these inputs into output. Second, the model takes the economy's price level as given. We assume that the price level adjusts to bring the supply and demand for money into balance. In other words, this chapter takes as a starting point the lessons learned in previous chapters about the determination of the economy's output and price level.

The goal of the model in this chapter is to highlight the forces that determine the economy's trade balance and exchange rate. In one sense, the model is simple: It applies the tools of supply and demand to an open economy. Yet the model is also more complicated than others we have seen because it involves looking simultaneously at two related markets: the market for loanable funds and the market for foreign-currency exchange. After we develop this model of the open economy, we use it to examine how various events and policies affect the economy's trade balance and exchange rate. We will then be able to determine the government policies that are most likely to reverse the trade deficits that the U.S. economy has experienced over the past two decades.

SUPPLY AND DEMAND FOR LOANABLE FUNDS AND FOR FOREIGN-CURRENCY EXCHANGE

To understand the forces at work in an open economy, we focus on supply and demand in two markets. The first is the market for loanable funds, which coordinates the economy's saving, investment, and flow of loanable funds abroad (called the net capital outflow). The second is the market for foreign-currency exchange, which coordinates people who want to exchange the domestic currency for the currency of other countries. In this section, we discuss supply and demand in each of these markets. In the next section, we put these markets together to explain the overall equilibrium for an open economy.

The Market for Loanable Funds

When we first analyzed the role of the financial system in Chapter 26, we made the simplifying assumption that the financial system consists of only one market, called the *market for loanable funds*. All savers go to this market to deposit their saving, and all borrowers go to this market to get their loans. In this market, there is one interest rate, which is both the return to saving and the cost of borrowing.

To understand the market for loanable funds in an open economy, the place to start is the identity discussed in the preceding chapter:

$$\begin{array}{ccccc} S & = & I & + & NCO \\ \text{Saving} & = & \begin{array}{c}\text{Domestic}\\ \text{investment}\end{array} & + & \begin{array}{c}\text{Net capital}\\ \text{outflow}\end{array}. \end{array}$$

Whenever a nation saves a dollar of its income, it can use that dollar to finance the purchase of domestic capital or to finance the purchase of an asset abroad. The two sides of this identity represent the two sides of the market for loanable funds. The supply of loanable funds comes from national saving (S), and the demand for loanable funds comes from domestic investment (I) and net capital outflow (NCO).

Loanable funds should be interpreted as the domestically generated flow of resources available for capital accumulation. The purchase of a capital asset adds to the demand for loanable funds, regardless of whether that asset is located at home (I) or abroad (NCO). Because net capital outflow can be either positive or negative, it can either add to or subtract from the demand for loanable funds that arises from domestic investment. When $NCO > 0$, the country is experiencing a net outflow of capital; the net purchase of capital overseas adds to the demand for domestically generated loanable funds. When $NCO < 0$, the country is experiencing a net inflow of capital; the capital resources coming from abroad reduce the demand for domestically generated loanable funds.

As we learned in our earlier discussion of the market for loanable funds, the quantity of loanable funds supplied and the quantity of loanable funds demanded depend on the real interest rate. A higher real interest rate encourages people to save and, therefore, raises the quantity of loanable funds supplied. A higher interest rate also makes borrowing to finance capital projects more costly; thus, it discourages investment and reduces the quantity of loanable funds demanded.

In addition to influencing national saving and domestic investment, the real interest rate in a country affects that country's net capital outflow. To see why, consider two mutual funds—one in the United States and one in Germany—deciding whether to buy a U.S. government bond or a German government bond. The mutual fund manager would make this decision in part by comparing the real interest rates in the United States and Germany. When the U.S. real interest rate rises, the U.S. bond becomes more attractive to both mutual funds. Thus, an increase in the U.S. real interest rate discourages Americans from buying foreign assets and encourages foreigners to buy U.S. assets. For both reasons, a high U.S. real interest rate reduces U.S. net capital outflow.

We represent the market for loanable funds on the familiar supply-and-demand diagram in Figure 1. As in our earlier analysis of the financial system, the supply

FIGURE 1

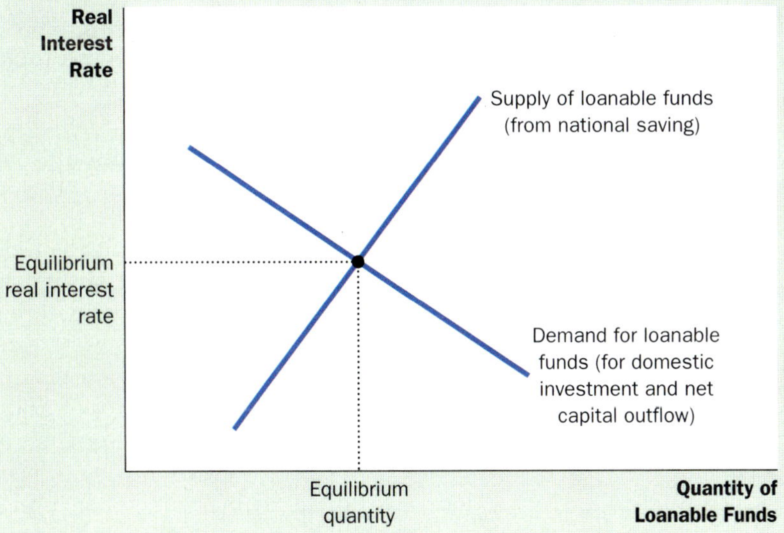

The Market for Loanable Funds
The interest rate in an open economy, as in a closed economy, is determined by the supply and demand for loanable funds. National saving is the source of the supply of loanable funds. Domestic investment and net capital outflow are the sources of the demand for loanable funds. At the equilibrium interest rate, the amount that people want to save exactly balances the amount that people want to borrow for the purpose of buying domestic capital and foreign assets.

curve slopes upward because a higher interest rate increases the quantity of loanable funds supplied, and the demand curve slopes downward because a higher interest rate decreases the quantity of loanable funds demanded. Unlike the situation in our previous discussion, however, the demand side of the market now represents the behavior of both domestic investment and net capital outflow. That is, in an open economy, the demand for loanable funds comes not only from those who want loanable funds to buy domestic capital goods but also from those who want loanable funds to buy foreign assets.

The interest rate adjusts to bring the supply and demand for loanable funds into balance. If the interest rate were below the equilibrium level, the quantity of loanable funds supplied would be less than the quantity demanded. The resulting shortage of loanable funds would push the interest rate upward. Conversely, if the interest rate were above the equilibrium level, the quantity of loanable funds supplied would exceed the quantity demanded. The surplus of loanable funds would drive the interest rate downward. At the equilibrium interest rate, the supply of loanable funds exactly balances the demand. That is, *at the equilibrium interest rate, the amount that people want to save exactly balances the desired quantities of domestic investment and net capital outflow.*

The Market for Foreign-Currency Exchange

The second market in our model of the open economy is the market for foreign-currency exchange. Participants in this market trade U.S. dollars in exchange for foreign currencies. To understand the market for foreign-currency exchange, we begin with another identity from the last chapter:

$$\begin{array}{ccc} NCO & = & NX \\ \text{Net capital outflow} & = & \text{Net exports.} \end{array}$$

This identity states that the imbalance between the purchase and sale of capital assets abroad (NCO) equals the imbalance between exports and imports of goods and services (NX). For example, when the U.S. economy is running a trade surplus ($NX > 0$), foreigners are buying more U.S. goods and services than Americans are buying foreign goods and services. What are Americans doing with the foreign currency they are getting from this net sale of goods and services abroad? They must be buying foreign assets, so U.S. capital is flowing abroad ($NCO > 0$). Conversely, if the United States is running a trade deficit ($NX < 0$), Americans are spending more on foreign goods and services than they are earning from selling abroad. Some of this spending must be financed by selling American assets abroad, so foreign capital is flowing into the United States ($NCO < 0$).

Our model of the open economy treats the two sides of this identity as representing the two sides of the market for foreign-currency exchange. Net capital outflow represents the quantity of dollars supplied for the purpose of buying foreign assets. For example, when a U.S. mutual fund wants to buy a Japanese government bond, it needs to change dollars into yen, so it supplies dollars in the market for foreign-currency exchange. Net exports represent the quantity of dollars demanded for the purpose of buying U.S. net exports of goods and services. For example, when a Japanese airline wants to buy a plane made by Boeing, it needs to change its yen into dollars, so it demands dollars in the market for foreign-currency exchange.

What price balances the supply and demand in the market for foreign-currency exchange? The answer is the real exchange rate. As we saw in the preceding chapter, the real exchange rate is the relative price of domestic and foreign goods and, therefore, is a key determinant of net exports. When the U.S. real exchange rate appreciates, U.S. goods become more expensive relative to foreign goods, making U.S. goods less attractive to consumers both at home and abroad. As a result, exports from the United States fall, and imports into the United States rise. For both reasons, net exports fall. Hence, an appreciation of the real exchange rate reduces the quantity of dollars demanded in the market for foreign-currency exchange.

Figure 2 shows supply and demand in the market for foreign-currency exchange. The demand curve slopes downward for the reason we just discussed: A higher real exchange rate makes U.S. goods more expensive and reduces the quantity of dollars demanded to buy those goods. The supply curve is vertical because the quantity of dollars supplied for net capital outflow does not depend on the real exchange rate. (As discussed earlier, net capital outflow depends on the real interest rate. When discussing the market for foreign-currency exchange, we take the real interest rate and net capital outflow as given.)

FIGURE 2

The Market for Foreign-Currency Exchange

The real exchange rate is determined by the supply and demand for foreign-currency exchange. The supply of dollars to be exchanged into foreign currency comes from net capital outflow. Because net capital outflow does not depend on the real exchange rate, the supply curve is vertical. The demand for dollars comes from net exports. Because a lower real exchange rate stimulates net exports (and thus increases the quantity of dollars demanded to pay for these net exports), the demand curve is downward sloping. At the equilibrium real exchange rate, the number of dollars people supply to buy foreign assets exactly balances the number of dollars people demand to buy net exports.

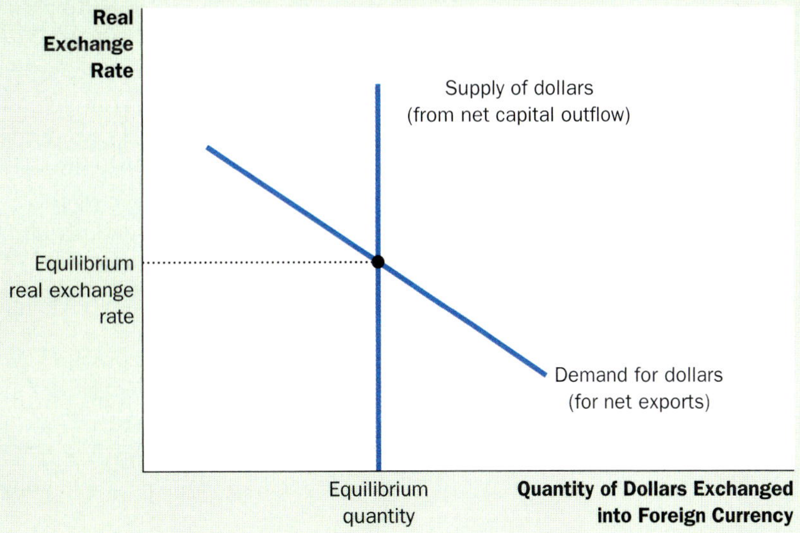

FYI

Purchasing-Power Parity as a Special Case

An alert reader of this book might ask: Why are we developing a theory of the exchange rate here? Didn't we already do that in the preceding chapter?

As you may recall, the preceding chapter developed a theory of the exchange rate called *purchasing-power parity*. This theory asserts that a dollar (or any other currency) must buy the same quantity of goods and services in every country. As a result, the real exchange rate is fixed, and all changes in the nominal exchange rate between two currencies reflect changes in the price levels in the two countries.

The model of the exchange rate developed here is related to the theory of purchasing-power parity. According to the theory of purchasing-power parity, international trade responds quickly to international price differences. If goods were cheaper in one country than in another, they would be exported from the first country and imported into the second until the price difference disappeared. In other words, the theory of purchasing-power parity assumes that net exports are highly responsive to small changes in the real exchange rate. If net exports were in fact so responsive, the demand curve in Figure 2 would be horizontal.

Thus, the theory of purchasing-power parity can be viewed as a special case of the model considered here. In that special case, the demand curve for foreign-currency exchange, rather than being downward sloping, is horizontal at the level of the real exchange rate that ensures parity of purchasing power at home and abroad. That special case is a good place to start when studying exchange rates, but it is far from the end of the story.

This chapter, therefore, concentrates on the more realistic case in which the demand curve for foreign-currency exchange is downward sloping. This allows for the possibility that the real exchange rate changes over time, as in fact it sometimes does in the real world.

It might seem strange at first that net capital outflow does not depend on the exchange rate. After all, a higher exchange value of the U.S. dollar not only makes foreign goods less expensive for American buyers but also makes foreign assets less expensive. One might guess that this would make foreign assets more attractive. But remember that an American investor will eventually want to turn the foreign asset, as well as any profits earned on it, back into dollars. For example, a high value of the dollar makes it less expensive for an American to buy stock in a Japanese company, but when that stock pays dividends, those will be in yen. As these yen are exchanged for dollars, the high value of the dollar means that the dividend will buy fewer dollars. Thus, changes in the exchange rate influence both the cost of buying foreign assets and the benefit of owning them, and these two effects offset each other. For these reasons, our model of the open economy posits that net capital outflow does not depend on the real exchange rate, as represented by the vertical supply curve in Figure 2.

The real exchange rate moves to ensure equilibrium in this market. That is, it adjusts to balance the supply and demand for dollars just as the price of any good adjusts to balance supply and demand for that good. If the real exchange rate were below the equilibrium level, the quantity of dollars supplied would be less than the quantity demanded. The resulting shortage of dollars would push the value of the dollar upward. Conversely, if the real exchange rate were above the equilibrium level, the quantity of dollars supplied would exceed the quantity demanded. The surplus of dollars would drive the value of the dollar downward. *At the equilibrium real exchange rate, the demand for dollars by foreigners arising from the U.S. net exports of goods and services exactly balances the supply of dollars from Americans arising from U.S. net capital outflow.*

QUICK QUIZ Describe the sources of supply and demand in the market for loanable funds and the market for foreign-currency exchange.

EQUILIBRIUM IN THE OPEN ECONOMY

So far, we have discussed supply and demand in two markets: the market for loanable funds and the market for foreign-currency exchange. Let's now consider how these markets are related to each other.

Net Capital Outflow: The Link between the Two Markets

We begin by recapping what we've learned so far in this chapter. We have been discussing how the economy coordinates four important macroeconomic variables: national saving (S), domestic investment (I), net capital outflow (NCO), and net exports (NX). Keep in mind the following identities:

$$S = I + NCO$$

and

$$NCO = NX.$$

In the market for loanable funds, supply comes from national saving (S), demand comes from domestic investment (I) and net capital outflow (NCO), and the real interest rate balances supply and demand. In the market for foreign-currency exchange, supply comes from net capital outflow (NCO), demand comes from net exports (NX), and the real exchange rate balances supply and demand.

Net capital outflow is the variable that links these two markets. In the market for loanable funds, net capital outflow is a piece of demand. A person who wants to buy an asset abroad must finance this purchase by obtaining resources in the market for loanable funds. In the market for foreign-currency exchange, net capital outflow is the source of supply. A person who wants to buy an asset in another country must supply dollars to exchange them for the currency of that country.

The key determinant of net capital outflow, as we have discussed, is the real interest rate. When the U.S. interest rate is high, owning U.S. assets is more attractive, and U.S. net capital outflow is low. Figure 3 shows this negative relationship between the interest rate and net capital outflow. This net-capital-outflow curve is the link between the market for loanable funds and the market for foreign-currency exchange.

3 FIGURE

How Net Capital Outflow Depends on the Interest Rate
Because a higher domestic real interest rate makes domestic assets more attractive, it reduces net capital outflow. Note the position of zero on the horizontal axis: Net capital outflow can be positive or negative. A negative value of net capital outflow means that the economy is experiencing a net inflow of capital.

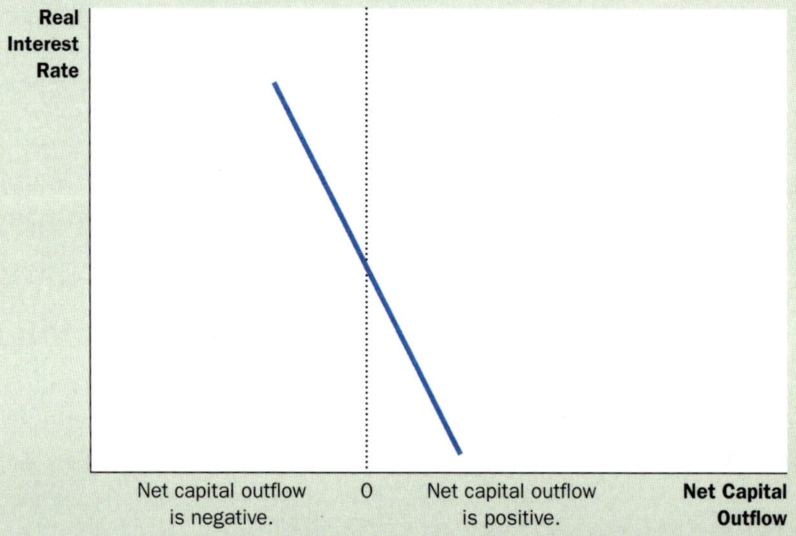

Simultaneous Equilibrium in Two Markets

We can now put all the pieces of our model together in Figure 4. This figure shows how the market for loanable funds and the market for foreign-currency exchange jointly determine the important macroeconomic variables of an open economy.

Panel (a) of the figure shows the market for loanable funds (taken from Figure 1). As before, national saving is the source of the supply of loanable funds. Domestic investment and net capital outflow are the source of the demand for loanable funds. The equilibrium real interest rate (r_1) brings the quantity of loanable funds supplied and the quantity of loanable funds demanded into balance.

Panel (b) of the figure shows net capital outflow (taken from Figure 3). It shows how the interest rate from panel (a) determines net capital outflow. A higher interest rate at home makes domestic assets more attractive, and this in turn reduces net capital outflow. Therefore, the net-capital-outflow curve in panel (b) slopes downward.

Panel (c) of the figure shows the market for foreign-currency exchange (taken from Figure 2). Because foreign assets must be purchased with foreign currency, the quantity of net capital outflow from panel (b) determines the supply of dollars to be exchanged into foreign currencies. The real exchange rate does not affect net capital outflow, so the supply curve is vertical. The demand for dollars comes from net exports. Because a depreciation of the real exchange rate increases net exports, the demand curve for foreign-currency exchange slopes downward. The equilibrium real exchange rate (E_1) brings into balance the quantity of dollars supplied and the quantity of dollars demanded in the market for foreign-currency exchange.

The two markets shown in Figure 4 determine two relative prices: the real interest rate and the real exchange rate. The real interest rate determined in panel (a) is the price of goods and services in the present relative to goods and services in

In panel (a), the supply and demand for loanable funds determine the real interest rate. In panel (b), the interest rate determines net capital outflow, which provides the supply of dollars in the market for foreign-currency exchange. In panel (c), the supply and demand for dollars in the market for foreign-currency exchange determine the real exchange rate.

FIGURE 4

The Real Equilibrium in an Open Economy

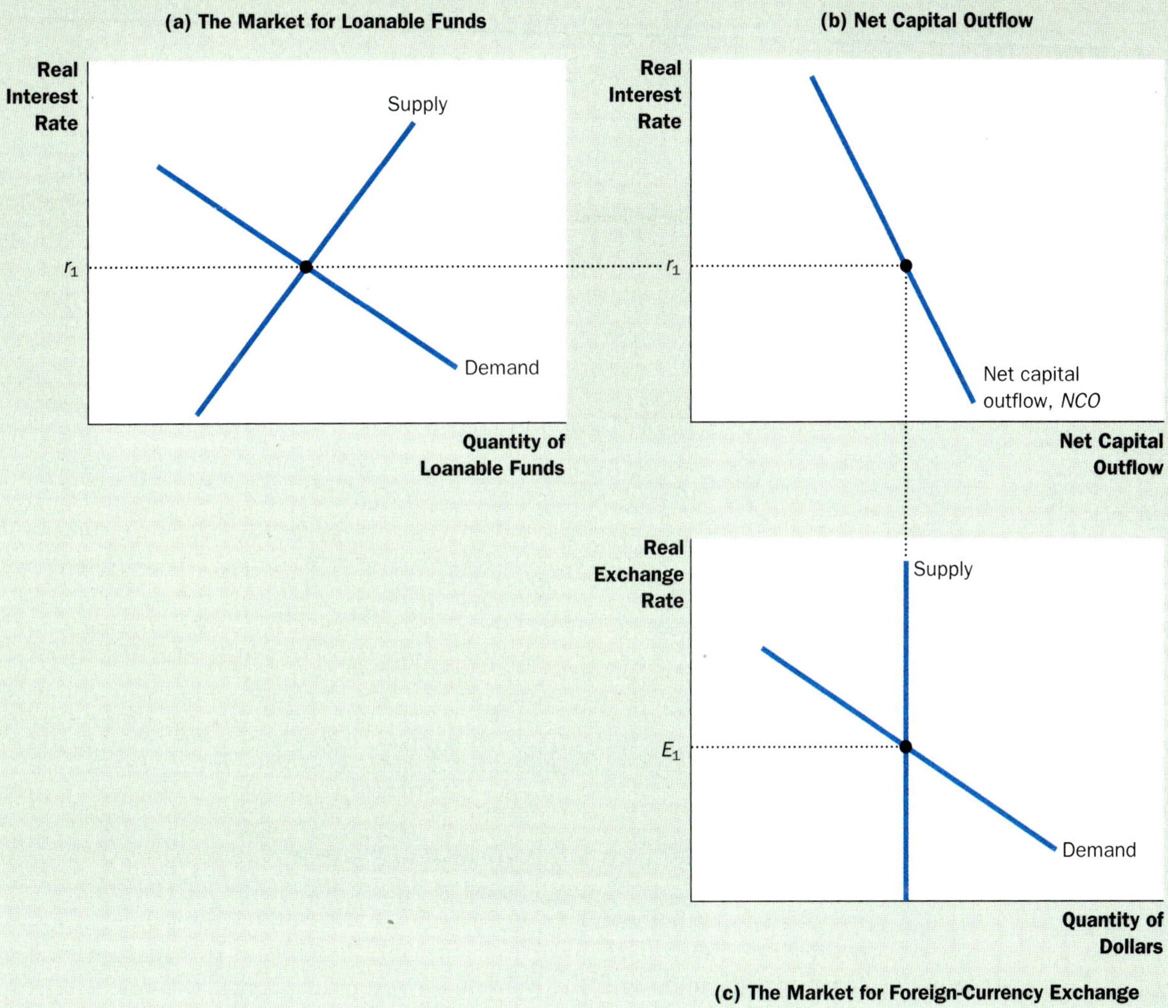

the future. The real exchange rate determined in panel (c) is the price of domestic goods and services relative to foreign goods and services. These two relative prices adjust simultaneously to balance supply and demand in these two markets. As they do so, they determine national saving, domestic investment, net capital outflow, and net exports. In a moment, we will use this model to see how all these variables change when some policy or event causes one of these curves to shift.

QUICK QUIZ In the model of the open economy just developed, two markets determine two relative prices. What are the markets? What are the two relative prices?

FYI

Disentangling Supply and Demand

Suppose the owner of an apple orchard decides to consume some of his own apples. Does this decision represent an increase in the demand for apples or a decrease in the supply? Either answer is defensible, and as long as we are careful in our subsequent analysis, nothing important will hinge on which answer we choose. Sometimes how we divide things between supply and demand is a bit arbitrary.

In the macroeconomic model of the open economy developed in this chapter, the division of transactions between "supply" and "demand" is also a bit arbitrary. This is true both in the market for loanable funds and in the market for foreign-currency exchange.

Consider first the market for loanable funds. The model treats the net capital outflow as part of the demand for loanable funds. Yet instead of writing $S = I + NCO$, we could just as easily have written $S - NCO = I$. When the equation is rewritten in this way, a capital outflow looks like a reduction in the supply of loanable funds. Either way would have worked. The first interpretation ($S = I + NCO$) emphasizes loanable funds generated domestically whether used at home or abroad. The second interpretation ($S - NCO = I$) emphasizes loanable funds available for domestic investment whether generated at home or abroad. The difference is more semantic than substantive.

Similarly, consider the market for foreign-currency exchange. In our model, net exports are the source of the demand for dollars, and net capital outflow is the source of the supply. Thus, when a U.S. resident imports a car made in Japan, our model treats that transaction as a decrease in the quantity of dollars demanded (because net exports fall) rather than an increase in the quantity of dollars supplied. Similarly, when a Japanese citizen buys a U.S. government bond, our model treats that transaction as a decrease in the quantity of dollars supplied (because net capital outflow falls) rather than an increase in the quantity of dollars demanded. This definition of terms may seem somewhat unnatural at first, but it will prove useful when analyzing the effects of various policies.

HOW POLICIES AND EVENTS AFFECT AN OPEN ECONOMY

Having developed a model to explain how key macroeconomic variables are determined in an open economy, we can now use the model to analyze how changes in policy and other events alter the economy's equilibrium. As we proceed, keep in mind that our model is just supply and demand in two markets: the market for loanable funds and the market for foreign-currency exchange. When using the model to analyze any event, we can apply the three steps outlined in Chapter 4. First, we determine which of the supply and demand curves the event affects. Second, we determine which way the curves shift. Third, we use the supply-and-demand diagrams to examine how these shifts alter the economy's equilibrium.

Government Budget Deficits

When we first discussed the supply and demand for loanable funds earlier in the book, we examined the effects of government budget deficits, which occur when government spending exceeds government revenue. Because a government budget deficit represents *negative* public saving, it reduces national saving (the sum of public and private saving). Thus, a government budget deficit reduces the supply of loanable funds, drives up the interest rate, and crowds out investment.

Now let's consider the effects of a budget deficit in an open economy. First, which curve in our model shifts? As in a closed economy, the initial impact of the budget deficit is on national saving and, therefore, on the supply curve for loanable funds. Second, which way does this supply curve shift? Again as in a closed economy, a budget deficit represents *negative* public saving, so it reduces national saving and shifts the supply curve for loanable funds to the left. This is shown as the shift from S_1 to S_2 in panel (a) of Figure 5.

FIGURE 5

The Effects of a Government Budget Deficit

When the government runs a budget deficit, it reduces the supply of loanable funds from S_1 to S_2 in panel (a). The interest rate rises from r_1 to r_2 to balance the supply and demand for loanable funds. In panel (b), the higher interest rate reduces net capital outflow. Reduced net capital outflow, in turn, reduces the supply of dollars in the market for foreign-currency exchange from S_1 to S_2 in panel (c). This fall in the supply of dollars causes the real exchange rate to appreciate from E_1 to E_2. The appreciation of the exchange rate pushes the trade balance toward deficit.

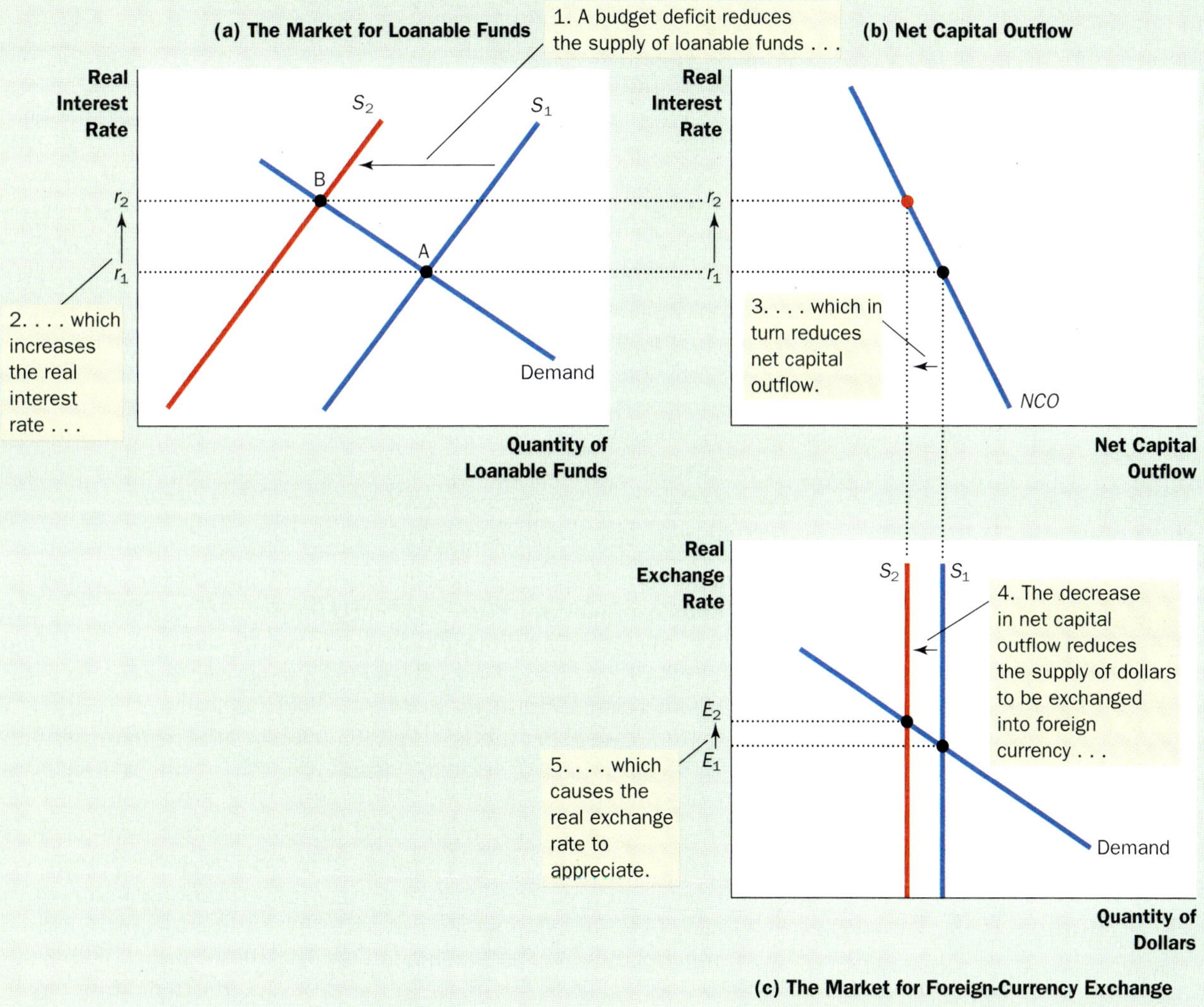

In The News

What Causes the U.S. Trade Deficit?

Saving abroad can lead to a trade deficit at home.

The Global Savings Glut

By Robert J. Samuelson

We are all taught that saving is good—indeed, Americans are often chided for spending too much and saving too little. But what if the problem of today's global economy is that people elsewhere—in Europe, Asia and Latin America—are saving too much and spending too little? Former Princeton University economist Ben Bernanke [now chairman of the Federal Reserve] argues that this is precisely the case. He calls it "the global savings glut."

The power of a good idea is that it dispels common confusions. Bernanke's global savings glut is just such a notion. It helps explain (a) the huge U.S. trade deficits; (b) the weakness of the current economic recovery (now 3½ years old); and (c) the difficulty of doing anything about (a) and (b).

As a rule, saving *is* good. It helps individuals afford big-ticket items (a home, college tuition), protect against emergencies and prepare for retirement. For societies, it provides funds for productive investments in new factories, technologies and businesses.

In economics textbooks, a country's savings usually stay within its borders. Americans save in America, Germans in Germany. Also, savings automatically balance with new investment, mainly through interest rates and stock prices. If, for example, people want to save more than businesses want to invest, interest rates should drop. That should encourage investment and discourage saving.

Unfortunately, the real world no longer mirrors the textbooks. In the 1970s and '80s, most countries dismantled the "capital controls" that restricted their citizens from shifting funds into foreign stocks, bonds and companies. In practice, banks, insurance companies, mutual funds and governments—the repositories of nations' savings—do much of this global shifting. The amounts are huge: In 2003, the French had $3.3 trillion in savings abroad, the International Monetary Fund estimates. No longer do saving and investment automatically balance within a country. For example: In 2004, the Japanese saved 28 percent of their national income and invested only 24 per-

Our third and final step is to compare the old and new equilibria. Panel (a) shows the impact of a U.S. budget deficit on the U.S. market for loanable funds. With fewer funds available for borrowers in U.S. financial markets, the interest rate rises from r_1 to r_2 to balance supply and demand. Faced with a higher interest rate, borrowers in the market for loanable funds choose to borrow less. This change is represented in the figure as the movement from point A to point B along the demand curve for loanable funds. In particular, households and firms reduce their purchases of capital goods. As in a closed economy, budget deficits crowd out domestic investment.

In an open economy, however, the reduced supply of loanable funds has additional effects. Panel (b) shows that the increase in the interest rate from r_1 to r_2 reduces net capital outflow. [This fall in net capital outflow is also part of the decrease in the quantity of loanable funds demanded in the movement from point A to point B in panel (a).] Because saving kept at home now earns higher rates of return, investing abroad is less attractive, and domestic residents buy fewer foreign assets. Higher interest rates also attract foreign investors, who want to earn cent at home. The rest went abroad, much of it to the United States. Most Asian countries, including China, are high savers.

Generally, the flow of surplus global savings to the United States has caused Americans to spend more and save less. In recent speeches, Bernanke has shown how. In the 1990s, some of the savings surplus went into the hot U.S. stock market, boosting prices further. Feeling wealthier—because their stock portfolios had fattened—Americans decided they could save less and shop more.

Something similar has happened in recent years, except through the housing market. Foreign funds poured into U.S. bonds and mortgages, keeping interest rates down. Low interest rates on mortgages increase housing demand and prices, making Americans (again) feel wealthier. People borrow against the inflated values of their homes. That reduces U.S. saving and increases consumption.

Americans' low saving and high consumption offset foreigners' high saving and low consumption. The huge U.S. trade deficits result, because our strong spending sucks in imports, while foreigners' weak spending hurts our exports. Japan, Canada and the "euro area"—all with savings surpluses—buy about 45 percent of U.S. exports. In addition, converting foreign currencies into American dollars to invest here boosts the dollar's exchange rate, making U.S. exports less competitive on global markets.

What we have here is a giant and unplanned recycling mechanism. Up to a point, everyone benefits. Americans get cheap imports that hold down inflation; foreigners get a boost to their economies. But we have probably passed that point, and this global recycling could unravel in many ways. Foreigners may tire of investing in the United States; the dollar may drop on foreign exchange markets, as it already has against some currencies. But if countries with savings surpluses didn't consume or invest more at home, world growth would suffer. Or the U.S. recovery could falter. Trade deficits certainly help explain its precariousness. There's a constant drag on job creation, as rising imports divert production abroad.

Like others, Bernanke warns that these trade imbalances—our huge deficits, their huge surpluses—seem dangerous. His contribution is to show that their main causes lie outside the United States. To say a country has surplus saving is simply another way of saying that it lacks good investment opportunities at home or discourages its citizens from consuming. Asian countries favor export-led growth, deemphasizing local consumption. Latin America's volatile politics deter investment. Europe's heavy taxes and regulations do likewise.

Whatever the problems, Americans can't fix them. The common view that our budget deficits (which Bernanke correctly thinks should be reduced) cause our trade deficits is simply wrong. The two are only loosely connected. That unconventional conclusion is also inconvenient, because it measures our powerlessness.

Source: *Washington Post*, April 27, 2005.

the higher returns on U.S. assets. Thus, when budget deficits raise interest rates, both domestic and foreign behavior cause U.S. net capital outflow to fall.

Panel (c) shows how budget deficits affect the market for foreign-currency exchange. Because net capital outflow is reduced, people need less foreign currency to buy foreign assets and, therefore, supply fewer dollars in the market for foreign-currency exchange. The supply curve for dollars shifts leftward from S_1 to S_2. The reduced supply of dollars causes the real exchange rate to appreciate from E_1 to E_2. That is, the dollar becomes more valuable compared to foreign currencies. This appreciation, in turn, makes U.S. goods more expensive compared to foreign goods. Because people both at home and abroad switch their purchases away from the more expensive U.S. goods, exports from the United States fall, and imports into the United States rise. For both reasons, U.S. net exports fall. Hence, *in an open economy, government budget deficits raise real interest rates, crowd out domestic investment, cause the currency to appreciate, and push the trade balance toward deficit*.

An important example of this lesson occurred in the United States in the 1980s. Shortly after Ronald Reagan was elected president in 1980, the fiscal policy of the U.S. federal government changed dramatically. The president and Congress enacted large cuts in taxes, but they did not cut government spending by nearly as much, so the result was a large budget deficit. Our model of the open economy predicts that such a policy should lead to a trade deficit, and in fact it did, as we saw in a case study in the preceding chapter. The budget deficit and trade deficit during this period were so closely related in both theory and practice that they earned the nickname the *twin deficits*. We should not, however, view these twins as identical, for many factors beyond fiscal policy can influence the trade deficit.

Trade Policy

trade policy
a government policy that directly influences the quantity of goods and services that a country imports or exports

A **trade policy** is a government policy that directly influences the quantity of goods and services that a country imports or exports. Trade policy takes various forms. One common trade policy is a *tariff*, a tax on imported goods. Another is an *import quota*, a limit on the quantity of a good produced abroad that can be sold domestically. Trade policies are common throughout the world, although sometimes they are disguised. For example, the U.S. government has sometimes pressured Japanese automakers to reduce the number of cars they sell in the United States. These so-called voluntary export restrictions are not really voluntary and, in essence, are a form of import quota.

Let's consider the macroeconomic impact of trade policy. Suppose that the U.S. auto industry, concerned about competition from Japanese automakers, convinces the U.S. government to impose a quota on the number of cars that can be imported from Japan. In making their case, lobbyists for the auto industry assert that the trade restriction would shrink the size of the U.S. trade deficit. Are they right? Our model, as illustrated in Figure 6, offers an answer.

The first step in analyzing the trade policy is to determine which curve shifts. The initial impact of the import restriction is, not surprisingly, on imports. Because net exports equal exports minus imports, the policy also affects net exports. And because net exports are the source of demand for dollars in the market for foreign-currency exchange, the policy affects the demand curve in this market.

The second step is to determine which way this demand curve shifts. Because the quota restricts the number of Japanese cars sold in the United States, it reduces imports at any given real exchange rate. Net exports, which equal exports minus imports, will therefore *rise* for any given real exchange rate. Because foreigners need dollars to buy U.S. net exports, there is an increased demand for dollars in the market for foreign-currency exchange. This increase in the demand for dollars is shown in panel (c) of Figure 6 as the shift from D_1 to D_2.

The third step is to compare the old and new equilibria. As we can see in panel (c), the increase in the demand for dollars causes the real exchange rate to appreciate from E_1 to E_2. Because nothing has happened in the market for loanable funds in panel (a), there is no change in the real interest rate. Because there is no change in the real interest rate, there is also no change in net capital outflow, shown in panel (b). And because there is no change in net capital outflow, there can be no change in net exports, even though the import quota has reduced imports.

It might seem puzzling that net exports stay the same while imports fall. This puzzle is resolved by noting the change in the real exchange rate: When the dollar appreciates in value in the market for foreign-currency exchange, domestic goods become more expensive relative to foreign goods. This appreciation encourages imports and discourages exports, and both of these changes work to offset the direct increase in net exports due to the import quota. In the end, an import quota

When the U.S. government imposes a quota on the import of Japanese cars, nothing happens in the market for loanable funds in panel (a) or to net capital outflow in panel (b). The only effect is a rise in net exports (exports minus imports) for any given real exchange rate. As a result, the demand for dollars in the market for foreign-currency exchange rises, as shown by the shift from D_1 to D_2 in panel (c). This increase in the demand for dollars causes the value of the dollar to appreciate from E_1 to E_2. This appreciation of the dollar tends to reduce net exports, offsetting the direct effect of the import quota on the trade balance.

FIGURE 6

The Effects of an Import Quota

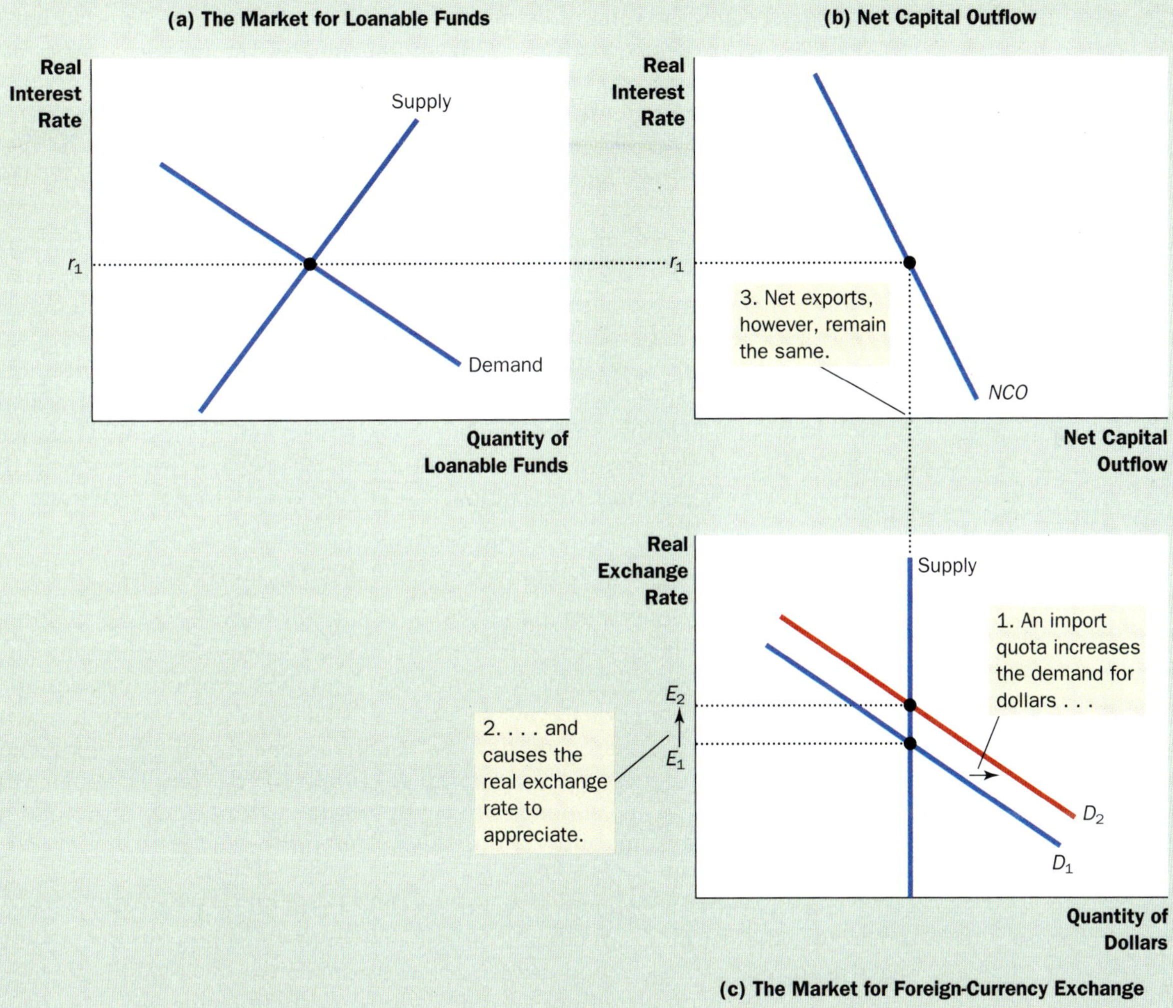

reduces both imports and exports, but net exports (exports minus imports) are unchanged.

We have thus come to a surprising implication: *Trade policies do not affect the trade balance.* That is, policies that directly influence exports or imports do not alter net exports. This conclusion seems less surprising if one recalls the accounting identity:

$$NX = NCO = S - I.$$

Net exports equal net capital outflow, which equals national saving minus domestic investment. Trade policies do not alter the trade balance because they do not alter national saving or domestic investment. For given levels of national saving and domestic investment, the real exchange rate adjusts to keep the trade balance the same, regardless of the trade policies the government puts in place.

Although trade policies do not affect a country's overall trade balance, these policies do affect specific firms, industries, and countries. When the U.S. government imposes an import quota on Japanese cars, General Motors has less competition from abroad and will sell more cars. At the same time, because the dollar has appreciated in value, Boeing, the U.S. aircraft maker, will find it harder to compete with Airbus, the European aircraft maker. U.S. exports of aircraft will fall, and U.S. imports of aircraft will rise. In this case, the import quota on Japanese cars will increase net exports of cars and decrease net exports of planes. In addition, it will increase net exports from the United States to Japan and decrease net exports from the United States to Europe. The overall trade balance of the U.S. economy, however, stays the same.

The effects of trade policies are, therefore, more microeconomic than macroeconomic. Although advocates of trade policies sometimes claim (incorrectly) that these policies can alter a country's trade balance, they are usually more motivated by concerns about particular firms or industries. One should not be surprised, for instance, to hear an executive from General Motors advocating import quotas for Japanese cars. Economists usually oppose such trade policies. Free trade allows economies to specialize in doing what they do best, making residents of all countries better off. Trade restrictions interfere with these gains from trade and, thus, reduce overall economic well-being.

Political Instability and Capital Flight

In 1994, political instability in Mexico, including the assassination of a prominent political leader, made world financial markets nervous. People began to view Mexico as a much less stable country than they had previously thought. They decided to pull some of their assets out of Mexico to move these funds to the United States and other "safe havens." Such a large and sudden movement of funds out of a country is called **capital flight**. To see the implications of capital flight for the Mexican economy, we again follow our three steps for analyzing a change in equilibrium, but this time, we apply our model of the open economy from the perspective of Mexico rather than the United States.

capital flight
a large and sudden reduction in the demand for assets located in a country

Consider first which curves in our model capital flight affects. When investors around the world observe political problems in Mexico, they decide to sell some of their Mexican assets and use the proceeds to buy U.S. assets. This act increases Mexican net capital outflow and, therefore, affects both markets in our model. Most obviously, it affects the net-capital-outflow curve, and this in turn influences the supply of pesos in the market for foreign-currency exchange. In addition, because the demand for loanable funds comes from both domestic investment and net capital outflow, capital flight affects the demand curve in the market for loanable funds.

Now consider which way these curves shift. When net capital outflow increases, there is greater demand for loanable funds to finance these purchases of capital assets abroad. Thus, as panel (a) of Figure 7 shows, the demand curve for loanable funds shifts to the right from D_1 to D_2. In addition, because net capital outflow is

If people decide that Mexico is a risky place to keep their savings, they will move their capital to safer havens such as the United States, resulting in an increase in Mexican net capital outflow. Consequently, the demand for loanable funds in Mexico rises from D_1 to D_2, as shown in panel (a), and this drives up the Mexican real interest rate from r_1 to r_2. Because net capital outflow is higher for any interest rate, that curve also shifts to the right from NCO_1 to NCO_2 in panel (b). At the same time, in the market for foreign-currency exchange, the supply of pesos rises from S_1 to S_2, as shown in panel (c). This increase in the supply of pesos causes the peso to depreciate from E_1 to E_2, so the peso becomes less valuable compared to other currencies.

FIGURE 7

The Effects of Capital Flight

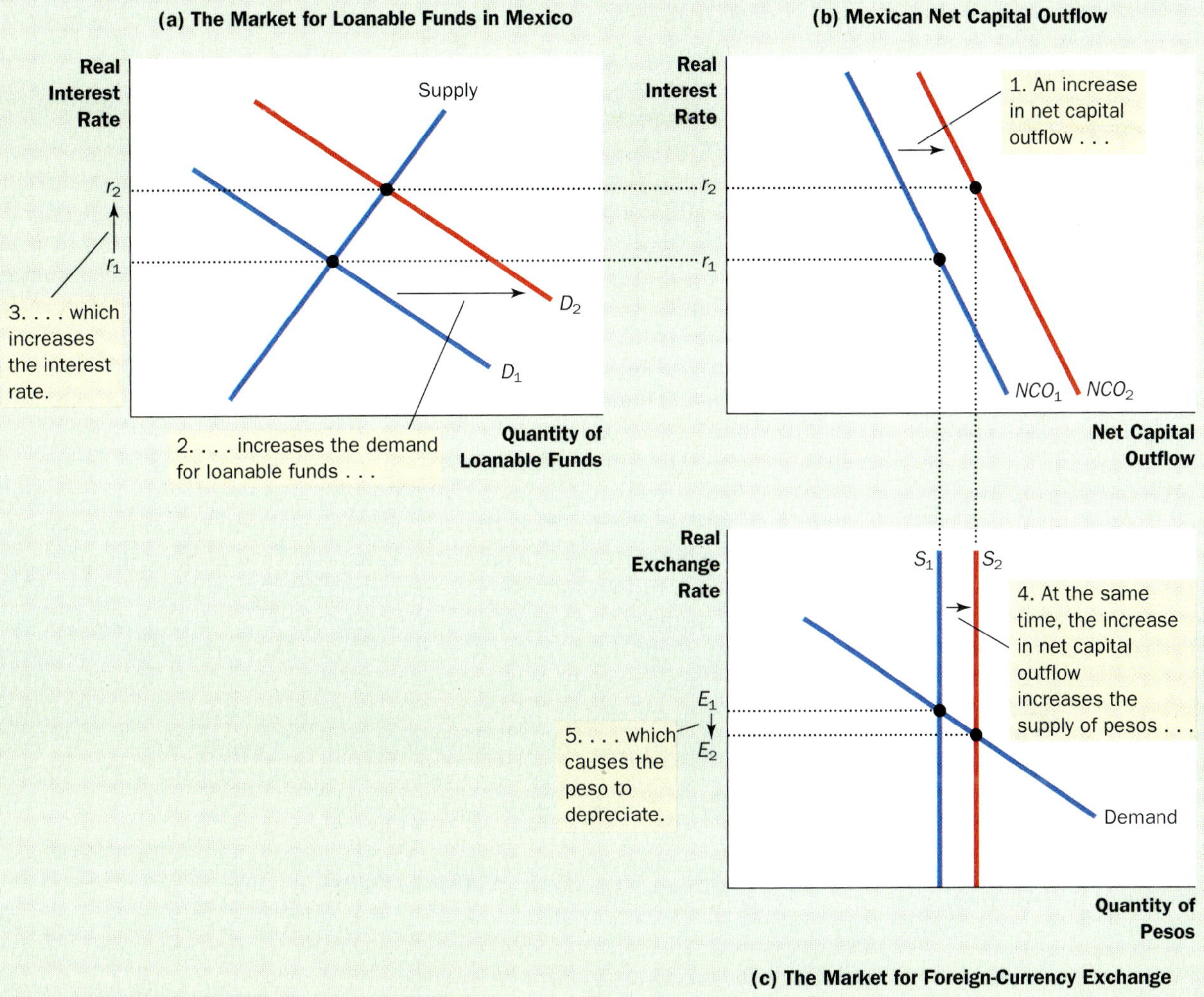

higher for any interest rate, the net-capital-outflow curve also shifts to the right from NCO_1 to NCO_2, as in panel (b).

To see the effects of capital flight on the Mexican economy, we compare the old and new equilibria. Panel (a) of Figure 7 shows that the increased demand for loanable funds causes the interest rate in Mexico to rise from r_1 to r_2. Panel

(b) shows that Mexican net capital outflow increases. (Although the rise in the interest rate does make Mexican assets more attractive, this only partly offsets the impact of capital flight on net capital outflow.) Panel (c) shows that the increase in net capital outflow raises the supply of pesos in the market for foreign-currency exchange from S_1 to S_2. That is, as people try to get out of Mexican assets, there is a large supply of pesos to be converted into dollars. This increase in supply causes the peso to depreciate from E_1 to E_2. Thus, *capital flight from Mexico increases Mexican interest rates and decreases the value of the Mexican peso in the market for foreign-currency exchange.* This is exactly what was observed in 1994. From November 1994 to March 1995, the interest rate on short-term Mexican government bonds rose from 14 percent to 70 percent, and the peso depreciated in value from 29 to 15 U.S. cents per peso.

These price changes that result from capital flight influence some key macroeconomic quantities. The depreciation of the currency makes exports cheaper and imports more expensive, pushing the trade balance toward surplus. At the same time, the increase in the interest rate reduces domestic investment, which slows capital accumulation and economic growth.

Capital flight has its largest impact on the country from which capital is fleeing, but it also affects other countries. When capital flows out of Mexico into the United States, for instance, it has the opposite effect on the U.S. economy as it has on the Mexican economy. In particular, the rise in Mexican net capital outflow coincides with a fall in U.S. net capital outflow. As the peso depreciates in value and Mexican interest rates rise, the dollar appreciates in value and U.S. interest rates fall. The size of this impact on the U.S. economy is small, however, because the economy of the United States is so large compared to that of Mexico.

The events that we have been describing in Mexico could happen to any economy in the world, and, in fact, they do from time to time. In 1997, the world learned that the banking systems of several Asian economies, including Thailand, South Korea, and Indonesia, were at or near the point of bankruptcy, and this news induced capital to flee from these nations. In 1998, the Russian government defaulted on its debt, inducing international investors to take whatever money they could and run. A similar (but more complicated) set of events unfolded in Argentina in 2002. In each of these cases of capital flight, the results were much as our model predicts: rising interest rates and a falling currency.

CASE STUDY: CAPITAL FLOWS FROM CHINA

According to our analysis of capital flight, a nation that experiences an outflow of capital sees its currency weaken in foreign exchange markets, and this depreciation in turn increases the nation's net exports. The country into which the capital is flowing sees it currency strengthen, and this appreciation pushes its trade balance toward deficit.

With these lessons in mind, consider this question: Suppose a nation's government, as a matter of policy, encourages capital to flow to another country, perhaps by making foreign investments itself. What effect would this policy have? The answer is much the same: Other things equal, it leads to a weaker currency and a trade surplus for the nation encouraging the capital outflows and a stronger currency and a trade deficit for the recipient of those capital flows.

This analysis thus sheds light on one of the ongoing policy disputes between the United States and China. In recent years, the Chinese government has tried to depress the value of its currency—the renminbi—in foreign exchange markets to promote its export industries. It does this by accumulating foreign assets, including substantial amounts of U.S government bonds. As of the end of 2007, China's total reserves of foreign assets were about $1.5 trillion.

The U.S. government has at times objected to China's interventions in foreign-exchange markets. By holding down the value of the renminbi, the policy makes Chinese goods less expensive, which in turn contributes to the U.S. trade deficit and hurts American producers who make products that compete with imports from China. Because of these effects, the U.S. government has encouraged China to stop influencing the exchange value of its currency with government-sponsored capital flows. Some members of Congress have even gone so far as to advocate tariffs on Chinese imports unless China ceases its "currency manipulation."

Yet the impact of the Chinese policy on the U.S. economy is not all bad. American consumers of Chinese imports benefit from lower prices. In addition, the inflow of capital from China lowers U.S. interest rates, which in turn increases investment in the U.S. economy. To some extent, the Chinese government is financing U.S. economic growth. The Chinese policy of investing in the U.S. economy creates winners and losers among Americans. All things considered, the net impact on the U.S. economy is probably small.

The harder question concerns the motives behind the policy: Why are the Chinese leaders interested in producing for export and investing abroad, rather than producing for domestic consumption and investing at home? There is no obvious answer. One possibility is that China wants to accumulate a reserve of foreign assets on which it can draw in emergencies—a kind of national "rainy-day fund." Another possibility is that the policy is simply misguided. ●

QUICK QUIZ Suppose that Americans decided to spend a smaller fraction of their incomes. What would be the effect on saving, investment, interest rates, the real exchange rate, and the trade balance?

CONCLUSION

International economics is a topic of increasing importance. More and more, American citizens are buying goods produced abroad and producing goods to be sold overseas. Through mutual funds and other financial institutions, they borrow and lend in world financial markets. As a result, a full analysis of the U.S. economy requires an understanding of how the U.S. economy interacts with other economies in the world. This chapter has provided a basic model for thinking about the macroeconomics of open economies.

The study of international economics is valuable, but we should be careful not to exaggerate its importance. Policymakers and commentators are often quick to blame foreigners for problems facing the U.S. economy. By contrast, economists more often view these problems as homegrown. For example, politicians often discuss foreign competition as a threat to American living standards, while economists are more likely to lament the low level of national saving. Low saving impedes growth in capital, productivity, and living standards, regardless of whether the economy is open or closed. Foreigners are a convenient target for politicians because blaming foreigners provides a way to avoid responsibility without insulting any domestic constituency. Whenever you hear popular discussions of international trade and finance, therefore, it is especially important to try to separate myth from reality. The tools you have learned in the past two chapters should help in that endeavor.

SUMMARY

- Two markets are central to the macroeconomics of open economies: the market for loanable funds and the market for foreign-currency exchange. In the market for loanable funds, the real interest rate adjusts to balance the supply of loanable funds (from national saving) and the demand for loanable funds (from domestic investment and net capital outflow). In the market for foreign-currency exchange, the real exchange rate adjusts to balance the supply of dollars (from net capital outflow) and the demand for dollars (for net exports). Because net capital outflow is part of the demand for loanable funds and because it provides the supply of dollars for foreign-currency exchange, it is the variable that connects these two markets.
- A policy that reduces national saving, such as a government budget deficit, reduces the supply of loanable funds and drives up the interest rate. The higher interest rate reduces net capital outflow, which reduces the supply of dollars in the market for foreign-currency exchange. The dollar appreciates, and net exports fall.
- Although restrictive trade policies, such as tariffs or quotas on imports, are sometimes advocated as a way to alter the trade balance, they do not necessarily have that effect. A trade restriction increases net exports for a given exchange rate and, therefore, increases the demand for dollars in the market for foreign-currency exchange. As a result, the dollar appreciates in value, making domestic goods more expensive relative to foreign goods. This appreciation offsets the initial impact of the trade restriction on net exports.
- When investors change their attitudes about holding assets of a country, the ramifications for the country's economy can be profound. In particular, political instability can lead to capital flight, which tends to increase interest rates and cause the currency to depreciate.

KEY CONCEPTS

trade policy, *p. 728*
capital flight, *p. 730*

QUESTIONS FOR REVIEW

1. Describe supply and demand in the market for loanable funds and the market for foreign-currency exchange. How are these markets linked?
2. Why are budget deficits and trade deficits sometimes called the twin deficits?
3. Suppose that a textile workers' union encourages people to buy only American-made clothes. What would this policy do to the trade balance and the real exchange rate? What is the impact on the textile industry? What is the impact on the auto industry?
4. What is capital flight? When a country experiences capital flight, what is the effect on its interest rate and exchange rate?

PROBLEMS AND APPLICATIONS

1. Japan generally runs a significant trade surplus. Do you think this is most related to high foreign demand for Japanese goods, low Japanese demand for foreign goods, a high Japanese saving rate relative to Japanese investment, or structural barriers against imports into Japan? Explain your answer.
2. An article in *USA Today* (December 16, 2004) began "President Bush said Wednesday that the White House will shore up the sliding dollar by working to cut record budget and trade deficits."
   a. According to the model in this chapter, would a reduction in the budget deficit reduce the trade deficit? Would it raise the value of the dollar? Explain.
   b. Suppose that a reduction in the budget deficit made international investors more confident in the U.S. economy. How would this increase in confidence affect the value of the dollar? How would it affect the trade deficit?
3. Suppose that Congress is considering an investment tax credit, which subsidizes domestic investment.
   a. How does this policy affect national saving, domestic investment, net capital outflow, the interest rate, the exchange rate, and the trade balance?
   b. Representatives of several large exporters oppose the policy. Why might that be the case?
4. The chapter notes that the rise in the U.S. trade deficit during the 1980s was due largely to the rise in the U.S. budget deficit. On the other hand, the popular press sometimes claims that the increased trade deficit resulted from a decline in the quality of U.S. products relative to foreign products.
   a. Assume that U.S. products did decline in relative quality during the 1980s. How did this affect net exports *at any given exchange rate*?
   b. Draw a three-panel diagram to show the effect of this shift in net exports on the U.S. real exchange rate and trade balance.
   c. Is the claim in the popular press consistent with the model in this chapter? Does a decline in the quality of U.S. products have any effect on our standard of living? (Hint: When we sell our goods to foreigners, what do we receive in return?)
5. An economist discussing trade policy in *The New Republic* wrote: "One of the benefits of the United States removing its trade restrictions [is] the gain to U.S. industries that produce goods for export. Export industries would find it easier to sell their goods abroad—even if other countries didn't follow our example and reduce their trade barriers." Explain in words why U.S. *export* industries would benefit from a reduction in restrictions on *imports* to the United States.
6. Suppose the French suddenly develop a strong taste for California wines. Answer the following questions in words and with a diagram.
   a. What happens to the demand for dollars in the market for foreign-currency exchange?
   b. What happens to the value of dollars in the market for foreign-currency exchange?
   c. What happens to the quantity of net exports?
7. A senator renounces her past support for protectionism: "The U.S. trade deficit must be reduced, but import quotas only annoy our trading partners. If we subsidize U.S. exports instead, we can reduce the deficit by increasing our competitiveness." Using a three-panel diagram, show the effect of an export subsidy on net exports and the real exchange rate. Do you agree with the senator?
8. Suppose the United States decides to subsidize the export of U.S. agricultural products, but it does not increase taxes or decrease any other government spending to offset this expenditure. Using a three-panel diagram, show what happens to national saving, domestic investment, net capital outflow, the interest rate, the exchange rate, and the trade balance. Also explain in words how this U.S. policy affects the amount of imports, exports, and net exports.
9. Suppose that real interest rates increase across Europe. Explain how this development will

affect U.S. net capital outflow. Then explain how it will affect U.S. net exports by using a formula from the chapter and by drawing a diagram. What will happen to the U.S. real interest rate and real exchange rate?

10. Suppose that Americans decide to increase their saving.
    a. If the elasticity of U.S. net capital outflow with respect to the real interest rate is very high, will this increase in private saving have a large or small effect on U.S. domestic investment?
    b. If the elasticity of U.S. exports with respect to the real exchange rate is very low, will this increase in private saving have a large or small effect on the U.S. real exchange rate?
11. Over the past decade, some of Chinese saving has been used to finance American investment. That is, the Chinese have been buying American capital assets.
    a. If the Chinese decided they no longer wanted to buy U.S. assets, what would happen in the U.S. market for loanable funds? In particular, what would happen to U.S. interest rates, U.S. saving, and U.S. investment?
    b. What would happen in the market for foreign-currency exchange? In particular, what would happen to the value of the dollar and the U.S. trade balance?
12. In 1998, the Russian government defaulted on its debt payments, leading investors worldwide to raise their preference for U.S. government bonds, which are considered very safe. What effect do you think this "flight to safety" had on the U.S. economy? Be sure to note the impact on national saving, domestic investment, net capital outflow, the interest rate, the exchange rate, and the trade balance.
13. Suppose that U.S. mutual funds suddenly decide to invest more in Canada.
    a. What happens to Canadian net capital outflow, Canadian saving, and Canadian domestic investment?
    b. What is the long-run effect on the Canadian capital stock?
    c. How will this change in the capital stock affect the Canadian labor market? Does this U.S. investment in Canada make Canadian workers better off or worse off?
    d. Do you think this will make U.S. workers better off or worse off? Can you think of any reason the impact on U.S. citizens generally may be different from the impact on U.S. workers?

PART XII

Short-Run Economic Fluctuations

CHAPTER

33

Aggregate Demand and Aggregate Supply

Economic activity fluctuates from year to year. In most years, the production of goods and services rises. Because of increases in the labor force, increases in the capital stock, and advances in technological knowledge, the economy can produce more and more over time. This growth allows everyone to enjoy a higher standard of living. On average over the past half century, the production of the U.S. economy as measured by real GDP has grown by about 3 percent per year.

In some years, however, the economy experiences contraction rather than growth. Firms find themselves unable to sell all the goods and services they have to offer, so they cut back on production. Workers are laid off, unemployment rises, and factories are left idle. With the economy producing fewer goods and services, real GDP and other measures of income fall. Such a period of falling incomes and rising unemployment is called a **recession** if it is relatively mild and a **depression** if it is more severe.

recession
a period of declining real incomes and rising unemployment

depression
a severe recession

What causes short-run fluctuations in economic activity? What, if anything, can public policy do to prevent periods of falling incomes and rising unemployment? When recessions and depressions occur, how can policymakers reduce their length and severity? These are the questions we take up now.

The variables that we study are largely those we have already seen in previous chapters. They include GDP, unemployment, interest rates, and the price level. Also familiar are the policy instruments of government spending, taxes, and the money supply. What differs from our earlier analysis is the time horizon. So far, our goal has been to explain the behavior of these variables in the long run. Our goal now is to explain their short-run deviations from long-run trends. In other words, instead of focusing on the forces that explain economic growth from generation to generation, we are now interested in the forces that explain economic fluctuations from year to year.

There remains some debate among economists about how best to analyze short-run fluctuations, but most economists use the *model of aggregate demand and aggregate supply*. Learning how to use this model for analyzing the short-run effects of various events and policies is the primary task ahead. This chapter introduces the model's two pieces: the aggregate-demand curve and the aggregate-supply curve. Before turning to the model, however, let's look at some of the key facts that describe the ups and downs of the economy.

THREE KEY FACTS ABOUT ECONOMIC FLUCTUATIONS

Short-run fluctuations in economic activity occur in all countries throughout history. As a starting point for understanding these year-to-year fluctuations, let's discuss some of their most important properties.

Fact 1: Economic Fluctuations Are Irregular and Unpredictable

Fluctuations in the economy are often called *the business cycle*. As this term suggests, economic fluctuations correspond to changes in business conditions. When real GDP grows rapidly, business is good. During such periods of economic expansion, most firms find that customers are plentiful and that profits are growing. When real GDP falls during recessions, businesses have trouble. During such periods of economic contraction, most firms experience declining sales and dwindling profits.

The term *business cycle* is somewhat misleading because it suggests that economic fluctuations follow a regular, predictable pattern. In fact, economic fluctuations are not at all regular, and they are almost impossible to predict with much accuracy. Panel (a) of Figure 1 shows the real GDP of the U.S. economy since 1965. The shaded areas represent times of recession. As the figure shows, recessions do not come at regular intervals. Sometimes recessions are close together, such as the recessions of 1980 and 1982. Sometimes the economy goes many years without a recession. The longest period in U.S. history without a recession was the economic expansion from 1991 to 2001.

Fact 2: Most Macroeconomic Quantities Fluctuate Together

Real GDP is the variable most commonly used to monitor short-run changes in the economy because it is the most comprehensive measure of economic activity. Real GDP measures the value of all final goods and services produced within a

FIGURE 1

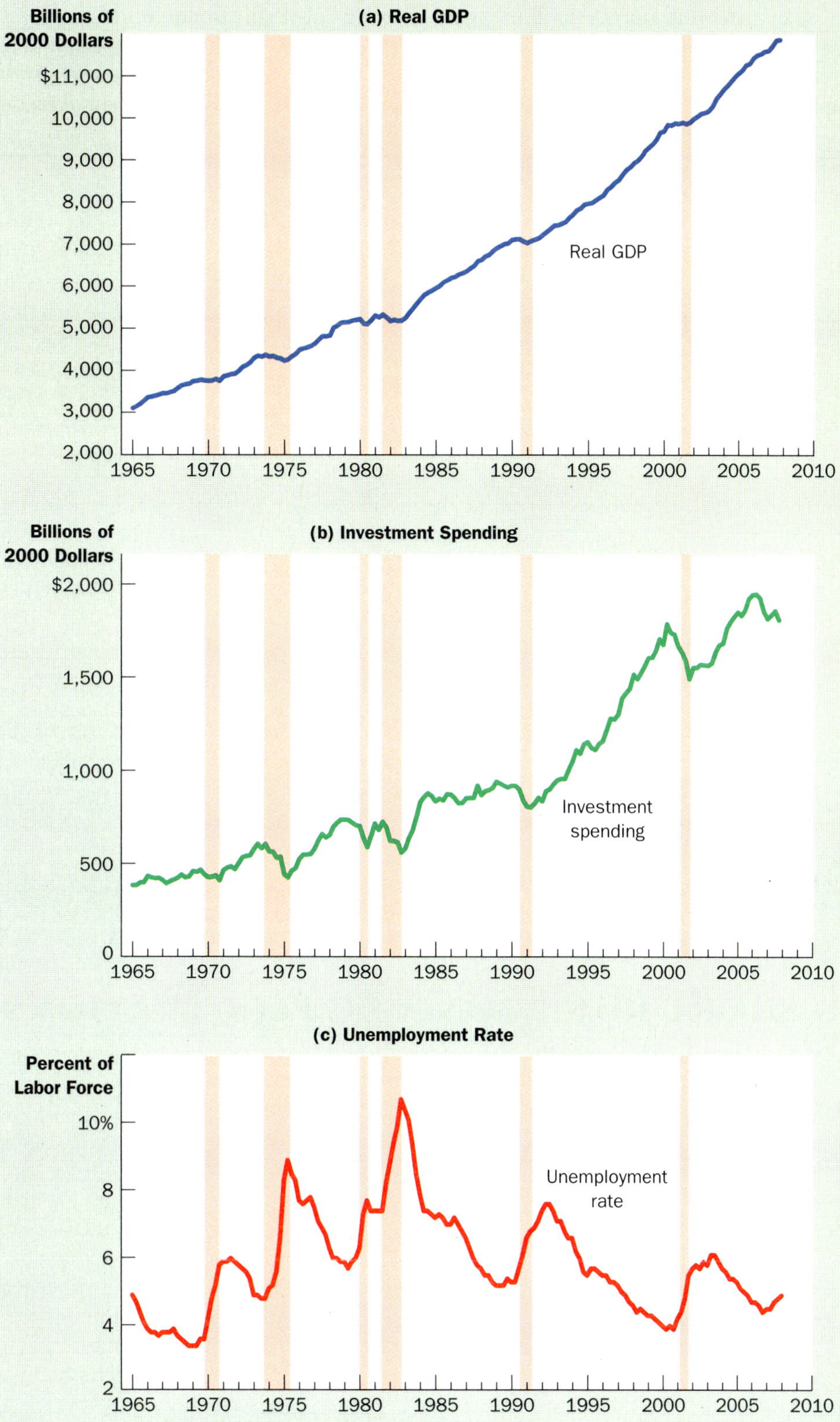

A Look at Short-Run Economic Fluctuations

This figure shows real GDP in panel (a), investment spending in panel (b), and unemployment in panel (c) for the U.S. economy using quarterly data since 1965. Recessions are shown as the shaded areas. Notice that real GDP and investment spending decline during recessions, while unemployment rises.

Source: U.S. Department of Commerce; U.S. Department of Labor.

"YOU'RE FIRED. PASS IT ON."

given period of time. It also measures the total income (adjusted for inflation) of everyone in the economy.

It turns out, however, that for monitoring short-run fluctuations, it does not really matter which measure of economic activity one looks at. Most macroeconomic variables that measure some type of income, spending, or production fluctuate closely together. When real GDP falls in a recession, so do personal income, corporate profits, consumer spending, investment spending, industrial production, retail sales, home sales, auto sales, and so on. Because recessions are economy-wide phenomena, they show up in many sources of macroeconomic data.

Although many macroeconomic variables fluctuate together, they fluctuate by different amounts. In particular, as panel (b) of Figure 1 shows, investment spending varies greatly over the business cycle. Even though investment averages about one-seventh of GDP, declines in investment account for about two-thirds of the declines in GDP during recessions. In other words, when economic conditions deteriorate, much of the decline is attributable to reductions in spending on new factories, housing, and inventories.

Fact 3: As Output Falls, Unemployment Rises

Changes in the economy's output of goods and services are strongly correlated with changes in the economy's utilization of its labor force. In other words, when real GDP declines, the rate of unemployment rises. This fact is hardly surprising: When firms choose to produce a smaller quantity of goods and services, they lay off workers, expanding the pool of unemployed.

Panel (c) of Figure 1 shows the unemployment rate in the U.S. economy since 1965. Once again, the shaded areas in the figure indicate periods of recession. The figure shows clearly the impact of recessions on unemployment. In each of the recessions, the unemployment rate rises substantially. When the recession ends and real GDP starts to expand, the unemployment rate gradually declines. The unemployment rate never approaches zero; instead, it fluctuates around its natural rate of about 5 or 6 percent.

QUICK QUIZ List and discuss three key facts about economic fluctuations.

EXPLAINING SHORT-RUN ECONOMIC FLUCTUATIONS

Describing what happens to economies as they fluctuate over time is easy. Explaining what causes these fluctuations is more difficult. Indeed, compared to the topics we have studied in previous chapters, the theory of economic fluctuations remains controversial. In this and the next two chapters, we develop the model that most economists use to explain short-run fluctuations in economic activity.

The Assumptions of Classical Economics

In previous chapters, we developed theories to explain what determines most important macroeconomic variables in the long run. Chapter 25 explained the level and growth of productivity and real GDP. Chapters 26 and 27 explained how the financial system works and how the real interest rate adjusts to balance saving and investment. Chapter 28 explained why there is always some unemployment in the

In The News

Offbeat Indicators

When the economy goes into a recession, many economic variables are affected. This article, written during the recession of 2001, gives some examples.

Economic Numbers Befuddle Even the Best

By George Hager

Economists pore over scores of numbers every week, trying to sense when the recession is over. But quirky indicators and gut instinct might be almost as helpful—maybe even more so.

Is your dentist busy? Dentists say people put off appointments when times turn tough, then reschedule when the economy improves.

How far away do you have to park when you go to the mall? Fewer shoppers equal more parking spaces.

If you drive to work, has your commute time gotten shorter or longer?

GOOD TIMES

Economist Michael Evans says a colleague with a pipeline into the garbage business swears by his own homegrown Chicago Trash index. Collections plunged after the Sept. 11 terror attacks, rebounded in October but then fell off again in mid-November. "Trash is a pretty good indicator of what people are buying," says Evans, an economist with Evans Carrol & Associates. "They've got to throw out the wrappings." . . .

What's actually happening is often clear only in hindsight. That's one reason the National Bureau of Economic Research waited until November to declare that a recession began last March—and why it took them until December 1992 to declare that the last recession had ended more than a year earlier, in March 1991.

"The data can fail you," says Allen Sinai, chief economist for Decision Economics. Sinai cautions that if numbers appear to be going up (or down), it's best to wait to see what happens over two or three months before drawing a conclusion—something hair-trigger financial markets routinely don't do.

"We have lots of false predictions of recoveries by (stock) markets that don't happen," he says.

Like a lot of economists, Sinai leavens the numbers with informal observations. These days, he's paying particular attention to what business executives say at meetings and cocktail parties because their mood—and their plans for investing and hiring—are key to a comeback.

BAD TIMES

Even the Federal Reserve, whose more than 200 economists monitor about every piece of the economy that can be measured, make room for anecdotes. Two weeks before every policy meeting, the Fed publishes its "beige book," a survey based on off-the-record conversations between officials at the Fed's 12 regional banks and local businesses.

The reports are peppered with quotes from unnamed business people ("Everybody's decided to go shopping again," someone told the Richmond Fed Bank last month) and the occasional odd detail that reveals just how far down the Fed inquisitors sometimes drill. Last March, the Dallas Fed Bank reported "healthy sales of singing gorillas" for Valentine's Day.

Source: *USA Today*, December 26, 2001.

economy. Chapters 29 and 30 explained the monetary system and how changes in the money supply affect the price level, the inflation rate, and the nominal interest rate. Chapters 31 and 32 extended this analysis to open economies to explain the trade balance and the exchange rate.

All of this previous analysis was based on two related ideas: the classical dichotomy and monetary neutrality. Recall that the classical dichotomy is the separation of variables into real variables (those that measure quantities or relative prices) and nominal variables (those measured in terms of money). According to classical macroeconomic theory, changes in the money supply affect nominal variables but not real variables. As a result of this monetary neutrality, Chapters 25 through 28 were able to examine the determinants of real variables (real GDP, the real interest rate, and unemployment) without introducing nominal variables (the money supply and the price level).

In a sense, money does not matter in a classical world. If the quantity of money in the economy were to double, everything would cost twice as much, and everyone's income would be twice as high. But so what? The change would be *nominal* (by the standard meaning of "nearly insignificant"). The things that people *really* care about—whether they have a job, how many goods and services they can afford, and so on—would be exactly the same.

This classical view is sometimes described by the saying, "Money is a veil." That is, nominal variables may be the first things we see when we observe an economy because economic variables are often expressed in units of money. But what's important are the real variables and the economic forces that determine them. According to classical theory, to understand these real variables, we need to look beneath the veil.

The Reality of Short-Run Fluctuations

Do these assumptions of classical macroeconomic theory apply to the world in which we live? The answer to this question is of central importance to understanding how the economy works. *Most economists believe that classical theory describes the world in the long run but not in the short run.*

Consider again the impact of money on the economy. Most economists believe that, beyond a period of several years, changes in the money supply affect prices and other nominal variables but do not affect real GDP, unemployment, or other real variables—just as classical theory says. When studying year-to-year changes in the economy, however, the assumption of monetary neutrality is no longer appropriate. In the short run, real and nominal variables are highly intertwined, and changes in the money supply can temporarily push real GDP away from its long-run trend.

Even the classical economists themselves, such as David Hume, realized that classical economic theory did not hold in the short run. From his vantage point in 18th-century England, Hume observed that when the money supply expanded after gold discoveries, it took some time for prices to rise, and in the meantime, the economy enjoyed higher employment and production.

To understand how the economy works in the short run, we need a new model. This new model can be built using many of the tools we developed in previous chapters, but it must abandon the classical dichotomy and the neutrality of money. We can no longer separate our analysis of real variables such as output and employment from our analysis of nominal variables such as money and the price level. Our new model focuses on how real and nominal variables interact.

The Model of Aggregate Demand and Aggregate Supply

Our model of short-run economic fluctuations focuses on the behavior of two variables. The first variable is the economy's output of goods and services, as measured by real GDP. The second is the average level of prices, as measured by the CPI or the GDP deflator. Notice that output is a real variable, whereas the price level is a nominal variable. By focusing on the relationship between these two variables, we are departing from the classical assumption that real and nominal variables can be studied separately.

We analyze fluctuations in the economy as a whole with the **model of aggregate demand and aggregate supply**, which is illustrated in Figure 2. On the vertical axis is the overall price level in the economy. On the horizontal axis is the overall quantity of goods and services produced in the economy. The **aggregate-demand curve** shows the quantity of goods and services that households, firms, the government, and customers abroad want to buy at each price level. The **aggregate-supply curve** shows the quantity of goods and services that firms produce and sell at each price level. According to this model, the price level and the quantity of output adjust to bring aggregate demand and aggregate supply into balance.

It is tempting to view the model of aggregate demand and aggregate supply as nothing more than a large version of the model of market demand and market supply introduced in Chapter 4. In fact, this model is quite different. When we consider demand and supply in a specific market—ice cream, for instance—the behavior of buyers and sellers depends on the ability of resources to move from one market to another. When the price of ice cream rises, the quantity demanded falls because buyers will use their incomes to buy products other than ice cream. Similarly, a higher price of ice cream raises the quantity supplied because firms that produce ice cream can increase production by hiring workers away from other parts of the economy. This *microeconomic* substitution from one market to another

model of aggregate demand and aggregate supply
the model that most economists use to explain short-run fluctuations in economic activity around its long-run trend

aggregate-demand curve
a curve that shows the quantity of goods and services that households, firms, the government, and customers abroad want to buy at each price level

aggregate-supply curve
a curve that shows the quantity of goods and services that firms choose to produce and sell at each price level

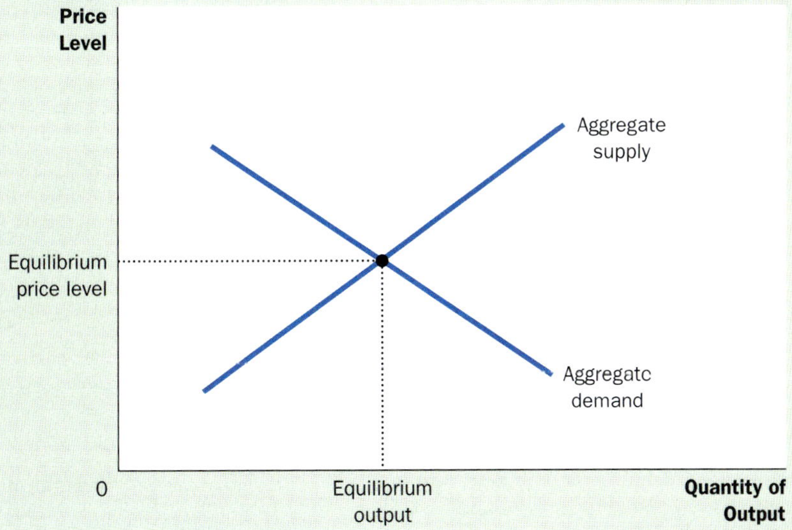

FIGURE 2

Aggregate Demand and Aggregate Supply
Economists use the model of aggregate demand and aggregate supply to analyze economic fluctuations. On the vertical axis is the overall level of prices. On the horizontal axis is the economy's total output of goods and services. Output and the price level adjust to the point at which the aggregate-supply and aggregate-demand curves intersect.

is impossible for the economy as a whole. After all, the quantity that our model is trying to explain—real GDP—measures the *total* quantity of goods and services produced by *all* firms in *all* markets. To understand why the aggregate-demand curve is downward sloping and why the aggregate-supply curve is upward sloping, we need a *macroeconomic* theory that explains the total quantity of goods and services demanded and the total quantity of goods and services supplied. Developing such a theory is our next task.

QUICK QUIZ How does the economy's behavior in the short run differ from its behavior in the long run? • Draw the model of aggregate demand and aggregate supply. What variables are on the two axes?

THE AGGREGATE-DEMAND CURVE

The aggregate-demand curve tells us the quantity of all goods and services demanded in the economy at any given price level. As Figure 3 illustrates, the aggregate-demand curve is downward sloping. This means that, other things equal, a decrease in the economy's overall level of prices (from, say, P_1 to P_2) raises the quantity of goods and services demanded (from Y_1 to Y_2). Conversely, an increase in the price level reduces the quantity of goods and services demanded.

WHY THE AGGREGATE-DEMAND CURVE SLOPES DOWNWARD

Why does a change in the price level move the quantity of goods and services demanded in the opposite direction? To answer this question, it is useful to recall

3 FIGURE

The Aggregate-Demand Curve

A fall in the price level from P_1 to P_2 increases the quantity of goods and services demanded from Y_1 to Y_2. There are three reasons for this negative relationship. As the price level falls, real wealth rises, interest rates fall, and the exchange rate depreciates. These effects stimulate spending on consumption, investment, and net exports. Increased spending on any or all of these components of output means a larger quantity of goods and services demanded.

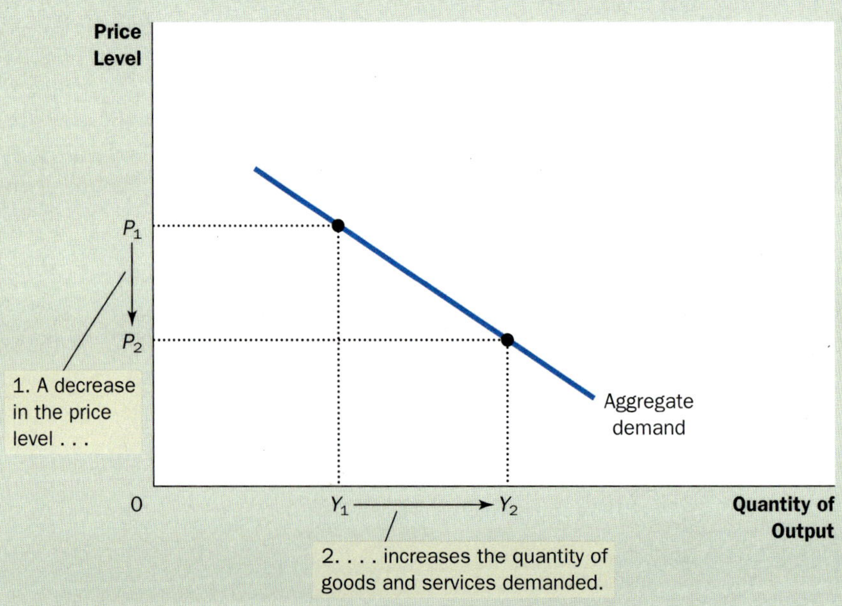

that an economy's GDP (which we denote as Y) is the sum of its consumption (C), investment (I), government purchases (G), and net exports (NX):

$$Y = C + I + G + NX.$$

Each of these four components contributes to the aggregate demand for goods and services. For now, we assume that government spending is fixed by policy. The other three components of spending—consumption, investment, and net exports—depend on economic conditions and, in particular, on the price level. Therefore, to understand the downward slope of the aggregate-demand curve, we must examine how the price level affects the quantity of goods and services demanded for consumption, investment, and net exports.

The Price Level and Consumption: The Wealth Effect Consider the money that you hold in your wallet and your bank account. The nominal value of this money is fixed: One dollar is always worth one dollar. Yet the real value of a dollar is not fixed. If a candy bar costs 1 dollar, then a dollar is worth one candy bar. If the price of a candy bar falls to 50 cents, then 1 dollar is worth two candy bars. Thus, when the price level falls, the dollars you are holding rise in value, which increases your real wealth and your ability to buy goods and services.

This logic gives us the first reason the aggregate demand curve is downward sloping. *A decrease in the price level raises the real value of money and makes consumers wealthier, which in turn encourages them to spend more. The increase in consumer spending means a larger quantity of goods and services demanded. Conversely, an increase in the price level reduces the real value of money and makes consumers poorer, which in turn reduces consumer spending and the quantity of goods and services demanded.*

The Price Level and Investment: The Interest-Rate Effect The price level is one determinant of the quantity of money demanded. When the price level is lower, households need to hold less money to buy the goods and services they want. Therefore, when the price level falls, households try to reduce their holdings of money by lending some of it out. For instance, a household might use its excess money to buy interest-bearing bonds. Or it might deposit its excess money in an interest-bearing savings account, and the bank would use these funds to make more loans. In either case, as households try to convert some of their money into interest-bearing assets, they drive down interest rates. (The next chapter analyzes this process in more detail.)

Interest rates, in turn, affect spending on goods and services. Because a lower interest rate makes borrowing less expensive, it encourages firms to borrow more to invest in new plants and equipment, and it encourages households to borrow more to invest in new housing. (A lower interest rate might also stimulate consumer spending, especially spending on large durable purchases such as cars, which are often bought on credit.) Thus, a lower interest rate increases the quantity of goods and services demanded.

This logic gives us a second reason the aggregate demand curve is downward sloping. *A lower price level reduces the interest rate, encourages greater spending on investment goods, and thereby increases the quantity of goods and services demanded. Conversely, a higher price level raises the interest rate, discourages investment spending, and decreases the quantity of goods and services demanded.*

The Price Level and Net Exports: The Exchange-Rate Effect As we have just discussed, a lower price level in the United States lowers the U.S. interest rate. In response to the lower interest rate, some U.S. investors will seek higher returns by investing abroad. For instance, as the interest rate on U.S. government bonds falls, a mutual fund might sell U.S. government bonds to buy German government bonds. As the mutual fund tries to convert its dollars into euros to buy the German bonds, it increases the supply of dollars in the market for foreign-currency exchange.

The increased supply of dollars to be turned into euros causes the dollar to depreciate relative to the euro. This leads to a change in the real exchange rate—the relative price of domestic and foreign goods. Because each dollar buys fewer units of foreign currencies, foreign goods become more expensive relative to domestic goods.

The change in relative prices affects spending, both at home and abroad. Because foreign goods are now more expensive, Americans buy less from other countries, causing U.S. imports of goods and services to decrease. At the same time, because U.S. goods are now cheaper, foreigners buy more from the United States, so U.S. exports increase. Net exports equal exports minus imports, so both of these changes cause U.S. net exports to increase. Thus, the fall in the real exchange value of the dollar leads to an increase in the quantity of goods and services demanded.

This logic yields a third reason the aggregate demand curve is downward sloping. *When a fall in the U.S. price level causes U.S. interest rates to fall, the real value of the dollar declines in foreign exchange markets. This depreciation stimulates U.S. net exports and thereby increases the quantity of goods and services demanded. Conversely, when the U.S. price level rises and causes U.S. interest rates to rise, the real value of the dollar increases, and this appreciation reduces U.S. net exports and the quantity of goods and services demanded.*

Summing Up There are three distinct but related reasons a fall in the price level increases the quantity of goods and services demanded:

1. Consumers are wealthier, which stimulates the demand for consumption goods.
2. Interest rates fall, which stimulates the demand for investment goods.
3. The currency depreciates, which stimulates the demand for net exports.

The same three effects work in reverse: When the price level rises, decreased wealth depresses consumer spending, higher interest rates depress investment spending, and a currency appreciation depresses net exports.

Here is a thought experiment to hone your intuition about these effects. Imagine that one day you wake up and notice that, for some mysterious reason, the prices of all goods and services have fallen by half, so the dollars you are holding are worth twice as much. In real terms, you now have twice as much money as you had when you went to bed the night before. What would you do with the extra money? You could spend it at your favorite restaurant, increasing consumer spending. You could lend it out (by buying a bond or depositing it in your bank), reducing interest rates and increasing investment spending. Or you could invest it overseas (by buying shares in an international mutual fund), reducing the real exchange value of the dollar and increasing net exports. Whichever of these three responses you choose, the fall in the price level leads to an increase in the quantity of goods and services demanded. This is what the downward slope of the aggregate-demand curve represents.

It is important to keep in mind that the aggregate-demand curve (like all demand curves) is drawn holding "other things equal." In particular, our three explanations of the downward-sloping aggregate-demand curve assume that the money supply is fixed. That is, we have been considering how a change in the price level affects the demand for goods and services, holding the amount of money in the economy constant. As we will see, a change in the quantity of money shifts the aggregate-demand curve. At this point, just keep in mind that the aggregate-demand curve is drawn for a given quantity of the money supply.

Why the Aggregate-Demand Curve Might Shift

The downward slope of the aggregate-demand curve shows that a fall in the price level raises the overall quantity of goods and services demanded. Many other factors, however, affect the quantity of goods and services demanded at a given price level. When one of these other factors changes, the quantity of goods and services demanded at every price level changes, and the aggregate-demand curve shifts.

Let's consider some examples of events that shift aggregate demand. We can categorize them according to which component of spending is most directly affected.

Shifts Arising from Changes in Consumption Suppose Americans suddenly become more concerned about saving for retirement and, as a result, reduce their current consumption. Because the quantity of goods and services demanded at any price level is lower, the aggregate-demand curve shifts to the left. Conversely, imagine that a stock-market boom makes people wealthier and less concerned about saving. The resulting increase in consumer spending means a greater quantity of goods and services demanded at any given price level, so the aggregate-demand curve shifts to the right.

Thus, any event that changes how much people want to consume at a given price level shifts the aggregate-demand curve. One policy variable that has this effect is the level of taxation. When the government cuts taxes, it encourages people to spend more, so the aggregate-demand curve shifts to the right. When the government raises taxes, people cut back on their spending, and the aggregate-demand curve shifts to the left.

Shifts Arising from Changes in Investment Any event that changes how much firms want to invest at a given price level also shifts the aggregate-demand curve. For instance, imagine that the computer industry introduces a faster line of computers, and many firms decide to invest in new computer systems. Because the quantity of goods and services demanded at any price level is higher, the aggregate-demand curve shifts to the right. Conversely, if firms become pessimistic about future business conditions, they may cut back on investment spending, shifting the aggregate-demand curve to the left.

Tax policy can also influence aggregate demand through investment. As we saw in Chapter 26, an investment tax credit (a tax rebate tied to a firm's investment spending) increases the quantity of investment goods that firms demand at any given interest rate. It therefore shifts the aggregate-demand curve to the right. The repeal of an investment tax credit reduces investment and shifts the aggregate-demand curve to the left.

Another policy variable that can influence investment and aggregate demand is the money supply. As we discuss more fully in the next chapter, an increase in the money supply lowers the interest rate in the short run. This decrease in the interest rate makes borrowing less costly, which stimulates investment spending and

In The News

The 2008 Fiscal Stimulus

In 2008, the U.S. economy was experiencing a slowdown many economists feared would turn into a recession. To bolster aggregate demand, Congress passed a tax rebate.

Tax Rebates in $168 Billion Stimulus Plan Begin Arriving in Bank Accounts

By John Sullivan

The federal government began issuing electronic tax rebates on Monday under a $168 billion program to bolster the economy.

President Bush and Congress hope the plan will generate spending and jump-start the economy by putting money in people's hands. The plan, which was passed by Congress in February, also includes tax breaks for businesses.

Economists have debated how much of an impact the stimulus plan will have. A study of similar rebates in 2001, performed by Joel Slemrod and Matthew D. Shapiro, economics professors at the University of Michigan, found that taxpayers primarily saved the money or used it to pay off debts.

The Treasury Department plans to send electronic rebates to nearly 7.7 million people by the end of this week, said Andrew DeSouza, a spokesman for the department. The government intends to begin mailing checks on May 9 and expects to send a total of about 130 million rebates . . . .

Speaker of the House Nancy Pelosi says your check is in the mail.

The plan provides rebates of up to $600 for individuals and up to $1,200 for couples filing jointly, with additional payments to families of $300 per child . . . .

For Phylishia White, the rebate check will be a measure of help at a difficult time. Ms. White, 26, of Los Angeles, said her family rented part of a duplex that is now in foreclosure. Facing eviction, they have to move on short notice, and Ms. White said the rebate would help with some of the expenses.

"It's going to go to something important," said Ms. White, an administrative assistant. "To the move, to clothes, to food. Probably to the move mostly."

Professor Slemrod, the Michigan researcher, said Monday that because the tax rebate plan was intended to increase spending rapidly, the tendency among consumers to save or reduce debt with such payments would lessen its impact.

He said it mattered little to the economy what type of purchases—whether groceries or a new washing machine—were made with money from the rebates. What is important, he said, is that the money does go into the economy.

Source: *New York Times*, April 29, 2008.

PHOTO: © AP IMAGES

thereby shifts the aggregate-demand curve to the right. Conversely, a decrease in the money supply raises the interest rate, discourages investment spending, and thereby shifts the aggregate-demand curve to the left. Many economists believe that throughout U.S. history, changes in monetary policy have been an important source of shifts in aggregate demand.

Shifts Arising from Changes in Government Purchases The most direct way that policymakers shift the aggregate-demand curve is through government purchases. For example, suppose Congress decides to reduce purchases of new weapons systems. Because the quantity of goods and services demanded at any price level is lower, the aggregate-demand curve shifts to the left. Conversely, if state governments start building more highways, the result is a greater quantity of goods and services demanded at any price level, so the aggregate-demand curve shifts to the right.

Shifts Arising from Changes in Net Exports Any event that changes net exports for a given price level also shifts aggregate demand. For instance, when Europe experiences a recession, it buys fewer goods from the United States. This reduces U.S. net exports at every price level and shifts the aggregate-demand curve for the U.S. economy to the left. When Europe recovers from its recession, it starts buying U.S. goods again, and the aggregate-demand curve shifts to the right.

Net exports sometimes change because international speculators cause movements in the exchange rate. Suppose, for instance, that these speculators lose confidence in foreign economies and want to move some of their wealth into the U.S. economy. In doing so, they bid up the value of the U.S. dollar in the foreign exchange market. This appreciation of the dollar makes U.S. goods more expensive compared to foreign goods, which depresses net exports and shifts the aggregate-demand curve to the left. Conversely, speculation that causes a depreciation of the dollar stimulates net exports and shifts the aggregate-demand curve to the right.

Summing Up In the next chapter, we analyze the aggregate-demand curve in more detail. There we examine more precisely how the tools of monetary and fiscal policy can shift aggregate demand and whether policymakers should use these tools for that purpose. At this point, however, you should have some idea about why the aggregate-demand curve slopes downward and what kinds of events and policies can shift this curve. Table 1 summarizes what we have learned so far.

QUICK QUIZ Explain the three reasons the aggregate-demand curve slopes downward. • Give an example of an event that would shift the aggregate-demand curve. Which way would this event shift the curve?

THE AGGREGATE-SUPPLY CURVE

The aggregate-supply curve tells us the total quantity of goods and services that firms produce and sell at any given price level. Unlike the aggregate-demand curve, which is always downward sloping, the aggregate-supply curve shows a relationship that depends crucially on the time horizon examined. *In the long run, the aggregate-supply curve is vertical, whereas in the short run, the aggregate-supply curve is upward sloping.* To understand short-run economic fluctuations, and how the short-run behavior of the economy deviates from its long-run behavior, we need to examine both the long-run aggregate-supply curve and the short-run aggregate-supply curve.

TABLE 1

The Aggregate-Demand Curve: Summary

Why Does the Aggregate-Demand Curve Slope Downward?

1. *The Wealth Effect*: A lower price level increases real wealth, which stimulates spending on consumption.
2. *The Interest-Rate Effect*: A lower price level reduces the interest rate, which stimulates spending on investment.
3. *The Exchange-Rate Effect:* A lower price level causes the real exchange rate to depreciate, which stimulates spending on net exports.

Why Might the Aggregate-Demand Curve Shift?

1. *Shifts Arising from Consumption*: An event that makes consumers spend more at a given price level (a tax cut, a stock-market boom) shifts the aggregate-demand curve to the right. An event that makes consumers spend less at a given price level (a tax hike, a stock-market decline) shifts the aggregate-demand curve to the left.
2. *Shifts Arising from Investment*: An event that makes firms invest more at a given price level (optimism about the future, a fall in interest rates due to an increase in the money supply) shifts the aggregate-demand curve to the right. An event that makes firms invest less at a given price level (pessimism about the future, a rise in interest rates due to a decrease in the money supply) shifts the aggregate-demand curve to the left.
3. *Shifts Arising from Government Purchases*: An increase in government purchases of goods and services (greater spending on defense or highway construction) shifts the aggregate-demand curve to the right. A decrease in government purchases on goods and services (a cutback in defense or highway spending) shifts the aggregate-demand curve to the left.
4. *Shifts Arising from Net Exports*: An event that raises spending on net exports at a given price level (a boom overseas, speculation that causes an exchange-rate depreciation) shifts the aggregate-demand curve to the right. An event that reduces spending on net exports at a given price level (a recession overseas, speculation that causes an exchange-rate appreciation) shifts the aggregate-demand curve to the left.

Why the Aggregate-Supply Curve Is Vertical in the Long Run

What determines the quantity of goods and services supplied in the long run? We implicitly answered this question earlier in the book when we analyzed the process of economic growth. *In the long run, an economy's production of goods and services (its real GDP) depends on its supplies of labor, capital, and natural resources and on the available technology used to turn these factors of production into goods and services.*

When we analyzed these forces that govern long-run growth, we did not need to make any reference to the overall level of prices. We examined the price level in a separate chapter, where we saw that it was determined by the quantity of money. We learned that if two economies were identical except that one had twice as much money in circulation as the other, the price level would be twice as high in the economy with more money. But since the amount of money does not affect technology or the supplies of labor, capital, and natural resources, the output of goods and services in the two economies would be the same.

Because the price level does not affect the long-run determinants of real GDP, the long-run aggregate-supply curve is vertical, as in Figure 4. In other words, in the long run, the economy's labor, capital, natural resources, and technology determine the total quantity of goods and services supplied, and this quantity supplied is the same regardless of what the price level happens to be.

The vertical long-run aggregate-supply curve is a graphical representation of the classical dichotomy and monetary neutrality. As we have already discussed, classical macroeconomic theory is based on the assumption that real variables do not depend on nominal variables. The long-run aggregate-supply curve is consistent with this idea because it implies that the quantity of output (a real variable) does not depend on the level of prices (a nominal variable). As noted earlier, most economists believe this principle works well when studying the economy over a period of many years but not when studying year-to-year changes. Thus, the aggregate-supply curve is vertical only in the long run.

Why the Long-Run Aggregate-Supply Curve Might Shift

Because classical macroeconomic theory predicts the quantity of goods and services produced by an economy in the long run, it also explains the position of the long-run aggregate-supply curve. The long-run level of production is sometimes called *potential output* or *full-employment output*. To be more precise, we call it the **natural rate of output** because it shows what the economy produces when unemployment is at its natural, or normal, rate. The natural rate of output is the level of production toward which the economy gravitates in the long run.

natural rate of output
the production of goods and services that an economy achieves in the long run when unemployment is at its normal rate

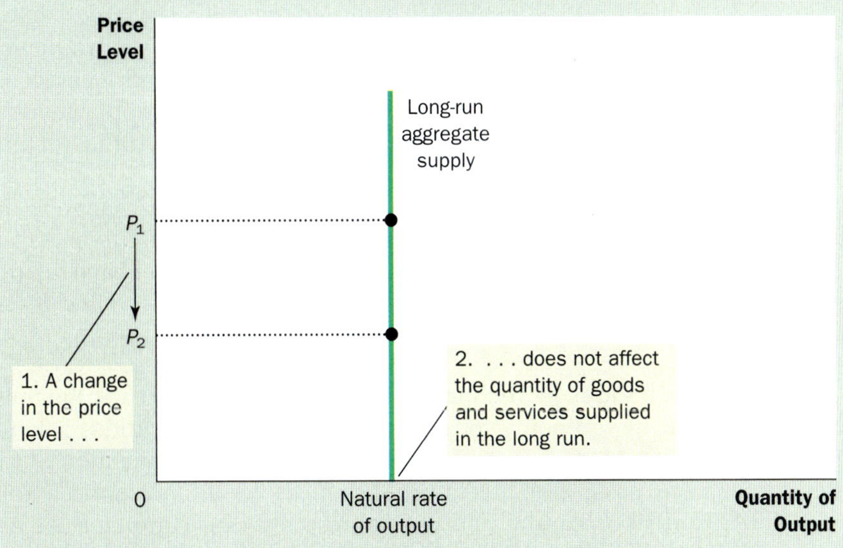

FIGURE 4

The Long-Run Aggregate-Supply Curve
In the long run, the quantity of output supplied depends on the economy's quantities of labor, capital, and natural resources and on the technology for turning these inputs into output. Because the quantity supplied does not depend on the overall price level, the long-run aggregate-supply curve is vertical at the natural rate of output.

Any change in the economy that alters the natural rate of output shifts the long-run aggregate-supply curve. Because output in the classical model depends on labor, capital, natural resources, and technological knowledge, we can categorize shifts in the long-run aggregate-supply curve as arising from these four sources.

Shifts Arising from Changes in Labor Imagine that an economy experiences an increase in immigration. Because there would be a greater number of workers, the quantity of goods and services supplied would increase. As a result, the long-run aggregate-supply curve would shift to the right. Conversely, if many workers left the economy to go abroad, the long-run aggregate-supply curve would shift to the left.

The position of the long-run aggregate-supply curve also depends on the natural rate of unemployment, so any change in the natural rate of unemployment shifts the long-run aggregate-supply curve. For example, if Congress were to raise the minimum wage substantially, the natural rate of unemployment would rise, and the economy would produce a smaller quantity of goods and services. As a result, the long-run aggregate-supply curve would shift to the left. Conversely, if a reform of the unemployment insurance system were to encourage unemployed workers to search harder for new jobs, the natural rate of unemployment would fall, and the long-run aggregate-supply curve would shift to the right.

Shifts Arising from Changes in Capital An increase in the economy's capital stock increases productivity and, thereby, the quantity of goods and services supplied. As a result, the long-run aggregate-supply curve shifts to the right. Conversely, a decrease in the economy's capital stock decreases productivity and the quantity of goods and services supplied, shifting the long-run aggregate-supply curve to the left.

Notice that the same logic applies regardless of whether we are discussing physical capital such as machines and factories or human capital such as college degrees. An increase in either type of capital will raise the economy's ability to produce goods and services and, thus, shift the long-run aggregate-supply curve to the right.

Shifts Arising from Changes in Natural Resources An economy's production depends on its natural resources, including its land, minerals, and weather. A discovery of a new mineral deposit shifts the long-run aggregate-supply curve to the right. A change in weather patterns that makes farming more difficult shifts the long-run aggregate-supply curve to the left.

In many countries, important natural resources are imported. A change in the availability of these resources can also shift the aggregate-supply curve. As we discuss later in this chapter, events occurring in the world oil market have historically been an important source of shifts in aggregate supply for the United States and other oil-importing nations.

Shifts Arising from Changes in Technological Knowledge Perhaps the most important reason that the economy today produces more than it did a generation ago is that our technological knowledge has advanced. The invention of the computer, for instance, has allowed us to produce more goods and services from any given amounts of labor, capital, and natural resources. As computer use has spread throughout the economy, it has shifted the long-run aggregate-supply curve to the right.

Although not literally technological, many other events act like changes in technology. For instance, opening up international trade has effects similar to inventing new production processes because it allows a country to specialize in higher-productivity industries, so it also shifts the long-run aggregate-supply curve to the right. Conversely, if the government passes new regulations preventing firms from using some production methods, perhaps to address worker safety or environmental concerns, the result would be a leftward shift in the long-run aggregate-supply curve.

Summing Up Because the long-run aggregate-supply curve reflects the classical model of the economy we developed in previous chapters, it provides a new way to describe our earlier analysis. Any policy or event that raised real GDP in previous chapters can now be described as increasing the quantity of goods and services supplied and shifting the long-run aggregate-supply curve to the right. Any policy or event that lowered real GDP in previous chapters can now be described as decreasing the quantity of goods and services supplied and shifting the long-run aggregate-supply curve to the left.

Using Aggregate Demand and Aggregate Supply to Depict Long-Run Growth and Inflation

Having introduced the economy's aggregate-demand curve and the long-run aggregate-supply curve, we now have a new way to describe the economy's long-run trends. Figure 5 illustrates the changes that occur in an economy from decade to decade. Notice that both curves are shifting. Although there are many forces that govern the economy in the long run and can in theory cause such shifts, the two most important in the real world are technology and monetary policy. Technological progress enhances an economy's ability to produce goods and services, and this increase in output is reflected in the continual shifts of the long-run aggregate-supply curve to the right. At the same time, because the Fed increases the money supply over time, the aggregate-demand curve also shifts to the right. As the figure illustrates, the result is continuing growth in output (as shown by increasing Y) and continuing inflation (as shown by increasing P). This is just another way of representing the classical analysis of growth and inflation we conducted in earlier chapters.

The purpose of developing the model of aggregate demand and aggregate supply, however, is not to dress our previous long-run conclusions in new clothing. Instead, it is to provide a framework for short-run analysis, as we will see in a moment. As we develop the short-run model, we keep the analysis simple by not showing the continuing growth and inflation depicted by the shifts in Figure 5. But always remember that long-run trends are the background upon which short-run fluctuations are superimposed. *Short-run fluctuations in output and the price level should be viewed as deviations from the continuing long-run trends of output growth and inflation.*

Why the Aggregate-Supply Curve Slopes Upward in the Short Run

The key difference between the economy in the short run and in the long run is the behavior of aggregate supply. The long-run aggregate-supply curve is vertical

5 FIGURE

Long-Run Growth and Inflation in the Model of Aggregate Demand and Aggregate Supply

As the economy becomes better able to produce goods and services over time, primarily because of technological progress, the long-run aggregate-supply curve shifts to the right. At the same time, as the Fed increases the money supply, the aggregate-demand curve also shifts to the right. In this figure, output grows from Y_{1980} to Y_{1990} and then to Y_{2000}, and the price level rises from P_{1980} to P_{1990} and then to P_{2000}. Thus, the model of aggregate demand and aggregate supply offers a new way to describe the classical analysis of growth and inflation.

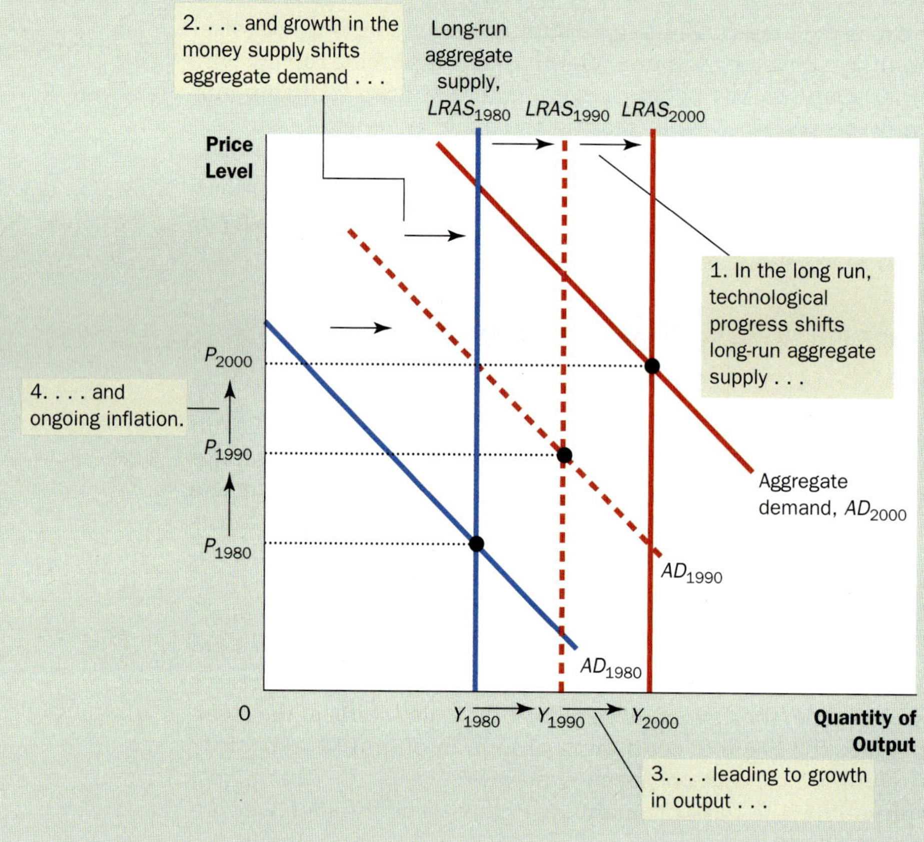

because, in the long run, the overall level of prices does not affect the economy's ability to produce goods and services. By contrast, in the short run, the price level *does* affect the economy's output. That is, over a period of a year or two, an increase in the overall level of prices in the economy tends to raise the quantity of goods and services supplied, and a decrease in the level of prices tends to reduce the quantity of goods and services supplied. As a result, the short-run aggregate-supply curve is upward sloping, as shown in Figure 6.

Why do changes in the price level affect output in the short run? Macroeconomists have proposed three theories for the upward slope of the short-run aggregate-supply curve. In each theory, a specific market imperfection causes the supply side of the economy to behave differently in the short run than it does in

FIGURE 6

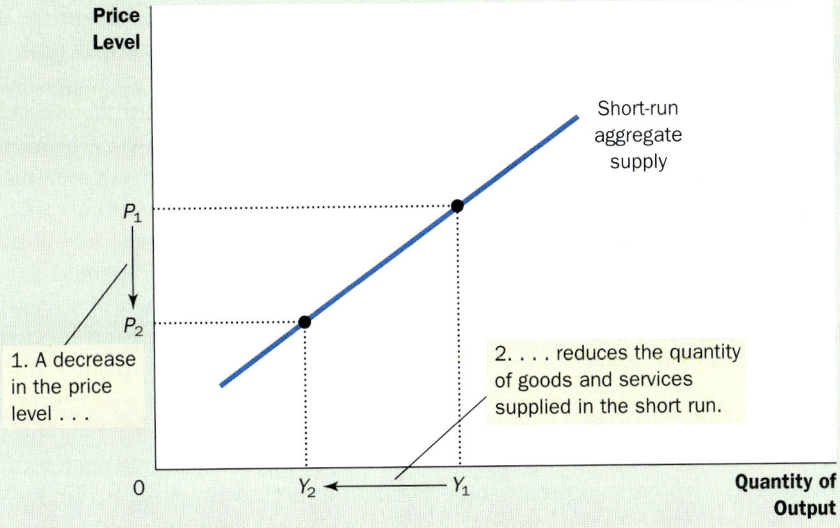

The Short-Run Aggregate-Supply Curve

In the short run, a fall in the price level from P_1 to P_2 reduces the quantity of output supplied from Y_1 to Y_2. This positive relationship could be due to sticky wages, sticky prices, or misperceptions. Over time, wages, prices, and perceptions adjust, so this positive relationship is only temporary.

the long run. The following theories differ in their details, but they share a common theme: *The quantity of output supplied deviates from its long-run, or natural, level when the actual price level in the economy deviates from the price level that people expected to prevail.* When the price level rises above the level that people expected, output rises above its natural rate, and when the price level falls below the expected level, output falls below its natural rate.

The Sticky-Wage Theory The first explanation of the upward slope of the short-run aggregate-supply curve is the sticky-wage theory. Because this theory is the simplest of the three approaches to aggregate supply, it is the one we emphasize in this book.

According to this theory, the short-run aggregate-supply curve slopes upward because nominal wages are slow to adjust to changing economic conditions. In other words, wages are "sticky" in the short run. To some extent, the slow adjustment of nominal wages is attributable to long-term contracts between workers and firms that fix nominal wages, sometimes for as long as three years. In addition, this prolonged adjustment may be attributable to slowly changing social norms and notions of fairness that influence wage setting.

An example helps explain how sticky nominal wages can result in a short-run aggregate-supply curve that slopes upward. Imagine that a year ago a firm expected the price level to be 100, and based on this expectation, it signed a contract with its workers agreeing to pay them, say, \$20 an hour. In fact, the price level, P, turns out to be only 95. Because prices have fallen below expectations, the firm gets 5 percent less than expected for each unit of its product that it sells. The cost of labor used to make the output, however, is stuck at \$20 per hour. Production is now less profitable, so the firm hires fewer workers and reduces the quantity of output supplied. Over time, the labor contract will expire, and the firm can renegotiate with its workers for a lower wage (which they may accept because prices are lower), but in the meantime, employment and production will remain below their long-run levels.

The same logic works in reverse. Suppose the price level turns out to be 105, and the wage remains stuck at $20. The firm sees that the amount it is paid for each unit sold is up by 5 percent, while its labor costs are not. In response, it hires more workers and increases the quantity supplied. Eventually, the workers will demand higher nominal wages to compensate for the higher price level, but for a while, the firm can take advantage of the profit opportunity by increasing employment and the quantity of output supplied above their long-run levels.

In short, according to the sticky-wage theory, the short-run aggregate-supply curve is upward sloping because nominal wages are based on expected prices and do not respond immediately when the actual price level turns out to be different from what was expected. This stickiness of wages gives firms an incentive to produce less output when the price level turns out lower than expected and to produce more when the price level turns out higher than expected.

The Sticky-Price Theory Some economists have advocated another approach to explaining the upward slope of the short-run aggregate-supply curve, called the sticky-price theory. As we just discussed, the sticky-wage theory emphasizes that nominal wages adjust slowly over time. The sticky-price theory emphasizes that the prices of some goods and services also adjust sluggishly in response to changing economic conditions. This slow adjustment of prices occurs in part because there are costs to adjusting prices, called *menu costs*. These menu costs include the cost of printing and distributing catalogs and the time required to change price tags. As a result of these costs, prices as well as wages may be sticky in the short run.

To see how sticky prices explain the aggregate-supply curve's upward slope, suppose that each firm in the economy announces its prices in advance based on the economic conditions it expects to prevail over the coming year. Suppose further that after prices are announced, the economy experiences an unexpected contraction in the money supply, which (as we have learned) will reduce the overall price level in the long run. Although some firms can reduce their prices immediately in response to an unexpected change in economic conditions, other firms may not want to incur additional menu costs. As a result, they may temporarily lag behind in reducing their prices. Because these lagging firms have prices that are too high, their sales decline. Declining sales, in turn, cause these firms to cut back on production and employment. In other words, because not all prices adjust instantly to changing economic conditions, an unexpected fall in the price level leaves some firms with higher-than-desired prices, and these higher-than-desired prices depress sales and induce firms to reduce the quantity of goods and services they produce.

The same reasoning applies when the money supply and price level turn out to be above what firms expected when they originally set their prices. While some firms raise their prices immediately in response to the new economic environment, other firms lag behind, keeping their prices at the lower-than-desired levels. These low prices attract customers, which induces these firms to increase employment and production. Thus, during the time these lagging firms are operating with outdated prices, there is a positive association between the overall price level and the quantity of output. This positive association is represented by the upward slope of the short-run aggregate-supply curve.

The Misperceptions Theory A third approach to explaining the upward slope of the short-run aggregate-supply curve is the misperceptions theory. According to this theory, changes in the overall price level can temporarily mislead suppliers about what is happening in the individual markets in which they sell their output. As a result of these short-run misperceptions, suppliers respond to changes in the level of prices, and this response leads to an upward-sloping aggregate-supply curve.

To see how this might work, suppose the overall price level falls below the level that suppliers expected. When suppliers see the prices of their products fall, they may mistakenly believe that their *relative* prices have fallen; that is, they may believe that their prices have fallen compared to other prices in the economy. For example, wheat farmers may notice a fall in the price of wheat before they notice a fall in the prices of the many items they buy as consumers. They may infer from this observation that the reward to producing wheat is temporarily low, and they may respond by reducing the quantity of wheat they supply. Similarly, workers may notice a fall in their nominal wages before they notice that the prices of the goods they buy are also falling. They may infer that the reward for working is temporarily low and respond by reducing the quantity of labor they supply. In both cases, a lower price level causes misperceptions about relative prices, and these misperceptions induce suppliers to respond to the lower price level by decreasing the quantity of goods and services supplied.

Similar misperceptions arise when the price level is above what was expected. Suppliers of goods and services may notice the price of their output rising and infer, mistakenly, that their relative prices are rising. They would conclude that it is a good time to produce. Until their misperceptions are corrected, they respond to the higher price level by increasing the quantity of goods and services supplied. This behavior results in a short-run aggregate-supply curve that slopes upward.

Summing Up There are three alternative explanations for the upward slope of the short-run aggregate-supply curve: (1) sticky wages, (2) sticky prices, and (3) misperceptions about relative prices. Economists debate which of these theories is correct, and it is very possible each contains an element of truth. For our purposes in this book, the similarities of the theories are more important than the differences. All three theories suggest that output deviates in the short run from its long-run level (the natural rate) when the actual price level deviates from the price level that people had expected to prevail. We can express this mathematically as follows:

$$\begin{matrix}\text{Quantity}\\\text{of output}\\\text{supplied}\end{matrix} = \begin{matrix}\text{Natural}\\\text{rate of}\\\text{output}\end{matrix} + a\left(\begin{matrix}\text{Actual}\\\text{price}\\\text{level}\end{matrix} - \begin{matrix}\text{Expected}\\\text{price}\\\text{level}\end{matrix}\right)$$

where a is a number that determines how much output responds to unexpected changes in the price level.

Notice that each of the three theories of short-run aggregate supply emphasizes a problem that is likely to be temporary. Whether the upward slope of the aggregate-supply curve is attributable to sticky wages, sticky prices, or misperceptions, these conditions will not persist forever. Over time, nominal wages will become unstuck, prices will become unstuck, and misperceptions about relative prices will be corrected. In the long run, it is reasonable to assume that wages and prices are flexible rather than sticky and that people are not confused about relative prices. Thus, while we have several good theories to explain why the short-run aggregate-supply curve is upward sloping, they are all consistent with a long-run aggregate-supply curve that is vertical.

Why the Short-Run Aggregate-Supply Curve Might Shift

The short-run aggregate-supply curve tells us the quantity of goods and services supplied in the short run for any given level of prices. This curve is similar to the long-run aggregate-supply curve, but it is upward sloping rather than vertical because of sticky wages, sticky prices, and misperceptions. Thus, when thinking about what shifts the short-run aggregate-supply curve, we have to consider all those variables that shift the long-run aggregate-supply curve plus a new variable—the expected price level—that influences the wages that are stuck, the prices that are stuck, and the perceptions about relative prices that may be flawed.

Let's start with what we know about the long-run aggregate-supply curve. As we discussed earlier, shifts in the long-run aggregate-supply curve normally arise from changes in labor, capital, natural resources, or technological knowledge. These same variables shift the short-run aggregate-supply curve. For example, when an increase in the economy's capital stock increases productivity, the economy is able to produce more output, so both the long-run and short-run aggregate-supply curves shift to the right. When an increase in the minimum wage raises the natural rate of unemployment, the economy has fewer employed workers and thus produces less output, so both the long-run and short-run aggregate-supply curves shift to the left.

The important new variable that affects the position of the short-run aggregate-supply curve is the price level that people expected to prevail. As we have discussed, the quantity of goods and services supplied depends, in the short run, on sticky wages, sticky prices, and misperceptions. Yet wages, prices, and perceptions are set based on the expected price level. So when people change their expectations of the price level, the short-run aggregate-supply curve shifts.

To make this idea more concrete, let's consider a specific theory of aggregate supply—the sticky-wage theory. According to this theory, when workers and firms expect the price level to be high, they are more likely to reach a bargain with a high level of nominal wages. High wages raise firms' costs, and for any given actual price level, higher costs reduce the quantity of goods and services supplied. Thus, when the expected price level rises, wages are higher, costs increase, and firms produce a smaller quantity of goods and services at any given actual price level. Thus, the short-run aggregate-supply curve shifts to the left. Conversely, when the expected price level falls, wages are lower, costs decline, firms increase output at any given price level, and the short-run aggregate-supply curve shifts to the right.

A similar logic applies in each theory of aggregate supply. The general lesson is the following: *An increase in the expected price level reduces the quantity of goods and services supplied and shifts the short-run aggregate-supply curve to the left. A decrease in the expected price level raises the quantity of goods and services supplied and shifts the short-run aggregate-supply curve to the right.* As we will see in the next section, the influence of expectations on the position of the short-run aggregate-supply curve plays a key role in explaining how the economy makes the transition from the short run to the long run. In the short run, expectations are fixed, and the economy finds itself at the intersection of the aggregate-demand curve and the short-run aggregate-supply curve. In the long run, if people observe that the price level is different from what they expected, their expectations adjust, and the short-run aggregate-supply curve shifts. This shift ensures that the economy eventually finds itself at the intersection of the aggregate-demand curve and the long-run aggregate-supply curve.

You should now have some understanding about why the short-run aggregate-supply curve slopes upward and what events and policies can cause this curve to shift. Table 2 summarizes our discussion.

QUICK QUIZ Explain why the long-run aggregate-supply curve is vertical. • Explain three theories for why the short-run aggregate-supply curve is upward sloping. • What variables shift both the long-run and short-run aggregate-supply curves? • What variable shifts the short-run aggregate-supply curve but not the long-run aggregate-supply curve?

TWO CAUSES OF ECONOMIC FLUCTUATIONS

Now that we have introduced the model of aggregate demand and aggregate supply, we have the basic tools we need to analyze fluctuations in economic activity. In particular, we can use what we have learned about aggregate demand and aggregate supply to examine the two basic causes of short-run fluctuations: shifts in aggregate demand and shifts in aggregate supply.

TABLE 2

The Short-Run Aggregate-Supply Curve: Summary

Why Does the Short-Run Aggregate-Supply Curve Slope Upward?

1. *The Sticky-Wage Theory*: An unexpectedly low price level raises the real wage, which causes firms to hire fewer workers and produce a smaller quantity of goods and services.
2. *The Sticky-Price Theory*: An unexpectedly low price level leaves some firms with higher-than-desired prices, which depresses their sales and leads them to cut back production.
3. *The Misperceptions Theory*: An unexpectedly low price level leads some suppliers to think their relative prices have fallen, which induces a fall in production.

Why Might the Short-Run Aggregate-Supply Curve Shift?

1. *Shifts Arising from Labor*: An increase in the quantity of labor available (perhaps due to a fall in the natural rate of unemployment) shifts the aggregate-supply curve to the right. A decrease in the quantity of labor available (perhaps due to a rise in the natural rate of unemployment) shifts the aggregate-supply curve to the left.
2. *Shifts Arising from Capital*: An increase in physical or human capital shifts the aggregate-supply curve to the right. A decrease in physical or human capital shifts the aggregate-supply curve to the left.
3. *Shifts Arising from Natural Resources*: An increase in the availability of natural resources shifts the aggregate-supply curve to the right. A decrease in the availability of natural resources shifts the aggregate-supply curve to the left.
4. *Shifts Arising from Technology*: An advance in technological knowledge shifts the aggregate-supply curve to the right. A decrease in the available technology (perhaps due to government regulation) shifts the aggregate-supply curve to the left.
5. *Shifts Arising from the Expected Price Level*: A decrease in the expected price level shifts the short-run aggregate-supply curve to the right. An increase in the expected price level shifts the short-run aggregate-supply curve to the left.

To keep things simple, we assume the economy begins in long-run equilibrium, as shown in Figure 7. Output and the price level are determined in the long run by the intersection of the aggregate-demand curve and the long-run aggregate-supply curve, shown as point A in the figure. At this point, output is at its natural rate. Because the economy is always in a short-run equilibrium, the short-run aggregate-supply curve passes through this point as well, indicating that the expected price level has adjusted to this long-run equilibrium. That is, when an economy is in its long-run equilibrium, the expected price level must equal the actual price level so that the intersection of aggregate demand with short-run aggregate supply is the same as the intersection of aggregate demand with long-run aggregate supply.

The Effects of a Shift in Aggregate Demand

Suppose that a wave of pessimism suddenly overtakes the economy. The cause might be a scandal in the White House, a crash in the stock market, or the outbreak of war overseas. Because of this event, many people lose confidence in the future and alter their plans. Households cut back on their spending and delay major purchases, and firms put off buying new equipment.

What is the macroeconomic impact of such a wave of pessimism? In answering this question, we can follow the three steps we used in Chapter 4 when analyzing supply and demand in specific markets. First, we determine whether the event affects aggregate demand or aggregate supply. Second, we decide which direction the curve shifts. Third, we use the diagram of aggregate demand and aggregate supply to compare the initial and the new equilibrium. The new wrinkle is that we need to add a fourth step: We have to keep track of a new short-run equilibrium, a new long-run equilibrium, and the transition between them. Table 3 summarizes the four steps to analyzing economic fluctuations.

7 FIGURE

The Long-Run Equilibrium
The long-run equilibrium of the economy is found where the aggregate-demand curve crosses the long-run aggregate-supply curve (point A). When the economy reaches this long-run equilibrium, the expected price level will have adjusted to equal the actual price level. As a result, the short-run aggregate-supply curve crosses this point as well.

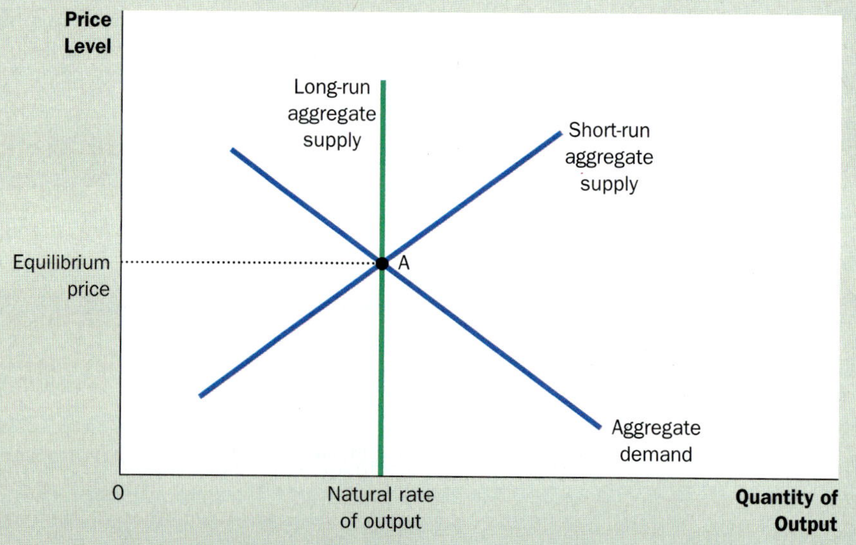

TABLE 3

Four Steps for Analyzing Macroeconomic Fluctuations

1. Decide whether the event shifts the aggregate demand curve or the aggregate supply curve (or perhaps both).
2. Decide in which direction the curve shifts.
3. Use the diagram of aggregate demand and aggregate supply to determine the impact on output and the price level in the short run.
4. Use the diagram of aggregate demand and aggregate supply to analyze how the economy moves from its new short-run equilibrium to its long-run equilibrium.

The first two steps are easy. First, because the wave of pessimism affects spending plans, it affects the aggregate-demand curve. Second, because households and firms now want to buy a smaller quantity of goods and services for any given price level, the event reduces aggregate demand. As Figure 8 shows, the aggregate-demand curve shifts to the left from AD_1 to AD_2.

With this figure, we can perform step three: By comparing the initial and the new equilibrium, we can see the effects of the fall in aggregate demand. In the short run, the economy moves along the initial short-run aggregate-supply curve, AS_1, going from point A to point B. As the economy moves between these two points, output falls from Y_1 to Y_2, and the price level falls from P_1 to P_2. The falling level of output indicates that the economy is in a recession. Although not shown in the figure, firms respond to lower sales and production by reducing

FIGURE 8

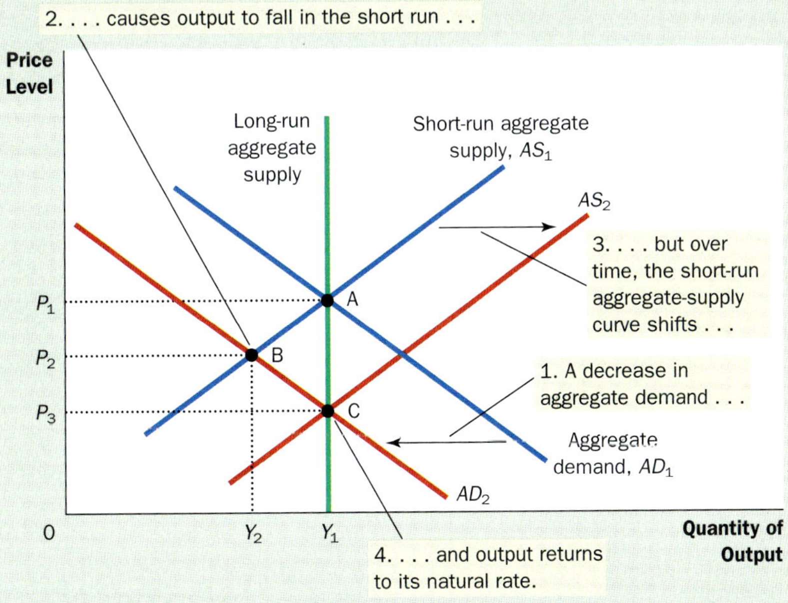

A Contraction in Aggregate Demand

A fall in aggregate demand is represented with a leftward shift in the aggregate-demand curve from AD_1 to AD_2. In the short run, the economy moves from point A to point B. Output falls from Y_1 to Y_2, and the price level falls from P_1 to P_2. Over time, as the expected price level adjusts, the short-run aggregate-supply curve shifts to the right from AS_1 to AS_2, and the economy reaches point C, where the new aggregate-demand curve crosses the long-run aggregate-supply curve. In the long run, the price level falls to P_3, and output returns to its natural rate, Y_1.

FYI

Monetary Neutrality Revisited

According to classical economic theory, money is neutral. That is, changes in the quantity of money affect nominal variables such as the price level but not real variables such as output. Earlier in this chapter, we noted that most economists accept this conclusion as a description of how the economy works in the long run but not in the short run. With the model of aggregate demand and aggregate supply, we can illustrate this conclusion and explain it more fully.

Suppose that the Federal Reserve reduces the quantity of money in the economy. What effect does this change have? As we discussed, the money supply is one determinant of aggregate demand. The reduction in the money supply shifts the aggregate-demand curve to the left.

The analysis looks just like Figure 8. Even though the cause of the shift in aggregate demand is different, we would observe the same effects on output and the price level. In the short run, both output and the price level fall. The economy experiences a recession. But over time, the expected price level falls as well. Firms and workers respond to their new expectations by, for instance, agreeing to lower nominal wages. As they do so, the short-run aggregate-supply curve shifts to the right. Eventually, the economy finds itself back on the long-run aggregate-supply curve.

Figure 8 shows when money matters for real variables and when it does not. In the long run, money is neutral, as represented by the movement of the economy from point A to point C. But in the short run, a change in the money supply has real effects, as represented by the movement of the economy from point A to point B. An old saying summarizes the analysis: "Money is a veil, but when the veil flutters, real output sputters."

employment. Thus, the pessimism that caused the shift in aggregate demand is, to some extent, self-fulfilling: Pessimism about the future leads to falling incomes and rising unemployment.

Now comes step four—the transition from the short-run equilibrium to the long-run equilibrium. Because of the reduction in aggregate demand, the price level initially falls from P_1 to P_2. The price level is thus below the level that people were expecting (P_1) before the sudden fall in aggregate demand. People can be surprised in the short run, but they will not remain surprised. Over time, expectations catch up with this new reality, and the expected price level falls as well. The fall in the expected price level alters wages, prices, and perceptions, which in turn influences the position of the short-run aggregate-supply curve. For example, according to the sticky-wage theory, once workers and firms come to expect a lower level of prices, they start to strike bargains for lower nominal wages; the reduction in labor costs encourages firms to hire more workers and expands production at any given level of prices. Thus, the fall in the expected price level shifts the short-run aggregate-supply curve to the right from AS_1 to AS_2 in Figure 8. This shift allows the economy to approach point C, where the new aggregate-demand curve (AD_2) crosses the long-run aggregate-supply curve.

In the new long-run equilibrium, point C, output is back to its natural rate. The economy has corrected itself: The decline in output is reversed in the long run, even without action by policymakers. Although the wave of pessimism has reduced aggregate demand, the price level has fallen sufficiently (to P_3) to offset the shift in the aggregate-demand curve, and people have come to expect this new lower price level as well. Thus, in the long run, the shift in aggregate demand is reflected fully in the price level and not at all in the level of output. In other words, the long-run effect of a shift in aggregate demand is a nominal change (the price level is lower) but not a real change (output is the same).

What should policymakers do when faced with a sudden fall in aggregate demand? In this analysis, we assumed they did nothing. Another possibility is that, as soon as the economy heads into recession (moving from point A to point B), policymakers could take action to increase aggregate demand. As we noted earlier, an increase in government spending or an increase in the money supply would increase the quantity of goods and services demanded at any price and, therefore, would shift the aggregate-demand curve to the right. If policymakers act with sufficient speed and precision, they can offset the initial shift in aggregate demand, return the aggregate-demand curve to AD_1, and bring the economy back to point A. If the policy is successful, the painful period of depressed output and employment can be reduced in length and severity. The next chapter discusses in more detail the ways in which monetary and fiscal policy influence aggregate demand, as well as some of the practical difficulties in using these policy instruments.

To sum up, this story about shifts in aggregate demand has three important lessons:

- In the short run, shifts in aggregate demand cause fluctuations in the economy's output of goods and services.
- In the long run, shifts in aggregate demand affect the overall price level but do not affect output.
- Policymakers who influence aggregate demand can potentially mitigate the severity of economic fluctuations.

CASE STUDY TWO BIG SHIFTS IN AGGREGATE DEMAND: THE GREAT DEPRESSION AND WORLD WAR II

At the beginning of this chapter, we established three key facts about economic fluctuations by looking at data since 1965. Let's now take a longer look at U.S. economic history. Figure 9 shows data since 1900 on the percentage change in real GDP over the previous 3 years. In an average 3-year period, real GDP grows about 10 percent—a bit more than 3 percent per year. The business cycle, however, causes fluctuations around this average. Two episodes jump out as being particularly significant: the large drop in real GDP in the early 1930s and the large increase in real GDP in the early 1940s. Both of these events are attributable to shifts in aggregate demand.

The economic calamity of the early 1930s is called the *Great Depression*, and it is by far the largest economic downturn in U.S. history. Real GDP fell by 27 percent from 1929 to 1933, and unemployment rose from 3 percent to 25 percent. At the same time, the price level fell by 22 percent over these 4 years. Many other countries experienced similar declines in output and prices during this period.

Economic historians continue to debate the causes of the Great Depression, but most explanations center on a large decline in aggregate demand. What caused aggregate demand to contract? Here is where the disagreement arises.

Many economists place primary blame on the decline in the money supply: From 1929 to 1933, the money supply fell by 28 percent. As you may recall from

THE OUTCOME OF A MASSIVE DECREASE IN AGGREGATE DEMAND

9 FIGURE

U.S. Real GDP Growth since 1900

Over the course of U.S. economic history, two fluctuations stand out as especially large. During the early 1930s, the economy went through the Great Depression, when the production of goods and services plummeted. During the early 1940s, the United States entered World War II, and the economy experienced rapidly rising production. Both of these events are usually explained by large shifts in aggregate demand.

Source: U.S. Department of Commerce.

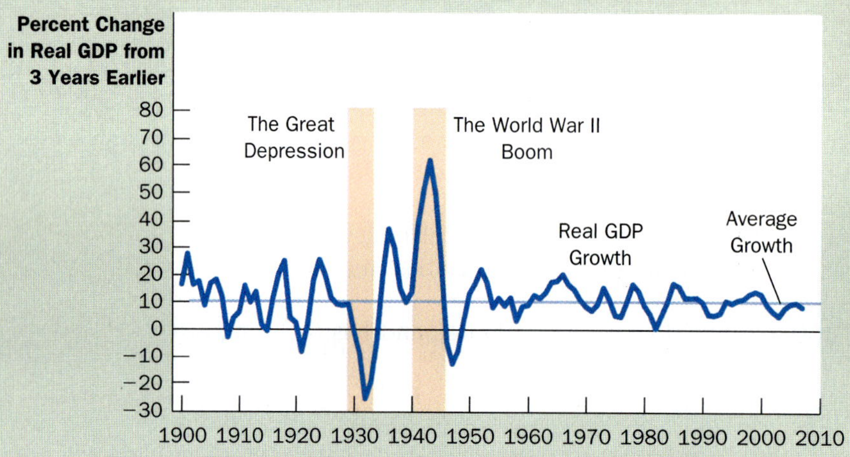

our discussion of the monetary system, this decline in the money supply was due to problems in the banking system. As households withdrew their money from financially shaky banks and bankers became more cautious and started holding greater reserves, the process of money creation under fractional-reserve banking went into reverse. The Fed, meanwhile, failed to offset this fall in the money multiplier with expansionary open-market operations. As a result, the money supply declined. Many economists blame the Fed's failure to act for the Great Depression's severity.

Other economists have suggested alternative reasons for the collapse in aggregate demand. For example, stock prices fell about 90 percent during this period, depressing household wealth and thereby consumer spending. In addition, the banking problems may have prevented some firms from obtaining the financing they wanted for investment projects, and this would have depressed investment spending. It is possible that all these forces may have acted together to contract aggregate demand during the Great Depression.

The second significant episode in Figure 9—the economic boom of the early 1940s—is easier to explain. The obvious cause of this event was World War II. As the United States entered the war overseas, the federal government had to devote more resources to the military. Government purchases of goods and services increased almost fivefold from 1939 to 1944. This huge expansion in aggregate demand almost doubled the economy's production of goods and services and led to a 20 percent increase in the price level (although widespread government price controls limited the rise in prices). Unemployment fell from 17 percent in 1939 to about 1 percent in 1944—the lowest level in U.S. history. ●

CASE STUDY THE RECESSION OF 2001

After the longest economic expansion in history, the U.S. economy experienced a recession in 2001. The unemployment rate rose from 3.9 percent in December 2000 to 4.9 percent in August 2001 and to 6.3 percent in June 2003. The unemployment rate then began to decline. By January 2005, unemployment had fallen back to 5.2 percent.

What caused the recession, and what ended it? The answer to both questions is shifts in aggregate demand.

The recession began with the end of the dot-com bubble in the stock market. During the 1990s, many stock-market investors became optimistic about information technology, and they bid up stock prices, particularly of high-tech companies. With hindsight, it is fair to say that this optimism was excessive. Eventually, the optimism faded, and stock prices fell by about 25 percent from August 2000 to August 2001. The fall in the stock market reduced household wealth, which in turn reduced consumer spending. In addition, when the new technologies started to appear less profitable than they had originally seemed, investment spending fell. The aggregate-demand curve shifted to the left.

The second shock to the economy was the terrorist attacks on New York and Washington on September 11, 2001. In the week after the attacks, the stock market fell another 12 percent, its biggest weekly loss since the Great Depression of the 1930s. Moreover, the attacks increased uncertainty about what the future would hold. Uncertainty can reduce spending, as households and firms postpone plans, waiting for the uncertainty to be resolved. Thus, the terrorist attacks shifted the aggregate-demand curve farther to the left.

The third event that put downward pressure on aggregate demand was a series of corporate accounting scandals. During 2001 and 2002, several major corporations, including Enron and WorldCom, were found to have misled the public about their profitability. When the truth became known, the value of their stock plummeted. Even honest companies experienced stock declines, as stock-market investors became less trustful of all accounting data. This fall in the stock market further depressed aggregate demand.

Policymakers were quick to respond to these events. As soon as the economic slowdown became apparent, the Federal Reserve pursued expansionary monetary policy. Money growth accelerated, and interest rates fell. The federal funds rate (the interest rate on loans between banks that the Fed uses as its short-term policy target) fell from 6.5 percent in December 2000 to 1.0 percent in June 2003. Lower interest rates stimulated spending by reducing the cost of borrowing. At the same time, with the president's urging, Congress passed a tax cut in 2001, including an immediate tax rebate, and another tax cut in 2003. One goal of these tax cuts was to stimulate consumer and investment spending. Interest-rate cuts and tax cuts both shifted the aggregate-demand curve to the right, offsetting the three contractionary shocks the economy had experienced.

The recession of 2001 is a reminder of the many kinds of events that can influence aggregate demand and, thus, the direction of the economy.

THE EFFECTS OF A SHIFT IN AGGREGATE SUPPLY

Imagine once again an economy in its long-run equilibrium. Now suppose that suddenly some firms experience an increase in their costs of production. For example, bad weather in farm states might destroy some crops, driving up the cost of producing food products. Or a war in the Middle East might interrupt the shipping of crude oil, driving up the cost of producing oil products.

To analyze the macroeconomic impact of such an increase in production costs, we follow the same four steps. First, which curve is affected? Because production costs affect the firms that supply goods and services, changes in production costs alter the position of the aggregate-supply curve. Second, which direction does the curve shift? Because higher production costs make selling goods and services less profitable, firms now supply a smaller quantity of output for any given price level. Thus, as Figure 10 shows, the short-run aggregate-supply curve shifts to the left from AS_1 to AS_2. (Depending on the event, the long-run aggregate-supply curve might also shift. To keep things simple, however, we will assume that it does not.)

The figure allows us to perform step three of comparing the initial and the new equilibrium. In the short run, the economy goes from point A to point B, moving along the existing aggregate-demand curve. The output of the economy falls from Y_1 to Y_2, and the price level rises from P_1 to P_2. Because the economy is experiencing both *stagnation* (falling output) and *inflation* (rising prices), such an event is sometimes called **stagflation**.

stagflation
a period of falling output and rising prices

Now consider step four—the transition from the short-run equilibrium to the long-run equilibrium. According to the sticky-wage theory, the key issue is how stagflation affects nominal wages. Firms and workers may at first respond to the higher level of prices by raising their expectations of the price level and setting higher nominal wages. In this case, firms' costs will rise yet again, and the short-run aggregate-supply curve will shift farther to the left, making the problem of

10 FIGURE

An Adverse Shift in Aggregate Supply
When some event increases firms' costs, the short-run aggregate-supply curve shifts to the left from AS_1 to AS_2. The economy moves from point A to point B. The result is stagflation: Output falls from Y_1 to Y_2, and the price level rises from P_1 to P_2.

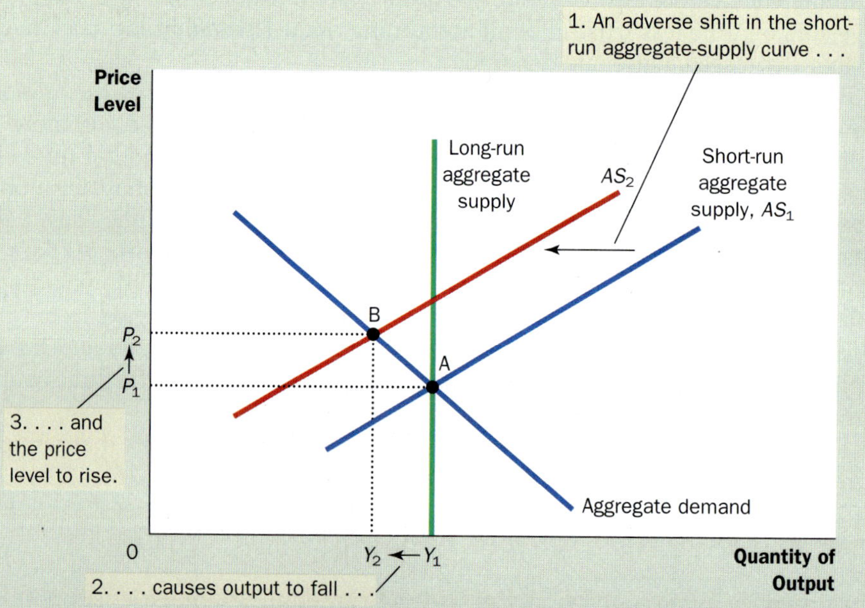

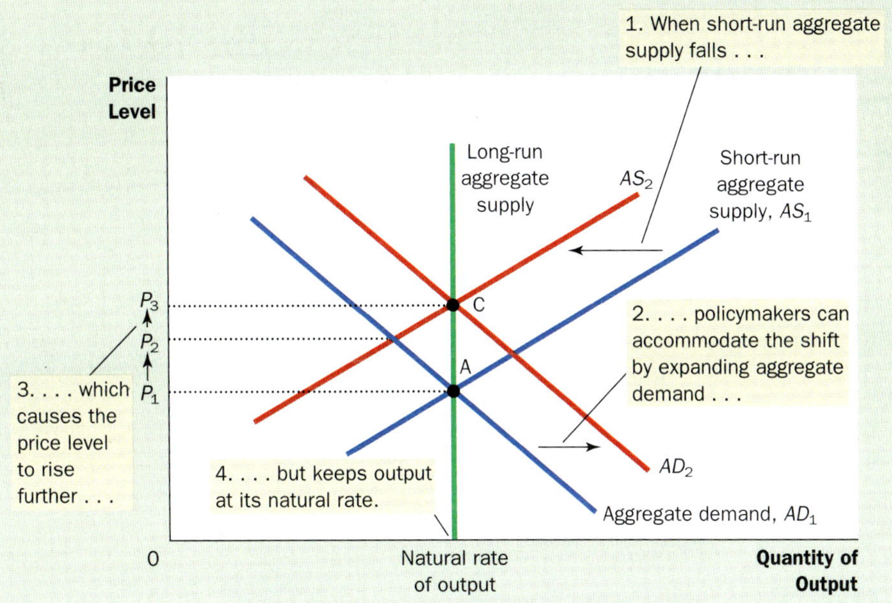

FIGURE 11

Accommodating an Adverse Shift in Aggregate Supply
Faced with an adverse shift in aggregate supply from AS_1 to AS_2, policymakers who can influence aggregate demand might try to shift the aggregate-demand curve to the right from AD_1 to AD_2. The economy would move from point A to point C. This policy would prevent the supply shift from reducing output in the short run, but the price level would permanently rise from P_1 to P_3.

stagflation even worse. This phenomenon of higher prices leading to higher wages, in turn leading to even higher prices, is sometimes called a *wage-price spiral.*

At some point, this spiral of ever-rising wages and prices will slow. The low level of output and employment will put downward pressure on workers' wages because workers have less bargaining power when unemployment is high. As nominal wages fall, producing goods and services becomes more profitable, and the short-run aggregate-supply curve shifts to the right. As it shifts back toward AS_1, the price level falls, and the quantity of output approaches its natural rate. In the long run, the economy returns to point A, where the aggregate-demand curve crosses the long-run aggregate-supply curve.

This transition back to the initial equilibrium assumes, however, that aggregate demand is held constant throughout the process. In the real world, that may not be the case. Policymakers who control monetary and fiscal policy might attempt to offset some of the effects of the shift in the short-run aggregate-supply curve by shifting the aggregate-demand curve. This possibility is shown in Figure 11. In this case, changes in policy shift the aggregate-demand curve to the right from AD_1 to AD_2—exactly enough to prevent the shift in aggregate supply from affecting output. The economy moves directly from point A to point C. Output remains at its natural rate, and the price level rises from P_1 to P_3. In this case, policymakers are said to *accommodate* the shift in aggregate supply. An accommodative policy accepts a permanently higher level of prices to maintain a higher level of output and employment.

To sum up, this story about shifts in aggregate supply has two important lessons:

FYI

The Origins of Aggregate Demand and Aggregate Supply

Now that we have a preliminary understanding of the model of aggregate demand and aggregate supply, it is worthwhile to step back from it and consider its history. How did this model of short-run fluctuations develop? The answer is that this model, to a large extent, is a by-product of the Great Depression of the 1930s. Economists and policymakers at the time were puzzled about what had caused this calamity and were uncertain about how to deal with it.

In 1936, economist John Maynard Keynes published a book titled *The General Theory of Employment, Interest, and Money*, which attempted to explain short-run economic fluctuations in general and the Great Depression in particular. Keynes's primary message was that recessions and depressions can occur because of inadequate aggregate demand for goods and services.

Keynes had long been a critic of classical economic theory—the theory we examined earlier in the book—because it could explain only the long-run effects of policies. A few years before offering *The General Theory*, Keynes had written the following about classical economics:

> *The long run is a misleading guide to current affairs. In the long run we are all dead. Economists set themselves too easy, too useless a task if in tempestuous seasons they can only tell us when the storm is long past, the ocean will be flat.*

Keynes's message was aimed at policymakers as well as economists. As the world's economies suffered with high unemployment, Keynes advocated policies to increase aggregate demand, including government spending on public works.

In the next chapter, we examine in detail how policymakers can use the tools of monetary and fiscal policy to influence aggregate demand. The analysis in the next chapter, as well as in this one, owes much to the legacy of John Maynard Keynes.

John Maynard Keynes

- Shifts in aggregate supply can cause stagflation—a combination of recession (falling output) and inflation (rising prices).
- Policymakers who can influence aggregate demand can potentially mitigate the adverse impact on output but only at the cost of exacerbating the problem of inflation.

CASE STUDY OIL AND THE ECONOMY

Some of the largest economic fluctuations in the U.S. economy since 1970 have originated in the oil fields of the Middle East. Crude oil is a key input into the production of many goods and services, and much of the world's oil comes from Saudi Arabia, Kuwait, and other Middle Eastern countries. When some event (usually political in origin) reduces the supply of crude oil flowing from this region, the price of oil rises around the world. U.S. firms that produce gasoline, tires, and many other products experience rising costs, and they find it less profitable to supply their output of goods and services at any given price level. The result is a leftward shift in the aggregate-supply curve, which in turn leads to stagflation.

The first episode of this sort occurred in the mid-1970s. The countries with large oil reserves got together as members of OPEC, the Organization of Petroleum Exporting Countries. OPEC is a *cartel*—a group of sellers that attempts to thwart competition and reduce production to raise prices. And indeed, oil prices rose substantially. From 1973 to 1975, oil approximately doubled in price. Oil-importing countries around the world experienced simultaneous inflation and recession. The U.S. inflation rate as measured by the CPI exceeded 10 percent for the first time in decades. Unemployment rose from 4.9 percent in 1973 to 8.5 percent in 1975.

Almost the same thing happened a few years later. In the late 1970s, the OPEC countries again restricted the supply of oil to raise the price. From 1978 to 1981, the price of oil more than doubled. Once again, the result was stagflation. Inflation, which had subsided somewhat after the first OPEC event, again rose above 10 percent per year. But because the Fed was not willing to accommodate such a large rise in inflation, a recession was soon to follow. Unemployment rose from about 6 percent in 1978 and 1979 to about 10 percent a few years later.

The world market for oil can also be a source of favorable shifts in aggregate supply. In 1986, squabbling broke out among members of OPEC. Member countries reneged on their agreements to restrict oil production. In the world market for crude oil, prices fell by about half. This fall in oil prices reduced costs to U.S. firms, which now found it more profitable to supply goods and services at any given price level. As a result, the aggregate-supply curve shifted to the right. The U.S. economy experienced the opposite of stagflation: Output grew rapidly, unemployment fell, and the inflation rate reached its lowest level in many years.

© KARIM SAHIB/AFP/GETTY IMAGES

CHANGES IN MIDDLE EAST OIL PRODUCTION ARE ONE SOURCE OF U.S. ECONOMIC FLUCTUATIONS.

In recent years, the world market for oil has not been as important a source of economic fluctuations. Part of the reason is that conservation efforts and changes in technology have reduced the economy's dependence on oil. The amount of oil used to produce a unit of real GDP has declined about 40 percent since the OPEC shocks of the 1970s. As a result, the economic impact of any change in oil prices is smaller today than it was in the past.

Nonetheless, it would be premature to conclude that the United States no longer needs to worry about oil prices. If the rise in oil prices were ever large enough, the macroeconomic result would most likely resemble the events of the 1970s. And indeed in 2008, as this book was going to press, world oil prices were rising significantly, in part because of increased demand from a rapidly growing China. These oil price increases were leading some observers to fear that the U.S. economy may once again suffer from stagflation. ●

QUICK QUIZ Suppose that the election of a popular presidential candidate suddenly increases people's confidence in the future. Use the model of aggregate demand and aggregate supply to analyze the effect on the economy.

CONCLUSION

This chapter has achieved two goals. First, we have discussed some of the important facts about short-run fluctuations in economic activity. Second, we have introduced a basic model to explain those fluctuations, called the model of aggregate demand and aggregate supply. We continue our study of this model in the next chapter to understand more fully what causes fluctuations in the economy and how policymakers might respond to these fluctuations.

SUMMARY

- All societies experience short-run economic fluctuations around long-run trends. These fluctuations are irregular and largely unpredictable. When recessions do occur, real GDP and other measures of income, spending, and production fall, and unemployment rises.
- Classical economic theory is based on the assumption that nominal variables such as the money supply and the price level do not influence real variables such as output and employment. Most economists believe that this assumption is accurate in the long run but not in the short run. Economists analyze short-run economic fluctuations using the model of aggregate demand and aggregate supply. According to this model, the output of goods and services and the overall level of prices adjust to balance aggregate demand and aggregate supply.
- The aggregate-demand curve slopes downward for three reasons. The first is the wealth effect: A lower price level raises the real value of households' money holdings, which stimulates consumer spending. The second is the interest-rate effect: A lower price level reduces the quantity of money households demand; as households try to convert money into interest-bearing assets, interest rates fall, which stimulates investment spending. The third is the exchange-rate effect: As a lower price level reduces interest rates, the dollar depreciates in the market for foreign-currency exchange, which stimulates net exports.
- Any event or policy that raises consumption, investment, government purchases, or net exports at a given price level increases aggregate demand. Any event or policy that reduces consumption, investment, government purchases, or net exports at a given price level decreases aggregate demand.
- The long-run aggregate-supply curve is vertical. In the long run, the quantity of goods and services supplied depends on the economy's labor, capital, natural resources, and technology but not on the overall level of prices.
- Three theories have been proposed to explain the upward slope of the short-run aggregate-supply curve. According to the sticky-wage theory, an unexpected fall in the price level temporarily raises real wages, which induces firms to reduce employment and production. According to the sticky-price theory, an unexpected fall in the price level leaves some firms with prices that are temporarily too high, which reduces their sales and causes them to cut back production. According to the misperceptions theory, an unexpected fall in the price level leads suppliers to mistakenly believe that their relative prices have fallen, which induces them to reduce production. All three theories imply that output deviates from its natural rate when the actual price level deviates from the price level that people expected.
- Events that alter the economy's ability to produce output, such as changes in labor, capital, natural resources, or technology, shift the short-run aggregate-supply curve (and may shift the long-run aggregate-supply curve as well). In addition, the position of the short-run aggregate-supply curve depends on the expected price level.
- One possible cause of economic fluctuations is a shift in aggregate demand. When the aggregate-demand curve shifts to the left, for instance, output and prices fall in the short run. Over time, as a change in the expected price level causes wages, prices, and perceptions to adjust, the short-run aggregate-supply curve shifts to the right. This shift returns the economy to its natural rate of output at a new, lower price level.
- A second possible cause of economic fluctuations is a shift in aggregate supply. When the short-run aggregate-supply curve shifts to the left, the effect is falling output and rising prices—a combination called stagflation. Over time, as wages, prices, and perceptions adjust, the short-run aggregate-supply curve shifts back to the right, returning the price level and output to their original levels.

KEY CONCEPTS

recession, *p. 739*
depression, *p. 739*
model of aggregate demand and aggregate supply, *p. 745*
aggregate-demand curve, *p. 745*
aggregate-supply curve, *p. 745*
natural rate of output, *p. 753*
stagflation, *p. 768*

QUESTIONS FOR REVIEW

1. Name two macroeconomic variables that decline when the economy goes into a recession. Name one macroeconomic variable that rises during a recession.
2. Draw a diagram with aggregate demand, short-run aggregate supply, and long-run aggregate supply. Be careful to label the axes correctly.
3. List and explain the three reasons the aggregate-demand curve is downward sloping.
4. Explain why the long-run aggregate-supply curve is vertical.
5. List and explain the three theories for why the short-run aggregate-supply curve is upward sloping.
6. What might shift the aggregate-demand curve to the left? Use the model of aggregate demand and aggregate supply to trace through the short-run and long-run effects of such a shift on output and the price level.
7. What might shift the aggregate-supply curve to the left? Use the model of aggregate demand and aggregate supply to trace through the short-run and long-run effects of such a shift on output and the price level.

PROBLEMS AND APPLICATIONS

1. Suppose the economy is in a long-run equilibrium.
   a. Draw a diagram to illustrate the state of the economy. Be sure to show aggregate demand, short-run aggregate supply, and long-run aggregate supply.
   b. Now suppose that a stock-market crash causes aggregate demand to fall. Use your diagram to show what happens to output and the price level in the short run. What happens to the unemployment rate?
   c. Use the sticky-wage theory of aggregate supply to explain what will happen to output and the price level in the long run (assuming there is no change in policy). What role does the expected price level play in this adjustment? Be sure to illustrate your analysis in a graph.
2. Explain whether each of the following events will increase, decrease, or have no effect on long-run aggregate supply.
   a. The United States experiences a wave of immigration.
   b. Congress raises the minimum wage to $10 per hour.
   c. Intel invents a new and more powerful computer chip.
   d. A severe hurricane damages factories along the East Coast.
3. Suppose an economy is in long-run equilibrium.
   a. Use the model of aggregate demand and aggregate supply to illustrate the initial equilibrium (call it point A). Be sure to include both short-run and long-run aggregate supply.

   b. The central bank raises the money supply by 5 percent. Use your diagram to show what happens to output and the price level as the economy moves from the initial to the new short-run equilibrium (call it point B).
   c. Now show the new long-run equilibrium (call it point C). What causes the economy to move from point B to point C?
   d. According to the sticky-wage theory of aggregate supply, how do nominal wages at point A compare to nominal wages at point B? How do nominal wages at point A compare to nominal wages at point C?
   e. According to the sticky-wage theory of aggregate supply, how do real wages at point A compare to real wages at point B? How do real wages at point A compare to real wages at point C?
   f. Judging by the impact of the money supply on nominal and real wages, is this analysis consistent with the proposition that money has real effects in the short run but is neutral in the long run?
4. In 1939, with the U.S. economy not yet fully recovered from the Great Depression, President Roosevelt proclaimed that Thanksgiving would fall a week earlier than usual so that the shopping period before Christmas would be longer. Explain what President Roosevelt might have been trying to achieve, using the model of aggregate demand and aggregate supply.
5. Explain why the following statements are false.
   a. "The aggregate-demand curve slopes downward because it is the horizontal sum of the demand curves for individual goods."
   b. "The long-run aggregate-supply curve is vertical because economic forces do not affect long-run aggregate supply."
   c. "If firms adjusted their prices every day, then the short-run aggregate-supply curve would be horizontal."
   d. "Whenever the economy enters a recession, its long-run aggregate-supply curve shifts to the left."
6. For each of the three theories for the upward slope of the short-run aggregate-supply curve, carefully explain the following:
   a. How the economy recovers from a recession and returns to its long-run equilibrium without any policy intervention.
   b. What determines the speed of that recovery.
7. Suppose the Fed expands the money supply, but because the public expects this Fed action, it simultaneously raises its expectation of the price level. What will happen to output and the price level in the short run? Compare this result to the outcome if the Fed expanded the money supply but the public didn't change its expectation of the price level.
8. Suppose that the economy is currently in a recession. If policymakers take no action, how will the economy change over time? Explain in words and using an aggregate-demand/aggregate-supply diagram.
9. The economy begins in long-run equilibrium. Then one day, the president appoints a new chairman of the Federal Reserve. This new chairman is well-known for his view that inflation is not a major problem for an economy.
   a. How would this news affect the price level that people would expect to prevail?
   b. How would this change in the expected price level affect the nominal wage that workers and firms agree to in their new labor contracts?
   c. How would this change in the nominal wage affect the profitability of producing goods and services at any given price level?
   d. How does this change in profitability affect the short-run aggregate-supply curve?
   e. If aggregate demand is held constant, how does this shift in the aggregate-supply curve affect the price level and the quantity of output produced?
   f. Do you think this Fed chairman was a good appointment?
10. Explain whether each of the following events shifts the short-run aggregate-supply curve, the aggregate-demand curve, both, or neither. For each event that does shift a curve, draw a diagram to illustrate the effect on the economy.
   a. Households decide to save a larger share of their income.
   b. Florida orange groves suffer a prolonged period of below-freezing temperatures.
   c. Increased job opportunities overseas cause many people to leave the country.
11. For each of the following events, explain the short-run and long-run effects on output and

the price level, assuming policymakers take no action.

a. The stock market declines sharply, reducing consumers' wealth.
b. The federal government increases spending on national defense.
c. A technological improvement raises productivity.
d. A recession overseas causes foreigners to buy fewer U.S. goods.

12. Suppose the U.S. economy begins in long-run equilibrium. Concerns about global climate change cause the government to significantly restrict the production of electricity from fossil fuels. Because of this change in policy, foreign investors lose confidence in the economy, and the dollar falls in foreign-exchange markets. Draw a diagram to show the short-run effect of these events, and explain why these changes occur.

13. Suppose firms become very optimistic about future business conditions and invest heavily in new capital equipment.
    a. Draw an aggregate-demand/aggregate-supply diagram to show the short-run effect of this optimism on the economy. Label the new levels of prices and real output. Explain in words why the aggregate quantity of output *supplied* changes.
    b. Now use the diagram from part (a) to show the new long-run equilibrium of the economy. (For now, assume there is no change in the long-run aggregate-supply curve.) Explain in words why the aggregate quantity of output *demanded* changes between the short run and the long run.
    c. How might the investment boom affect the long-run aggregate-supply curve? Explain.

14. In economy A, all workers agree in advance on the nominal wages that their employers will pay them. In economy B, half of all workers have these nominal wage contracts, while the other half have indexed employment contracts, so their wages rise and fall automatically with the price level. According to the sticky-wage theory of aggregate supply, which economy has a more steeply sloped short-run aggregate-supply curve? In which economy would a 5 percent increase in the money supply have a larger impact on output? In which economy would it have a larger impact on the price level? Explain.

CHAPTER

34

The Influence of Monetary and Fiscal Policy on Aggregate Demand

Imagine that you are a member of the Federal Open Market Committee, the group at the Federal Reserve that sets monetary policy. You observe that the president and Congress have agreed to raise taxes. How should the Fed respond to this change in fiscal policy? Should it expand the money supply, contract the money supply, or leave the money supply the same?

To answer this question, you need to consider the impact of monetary and fiscal policy on the economy. In the preceding chapter, we used the model of aggregate demand and aggregate supply to explain short-run economic fluctuations. We saw that shifts in the aggregate-demand curve or the aggregate-supply curve cause fluctuations in the economy's overall output of goods and services and its overall level of prices. As we noted in the previous chapter, monetary and fiscal policy can each influence aggregate demand. Thus, a change in one of these policies can lead to short-run fluctuations in output and prices. Policymakers will want to anticipate this effect and, perhaps, adjust the other policy in response.

In this chapter, we examine in more detail how the government's policy tools influence the position of the aggregate-demand curve. These tools include monetary policy (the supply of money set by the central bank) and fiscal policy (the levels of government spending and taxation set by the president and Congress). We have previously discussed the long-run effects of these policies. In Chapters 25 and 26, we saw how fiscal policy affects saving, investment, and long-run economic growth. In Chapters 29 and 30, we saw how monetary policy influences the price level in the long run. We now see how these policy tools can shift the aggregate-demand curve and, in doing so, affect macroeconomic variables in the short run.

As we have already learned, many factors influence aggregate demand besides monetary and fiscal policy. In particular, desired spending by households and firms determines the overall demand for goods and services. When desired spending changes, aggregate demand shifts. If policymakers do not respond, such shifts in aggregate demand cause short-run fluctuations in output and employment. As a result, monetary and fiscal policymakers sometimes use the policy levers at their disposal to try to offset these shifts in aggregate demand and thereby stabilize the economy. Here we discuss the theory behind these policy actions and some of the difficulties that arise in using this theory in practice.

HOW MONETARY POLICY INFLUENCES AGGREGATE DEMAND

The aggregate-demand curve shows the total quantity of goods and services demanded in the economy for any price level. The preceding chapter discussed three reasons the aggregate-demand curve slopes downward:

- *The wealth effect:* A lower price level raises the real value of households' money holdings, which are part of their wealth. Higher real wealth stimulates consumer spending and thus increases the quantity of goods and services demanded.
- *The interest-rate effect:* A lower price level reduces the amount of money people want to hold. As people try to lend out their excess money holdings, the interest rate falls. The lower interest rate stimulates investment spending and thus increases the quantity of goods and services demanded.
- *The exchange-rate effect:* When a lower price level reduces the interest rate, investors move some of their funds overseas in search of higher returns. This movement of funds causes the real value of the domestic currency to fall in the market for foreign-currency exchange. Domestic goods become less expensive relative to foreign goods. This change in the real exchange rate stimulates spending on net exports and thus increases the quantity of goods and services demanded.

These three effects occur simultaneously to increase the quantity of goods and services demanded when the price level falls and to decrease it when the price level rises.

Although all three effects work together to explain the downward slope of the aggregate-demand curve, they are not of equal importance. Because money holdings are a small part of household wealth, the wealth effect is the least important of the three. In addition, because exports and imports represent only a small fraction of U.S. GDP, the exchange-rate effect is not large for the U.S. economy. (This effect is more important for smaller countries, which typically export and import a higher fraction of their GDP.) *For the U.S. economy, the most important reason for the downward slope of the aggregate-demand curve is the interest-rate effect.*

To better understand aggregate demand, we now examine the short-run determination of interest rates in more detail. Here we develop the **theory of liquidity preference**. This theory of interest-rate determination will help explain the downward slope of the aggregate-demand curve, as well as how monetary and fiscal policy can shift this curve. By shedding new light on aggregate demand, the theory of liquidity preference expands our understanding of what causes short-run economic fluctuations and what policymakers can potentially do about them.

theory of liquidity preference
Keynes's theory that the interest rate adjusts to bring money supply and money demand into balance

The Theory of Liquidity Preference

In his classic book *The General Theory of Employment, Interest, and Money*, John Maynard Keynes proposed the theory of liquidity preference to explain what factors determine an economy's interest rate. The theory is, in essence, just an application of supply and demand. According to Keynes, the interest rate adjusts to balance the supply of and demand for money.

You may recall that economists distinguish between two interest rates: The *nominal interest rate* is the interest rate as usually reported, and the *real interest rate* is the interest rate corrected for the effects of inflation. When there is no inflation, the two rates are the same. But when borrowers and lenders expect prices to rise over the course of the loan, they agree to a nominal interest rate that exceeds the real interest rate by the expected rate of inflation. The higher nominal interest rate compensates for the fact that they expect the loan to be repaid in less valuable dollars.

Which interest rate are we now trying to explain with the theory of liquidity preference? The answer is both. In the analysis that follows, we hold constant the expected rate of inflation. This assumption is reasonable for studying the economy in the short run, because expected inflation is typically stable over short periods of time. In this case, nominal and real interest rates differ by a constant. When the nominal interest rate rises or falls, the real interest rate that people expect to earn rises or falls as well. For the rest of this chapter, when we refer to changes in the interest rate, you should envision the real and nominal interest rates moving in the same direction.

Let's now develop the theory of liquidity preference by considering the supply and demand for money and how each depends on the interest rate.

Money Supply The first piece of the theory of liquidity preference is the supply of money. As we first discussed in Chapter 29, the money supply in the U.S. economy is controlled by the Federal Reserve. The Fed alters the money supply primarily by changing the quantity of reserves in the banking system through the purchase and sale of government bonds in open-market operations. When the Fed buys government bonds, the dollars it pays for the bonds are typically deposited in banks, and these dollars are added to bank reserves. When the Fed sells government bonds, the dollars it receives for the bonds are withdrawn from the banking system, and bank reserves fall. These changes in bank reserves, in turn, lead to changes in banks' ability to make loans and create money. In addition to using open-market operations, the Fed can alter the money supply by changing reserve requirements (the amount of reserves banks must hold against deposits) or the discount rate (the interest rate at which banks can borrow reserves from the Fed).

These details of monetary control, although important for the implementation of Fed policy, are not crucial in this chapter. Our goal here is to examine how changes in the money supply affect the aggregate demand for goods and services. For this purpose, we can ignore the details of how Fed policy is implemented and assume that the Fed controls the money supply directly. In other words, the quantity of money supplied in the economy is fixed at whatever level the Fed decides to set it.

Because the quantity of money supplied is fixed by Fed policy, it does not depend on other economic variables. In particular, it does not depend on the interest rate. Once the Fed has made its policy decision, the quantity of money supplied is the same, regardless of the prevailing interest rate. We represent a fixed money supply with a vertical supply curve, as in Figure 1.

Money Demand The second piece of the theory of liquidity preference is the demand for money. As a starting point for understanding money demand, recall that any asset's *liquidity* refers to the ease with which that asset can be converted into the economy's medium of exchange. Because money is the economy's medium of exchange, it is by definition the most liquid asset available. The liquidity of money explains the demand for it: People choose to hold money instead of other assets that offer higher rates of return because money can be used to buy goods and services.

1 FIGURE

Equilibrium in the Money Market

According to the theory of liquidity preference, the interest rate adjusts to bring the quantity of money supplied and the quantity of money demanded into balance. If the interest rate is above the equilibrium level (such as at r_1), the quantity of money people want to hold (M_1^d) is less than the quantity the Fed has created, and this surplus of money puts downward pressure on the interest rate. Conversely, if the interest rate is below the equilibrium level (such as at r_2), the quantity of money people want to hold (M_2^d) is greater than the quantity the Fed has created, and this shortage of money puts upward pressure on the interest rate. Thus, the forces of supply and demand in the market for money push the interest rate toward the equilibrium interest rate, at which people are content holding the quantity of money the Fed has created.

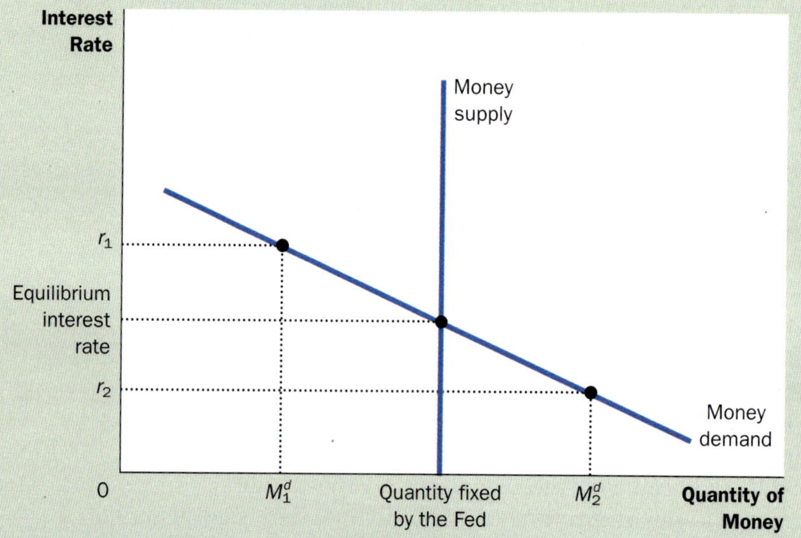

Although many factors determine the quantity of money demanded, the one emphasized by the theory of liquidity preference is the interest rate. The reason is that the interest rate is the opportunity cost of holding money. That is, when you hold wealth as cash in your wallet, instead of as an interest-bearing bond, you lose the interest you could have earned. An increase in the interest rate raises the cost of holding money and, as a result, reduces the quantity of money demanded. A decrease in the interest rate reduces the cost of holding money and raises the quantity demanded. Thus, as shown in Figure 1, the money-demand curve slopes downward.

Equilibrium in the Money Market According to the theory of liquidity preference, the interest rate adjusts to balance the supply and demand for money. There is one interest rate, called the *equilibrium interest rate*, at which the quantity of money demanded exactly balances the quantity of money supplied. If the interest rate is at any other level, people will try to adjust their portfolios of assets and, as a result, drive the interest rate toward the equilibrium.

For example, suppose that the interest rate is above the equilibrium level, such as r_1 in Figure 1. In this case, the quantity of money that people want to hold, M^d_1, is less than the quantity of money that the Fed has supplied. Those people who are holding the surplus of money will try to get rid of it by buying interest-bearing bonds or by depositing it in an interest-bearing bank account. Because bond issuers and banks prefer to pay lower interest rates, they respond to this surplus of money by lowering the interest rates they offer. As the interest rate falls, people become more willing to hold money until, at the equilibrium interest rate, people are happy to hold exactly the amount of money the Fed has supplied.

Conversely, at interest rates below the equilibrium level, such as r_2 in Figure 1, the quantity of money that people want to hold, M^d_2, is greater than the quantity of money that the Fed has supplied. As a result, people try to increase their holdings of money by reducing their holdings of bonds and other interest-bearing assets. As people cut back on their holdings of bonds, bond issuers find that they have to offer higher interest rates to attract buyers. Thus, the interest rate rises and approaches the equilibrium level.

The Downward Slope of the Aggregate-Demand Curve

Having seen how the theory of liquidity preference explains the economy's equilibrium interest rate, we now consider the theory's implications for the aggregate demand for goods and services. As a warm-up exercise, let's begin by using the theory to reexamine a topic we already understand—the interest-rate effect and the downward slope of the aggregate-demand curve. In particular, suppose that the overall level of prices in the economy rises. What happens to the interest rate that balances the supply and demand for money, and how does that change affect the quantity of goods and services demanded?

As we discussed in Chapter 30, the price level is one determinant of the quantity of money demanded. At higher prices, more money is exchanged every time a good or service is sold. As a result, people will choose to hold a larger quantity of money. That is, a higher price level increases the quantity of money demanded for any given interest rate. Thus, an increase in the price level from P_1 to P_2 shifts

FYI

Interest Rates in the Long Run and the Short Run

In an earlier chapter, we said that the interest rate adjusts to balance the supply of loanable funds (national saving) and the demand for loanable funds (desired investment). Here we just said that the interest rate adjusts to balance the supply of and demand for money. Can we reconcile these two theories?

To answer this question, we need to focus on three macroeconomic variables: the economy's output of goods and services, the interest rate, and the price level. According to the classical macroeconomic theory we developed earlier in the book, these variables are determined as follows:

1. *Output* is determined by the supplies of capital and labor and the available production technology for turning capital and labor into output. (We call this the natural rate of output.)
2. For any given level of output, the *interest rate* adjusts to balance the supply and demand for loanable funds.
3. Given output and the interest rate, the *price level* adjusts to balance the supply and demand for money. Changes in the supply of money lead to proportionate changes in the price level.

These are three of the essential propositions of classical economic theory. Most economists believe that these propositions do a good job of describing how the economy works *in the long run*.

Yet these propositions do not hold in the short run. As we discussed in the preceding chapter, many prices are slow to adjust to changes in the money supply; this fact is reflected in a short-run aggregate-supply curve that is upward sloping rather than vertical. As a result, *in the short run*, the overall price level cannot, by itself, move to balance the supply of and demand for money. This stickiness of the price level requires the interest rate to move to bring the money market into equilibrium. These changes in the interest rate, in turn, affect the aggregate demand for goods and services. As aggregate demand fluctuates, the economy's output of goods and services moves away from the level determined by factor supplies and technology.

To think about the operation of the economy in the short run (day to day, week to week, month to month, or quarter to quarter), it is best to keep in mind the following logic:

1. The *price level* is stuck at some level (based on previously formed expectations) and, in the short run, is relatively unresponsive to changing economic conditions.
2. For any given (stuck) price level, the *interest rate* adjusts to balance the supply of and demand for money.
3. The interest rate that balances the money market influences the quantity of goods and services demanded and thus the level of *output*.

Notice that this precisely reverses the order of analysis used to study the economy in the long run.

The two different theories of the interest rate are useful for different purposes. When thinking about the long-run determinants of interest rates, it is best to keep in mind the loanable-funds theory, which highlights the importance of an economy's saving propensities and investment opportunities. By contrast, when thinking about the short-run determinants of interest rates, it is best to keep in mind the liquidity-preference theory, which highlights the importance of monetary policy.

the money-demand curve to the right from MD_1 to MD_2, as shown in panel (a) of Figure 2.

Notice how this shift in money demand affects the equilibrium in the money market. For a fixed money supply, the interest rate must rise to balance money supply and money demand. The higher price level has increased the amount of money people want to hold and has shifted the money demand curve to the right. Yet the quantity of money supplied is unchanged, so the interest rate must rise from r_1 to r_2 to discourage the additional demand.

This increase in the interest rate has ramifications not only for the money market but also for the quantity of goods and services demanded, as shown in panel

FIGURE 2

The Money Market and the Slope of the Aggregate-Demand Curve

An increase in the price level from P_1 to P_2 shifts the money-demand curve to the right, as in panel (a). This increase in money demand causes the interest rate to rise from r_1 to r_2. Because the interest rate is the cost of borrowing, the increase in the interest rate reduces the quantity of goods and services demanded from Y_1 to Y_2. This negative relationship between the price level and quantity demanded is represented with a downward-sloping aggregate-demand curve, as in panel (b).

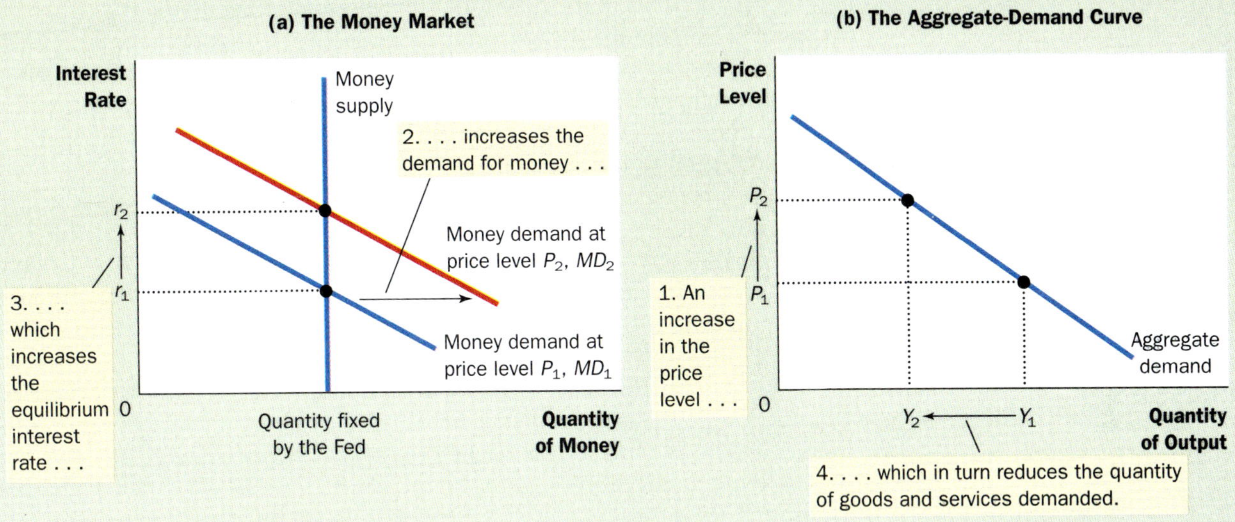

(b). At a higher interest rate, the cost of borrowing and the return to saving are greater. Fewer households choose to borrow to buy a new house, and those who do buy smaller houses, so the demand for residential investment falls. Fewer firms choose to borrow to build new factories and buy new equipment, so business investment falls. Thus, when the price level rises from P_1 to P_2, increasing money demand from MD_1 to MD_2 and raising the interest rate from r_1 to r_2, the quantity of goods and services demanded falls from Y_1 to Y_2.

This analysis of the interest-rate effect can be summarized in three steps: (1) A higher price level raises money demand. (2) Higher money demand leads to a higher interest rate. (3) A higher interest rate reduces the quantity of goods and services demanded. The same logic works in reverse: A lower price level reduces money demand, which leads to a lower interest rate, and this in turn increases the quantity of goods and services demanded. The result of this analysis is a negative relationship between the price level and the quantity of goods and services demanded, as illustrated by a downward-sloping aggregate-demand curve.

Changes in the Money Supply

So far, we have used the theory of liquidity preference to explain more fully how the total quantity demanded of goods and services in the economy changes as the price level changes. That is, we have examined movements along a downward-sloping aggregate-demand curve. The theory also sheds light, however, on some of the other events that alter the quantity of goods and services demanded. Whenever the quantity of goods and services demanded changes *for any given price level*, the aggregate-demand curve shifts.

One important variable that shifts the aggregate-demand curve is monetary policy. To see how monetary policy affects the economy in the short run, suppose that the Fed increases the money supply by buying government bonds in open-market operations. (Why the Fed might do this will become clear later, after we understand the effects of such a move.) Let's consider how this monetary injection influences the equilibrium interest rate for a given price level. This will tell us what the injection does to the position of the aggregate-demand curve.

As panel (a) of Figure 3 shows, an increase in the money supply shifts the money-supply curve to the right from MS_1 to MS_2. Because the money-demand curve has not changed, the interest rate falls from r_1 to r_2 to balance money supply and money demand. That is, the interest rate must fall to induce people to hold the additional money the Fed has created, restoring equilibrium in the money market.

Once again, the interest rate influences the quantity of goods and services demanded, as shown in panel (b) of Figure 3. The lower interest rate reduces the cost of borrowing and the return to saving. Households buy more and larger houses, stimulating the demand for residential investment. Firms spend more on new factories and new equipment, stimulating business investment. As a result, the quantity of goods and services demanded at a given price level, $\bar{P}$, rises from Y_1 to Y_2. Of course, there is nothing special about $\bar{P}$: The monetary injection raises the quantity of goods and services demanded at every price level. Thus, the entire aggregate-demand curve shifts to the right.

To sum up: *When the Fed increases the money supply, it lowers the interest rate and increases the quantity of goods and services demanded for any given price level, shifting*

3 FIGURE

A Monetary Injection

In panel (a), an increase in the money supply from MS_1 to MS_2 reduces the equilibrium interest rate from r_1 to r_2. Because the interest rate is the cost of borrowing, the fall in the interest rate raises the quantity of goods and services demanded at a given price level from Y_1 to Y_2. Thus, in panel (b), the aggregate-demand curve shifts to the right from AD_1 to AD_2.

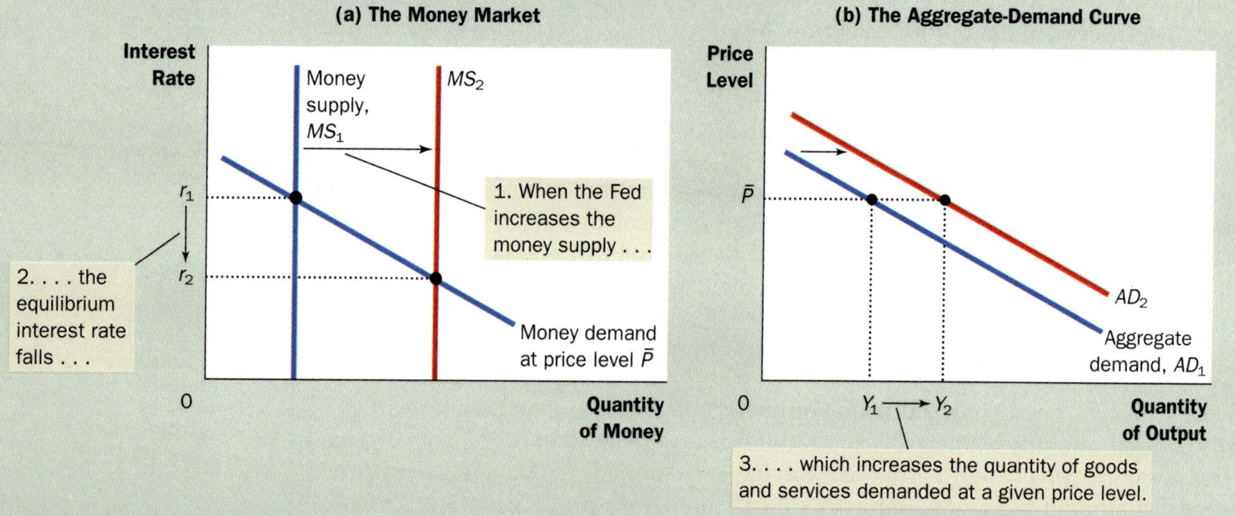

the aggregate-demand curve to the right. Conversely, when the Fed contracts the money supply, it raises the interest rate and reduces the quantity of goods and services demanded for any given price level, shifting the aggregate-demand curve to the left.

The Role of Interest-Rate Targets in Fed Policy

How does the Federal Reserve affect the economy? Our discussion here and earlier in the book has treated the money supply as the Fed's policy instrument. When the Fed buys government bonds in open-market operations, it increases the money supply and expands aggregate demand. When the Fed sells government bonds in open-market operations, it decreases the money supply and contracts aggregate demand.

Discussions of Fed policy often treat the interest rate, rather than the money supply, as the Fed's policy instrument. Indeed, in recent years, the Federal Reserve has conducted policy by setting a target for the *federal funds rate*—the interest rate that banks charge one another for short-term loans. This target is reevaluated every six weeks at meetings of the Federal Open Market Committee (FOMC). The FOMC has chosen to set a target for the federal funds rate, rather than for the money supply, as it has done at times in the past.

There are several, related reasons for the Fed's decision to use the federal funds as its target. One is that the money supply is hard to measure with sufficient precision. Another is that money demand fluctuates over time. For any given money supply, fluctuations in money demand would lead to fluctuations in interest rates, aggregate demand, and output. By contrast, when the Fed announces a target for the federal funds rate, it essentially accommodates the day-to-day shifts in money demand by adjusting the money supply accordingly.

The Fed's decision to target an interest rate does not fundamentally alter our analysis of monetary policy. The theory of liquidity preference illustrates an important principle: *Monetary policy can be described either in terms of the money supply or in terms of the interest rate.* When the FOMC sets a target for the federal funds rate of, say, 6 percent, the Fed's bond traders are told: "Conduct whatever open-market operations are necessary to ensure that the equilibrium interest rate equals 6 percent." In other words, when the Fed sets a target for the interest rate, it commits itself to adjusting the money supply to make the equilibrium in the money market hit that target.

As a result, changes in monetary policy can be viewed either in terms of changing the interest rate target or in terms of changing the money supply. When you read in the newspaper that "the Fed has lowered the federal funds rate from 6 to 5 percent," you should understand that this occurs only because the Fed's bond traders are doing what it takes to make it happen. To lower the federal funds rate, the Fed's bond traders buy government bonds, and this purchase increases the money supply and lowers the equilibrium interest rate (just as in Figure 3). Similarly, when the FOMC raises the target for the federal funds rate, the bond traders sell government bonds, and this sale decreases the money supply and raises the equilibrium interest rate.

The lessons from this analysis are simple: *Changes in monetary policy aimed at expanding aggregate demand can be described either as increasing the money supply or as lowering the interest rate. Changes in monetary policy aimed at contracting aggregate demand can be described either as decreasing the money supply or as raising the interest rate.*

In The News

The FOMC Explains Itself

Whenever the Federal Open Market Committee makes a decision about monetary policy, it releases a statement explaining it. In this recent example, the FOMC announces an interest rate cut, because the economy is experiencing a slowdown driven largely by problems in the housing market.

Press Release: March 18, 2008

The Federal Open Market Committee decided today to lower its target for the federal funds rate 75 basis points to 2¼ percent.

Recent information indicates that the outlook for economic activity has weakened further. Growth in consumer spending has slowed and labor markets have softened. Financial markets remain under considerable stress, and the tightening of credit conditions and the deepening of the housing contraction are likely to weigh on economic growth over the next few quarters.

Inflation has been elevated, and some indicators of inflation expectations have risen. The Committee expects inflation to moderate in coming quarters, reflecting a projected leveling-out of energy and other commodity prices and an easing of pressures on resource utilization. Still, uncertainty about the inflation outlook has increased. It will be necessary to continue to monitor inflation developments carefully.

Today's policy action, combined with those taken earlier, including measures to foster market liquidity, should help to promote moderate growth over time and to mitigate the risks to economic activity. However, downside risks to growth remain. The Committee will act in a timely manner as needed to promote sustainable economic growth and price stability.

Voting for the FOMC monetary policy action were: Ben S. Bernanke, Chairman; Timothy F. Geithner, Vice Chairman; Donald L. Kohn; Randall S. Kroszner; Frederic S. Mishkin; Sandra Pianalto; Gary H. Stern; and Kevin M. Warsh. Voting against were Richard W. Fisher and Charles I. Plosser, who preferred less aggressive action at this meeting.

In a related action, the Board of Governors unanimously approved a 75-basis-point decrease in the discount rate to 2-1/2 percent. In taking this action, the Board approved the requests submitted by the Boards of Directors of the Federal Reserve Banks of Boston, New York, and San Francisco.

Source: The Federal Reserve.

CASE STUDY WHY THE FED WATCHES THE STOCK MARKET (AND VICE VERSA)

"Irrational exuberance." That was how Federal Reserve Chairman Alan Greenspan once described the booming stock market of the late 1990s. He was right that the market was exuberant: Average stock prices increased about fourfold during this decade. And perhaps it was even irrational: In the first few years of the following decade, the stock market took back some of these large gains, as stock prices experienced a pronounced decline, falling by about 40 percent from 2000 to 2003.

How should the Fed respond to stock-market fluctuations? The Fed has no reason to care about stock prices in themselves, but it does have the job of monitoring and responding to developments in the overall economy, and the stock market is a piece of that puzzle. When the stock market booms, households become wealthier, and this increased wealth stimulates consumer spending. In addition, a rise in stock prices makes it more attractive for firms to sell new shares of stock, and this stimulates investment spending. For both reasons, a booming stock market expands the aggregate demand for goods and services.

As we discuss more fully later in the chapter, one of the Fed's goals is to stabilize aggregate demand, because greater stability in aggregate demand means greater stability in output and the price level. To promote stability, the Fed might respond to a stock-market boom by keeping the money supply lower and interest rates higher than it otherwise would. The contractionary effects of higher interest rates would offset the expansionary effects of higher stock prices. In fact, this analysis does describe Fed behavior: Real interest rates were kept high by historical standards during the "irrationally exuberant" stock-market boom of the late 1990s.

The opposite occurs when the stock market falls. Spending on consumption and investment tends to decline, depressing aggregate demand and pushing the economy toward recession. To stabilize aggregate demand, the Fed would increase the money supply and lower interest rates. And indeed, that is what it typically does. For example, on October 19, 1987, the stock market fell by 22.6 percent—its biggest one-day drop in history. The Fed responded to the market crash by increasing the money supply and lowering interest rates. The federal funds rate fell from 7.7 percent at the beginning of October to 6.6 percent at the end of the month. In part because of the Fed's quick action, the economy avoided a recession. Similarly, as we discussed in a case study in the preceding chapter, the Fed also reduced interest rates during the stock market declines of 2001 and 2002, but this time monetary policy was not quick enough to avert a recession.

While the Fed keeps an eye on the stock market, stock-market participants also keep an eye on the Fed. Because the Fed can influence interest rates and economic activity, it can alter the value of stocks. For example, when the Fed raises interest rates by reducing the money supply, it makes owning stocks less attractive for two reasons. First, a higher interest rate means that bonds, the alternative to stocks, are earning a higher return. Second, the Fed's tightening of monetary policy reduces the demand for goods and services, which reduces profits. As a result, stock prices often fall when the Fed raises interest rates. ●

QUICK QUIZ Use the theory of liquidity preference to explain how a decrease in the money supply affects the equilibrium interest rate. How does this change in monetary policy affect the aggregate-demand curve?

HOW FISCAL POLICY INFLUENCES AGGREGATE DEMAND

The government can influence the behavior of the economy not only with monetary policy but also with fiscal policy. **Fiscal policy** refers to the government's choices regarding the overall level of government purchases and taxes. Earlier in the book, we examined how fiscal policy influences saving, investment, and growth in the long run. In the short run, however, the primary effect of fiscal policy is on the aggregate demand for goods and services.

fiscal policy
the setting of the level of government spending and taxation by government policymakers

CHANGES IN GOVERNMENT PURCHASES

When policymakers change the money supply or the level of taxes, they shift the aggregate-demand curve indirectly by influencing the spending decisions of firms or households. By contrast, when the government alters its own purchases of goods and services, it shifts the aggregate-demand curve directly.

Suppose, for instance, that the U.S. Department of Defense places a $20 billion order for new fighter planes with Boeing, the large aircraft manufacturer. This order raises the demand for the output produced by Boeing, which induces the company to hire more workers and increase production. Because Boeing is part of the economy, the increase in the demand for Boeing planes means an increase in the total quantity of goods and services demanded at each price level. As a result, the aggregate-demand curve shifts to the right.

By how much does this $20 billion order from the government shift the aggregate-demand curve? At first, one might guess that the aggregate-demand curve shifts to the right by exactly $20 billion. It turns out, however, that this is not the case. There are two macroeconomic effects that make the size of the shift in aggregate demand differ from the change in government purchases. The first—the multiplier effect—suggests the shift in aggregate demand could be *larger* than $20 billion. The second—the crowding-out effect—suggests the shift in aggregate demand could be *smaller* than $20 billion. We now discuss each of these effects in turn.

The Multiplier Effect

When the government buys $20 billion of goods from Boeing, that purchase has repercussions. The immediate impact of the higher demand from the government is to raise employment and profits at Boeing. Then, as the workers see higher earnings and the firm owners see higher profits, they respond to this increase in income by raising their own spending on consumer goods. As a result, the government purchase from Boeing raises the demand for the products of many other firms in the economy. Because each dollar spent by the government can raise the aggregate demand for goods and services by more than a dollar, government purchases are said to have a **multiplier effect** on aggregate demand.

multiplier effect
the additional shifts in aggregate demand that result when expansionary fiscal policy increases income and thereby increases consumer spending

This multiplier effect continues even after this first round. When consumer spending rises, the firms that produce these consumer goods hire more people and experience higher profits. Higher earnings and profits stimulate consumer spending once again and so on. Thus, there is positive feedback as higher demand leads to higher income, which in turn leads to even higher demand. Once all these effects are added together, the total impact on the quantity of goods and services demanded can be much larger than the initial impulse from higher government spending.

Figure 4 illustrates the multiplier effect. The increase in government purchases of $20 billion initially shifts the aggregate-demand curve to the right from AD_1 to AD_2 by exactly $20 billion. But when consumers respond by increasing their spending, the aggregate-demand curve shifts still further to AD_3.

This multiplier effect arising from the response of consumer spending can be strengthened by the response of investment to higher levels of demand. For instance, Boeing might respond to the higher demand for planes by deciding to buy more equipment or build another plant. In this case, higher government demand spurs higher demand for investment goods. This positive feedback from demand to investment is sometimes called the *investment accelerator*.

A Formula for the Spending Multiplier

Some simple algebra permits us to derive a formula for the size of the multiplier effect that arises when an increase in government purchases induces increases in

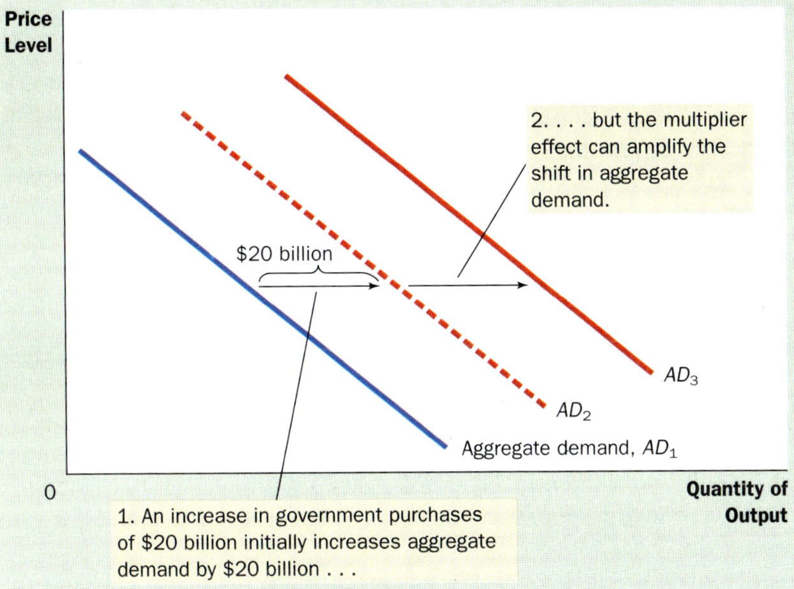

FIGURE 4

The Multiplier Effect

An increase in government purchases of $20 billion can shift the aggregate-demand curve to the right by more than $20 billion. This multiplier effect arises because increases in aggregate income stimulate additional spending by consumers.

consumer spending. An important number in this formula is the *marginal propensity to consume* (*MPC*)—the fraction of extra income that a household consumes rather than saves. For example, suppose that the marginal propensity to consume is ¾. This means that for every extra dollar that a household earns, the household spends $0.75 (¾ of the dollar) and saves $0.25. With an *MPC* of ¾, when the workers and owners of Boeing earn $20 billion from the government contract, they increase their consumer spending by ¾ × $20 billion, or $15 billion.

To gauge the impact on aggregate demand of a change in government purchases, we follow the effects step by step. The process begins when the government spends $20 billion, which implies that national income (earnings and profits) also rises by this amount. This increase in income in turn raises consumer spending by *MPC* × $20 billion, which in turn raises the income for the workers and owners of the firms that produce the consumption goods. This second increase in income again raises consumer spending, this time by *MPC* × (*MPC* × $20 billion). These feedback effects go on and on.

To find the total impact on the demand for goods and services, we add up all these effects:

Change in government purchases	=	$20 billion
First change in consumption	=	$MPC \times$ $20 billion
Second change in consumption	=	$MPC^2 \times$ $20 billion
Third change in consumption	=	$MPC^3 \times$ $20 billion
•		•
•		•
•		•

Total change in demand

$$= (1 + MPC + MPC^2 + MPC^3 + \ldots) \times \$20 \text{ billion}.$$

Here "..." represents an infinite number of similar terms. Thus, we can write the multiplier as follows:

$$\text{Multiplier} = 1 + MPC + MPC^2 + MPC^3 + \ldots.$$

This multiplier tells us the demand for goods and services that each dollar of government purchases generates.

To simplify this equation for the multiplier, recall from math class that this expression is an infinite geometric series. For x between −1 and +1,

$$1 + x + x^2 + x^3 + \ldots = 1 / (1 - x).$$

In our case, $x = MPC$. Thus,

$$\text{Multiplier} = 1 / (1 - MPC).$$

For example, if *MPC* is ¾, the multiplier is 1 / (1 − ¾), which is 4. In this case, the $20 billion of government spending generates $80 billion of demand for goods and services.

This formula for the multiplier shows an important conclusion: The size of the multiplier depends on the marginal propensity to consume. While an *MPC* of ¾ leads to a multiplier of 4, an *MPC* of ½ leads to a multiplier of only 2. Thus, a larger *MPC* means a larger multiplier. To see why this is true, remember that the multiplier arises because higher income induces greater spending on consumption. With a larger *MPC*, consumption responds more to a change in income, and so the multiplier is larger.

Other Applications of the Multiplier Effect

Because of the multiplier effect, a dollar of government purchases can generate more than a dollar of aggregate demand. The logic of the multiplier effect, however, is not restricted to changes in government purchases. Instead, it applies to any event that alters spending on any component of GDP—consumption, investment, government purchases, or net exports.

For example, suppose that a recession overseas reduces the demand for U.S. net exports by $10 billion. This reduced spending on U.S. goods and services depresses U.S. national income, which reduces spending by U.S. consumers. If the marginal propensity to consume is ¾ and the multiplier is 4, then the $10 billion fall in net exports means a $40 billion contraction in aggregate demand.

As another example, suppose that a stock-market boom increases households' wealth and stimulates their spending on goods and services by $20 billion. This extra consumer spending increases national income, which in turn generates even more consumer spending. If the marginal propensity to consume is ¾ and the multiplier is 4, then the initial impulse of $20 billion in consumer spending translates into an $80 billion increase in aggregate demand.

The multiplier is an important concept in macroeconomics because it shows how the economy can amplify the impact of changes in spending. A small initial change in consumption, investment, government purchases, or net exports can end up having a large effect on aggregate demand and, therefore, the economy's production of goods and services.

The Crowding-Out Effect

The multiplier effect seems to suggest that when the government buys $20 billion of planes from Boeing, the resulting expansion in aggregate demand is necessarily larger than $20 billion. Yet another effect is working in the opposite direction. While an increase in government purchases stimulates the aggregate demand for goods and services, it also causes the interest rate to rise, which reduces investment spending and puts downward pressure on aggregate demand. The reduction in aggregate demand that results when a fiscal expansion raises the interest rate is called the **crowding-out effect**.

crowding-out effect
the offset in aggregate demand that results when expansionary fiscal policy raises the interest rate and thereby reduces investment spending

To see why crowding out occurs, let's consider what happens in the money market when the government buys planes from Boeing. As we have discussed, this increase in demand raises the incomes of the workers and owners of this firm (and because of the multiplier effect, of other firms as well). As incomes rise, households plan to buy more goods and services and, as a result, choose to hold more of their wealth in liquid form. That is, the increase in income caused by the fiscal expansion raises the demand for money.

The effect of the increase in money demand is shown in panel (a) of Figure 5. Because the Fed has not changed the money supply, the vertical supply curve remains the same. When the higher level of income shifts the money-demand

FIGURE 5

The Crowding-Out Effect

Panel (a) shows the money market. When the government increases its purchases of goods and services, the resulting increase in income raises the demand for money from MD_1 to MD_2, and this causes the equilibrium interest rate to rise from r_1 to r_2. Panel (b) shows the effects on aggregate demand. The initial impact of the increase in government purchases shifts the aggregate-demand curve from AD_1 to AD_2. Yet because the interest rate is the cost of borrowing, the increase in the interest rate tends to reduce the quantity of goods and services demanded, particularly for investment goods. This crowding out of investment partially offsets the impact of the fiscal expansion on aggregate demand. In the end, the aggregate-demand curve shifts only to AD_3.

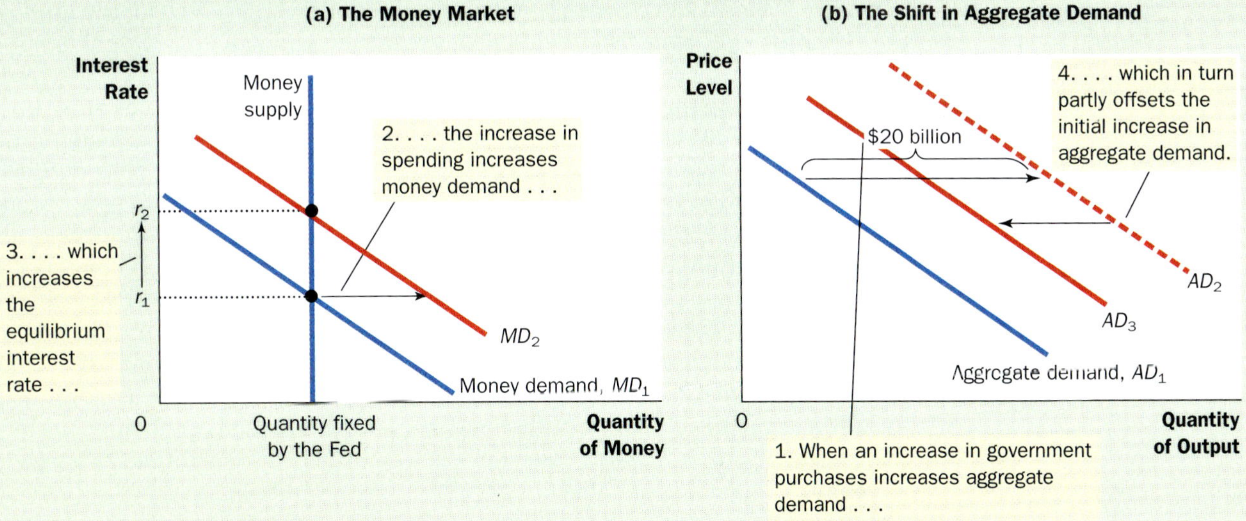

curve to the right from MD_1 to MD_2, the interest rate must rise from r_1 to r_2 to keep supply and demand in balance.

The increase in the interest rate, in turn, reduces the quantity of goods and services demanded. In particular, because borrowing is more expensive, the demand for residential and business investment goods declines. That is, as the increase in government purchases increases the demand for goods and services, it may also crowd out investment. This crowding-out effect partially offsets the impact of government purchases on aggregate demand, as illustrated in panel (b) of Figure 5. The increase in government purchases initially shifts the aggregate-demand curve from AD_1 to AD_2, but once crowding out takes place, the aggregate-demand curve drops back to AD_3.

To sum up: *When the government increases its purchases by $20 billion, the aggregate demand for goods and services could rise by more or less than $20 billion depending on the sizes of the multiplier and crowding-out effects.* The multiplier effect by itself makes the shift in aggregate demand greater than $20 billion. The crowding-out effect pushes the aggregate-demand curve in the opposite direction and, if large enough, could result in an aggregate-demand shift of less than $20 billion.

Changes in Taxes

The other important instrument of fiscal policy, besides the level of government purchases, is the level of taxation. When the government cuts personal income taxes, for instance, it increases households' take-home pay. Households will save some of this additional income, but they will also spend some of it on consumer goods. Because it increases consumer spending, the tax cut shifts the aggregate-demand curve to the right. Similarly, a tax increase depresses consumer spending and shifts the aggregate-demand curve to the left.

The size of the shift in aggregate demand resulting from a tax change is also affected by the multiplier and crowding-out effects. When the government cuts taxes and stimulates consumer spending, earnings and profits rise, which further stimulates consumer spending. This is the multiplier effect. At the same time, higher income leads to higher money demand, which tends to raise interest rates. Higher interest rates make borrowing more costly, which reduces investment spending. This is the crowding-out effect. Depending on the size of the multiplier and crowding-out effects, the shift in aggregate demand could be larger or smaller than the tax change that causes it.

In addition to the multiplier and crowding-out effects, there is another important determinant of the size of the shift in aggregate demand that results from a tax change: households' perceptions about whether the tax change is permanent or temporary. For example, suppose that the government announces a tax cut of $1,000 per household. In deciding how much of this $1,000 to spend, households must ask themselves how long this extra income will last. If households expect the tax cut to be permanent, they will view it as adding substantially to their financial resources and, therefore, increase their spending by a large amount. In this case, the tax cut will have a large impact on aggregate demand. By contrast, if households expect the tax change to be temporary, they will view it as adding only slightly to their financial resources and, therefore, will increase their spending by only a small amount. In this case, the tax cut will have a small impact on aggregate demand.

An extreme example of a temporary tax cut was the one announced in 1992. In that year, President George H. W. Bush faced a lingering recession and an upcom-

FYI

How Fiscal Policy Might Affect Aggregate Supply

So far, our discussion of fiscal policy has stressed how changes in government purchases and changes in taxes influence the quantity of goods and services demanded. Most economists believe that the short-run macroeconomic effects of fiscal policy work primarily through aggregate demand. Yet fiscal policy can potentially influence the quantity of goods and services supplied as well.

For instance, consider the effects of tax changes on aggregate supply. One of the *Ten Principles of Economics* in Chapter 1 is that people respond to incentives. When government policymakers cut tax rates, workers get to keep more of each dollar they earn, so they have a greater incentive to work and produce goods and services. If they respond to this incentive, the quantity of goods and services supplied will be greater at each price level, and the aggregate-supply curve will shift to the right.

Some economists, called *supply-siders*, have argued that the influence of tax cuts on aggregate supply is large. According to some supply-siders, the influence is so large that a cut in tax rates will stimulate enough additional production and income that tax revenue will actually increase. This is certainly a theoretical possibility, but most economists do not consider it the normal case. While the supply-side effects of taxes are important to consider, they are usually not large enough to cause tax revenue to rise when tax rates fall.

Like changes in taxes, changes in government purchases can also potentially affect aggregate supply. Suppose, for instance, that the government increases expenditure on a form of government-provided capital, such as roads. Roads are used by private businesses to make deliveries to their customers; an increase in the quantity of roads increases these businesses' productivity. Hence, when the government spends more on roads, it increases the quantity of goods and services supplied at any given price level and, thus, shifts the aggregate-supply curve to the right. This effect on aggregate supply is probably more important in the long run than in the short run, however, because it would take some time for the government to build the new roads and put them into use.

ing reelection campaign. He responded to these circumstances by announcing a reduction in the amount of income tax that the federal government was withholding from workers' paychecks. Because legislated income tax rates did not change, however, every dollar of reduced withholding in 1992 meant an extra dollar of taxes due on April 15, 1993, when income tax returns for 1992 were to be filed. Thus, this "tax cut" actually represented only a short-term loan from the government. Not surprisingly, the impact of the policy on consumer spending and aggregate demand was relatively small.

QUICK QUIZ Suppose that the government reduces spending on highway construction by $10 billion. Which way does the aggregate-demand curve shift? Explain why the shift might be larger than $10 billion. Explain why the shift might be smaller than $10 billion.

USING POLICY TO STABILIZE THE ECONOMY

We have seen how monetary and fiscal policy can affect the economy's aggregate demand for goods and services. These theoretical insights raise some important policy questions: Should policymakers use these instruments to control aggregate demand and stabilize the economy? If so, when? If not, why not?

The Case for Active Stabilization Policy

Let's return to the question that began this chapter: When the president and Congress raise taxes, how should the Federal Reserve respond? As we have seen, the level of taxation is one determinant of the position of the aggregate-demand curve. When the government raises taxes, aggregate demand will fall, depressing production and employment in the short run. If the Federal Reserve wants to prevent this adverse effect of the fiscal policy, it can expand aggregate demand by increasing the money supply. A monetary expansion would reduce interest rates, stimulate investment spending, and expand aggregate demand. If monetary policy responds appropriately, the combined changes in monetary and fiscal policy could leave the aggregate demand for goods and services unaffected.

This analysis is exactly the sort followed by members of the Federal Open Market Committee. They know that monetary policy is an important determinant of aggregate demand. They also know that there are other important determinants as well, including fiscal policy set by the president and Congress. As a result, the Fed's Open Market Committee watches the debates over fiscal policy with a keen eye.

This response of monetary policy to the change in fiscal policy is an example of a more general phenomenon: the use of policy instruments to stabilize aggregate demand and, as a result, production and employment. Economic stabilization has been an explicit goal of U.S. policy since the Employment Act of 1946. This act states that "it is the continuing policy and responsibility of the federal government to . . . promote full employment and production." In essence, the government has chosen to hold itself accountable for short-run macroeconomic performance.

The Employment Act has two implications. The first, more modest, implication is that the government should avoid being a cause of economic fluctuations. Thus, most economists advise against large and sudden changes in monetary and fiscal policy, for such changes are likely to cause fluctuations in aggregate demand. Moreover, when large changes do occur, it is important that monetary and fiscal policymakers be aware of and respond to the others' actions.

The second, more ambitious, implication of the Employment Act is that the government should respond to changes in the private economy to stabilize aggregate demand. The act was passed not long after the publication of Keynes's *The General Theory of Employment, Interest, and Money*, which has been one of the most influential books ever written about economics. In it, Keynes emphasized the key role of aggregate demand in explaining short-run economic fluctuations. Keynes claimed that the government should actively stimulate aggregate demand when aggregate demand appeared insufficient to maintain production at its full-employment level.

Keynes (and his many followers) argued that aggregate demand fluctuates because of largely irrational waves of pessimism and optimism. He used the term "animal spirits" to refer to these arbitrary changes in attitude. When pessimism reigns, households reduce consumption spending, and firms reduce investment spending. The result is reduced aggregate demand, lower production, and higher unemployment. Conversely, when optimism reigns, households and firms increase spending. The result is higher aggregate demand, higher production, and inflationary pressure. Notice that these changes in attitude are, to some extent, self-fulfilling.

In principle, the government can adjust its monetary and fiscal policy in response to these waves of optimism and pessimism and, thereby, stabilize the economy. For example, when people are excessively pessimistic, the Fed can expand the money supply to lower interest rates and expand aggregate demand. When they are excessively optimistic, it can contract the money supply to raise interest rates and dampen aggregate demand. Former Fed Chairman William McChesney Martin described this view of monetary policy very simply: "The Federal Reserve's job is to take away the punch bowl just as the party gets going."

CASE STUDY KEYNESIANS IN THE WHITE HOUSE

When a reporter in 1961 asked President John F. Kennedy why he advocated a tax cut, Kennedy replied, "To stimulate the economy. Don't you remember your Economics 101?" Kennedy's policy was, in fact, based on the analysis of fiscal policy we have developed in this chapter. His goal was to enact a tax cut, which would raise consumer spending, expand aggregate demand, and increase the economy's production and employment.

In choosing this policy, Kennedy was relying on his team of economic advisers. This team included such prominent economists as James Tobin and Robert Solow, who later would win Nobel Prizes for their contributions to economics. As students in the 1940s, these economists had closely studied John Maynard Keynes's *General Theory*, which then was only a few years old. When the Kennedy advisers proposed cutting taxes, they were putting Keynes's ideas into action.

Although tax changes can have a potent influence on aggregate demand, they have other effects as well. In particular, by changing the incentives that people face, taxes can alter the aggregate supply of goods and services. Part of the Kennedy proposal was an investment tax credit, which gives a tax break to firms that invest in new capital. Higher investment would not only stimulate aggregate demand immediately but also increase the economy's productive capacity over time. Thus, the short-run goal of increasing production through higher aggregate demand was coupled with a long-run goal of increasing production through higher aggregate supply. And indeed, when the tax cut Kennedy proposed was finally enacted in 1964, it helped usher in a period of robust economic growth.

Since the 1964 tax cut, policymakers have from time to time used fiscal policy as a tool for controlling aggregate demand. For example, when President George W. Bush moved into the Oval Office in 2001, he faced an economy that was heading into recession. One of his first policy initiatives was a substantial and permanent tax cut. Bush explained, "The best way to increase demand for goods and services is to let people keep more of their own money. And when somebody meets that demand by additional production, somebody is more likely to find a job." The explanation sounds like it could have come from an exam for Econ 101.

THE CASE AGAINST ACTIVE STABILIZATION POLICY

Some economists argue that the government should avoid active use of monetary and fiscal policy to try to stabilize the economy. They claim that these policy instruments should be set to achieve long-run goals, such as rapid economic growth and low inflation, and that the economy should be left to deal with short-run fluctuations on its own. Although these economists may admit that monetary and fiscal policy can stabilize the economy in theory, they doubt whether it can do so in practice.

The primary argument against active monetary and fiscal policy is that these policies affect the economy with a long lag. As we have seen, monetary policy works by changing interest rates, which in turn influence investment spending. But many firms make investment plans far in advance. Thus, most economists believe that it takes at least six months for changes in monetary policy to have much effect on output and employment. Moreover, once these effects occur, they can last for several years. Critics of stabilization policy argue that because of this lag, the Fed should not try to fine-tune the economy. They claim that the Fed often reacts too late to changing economic conditions and, as a result, ends up being a cause of rather than a cure for economic fluctuations. These critics advocate a passive monetary policy, such as slow and steady growth in the money supply.

Fiscal policy also works with a lag, but unlike the lag in monetary policy, the lag in fiscal policy is largely attributable to the political process. In the United States, most changes in government spending and taxes must go through congressional committees in both the House and the Senate, be passed by both legislative bodies, and then be signed by the president. Completing this process can take months and, in some cases, years. By the time the change in fiscal policy is passed and ready to implement, the condition of the economy may well have changed.

These lags in monetary and fiscal policy are a problem in part because economic forecasting is so imprecise. If forecasters could accurately predict the condition of the economy a year in advance, then monetary and fiscal policymakers could look ahead when making policy decisions. In this case, policymakers could stabilize the economy despite the lags they face. In practice, however, major recessions and depressions arrive without much advance warning. The best policymakers can do at any time is to respond to economic changes as they occur.

Automatic Stabilizers

All economists—both advocates and critics of stabilization policy—agree that the lags in implementation render policy less useful as a tool for short-run stabilization. The economy would be more stable, therefore, if policymakers could find a way to avoid some of these lags. In fact, they have. **Automatic stabilizers** are changes in fiscal policy that stimulate aggregate demand when the economy goes into a recession without policymakers having to take any deliberate action.

automatic stabilizers
changes in fiscal policy that stimulate aggregate demand when the economy goes into a recession without policymakers having to take any deliberate action

The most important automatic stabilizer is the tax system. When the economy goes into a recession, the amount of taxes collected by the government falls automatically because almost all taxes are closely tied to economic activity. The personal income tax depends on households' incomes, the payroll tax depends on workers' earnings, and the corporate income tax depends on firms' profits. Because incomes, earnings, and profits all fall in a recession, the government's tax revenue falls as well. This automatic tax cut stimulates aggregate demand and, thereby, reduces the magnitude of economic fluctuations.

Government spending also acts as an automatic stabilizer. In particular, when the economy goes into a recession and workers are laid off, more people apply for unemployment insurance benefits, welfare benefits, and other forms of income support. This automatic increase in government spending stimulates aggregate demand at exactly the time when aggregate demand is insufficient to maintain full employment. Indeed, when the unemployment insurance system was first enacted in the 1930s, economists who advocated this policy did so in part because of its power as an automatic stabilizer.

The automatic stabilizers in the U.S. economy are not sufficiently strong to prevent recessions completely. Nonetheless, without these automatic stabilizers, output and employment would probably be more volatile than they are. For this reason, many economists oppose a constitutional amendment that would require the federal government always to run a balanced budget, as some politicians have proposed. When the economy goes into a recession, taxes fall, government spending rises, and the government's budget moves toward deficit. If the government faced a strict balanced-budget rule, it would be forced to look for ways to raise taxes or cut spending in a recession. In other words, a strict balanced-budget rule would eliminate the automatic stabilizers inherent in our current system of taxes and government spending.

QUICK QUIZ Suppose a wave of negative "animal spirits" overruns the economy, and people become pessimistic about the future. What happens to aggregate demand? If the Fed wants to stabilize aggregate demand, how should it alter the money supply? If it does this, what happens to the interest rate? Why might the Fed choose not to respond in this way?

CONCLUSION

Before policymakers make any change in policy, they need to consider all the effects of their decisions. Earlier in the book, we examined classical models of the economy, which describe the long-run effects of monetary and fiscal policy. There we saw how fiscal policy influences saving, investment, and long-run growth and how monetary policy influences the price level and the inflation rate.

In this chapter, we examined the short-run effects of monetary and fiscal policy. We saw how these policy instruments can change the aggregate demand for goods and services and alter the economy's production and employment in the short run. When Congress reduces government spending to balance the budget, it needs to consider both the long-run effects on saving and growth and the short-run effects on aggregate demand and employment. When the Fed reduces the growth rate of the money supply, it must take into account the long-run effect on inflation as well as the short-run effect on production. In all parts of government, policymakers must keep in mind both long-run and short-run goals.

SUMMARY

- In developing a theory of short-run economic fluctuations, Keynes proposed the theory of liquidity preference to explain the determinants of the interest rate. According to this theory, the interest rate adjusts to balance the supply and demand for money.
- An increase in the price level raises money demand and increases the interest rate that brings the money market into equilibrium. Because the interest rate represents the cost of borrowing, a higher interest rate reduces investment and, thereby, the quantity of goods and services demanded. The downward-sloping aggregate-demand curve expresses this negative relationship between the price level and the quantity demanded.
- Policymakers can influence aggregate demand with monetary policy. An increase in the money supply reduces the equilibrium interest rate for any given price level. Because a lower interest rate stimulates investment spending, the aggregate-demand curve shifts to the right. Conversely, a decrease in the money supply raises the equilibrium interest rate for any given price level and shifts the aggregate-demand curve to the left.
- Policymakers can also influence aggregate demand with fiscal policy. An increase in government purchases or a cut in taxes shifts the aggregate-demand curve to the right. A decrease in government purchases or an increase in taxes shifts the aggregate-demand curve to the left.
- When the government alters spending or taxes, the resulting shift in aggregate demand can be larger or smaller than the fiscal change. The multiplier effect tends to amplify the effects of fiscal policy on aggregate demand. The crowding-out effect tends to dampen the effects of fiscal policy on aggregate demand.
- Because monetary and fiscal policy can influence aggregate demand, the government sometimes uses these policy instruments in an attempt to stabilize the economy. Economists disagree about how active the government should be in this effort. According to advocates of active stabilization policy, changes in attitudes by households and firms shift aggregate demand; if the government does not respond, the result is undesirable and unnecessary fluctuations in output and employment. According to critics of active stabilization policy, monetary and fiscal policy work with such long lags that attempts at stabilizing the economy often end up being destabilizing.

KEY CONCEPTS

theory of liquidity preference, *p. 779*
fiscal policy, *p. 787*
multiplier effect, *p. 788*
crowding-out effect, *p. 791*
automatic stabilizers, *p. 797*

QUESTIONS FOR REVIEW

1. What is the theory of liquidity preference? How does it help explain the downward slope of the aggregate-demand curve?
2. Use the theory of liquidity preference to explain how a decrease in the money supply affects the aggregate-demand curve.
3. The government spends $3 billion to buy police cars. Explain why aggregate demand might increase by more than $3 billion. Explain why aggregate demand might increase by less than $3 billion.
4. Suppose that survey measures of consumer confidence indicate a wave of pessimism is sweeping the country. If policymakers do nothing, what will happen to aggregate demand? What should the Fed do if it wants to stabilize aggregate demand? If the Fed does nothing, what might Congress do to stabilize aggregate demand?
5. Give an example of a government policy that acts as an automatic stabilizer. Explain why the policy has this effect.

PROBLEMS AND APPLICATIONS

1. Explain how each of the following developments would affect the supply of money, the demand for money, and the interest rate. Illustrate your answers with diagrams.
   a. The Fed's bond traders buy bonds in open-market operations.
   b. An increase in credit-card availability reduces the cash people hold.
   c. The Federal Reserve reduces banks' reserve requirements.
   d. Households decide to hold more money to use for holiday shopping.
   e. A wave of optimism boosts business investment and expands aggregate demand.
2. The Federal Reserve expands the money supply by 5 percent.
   a. Use the theory of liquidity preference to illustrate in a graph the impact of this policy on the interest rate.
   b. Use the model of aggregate demand and aggregate supply to illustrate the impact of this change in the interest rate on output and the price level in the short run.
   c. When the economy makes the transition from its short-run equilibrium to its long-run equilibrium, what will happen to the price level?
   d. How will this change in the price level affect the demand for money and the equilibrium interest rate?
   e. Is this analysis consistent with the proposition that money has real effects in the short run but is neutral in the long run?
3. Suppose banks install automatic teller machines on every block and, by making cash readily available, reduce the amount of money people want to hold.
   a. Assume the Fed does not change the money supply. According to the theory of liquidity preference, what happens to the interest rate? What happens to aggregate demand?
   b. If the Fed wants to stabilize aggregate demand, how should it respond?
4. Consider two policies—a tax cut that will last for only 1 year and a tax cut that is expected to be permanent. Which policy will stimulate greater spending by consumers? Which policy will have the greater impact on aggregate demand? Explain.
5. The economy is in a recession with high unemployment and low output.
   a. Draw a graph of aggregate demand and aggregate supply to illustrate the current situation. Be sure to include the aggregate-demand curve, the short-run aggregate-supply curve, and the long-run aggregate-supply curve.
   b. Identify an open-market operation that would restore the economy to its natural rate.
   c. Draw a graph of the money market to illustrate the effect of this open-market operation. Show the resulting change in the interest rate.
   d. Draw a graph similar to the one in part (a) to show the effect of the open-market operation on output and the price level. Explain in

words why the policy has the effect that you have shown in the graph.

6. In the early 1980s, new legislation allowed banks to pay interest on checking deposits, which they could not do previously.
   a. If we define money to include checking deposits, what effect did this legislation have on money demand? Explain.
   b. If the Federal Reserve had maintained a constant money supply in the face of this change, what would have happened to the interest rate? What would have happened to aggregate demand and aggregate output?
   c. If the Federal Reserve had maintained a constant market interest rate (the interest rate on nonmonetary assets) in the face of this change, what change in the money supply would have been necessary? What would have happened to aggregate demand and aggregate output?
7. Suppose economists observe that an increase in government spending of $10 billion raises the total demand for goods and services by $30 billion.
   a. If these economists ignore the possibility of crowding out, what would they estimate the marginal propensity to consume (*MPC*) to be?
   b. Now suppose the economists allow for crowding out. Would their new estimate of the *MPC* be larger or smaller than their initial one?
8. Suppose the government reduces taxes by $20 billion, that there is no crowding out, and that the marginal propensity to consume is ¾.
   a. What is the initial effect of the tax reduction on aggregate demand?
   b. What additional effects follow this initial effect? What is the total effect of the tax cut on aggregate demand?
   c. How does the total effect of this $20 billion tax cut compare to the total effect of a $20 billion increase in government purchases? Why?
   d. Based on your answer to part (c), can you think of a way in which the government can increase aggregate demand without changing the government's budget deficit?
9. An economy is operating with output $400 billion below its natural rate, and fiscal policymakers want to close this recessionary gap. The central bank agrees to adjust the money supply to hold the interest rate constant, so there is no crowding out. The marginal propensity to consume is ⅘, and the price level is completely fixed in the short run.
   a. In what direction and by how much would government spending need to change to close the recessionary gap? Explain your thinking.
   b. In what direction and by how much would taxes need to change to close the gap? Explain.
   c. If the central bank were to hold the money supply, rather than the interest rate, constant in response to the change in fiscal policy, would your answers to the previous questions be larger, smaller, or the same? Explain.
   d. If policymakers in this economy wanted to close the recessionary gap without increasing the government's budget deficit, what are two ways they can accomplish this goal?
10. Suppose government spending increases. Would the effect on aggregate demand be larger if the Federal Reserve took no action in response or if the Fed were committed to maintaining a fixed interest rate? Explain.
11. In which of the following circumstances is expansionary fiscal policy more likely to lead to a short-run increase in investment? Explain.
   a. When the investment accelerator is large or when it is small?
   b. When the interest sensitivity of investment is large or when it is small?
12. For various reasons, fiscal policy changes automatically when output and employment fluctuate.
   a. Explain why tax revenue changes when the economy goes into a recession.
   b. Explain why government spending changes when the economy goes into a recession.
   c. If the government were to operate under a strict balanced-budget rule, what would it have to do in a recession? Would that make the recession more or less severe?
13. Some members of Congress have proposed a law that would make price stability the sole goal of monetary policy. Suppose such a law were passed.
   a. How would the Fed respond to an event that contracted aggregate demand?
   b. How would the Fed respond to an event that caused an adverse shift in short-run aggregate supply?

   In each case, is there another monetary policy that would lead to greater stability in output?

CHAPTER

35

The Short-Run Trade-off between Inflation and Unemployment

Two closely watched indicators of economic performance are inflation and unemployment. When the Bureau of Labor Statistics releases data on these variables each month, policymakers are eager to hear the news. Some commentators have added together the inflation rate and the unemployment rate to produce a misery index, which purports to measure the health of the economy.

How are these two measures of economic performance related to each other? Earlier in the book, we discussed the long-run determinants of unemployment and the long-run determinants of inflation. We saw that the natural rate of unemployment depends on various features of the labor market, such as minimum-wage laws, the market power of unions, the role of efficiency wages, and the effectiveness of job search. By contrast, the inflation rate depends primarily on growth in the money supply, which a nation's central bank controls. In the long run, therefore, inflation and unemployment are largely unrelated problems.

In the short run, just the opposite is true. One of the *Ten Principles of Economics* discussed in Chapter 1 is that society faces a short-run trade-off between inflation and unemployment. If monetary and fiscal policymakers expand aggregate demand and move the economy up along the short-run aggregate-supply curve, they can expand output and lower unemployment for a while, but only at the cost of a more rapidly rising price level. If policymakers contract aggregate demand and move the economy down the short-run aggregate-supply curve, they can lower inflation, but only at the cost of temporarily lower output and higher unemployment.

In this chapter, we examine the inflation–unemployment trade-off more closely. The relationship between inflation and unemployment has attracted the attention of some of the most important economists of the last half century. The best way to understand this relationship is to see how thinking about it has evolved. As we will see, the history of thought regarding inflation and unemployment since the 1950s is inextricably connected to the history of the U.S. economy. These two histories will show why the trade-off between inflation and unemployment holds in the short run, why it does not hold in the long run, and what issues the trade-off raises for economic policymakers.

THE PHILLIPS CURVE

Phillips curve
a curve that shows the short-run trade-off between inflation and unemployment

"Probably the single most important macroeconomic relationship is the Phillips curve." These are the words of economist George Akerlof from the lecture he gave when he received the Nobel Prize in 2001. The **Phillips curve** is the short-run relationship between inflation and unemployment. We begin our story with the discovery of the Phillips curve and its migration to America.

Origins of the Phillips Curve

In 1958, economist A. W. Phillips published an article in the British journal *Economica* that would make him famous. The article was titled "The Relationship between Unemployment and the Rate of Change of Money Wages in the United Kingdom, 1861–1957." In it, Phillips showed a negative correlation between the rate of unemployment and the rate of inflation. That is, Phillips showed that years with low unemployment tend to have high inflation, and years with high unemployment tend to have low inflation. (Phillips examined inflation in nominal wages rather than inflation in prices, but for our purposes, that distinction is not important. These two measures of inflation usually move together.) Phillips concluded that two important macroeconomic variables—inflation and unemployment—were linked in a way that economists had not previously appreciated.

Although Phillips's discovery was based on data for the United Kingdom, researchers quickly extended his finding to other countries. Two years after Phillips published his article, economists Paul Samuelson and Robert Solow published an article in the *American Economic Review* called "Analytics of Anti-Inflation Policy" in which they showed a similar negative correlation between inflation and unemployment in data for the United States. They reasoned that this correlation arose because low unemployment was associated with high aggregate demand, which in turn puts upward pressure on wages and prices throughout the economy. Samuelson and Solow dubbed the negative association between inflation and unemployment the *Phillips curve*. Figure 1 shows an example of a Phillips curve like the one found by Samuelson and Solow.

FIGURE 1

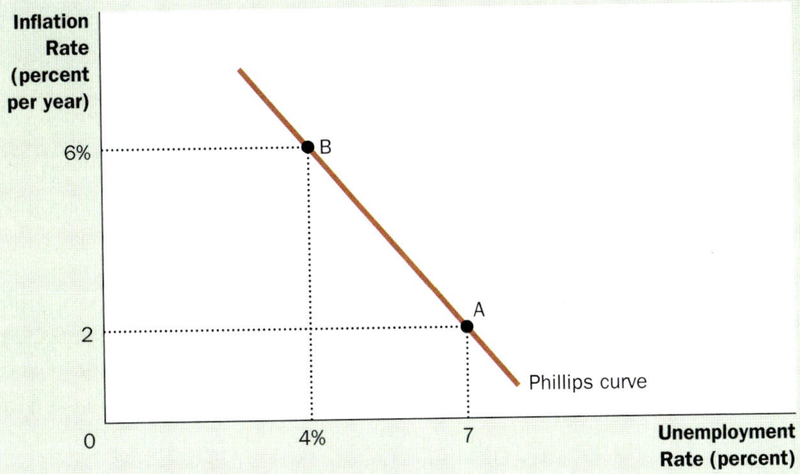

The Phillips Curve
The Phillips curve illustrates a negative association between the inflation rate and the unemployment rate. At point A, inflation is low and unemployment is high. At point B, inflation is high and unemployment is low.

As the title of their paper suggests, Samuelson and Solow were interested in the Phillips curve because they believed it held important lessons for policymakers. In particular, they suggested that the Phillips curve offers policymakers a menu of possible economic outcomes. By altering monetary and fiscal policy to influence aggregate demand, policymakers could choose any point on this curve. Point A offers high unemployment and low inflation. Point B offers low unemployment and high inflation. Policymakers might prefer both low inflation and low unemployment, but the historical data as summarized by the Phillips curve indicate that this combination is impossible. According to Samuelson and Solow, policymakers face a trade-off between inflation and unemployment, and the Phillips curve illustrates that trade-off.

Aggregate Demand, Aggregate Supply, and the Phillips Curve

The model of aggregate demand and aggregate supply provides an easy explanation for the menu of possible outcomes described by the Phillips curve. *The Phillips curve shows the combinations of inflation and unemployment that arise in the short run as shifts in the aggregate-demand curve move the economy along the short-run aggregate-supply curve.* As we saw in the preceding two chapters, an increase in the aggregate demand for goods and services leads, in the short run, to a larger output of goods and services and a higher price level. Larger output means greater employment and, thus, a lower rate of unemployment. In addition, a higher price level translates into a higher rate of inflation. Thus, shifts in aggregate demand push inflation and unemployment in opposite directions in the short run—a relationship illustrated by the Phillips curve.

To see more fully how this works, let's consider an example. To keep the numbers simple, imagine that the price level (as measured, for instance, by the consumer price index) equals 100 in the year 2020. Figure 2 shows two possible outcomes that might occur in the year 2021 depending of the strength of aggregate

2 FIGURE

How the Phillips Curve Is Related to the Model of Aggregate Demand and Aggregate Supply

This figure assumes a price level of 100 for the year 2020 and charts possible outcomes for the year 2021. Panel (a) shows the model of aggregate demand and aggregate supply. If aggregate demand is low, the economy is at point A; output is low (15,000), and the price level is low (102). If aggregate demand is high, the economy is at point B; output is high (16,000), and the price level is high (106). Panel (b) shows the implications for the Phillips curve. Point A, which arises when aggregate demand is low, has high unemployment (7 percent) and low inflation (2 percent). Point B, which arises when aggregate demand is high, has low unemployment (4 percent) and high inflation (6 percent).

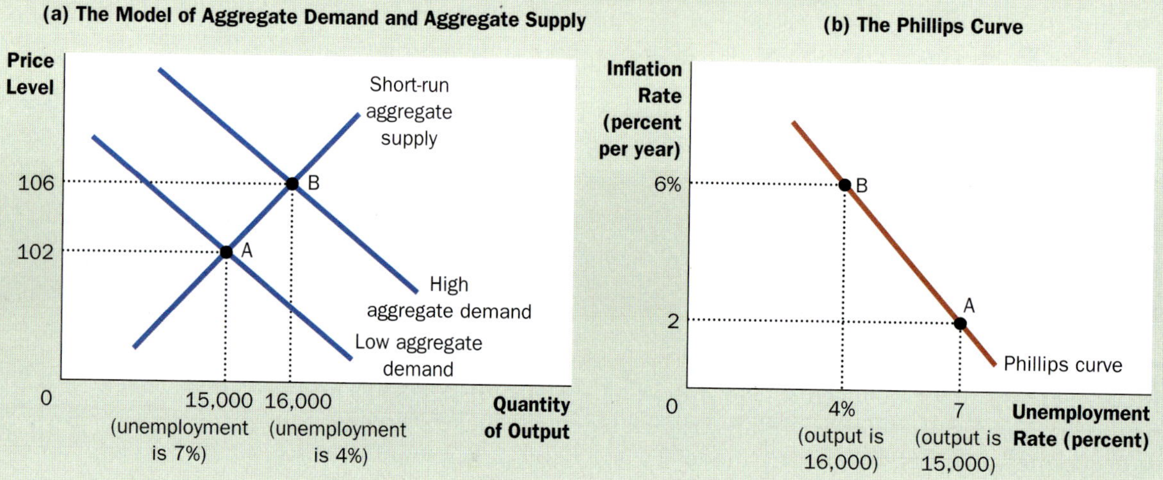

demand. One outcome occurs if aggregate demand is high, and the other occurs if aggregate demand is low. Panel (a) shows these two outcomes using the model of aggregate demand and aggregate supply. Panel (b) illustrates the same two outcomes using the Phillips curve.

Panel (a) of the figure shows what happens to output and the price level in the year 2021. If the aggregate demand for goods and services is low, the economy experiences outcome A. The economy produces output of 15,000, and the price level is 102. By contrast, if aggregate demand is high, the economy experiences outcome B. Output is 16,000, and the price level is 106. This is just an example of a familiar conclusion: Higher aggregate demand moves the economy to an equilibrium with higher output and a higher price level.

Panel (b) shows what these two possible outcomes mean for unemployment and inflation. Because firms need more workers when they produce a greater output of goods and services, unemployment is lower in outcome B than in outcome A. In this example, when output rises from 15,000 to 16,000, unemployment falls from 7 percent to 4 percent. Moreover, because the price level is higher at outcome B than at outcome A, the inflation rate (the percentage change in the price level from the previous year) is also higher. In particular, since the price level was 100 in the year 2020, outcome A has an inflation rate of 2 percent, and outcome B has an inflation rate of 6 percent. The two possible outcomes for the economy can be compared either in terms of output and the price level (using the model of aggregate demand and aggregate supply) or in terms of unemployment and inflation (using the Phillips curve).

Because monetary and fiscal policy can shift the aggregate-demand curve, they can move an economy along the Phillips curve. Increases in the money supply, increases in government spending, or cuts in taxes expand aggregate demand and move the economy to a point on the Phillips curve with lower unemployment and higher inflation. Decreases in the money supply, cuts in government spending, or increases in taxes contract aggregate demand and move the economy to a point on the Phillips curve with lower inflation and higher unemployment. In this sense, the Phillips curve offers policymakers a menu of combinations of inflation and unemployment.

QUICK QUIZ Draw the Phillips curve. Use the model of aggregate demand and aggregate supply to show how policy can move the economy from a point on this curve with high inflation to a point with low inflation.

SHIFTS IN THE PHILLIPS CURVE: THE ROLE OF EXPECTATIONS

The Phillips curve seems to offer policymakers a menu of possible inflation–unemployment outcomes. But does this menu of choices remain the same over time? Is the downward-sloping Phillips curve a stable relationship on which policymakers can rely? Economists took up these questions in the late 1960s, shortly after Samuelson and Solow had introduced the Phillips curve into the macroeconomic policy debate.

THE LONG-RUN PHILLIPS CURVE

In 1968, economist Milton Friedman published a paper in the *American Economic Review* based on an address he had recently given as president of the American Economic Association. The paper, titled "The Role of Monetary Policy," contained sections on "What Monetary Policy Can Do" and "What Monetary Policy Cannot Do." Friedman argued that one thing monetary policy cannot do, other than for only a short time, is lower unemployment by raising inflation. At about the same time, another economist, Edmund Phelps, also published a paper denying the existence of a long-run trade-off between inflation and unemployment.

Friedman and Phelps based their conclusions on classical principles of macroeconomics. Classical theory points to growth in the money supply as the primary determinant of inflation. But classical theory also states that monetary growth does not affect real variables such as output and employment; it merely alters all prices and nominal incomes proportionately. In particular, monetary growth does not influence those factors that determine the economy's unemployment rate, such as the market power of unions, the role of efficiency wages, or the process of job search. Friedman and Phelps concluded that there is no reason to think that the rate of inflation would, in the long run, be related to the rate of unemployment.

Here, in his own words, is Friedman's view about what the Federal Reserve can hope to accomplish for the economy in the long run:

> The monetary authority controls nominal quantities—directly, the quantity of its own liabilities [currency plus bank reserves]. In principle, it can use this control to peg a nominal quantity—an exchange rate, the price level, the nominal

> level of national income, the quantity of money by one definition or another—or to peg the change in a nominal quantity—the rate of inflation or deflation, the rate of growth or decline in nominal national income, the rate of growth of the quantity of money. It cannot use its control over nominal quantities to peg a real quantity—the real rate of interest, the rate of unemployment, the level of real national income, the real quantity of money, the rate of growth of real national income, or the rate of growth of the real quantity of money.

These views have important implications for the Phillips curve. In particular, they imply that monetary policymakers face a long-run Phillips curve that is vertical, as in Figure 3. If the Fed increases the money supply slowly, the inflation rate is low, and the economy finds itself at point A. If the Fed increases the money supply quickly, the inflation rate is high, and the economy finds itself at point B. In either case, the unemployment rate tends toward its normal level, called the *natural rate of unemployment*. The vertical long-run Phillips curve illustrates the conclusion that unemployment does not depend on money growth and inflation in the long run.

The vertical long-run Phillips curve is, in essence, one expression of the classical idea of monetary neutrality. Previously, we expressed monetary neutrality with a vertical long-run aggregate-supply curve. Figure 4 shows that the vertical long-run Phillips curve and the vertical long-run aggregate-supply curve are two sides of the same coin. In panel (a) of this figure, an increase in the money supply shifts the aggregate-demand curve to the right from AD_1 to AD_2. As a result of this shift, the long-run equilibrium moves from point A to point B. The price level rises from P_1 to P_2, but because the aggregate-supply curve is vertical, output remains the same. In panel (b), more rapid growth in the money supply raises the inflation rate by moving the economy from point A to point B. But because the Phillips curve is vertical, the rate of unemployment is the same at these two points. Thus, the vertical long-run aggregate-supply curve and the vertical long-run Phillips curve both imply that monetary policy influences nominal variables (the price

3 FIGURE

The Long-Run Phillips Curve
According to Friedman and Phelps, there is no trade-off between inflation and unemployment in the long run. Growth in the money supply determines the inflation rate. Regardless of the inflation rate, the unemployment rate gravitates toward its natural rate. As a result, the long-run Phillips curve is vertical.

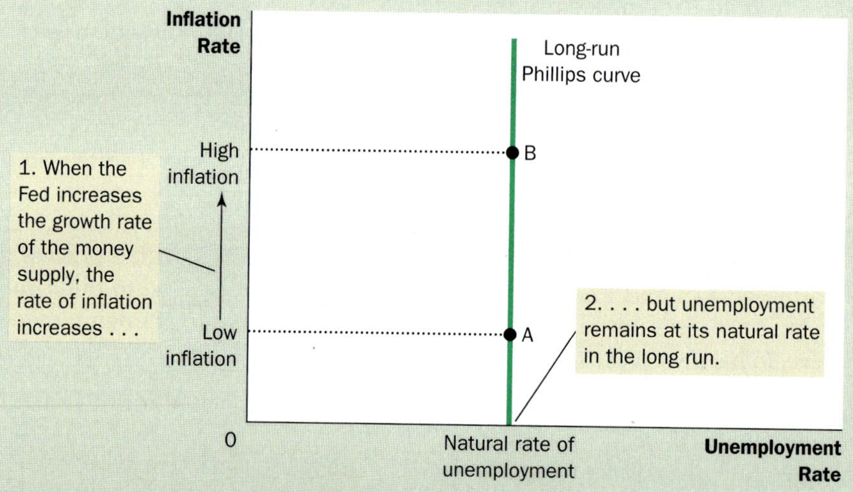

FIGURE 4

How the Long-Run Phillips Curve Is Related to the Model of Aggregate Demand and Aggregate Supply

Panel (a) shows the model of aggregate demand and aggregate supply with a vertical aggregate-supply curve. When expansionary monetary policy shifts the aggregate-demand curve to the right from AD_1 to AD_2, the equilibrium moves from point A to point B. The price level rises from P_1 to P_2, while output remains the same. Panel (b) shows the long-run Phillips curve, which is vertical at the natural rate of unemployment. In the long run, expansionary monetary policy moves the economy from lower inflation (point A) to higher inflation (point B) without changing the rate of unemployment.

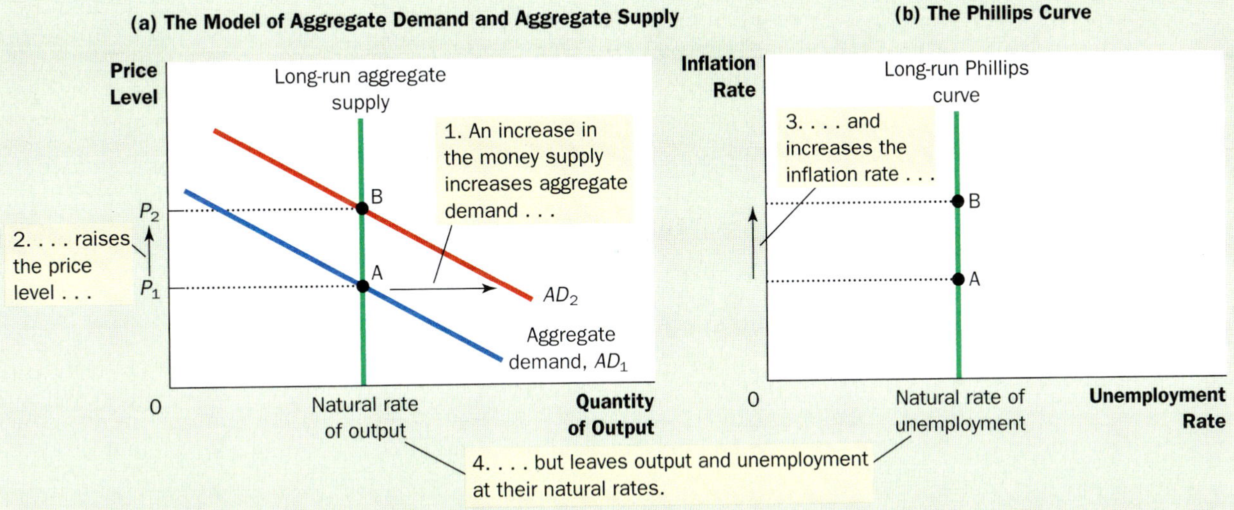

level and the inflation rate) but not real variables (output and unemployment). Regardless of the monetary policy pursued by the Fed, output and unemployment are, in the long run, at their natural rates.

The Meaning of "Natural"

What is so "natural" about the natural rate of unemployment? Friedman and Phelps used this adjective to describe the unemployment rate toward which the economy gravitates in the long run. Yet the natural rate of unemployment is not necessarily the socially desirable rate of unemployment. Nor is the natural rate of unemployment constant over time.

For example, suppose that a newly formed union uses its market power to raise the real wages of some workers above the equilibrium level. The result is an excess supply of workers and, therefore, a higher natural rate of unemployment. This unemployment is natural not because it is good but because it is beyond the influence of monetary policy. More rapid money growth would not reduce the market power of the union or the level of unemployment; it would lead only to more inflation.

Although monetary policy cannot influence the natural rate of unemployment, other types of policy can. To reduce the natural rate of unemployment, policymakers should look to policies that improve the functioning of the labor market. Earlier in the book, we discussed how various labor-market policies, such as minimum-wage laws, collective-bargaining laws, unemployment insurance, and job-training programs, affect the natural rate of unemployment. A policy change that reduced the natural rate of unemployment would shift the long-run Phillips curve to the left. In addition, because lower unemployment means more workers are producing goods and services, the quantity of goods and services supplied would be larger at any given price level, and the long-run aggregate-supply curve would shift to the right. The economy could then enjoy lower unemployment and higher output for any given rate of money growth and inflation.

Reconciling Theory and Evidence

At first, the conclusion of Friedman and Phelps that there is no long-run trade-off between inflation and unemployment might not seem persuasive. Their argument was based on an appeal to *theory*, specifically classical theory's prediction of monetary neutrality. By contrast, the negative correlation between inflation and unemployment documented by Phillips, Samuelson, and Solow was based on actual *evidence* from the real world. Why should anyone believe that policymakers faced a vertical Phillips curve when the world seemed to offer a downward-sloping one? Shouldn't the findings of Phillips, Samuelson, and Solow lead us to reject monetary neutrality?

Friedman and Phelps were well aware of these questions, and they offered a way to reconcile classical macroeconomic theory with the finding of a downward-sloping Phillips curve in data from the United Kingdom and the United States. They claimed that a negative relationship between inflation and unemployment exists in the short run but that it cannot be used by policymakers as a menu of outcomes in the long run. Policymakers can pursue expansionary monetary policy to achieve lower unemployment for a while, but eventually, unemployment returns to its natural rate, and more expansionary monetary policy leads only to higher inflation.

Friedman's and Phelps's work was the basis of our discussion of the difference between the short-run and long-run aggregate-supply curves in Chapter 33. As you may recall, the long-run aggregate-supply curve is vertical, indicating that the price level does not influence quantity supplied in the long run. But the short-run aggregate-supply curve is upward sloping, indicating that an increase in the price level raises the quantity of goods and services that firms supply. According to the sticky-wage theory of aggregate supply, for instance, nominal wages are set in advance based on the price level that workers and firms expected to prevail. When prices come in higher than expected, firms have an incentive to increase production and employment; when prices are less than expected, firms reduce production and employment. Yet because the expected price level and nominal wages will eventually adjust, the positive relationship between the actual price level and quantity supplied exists only in the short run.

Friedman and Phelps applied this same logic to the Phillips curve. Just as the aggregate-supply curve slopes upward only in the short run, the trade-off between inflation and unemployment holds only in the short run. And just as the long-run aggregate-supply curve is vertical, the long-run Phillips curve is also vertical. Once again, expectations are the key for understanding how the short run and the long run are related.

Friedman and Phelps introduced a new variable into the analysis of the inflation–unemployment trade-off: *expected inflation*. Expected inflation measures how much people expect the overall price level to change. Because the expected price level affects nominal wages, expected inflation is one factor that determines the position of the short-run aggregate-supply curve. In the short run, the Fed can take expected inflation (and, thus, the short-run aggregate-supply curve) as already determined. When the money supply changes, the aggregate-demand curve shifts, and the economy moves along a given short-run aggregate-supply curve. In the short run, therefore, monetary changes lead to unexpected fluctuations in output, prices, unemployment, and inflation. In this way, Friedman and Phelps explained the downward-sloping Phillips curve that Phillips, Samuelson, and Solow had documented.

The Fed's ability to create unexpected inflation by increasing the money supply exists only in the short run. In the long run, people come to expect whatever inflation rate the Fed chooses to produce, and nominal wages will adjust to keep pace with inflation. As a result, the long-run aggregate-supply curve is vertical. Changes in aggregate demand, such as those due to changes in the money supply, affect neither the economy's output of goods and services nor the number of workers that firms need to hire to produce those goods and services. Friedman and Phelps concluded that unemployment returns to its natural rate in the long run.

The Short-Run Phillips Curve

The analysis of Friedman and Phelps can be summarized in the following equation:

$$\text{Unemployment rate} = \text{Natural rate of unemployment} - a\left(\text{Actual inflation} - \text{Expected inflation}\right).$$

This equation (which is, in essence, another expression of the aggregate-supply equation we have seen previously) relates the unemployment rate to the natural rate of unemployment, actual inflation, and expected inflation. In the short run, expected inflation is given, so higher actual inflation is associated with lower unemployment. (The variable *a* is a parameter that measures how much unemployment responds to unexpected inflation.) In the long run, people come to expect whatever inflation the Fed produces, so actual inflation equals expected inflation, and unemployment is at its natural rate.

This equation implies there can be no stable short-run Phillips curve. Each short-run Phillips curve reflects a particular expected rate of inflation. (To be precise, if you graph the equation, you'll find that the downward-sloping short-run Phillips curve intersects the vertical long-run Phillips curve at the expected rate of inflation.) When expected inflation changes, the short-run Phillips curve shifts.

According to Friedman and Phelps, it is dangerous to view the Phillips curve as a menu of options available to policymakers. To see why, imagine an economy that starts with low inflation, with an equally low rate of expected inflation, and with unemployment at its natural rate. In Figure 5, the economy is at point A. Now suppose that policymakers try to take advantage of the trade-off between inflation and unemployment by using monetary or fiscal policy to expand aggregate demand. In the short run, when expected inflation is given, the economy goes from point A to point B. Unemployment falls below its natural rate, and the actual

5 FIGURE

How Expected Inflation Shifts the Short-Run Phillips Curve
The higher the expected rate of inflation, the higher the short-run trade-off between inflation and unemployment. At point A, expected inflation and actual inflation are equal at a low rate, and unemployment is at its natural rate. If the Fed pursues an expansionary monetary policy, the economy moves from point A to point B in the short run. At point B, expected inflation is still low, but actual inflation is high. Unemployment is below its natural rate. In the long run, expected inflation rises, and the economy moves to point C. At point C, expected inflation and actual inflation are both high, and unemployment is back to its natural rate.

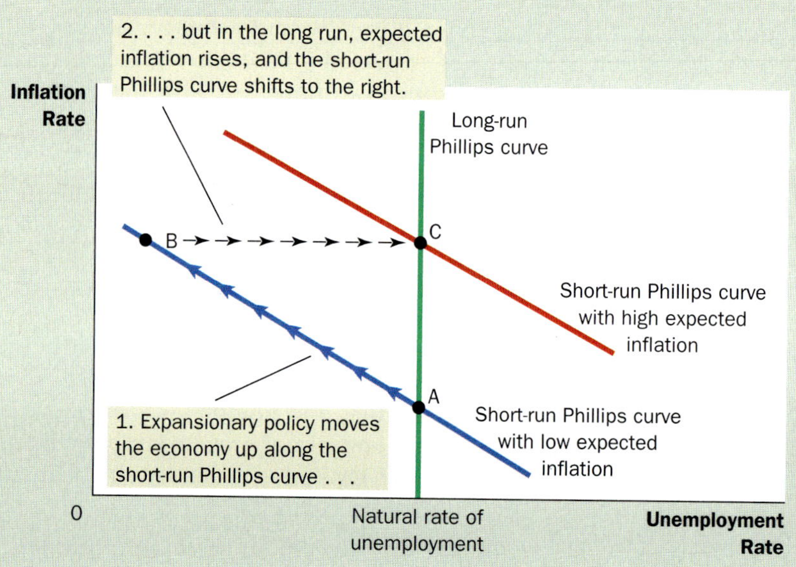

inflation rate rises above expected inflation. As the economy moves from point A to point B, policymakers might think they have achieved permanently lower unemployment at the cost of higher inflation—a bargain that, if possible, might be worth making.

This situation, however, will not persist. Over time, people get used to this higher inflation rate, and they raise their expectations of inflation. When expected inflation rises, firms and workers start taking higher inflation into account when setting wages and prices. The short-run Phillips curve then shifts to the right, as shown in the figure. The economy ends up at point C, with higher inflation than at point A but with the same level of unemployment. Thus, Friedman and Phelps concluded that policymakers face only a temporary trade-off between inflation and unemployment. In the long run, expanding aggregate demand more rapidly will yield higher inflation without any reduction in unemployment.

The Natural Experiment for the Natural-Rate Hypothesis

Friedman and Phelps had made a bold prediction in 1968: If policymakers try to take advantage of the Phillips curve by choosing higher inflation to reduce unemployment, they will succeed at reducing unemployment only temporarily. This view—that unemployment eventually returns to its natural rate, regardless of the rate of inflation—is called the **natural-rate hypothesis**. A few years after Friedman and Phelps proposed this hypothesis, monetary and fiscal policymakers inadvertently created a natural experiment to test it. Their laboratory was the U.S. economy.

natural-rate hypothesis
the claim that unemployment eventually returns to its normal, or natural, rate, regardless of the rate of inflation

Before we see the outcome of this test, however, let's look at the data that Friedman and Phelps had when they made their prediction in 1968. Figure 6 shows the unemployment and inflation rates for the period from 1961 to 1968. These data trace out an almost perfect Phillips curve. As inflation rose over these 8 years, unemployment fell. The economic data from this era seemed to confirm that policymakers faced a trade-off between inflation and unemployment.

The apparent success of the Phillips curve in the 1960s made the prediction of Friedman and Phelps all the bolder. In 1958, Phillips had suggested a negative association between inflation and unemployment. In 1960, Samuelson and Solow had shown it existed in U.S. data. Another decade of data had confirmed the relationship. To some economists at the time, it seemed ridiculous to claim that the historically reliable Phillips curve would start shifting once policymakers tried to take advantage of it.

In fact, that is exactly what happened. Beginning in the late 1960s, the government followed policies that expanded the aggregate demand for goods and services. In part, this expansion was due to fiscal policy: Government spending rose as the Vietnam War heated up. In part, it was due to monetary policy: Because the Fed was trying to hold down interest rates in the face of expansionary fiscal policy, the money supply (as measured by M2) rose about 13 percent per year during the period from 1970 to 1972, compared to 7 percent per year in the early 1960s. As a result, inflation stayed high (about 5 to 6 percent per year in the late 1960s and early 1970s, compared to about 1 to 2 percent per year in the early 1960s). But as Friedman and Phelps had predicted, unemployment did not stay low.

Figure 7 displays the history of inflation and unemployment from 1961 to 1973. It shows that the simple negative relationship between these two variables started to break down around 1970. In particular, as inflation remained high in the early

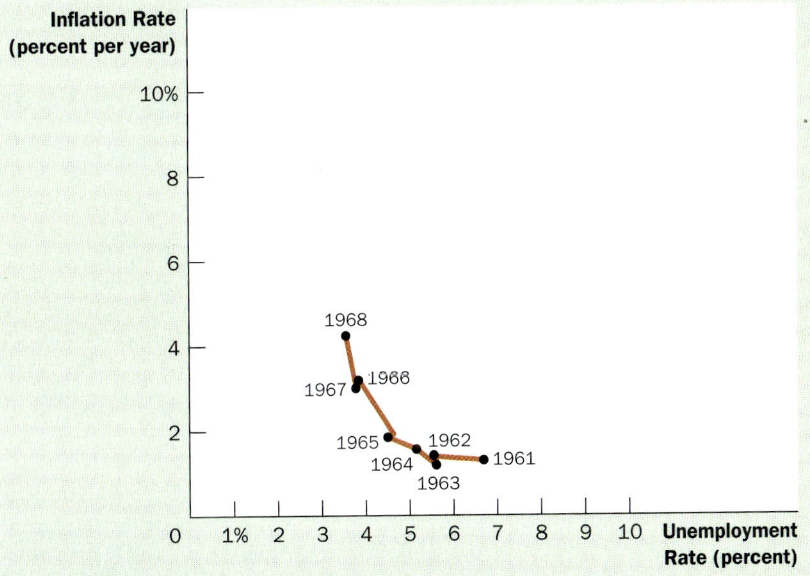

FIGURE 6

The Phillips Curve in the 1960s

This figure uses annual data from 1961 to 1968 on the unemployment rate and on the inflation rate (as measured by the GDP deflator) to show the negative relationship between inflation and unemployment.

Source: U.S. Department of Labor; U.S. Department of Commerce.

7 FIGURE

The Breakdown of the Phillips Curve

This figure shows annual data from 1961 to 1973 on the unemployment rate and on the inflation rate (as measured by the GDP deflator). The Phillips curve of the 1960s breaks down in the early 1970s, just as Friedman and Phelps had predicted. Notice that the points labeled A, B, and C in this figure correspond roughly to the points in Figure 5.

Source: U.S. Department of Labor; U.S. Department of Commerce.

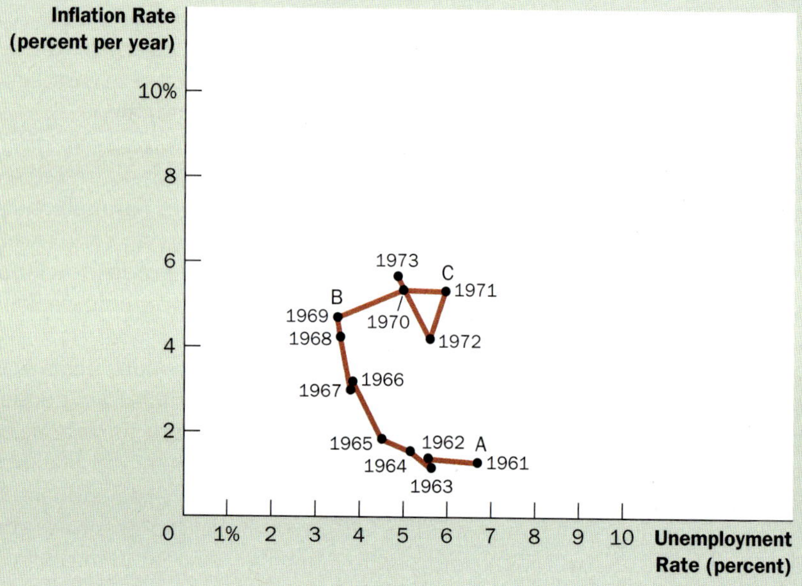

1970s, people's expectations of inflation caught up with reality, and the unemployment rate reverted to the 5 percent to 6 percent range that had prevailed in the early 1960s. Notice that the history illustrated in Figure 7 resembles the theory of a shifting short-run Phillips curve shown in Figure 5. By 1973, policymakers had learned that Friedman and Phelps were right: There is no trade-off between inflation and unemployment in the long run.

QUICK QUIZ Draw the short-run Phillips curve and the long-run Phillips curve. Explain why they are different.

SHIFTS IN THE PHILLIPS CURVE: THE ROLE OF SUPPLY SHOCKS

Friedman and Phelps had suggested in 1968 that changes in expected inflation shift the short-run Phillips curve, and the experience of the early 1970s convinced most economists that Friedman and Phelps were right. Within a few years, however, the economics profession would turn its attention to a different source of shifts in the short-run Phillips curve: shocks to aggregate supply.

This time, the change in focus came not from two American economics professors but from a group of Arab sheiks. In 1974, the Organization of Petroleum Exporting Countries (OPEC) began to exert its market power as a cartel in the world oil market to increase its members' profits. The countries of OPEC, such as Saudi Arabia, Kuwait, and Iraq, restricted the amount of crude oil they pumped and sold on world markets. Within a few years, this reduction in supply caused the world price of oil to almost double.

A large increase in the world price of oil is an example of a supply shock. A **supply shock** is an event that directly affects firms' costs of production and thus the prices they charge; it shifts the economy's aggregate-supply curve and, as a result, the Phillips curve. For example, when an oil price increase raises the cost of producing gasoline, heating oil, tires, and many other products, it reduces the quantity of goods and services supplied at any given price level. As panel (a) of Figure 8 shows, this reduction in supply is represented by the leftward shift in the aggregate-supply curve from AS_1 to AS_2. Output falls from Y_1 to Y_2, and the price level rises from P_1 to P_2. The combination of falling output (stagnation) and rising prices (inflation) is sometimes called *stagflation*.

supply shock
an event that directly alters firms' costs and prices, shifting the economy's aggregate-supply curve and thus the Phillips curve

This shift in aggregate supply is associated with a similar shift in the short-run Phillips curve, shown in panel (b). Because firms need fewer workers to produce the smaller output, employment falls and unemployment rises. Because the price level is higher, the inflation rate—the percentage change in the price level from the previous year—is also higher. Thus, the shift in aggregate supply leads to higher unemployment and higher inflation. The short-run trade-off between inflation and unemployment shifts to the right from PC_1 to PC_2.

Confronted with an adverse shift in aggregate supply, policymakers face a difficult choice between fighting inflation and fighting unemployment. If they contract aggregate demand to fight inflation, they will raise unemployment further. If they expand aggregate demand to fight unemployment, they will raise inflation further. In other words, policymakers face a less favorable trade-off between inflation and unemployment than they did before the shift in aggregate supply: They

FIGURE 8

An Adverse Shock to Aggregate Supply

Panel (a) shows the model of aggregate demand and aggregate supply. When the aggregate-supply curve shifts to the left from AS_1 to AS_2, the equilibrium moves from point A to point B. Output falls from Y_1 to Y_2, and the price level rises from P_1 to P_2. Panel (b) shows the short-run trade-off between inflation and unemployment. The adverse shift in aggregate supply moves the economy from a point with lower unemployment and lower inflation (point A) to a point with higher unemployment and higher inflation (point B). The short-run Phillips curve shifts to the right from PC_1 to PC_2. Policymakers now face a worse trade-off between inflation and unemployment.

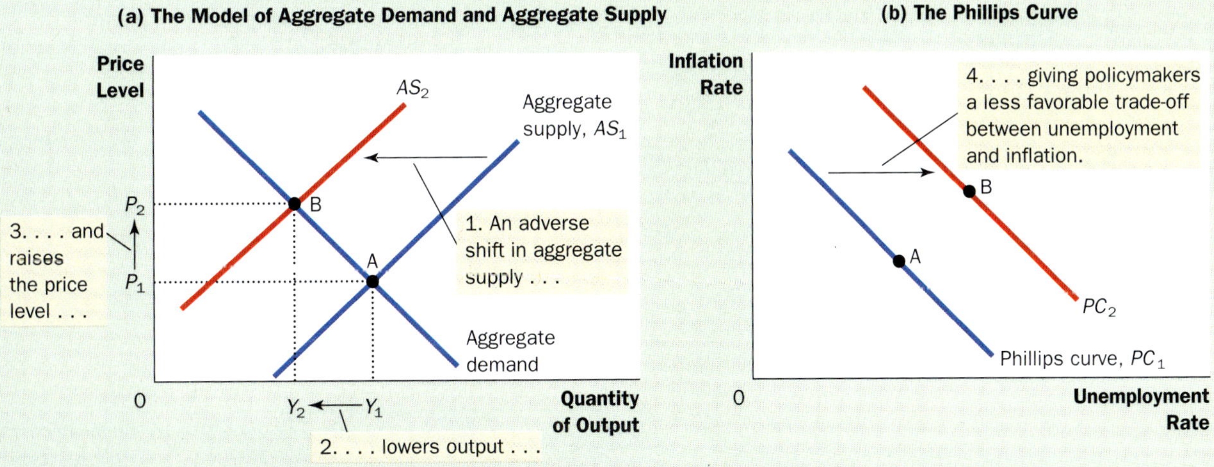

have to live with a higher rate of inflation for a given rate of unemployment, a higher rate of unemployment for a given rate of inflation, or some combination of higher unemployment and higher inflation.

Faced with such an adverse shift in the Phillips curve, policymakers will ask whether the shift is temporary or permanent. The answer depends on how people adjust their expectations of inflation. If people view the rise in inflation due to the supply shock as a temporary aberration, expected inflation will not change, and the Phillips curve will soon revert to its former position. But if people believe the shock will lead to a new era of higher inflation, then expected inflation will rise, and the Phillips curve will remain at its new, less desirable position.

In the United States during the 1970s, expected inflation did rise substantially. This rise in expected inflation was partly attributable to the Fed's decision to accommodate the supply shock with higher money growth. (Recall that policymakers are said to *accommodate* an adverse supply shock when they respond to it by increasing aggregate demand in an effort to keep output from falling.) Because of this policy decision, the recession that resulted from the supply shock was smaller than it otherwise might have been, but the U.S. economy faced an unfavorable trade-off between inflation and unemployment for many years. The problem was compounded in 1979, when OPEC once again started to exert its market power, more than doubling the price of oil. Figure 9 shows inflation and unemployment in the U.S. economy during this period.

In 1980, after two OPEC supply shocks, the U.S. economy had an inflation rate of more than 9 percent and an unemployment rate of about 7 percent. This combination of inflation and unemployment was not at all near the trade-off that seemed possible in the 1960s. (In the 1960s, the Phillips curve suggested that an unemployment rate of 7 percent would be associated with an inflation rate of only

9 FIGURE

The Supply Shocks of the 1970s

This figure shows annual data from 1972 to 1981 on the unemployment rate and on the inflation rate (as measured by the GDP deflator). In the periods 1973–1975 and 1978–1981, increases in world oil prices led to higher inflation and higher unemployment.

Source: U.S. Department of Labor; U.S. Department of Commerce.

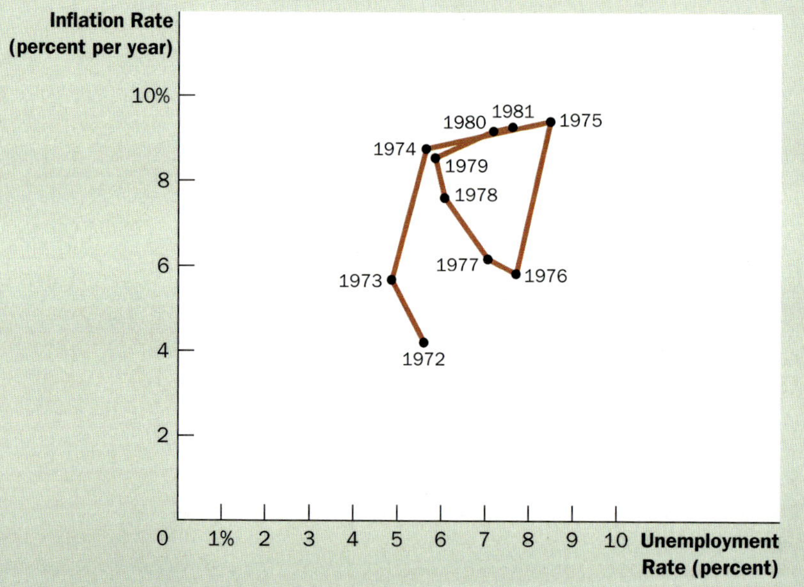

In The News

Will Stagflation Return?

In 2008 the eminent economist and monetary historian Allan Meltzer worried that the Federal Reserve was repeating the mistakes of the 1970s.

That '70s Show

By Allan H. Meltzer

Is the Federal Reserve an independent monetary authority or a handmaiden beholden to political and market players? Has it reverted to its mistaken behavior in the 1970s? Recent actions and public commitments, including Fed Chairman Ben Bernanke's testimony to Congress yesterday—where he warned of a steeper decline and suggested that more rate cuts lie ahead—leave little doubt on both counts.

An independent central bank is supposed to maintain the value of the currency and prevent inflation. In the 1970s and again now, Federal Reserve officials repeatedly promised themselves and each other that they would lower inflation. But as soon as the unemployment rate ticked up a bit, the promises were forgotten.

People soon recognized that avoiding possible recession overwhelmed any concern about inflation. Many concluded that inflation would increase over time and that the Fed would do little more than talk. Prices and wages fell very little in recessions. The result was inflation and stagnant growth: stagflation.

It's beginning to happen again. Unlike the response of wages and prices in the low inflation 1990s, expectations of rising inflation now delay or stop price and wage adjustment, inhibiting growth.

One lesson of the inflationary 1970s: A country that will not accept the possibility of a small recession will end up having a big one when the politicians at last respond to the public's complaints about inflation. Instead of paying the relatively small cost of a possible recession, the public pays the much larger cost of sustained inflation and a deeper recession. And enduring the deeper recession is the only way to convince the public that the Fed has at last decided to slow inflation . . . .

Surely Mr. Bernanke and his colleagues remember what happened in the 1970s. They console themselves with the belief that they will respond to any inflation that occurs by promptly raising interest rates. That repeats the commitments made repeatedly in the 1970s, which the Fed was unwilling to keep. The blunt fact is that there is rarely a popular time to raise interest rates. And with the growing streak of populism in the country, it will become more difficult.

The Fed's recent behavior is in sharp contrast to the European Central Bank. The ECB keeps its eye on both objectives, growth and low inflation. It doesn't shift back and forth from one to the other. The Fed should do the same. In the 1970s, because the Fed shifted from one goal to the other and back again, it achieved neither. Both inflation and unemployment rose on average, then fell together in the 1980s—after the Fed controlled inflation.

After 1985, Fed policy kept inflation and unemployment low. The result was 20 years of growth, and three of the longest peacetime expansions punctuated by short recessions.

We should not throw this policy away. Federal Reserve independence is a valuable right which should not be discarded. The Fed should insist on its obligation to prevent inflation and sustain growth, not sacrificing inflation to lower unemployment before the election.

Source: *The Wall Street Journal*, February 28, 2008.

1 percent. Inflation of more than 9 percent was unthinkable.) With the misery index in 1980 near a historic high, the public was widely dissatisfied with the performance of the economy. Largely because of this dissatisfaction, President Jimmy Carter lost his bid for reelection in November 1980 and was replaced by Ronald Reagan. Something had to be done, and soon it would be.

QUICK QUIZ Give an example of a favorable shock to aggregate supply. Use the model of aggregate demand and aggregate supply to explain the effects of such a shock. How does it affect the Phillips curve?

THE COST OF REDUCING INFLATION

In October 1979, as OPEC was imposing adverse supply shocks on the world's economies for the second time in a decade, Fed Chairman Paul Volcker decided that the time for action had come. Volcker had been appointed chairman by President Carter only two months earlier, and he had taken the job knowing that inflation had reached unacceptable levels. As guardian of the nation's monetary system, he felt he had little choice but to pursue a policy of *disinflation*—a reduction in the rate of inflation. Volcker had no doubt that the Fed could reduce inflation through its ability to control the quantity of money. But what would be the short-run cost of disinflation? The answer to this question was much less certain.

THE SACRIFICE RATIO

To reduce the inflation rate, the Fed has to pursue contractionary monetary policy. Figure 10 shows some of the effects of such a decision. When the Fed slows the rate at which the money supply is growing, it contracts aggregate demand. The fall in aggregate demand, in turn, reduces the quantity of goods and services that firms produce, and this fall in production leads to a rise in unemployment. The economy begins at point A in the figure and moves along the short-run Phillips curve to point B, which has lower inflation and higher unemployment. Over time,

10 FIGURE

Disinflationary Monetary Policy in the Short Run and Long Run
When the Fed pursues contractionary monetary policy to reduce inflation, the economy moves along a short-run Phillips curve from point A to point B. Over time, expected inflation falls, and the short-run Phillips curve shifts downward. When the economy reaches point C, unemployment is back at its natural rate.

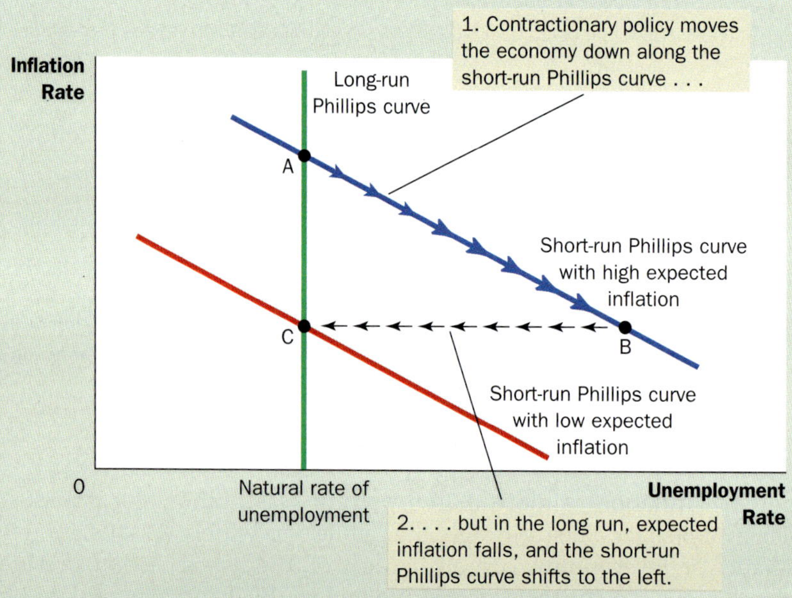

as people come to understand that prices are rising more slowly, expected inflation falls, and the short-run Phillips curve shifts downward. The economy moves from point B to point C. Inflation is lower than it was initially at point A, and unemployment is back at its natural rate.

Thus, if a nation wants to reduce inflation, it must endure a period of high unemployment and low output. In Figure 10, this cost is represented by the movement of the economy through point B as it travels from point A to point C. The size of this cost depends on the slope of the Phillips curve and how quickly expectations of inflation adjust to the new monetary policy.

Many studies have examined the data on inflation and unemployment to estimate the cost of reducing inflation. The findings of these studies are often summarized in a statistic called the **sacrifice ratio**. The sacrifice ratio is the number of percentage points of annual output lost in the process of reducing inflation by 1 percentage point. A typical estimate of the sacrifice ratio is 5. That is, for each percentage point that inflation is reduced, 5 percent of annual output must be sacrificed in the transition.

sacrifice ratio
the number of percentage points of annual output lost in the process of reducing inflation by 1 percentage point

Such estimates surely must have made Paul Volcker apprehensive as he confronted the task of reducing inflation. Inflation was running at almost 10 percent per year. To reach moderate inflation of, say, 4 percent per year would mean reducing inflation by 6 percentage points. If each percentage point cost 5 percent of the economy's annual output, then reducing inflation by 6 percentage points would require sacrificing 30 percent of annual output.

According to studies of the Phillips curve and the cost of disinflation, this sacrifice could be paid in various ways. An immediate reduction in inflation would depress output by 30 percent for a single year, but that outcome was surely too harsh even for an inflation hawk like Paul Volcker. It would be better, many argued, to spread out the cost over several years. If the reduction in inflation took place over 5 years, for instance, then output would have to average only 6 percent below trend during that period to add up to a sacrifice of 30 percent. An even more gradual approach would be to reduce inflation slowly over a decade so that output would have to be only 3 percent below trend. Whatever path was chosen, however, it seemed that reducing inflation would not be easy.

Rational Expectations and the Possibility of Costless Disinflation

Just as Paul Volcker was pondering how costly reducing inflation might be, a group of economics professors was leading an intellectual revolution that would challenge the conventional wisdom on the sacrifice ratio. This group included such prominent economists as Robert Lucas, Thomas Sargent, and Robert Barro. Their revolution was based on a new approach to economic theory and policy called **rational expectations**. According to the theory of rational expectations, people optimally use all the information they have, including information about government policies, when forecasting the future.

rational expectations
the theory that people optimally use all the information they have, including information about government policies, when forecasting the future

This new approach has had profound implications for many areas of macroeconomics, but none is more important than its application to the trade-off between inflation and unemployment. As Friedman and Phelps had first emphasized, expected inflation is an important variable that explains why there is a trade-off between inflation and unemployment in the short run but not in the long run. How quickly the short-run trade-off disappears depends on how quickly people adjust their expectations of inflation. Proponents of rational expectations built on the Friedman-Phelps analysis to argue that when economic policies change, people adjust their expectations of inflation accordingly. The studies of inflation and unemployment that had tried to estimate the sacrifice ratio had failed to take account of the direct effect of the policy regime on expectations. As a result, estimates of the sacrifice ratio were, according to the rational-expectations theorists, unreliable guides for policy.

In a 1981 paper titled "The End of Four Big Inflations," Thomas Sargent described this new view as follows:

> An alternative "rational expectations" view denies that there is any inherent momentum to the present process of inflation. This view maintains that firms and workers have now come to expect high rates of inflation in the future and that they strike inflationary bargains in light of these expectations. However, it is held that people expect high rates of inflation in the future precisely because the government's current and prospective monetary and fiscal policies warrant those expectations. . . . An implication of this view is that inflation can be stopped much more quickly than advocates of the "momentum" view have indicated and that their estimates of the length of time and the costs of stopping inflation in terms of forgone output are erroneous. . . . This is not to say that it would be easy to eradicate inflation. On the contrary, it would require more than a few temporary restrictive fiscal and monetary actions. It would require a change in the policy regime. . . . How costly such a move would be in terms of forgone output and how long it would be in taking effect would depend partly on how resolute and evident the government's commitment was.

According to Sargent, the sacrifice ratio could be much smaller than suggested by previous estimates. Indeed, in the most extreme case, it could be zero: If the government made a credible commitment to a policy of low inflation, people would be rational enough to lower their expectations of inflation immediately. The short-run Phillips curve would shift downward, and the economy would reach low inflation quickly without the cost of temporarily high unemployment and low output.

The Volcker Disinflation

As we have seen, when Paul Volcker faced the prospect of reducing inflation from its peak of about 10 percent, the economics profession offered two conflicting predictions. One group of economists offered estimates of the sacrifice ratio and concluded that reducing inflation would have great cost in terms of lost output and high unemployment. Another group offered the theory of rational expectations and concluded that reducing inflation could be much less costly and, perhaps, could even have no cost at all. Who was right?

Figure 11 shows inflation and unemployment from 1979 to 1987. As you can see, Volcker did succeed at reducing inflation. Inflation came down from almost 10 percent in 1981 and 1982 to about 4 percent in 1983 and 1984. Credit for this reduction in inflation goes completely to monetary policy. Fiscal policy at this time was acting in the opposite direction: The increases in the budget deficit during the Reagan administration were expanding aggregate demand, which tends to raise inflation. The fall in inflation from 1981 to 1984 is attributable to the tough anti-inflation policies of Fed Chairman Paul Volcker.

FIGURE 11

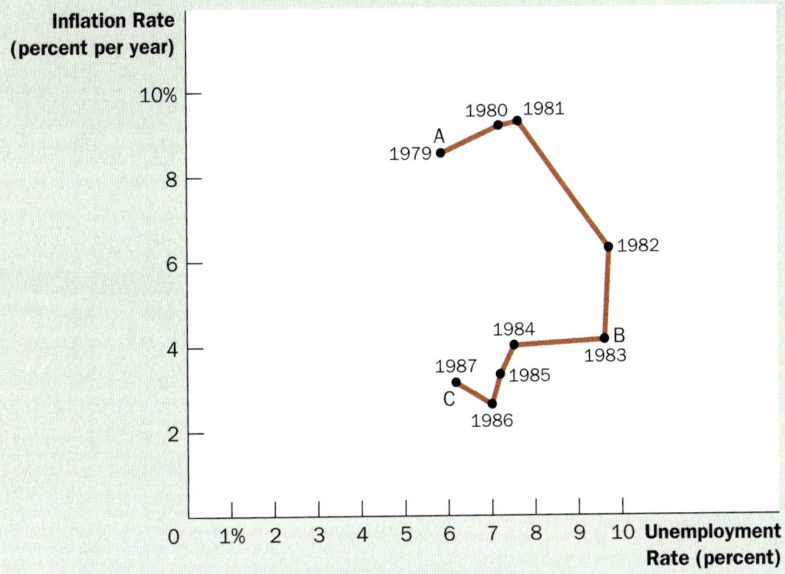

The Volcker Disinflation
This figure shows annual data from 1979 to 1987 on the unemployment rate and on the inflation rate (as measured by the GDP deflator). The reduction in inflation during this period came at the cost of very high unemployment in 1982 and 1983. Note that the points labeled A, B, and C in this figure correspond roughly to the points in Figure 10.

Source: U.S. Department of Labor; U.S. Department of Commerce.

The figure shows that the Volcker disinflation did come at the cost of high unemployment. In 1982 and 1983, the unemployment rate was about 10 percent—about 4 percentage points above its level when Paul Volcker was appointed Fed chairman. At the same time, the production of goods and services as measured by real GDP was well below its trend level. The Volcker disinflation produced the deepest recession in the United States since the Great Depression of the 1930s.

Does this experience refute the possibility of costless disinflation as suggested by the rational-expectations theorists? Some economists have argued that the answer to this question is a resounding yes. Indeed, the pattern of disinflation shown in Figure 11 is similar to the pattern predicted in Figure 10. To make the transition from high inflation (point A in both figures) to low inflation (point C), the economy had to experience a painful period of high unemployment (point B).

Yet there are two reasons not to reject the conclusions of the rational-expectations theorists so quickly. First, even though the Volcker disinflation did impose a cost of temporarily high unemployment, the cost was not as large as many economists had predicted. Most estimates of the sacrifice ratio based on the Volcker disinflation are smaller than estimates that had been obtained from previous data. Perhaps Volcker's tough stand on inflation did have some direct effect on expectations, as the rational-expectations theorists claimed.

Second, and more important, even though Volcker announced that he would aim monetary policy to lower inflation, much of the public did not believe him. Because few people thought Volcker would reduce inflation as quickly as he did, expected inflation did not fall, and the short-run Phillips curve did not shift down as quickly as it might have. Some evidence for this hypothesis comes from the forecasts made by commercial forecasting firms: Their forecasts of inflation fell more slowly in the 1980s than did actual inflation. Thus, the Volcker disinflation does not necessarily refute the rational-expectations view that credible disinflation can be costless. It does show, however, that policymakers cannot count on people immediately believing them when they announce a policy of disinflation.

The Greenspan Era

Since the OPEC inflation of the 1970s and the Volcker disinflation of the 1980s, the U.S. economy has experienced relatively mild fluctuations in inflation and unemployment. Figure 12 shows inflation and unemployment from 1984 to 2006. This period is called the Greenspan era, after Alan Greenspan who in 1987 followed Paul Volcker as chairman of the Federal Reserve.

This period began with a favorable supply shock. In 1986, OPEC members started arguing over production levels, and their long-standing agreement to restrict supply broke down. Oil prices fell by about half. As the figure shows, this favorable supply shock led to falling inflation and falling unemployment from 1984 to 1986.

Since then, the Fed has been careful to avoid repeating the policy mistakes of the 1960s, when excessive aggregate demand pushed unemployment below the natural rate and raised inflation. When unemployment fell and inflation rose in 1989 and 1990, the Fed raised interest rates and contracted aggregate demand, leading to a small recession in 1991 and 1992. Unemployment then rose above most estimates of the natural rate, and inflation fell once again.

The rest of the 1990s witnessed a period of economic prosperity. Inflation gradually drifted downward, approaching zero by the end of the decade. Unemployment also drifted downward, leading many observers to believe that the natural rate of unemployment had fallen. Part of the credit for this good economic performance goes to Alan Greenspan and his colleagues at the Federal Reserve, for low

12 FIGURE

The Greenspan Era

This figure shows annual data from 1984 to 2006 on the unemployment rate and on the inflation rate (as measured by the GDP deflator). During most of this period, Alan Greenspan was chairman of the Federal Reserve. Fluctuations in inflation and unemployment were relatively small.

Source: U.S. Department of Labor; U.S. Department of Commerce.

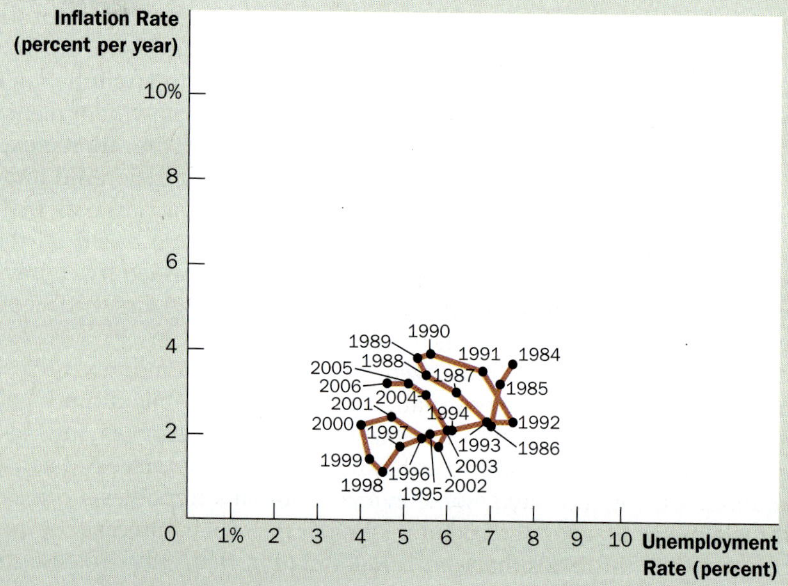

inflation can be achieved only with prudent monetary policy. But good luck in the form of favorable supply shocks is also part of the story.

The economy, however, ran into problems in 2001, as a case study in Chapter 33 described. The end of the dot-com stock-market bubble, the 9/11 terrorist attacks, and corporate accounting scandals all depressed aggregate demand. Unemployment rose as the economy experienced its first recession in a decade. But a combination of expansionary monetary and fiscal policies helped end the downturn, and by early 2005, unemployment was close to most estimates of the natural rate.

In 2005 President Bush nominated Ben Bernanke to follow Alan Greenspan as the chairman of the Fed. Bernanke was sworn in on February 1, 2006. At the time of his nomination, Bernanke said, "My first priority will be to maintain continuity with the policies and policy strategies established during the Greenspan years."

Bernanke's Challenges

Only time will tell if the Bernanke Fed in fact resembles that of his predecessor. But there is no doubt that in his first two years on the job, the new Fed chairman faced some significant economic challenges.

One challenge arose from problems in the housing market and the financial system. From 1995 to 2006, the U.S. housing market was booming, and average U.S. house prices more than doubled. This housing boom, together with a period of low interest rates, encouraged many households to borrow and buy real estate. Some of these new homeowners were *subprime:* given their down payments, incomes, and credit histories, they were considered at high risk of default.

As the new Fed chairman took office, the housing market was turning from boom to bust. From 2006 to 2008, housing prices declined more than 15 percent, and many of these new homeowners found themselves *underwater* (the value of the house fell below the balance on the mortgage). Mortgage defaults and home foreclosures increased. The financial institutions that held these mortgages faced large losses, in some cases threatening their continued viability. When Bear Stearns, a large investment bank, found itself at the brink of bankruptcy, the Federal Reserve facilitated its takeover by another bank, JPMorgan Chase, by lending the newly combined firm $30 billion and accepting as collateral some financial securities of questionable value. The Fed's goal was to prevent the bankruptcy of one firm from starting a more widespread financial crisis.

At the same time that these housing and financial developments were unfolding, the Fed faced another problem: rising commodity prices around the world. The price of oil, for example, quadrupled from 2004 to 2008, driven in part by increased demand from China and other rapidly growing emerging economies. The prices of basic foods also rose significantly in world markets, in part because of supply reductions from droughts in Australia and in part because of demand increases from the emerging economies and from the increased use of agricultural products to make biofuels.

Like Odysseus having to navigate between the perils of Scylla and Charybdis, Bernanke had to navigate between the risk of rising unemployment and the risk of rising inflation. The housing and financial crises were depressing aggregate demand, reducing incomes and increasing unemployment. The increase in world commodity prices was contracting aggregate supply, increasing both unemployment and inflation. A boxed feature in the previous chapter shows how the Fed in 2008 tried to balance these risks in setting monetary policy.

In The News

Managing Expectations

To keep a more favorable short-run trade-off between inflation and unemployment, central banks try to dampen expectations of inflation.

Fed Focuses on Inflation Expectations and Tries to Stem Self-Fulfilling Prophecies

By Christopher Conkey

Over the next couple of days, the U.S. government will issue closely watched estimates of how much prices rose last month at the wholesale and retail levels. Nearly as important for the Federal Reserve—and, therefore, for financial markets and the interest rates that ordinary Americans pay on their debts and receive on their savings—is how much consumers and markets expect inflation to rise down the road.

Inflation expectations have become increasingly important to monetary policy in recent years. When people anticipate a rising inflation rate, the prevailing theory goes, they are likely to behave in ways that will bring about higher prices. If workers anticipate a robust inflation rate in a year's time, they will be more likely to push for higher wages now. If businesses expect higher inflation, they will be more likely to increase prices sooner.

Preventing this kind of inflationary spiral is what Fed Chairman Ben Bernanke had in mind last week when he said the central bank will be "vigilant" in combating the recent upward trend in prices. "The best way to prevent increases in energy and commodity prices from leading to persistently higher rates of inflation is by anchoring the public's long-term inflation expectations," Mr. Bernanke said.

In other words, with the global economy booming and demand for everything from oil to zinc making things more expensive, the way to restrain inflation is to convince people that the Fed, through its control of interest rates, will keep it in check. Since the

As this book was going to press, Bernanke was working to steer the economy through these twin risks, hoping to avoid them both. By the time you are reading this book, you may know how well he did.

QUICK QUIZ What is the sacrifice ratio? How might the credibility of the Fed's commitment to reduce inflation affect the sacrifice ratio?

CONCLUSION

This chapter has examined how economists' thinking about inflation and unemployment has evolved. We have discussed the ideas of many of the best economists of the 20th century: from the Phillips curve of Phillips, Samuelson, and Solow, to the natural-rate hypothesis of Friedman and Phelps, to the rational-expectations theory of Lucas, Sargent, and Barro. Four of this group have already won Nobel Prizes for their work in economics, and more are likely to be so honored in the years to come.

great inflation of the 1970s, Fed policy makers have come to view inflation expectations as a referendum on the credibility of the Fed's vow to maintain stable prices.

"If [expectations] begin to move upward, it's a sign that people are losing confidence in the Fed's commitment to price stability," said Laurence Meyer, a former Fed governor who is now at Macroeconomic Advisers, a forecasting firm. "They are, in a sense, a report card on Fed credibility." Inflation expectations are more important than ever to predicting what the Fed will do, he adds, because Mr. Bernanke, both as an academic and as a Fed official, has emphasized them so much.

There are many ways to gauge inflation expectations—commodity prices, bond yields and futures markets all have something to say—but two measures are particularly useful at times like these.

One comes from a monthly telephone survey that the University of Michigan conducts involving at least 500 adults. The survey asks consumers what they think the annual inflation rate will be over the coming year—and over the next five to 10 years. Consumers may not be experts in the latest economic theories about inflation. Academic economists have found, however, that responses to the Michigan survey are at least as accurate as, if not better than, inflation projections made by professional forecasters. . . .

Another measure of expectations comes from the minute-to-minute trading in the bond market, where investors can choose between ordinary Treasury securities, which pay a fixed interest rate, and Treasury Inflation-Protected Securities, which guarantee a return above the prevailing inflation rate. Comparing the yields on the two securities gives one measure of how much investors think prices are expected to climb. The wider the spread, the higher the expected inflation rate. . . .

With inflation expectations worsening and other data showing worrisome increases in prices, Fed governors are responding rhetorically. St. Louis Fed President William Poole said the rise in expectations threatened to "show up in measured inflation in fairly short order," and vowed that the Fed would react accordingly. . . .

In a development that surely pleased Mr. Bernanke and his colleagues, the tough talk had the desired effect. The spread between standard and inflation-indexed Treasury bonds retreated to below 2.5 percentage points last week, a victory, perhaps only temporary, in the Fed's battle to "anchor" inflation expectations.

Source: *The Wall Street Journal*, June 12, 2006.

Although the trade-off between inflation and unemployment has generated much intellectual turmoil over the past half century, certain principles have developed that today command consensus. Here is how Milton Friedman expressed the relationship between inflation and unemployment in 1968:

> There is always a temporary tradeoff between inflation and unemployment; there is no permanent tradeoff. The temporary tradeoff comes not from inflation per se, but from unanticipated inflation, which generally means, from a rising rate of inflation. The widespread belief that there is a permanent tradeoff is a sophisticated version of the confusion between "high" and "rising" that we all recognize in simpler forms. A rising rate of inflation may reduce unemployment, a high rate will not.
>
> But how long, you will say, is "temporary"? . . . I can at most venture a personal judgment, based on some examination of the historical evidence, that the initial effects of a higher and unanticipated rate of inflation last for something like two to five years.

Today, more than 40 years later, this statement still summarizes the view of most macroeconomists.

SUMMARY

- The Phillips curve describes a negative relationship between inflation and unemployment. By expanding aggregate demand, policymakers can choose a point on the Phillips curve with higher inflation and lower unemployment. By contracting aggregate demand, policymakers can choose a point on the Phillips curve with lower inflation and higher unemployment.
- The trade-off between inflation and unemployment described by the Phillips curve holds only in the short run. In the long run, expected inflation adjusts to changes in actual inflation, and the short-run Phillips curve shifts. As a result, the long-run Phillips curve is vertical at the natural rate of unemployment.
- The short-run Phillips curve also shifts because of shocks to aggregate supply. An adverse supply shock, such as an increase in world oil prices, gives policymakers a less favorable trade-off between inflation and unemployment. That is, after an adverse supply shock, policymakers have to accept a higher rate of inflation for any given rate of unemployment or a higher rate of unemployment for any given rate of inflation.
- When the Fed contracts growth in the money supply to reduce inflation, it moves the economy along the short-run Phillips curve, which results in temporarily high unemployment. The cost of disinflation depends on how quickly expectations of inflation fall. Some economists argue that a credible commitment to low inflation can reduce the cost of disinflation by inducing a quick adjustment of expectations.

KEY CONCEPTS

QUESTIONS FOR REVIEW

1. Draw the short-run trade-off between inflation and unemployment. How might the Fed move the economy from one point on this curve to another?
2. Draw the long-run trade-off between inflation and unemployment. Explain how the short-run and long-run trade-offs are related.
3. What is "natural" about the natural rate of unemployment? Why might the natural rate of unemployment differ across countries?
4. Suppose a drought destroys farm crops and drives up the price of food. What is the effect on the short-run trade-off between inflation and unemployment?
5. The Fed decides to reduce inflation. Use the Phillips curve to show the short-run and long-run effects of this policy. How might the short-run costs be reduced?

PROBLEMS AND APPLICATIONS

1. Suppose the natural rate of unemployment is 6 percent. On one graph, draw two Phillips curves that describe the four situations listed here. Label the point that shows the position of the economy in each case.
   a. Actual inflation is 5 percent and expected inflation is 3 percent.
   b. Actual inflation is 3 percent and expected inflation is 5 percent.
   c. Actual inflation is 5 percent and expected inflation is 5 percent.
   d. Actual inflation is 3 percent and expected inflation is 3 percent.
2. Illustrate the effects of the following developments on both the short-run and long-run Phillips curves. Give the economic reasoning underlying your answers.
   a. A rise in the natural rate of unemployment
   b. A decline in the price of imported oil
   c. A rise in government spending
   d. A decline in expected inflation
3. Suppose that a fall in consumer spending causes a recession.
   a. Illustrate the immediate change in the economy using both an aggregate-supply/aggregate-demand diagram and a Phillips-curve diagram. On both graphs, label the initial long-run equilibrium as point A and the resulting short-run equilibrium as point B. What happens to inflation and unemployment in the short run?
   b. Now suppose that over time expected inflation changes in the same direction that actual inflation changes. What happens to the position of the short-run Phillips curve? After the recession is over, does the economy face a better or worse set of inflation–unemployment combinations?
4. Suppose the economy is in a long-run equilibrium.
   a. Draw the economy's short-run and long-run Phillips curves.
   b. Suppose a wave of business pessimism reduces aggregate demand. Show the effect of this shock on your diagram from part (a). If the Fed undertakes expansionary monetary policy, can it return the economy to its original inflation rate and original unemployment rate?
   c. Now suppose the economy is back in long-run equilibrium, and then the price of imported oil rises. Show the effect of this shock with a new diagram like that in part (a). If the Fed undertakes expansionary monetary policy, can it return the economy to its original inflation rate and original unemployment rate? If the Fed undertakes contractionary monetary policy, can it return the economy to its original inflation rate and original unemployment rate? Explain why this situation differs from that in part (b).
5. The inflation rate is 10 percent, and the central bank is considering slowing the rate of money growth to reduce inflation to 5 percent. Economist Milton believes that expectations of inflation change quickly in response to new policies, whereas economist James believes that expectations are very sluggish. Which economist is more likely to favor the proposed change in monetary policy? Why?
6. Suppose the Federal Reserve's policy is to maintain low and stable inflation by keeping unemployment at its natural rate. However, the Fed believes that the natural rate of unemployment is 4 percent when the actual natural rate is 5 percent. If the Fed based its policy decisions on its belief, what would happen to the economy? How might the Fed come to realize that its belief about the natural rate was mistaken?
7. Suppose the price of oil falls sharply (as it did in 1986 and again in 1998).
   a. Show the impact of such a change in both the aggregate-demand/aggregate-supply diagram and in the Phillips-curve diagram. What happens to inflation and unemployment in the short run?
   b. Do the effects of this event mean there is no short-run trade-off between inflation and unemployment? Why or why not?
8. Suppose the Federal Reserve announced that it would pursue contractionary monetary policy to reduce the inflation rate. Would the following conditions make the ensuing recession more or less severe? Explain.

a. Wage contracts have short durations.
b. There is little confidence in the Fed's determination to reduce inflation.
c. Expectations of inflation adjust quickly to actual inflation.

9. Given the unpopularity of inflation, why don't elected leaders always support efforts to reduce inflation? Many economists believe that countries can reduce the cost of disinflation by letting their central banks make decisions about monetary policy without interference from politicians. Why might this be so?

10. As described in the chapter, the Federal Reserve in 2008 faced a decrease in aggregate demand caused by the housing and financial crises and a decrease in short-run aggregate supply caused by rising commodity prices.
    a. Starting from a long-run equilibrium, illustrate the effects of these two changes using both an aggregate-supply/aggregate-demand diagram and a Phillips-curve diagram. On both diagrams, label the initial long-run equilibrium as point A and the resulting short-run equilibrium as point B. For each of the following variables, state whether it rises or falls, or whether the impact is ambiguous: output, unemployment, the price level, the inflation rate.
    b. Suppose the Fed responds quickly to these shocks and adjusts monetary policy to keep unemployment and output at their natural rates. What action would it take? On the same set of graphs from part (a), show the results. Label the new equilibrium as point C.
    c. Why might the Fed choose not to pursue the course of action described in part (b)?

11. Suppose Federal Reserve policymakers accept the theory of the short-run Phillips curve and the natural-rate hypothesis and want to keep unemployment close to its natural rate. Unfortunately, because the natural rate of unemployment can change over time, they aren't certain about the value of the natural rate. What macroeconomic variables do you think they should look at when conducting monetary policy?

PART XIII

Final Thoughts

CHAPTER

36

Five Debates over Macroeconomic Policy

It is hard to open up the newspaper without finding some politician or editorial writer advocating a change in economic policy. The president should raise taxes to reduce the budget deficit, or he should stop worrying about the budget deficit. The Federal Reserve should cut interest rates to stimulate a flagging economy, or it should avoid such moves in order not to risk higher inflation. Congress should reform the tax system to promote faster economic growth, or it should reform the tax system to achieve a more equal distribution of income. Such economic issues are central to the continuing political debate in the United States and other countries around the world.

Previous chapters have developed the tools that economists use to analyze the behavior of the economy as a whole and the impact of policies on the economy. This final chapter considers five classic questions about macroeconomic policy. Economists have long debated these questions, and they will likely continue to do so for years to come. The knowledge you have accumulated in this course provides the background with which we can discuss these important, unsettled issues. It should help you choose a side in these debates or, at least, help you see why choosing a side is so difficult.

SHOULD MONETARY AND FISCAL POLICYMAKERS TRY TO STABILIZE THE ECONOMY?

In the preceding three chapters, we saw how changes in aggregate demand and aggregate supply can lead to short-run fluctuations in production and employment. We also saw how monetary and fiscal policy can shift aggregate demand and, thereby, influence these fluctuations. But even if policymakers *can* influence short-run economic fluctuations, does that mean they *should*? Our first debate concerns whether monetary and fiscal policymakers should use the tools at their disposal in an attempt to smooth the ups and downs of the business cycle.

Pro: Policymakers Should Try to Stabilize the Economy

Left on their own, economies tend to fluctuate. When households and firms become pessimistic, for instance, they cut back on spending, and this reduces the aggregate demand for goods and services. The fall in aggregate demand, in turn, reduces the production of goods and services. Firms lay off workers, and the unemployment rate rises. Real GDP and other measures of income fall. Rising unemployment and falling income help confirm the pessimism that initially generated the economic downturn.

Such a recession has no benefit for society—it represents a sheer waste of resources. Workers who lose their jobs because of declining aggregate demand would rather be working. Business owners whose factories are idle during a recession would rather be producing valuable goods and services and selling them at a profit.

There is no reason for society to suffer through the booms and busts of the business cycle. The development of macroeconomic theory has shown policymakers how to reduce the severity of economic fluctuations. By "leaning against the wind" of economic change, monetary and fiscal policy can stabilize aggregate demand and, thereby, production and employment. When aggregate demand is inadequate to ensure full employment, policymakers should boost government spending, cut taxes, and expand the money supply. When aggregate demand is excessive, risking higher inflation, policymakers should cut government spending, raise taxes, and reduce the money supply. Such policy actions put macroeconomic theory to its best use by leading to a more stable economy, which benefits everyone.

Con: Policymakers Should Not Try to Stabilize the Economy

Monetary and fiscal policy can be used to stabilize the economy in theory, but there are substantial obstacles to the use of such policies in practice.

One problem is that monetary and fiscal policy do not affect the economy immediately but instead work with a long lag. Monetary policy affects aggregate demand by changing interest rates, which in turn affect spending, particularly residential and business investment. But many households and firms set their spending plans in advance. As a result, it takes time for changes in interest rates to alter the aggregate demand for goods and services. Many studies indicate that

changes in monetary policy have little effect on aggregate demand until about six months after the change is made.

Fiscal policy works with a lag because of the long political process that governs changes in spending and taxes. To make any change in fiscal policy, a bill must go through congressional committees, pass both the House and the Senate, and be signed by the president. It can take years to propose, pass, and implement a major change in fiscal policy.

Because of these long lags, policymakers who want to stabilize the economy need to look ahead to economic conditions that are likely to prevail when their actions will take effect. Unfortunately, economic forecasting is highly imprecise, in part because macroeconomics is such a primitive science and in part because the shocks that cause economic fluctuations are intrinsically unpredictable. Thus, when policymakers change monetary or fiscal policy, they must rely on educated guesses about future economic conditions.

Too often, policymakers trying to stabilize the economy do just the opposite. Economic conditions can easily change between when a policy action begins and when it takes effect. Because of this, policymakers can inadvertently exacerbate rather than mitigate the magnitude of economic fluctuations. Some economists have claimed that many of the major economic fluctuations in history, including the Great Depression of the 1930s, can be traced to destabilizing policy actions.

One of the first rules taught to physicians is "do no harm." The human body has natural restorative powers. Confronted with a sick patient and an uncertain diagnosis, often a doctor should do nothing but leave the patient's body to its own devices. Intervening in the absence of reliable knowledge merely risks making matters worse.

The same can be said about treating an ailing economy. It might be desirable if policymakers could eliminate all economic fluctuations, but that is not a realistic goal given the limits of macroeconomic knowledge and the inherent unpredictability of world events. Economic policymakers should refrain from intervening often with monetary and fiscal policy and be content if they do no harm.

QUICK QUIZ Explain why monetary and fiscal policy work with a lag. Why do these lags matter in the choice between active and passive policy?

SHOULD MONETARY POLICY BE MADE BY RULE RATHER THAN BY DISCRETION?

As we learned in the chapter on the monetary system, the Federal Open Market Committee sets monetary policy in the United States. The committee meets about every six weeks to evaluate the state of the economy. Based on this evaluation and forecasts of future economic conditions, it chooses whether to raise, lower, or leave unchanged the level of short-term interest rates. The Fed then adjusts the money supply to reach that interest-rate target, which will normally remain unchanged until the next meeting.

The Federal Open Market Committee operates with almost complete discretion over how to conduct monetary policy. The laws that created the Fed give the institution only vague recommendations about what goals it should pursue. A 1977 amendment to the 1913 Federal Reserve Act said the Fed "shall maintain long run growth of the monetary and credit aggregates commensurate with the economy's long run potential to increase production, so as to promote effectively the goals of maximum employment, stable prices, and moderate long-term interest rates." But the act does not specify how to weight these various goals, nor does it tell the Fed how to pursue whatever objective it might choose.

Some economists are critical of this institutional design. Our second debate over macroeconomic policy, therefore, focuses on whether the Federal Reserve should have its discretionary powers reduced and, instead, be committed to following a rule for how it conducts monetary policy.

PRO: MONETARY POLICY SHOULD BE MADE BY RULE

Discretion in the conduct of monetary policy has two problems. The first is that it does not limit incompetence and abuse of power. When the government sends police into a community to maintain civic order, it gives them strict guidelines about how to carry out their job. Because police have great power, allowing them to exercise that power in whatever way they want would be dangerous. Yet when the government gives central bankers the authority to maintain economic order, it gives them few guidelines. Monetary policymakers are allowed undisciplined discretion.

As an example of the abuse of power, central bankers are sometimes tempted to use monetary policy to affect the outcome of elections. Suppose that the vote for the incumbent president is based on economic conditions at the time he or she is up for reelection. A central banker sympathetic to the incumbent might be tempted to pursue expansionary policies just before the election to stimulate production and employment, knowing that the resulting inflation will not show up until after the election. Thus, to the extent that central bankers ally themselves with politicians, discretionary policy can lead to economic fluctuations that reflect the electoral calendar. Economists call such fluctuations the *political business cycle*.

The second, subtler problem with discretionary monetary policy is that it might lead to more inflation than is desirable. Central bankers, knowing that there is no long-run trade-off between inflation and unemployment, often announce that their goal is zero inflation. Yet they rarely achieve price stability. Why? Perhaps it is because, once the public forms expectations of inflation, policymakers face a short-run trade-off between inflation and unemployment. They are tempted to renege on their announcement of price stability to achieve lower unemployment. This discrepancy between announcements (what policymakers *say* they are going to do) and actions (what they subsequently in fact do) is called the *time inconsistency of policy*. Because policymakers are so often time inconsistent, people are skeptical when central bankers announce their intentions to reduce the rate of inflation. As a result, people always expect more inflation than monetary policymakers claim they are trying to achieve. Higher expectations of inflation, in turn, shift the short-run Phillips curve upward, making the short-run trade-off between inflation and unemployment less favorable than it otherwise might be.

One way to avoid these two problems with discretionary policy is to commit the central bank to a policy rule. For example, suppose that Congress passed a law requiring the Fed to increase the money supply by exactly 3 percent per year. (Why 3 percent? Because real GDP grows on average about 3 percent per year and because money demand grows with real GDP, 3 percent growth in the money supply is roughly the rate necessary to produce long-run price stability.) Such a law would eliminate incompetence and abuse of power on the part of the Fed, and it would make the political business cycle impossible. In addition, policy could no longer be time inconsistent. People would now believe the Fed's announcement of low inflation because the Fed would be legally required to pursue a low-inflation monetary policy. With low expected inflation, the economy would face a more favorable short-run trade-off between inflation and unemployment.

Other rules for monetary policy are also possible. A more active rule might allow some feedback from the state of the economy to changes in monetary policy. For example, a more active rule might require the Fed to increase monetary growth by 1 percentage point for every percentage point that unemployment rises above its natural rate. Regardless of the precise form of the rule, committing the Fed to some rule would yield advantages by limiting incompetence, abuse of power, and time inconsistency in the conduct of monetary policy.

Con: Monetary Policy Should Not Be Made by Rule

There may be pitfalls with discretionary monetary policy, but there is also an important advantage to it: flexibility. The Fed has to confront various circumstances, not all of which can be foreseen. In the 1930s, banks failed in record numbers. In the 1970s, the price of oil skyrocketed around the world. In October 1987, the stock market fell by 22 percent in a single day. In 2007 and 2008, house prices dropped, and home foreclosures soared. The Fed must decide how to respond to these shocks to the economy. A designer of a policy rule could not possibly consider all the contingencies and specify in advance the right policy response. It is

In The News

Inflation Targeting

Many central banks around the world have adopted explicit targets for inflation. Inflation targeting is not an ironclad rule, but it does constrain the central banks' discretion.

Inflation Targeting Is the Best Way Forward for the Fed

By Stephen Cecchetti

Last week's announcement that Frederic Mishkin will join the Federal Reserve Board chaired by Ben Bernanke marks a turning point in U.S. monetary policy. We can expect to see improvements in both the internal decision-making and external communication of the Federal Open Market Committee. The result will, I believe, be increased clarity and improved performance.

Together, Messrs. Bernanke and Mishkin have provided much of the intellectual foundation for a monetary policy framework called "inflation targeting." Begun in New Zealand nearly 20 years ago, and now used in two dozen countries, including Australia and Mexico, this bypasses intermediate targets and focuses directly on the objective of low inflation.

Experience with inflation targeting is universally positive. No country that has adopted the framework has turned back. It has weathered the test of financial sector shocks, commodity price shocks, big exchange rate movements and more. Importantly, different types of disturbances require different responses and inflation targeting has shown it can accommodate this.

Inflation targeting does not ignore fluctuations in such things as growth, employment and long-term interest rates. As Mervyn King, governor of the Bank of England and one of the earliest proponents of inflation targeting, said some years ago, any successful monetary policy framework must combine an inflation objective with a response to shock. The question is: following a disturbance to the economy, how fast should policymakers bring inflation back to its long-term objective? The faster they go, the more aggressive the interest rate reactions, the larger the fluctuations in growth and employment. The rate of response depends on both societal preferences for

better to appoint good people to conduct monetary policy and then give them the freedom to do the best they can.

Moreover, the alleged problems with discretion are largely hypothetical. The practical importance of the political business cycle, for instance, is far from clear. In some cases, just the opposite seems to occur. For example, President Jimmy Carter appointed Paul Volcker to head the Federal Reserve in 1979. Nonetheless, in October of that year, Volcker switched to a contractionary monetary policy to combat the high rate of inflation that he had inherited from his predecessor. The predictable result of Volcker's decision was a recession, and the predictable result of the recession was a decline in Carter's popularity. Rather than using monetary policy to help the president who had appointed him, Volcker took actions he thought were in the national interest, even though they helped to ensure Carter's defeat by Ronald Reagan in the November 1980 election.

The practical importance of time inconsistency is also far from clear. Although most people are skeptical of central-bank announcements, central bankers can achieve credibility over time by backing up their words with actions. In the 1990s, the Fed achieved and maintained a low rate of inflation, despite the ever-present temptation to take advantage of the short-run trade-off between inflation and inflation versus output stability and the type of disturbance. Importantly, because the economic landscape is constantly changing, inflation targeting does not lead to a hard-and-fast rule for interest-rate setting—a substantial element of judgment is involved.

Inflation targeting enhances long-term economic performance for a host of reasons. First, an agreed and publicly announced objective focuses the monetary policy committee's internal debate. It is clearly easier to make a decision when everyone agrees on the objective. Second, by providing a natural language to explain monetary policy actions, inflation targeting enhances communication with politicians, financial market participants and the public at large. Third, and most importantly, it creates an environment in which everyone believes policymakers will keep inflation low, anchoring long-term inflation expectations. This means wage increases remain contained and a vicious cycle from higher prices to higher wages to yet higher prices cannot get started.

My guess is that Mr. Bernanke sits in his office thinking that if only he had an explicit inflation objective there would be much less concern over his inflation-fighting credentials. Alan Greenspan, his predecessor, was successful with only a clear but implicit commitment. But the transition to a new Fed chairman, coinciding with energy price increases and dollar depreciation, has created unnecessary uncertainty. The touchstone of an explicit medium-term inflation target would give Mr. Bernanke and his FOMC colleagues a natural vocabulary for communicating their actions. They could make clear, for example, their belief that inflation is likely to return to their objective in the next year or two, thereby avoiding tightening policy just to appear credible.

An explicit objective combined with statements about economic analysis would, as Mr. King noted in a speech last month, make guidance about the near-term path of the policy-controlled interest rate less necessary. While central bankers need a sense of what policy is "neutral," and an estimate of how long it will take to get there, their month-to-month decisions are driven by data as they arrive. By contrast, the decisions of individuals and companies rely not on the exact short-term interest-rate path but on the expectation that policymakers will meet their long-term inflation objective.

Inflation targeting is best practice in 21st-century monetary policymaking. It is my hope that chairman Bernanke, governor-designate Mishkin and their Federal Reserve colleagues can convince Congress that low and stable inflation provides the foundation for maximum sustainable growth and employment, and in doing so join the growing ranks of inflation-targeting central banks.

Source: *The Financial Times*, July 10, 2006.

unemployment. This experience shows that low inflation does not require that the Fed be committed to a policy rule.

Any attempt to replace discretion with a rule must confront the difficult task of specifying a precise rule. Despite much research examining the costs and benefits of alternative rules, economists have not reached consensus about what a good rule would be. Until there is consensus, society has little choice but to give central bankers discretion to conduct monetary policy as they see fit.

QUICK QUIZ Give an example of a monetary policy rule. Why might your rule be better than discretionary policy? Why might it be worse?

SHOULD THE CENTRAL BANK AIM FOR ZERO INFLATION?

One of the *Ten Principles of Economics* discussed in Chapter 1, and developed more fully in the chapter on money growth and inflation, is that prices rise when the government prints too much money. Another of the *Ten Principles of Economics* discussed in Chapter 1, and developed more fully in the preceding chapter, is that society faces a short-run trade-off between inflation and unemployment. Put together, these two principles raise a question for policymakers: How much inflation should the central bank be willing to tolerate? Our third debate is whether zero is the right target for the inflation rate.

Pro: The Central Bank Should Aim for Zero Inflation

Inflation confers no benefit on society, but it imposes several real costs. As we have discussed, economists have identified six costs of inflation:

- Shoeleather costs associated with reduced money holdings
- Menu costs associated with more frequent adjustment of prices
- Increased variability of relative prices
- Unintended changes in tax liabilities due to nonindexation of the tax code
- Confusion and inconvenience resulting from a changing unit of account
- Arbitrary redistributions of wealth associated with dollar-denominated debts

Some economists argue that these costs are small, at least for moderate rates of inflation, such as the 3 percent inflation experienced in the United States during the 1990s and early 2000s. But other economists claim these costs can be substantial, even for moderate inflation. Moreover, there is no doubt that the public dislikes inflation. When inflation heats up, opinion polls identify inflation as one of the nation's leading problems.

The benefits of zero inflation have to be weighed against the costs of achieving it. Reducing inflation usually requires a period of high unemployment and low output, as illustrated by the short-run Phillips curve. But this disinflationary recession is only temporary. Once people come to understand that policymakers are aiming for zero inflation, expectations of inflation will fall, and the short-run trade-off will improve. Because expectations adjust, there is no trade-off between inflation and unemployment in the long run.

Reducing inflation is, therefore, a policy with temporary costs and permanent benefits. Once the disinflationary recession is over, the benefits of zero inflation would persist into the future. If policymakers are farsighted, they should be willing to incur the temporary costs for the permanent benefits. This is precisely the calculation made by Paul Volcker in the early 1980s, when he tightened monetary policy and reduced inflation from about 10 percent in 1980 to about 4 percent in 1983. Although in 1982 unemployment reached its highest level since the Great Depression, the economy eventually recovered from the recession, leaving a legacy of low inflation. Today, Volcker is considered a hero among central bankers.

Moreover, the costs of reducing inflation need not be as large as some economists claim. If the Fed announces a credible commitment to zero inflation, it can directly influence expectations of inflation. Such a change in expectations can improve the short-run trade-off between inflation and unemployment, allowing the economy to reach lower inflation at a reduced cost. The key to this strategy is credibility: People must believe that the Fed is actually going to carry through on its announced policy. Congress could help in this regard by passing legislation that made price stability the Fed's primary goal. Such a law would make it less costly to achieve zero inflation without reducing any of the resulting benefits.

One advantage of a zero-inflation target is that zero provides a more natural focal point for policymakers than any other number. Suppose, for instance, that the Fed were to announce that it would keep inflation at 3 percent—the rate experienced during much of the previous two decades. Would the Fed really stick to that 3 percent target? If events inadvertently pushed inflation up to 4 or 5 percent, why wouldn't it just raise the target? There is, after all, nothing special about the number 3. By contrast, zero is the only number for the inflation rate at which the Fed can claim that it achieved price stability and fully eliminated the costs of inflation.

Con: The Central Bank Should Not Aim for Zero Inflation

Price stability may be desirable, but the benefits of zero inflation compared to moderate inflation are small, whereas the costs of reaching zero inflation are large. Estimates of the sacrifice ratio suggest that reducing inflation by 1 percentage point requires giving up about 5 percent of one year's output. Reducing inflation from, say, 4 percent to zero requires a loss of 20 percent of a year's output. People might dislike inflation of 4 percent, but it is not at all clear that they would (or should) be willing to pay 20 percent of a year's income to get rid of it.

The social costs of disinflation are even larger than this 20 percent figure suggests, for the lost income is not spread equitably over the population. When the economy goes into recession, all incomes do not fall proportionately. Instead, the fall in aggregate income is concentrated on those workers who lose their jobs. The vulnerable workers are often those with the least skills and experience. Hence, much of the cost of reducing inflation is borne by those who can least afford to pay it.

Economists can list several costs of inflation, but there is no professional consensus that these costs are substantial. The shoeleather costs, menu costs, and others that economists have identified do not seem great, at least for moderate rates of inflation. It is true that the public dislikes inflation, but the public may be misled into believing the inflation fallacy—the view that inflation erodes living standards. Economists understand that living standards depend on productivity, not monetary policy. Because inflation in nominal incomes goes hand in hand with inflation in prices, reducing inflation would not cause real incomes to rise more rapidly.

Moreover, policymakers can reduce many of the costs of inflation without actually reducing inflation. They can eliminate the problems associated with the nonindexed tax system by rewriting the tax laws to take account of the effects of inflation. They can also reduce the arbitrary redistributions of wealth between creditors and debtors caused by unexpected inflation by issuing indexed government bonds, as in fact the Clinton administration did in 1997. Such an act insulates holders of government debt from inflation. In addition, by setting an example, the policy might encourage private borrowers and lenders to write debt contracts indexed for inflation.

Reducing inflation might be desirable if it could be done at no cost, as some economists argue is possible. Yet this trick seems hard to carry out in practice. When economies reduce their rate of inflation, they almost always experience a period of high unemployment and low output. It is risky to believe that the central bank could achieve credibility so quickly as to make disinflation painless.

Indeed, a disinflationary recession can potentially leave permanent scars on the economy. Firms in all industries reduce their spending on new plants and equipment substantially during recessions, making investment the most volatile component of GDP. Even after the recession is over, the smaller stock of capital reduces productivity, incomes, and living standards below the levels they otherwise would have achieved. In addition, when workers become unemployed in recessions, they lose valuable job skills, permanently reducing their value as workers.

A little bit of inflation may even be a good thing. Some economists believe that inflation "greases the wheels" of the labor market. Because workers resist cuts in nominal wages, a fall in real wages is more easily accomplished with a rising price level. Inflation thus makes it easier for real wages to adjust to changes in labor market conditions.

In addition, inflation allows for the possibility of negative real interest rates. Nominal interest rates can never fall below zero, because lenders can always hold on to their money rather than lending it out at a negative return. If inflation is zero, real interest rates can never be negative as well. However, if inflation is positive, then a cut in nominal interest rates below the inflation rate produces negative real interest rates. Sometimes the economy may need negative real interest rates to provide sufficient stimulus to aggregate demand—an option ruled out by zero inflation.

In light of all these arguments, why should policymakers put the economy through a costly, inequitable disinflationary recession to achieve zero inflation? Economist Alan Blinder, who was once vice chairman of the Federal Reserve, argued in his book *Hard Heads, Soft Hearts* that policymakers should not make this choice:

> The costs that attend the low and moderate inflation rates experienced in the United States and in other industrial countries appear to be quite modest—more like a bad cold than a cancer on society. . . . As rational individuals, we do not volunteer for a lobotomy to cure a head cold. Yet, as a collectivity, we routinely prescribe the economic equivalent of lobotomy (high unemployment) as a cure for the inflationary cold.

Blinder concludes that it is better to learn to live with moderate inflation.

QUICK QUIZ Explain the costs and benefits of reducing inflation to zero. Which are temporary and which are permanent?

SHOULD THE GOVERNMENT BALANCE ITS BUDGET?

A persistent macroeconomic debate concerns the government's finances. Whenever the government spends more than it collects in tax revenue, it covers this budget deficit by issuing government debt. In our study of financial markets, we saw how budget deficits affect saving, investment, and interest rates. But how big a problem are budget deficits? Our fourth debate concerns whether fiscal policymakers should make balancing the government's budget a high priority.

Pro: The Government Should Balance Its Budget

The U.S. federal government is far more indebted today than it was two decades ago. In 1980, the federal debt was $710 billion; in 2008, it was $5.2 trillion. If we divide today's debt by the size of the population, we learn that each person's share of the government debt is about $17,000.

The most direct effect of the government debt is to place a burden on future generations of taxpayers. When these debts and accumulated interest come due, future taxpayers will face a difficult choice. They can choose some combination of higher taxes and less government spending to make resources available to pay off the debt and accumulated interest. Or, instead, they can delay the day of reckoning and put the government into even deeper debt by borrowing once again to pay off the old debt and interest. In essence, when the government runs a budget deficit and issues government debt, it allows current taxpayers to pass the bill for some of their government spending on to future taxpayers. Inheriting such a large debt cannot help but lower the living standard of future generations.

"What?!? My share of the government debt is $17,000?"

In addition to this direct effect, budget deficits have various macroeconomic effects. Because budget deficits represent *negative* public saving, they lower national saving (the sum of private and public saving). Reduced national saving causes real interest rates to rise and investment to fall. Reduced investment leads over time to a smaller stock of capital. A lower capital stock reduces labor productivity, real wages, and the economy's production of goods and services. Thus, when the government increases its debt, future generations are born into an economy with lower incomes as well as higher taxes.

There are, nevertheless, situations in which running a budget deficit is justifiable. Throughout history, the most common cause of increased government debt has been war. When a military conflict raises government spending temporarily, it is reasonable to finance this extra spending by borrowing. Otherwise, taxes during wartime would have to rise precipitously. Such high tax rates would greatly distort the incentives faced by those who are taxed, leading to large deadweight losses. In addition, such high tax rates would be unfair to current generations of taxpayers, who already have to make the sacrifice of fighting the war.

Similarly, it is reasonable to allow a budget deficit during a temporary downturn in economic activity. When the economy goes into a recession, tax revenue falls automatically because the income tax and the payroll tax are levied on measures of income. If the government tried to balance its budget during a recession, it would have to raise taxes or cut spending at a time of high unemployment. Such a policy would tend to depress aggregate demand at precisely the time it needed to be stimulated and, therefore, would tend to increase the magnitude of economic fluctuations.

Yet not all budget deficits can be justified by appealing to war or recession. U.S. government debt as a percentage of GDP increased from 26 percent in 1980 to 50 percent in 1995. During this period, the United States experienced neither a major military conflict nor a major economic downturn. Yet the government consistently ran a sizable budget deficit, largely because the president and Congress found it easier to increase government spending than to increase taxes.

The budget deficits of the first decade of the 2000s can, perhaps, be rationalized by the Iraq war and the lingering effects of the recession of 2001. But it is imperative that this deficit not signal a return to the unsustainable fiscal policy of an earlier era. Compared to the alternative of ongoing budget deficits, a balanced budget means greater national saving, investment, and economic growth. It means that future college graduates will enter a more prosperous economy.

Con: The Government Should Not Balance Its Budget

The problem of government debt is often exaggerated. Although the government debt does represent a tax burden on younger generations, it is not large compared to the average person's lifetime income. The debt of the U.S. federal government is about $17,000 per person. A person who works 40 years for $40,000 a year will earn $1.6 million over his lifetime. His share of the government debt represents about 1 percent of his lifetime resources.

Moreover, it is misleading to view the effects of budget deficits in isolation. The budget deficit is just one piece of a large picture of how the government chooses to raise and spend money. In making these decisions over fiscal policy, policymakers affect different generations of taxpayers in many ways. The government's budget deficit or surplus should be considered together with these other policies.

For example, suppose the government reduces the budget deficit by cutting spending on public investments, such as education. Does this policy make younger generations better off? The government debt will be smaller when they enter the labor force, which means a smaller tax burden. Yet if they are less educated than they could be, their productivity and incomes will be lower. Many estimates of the return to schooling (the increase in a worker's wage that results from an additional year in school) find that it is quite large. Reducing the budget deficit rather than funding more education spending could, all things considered, make future generations worse off.

Single-minded concern about the budget deficit is also dangerous because it draws attention away from various other policies that redistribute income across generations. For example, in the 1960s and 1970s, the U.S. federal government raised Social Security benefits for the elderly. It financed this higher spending by increasing the payroll tax on the working-age population. This policy redistributed income away from younger generations toward older generations, even though it did not affect the government debt. Thus, the budget deficit is only a small part of the larger issue of how government policy affects the welfare of different generations.

To some extent, forward-looking parents can reverse the adverse effects of government debt. The parent can offset the impact simply by saving and leaving a larger bequest. The bequest would enhance the children's ability to bear the burden of future taxes. Some economists claim that people do in fact behave this way. If this were true, higher private saving by parents would offset the public dissaving of budget deficits, and deficits would not affect the economy. Most economists doubt that parents are so farsighted, but some people probably do act this way, and anyone could. Deficits give people the opportunity to consume at the expense of their children, but deficits do not require them to do so. If the government debt were actually a great problem facing future generations, some parents would help to solve it.

Critics of budget deficits sometimes assert that the government debt cannot continue to rise forever, but in fact, it can. Just as a bank evaluating a loan application would compare a person's debts to his income, we should judge the burden of the government debt relative to the size of the nation's income. Population growth and technological progress cause the total income of the U.S. economy to grow over time. As a result, the nation's ability to pay the interest on the government debt grows over time as well. As long as the government debt grows more slowly than the nation's income, there is nothing to prevent the government debt from growing forever.

Some numbers can put this into perspective. The real output of the U.S. economy grows on average about 3 percent per year. If the inflation rate is 2 percent per year, then nominal income grows at a rate of 5 percent per year. The government debt, therefore, can rise by 5 percent per year without increasing the ratio of debt to income. In 2008, the federal government debt was $5.2 trillion; 5 percent of this figure is $260 billion. As long as the federal budget deficit is smaller than $260 billion, the policy is sustainable. There will never be any day of reckoning that forces the budget deficits to end or the economy to collapse.

QUICK QUIZ Explain how reducing a government budget deficit makes future generations better off. What fiscal policy might improve the lives of future generations more than reducing a government budget deficit?

SHOULD THE TAX LAWS BE REFORMED TO ENCOURAGE SAVING?

A nation's standard of living depends on its ability to produce goods and services. This was one of the *Ten Principles of Economics* in Chapter 1. As we saw in the chapter on production and growth, a nation's productive capability, in turn, is determined largely by how much it saves and invests for the future. Our fifth debate is whether policymakers should reform the tax laws to encourage greater saving and investment.

PRO: THE TAX LAWS SHOULD BE REFORMED TO ENCOURAGE SAVING

A nation's saving rate is a key determinant of its long-run economic prosperity. When the saving rate is higher, more resources are available for investment in new plant and equipment. A larger stock of plant and equipment, in turn, raises labor productivity, wages, and incomes. It is, therefore, no surprise that international data show a strong correlation between national saving rates and measures of economic well-being.

Another of the *Ten Principles of Economics* presented in Chapter 1 is that people respond to incentives. This lesson should apply to people's decisions about how much to save. If a nation's laws make saving attractive, people will save a higher fraction of their incomes, and this higher saving will lead to a more prosperous future.

Unfortunately, the U.S. tax system discourages saving by taxing the return to saving quite heavily. For example, consider a 25-year-old worker who saves $1,000 of her income to have a more comfortable retirement at the age of 70. If she buys a bond that pays an interest rate of 10 percent, the $1,000 will accumulate at

In The News

Dealing with Deficits

The federal budget deficit remains a focus of debate among U.S. policymakers.

Deficit Hawks Try, Try Again

By David Wessel

Like military veterans of long-ago battles, a band of deficit warriors gathered around the lunch table in Washington this week. Their mission: To call attention to the nation's long-term fiscal woes, an issue lost in the campaign clamor over Iraq, tax cuts and the housing bust.

There was Alice Rivlin, founding mother of the Congressional Budget Office and a former Clinton White House budget director; Bob Reischauer, one of her successors at CBO; and Bel Sawhill, a Clinton budget-office official—Democrats all. From the other side were Ron Haskins, a former House Ways and Means Committee staffer; Rudy Penner, another former CBO director; and Stuart Butler, the Heritage Foundation's point man on domestic economics.

"We're the sons and daughters of the American fiscal revolution," said Ms. Sawhill of the Brookings Institution, groping for a soundbite. "More like the grandparents," quipped Mr. Reischauer, head of the Urban Institute think tank.

After two years of trying to agree on something—anything—16 budget wonks from think tanks that span a good chunk of the ideological spectrum signed on to a declaration that "unsustainable deficits . . . threaten the health and vigor of the U.S. economy." Not much to argue about there.

Then they agreed that the "first step" should be for Congress to take Social Security and government health-insurance programs—Medicare for the aged and Medicaid for the poor—off autopilot and set "sustainable," enforceable 30-year-long limits on growth in those programs, which today account for 42% of federal spending.

The proposal would force Congress to respond if spending exceeded those limits, the size of which the experts didn't specify because they couldn't agree. This would be a drastic change. Today, the programs pay benefits to all eligible, without limit and without any review by Congress. Other government spending—whether for the Pentagon or park rangers—is appropriated annually.

Along the way, the wonks mounted a joint assault on what they describe as "myths that perpetuate inaction." The U.S., they say, cannot grow its way out of difficult budget choices; a faster-growing economy will help, but won't suffice. Eliminating waste or improving the efficiency of the health system, though welcome, won't suffice either. Nor will rolling back the Bush tax cuts, though the carefully worded compromise concedes that "higher taxes could contribute to pay part of the . . . bill." And though cutting taxes from today's levels "can stimulate long-term economic growth," it won't do so "by enough to pay for the lost revenue."

With the U.S. struggling with recession and a credit crisis, and with interest rates low and a deliberate (and warranted) effort

the end of 45 years to $72,900 in the absence of taxes on interest. But suppose she faces a marginal tax rate on interest income of 40 percent, which is typical of many workers once federal and state income taxes are added together. In this case, her after-tax interest rate is only 6 percent, and the $1,000 will accumulate at the end of 45 years to only $13,800. That is, accumulated over this long span of time, the tax rate on interest income reduces the benefit of saving $1,000 from $72,900 to $13,800—or by about 80 percent.

The tax code further discourages saving by taxing some forms of capital income twice. Suppose a person uses some of his saving to buy stock in a corporation. When the corporation earns a profit from its capital investments, it first pays tax to increase the budget deficit under way, it's hard to talk about the long-run deficit. A wiser government would have tackled this during the good times; instead, politicians dug the hole deeper by expanding Medicare and cutting taxes. But this year, with the oldest baby boomers becoming eligible for Social Security, the "silver tsunami" begins. The next president can't escape this long-deferred problem.

So there's much to admire when well-intentioned analysts of various views seek common ground to offer solutions to a problem that even politicians know they can't evade much longer. The fruits of their effort have some appeal, because explicit decisions are better than letting things just roll along; the status quo cannot persist. But their idea to set limits on the three big benefit programs has significant flaws.

The Problem

Federal spending, as percentage of gross domestic product

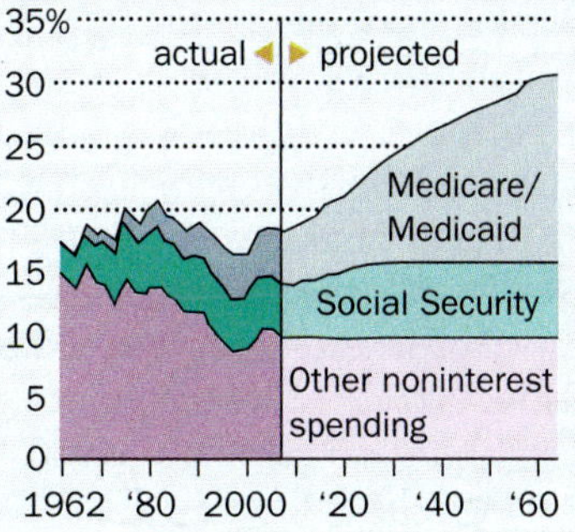

Source: Congressional Budget Office

First, the budget process is a good way to implement a political consensus; it isn't a good way to achieve that consensus. The history of successful efforts to reduce the federal deficit proves that.

Second, Social Security's finances are a problem, but not the big one or the hard one. The substance is easy, the politics aren't. The major driver of future federal spending is rising health costs, a reflection of the aging population, rising prices, the insatiable American appetite for health care, an inefficient delivery system laden with perverse incentives and the (welcome) advance of medical science. It isn't just a Medicare-Medicaid cost issue; it's a societal issue. A rule to restrain Medicare and Medicaid costs alone won't do it.

Third, taxes. Underlying all this is a fundamental question on which conservatives and liberals differ: How big a government do Americans want? The answer determines how heavily Americans should be taxed. Lifting taxes sufficiently to pay promised Medicare, Medicaid and Social Security benefits would be economically and politically dangerous; reducing future benefits to current tax levels—while arithmetically possible—is, at the very least, politically impossible. Voters wouldn't stand for it.

To achieve consensus, the Brookings-Heritage group ducked the size-of-government question. The liberal wonks can read their statement and say, "Well, Congress could raise taxes if spending exceeds the legislated limits." The conservatives can say, "Well, we signed onto 'explicit long-term budgets,' not tax increases."

Fourth, taxes again. They shouldn't be left on autopilot either. Force Congress to limit spending, and history demonstrates that it will create new, unimagined tax credits to avoid those constraints. Moreover, to a substantial degree, the bottom of the population gets its goodies through spending; the top gets them through tax breaks (for retirement savings, mortgage interest, capital gains and the like) that are most valuable to those in upper-income tax brackets. Tackling benefits without tackling the tax code isn't wise.

Give 'em an 'A' for effort, a 'C' for results.

Source: *The Wall Street Journal*, April 3, 2008.

on this profit in the form of the corporate income tax. If the corporation pays out the rest of the profit to the stockholder in the form of dividends, the stockholder pays tax on this income a second time in the form of the individual income tax. This double taxation substantially reduces the return to the stockholder, thereby reducing the incentive to save.

The tax laws again discourage saving if a person wants to leave his accumulated wealth to his children (or anyone else) rather than consuming it during his lifetime. Parents can bequeath some money to their children without tax, but if the bequest becomes large, the inheritance tax rate can be as high as 55 percent. To a large extent, concern about national saving is motivated by a desire to ensure economic prosperity for future generations. It is odd, therefore, that the tax laws discourage the most direct way in which one generation can help the next.

In addition to the tax code, many other policies and institutions in our society reduce the incentive for households to save. Some government benefits, such as welfare and Medicaid, are means-tested; that is, the benefits are reduced for those who in the past have been prudent enough to save some of their income. Colleges and universities grant financial aid as a function of the wealth of the students and their parents. Such a policy is like a tax on wealth and, as such, discourages students and parents from saving.

There are various ways in which the tax code could provide an incentive to save, or at least reduce the disincentive that households now face. Already the tax laws give preferential treatment to some types of retirement saving. When a taxpayer puts income into an Individual Retirement Account (IRA), for instance, that income and the interest it earns are not taxed until the funds are withdrawn at retirement. The tax code gives a similar tax advantage to retirement accounts that go by other names, such as 401(k), 403(b), Keogh plan, and profit-sharing plans. There are, however, limits to who is eligible to use these plans and, for those who are eligible, limits on the amount that can be put in them. Moreover, because there are penalties for withdrawal before retirement age, these retirement plans provide little incentive for other types of saving, such as saving to buy a house or pay for college. A small step to encourage greater saving would be to expand the ability of households to use such tax-advantaged savings accounts.

A more comprehensive approach would be to reconsider the entire basis by which the government collects revenue. The centerpiece of the U.S. tax system is the income tax. A dollar earned is taxed the same whether it is spent or saved. An alternative advocated by many economists is a consumption tax. Under a consumption tax, a household pays taxes only on the basis of what it spends. Income that is saved is exempt from taxation until the saving is later withdrawn and spent on consumption goods. In essence, a consumption tax puts all saving automatically into a tax-advantaged savings account, much like an IRA. A switch from income to consumption taxation would greatly increase the incentive to save.

Con: The Tax Laws Should Not Be Reformed to Encourage Saving

Increasing saving may be desirable, but it is not the only goal of tax policy. Policymakers also must be sure to distribute the tax burden fairly. The problem with proposals to increase the incentive to save is that they increase the tax burden on those who can least afford it.

It is undeniable that high-income households save a greater fraction of their income than low-income households. As a result, any tax change that favors people who save will also tend to favor people with high income. Policies such as tax-advantaged retirement accounts may seem appealing, but they lead to a less egalitarian society. By reducing the tax burden on the wealthy who can take advantage of these accounts, they force the government to raise the tax burden on the poor.

Moreover, tax policies designed to encourage saving may not be effective at achieving that goal. Economic theory does not give a clear prediction about whether a higher rate of return would increase saving. The outcome depends on the relative size of two conflicting forces, called the *substitution effect* and the *income effect*. On the one hand, a higher rate of return raises the benefit of saving: Each dollar saved today produces more consumption in the future. This substitution effect tends to increase saving. On the other hand, a higher rate of return lowers the need for saving: A household has to save less to achieve any target level of consumption in the future. This income effect tends to reduce saving. If the substitution and income effects approximately cancel each other, as some studies suggest, then saving will not change when lower taxation of capital income raises the rate of return.

There are ways to increase national saving other than by giving tax breaks to the rich. National saving is the sum of private and public saving. Instead of trying to alter the tax code to encourage greater private saving, policymakers can simply raise public saving by reducing the budget deficit, perhaps by raising taxes on the wealthy. This offers a direct way of raising national saving and increasing prosperity for future generations.

Indeed, once public saving is taken into account, tax provisions to encourage saving might backfire. Tax changes that reduce the taxation of capital income reduce government revenue and, thereby, lead to a larger budget deficit. To increase national saving, such a change in the tax code must stimulate private saving by more than the decline in public saving. If this is not the case, so-called saving incentives can potentially make matters worse.

QUICK QUIZ Give three examples of how our society discourages saving. What are the drawbacks of eliminating these disincentives?

CONCLUSION

This chapter has considered five classic debates over macroeconomic policy. For each, it began with a controversial proposition and then offered the arguments pro and con. If you find it hard to choose a side in these debates, you may find some comfort in the fact that you are not alone. The study of economics does not always make it easy to choose among alternative policies. Indeed, by clarifying the inevitable trade-offs that policymakers face, it can make the choice more difficult.

Difficult choices, however, have no right to seem easy. When you hear politicians or commentators proposing something that sounds too good to be true, it probably is. If they sound like they are offering you a free lunch, you should look for the hidden price tag. Few if any policies come with benefits but no costs. By helping you see through the fog of rhetoric so common in political discourse, the study of economics should make you a better participant in our national debates.

SUMMARY

- Advocates of active monetary and fiscal policy view the economy as inherently unstable and believe that policy can manage aggregate demand to offset the inherent instability. Critics of active monetary and fiscal policy emphasize that policy affects the economy with a lag and that our ability to forecast future economic conditions is poor. As a result, attempts to stabilize the economy can end up being destabilizing.
- Advocates of rules for monetary policy argue that discretionary policy can suffer from incompetence, the abuse of power, and time inconsistency. Critics of rules for monetary policy argue that discretionary policy is more flexible in responding to changing economic circumstances.
- Advocates of a zero-inflation target emphasize that inflation has many costs and few if any benefits. Moreover, the cost of eliminating inflation—depressed output and employment—is only temporary. Even this cost can be reduced if the central bank announces a credible plan to reduce inflation, thereby directly lowering expectations of inflation. Critics of a zero-inflation target claim that moderate inflation imposes only small costs on society, whereas the recession necessary to reduce inflation is quite costly. The critics also point out several ways in which moderate inflation may be helpful to an economy.
- Advocates of a balanced government budget argue that budget deficits impose an unjustifiable burden on future generations by raising their taxes and lowering their incomes. Critics of a balanced government budget argue that the deficit is only one small piece of fiscal policy. Single-minded concern about the budget deficit can obscure the many ways in which policy, including various spending programs, affects different generations.
- Advocates of tax incentives for saving point out that our society discourages saving in many ways, such as by heavily taxing capital income and by reducing benefits for those who have accumulated wealth. They endorse reforming the tax laws to encourage saving, perhaps by switching from an income tax to a consumption tax. Critics of tax incentives for saving argue that many proposed changes to stimulate saving would primarily benefit the wealthy, who do not need a tax break. They also argue that such changes might have only a small effect on private saving. Raising public saving by decreasing the government's budget deficit would provide a more direct and equitable way to increase national saving.

QUESTIONS FOR REVIEW

1. What causes the lags in the effect of monetary and fiscal policy on aggregate demand? What are the implications of these lags for the debate over active versus passive policy?
2. What might motivate a central banker to cause a political business cycle? What does the political business cycle imply for the debate over policy rules?
3. Explain how credibility might affect the cost of reducing inflation.
4. Why are some economists against a target of zero inflation?
5. Explain two ways in which a government budget deficit hurts a future worker.
6. What are two situations in which most economists view a budget deficit as justifiable?
7. Give an example of how the government might hurt young generations, even while reducing the government debt they inherit.

8. Some economists say that the government can continue running a budget deficit forever. How is that possible?
9. Some income from capital is taxed twice. Explain.
10. Give an example, other than tax policy, of how our society discourages saving.
11. What adverse effect might be caused by tax incentives to raise saving?

PROBLEMS AND APPLICATIONS

1. The chapter suggests that the economy, like the human body, has "natural restorative powers."
   a. Illustrate the short-run effect of a fall in aggregate demand using an aggregate-demand/aggregate-supply diagram. What happens to total output, income, and employment?
   b. If the government does not use stabilization policy, what happens to the economy over time? Illustrate this adjustment on your diagram. Does it generally occur in a matter of months or a matter of years?
   c. Do you think the "natural restorative powers" of the economy mean that policymakers should be passive in response to the business cycle?
2. Policymakers who want to stabilize the economy must decide how much to change the money supply, government spending, or taxes. Why is it difficult for policymakers to choose the appropriate strength of their actions?
3. Suppose that people suddenly wanted to hold more money balances.
   a. What would be the effect of this change on the economy if the Federal Reserve followed a rule of increasing the money supply by 3 percent per year? Illustrate your answer with a money-market diagram and an aggregate-demand/aggregate-supply diagram.
   b. What would be the effect of this change on the economy if the Fed followed a rule of increasing the money supply by 3 percent per year *plus* 1 percentage point for every percentage point that unemployment rises above its normal level? Illustrate your answer.
   c. Which of the foregoing rules better stabilizes the economy? Would it help to allow the Fed to respond to predicted unemployment instead of current unemployment? Explain.
4. Economist John Taylor has suggested that the Fed use the following rule for choosing its target for the federal funds interest rate (r):

   $$r = 2\% + \pi + \tfrac{1}{2}(y - y^*) / y^* + \tfrac{1}{2}(\pi - \pi^*),$$

   where π is the average of the inflation rate over the past year, y is real GDP as recently measured, y^* is an estimate of the natural rate of output, and π^* is the Fed's goal for inflation.
   a. Explain the logic that might lie behind this rule for setting interest rates. Would you support the Fed's use of this rule?
   b. Some economists advocate such a rule for monetary policy but believe π and y should be the *forecasts* of future values of inflation and output. What are the advantages of using forecasts instead of actual values? What are the disadvantages?
5. The problem of time inconsistency applies to fiscal policy as well as to monetary policy. Suppose the government announced a reduction in taxes on income from capital investments, like new factories.
   a. If investors believed that capital taxes would remain low, how would the government's action affect the level of investment?
   b. After investors have responded to the announced tax reduction, does the government have an incentive to renege on its policy? Explain.
   c. Given your answer to part (b), would investors believe the government's announcement? What can the government do to increase the credibility of announced policy changes?
   d. Explain why this situation is similar to the time inconsistency problem faced by monetary policymakers.

6. Chapter 2 explains the difference between positive analysis and normative analysis. In the debate about whether the central bank should aim for zero inflation, which areas of disagreement involve positive statements and which involve normative judgments?
7. Why are the benefits of reducing inflation permanent and the costs temporary? Why are the costs of increasing inflation permanent and the benefits temporary? Use Phillips-curve diagrams in your answer.
8. Suppose the federal government cuts taxes and increases spending, raising the budget deficit to 12 percent of GDP. If nominal GDP is rising 5 percent per year, are such budget deficits sustainable forever? Explain. If budget deficits of this size are maintained for 20 years, what is likely to happen to your taxes and your children's taxes in the future? Can you personally do something today to offset this future effect?
9. Explain how each of the following policies redistributes income across generations. Is the redistribution from young to old or from old to young?
   a. An increase in the budget deficit
   b. More generous subsidies for education loans
   c. Greater investments in highways and bridges
   d. An increase in Social Security benefits
10. The chapter says that budget deficits reduce the income of future generations but can boost output and income during a recession. Explain how both of these statements can be true.
11. What is the fundamental trade-off that society faces if it chooses to save more? How might the government increase national saving?
12. Suppose the government reduced the tax rate on income from savings and raised taxes on labor income to avoid increasing the budget deficit.
    a. Who would benefit from this tax change most directly?
    b. What would happen to the capital stock over time? What would happen to the capital available to each worker? What would happen to productivity? What would happen to wages?
    c. In light of your answer to part (b), how might the long-run distributional effects differ from the answer you gave in part (a)?

Glossary

ability-to-pay principle the idea that taxes should be levied on a person according to how well that person can shoulder the burden

absolute advantage the ability to produce a good using fewer inputs than another producer

accounting profit total revenue minus total explicit cost

adverse selection the tendency for the mix of unobserved attributes to become undesirable from the standpoint of an uninformed party

agent a person who is performing an act for another person, called the principal

aggregate-demand curve a curve that shows the quantity of goods and services that households, firms, the government, and customers abroad want to buy at each price level

aggregate-supply curve a curve that shows the quantity of goods and services that firms choose to produce and sell at each price level

appreciation an increase in the value of a currency as measured by the amount of foreign currency it can buy

Arrow's impossibility theorem a mathematical result showing that, under certain assumed conditions, there is no scheme for aggregating individual preferences into a valid set of social preferences

automatic stabilizers changes in fiscal policy that stimulate aggregate demand when the economy goes into a recession without policymakers having to take any deliberate action

average fixed cost fixed cost divided by the quantity of output

average revenue total revenue divided by the quantity sold

average tax rate total taxes paid divided by total income

average total cost total cost divided by the quantity of output

average variable cost variable cost divided by the quantity of output

balanced trade a situation in which exports equal imports

behavioral economics the subfield of economics that integrates the insights of psychology

benefits principle the idea that people should pay taxes based on the benefits they receive from government services

bond a certificate of indebtedness

budget constraint the limit on the consumption bundles that a consumer can afford

budget deficit a shortfall of tax revenue from government spending

budget surplus an excess of tax revenue over government spending

business cycle fluctuations in economic activity, such as employment and production

capital the equipment and structures used to produce goods and services

capital flight a large and sudden reduction in the demand for assets located in a country

cartel a group of firms acting in unison

catch-up effect the property whereby countries that start off poor tend to grow more rapidly than countries that start off rich

central bank an institution designed to oversee the banking system and regulate the quantity of money in the economy

circular-flow diagram a visual model of the economy that shows how dollars flow through markets among households and firms

classical dichotomy the theoretical separation of nominal and real variables

closed economy an economy that does not interact with other economies in the world

Coase theorem the proposition that if private parties can bargain without cost over the allocation of resources, they can solve the problem of externalities on their own

collective bargaining the process by which unions and firms agree on the terms of employment

collusion an agreement among firms in a market about quantities to produce or prices to charge

commodity money money that takes the form of a commodity with intrinsic value

common resources goods that are rival in consumption but not excludable

comparative advantage the ability to produce a good at a lower opportunity cost than another producer

compensating differential a difference in wages that arises to offset the nonmonetary characteristics of different jobs

competitive market a market with many buyers and sellers trading identical products so that each buyer and seller is a price taker

complements two goods for which an increase in the price of one leads to a decrease in the demand for the other

compounding the accumulation of a sum of money in, say, a bank account, where the interest earned remains in the account to earn additional interest in the future

Condorcet paradox the failure of majority rule to produce transitive preferences for society

constant returns to scale the property whereby long-run average total cost stays the same as the quantity of output changes

consumer price index (CPI) a measure of the overall cost of the goods and services bought by a typical consumer

consumer surplus the amount a buyer is willing to pay for a good minus the amount the buyer actually pays for it

consumption spending by households on goods and services, with the exception of purchases of new housing

corrective tax a tax designed to induce private decision makers to take account of the social costs that arise from a negative externality

cost the value of everything a seller must give up to produce a good

cost–benefit analysis a study that compares the costs and benefits to society of providing a public good

cross-price elasticity of demand a measure of how much the quantity demanded of one good responds to a change in the price of another good, computed as the percentage change in quantity demanded of the first good divided by the percentage change in the price of the second good

crowding out a decrease in investment that results from government borrowing

crowding-out effect the offset in aggregate demand that results when expansionary fiscal policy raises the interest rate and thereby reduces investment spending

currency the paper bills and coins in the hands of the public

cyclical unemployment the deviation of unemployment from its natural rate

deadweight loss the fall in total surplus that results from a market distortion, such as a tax

demand curve a graph of the relationship between the price of a good and the quantity demanded

demand deposits balances in bank accounts that depositors can access on demand by writing a check

demand schedule a table that shows the relationship between the price of a good and the quantity demanded

depreciation a decrease in the value of a currency as measured by the amount of foreign currency it can buy

depression a severe recession

diminishing marginal product the property whereby the marginal product of an input declines as the quantity of the input increases

diminishing returns the property whereby the benefit from an extra unit of an input declines as the quantity of the input increases

discount rate the interest rate on the loans that the Fed makes to banks

discouraged workers individuals who would like to work but have given up looking for a job

discrimination the offering of different opportunities to similar individuals who differ only by race, ethnic group, sex, age, or other personal characteristics

diseconomies of scale the property whereby long-run average total cost rises as the quantity of output increases

diversification the reduction of risk achieved by replacing a single risk with a large number of smaller, unrelated risks

dominant strategy a strategy that is best for a player in a game regardless of the strategies chosen by the other players

economic profit total revenue minus total cost, including both explicit and implicit costs

economics the study of how society manages its scarce resources

economies of scale the property whereby long-run average total cost falls as the quantity of output increases

efficiency the property of society getting the most it can from its scarce resources

efficiency wages above-equilibrium wages paid by firms to increase worker productivity

efficient markets hypothesis the theory that asset prices reflect all publicly available information about the value of an asset

efficient scale the quantity of output that minimizes average total cost

elasticity a measure of the responsiveness of quantity demanded or quantity supplied to one of its determinants

equality the property of distributing economic prosperity uniformly among the members of society

equilibrium a situation in which the market price has reached the level at which quantity supplied equals quantity demanded

equilibrium price the price that balances quantity supplied and quantity demanded

equilibrium quantity the quantity supplied and the quantity demanded at the equilibrium price

excludability the property of a good whereby a person can be prevented from using it

explicit costs input costs that require an outlay of money by the firm

exports goods produced domestically and sold abroad

externality the uncompensated impact of one person's actions on the well-being of a bystander

factors of production the inputs used to produce goods and services

federal funds rate the interest rate at which banks make overnight loans to one another

Federal Reserve (Fed) the central bank of the United States

fiat money money without intrinsic value that is used as money because of government decree

finance the field that studies how people make decisions regarding the allocation of resources over time and the handling of risk

financial intermediaries financial institutions through which savers can indirectly provide funds to borrowers

financial markets financial institutions through which savers can directly provide funds to borrowers

financial system the group of institutions in the economy that help to match one person's saving with another person's investment

firm-specific risk risk that affects only a single company

fiscal policy the setting of the level of government spending and taxation by government policymakers

Fisher effect the one-for-one adjustment of the nominal interest rate to the inflation rate

fixed costs costs that do not vary with the quantity of output produced

fractional-reserve banking a banking system in which banks hold only a fraction of deposits as reserves

free rider a person who receives the benefit of a good but avoids paying for it

frictional unemployment unemployment that results because it takes time for workers to search for the jobs that best suit their tastes and skills

fundamental analysis the study of a company's accounting statements and future prospects to determine its value

future value the amount of money in the future that an amount of money today will yield, given prevailing interest rates

game theory the study of how people behave in strategic situations

GDP deflator a measure of the price level calculated as the ratio of nominal GDP to real GDP times 100

Giffen good a good for which an increase in the price raises the quantity demanded

government purchases spending on goods and services by local, state, and federal governments

gross domestic product (GDP) the market value of all final goods and services produced within a country in a given period of time

horizontal equity the idea that taxpayers with similar abilities to pay taxes should pay the same amount

human capital the knowledge and skills that workers acquire through education, training, and experience

implicit costs input costs that do not require an outlay of money by the firm

imports goods produced abroad and sold domestically

incentive something that induces a person to act

income effect the change in consumption that results when a price change moves the consumer to a higher or lower indifference curve

income elasticity of demand a measure of how much the quantity demanded of a good responds to a change in consumers' income, computed as the percentage change in quantity demanded divided by the percentage change in income

indexation the automatic correction by law or contract of a dollar amount for the effects of inflation

indifference curve a curve that shows consumption bundles that give the consumer the same level of satisfaction

inferior good a good for which, other things equal, an increase in income leads to a decrease in demand

inflation an increase in the overall level of prices in the economy

inflation rate the percentage change in the price index from the preceding period

inflation tax the revenue the government raises by creating money

informational efficiency the description of asset prices that rationally reflect all available information

in-kind transfers transfers to the poor given in the form of goods and services rather than cash

internalizing the externality altering incentives so that people take account of the external effects of their actions

investment spending on capital equipment, inventories, and structures, including household purchases of new housing

job search the process by which workers find appropriate jobs given their tastes and skills

labor force the total number of workers, including both the employed and the unemployed

labor-force participation rate the percentage of the adult population that is in the labor force

law of demand the claim that, other things equal, the quantity demanded of a good falls when the price of the good rises

law of supply the claim that, other things equal, the quantity supplied of a good rises when the price of the good rises

law of supply and demand the claim that the price of any good adjusts to bring the quantity supplied and the quantity demanded for that good into balance

liberalism the political philosophy according to which the government should choose policies deemed just, as evaluated by an impartial observer behind a "veil of ignorance"

libertarianism the political philosophy according to which the government should punish crimes and enforce voluntary agreements but not redistribute income

life cycle the regular pattern of income variation over a person's life

liquidity the ease with which an asset can be converted into the economy's medium of exchange

lump-sum tax a tax that is the same amount for every person

macroeconomics the study of economy-wide phenomena, including inflation, unemployment, and economic growth

marginal changes small incremental adjustments to a plan of action

marginal cost the increase in total cost that arises from an extra unit of production

marginal product the increase in output that arises from an additional unit of input

marginal product of labor the increase in the amount of output from an additional unit of labor

marginal rate of substitution the rate at which a consumer is willing to trade one good for another

marginal revenue the change in total revenue from an additional unit sold

marginal tax rate the extra taxes paid on an additional dollar of income

market a group of buyers and sellers of a particular good or service

market economy an economy that allocates resources through the decentralized decisions of many firms and households as they interact in markets for goods and services

market failure a situation in which a market left on its own fails to allocate resources efficiently

market for loanable funds the market in which those who want to save supply funds and those who want to borrow to invest demand funds

market power the ability of a single economic actor (or small group of actors) to have a substantial influence on market prices

market risk risk that affects all companies in the stock market

maximin criterion the claim that the government should aim to maximize the well-being of the worst-off person in society

median voter theorem a mathematical result showing that if voters are choosing a point along a line and each voter wants the point closest to his most preferred point, then majority rule will pick the most preferred point of the median voter

medium of exchange an item that buyers give to sellers when they want to purchase goods and services

menu costs the costs of changing prices

microeconomics the study of how households and firms make decisions and how they interact in markets

model of aggregate demand and aggregate supply the model that most economists use to explain short-run fluctuations in economic activity around its long-run trend

monetary neutrality the proposition that changes in the money supply do not affect real variables

monetary policy the setting of the money supply by policymakers in the central bank

money the set of assets in an economy that people regularly use to buy goods and services from other people

money multiplier the amount of money the banking system generates with each dollar of reserves

money supply the quantity of money available in the economy

monopolistic competition a market structure in which many firms sell products that are similar but not identical

monopoly a firm that is the sole seller of a product without close substitutes

moral hazard the tendency of a person who is imperfectly monitored to engage in dishonest or otherwise undesirable behavior

multiplier effect the additional shifts in aggregate demand that result when expansionary fiscal policy increases income and thereby increases consumer spending

mutual fund an institution that sells shares to the public and uses the proceeds to buy a portfolio of stocks and bonds

Nash equilibrium a situation in which economic factors interacting with one another each choose their best strategy given the strategies that all the other factors have chosen

national saving (saving) the total income in the economy that remains after paying for consumption and government purchases

natural monopoly a monopoly that arises because a single firm can supply a good or service to an entire market at a smaller cost than could two or more firms

natural rate of output the production of goods and services that an economy achieves in the long run when unemployment is at its normal rate

natural rate of unemployment the normal rate of unemployment around which the unemployment rate fluctuates

natural resources the inputs into the production of goods and services that are provided by nature, such as land, rivers, and mineral deposits

natural-rate hypothesis the claim that unemployment eventually returns to its normal, or natural, rate, regardless of the rate of inflation

negative income tax a tax system that collects revenue from high-income households and gives subsidies to low-income households

net capital outflow the purchase of foreign assets by domestic residents minus the purchase of domestic assets by foreigners

net exports spending on domestically produced goods by foreigners (exports) minus spending on foreign goods by domestic residents (imports)

nominal exchange rate the rate at which a person can trade the currency of one country for the currency of another

nominal GDP the production of goods and services valued at current prices

nominal interest rate the interest rate as usually reported without a correction for the effects of inflation

nominal variables variables measured in monetary units

normal good a good for which, other things equal, an increase in income leads to an increase in demand

normative statements claims that attempt to prescribe how the world should be

oligopoly a market structure in which only a few sellers offer similar or identical products

open economy an economy that interacts freely with other economies around the world

open-market operations the purchase and sale of U.S. government bonds by the Fed

opportunity cost whatever must be given up to obtain some item

perfect complements two goods with right-angle indifference curves

perfect substitutes two goods with straight-line indifference curves

permanent income a person's normal income

Phillips curve a curve that shows the short-run trade-off between inflation and unemployment

physical capital the stock of equipment and structures that are used to produce goods and services

political economy the study of government using the analytic methods of economics

positive statements claims that attempt to describe the world as it is

poverty line an absolute level of income set by the federal government for each family size below which a family is deemed to be in poverty

poverty rate the percentage of the population whose family income falls below an absolute level called the poverty line

present value the amount of money today that would be needed, using prevailing interest rates, to produce a given future amount of money

price ceiling a legal maximum on the price at which a good can be sold

price discrimination the business practice of selling the same good at different prices to different customers

price elasticity of demand a measure of how much the quantity demanded of a good responds to a change in the price of that good, computed as the percentage change in quantity demanded divided by the percentage change in price

price elasticity of supply a measure of how much the quantity supplied of a good responds to a change in the price of that good, computed as the percentage change in quantity supplied divided by the percentage change in price

price floor a legal minimum on the price at which a good can be sold

principal a person for whom another person, called the agent, is performing some act

prisoners' dilemma a particular "game" between two captured prisoners that illustrates why cooperation is difficult to maintain even when it is mutually beneficial

private goods goods that are both excludable and rival in consumption

private saving the income that households have left after paying for taxes and consumption

producer price index a measure of the cost of a basket of goods and services bought by firms

producer surplus the amount a seller is paid for a good minus the seller's cost of providing it

production function the relationship between the quantity of inputs used to make a good and the quantity of output of that good

production possibilities frontier a graph that shows the combinations of output that the economy can possibly produce given the available factors of production and the available production technology

productivity the quantity of goods and services produced from each unit of labor input

profit total revenue minus total cost

progressive tax a tax for which high-income taxpayers pay a larger fraction of their income than do low-income taxpayers

property rights the ability of an individual to own and exercise control over scarce resources

proportional tax a tax for which high-income and low-income taxpayers pay the same fraction of income

public goods goods that are neither excludable nor rival in consumption

public saving the tax revenue that the government has left after paying for its spending

purchasing-power parity a theory of exchange rates whereby a unit of any given currency should be able to buy the same quantity of goods in all countries

quantity demanded the amount of a good that buyers are willing and able to purchase

quantity equation the equation $M \times V = P \times Y$ relates the quantity of money, the velocity of money, and the dollar value of the economy's output of goods and services

quantity supplied the amount of a good that sellers are willing and able to sell

quantity theory of money a theory asserting that the quantity of money available determines the price level and that the growth rate in the quantity of money available determines the inflation rate

random walk the path of a variable whose changes are impossible to predict

rational expectations the theory that people optimally use all the information they have, including information about government policies, when forecasting the future

rational people people who systematically and purposefully do the best they can to achieve their objectives

real exchange rate the rate at which a person can trade the goods and services of one country for the goods and services of another

real GDP the production of goods and services valued at constant prices

real interest rate the interest rate corrected for the effects of inflation

real variables variables measured in physical units

recession a period of declining real incomes and rising unemployment

regressive tax a tax for which high-income taxpayers pay a smaller fraction of their income than do low-income taxpayers

reserve ratio the fraction of deposits that banks hold as reserves

reserve requirements regulations on the minimum amount of reserves that banks must hold against deposits

reserves deposits that banks have received but have not loaned out

risk aversion a dislike of uncertainty

rivalry in consumption the property of a good whereby one person's use diminishes other people's use

sacrifice ratio the number of percentage points of annual output lost in the process of reducing inflation by 1 percentage point

scarcity the limited nature of society's resources

screening an action taken by an uninformed party to induce an informed party to reveal information

shoeleather costs the resources wasted when inflation encourages people to reduce their money holdings

shortage a situation in which quantity demanded is greater than quantity supplied

signaling an action taken by an informed party to reveal private information to an uninformed party

social insurance government policy aimed at protecting people against the risk of adverse events

stagflation a period of falling output and rising prices

stock a claim to partial ownership in a firm

store of value an item that people can use to transfer purchasing power from the present to the future

strike the organized withdrawal of labor from a firm by a union

structural unemployment unemployment that results because the number of jobs available in some labor markets is insufficient to provide a job for everyone who wants one

substitutes two goods for which an increase in the price of one leads to an increase in the demand for the other

substitution effect the change in consumption that results when a price change moves the consumer along a given indifference curve to a point with a new marginal rate of substitution

sunk cost a cost that has already been committed and cannot be recovered

supply curve a graph of the relationship between the price of a good and the quantity supplied

supply schedule a table that shows the relationship between the price of a good and the quantity supplied

supply shock an event that directly alters firms' costs and prices, shifting the economy's aggregate-supply curve and thus the Phillips curve

surplus a situation in which quantity supplied is greater than quantity demanded

tariff a tax on goods produced abroad and sold domestically

tax incidence the manner in which the burden of a tax is shared among participants in a market

technological knowledge society's understanding of the best ways to produce goods and services

theory of liquidity preference Keynes's theory that the interest rate adjusts to bring money supply and money demand into balance

total cost the market value of the inputs a firm uses in production

total revenue (for firm) the amount a firm receives for the sale of its output

total revenue (in a market) the amount paid by buyers and received by sellers of a good, computed as the price of the good times the quantity sold

trade balance the value of a nation's exports minus the value of its imports; also called net exports

trade deficit an excess of imports over exports

trade policy a government policy that directly influences the quantity of goods and services that a country imports or exports

trade surplus an excess of exports over imports

Tragedy of the Commons a parable that illustrates why common resources are used more than is desirable from the standpoint of society as a whole

transaction costs the costs that parties incur in the process of agreeing to and following through on a bargain

unemployment insurance a government program that partially protects workers' incomes when they become unemployed

unemployment rate the percentage of the labor force that is unemployed

union a worker association that bargains with employers over wages, benefits, and working conditions

unit of account the yardstick people use to post prices and record debts

utilitarianism the political philosophy according to which the government should choose policies to maximize the total utility of everyone in society

utility a measure of happiness or satisfaction

value of the marginal product the marginal product of an input times the price of the output

variable costs costs that vary with the quantity of output produced

velocity of money the rate at which money changes hands

vertical equity the idea that taxpayers with a greater ability to pay taxes should pay larger amounts

welfare government programs that supplement the incomes of the needy

welfare economics the study of how the allocation of resources affects economic well-being

willingness to pay the maximum amount that a buyer will pay for a good

world price the price of a good that prevails in the world market for that good

Index

Note: Page numbers in **boldface** refer to pages where key terms are defined.

D

D

Davies, Kert, 37
Deadweight loss, 160–172, **163**
changes in welfare and, 161–163
determinants of, 164–167
elasticity and, 164–166
gains from trade, 163–164
labor tax, 166 167
of monopoly, 323–325
of tariff, 184–185
tax effects on market participants and, 161–163
of taxes, 250
tax revenue and, 167–171
DeBeers, 313
Debit cards, 647
Debt, government. *See* Government debt
Debt finance, 577
Dedrick, Jason, 694–695
Default, on bonds, 577
Deficits
budget. *See* Budget deficit
trade, 700–702, 726
Deflation, 541, 663, 843
Demand, 67–72. *See also* Equilibrium
aggregate. *See* Aggregate demand; Model of aggregate demand and aggregate supply
changes in, 79
decrease in, 69, 70
elastic, 90, 93
elasticity of. *See* Demand elasticity
equilibrium of supply and demand, 77–82
excess, 78
expectations and, 71
for foreign-currency exchange, 719
income changes, 70
increase in, 69, 70
individual, 68–69
inelastic, 90, 93
for labor. *See* Labor demand
law of, **67**
loanable funds, 724
of loanable funds, 584–585, 716–718
market, 68–69
number of buyers and, 71
perfectly elastic, 93, 94
perfectly inelastic, 93, 94
price of related goods and, 70
reducing smoking, 71–72
relationship between price and quantity demanded, 67–68
shifts in long and short run, in competitive markets, 303–306
taste and, 70
Demand curve, 42–44, 67–71, **68**
aggregate. *See* Aggregate-demand curve
derivation of, 470–471
measuring consumer surplus using, 139–140
price elasticity of demand and, 92–94
shifts in, 69–71, 303–306
slope of, 472
Demand deposits, **646**
Demand elasticity, 90–99
applications of, 102–108
cross-price elasticity of demand, **99**
deadweight loss and, 164–166
income, 97, 99
price, **90,** 90–99
Demand schedule, **67**
Denmark, unemployment benefits, 627
Depreciation, 513, **703**
Depressions, **739.** *See also* Economic fluctuations; Great Depression
Derived demand, 392
DeSouza, Andrew, 750
Developed countries, free trade and wages, 192–193
Developing countries, free trade and wages, 192–193
Diminishing marginal product, **273, 394**

F

T